நூறு பெண்கள்
நூறு சிறுகதைகள்

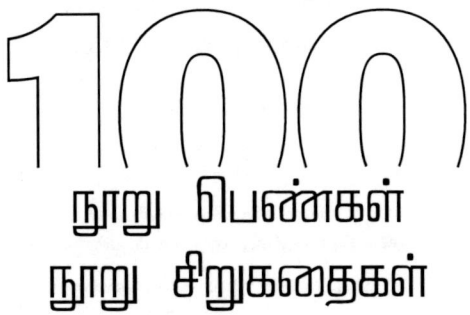

100
நூறு பெண்கள்
நூறு சிறுகதைகள்

தேர்வும் தொகுப்பும்

முனைவர் இரா. பிரேமா

HER Stories

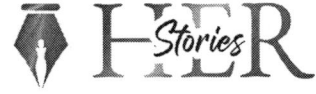

நூறு பெண்கள்
நூறு சிறுகதைகள்

தேர்வும் தொகுப்பும்
முனைவர் இரா. பிரேமா

100 Pengal 100 kathaigal

Selected & Compiled by
@ Dr. R.Prema

ஹெர் ஸ்டோரிஸ் ஆசிரியர்கள்
நிவேதிதா லூயிஸ், சஹானா & வள்ளிதாசன்

அட்டை மற்றும் பக்க வடிவமைப்பு
டி.ராஜரத்தினம்

வெளியீடு
ஹெர் ஸ்டோரிஸ்
81, நான்காவது நிழற்சாலை, அசோக் நகர்
(ஈக்விடாஸ் வங்கிக்கு அடுத்த வீடு / ஆவின் & மசூதி எதிரில்) சென்னை - 600083

www.herstories.xyz | +91 75500 98666 strong@herstories.xyz

நூல்களைப் பெற: +91 96003 98660
www.booksforwoman.com

உருவாக்கம்
கலைடாஸ்கோப், சென்னை +91 9840969757

HS books # 0100

முதல் பதிப்பு 2024 டிசம்பர்

ISBN 978-93-48641-31-1

₹1200

என்றும் என் நன்றிகள்..!

இத்தொகுப்பில் இடம்பெற்றுள்ள அனைத்துப் பெண் கதாசிரியர்கள், இந்நூலாக்கத்திற்கு வித்திட்டவர்களான பேராசிரியர் கவிஞர் ஏ இராஜலட்சுமி, தோழர் வள்ளிதாசன், இந்தத் தொகுப்பினைக் கணினி அச்சு செய்த போது, ஒவ்வொரு கணமும் என்னோடு பொறுமையுடனும் பொறுப்புடனும் பயணித்த என் அன்புக்குரிய தோழி பேராசிரியர் ஆ பாக்கியலட்சுமி - இவர்கள் அனைவரும் இல்லை என்றால் இந்த நூல் இல்லை. அனைவருக்கும் என் அன்பும் நன்றியும் உரித்தாகுக!

இந்நூல் ஆக்கத்திற்குப் பெரிதும் உதவிய ரோஜா முத்தையா நூலகம், அங்குப் பணியாற்றும் அன்புத் தோழி மாலா, கன்னிமாரா பொது நூலகம், இணையத் தமிழ் நூலகம், சிறுகதை டாட் காம் உள்ளிட்ட இணைய தளங்கள், இணைய இதழ்கள் - அனைத்துக்கும் நன்றி! நன்றி!

தங்களுடைய மிகப்பெரிய பொறுப்புகளுக்கும் பணிகளுக்கும் இடையே இந்நூலுக்கு வாழ்த்துரையும் கருத்துரையும் வழங்கிய என் அன்பிற்கும் மதிப்பிற்கும் உரிய தென்சென்னை நாடாளுமன்ற உறுப்பினர் திருமிகு தமிழச்சி தங்கபாண்டியன் அவர்களுக்கும், என் அன்பிற்கும் போற்றுதலுக்கும் உரிய சிங்கப்பூர் தமிழ் எழுத்தாளர் திருமிகு ஜெயந்தி சங்கர் அவர்களுக்கும் நான் என்றும் நன்றி கடப்பாடுடையேன். இந்தத் தருணத்தில் எழுத்தாளர் முபீன் சாதிகாவிற்கு என் அன்பையும் நன்றியையும் தெரிவித்துக் கொள்கிறேன்.

இந்த நூல் வெளிவருவதற்குப் பெரிதும் காரணமாக இருந்த ஹெர் ஸ்டோரிஸ் அமைப்புக்கும், பிரிய தோழர் நிவேதிதாவிற்கும் நன்றிகள் உரித்தாகுக!

படிப்பு ஒன்று தான் உயிர் வாசம் என்று வழிகாட்டி உருவாக்கிய எனது அன்பு பெற்றோர்களுக்கும், எனக்கும் என் எழுத்திற்கும் மதிப்பளித்து, உற்சாகமூட்டி வருகின்ற என் மதிப்பிற்கும் வணக்கத்திற்கும் உரிய இளைய மாமனார் திரு டி ஜி தியாகராஜன் அவர்களுக்கும் இத்தருணத்தில் நன்றி கூறுவதில் பெருமையும் மகிழ்ச்சியும் அடைகிறேன்!

பெண் வாசனை சுமந்து வரும் இந்நூல் சக பெண்கள் அனைவருக்கும் *சமர்ப்பணம்!*

ஆசிரியரைப் பற்றி...

பேராசிரியர் இரா பிரேமா, சென்னை எத்திராஜ் மகளிர் கல்லூரியில் தமிழ்த் துறையில் பணியாற்றி ஓய்வு பெற்றவர்; கொரட்டூர் பக்தவச்சலம் மகளிர் கல்லூரியில் முதல்வராகப் பணியாற்றியவர்; பெண்ணிய ஆர்வலர்; ஆய்வாளர்; எழுத்தாளர்; முப்பதுக்கும் மேற்பட்ட நூல்களை எழுதியவர்; சாகித்ய அகாதமிக்காகப் 'பெண் மையச் சிறுகதைகள்' என்ற தொகுப்பினைச் செய்துள்ளார்; இந்தத் தொகுப்பு ஆங்கிலத்தில் மொழிபெயர்க்கப்பட்டு, விரைவில் வெளிவர இருகிறது.

'வை மு கோதைநாயகி அம்மாள்' என்ற வாழ்க்கை வரலாற்று நூலையும் சாகித்ய அகாதமிக்காக எழுதியுள்ளார். இந்த நூல் நீதிபதி பிரபா ஸ்ரீதேவன் அவர்களால் ஆங்கிலத்தில் மொழிபெயர்க்கப்பட்டு வெளிவந்துள்ளது.

இவர், தமிழ் இலக்கிய உலகில் பெண்ணிய எழுத்தாளர் என்ற முத்திரையைப் பெற்று, 'பெண்ணியம் பிரேமா' என்று அழைக்கப்படுகின்றார். 2011 ஆம் ஆண்டு, தமிழக அரசின், 'மகாகவி பாரதியார் விருது' என்ற பெருமைமிகு விருதினைப் பெற்றுள்ளார். சேலம் தமிழ் சங்க விருது, பாரதி செம்மல் விருது, சிறந்த கல்வியாளருக்கான விருது, எழுத்தாளர் சுந்தர ராமசாமி விருது, வாழ்நாள் சாதனையாளர் விருது என்ற பல விருதுகளைப் பெற்றுள்ளார்.

ஓங்கி ஒலிக்கும் பெண் குரல்கள்

100 பெண் எழுத்தாளர்களின் சிறுகதைகளைத் தொகுக்க வேண்டும் என்ற பேராா்வம் எனக்குள் பல ஆண்டுகளாக இருந்தது. இதன் முதற்படியாக, 1995 முதல் 2000 வரையிலான காலகட்டத்தில் தகவல்களைத் திரட்டி, ஆய்வு செய்து 'வை மு கோதைநாயகி அம்மாள்' என்ற நூலினை எழுதினேன். இதனை 2001 இல், சாகித்ய அகாதமி வெளியிட்டது. இந்த நூலுக்கான தரவுகளைத் திரட்டுவதற்காக வை மு கோதைநாயகி அம்மாளின் மருமகளும் எழுத்தாளருமான வை மு பத்மினி ஸ்ரீனிவாசனையும் , அவரது நெருங்கிய உறவினர்களளையும், வை மு கோ அம்மையாரின் சமகாலப் பெண் எழுத்தாளர்களும், அவரின் ஜகன்மோகினி இதழில் எழுதியவர்களுமான வசுமதி ராமசாமி, அநுத்தம்மா, லக்ஷ்மி கிருஷ்ணமூர்த்தி, கமலா சடகோபன், முதுபெரும் பாடகி ஜி கே பட்டம்மாள், எம் எஸ் கமலா இவர்களையெல்லாம் சந்தித்தேன். மேற்கூறிய பெண் எழுத்தாளர்களிடம் உரையாடிய பொழுது, அவர்களைப் பற்றிய தரவுகளைச் சேகரித்து அவர்கள் எழுதிய கதைகளையும் வெளிக்கொண்டு வந்தால், அது தமிழ்ப் பெண் சமூகத்திற்கு, ஒரு பெரிய வரலாற்றுக் கொடையாக அமையும் என்ற எண்ணம் எனக்குள் முளைவிட்டது.. அதனைச் செயலாக்கும் விதமாக, ஏறக்குறைய முப்பது கதைகள் கொண்ட மூன்று தொகுப்புகளை வெளியிட்டேன். 2004 இல்,'பெண்ணியக் கதைகள்' என்ற தொகுப்பு, காவ்யா பதிப்பகம் மூலம் வெளி வந்தது. அதன் தொடர் முயற்சியாகப் 'பெண் மையக் கதைகள்' என்ற நூலினை, சாகித்ய அகாதமிக்காகத் தொகுத்துத் தரும் அரிய வாய்ப்பினைப் பெற்றேன். அந்த நூல் 2007 இல் வெளியானது.

அதே வருடம் கவிஞர் அ வெண்ணிலா 'மீதம் இருக்கும் சொற்கள்' என்ற பெயரில் 45 பெண் எழுத்தாளர்களின் சிறுகதைகளைத் தொகுத்து, நியூ செஞ்சுரி புத்தக நிறுவனம் மூலமாக வெளியிட்டார். சற்று நீண்ட இடைவெளிக்குப் பின்னர், 2019இல், பாரதி புத்தகாலயம் மூலமாக ,'உடைபடும் மௌனங்கள்' என்ற தொகுப்பினை வெளியிட்டேன். இந்த நூல்கள் அனைத்திற்கும் முன்பாக,1993 இல், கோயமுத்தூர் விஜயா பதிப்பகத்தின் மூலமாக இ எஸ் டி என்று அழைக்கப்படும் இ எஸ் தேவசிகாமணி அவர்கள், 'ஒரு நந்தவனத் தென்றல்' என்ற பெயரில், 54 பெண் எழுத்தாளர்களின் சிறுகதைகளைத் தொகுத்து வெளியிட்டுள்ளார். அதற்கு எழுத்தாளர் ராஜம் கிருஷ்ணன்

நீண்டதொரு வரலாற்றுச் சிறப்புடைய முன்னுரை ஒன்றினை வழங்கியுள்ளார். நான் 'பெண்மைய சிறுகதைகள் என்ற நூலினை அவரிடம் வழங்குவதற்காகச் சென்ற பொழுது, அவர் என் தொகுப்பு முயற்சியினைப் பாராட்டி, விஜயா பதிப்பகம் வெளியிட்ட நூலினை எனக்குப் பரிசாக வழங்கினார். அந்நூல் திரு இ எஸ் டி அவர்களால் கையெழுத்திடப்பட்டு, ராஜம் கிருஷ்ணன் அவர்களுக்கு வழங்கப்பட்ட நூலாகும். அதனை எனக்குப் பரிசாக வழங்கியது ராஜம் கிருஷ்ணன் அம்மாவின் பெருந்தன்மையினைக் காட்டுகின்றது. இங்கு குறிப்பிடப்பட்டுள்ள அனைத்து நூல்களும் பெண்ணெழுத்துகளின் வரலாற்றினைப் பதிவிட்ட முன்னோடி நூல்களாகும்.

சிறுவயது முதற்கொண்டு வீட்டில் இதழ்களைப் படிக்கும் சூழல் இருந்தது. அக்காலத்தில் என் தந்தையார் - கலைமகள், ஆனந்த விகடன், கல்கி, குமுதம் போன்ற இதழ்களை வாங்குவார். அவ்விதழ்களின் தீபாவளி மலர்களும் கட்டாயமாக வாங்கப்படும். அவ்விதழ்களை எல்லாம் படித்துத் தான், நானும் என் சகோதர, சகோதரிகளும் வளர்ந்தோம். நான் சிறுமியாக இருந்தபொழுதே ஆனந்த விகடனில் வரும் தொடர்கதைகளை விரும்பிப் படித்துள்ளேன். என் மூத்த சகோதரர்கள் நூலகத்திலிருந்து புத்தகங்களைக் கொண்டு வந்து கொடுப்பார்கள். அருகிலுள்ள உறவினர்களோடும் தோழிகளோடும் அந்த நூல்களைப் பகிர்ந்து படிக்கும் பழக்கம் எங்களுக்குள் இருந்தது. அதனால் நிறைய கதைப் புத்தகங்களைப் படிக்கும் வாய்ப்பினைப் பெற்றேன். கல்கி, அகிலன், நா பார்த்தசாரதி, மணியன், ரா கி ரங்கராஜன், தி ஜானகிராமன், புனிதன், சேவற்கொடியோன், லட்சுமி, ராஜம் கிருஷ்ணன், கிருஷ்ணா, கே ஜெயலட்சுமி, எஸ் ரெங்கநாயகி, சூடாமணி, ஜாவர் சீதாராமன், உமாசந்திரன், தமிழ்வாணன் போன்றோர் கதைகள் தொடர்களாக வந்தபோது, வீட்டிலேயே அவற்றைச் சேகரித்துப் புத்தகங்களாக்கி (பைண்டிங்) வைத்திருந்தார்கள். ஒவ்வொரு விடுமுறையின் போதும், அந்தப் புத்தகங்களை எல்லாம் படித்து வளர்ந்தேன். இளம் வயதில் சிவசங்கரி, இந்துமதி, வாஸந்தி, அனுராதா ரமணன் போன்றோர் எழுதிய சிறுகதைகளையும் தொடர்கதைகளையும் படித்து மகிழ்ந்திருக்கிறேன். நவீன இலக்கிய அறிமுகம், சிறுவயது முதலே, எனக்குள் வித்திடப்பட்டு, ஆலம் விருட்சமாக வளர்ந்து விழுது விட்டிருந்தது.

கல்லூரி வாழ்க்கையில் புதுமைப்பித்தனும், ஜெயகாந்தனும் தி ஜானகிராமனும் அறிமுகமானார்கள். புதுமைப்பித்தனின் சாப விமோசனம், அகலிகை, வாடாமலர், பொன்னகரம், ஜெயகாந்தனின் அக்கினி பிரவேசம், யுக சந்தி, சில நேரங்களில் சில மனிதர்கள், ஒரு நடிகை நாடகம் பார்க்கிறாள், ஒரு வீடு ஒரு மனிதன் ஒரு உலகம், தி ஜானகிராமனின் அம்மா வந்தாள்,

மோகமுள் போன்ற கதைகளைப் படிக்கும் வாய்ப்புக் கிடைத்தது. அவற்றைப் படித்து, சக தோழிகளுடன் பகிர்ந்து கொண்டது என் நினைவில் பசுமையாக உள்ளது. லா ச ராமாமிர்தம், நீல பத்மநாபன், தோப்பில் முகமது மீரான், சுந்தர ராமசாமி, கி ரா போன்றோர் எழுத்துக்கள் முதுகலை பாட நூல்களாக அறிமுகமாயின. நான் ஆராய்ச்சி படிப்பில் நுழைந்த பொழுது, அப்பொழுது தொடர்கதையாக வந்து கொண்டிருந்த சிவசங்கரி, இந்துமதி இருவரும் இணைந்து எழுதிய 'இரண்டு பேர்' என்ற நாவலைப் பற்றி மிகத் தீவிரமாகச் சக ஆய்வாளர்களுடன் விவாதித்தை மறக்க இயலாது. இந்துமதியின் 'தரையில் இறங்கும் விமானங்கள்' என்ற நாவலைப் படித்து வியந்திருக்கின்றேன்.

தமிழ்த்துணைப்பேராசிரியராகப் பணிமேற் கொண்ட போது, என் புத்தக வாசிப்பும் நேசிப்பும் இன்னும் பன்மடங்காகத் தொடர்ந்தது. அன்னை தெரசா மகளிர் பல்கலைக்கழகத்தில் இணைப்பேராசிரியராகப் பணியில் சேர்ந்த பின்னர், பெண் எழுத்தாளர்களின் எழுத்துக்களில் தொடர்ந்து கவனம் செலுத்தும் வாய்ப்பு ஏற்பட்டது. வை மு கோதைநாயகி அம்மாள் பற்றிய நூலினைச் சாகித்ய அகாதமிக்காக எழுத முனைந்த பொழுது, தரவுகளைச் சேகரிக்க பெண்ணெழுத்தாளர்களை ஆர்வமுடன் சென்று சந்தித்துள்ளேன். வை மு கோதைநாயகி அம்மாளின் மருமகளான வை மு பத்மினி, வசுமதி ராமசாமி, அநுத்தமா, கமலா சடகோபன், ராஜம் கிருஷ்ணன், லட்சுமி கிருஷ்ணமூர்த்தி, ஜோதிர்லதா கிரிஜா போன்ற எழுத்தாளர்களை நேரடியாகச் சந்தித்து அவர்களோடு உரையாடும் பேறு பெற்றேன்.

பெண் எழுத்தாளர்களின் சிறுகதைகளைத் தொகுக்க முற்பட்டபோது, அவர்களின் நூற்றுக்கணக்கான சிறுகதைகளைப் படிக்கின்ற வாய்ப்பு ஏற்பட்டது. தொடர்ச்சியாக இருந்த வாசிப்புச் சூழல், என்னை, நவீன இலக்கியங்களோடு ஆழமாகவும் அகலமாகவும் பிணைத்துக் கொண்டிருந்தது. ஆழங்கால்பட்ட இத்தகைய இலக்கியப் பின்னணியில், இந்தத் தொகுப்பினை உருவாக்க வேண்டும் என்ற ஆர்வம் என்னிடத்தில் எழுந்தது.

என் ஆர்வத்திற்கு உரமூட்டியவர்கள் இருவர். ஒருவர் என் தோழியும் பாண்டிச்சேரி பேராசிரியரும் கவிஞருமான ஏ இராஜலட்சுமி. மற்றொருவர் ஹெர் ஸ்டோரி அமைப்பின் தோழர் வள்ளிதாசன். இருவரும் இந்த வருடம்(2024) ஜனவரியில் ஒரே நாளில் வெவ்வேறு தருணங்களில் இந்நூலாக்கம் பற்றி, என்னிடம் உரையாடினார்கள். அவர்களின் குரல்கள், என் காதுகளில் உரக்க ஒலித்தன. என்னுள் இருந்த மன எழுச்சியோடு இவர்கள் தூண்டுதலும் சேர்ந்து, என்னை இம்மாபெரும் பணிக்கு வித்திட்டன. அவர்கள் இருவருக்கும் என்றும் நான் நன்றி பாராட்டக் கடமைப்பட்டுள்ளேன்.

•••

பெண் எழுத்தாளர்களின் நூறு சிறுகதைகளைத் தொகுப்பது குறித்து முடிவு செய்து, மிகுந்த ஆர்வத்துடன் கதைகளைச் சேகரிக்கும் முயற்சியினைத் தொடங்கினேன். இந்தச் சிறுகதைத் தொகுப்பை எழுத்தாளர்களின் கால வரிசைப்படிச் செய்ய முடிவு செய்தேன். தேர்ந்தெடுக்கப்பட்ட முதல் 25 மூத்த எழுத்தாளர்களின் சிறுகதைகளில் சில, இணையத்தில் கிடைத்தாலும், மற்ற எழுத்தாளர்களின் சிறுகதைகளைத் தேடும் சூழல் ஏற்பட்டது. கி சாவித்திரி அம்மாள், கி சரஸ்வதி அம்மாள், வை மு கோதைநாயகி அம்மாள், குகப்பிரியை, ஜெயலட்சுமி ஸ்ரீநிவாசன், கௌரி அம்மாள், வெங்கடலட்சுமி, சகுந்தலா ராஜன், எம் எஸ் கமலா, கமலா விருத்தாச்சலம், சரோஜா ராமமூர்த்தி விந்தியா, கிருஷ்ணா போன்ற படைப்பாளர்களின் சிறுகதைகளைத் தேர்ந்தெடுக்க முற்பட்ட போது, இதுவரை பிற தொகுப்புகளில் எடுத்தாளாப்படாத சிறுதைகளைத் தேடி, அவற்றை இத்தொகுப்பில் சேர்க்க வேண்டும் என்ற முயற்சியை மேற்கொண்டேன். ரோஜா முத்தையா நூலகம், இணையத் தமிழ் நூலகம், என் தனிப்பட்ட புத்தகச் சேகரிப்புகள், பழைய புத்தகக் கடைகள் - இவை என் தேடலுக்குப் பெரிதும் கை கொடுத்தன.

26 முதல் 60 வரை உள்ள சிறுகதைகளைத் தேர்ந்தெடுப்பதற்குப் பெரிதும் உதவியது கன்னிமாரா நூலகம். ஐம்பதுகள் தொடங்கி எண்பதுகள் வரையிலான காலகட்டத்தில் வெகுசன இதழ்களில் எழுதி வந்த லட்சுமி, சூடாமணி, ஜோதிர்லதா கிரிஜா, உஷா சுப்ரமணியம், கமலா சடகோபன், நித்யா மூர்த்தி, கீதா பென்னட் போன்ற எழுத்தாளர்களின் சிறுகதைகளும், தங்கள் எழுத்துக்களால் பெண்களிடையே மாற்றத்தை ஏற்படுத்த முற்பட்ட பெண் எழுத்தாளர்களான ராஜம் கிருஷ்ணன், அம்பை, காவேரி, காஞ்சனா தாமோதரன் போன்றோர் படைப்புகளும், பொது வாசகர்கள் அறிந்திராத செண்பகம் ராமசாமி, இவரா, பிரேமா அருணாசலம் போன்ற படைப்பாளர்களின் தீவிர எழுத்துக்களும், எழுபது, எண்பதுகளில், வெகுஜன பத்திரிக்கையில் அதிகம் எழுதி, பெண் வாசகர்கள் மனதில் ஆழமாக இடம் பிடித்த சிவசங்கரி, இந்துமதி, வாஸந்தி, லக்ஷ்மி ரமணன், லட்சுமி ராஜரத்தினம், அனுராதா ரமணன், திலகவதி, வித்யா சுப்ரமணியம், உஷா சுப்ரமணியன், ரேவதி பாலு, எம் ஏ சுசிலா, கமலா இந்திரஜித் போன்றோர் சிறுகதைகளும் இப்பகுதியில் இடம்பெறுகின்றன. மேற்கூறிய எழுத்தாளர்களின் சிறுகதைகளில் கருத்தியல் அடிப்படையில் தனித்துவமாக அடையாளப்படும் படைப்புகள் தேர்ந்தெடுக்கப்பட்டுள்ளன.

அறுபது சிறுகதைகளுக்குப் பின்னர் தொகுக்கப்பட்ட அனைத்துச் சிறுகதைகளும் சில வகைமைப்பாட்டின் *(classification)* அடிப்படையில் தேர்ந்தெடுக்கப்பட்டுள்ளன.

1990கள் தொடங்கி, இன்றைய காலகட்டம் வரை எழுதி வருபவர்களில் தமயந்தி, கலைச்செல்வி, ஜி மீனாட்சி, சு தமிழ்ச்செல்வி, அகிலா போன்றவர்கள் குறிப்பிட்டுச் செல்லும்படியான படைப்புகளைத் தந்து வருகின்றனர்.

மேலும், இக்காலகட்டத்தில், பெண் கவிஞர்கள், சிறுகதைகள் படைப்பதில் ஆர்வம் காட்டத் தொடங்கினர். ஆண்டாள் பிரியதர்ஷினி, க்ருஷாங்கினி, சல்மா, அ வெண்ணிலா, திலகபாமா, குட்டி ரேவதி, உமா மகேஸ்வரி போன்றோரும் அவர்களைத் தொடர்ந்து தமிழச்சி தங்கபாண்டியன், ச விஜயலட்சுமி போன்றவர்களும் சிறுகதைகள் எழுதும் முயற்சியில் ஈடுபட்டனர். அவர்கள் எழுதிய சிறுகதைகள் கவித்துவ மொழி நடையுடன், வித்தியாசமான கதைப் பொருண்மையையும் கொண்டிருந்தன.

இதே காலகட்டத்தில் பெரியாரியம், தலித்தியம், பெண்ணியம், பின் நவீனத்துவம் போன்ற கோட்பாடுகள் சார்ந்த சிறுகதைகளைப் படைப்பதில் சிவகாமி, பாமா, அநாமிகா, அமரந்தா, கவின்மலர், கவிதா சொர்ணவல்லி, நாச்சியாள் சுகந்தி போன்ற எழுத்தாளர்கள் ஆர்வம் காட்டியுள்ளனர்.

அமெரிக்கா, கனடா போன்ற மேலை நாடுகளுக்கும், துபாய், சவுதி அரேபியா, கத்தார் போன்ற மத்திய கிழக்கு நாடுகளுக்கும், சிங்கப்பூர் மலேசியா போன்ற கீழை நாடுகளுக்கும் பணி வாய்ப்புக் கிடைத்துச் சென்ற பெண்கள், இந்தக் காலகட்டத்தில் தாங்கள் வசிக்கும் நிலப்பகுதியைச் சார்ந்த கதைகளைப் படைக்கத் தொடங்கினர். அவர்களுடைய அனுபவங்கள் பிற பெண்களின் அனுபவங்களில் இருந்து முற்றிலும் மாறுபட்டவைகளாகத் திகழ்ந்தன.

அச்சு இதழ்களைத் தவிர்த்து இணையத்தில் எழுதும் எழுத்தாளர்கள் இரண்டாயிரம் ஆண்டுகளிலிருந்து அதிகரித்து வந்தனர். மாலதி சிவராமகிருஷ்ணன், பவள சங்கரி, ந பானுமதி, சரசா சூரி, ஜெயராணி, லட்சுமி பாலகிருஷ்ணன் போன்றவர்கள் இணையத்தில் அதிகம் எழுதி வருகின்றனர். இதே காலகட்டத்தில், புலம்பெயர்ந்து வாழும் தமிழர்களின் எழுத்துக்களும் இணையத்தின் மூலமாகத் தமிழ் வாசகர்களுக்குப் பரவலாக அறிமுகமாயின.

இவ்வாறு, அனைத்து எழுத்தாளர்களின் இலக்கிய பங்களிப்பும் இச்சிறுகதைத் தொகுப்பில் இடம்பெற வேண்டும் என்ற நோக்கில் முயற்சிகள் மேற்கொள்ளப்பட்டன. இத்தொகுப்பில் விடுபட்ட பெண் எழுத்தாளர்களும் உண்டு. அனைவரின் படைப்புகளையும் ஒரே தொகுப்பில் கொண்டு வருவது இயலாது என்பதினால், அடுத்தடுத்து வர இருக்கும் தொகுப்புகளில் அவர்களின் படைப்புகளும் இடம் பெறும்.

•••

நூற்றாண்டு கால தமிழ்ப் பெண் எழுத்தாளர்கள் எழுத்துக்களில் ஒவ்வொரு காலகட்டத்திலும் ஒவ்வொரு விதமான வளர்ச்சியை அவதானிக்க இயலுகிறது. பெண்கள் அழுகைக் கதைகளையும் குடும்பக் கதைகளையும் அடுப்படி சார்ந்த கதைகளையும் குழந்தை வளர்ப்புப் பற்றிய கதைகளையும் மட்டுமே எழுதி வந்தனர் என்ற குற்றச்சாட்டு, வெகு காலமாகத் தமிழ் இலக்கிய உலகில் நிலவி வந்துள்ளது. இந்தத் தொகுப்பு, அத்தகைய கருத்துகளை உடைத்தெறியும்.

பெண்கள் தங்கள் வாழ்க்கையின் நுட்பமான தருணங்களை எழுத்தில் வடித்துள்ளார்கள். பிறப்பு தொடங்கி இறப்பு வரை தாங்கள் அனுபவித்த / அனுபவித்துக் கொண்டிருக்கும் வாழ்வியல் சிக்கல்களை, அவர்கள் பதிவு செய்துள்ளனர். பெண் எழுத்தாளர்களின் சிறுகதைகளில் நகைச்சுவை இருக்கின்றது; எள்ளல் தொனி காணப்படுகிறது. ரௌத்திரம், பெருமிதம், வீரம், இழப்பு, சாந்தம் என்று அனைத்து உணர்ச்சிகளுமே வெளிப்பட்டுள்ளன.

இத்தொகுப்பில் இடம்பெற்றுள்ள சிறுகதைதள், சிலவற்றைத் தேர்ந்தெடுத்த விதம், இங்கு விளக்கப்பட்டுள்ளது. இஃது, இந்நூலினைப் படிக்கின்ற பொதுவாசகர்களுக்கும், ஆய்வுநோக்கோடு அணுகும் ஆய்வாளர்களுக்கும் மற்ற கதைகளை மதிப்பிட, ஒரு முன்னோட்டமாக அமையும்.

பெண்கள் உலகம் குறுகிய உலகம் அன்று. அது பரந்துபட்ட அகன்ற உலகம்; அவர்கள் வாழ்க்கையில் பிரபஞ்சம் முழுமையும் வியாபித்திருக்கிறது. வாழ்வின் ஒவ்வொரு தருணங்களிலும் விதவிதமான அனுபவங்களை ஒவ்வொரு பெண்களும் பெற்றிருப்பதை, இந்தக் கதைக்களங்கள் வழியாக அறிந்துகொள்ள இயல்கிறது. சில கதைகளில் பேசப்படும் பெண்ணுக்கே உரிய சில அனுபவங்களின் அதிர்வை, ஆண் எழுத்துகளில் காண இயலாது. ஆண் எழுத்து வேறு; பெண் எழுத்து வேறு; தனித்துவமான கதைக் கருவும் மொழி நடையும் பெண் எழுத்துக்களை ஆண் எழுத்துகளில் இருந்து வேறுபடுத்திக் காட்டுகிறது என்பதை இத்தொகுப்பு முன் நிறுத்துகிறது.

சாவித்திரி அம்மாள் எழுதிய 'மறுமணம்' என்ற சிறுகதை, பெண் கல்விக்கு முக்கியத்துவம் கொடுப்பதாகவும், பெண்கள் தங்கள் வாழ்க்கைத் துணையைத் தாங்களே தேர்ந்தெடுத்துக் கொள்ளும் நிலைப்பாடுப் பற்றியும் பேசுகின்றது. வை மு கோதைநாயகி அம்மாளின் 'ஆயிரம் ரூபாயும் மூக்குக் கண்ணாடியும்' என்ற சிறுகதை, சிறுவயதிலேயே கண்ணாடி அணியும் தேவை ஏன் ஏற்படுகிறது என்பதையும் திரைப்படம் மக்களைக் கெடுப்பதுப் பற்றியும், திரைப்படங்களில் பொருத்தமில்லாத வேடங்களை ஏற்று நடிக்கும் நடிகர்,

நடிகைகள் குறித்தும் நகைச்சுவையாகப் பேசுகிறது. குண்டு வெடித்தது என்ற சிறுகதை ஒரு பெண்ணுக்கு அவள் கணவன் எழுதிய கடிதத்தைப் படிக்க நேரமும், தனியிடமும் கிடைக்காமல் அவதியுறுவதை நகைச்சுவையுடன் காட்சிபடுத்துகிறது. குமுதினியின் '?' என்ற சிறுகதை, சுதந்திரப் போராட்டக் காட்சி ஒன்றினைப் படம் பிடித்துக் காட்டுகின்றது. கு ப சேது அம்மாளின் 'புயல் ஓய்ந்தது' என்ற சிறுகதை, கணவன் மறுமணம் செய்து கொண்டு, தன்னை ஆதரவின்றி விட்டுச் சென்ற பின்பு, அழுது புலம்பித் தவிக்காமல், உறுதியுடன் தனித்து வாழ்ந்து காட்டும் ஒரு பெண்ணின் கதையைப் பேசுகின்றது. அத்துடன் அவன், மீண்டும் அவளிடம் திரும்பி வரும் பொழுது அவனை ஏற்க மறுக்கும் மனதிடத்தையும் அவளிடம் காணமுடிகிறது. இவ்வாறு தொடக்க காலப் பெண் எழுத்தாளர்களின் சிறுகதைகள், பெண்களுக்கு வாழ்க்கையின் மீதான நம்பிக்கையையும், எதையும் எதிர்கொள்ளும் மனப்பக்குவத்தையும் தருகின்றன.

கமலா விருத்தாசலத்தின் 'அவனும் அவளும்' என்ற சிறுகதை, காதலர் இருவரின், தனித்தனிக் கூற்றுகளாகச் சொல்லப் பட்டுள்ளது. கதைக் கூறும் உத்திமுறையால் இச்சிறுகதையைத் தனித்துவம் மிக்கதாக அடையாளம் காண இயலும்.

ஆர் சூடாமணியின் 'புவனாவும் வியாழகிரகமும்' என்று சிறுகதை நடைமுறையிலுள்ள ஒரு சமூகப் பிரச்சினையைப் பேசும் கதையாகும். செவ்வாய் கிரகத்திற்கு ராக்கெட் விடும் தீவிர விஞ்ஞான வளர்ச்சி ஒருபுறம். ஜாதகக்கட்டைத் தூக்கிக்கொண்டு, தன் பெண்ணுக்கு வியாழ நோக்கு வருமா? திருமணம் கூடுமா? என்று பல ஆண்டுகளாக அலையும் தந்தையின் அதிதீவிர அஞ்ஞானம் மறுபுறம். விஞ்ஞானம் வளர்ந்தாலும், நாம் அஞ்ஞானத்தின் பிடியிலிருந்து விலகி நிற்காது, அதில் மூழ்கி அழிந்து கொண்டிருக்கிறோம் என்ற ஆதங்கத்தை இச்சிறுகதையில் பதிவு செய்துள்ள கதாசிரியர், நாம் கடக்க வேண்டிய தூரம் மிக நீண்டது என்பதையும் கதையின் உள்ளீடாக எடுத்துச் சொல்லியுள்ளார்.

விந்தியாவின் 'அன்பு மனம்', கோமகளின் 'பால்மணம்' என்ற இரு சிறுகதைகளும் குழந்தை உளவியலை முன்னிறுத்தி எழுதப்பட்டுள்ளன. லட்சுமி கிருஷ்ணமூர்த்தியின் 'பொம்மை வண்டி' என்ற சிறுகதை, குழந்தை இல்லாத தம்பதியர், அதற்காக ஏங்கி, அழுது கொண்டும் புலம்பிக் கொண்டும் தங்கள் வாழ்க்கையை வீணடிக்காமல், ஆதரவற்ற குழந்தைகள் இரண்டைத் தத்தெடுத்து வளர்க்கும் சிறப்பினைப் பேசுகின்றது. மேற்கூறப்பட்ட பொருண்மைகள் எல்லாம் இன்றைக்குப் புதுமை அல்ல என்றாலும், அவை எழுதப்பட்ட காலகட்டத்தில் புதிய முயற்சிகளே.

எழுத்தாளர் காவேரியின், 'தொட்டதும் விட்டதும்' என்ற சிறுகதை, ஆண் நோக்கு நிலையில் எழுதப்பட்ட கதையாகும். ஒரு ஆணின் மனஉணர்வுகளைப் பெண்ணின் படைப்பில் காண்பது அரிது என்ற நோக்கில் இந்தக் கதை தேர்ந்தெடுத்தெடுக்கப்பட்டது. காஞ்சனா தாமோதரனின் 'வீடு', என்ற சிறுகதை பெண்ணிய நோக்கில் எழுதப்பட்டுள்ள கதையாகும். முந்தைய தலைமுறை பெண்கள் வீட்டின் பின் கட்டியிலேயே தங்கள் வாழ்க்கையைத் தொலைத்துவிட்ட அவலத்தையும், அவர்களை வீட்டின் முன் கட்டுக்கு அனுமதிக்காத சமூக மரபையும், முன் கட்டுக்கு வர சிறிதும் முயற்சிக்காத பெண்களையும் பார்த்து வளர்ந்துள்ளேன். பெண்கள் பின் கட்டிலிருந்து முன் கட்டுக்கு வந்ததுதான், இன்றைய காலத்தில் பெண்கள் உலகைச் சுதந்திரமாக வலம் வருவதற்கு முதல் காலடித் தடமாக அமைந்தது. இதனைப் பெண் விடுதலையின் முதல் அடையாளமாகக் காணமுடிகிறது.

எம் ஏ சுசிலாவின் 'முகமூடி'யும் ஒரு மாறுபட்ட கதைக் களத்தைக் கொண்டுள்ளது. ரிஷிகேஷ், கேதார்நாத் போன்ற இமயமலைப் பகுதியில் அமைந்துள்ள இடங்களைப் பெரும்பாலும் ஆண் துணையின்றி தனித்துப் பெண்கள் சுற்றிப் பார்க்க முன் வருவதில்லை. ஆனால், இந்தச் சிறுகதையில், சகோதரிகள் இருவர் இப்பகுதிகளுக்குத் தனித்துப் பயணம் செய்த அனுபவம் பேசப்படுகிறது. இன்றைய காலகட்டத்தில் பெண்கள் நினைத்தால் உலகின் எந்த மூலைக்கும் தனியாகப் பயணம் மேற்கொள்வதில் தடைகள் கிடையாது என்பது இக்கதையின் அடிநாதமாகக் காண முடிகின்றது. இவ்வாறான சமூக மாற்றங்களை அடிப்படையாகக் கொண்டு எழுதப்பட்ட கதைகள் தேர்வு செய்யப்பட்டுள்ளன.

தாய் தந்தையர் பிரிவினால் பாதிக்கப்பட்ட குழந்தைகளைப் பற்றியதாக வாஸந்தியின். 'தனி வழிப் பாதைகள்' என்ற சிறுகதையும், தாமரையின் 'சபிதா- வயது பதினொன்று' என்ற சிறுகதையும் அமைந்துள்ளன. இவ்விரு கதைகளிலும், தமக்குப் பிறந்த குழந்தைகளைப் பற்றியும் அவர்களது உணர்வுகளைப் பற்றியும் சிறிதும் கவலைப்படாது, 'டைவர்ஸ்' என்ற முடிவுக்குச் செல்லும் பெற்றோர்களைக் காண்கிறோம். தனி மனித விடுதலை பற்றிச் சிந்திப்பது தான் இன்றைய தலைமுறை நிலைப்பாடு என்று புரிந்து கொண்டாலும், குழந்தைகளின் பிஞ்சு உள்ளம் பற்றியும் அவர்களின் பாதுகாப்பற்ற உணர்வுகள் குறித்த சிந்தனைகளும் தம்பதியருக்கு இருக்க வேண்டும் என்ற நியாயமான உணர்வை இக்கதைகள் வாசகர் உள்ளத்தில் எழ வைக்கின்றன.

சிவசங்கரியின் 'ராட்சதர்கள்", சுமதி ரூபனின் "வடு', ஜா தீபாவின் 'குருபீடம்' என்ற சிறுகதைகள் குழந்தைகளிடம்

நடத்தப்படும் பாலியல் அத்துமீறல்களைப் படைத்துக் காட்டுகின்றன. சிறுவயதில் தங்கள் மீது நிகழ்த்தப்படும் பாலியல் அத்துமீறல்களால் ஏற்படும் மன உளைச்சல், அவர்களின் திருமண வாழ்க்கையை மட்டுமன்றி, முதுமையிலும் கூட அவர்களைப் பாதிக்கின்றன என்பதை இச்சிறுகதைகள் எடுத்துக்காட்டுகின்றன. தங்கள் குழந்தைகளும் இதைப்போன்ற பாதிப்புக்கு ஆட்படுவார்களோ என்ற அச்ச உணர்வுடனே அவர்கள் வாழ்க்கையை நடத்த வேண்டிய மனநிலையையும் எடுத்துரைக்கின்றன.

ஆண்டாள் பிரியதர்ஷினி 'மரத்தைக் கர்ப்பம் சுமந்தவள்' என்ற கதையில் கோயிலா? கோயில் அருகில் உள்ள வேப்ப மரமா? ஏதாவது ஒன்று தான் இருக்க முடியும் என்ற சூழ்நிலையில், ஊர் மக்கள் அனைவரும் கோயிலை இடிக்கக் கூடாது என்று ஒட்டு மொத்தமாக ஓர் அணியில் நிற்க, அவள் மட்டும் வேப்ப மரத்தை வெட்டக் கூடாது என்கிறாள். 'இடித்த கோயிலை உடனடியாகக் கட்டி விடலாம். ஆனால் பல காலமாக ஊர் மக்களுக்கு நிழல் தரும் மரத்தை வெட்டினால், அது திரும்பி வளர பல ஆண்டு காலமாகும் என்று கூறி, அதனைக் கட்டிப்பிடித்துக் கொண்டு, வெட்ட விடாமல் தடுக்கும், ஒரு புதிய பெண் பிம்பத்தை அடையாளம் காட்டியுள்ளார் ஆண்டாள் பிரியதர்ஷினி.

இராஜேஸ்வரி பாலசுப்பிரமணியத்தின் 'றோஸா லஷ்சம்போர்க் வீதி' என்ற சிறுகதை, வித்தியாசமான கதைக்களத்தை முன் வைத்துள்ளது. றோஸா லஷ்சம்போர்க் ஜெர்மனியைச் சேர்ந்த ஒரு அரசியல் போராளியும் பெண்ணியப் போராளியும் ஆவார். தன் போராட்டத்திற்காக ஜெர்மனி மண்ணில் துப்பாக்கிச் சூட்டில் உயிர் நீத்தவள். அவள் போராட்டத்தை நினைவு கூறும் விதமாக, ஜெர்மனியின் ஒரு வீதிக்கு அவள் பெயர் சூட்டப்பட்டுள்ளது. பெண் விடுதலை வீராங்கனையான அவளின் பெயரில் அமைந்த வீதியில் வசிக்கும் ஒரு பெண்ணின், ஒடுக்கப்பட்ட வாழ்வியலை முரண் சுவையுடன் படைத்துக் காட்டியுள்ளார் எழுத்தாளர் இராஜேஸ்வரி பாலசுப்பிரமணியன்.

சிவகாமியின் 'அரிய மலர்', குறிப்பிட்டுச் சொல்லக் கூடிய சிறுகதையாகும். அலுவல் நிமித்தமாக, மொழி தெரியாத ஊருக்குப் பயணம் மேற்கொள்ளும் ஒரு பெண்ணின் மனவோட்டமாக சொல்லப்பட்டுள்ளது. கதையினூடே தீண்டாமை, தெய்வ நம்பிக்கை, அரசியல், அலுவலகத்தில் ஏற்றத்தாழ்வு என்று பல பொருண்மைகள் பேசப்படுகின்றன. உணர்வுகளுக்கு அப்பாற்பட்டு அறிவார்ந்த தளத்தில் இயங்கும் இச்சிறுகதை ஒரு புதிய முயற்சியாக அமைந்துள்ளது.

துறவு மேற்கொண்ட பெண், புற்று நோயின் காரணமாகத் தன் மார்பகத்தை இழந்த பொழுது, அவளுக்கு ஏற்பட்ட

ஆழமான மனப் பாதிப்பைக் கதைப்படுத்தியுள்ளார் பிரமிளா பிரதீபன். இத்தகைய பெண்ணுறுப்பு இழப்பு பற்றிய கதைக்களம், நவீன தமிழ்ச் சூழலுக்குப் புதியது.

'இரவில் கரையும் நிழல்கள்', 'சிநேகிதியே' இவ்விரண்டு சிறுகதைகளும் இளம்பருவ நட்பைப் பற்றிப் பேசுகின்றன. பெண்களுக்கு இளம் வயதில் ஏற்பட்ட நட்பு கூட, ஒரு காலகட்டத்திற்குப் பிறகு பொய்த்துப் போய்விடுகிறது என்ற பேருண்மையை இவ்விரு கதைகளும் மிக அழகாகக் கதைப்படுத்தியுள்ளன. விளையாட்டுப் பருவத்தில் கொண்ட நட்பு, காலம் முழுவதும் மனதில் நிற்கும். ஆனால் அது திருமணத்திற்குப் பிறகு, பெரும்பான்மையான பெண்களுக்கு நீடித்திருக்க சாத்தியமில்லை

என்பதுடன், தொடர்பு அறுபட்ட பின்பு, முயன்று தேடி நட்புப் பாராட்டினாலும் அதில் அணுக்கம் கிடைக்காது என்பதையும் இக்கதைகள் வெவ்வேறு கோணத்தில் எடுத்துரைக்கின்றன.

தமிழ் நதியின் 'நித்திலாவின் புத்தகங்கள்' என்னும் சிறுகதை ஒரு பெண்ணின் தீவிர புத்தக வாசிப்பு, அவளை 'எதார்த்தமான பெண்' என்ற பிம்பத்தில் இருந்து மாற்றி, அவளுக்கு "அப்நார்மல்" என்ற முத்திரையைக் குத்தி விடுகின்றது. பெண்ணுக்குத் திருமணம் தான் எதார்த்தம் என்ற உலகியலோடு ஒத்துப் போவதே அவளுக்கு அழகு என்ற மரபு பார்வையின் அழுத்தம் நித்திலாவின் தாயின் மனதைப்படுத்தும் பாட்டை இக்கதை எடுத்துச் சொல்கிறது.

சல்மாவின் 'இழப்பு' என்ற சிறுகதை, ஒரு பெண்ணை, அவள் நாள்தோறும் சந்தித்த, வெகுளியாகப் பேசிப் பழகின ஒருவனின் சாவு, அவளுக்குள் ஏற்படுத்திய மனப்போராட்டத்தின் பதிவாக அமைந்துள்ளது. இக்கதை நனவோடை உத்தியில் சொல்லப்பட்டுள்ளது. கதைக்களம் அடுத்தடுத்த நிகழ்வுகளை நோக்கி பயணிக்கவில்லை. சாவு நடந்த இரவில் தனிமையில் இருக்கும் அவளின் மன அழுத்தம் கதை ஆக்கப்பட்டுள்ளது. இக்கதையின் மொழி நடை அவளின் மனப்போராட்டத்தைத் துல்லியமாக எடுத்துரைக்கின்றது. பிரச்சினையால் பாதிக்கப்பட்ட பெண்ணின் மன அழுத்தத்தைப் பதிவு செய்வதற்கு, நனவோடை உத்தியும் மொழி நடையும் சிறப்பாகக் கைகொடுப்பதை இச்சிறுகதையின் வாயிலாக அறிந்து கொள்ள இயலுகின்றது.

உலகமயமாக்கப்பட்ட சூழலில், செல்லரித்துப் போன உறவுகளைப் பற்றிய கதையாகச் 'சேவை' அமைந்துள்ளது. 'சேவை' என்பது ஏழை எளியவர்களுக்கு உணவு அளிப்பது, இலவசமாகக் கல்விச்சாலைகள் தொடங்குவது, எதையும் எதிர்பார்க்காது பிறருக்கு உதவுவது போன்றவைகள் மட்டுமல்ல;

அதற்கு அப்பாற்பட்டு, அச்சொல்லுக்கு இந்தக் காலத்தில் வேறு ஒரு பொருண்மையும் இருக்கின்றது என்பதை இக்கதை எடுத்துக் காட்டுகின்றது. இன்றைய காலகட்டத்தில் பணத்துக்குச் 'சேவை' வழங்கும் நிறுவனங்கள் பல உருவாகியுள்ளன. ஒரு தாயை நிராகரிக்கும் மகனின் உள்ளத்தையும், அவன் அளித்த பணத்துக்காகச் சேவை செய்ய வரும் ஒருவனின் தொண்டு உள்ளத்தையும் இக்கதை முரண் காட்சிகளாகப் பதிவுசெய்துள்ளது.

இந்தச் சிறுகதைத் தொகுப்பில், குட்டி ரேவதியின் 'முழுமதி', சந்திரா தங்கராஜின் 'அறைக்குள் புகுந்த தனிமை', அநாமிகாவின் 'கஸ்தூரி', பிருந்தா சேதுவின் 'ஒரு காதலின் கதை,' ஜெயராணியின் 'ஆதியில் ஒரு அன்பிருந்தது' ஆகிய சிறுகதைகள் வித்தியாசமான படைப்புகளாக அமைந்துள்ளன.

முந்தைய தலைமுறைப் பெண்களின் அனுபவங்கள், நடைமுறை வாழ்வியல் சிக்கலைச் சுற்றி எடுத்துரைக்கப் பட்டிருக்கின்றன. இன்றைய தலைமுறைப் பெண்களின் அனுபவங்கள் அவர்களின் தனிப்பட்ட அகவெளியையும் புறவெளியையும் கதைப்படுத்துகின்றன. இவ்வாறான இரு தலைமுறைப் பெண்களுக்கான இடைவெளிகளை இத்தொகுப்பின்வழி அறிய இயலும்.

பெரும்பான்மையான சிறுகதைகள், மரபார்ந்த பிம்பங்களிலிருந்து வெளிவந்த - தெளிவான சிந்தனையும் செயல்பாடும் கொண்ட பெண்களை முன்னிறுத்திப் பேசியுள்ளன. இக்கதைகள், ஆண் வாசகர்களுக்குத் தற்கால பெண்களைப் புரிந்துகொள்ள துணைநிற்கும்; பெண் வாசகிகளுக்குக் காலச்சூழலுக்கேற்ப தங்களை உருவாக்கிக் கொள்ளும் மனப்பக்குவத்தைக் கற்றுக்கொடுக்கும்.

சென்னை – 17   இரா.பிரேமா
19.12.2024

பெண் புனைக் கதை ஆசிரியர்களின் ஒரு நூற்றாண்டு ஆவணம்

● தமிழச்சி தங்கப்பாண்டியன்

I am no bird and no net ensnares me
I am a free human being with and independence will

-Charlotte Bronte

பூமிப்பந்து எத்தனையோ எழுத்தாளர்களைக் கண்டிருக்கின்றது. அந்த எழுத்துக்கள் சமூகத்தையும் மனித வாழ்வியலையும் மாபெரும் மாற்றத்திற்கும் ஏற்றத்திற்கும் எடுத்துச் சென்றிருக்கிறது. காலம் காலமாக ஆண்களுக்கு இயல்பாகக் கிடைத்த எழுத்துச் சுதந்திரம், சமூக சுதந்திரம் பெண்களுக்குக் கிஞ்சித்தும் கிட்டவில்லை.

பெண் எப்போதுமே இரண்டாம் நிலை உயிரியாகவே பாதிக்கப்பட்டு வந்துள்ளாள். பெண்ணுக்கு எழுதுகிற அளவுக்கு எல்லாம் பேராற்றல் எதுவும் இல்லை என்று ஆண் உலகத்தால் நம்பப்பட்டு வந்தது. அந்த ஆணாதிக்க பாறைகளை எல்லாம் மன உறுதி என்னும் ஜெலட்டின்களைக் கொண்டு அடித்து நொறுக்கித் தகர்த்துவிட்டு இன்றைக்குப் பெண் எழுத்துக்கள் பலப்பலவாக வீரியத்துடன் பீறிட்டுக் கிளம்பி வந்திருக்கின்றன. ஆண் எழுத்துக்கள் ஒரு விதமாக சமூகத்தையும் மனித வாழ்வியலையும் அவர்கள் கோணத்தில் பதிவு செய்திருந்தாலும் அதில் பெண்கள் பார்வை இல்லாததால் முற்றுப்பெறாத முழுமை பெறாத ஒரு தன்மை இருந்து கொண்டே தான் இருக்கிறது.

அதற்குக் காரணம் பெண்களின் உலகம் மிக நுட்பமாகப் பதிவு செய்யப்படாமல் இருந்ததே என்று இன்றைக்கு நமக்குப் புரிய வந்திருக்கின்றது. பெண்களின் வலிகள், வேதனைகள், பெண் மனச்சிக்கல்கள் ஆகியவை மிக நுட்பமானது. அவற்றை எவ்வளவு முயன்றாலும் ஆண்களால் பதிவு செய்யப்பட முடியாது. புறத்தே காணும் காட்சிகளைக் கொண்டு உருவாக்கப்படும் பெண் சார்ந்த படைப்புகள் முழுமையாகாது. அனல் மேல் புழுவாய்க் கிடந்துருகும் பெண் வாழ்வை அகம் சார்ந்து அணுகப்படும் படைப்புகளே முழுமையானதாகும். பெண்கள் அளவுக்கு அதில் ஆழங்கால்பட்டு பெண் இருப்பை,

உணர்வை, வலியை, வலிமையை எழுதித் தீர்க்க பெண்களால் மட்டுமே முடியும் என்பதே நிதர்சனம்.

இதையெல்லாம் உடைத்துக் கொண்டு சங்க காலம் தொட்டு இன்றைய காலம் வரையிலும் பெண்கள் போராடிப் போராடிக் கண்ணீரையும் செந்நீரையும் சிந்தி தங்கள் வாழ்வியல் துயரங்களை அழிக்க முடியாத பாறைக் கீரல்களாய் எழுத்தாக்கி இருக்கின்றனர்.

அன்றைய நாளில் அவ்வையார், வெறி பாடிய காமக்கண்ணியார், கீரன் ஏட்டியார், காக்கைப் பாடினியார், காவற்பெண்டு, பூதப் பாண்டியனின் உள்ளம் கவர்ந்த பெருங்கோப்பெண்டு, பாரி மகளிர், நன்முல்லையார், வெண்குயத்தியார், வெண்பூதியார், நச்சல்லையார், குறமகள் இளவெயினி, குமுழி ஞாழலார் நப்பசலையார் என்று எத்தனையோ பெண்ணரசிகள் கவியரசிகளாகத் திகழ்ந்து வந்திருக்கிறார்கள். இவர்கள் எல்லாம் சங்க இலக்கியத்தில் தடம் பதித்த தாரகைகளாக இன்றளவும் மின்னிக் கொண்டிருக்கிறார்கள்.

இன்றைய நாளில் இந்தியாவில் அறிவுசார் பெண்ணுரிமை கருத்துக்களைக் கூறுவதன் மூலம் எழுத்தாளர்களில் முக்கியத்துவம் வாய்ந்த ஒருவராக அருந்ததிராய் திகழ்கிறார். தன்னுடைய வெளிப்படையான துணிச்சலான கருத்துக்களாகவே அனைவராலும் திரும்பிப் பார்க்கப்பட்டவர். தற்போது கடந்த பதினான்கு ஆண்டுகளுக்கு முன்பாக காஷ்மீரில் பேசிய பேச்சுக்காக உபா சட்டப்படி வழக்கு தொடரும் நிலையிலும் உரமுடன் திடமாக நிற்பவர்.

மிகச்சிறந்த உதாரண எழுத்தாளராய் வலம் வரும் பெண் சிறுகதை ஆசிரியர்களைப் பற்றிய அறிமுகங்கள் தற்போது ஓரளவுக்கு நம்மிடையே பரவலாகக் கிடைக்கின்றன. ஆனால், ஓர் 50 ஆண்டுகளுக்கு முன்பு எழுதிய பெண் சிறுகதை ஆசிரியர்களைப் பற்றிய தகவல்கள் பெரிதாகப் பரவலாகக் கிடைக்கக்கூடியதாக இல்லை. இத்தகைய சூழலில் முனைவர் பிரேமா மிகப்பெரும் முயற்சியாக மூத்தபெண் எழுத்தாளர்களையும் உள்ளடக்கி இன்றைய நவீன பெண் எழுத்தாளர்களையும் உட்கொண்டு நூறு சிறுகதைகளைத் தொகுத்துத் தந்துள்ள முயற்சி மிகுந்த பாராட்டுக்குரிய ஒன்றாகும். பெண்ணியம் குறித்த கருத்தாக்கங்கள், புதிய சொல்லாடல்கள், மீட்டுருவாக்கம், சமகால பொருத்தப்பாடுகள், சங்க கால பெண்ணியம் இக்காலத்திய பெண் மேல் வாசிப்பு எனப் பல

தளங்களில் இயங்கி ஆய்வுக் கோட்பாடுகளை முன் வைத்தவர் முனைவர் பிரேமா.

இந்த நூறு சிறுகதைகளை உள்ளடக்கிய தொகுப்பு முயற்சியானது பெண் எழுத்தாளர்களைப் பற்றிய ஓர் ஒட்டுமொத்த பிம்பத்தை ஏற்படுத்திக் கொள்வதற்கும், ஒரு பரந்துபட்ட விசாலமான புரிதலை ஏற்படுத்திக் கொள்வதற்கும் மிகுந்த உறுதுணையாக இருக்கும் என்று நான் கருதுகிறேன். இது போன்ற முயற்சி தொடர்ந்து முன்னெடுக்கப்பட வேண்டும் இன்னும் பல்வேறு விதமான கருத்தியல்களை முன்வைத்துப் பெண் எழுத்துக்கள் தொகுக்கப்பட வேண்டும். பெண் எழுத்துகளின் பன்முகப்பட்ட பார்வைகள் விசாலமாக, இந்தச் சமூகத்திற்குக் கொண்டு சேர்க்கப்பட வேண்டும். அத்தகையப் பணியின் முன்னத்தி ஏராக முனைவர் பிரேமாவை நான் அவதானிக்கிறேன். பலதரப்பட்ட பெண் குரல்களைக் கேட்கின்ற, வாசிக்கின்ற வாய்ப்பு இத்தொகுப்பின் மூலம் மெய்ப்பட்டுள்ளது.

இதற்கு முன்பே பெண் எழுத்தாளர்களினுடைய கதைகள் தொகுக்கப்பட்டு இருக்கின்றன. அவற்றை ஒரு முழுமையான தொகுப்பாகவும் பெண் எழுத்துக்களை ஒட்டுமொத்தமாகப் புரிந்து கொள்வதற்கான தன்மை கொண்ட ஒரு தொகுப்பாகவும் அவற்றைப் பார்க்க முடியாது. அந்த விதத்தில் இப்பொழுது முனைவர் பிரேமா அவர்கள் தொகுத்துள்ள இந்தத் தொகுப்பானது ஒட்டுமொத்த பெண் எழுத்தார்களை நாம் புரிந்து கொள்வதற்கும், அவர்கள் சிந்திக்கத் தவறிய சிக்கல்களையும் சிடுக்குகளையும் பற்றி நாம் சிந்திப்பதற்கும் ஒரு வழிகாட்டுதலைத் தருவதாகவும் அமைந்திருக்கும் என்று நான் பெரிதும் மகிழ்கிறேன்.

சில ஆண்டுகளுக்கு முன்பு அல்லயன்ஸ், கலைஞன் போன்ற பதிப்பகங்கள் தனித்தனியாகத் தமிழ் எழுத்தாளர்களின் சிறந்த கதைகளைத் தொகுத்துப் புத்தகம் ஆக்கியிருக்கின்றன. அவற்றில் டிஸ்கவரி புக் பேலஸ், எழுத்தாளர் எஸ் ராமகிருஷ்ணன் அவர்களின் துணையோடு, தமிழின் 100 சிறந்த சிறுகதைகளைத் தொகுத்து நூலாக்கி இருக்கின்றார்கள். அந்தத் தொகுப்பில் ஒரு சில பெண் எழுத்தாளர்களுடைய கதைகள் மட்டுமே இடம்பெற்றிருக்கின்றன.

அதேபோல பேராசிரியர் வீ. அரசு அவர்களும் 100 சிறந்த சிறுகதைகளைத் தொகுத்து வெளியிட்டு இருக்கின்றார். சாகித்ய அகாதமி போன்ற பிரபலமான இந்திய அரசு அமைப்புகளும் சிறந்த சிறுகதைகளைத் தொகுத்து, காலத்தே அழியாத ஒரு

நற்கதைத் தொகுப்பாகக் கொண்டு வந்திருக்கின்றன. இத்தகைய பணிகளுக்கு நடுவே பெண் சிறுகதை எழுத்தாளர்களின் கதைகளை அன்றைய காலம் தொட்டு இன்றைய காலம் வரையிலும் உள்ள சிறந்த படைப்புகளை ஒரு தொகுப்பாகக் கொண்டு வருவது என்பது போற்றுதலுக்குரிய ஒரு முயற்சியாகும். அந்த முயற்சியில் ஈடுபட்டு இருக்கக்கூடிய முனைவர் பிரேமாவை ஆதுரத்தோடு வாழ்த்துகிறேன்.

இந்த முயற்சி பெண் எழுத்தின்மீது ஒரு பரந்தப்பட்ட பார்வையை ஏற்படுத்தும். தொடக்க கால பெண் எழுத்தாளர்களை அறிந்து கொள்வதற்கும் தேடிப் படிப்பதற்கும் உறுதுணையாக இருக்கும். கி. சாவித்திரி அம்மாள், அவர் சகோதரி கி. சரஸ்வதி அம்மாள், வை மு கோதைநாயகி அம்மாள் முதற்கொண்டு ராஜம் கிருஷ்ணன், லட்சுமி, இந்துமதி, ஹெப்சிபா ஜேசுதாசன், அம்பை போன்ற அரிய பெண் படைப்பாளர்களை அறிந்து கொள்வதற்கு ஏதுவாக இருக்கும்.

அங்கொன்றும் இங்கொன்றுமாக அத்திப்பூத்தாற்போல பெண்ணெழுத்துக்களைப் படிக்கக்கூடிய சூழல் மாறி, நூற்றுக்கும் மேற்பட்ட பெண் எழுத்தாளர்களின் சிறுகதைகளை ஒரு சேர ஒரே தொகுப்பாகப் பார்க்கின்ற, படிக்கின்ற சூழ்நிலை ஏற்பட்டதற்கான மாற்றத்தை எண்ணி நான் பெரிதும் மகிழ்கிறேன். இப்படியான கதைத் தொகுப்புகள் தொடர்ந்து வெளிவருகிறபோது பெண் எழுத்துக்களை முழுவதுமாக முன்னிறுத்தி மாபெரும் ஆய்வுகளுக்கு உட்படுத்துவதற்கான சூழல் ஏற்படும். அந்த ஆய்வுச் சூழல் உருவாகிறபோது பெண் எழுத்தாளர்கள் மேலும் மேம்பட்ட எழுத்துக்களைத் தருவதற்கும், மாறுபட்ட சூழல்களை எழுதுவதற்குமான ஆர்வங்கள் உருவாகும். இது போன்ற சிறந்த எழுத்தாளர்களை வகைத்தொகைப்படுத்தியும் முழு நூலாக உருவாவது தமிழ் சூழலுக்கும், பெண்ணியச் சூழலுக்கும், மிக நல்ல வளர்ச்சிக்கும் ஆரோக்கிய அறிகுறி என்று நான் கருதுகிறேன். இந்த நூற்றுக்கும் மேற்பட்ட சிறுகதைகள் ஒன்றாக தொகுக்கப்படுவதற்குப் பெரிதும் காரணமாக இருந்த முனைவர் பிரேமாவை மனதார உச்சிமோந்து பாராட்டி மகிழ்கிறேன்.

அன்புடன் வாழ்த்துகிறேன்

● ஜெயந்தி சங்கர்

பெருந்தொகுப்புகள் வழி தொடர்ந்து சீரிய முறையில் பங்காற்றி வரும் டாக்டர் பிரேமாவின் பணி பாராட்டுக்குரியது. பெண்ணியக் கதைகள், பெண் குரல்கள் கொண்ட தொகுதிகளை ஏற்கெனவே டாக்டர் பிரேமா தொகுத்து இருக்கிறார் என்று நாம் அறிவோம். இப்போது உலகெங்கிலுமுள்ள பெண் படைப்பாளிகள் தமிழில் எழுதிய ஆக்கங்களை மிகுந்த அர்ப்பணிப்புடன் தொகுத்துள்ளார். எல்லா வட்டார மொழி இலக்கியத் தளங்களிலும் இதுபோல காலவாரியாக வரிசைப்படுத்தப்பட்ட, ஒட்டுமொத்த வாசிப்புக்கும் அடுத்தடுத்த கட்ட ஆய்வுக்கு உதவக்கூடிய ஆவணத்துக்குமான தேவை தொடர்ந்து இருந்து வருகிறது. ஆகவே, இதுபோன்ற தொகுப்புகளுக்கான முக்கியத்துவம் எதிர்காலத்தில் கூடுதலாக வெளிப்படும் என்பதையும் நாம் மறப்பதற்கில்லை. மேலும் ஆழ்ந்த, விரிந்த எதிர்கால ஆராய்ச்சிகளுக்கான துவக்கப் புள்ளியாகவும்கூட இந்தப் பெருந்தொகுப்பு அமையலாம்.

மிகக் குறைவுதான் என்றபோதிலும் பத்தொன்பதாம் நூற்றாண்டின் இறுதியிலேயே, பெண்கள் தமிழில் எழுதி இருக்கிறார்கள் என்று அறியமுடிகிறது. காலத்தை கணக்கில் கொள்ளும்போது தமிழ்ப்பரப்பில் பெண்ணுலகம் சார்ந்த மிகப்பெரிய முன்னேற்றம்தான் இது என்பேன். குறைந்தது ஒரு நூற்றாண்டாக பெண்ணியச் சிந்தனை உலகளவில் வெகுதூரம் வந்து விட்டது. சின்னஞ்சிறு வேறுபாடுகளோடும் ஒற்றுமைகளோடும் பல்வேறு பெண்ணிய சித்தாந்தங்கள் உலகெங்கிலும் முளைத்தவாறே இருந்து வருகின்றன. தொடர்ந்தும் அவை புதிதாக எழும்.

இந்தியத் துணைக்கண்டத்தில் காலனியாதிக்கம் செய்த தீமைகளில் ஒன்றாக நான் நினைப்பது, பெண்ணியச் சிந்தனை முடக்கப்பட்டும் வெட்டப்பட்டும் வந்தது. அதுவே தனிப்பெரும் ஆய்வுக்குரியது. உலகளவில், பெண் சிந்தனையும் பெண்ணியச் சிந்தனையும் முன்பெப்போதும் விட சமகாலத்தில் அதிவேக பரிணாம வளர்ச்சி அடைந்து வருகின்றன.

சில நவீன ஆக்கங்களை பல்வேறு நாடுகளில், மொழிகளில் வாசிக்கையில் நமக்குள் எழும் ஆச்சரியம் அடங்குவதற்குள்ளாகவே

பெண்ணிய சிந்தனை பெரும் பாய்ச்சலாகத் தாவி அடுத்த கட்டத்துக்கு சென்றுவிடுகிறது என்பதை தொடர்ந்து அவதானித்து வருகிறேன். பெண் குரலாகவும், பெண்ணியக் குரலாகவும் ஆக்கங்களில் புதிது புதிதாக அனைத்து மொழிகளையும் போல தமிழிலும் ஒலித்தவாறேதான் இருக்கின்றன.

உலகமயமாக்கலினால், இணைய வசதிகளாலும் பூகோள எல்லைகள் நிறையவே சுருங்கி கால் நூற்றாண்டுகாலம் ஆன நிலையில் தமிழ் ஆக்கங்கள் உலகெங்கிலுமிருந்து தொடர்ந்து வரவாகின்றன. அயலில் வாழும் என்னைப் போன்ற பெண் படைப்பாளிகள் பலரும் தொடர்ந்து எழுதி பங்களித்து வருகிறார்கள். அவ்வகையிலும் இத்தொகுப்பில் உள்ள ஆக்கங்கள் தமிழிலக்கிய பரப்பில் ஒரு குறுக்குவெட்டுப் பார்வையாக நமக்குக் கிடைக்கின்றன.

டாக்டர் பிரேமா எழுதித் தருமாறு கேட்டதும் முதலில் தயங்கினேன். இருபதாண்டுகள் தமிழில் எழுதிய பின்னர் கடந்த பத்தாண்டுகளாக ஆங்கிலத்தில் புனைவாக்கங்கள் படைப்பதில் முழுக்கவனம் செலுத்தி வரும் என்னிடம் கேட்பதைவிட வேறு பொருத்தமானவரிடம், தொடர்ந்து தமிழில் எழுதிக் கொண்டிருக்கும் ஒருவரிடம் கேட்கலாமே என்றேன். அவர் அன்போடு மீண்டும் கேட்டதும் ஒத்துக்க கொண்டேன். மகிழ்ச்சி.

தொகுப்புக்கு ஆக்கங்களை அளித்திருக்கும் படைப்பாளிகள் அனைவருக்கும் எனது

வாழ்த்துகளையும் நன்றிகளையும் பதிவு செய்கிறேன். டாக்டர் பிரேமாவின் இந்தப் பெருமுயற்சிக்கு மனம் நிறைந்த என் வாழ்த்துகள்.

அன்புடன்

ஜெயந்தி சங்கர்

சிங்கப்பூர்

உள்ளே

001. **மறுமணம்**
     கி. சாவித்திரி அம்மாள்..30
002. **காணமற்போன காதோலை**
     கி. சரஸ்வதி அம்மாள்..36
003. **ஆயிரம் ரூபாயும் மூக்குக் கண்ணாடியும்**
     வை.மு.கோதைநாயகி அம்மாள்..44
004. **?**
     குகப்ரியை..49
005. **பிடிவாதம்**
     குமுதினி..55
006. **புயல் ஓய்ந்தது**
     கு.ப. சேது அம்மாள்..67
007. **குண்டு வெடித்தது**
     ஜெயலக்ஷ்மி ஆர். ஸ்ரீனிவாஸன்..71
008. **சாவு**
     பூரணி அம்மாள்..76
009. **சியாமளா**
     கமலா பத்மநாபன்..78
010. **தீர்மானம்**
     கௌரி அம்மாள்..87
011. **ராஜக்கா**
     வசுமதி ராமசாமி..94
012. **அவனும் அவளும்**
     கமலா விருத்தாச்சலம்..111
013. **வேலைக்காரி**
     சகுந்தலா ராஜன்..117
014. **காகிதப் படகு**
     வெங்கடலக்ஷ்மி..121
015. **பெயரில் என்ன இருக்கிறது?**
     லட்சுமி..127
016. **மீனாக்ஷியின் வீணை**
     சரோஜா ராமமூர்த்தி..133

017.	ஒரு சோறு பதம்	
	அநுத்தம்மா	137
018.	களங்கினி	
	எம்.எஸ்.கமலா	146
019.	தந்தையுமாகி நின்றாள்	
	கிருஷ்ணா	153
020.	பொம்மை வண்டி	
	லட்சுமி கிருஷ்ணமூர்த்தி	161
021.	எப்போ வருவாரோ?	
	சரஸ்வதி ராம்நாத்	166
022.	ஊசியும் உணர்வும்	
	ராஜம் கிருஷ்ணன்	170
023.	மண மாலை	
	கோமதி சுப்பிரமணியம்	180
024.	அன்பு மனம்	
	விந்தியா	184
025.	நகல் அசலாகாது	
	கே ஜெயலட்சுமி	191
026.	கூர் முனையில் ஓர் வளைவு	
	சரயு	196
027.	புவனாவும் வியாழக்கிரகமும்	
	சூடாமணி ஆர்	204
028.	அடிமைகள்	
	பா விசாலம்	213
029.	பால்மனம்	
	கோமகள்	219
030.	வம்சம்	
	விமலா ரமணி	229
031.	பெண்ணாகப் பிறந்தால் போதும்	
	கமலா சடகோபன்	232
032.	அம்மாவின் அந்தரங்கம்	
	ஜோதிர்லதா கிரிஜா	239
033.	பெண்மை வெல்கவென்று..?	
	நித்யா மூர்த்தி	246
034.	பறவைகளும் ரேஷன் கார்டும்	
	செண்பகம் ராமசுவாமி	251
035.	தேவி	
	லட்சுமி ரமணன்	256

036.	**தனி வழிப் பாதைகள்**	
	வாஸந்தி	260
037.	**சுருதி சேராத ராகங்கள்**	
	லட்சுமி ராஜரத்னம்	266
038.	**ராட்சசர்கள்**	
	சிவசங்கரி	273
039.	**றோஸா லஷ்சம்போர்க் வீதி**	
	இராஜேஸ்வரி பாலசுப்பிரமணியம்	279
040.	**அம்மா காத்திருப்பாயா?**	
	சுமங்கலி	291
041.	**பயணம்**	
	அம்பை	298
042.	**முடிவல்ல ஆரம்பம்**	
	அரசு மணிமேகலை	303
043.	**அவள் எடுத்த முடிவு**	
	உஷா சுப்ரமணியன்	311
044.	**கன்னிகாதானம்**	
	அனுராதா ரமணன்	316
045.	**தொட்டும் விட்டும்**	
	காவேரி	322
046.	**புஷ்பித்தல்**	
	க்ருஷாங்கினி	334
047.	**முகங்கள்**	
	இந்துமதி	337
048.	**முகமூடி**	
	எம் ஏ சுசீலா	341
049.	**வீடு**	
	கீதா பென்னெட்	351
050.	**சூரிய கிரஹணத்தெரு**	
	கமலாதேவி அரவிந்தன்	355
051.	**நிழல்**	
	திலகவதி	361
052.	**வீடு**	
	காஞ்சனா தாமோதரன்	367
053.	**சில உண்மைகள் கசக்கும்**	
	இவரா (இந்திரா பவானி)	373
054.	**வேலி**	
	பிரேமா அருணசலம்	379

055.	பிராயசித்தம்	
	கமலா இந்திரஜித்	384
056.	மூளை	
	வத்ஸலா	389
057.	ஒரே நாள்	
	ரேவதி பாலு	394
058.	யாவரும் கேளிர்	
	மாலதி சிவராமகிருஷ்ணன்	398
059.	புது வெளிச்சம்	
	பத்மினி பட்டாபிராமன்	407
060.	ராஜமாதா	
	புதிய மாதவி	413
061.	களவு	
	வித்யா சுப்ரமணியம்	420
062.	அரியமலர்	
	ப.சிவகாமி	426
063.	அழிப்பு	
	பாமா	437
064.	கோடி!	
	சீதா ரவி	444
065.	மரப்பாவை	
	பவள சங்கரி	448
066.	இருட்டில் ஒரு சிவகாமி	
	கே.பாரதி	453
067.	கஸ்தூரி	
	அநாமிகா	458
068.	பால்கட்டு	
	அமரந்தா	464
069.	களவாணி மழை	
	தமிழச்சி தங்கபாண்டியன்	469
070.	அம்மா	
	சித்ரா ரமேஷ்	477
071.	மரத்தைக் கர்ப்பம் சுமந்தவள்	
	ஆண்டாள் பிரியதர்ஷினி	483
072.	சேவை	
	ஜெயந்தி சங்கர்	490
073.	ஒருத்தீ	
	அகிலா	497

074.	புலிவால் ஆட்டம்	
	மதுமிதா	503
075.	அம்மா	
	கே சுமதி	511
076.	நித்திலாவின் புத்தகங்கள்	
	தமிழ்நதி	518
077.	இழப்பு	
	சல்மா	528
078.	புதிய பாடம்	
	ஜி.மீனாட்சி	539
079.	அடையாளம்	
	லதா	543
080.	வானம் வசமானபோது...	
	சாந்தா தத்	550
081.	தனிமையின் வாசனை	
	தமயந்தி	556
082.	காளீ	
	அனுராதா	560
083.	வடு	
	சுமதி ரூபன்	563
084.	நிர்வாண முக்தி	
	ஈழவாணி	568
085.	பந்தம்	
	கிரிஜா ஜின்னா	575
086.	புரு	
	மாதங்கி	582
087.	வதம்	
	சு தமிழ்ச்செல்வி	588
088.	வீடு	
	சுகந்தி சுப்ரமணியன்	596
089.	பட்டுப்பூச்சிகளைத் தொலைத்த ஒரு பொழுதில்...	
	அ. வெண்ணிலா	598
090.	அம்ருதா	
	உமாமகேஸ்வரி	601
091.	செந்நிற வெள்ளம்	
	கலைச்செல்வி	607
092.	பாட்டியின் பெட்டி	
	ஸ்ரீஜா வெங்கடேஷ்	617

093.	உயிர்ப்பு	
	ச.விசயலட்சுமி	622
094.	முழுமதி	
	குட்டி ரேவதி	626
095.	நர்மதாவின் கடிதங்கள்	
	தாட்சாயணி	633
096.	சவிதா – வயது பதினொன்று	
	தாமரை	641
097.	அறைக்குள் புகுந்த தனிமை	
	சந்திரா தங்கராஜ்	647
098.	ஒரு காதலின் கதை	
	பிருந்தா சேது	657
099.	இரவில் கரையும் நிழல்கள்	
	கவின் மலர்	660
100.	எனக்கான வெளி	
	லறீனா ஏ. ஹக்	669
101.	பிறப்பொக்கும்	
	லஷ்மி பாலகிருஷ்ணன்	674
102.	நான் அவன் அது...	
	கவிதா சொர்ணவல்லி	682
103.	புரியாது பூசணிக்கா!	
	நாச்சியாள் சுகந்தி	689
104.	குருபீடம்	
	ஜா. தீபா	693
105.	குளம்பொலி	
	பிரமிளா பிரதீபன்	701
106.	சினேகிதியே...	
	ஹேமா	709
107.	அப்பா மகள்	
	பிரியா தம்பி	713
108.	தனிமை என்னும் பெருவெளி	
	கவிதா (நார்வே)	722
109.	ஆதியிலொரு அன்பிருந்தது...	
	ஜெயராணி	726
110.	ஆண்மை	
	பானுமதி ந	734
111.	தேய் பிறை உறவுகள்!	
	சரசா சூரி	739

• கி. சாவித்திரி அம்மாள்

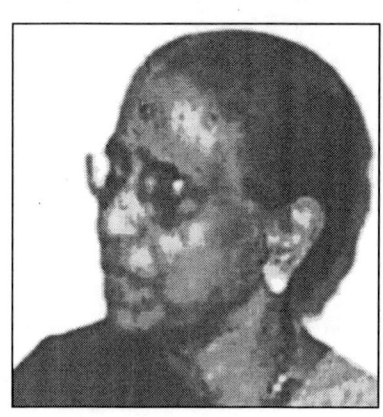

கி சாவித்திரி அம்மாள்
(05/05/1898 -16/10/1992)

சாவித்திரி அம்மாள் எழுத்தாளர், மொழிபெயர்ப்பாளர், கட்டுரையாளர் மற்றும் சமூகச் சேவகியும் ஆவார். தமிழிலும் ஆங்கிலத்திலும் எழுதியவர். இவர் ஜகன்மோகினி, மங்கை, கலைமகள் போன்ற இதழ்களில் எழுதியவர். 'வம்புப் பேச்சு' என்ற கட்டுரை நூலினையும், 'கல்பகம்' என்ற சிறுகதை தொகுப்பினையும் எழுதியுள்ளார். திரு.சீனிவாச சாஸ்திரிகளின் ஆங்கில உரையினை 'இராமாயணப் பேருரைகள்' என்ற பெயரில் மொழிபெயர்த்துள்ளார். எஃப் டபிள்யூ பெயின் நாவல்களைத் தமிழில் மொழிபெயர்த்துள்ளார்.
கா சி வேங்கடரமணியின் இரு ஆங்கில நாவல்களைக் 'கந்தன் ஒரு தேசபக்தன்', 'முருகன் ஓர் உழவன்' என்ற பெயரில் மொழிபெயர்த்துள்ளார்.

1

மறுமணம்

கி. சாவித்திரி அம்மாள்

தாமோதரம் பிள்ளைக்கு நாற்பத்தைந்து வயது இருக்கும். மனைவி இறந்து பதினைந்து வருஷங்களுக்குப் பிறகு அவர் மறுபடியும் விவாகம் செய்துகொண்டார். அச்சம்பவம் ஊரில் அனைவருக்கும் பெரிய வியப்பை உண்டாக்கிற்றென்றால், அது நியாயந்தான் அல்லவா? ஆனால் அது எவ்வாறு நேர்ந்தது என்பதே ஒரு ருசிகரமான வரலாறுதான்.

தாமோதரம் பிள்ளை நல்ல பணக்காரர். நில புலங்கள், வீடு, வாசல் எல்லாம் அவருக்கு யதேஷ்டமாக இருந்தன. மனைவி இறக்கும்பொழுது அவருக்கு முப்பது வயதுகூட ஆகவில்லை. தங்கள் தாம்பத்திய வாழ்க்கைக்கு அறிகுறியாக இரண்டு வயதுப் பெண் குழந்தை ஒன்றை அவரிடம் ஒப்படைத்துவிட்டு அவள் இவ்வுலகை நீத்துச் சென்றாள். மிக இள வயதில் மனையாளை இழந்தமையால் பிள்ளையவர்கள் உடனே மறுமணம் செய்துகொள்வார் என்றே எல்லோரும் எதிர்பார்த்தனர். ஆனால் அவர் அவ்வாறு செய்யவில்லை. அதற்குக் காரணம் இறந்துபோன மனைவிமீது இருந்த பிரியமோ அல்லது மறுபடியும் மணம் புரிந்துகொண்டால் புதிதாக வருபவள் மூத்தாள் குழந்தையிடம் அன்பாக இருக்க மாட்டாள் என்ற பயமோ, நிச்சயமாகத் தெரியவில்லை. அவருக்கு வேண்டியவர்கள் எவ்வளவோ எடுத்துக் கூறியும், அவர்

பிடிவாதமாக மறுபடியும் விவாகம் செய்துகொள்ள மறுத்துவிட்டார்.

“இரண்டாம் மனிதர் இல்லாமல் தனியே ஒரு பெண் குழந்தையை வைத்துக்கொண்டு என்ன செய்வாய்? பெண்சாதி என்று ஒருத்தி இருந்தால் எப்படியாவது கவனித்துக்கொள்வாள். பேசாமல் ஒரு பெண்ணைப் பார்த்துக் கல்யாணம் செய்துகொள்’ என்று நண்பர்கள் செய்த உபதேசமும் அவர் காதில் ஏறவில்லை. இந்தச் சம்சார சௌக்கியம் இத்துடன் போதும். இனி இந்த அநுபவம் மறுபடியும் வேண்டாம் என்று கூறிவிட்டார்.

அவர் மனைவி பிரசவித்த ஆறாம் மாதத்தில் நோயாகப் படுத்தவள்தான்; பிறகு எழுந்திருக்கவே இல்லை, அவள் பிழைக்கும்பொருட்டு அவர் எவ்வளவோ பாடுபட்டார். அவ்வளவும் விழலுக்கு இறைத்த நீராய்ப் போகவேதான் அவர் மனம் சட்டென்று வாழ்க்கையில் வெறுப்புக்கொள்ளத் தொடங்கிற்று.

ஆனால் தாயில்லாத தன் ஒரே அருமை மகளிடம் அவர் தம் உயிரையெல்லாம் வைத்திருந்தார். எங்கே தன்னந்தனியே இருந்து ஏங்கிப் போய்விடுவாளோ என்ற பயத்தில் அவள் சாப்பிடும்பொழுதும், தூங்கும் பொழுதுங்கூடப் பக்கத்திலேயே இருப்பார். அவள் எவ்வளவு படுத்தினாலும் கோபித்துக்கொள்ள மாட்டார். அவள் எது கேட்டாலும் அவர் இல்லையென்று சொன்னதே இல்லை. பாமா ஹை ஸ்கூல் படிப்பு முடிந்ததும் காலேஜில் சேர்ந்து படிக்க வேண்டும் என்று விரும்பினாள். தந்தைக்கு அது இஷ்டம் இல்லை; ஆயினும் பெண்ணின் ஆசையைக் கெடுக்க மனம் இல்லாமல் அவள் இச்சைப்படியே விட்டுவிட்டார்.

ஒரு நாள் - அப்பொழுது காலேஜில் கோடை விடுமுறை நாள் நெருங்கிக்கொண்டிருந்தது - பாமா தன் தந்தையிடம், “அப்பா! எனக்கு வீட்டில் பொழுதே போகவில்லை. என் காலேஜ் சிநேகிதி தங்கத்தை இங்கே என்னுடன் பத்து நாள் இருக்கும்படி கூப்பிடலாம் என்று இருக்கிறேன். உங்களுக்கு ஒன்றும் ஆக்ஷேபம் இல்லையே” என்று கேட்டாள்.

தாமோதரம் பிள்ளை அவள் கன்னத்தை அன்புடன் தடவிக் கொடுத்து, ‘ஆகா! திவ்யமாகக் கூப்பிடு. பத்து நாள் என்ன? ஒரு மாதந்தான் உன் சிநேகிதி இங்கே இருக்கட்டுமே! எனக்கு என்ன ஆக்ஷேபம்’ என்றார்.

அவர் உத்ஸாகத்தோடுபேசுவதுபோலவே காணப்பட்டதென்றாலும், மனத்தோடு அவ்விதம் பேசியதாகத் தோன்றவில்லை.

‘பரவம். குழந்தை என்ன செய்வாள்? வீட்டிலோ வேறு மனிதர் இல்லை! என்னுடன் சதா அவளுக்கு எப்படிப் பொழுது போகும்? எனக்கும் வயதாகி விட்டது. (இப்பொழுது அவர் தம்மை அறியாமல் கண்ணாடியில் பார்த்துக்கொண்டார். அவர் தலையில் சில நரை மயிர்கள் தென்பட்டன.) ஒரு சிறு பெண்ணுக்குச் சரியாக என்னால் பேச முடியுமா? செங்கமலத்தம்மாள் தன் மகன் மாசிலாமணிக்குப பாமாவைக் கல்யாணம் செய்துகொள்ளச் சம்மதம் என்று சொல்லி அனுப்பியிருக்கிறாள். பையன் நன்றாக இருக்கிறான்; நிறையச் சொத்தும் இருக்கிறது. பேசாமல் கல்யாணத்தைப் பண்ணிவிடுகிறேன். அதுதான் நல்லது’ என்று மனத்தில் எண்ணிக்கொண்டார்.

பிள்ளை, சரியென்று கூறியதும் பாமா சந்தோஷத் துடன் சென்றாள். அவள் காலேஜ் சிநேகிதி தங்கம் ஹாஸ்டலில் வசிப்பவள். காலேஜில் லீவு விட்டதும் ஊருக்குத் தன் பெற்றோர்களிடம் செல்லுவதற்குப் பதிலாகத் தன் தோழியின் அழைப்பிற்கு இணங்கி அவளுடன் அவள் வீட்டிற்கு வந்து சேர்ந்தாள்.

தங்கத்திற்கு இருபத்திரண்டு வயது இருக்கும்; நல்ல கெட்டிக்காரி யாரிடம்

எப்படிப் பேச வேண்டும்; எப்படி நடந்துகொள்ள வேண்டும் என்ற விவரமெல்லாம் நன்கு அறிந்தவள். அத்துடன் கண்ணுக்கும் லக்ஷணமாக இருந்தாள். பிறர் வீடாயிற்றே என்று அவள் யோசிக்க வில்லை. வந்த மறு நாளே வெகு நாள் பழகியவள்போல் தாராளமாக நடந்து கொண்டாள்.

பாமா தன் தோழியைப்பற்றி அப்பாவிடம் ரொம்பப் பெருமை அடித்துக்கொண்டாள்.

“ஆம், பார்த்தால் ரொம்பக் கெட்டிக்காரிபோல்தான் காணப்படுகிறாள். ஊரையே விற்றுவிடுவாள் போல் இருக்கிறது. ஒவ்வொரு சமயம் எல்லாம் அறிந்த மேதாவிபோல் பேசுகிறாள்” என்றார் தாமோதரம் பிள்ளை.

“என்ன அப்பா! உங்களுக்கு அவளைப் பிடிக்கவில்லையா?” என்று கேட்டாள் பாமா.

“இல்லை, அம்மா! உன் தோழியைப்பற்றி நான் தவறு ஒன்றும் சொல்லிவிடவில்லை. நல்ல புத்திசாலியாக இருக்கிறாள்; கண்ணுக்கும் லக்ஷணமாக இருக்கிறாள் என்று சொன்னேன். அவ்வளவுதான்!”

“என்னைப்போல் அவளுக்கும் அம்மா இல்லை. அவள் சின்னம்மா அவளை ரொம்பப்படுத்துகிறாளாம். அவளுடன் சேர்ந்து இருக்கவே முடிய வில்லையாம்.' அதற்காகவே காலேஜில் சேர்ந்து படிக்கிறேன்' என்று தங்கம் சொல்கிறாள். அவள் அப்பாவும் அவளை ஒன்றும் கவனிப்ப தில்லையாம்” என்று தன் தோழியின் கஷ்டங்களை எடுத்துக் கூறினாள் பாமா.

“அப்படியா?” என்றார் பிள்ளை. அது அவருக்கும் கொஞ்சம் ஆச்சரியமாக இருந்தது. அவள் சின்னமா ஒரு ராக்ஷசியாக இருக்க வேண்டும். அவள் பேச்சைக் கேட்டுக்கொண்டு தகப்பனும் கவனிக்காமல் இருக்கிறான் போல் இருக்கிறது. பேஷ்! இவ்வளவு அழகும் புத்தியும் உள்ள பெண்ணின் அருமையை அறிய அவனுக்குத் திறமை இல்லை. போனால் போகிறது! உனக்குப் பிடித்தால் இங்கேதான் இன்னும் கொஞ்ச நாள் வைத்துக்கொள்ளேன். நான் என்ன நினைப்பேனோ என்று அவள் சந்தேகப்பட வேண்டாம்' என்றார்.

“அப்பா! நான் நினைத்ததையே சொல்லிவிட்டீர்கள்!?” என்றாள் பாமா சந்தோஷத்துடன்.

ஆனால் ஏற்கனவே அங்கே வந்து ஏறக்குறைய ஒரு மாதம் ஆகிவிட்டபடியால் இன்னும் தாமதிப்பதற்குத் தங்கம் விரும்பவில்லை. அதைப் பாமா வருத்தத்துடன் தந்தையிடம் தெரிவித்தாள்.

“வேண்டுமானால் நானே அவளிடம் சொல்லிப் பார்க்கிறேன்'' என்றார் பிள்ளை. மறுநாள் அவர் தங்கத்திடம், “ஏன் அம்மா! நீ போக வேண்டும் என்கிறாயாமே? பாமா என்னிடம் சொல்லி வருத்தப் படுகிறாள். நீ போய்விட்டால் அவள் ரொம்பக் கஷ்டப்படுவாளே!” என்றார்.

“நான் போக வேண்டாமா? நீங்களே சொல்லுங்கள்! இவ்வளவு நாள் நான் தங்கியதே அதிகம்” என்றாள் தங்கம்.

“அதற்குள் போவானேன்? இன்னும் ஒரு மாதம் இருக்கலாம். எங்களுக்காக இந்த உபகாரம் செய்யக் கூடாதா?”

“உபகாரமா? நன்றாக இருக்கிறது! இந்த மாதிரி உபகாரம் செய்ய எவ்வளவோ பேர் கிடைப்பார்கள்!” என்று தங்கம் புன்னகையுடன் கூறினாள்.

“உன்னைப் பெண்போல் நினைத்துப் பேசுகிறேன். பாமா, தாயில்லாப் பெண். அவள் வருத்தப்பட்டால் என் மனம் கேட்காது. அவளுக்காக என் சுபாவத்தையே மாற்றிக்கொண்டிருக்கிறேன். அவள் ஸினிமா போக வேண்டும் என்றால்,

எனக்குப் பிடிக்காவிட்டாலும் அவளை அழைத்துக்கொண்டு எவ்வளவோ தரம் ஸினிமா போய் வருகிறேன். வெளியில் காரியம் இருக்கும்பொழுது அவற்றையெல்லாம் விட்டு விட்டு அவளுக்குத் துணையாக எவ்வளவோ சமயங்களில் வீட்டிலேயே உட்கார்ந்திருக்கிறேன். ஆயினும் நான் என்ன செய்தாலும் வயது சென்றவூன் தானே! ஒரு சிறிய பெண்ணுக்குச் சரியான துணையாக முடியுமா?"- தாமோதரம் பிள்ளை தம் மனத்தைத் திறந்து பேசினார்.

"உங்களைப் பார்த்தால் வயது சென்றவராகத் தோன்றவில்லையே!' என்று தங்கம் கனிந்த பார்வையுடன் கூறினாள்.

"என்னவோ! பிறர் அவ்வாறு நினைத்தால் எனக்கு நிரம்பச் சந்தோஷந்தான்."

"நம் தோற்றமும் மனமும் இளமையோடு இருந்தால் பிறகு வயது எவ்வளவு ஆனாலுந்தான் என்ன?" என்றாள் தங்கம்.

அவள் மொழிகள் அவருக்கு மிகவும் ஆறுதலாக இருந்தன.

"செங்கமலத்தம்மாள் தன் மகனுக்குப் பாமாவைக் கேட்டனுப்பி இருக்கிறாள். அன்று வந்திருந்தானே அந்தப் பிள்ளைதான். கண்ணுக்கு நன்றாக இருக்கிறான். அவனைப் பாமா விரும்புவாள் என்று உனக்குத் தோன்றுகிறதா?"

"அவனைக் கல்யாணம் செய்துகொள்ள அவளுக்கு ஓர் ஆக்ஷேபமும் இராது என்பது நிச்சயம்" என்றாள் தங்கம்.

"அப்படியானால் யோசிக்காமல் கல்யாணத்தைச் சீக்கிரம் நடத்த வேண்டியதுதான். ஆயினும் கல்யாணம் என்றால் எவ்வளவோ வேண்டியிருக்குமே! அவைகளை எல்லாம் பற்றிப் புருஷனாகிய எனக்கு என்ன தெரியும்? எனக்கோ உறவினர் ஒருவரும் இல்லை. உன்னைப்போல் யாராவது ஒருவர் இருந்தால்..." என்று இழுத்தார்.

"ஆகா! கல்யாணம் என்றால் பேசாமல் இருப்பேனா? கட்டாயம் என்னால் ஆனதைச் செய்கிறேன்" என்றாள் தங்கம்.

அவளுக்குப் பாமாவிடம் இருந்த அன்பைக் கண்டு பிள்ளையவர்கள் மனத்துக்குள் வியந்துகொண்டார்.

இவ்விதமாகத் தங்கம் இன்னும் சில காலம் அங்கே தங்கும்படியாக ஏற்பாடாயிற்று. ஆனால் அதற்குப் பிறகு அவளுக்கு அங்கிருப்பது முன்னிலும் பாந்தமாகப் போய்விட்டது. வீட்டு வேலைக்காரர்களும் மற்றவர்களும் அவளை யஜமானிபோல் கௌரவத்துடன் நடத்தலானார்கள்.

திடீரென்று தாமோதரம் பிள்ளை மிகவும் உத்ஸாகப் புருஷர் ஆகிவிட்டார். அவர் நடத்தையில் தோன்றிய மாறுதலைக் காணப் பாமாவுக்கே வியப்பாக இருந்தது.

கல்யாணத்தை உத்தேசித்துத் தங்கம் அங்கே தங்கினாள் அல்லவா? ஆனால் அது பேச்சோடு நின்று போயிற்று. தாமோதரம் பிள்ளை அப்புறம் அதைப் பற்றிப் பிரஸ்தாபிக்கவே இல்லை.

கடைசியில் காலேஜ் விடுமுறை கழிந்து தங்கம் ஹாஸ்டலுக்குப் போய்ச் சேர்ந்தாள். அவள் போன பிறகுதான் தாமோதரம் பிள்ளை தம் உள்ளத்தில் தோன்றிய ஒரு புதிய உணர்ச்சியை அறிந்துகொண்டார். பிரகாசமாக இருந்தயாவும் திடீரென்று இருண்டு விட்டதுபோல அவருக்குத் தோன்றிற்று. வாழ்க்கை யாத்திரைக்குத் தங்கத்தின் துணை தமக்கு இனி எவ்வளவு அவசியம் என்பதை அவர் நன்கு உணர்ந்துகொண்டார். அவர் கலகலப்பெல்லாம் குன்றிப் போயிற்று.

கிறிஸ்துமஸ் லீவு வந்தது. பாமா தன் தோழியை மறுபடியும் கூப்பிடுவதை அங்கே மறக்கவில்லை. அவள் வந்த

• கி. சாவித்திரி அம்மாள்

பிறகுதான் இருண்டிருந்த இடமெல்லாம் மீண்டும் பிரகாசம் அடைந்ததுபோல் தாமோதரம் பிள்ளைக்குத் தோன்றியது.

இதற்கிடையில் செங்கமலத்தம்மாள் தன் மகன் கல்யாண விஷயமாக இரண்டு மூன்று தடவை கேட்டு அனுப்பினாள். கடைசியில் அவளே புறப்பட்டு வந்தாள்.

"இப்பொழுது என்ன அவசரம்? அவள் பி.ஏ. பாஸ் செய்த பிறகு பார்த்துக்கொள்வோமே!" என்று சொல்லிவிட்டார் பிள்ளை.

இனி, தான் மறுபடியும் அந்தப் பேச்சை எடுப்பதில்லை என்ற வைராக்கியத்துடன் அந்த அம்மாள் புறப்பட்டுச் சென்றாள். தங்கம் இதையெல்லாம் கவனித்தாள். அவளுக்கு விஷயம் விளங்கிவிட்டது. தனக்குள்ளேயே யோசித்து ஒரு முடிவுக்கு வந்தாள்.

"செங்கமலத்தம்மாள் வந்துவிட்டுப் போனது கல்யாண விஷயமாகத்தானே? அந்தப் பேச்சு ஆறு மாதம் முன்பே ஓய்ந்து போய்விட்டது என்று அல்லவோ நினைத்தேன்?" என்று அவள், பிள்ளை அவர்கள் தனியாக இருக்கும்பொழுது கேட்டாள்.

"கல்யாணத்துக்கு இப்பொழுது என்ன அவசரம்? பாமா பி. ஏ. பாஸ் செய்து ஆகட்டுமே!" என்றார் அவர் வேகமாக,

"நன்றாக இருக்கிறது! அதுவரையிலும் அவர்கள் காத்துக்கொண்டிருப்பார்களா? இம்மாதிரி வரனுக்கு எவ்வளவோ பேர்கள் மேல் விழுந்து கொடுக்க மாட்டார்களா?" என்றாள் தங்கம்.

"அதற்காக? எனக்கு இருப்பதெல்லாம் ஒரே பெண். அவளையும் அவசரமாகக் கல்யாணம் செய்து புருஷன் வீட்டுக்கு அனுப்பிவிட்டு, அப்புறம் நான் எங்கே போவேன்? அதை ஒருவரும் யோசிக்காமல் பேசுகிறீர்களே?" என்று தாமோதரம் பிள்ளை படபடப்பாகப் பேசினார். மிகவும்

"இருந்தாலும் நீங்கள் செய்வது சரியல்ல. யோசித்து அவர்களுக்குத் தகுந்த பதில் சொல்லி அனுப்புங்கள்' என்றாள் தங்கம் நிதானமாக.

"பாமாவுக்குக் கல்யாணம் ஆகிவிட்டால் பிறகு நான் தனியே இவ் வீட்டில் காலம் தள்ளும்படி ஆகுமே? இதைச் சற்று யோசித்துப் பார்க்க வேண்டாமா?" என்றார் அவர் ஏக்கம் நிறைந்த குரலில்.

"அதற்கென்ன? கல்யாணம் ஆகிவிட்டால் பிறகு அவள் வந்து போய்க்கொண்டிருக்க மாட்டாளா? நீங்களும் அவளை அடிக்கடி போய்ப் பார்த்து வருவீர்கள்.

"இதெல்லாம் வெறும் பேச்சு; பெண் புக்ககம் போனால் பிறகு நமக்கு முன்போல் சுவாதீனம் உண்டா?"

"பேரன், பேத்திகள் பிறக்க மாட்டார்களா? அப்பொழுது, தானே பொழுது போய்விடும்" என்றாள் தங்கம் மேலும் விடாமல்.

"பேரன், பேத்திகள் பிறக்கும் வரையிலும் நான் உயிரோடு இருப்பேனோ என்னவோ, யார் கண்டார்கள்? நான் என்ன சிரஞ்சீவியா?" என்றார் தாமோதரம் பிள்ளை வாட்டத்துடன்.

"சரி, நீங்கள் மறுபடியும் விவாகம் செய்துகொண்டீர்கள் என்று வைத்துக்கொண்டால்..."

"விவாகமா! பேஷ்! இந்தக் கிழவனை மணக்க எவள் சம்மதிப்பாள்?" என்றார் ஒரு வறட்டுச் சிரிப்புடன்,

"உங்களைப்பார்க்கும்பொழுது இளமை மாறிவிட்டதாக எனக்குத் தோன்றவே இல்லை. உங்கள் குணம், அந்தஸ்து இவைகளை உத்தேசித்து ஒரு புத்திசாலிப் பெண் சம்மதிப்பாள் என்றே எனக்குப் படுகிறது."

தங்கம் இவ்வார்த்தைகளைக் கூறும்பொழுது அவர் முகத்தை நேரே பார்க்கவில்லை.

“நீ புத்திசாலிதான். இவ்வளவு நேரம் எவ்வளவோ அழகாகப் பேசினாய். என்னை விவாகம் செய்து கொள்ள நீ சம்மதிப்பாயா?” -அவரை அறியாமலே அவர் பேசிவிட்டார்.

“ஏன்! நீங்கள் கேட்டுப் பார்த்தால் அல்லவா அது தெரியும்?” என்று தங்கம் பூமியில் பதித்த கண்களுடன் மொழிந்தாள்.

“ஹா! அப்படியானால் உனக்குச் சம்மதந்தானா?” என்று திகைத்த வண்ணம் கூறினார் தாமோதரம் பிள்ளை. ஆனந்த மிகுதியால் அவர் மெய் சிலிர்த்தது.

“நீ இவ்வளவு நாழிகை உன்னை மனத்தில் வைத்துக் கொண்டே பேசினாய். ஆனால் அதை நான் அறியவில்லை. முதலில் உன்னைப் பெண்போல்தான் பாவித்தேன். ஆனால் இறுதியில் அது வேறு வித அன்பாக மாறிவிட்டது. இல்வாழ்க்கை என்னும் மகா சமுத்திரத்தில் ஒரு தரம் நீந்தி எழுந்தது போதும் என்று இருந்தேன்... தங்கம்! உன்னைப் பார்த்து உன்னுடன் பழகிய பிறகு மறுபடியும் அதில் இறங்கிப் பார்க்க என் மனம் துணிந்துவிட்டது. இனி என்னை உன் கைகளில். ஒப்பித்துவிட்டேன்” என்றார், அன்பும் ஆவலும் நிறைந்த பார்வையுடன். பதினைந்து வருஷ காலம் பிடிவாரமாக வெறுத்திருந்த இல்லற வாழ்க்கையை அவர் திடீரென்று மேற்கொள்ளத் தீர்மானித்தார்.

2

காணமற்போன காதோலை

கி. சரஸ்வதி அம்மாள்

கி.சரஸ்வதி அம்மாள்
(10.09.1900 - 20.06.1991)

இவர் சாவித்திரி அம்மாளின் தங்கை ஆவார். கலைமகள், கல்கி, மங்கை, குமரிமலர், ஆனந்த விகடன் இதழ்களில் சிறுகதைகள் எழுதியுள்ளார். 1949-ம் ஆண்டில் கலைமகள் நாராயணசாமி ஐயர் நினைவு நாவல் போட்டியில் 'நிழலும் ஒளியும்' என்ற இவரது நாவல் பரிசு பெற்றது. இதனை வெங்கட் சுவாமிநாதன் 'ஒரு காலகட்டத்தின் மனப் போராட்டச் சித்தரிப்பு நாவல்' என்று விமர்சித்துள்ளார். 'தெய்வத்திற்கு மேல்' (1944) என்பது இவரது சிறுகதைத் தொகுதியாகும்.

லட்சுமிக்குத் தெரியும் அவள் கணவனிடமிருந்து எவ்வித ஒத்தாசையும் கிடைக்காதென்று. இருந்தாலும் பெட்டியில் நகையைக் காணோ மென்றதும் அவனிடம் ஓடிச் செய்தி தெரிவிப்பது தவிர அவளுக்கு வேறொன்றும் செய்யத் தெரியவில்லை. "ஐயோ, நகைப் பெட்டியில் இருந்த அம்மாவின் காதோலையைக் காணோமே" என்றாள் தவிப்புடன்.

மேஜையின் அருகில் புத்தகமொன்றில் ஆழ்ந்திருந்த அவள் கணவன் பத்மநாபன், அவள் சொல்லுவது இன்னதென்று விளங்காதவனாய் அவளை நிமிர்ந்து நோக்கினான் அவன் கவனம் முழுவதும் புத்தகத்திலிருந்தது.

"பெட்டிக்குள் எல்லாமிருக்கிறதே. ஓலையை மட்டும் காணோமே" என்று மேலும் லட்சுமி தவித்தாள்.

"இந்தா. எதைக் காணோம்? சற்று விளங்கச் சொல்லு" என்றான் பத்மநாபன், அப்பொழுதுதான் புத்தக உலகினின்றும் வெளிவந்தவனாய்,

"அது தான்னா உங்கம்மாவின் காதோலை. உங்கப்பா சாகுமுன் கொடுத்த நகைப்பெட்டியிலிருந்தது. 'பெட்டியைப் பத்மாவிடம் கொடு' என்று அவர் சொல்லவில்லையா? "அவம்மா

நகைகளெல்லாம் அதிலிருக்கிறது. அவளுக்காக அப்படியே வைத்திருக்கிறேன். இப்பொழுது அவளால் வரமுடியவில்லை. ஆகையால் அவளிடம் நேரில் கொடுக்க முடியவில்லை. நீ கொடுத்து வீடு' என்று என்னிடம் நம்பிக்கையாகக் கொடுத்தாரே. நானும் 'ஆஹா' என்று வாங்கி வைத்துக்கொண்டேனே. இப்பொழுது அதில் முக்கியமாகக் காதோலையைக் காணோமே. யார் எடுத்திருப்பா? எப்படிப் போயிருக்கும்?" என்று லட்சுமி அங்கலாய்த்தாள்.

"ஒன்றும் போயிராது. நன்றாய்த் தேடிப்பாரு" என்றான் பத்பநாபன்.

"எத்தனை தரம் தேடிப்பார்க்கிறது? ஐயோ, எனக்கு வேர்த்துக் கொட்டுகிறது. தலையே சுத்துகிறது"

"எங்கே பெட்டியைக் கொண்டுவா. நான் பார்க்கிறேன்."

"நீங்க பார்த்தாமட்டும் அகப்பட்டுடுமா. அதுலே இருந்தால்தானே! அறை அறையாகக் கைவிட்டு ஒவ்வொன்றாய்க் கீழே எடுத்து வைத்து கவிழ்த்துக்கூடப் பார்த்துவிட்டேன். காணலையே,"

"அதில்தானிருந்ததா? நிச்சயமாகத் தெரியுமா?"

"நகைப் பெட்டியிலே இல்லாமல் வேறே தனியா இருக்குமா?" "வெல்வெட் பையில் போட்டு வைத்திருக்கிறே னென்று அப்பா சொன்னது நன்றாய் நினைவிருக்குதே."

"நீ பார்த்தாயா என்றால், வேறு ஏதோ சொல்லுகிறாயே."

"என்னைக் கேள்வி கேட்காதீங்கோ. மனுஷ்யாள் சாகிற வருத்தத்திலே எல்லாம் சரியாக யாருக்கு நினைவிருக்கிறது. என்னவோ பார்த்த மாதிரிதான் தோன்றுகிறது."

"அப்போ எங்கும் போகாது."

"அப்படிச் சொன்னா ஆயிடுத்தா. இப்போப்பெட்டியிலே இல்லை. பத்மா வருகிறதாகக் கடிதாசு வந்திருக்கு. அவள் வந்து நகைகளைக் கேட்டா என்ன பண்ணுகிறது?"

"வீண் கவலைப்படாதே, நன்றாய்த் தேடிப்பாரு, இருக்கும். நானும் பார்க்கிறேன். பெட்டியைக் கொண்டு வா. எங்கும் போய்விடாது" என்றான் பத்மநாபன் அவளைச் சமாதானப் படுத்திக்கொண்டு.

லட்சுமி பெட்டியை எடுத்து வந்தாள். அது மரத்தினாலான சிறு கைப்பெட்டி. இருவருமாக அதன் அறைகளைத் துளாவி ஒவ்வொன்றாய் எடுத்துப் பார்த்துப் பார்த்துத் தேடினார்கள். அகப்படவில்லை.

சின்னத் திருகாணி முதல் லட்சுமி சொன்னதுபோலப் 'பொடிபொட்டுக்' கூட அதது வைத்தபடி கிடந்தது. எண்ணெய்மெழுகேறியதிருமங்கலியச்சரடு அப்படியே இருந்தது. யாராவது பெட்டியைத் திறந்து தொட்டுப் பார்த்திருந்தால்தானே? அன்று அவள் மாமியார் அற்பாயுசில் இறந்துபோன துக்கத்தில் அவள் நகைகளைக் காண மனம் சகியாமல் வைத்துப் பூட்டினது. பிறகு இன்று வரையும் பெட்டி திறக்கப்படவே இல்லை. பெண்ணுக்குப் புதிதாக நகைகள் செய்யும்பொழுது அதில் எதையாவது எடுத்து மாற்றிச் செய்து போடலாமென்று லட்சுமியின் மாமனார் நினைக்கவில்லை. பிள்ளையின் மனைவிக்குக் கலியாணப் பரிசாகக்கூட அதிலொன்றையும் அவர் கொடுக்கவில்லை. அவைகளைப் பொக்கிஷமாக மறைத்து வைத்துப் பூட்டிவிட்டார். அவர் மனைவிக்காகத் துக்கம் காத்தது அது. அவர் சாகும்வரையும் அந்தப் பெட்டியைக் கண்ணால்கூட யாரும் கண்டதில்லை.

தான் இறப்பது நிச்சயம் என்று தெரிந்த பின்புதான் அவர் அதை லட்சுமியிடம் ஒப்புவித்துப் பெண்ணிடம் கொடுக்கச் சொன்னார். பிள்ளை பத்மநாபனிடம் கொடுத்திருக்கலாம். ஏனோ அவர்

அவ்விதம் செய்யவில்லை. ஒருகால் லட்சுமி நினைத்ததுபோல அவன் ஜாக்கிரதைக் குறைவை அவரும் உணர்ந்திருந்ததுதான் காரணம் போலும்.

யுத்தத்தில் பர்மா போன புதிது. சிட்டகாங்கில் மிலிடெரி டாக்டராயிருந்தான் பத்மாவின் கணவன். அவளும் அவனுடனிருந்தாள். அவனுக்கு லீவு கிடைக்கவில்லை. அவளால் தனியே வருவது சாத்தியமாகவில்லை. ஆகையால் தந்தைக்கும் பெண்ணுக்கும் கடைசி 'முகமுழி' இல்லாமல் போய்விட்டது. இப்பொழுது சண்டை முடிந்துவிட்டது. ஆறுமாதம் ரஜா கிடைத்திருக்கிறது. இன்னும் ஒரு மாதத்தில் வருவதாகப் பத்மா எழுதியிருக்கிறாள்.

அந்தக் கடிதம்தான் லட்சுமியை நகைப் பெட்டியைச் சோதிக்கத் தூண்டிற்று. நாத்தனார் வந்து அவளிடம் பெட்டியைக் கொடுத்து விடுமுன், சரிபார்க்க எண்ணித் திறந்து பார்த்தாள். அதன் பேரில்தான் காதோலை அதிலில்லை என்பதைக் கண்டுபிடித்தாள். ஓலை யொன்றும் விலைபெற்ற சீமைக் கமலமல்ல. வெறும் சிவப்புத்தான். இருந்தாலும் காணாமல் போவதென்றால் சரியா!

லட்சுமிக்கு ஒன்றும் ஓடவில்லை. "அப்பாதான் ஏதோ செய்திருக்கவேண்டும். இல்லாவிட்டால் எங்கே போகும்" என்று ஒரே வார்த்தையில் அதைப்பற்றின கவலையைத் தீர்த்துவிட்டுப் பத்மநாபன் பேசாதிருந்தான். அதற்கு மேல் செய்யக்கூடியது இருப்பதாக அவனுக்குத் தோன்றவில்லை.

லட்சுமிக்கு 'அதெப்படிப் பேசாதிருப்பது ' என்று கணவனிடம் கோபம் கோபமாய் வந்தது, ஏதாவது செய்ய வேண்டாமா - யாரிடமாவது சொல்ல வேண்டாமா? ஒன்றுமில்லாமலா இருப்பது! அதைப்பற்றிப் பேசினாலாவது அவளுக்குச் சிறிது சமாதானமாக இருக்கும் போலிருந்தது. அதுகூட அவன் செய்யத் தயாராயில்லை. "சதா கொட்டியளப்பதில் என்ன பிரயோஜனம்" என்று சொல்லிவிட்டான். அவன் மாமனாரே ஏதாவது செய்திருப்பாரென்று அவன் நினைத்ததை அவள் ஒருநிமிஷம்கூட ஆமோதிக்கவில்லை. வெல்வெட் பையில் போட்டு வைத்திருக்கிறேனென்று அவர் சொன்னது அவள் காதிலேயே இன்னும் ஒலித்துக்கொண்டிருக்கிறது. அந்தப் பையையே காணோமே. உடலை மயானத்துக்குக் கொண்டுபோன பிறகு கழற்றிய ஒன்றிரண்டு நகைகளில் அதுவுமொன்று. மற்றதெல்லாம் அப்படியே இருக்க அதுமட்டும் எங்கே போகும்? கைப்பெட்டி மாமனாரிடமே இருந்திருக்கிறது. அதன் சாவி அவர் பூணுலை விட்டுப் பிரிந்ததேயில்லை. வேறொருவர் தொடுவதற்கு வழி இல்லை. அப்படி இருக்க மாயமாய் மறைந்திருக்கிறதே! பெட்டி விழுங்கிவிட்டதென்று கதை சொல்லுவார்களோ, அது போலல்லவா இருக்கிறது விஷயம்! அவள் மாமனார் அவள் கணவனைப்போல் சதா புத்தகத்தில் மூழ்கி மற்றக் காரியங்களில் அஜாக்கிரதையாக இருப்பவரல்ல. மறதி என்பதே அவரிடம் கிடையாது. அவசரப்பட்டு ஒரு காரியமும் செய்துவிடமாட்டார். அதது வைக்கவேண்டிய இடத்தில் வைத்து, செய்ய வேண்டிய விதத்தில் செய்வார். அது எல்லோருக்கும் தெரியும். அப்படியிருக்க அவரிடமிருந்து ஒரு நாளும் அது கெட்டுப் போயிராது. நிச்சயம். அப்படியானால் அவள் கைக்கு வந்தபின்தான் போயிருக்க வேண்டும். எப்பொழுது, எப்படிப் போயிருக்கும்? வெளித்திருடர்கள் செய்த வேலையில்லை. அதற்கு வேண்டிய கன்னம் வைப்பதோ, இன்னொன்றோ நடக்கவில்லை. வேறு சாமானும் களவு போகவில்லை. வீட்டிலுள்ளவர்கள் கை வேலைதான். சந்தேகமில்லை.

அவள் மூளை புத்தகங்களில் துப்புத் துலக்குபவர்களின் மூளை போல வெகுவேகமாய் விஷயங்களை அலசி ஆராயத் தொடங்கிற்று. அவள் பட்டணம் வந்தபிறகு களவு போவது சாத்தியமில்லை. ஏனெனில் பட்டணத்து வீட்டில் 'பெட்டி' 'பேழை'களுக்கென்று தனி அறை இருக்கிறது. அதில் வெகு ஜாக்கிடதையாகப் பூட்டின பெட்டியைப் பீரோவில் வைத்துப் பூட்டி, பிறகு அறையையும் பூட்டி மூன்று சாவிகளையும சாவிக் கொத்தோடுச் சேர்த்து இடுப்பில் செருகி இருக்கிறாள். அவள் மறந்தும் அதை எங்கும் வைத்துவிட மாட்டாள். அவள் மறந்தாலும் அவள் கை மறக்காது. அத்தனை பழக்கம் அதற்கு. பின்? மாமனார் இறந்து காரியங்கள் நடந்த பிறகு ஒரு மாதம் அவர்கள் கிராமத்தில் தங்கினார்கள். அப்பொழுது ஒருகால் திருட்டுப் போயிருக்கக் கூடும். ஏனெனில் கிராமத்து வீட்டில் தனி அறையோ இன்னொன்றோ கிடையாது. எல்லாருக்கும் பொதுவாகக் 'காமரா' அறை ஒன்று தான். சாவுக்கு வந்த பந்துக்கள் எல்லாரும் அதில்தான் 'பெட்டி பேழைகள்' வைத்துக் கொண்டார்கள். அவளும் நகைப் பெட்டியைத் தன் பெட்டியோடு அந்த அறையில் தான் வைத்திருந்தாள். மாமனார் மாமியார் இரண்டு வழி பந்துக்களும் நிறைய வந்திருந்தார்கள். மாமனார் நகைப் பெட்டியை அவளிடம் கொடுத்தது எல்லாருக்கும் தெரியும். அதில் யாருக்காவது திருட்டுப் புத்தி ஏன் ஏற்பட்டிருக்கக் கூடாது? உணவுக்குக்கூடத் தாராளமாய் இல்லாத பந்துக்களும் அவர்களுக்கு வேண்டிய பேர் உண்டு.

ஆனால் ஒன்று. அத்தனை ஜனக் கூட்டத்தில் திருடுவதுதான் எப்படி? வீடு ' திமு 'திமு' என்று நெரியும்பொழுது, பிறர் பெட்டியை யாருமறியாமல் அதன் திறவுகோலு மின்றித் திறந்து எடுப்பது சாத்தியமா? ஒருவரில்லாவிட்டால் ஒருவர் கண்ணிலகப்பட்டு விடாதா? தேர்ந்த திருடருக்கு ஒருகால் முடியலாம், மற்றவர்களுக்கு எளிதல்ல, என்று நிச்சயித்தாள் லட்சுமி.

அவள் விஷயங்களைத் தெளிவு செய்து கொள்ளும் விதம் அவளுக்கே திருப்தியை அளித்தது. இந்த முறையில் திருட்டையே உண்மையில் கண்டு பிடித்து விட்டால்? இந்த எண்ணம், மேலும் அதிலேயே சிந்திக்கச் சுறுசுறுப்பை உண்டு பண்ணிற்று.

கூட்டம் குறைந்த பிறகு வேண்டுமானால் எடுப்பது சாத்தியமாகலாம். அவர்கள் பட்டணம் வரும்வரை சிற்சில பந்துக்கள் பின்தங்கினதென்னவோ உண்மை தான். ஆனால் அவர்கள் மிகவும் நெருங்கின சுற்றத்தார்கள். மாமனாரின் தங்கை ஒருத்தி. அதாவது அவள் கணவனின் சொந்த அத்தை, அவளைத் திருடி என்று சொல்லுவதா? இல்லாவிட்டால் மாமியாரின் சகோதரி - இவர்களிடம் வெகு அன்புகொண்ட சித்தி - அவளைச் சந்தேகிப்பதா? காலம் சிரமகாலம். யாரையும் நம்புவதற்கு இல்லை. சொந்தத் தாய்கூட மகளை நம்பமுடியாது.

இதுமாதிரி சொந்த மனுஷ்யர்களைப் பற்றியே எண்ணுவது பிசகு, என்று அவள் மனம் எச்சரிக்காமல் விடவில்லை. அவளும் அதைத் திருத்திக் கட்டுப்படுத்த முயன்றாள். ஆனால் அது கேட்காமல் பின்னோடு 'அப்பொழுது சித்திப் பாட்டி அங்கிருந்தாளே, அவளைப்பற்றி என்ன' என்றது. அவளைச் சந்தேகிப்பது அவ்வளவாகத்தவறாகவும்தோன்றவில்லை. காரணம், அவள் ஏழை என்பது மட்டு மல்ல. அவளுக்குக் கை கொஞ்சம் நீளமென்றும் கேள்விப்பட்டிருக்கிறாள். முன்பு எப்பொழுதோ அவள் கணவனும் நாத்தனாரும் சிறு குழந்தைளாக இருந்தபொழுது ஒருவருடைய கையிலிருந்த தங்கக் காப்பு கொலுசு இரண்டும் களவு போய்விட்டதாம். அப்பொழுது வீட்டிலிருந்த சித்திப்பாட்டி பேரில் சந்தேகம் பலமாய் ஏற்பட்டதாம். களவு என்னவோ கண்டுபிடிக்கப்படவில்லை.

அதற்காக விஷயம் இல்லையென்றாகி விடுமா?

இவ்விதம் எண்ணமிடும் பொழுது சித்திப்பாட்டி தன் பேத்திக்குச் சிவப்புத்தோடு செய்திருப்பதாகச் சொன்னது நினைவுக்கு வந்தது. "கல்யாணத்துக்கு நிற்கிறது. காதுத்தோடுகூட இல்லாமலிருந்தால் என்னமாயிருக்கும்! அதற்காகப் பண்ணினேன்!" என்று யாரோ அவள் சொந்தப் பேத்திக்கு நகைசெய்து போட்டதற்குக் காரணம் கேட்டதுபோலச் சொல்லிக்கொண்டாள். அவரவர்கள் குழந்தைகளுக்கு நகை செய்வதற்குப் பிறரிடம் காரணமெதற்கு? பிறர் அதற்கான பணத்தைப் பற்றிச் சந்தேகியாமலிருக்க வேண்டும். ஏதோ தீராத செலவு. சிரமப்பட்டுச் செய்து கொண்டார்கள் என்று நினைத்துக் கொள்ளவேண்டும் என்பதற்காகத்தான். அவள் பிள்ளைக்கு வெகு சொற்பச் சம்பளம். இப்பொழுது கொஞ்சம் உயர்ந்து இருப்பதாகச் சொன்னாள். அதற்குத் தகுந்தபடி விலைவாசி ஏறிக்கிடக்கிறது. நாலு குழந்தைகளை வைத்துக்கொண்டு குடித்தனம் நடத்த வேண்டாமா? எல்லாம் இந்த நகையை எடுத்துப் பிரித்துத்தான் தோடு செய்திருக்கிறாள்; சந்தேகமில்லை, கைப்பெட்டியின் பூட்டென்ன சாமான்யம்தானே! எந்தச் சாவிபோட்டுத் திறந்தாலும் திறந்துவிடுகிறது. மேலாக வெல்வெட் பையிருந்திருக்கும், எடுத்துவிட்டாள். இன்னும் எதையாவது எடுப்பதற்கு வெகுநேரம் துளாவிக்கொண்டிருக்க முடியாமல் யாராவது பார்த்துவிடப் போகிறார்கள் என்கிற பயம் இருந்திருக்கும். அந்த ஒரு மாதத்தில் எத்தனையோ தரம் சித்தியுடனும் அத்தையுடனும் சித்திப்பாட்டியை வீட்டுக்குக் காவல் வைத்துவிட்டுக் கோவிலென்றும் குளமென்றும் தான் போனது இப்பொழுது லட்சுமிக்கு நினைவு வந்தது. திருட வேண்டுமென்றால் அதைவிட நல்ல சந்தர்ப்பம் வேறு வேண்டுமா?

இனி, சித்திப்பாட்டியின் பேரில் சந்தேகம் ஊர்ஜிதம் கொள்ளத் தொடங்கிற்று என்பதைச் சொல்லவும் வேண்டுமா? திருட்டைக் கண்டுபிடித்து விட்டதாகவே அவள் மனம் உள்ளுக்குள் சந்தோஷப்பட்டது. ஆனால் அதை வெளிப்படுத்திப் பொருளைத் திரும்பப் பெறுவதப்படி? அவள் கணவன் ஒருகால் தோட்டைக் கண்ணால் பார்த்தால் கண்டுபிடித்துவிடக்கூடும். அவனுடைய அம்மா காதில் அதைச் சதா பார்த்திருப்பானல்லவா? அவன் அப்படியொன்றும் நினைவுதெரியாத குழந்தையல்ல. அவன் தாய் சாகும்பொழுது, பன்னிரண்டு வயதுக்கு மேற்பட்ட பையன்தான். நகை உருமாறியிருந்தாலும் சிவப்பு அடையாளம் கண்டுபிடித்து விடலாமே! சித்திப் பாட்டியை எந்த விதத்திலாவது கடிதம்போட்டு வர வழைக்க வேண்டும். ஆனால் அவள் வரும்பொழுது தோட்டைக் கொண்டுவரமாட்டாளே. அதற்கு என்ன செய்கிறது? அவள் பேத்தியையும் கூடவே அழைத்து வரும்படி செய்யவேண்டும். வரன் பார்த்துத் தருவதாக ஆசை காட்டவேண்டும். சாமானைக் கண்ணால் பார்த்த பிறகு நேரிலேயே கேட்டுவிட வேண்டும். அப்பொழுது ஒத்துக்கொள்ளாமல் என்ன செய்வாள்?

ஆனால் ஒன்று, தப்பித்தவறி அவள் எடுத்திராமல் இருந்துவிட்டால், அப்புறம் அவள் வசைமாரிகளை யார் கேட்கிறது? ஜன்மத் துவேஷமாகிவிடுமே! ஆனால் தவறாக ஏன் போகிறது? அவளை விட்டால், வேறு யார் எடுத் திருக்கக்கூடும்?

இப்படி எவ்வளவோ யோசித்து அதற்கான வழி செய்யப் பத்மநாபனிடம்தான் சொல்லவேண்டி வந்தது. அவள் யோசனைகளை அவன் கேட்டபொழுது அவன் ஒரேயடியாய் அவ்விதம் ஒன்றுமிராதென்று மறுத்ததோடு

அவளுக்கே ஏதோ மூளைக் கோளாறு என்றும் பரிகசித்தான்.

"லட்சுமி, இனிமேல் அந்த நகையை அடியோடு மறந்து விடு. போனால் போகிறது. அதொன்றும் அப்படிப் பிரமாதமில்லை. வீணாக மூளையைக் குழப்பிக் கொள்ளாதே" என்றான்.

"நானொன்றும் காரணமின்றிக் குற்றம் கண்டு பிடிக்கவில்லை" என்று லட்சுமி கோபமாய்ச் சொன்னதற்குக்கூட, "உன் காரணமென்ன? சித்திப் பாட்டி பேத்திக்குத் தோடு செய்திருப்பதுதானே? அப்படிப் பார்த்தால் அத்தைபேரிலும் சித்தி பேரிலும் கூட நீ சந்தேகிக்கலாம். அத்தை பெண்ணுக்கு ராக்கோடி செய்திருக்கிறாள். சித்தி தனக்கே சிவப்பு வளையல் செய்துகொண்டிருக்கிறாள். அதற்கென்ன சொல்லுகிறாய்?" என்றான் பரிகாசமாக. இடமிருந்தால் அவர்களையும் அவள் சந்தேகிக்கத் தயார் தான் என்பதை அவன் கண்டானா?

"ராக்கோடிக்கும் வளைக்கும் நிறையக் கற்கள் வேண்டுமே! இரண்டு ஓலைகள் போதுமா?" என்றாள் லட்சுமி; இந்தப் பதில் அவனைத் திடுக்கிடச் செய்தது. முடிந்தால் அவர்களையும் அவள் சந்தேகிப்பாள் என்பதை அது விளக்குகிறதல்லவா? இந்த விபரீதக் கற்பனைகளை அவள் மனத்தினின்றும் அடியோடு போக்க எண்ணி "இதோ' பார் லட்சுமி, பத்மா உன்பேரில் இப்பொழுதே சந்தேகித்தால் எப்படி இருக்கும்? யோசித்துப் பார், அதுபோலல்லவா இருக்கிறது, நீ நமது உறவினர்களையே திருட்டுப் பட்டம் கட்டுவது. முதலில் நகையே திருட்டுப் போயிருக்குமென்று நான் நினைக்கவில்லை. அப்பாதான் ஏதோ செய்திருக்கிறார் நிச்சயம். வீண் சந்தேகப்பட்டுச் சொந்த மனிதர்களின் மனஸ்தாபத்தைச் சம்பாதித்துக்கொள்ளாதே "என்று எச்சரித்தான் பத்மநாபன்.

அவன் அவ்விதம் அவள் மனத்தைத் தெளிய வைக்க எண்ணிப் பேசினது இன்னொரு விபரீத பலனைத்தான் அளித்தது.

'இதுவரையும் எனக்குத் தோன்றாமல் போயிற்றே. ஆமாம், பத்மா என்னைச் சந்தேகித்தால்..." என்று நினைத்துக் கவலைப்படத் தொடங்கி விட்டாள் லட்சுமி.

அதுமாதிரி ஏன் நடக்காது என்றுதான் அவளுக்குத் தோன்றிற்று. பெட்டியோ அவளிடமிருந்திருக்கிறது. நகையையோ காணோம். இன்னும் என்ன வேண்டும்? சம்சயத்தைத் திடம் செய்வதேபோல் அவளுக்குச் சிவப்பு அட்டிகை வேறு புதிதாய் அவள் அம்மா செய்து போட்டிருக்கிறாள். கேவலம் அவளிடம் நம்பிக்கைதான் சம்சயத்தை விலக்க வேண்டுமேதவிர,சந்தேகிப்பதற்கென்னவோ காரணம் பலமாய்த்தானிருப்பதாக அவளுக்குப் பட்டது. நகை அகப்பட்டாலொழிய, பத்மா தன்னைத் திருடி என்றுதான் நினைப்பாள். இந்த விபத்துக்கு என்ன செய்வது? லட்சுமிக்குத் தூக்கம் பிடிக்கவில்லை. செய்வது இன்ன தென்றும் தெரியவில்லை.

அவள் பேரில் சந்தேகம் ஏற்படக்கூடும் என்பது தெரிந்தும் பத்மநாபன் சும்மாயிருக்கிறானே. திருட்டை வெளிப்படுத்த முயற்சி எதும் எடுத்துக்கொள்ளவில்லையே. அவனுக்கு எல்லாம் விளையாட்டாக இருக்கிறது. இது மாதிரி ஒரு புருஷன் கவலையற்று இருப்பதென்றால் லட்சுமிக்குக் கோபம் வராமல் என்ன செய்யும்? அவனோடு பேசக்கூட அவளுக்குப் பிடிக்கவில்லை. மனம் மட்டும் உள்ளூரத் தவித்தது.

ஆனால் அவள் கோபத்துக்காகவும் தவிப்புக்காகவும் நாட்கள் செல்லாமலிருக்குமா? அவைகள் ஓடிவிட்டன. பத்மா கணவனுடனும் குழந்தையுடனும் வந்து சேர்ந்தாள். மூன்று

வருடம் பார்க்காது இருந்து பார்த்த சந்தோஷம் எல்லாருக்கும். அளவளாவித் தீர்த்தார்கள். லட்சுமியும் தன்னை மறந்துதான் உத்ஸாகத்திலிருந்தாள். பத்மாவைப் பார்ப்பதற்கே அவளுக்கிருந்த பயம் எங்கேயோ போயிற்று.

ஆனால் அந்த மறதி ஒன்றிரண்டு நாளைக்குத்தான். பிறகு சதா நகைப்பெட்டியின் நினைவு ஏற்பட்டு அவளைத் துன்புறுத்தத் தொடங்கிவிட்டது. விஷயத்தைப் பத்மாவிடம் சொல்லியாகவேண்டுமே, எப்படி, எப்பொழுது சொல்வது? அவளைத் திருடியென்று பத்மா சந்தேகிக்கத் தொடங்கின பின்பு அவர்களிருவரும் இப்பொழுது போல் களங்கமற்றுச் சந்தோஷமாயிருக்க முடியுமா? பத்மா அவளைத் தன் வாயால் திருடியென்று சொல்லமாட்டாள். இருந்தாலும் மனத்தில் நினைத்துக் கொள்ளாமலிருப்பாளா? அவள் நிம்மதியைக் கலைக்க இதொன்று நேரிட வேண்டுமா? தந்தை இறக்கும்பொழுது பத்மா வர முடியாமல் ஏன் போகவேண்டும்? அதுதான் அப்படியென்றால், நகையை அவள் மாமனார் என் அவளிடம் கொடுக்க வேண்டும்? பத்மாவே நேரில் நகையை வாங்கிக்கொண்டிருந்தால் இந்த நிலைமை வந்திராதே. தெய்வமே சூழ்ச்சி செய்துதான் அபவாதத்தைத் தன்பேரில் கொண்டு வைத்திருக்கிறது. இனி மீள வழி இல்லையென்று தோன்றிற்று லட்சுமிக்கு. பத்மாவின் சந்தேகப் பார்வையை எதிர்பார்த்து அவள் மனம் துன்புற்றது. அவள் கண்முன் தன் சிவப்பு அட்டிகையை அணியவும் அவள் துணியவில்லை. அதிலுள்ள சிவப்புக்கற்கள் ஒருகால் ஓலையின் கற்கள் போலத் தோன்றினால்..? இவ்விதம் பலவாறு அவள் மனம் எண்ணமிட்டபோதிலும் விஷயத்தை வெளிப்படுத்தித் தானே தீர வேண்டும்? அதற்குப் பயந்து பின்வாங்கி என்ன செய்கிறது?

கடைசியில் பத்மா சமாசாரம் கேட்டுக்கொண்ட பொழுது பத்மகாபனைப் போலவே நகை திருட்டுப் போயிருக்குமென்பதையே ஏற்றுக்கொள்ளவில்லை. 'அப்பா தான் ஏதாவது செய்திருப்பார். இல்லாவிடில் எங்காவது வைத்திருப்பார்' என்று சொல்லிவிட்டாள். அவள் லட்சுமிபேரில் மட்டுமல்ல, மற்றப் பந்துக்கள் யார் பேரிலும் லட்சுமியின் காரணங்களைக் கேட்டபின்கூடச்சந்தேகப்படுவதாயில்லை.

லட்சுமிக்கு இதில் திருப்தி சிறிதும் ஏற்படவில்லை. அவளைப்பற்றி அவள் தவறாக எடுத்துக்கொள்ளவில்லை என்றால் போதுமா, எல்லாரைப் பற்றியும் அதே மனோ பாவத்திலிருக்கிறாளே! சித்திப் பாட்டியைப் பற்றின சந்தேகத்தை அவள் எடுத்துச் சொல்லியும் பத்மா காதில் போட்டுக் கொள்ளவில்லையே! இவ்விதமிருப்பதில் திருட்டு கண்டுபிடிக்கப் படாமலேயல்லவா போய் விடும்?

இதில் லட்சுமிக்கு மிகுந்த மனவருத்தம். ஏமாற்றமோ சொல்லி முடியாது.

பத்மா இருந்த ஆறு மாதமும் ஆறு நாட்கள் போலச் சென்றுவிட்டது. அவளைப் பார்த்துப்போக எல்லாப் பந்துக்களும் வந்து போனார்கள். சித்திப் பாட்டியும் வந்திருந்தாள். எப்படியாவது சந்தர்ப்பத்தை உபயோகித்துக் கொள்ள வேண்டுமென்று லட்சுமி துடியாய்த் துடித்தாள். 'ஜாடமாடை'யாக அதுபற்றி அவள்பேசினதை அந்தக் கிழவி புரிந்துகொள்ளாமலேயிருந்தாள். அத்தனை சாமர்த்தியம் அவளுக்கு! தைரியமாய் ஒளிவு மறைவின்றிக் கேட்டு விடுவதென்று லட்சுமி தீர்மானித்தாள். ஆனால் அந்தத் தைரியம் அவளுக்குக்கட்டோடு வராமல் போயிற்று. யாருடைய பலத்தைக்கொண்டு அவ்விதம் துணிந்துகேட்பது? அவள் கணவனோ நாத்தனாரோ அவள் கட்சியிலில்லை. காரியம் பலிக்காததுடன் எதிராளி சண்டைக்கு வந்தால் சமாளித்துக்

கொள்ளவாவது பக்கபலம் வேண்டாமா? இந்த மனப் போராட்டத்தின் நடுவில் சித்திப்பாட்டி என்னவோ ஊர்போய்ச் சேர்ந்துவிட்டாள். ஒன்றையும் தெரிந்துகொண்டதாகவும் காண்பிக்கவில்லை.

பிறகு என்ன? பத்மா ஊர் திரும்பும் நாளும் நெருங்கிற்று. எல்லாச் சாமான்களையும்மூட்டை கட்டும்பொழுது நகைப்பெட்டியையும் சேர்த்துக்கட்ட அதையும் கொடுத்தாள் லட்சுமி. வெள்ளிக் கிண்ணியொன்று பத்மாவினுடையது. அதையும் கொடுத்துவிட நினைத்து எடுத்தாள். அவை இரண்டு கிண்ணங்கள் ஜோடியாக அவள் கணவனுக்கும் பத்மாவுக்கும் குழந்தையாக இருக்கும்பொழுது செய்தது. ஒன்றுக்குள் ஒன்று போட்டு வைத்திருந்தது. அதுவும் மாமனார் சாகும்பொழுதும், "ஒன்று உன் குழந்தைக்கு (அதாவது அவர் ஆசீர்வாதம் அது), இன்னொன்று பத்மாவின் குழந்தைக்கு" என்று சொல்லிக் கொடுத்ததுதான். அவைகளை அப்படியே பீரோவில் வைத்திருந்தாள். அதில் மேல் கிண்ணியை எடுக்கவும் அடியில் என்ன அது..? லட்சுமிக்குத் தூக்கிவாரிப் போட்டது. கண்களையே நம்ப முடியவில்லை. அவள் மாமனார் சொன்ன வெல்வெட் பை அங்கே எப்படி வந்தது? கையிலெடுத்துப் பைக்குள் பார்த்தாள். மாமியாரின் காதோலை பத்திரமாய் அப்படியே அதிலிருக்கிறது. அப்பொழுது லட்சுமிக்கு என்னவாக இருந்திருக்கும்?

அவளுக்கு ஏற்பட்டது என்ன? சந்தோஷமா? ஏமாற்றமா? அல்லது வருத்தமேதானா? ஒரு வகையில் மூன்றும் என்றுதான் சொல்லவேண்டும்.

நகை கெட்டுப்போகவில்லை. கிடைத்துவிட்டது என் பதில் சந்தோஷம்,

அவள் மூளை வெகுவாய் வேலைசெய்து கண்டுபிடித்த திருட்டு இல்லாமலே போய்விட்டதில் ஏமாற்றம்.

எல்லாவற்றுக்கும் மேலாக, தன் கணவனுக்கும் நாத்தனாருக்கும் வாய்த்த - பிறரைச் சந்தேகியாத - நல்ல மனம் தனக்கில்லையே என்கிற மனவருத்தமும்தான்.

• • •

பல தந்திகளுடன் கூடிய ஒரு வீணைதான் வாழ்க்கை. அந்த வீணையை எப்படிச் சுருதிசேர்த்து அதிலிருந்து இன்னிசையை எழும்புவது என்பதை ஆராய்ந்து அறிந்து நடைமுறைக்குக் கொண்டுவரும் சமர்த்துப் பெண்தான் நல்ல மனைவி.

• வை.மு.கோதைநாயகி அம்மாள்

வை. மு. கோதைநாயகி அம்மாள்
(01/12/1901 - 20/02/1960)

இவர் எழுத்தாளர், இதழாளர், சமூக சேவகி, விடுதலைப் போராட்ட வீராங்கனை, காந்தியவாதி, இசைக் கலைஞர் என்ற பன்முகங்களைக் கொண்டவர். 125 நாவல்களுக்கு மேல் எழுதி 'நாவல் ராணி' என்ற பெயரைப் பெற்றவர். இவர் 35 ஆண்டுகளுக்கும் மேலாக 'ஜகன்மோகினி' என்ற மாத இதழினை நடத்தி வந்துள்ளார். இவர் தன் இதழ்களின் மூலம் நூறுக்கும் மேற்பட்ட பெண் எழுத்தாளர்களை அறிமுகப்படுத்தியுள்ளார். இவரது இரு நாவல்கள் திரைப் படங்களாகவும் உருவாகியுள்ளன.

3

ஆயிரம் ரூபாயும் மூக்குக் கண்ணாடியும்

வை.மு.கோதைநாயகி அம்மாள்

'என்ன மீனாக்ஷி! இந்த ஆபரணம் எப்போது பூட்டிக் கொண்டாய்? ஷோக்குக் கண்ணாடியா, சீக்குக் கண்ணாடியா?' என்று காமு புன்னகையுடன் கேட்டாள்.

'ஆமாம் போதுமே! யார் யாருக்கு எது தோன்றுகிறதோ அதுவாக வைத்துக்கொள்ளலாம். என்னவோ, வரவர கண்ணே கெட்டுப் போய்விட்டது. டாக்டரிடம் போனேன். என்ன ஆச்சரியம் போ! எனக்குத்தான் கண்ணுக்கு வந்துவிட்டதென்று பயந்தேன். பத்து வயதிற்கு உட்பட்ட குழந்தைகள் டாக்டர் வீட்டில் கண் வியாதியுடனும், கண்ணாடியுடனும் உட்கார்ந்திருப்பதைப் பார்த்தால், எனக்கும் வியப்பாயும் பரிதாபமாயுமிருந்தது. என்னைப் பற்றி எனக்கே தைரியம் உண்டாகிவிட்டது' என்றாள் மீனாக்ஷி.

காமு:- அத்தனை சிறிய குழந்தைகளுக்குக் கண்ணில் என்ன வந்திருக்கும்?

மீனா:- கேளேன்; ஒரு குழந்தையை அழைத்து வந்திருந்தவள் அவன் அத்தையாம். அந்த அம்மாளைக்

கேட்டேன். அவள் மனவெறுப்புடன் "போதுமே இந்தக் காலத்தில் கண் கெடுவதற்குத் தான் எத்தனையோ சாதனங்கள் வந்திருக்கே! முன்காலத்தில் நம்ப மூதாதையர் இருந்தார்களே அவர்கள் கண்ணில், வயது சென்ற பிறகு சிலருக்கு வரும் சாலேச்வரங்கூட வரவில்லை. கண்ணாடி என்பதைப் பார்த்தால் பரிகாஸமும், எகத்தாளியுமாய் இருக்கும். அவர்களின் கண்ணைப்போல் உறுதியாய் இப்போது இருக்கும் நமக்கு இருக்கிறதா? இல்லை. நம்ம குழந்தைகளுக்கு இத்தனை சிறிய வயதிலேயே கண்ணுக்கு வந்து விடுவிறது. இதுகள் வயிற்றில் பிறக்கும் குழந்தைகள். பிறக்கும்போதே கண்ணாடியுடன்தான் பிறக்கும் போலிருக்கிறது. என்ன அநியாயம் அந்தச் சின்ன குழந்தையைப் பாரேன்" என்றாள்.

வாஸ்தவத்தில் எனக்கு ரொம்ப ஆச்சரியமாய் இருந்தது. ஓடியாடி விளையாடும் குழந்தைகளாயிற்றே, எங்கேனும் விழுந்து விட்டால், கண்ணாடி உடைந்து கண்ணில் பொத்திக்கொண்டால் கண்ணுக்கே ஆபத்தல்லவா வந்து விடும் என்று நினைக்கும்போது பயமாக இருந்தது. இதற்குள் அந்த அம்மாளே பேசத் தொடங்கி "அந்த காலத்தில் கண்ணுக்குக் குளிர்ச்சியாய் விளக்கெண்ணெய் விளக்கு எரியும். குழந்தைகள் பிறந்ததுமுதல் தலையில் விளக்கெண்ணெய் உச்சிட்டு, விளக்கெண்ணெய் விளக்கில் விட்டு வைப்பார்கள். கண் வண்டயம் போல் இருக்கும். காலக்கிரமத்தில் புழங்குவதும் விளக்கெண்ணெய் தீபமாகவே இருக்கும்.

பிறகு கொஞ்ச காலத்தில் மண்ணெண்ணெய் என்று ஒன்று வந்தது. அது வந்தபிறகு விளக்கெண்ணெய் மறைய ஆரம்பித்தது. அப்போது கண்ணு இத்தனை மோசமாகப் போகவில்லையெனினும் விளக்கெண்ணெயின் குளிர்ச்சி மாறிவிட்டது. நாகரிகம், நாகரிகம் என்று ஜனங்கள் அடித்துக்கொள்ளும் விபரீதத்தில் மின்சார விளக்குகள் வந்துவிட்டன. முன்பு, தெரு விளக்கு முதல் கோவில் ஸ்வாமி விளக்கு வரையில் குளிர்ச்சியாயிருந்ததுபோய், எல்லாம் ஒரே மின்சார விளக்கு மயமாய்விட்டது. குழந்தைகள் பிறக்கும் போதே அந்த விளக்கைத் தானே கூசிக் கூசி அரைக் கண்ணால் பார்த்துப் பார்த்து வளர்கின்றன.

ஐயோ ராமா! போதாக்குறைக்குப் பொன்னியம்மன் குறை என்பதுபோல் பாழாப்போன சினிமாக்கள் வந்து சேர்ந்துவிட்டனவே! ஜனங்களுக்குக் காசுக்குக்காசும் நஷ்டம், கண்ணுக்கு ஆபத்தாக முடிந்தது. என் தம்பியும் அவன் ஆம்படையாளும் ஓயாது சினிமா பார்க்கும் பித்தம் பிடித்தவர்கள். தாய் தகப்பன் போகும்போது குழந்தை கேட்குமோ? அதையுங்கூட எடுத்துக்கொண்டு போய்போய்த்தான் இந்த கதியாகி விட்டது. இந்தக் குழந்தை கண்ணாடியைப் போட்டுக் கொள்வதற்கு முன்னிருந்ததை விட இனித்தான் பேராபத்து; பயமாய் இருக்கிறது; என்ன செய்வது?" என்று கூறும்போது டாக்டர் அந்தக் குழந்தையைக் கூப்பிட்ட தால், எழுந்துபோய்விட்டார்.

காமு:- இதென்னடியம்மா ஆச்சரியம்! இத்தனை சின்ன குழந்தைக்குச் சினிமாவில் என்ன தெரியும்? அதனால் கண் எப்படி கெட்டுவிடும்?

மீனா:- சரிதான்! உன் கேள்வி வெகு அழகாக இருக்கிறதே! நெருப்புத் தன்மையைத் தெரிந்து தொட்டாலும் சுட்டுவிடுகிறது; தெரியாது தொட்டாலும் சுட்டுவிடுகிறது. அதுபோல், குழந்தை சினிமாக் கதையைத் தெரிந்து பார்த்தாலும் ஒரே கெடுதல்தான். தெரியாது பார்த்தாலும் ஒரே கெடுதல்தான்.

காமு: ஓஹோ! இப்போது தெரிகிறது. நீயும் உன் புருஷனுங் கூட ஓயாது சினிமா பார்த்துப் பார்த்துத்தான் கண்ணுக்கு இப்படியாய் விட்டதோ என்னவோ?

மீனா:- அதற்குச் சந்தேகமென்ன? மனத்திலுள்ள ஆவலில் பணச்செலவுகூடப் பார்க்காமல், நம் தமிழ் ஸினிமாக்களைப் பார்க்க ஆசைப்பட்டுப் போனேன். என்ன பிரயோஜனம்? ஒன்றாவது திருப்திகரமாய் இருந்தால், இந்தக் கஷ்டங்கள்கூடத் தெரியாது.

காமு:- ஐயோ, பாவம்! அப்படி கசந்துகொண்டு ஏன் போனாய்?

மீனா:- ஏன் போனேனா? இங்கிலீஷ் படங்களும் சில ஹிந்தி படங்களும் பார்க்கும்போது 'ஐயோ! இந்த மாதிரி எல்லாவிதத்திலும் முதல்தரமாய் நம் படங்கள் என்று வெளிவரும்? தமிழ்ப்படம் விமோசனமடையும் காலமே வரவில்லையே! நாளுக்கு நாள் க்ஷீணதசையை அல்லவோ எட்டுகிறது என்ற வருத்தம் உண்டாகிறது. சில பட முதலாளிகள் ஒரு படத்தைப்பற்றி வருடக் கணக்கில் செலவு செய்து விளம்பரம் செய்யும் பகட்டைப் பார்த்து இப்படமாவது நன்றாயிருக்குமா பார்க்கலாம் என்று ஆவலுடன் போனால் மனம் வெறுத்துத்தான் திரும்ப நேரிடுகிறது. எத்தனை லீலைகள்! எத்தனை முன்னேற்றங்கள், எத்தனை சமூகச் சித்திரங்கள்! எல்லாம் படுமோசம் என்பது பார்த்தபிறகுதானே தெரிகிறது.

காமு:- ஐயோ ராமா! ஸினிமாப்பித்து இல்லாத நான் கூட ஏதோபகவானைப் பற்றிய லீலையாக இருக்கிறதே போய்ப் பார்க்கலாமென்று போனேன். எனக்கு வந்த ஆத்திரத்திற்கு எல்லையே இல்லை. மனிதர்களின் ஆபாசலீலைகளைத் தவிர மற்றபடி தம்பிடிக்கு உபயோக மில்லை. சகிக்கமுடியாது எழுந்து வந்துவிட்டேன். என்ன படம் வேண்டியிருக்கு? இம்மாதிரி எடுப்பதை விட பேசாமல் நிஷ்டையி லிருக்கலாமென்று சொன்னார் அங்கு வந்திருந்த ஒருவர். எதனால், தமிழ்ப் படங்கள்மட்டும் உருப்படுவது கிடையாது?

மீனா:- எதனாலா! ஒரு காரணமா, இரு காரணமா? பல காரணங்கள் இருக்கின்றன. முக்யமானது முதலாளிகளுக்குத் தாராளத்தன்மையும், பிசினாறித்தனமற்ற குணமும், நடிக நடிகர்களைப் பொறுக்கும் விஷயத்தில் சற்று யோசனையும் வேண்டும். கதை. வசனம், பாட்டு எல்லாம் ஒன்றுக்கொன்று தோல்வியடையாத முறையில் பொறுக்கித் தொகுக்கவேண்டும். அறிவும், ஆற்றலும், கற்பனா சக்தியும், வசனத்திலும், கதையிலும் ருசி அறியும் சக்தி பெற்ற டைரக்டர்களையும் தேர்ந்தெடுக்க வேண்டும். சரியான வசதிகளுள்ள ஸ்டுடியோவும், திறமை படைத்த டெக்னீஷியன்ஸும் அமையவேண்டும். பாத்திரங்களுக்குத் தக்க நடிகர்கள் பொறுக்க வேண்டும். இம்மாதிரி சகல அம்சங்களிலும் பொறுக்கி எடுத்து அழகாகப் படத்தைத் தயார் செய்தால், ஏன் படம் கெட்டுவிடும்?

தம்பிடியை எப்படி மாற்றமுடியாதோ அதேபோல் குணத்தை மாற்றமுடியாத முதலாளிகள், பிடிவாதமாய் காலணா செலவில் படம் தயாராகவேண்டுமென்றால், அதற்குத் தக்கபடிதானே முடியும் என்கிறார்கள். பணத்தை ஏராளமாய்ச் செலவு செய்தும் சில படங்கள் தோற்றுவிடுகிறதே அது ஏன் என்று கேட்கலாம். அதற்குக் காரணம் ஏராளமாகச் செலவு என்பது ஒரு நடிக, நடிகைக்கோ, டைரக்டர்களுக்கோ செலவு செய்துவிட்டு, மிச்சமெல்லாம் சொத்தைகள் போட்டுவிட்டால், எப்படிப் பரிமளிக்கும்? பஞ்சாமிருதத்திற்கு உயர்ந்த தேனும், பழமும் போட்டுவிட்டு, அழுகத் தேங்காயும், சளிப்புநாத்தச் சர்க்கரையும் போட்டால் அது எப்படி இருக்கும்? அந்தக் கதிதான் இந்தப் படத்திற்கும். நல்ல நடிகர்களையும் அந்த நாற்றம் அடித்து விடுகிறது.

காமு:- இப்போ நீ சொல்லுவது வாஸ்தவம். ஒரு படத்தில் சூர்ப்பணகை

என்று ஒருத்தி வந்தாள், அவளைப் பார்க்கும்போது ராமாயணத்தில் படித்த வர்ணனை பொய்யா, மெய்யா என்கிற சந்தேகம் உண்டாகிவிட்டது. சூர்ப்பணகை, தாடகை, பூதகி என்று கோரரூபத்திற்கு உபமானம் சொல்வது உண்டு. அந்தச் சூர்ப்பணகையைப் பார்த்தால், சீதையைவிட அழகாக இருந்தாள். அனுமாராம் ஒருவர். ராம! ராமா! இந்த அனுமாரை ராமர் நேரில் பார்ப்பாரானால் 'நீ எனது ஆஞ்சனேயனல்ல; வெளியேபோ" என்று துரத்தியே இருப்பார். வாஸ்தவந்தான். இம்மாதிரி எல்லாம் வேஷப் பொருத்தமே இல்லாமல் படத்தை எடுத்தால் அது குட்டிச்சுவராகத்தான் ஆகும்.

மீனா:- அம்மட்டுமா! புராணக் கதைகளும் சரித்திரக் கதைகளும் படித்துவிட்டு ஜனங்களுக்கு ஏற்கெனவே உள்ள பக்தி, நம்பிக்கை, மதிப்பு இவைகளை இந்தமாதிரி உதவாக்கரைப் படங்களின் மூலம் போக்கிவிடு கிறார்கள் என்றே நான் திடமாய்ச் சொல்வேன். படித்து, மனதில் ஒருவித ரூபத்துடன் நினைத்திருக்கும் உருவங்களும், சம்பவங்களும் படத்தில் சிதறி ஓடிவிடுகின்றன. எத்தனையோ ஆயிரம் வருடத்திற்கு முன்பு இந்தப் புராணங்களும் சரித்திரங்களும் நடந்ததாக எண்ணி ஆராய்ச்சி செய்யாமல் மனதிற்குத் தோன்றியபடி எல்லாம் வேஷங்களைப் போடுவதும் முக்கிய சம்பவங்களை விட்டுவிடுவதும், ஆதாரமே இல்லாத சம்பவங்களை நுழைப்பதும் ஏதோ பொம்மை விளையாட்டாக நடத்தி வருவதைப் பார்க்கப் பார்க்க ஸினிமா உலகமே சீக்கிரம் அழிந்துவிடும் என்ற அருவருப்பும், கசப்புந்தான் உண்டாகின்றன.

புராணப் படங்கள் த்வம்சப்படுவது போதாதென்று சமூகக் கதைகளையும் சின்னாபின்னமாக்கி, தொடர்ச்சி யில்லாமலும் சம்பந்த மில்லாலும் எல்லா படத்திலும் ஒரு சர்க்காவும், காந்தியின் படமும், காந்திக் குல்லாவும், கதர் கொடியும் காட்டவாரம்பித்து விட்டார்கள். தீர்க்க யோசனையும். அர்த்தமும் இல்லாது இம்மாதிரி எதை வேண்டு மாயினும் எங்கே, யாருக்கு என்ற முறையின்றிக் காட்டி விடலாம் என்ற மனப்பான்மை இருக்குமாயின், எப்படி ஒழுங்கு படும்? அப்பப்பா! சினிமா என்றாலே வெறுப்பு தட்டும்படியாகத்தான் வரவர ஆகிக்கொண்டிருக்கிறது.

காமு:- ஓஹோ! அப்படியானால் இனிமேல் நீ சினிமாவுக்கே போகமாட்டாய் போலிருக்கிறதே!

மீனா:- ஆமாம். ஏதோ வைராக்கியங்கள் சொல்வார்களே அப்படித்தான் இது சினிமா வைராக்கியம். இதோ பாரேன் விளம்பரத்தை. இந்தமாதிரி விளம்பரங்களைப் பார்த்துத்தான் சினிமா போய் நாங்கள் இத்துடன் விஷயங்களையும் தெரிந்துகொண்டோம். இனியாவது நன்றாகப் படம் வருமா? நம் தமிழ்நாட்டுப் படமும் உலகப் பரிசுக்கு லாயக்கான முறையில் அமையுமா என்று இன்னமும் ஆசை அடித்துக்கொள்கிறது. இதே ஆசையுடன் போனதில் இதுவரையில் என்ன செலவாயிற்று என்று என் புருஷர் நேற்று விளையாட்டாகக் கணக்குப் பார்த்தார். சினிமா டிக்கட்டு செலவு, வண்டி செலவு, குழந்தைகளுக்குப் பிஸ்கேட் கலர், சாக்லெட் வாங்கிய செலவு சிநேகிதர்கள் உறவுக்காரர்கள் முதலியவர்களை அழைத்துச் சென்ற செலவு எல்லாம் கணக்குப் போட்டுப் பார்த்தத்தில் ஆயிரம் ரூபாய்க்கு மேல் வந்திருக்கிறது. அப்படியே தூக்கிவாரிப்போட்டது. இந்தப் பணத்துடன் கொஞ்சம் சேர்த்து ஒரு வைர நெக்லெஸ் செய்திருக்கலாமே என்று தோன்றியது. ஆயிரம் ரூபாயும் அதற்குமேல் ஒரு மூக்குக் கண்ணாடியுந்தான்

பலனாயிற்று. இனியாவது வரும் படங்கள் நன்றாயிருக்கவேண்டுமே என்ற ஆசை இன்னமும் விடவில்லை. இன்னமும் போகத்தான் போவோம் எப்படியாவது தமிழ் படம் உருப்பட்டால் அதைப் பார்க்கும் சந்தோஷத்தில் இந்தச் செலவும் கஷ்டமும் கூட மறைந்து விடுமல்லவா? ஐயோ! மணி 5 ஆகிவிட்டதே! சினிமாவுக்குப்போகவேண்டும். அவர் வந்துவிடுவார். நான் தயாராக வேண்டும். - என்று கூறிக் கொண்டே காமாக்ஷிக்கு விடைகொடுத் தனுப்பினாள்.

4

?

குகப்ரியை

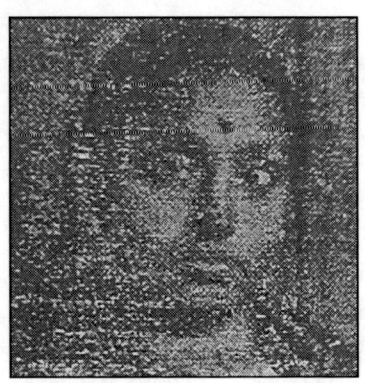

குகப்பிரியை
(1902-1970)

குகப்பிரியை எழுத்தாளர், இதழாளர், மொழிபெயர்ப்பாளர், நாடகாசிரியர், கட்டுரையாளர் என்று பன்முகப் பரிமாணங்களைக் கொண்டவர். இவர் ஜகன்மோகினி, ஆனந்த போதினி, கலைமகள், சிந்தாமணி, கிரகலட்சுமி, காவேரி, பாரதமணி போன்ற இதழ்களில் கதைகள், கட்டுரைகள் எழுதியுள்ளார் 1933-ம் ஆண்டில், ஆனந்த விகடன் நடத்திய நாவல் போட்டியில், 'சந்திரிகா' என்ற இவரது நாவல் முதல் பரிசினைப் பெற்றது. கானல் நீர், ஒலி, இன்பத்தொல்லை, தம்பி மனைவி என்ற நாவல்களையும், தேவகி முதலிய கதைகள், சஞ்சீவி முதலிய கதைகள், ஜீவகலை, இருள் என்ற சிறுகதைத் தொகுப்பினையும், 'சுகன்யை சரித்திரம்' என்ற நாடகத்தையும் எழுதியுள்ளார். இவரது கட்டுரைகள் தொகுக்கப்பட்டுப் 'பெண்களுக்கு' என்ற பெயரில் வெளியாகி உள்ளது. 'மங்கை' என்ற இதழின் ஆசிரியராகப் பணியாற்றியுள்ளார்.

செ‌ன்ட்ரல்ஸ்டேஷன். கூட்டமாவது கூட்டம். அசாத்தியக் கூட்டம். ஒரே புழுக்கம். என்றைக்குமே பம்பாய் மெயிலில் புளி மூட்டைகள் போல்தான் அடைப்பார்கள். அதுவும் யுத்த சமயம். கேட்கவா வேணும்? அன்றி, 1943-ஆம் வருஷம் யுத்தம் மிகக் கடுமையாய் ஏறு முகமாய்ப் போய்க்கொண்டிருந்த காலம். என் துணைவர் திருச்சியிலிருந்து பல்லாரிக்கு மாற்றமாகிப் போயிருந்தார். பள்ளிக்கூடம் மூடியதும், குழந்தை குட்டிகள், மூட்டை முடிச்சுகள் சகிதம் நான் மட்டும் புறப்பட்டேன்.

வழக்கமாயுள்ள கூட்டம் தவிர, மகாத்மாஜீயின் உண்ணா விரத சம்பந்தமாகச் சத்யாக்ரகம் செய்த சின்னஞ்சிறு பிள்ளைகள் கைதிகளாக அலிபுரம் ஜெயிலுக்குப் போகிறார்களாம்!- அவர்களை வழி அனுப்ப வந்த கூட்டம் வேறு. அவர்களின் கோஷம் அந்த ரயிலடி முழுவதும் எதிர் ஒலித்துக் கொண்டிருந்தது. அந்தக் குழந்தைகளுக்குக் கத்திக் கத்தித் தொண்டையும் நாவும் உலர்ந்து போகின்றன என்று ஸோடா, கலர், முதலியவைகளை விநியோகம் செய்துகொண்டிருந்தவர்களுடன்கூட என் தம்பியும் நுழைந்து விட்டான். அந்தக் கும்பலில் நான் எப்படியோ கஷ்டப்பட்டு,

பெண்கள் வண்டியில் ஏறி இடம் பிடித்தேன். வண்டி புறப்பட இன்னும் நேரம் இருந்தது. ஆகவே, சாமான்களை ஒழுங்கு செய்துவிட்டு, ஜன்னல் அருகே நின்று பார்த்துக் கொண்டிருந்தேன்.

"என்னதான் சொல்லுங்கள். காலம் படுவேகமாய்ச் சுழன்று கொண்டே போகிறது. எங்கே போய் நிற்குமோ? யாருக்குத் தெரியும்" என்ற குரல் கேட்டுத் திடுக்கிட்டேன். அட! இது யார்? பிளாட்பாரத்தைத் திரும்பிப் பார்த்தேன். துணுக்கென்றது. ஆம்! அவனேதான்! இதென்ன கோலம்! அரையிலே பழுப்புக் கதர் வேஷ்டி; ஜிப்பா. தலைமயிர் பிடரி வரையில் தொங்கிக் கொண்டிருந்தது. கரு கரு வென்று நீண்டு அடர்ந்த தாடி. இதென்ன கூத்து! தாடியும் மீசையுமாய் எங்கே போகிறான்!

கமலாவை நான் பார்த்து இரண்டு வருஷம் இருக்கும். அதன்பின் சென்னை காலியான பொழுது யார் யார் எங்கே எங்கே போனார்களோ யாருக்குத் தெரியும். கடிதப் போக்குவரத்து இல்லை. எங்கேயோ குடியும் குடித்தனமுமாய்ச் சௌக்யமாய் இருக்கிறாள் என்றுதான் நினைத்திருந்தேன்... இப்பொழுது இவனைப் பார்த்தால்... என்று எண்ணியவளாய்ச் சற்றுக் கூர்ந்து கவனித்தேன். பேச்சுக்கள் தெளிவாய்க் காதில் விழவில்லை.

யாத்திரை, கோயில் உற்சவம், மடம், ஸ்வாமி வித்யாரண்யர் என்ற வார்த்தைகள் அங்கொன்றும் இங்கொன்றுமாகத் துணுக்குகள் தான் என் செவியில் விழுந்தன. அவனைச் சுற்றிலும் பலர். இதற்குள் முதல் மணி அடித்தது. அவசர அவசரமாய் வண்டியில் ஏறினார்கள் அவர்கள். நாங்கள் ஏறிய வண்டிக்கும் அதற்கும் இடையில் நாலைந்து வண்டிகள் தான் இருக்கும். வண்டிகள் ஆடி அசைந்து ஸ்டேஷனைவிட்டுக் கிளம்பிற்று. வேர்வை மிகுதியினால் களைத்த நான், 'அப்பாடா' என்று பெருமூச்சு விட்டேன். தம்பி அவசர அவசரமாய் அடுத்த பெட்டியில் ஏறினான். தலையை நீட்டி விஷயத்தை அவனிடம் சொல்லி,' அவர்கள் யார்? எங்கே போகிறார்கள்" என்று துப்பு விசாரிக்கச் சொன்னேன். அவனோ, "யுத்த காலம். ஒருவரையும் ஒன்றும் கேட்கக்கூடாது. ஏதாவது ஒன்று கிடக்க ஒன்றாய் முடிந்து இந்தியப் பாதுகாப்புச் சட்டத்தின்கீழ் வந்துசேரும். வாயை மூடிக்கொண்டிரு" என்று பயமுறுத்தினான். எனக்கு ஏதோ ஒருவிதமான குழப்பம். என் சிந்தனைகள் நெடுந்தூரம் பின் சென்றன.

•••

கமலா என் உயிர்த் தோழி. இளமையில் ஐந்தாவது வகுப்புவரை நானும் அவளும் ஒன்றாகவேதான் படித்தோம்; ஒரு நாளாவது தனியாகப் பள்ளிக்கூடம் போனதே கிடையாது. ஒன்று, அவள் எங்கள் வீட்டிற்கு வரவேண்டும். இல்லாவிட்டால் நான் அங்கே போக வேண்டும். அடை மழையானாலும் சேர்ந்துதான் போவோம். என்றைக்காவது ஒருநாள் தப்பித்தவறி ஒரு வரை ஒருவர் பார்க்காவிட்டால் ஏதோ பறிகொடுத்தது போல் இருக்கும். ஊரில் எங்களுக்கு "ஜோடி" என்று பெயர். கல்யாணமோ கார்த்திகையே, தேரோ திரு நாளோ, எங்கே யானாலும் எங்களை ஒன்றாகவேதான் பார்க்கலாம். எதிர் அகத்துச் சேஷிப்பாட்டி, "நாளைக்குக் கல்யாணமானால் என்ன செய்வீர்களோ?" என்பாள்.அதற்கு என் தாயார், "இரண்டு பெயர்களையும் ஒருவனுக்கே கொடுத்துவிட்டால் போகிறது" என்பாள். அவள், "போங்கள் அம்மாமி" என்று பொய்க் கோபம் கோபித்துக்கொண்டு ஓடுவாள். திடீரென்று ஒருநாள் கமலாவின் தகப்பனாரை, வேற்றூருக்கு மாற்றிவிட்டார்கள். அன்று நான் அழுத அழுகை...

•••

அதன்பின் கமலாவை நான் சந்தித்தது தஞ்சாவூரில். அப்போது அவளுக்குக் கையில் ஒரு குழந்தை, எவ்வளவு அழகாய்த் 'தளதள' வென்று இருந்தாள்!

அவர், அவள் கணவர், அழகு என்று அவளுக்கு அசாத்தியப் பெருமை. என் துணைவரும் அவருக்குக் குறைந்தவர் அல்ல. இருந்தாலும் அவளுடைய ஒவ்வொரு சிறு சொல்லிலும் செயலிலும் பெருமை தொனித்தது. குழந்தையாவது? தங்க விக்ரகம் தான்! கொழுகொழுவென்று தூக்க முடியாது. அவ்வளவு புஷ்டி! முகத்திலேதான் என்ன களை! வாயிலே 'சாளை' வழியும். கூட்டி விழுங்கத் தெரியாது. ஆறு அல்லது ஏழு மாசமிருக்கும். வாய் 'அத்தே, தாத்தா' என்று பொரிந்து கொட்டும். அந்த அழகிய சின்னஞ்சிறு நண்டு, இன்ப மயமான அவர்கள் வாழ்க்கை,...இவைகளெல்லாம் ஒவ்வொன்றாய் இறகு முளைத்து எதிரே வந்தன. வண்டி நின்று, "ரேணிகுண்டா, ரேணிகுண்டா" என்ற குரல் கேட்டு என் கனவுகலைந்தது.

பிளாட்பாரம் முழுவதும் இருள் சூழ்ந்து இருந்தது. ஜன்னலின் வழியே தலையை நீட்டி எட்டிப் பார்த்தேன். சாமான்கள் விற்பவர்களின் குரலும், திருப்பதி செல்வோரின் கோவிந்த நாம சங்கீர்த்தனமும் சேர்ந்த அந்த ரயிலடி ஒரு பெரிய நாடக மேடைபோல் தோன்றிற்று. இடையிடையே குழந்தைக் கூட்டங்களின் கூக்குரல். பெரியவர்களும் சிறியவர்களும் கோபம்மிகுந்து சரளமான பாஷையினால் ஒருவரை ஒருவர் திட்டிக்கொள்ளும் நாமாவளிகள். 'மினுக்மினுக்'கென்று ரயில்வேக் காரர்களுக்கு என்றே தயாரிக்கப்பட்ட புகையேறிய அற்புதமான தீபங்கள்; இவைகள் யாவும் சேர்ந்து அந்தச் சூழ்நிலைக்கு மெருகு கொடுத்தன.

தொட்டிலில் ஆடுவதுபோன்ற ரயிலின் அசைவினால் தூங்கி அப்பொழுதே விழித்தெழுந்த பலர், "இதென்ன ஊர்? என்ன விற்கிறது?" என்று குசலப்ரச்னம் செய்து கொண்டு இருந்தனர். நான் மட்டும் வழிமேல் விழிவைத்து அந்த அடுத்திருக்கும் வண்டிகளில் இருந்து யாராவது இறங்குகிறார்களா என்று அந்த இருளிலும் கூர்ந்துபார்த்தேன்.ஏற்கனவே கண்பார்வை அதி சூட்சுமம். பகலில் பசு மாடு தெரியாது. இரவில் மூக்குக் கண்ணாடியும் இல்லாமல் அந்த இருளில் என்ன தெரியும்?

•••

கட-கட டக் என்ற சப்தம். வண்டி புறப்பட்டது. கோவிந்த கோஷம் பின்தொடர, எங்கள் பிரயாணம் தொடங்கிற்று. அருமையான என் தம்பி வண்டி புறப்பட்ட அரைமணி நேரத்திற்குள், அரக்கோணத்தில் வந்து, 'பூரி வேணுமா? காபி வேணுமா?' என்று ஆசார உபசாரம் செய்தவன், இங்கே வரவேயில்லை.

'சிறு பையன் தானே, தூங்கியிருப்பான்!' என்று என்னை நானே சமாதானப் படுத்திக்கொண்டேன். ஆனால்... எப்படி? யாரை விசாரிப்பது? இந்தக் காலத்துப் பிள்ளைகளுக்கே விஷயத்தில் பற்றுதலும் இல்லை, வேகமும் இல்லை. என்ன பிரமாதம்!

ஒரு மனிதனுடன், அதுவும் ரயிலில், பேசுவதா கஷ்டம்! சும்மா எதிரே போய், "ஏன் ஸார்! என்னை அடையாளம் தெரிகிறதா?" என்று கேட்டால் கூடப் போதுமே! உறவு விஷயம் தெரிந்துவிடும். என்னமோ பிரமாதப்படுத்துகிறான். சாதாரண சமயமாய் இருந்தால் ஒரு நொடியில் நானே போய் விசாரித்து விடமாட்டேனா.

இடம், பொருள், ஏவல் எல்லாவற்றையும் பார்க்கவேண்டாமா என்று யோசித்தால் இவன் இல்லாத நொண்டிச் சாக்குகள் சொல்லுகிறான்... இவன் எப்படியாவது போகட்டும். அவன்! அவன் ஏன் இப்படி உருமாறி இருக்கிறான். என்னதான்

காரணமோ? கமலாவும் கொஞ்சம் ஒரு மாதிரிதான்.

இஷ்டமிருந்தால் தலையில் தூக்கிவைத்து ஆடுவாள், இல்லாவிட்டால் ஒரே அடியாய் அதலபாதாளம் தான்... குடித்தனத்தில் என்ன குழப்பமோ? வேலை... முன்பு நல்ல வேலைதான்! ஆனால் ஒரு வேலையிலாவது அவன் நீடிக்க மாட்டான். இப்பொழுது வேலை இல்லாமல் நிண்டாடுகிறானோ?.. அப்படி இருந்தாலும்தான் என்ன? இந்த யுத்த காலத்திலே வேலைக்காப் பஞ்சம். காதும் காதும் வைத்தாற்போல என்னிடம் ஒரு வார்த்தை சொல்லி விட்டு, 'ரெக்ரூடிங்' ஆபீஸருக்கு எழுதினால் இவர் (என் துணைவர்) எள் என்பதற்குள் எண்ணெயாய்ச் செய்வாரே!

ஆனால் கான் பல்லாரியில் இருக்கிறேன் என்று அவளுக்கு எப்படித் தெரியும்? கடிதப் போக்கு வரத்தோ நெடுநாளாய்க் கிடையாதே! அவளும் கொஞ்சம் அதிகப் பிரசங்கி, வாயாடிதான்! என்ன சொல்லி விட்டாளோ? வேலையில்லாமல் கஷ்டப்படுகிறவனை வீட்டிலும் கொத்தி எடுத்தால்? அதுதான் காரணமாய் இருக்குமோ? வேறு என்ன காரணமோ? ஒருவேளை அவளுக்கு ஏதாவது... நாலைந்து மாசங்களுக்கு முன்புகூட அவள் அம்மாஞ்சி மதனியைப் பார்த்தேனே!

அப்படிக் குடும்பத்தில் கலகம் என்றோ, வியாதி என்றோ சொல்லவில்லையே! என்ன கஷ்டமோ? யாருக்குத் தெரியும்? இப்பொழுது எத்தனை குழந்தைகளோ? எது எது எந்த எந்த லக்ஷணத்திலிருக்கிறதோ? எப்படியும் குண்டக்கல் ஜங்ஷனுக்கு அவர் வராமற் போகமாட்டார். அடையாளம் சொல்லி விசாரிக்கச் சொல்லலாம்.- என்றெல்லாம் ஓடின என் சிந்தனைகள்.

• • •

எங்கேயோ குகைக்குள் நுழைவதுபோல் பல்லாரியின் இருண்ட ஸ்டேஷனை வண்டி நெருங்கிற்று. கூட்டமோ சொல்லத் தரம் இல்லை. அதில் கன்னட தேசத்து ஜனங்கள் பாஷையும் புரியாமல், விஷயமும் தெரியாமல், ஒரே ஆட்டு மந்தைகள் போலத்தான். எப்படியோ முக்கி முனகி வண்டி நின்று, ஐந்து நிமிஷங்கள் கழித்துத்தான் இறங்க முடிந்தது.

இதில் ஒரே கதவின் வழியேதான் ஏறுவதும் இறங்குவதும். அவர் மிகவும் அமைதியாய்ப் புஸ்தகக் கடைக்கு அருகில் நின்று நாங்கள் இறங்கும் வைபவத்தை ரஸித்துக் கொண்டிருந்தார். நாங்கள் இறங்க ஒருவரை ஒருவர் கண்டுபிடித்து நெருங்கவும், ரயில் புறப்படவும் சரியாய் இருந்தது. அதுவரையில் எங்கள் சொந்த விஷயத்திலேயே கவனம் செலுத்தி வந்த எனக்கு அவன் இங்கேயும் அடுத்த வண்டியில் ஏறியது நினைவு வந்தது.

ஓடும் வண்டியில் வாசற்படிக்கு அருகில் நின்று இருந்தான் அவன். வெளியே பிளாட்பாரத்தில் எங்களைத் தாண்டிச் செல்லும் நெட்டையான ஒரு மனிதன் இரு கைகளையும் குவித்து, "என்ன! உத்தரவு வாங்கிக் கொள்ளட்டுமா? நாளை மறுநாள் வெள்ளிக்கிழமை 3 மணிக்கு ஹம்பி சாது சிவராம் சமாதியில் வந்து உங்களைச் சந்திக்கிறேன்'' என்று சொன்னது என் செவிகளுள் விழுந்தது.

அதோ பாருங்கள்! அந்த மனிதனை! பிறகு விஷயத்தைச் சொல்லுகிறேன்" என்று கணவருக்குச் சுட்டிக் காட்டினேன். அவர் மிகவும் அசுவாரஸ்யமாய்," உனக்கு எதற்கு இந்த ஊர் அக்கப்போரெல்லாம்" என்றாரே தவிர அவனை இன்னான் என்று கவனிக்கவில்லை. நாளை வெள்ளிக்கிழமை ஹம்பியில்... சிவராமன்... என்ற தொடர்கள் என் மனக் கண்களின் முன்பு கூத்தாடிக் கொண்டிருந்தன.

• • •

இரவின் முதற் சாமம், மாடியில், நிலா முற்றத்திலே உட்கார்ந்து வெகு சுவாரஸ்யமாய் வெற்றிலையை மென்று

கொண்டிருந்தார் இவர். எங்கள் பேச்செல்லாம் கிடக்கட்டும். கமலாவின் புருஷன் சங்கதியைத்தான் முதன் முதலாகச் சொல்லிவிட வேண்டுமென்று துடிதுடித்தது. அவர் எப்படிக் கேட்டுக் கொள்வாரோ? இவரே ஒரு மாதிரி வேதாந்தப்பித்து. சொல்வதா? எப்படிச் சொல்வதென்று தயங்கித் தயங்கி "என்ன! உங்களைத்தான்! நம்ம கமலா ஆத்துக்காரர் இருக்கிறாரே"என்று இழுத்தேன்.

"என், இருக்கிறார் என்கிறாயா? சௌக்கியமாய் இருக்கட்டுமே!"

"இதானே வேண்டா மென்கிறேன் அவர் வந்து..."

"வந்து என்ன செய்தார்?"

"இப்பொழுது முதலில் சொல்வதைக் கேளுங்கள். பிறகு நையாண்டி, பண்ணலாம். நேற்று நான் வண்டியில் உட்கார்ந்த பிறகு ஸென்ட்ரல் பிளாட்பாரத்தில் கண்டேன். நீளத்தாடி, பச்சைக் கண்ணாடி, பழுப்புக் கதர்," "என்ன நீளத்தாடி; பச்சைக் கண்ணாடியா? எனக்குக் கோபம் கோபமாய் வந்தது, 'சமயா சமயம் தெரியாமல் என்ன கேலி' என்று நினைத்து, "முக்கியமான விஷயம் சொல்லவந்தால்..." என்று ஆரம்பித்தேன்.

ஆமாமாம் உன் கடிதங்களே முக்கியமான விஷயங்களைத்தானே சுமந்துவரும். ஊரில் சுண்டைக்காயும் பச்சை மிளகாயும் மிதியல் ஆடுகிறது. வெள்ளைப்பசு காளைக் கன்று போட்டிருக்கிறது. மாங்காய்த் தொக்கு வேணுமா? இப்படிப் பெரிய பெரிய விஷயங்களைத்தானே எழுதுவாய்".

"நீங்கள் எப்பொழுதுமே இப்படித்தான்."

"சரி,சரி. விஷயத்தைச் சொல்லேன்."

விவரமாய்ச் சொல்லத் தொடங்கினேன்.

• • •

மறுநாள் நேரத்தையும் கிழமையையும் டைரியில் குறித்துக்கொண்டார். இரவு ஒன்பதரை மணி வண்டிக்கு ஹொஸப்பேட்டைக்குப் புறப்பட்டார். நான் இரவு முழுவதும் தூங்கவேயில்லை. மறுநாள் இவர் அவனை ஹம்பியில் சந்திப்பது போலவும் அவன் ஏதேதோ காரணங்கள் கூறி வீட்டிற்குவர மறுப்பதும், போலவும் இவர் இல்லாத சாகசங்களெல்லாம் செய்து அவனைக் குடும்பப் பொறுப்பை உணர்ந்துகொள்ளும் படிச் செய்வது போலவும் கற்பனைசெய்து பார்த்துக்கொண்டே கண்ணயர்ந்தேன்.

கமலாவும் அவள் பாட்டியும் வந்து, "அம்மா! தெய்வமேன்னு பாவம்! உங்காத்துக்காரர்தான் தெய்வம். அணைஞ்ச தீபத்தை ஏத்தினாயே! என்னம்மா!' என்றெல்லாம் சொல்லி, என் கன்னங்களைத் தடவித் திருஷ்டி முறிப்பதுபோல் கனவு. கண்ணை விழித்தேன். சூர்யோதயம் ஆகிவிட்டது. சரி நாளைக் காலை வண்டிக்கு வந்துவிடுவார் என்று நினைத்தவளாய்ப் பொழுதை ஓட்டினேன்.

மறுநாட் காலை, பதினொரு மணி வீதியில் பஸ் வந்து நிற்கும் ஓசை, "ரயிலில் வராமல் பஸ்ஸிலேயே வருகிறார்கள்போல் இருக்கிறது. இரண்டு கப் காபிபோடு" என்று சொல்லிக்கொண்டே வீதிப்புறம் போனேன். அவர் முகத்தில் சிரிப்பு. நான் மிகவும் ஆவலோடு, "என்ன? என்ன சங்கதி? அவர் வரவில்லையா?" என்று படபடத்துக் கேட்டேன்.

"உள்ளே வா சொல்லுகிறேன் '' என்று உள்ளே போனார். எனக்கோ ஆத்திரம். அவரைப் பின்தொடர்ந்த வண்ணம், "சமாசாரம் என்ன?" என்றேன்.

"அதெல்லாம் இப்படிச் சொல்லி மாளாது" என்று சொல்லிச் சட்டையைக் கழற்றலானார்.

"பரவாயில்லை. விஷயத்தைச் சொல்லுங்களேன்."

• குகப்ரியை

"விஷயமென்ன பைத்தியம்?"

"யாருக்கு? அவனுக்கா? தெளிவாய்ப் பேசினானா?"

"அவனுக்கில்லை. நமக்குத்தான்"

ஏன்? என்ன?!"

"கமலா சௌக்கியமாய் இருக்கிறாளாம். பிளேட் (Blade) கிடைக்கலையாம்! தாடி வளர்த்து விட்டானாம்" என்றார் அவர் மிகவும் அமைதியாக.

5
பிடிவாதம்

குமுதினி

குமுதினி
(1905 – 17/10/1986)

இவர் நாவல், சிறுகதை, நாடகம், கட்டுரைகள், மொழிபெயர்ப்பு என்ற பல தளங்களில் இயங்கியுள்ளார். ஆனந்த விகடன், கல்கி, கலைமகள், மங்கை போன்ற இதழ்களில் கதைகளும் கட்டுரைகளும் எழுதி உள்ளார். தமிழ், வடமொழி, ஆங்கிலம் ஆகிய மொழிகளில் நல்ல புலமை பெற்றவர். வங்காளம், குஜராத்தி, இந்தி மொழிகளையும் அறிந்தவர். இவர் 'திவான் மகள்' என்ற நாவலை இவர் எழுதியுள்ளார். 'மக்கள் மறுமலர்ச்சி', 'சில்லறை சங்கதிகள்' என்பன இவருடைய கட்டுரைத் தொகுப்புகளாகும். பயணக் கட்டுரைகள் பல எழுதியுள்ளார். 'குடும்பக் காதல்', 'டெல்லி சென்ற நம்பெருமாள்', 'விசுவாமித்திரர்', 'புத்திமதிகள் பலவிதம்' என்னும் பல நாடகங்களையும் எழுதியுள்ளார். பெண்கள் நலனுக்காகப் பல பணிகளைச் செய்துள்ளார்.

முத்துக்குமர செட்டியார் தம் உறவினரின் முகத்தைச் சற்று ஆச்சரியத்துடன் நோக்கினார். அவர் கூறியதை இவரால் சரிவரக் கிரகிக்க முடியவில்லை. தமது கேள்விக்கு இவ்வித விடை கிடைக்குமென்றும் அவர் எதிர்பார்க்கவில்லை.

"என்ன?" என்று மறுபடியும் கேட்டார்.

"நான் போன காரியம் பலிக்கவில்லை. அவ்வளவுதான். அவள் வர மாட்டாளாம். அவளுடைய சிற்றப்பாவாகிய உன் மாமன் அவளைக் கட்டாயப்படுத்த மாட்டேன் என்று சொல்லிவிட்டார். 'அவளாகப் போவதென்றால் போகட்டும்; எனக்குச் சந்தோஷம். அவள் மாட்டேன் என்றால் நான் ஒன்றும் சொல்லமாட்டேன்' என்று சொல்லிவிட்டார்."

"ஏன் வரமாட்டாளாம்?"

"நான் ஏதோ இங்கே என் வேலையைச் செய்து கொண்டு திருப்தியாக இருக்கிறேன். இதை விட்டுவிட்டு எதற்காக வரவேணும்?" என்று கேட்டாளாம்.

"எதற்காக வரவேணுமா? புருஷன் வீட்டிற்கு மனைவி வருவது ஒழுங்குதானே! எதற்காக வரணும்னு கேட்பானேன்?"

செட்டியாரின் அத்தான் மௌனமாக இருந்தார். அவருக்கு அபிராமியைத் தாம் சந்தித்த சமயம் அவள் கூறிய வார்த்தைகள், ஆணி போன்ற அழுத்தமான வார்த்தைகள்

• குமுதினி

ஞாபகம் வந்தன.

"புருஷன் வீட்டிற்கு மனைவி வருவது ஒழுங்கு அல்லவா?" என்ற இதே வார்த்தையை அவரும் அபிராமியைக் கேட்டிருந்தார்.

"புருஷன் என்பவன் யார்? பெண்டாட்டியை ரட்சித்துக் காப்பவன் புருஷன். பத்து வருஷமாகத் திரும்பிப் பாராமல் இருந்துவிட்ட பிறகு இப்பொழுது புருஷன் முறை எங்கிருந்து வந்தது?" என்று அவளுடைய நயமான குரலில் அவள் எதிர்க் கேள்வி கேட்டாள். அவளுடைய முகத்தில் கோபம் தாபம் எதுவும் இல்லை. நிதானமும் தன்னடக்கமுமே இருந்தன. ஒரு நியாயாதிபதி கேட்பது போன்ற, உணர்ச்சியில்லாமல் கேட்கப்பட்ட அந்தக் கேள்விக்கு அவரால் விடை கூறவே இயலவில்லை.

"என்னவோ அறியாப் பிள்ளையாக இருந்துவிட்டான். இப்போது திருந்தி இருக்கிறான். ரொம்ப நல்லவன்; குணசாலி. தப்புத்தண்டா வேலை எதுவும் செய்யமாட்டான். அவன் கிட்ட எல்லாருக்கும் மதிப்பு ஜாஸ்தி" என்று இவர் மேன்மேலும் முணுமுணுத்துக்கொண்டே போனார். அபிராமி அவரைத் தடுக்கவே இல்லை. அவர் சொல்வதை மௌனமாகக் கேட்டுக்கொண்டிருந்தாள். அவர் முடித்ததும், "இது வரையில் அவர் என்னிடம் நடந்து கொண்ட விதம் எனக்கு அவரிடம் மதிப்பை உண்டாக்கவில்லை. நானும் மதிக்கும்படி அவர் நடந்து கொண்டால் அப்புறம் பார்த்துக்கொள்ளலாம்" என்றாள். அவள் முகத்தில் சிறியதான ஒரு புன்சிரிப்புத் தோன்றி மறைந்துவிட்டது.

"புருஷர் சற்று ஏறுமாறாக இருந்தாலும் பெண்கள் பொறுத்துக் கொள்ளத்தான் வேண்டும். தெரியாதவன், செல்லப்பிள்ளையாக வளர்ந்தவன்; போனால் போகிறது என்று பொறுத்துக்கொள். நீ எவ்வளவோ படித்திருக்கிறாய். எல்லாம் தெரிந்துகொண்டிருக்கிறாய். அவன் இப்போது உன்னைப் பார்க்கவில்லை. பார்த்தால் உன் சாமர்த்தியத்தைக் கண்டு உன் அடிமை ஆகிவிடுவான். பெட்டிப் பாம்பாக இருப்பான்" என்று அவர் மேன்மேலும் கூறினார்.

இச்சமயம் அபிராமி களுக்கென்று சிரித்துவிட்டாள். "சபாஷ், அத்தான். தூதுக்கு நீங்கள் மிகவும் ஏற்றவர்" என்று கூறிவிட்டு எழுந்து கைகளைக் கூப்பி, "என்னை மன்னிக்க வேண்டும். எனக்குப் பள்ளிக்கூடம் போக நேரமாகிவிட்டது" என்று சொல்லி மறுபேச்சில்லாமல் போய் விட்டாள். அவளைத் தடுத்து நிறுத்திப் பேச அத்தானுக்குத் தைரியமில்லை. அவள் தன்னைக் கேலி செய்கிறாள் என்று இவருக்குக் கலக்கம் உண்டாயிற்று. இதனால் அந்தச் சம்பாஷணையின் தொடக்கத்தில் இருந்த சொற்பத் தைரியமும் போய்விட்டது. மறு ரெயிலில் புறப்பட்டுச் சென்னை வந்து சேர்ந்தார்.

• • •

"ஏன் வரமாட்டேன் என்கிறாள்? சொல்லுங்கள்" என்று செட்டியார் தம் அத்தை மகனை மறுபடியும் வற்புறுத்திக் கேட்டார்.

"அவள் என்னவோ சொல்கிறாள்."

"என்ன சொல்லுகிறாள்?"

"அதெல்லாம் உனக்கு எதுக்கு அப்பா? அவள் பெரிய இஸ்கூலிலே வாத்தியாரம்மாவாக இருக்கா; அதை விட்டு வர இஷ்டமில்லையோ என்னவோ!"

"அந்தக் காரணமா சொன்னாள்?"

"நான் இங்கே திருப்தியாக இருக்கிறேன்னு சொன்னா! அப்புறம்..." என்று தயங்கினார் செட்டியார்.

"அப்புறம் என்ன?"

அத்தான் நல்ல மனசு படைத்தவர். அபிராமி கூறியதை முத்துவிடம் சொன்னால் வருத்தப்படப் போகிறானே என்று இதுவரையில் சரியான விடையைச் சொல்லாமல் தட்டிக் கழித்து வந்தார். இப்பொழுது முத்து கட்டாயப்படுத்தவே, “என்னவோ, அவள் மதிக்கும்படி நீ இதுவரையில் நடந்து கொள்ளவில்லையாம். அப்படிச் செய்தால் வருகிறேன் என்கிறாள்” என்றாள். இதைக் கூறிவிட்டு முத்துவின் கோபம் அதிகமாகி விடப்போகிறதே என்று பயந்து தயக்கத்துடன் அவர் முகத்தை நோக்கினார்.

முத்துவின் கோபம் அதிகமாகவில்லை. அதற்கு மாறாக அது தணிந்து விட்டதோ என்றுகூட அத்தானுக்குச் சந்தேகம் உண்டாயிற்று. ஒரு சிரிப்புக்கூட அவர் கண்களில் தோன்றி மறைவதை அத்தான் கவனித்தார். என்ன ஆச்சரியம்! இவ்வார்த்தைகளை அபிராமி கூறிய சமயம் அவள் கண்களில் எவ்விதப் பிரகாசம் இருந்ததோ அதே மாதிரிப் பிரகாசம் இப்பொழுது முத்துவின் கண்களில் தோன்றி மறைவதை ஒன்றும் அறியாத அப்பாவியான அத்தான் கவனித்து வியந்தார்.

முத்துவின் அடுத்த வார்த்தைகள் அவருடைய கோபம் இன்னும் தணியவில்லை என்பதைக் காண்பித்தன.

“சரி, புரிந்துகொண்டேன். இனிமேல் அவளைப்பற்றி என்னிடம் பேசாதீர்கள்” என்றார்.

பார்க்க என்னவோ நல்லாத்தான் இருக்கா. நகை ஒண்ணும் பூட்டிக்கலே. கிறிஸ்துவச்சி மாதிரி ஆயிட்டா. ஆனால்...”

போதும், அவள் பேச்சே வேண்டாம்.”

அத்தான் வாயை மூடிக்கொண்டார்.

• • •

அபிராமியின் வார்த்தைகள் செட்டியாரின் மனத்தில் பலவித உணர்ச்சிகளை உண்டாக்கின. தம்மை அவமரியாதை செய்வதற்கென்று மாத்திரம் கூறப்பட்ட வார்த்தைகள் அல்ல அவை, தம்மைச் சண்டைக்குத் தூண்டும் வார்த்தைகள் என்பதை இவர் சட்டென்று புரிந்து கொண்டார். ஆனால் அதுவே இவருக்கு ஆச்சரியத்தை உண்டாக்கிற்று. ‘முன்பு இருந்த அபிராமியா இவள்? இந்தப் புது அபிராமியை அறிய வேண்டும்’ என்ற ஆவல் அவருக்கு ஏற்பட்டது.

முன்பு இருந்த அபிராமியை இவர் தமது ஞாபகத்திற்குக் கொண்டு வர முயன்றார்.

இவருக்குப் பால்ய வயசிலேயே விவாகம் ஆயிற்று. இவருடைய தகப்பனாருக்கு மிக நெருங்கிய நண்பர் கறுப்பண்ணச் செட்டியார் என்பவர் தாம் வளர்த்துவந்த தாய் தந்தையற்ற அபிராமியை மிகப் பணக்காரரின் ஒரே பிள்ளையாகிய இவருக்கு விவாகம் செய்து வைக்க வேண்டுமென்று பெண்ணிற்கு எட்டு வயசு முதல் முனைந்து கொண்டிருந்தார். பெண்ணிற்குப் பதினான்கு வயசில் கல்யாணமும் நிச்சயமாயிற்று. “பெண் சிவப்பாக இருக்கிறது; நிறைய நகை போட்டிருக்கிறாள்; அது போதும் நமக்கு” என்று இவருடைய தகப்பனார் கூறிவிட்டார். விவாகம் விமரிசையாக நடந்தேறிற்று.

இவருக்குப் பெண் பிடிக்கவில்லை. மிகச் செல்வமாக வளர்க்கப்பட்ட அபிராமிக்குச் சரீரமும் சற்றுப் பலவீனமானது. மழை என்றால் ஜுரம், வெயில் என்றால் தலைவலி. ஆகையால் அவளைப் பள்ளிக்கூடங்கூடச் சரியாக அனுப்பாமல் அவளுக்குக் கமல நகைகள் செய்து போடுவதிலேயே கருத்துடன் கறுப்பண்ணர் இருந்துவிட்டார் என்பதை முத்துக்குமாரர் அறிந்தார்.

முத்து தம் மனைவியுடன் பத்தே தினம் பழகினார். அவளுக்குப் பேசத் தெரியவில்லை. சிரிக்கத் தெரியவில்லை.

இவர் சற்றுக் கடுத்தால் அழ ஆரம்பித்துவிடுவாள். இவரிடம் பயப்பட்டு நடுங்கினாள். சரியான தேகவளர்ச்சி பெறாத அவளை அவள் அணிந்திருந்த கமல நகைகள் ஒரு பொம்மையைப்போல் காண்பித்தன.

வெறுப்புற்ற செட்டியார் மனைவியை உதறிவிட்டுச் சென்னைக்குப் போய்விட்டார். அப்போது இவருக்கு வயசு பதினெட்டு. பிற்பாடு தகப்பனார் எவ்வளவு மன்றாடியும் அவளைப் பார்க்க மறுத்துவிட்டார். வேறு விவாகம் செய்யவும் மறுத்தார். அதற்குமேல் இரண்டு வருஷத்தில் தகப்பனார் மரிக்கவே அவருடைய தொந்தரவும் நின்றது.

காலேஜில் இவர் நன்றாகப் படித்து முதல் வகுப்பில் தேறினார். மேல் படிப்பிற்கு இங்கிலாந்து போகுமாறு காலேஜ் உபாத்தியாயர்கள் கூறவே, அவ்விதமே சென்று அங்கே நாலைந்து வருஷங்கள் படித்துத் தேறித் தம் தேசம் திரும்பிவந்தார். அதற்குமேல் சென்னையிலேயே தம் பாடமாகிய ரசாயனத்தில் ஆராய்ச்சி செய்வதற்கு ஒரு ரசாயனசாலை ஏற்படுத்திக்கொண்டு விஞ்ஞான ஆராய்ச்சியில் முனைந்தார். அவ்வித வேலையில் மேன்மேலும் பற்று ஏற்படவே இதர விஷயங்களின் தொந்தரவு அவருக்குப் பிடிக்கவில்லை. வீட்டைக் கவனிப்பது, தகப்பனார் வைத்துச் சென்ற சொத்துக்களைக் கவனிப்பது எல்லாம் யார்? மேலும் நாலைந்து மணி நேரம் ஆராய்ச்சி செய்துவிட்டு வெளியே வந்தால் வீட்டில் வேறு எவரும் இல்லாமல் தாம் ஏகாங்கியாய் இருப்பது இவருக்கு அருசியை உண்டாக்கிற்று. வேறு மானிடர் தோழமையை அவர் மனம் நாடிற்று. நண்பர்களை அடிக்கடி அழைத்துத் தம் வீட்டிலேயே வைத்துக்கொள்ள அவர் முயன்றார். ஆனால் அவர்களுக்கு இவருடைய ஆராய்ச்சி விஷயங்களில் சிறிதும் பற்று இல்லாமையால் சீக்கிரமே போய்விடுவார்கள்.

இவ்விதம் இருக்கையில் தான் அவருக்குத் தம் மனைவியைப் பற்றி அடிக்கடி சிந்தை உண்டாயிற்று. அவள் விஷயத்தில் தாம் நடந்து கொண்டது தவறோ என்று கூடச் சந்தேகிக்கலானார். 'அவள் இங்கு வந்து இருந்தால் வீட்டுத் தொல்லை இல்லாமல் இருக்கலாம்; நமது வேலைக்கும் இடையூறு இருக்காது' என்ற எண்ணத்துடன் வயோதிகரான அத்தானை அழைத்து இந்தத் தூது வேலைக்கு இசையுமாறு செய்தார். அப்பொழுது தான் அத்தானின் மூலம் தம் மனைவி படித்துத் தேறித் தம்முடைய ஊரிலேயே ஒரு பள்ளிக்கூடம் அமைத்துக்கொண்டு ஓர் உபாத்தியாயினியாக இருக்கிறாள் என்பதை அறிந்தார்.

தாம் அழைத்ததும் அவள் வந்துவிடுவாள் என்ற நம்பிக்கையுடன் இருந்தார். அவள் வராதது மாத்திரம் அல்ல. அவளுடைய வார்த்தைகள் இவரைத் திடுக்குறச் செய்தன. முன் இருந்த அபிராமியா இவள்!

அத்தான் வந்து போன பிறகு இரண்டு தினங்கள் வரையில் செட்டியார் சும்மா இருந்தார். அதற்குமேல் யாரிடமும் ஒன்றும் சொல்லாமல் திடீரென்று ஒரு நாள் மாலை ரெயிலேறிச் செட்டி நாடு சென்றார்.

இவர் தம் மாமன் வீடு சென்ற சமயம் பகல் மணி பதினொன்று இருக்கும். ஸ்டேஷனிலிருந்து ஒரு வாடகை வண்டியில் வந்திருந்தார். வாசலில் எவரும் இல்லை. உள்ளே கூடத்தில் ஓர் ஊஞ்சல் பலகையில் கறுப்பண்ணர் படுத்திருந்தார். இவரைக் கண்டதும் எழுந்து உற்று நோக்கியவாறே. "யார், தெரியல்லியே!" என்றார்.

முத்துக்குமாரருக்குக் கறுப்பண்ணரைப் பார்த்த போது நெஞ்சம் உருகியது. முன்பு விவாக சமயத்தில் அவருக்கு இருந்த உற்சாகமும், ஆசையும், தமக்குப் பெரிய

இடத்து மாப்பிள்ளை கிடைத்துவிட்டார் என்ற பெருமையும் என்ன! இந்தப் பத்து வருஷத்தில் இவ்வளவு மாறுதலா?

"நான் தான் முத்து" என்றார். ஆனால் இவர் அந்த வார்த்தையைக் கூறுவதற்கு முன்பே கறுப்பண்ணர் இவரை அடையாளம் கண்டுகொண்டார். மிகப் படபடப்புடன், "வா, வா, உட்காரு" என்று கூறித் தம் மனைவியிடம் தெரிவிப்பதற்காக அவசரமாக நான்கு அடி எடுத்து வைத்தவர். தொப்பென்று விழுந்துவிட்டார். முத்து அவரைத் தூக்கி எடுத்து ஊஞ்சலில் மெதுவாகப் படுக்கவைத்தார்.

அவர் படுக்க மாட்டேன் என்று எழுந்து உட்கார்ந்து கொண்டு, "ப்பா, முத்து, வந்தாயா. வந்தாயா?" என்று உணர்ச்சி மிகுதியால் வாய் குழறக் கூறினார்.

முத்து அவர் பக்கத்தில் உட்கார்ந்தார்.

இதற்குள் கறுப்பண்ணரின் மனைவி மீனாக்ஷி உள்ளேயிருந்து வந்து தன் கணவர் பக்கத்தில் மருமகப்பிள்ளை உட்கார்ந்திருப்பதைக் கண்டு பிரமித்து நின்றாள். கிழவனார், "காபி கொண்டு வா" என்று அவளை அதட்டினார். அவள் சந்தோஷ மிகுதியால் பேச முடியாமல் உள்ளே சென்றாள்.

அவர்களுக்குத் தாம் தீங்கே செய்திருக்கவும் அவ்விருவரும் எல்லாவற்றையும் மறந்து தம்மிடம் காண்பித்த அன்பைக் கண்டு முத்துவின் மனம் உருகிற்று. இருந்தும் தாம் ஜாக்கிரதையுடன் நடந்து கொள்ள வேண்டும் என்பதை உணர்ந்து, "என் காரியஸ்தனைப் பார்க்க வந்தேன். இன்றே திரும்பிப் போக வேண்டும்" என்றார். கிழவனார் முகம் குன்றிற்று.

முத்துவைக் கண்டதும் அபிராமியை நேரில் அழைக்க வந்திருக்கிறார் என்ற ஆசை அவருடைய உள்ளத்தில் எழுந்தது. ஆனால் இவ்வார்த்தைகள் அதை அடக்கின. கிழவனாரின் ஏமாற்றத்தை முத்து, கவனிக்காமல் இல்லை. இருந்தும் தமது மிருதுவான குரலில் தாம் பேசும் வழக்கப்படி, பதற்றமில்லாமல், தம் நிலம், அந்த ஊரில் இருக்கும் தம் வீடு, கணக்குப் பிள்ளையின் வேலைகள் முதலியவற்றைப் பற்றிச் சிறிது நேரம் பேசிக்கொண்டிருந்தார். தகப்பனார் போன பிறகு தாம் இந்தப் பக்கமே வராமலிருந்ததனால் பல காரியங்கள் கெட்டிருப்பதைப்பற்றி வருத்தம் தெரிவித்தார். கறுப்பண்ணரின் குடும்ப க்ஷேமத்தை விசாரித்தார். மீனாக்ஷி காபி கொண்டுவந்தாள். முத்து கை கால்களைக் கழுவிக் கொண்டு காபி குடித்துவிட்டு, "சரி,நேரமாகிறது. நான் போய் வருகிறேன்" என்றார்.

பள்ளிக்கூடத்தில் இருந்த அபிராமியை அழைத்து வருமாறு ஆள் அனுப்பலாமா என்று மீனாக்ஷி கறுப்பண்ணரைக் காதோடு கேட்டாள். முத்துக்குமாரருக்குப் பாம்புச் செவிபோலும்! "இல்லை, வேண்டாம்" என்று அதற்கு விடையைத் தாமே கூறிவிட்டார். கறுப்பண்ணரும் மீனாக்ஷியும் எதுவும் சொல்ல இயலவில்லை.

"போய் வருகிறேன். மறுபடியும் வந்தால் இங்கே வந்து பார்க்கிறேன்" என்று சொல்லிவிட்டு முத்துக்குமாரர் விடைபெற்றுச் சென்றார்.

கறுப்பண்ணரும் மீனாக்ஷியும் திரும்பத் திரும்ப மருமகன் வந்து போன விஷயத்தைப்பற்றிப் பேசிக்கொண்டனர். ஆனால் ஏன் வந்தார் என்பது மாத்திரம் புரியவில்லை. "என்ன மரியாதை, என்ன குணசாலி, பார்த்தாயா?" என்றார் கறுப்பண்ணர்.

"எவ்வளவு அழகாய்விட்டார்! முகத்திலே என்ன பவுசு! உயரமும் பருமனுமாக ஆகிவிட்டாரே?"என்றாள் மீனாக்ஷி,

"அபிராமி பிடிவாதம் செய்கிறாளே!" என்று வருத்தப்பட்டார் கறுப்பண்ணர்.

அபிராமி மாலையில் வந்ததும் இருவரும்

நடந்தவற்றை விஸ்தரித்தார்கள். திரும்பத் திரும்ப அவர் குணத்தைப் புகழ்ந்தார்கள். மௌனமாகக் கேட்டுக்கொண்டிருந்த அபிராமி அவர்கள் முடித்ததும், "போதும், அவர் பேச்சை இனி என் எதிரில் பேசாதீர்கள். பத்து வருஷகாலமாய் நான் கஷ்டப்பட்டதை என்னுடன் கூட இருந்து பார்த்துக்கொண்டிருந்தீர்கள். இப்போது ஒரு நாள் அவர் வந்து உங்களைப் பார்தது ஒரு சிரிப்புச் சிரித்தால் உடனே நல்லவர் ஆகிவிட்டாரா? நான் இந்த வீட்டில் இருக்க வேண்டுமானால் அவர் பேச்சை என் எதிரில் இனிப் பேசுவதில்லை என்று நீங்கள் ஒப்புக் கொள்ளவேண்டும். இல்லாவிடில் நான் இங்கே இருக்க மாட்டேன்" என்றாள். அபிராமியின் பிடிவாதத்தை இந்தப் பத்து வருஷங்களாக அவர்கள் நன்கு அறிவார்கள். 'நான் படிக்க வேண்டும்; எனக்கு நல்ல வாத்தியாரம்மா வைத்துக் கொடுங்கள். இல்லாவிட்டால் நான் ஓடிப்போய்விடுவேன்', 'நான் சென்னையில்போய் வாத்தியாரம்மாளாகப் பயிற்சி பெறப்போகிறேன். போகத்தான் போகிறேன்', 'சென்னையிலிருந்து திரும்பி வந்ததும், நான் ஒரு பள்ளிக்கூடம் வைக்கப்போகிறேன்'. இப்படி ஒவ்வொன்றுக்கும் அவர்கள் விட்டுக் கொடுக்கும்படி ஆயிற்று. இந்த முறையும் இருவரும் ஒப்புக் கொள்ளும்படி ஆயிற்று,

இரண்டு வாரம் கழித்துச் செட்டியார் மறுபடியும் ஒரு தினம் திடீரென்று வந்தார். இந்த முறை வெறுங்கையுடன் வராமல் கறுப்பண்ணருக்கென்று ஒரு கூடை உயர்ந்த வகைப் பழங்களும், மீனாக்ஷிக்கு ரவிக்கைக்குப் பட்டுத் துணிகளும் வாங்கி வந்திருந்தார். மீனாக்ஷி சாப்பிட்டுவிட்டுப் போகவேண்டுமென்று வற்புறுத்தவே, சம்மதித்துச் சாப்பிட்டார். மீனாக்ஷியின் சமையலை வெகுவாய்ப் புகழ்ந்தார். கறுப்பண்ணரிடம் மிக விசுவாசத்துடன் பேசினதும் அல்லாமல் தம் நிலம், சொத்து இந்த விவகாரங்களில் எவ்வாறு நடந்துகொள்வது என்றெல்லாம் கறுப்பண்ணரைக் கேட்டார். அவருடைய அநுபவம் நிறைந்த வார்த்தைகள் தம் மனத்தில் ஆழமாகப் பதிவதாகவும் காண்பித்துக்கொண்டார். அன்றும் அபிராமி மாலையில் வீட்டுக்கு வருவதற்குள் இவர் ரெயிலேறி ஊருக்குப் போய்விட்டார்.

அபிராமியிடம் மீனாக்ஷி ரவிக்கைத் துணிகளையும் பழங்களையும் காண்பித்தாள். அவள் மௌனமாக இருக்கவே, தைரியம் பெற்று நடந்தவை முழுவதையும் சொன்னாள். கறுப்பண்ணரும் மருமகப்பிள்ளை, தம்மை யோசனை கேட்கவே முக்கியமாக வந்தார் என்றார். பாவம், அப்பாவிகளான அவ்விருவரும் சென்னையிலும் சீமையிலும் படித்துத் தேறின அந்தத் தந்திரக்காரச் செட்டியாரின் கையில் களிமண் போலவே ஆயினர் என்பதை அபிராமி உணர்ந்தாள். கோபமும் ஆத்திரமும் அவளுடைய் உள்ளத்தில் பொங்கி எழுந்தன. என்ன செய்வது? தன் சுற்றத்தாரை இவ்விதம் தான் இல்லாத சமயத்தில் வந்து வசப்படுத்திக்கொண்டு தன் காலின் கீழே பள்ளம் பறிக்கிறார் கணவர் என்பதை அவள் உணர்ந்தாள்; பற்களை நறநறவென்று கடித்தாள்.

லேடி ஆறுமுகம் அதே ஊரில் பிறந்து வளர்ந்த பெண். முத்துக் குமாரரின் பந்து! அவர் சென்னையிலிருந்து செட்டிநாடு வழியாக ராமேசுவரம் போகப்போகிறதாக மறுதினம் பத்திரிகையில் அபிராமி படித்தாள். உடனே உட்கார்ந்து அவருக்குத் தமது பள்ளிக்கூடத்தின் வருஷக் கொண்டாட்டத்திற்குத் தலைமை வகிக்க வேண்டுமென்று மிக வணக்கமாய்க் கடிதம் எழுதினாள். 'இந்த ஊர்ப் பெண்ணாகிய தங்களுடைய வரவு மாணவிகளுக்கு ஒரு பெரிய உத்சாகத்தை உண்டாக்கும். தங்கள் வாழ்க்கை அவர்களுக்கு ஓர் உன்னத லட்சியமாக இருப்பதுடன் வழி காட்டும் தீபச்சுடராகவும் இருக்கிறது' என்றும்

இன்னும் இதுபோன்ற சில மொழிகளையும் எழுதியிருந்தாள்.

முத்து, தம் மனைவியை நிராகரித்ததும், பிறகு அவள் சிரமப்பட்டுப் படித்துத் தேறித் தன் ஊரில் ஒரு பள்ளிக்கூடம் ஏற்படுத்தி நடத்தி வருவதும் லேடி ஆறுமுகத்துக்குத் தெரியும். அதைப்பற்றி அவருக்கு இதுவரையில் பட்சபாதமற்ற மனப்பான்மை இருந்து வந்தது. 'யாருடைய தவறுனே, நமக்குத் தெரியாது. நாம் அவர்கள் செய்கையைக் கண்டனம் செய்யக்கூடாது' என்று இருந்தார் அவர். ரத்த சம்பந்தத்தினால் முத்துவின் சார்பாகவே அவர் அநுதாபம் இருந்தது எனலாம். இந்தக் கடிதத்தைப் பார்த்ததும் அபிராமியின் சார்பாக அவருடைய அநுதாப முள் சாய ஆரம்பித்தது. அவர் மறு தபாலிலேயே தமது அங்கீகாரத்தை அனுப்பினார்.

லேடி ஆறுமுகத்தின் தலைமையின்கீழ்ப் பள்ளிக்கூட வருஷ விழா மிகச் சிறப்பாக நடந்தது. அபிராமி அந்த விசேஷத்திற்குக் குழந்தைகளின் பெற்றோர்களை மாத்திரமல்ல, ஊர்ப் பெரிய மனிதர் எல்லோரையுமே அழைத்திருந்தாள். லேடி ஆறுமுகத்தின் கீர்த்தியும் செல்வாக்கும் அதிகம். நம்ம ஊர்ப் பெண் ஸலூன் வண்டியில் வந்திருக்கிறாள் என்ற பெருமையே அவ்வூராருக்குப் போதுமானது. எல்லாரும் வந்திருந்து எல்லாவற்றிலும் பங்கெடுத்துக் கொண்டனர்.

அபிராமி, லேடி ஆறுமுகத்திற்கு உபசாரம் செய்தாள் என்று கூறுவது ரோஜாவை அது ஒரு புஷ்பம் என்று கூறுவது போன்ற வார்த்தையாகும். அவள் செய்ததை உபசாரம் என்பதும் சரியாகாது. வெளிப்பகட்டாக அவள் எதுவும் செய்யவில்லை. சகஜமாய் உறவினரும் கண்யமானவருமான ஓர் அதிதிக்குச் செய்வதையே தான் செய்வதாகக் காண்பித்தாள். அதற்கு மேற்பட்டதாகத் தன்னுடைய சந்தோஷத்தைக் காண்பிப்பதனாலும், சமயோசிதச் சொற்களாலும், லேடி ஆறுமுகம் மேடையில் நின்று பேசும்போது காது கொடுத்துக் கேட்கும் மரியாதையினாலும், பேச்சில் அந்த அந்த இடத்தில் அந்த அந்த ரஸபாவங்களைத் தான் பூரணமாக அனுபவிப்பதைக் காட்டும் முறையினாலும், லேடி ஆறுமுகமே பெண்களுக்கெல்லாம் சிறந்த பெண்மணி; சீதை சாவித்திரி போன்றவர்களின் அவதாரம், ரம்பை திலோத்தமையைத் தோற்கடிக்கும் அழகி, கருணைமிக்கவள், வள்ளல், கலை அரசி; அவளுடன் பேசுவதே ஓர் இன்பம்; அவளுடைய மேன்மைக் குணத்தினால் தான் அந்த ஊர்ப் பெண்கள் அவளுடன் சமமாகப் பழக அனுமதிக்கிறாள்' என்றெல்லாம் தோன்றும்படி செய்தாள். பத்து வருஷம் உள்ளம் குமுறித் துன்பத்தின் மூலம் கற்றிருந்த தந்திரத்தை எல்லாம் அவள் அன்று உபயோகித்தாள்.

லேடி ஆறுமுகம் சென்னை சென்றதும் முதல் வேலையாக மோட்டாரில் ஏறி முத்துக்குமாரரைக் காணச் சென்றார்.

"வா, அக்கா, வெகு நாட்களாய் இந்தப் பக்கமே வருவதில்லையே!" என்று முத்து உபசரித்து அழைத்தார்.

"உன்னோடு சண்டை போட வந்திருக்கிறேன். அதென்ன? இவ்வளவு நல்ல பெண்! சாமர்த்தியசாலி! எத்தனையோ சவரணையாய்ப் பள்ளிக்கூடம் நடத்துகிறாள்! ஊரெல்லாம் நல்ல பேர். இங்கிலீஷ் படித்துப் பாஸ் செய்திருக்கிறாள். கண்ணுக்கு லட்சணமாக இருக்கிறாள்! அவளை ஒதுக்கி வைத்திருக்கிறாயே! இந்த அநியாயம் அடுக்குமா?" என்றார் லேடி.

"நீ அவளை எப்பொழுது பார்த்தாய்?" என்று புன்சிரிப்புடன் முத்து கேட்டார்.

"அவர்கள் பள்ளிக்கூட வருஷாந்தரக் கொண்டாட்டத்துக்கு என்னைக்

• குமுதினி

கூப்பிட்டிருந்தாள்."

"நீதான் அக்கிராசனம் வகித்தாயா?"

"ஆமாம்."

"அதுதான் அவள் பட்சமாகப் பேசுகிறாய்" என்று சிரித்தார் முத்து.

"நான் ஒன்றும் அப்படிப் பட்சபாதமாகச் சொல்லவில்லை. அந்தப் பதவியினால் ஏமாந்தும் போகவில்லை. அக்கிராசனம் வகித்தால் என்ன குற்றம்?"

"அந்தப் பெருமையில் தான் உன் ரத்த சம்பந்தமுள்ள சொந்தத் தம்பியின் கட்சியை விட்டுவிட்டு அவள் சார்பாகப் பேசுகிறாய்."

லேடிக்கு அசாத்தியக் கோபம் வந்துவிட்டது.

"போ, போ. நான் இதற்கு முன்னே பள்ளிக்கூடமும் கண்டதில்லை. அக்கிராசனமும் வகித்ததில்லையாக்கும்! வருஷத்திற்கு நூறு இடத்தில் அழைத்திருக்கிறார்கள். தங்கமான பெண், அவள் அருமை உனக்குத் தெரியவில்லையே என்று சொன்னால் இப்படிப் பேசுகிறாயே! முட்டாள், மட்டி, மடையன்!" என்று இரைந்துவிட்டு விர்ரென்று சென்று மோட்டாரில் ஏறிப் போய்விட்டார்.

அவள் கோபித்ததில் செட்டியாருக்கு வருத்தம் ஏற்பட்டதாகத் தெரியவில்லை. தாம் கையாளும் தந்திரத்தையே அபிராமியும் இன்னும் திறமையுடன் கையாளுவதை உணர்ந்து அவர் மிகச் சந்தோஷப்பட்டதாகத் தோன்றியது.

மூன்றாவது முறை செட்டியார் கறுப்பண்ணரைப் பார்க்கப் போன சமயம் கறுப்பண்ணரின் தேகம் மிகத் துர்ப்பலமாக இருப்பதால் தம்முடன் சென்னைக்கு வந்து ஒரு மாதம் தங்கி வைத்தியம் செய்து கொள்ளுமாறு வற்புறுத்தினார். மீனாக்ஷியம்மாளிடம் தம் இரு கைகளையும் கூப்பி, "ஆச்சி, நீங்கள் வந்து இருந்து என்

வீட்டை ஒழுங்கு செய்து கொடுத்தால் புண்ணியமாகும். சமையல்காரனின் சமையல் எனக்கு ருசிக்கவே இல்லை. அவன் யோக்கியமாக இருக்கிறானே என்று அவனைப் போகச் சொல்ல முடியவில்லை. ஆனால் சமையல் சுத்த மோசம்" என்று கெஞ்சினார். அந்த முறையும் அபிராமியைப் பாராமலே போய் விட்டார், அபிராமியின் பேச்சையே எடுக்கவில்லை.

மருமகப்பிள்ளையின் வேண்டுகோளைக் கேட்டு மனம் கசிந்த மீனாக்ஷி, அபிராமி மாலை வீடு வந்ததும் கணவன் வீட்டிற்குப் போகுமாறு அவளுக்குப் பெரிய பிரசங்கம் செய்தாள். கறுப்பண்ணரையும் தன்னையும் அவர் சென்னைக்கு அழைத்திருப்பதைக் கூறினாள்.

அபிராமிபல்லைக்கடித்துக்கொண்டாள். தன் சார்பாக இருப்பவரைச் செட்டியார் கலைத்து வருவதை உணர்ந்தாள். கோபத்துடன், "உன் மருமகனார் சிரிப்பில் மயங்கிவிட்டாய், நான் அநுபவித்த அவமானமும் துக்கமும் உன் மனத்தை விட்டுக் கணத்தில் மறைந்து போய் விட்டன. அவர் இச்சகப் பேச்சைக் கேட்டு இப்போது என்னை இங்கே விட்டுப் பட்டணம் போகப் புறப்படுகிறாய். போ, போ, நன்றகப் போ; சிற்றப்பாவும் போகட்டும். பத்து நாள் கூட இருந்து பழகினால் அப்புறம் அவர் குணம் தெரியும்" என்று துடுக்காய்ப் பேசினாள்,

"குணத்துக்கு என்ன? அவர் குணத்தைப் பற்றி ஒருத்தரும் என் காது கேட்கத் தூஷிக்கவில்லை. எத்தனையோ தர்மம் பண்ணுகிறாராம். உன் பள்ளிக்கூடத்தைப்பற்றிக் கூடச் சொன்னேன். கவனமாகக் கேட்டார். ஹாஸ்டல் வேணுமென்று நீ சொல்வதைச் சொன்னேன்... யோசித்துச் சொல்கிறேன் என்றார்" என்றாள் மீனாக்ஷி.

"போதும், அவர் தர்மம் வேண்டாம். அது இல்லாமலேயே இத்தனை நாள்

காலம் தள்ளியாகிவிட்டது. அது போகட்டும். என்னை நேரிலே பார்க்காமல் என் முதுகுக்குப் பின்னால் உங்களை வந்து வசப்படுத்துவானேன்?" என்றாள் அபிராமி.

"நீதான் அவர் கூப்பிட்டால் போக மாட்டேன் என்றாயே. உன்னை எதற்காகப் பார்க்கிறது? என்று மீனாக்ஷி திரும்பிக் கேட்டாள்.

மேலும் ஆவலுடன், "அடுத்த முறை வந்தால் இருந்து உன்னைப் பார்க்கச் சொல்லட்டுமா?' என்றாள்.

"ஒன்றும் வேண்டாம். அந்தமாதிரி அசட்டு வார்த்தை எதுவும் சொல்லாதே" என்று கண்டித்தாள் அபிராமி.

இரண்டு தினத்திற்கெல்லாம் அபிராமியின் பெயருக்கு, 'பெண்கள் பாடசாலைத் தலைமை உபாத்தியாயினி" என்ற விலாசத்தோடு கடிதம் வந்தது. அதில் முத்துக்குமார செட்டியாரின் செக்கு ஒன்று பத்தாயிரம் ரூபாய்க்கு இருந்தது. கூட இருந்த கடிதத்தில் பெண்களின் ஹாஸ்டல் ஒன்று கட்டுவதற்கு நிதி தேவை என்று தாம் கேள்விப்பட்டதால் இந்தத் தொகையை அனுப்பத் துணிந்ததாகவும், அந்தப் பள்ளிக்கூடத்தின் விருத்தியில் தாம் மிகச் சந்தோஷிப்பதாகவும் எழுதியிருந்தது. கையெழுத்து முத்துக்குமாரன் என்று இருந்தது. முன் பின் அறிமுகமில்லாதவர்கள் எழுதக்கூடிய கடிதத்தின் தோரணையிலே இருந்தது. இருந்தும் தன் கணவரின் அந்த முதல் கடிதத்தைப் படித்த சமயம் அபிராமிக்கு உடல் முழுவதும் மயிர்க்கூச்சு உண்டாயிற்று. சந்தோஷம் என்றே சொல்லலாம். இருந்தும் நாளுக்கு நாள் அவரே வெற்றி பெற்று வருவதைப்பற்றி அவளுக்கு ஆத்திரம் உண்டாயிற்று. செக்கைக் கிழித்து அவர் முகத்திலேயே எறிய வேண்டும்போல் இருந்தது. திருப்பி அனுப்பிவிடுவது என்று தீர்மானித்தாள். ஆனால் அன்று தபாலுக்கு நேரமாகிவிட்டபடியால் மறுநாள் பார்த்துக்கொள்வோம் என்று செக்கை உள்ளே வைத்துப் பூட்டினாள்.

இரவு சாப்பிட்டானதும் அபிராமி தன்னுடைய மேஜையருகில் உட்கார்ந்து தன் கணவருக்குத் தன்னுடைய முதல் கடிதத்தை எழுத ஆரம்பித்தாள்.

*பெண்களை அலட்சியம் செய்பவர்களிடமிருந்து நாங்கள் பணம் வாங்கிக்கொள்வதில்லை."

"செக்கிற்கு வந்தனம். திருப்பி அனுப்பியிருக்கிறேன். அது இல்லாமலேயே எங்கள் வேலை நடக்கும்."

"இவ்வளவு பெரிய தொகையை எதற்காக அனுப்பியிருக்கிறீர்கள்? பச்சாத்தாபமா? பாப பரிகாரமா?" என்று இவ்வாறு பல கடிதங்கள் எழுதி எழுதிக் கிழித்து எறிந்துவிட்டு இரவு இரண்டு மணிக்கு அலுப்புற்றவளாய்ப் படுக்கச் சென்றாள்.

மறுதினம் தபாலில் அபிராமி அனுப்பிய கடிதத்தில், "தங்கள் பெரிய நன்கொடைக்கு வந்தனம்" என்ற வார்த்தைகளே இருந்தன.

தன்னுடைய சொந்தக் காரணத்திற்காகப் பள்ளிக்கூடத்திற்கு நஷ்டம் ஏற்படுத்தக்கூடாது என்றே தான் அந்தச் செக்கை அங்கீகரிப்பதாக அபிராமி தனக்குத் தானே சமாதானம் சொல்லிக்கொண்டாள். தன் கணவரின் தற்போதைய நற்குணத்தினால் தன் மனமும் கரைந்து வருவதை அவள் இன்னும் ஒப்புக்கொள்ளவில்லை.

அபிராமிக்குத் தக்க துணையை ஏற்படுத்திவிட்டுக் கறுப்பண்ணரும் மீனாக்ஷியும் சென்னைக்கு மருமகப் பிள்ளையின் பங்களாவில் சுகவாசம் செய்யச் சென்றார்கள். அபிராமி பள்ளிக்கூடத்திற்கு ஹாஸ்டல் கட்டுவதில் முனைந்தாள். அந்த வேலை அகப்பட்ட காரணமோ வேறு எதுவோ, அபிராமி

இந்நாட்களில் புது உத்ஸாகத்துடனும் புது அழகுடனும் விளங்கினாள். முத்துக்குமாரரிடமிருந்து அவளுக்கு இப்பொழுது அடிக்கடி கடிதம் வரலாயிற்று. விஷயம் ஒன்றும் பெரிதல்ல. ஹாஸ்டல் வேலை எப்படி நடக்கிறது என்று விசாரிப்பார். கறுப்பண்ணர் சென்னை டாக்டரின் சிகிச்சையினால் தேர்ந்திருப்பதாக எழுதுவார். மீனாக்ஷியின் சமையலைப் புகழ்வார். அவ்வளவே. இருந்தும் ஆரம்பத்தில் நான்கு வரிகளே இருந்த கடிதங்கள் நாளடைவில் முத்துக்குமாரரின் அழகிய சிறு சிறு எழுத்துக்களில் இரண்டு மூன்று பக்கங்கள் கொண்டனவாக ஆகிவிட்டன.

அபிராமியும் விடை எழுதுவாள். பத்தாயிரம் ரூபாய் நன்கொடை அளித்ததற்குச் சிறிதாகிலும் நன்றி காட்டவேண்டாமா என்று எண்ணுவாள். ஆனால் அவளும் கடிதத்தில் சொந்த விஷயம் எதையும் எழுத மாட்டாள். அவர் கேட்டிருப்பவற்றிற்கு விடை எழுதுவாள். அவ்வளவே. கட்டிடப் பிளான்களை அனுப்பி அவர் அபிப்பிராயத்தைக் கேட்பாள். சர்க்கார் அனுமதி சீக்கிரம் கிடைக்க உதவி கேட்பாள். அதில் தவறு எதுவும் இல்லை அல்லவா?

இது நிற்க. இடையிடையே இவளை வந்து பார்த்துப் போகும் அக்கம் பக்கத்தார், "அம்மா, அபிராமி, தை பிறந்ததும் நீ பட்டணம் போகப் போகிறாயாமே! இந்தப் பள்ளிக்கூடம் என்ன ஆகும்? எங்கள் குழந்தைகளுக்கு நல்ல ஏற்பாடாகப் பண்ணிக் கொடுத்து விட்டுப் போ" என்று சொல்லலானார்கள்.

"இல்லவே இல்லை. நான் ஒன்றும் பட்டணம் போகப் போகிறதில்ல" என்று அபிராமி சாதிப்பாள்.

ஒரு முறை அங்கச்சி ஆச்சி, "போ, போ. சும்மா சொல்லாதே. மாப்பிள்ளையே நேரே நம்ம கிருஷ்ணன்கிட்டே சொன்னாராம். என் பொண்டாட்டி தை பொறந்ததும் வரப்போறான்னு சொன்னாராம்" என்றாள்.

"கிருஷ்ணன் எதுக்காக அங்கே போனான்?" என்று அபிராமி கேட்டாள்.

"சும்மானாச்சியுந்தான் போனான். கறுப்பண்ணர் இருக்காரே, பார்த்தூட்டு வரலாம்னு போனான். நல்லா ஆயிட்டாராம் உங்க சித்தப்பா என்றாள்.

செட்டியாரின் இந்தப் புதுத் தந்திரம் அபிராமிக்குக் கோபத்தை உண்டாக்கவில்லை. காரணம் என்னவோ!

இவ்விதம் கிருஷ்ணன் மாத்திரமல்ல; ராமன், கோபாலன், கோவிந்தன் என்று பட்டணம் போய்ச் செட்டியாரைப் பார்த்தவர்களிடமெல்லாம் அவர் இவ்விதம் தம் மனைவி தை மாதம் தம்மிடம் வரப்போவதாகப் பிரசாரம் செய்வதைக் கண்ட அபிராமி அதே ராமன், கோவிந்தன், கோபாலன் முதலியவர்களிடம்தான் தன் பள்ளிக்கூடத்தை விட்டு ஒரு நாளும் பிரியப் போகிறதில்லை என்பதை அழுத்தமாகக் கூறிவிட்டு, அதற்கு மேற்பட்டுப் பரிகாச வார்த்தையாக, "நான் அங்கே போகப் போகிறதில்லை. அவரே இங்கே இந்த ஊரில் வந்து இருக்கப் போகிறார்" என்றும் சொல்லிவைத்தாள்.

இவ்விஷயத்தை ராமன், கோவிந்தன், கோபாலன், கிருஷ்ணன் ஆகிய நண்பர்கள் மிகவும் சிரத்தையுடன் செட்டியார் காதில்படும்படிச் செய்தனர். அவர் அதற்கு விடை எதுவும் சொல்லவில்லை.

இரண்டு மாதம் கழித்து மீனாக்ஷியும் கறுப்பண்ணரும் ஊர் வந்து சேர்ந்தனர். இருவரும் புது யௌவனம் பெற்றவர்கள் மாதிரி ஆகியிருந்தனர். மருமகனார் பெருமையை மீனாக்ஷியம்மாளால் சொல்லி இயலவில்லை. அவருடைய மோட்டார், அவருடைய பங்களா, அவருடைய பவிசு, அவருடைய பணிவு, அவருடைய குணம், அவருடைய

சாமர்த்தியம், அவருடைய அடக்கம், அவருடைய அழகு என்று அவள் வாய் ஓயாமல் பிதற்றிக்கொண்டே இருப்பாள்.

அபிராமி இப்பொழுதெல்லாம் அவர்களைக் கண்டிப்பதை விட்டுவிட்டாள். அவரைப்பற்றி அவர்கள் பேசுவது தன் காதில் படவில்லை போல் இருந்துவிடுவாள். ஆனால் ஒரு வார்த்தை கேட்க மாத்திரம் அவளுடைய மனம் துடித்தது: தன் விஷயமாக அவர் என்ன செய்யப் போகிறார் என்பதே. சித்தி சிற்றப்பா இருவரும் அதைப்பற்றி ஒன்றுமே சொல்லவில்லை. ஹாஸ்டல் கட்டி முடிந்தாகிவிட்டது. கறுப்பண்ணரும் மீனாக்ஷியும் இங்கே வந்தாகிவிட்டது. இனி முத்துக்குமாரராகிலும் அபிராமியாகிலும் ஒருவருக்கு ஒருவர் கடிதம் எழுதிக் கொள்ள அவசியமில்லை. செட்டியார் கடிதம் எழுதுவதை நிறுத்திவிட்டார். அவரிடமிருந்து கடிதம் வராதிருக்க இவள் மாத்திரம் எப்படி எழுதுவாள்? அபிராமியும் கடிதம் எழுதவில்லை. ஆனால் தபால்களை ஆவலுடன் பார்ப்பதை மாத்திரம் அவளால் நிறுத்த முடியவில்லை. "முழு முட்டாள் நான். ஒரு முறை மனத்தை அவருக்குக் கொடுத்து ஏமாந்தது போதாமல் மறுமுறையும் ஏமாந்து போக விரும்பும் ஜடம் நான்" என்று தன்னை நொந்து கொண்டு தன் வேலையில் முனைந்தாள்.

தை மாதம். முதல் வெள்ளிக்கிழமை. மாலை ஐந்து மணி. பள்ளிக் - கூட மாணவிகளை அம்மன் கோயிலுக்கு அனுப்பிவிட்டு, அபிராமி மாத்திரம் பள்ளிக்கூடத்தைச் சேர்ந்த விளையாட்டு மைதானத்தில் ஒரு மரத்தடியில் பாயின் மேல் உட்கார்ந்து ஏதோ பாடத்தைத் திருத்திக்கொண்டு இருந்தாள்.

யாரோ வாசல் கேட்டைத் திறக்கும் சப்தம் கேட்டுத் தலை நிமிர்ந்தாள். உயரமான ஒரு புருஷர். தூரத்திலிருந்து யாரென்று அடையாளம் தெரியவில்லை.

வேலையாள் ஓடிச்சென்று அவருடன் பேசிவிட்டு அவள் உட்கார்ந்திருக்கும் இடத்தைச் சுட்டிக் காண்பிப்பதையும், அவர் தன்னை நோக்கி வருவதையும் அபிராமி கண்டாள். அபிராமி கைப் புத்தகங்களை அடுக்கினாள்; அவர் வரும் நடையிலோ தோற்றத்திலோ, ஏதோ பழைய ஞாபகம் உண்டாயிற்று. மனம் மிகக் குழப்பமடைந்தது. எழுந்து நின்றாள். கால்கள் வெலவெலத்துப் போயின. நெஞ்சு படபட வென்று அடித்துக்கொண்டது.

"புது ஹாஸ்டலைப் பார்த்துவிட்டுப் போகலாமென்று வந்தேன்" என்றார் முத்துக்குமாரர்.

அவர்தாம். பத்து வருஷத்தில் சற்று மாறியிருந்தார். ஆனால் அதே நிதானம். அதே மெதுவான பேச்சு. இன்னும் சற்று உயர்ந்து பருத்திருந்தார். மீசை முன்பைவிடப் பெரிதாகிவிட்டிருந்தது. அபிராமி தன் படபடப்பை அடக்கிக்கொண்டாள். அவர் யாரென்று தெரியாது போல் பாசாங்கு செய்யவில்லை. அவரைப் போலவே தானும் சகஜமாய், பள்ளிக்கூடத்திற்குப் பணம் அளிப்பவர்களுக்கென்றுதான் பிரத்தியேகமாய்க் கையாளும் மரியாதைக் கவசத்தைப் பூண்டு அவரை அழைத்துச் சென்று ஹாஸ்டல் முழுவதையும் காண்பித்தாள்.

"எல்லாம் நன்றாக இருக்கிறது. ஆனால் என் யோசனைகளையே முழுவதும் உபயோகித்திருக்கிற மாதிரி இருக்கிறதே!" என்றார் முத்து.

"ஆமாம்."

"ஏன்? கடிதத்தில் கண்ட பிளான்களைப் பார்த்த பிறகு ஒன்றிரண்டு விஷயம் நான் சொன்ன முறை. தவறு, பிளானில் கண்டிருப்பது போல் செய்வது தான் நல்லது என்று எழுதியிருந்தேனே! அந்த மாதிரி செய்வதற்கென்ன?"

"என்னவோ, நீங்கள் எழுதின முறைதான்

சரி என்று அவர்கள் சொன்னார்கள்" என்று முணுமுணுத்தாள் அபிராமி.

"எவர்கள்?" என்று அவ்விதம் சொன்னவர் பெயரைக் கேட்க மிக ஆவல் கொண்டவர் போலச் செட்டியார் அபிராமியைக் கூர்ந்து நோக்கினார். அபிராமியின் முகம் சிவந்தது.

"அவர்கள்" என்று தலையைத் திருப்பிக்கொண்டு பள்ளிக்கூடப் பக்கமாய்க் கையை ஆட்டி வைத்தாள். அங்கே எவரும் இருப்பதாகச் செட்டியாருக்குத் தெரியவில்லை.

எல்லாம் பார்வையிட்ட பின் மறுபடியும் இருவரும் மரத்தடிக்கு வந்து சேர்ந்தனர்.

"கட்டிடத்தின் திறப்பு விழா நடத்த வேண்டும். நீங்கள் வந்து நடத்திவைக்க வேண்டும்" என்றாள் அபிராமி.

"எப்பொழுது?"

"அடுத்த வாரம் வைத்துக்கொள்ளலாமென்று நினைத்தேன். உங்களுக்குச் சௌகரியப்படுமா?"

"உம்; யோசித்துச் சொல்லவேண்டும்" என்று கூறிவிட்டுச் செட்டியார் அபிராமியைப் பார்த்துப் புன்சிரிப்புடன் ஜேபியில் கையிட்டுப் பெரியதோர் சாவியை எடுத்து அபிராமியிடம் நீட்டினார்.

"இது என்ன?"

"எங்கள் வீட்டுத் திறப்பு விழா இன்றைக்குத்தான். அடுத்த வாரமல்ல. வந்து திறப்பாயோ? என்ன சொல்கிறாய்?!" என்று கூறி அபிராமியின் கண்களைச் சந்திக்க முயன்றார்.

அபிராமியின் கண்கள் பூமியை நோக்கின. அவளுக்கு ஒரே குழப்பமாக இருந்தது. பிறகு சற்று நிதானம் பெற்று, தலை தூக்கி, "இன்றைக்கே எப்படிப் பட்டணம் போக முடியும்? ஏரோப்ளேன் ஏற்பாடு செய்திருக்கிறீர்களா?" என்றாள் அபிராமி.

"பட்டணம் போவதாக யார் சொன்னார்கள்? என்னைத்தான் அங்கிருந்து லேடி ஆறுமுகம் துரத்திவிட்டாளே!" என்று சிரித்தார் செட்டியார்.

"பின்?"

"பின் இந்த ஊர் தான். நீதான் ரொம்பப் பிடிவாதக்காரியாம்; இந்த ஊரை விட்டு வரமாட்டேனென்று பிடிவாதம் செய்கிறாயாமே! சரி, நமக்கென்ன, உன் இஷ்டப்படி நடப்போமென்று பட்டணம் வீட்டைக் காலி செய்து வந்துவிட்டேன்" என்றார் செட்டியார்.

•••

நாலைந்து வருஷங்கள் ஆகிவிட்டன. இப்போது பட்டணத்து வீடு காலியாக இல்லை. அங்கே இரண்டு குழந்தைகள் கூடப் பங்களாத் தோட்டத்தில் விளையாடிக் கொண்டிருக்கிறார்கள். பள்ளிக்கூடத்தை ஒரு தேர்ந்த எல்.டி. நடத்துகிறார் என்று கேள்வி. ஆகையால் பிடிவாதம் யாருக்கு அதிகம்? கணவருக்கா மனைவிக்கா என்பது தெரியவில்லை.

6

புயல் ஓய்ந்தது

கு.ப. சேது அம்மாள்

கு. ப. சேது அம்மாள்
(1908 - 05/11/2002)

கு. ப. சேது அம்மாள் மணிக்கொடி எழுத்தாளர்களுள் ஒருவர். சிறுகதைகள், நாவல்கள் எழுதியவர். இவருடைய மூத்த சகோதரர் எழுத்தாளர் கு ப ராஜகோபாலன்.

'செவ்வாய் தோஷம்' என்ற முதல் சிறுகதையை 1935-ம் ஆண்டில் எழுதினார்; தொடர்ந்து 500க்கும் மேற்பட்ட சிறுகதைகளை எழுதியுள்ளார். 1946-ம் ஆண்டில், 'ஒளி உதயம்' என்ற முதல் சிறுகதைத் தொகுப்பினை வெளியிட்டார்; 1962-ம் ஆண்டில், முதல் நாவல் 'அம்பிகா' வெளியாகி உள்ளது. வசந்தம், பாரத மணி, மங்கை, கலா மோகினி, கிராம ஊழியன், காவேரி, சிவாஜி, கலைமகள், கல்கி, ஆனந்த விகடன் அமுதசுரபி போன்ற இதழ்களில் எழுதியதுடன், இணையத்திலும் இவர் சிறுகதைகளை வெளியிட்டுள்ளார்.

ஐப்பசி மாதத்து அமாவாசை. அந்தியில் பிடித்த மழை விடாமல் ஒரே மாதிரியாக அடித்துப் பெய்துகொண்டிருந்தது.

நல்ல நிசிவேளை. இடியும் மின்னலுமான அந்த அடை மழையிலும் சாரதா, தன் அறையின் ஜன்னல்களையும் கதவையும் திறந்துபோட்டு விட்டுத் தூக்கம் கொள்ளாமல் மறுகும் மனவேதனை, வெளியுலகத்து ஆர்பாட்டத்தோடு கலந்ததைக் கண்டுகொண்டு சாய்மானத்திலேயே கிடந்தாள். இன்னும் பலமான மழை வலுக்கவே அவள் மீது சாரலடித்தது. எழுந்தும் ஜன்னலை மூடும் சமயம் வாசற் கதவை யாரோ தட்டும் சத்தம் கேட்டது.

நின்று கேட்டாள். ஒரு தடவை, மறுதடவை, பிறகு தொடர்ந்து தட்டுவது கேட்டது. சரி நமது வீட்டுக் கதவுதான் என்று மாடியிலிருந்து இறங்கிவந்து கதவருகில் நின்று, கதவைத் திறக்காமலேயே 'யாரது?' என்று கேட்டாள்.

"நான்தான் சாரதா, திற"

குரலைக் கேட்டதும் அப்படியே நின்றுவிட்டாள். ஒரு காலத்தில் அமுதச் சுவையாக இனித்த அந்தக் குரல். இன்று கர்ணகடூரமான த்வனியாகக் கேட்டது. உள்ளே இருந்து பதிலுமின்றி, கதவும் திறக்கப்படாதது கண்டு மறுபடியும், "சாரதா, கதவைத் திற, நான்தான்" என்றது

மறுபடி வெளியிலிருந்து குரல்.

தாழ்ப்பாளை நீக்கிவிட்டு உள்ளே வந்துவிட்டாள் சாரதா. கதவைத்திறந்து கொண்டு நடராஜன் அவள் பின்னாலேயே கூடத்திற்கு வந்து நின்றான். சாரதா திரும்பி நின்று வந்தவனைப் பார்த்து “வாருங்கள் ராஜா, சௌக்யா?” என்று படுபாதகமான தொனியில் கேட்டவுடனேயே நடராஜனின் நம்பிக்கையில் ஒரு பாதி செத்துவிட்டது.

அந்த அதிர்ச்சியினால் தூண்டப்பட்டவனாக மெய்மறந்து போய் அவளை நோக்கிப் பாய்ந்தான். சட்டென்று இரண்டடி பின்வாங்கி நின்று கொண்டாள் சாரதா. கூரிய சிரிப்பொன்று சிரித்துக் கொண்டு, “இவ்வளவு பிரேமை உங்களுக்கு எப்போது உதித்தது?” என்று அவனைப் பார்த்து கொண்டே கேட்டாள். அவளுடைய அந்த தீட்ஷண்ய வசீகரமான சிரிப்பு பாணம் போல நடராஜனின் உள்ளத்தில் தைத்தது. ஒரு நிமிஷம் ஸ்தம்பித்து நின்று, பிறகு தெளிவடைந்து, “சாரதா உன் தயாளத்தை நம்பி எனது தவறை உன் முகத்தின் முன் ஒப்புக்கொண்டு, உனது மன்னிப்பையும் உன்னையும் கேட்கிறேன். என்னை ஏமாற்...”

எட்டிக் கசப்பை விழுங்குவது போல அந்த வார்த்தைகளை வாங்கிக் கொண்ட சாரதாவின் தோற்றத்தைக் கண்ட நடராஜன் மேலே பேசத் தெரியாமல் திகைத்து நின்றான்.

நிலைமையைச் சமாளித்துக்கொண்டு சகஜ பாவத்துடன் சாரதா, “உட்காருங்களேன். தீர்த்தம் வேண்டுமா?” என்றாள் உபசாரமாக, “வேண்டும். கொண்டு வா” என்றான். வந்ததும் வாங்கிக் குடித்தான். உட்கார்ந்து கொண்டான், பேசாமல் எதிரே சிலை போல நிற்கும் மனைவியை உற்றுப் பார்த்தான் ஐந்து நிமிஷம். ஐந்து வருஷங்களுக்கு முன்பு எந்தக் கம்பீர ரூபத்தையும். ஞான சோபையையும் கண்டு தன் உள்ளத்தைப் பறிகொடுத்தானோ... அதே கம்பீர ரூபமும் தேஜஸும் அவளுடைய தோற்றத்தை மறுமுறையாக அதுவும் ஸ்பஷ்டமாகக் கண்டான். மனம் படாதபாடு பட்டது. தத்தளித்து உருகினான். அதே அளவில் குரலும் கெஞ்ச, சாரதா! வா இப்படி. உட்காரு என் பக்கத்தில். மாட்டாயா?” என்று விம்மினான்.

ஒரு காலத்தில் மெழுகு போன்ற சுபாவமாக இருந்த சாரதா இன்று இரும்பு வன்மை பெற்ற தன்மையுடன் தீர்க்கமான குரலில், “இருக்கட்டும். இந்திராவும் குழந்தையும் சௌக்யம்தானே?” என்று கேட்டுக்கொண்டே நின்ற இடத்திலேயே உட்கார்ந்து கொண்டாள்.

கேள்விக்குச் செவிகொடாதவனாக இரு கைகளையும் ஒரு நெற்றியில் ஊன்றிக்கொண்டு பூமியை நோக்கினான். அவனுடைய இரு கண்களிலிருந்தும் நீர் கொட்டிக்கொண்டிருந்தது.

அப்படியாக அரை மணி நேரம் சென்றது. வேகம் தணிந்து அவன் தலை நிமிரும் வரையிலும் சாரதா கல் மாதிரி உட்கார்ந்திருந்தாள்.

பிறகு அவனாக ஓய்ந்து தலையை நிமிர்த்தி அவளைப் பார்த்தான். நீர் வழியும் கண்களுடன் தேம்பிக்கொண்டு, “சாரதா, போதும், இரங்கு எனக்கு” என்றான் பரிதாபமாக.

“நீங்கள் என்ன சிறு குழந்தையா? ஆண் பிள்ளைகளுக்குக் கண்களில் ஜலம் வரக்கூடாது. அது கோழைத்தனத்தின் அறிகுறியல்லவா? அந்த வகையில் நான் உங்களை மதிப்பிட மாட்டேன். முதலில் கண்களைத் துடைத்துக்கொள்ளுங்கள்” என்றாள்.

“நானா துடைத்துக்கொள்ளவேண்டும், சாரதா? உன் மனதை எவ்வளவு இறுக்கிவிட்டேன் பாபி! என் கண்ணே! உனது அன்பு எங்கே! அதை என் மீது சொரி, இல்லாவிட்டால் உயிர் வாழ

என்னால் சாத்தியமில்லை... சாரதா..."

"ராஜா! கொஞ்சம் பொறுங்கள். இருந்த அன்பையெல்லாம் அன்றே உங்களுக்கு அளித்துவிட்டேன். பாக்கி வைத்திருக்கவில்லை, இன்று கொடுக்க! ஆண்களின் அன்புக்கும் பெண்களுக்கும் இதுதான் வித்தியாசம். உங்களுக்குத் தெரியாத தத்துவமா இது?"

"ஆமாம் உண்மை. நிஜமான வார்த்தை. பிறந்து பிறந்து மாய்வதும், நிமிஷத்தில் மாறுதலடைந்து விடும் சபல சித்தமும்தான் ஆண்களின் அன்பு என்று சொல்லுகிறாய்! வாஸ்தவம். இதே வீட்டில் முதல் முதலாக உன்னைக் கண்டதுமே உனது கம்பீர உருவமும் நளினமான சுபாவமும் என்னை ஆட்கொண்டது. உன்னை எனது மனைவியாக்கிக் கொண்டேன். நான் புருஷன், நீ மனைவி, எனது கட்டளைப்படி நீ நடக்கவேண்டியது என்ற நினைப்பில் என் மனம்போன போக்கிலெல்லாம் உன்னை நடத்தினேன். எதனால்? மனைவி என்பவள் கணவனுடைய அடிமை என்ற ஆவேசத்தில். உனக்கும் ஒரு மனம், அபிலாஷைகள், உணர்ச்சி என்பதிருக்கிறது என்ற ஞாபகமே இன்றி உன்னை எனது இஷ்டப்படி ஆட்டுவித்தேன். அது மட்டுமல்ல, என்றாவது ஒருநாள் உனது உயர்வை நீ சூசகமாக நினைவூட்டுவதுகூட எனக்கு விஷயமாக இருந்தது. ரொம்ப சாதாரணமாக அதைச் சகித்துக்கொண்டு போனாய். எனது போதாத காலத்தின் விளைவாக உன்னை மாதக் கணக்காகத் தனிமையில் திணறவிட்டுவிட்டு, வாட்டி, வதக்கி, உன்னால் எனக்குச் சுகமே கிடையாது என்று நேருக்கு நேராக நின்று முகத்தைப் பார்த்துக் கேட்டேன். அதையும் பொறுத்துக்கொண்டாய். தவறு என்னுடையதாக இருக்க உன்னை மலடு என்று மனம் துணிந்து கூறி எனது உதாசீனத்தைக் காட்டி எனது திருப்திக்கு உன்னை இரையாக்கிக் கொண்டேன். அதையும் சகித்துக்கொண்டு வாய் திறவாமல் எனக்கு மறுமணம் செய்வித்து - அந்தச் சிறுமைப்படுத்தி - எனக்களித்துவிட்டு அப்போதும் உனது தன்மை மாறாது, என் வீட்டில் ஒரு வேலைக்காரியின் நிலைமையில் இருந்தாய்! சாரதா, ஆண்டவன் உன் பக்கத்தில் இருந்து அதே சமயத்தில் எனது கொடிய சித்தவிருத்தியை விளம்பரம் செய்ய உன்மூலம் எனக்கு ஒரு மகனையளித்தார். அதுவும் என் குழந்தை என்ற நினைவே எனக்கு இல்லாமல் போய் - அவளுக்குப் பிறந்த குழந்தையைக் குலாவி உனது குழந்தையை வெறுத்தேன். எனது வெறுப்பையும் வேண்டாமையையும் அங்கீகாரம் செய்து அந்த என் மாணிக்கத்தை மண்ணுக்கு இரையாக்கிவிட்டு அதன் பிறகும் மனோதிடத்துடன் என் வீட்டில் இருந்தாய்..."

"ராஜா, அதே மனதிடம் இன்னும் என் மனதிலிருக்கிறது, இருங்கள். பிற்பாதியை நான் முடித்து விடுகிறேன். நீங்கள் என்னை நடத்திய விதம் என்னை எவ்விதத்திலும் பாதிக்கவில்லை. எனது லோகானுபத்தை விருத்தி செய்தது! அதையெல்லாம் பற்றி இப்போது என் மனதில் ஒருவித நினைவும் இல்லை! ஆமாம், இன்று கேட்கிறேன் சாவகாசமாக. குழந்தை இறந்த அன்று என்னை வந்து துக்கம் விசாரித்தீர்களே, அதன் அர்த்தம் என்ன?"

"ஒரு தரமல்ல, லட்சம் தரம் கேள். நான் அபராதி. அது நீ ஈன்ற குழந்தைதானே! அந்த நினைப்பில் கேட்டிருக்கிறேன். எனக்குப் பாத்தியம் என்ற நினைவு இருந்தாலன்றோ நான் துக்கப்பட! சாரதா, அந்தப் பாதகச்செயலுக்காக ஒவ்வொரு நிமிஷமும் என்னை நான் தண்டித்துக்கொண்டிருக்கிறேன். உனக்காக இதை நான் சொல்லவில்ல..."

"சரி, அது இருக்கட்டும், சந்துரு நன்றாகப் பேசுகிறானா?"

"வா சாரதா, வந்து பார் அவனை."

"சௌக்யமாக இருக்கட்டும். எனது பாபக் கண்களால் அவனைப் பார்க்கவேண்டாம்."

"யாருடையது பாபக் கண்கள்? சுகத்தையும்துக்கத்தையும்சமதிருஷ்டியுடன் பார்க்கும் உனது கண்களா பாபக்கண்கள்? சாரதா, உனது சுபாவத்தின் மேன்மையை முதலிலும் முடிவிலும் கண்ட நான், நடுவில் ஏன் காணவில்லை?"

"அதிசயமென்ன இருக்கிறது இதில்? விதியாகிய படுதா நம்மிருவருக்கும் நடுவில் இருந்தது."

"இப்போது இல்லை. சாரதா. வா, என்னருகில்."

"இனி அதற்குத் தேவை இல்லை."

"எனக்கு இருக்கிறது. வா, நீ இல்லாமல் வீடு நன்றாக இல்லை."

நடராஜன் இந்த வார்த்தையைச் சிந்தியதுதான் தாமதம். சாந்த ஸ்வரூபமாக நின்ற சாரதா வினாடியில் சீறியெழுந்தாள். அவளுடைய கண்கள் தணலாக ஜொலித்தன.

"என்ன சொன்னீர்கள்? நானின்றி வீடு நன்றாக இல்லையா?"

"ஆமாம், நன்றாக இல்லை. எல்லாம் மறந்துவிடு. நமது கஷ்ட காலம் நீங்கிவிட்டது."

"என்றோ நீங்கிவிட்டது - இன்றல்ல!"

"எவ்வளவு வேண்டுமானாலும் சொல்லு. சாரதா, உன் வீட்டுக்கு நீ வர வேண்டாமா?"

"என் வீடா! அதெங்கிருக்கிறது? அந்த வீட்டில் உங்கள் குழந்தைக்கே அன்னமும் இடமும் இல்லை என்றால் எனக்கு எங்கிருந்து கிடைக்கும்? ஒரு காலத்தில் உங்களுக்கு இந்தக் கழிவிரக்கம் தோன்றாமல் இருக்காது என்பது எனக்குத் தெரியும். எனக்குப் பதிலாகத்தான் இந்திரா இருக்கிறாளே! நீங்கள் கருதியபடி மலடியாக நின்று விடாமல் காத்த கடவுள் கருணாநிதி! அது போதும் என்ற திருப்தியுடன் உங்களுக்குப் பாரமாக அங்கிருந்துகொண்டு என்ன பயன்? வந்துவிட்டேன்! எனது பர்த்தா சுகமடைய வேண்டி அதற்கானதைச் செய்து எனது ஆயத்தை நான் நிறைவேற்றிவிட்டேன். நான் அவளுக்குக் கற்றுக் கொடுத்த பதி சேவையை அவளே எனக்குப் போதிக்கும் அளவில் உயர்வடைந்து விட்டாள். என் வேலை சித்தியாகி விட்டது. எனது துயரமும் இன்றோடு நிவர்த்தி. உங்களையும் மறுமுறையாகக் கண்டுவிட்டேன். துயரம் தீர்த்த தங்களுடைய பாதங்களுக்கு நமஸ்காரம்!"

"நிஜம்தானா, சாரதா, இது?"

"எனது சுபாவம் என்றும் ஒரே மாதிரிதான், சுயநலமற்றது என்று நிமிர்ந்து சொல்ல இடம் வைத்துக்கொண்டுதான் நான் மனிதர்களுடன் பழகுகிறேன். எனது முடிவில் தவறுதல் ஏற்பட இடமே கிடையாது"

"மிஞ்சி விட்டாயா உன் கணவனை?"

"ராஜா, அது விதியின் கூற்று. என்னதல்ல. இந்த ஞானமில்லாவிடில் நான் என்றோ தற்கொலை புரிந்துகொண்டிருப்பேன்" என்றாள் சாந்தமாக.

சாரதாவின் பதிலில் ஆழ்ந்தபடியே வெளியுலகைப் பார்த்தான் நடராஜன்.

வெளியே நிகழும் ஆர்ப்பாட்டம் அவனுடைய உள்ளப் போராட்டத்திற்கு எவ்விதத்திலும் குறைந்திருக்கவில்லை.

7

குண்டு வெடித்தது

ஜெயலக்ஷ்மி
ஆர். ஸ்ரீனிவாஸன்

ஜெயலக்ஷ்மி ஆர். ஸ்ரீனிவாசன்
(12/12/1911 - 03/03/2011)

ஜெயலட்சுமி அறிவார்ந்த இலக்கியச் சூழலில் பிறந்து வளர்ந்தவர். நாவல்கள், சிறுகதைகள், கட்டுரைகள் எழுதியதுடன் நல்லதொரு மொழிபெயர்ப்பாளராகவும் இருந்துள்ளார். தமிழ், ஆங்கிலம், சம்ஸ்கிருதம், கன்னடம் மொழிகளை நன்கு அறிந்தவர். தமிழ் மற்றும் கன்னடத்தில் எழுதியுள்ளார். சுதேசமித்திரன், பாரதமணி, பாரிஜாதம், வசந்தம், ஜகன்மோகினி, மங்கை, நவசக்தி போன்ற இதழ்களில் இவரது கதைகள் வெளிவந்துள்ளன. 'புஷ்பகாரம்' என்ற நாவல் இவரது புகழ்பெற்ற படைப்பாகும். லட்சுமி கடாட்சம் முதலிய கதைகள், பிரேமா முதலிய கதைகள், அன்பு காணிக்கை, தெய்வ சித்தம் என்று பல சிறுகதை நூல்களை எழுதியுள்ளார். ராஜாஜியின் நூலினைக் கன்னடத்திலும், மாஸ்தி வெங்கடேச ஐயங்காரின் 'சுப்பண்ணா' என்ற நூலினைத் தமிழிலும் மொழிபெயர்த்துள்ளது குறிப்பிடத்தக்கதாகும். இவர் கர்நாடக மாநில சாகித்ய விருதும், தமிழக அரசின் சிறந்த நாவலாசிரியர் விருதும் பெற்றுள்ளார்.

இந்திராவுக்குக் கலியாணமாகி ஒரு வருஷம் ஆகவில்லை. அவள் சேலத்தில் தன் பிறந்தகத்தில் இருந்தாள். அவள் கணவன் சிவராமன் சென்னையில் பிரசிடென்ஸி காலேஜில் படித்துக்கொண்டிருந்தான். அன்று திங்கட்கிழமையல்லவா? இந்திராவின் ஆருயிர்க் காதலனிடமிருந்து கடிதம் வரும்நாள். ஒரு வேளை திங்கட்கிழமை தவறினாலும் தவறலாம், இந்திராவின் கணவனிடமிருந்து கடிதம் வருவது தவறாது. அது அவள் தன் கணவனிடத்தில் செய்து கொண்டிருந்த ஒப்பந்தம்.

சிவராமனுக்குக் காதல் ரசத்தைப் பொழிந்து பக்கம் பக்கமாகக் கடிதம் எழுதுவதற்கு ஞாயிற்றுக்கிழமைதான் போதிய அவகாசம் கிடைக்கும். சிவராமன் ஞாயிறுதோறும் கடிதம் எழுதவேண்டியது. இந்திரா ஒரு வாரத்தில் குறைந்தபக்ஷம் இரண்டு மூன்று கடிதங்களாவது எழுக வேண்டியது. இது தான் அவர்களுக்குள் ஏற்படிருந்த ஒப்பந்தம்.

சிவராமன் லீவில் வந்துவிட்டுச் செல்லும்போதெல்லாம் ஒரு கட்டுத் தபால் தலை ஒட்டிய கவர்களை வாங்கிக் கொடுத்துவிட்டுச் செல்வான். அத்துடன் கவர்கள் போதாமல் போய்விட்டால் திரும்பவும் வாங்கிக் கொள்வதற்காகச் சில ரூபாய்களையும் கொடுத்துவிட்டுச்

செல்வான்.

இந்திரா சிவராமன் மயக்கும்படியான காதற் கடிதங்கள் வரைவாள். அவள் நான்கு பக்கங்கள் எழுதினால் சிவாமன் பத்து பக்கங்களை எழுதி அதில் காதல் ரசத்தை விதவிதமாகக் கற்பனை செய்து சித்திரித்திருப்பான்.

அன்று திங்கட்கிழமை என்று சொன்னேன் அல்லவா? இந்திரா முதல் நாள் இரவிலிருந்தே அன்றைய காலை ஒன்பதுமணிப் பொழுதை (தபால் காரன் வருகிற நாழிகையை) அதிக ஆர்வத்துடன் எதிர்பார்த்துக் கொண்டிருந்தாள். அதற்கு முந்தினவாரம் சிவராமன் மிகவும் சுவாரஸ்யமான கடிதம் எழுதி இருந்தான். ஆனால் கடைசியில் இந்திரா தற்பொழுது வாரத்திற்கொருமுறைகூட சரியாகக் கடிதம் போடுகிறதில்லை என்றும், எழுதும் கடிதங்களும் மிகவும் சுருக்கமாக இருக்கின்றன வென்றும் 'டோஸ்' கொடுத்திருந்தான்!

இந்திராவுக்குக் கலியாணமானவுடன் ஸ்கூல் பைனலில் வாசித்துக்கொண்டிருந்த அவளைப் பள்ளிக்கூடம் போவதிலிருந்து நிறுத்திவிட்டு, வீட்டு வேலைகளைக் கற்றுக்கொடுக்கும்படி அவள் மாமியார் அவன் தாயாருக்குக் கட்டளையிட்டுவிட்டாள். ஆதலால் அவன் தாயார் தர்மாம்பாள் தன் சம்பத்தியம்மாளிடம் நற்பெயர் எடுக்கவேண்டுமென்ற கருத்துடனும், தன் பெண் புக்ககத்தில் கெட்டிக்காரி என்று புகழ் பெறவேண்டுமென்றும் இந்திராவுக்கு ஓயாமல் வேலை சொல்லி வந்தாள்.

இந்திராவின் பாடு திண்டாட்டமாக முடிந்தது. அருமைக் காதலருக்கு நீண்டதொரு கடிதம் எழுதுவதற்கு அவகாசம் கிடைக்கவே இல்லை. போதாக் குறைக்கு அவள் தமக்கை பிரசவத்திற்கு வேறு வந்திருந்தாள். இந்திராவின் பாடு இன்னும் திண்டாட்டமாக முடிந்தது. அவள் கடிதம் எழுதுவது இருக்கட்டும்; சிவராமனின் கடிதத்தைச் சாவகாசமாகப் படித்து, அதிலிருக்கும் தேனொழுகும் அமுத மொழிகளை ரஸித்து அந்த அமுத வர்ஷத்தை உறிஞ்சி மகிழுவதற்கே போதிய நேரம் கிடைக்காமல் போய்விடும்.

• • •

அன்று விடியற்காலம் ஐந்துமணிக்கெல்லாம் அவள் துயிலெழுந்து காலைக் கடன்களை முடித்துக்கொண்டு தாயாருக்கு ஒத்தாசையாகச் செய்ய வேண்டிய காரியங்கள் அனைத்தையும் சடுதியில் செய்து முடித்துக்கொண்டு எட்டரைமணிக்கே வீதித் திண்ணையில் வந்து ஆஜராகிவிட்டாள்.

தபால்காரன் வருகிறானாவென்று தெருக்கோடியை எட்டிப்பார்த்து, எட்டிப்பார்த்து அவளுக்குண்டான கழுத்து வலியைக்கூட அவள் பொருட்படுத்தவில்லை. கடிதம் எங்கேயாவது கிட்டுவின் கையில் அகப்பட்டுவிடப் போகிறதே என்பதுதான் அவளுக்குத் திகில். அவள் உள்ளே காரியமாக இருந்துவிட்டால், வீதி அறையில் படித்துக்கொண்டிருக்கும் கிட்டு தபால்காரனின் குரலைச் செவியுற்றவுடன் வெளியே வந்து கடிதங்களை வாங்கிக் கொள்வது வழக்கம். அவள் பிராணநாதரின் காதல் கடிதமானது அவன் கையில் அகப்பட்டுவிட்டாலோ சாயந்திரம் வரையிலும் ஓடியாடிவிட்டு, தான் பக்ஷணம் வாங்கிச் சாப்பிடுவதற்காக எட்டணா 'சுங்கமும்' கக்கவைத்துவிட்டுத்தான், கடிதத்தை அவள் கையில் சேர்ப்பிப்பான். அதற்குள் அவளது உள்ளம் புழுப்போல் துடித்துவிடும். ஆகையால் தான் அவள் திங்கள்தோறும் தானே வாசலில் வந்து காத்திருந்து கடிதத்தைத் தபால்காரனிடமிருந்து பெறுவாள்.

"போன தடவையே கடிதம் மிகவும் 'ஷோக்' காக இருந்தது. இந்தத்தரம் எவ்வளவு பக்கங்கள் எழுதி இருக்கிறாரோ.

அடுத்தவாரம் ரொம்ப நீளமாக எழுதப் போகிறேன். அதற்கடுத்த கடிதம் என்னிடமிருந்து வருகிறவரையிலும் நீ அந்தக் கடிதத்தையே படித்துப் படித்து முடிக்க முடியாமல் விழிக்குமளவு பெரிதாக எழுதப் போகிறேன்' என்று எழுதி இருக்கிறார். அது எவ்வளவு பெரிதாகவும் சுவாரஸ்யமாகவும் இருக்கும்!" என்று இன்பக்கனவு காணவே அந்த அழகிய நங்கையின் முகத்தில் மோகனப் புன்னகை தவழ்ந்தது.

அவள் தமக்கை சுசீலா குளித்துவிட்டு வந்தவள் "அடீ இந்திரா! குசுமா (சுசீலாவின் தலைச்சன் குழந்தை) வீதியில்போய் விளையாடிக் கொண்டிருக்கிறாள் பார்; உடம்பெல்லாம் ஒரே புழுதிமயம்! அவளை அழைத்துக்கொண்டுபோய் ஒரு சொம்பு ஜலம் விட்டுக் குளிப்பாட்டிக் கொண்டுவா" என்றாள். இந்திராவின் நிலைமை தர்மசங்கடமாக முடிந்தது. 'ஐயோ, நான் குளிப்பாட்டப் போயிருக்கும் பொழுது தபால்காரன் வந்துவிட்டுப் போய்விட்டால் என்ன செய்வேன்' என்று அவளது உள்ளம் துடித்தது.

மனதினுள் முனங்கியவாறு குசுமாவைக் குளிப்பாட்டுவதற்கு அழைத்துச் செல்வதற்காக வாசலுக்குச் சென்றாள். கடவுளின் அருளால் அதேசமயம் தபால்காரனும் வந்து சேர்ந்தான். இந்திரா மிகுந்த ஆனந்தத்துடன் அவனிடமிருந்த கடிதங்களைப் பெற்றுக்கொண்டு தனக்கு வந்த கடிதத்தைப் புடவை 'மாம்பழ'த்திற்குள் சொருகிக்கொண்டு தகப்பனார் கடிதங்களை அவரிடம் கொடுப்பதற்காக ஆபீஸ் அறையில் நுழைந்தாள். கடிதங்களைப் பெற்றுக் கொண்டே அவளது தகப்பனார் "அம்மா, இந்திரா இதோ சுப்பு மாமா வந்திருக்கிறார். அவருக்குக் காப்பி கொண்டு வாம்மா," என்றார்.

அவள் தாயாரிடம் சென்று "மாமாவுக்கு காப்பி தயாரிக்க வேண்டுமாம்." என்று விரைவில் தெரிவித்துவிட்டுத் தன் காதலனின் கடிதத்தைப் படிப்பதற்காக ஏகாந்தமாக சந்தடியற்ற 'ரூமை'த் தேடிக்கொண்டு புறப்பட்டாள். அவ்வளவுதான்! அவள் தாயார் "கச்சேரிக்கு நாழியாயிடுத்துடீ. அப்பா சாப்பிட வந்துடுவார். கிட்டுவும் வந்து உபத்திரவம் செய்வான், இன்னும் சமையல் ஆனபாடில்லை. எனக்கு கை ஒழிந்திருக்கா என்ன? இந்தா, குமட்டிக்கு இரண்டு தணலைப் போட்டுத்தரேன் நீயே காப்பி போட்டுக்கொண்டு போய்க் கொடு... என் கண்ணோலியோ!" என்று கூறிக்கொண்டே இரும்புக் குமட்டியில் அடுப்பிலிருந்த தணலை வாரிப் போட்டுக்கொடுத்தாள்.

'அட ராமா!' என்று வெறுப்புடன் காப்பி தயாரிக்கலானாள் இந்திரா. ஆனால் அவளுக்குக் காரியம் ஓடவில்லை. அவளது கவனம் பூராவும் அப்பொழுது அவள் கைக்குக் கிடைத்த - இன்னும் பிரித்து வாசிக்காத- காதல் கடிதத்தின்மீது படிந்திருந்தது. கடிதம் பத்துப் பன்னிரண்டு பக்கங்களுக்குக் குறையாமல் இருக்கலாம். நல்ல கனமாகவல்லவா இருக்கிறது! போனவாரக் கடிதத்தைவிட ஜோராக இருக்கும்போலிருக்கு!' என்று என்னவெல்லாமோ யோசித்தவாரே டீ வடிகட்டும் சல்லடையில் காப்பி 'டிகாஷனை' வடிக்கட்டப் போனாள். உடனே அவள் தாயார் எச்சரிக்கை செய்யவே, துணியைக் கொண்டு வந்து வடிக்கட்டினாள். அப்புறம் 'டிகாஷனு'க்குப் பால் கலந்தாள். சர்க்கரை போட மறந்துபோய், அப்படியே காப்பியை டம்ளரில் கொட்டிக்கொண்டு எடுத்துச் சென்றாள்.

சுப்பு மாமா எப்பொழுதும் தமாஷ் பேர்வழி. அவரிடம் மருந்துக்குக்கூட சங்கோஜம் என்பதே கிடையாது. காப்பியை வாங்கி ஒரு உறிஞ்சல் உறிஞ்சிவிட்டு "என்ன இந்திரா, எனக்கு 'டயாபிடீஸ்' என்று நினைத்துவிட்டாயோ?

"என்றார் நகைத்துக்கொண்டே.

இந்திராவின் தகப்பனார் "ஏன் ஸார்? குழந்தை சர்க்கரைபோட மறந்துவிட்டாளோ?" என்றார். இந்திரா வெட்கத்துடன் ஒரே ஓட்டமாக அவ்விடமிருந்து ஓடிப்போய்விட்டாள்.

பின்பு ஸ்நான அறையின் கதவைச் சாத்தித் தாளிட்டுக்கொண்டு, கடிதத்தை மாம்பழத்திலிருந்து எடுத்துப் படிப்பதற்காகக் கவரை உடைக்கப் போனாள். பாவம்! கதவின் வெளிப்புறம் கிட்டு வந்து கதவைத் 'தடதட' வென்று இடித்தவண்ணம் "யாரது வென்னீர் உள்ளிலே? சீக்கிரம் திறவேன்... ஐயோ! மணி பத்தடித்துவிட்டது. பள்ளிக்கூடத்திற்கு நாழிகையாய்விட்டதே. சீக்கிரம் திற..." என்று கூக்குரலிட்டான். கிட்டுவின் தடபுடலைவிட இந்திராவின் உள்ளத்தில் நடைபெறும் தடபுடல் தான் அதிகமாக இருந்தது. கையிலெடுத்த கடிதத்தை அதனுடைய யதா ஸ்தானத்தில் வைத்து மறைத்துவிட்டுக் கதவைத் திறந்துகொண்டு வெளியே வந்தாள்.

அதற்குள் அவள் தாயார், இலை போடச் சொன்னாள்; ஆனால் அவள் அச்சமயம் ஓர் உயிரற்ற யந்திரம் போல்தான் வேலை செய்யலானாள். அவள் உள்ளத்தைத் தான் அவள் இடுப்பில் பத்திரமாக விருந்த அந்தக் காதற் கடிதம் கொள்ளைகொண்டு விட்டதே!

'இன்னும் பத்து நிமிஷங்கள்தான். அப்புறம் அம்மாவும் கூடத்தில் போய் படுத்துக்கொண்டு சற்றுக் கண்ணயர்வாள். அப்பாவும் ஆபீஸுக்குப் போய் விட்டார். குறும்புக்கார கிட்டுவும் பள்ளிக்கூடம் போய்விட்டான். குசுமா அடுத்தகத்திற்கு விளையாடச் சென்று விட்டாள். அக்கா நாவல் படிப்பதற்குத் துவங்கி விட்டாள். பத்துபாத்திரங்களை ஒழித்துப் போட்டுவிட்டு சமையல் அறைக் கதவை மூடிக்கொண்டு வந்து விட்டால், மத்தியானம் காப்பிக்கடை ஆரம்பிப்பதற்குள் கடிதத்தைப் படிப்பதற்கு வேண்டிய அவகாசம் இருக்கிறது' என்று யோசித்தவாறு மிகவும் அவசர அவசரமாகக் காரியங்களைச் செய்ய ஆரம்பித்தாள் இந்திரா.

ஆனால், அவள் சமயலறையின் கதவைத் தாளிட்டு விட்டு வரும்பொழுதே அவள் சினேகிதி வனஜா கையில் கலர் நூல், ஊசி இவைகள் சகிதம் கூடத்தில் பிரத்தியக்ஷமானாள். "இந்திரா! நீ நேற்று சொன்ன அளவு பின்னிவிட்டேன். கொஞ்சம் 'ஸ்வெட்டரின்' கழுத்தைத் திருப்பிக்கொடுத்து விடுடீ, போதும். அப்புறம் உன்னைத் தொந்தரவு செய்யவே இல்லை" என்றாள்.

பாவம்! இந்திரா என்ன செய்வாள். தலைவிதியே என்று வனஜாவிற்கு நூல் வேலையைச் சொல்லிக்கொடுக்க உட்கார்ந்தாள். அடிக்கொரு தரம் அவள் மனக்கண் எதிரே அவள் கணவனின் கடிதம் தாண்டவமாடிற்று.

வனஜா இந்திராவின் வீட்டை விட்டுத் தன் வீடு திரும்பிச் செல்லும்பொழுது கூடத்தில் மாட்டியிருந்த பெரிய கடிகாரமும் "டிங், டிங்" என்று இரண்டு மணியடித்து விட்டது. கடிகாரம் அடித்த மணியைச் செவியுற்றவுடன் சற்று நாழிகை கண் அயர்ந்திருந்த தர்மாம்பாளும் தூக்கிப்போட்டவாறு கண் விழித்தனள். "மணி இரண்டு அடித்து விட்டதே! இந்திரா! அங்கே என்னடி செய்யறே? இன்னும் காபி போடலையா?" என்று கத்தினாள்.

தாயாருக்கும், தமக்கைக்கும் காப்பி தயாரித்துக் கொடுத்துவிட்டு, தானும் வேண்டா வெறுப்புடன் கொஞ்சம் சாப்பிட்டாள். இவ்வளவு வேலைக்கும் நடு நடுவில் தன் இடுப்பில் சொருகியிருக்கும் அருமைக் கடிதத்தை அடிக்கடி தொட்டுப் பார்த்துக்கொண்டு சந்தோஷமடைவாள்.

காப்பிக்கடை முடியும் வேளைக்கு,

மூன்றாவது அகத்துப் பார்வதி மாமி அன்று மூன்று மணிக்குச் சங்கீத சபாவில் நடக்கப்போகும் சங்கீதக் கச்சேரிக்குத் தர்மாம்பாளை அழைத்துச் செல்வதற்காக வந்தாள். தர்மாம்பாள் இந்திராவையும் பாட்டுக் கச்சேரிக்கு வரும்படி அழைத்தாள். ஆனால் இந்திரா இல்லையம்மா, எனக்கு என்னமோ தலை வலிக்கிராப்பலே இருக்கு. கூட்டத்தில் வந்து அடைந்தால் ஜாஸ்தியாய்விடும். நான் அக்காவுக்குத் துணையாக ஆத்திலேயே இருக்கிறேன். நீ மட்டும் போய் வா அம்மா" என்றாள்.

"போடீ. கண்ணே, கொஞ்சம் அமிருதாஞ்சனத்தையாவது எடுத்து நெற்றிப் பொட்டிற்குத் தடவிக்கொள்... கொஞ்சம் பருப்பை மட்டும் கரி அடுப்பில் வேகப் போட்டுவை. நான் போய் வருகிறேன்" என்று உத்திரவிட்டுவிட்டுப் பாட்டுக்கச்சேரிக்குப் புறப்பட்டுப் போய்விட்டாள், தர்மாம்பாள்.

இந்திராவுக்கோ கட்டுக்கடாங்காத சந்தோஷமுண்டாய் விட்டது. ஒரே ஓட்டமாக ஓடிப்போய் உக்ராண அறையினுள் சென்று, கதவைச் சாத்தி தாழ்ப்பாள் இட்டுக்கொண்டாள். இன்னும் கொஞ்சநேரம் வரையில் ஒருவர் தொல்லையும் கிடையாது. கணவன்மேல் அவளுக்கு இருந்த அன்பு அனைத்தையும் ஒருமிக்கத் திரட்டிக் கண்களில் வரவழைத்துக்கொண்டு அக்கடிதத்தை எடுத்து ஒரு பார்வை பார்த்தாள். தன் கணவனே அந்த கடிதத்தின் ரூபத்தில் எதிரிலிருப்பதுபோல் 'நாதா நாதா' என்று வாய்விட்டுக் கூறினாள். கடிதத்தைப் பல தடவைகள் கண்களில் ஒற்றிக்கொண்டு, அதற்குப் பல முத்தங்களும் தந்தாள். பிறகு அதிக ஆர்வத்துடன் கவரை உடைத்துக் கடிதத்தைப் பிரித்தாள். கடிதம் என்னவோ பல தாள்கள் கொண்டதாகத்தான் இருந்தது. ஆனால் முதல் பக்கம் காலியாக விருந்தது. அடுத்த தாளைத் திருப்பினாள், அதுவும் காலி! மூன்றாவதைத் திருப்பினாள், அதுவும் காலி! நான்காவது, ஐந்தாவது, ஆறாவது, எல்லாம் காலி தான்! சற்றுமுன் மந்தஹாசத்துடன் மலர்ந்திருந்த முகம் சுண்டைக்காய் அளவு சுண்டிப் போய்விட்டது. மிகுந்த நிராசையுடன் ஏடுகளைத் திருப்பிப் போட்டவண்ணம் இருந்தாள். கடைசி ஏட்டில் "நீ இரண்டு வாரங்களாக ரொம்ப ரொம்பப் பெரிய கடிதங்களை எழுதிப் போட்டு விடுகிறாய். அதனால்தான் நான் உன்னை ஜெயிக்க வேண்டுமென்று பதினைந்து ஏடுகள் கொண்ட இந்தப் பெரிய கடிதத்தை எழுதி இருக்கிறேன்... அப்பாடா! கை ரொம்ப வலிக்கிறது. இத்துடன் கடிதத்தை நிறுத்துகிறேன். இன்னும் எழுதினால் உனக்குப் படிப்பதற்குள் போதும் போதுமென்றாகிவிடும். பாவம்!

இப்படிக்கு,
உன் அருமைக் காதலன்

சிவூ."

என்று எழுதி இருந்தது. இந்திராவுக்கு என்னவோ தொண்டையில்வந்து அடைத்துக்கொண்டு விட்டது. கண்களிலிருந்து 'பொல பொல' வென்று கண்ணீர்த் துளிகள் உதிர்ந்தன, அவருக்கு நீண்ட கடிதங்கள் எழுதுவதில்லை என்பதை நான் உணர வேண்டுமென்றும், தன்னுடைய சுவாரசியமற்ற சிறிய கடிதங்களைத் தன் கணவர் படிக்கும்பொழுது, ஏமாற்றமடைந்து, அதை வெளியிடுவதற்காகவே இந்த உபாயம் செய்திருக்கிறாரென்றும் அவள் உணர்ந்தாள். வெய்யிலின் நடுவில் மழை பெய்வதுபோல் வருத்தம் மேலிட்ட அவள் முகத்தில் ஒரு புன்முறுவல் திடீரென்று மலர்ந்தது.

"உன் அருமைக் காதலன்,

சிவூ."

என்ற வரர்த்தைகளையே வெகு நேரம் திரும்பத் திரும்பப் படித்தாள்.

• பூரணி அம்மாள்

8
சாவு

பூரணி அம்மாள்

பூரணி அம்மாள்
(17/10/1913 – 17/10/2013)

சம்பூர்ணம் என்ற இயற்பெயர் கொண்ட பூரணி அம்மாள் முற்போக்கு சிந்தனைகளோடு எழுதியவர். கவிதைகள், சிறுகதைகள் எழுதியுள்ள இவர், மிகத் தாமதமாகத்தான், அதாவது தம் 90-வது வயதில்தான் முதல் கவிதை நூலை 'பூரணி கவிதைகள்' என்ற பெயரில் வெளியிட்டுள்ளார். இதனைக் காலச்சுவடு பதிப்பகம் வெளியிட்டுள்ளது. தன் 75-வது வயதில் தன் வரலாறு எழுதி வைத்திருந்தார். அதனைச் சதுரம் பதிப்பகமும், அவருடைய சிறுகதைத் தொகுப்புகளை மணிவாசகர் பதிப்பகமும் வெளியிட்டுள்ளன. இவர் இணையத்திலும் தன்னுடைய படைப்புகளை அளித்துள்ளார். இந்தி மொழி கற்ற இவர், முன்னாள் பிரதமர் வாஜ்பாயின் கவிதைகளைத் தமிழில் மொழிபெயர்த்துள்ளார்.

வீட்டுச் சொந்தக்காரர் வாடகை வாங்க வந்தபோது, "என் பெண் வரப் போகிறாள். இந்த ஊரில் சில மாதம் தங்க வேண்டுமாம். ஆகையால், வீட்டை அவளுக்காகக் காலி செய்ய வேண்டிவரும். நீங்கள் ஒரு மாதத்திற்குள் வேறு வீடு பார்த்துக் கொள்ளுங்கள். இம்மாத வாடகை போக மீதி உள்ள அட்வான்சு பணத்தை நான் இரண்டொரு நாளில் கொடுத்து விடுகிறேன்" என்று சொன்னார்.

"என்ன, நீங்கள் திடீர் என்று இப்படிச் சொல்லுகிறீர்களே? வேறு வீடு கிடைக்காவிட்டால் நாங்கள் எப்படி காலி செய்ய முடியும்?" என்றேன் நான்.

"கவலைப்படாதீர்கள், அடுத்த தெருவில் உள்ள என் வீட்டில் உள்ள இரண்டு குடித்தனங்களில் ஒரு குடும்பத்தார் ஒரு வாரத்தில் காலி செய்கிறார்கள். நீங்கள் அந்த வீட்டில் வசித்துக்கொள்ளுங்கள். ஒண்டுக் குடித்தனம் சரிப்படாவிட்டால், என் மகள் சென்ற பிறகு இதே வீட்டிற்கு வந்து விடுங்கள்" என்று அவர் சொன்னதன் பேரில், வீடு மாற்றி இந்த வீட்டிற்குக் குடி வந்தோம்.

நடுவில் தொட்டி முற்றமும், கூடம் தாழ்வாரமுமாக அந்த நாள் வீடு. கூடத்துப் போர்ஷனில் ரிடையர் ஆன ஜானகி ராம ஐயர், அவர் மனைவி சரசு, மகன் சுப்பையா, மருமகள் நீலா, அவளுக்கு இரண்டு வயதில் ஒரு குழந்தை

ஆகியோரைக்கொண்ட குடும்பம். சுப்பையா தனியார் ஆஸ்பத்திரியில் கம்பவுண்டர் வேலை பார்த்து வந்தான். இவர்கள் தவிர ஒரு அத்தைக் கிழவியும் அவர்கள் குடும்பத்தில் இருந்தாள். வயது எண்பதுக்கு மேல் இருக்கும். நடமாட்டம் கிடையாது. அவளது அத்யாவசியத் தேவைகளுக்கு ஏற்ப ஒரு கோணிச் சாக்கில் உட்கார்த்தி, சாக்கை வண்டியாக இழுத்துச் செல்வார்கள். அவளின் தேவைக்கு ஏற்ற இடங்களில் தூக்கி உட்கார்த்தி வைப்பார்கள்.

கிழவி மிகுந்த அமைதியாக இருப்பாள். அதிகம் பேசவே மாட்டாள். மற்றவர்களும் அவளிடம் பொறுமையாகத்தான் நடந்து கொள்ளுவார்கள். சரசு அம்மாள் தன் நாத்தியான அந்தக் கிழவியின் வேலைகளை எல்லாம் சிறிதும் முகம் கோணாமல் தானே முன் நின்று பணிவிடை செய்யும் அழகே அழகு. அக்குடும்பத்தைப் பார்க்க மிகவும் நன்றாக இருந்தது. அனாவசிய வம்பு வார்த்தை, சண்டை, சலிப்பு எதுவுமில்லாமல் பார்க்க திருப்தியாக இருந்தது.

சுறுசுறுப்பும், அடக்கமும், அமைதியுமான சரசு அம்மாள், ஒரு நாள் நெஞ்சுவலி என்று சிறிது நேரமே துடித்து மரணமடைந்து விட்டாள். குடும்பமே சோகத்தில் ஆழ்ந்தது. அதிலும் அந்த வயோதிக மாது துடித்த துடிப்பு மிகவும் பரிதாபமாக இருந்தது. எல்லோரும் அந்தக் கிழவியைச் சமாதானம் செய்ய முயன்றனர். பார்க்க மிகவும் கஷ்டமாகத்தான் இருந்தது. சரசுவின் அந்திமக் காரியங்கள் நடந்து முடிந்தன.

சரசு செத்த நாலாம் நாள் என்று நினைக்கிறேன். அன்று எனக்குத் தூக்கமே வரவில்லை. அந்த வீட்டுக் கூடத்திலும், தாழ்வாரத்திலும் ஜனங்கள் படுத்துத் தூங்கிக்கொண்டு இருந்தனர். கிழவி சற்று ஒதுக்குப் புறமாக படுத்திருந்தாள். இரவு ஒரு மணி இருக்கும். மெல்ல மெல்ல ஒரு ஆண் உருவம் கிழவியை நெருங்குவதைக் கண்டேன். கிழவியின் கையைப் பிடிப்பது போல அந்த இருட்டிலும் எனக்கு மசமச என தெரிந்தது. வலிதாங்காத சின்ன ஒரு சத்தம் கிழவியிடமிருந்து வந்தது. அந்த உருவம் அவசர அவசரமாக அவ்விடம் விட்டு நகர்ந்து சென்று விட்டது. என் நெஞ்சு திக் திக் என்று அடித்துக் கொண்டது.

பொழுது விடிந்தது. கிழவி பிணமாகத் தன் படுக்கையில் கிடந்தாள். எல்லோரும் ஒப்புக்கு அழுதனர். சரசுவின் சாவால் கிழவி கதிகலங்கிப் போய் விட்டாள். சோகம் அவளைக் கொன்று விட்டது என்று எல்லோரும் சொல்லிக் கொண்டனர். கிழவியின் சாவுக்கு சோகம் காரணமில்லை என்னும் உண்மை என் ஒருத்திக்கு மாத்திரம் தெரிந்தது. ஆனால் அந்த உண்மை என் மனத்திலேயே புதைந்து விட்டது.

9

சியாமளா

கமலா பத்மநாபன்

கமலா பத்மநாபன்
(1913 - 12/11/1945)

இவர் தமிழ், ஆங்கிலம் என்ற இரு மொழிகளிலும் எழுதியுள்ளார்; நாவல்கள், சிறுகதைகள், கட்டுரைகள் என்ற தளங்களில் இயங்கியுள்ளார்; ஜகன்மோகினி, சுதேசமித்திரன், கலைமகள், கல்கி, காவேரி ஆகிய இதழ்களில் எழுதியுள்ளார்; இருதய நோயால் பாதிக்கப்பட்ட இவர் 10 ஆண்டுகளே எழுதியுள்ளார். அந்தக் குறுகிய காலத்தில் பத்து குறுநாவல்கள், எழுபதிற்கும் மேற்பட்ட சிறுகதைகளை எழுதியுள்ளது குறிப்பிடத்தக்கதாகும்.

சியாமளாவின் தலைத்தீபாவளிக்கு இன்னும் மூன்று தினங்களே இருந்தன. அவளுக்கு வயது பன்னிரண்டு. இன்னும் குழந்தையைப் போலவே இருந்தாள். வரப்போகும் தீபாவளிப் பண்டிகையைப் பற்றி எண்ணி எண்ணி அவளுடைய குழந்தை உள்ளம் மகிழ்ச்சியினால் துடித்தது. ‘அவர் என்னுடன் என்ன பேசுவார்? தனிமையாகப் பேசச் சந்தர்ப்பம் கிடைக்குமோ? எனக்குக் கான்வென்டில் சொல்லிக் கொடுத்த பாட்டுக்களை எல்லாம் நான் அவருக்குச் சொல்லிக் காட்டப் போகிறேன். ஒருகால் நான் ஏதாவது தப்புச் சொல்லிவிட்டால் அவர் சிரிப்பாரோ என்னவோ?” என்று இவ்விதமாகப் பலவித யோசனைகள் செய்வதிலே அவள் மனம் ஆழ்ந்திருந்தது.

அன்று சாயங்காலம், சியாமளாவின் பெரியப்பா சதாசிவ ஐயர், வழக்கத்திற்கு விரோதமாய், ஆபீஸிலிருந்து நான்கு மணிக்கே வீட்டுக்கு வந்துவிட்டார். அதே சமயம் சியாமளாவும் கான்வென்டிலிருந்து வீட்டிற்குத் திரும்பி வந்தாள். காரிலிருந்து இறங்கிய தன் பெரியப்பாவைப் பார்த்து, “பெரியப்பா, இன்றைக்கு ஜவுளிக் கடைக்குப் போக வேண்டுமென்று சீக்கிரமாக வந்துவிட்டீர்களா?” என்று வினவினாள் மிக்க ஆவலுடன்.

அவள் கேட்டதற்குப் பதில் சொல்லாமல், சதாசிவ ஐயர் சியாமளாவை அணைத்துக் கொண்டு உள்ளே அழைத்துச் சென்று,

“என்கண்ணே, அந்தப் பாவி உன் தலையில் பெரிய கல்லைத் தூக்கிப் போட்டுவிட்டானே! நான் என்ன செய்வேன்! என் வயிறு எரிகிறதே” என்று கதறியவண்ணம் ஒரு நாற்காலியில் தொப்பென்று அமர்ந்து கண்ணீர் விடத்தொடங்கினார். சியாமளா ஒன்றும் விளங்காமல் திருதிரு என்று விழித்தாள். இதற்குள் உள்ளிருந்து வந்த சதாசிவ ஐயரின் ஸம்ஸாரம் பார்வதம், தன்கணவனின் நிலைமையைக் கண்டு மனம் பதைபதைத்து “ஏன்னா, என்ன சமாசாரம்? யாருக்கு என்ன வந்து விட்டது?” என்று கைகளைப் பிசைந்துகொண்டு திகிலுடன் கேட்டாள்.

“மாப்பிள்ளை நேற்று இரவு ஒரு மோட்டார் விபத்தில் அகப்பட்டு இறந்துவிட்டானாம். சம்பந்தி தந்தி அடித்திருக்கிறார். ஐயோ! என் கண்மணி சியாமளாவின் கதி என்ன?” என்று கூறிவிட்டு மறுபடியும் புலம்பத் தொடங்கினார்..

பார்வதமும் இந்தத் துக்க சமசாரத்தைக் கேட்டு அழ ஆரம்பித்தாள். பிறகு ஸ்திரீ சுபாவப்படி, “ஐயோ! இவ்வளவு அதிருஷ்டஹீனமுடைய பெண்ணும் உண்டோ? பிறந்த இரண்டு வருஷத்திற்குள் தாய் தந்தையரை உருட்டி விட்டது! இப்பொழுது கணவனையே முழுங்கி விட்டதே!”என்றாள்.

இதைக் கேட்டுச் சதாசிவ ஐயர் தம் பற்களை நறநறவென்று கடித்துப் பார்வதத்தை விழித்துப் பார்த்து, “போதும்; உன் அசட்டுப் பேச்சை அத்துடன் நிறுத்து. என்செல்வத்தைத் தூஷிக்காதே!” என்று கூறிச் சியாமளாவை அன்புடன் தடவிக்கொடுத்தார்.

இதற்குள் விஷயங்களைத் தெளிவாக அறிந்து கொண்ட சியாமளா தன் தலையைத் தன் பெரியப்பாவின் மடியில் கவிழ்த்துக் கொண்டு அழத் தொடங்கினாள். பிறகு சிறிது நேரத்திற்கெல்லாம், “பெரியப்பா, மாப்பிள்ளை செத்துப் போய்விட்டாரென்று சொல்லுகிறாயே! அப்படி யானால் இந்த வருஷம் நம் அகத்தில் தீபாவளி கிடையாதா? நான் இனிமேல் பூவைத்துக் கொள்ளக்கூடாதா? குங்குமம் இட்டுக் கொள்ளக் கூடாதா? எங்கள் ஸ்கூலில் ஆறாவது வகுப்பில் ஓர் ஐயங்கார் பெண் படிக்கிறாள். அவள் நெற்றிக்கு இட்டுக் கொள்கிறதுமில்லை; பூ வைத்துக் கொள்கிறதுமில்லை. அவள் ஒரு ‘விடோ’ (*Widow*). நானும் இப்பொழுது ஒரு ‘விடோ’ வா?” என்று கேட்டாள்.

சதாசிவ ஐயர் அச்சிறுமியின் வார்த்தைகளைக் கேட்டுத் தமக்கு உண்டான சங்கடத்தை அடக்கிக் கொண்டு ‘இல்லையம்மா. நீ ‘விடோ’ அல்ல. அழாதே. சமத்தோ இல்லையோ? நீ போய் உன் வேலைக்களைக் கவனி’ என்று சியாமளாவைச் சமாதானம் செய்து அனுப்பினார். பிற்பாடு தம் மனைவியைத் தனிமையில் அழைத்து, “இதோ பார்: நீ உன் அசட்டுச் சாஸ்திரங்களையெல்லாம் மூட்டைகட்டித் தூரவைக்க வேண்டும். தெரியுமா? குழந்தையின் மனத்தைப் புண்படுத்தாதே. அவள் பாட்டிற்கு எப்போதும்போல் பூ வைத்துக்கொண்டு நெற்றிக்கு இட்டுக் கொண்டு பள்ளிக் கூடம் போய்வரட்டும்” என்று உத்தரவிட்டார்.

பார்வதம் மிகுந்த அதிருப்தியுடன், “ஆகட்டும்” என்று தன் கணவனுக்குப் பதிலளித்தாள்.

சதாசிவ ஐயருக்குக் கோலார் தங்கச் சுரங்கத்தில் சூபரிண்டெண்டெண்ட் வேலை. மாதம் அறுநூறு ரூபாய் சம்பளம். சியாமளா அவருடைய தம்பியின் பெண். இரண்டு வயதிலேயே தன் பெற்றோர்களை இழந்த அச்சிறுமியைச் சதாசிவ ஐயரே மிகவும் வாஞ்சையுடன் வளர்த்து வந்தார். அவருக்கு குமுதா என்ற ஒரு புதல்வி உண்டு. அவள் சியாமளாவைவிட இரண்டு வயது சிறியவள். சியாமளாவும் குமுதாவும்

ஒரே தாயின் வயிற்றில் பிறந்த சகோதரிகளைக் காட்டிலும் மிகுந்த அன்னியோன்யமாகவே இருந்தனர். பர்வதமும் சியாமளாவிடம் அன்புடன் இருப்பவள் போலவே காணப்பட்டாள். ஆனால் உள்ளுக்குள் மாத்திரம் அவளை வெறுத்து வந்தாள் 'இந்தத் துரதிருஷ்டம் பிடித்த பெண்ணினால் குடும்பத்திற்கு என்ன என்ன கேடு உண்டாகப் போகிறதோ! இது பிழைத்திருந்து என்னத்தைச் சாதிக்கப் போகிறது? இதற்குச் சாகுங்காலம் வராதா? அவரோ, குமுதாவைவிட இந்தப்பெண்ணினிடந்தான் அதிக அன்பு செலுத்துகிறார்' என்று எண்ணி எண்ணி மனத்திற்குள் சியாமளாவைக் கறித்து வந்தாள். பிறகு சியாமளாவிற்கு விவாகம் ஆனதும் பர்வதத்தின் மனத்திற்குச் சற்றுச் சமாதானமாக இருந்தது. ஏனெனில் கூடிய சீக்கிரத்தில் அவளைப் புக்ககத்திற்கு அனுப்பிவிட்டால் தன் கணவன் அப்பெண்ணைக் கொஞ்சிச் சீராட்டுவதற்கும் முடிவு ஏற்படுமென்று நினைத்தாள். ஆனால், பகவான் தான் அதற்கும்வழிஇல்லாமல்செய்துவிட்டானே! கல்யாணம்ஆகி ஆறுமாதம் ஆவதற்குள் தன் கணவனையே விழுங்கி விட்டது அந்தத் துரதிருஷ்டம் பிடித்த பெண்!

2

சதாசிவ ஐயரின் மாப்பிள்ளை இறந்து போய் இரண்டு வருஷங்கள் ஆகிவிட்டன. சியாமளா வெகு சீக்கிரத்தில் தன் கணவன் இறந்து போனதை அடியுடன் மறந்து எப்போதும்போல் ஓடியாடிக் களித்துக் கொண்டிருந்தாள். சதாசிவ ஐயர் இப்பொழுது முன்னிலும் பன்மடங்கு சியாமளாவின் மேல் அன்பு செலுத்தியது பர்வதத்தினால் சகிக்கவே முடிய வில்லை. இருந்தாலும் வாயைத் திறவாமல். மேலுக்கு மாத்திரம் தானும் சியாமளாவை நேசிப்பவள் போல் நடந்து கொண்டாள்.

ஒரு நாள் மத்தியானம், தங்கச் சுரங்கக் காரியாலயத்தைச் சேர்ந்த வேலையாள் ஒருவன் பதைபதைக்க ஓடிவந்து,"அம்மா, இன்று எஜமான் 'லிப்ட்'டி (*Life*)ல் உட்கார்ந்து கொண்டு கீழே இறங்கிச் செல்லும் போது 'லிப்ட்' அறுந்துபோய் நூறு அடி உயரத்திலிருந்து கீழே விழுந்து விட்டார். மண்டையில் பலமாக அடிபட்டு உடனே இறந்துவிட்டார். பிணத்தை இன்னும் கொஞ்ச நேரத்தில் வீட்டிற்கு எடுத்துவருவார்கள்" என்ற கொடிய சமாசாரத்தைக் கூறினான்.

பர்வதம் அப்படியே இடிவிழுந்தவள் போல் ஆனாள்; கதறினாள்; உருண்டு உருண்டு அழுதாள். ஆனால் என்ன பிரயோஜனம்? மாண்டவர் வருவரோ மீண்டும் மண்ணுலகிற்கு?

பர்வதத்தின் கோபமும் ஆத்திரமும் இப்பொழுது சியாமளாவின்மேல் தங்கு தடையின்றிச் செலுத்தப்பட்டன. துடைகாலி என்றும் அவளுடைய துரதிருஷ்டத்தினால்தான் தன் கணவர் அகால மரணமடைந்தாரென்றும் புலம்பி வாயில் வந்தபடியெல்லாம் வயிற்றெரிச்சல் தீரச் சியாமளாவைத் திட்டினாள். பொறுமைசாலியான சியாமளா தன் பெரியப்பா இறந்துபோன துக்கம் ஒரு புறம் இருக்கத் தன் பெரியம்மாவின் வசை புராணங்களையும் கேட்டுக் கொண்டு சாந்தமாகவே இருந்தாள்.

சதாசிவ ஐயருக்குச் செய்ய வேண்டிய கர்மங்களையெல்லாம் பர்வதத்தின் தம்பியாகிய பாஸ்கரனே செய்தான். பாஸ்கரன் பெங்களூரில் பி.எஸ்ஸி.க்கு வாசித்துக் கொண்டிருந்தான். தன் பெண் குமுதாவைப் பாஸ்கரனுக்கே கொடுத்து விவாகம் செய்ய வேண்டுமென்று வெகு நாட்களுக்கு முன்னமே தீர்மானித்திருந்தாள் பர்வதம்.

கிரியைகள் எல்லாம் முடிந்த பிறகு, பாஸ்கரன் பெங்களூரில் ஒரு பங்களாவை ஏற்பாடு செய்து கோலாரிலிருந்து பர்வதத்தின் குடும்பம் பெங்களூரில்

வசிக்கும்படி செய்தான். கோலார் தங்கச்சுரங்கத்தின் வேலை நடத்தி வரும் கம்பெனியாரால் சதாசிவ ஐயரின் குடும்பத்திற்கு உபகார நிதியாகப் பத்தாயிரம் ரூபாய் அளிக்கப்பட்டது. ஐயர் ஏற்கெனவே சேர்த்து வைத்திருந்த முப்பதாயிரம் ரூபாய் ஆஸ்தியுடன் இந்தப் பணத்தையும் பாங்கில் போட்டு அதற்கு வரும் வட்டியைக் கொண்டு பர்வதம் குடும்பம் நடத்தி வந்தாள்.

இப்பொழுது சியாமளாவை, வட்டியும் முதலுமாய்ச் சேர்த்துக் கொடுமையாக நடத்த ஆரம்பித்தாள் பர்வதம். தன் பெரியம்மாவின் நடத்தையில் திடீரென்று இவ்வித மாறுதல் ஏற்பட்டதைக் கண்டு சியாமளா திகைத்தாள். அவள் வினயமாக நடந்துகொண்ட போதிலும்கூடத் தன் பெரியம்மா தன் மேல் கொண்ட வெறுப்பை மாற்ற முடியவில்லை. எப்பொழுதும் ஒரு காரணமும் இல்லாமல் சியாமளாவைத் திட்டிக்கொண்டே இருப்பாள் பர்வதம். பெங்களூருக்கு வந்தவுடன் சியாமளாவின் படிப்பை நிறுத்திவிட்டு, அவள் இனிமேல் புஷ்பம் குங்குமம் முதலிய மங்களகரமான வஸ்துக்களை உபயோகிக்கக் கூடாது என்று கண்டிப்பாய் உத்தரவிட்டாள். பர்வதம் சியாமளாவின் உடம்பில் இருந்த நகைகளையெல்லாம் தானே கழற்றி உள்ளே வைத்துவிட்டாள்.

சியாமளாவும் புஷ்பம். குங்குமம், நகைகள் இவற்றை எல்லாம் துறக்கச் சிறிதும் ஆக்ஷேபிக்கவில்லை. ஆனால் கல்வியை நிறுத்த அவளுக்குக் கொஞ்சமும் இஷ்டமில்லை. “பெரியம்மா, இந்த வருஷம் நான் ஸ்கூல் பைனல் பரீக்ஷைக்குப் பணம் கட்டப்போகிறேன். அது பாஸ் ஆனவுடன் நான் படிப்பை நிறுத்திவிடுகிறேன். அது பரியந்தம் நான் படிக்கிறேன்” என்று எவ்வளவோ கெஞ்சிவேண்டிக்கொண்டாள் சியாமளா. ஆனால் பர்வதம் நிர்த்தாக்ஷிண்யமாய் இதற்கு மறுத்துவிட்டாள். “உன் கொஞ்சலுக்கும் அழுகைக்கும் இடம் கொடுக்க உன் பெரியப்பா உயிருடன் இல்லை என்பது நினைவிருக்கட்டும்! நீ இவ்வளவு நாட்கள் படித்துக் குப்பைக் கொட்டினது போதும்!’ என்று ஓர் அதட்டல் போட்டுச் சியாமளா மறு பேச்சுப் பேசாதபடி செய்துவிட்டாள். குமுதா தன் தாயின் தீர்மானத்தை மாற்றிச் சியாமளாவின் படிப்பிற்கு முடிவு ஏற்படாதிருக்கும்படி எவ்வளவோ விதமாய்ப் பர்வதத்தை வேண்டினாள். ஆனால் இந்த ஜபமெல்லாம் பர்வதத்தினிடம் சாயவில்லை.

“நான் கொடுத்து வைத்தது அவ்வளவுதான்” என்று எண்ணிச் சற்று சமாதானம் அடைந்து, தான் பள்ளியில் கற்றதை யெல்லாம் மறவாமல் வீட்டிலே இருந்து கொண்டு அநேக நல்லறிவூட்டும் புத்தகங்களைப் படித்துத் தன் விவேகத்தை விருத்தி செய்தாள் சியாமளா.

3

ஒரு நாள் மாலை குமுதாவும் சியாமளாவும் தங்கள் வீட்டு முன்புறத்து ஹாலின் நடுவே போடப்பட்டிருந்த வட்ட மேஜையின் அருகே உட்கார்ந்து கொண்டு ஏதோ பேசிக் கொண்டிருந்தனர். பர்வதம் ஒரு ஸோபாவின் மேல் அமர்ந்து ஒரு புஸ்தகத்தை வாசித்துக் கொண்டிருந்தாள். அப்பொழுது பாஸ்கரன் கம்பீரமாய், “டக்,டக்’ என்று நடந்து வந்து, சியாமளாவிற்கும் குமுதாவிற்கும் நடுவே இருந்த நாற்காலியில் அமர்ந்து சிரித்துக் கொண்டே, “என்ன வட்ட மேஜை மகாநாடோ? நானும் கலந்து கொள்ளலாமோ? என்று வேடிக்கையாகக் கேட்டான்.

பர்வதம் புஸ்தகத்தை மூடிவிட்டுத் தன் தம்பியை வரவேற்று, “என்ன பாஸு, நான்கு நாட்களாய் இந்தப் பக்கம் வரவே காணோமே! (உடனே சியாமளாவின் பக்கம் திரும்பி அவளைக் கடுமையாக விழித்துப் பார்த்து) சியாமளா, உனக்கு

எத்தனைதரம் சொல்லுகிறது? எழுந்து உள்ளே சென்று ராத்திரி சமையலுக்குக் காய்கறியாவது நறுக்கிக் கொடு. ஒரு புருஷன் வந்து பக்கத்தில் உட்கார்ந்தானே என்ற கூச்சம் கொஞ்சமும் இல்லாமல் தடிபோல் பல்லை இளித்துக் கொண்டு உட்கார்ந்திருக்கிறாயே!" என்று கடிந்தாள்.

சியாமளா உடனே எழுந்து தலை குனிந்தவாறு உள்ளே சென்றாள். குமுதா கண் கலங்கப் பரிதாபத்துடன் சியாமளா சென்ற திக்கையே சிறிது நேரம் நோக்கிக் கொண்டிருந்தாள். பாஸ்கரன், "அக்கா, சியாமளாவும் குமுதாவைப் போல் எனக்கு ஒரு மருமகள்தானே? மாமா என்ற முறையில் என் அருகில் உட்கார அவளுக்குப் பாத்தியம் இல்லையா? நீ அவளை ரொம்பக் கண்டிக்கிறாய். அவள் மனத்திற்கு எவ்வளவு கஷ்டமாக இருக்கும்?" என்றான்.

"நன்றாக இருக்கிறது! அவள் எப்படி உனக்கு மருமகள் ஆகமுடியும்? அவள் பெரியப்பா அவளுக்குக் கொடுத்து வந்த செல்லத்தினாலும் சலுகையினாலும் அவள் ரொம்பவும் துணிச்சல் கொண்டு கொஞ்சங்கூட அடக்கமில்லாமல் நடந்து கொள்கிறாள். ஒரு கைம்பெண் இப்படியெல்லாம் நடந்து கொண்டால் ஊரார் என்ன சொல்வார்கள்? தன் சொந்தப் பெண்ணாய் இருந்தால் இப்படிக் கவனியாமல் இருப்பாளா என்று என் மண்டையைத்தான் உருட்டுவார்கள். சியாமளாவின் தலைவிதி அவள் விதவையாக வேண்டுமென்று. என்னவோ நேர்ந்து விட்டது. இனிமேல் அவள் நிலைமைக்குத் தக்கபடி அடக்க ஒடுக்கமாய் இருந்தால்தானே தேவலை? அவள் நன்மைக்காகத்தான் நான் அவளைச் சில விஷங்யங்களில் கண்டிக்கிறேன்" என்று வெகு நல்லவள் போல் பேசினாள் பர்வதம்.

பாஸ்கரனுக்கு உண்மை விஷயமெல்லாம் நன்றாகத் தெரியும். சியாமளாவைத் தன் அக்கா படுத்திவைக்கும் பாட்டையெல்லாம் அவன் நன்கு அறிந்திருந்தான்.

"ஆமாம் பாஸ்சு, நீ காரில் வந்தாயோ? நடந்து வந்தாயோ?" என்று கேட்டாள் பர்வதம்.

"காரில்தான் வந்தேன். இவர்கள் எல்லோரும் வந்தால் 'லால்பாக்' (*Lal Bagh*) கிற்கு அழைத்துச் செல்கிறேன்" என்றான்.

"இவர்கள் 'எல்லோரும்' யார்? குமுதாவை அழைத்துக் கொண்டு போய்விட்டு வா" என்றாள் பர்வதம்.

குமுதா கொஞ்சலாக, "அம்மா, சியாமளாவும் வரட்டுமே. அவள் பெங்களூருக்கு வந்த இந்த இரண்டு வருஷங்களில் ஒரு நாள் கூட வெளியில் போகவே இல்லை. இன்றைக்காவது..."" என்றாள்.

"சீ, அதிகப்பிரசங்கி! வாயை மூடு" என்று 'வள்' எனக் குமுதாவின்மேல் எரிந்து விழுந்தாள் பர்வதம். பிறகு தன் தம்பியைப் பார்த்து, "ஹூம், புறப்படுங்கள்; இருட்டி விடுகிறது"என்றாள்.

பாஸ்கரனும் குமுதாவும் பேசாமல் காரில் ஏறிப் புறப்பட்டுச் சென்றனர். அவர்கள், லால்பாக்கிலிருந்து வீட்டிற்குத் திரும்பி வரும்பொழுது மணி சுமார் எட்டு இருக்கும். காரிலிருந்து மலர்ந்த முகத்துடன் இறங்கிய பாஸ்கரனையும் குமுதாவையும் கண்ட பர்வதத்தின் உள்ளம் பூரித்தது. 'எவ்வளவு தகுதியான ஜோடி! கடவுள் இருவருக்கும் பூர்ண ஆயுளையும் ஆரோக்கியத்தையும் அளிக்க வேண்டும்!" என்று பிரார்த்தித்தாள்.

அந்தோ! இதே சமயத்தில் மனம் புழுங்கத் தன் தலைவிதியை நினைத்துத் துக்கித்துக்கொண்டிருந்த சியாமளாவின் மவேதனையைப் பர்வதம் சிறிதும் உணரவில்லை.

குமுதா காரைவிட்டு இறங்கியதும், "சியாமளா" என்று அன்பு ததும்பக் கூப்பிட்டுக் கொண்டே உள்ளே சென்றாள்.

பாஸ்கரன் தான் தங்கியிருக்கும் ஹாஸ்டலுக்குச் செல்லப் புறப்பட்டான். பர்வதம் அவனைப் பின் தொடர்ந்து கார் நின்று இடத்திற்கு வந்து, “என்ன பாஸு, நீ இன்னும் எத்தனை நாட்கள் இப்படிப் பிரும்மசாரியாகக் காலம் கழிக்கப் போகிறாய்? குமுதாவும் விடுவிடு என்று வளர்ந்துவிட்டாள். அவளுக்குப் பதினான்கு வயது முடிந்து விட்டது. தெரியுமா?

பாஸ்கரன் “அக்கா, ஏன் இப்படி அனாவசியமாகக் கவலைப்படுகிறாய்? உங்கள் வீட்டு முதல் மாப்பிள்ளைதான் ஆயுசுடன் இருந்து வேட்டகத்தில் சீராடக் கொடுத்து வைக்கவில்லை! நான் தம்பி உறவுடன் மாத்திரம் இங்கு வந்து போகிறேன் என்று நினைக்காதே! நான் உங்கள் வீட்டு மாப்பிள்ளையாகப் போவதாக ஏற்கனவே தீர்மானித்து விட்டேன். இது விஷயமாகத்தான் நானும் குமுதாவும் இன்று மாலை தோட்டத்தில் பேசிக்கொண்டு இருந்தோம்” என்றான்.

பர்வதம் முதலில் முகத்தைச் சுளித்துக் கொண்டு, “சரி சரி, அச்சான்யம்போல் இறந்து போன அந்தக் கடன்காரனின் பேச்சை எதற்கு இப்பொழுது எடுக்கிறாய்? அதிருக்கட்டும். குமுதாவிற்குச் சம்மதந்தானா?” என்று ஆவலுடன் கேட்டாள்.

“அவளுக்குச் சம்மதமில்லாவிடில் அவள் முகத்தில் அவ்வளவு மலர்ச்சியும் சந்தோஷமும் எப்படி உண்டாகும்?” என்று அவன் ஒரு மாதிரி கண்ணைச் சிமிட்டிக் கொண்டே கூறிவிட்டுத் தன் அக்காவிடம் விடைபெற்றுக் காரை ஓட்டிச் சென்றான்.

பாஸ்கரன் அந்த வருஷம் மைசூர் ஸர்க்காரால் நடத்தப்படும் எம்.ஸி.எஸ். பரீக்ஷைக்குச் சென்று பரிக்ஷை எழுதிவிட்டு முடிவை எதிர்பார்த்துக் கொண்டிருந்தான். பாஸ்கரன் மேற்சொன்னபடி தாராளமாய்த் தன் மனத்தை விட்டுப் பேசியதைக் கேட்டுப் பர்வதம் மிக்க மகிழ்ச்சி அடைந்தாள் குமுதாவிற்கும் பாஸ்கரனுக்கும் விவாகம் நடந்துவிட்டது போலவே எண்ணினாள். நேரே உள்ளே சென்று குமுதாவைப் பார்த்து, “என்ன மிஸஸ், எம்.ஸி.எஸ்? மாமாவுடன் இன்று லால்பாக்கிற்குச் சென்றது சுய லாபத்திற்குத்தான்போல் இருக்கிறதே?” என்று பரிகாசம் செய்தாள்.

குமுதா ஒருமாதிரி சிரித்து, “போ அம்மா, உனக்கு எப்பொழுதும் என்னைக் கேலி செய்வதுதான் வேலை” என்று சொல்லித் தன் பாடங்களைப் படிக்கச் சென்றாள்.

4

மேற்சொன்ன சம்பவம் நடந்து சில தினங்களான பிறகு ஒரு நாள் இரவு பாஸ்கரன் காரில் வந்து இறங்கினான். அப்போது மணி எட்டரை இருக்கும். ‘அக்கா! இன்றைக்கு ஸாகர் டாகீஸில் பேஷான ஹிந்தி பேசும் படம் இருக்கிறது. இன்றுதான் கடைசி நாள். எல்லோரும் வருகிறீர்களா? போகலாம்?” என்று கேட்டான்.

பர்வதம் சந்தோஷத்துடன் “அதற்கென்ன; போய்விட்டு வரலாம் குமுதா. சீக்கிரம் புறப்படு. பாஸு காத்துக் கொண்டிருக்கிறான்” என்று தன் பெண்ணை உடை மாற்றிக்கொள்ளச் சொன்னாள்.

பாஸ்கரன், “சியாமளாவும் வருகிறாளோ இல்லையோ?” என்று வினவினான்.

“ஹுஂம்ஹுஂம். அவள் வரமாட்டாள். அவளுக்கு மத்தியான்னத்திலிருந்து தலைவலியாம். அகத்தில் நிம்மதியாகப் படுத்துக்கொண்டு தூங்கட்டும். துணைக்கு ஆளும் வேலைக்காரியும் இருக்கிறார்கள்” என்று பதிலளித்தாள்.

குமுதா வேறு உடை உடுத்திக் கொண்டு வந்ததும் சியாமளாவை மாத்திரம் வீட்டில் விட்டு அவர்கள் மூவரும் சினிமாவுக்குச் சென்றனர்.

படம் நிஜமாகவே முதல்தரமாக இருந்தது. ஆட்டம் முடியும் பொழுது பன்னிரண்டு மணி. பாஸ்கரன் தன் அக்காவையும் மருமகளையும் அழைத்துக் கொண்டு அவர்கள் வீட்டிற்குச் சென்றான்.

"இன்று ரொம்பப் போதாகி விட்டது. நீயும் இங்கேயே படுத்துக் கொண்டுவிட்டுக் காலையில் எழுந்து ஹாஸ்டலுக்குப் போகலாம்" என்று பர்வதம் பலவந்தப்படுத்தியதன் பேரில் பாஸ்கரன் அன்றிரவு அங்கேயே தங்கச் சம்மதித்தான்.

சியாமளா படுத்துக்கொள்ளும் அறைக்குச் சென்ற குமுதா, அவளை அங்கே காணாமல் வீடு முழுவதும் போய்ச் சுற்றி, "சியாமளா! சியாமளா!" என்று கூப்பிட்டாள்.

பர்வதம், "என்ன குமுதா, நடுராத்திரியில் அவளை எதற்காக எழுப்புகிறாய்? உனக்கு எப்பொழுதும் அவள் ஸ்மரணைதான். போய்ப் படுத்துக் கொள்" என்று கோபித்துக் கொண்டாள்.

"இல்லையம்மா; சியாமளாவைப் படுக்கையிலும் காணவில்லை; வீட்டில் வேறு எங்கேயும் காணவில்லையே! இந்த நட்ட நிசிவேளையில் எங்கே போயிருப்பாள்? இதோ, மேஜையின் மேல் ஒரு கடிதம் இருக்கிறதே! இதென்ன?" என்று சொல்லி அக்கடிதத்தை எடுத்து உரக்கப் படித்தாள்; "பெரியம்மா!

உங்களுக்கு ஒரு பாரமாக உங்கள் வீட்டில் இனிமேல் வசிக்க நான் விரும்பவில்லை. நான் வீட்டை விட்டுப் போகிறேன். என்னைத் தேட முயல வேண்டாம். இவ்வளவு வருஷங்களாக என்னை வைத்து ஸம்ரக்ஷித்ததற்கு நமஸ்காரம்.

இப்படிக்கு,

சியாமளா."

படித்து முடித்ததும் குமுதா அழத் தொடங்கினாள். பர்வதம் அவளைச் சமாதானம் செய்து, "குமுதா, அந்த நன்றி கெட்ட நாய் எவனையோ இழுத்துக் கொண்டு ஓடிப் போயிருக்கிறது. அவள் மேல் நீ வைத்திருந்த பாசத்தை இனிமேலாவது விட்டொழி' ' என்று கூறினாள்.

பாஸ்கரன் சியாமளா ஓடிப்போன விஷயத்தை அறிந்ததும் குமுதாவையும் பர்வதத்தையும் வாயை மூடிக் கொள்ளும்படி சமிக்ஞை செய்து, "உஸ்! இரையாதீர்கள். சியாமளா ஓடிப்போன விஷயம் வெளியில் தெரிந்தால் அநியாயமாய் நம் மேலே சந்தேகப்படுவார்கள். நான் நாளை அதிகாலை சென்னைக்குப் புறப்படும் ரெயிலுக்குக் காரை ஓட்டிச் செல்கிறேன். அதில் சியாமளா உட்கார்ந்துகொண்டு ஸ்டேஷனுக்குச் சென்று ரெயிலேறிச் சென்னைக்குப் போய்விட்டதாகக் கேட்பவர்களுக்குச் சொல்லிவிடலாம். சென்னையிலிருந்து அவளுடைய மாமா ஒருவர் திடீரென்று வந்து அவளை அழைத்துக் கொண்டு போய்விட்டதாக எல்லோருக்கும் சொல்லி விடுங்கள்" என்று ஓர் உபாயம் சொல்லிக் கொடுத்தான்.

பர்வதம் இதற்குச் சம்மதித்தாள். 'அந்தத் துடைகாலி வீட்டை விட்டு ஒழிந்தாளே' என்று சந்தோஷப்பட்டாள்.

மறுதினம் அதிகாலை பாஸ்கரனது ஏற்பாட்டின்படி ஒரு சிறிய நாடகம் நடிக்கப் பெற்றது. சியாமளாவை அவளுடைய மாமா சென்னைக்கு அழைத்துக் கொண்டு போய்விட்டதாக ஒரு பொய் வதந்தியைக் கிளப்பிவிட்டாள் பர்வதம். வீட்டு வேலைக்காரர்களும் ஊர் ஜனங்களும் இதை உண்மையென்றே நம்பினர்.

5

சியாமளா மறைந்து போய்ப் பல மாதங்கள் ஆயின. சியாமளாவை அவ்வளவு அருமையாக நேசித்து வந்த

குமுதா கூட அவளை மறந்துவிட்டவளாகவே காணப்பட்டாள். பாஸ்கரன் எம்.ஸி.எஸ்., பரீக்ஷையில் தேறி, இப்பொழுது மைசூரில் 'ப்ரோபேஷன'ராக *(Probatione)* வேலை பார்த்து வந்தான். குமுதாவும் பாஸ்கரனும் அடிக்கடி சந்தித்து வெகு குதூகலத்துடன் காலம் கழித்து வந்தனர். பர்வதம் இவர்களுடைய விவாகத்தைக் கூடிய சீக்கிரத்தில் நடத்திவிடத் துடித்துக் கொண்டிருந்தாள். இது விஷயமாக இன்னும் ஒரு முறை பாஸ்கரனைக் கேட்ட பொழுது அவன், "அக்கா, இன்னும் ஒரு மாதத்திற்குள் நான் உங்கள் வீட்டு மாப்பிள்ளையாகி விடுகிறேன். எனக்குச் சென்னையில் கொஞ்சம் வேலை இருக்கிறது. இன்னும் ஒரு வாரத்தில் திரும்பி வந்து விடுகிறேன். நான் வந்த பிறகு முகூர்த்தம் வைக்கலாம்" என்று பதிலளித்தான். அவன் சென்னைக்குப் புறப்படுவதற்கு முன்பு குமுதாவின் கன்னத்தில் விளையாட்டாகக் கிள்ளி, "மாமாவை மறந்து விடாதே குமு, மாமி வரப்போகிறாள் என்ற சந்தோஷத்தில்" என்றான்.

"மாமி 'ஆகப்போகிற சந்தோஷத்தில்' என்று சொல், பாஸு" என்று தன் தம்பியின் வார்த்தையைத் திருத்தினாள் பர்வதம். இதைக் கேட்டுக் குமுதாவும் பாஸ்கரனும் ஒரு மாதிரியாகச் சிரித்துக் கொண்டனர்.

பாஸ்கரன் தான் வாக்களித்திருந்தபடி ஒரு வாரத்தில் சென்னையிலிருந்து திரும்பி வந்தான். ஆனால் அவன் மாத்திரம் தனியாக வரவில்லை. கூடவே சியாமளாவும் வந்திருந்தாள்!

"அக்கா, இதோ பார். உன் இஷ்டப்படி உங்களகத்து மாப்பிள்ளையாக வந்துவிட்டேன். எனக்கும் சியாமளாவுக்கும் இரண்டு நாளைக்கு முன் அடையாறு பாரத ஸமாஜக் கோவிலில் விவாகம் நடந்தது. நீ நினைத்திருந்தபடி சியாமளா யாரையும் இழுத்துக் கொண்டு ஓடிப்போய் விடவில்லை. அவள் கொஞ்சம் காலம் மறைவாய் ஓர் இடத்தில் இருக்கும்படி நான் தான் ஏற்பாடு செய்திருந்தேன். இந்த விஷயத்தில் குமுதாவும் எனக்கு மிகவும் உதவி புரிந்திருக்கிறாள்" என்றான் பாஸ்கரன்.

பர்வதம் சில வினாடிகள் பிரமித்து நின்றாள். பிறகு ஆவேசத்துடன் சியாமளாவை நோக்கி, "அடி சண்டாளி! ஆரம்பத்திலிருந்தே என் குடும்பத்தை அழிப்பதற்காகவே பிறந்தாயாடீ நீ! நன்றி கெட்ட நாயே! என் கண்மணி குமுதாவிற்குக் கணவனாக வேண்டியவனை நீ மயக்கி உன் வலையில் சிக்க வைத்தாயடீ! என் வயிறு எரிகிறதே!" என்று கூவிக்கொண்டு கையை ஓங்கிக் கொண்டே சியாமளாவை அடிக்கச் சென்றாள்.

உடனே குமுதாவும் பாஸ்கரனும் ஒரே சமயத்தில் பாய்ந்து பர்வதத்தின் கையைப் பிடித்துக் கொண்டனர்.

"ஏன் அம்மா, நீ ஏன் இப்படி ஆத்திரப்படுகிறாய்? நானும் மாமாவும் இவ்வளவு நாட்களாக வெகு சகஜமாகப் பழகி வந்ததனால், நாங்களிருவரும் ஒருவரை ஒருவர் காதலிப்பதாக நீ பகற்கனவு கண்டு கொண்டிருந்ததற்கு நாங்கள் என்ன செய்ய முடியும்? எங்கள் இருவருக்கும் இடையே இருந்த நட்பு, சாதாரண மாமா மருமகள் சினேகமே தவிரக் காதல் சம்பந்தப்பட்டதல்ல. நாம் பெங்களூருக்கு வந்தது முதல், மாமா அடிக்கடி அகத்திற்கு வந்து போய்க்கொண்டிருந்தார். அப்பொழுதிலிருந்தே அவர் சியாமளாவைக் காதலித்து அவளையே விவாகம் செய்து கொள்வதாகத் தீர்மானித்து விட்டார். சியாமளாவுக்கும் மாமாவின் மேல் அன்பு ஏற்பட்டு அவர் சொல்கிறபடியெல்லாம் நடக்கச் சித்தமாக இருந்தாள். ஆனால் இந்த விஷயத்தை வெளியிட்டால் உன்னுடைய கோபத்திற்கு ஆளாக வேண்டுமே என்று நாங்கள் இதை ரகசியமாகவே வைத்துக்கொண்டிருந்தோம்.

• கமலா பத்மநாபன்

என்னைக் கல்யாணம் செய்து கொள்ளும்படி நீ மாமாவைத் தூண்டும் போதெல்லாம், அவர் நம் வீட்டிற்கு மாப்பிள்ளையாக வருவதாக சொன்னாரே தவிர, எனக்குக் கணவராகப் போவதாக ஒரு நாளும் சொல்லவில்லை. நாங்கள் ரகசியமாகக் கலந்து பேசிக்கொண்டு மாமாவின் நண்பர் ஒருவர் மூலமாகச் சியாமளாவை வீட்டை விட்டு வெளியேறும்படிச் செய்துவிட்டோம். நாம் அன்றொரு ராத்திரி சினிமாப் படம் பார்த்துக் கொண்டிருந்த பொழுது, மாமாவின் நண்பர் இங்கே வந்து சியாமளாவை அழைத்துக் கொண்டு போய்விட்டார். இதுகாறும் சென்னையில் அவர் வீட்டில் வசித்து வந்தாள் சியாமளா. இப்பொழுது என்னுடைய மாமியாகத் திரும்பி வந்திருக்கிறாள். நீ என் விவாகத்தைப் பற்றிச் சிந்திக்க வேண்டாம். எனக்கு இப்பொழுது விவாகம் செய்து கொள்வதில் கொஞ்சமும் இஷ்டமில்லை. பிற்பாடு, மாமா நல்லவராகத் தேடிப் பார்த்துக் கொடுத்தால் அப்பொழுது பார்த்துக் கொள்ளலாம்" என்று சொல்லிக் குமுதா குறும்புச் சிரிப்புடன் பாஸ்கரனைப் பார்த்தாள்.

யார் என்ன சொல்லி என்ன? பர்வதத்தின் ஏமாற்றமும் கோபமும் கொஞ்சமும் தணியவில்லை. தன் மகளுக்குக் கணவனாக வேண்டியவனை ஒரு கைம்பெண் விவாகம் செய்து கொண்டு, தன் எதிரில் தலையில் தொங்கத் தொங்கப் பூவுடனும், நெற்றியில் காசு அகலமுள்ள குங்குமப் பொட்டுடனும் நிற்பதைக் காண அவள் வயிறு கொதித்தது.

பாஸ்கரன் "அக்கா, உன் கோபம் முழுவதும் நிவர்த்தியாகட்டும். பிற்பாடு நாங்கள் உன் ஆசிர்வாதத்தைப் பெற வருகிறோம்" என்று சொல்லி சியாமளாவின் கரத்தைப் பற்றி அழைத்துச் சென்று காரில் உட்கார வைத்து தன் இருப்பிடம் சென்றான்.

10
தீர்மானம்

கௌரி அம்மாள்

கௌரி அம்மாள்
(1913 - 1987)

கௌரி அம்மாள் தேச விடுதலையில் அக்கறை கொண்ட எழுத்தாளர். பெண்கள் வேலைக்குப் போக வேண்டும் என்றும் பொருளாதார சுதந்திரம் பெற்று சுயமதிப்போடு வாழ வேண்டும் என்றும் தன் எழுத்துகளின் மூலமாக உணர்த்தியவர். 'கடிவாளம்' என்பது இவரது புகழ்பெற்ற நாவலாகும். 'வீட்டுக்கு வீடு' என்ற தலைப்பில் சிறுகதைத் தொகுதி ஒன்றையும் வெளியிட்டுள்ளார். கலைமகள் இதழின் துணை வெளியீடான 'மஞ்சரி' இதழின் ஆசிரியர் குழுவில் ஒருவராக இருந்துள்ளார்.

"**வி**மலா!"

"ஏண்டி?"

"அம்மா எப்பொழுது வருகிறாளாம்?"

"இருந்து மன்னியையும் அழைத்துக்கொண்டு வருகிறாளாம். படித்துப் பாரேன்" என்று கடிதத்தை ஜானாவிடம் கொடுத்தாள் விமலா.

"நம்மாலே முடியவே முடியாதம்மா, இவர்களுடன் மன்றாடி மல்லுக்கு நிற்க; எது வேண்டுமானாலும் செய்துகொள்ளுங்கள். என்னைமட்டும் ஒன்றுக்கும் இழுக்காதீர்கள்" என்றாள் ஜானா, கடிதத்தைப் படித்துவிட்டு.

"ரொம்ப அழகாகத்தான் இருக்கிறது!"

"அழகு என்ன அழகு? பார்த்துக்கொண்டேதானே இருக்கிறாய் நீயும்? ஒரு விநாடியில் கண்ணில் விரலைக் கொடுத்து ஆட்டிவைத்துவிட்டார்களே! எல்லாம் தெரிந்துதானே அம்மாவும் எழுதியிருக்கிறாள்? கட்டாயம் நான் ஒன்றுக்கும் வரப் போவதில்லை, தெரிந்ததா?"

"போடி அசடு! இருந்தாலும் இவ்வளவு பயங்கொள்ளியாக இருக்க வேண்டாம். சமயத்தில் என்ன செய்வதென்று யோசனை இல்லாமல் இங்கும் அங்கும் ஓடினாயானால் யார் என்ன செய்வது? காதுங் காதும் வைத்ததுபோல் செய்யத் தெரியவேணும். உன்னைவிட

எனக்குமட்டும் என்னடி தெரியும்? வாயைத் திறந்தால் படபடவென்று கொட்டி விட்டால் எல்லாம் ஆகிவிட்டதா? யோசனையும் தீர்மானமும் வேண்டாமா?" என்று விமலா முடிப்பதற்குள் ஜானாவிற்குப் பிரமாதக் கோபம் வந்துவிட்டது.

"ஆமாண்டி! நான் அசடுதான். திருப்பித் திருப்பி என்றும் சொல்லிக் காண்பிக்க வேண்டாம்! எல்லாம் நீ சொன்னால் வேதவாக்கு. உடனே நடந்துவிடும். நான் மண்டையை உடைத்துக்கொண்டாலும் கேட்கிறவர் யார்? அம்மாவும் உனக்குத்தானே எழுதியிருக்கிறாள்? இருக்கிறாயே நீதான், தீர்மானக்காரி! நீயாயிற்று; அவர்கள் ஆயிற்று! எனக்கென்ன?" என்று படபடவென்று பேசிவிட்டு உள்ளே சென்றுவிட்டாள்.

"அப்படியாவது ஒரு வழியாக இரு. வழவழ என்று பேசிப் பேசித்தான் எல்லாம் குட்டிச்சுவராகப் போகிறது" என்று விமலாவும் எழுந்து போய்விட்டாள்.

இரண்டு நாட்களுக்கு முந்தி நடந்த விஷயம். அம்மா ஊருக்குச் சென்று ஒரு வாரங்கூட ஆகவில்லை. அதற்குள் வீட்டில் மூலைக்கு மூலை அவரவர் நினைத்தபடி அதிகாரமும் நாட்டாண்மையும் பொறுக்க முடியவில்லை. ஒருவரையும் ஒன்றும் சொல்ல முடியவில்லை. பேசினாலும் தப்பிதம்; வாயை மூடிக்கொண்டிருந்தாலும் தப்பிதம். வயதில் ஜானாதான் மூத்தவள். எல்லாப் பொறுப்பும் அவளுடையது. இதைப் பற்றி இருவரும் பேசிக்கொண்டிருந்தனர். பேச்சின் சுவாரசியத்தில் நேரம் ஆகிவிட்டது.

"அடி, மணி ஏகமாக ஆகிவிட்டது. குழந்தைகளுக்குச் சாதம் போடவேணுமே! கீழே என்ன அமர்க்களம் நடக்கிறதோ, பார்த்துவிட்டு வருகிறேன்" என்று சொல்லிவிட்டு, ஜானா மெத்தைப்படி இறங்கி வந்தாள். நினைத்தது சரியாகவே இருந்தது.

"டேய்! தேங்காயெண்ணெய் வேணும். எல்லாம் இந்த வீட்டில் காணோம். போய்ச்சொல்லு அம்மா வாங்கினால் வாங்கட்டும். பேசாமல்தான் இருக்கட்டும்! நீ பாட்டுக்கு வீட்டிற்குப் போய்விட்டாயானால் எனக்குத் தெரியாது!" என்று வேலைக்காரன் ரங்கனை அதிகாரம் செய்து கொண்டிருந்தான் சமையற்கார மணி.

ஜானாவிற்கு மேலே செல்லப் பிடிக்கவில்லை.

'எங்கே இருக்கிறார்களோ; வரட்டும் என்றாவது இருக்க வேண்டும். இல்லையானால் பார்த்து வந்தாகிலும் சொல்லவேண்டும். அதற்குக்கூட ஒழியாமல் அப்படி என்ன வேலை இவனுக்கு? இரண்டு பேருக்குச் சமைத்துவிடுகிறானே அழகு பிறக்க! இதற்கு அதிகாரம் வேறு! இருந்தாலும் இவ்வளவு அக்கிரமமா வீட்டில்?" எனக்குப் பிடிக்கவே இல்லை. அப்படியே வந்த வழியைப் பார்த்துக்கொண்டு சென்றுவிடலாமா என்று நினைத்தாள். மறுபடியும் குழந்தைகளுக்குச் சாதம் போட வேண்டுமே என்ற எண்ணம். என்னதான் செய்கிறான் பார்த்துவிடுவோம் என்று உள்ளே நுழைந்தாள்.

மணி அடுப்பங்கரையைச் சுத்தம் செய்துகொண்டிருந்தான். ஜானாவைக் கண்டதும் கையை அலம்பிக்கொண்டு எண்ணெய்ச் செம்பை எடுத்து 'ணங்' என்று வைத்துவிட்டுப் பேசாமல் சென்றான். பார்த்தாள் ஜானா. சாதாரணமாக அவளால் பேசாமல் இருக்க முடியாது; அவ்வளவு உறுதியும் கிடையாது. அன்று என்னவோ ஒன்றும் கேட்கவும் பிடிக்கவில்லை. மணியின் பேரில் மிகுந்த கோபம் வந்தது. இருந்தாலும் சற்று நின்று பார்த்தாள், ஏதாகிலும் கூறுவானோ என்று.

ஆனால் மணியா? இவர்களுக்குமேல் தீர்மானமுள்ளவனாயிற்றே அவன்! உலக்கை போன்ற பலமான கால்களைக்

கொண்டு அவல் இடிப்பது போல் பூமியை அதிரச் செய்து கொண்டு திரும்பிக்கூடப் பாராமல் நடந்துகொண்டிருந்தான். ஜானாவுக்குப் பேச்சே எழும்பவில்லை. பிரமாதமான கோபம் பீரிட்டுக்கொண்டு வந்தது. மளமளவென்று மெத்தைக்கு வந்தவள் கொத்துச் சாவியை மேஜைமீது வீசி எறிந்தாள். புத்தகத்தில் ஆழ்ந்திருந்த விமலா திரும்பிப் பார்த்தாள். ஜானாவின் முகத்தில் எள்ளும்கொள்ளும் வெடித்துக்கொண்டிருந்தன.

“என்னடி?” என்றாள்.

“என்ன? தூள் பறக்கிறது மணியின் அதிகாரம். தேங்காயெண்ணெய் வேண்டுமாம். உள்ளே போகிறேன், செம்பைத் தூக்கி ‘ணங்’ என்று வைத்துவிட்டுப் பீமசேனன்போல் நடக்கிறான்.”

“வந்து சொல்லுவதற்கு என்னவாம்? ரொம்ப ஒழியாத வேலையோ?”

“நீதான் கேளேன்! வாயைத் திறந்தால் முத்து உதிர்ந்து விடுமாம். ஆட்டி வைத்தபடி எல்லாம் ஆடுவார்கள் என்று நினைத்துவிட்டார்கள்போல் இருக்கிறது! எல்லோரையும் ஒழித்துவிட்டு நாமே செய்துகொள்ளலாம்போல் இருக்கிறது. எனக்கு. நேற்று முட்டைக்கோஸ் கறியை ஏண்டா இப்படிச் செய்து வீணாக அடிக்கிறாய் என்று கேட்டோமோ இல்லையோ? வாயைத் திறக்கக் கூடாதாம்.”

“ஆமாம். ரொம்பத் தெரியுமோ இல்லையோ எனக்கும் உனக்கும்? செய்து கிழித்துவிடுவோம்! ஏன் சத்தம் போடுகிறாய் கிடந்து? அவனுக்கு மட்டும் இவ்வளவு தீர்மானம் இருக்கும்பொழுது நமக்கு மட்டும் என்ன? ஒருவேளை எண்ணெய் இல்லாவிட்டால் என்ன குடிமுழுகிப் போய்விடப் போகிறது? பேசாமல் இரு, தீர்மானமாக; தானே வருகிறான் வழிக்கு’ என்று விமலா கூறிக்கொண்டிருந்தபொழுது. ரங்கன் எண்ணெய்ச் செம்பை எடுத்து வந்து நின்றான்.

“எது வேண்டுமோ செய்துகொண்டு போங்கள்” என்று சொல்லிவிட்டுப் போய்விட்டாள் ஜானா.

ரங்கனைக் கோபித்துக்கொண்டு அனுப்பிவிட்டாள் விமலா. மணி வந்து பார்ப்பான் என்று நினைத்தாள் அவள். ஆனால் அவனை அந்தத் திக்கிலேயே காணவில்லை. அம்பி வரும் வரையில் மெத்தையிலேயே இருந்துவிடுவதென்று இருவரும் கீழே இறங்கியே வரவில்லை.

வழக்கம்போல் அல்லாமல் அன்று அம்பி வருவதற்கு வெகு நேரம் ஆகிவிட்டது, பகல் மணி ஒன்று அடிக்கும் சமயம், அவசர அவசரமாக வந்தவன். “மாமனார் வந்திருக்கிறார். இரண்டு இலைகள் கூடப் போடச் சொல்லு” என்றான்.

“என்ன திடீரென்று?” என்றாள் விமலா.

“ஏதோ வேலையாக வந்தாராம். ம்...ம் இலை போடச் சொல்லு சீக்கிரம்” என்று சொல்லிப் போய்விட்டான் அவன்.

விமலா ஜானாவைப் பார்த்தாள். ஜானா விமலாவைப் பார்த்தாள்.

“சம்பந்தியாயிற்றே, அப்பளம் பொரிக்காமல் சாதம் போடலாமா? இப்படித்தான் வில்லங்கம் ஏதாவது வந்து சேருகிறது” என்றாள் ஜானா.

“நீ பேச ஆரம்பித்துவிடாதே இப்பொழுது; வாயை மூடிக்கொண்டு இரு. நல்லெண்ணெயில் பொரித்தால் போகிறது. சமயத்தில் காரியம் ஆகவேண்டியது; அவ்வளவு தானே?” என்றாள் விமலா.

“பட்டுப்புடைவையாகப் போய்விடுமேடீ?” என்று ஜானா சொல்லிக்கொண்டிருந்ததைக்கூடக் காதில் வாங்கிக் கொள்ளவில்லை விமலா; உள்ளே ஓடினாள்.

அவசர அவசரமாக இலை

போட்டுக்கொண்டிருந்தான் மணி.

"என்னடா, ஊருக்கு முந்தி இலையைப் போடுகிறாய்? சம்பந்தி வந்திருக்கிறார். அப்பளம் பொரிக்க வேண்டாமா?" என்றாள்.

"எண்ணெய்?" என்றான் மணி.

ரொம்பக் கெட்டிக்காரன்தான் போ! இவ்வளவு நல்லெண்ணெய் வைக்கிறது. பொரித்துப் போடுகிறது. நின்று சமைக்கிறவனுக்கு இவ்வளவு யோசனை வேண்டாமோடா?" "இன்றைக்கு எண்ணெய் தேய்த்துக் கொள்ளவில்லையா எல்லாரும்? அதுவும் வாங்கிக்கொண்டுதான் வரவேணும்.

பேசுவதா? பேசாமல் இருப்பதா?

எண்ணெய்ச் செம்புகள் இரண்டையும் தூக்கிக்கொண்டு அம்பியின் முன் சென்று நிற்கிறான் மணி! விமலாவுக்குக் கோபம் தாங்க முடியவில்லை.

"துளி அடக்கம் உடம்பில் இருக்கிறதா? இப்படித் தீவட்டி போலவா இருப்பான் வேலைக்காரன்? வாயைத் திறந்தால் வெட்கக்கேடு; அடிக்க வந்துவிடுவான் அம்பி. குடித்தனம் செய்து என்ன குப்பை கொட்டுவது?"

ஜாடையாக மணியை உள்ளே அழைத்தாள்.

"செம்பைத் தூக்கிக்கொண்டு போய் அவன் முன் நிற்கிறாயே? வெட்கமாக இல்லை உனக்கு? போடா உள்ளே!' என்று ஒரு போடு போட்டுவிட்டு முன்கட்டிற்கு ஓடி வந்தாள். ஒன்றும் தோன்றாமல் இங்கும் அங்கும் ஓடிக்கொண்டிருந்தாள் ஜானா.

"என்னடி செய்கிறது இப்பொழுது? இந்தத் துக்கிரியை அனுப்பினால் வேண்டுமென்றே அடம் செய்யுமே இப்பொழுது?" என்று தவித்தாள் விமலாவைக் கண்டவுடன்.

விமலாவின் கோபம் இன்னும் அதிகமாயிற்று. எல்லாவற்றையும் சேர்த்துவைத்து ஜானாவின் பேரில் விழுந்தாள். "வாயைத் திறந்தாயானால் தெரியும் இப்பொழுது? உன்னாலேதான் எல்லாம் குட்டிச்சுவராகப் போகிறது. ஒன்றும் தோன்றாமல் வளவள என்று பேசிக்கொண்டு நில்லு" என்று ரூபாயை எடுத்துக்கொண்டு ஓடினாள்.

மணிக்கு மேல் ரங்கன்; சொல்லவில்லை கொள்ளவில்லை, சைக்கிளை எடுத்துக்கொண்டு போய்விட்டானாம். எதற்கென்று தான் முட்டிக்கொள்வது? பெட்ரோல் கிடைக்காத காலத்தில் எண்ணெய் வாங்க மோட்டார் வண்டி! அம்பிக்கு யார் பதில் கூறுவது? ஒருவர் சிண்டை ஒருவர் பிடித்துக்கொண்டாலும் மானம் போகாமல் காரியம் முடிந்ததே, அதுதான் முக்கியம்,

சாப்பாடு முடிந்ததுமே அம்பியின் மாமனார் கிளம்பிவிட்டார். இவர்கள் ஓடிய ஓட்டமெல்லாம் அம்பியின் கண்ணில்மட்டும் படாமல் போய்விடுமா?

"வண்டி எதற்கு வெளியில் போயிற்று? இரண்டு பேருமாக என்னவோ ஓடிப் பிடித்தீர்களே?" என்று கேட்டும் விட்டான். போதுமா? எல்லாவற்றையும் அப்படியே ஒரு மூச்சில் கொட்டியிருப்பாள் ஜானா. அவ்வளவு துடித்தாள். ஆனால், "என்னடா செய்வது? குழந்தைக்கு ஏதோ அவசரமாக வேண்டியிருந்தது. எப்படி உன்னை வந்து கேட்பது, அவர் இருக்கும்பொழுது? நான்தான் போய்விட்டு வந்தேன்" என்று ஒரே போடாகப் போட்டுவிட்டாள் விமலா.

• • •

இருவரும் கூடப் பிறந்தவர்கள். வயதில் ஜானா மூத்தவள். சுபாவத்தில் மிகவும் நல்லவளே தவிர எதற்கும் சங்கோசம். பயம். பொறுப்பை வகிக்கவேண்டி இருந்ததே தவிர, சமயோசிதமான யுக்தி,

தீர்மானம் எல்லாம் குறைவு; திட்டமோ சட்டமோ ஒன்றும் தெரியாது என்றாலும் அதை வேலைக்காரர்களிடம் காண்பித்துக்கொண்டுவிட்டால் மிகவும் ஆபத்து என்பது மட்டும் அவளுக்குத் தோன்றவே தோன்றாது. ஒரு வேலை ஆகவேண்டுமென்றால் தாட்டியாக, 'இதைச் செய் 'அதைச் செய்' என்று வேலைக்காரர்களை வகையாக ஏவவும் தெரியாது. சொல்ல ஆரம்பிக்கும்பொழுதே ஆயிரம் சந்தேகம்.

வேண்டுமானால், முடியுமானால், ஒழிந்தால்' என்று மென்று விழுங்கிக்கொண்டு ஆரம்பித்தால் யாருக்குத்தான் பயம் இருக்கும்? செய்யவேண்டுமென்று தோன்றும்? யாராவது முகத்தைச் சுருக்கிக்கொண்டார்களோ; அவ்வளவுதான். ஒரே பயம், சந்தேகம். உள்ளதும் போய்விடும். உள்ளுக்கும் வெளிக்கும் நூறு நடை போய்விட்டு வருவாளே ஒழிய என்ன செய்யவேண்டுமென்ற முடிவிற்கே வரத் தெரியாது.- அவளைப்பற்றி யாராவது ஒரு வார்த்தை சொல்லிவிட்டாலோ. முகம் பறங்கிக்காயைப் போல உப்பிவிடும். நமக்குத்தான் ஒன்றும் தெரியவில்லையே என்று ஒதுங்கிவிடுவாளா? அதுவும் முடியாது. அதுதான் கோபம் விமலாவிற்கு.

விமலாவோ நேர் விரோதம். பேச்சும் குறைவு; அசாத்திய உறுதி. நமக்குத் தெரியாது என்று ஒன்றையும் வெளியில் காண்பித்துக்கொள்ளவே கூடாது என்பது ஒரே எண்ணம்... செய்யவேண்டுமென்று ஒன்று தோன்றியதா, அதைப் பயம் இல்லாமல் சந்தேகம் இல்லாமல் சொல்லுவாள். அதிகார தோரணையில் எதையும் நடத்திக்கொண்டு போவாள். இட்ட சட்டம் நடக்கவேண்டுமென்ற தீர்மானமும் உண்டு.

"சம்பளத்தைக் கொடுத்து வேலைக்காரர்களை வைத்தால் சொல்வதைக் கேட்காமல் போய்விடுவார்களோடி? இருந்தாலும் உனக்கு இவ்வளவு யோசனை இல்லாமல் போகவேண்டாம். இப்படியா பயப்படுவார்கள்? சமயத்தில் முட்டிக் கொண்டு சாகிறது! எதற்கும் தீர்மானம் இல்லாமல்நீமிகவும்திண்டாடப்போகிறாய்!" என்று கோபித்துக்கொண்டாள்.

"மணி என்னவோ ரொம்ப நன்றாகச் சமைக்கிறானே?'' என்று சந்தோஷப்பட்டுக்கொண்டான் அம்பி.

".ம்...ம்...வைக்கிறபடி வைத்தால் செய்யமாட்டானோ? செய்வான்" என்று சொல்லிக்கொள்ளும்பொழுது விமலாவின் பெருமைக்கு அளவே இல்லை.

"தீபாவாளிப் பண்டிகைக்குப் பக்ஷணங்கள் ஒன்றையும் குறைக்க வேண்டாம். தித்திப்பில் இரண்டு விதம், உப்பில் இரண்டு விதம் செய்யச் சொல்லி மருந்து கிளறச் சொல்லு" என்று எழுதியிருந்தாள் அவள் தாய்.

ஆனால் விமலா அதைப்பற்றிச் சமையற்கார மணியிடம் முதலில் ஒன்றுமே பிரஸ்தாபிக்கவில்லை.

"வருகிறாயாடீ ஜானா?" என்றாள்; நேரில் மாமியிடம் சென்றால் பக்ஷணங்கள் என்ன செய்யலாமோ அவைகளுக்கு வேண்டிய திட்டமோ சட்டமோ, எல்லாவற்றையும் கேட்டுத் தெரிந்துகொண்டு வந்தாள்.

"மருந்து?" என்றாள் ஜானா

"வருஷக் கணக்காகச் சமையல் செய்கிறவனுக்கு இது தெரியாதா? அக்காதான் மருந்துப் பெட்டியில் எல்லாம் தயாராக வைத்திருப்பாரே? எடுத்துக் கொடுத்தால் கிளறி வைக்கிறான்" என்று மாமியும் இவர்களுடன் ஒரு நடை வீட்டிற்கு வந்து பார்த்தாள்.

"எல்லாம் விமலாவின் ஏற்பாடாக்கும்? அக்கா சொல்வது போல உனக்கே

அலாதிப் பொறுப்புடி. கிளுகிளுனு கிளி கொஞ்சுகிறதே வீடு" என்று விமலாவை ஒரு பிடி உயர்த்தி வைத்துவிட்டுச் சென்றாள்.

'திட்டம், சட்டம் எல்லாம் நம்மைத்தானே கேட்கப்போகிறாள்? வரட்டும்' என்று பேசாமல் இருந்தானோ என்னவோ தெரியவில்லை. வேண்டிய சாமான்களை அளவாக எடுத்துக் கொடுத்து, "இன்ன பக்ஷணம், இவ்வளவு செய்" என்று விமலா கச்சிதமாகக் கூறிய சமயம் மணியே சற்று அயர்ந்து போய்விட்டான். 'எப்படி இவ்வளவு சீக்கிரம் தெரிந்து கொண்டாள்?' என்று ஆச்சரியமாக இருந்தாலும், விஷயம் தெரியாதவனா அவன்?

லட்டு, மைசூர்ப்பாகு, தேன்குழல், மிக்ஸ்சர் எல்லாம் ஒன்றைப் பார்க்க ஒன்று தூக்கியடித்தது. வைக்கவேண்டிய பாத்திரங்கள் பார்த்து எல்லாவற்றையும் அழகாக எடுத்து வைத்தாள் விமலா, மருந்துப் பெட்டியையும் எடுத்துக் கொடுத்து, "சாமான்களைப் பார்த்து மருந்து கிளறி வை" என்று சொல்லிவிட்டு வெளியே வந்துவிட்டாள்.

விடிந்தால் தீபாவளிச் சமையல் தடபுடல். வேண்டிய புதுத்துணிகள், வெற்றிலை பாக்கு, புஷ்பம் முதலியவைகளை இருவருமாகத் தயாராக எடுத்து வைத்தனர். சாப்பாடும் சீக்கிரம் முடிந்துவிட்டது.

அம்பி எல்லோருக்கும் முத்தவன் என்று பெயரே ஒழிய வீட்டில் அவன்தான் முதல் குழந்தை. சிறுகுழந்தைகளுக்குச் சரியாகச் சத்தம் போட்டு வீட்டை அமர்க்களப்படுத்துவான். உருண்டு புரண்டு குழந்தைகளுக்குச் சரியாக எக்காளம் போட்டுக்கொண்டிருந்தான்.

பேசுவதற்கு எவ்வளவு விஷயந்தான் இல்லை? ஜானாவும் விமலாவும் பேசிக்கொண்டிருந்தனர். அம்பிக்கு மட்டும் ஒன்றும் தெரியாமலிருந்தால் என்ன சுவாரசியம்? எப்படி எல்லாம் செய்திகளை ஒவ்வொன்றாக விடவேண்டுமோ அப்படி விடுவதில் கெட்டிக்காரியாயிற்றே விமலா. சொல்லச் சொல்ல எல்லோரும் விழுந்து விழுந்து சிரித்துக்கொண் டிருந்தார்கள். கோ கோ!" என்று சத்தம் போட்டுச் சிரித்தால்தான் அம்பிக்குப் பிரியம். இவர்களைக் கிண்டல் செய்யாவிட்டாலும் பொழுது போகாது.

"ஆமாம்! சீரக ரஸம் என்றால் என்னவென்று தெரியாது. இதற்கு அதிகாரம் தூள் பறக்கிறது! கேட்டுப் பார்த்தால்னா தெரியும்?" என்று ஒரு பரிகாசம்.

"போருமே, சமர்த்து வழிகிறது! எல்லாம் இங்கே நம்மோடேதான்" என்றாள் விமலா.

"எல்லாம் இருக்கட்டும். மணி நிற்கிறான். என்ன வேண்டும் கேள். அரட்டை அடிக்கலாம் அப்புறம்" என்றான் அம்பி

விமலாவும் கவனிக்கவில்லை. ஜானாவும் கவனிக்கவில்லை. எவ்வளவு நேரமாக நிற்கிறான்? சிரிப்பை அடக்கிக்கொண்டாள் விமலா.கம்பீரமாக உட்கார்ந்துகொண்டாள், மணி நின்ற பக்கம் திரும்பி.

"என்ன வேண்டும்?" என்றாள்.

நாழியாகிவிட்டதே? மருந்து கிளறவில்லையே இன்னும் என்று வந்தேன்" என்றான் அவன்.

'கிளறேன். நாங்கள் வரணுமா அதற்கு?"

"இல்லை. சில இடத்தில் ஒன்பது சாமான்கள் போடுகிறார்கள்; சில இடத்தில் ஏழு சாமான்கள் போடுகிறார்கள். சித்தே பார்த்துச் சொன்னோளானால் தேவலை."

விமலா ஒன்றையும் வெளிக்குக் காண்பித்துக்கொள்ளவில்லை. கூட அதிகாரத்தையும் விட்டு விட்டு விழிக்கவில்லை.

ஆமாம்! மருந்தை யாரோ ருசி

பார்த்துத்தான் சாப்பிடப் போகிறார்கள்! ஏதோ போட்டுக் கிளறி வையேன்" என்றாள் கம்பீரமாக.

"அப்படி இல்லேம்மா. இப்பொழுது பக்ஷணத்திற்கு எல்லாம் எடுத்துக் கொடுத்தீர்கள். கருக்கா எல்லாம் அமைந்து விட்டது பாருங்கோ. சித்தே இதையும் எடுத்துக் கொடுத்துட்டேளானால் நன்றாக வந்துவிடும். எனக்கும் கிள்றிப் பழக்க மில்லை,"

என்ன செய்வது இப்பொழுது? விமலாவின் முகத்தில் எள்ளும் கொள்ளும் வெடித்தன.

"போ, வருகிறேன்" என்று எழுந்தாள். அடுத்த கணம் டெலிபோனில் மாமியை அழைத்துக் கொண்டிருந்தாள். "அம்பிட்டுக்கிட்டாரே தும்மட்டிக்கா பட்டர்! டிங்கு டிங்காரே! மா இடிச்சாரே!" என்று அம்பி சத்தம்போட, ஜானா குலுங்கிக் குலுங்கிச் சிரிக்க என்ன செய்வாள் பாவம்!

அழுத்தக்காரன் மணி! அவனுடைய தீர்மானம் யாருக்கு வரும்? ஏன் சிரிக்கிறாய் என்று யார் கேட்பது அவனை?

11

ராஜக்கா

வசுமதி ராமசாமி

வசுமதி ராமசாமி
(21/04/1917 - 04/01/2004)

வசுமதி ராமசாமி புகழ்பெற்ற எழுத்தாளராவார். இவர் ஜகன்மோகினி, சுதேசமித்திரன், பாரததேசம், வெள்ளிமணி, கல்கி, கலைமகள், ஆனந்தவிகடன் இதழ்களில் எழுதியவர். இவரது 'கேப்டன் கல்யாணம்' என்ற நாவல் ஆனந்த விகடனில் வெளிவந்த புகழ்பெற்ற படைப்பாகும். 'தேவியின் கடிதங்கள்' என்ற கடித வடிவத்திலான கட்டுரைத் தொடரின் மூலம், அக்கால பெண்களுக்குத் தகுந்த ஆலோசனைகளை வழங்கியுள்ளார். இது ஆனந்த விகடனில் வெளிவந்த புகழ்பெற்ற படைப்பாகும். அம்புஜம்மாள், எம் எஸ் சுப்புலட்சுமி ஆகியோர் பற்றி ஆங்கிலத்தில் கட்டுரைகள் எழுதியுள்ளார்.

இவர் சிறந்த சமூக சேவகியும் சுதந்திரப் போராட்ட வீராங்கனையும்கூட. 'சீனிவாச காந்தி நிலையம்' என்கிற ஓர் அமைப்பினை, அம்புஜம்மாள், சரோஜினி வரதப்பன் ஆகியோரோடு இணைந்து உருவாக்கி, அதன் செயலராக 20 ஆண்டுகள் பணியாற்றியுள்ளார். இவர் பாரததேவி, ராஜலக்ஷ்மி ஆகிய இதழ்களையும் நடத்தியுள்ளார்.

என் டில்லிப் பிரயாணம் ஒரு விதத்தில் உற்சாகம் கொடுத்தது, ஆனால் அலுப்புத் தட்டும் ரயில் பிரயாணம். மேலும் 'கிராண்ட் ட்ரங்க் எக்ஸ்பிரஸ்' வண்டியின் சண்டித்தனம்; விஷமக் கொடுக்கு மணி, அவனை ரயிலில் இரண்டு நாள் கட்டி மேய்க்கணும்; தங்கையின் கல்யாணத்திற்காக வந்தவள் இரண்டு மாதங்களாகத் தங்கிவிட்டேன். அங்கேயும் பொறுக்க முடியாத நிலைமை. அவர் சாப்பாட்டிற்குச் சிரமப்படுவாரே! இவ்வளவு நாள்கள் ரயிலில் போவதைத்தான் பொறுக்க முடியாது போன்று மலைப்பு.

ஆயிற்று, ரயில் நகர்ந்ததும், அம்மா, அப்பா, தங்கை, எல்லாரும் கிளம்பிவிடுவார்கள். கூடவரும் பிரயாணிகளை ஒருமுறை பார்த்தேன். இரண்டு மூன்று ஆண்கள், வடதேசத்து வியாபாரிகளைப் போல் தோன்றியது. ஒரு கணவனும், மனைவியும் வண்டியில் இருந்தார்கள்.

ஆனால் அவர்கள் கொண்டு வந்திருக்கும் மூட்டைகள் சமீபத்திலுள்ள ஊரில் இறங்கிவிடுவார்களென அறிவித்தன. பொழுது போகும்வகையில், தமிழ்நாட்டுப் பெண்மணி ஒருவருமே வரவில்லையே என ஏக்கம்.

அப்பா, "உடனே தந்தி அடி" என்றார். அம்மா, "விவரமாகக் கடிதம் எழுது"

என்றாள். ஒன்றுமே என் காதில் விழவில்லை.

'இன்னும் ஐந்து நிமிஷங்கள்தான் இருக்கின்றன ரயில் புறப்பட' என்பதைப் பெரிய கடிகாரம் காட்டியது. அவசரம் அவசரமாக ஓர் அம்மாள் ஏறினாள். நிறையக் கூடைகள், பெட்டிகள், பிரயாணப் பைகள், சாப்பாட்டு மூட்டைகள் ஆகியவற்றைக் கண்டதும் எனக்குத் திருப்தி ஏற்பட்டது. இன்னொரு அம்மாளும், ஒரு பெரிய மனிதரும் கீழே இருந்து வண்டிக்குள் சாமான்களைத் தள்ளிக்கொண்டே இருந்தார்கள்.

"பாரு; இன்னும் பழங்கள் வேண்டுமா? இரண்டு நாள் தள்ளியாகணும். ஜானு உடம்பைப் பார்த்துக் கொள். தினம் கடிதம் போடு. வீட்டைப் பற்றிக் கவலைப்படாதே!" என்று சரமாரியாகச் சொன்னாள் கீழே நின்ற அம்மாள்.

"எனக்கென்ன கவலை அக்கா, நீங்கள் இருக்கும் போது?" என்று இந்த அம்மாள் சொன்ன பதிலில் தனிப்பட்ட திருப்தி பிரதிபலித்தது.

ரயில் ஊதும் சத்தம் மனத்தை என்னவோ செய்தது. எல்லாருமே போய் வருகிறேனென்றும், "கடிதம் எழுது", "தந்தி அடி" என்ற வாக்கியங்களையும் பரிமாறிக் கொண்டார்கள். சிலர் கண்ணீர் விட்டனர். அன்புக்குரியவர்களின் இடைக்காலப் பிரிவே மனத்தைப் பிசைகிறது. நிரந்தரப் பிரிவுக்கு என்ன சொல்கிறது? அது பிரிவில்லை; சோகம் என்ற கொடுஞ்சொல் தாங்கியதல்லவா? இந்தப் பிரிவு செயற்கை; அது இயற்கையின் நியதி.

மெதுவாக நடந்தது வண்டி. ஸ்டேஷன் பிளாட்பாரம் வரைதான். பிறகு கொஞ்சம் கொஞ்சமாக வேகத்தை ஏற்றியது. என் பெட்டியில் ஏறிய அந்த அம்மாள் தன் சாமான்களை ஒழுங்குபடுத்தினார். பட்டுப் புடைவை சரிய, காதுத் தோடுகள் சுடர்விட்டுப் பிரகாசிக்க, நெற்றியில் பெரிய குங்குமப் பொட்டு துலங்க அந்த அம்மாள் தோற்றம் மரியாதைக்குரியதாக இருந்தது.

கொஞ்சம் பருமனான சரீரம். கைகளில் புதையப் புதைய, நிறையப் பவுன் வளையல்கள். பின் கழுத்து கறுத்திருக்கும் அளவில், பிடி பிடியாகச் சங்கிலிகள். முகத்தில் மஞ்சள் பூசிக் குளிக்கும் மிருதுத் தன்மை. காலில் கலீரென்று ஓசைப்படும் மெட்டி இவையெல்லாம் என் சிந்தனையை எழுப்பின. அந்த அம்மாளுடன் பேச்சுக் கொடுத்துப் பிரயாண அலுப்பை மறக்கத் திட்டம் செய்தேன்.

பாவம், அந்த அம்மாள் 'பாத்ரூம்' வாசலில் பெட்டிகளை அடுக்கிவிட்டார். ஒரு பிரயாணி ஹிந்தியில் தாறுமாறாக வைதுகொண்டு, பெட்டி அடியில் மாட்டிவிட்ட தன் செருப்புகளை வெளியில் தள்ளினார். அந்த அம்மாள் அடிக்கடி பிரயாணம் செய்து பழக்கமில்லை போலும்! அவருக்கு உதவி செய்ய நினைத்து நானே ஒழுங்காகச் சாமான்களை அடுக்கினேன். சாப்பாட்டு மூட்டையையும் கூஜாவையும் முன்னதாக எடுத்துப்போய் வைத்தேன். பழம் வைத்திருக்கும் பையை உயர மாட்டினேன்.

அந்த அம்மாள் உதட்டுக்கு மேல் நாகரிகபாணியில் "தாங்க்ஸ்" சொல்லவில்லை. "எனக்கு ரயிலில் பிரயாணம் செய்து அதிகப் பழக்கமில்லை. இந்தக் காலத்துப் பெண்களுக்கு நாலும் தெரிந்திருக்கிறது" என்று சொன்னார். இது பொதுவாக இருந்தாலும் எனக்குச் சந்தோஷமாகத்தான் இருந்தது. அதில் கபடமற்ற அன்பு தொனித்தது.

ரயில் வேகமாக ஓடும்போது எதிரே வயல்களில் இருக்கும் கருவேல மரங்களும், இரு பக்கமும் உள்ள தாழைப் புதர்களும் எதிர் நோக்கி ஓடுவதாகத் தோன்றின.

அதிகாலையில் எழுந்து ஓடி ஆடியதால் அரைத் தூக்கமாக இருந்தது. வீட்டில்

சாப்பிட்டுத்தான் புறப்பட்டேன். ஆனாலும் ரயிலுக்கும் புறப்படும் அவசரம். அரைச் சாப்பாடுதான். அதுவும் காலை ஒன்பது மணிக்கே என்றால் பசி எடுக்காமல் இருக்குமா? மணியும் பசியென்று பரபரத்தான், கைக்கடிகாரத்தைப் பார்த்தேன். மாலை இரண்டு மணி. ரயிலில் ஏறி வெகு நேரம் ஆனது போன்ற உணர்ச்சி. இப்பவே டிபனைச் சாப்பிட்டு முடித்துக் கொண்டு விட்டால் பிறகு பொழுது எப்படிப் போகும்?

நெல்லூர் ஸ்டேஷன் வந்ததும் புருஷனும் மனைவியுமாகப் பிரயாணம் செய்தவர்களும் இறங்கி விட்டார்கள். அந்த அம்மாளைப் பார்த்தேன். என் பசி, கஷ்டம் அவருக்கு இருந்ததாகத் தெரியவில்லை. பாதி வெளுத்து பாதி கறுத்திருந்த தலை மயிரைக் கோதிக் கொண்டிருந்தார். டிபனை முடித்துக் கொண்டதும் ஒரு தெம்பு வந்தது. மணியைத் தூங்க வைத்துவிட்டு நானும் தூங்க ஆரம்பித்தேன்.

கிரீச்சென்ற சத்தத்துடன் ரயில் நின்றது. “சரி, வரேன் ஸார்!” என்று யாரோ சொன்னார்கள். விழித்துக்கொண்டு பார்க்கும்போது மறுபடியும் வயிற்றுப் புரட்டல், அகோரப் பசி, வெகு நேரம் தூங்கினதாகத் தோன்றியது. கைக்கடியாரத்தைப் பார்த்தால் மணி 8.15 நின்று விட்டதோ எனக் காதருகில் வைத்துக் கேட்டால் ஓடிக்கொண்டு தானிருந்தது.

ரயிலுக்கு மூட்டை ரொம்ப கட்டக்கூடாதென்று நான் எவ்வளவோ சொல்லியும், அம்மா சாப்பாட்டு மூட்டைகளின் நிறையை ஏற்றிக்கொண்டே போனாள். “புருஷன் மாதிரி பேசாதே! வீட்டில் இருந்தால் பசிக்காது. ரயிலில் போனால் நிறைய வேண்டியிருக்கும்” என்றாள். அம்மாவின் அன்பை நினைத்துக் கொண்டு கூடையில் இருந்த முறுக்கைச் சாப்பிட ஆரம்பித்தேன்.

அந்த அம்மாள் அப்பொழுதுதான் நிதானமாகச் சாப்பாட்டை இலையில் வைத்துக்கொண்டு சாப்பிட ஆரம்பித்தார். சுவைத்துப் பொருந்தி அரைமணி சாப்பிட்ட பிறகு காகிதப் பொட்டலத்தில் இருந்த வெற்றிலை பாக்கைப் போட்டுக்கொண்டார். வாயில் வெற்றிலை பாக்கு கசியக் கசிய அந்த அம்மாள் இருக்கும் நிலை என் சிந்தனையைக் கிளறியது. பூரண திருப்தி அடைந்தவர் மாதிரி மகிழ்ச்சியாக இருக்கிறாரே! இவர் இல்வாழ்க்கை ஆரம்பித்து குறைந்தது முப்பத்தைந்து வருஷங்கள் ஆகியிருக்கும். மேடு பள்ளங்கள் இல்லையா? சலனமற்ற நீரோடையா வாழ்வு? மிகச் சிலருக்குக்கூட அப்படி இருக்க முடியாதே! என்னவோ நாம் ஏன் வீண் கற்பனை செய்யணும்? சிலர் முகத்தில் ப்ளாஸ்டிக் பொம்மை மாதிரி ஒருவித உணர்ச்சியும் தெரியாது. அப்படியும் இந்த மாமி முகத்தைப்பற்றிச் சொல்வதற்கில்லை. திருப்தியும், அமைதியும் பொலிவாகத் தெரிகிறதே!’

நானே பேச்சை ஆரம்பித்தேன்: “டில்லியில் யார் இருக்கிறார்கள்? உங்கள் சொந்த ஊர் மதராஸ் தானே?”

“என் இரண்டாவது பெண் டில்லியில் இருக்கிறாள். அவளைப் பிரசவத்திற்கு அழைத்து வர முடியவில்லை. மாப்பிள்ளைக்கு உத்தியோகம். ஹோட்டல் சாப்பாடு அவருக்கு ஒத்துக் கொள்ளாது. என் பெண் இங்கே வர சம்மதிக்கவில்லை. பெண்ணைப் பெற்றால் அஞ்ஞானம் விடுகிறதா? நான்தான் ஓடுகிறேன்.”

அந்த அம்மாள் இப்படிச் சொன்னாரே தவிர, அந்த வார்த்தையில் பெண் கணவனை விட்டு வராததற்கு ஒரு தனிப் பெருமை தொனிக்காமல் இல்லை.

“ஸ்டேஷனில் ஏற்றிவிட்டது உங்கள் அக்காவா? ஆனால் கொஞ்சம்கூட உங்கள் சாயல் இல்லை. அம்மாவுக்குக் குழந்தைகள் இருக்கிறதா?” என்றேன்.

"அவள் என்னுடன் பிறந்த அக்கா இல்லை என்னுடன் வந்த அக்கா. அவள்தான் எனக்குச் சகலமும். குழந்தைகள் இருக்கிறார்கள். நான் பெற்றேன், அவள் தான் வளர்த்தாள். குழந்தைகள் அவளிடம்தான் மிகவும் அன்பாக இருப்பார்கள்"

அந்த அம்மாள் பேச்சு எனக்குப் புதிராக இருந்தது, "மாமி என்ன கௌசல்யா தேவியா? சுமித்திரையா? அரச பத்தினி மாதிரி பேசுகிறாளே. இவர்கள் வாழ்க்கையில் ஏதோ விசித்திரம் இருக்கிறது" என அறிந்து கொண்டேன்.

கபடமற்ற அந்த அம்மாளை முழுக் கதையையும் சொல்ல வைக்க நான் சிரமப்படவில்லை. கதை கேட்பதில் ஆவல் மிகுந்த எனக்கு டில்லி பிரயாணம் அலுப்பாக இருந்தது மாறி, இன்பமாகவே இருந்தது.

அந்த அம்மாள் தன் கதையைச் சொல்லத் தொண்டையைக் கனைத்துக் கொண்டார். அவர் அங்கொன்றும், இங்கொன்றுமாகச் சொன்னவற்றைக் கூடிய மட்டும் கோவையாகச் சொல்லுகிறேன்.

நான் தஞ்சை ஜில்லாவில் உள்ள வேப்பத்தூர் மிராசுதார் சுந்தரமய்யர் பெண். என் தந்தைக்கு நாங்கள் நான்கு குழந்தைகள். நான் ஒரே பெண். அப்பாவுக்குச் சொந்தமாக நஞ்சை, புஞ்சை நிலம், சவுக்கு, வாழைத் தோப்பு எல்லாம் இருந்தன. மாடும். கன்றும், அரண்மனை போன்ற வீடும். அப்பா நன்றாக வாழ்ந்தார். என் அண்ணாவுக்கு அதிகப் படிப்பு ஏறவில்லை. அப்பாவுக்குப் படித்த மாப்பிள்ளை வேணுமென்ற ஆசை.

மாரமங்கலத்து மிராசுதார் சூரியநாராயணய்யர் பிள்ளையின் அழகு, அந்தஸ்து எல்லாம் அப்பாவின் மனத்தைக் கவர்ந்தன. பிள்ளை சென்னையில் படித்துக் கொண்டிருந்தார். ஒரு கல்யாண மென்றால் பெண்ணுக்குப் பிள்ளை பிடிக்கணும், பிள்ளைக்குப் பெண் பிடிக்கணும். சாப்பாடு முதற்கொண்டு துணி மணிவரை ஒரே விதமாக இருக்கவேண்டும். பெண் படித்தால் தவறு, அல்லது கல்லூரிப் படிப்புத்தான் வேணும். இப்படியெல்லாம் இந்தக் காலத்தைப் போல் தகராறு உண்டா? அந்தக் காலத்தில் பன்னிரண்டு வயதுக்கு மேல் கல்யாணம் செய்யாமல் கன்னிகை இருந்தால் பெற்றோர் ஊண் உறக்கத்தை இழந்து விடுவார்கள்.

நான் இப்பொழுது ஐம்பத்து மூன்று வயது பாட்டி. பெருத்துப் போய் அழகு அழிந்துவிட்டது. அப்பொழுது பன்னிரண்டு வயதில் தங்கக் கொடி மாதிரி இருப்பேன்.

["இப்பதான் என்ன! நீங்கள் எவ்வளவோ லட்சணமாகத் தானிருக்கிறீர்கள். அப்படி ஒன்றும் பருமன் இல்லையே!" என்றேன்.

இதைக் கேட்டதும் அந்த அம்மாள் முகம் பூரித்தது. புடைவையை இழுத்து விட்டுக்கொண்டார். பெண்களுக்கு அழகு என்று சொல்வதைவிட, "நீ அப்படி ஒன்றும் பருமனில்லை" எனச் சொல்வது எவ்வளவு உவப்பாக இருக்கிறது?]

அவர் கட்டுக் குடுமியும், சிவந்த மேனியும் அவ்வளவு அழகு: விவாகத்தன்று மாலை மாற்றி ஊஞ்சல் ஆடும்போது ஊரே ஆனந்தப்பட்டது, கல்யாணத்துக்கு வந்திருந்தவர்கள் கீற்றுப் பந்தலைப் பிய்த்துக்கொண்டுப் பார்த்தார்கள். 'நல்ல ஜோடி. இந்திரனும் சந்திரனும் மாதிரி, கடலில் ஏற்றம் போட்டதுபோல் பொருத்தமான சம்பந்தம் என்றெல்லாம் விமர்சனம் செய்தார்கள்.

அப்பாவுக்கு அந்த வட்டாரத்தில் நல்ல செல்வாக்கு எங்கள் கல்யாணம் எல்லா வகையிலும் நிறைந்து விளங்கிற்று. பெண், பிள்ளை அழகு, அந்தஸ்தில் ஏற்றத் தாழ்வு இல்லை. சம்பந்திகள் சண்டைபூசல்

இல்லை. வந்தவர்களுக்குச் சாப்பாடு சரியான உபசரிப்பு. எனவே, பொது ஜனங்களால் வெகு நாள் வரை புகழப்படும் விசேஷமாயிற்று. காலமும் வேறு. ஒருவர் உயர்ந்த நிலையில் இருந்தால் சூழ்ந்திருப்பவர்கள் தாழ்மையாக இருந்தாலும், பாராட்டி இந்தச் சந்தோஷத்தை அவர்களும் சேர்ந்து அனுபவிக்கும் காலம்.

மாலை மாற்றும்போது நிமிர்ந்து பார்த்த நான் அப்படியே களுக்கென்று சிரித்து விட்டேன். கல்யாணத்தன்று என் அன்னை தன் மாப்பிள்ளைக்கு அருமையாகக் கண்ணுக்குக் காத தூரத்தில் காளை மாடு மாதிரிமையிட்டிருந்தாள்.மாப்பிள்ளையின் கழுத்தில் நான்கைந்து சங்கிலிகள். இந்தத் தோற்றம் எனக்குச் சிரிப்பைத்தான் கொடுத்தது. என் சிரிப்பு அவருக்குக் கோபத்தைக் கிளறிவிட்டது. மாற்றும் மாலையை வேகமாக, இந்திரன் துர்வாஸர் கொடுத்த மாலையை எறிந்தது. போல் சற்றுச் சுழற்றிப் போட்டுவிட்டார்.

நான் சின்ன வயதில் மிகவும் துடிப்பான பெண். என் சுபாவத்தை அம்மா அடிக்கடி கண்டிப்பாள். ஒரு சமயம் என் சித்தப்பாவுக்குத் தெரியாமல் அவர் தலையைப் பின்னி நுனியில் கல்லைக் கட்டி விட்டேன். கொல்லைப்புறத்துப் புடலங்காய்களில் கல்லைக் கட்டியிருந்ததைப் பார்த்ததும், யார் தலை மயிரையாவது பின்னி அப்படிச் செய்ய வேணுமென்று தோன்றியது. சித்தப்பாவிடம் செல்லம் அதிகம்.

தலையில் தொங்கும் கல்லுடன் அவர் வயல் பக்கம் போயிருக்கிறார். தெருவில் விளையாடிக் கொண்டிருந்த சிறுவர்கள் கேலி செய்த பிறகு, புரிந்துகொண்டு வீட்டுக்கு ஓடி வந்தார். அம்மா இது என் நமட்டு விஷயம் என்று தெரிந்துகொண்டு கையில் இருந்த கரண்டியால் அடிக்க வந்தாள். சித்தப்பா தடுத்துவிட்டார்.

(“இப்பொழுது உங்களைப் பார்த்தால் அப்படித் தெரியவில்லையே? அமைதியாக இருக்கிறீர்களே!” என்றேன் நான். “போதும்! இன்னமும் அந்தக் குறும்பு வேண்டுமா? சிரிப்பும். புளிப்பும் சிலகாலம் என்பார்கள், என் குறும்புதான் எனக்கு எரிமலையாய் விட்டதே!” என்றாள் அந்த அம்மாள்.)

கல்யாணத்திற்கு முன்னாலேயே சித்தப்பா, “பாரு உனக்குக் கண் நிறைந்த கணவன், கை நிறைந்த கணவன் கிடைத்திருக்கிறான். நீ பாக்கியசாலி. கல்யாணத்தில் மட்டும் உன் குறும்பைக் காட்டாதே!” என்று அன்பாக எச்சரித்தார்.

“உன் அசட்டுத்தனம். சிரிப்பு எல்லாவற்றையும் மூட்டை கட்டி வைத்துவிட்டு மரியாதையாகக் கல்யாணத்தில் அடக்கமாக நடந்து கொள்” என்று அம்மா அதட்டி வைத்தாள்.

நானும் கல்யாணப் பந்தலுக்கு வரும் வரை மிகவும் அடக்கமாகக் குனிந்த தலை நிமிராமல்தான் இருந்தேன். ஆனால் அது என் பெரு முயற்சியால்தான்.

என் சிரிப்பை அவருடைய நண்பர்கள் நெருப்பாக்கினார்கள். அந்தக் காலத்து மாப்பிள்ளைத் தோழர்கள் ஆபத்தானவர்கள். அவர்களுக்கு நன்றாக உபசாரம் செய்யாவிட்டால், வத்தி வைத்து விடுவார்கள். அப்பா எவ்வளவோ பார்த்துப் பார்த்துச் செய்தும், அன்று காலை அவர்கள் சீட்டாட சீட்டுக் கட்டு, ஜமக்காளம் கொடுக்கப்படவில்லை. அதைக் கொடுத்திருந்தால் கூட என் வாழ்வில் மூன்று ஆண்டுகள் பாழாகப் போயிருக்காது.

சீட்டாடுபவர்கள் கல்யாணங்களுக்கு வந்தால் அவர்கள் பந்தலில் நடக்கும் விசேஷங்களில் கலந்து கொள்வதில்லை. கல்யாணம் முடியும்வரை சீட்டுக் கச்சேரிதான். கொட்டு மேளத்தைவிட இவர்கள் இரைச்சலாகப் பேசி, கை தட்டி அமர்க்களம் செய்வார்கள். இது தஞ்சை ஜில்லாக் கல்யாணங்களில் நடக்கும்

முக்கியமான அம்சம். இந்த நண்பர்கள் சீட்டாட உட்கார்ந்திருந்தால் நாங்கள் மாலையிட்டதைப் பார்த்திருப்பார்களா? அல்லது நான் சிரித்ததை உலகமறியச் செய்திருப்பார்களா?

"என்னப்பா, உன் மனைவி இப்பவே உன்னைக் கேலி செய்கிறாளே!" என்று ஆரம்பித்தான் ஒரு நண்பன். பிறகு ஆளுக்கு ஒன்றாகச் சொன்னார்கள்.

அவர் வீசின மாலைக்காவது நான் மரியாதையாக மாலையிட்டிருக்கலாமல்லவா? என் மாமா, சித்தப்பா எல்லாரும் இந்தச் சிறு நிகழ்ச்சிக்குப் பிறகு, "பாரு, பணிவாக மாலையிடு" என்று காதில் ரகசியமாகச் சொன்னார்கள். எனக்கு எங்கிருந்தோ அசட்டுத் துணிவு ஏற்பட்டது. நான் போடும் பதில் மாலையைச் சற்று அலட்சியமாகப் போட்டேன். இதைப் பார்த்துக் கொண்டு நின்ற அம்மா பல்லை நறநறவென்று கடித்தாள். அப்பாவுக்கு மிகவும் நல்லப் பெண்ணான நான் எப்பொழுதுமே அம்மா கோபத்தை லட்சியம் செய்வதில்லை.

பிறகு ஊஞ்சல் ஆடும்போது அவர் ஒரு கோடியில் உட்கார்ந்திருந்தார். சிறுமிகள் பரிகாசம் செய்வதைத் திரும்பிப் பார்த்து முறைத்தார். "ஒரு கிராமத்துப் பெண், "மாப்பிள்ளையைப் பாரு, கோபத்தைப் பாரு" என்று கோணங்கி காட்டியது, அவர் முகத்தில் இன்னும் சிடுசிடுப்பை உண்டாக்கி விட்டது.

நடு நடுவில் நண்பர்கள் கலாட்டா வேறு, "இப்பொழுது கோபிக்காதே! பின்னால் சம்பாவனையை வைத்துக் கொள்" என்றார்கள் நண்பர்கள் கோப வேகத்தில் எழுந்திருக்கும்போது ஊஞ்சல் படக்கென்று சத்தம் போட்டது. பந்தலில் தொற்ற வைத்திருக்கும் ஊஞ்சலை மாமாவும், சித்தப்பாவும் கவலையுடன் பார்த்தார்கள். 'கையைப் பிடித்துக் கொள்ளுங்கள்' என்று வாத்தியார் கத்தினார்.

விக்கிரமாதித்தியன் கதையிலே ஒருவனுடைய உயிர் எங்கேயோ ஒரு கிளியிடம் இருக்கிறது, அதைக் கொன்றால்தான் இவனுக்கு மரணம் என்றெல்லாம் வரும், இதயத்துக்குப் பதில் என் உயிர் என் கையில் இருந்திருந்தால் அந்தப் பந்தலிலேயே நான் இறந்திருப்பேன். அப்படி கையை நெருக்கும் படி பிடித்தார். இதையெல்லாம் கவனிக்காமல் இருக்கத்தான் கெட்டி மேளம் வாசிக்கிறார்கள் போலும்.

ஐந்து நாள் கல்யாணம் நன்றாகத்தான் நடந்தது. ஊஞ்சல் நலங்கு எல்லாம் இருக்கிறவர்கள் அநுபவித்தார்கள். அவர்கள் கோபம் குறையவில்லை. தேங்காயை அழுத்திப் பிடித்துக்கொள்ளாதே! என்று அம்மா முண முணத்தாள். எனக்குத்தான் அசட்டுப் பிடிவாதம் இருந்ததே! அழுத்தியே பிடித்துக் கொண்டேன். கையை வெடுக்கெனக் கிள்ளிவிட்டார். அப்பா, சம்பந்திகளை எப்படியோ திருப்தி செய்துவிட்டார்.

சம்பந்திகளை வழியனுப்பும் சமயம். மேற்கத்திக் காளைகள் பூட்டிய ஐந்தாறு வில் வண்டிகள் நின்றன. கொம்புகளுக்குப் பூண்போட்ட அந்த மாடுகள் இப்படி அப்படி அசையும்போது மாலை வெயிலில் மின்னின. சலங்கைகளின் ஒலி கல கலத்தது. எல்லா வீட்டினரும் தெருவில் வேடிக்கை பார்க்க வந்துவிட்டார்கள்.

நான் வாசல் பக்கத்து ஜன்னல் வழியாகப் பார்த்துக் கொண்டு நின்றேன். என் தோழிகள் நான் அழுவதாக நையாண்டி செய்தார்கள். உண்மையாக அழத்தான் அழுதேன். என் குறும்பும் மறைந்தது. ஐந்தாறு நாள்களாக மாலையும், கழுத்துமாக அவருடன் மணவறையில் பழகின உறவு தெய்விகமாகத் தோன்றியது.

அவரிடம் மன்னிப்பு கேட்கத் தயாராக

இருந்தேன். அதற்கு வாய்ப்பே இல்லை. இந்தக் காலத்தில் கல்யாணம் ஆன அன்றே அழகாய்ப் பெண்ணும் பிள்ளையும் வெளியூர் போகிறார்கள். அந்தக் காலத்தில் எதிரே வர வழியுண்டா?

வண்டிகள் புறப்பட்டன. அப்பா ஸ்டேஷன் வரை போனார். மாட்டின் சலங்கை ஒலி கொஞ்சம் கொஞ்சமாகக் குறைந்து நின்றேவிட்டது.

“மாப்பிள்ளை என்னடி இந்தப் பக்கமே திரும்பாமல் கழுத்தை அப்படியே திருப்பிக் கொண்டிருக்கிறாரே, சுளுக்கிக் கொண்டுவிடப் போகிறது” என்று தோழிகள் கேலி செய்தார்கள். நான் அதையெல்லாம் ரசிக்கும் நிலையில் இல்லை.

தலைதீபாவளி வந்தது. அப்பா கும்பகோணம் கடைத்தெருவையே வீட்டுக்கூடத்திற்குக் கொண்டு வந்து விட்டார். விதவிதமான வேஷ்டி, புடைவைகள், பட்டாசுகள். அம்மா நவநவமான பட்சணங்கள் செய்ய ஏற்பாடு செய்து கொண்டிருந்தாள். என் கடைசித் தம்பி கோபு தினம் நடக்கும் குட்டிச் சண்டைக்கெல்லாம் அத்திம்பேரிடம் சொல்லி, அடிக்கச் சொல்வதாகக் கருவிக் கொண்டிருந்தான். “அந்தப் பிள்ளை வந்தால் சமர்த்தாக நடந்து கொள்ளு. கல்யாணத்தின்போது கொட்டிக் கொண்ட வயிற்றெரிச்சல் போதும்” என்று அம்மா எச்சரித்துக் கொண்டிருந்தாள். சித்தப்பா வழக்கம் போல் உற்சாகப்படுத்திக் கொண்டிருந்தார்.

தபால்காரன் ஒரு தடித்த கவரைக் கொடுத்தான். அப்பா “சம்பந்தியினுடைய கையெழுத்து’ என்று அவசரமாகப் பிரித்தார்.

“என் பிள்ளை நீலகண்டன் சட்டப் பரீட்சைக்குப் படிப்பதால் தலை தீபாவளிக்கு வருவதற்கில்லை. ஒரு நாள் வந்துவிட்டுப் போகச்சொல்லி ஒரு வாரமாக எழுதினோம். கண்டிப்பாக வர முடியாதென நேற்று பதில் வந்துவிட்டது. அவன் பிடிவாதக்காரன். விட்டுத்தான் பிடிக்கணும். முதல் வருஷமானதால் சீர்செனத்திகளை மூளியில்லாமல் இங்கேயே கொண்டு வந்து கொடுத்துவிடுங்கள்” என்று எழுதின கடிதம் இன்றும் என் நினைவில் அப்படியே இருக்கிறது.

அப்பாவுக்கு மாப்பிள்ளை வராமல் சீர் வரிசைகளைக் கொண்டு கொடுக்க இஷ்டமில்லை. தந்தி அடிக்கலாமென்றால் அம்மாவும், சித்தப்பாவும் சம்பந்தி கேட்டபடி சாமான்களைக் கொண்டு கொடுக்கத்தான் வேண்டுமென்று பிடிவாதம் செய்தார்கள். அவர்கள் தான் வென்றார்கள்.

இந்தச் சம்பவத்திற்குப் பிறகும் அப்பா உற்சாகமாகத்தான் இருந்தார். மிகுந்த அனுபவசாலியான அம்மா மட்டும் கவலைப்பட ஆரம்பித்தாள். எனக்கும் முதன் முதலாகப் பயம், கவலை தோன்ற ஆரம்பித்துவிட்டது.

செல்வம் மிகுந்த குடும்பத்தில் மூன்று பிள்ளைகளுக்கு நடுவில் ஒரு பெண்ணாகப் பிறந்த நான் பதின்மூன்று வயதுக்குள் கஷ்டத்தை எப்படி அறிய முடியும்? குதித்து விளையாடிச் செல்லமாகத் திரிந்த எனக்குப் பயம், தவறு ஒன்றுமே தெரியாது. தந்தைக்குச் செல்லமாகப் பெண் வளர்வது ஒரு குற்றமா? குற்றமாகத்தான் முடிந்தது.

இரண்டு வருஷங்கள் ஓடிவிட்டன. கல்யாணம் ஆன பிறகு மாப்பிள்ளை ஒருமுறைகூட மாமனார் வீட்டுக்கு வரவில்லை. விடுமுறை நாள்களிலும் ஏதோ சாக்கு. சட்டப் பரீட்சையிலும் தேறிவிட்டார். இந்தச் செய்தி, அப்பாவுக்குச் சந்தோஷம். அம்மா, “உங்கப்பா அப்பாவி. மாப்பிள்ளை நெஞ்சு ஆழம் இவருக்குப் புரியவில்லை” என நொந்து கொண்டாள்.

பெண்ணைக்கொண்டுவிட எப்பொழுது

வருகிறதென்று அப்பா கடிதம் எழுதினார். ஆனால் அதற்குப் பதில் வரவில்லை. என் மாமனாரே வந்து விட்டார். அம்மாவுக்குச் சந்தோஷத்திற்குப் பதில் கவலை. பிற்பகல் சாப்பாட்டிற்குப் பிறகு மாமனார் அப்பாவிடம் தாழ்ந்த குரலில் மணிக் கணக்காய்ப் பேசினார். அம்மா இடைக்கட்டுக் கதவினருகில் நின்று கேட்டுக் கொண்டே இருந்தாள்.

அதிகம் சொல்வானேன்? நான் அதிகப் பிரசங்கியாக இருப்பதால் என்னை அழைத்துக் கொள்ள அவர் இஷ்டப்படவில்லையாம். அவர் குழந்தைப் பருவம் முதல் பிடிவாதக்காரராம். என் கணவரின் நண்பன் சுவாமிநாதன் எங்கள் ஊர்ப் பிள்ளைதான். அவனைக் கொண்டு இதமாகச் சொல்லச் சொல்வதாகச் சொன்னார். அவர் வழக்கம்போல் விட்டுப் பிடிக்கணும் என்ற பல்லவியைச் சொல்லிவிட்டுப் போனார்.

(ரயில் ஒரு பெரிய ஸ்டேஷனில் நின்றது. மணி பசியென்று அழுதான். கையில் கொண்டு வந்த தயிருஞ் சாதத்தைச் சாப்பிட்டோம்.

மறுநாள் கையில் கொண்டு வந்த சாப்பாடு அலுத்து விட்டது. 'சாய்' ஒன்றுதான் கிடைத்தது. சாப்பாடு பொறுக்க முடியாத கூத்து. விறைத்துப் பழுத்த ஒருபிடி சாதம், குழம்பு, ரஸம் எல்லாம் பஞ்சவர்ணமாக இருந்தன.

மாமி, "நாகபுரியில் என் பெரிய பெண் சாப்பாடு கொண்டு வருவாள்; அவர் தந்தி அடித்திருக்கிறார். அதில் நீயும் சூடாகச் சாப்பிடலாம்" என்றார். அந்த அம்மாளின் குரலில் ஒரு தாயின் பரிவு இருந்தது.

நாகபுரியில் அந்த அம்மாளுடைய பெண்ணும் மாப்பிள்ளையும் ஆசையாகச் சாப்பாடு கொண்டு வந்தார்கள். மாமி, பேரனையும், பேத்தியையும் முத்தமிட்டுச் சீராட்டினார். அந்தக் குழந்தைகளுடன் மணியும் சிநேகம் செய்து கொண்டான்.

"ராஜக்காவைப் பார்க்கணும் போலிருக்கிறது" என்றாள், அந்தப் பெண். 'அக்காவுக்கு அடிக்கடி மயக்கம் வருகிறது உடம்பைப் படுத்துகிறது. ஸ்டேஷனுக்கு வந்திருந்தாள்" என்றாள் மாமி.

என் மனத்தில் வியப்பு! இந்த ராஜக்காவின் அதிசய உறவு என்ன உறவு? இந்தப் பெண்கூட அந்தரங்கமான அன்புடன் பேசுகிறாளே?

பிறகு தாயும், பெண்ணும் ஒன்றரை மணி நேரம் பேசினார்கள். ரயில் ஸ்டேஷனை விட்டு மறையும் வரை பெண்ணையும் குழந்தைகளையும் பார்த்துப்பார்த்து மாமி சந்தோஷப்பட்டார்.

"மணி "மாமியைக் கதை சொல்லச் சொல்லு" என்று ஆரம்பித்தான்.

"என் கதை எப்படிப் புரிகிறது? புரியாவிட்டாலும் குழந்தைகளுக்குக் கதை கேட்பதில்தான் என்ன ஆசை!" என்றார் மாமி.

"குழந்தைகளுக்கென்ன? எனக்குக் கூடத்தான் ஆசை" என்றேன். மாமி ஆரம்பித்தார்.]

என் மாமனார் வந்துவிட்டுப் போன பிறகு எங்கள் வீடே ஜீவகளை இழந்துவிட்டது. அப்பா ஒருவருடனும் பேசுவதே இல்லை சதா வாசலில் நான்கு பேருடன் வெற்றிலைத் தட்டும், கூஜா காப்பியுமாக இருப்பவர், கூடத்துச் சாய்வு நாற்காலியுடனே படுத்துக் கொண்டு விட்டார்.

அம்மா மிகவும் மாறி விட்டாள். பம்பரம் மாதிரி சுழன்று வீட்டு வேலைகளைச் செய்யும் அவள், முக்கி முனகிக் கொண்டிருந்தாள். என்னை எப்பொழுதும் கண்டிக்கும் அம்மா அநுதாபத்துடன், "பாருக்கண்ணு, உன் கதி எப்படி ஆகுமோ? இப்படிக்கூட ஒரு முரட்டுப் பிள்ளையாண்டான் உண்டா?

அழகும் பணமும் எங்கள் கண்களில் மண்ணைத் தூவிவிட்டதே! கிளியாட்டமா வளர்த்து,அந்தக் காட்டுப் பூனையின் கையில் கொடுத்து விட்டேனே!" என்று புலம்புவாள்.

எனக்கு அன்னையின் அன்பு வார்த்தைகளைக் கேட்கக் கேட்க அழுகை குமுறிக் கொண்டு வரும். சித்தப்பா என்னைத் தடவிக் கொடுத்து ஆறுதல் சொல்லுவார். அண்ணாதான் வயல் வரப்புகளைப் பார்த்துக் கொண்டான். சதா சண்டைபோடும் என் கடைசித் தம்பி கோபு கூட வருத்தத்துடன் இருந்தான். பத்து வயதுப் பையனுக்கு என் நிலை எப்படிப் புரிந்ததோ!

ஸ்கூல் வாத்தியார் சேஷுவய்யர் பெண் சரஸ்வதி எனக்கு உற்ற தோழி. அவள் தன் அண்ணாவிடம் நான் எழுதும் மாதிரி உருக்கமாக ஒரு கடிதம் எழுதிக் கொண்டு வருமளவுக்கு உதவினாள். அந்தக் கடிதத்தை என் சொந்தக் கையெழுத்தில் எழுதித் தபாலில் சேர்க்கச் சொன்னேன். இந்த முயற்சி வெற்றி அடைத்தால் வெளியில் சொல்வதாக இருந்தேன்.

பதில் வந்தது. அதை மறைக்கத் தெரியாமல் விக்கி விக்கி அழுதேன். இரண்டே வரிகள், "உன் அவமரியாதையையும், அலட்சியத்தையும் பொறுத்துக் கொண்டு உன்னோடு வாழ விரும்பவில்லை. உன் அவகுணங்களே உனக்குத் துணை".

இந்த வரிகள் என் இதயத்தை இறுக்கிப் பிழிந்தன. அம்மா படுத்த படுக்கையாய் விட்டாள். வீட்டை நானே கவனித்துக் கொண்டேன்.

காலம் எதற்கும் கவலைப்படுவதில்லை. மாறி மாறி ருதுக்கள் வந்தன. மூன்று வருஷங்கள் ஓடின. இதற்கிடையில் அப்பா என் மாமனாரிடம் இரண்டு மூன்று தடவை போய்க் கெஞ்சினார். சித்தப்பா சென்னைக்கு நேரே போனார். அவருடன் நண்பன் சுவாமிநாதனும் இருந்தாராம். சுவாமிநாதன் ஒரு நாள் பார்த்து, என்னைக் கொண்டுவிடச் சொன்னாராம். முன்னால் மட்டும் அறிவித்தால் காரியம் கெட்டுவிடும் என்று சொல்லி வைத்தாராம்.

கல்யாணத்தின்போது சுவாமிநாதன் குட்டிச்சாத்தான் மாதிரி கிண்டல் செய்து அவர் மனத்தைத் திரிய வைத்தார். இளமையின் வேகம், செய்கையின் பயங்கரம் தெரியவில்லை. பிறகு அவர் எனக்குப் பேசும் தெய்வமாகி விட்டார். இன்று, குன்றின் மேல் இட்ட விளக்கைப்போல் என் வாழ்வைப் பிரகாசிக்கச் செய்தது சுவாமிநாதனும், ராஜக்காவும் தான்.

சுவாமிநாதன் என்னைக் கொண்டுவிடச் சொன்ன செய்தி அம்மாவுக்குச் சஞ்சீவியாக இருந்தது. எனக்கு ஆயிரம் புத்திமதிகள் சொல்லி, என்னைச் சித்தப்பாவுடன் அனுப்பினார்கள். அப்பா அன்பு மிகுதியால் தலையை வருடினார். பெற்றோரைப் பிரியும்போது மார்பு வெடித்துவிடும் போலிருந்தது. ஆனால் நான் இருந்துகொண்டே அந்த வீட்டின் ஜீவனைக் குலைப்பதைவிட நான் போகவேண்டிய இடத்துக்குப் போகத்தானே வேணும்? துணிந்து குளிர்ந்த ஜலத்தில் விடியற்காலம் அமிழ்ந்தால் பின்னால் குளிரி நீங்கி எவ்வளவு சுகமாக இருக்கும்! அப்படித்தான் இருந்தது எனக்கு.

பலபலவென்று பொழுது அலரும் சமயம். ரயில் தாம்பரம் ஸ்டேஷனிலிருந்து புறப்பட்டது. சாமான்களை இறக்கத் தயாராக எடுத்து வைத்தோம். இருட்டிலேயே எழும்பூர் ஸ்டேஷனில் ரயில் பெரிய இரைச்சலோடு நின்றது. நான்கு பக்கமும் பார்த்தேன். அவர் என்ன ஸ்டேஷனுக்கா வந்திருக்கப்போகிறார்? தெரிந்தும் ஓர் அசட்டுச் சபலம். மனம் திக்திக்கென்று அடித்துக்கொண்டது. என்னுடைய வாழ்வும் தாழ்வும் இன்னும் சில நிமிஷங்களில் நிச்சயமாகி விடும்

என்பதை நினைக்கும்போது மனத்தை என்னவோ செய்தது.

வீட்டு வாசலில் வந்து இறங்கினோம். அவர் பெயர் பொறித்த பலகை தொங்குவதைப் பார்க்கும்போது எனக்குப் பெருமையாகத்தான் இருந்தது. அவசரமாக உள்ளே போனேன். கூடத்தில் இரண்டு கட்டில்களைச் சுற்றி கொசுவலை கட்டி இருந்தது. வேலைக்காரி வீட்டைப் பெருக்கிக் கொண்டிருந்தாள். சமையல் அறைதான் பெண்களுடைய கோட்டையென முற்றுகை இட்டேன். "ஸ்டவ்' ஒன்று இருந்தது. அதைப் பற்ற வைத்து காப்பிக்கு ஜலம் வைத்தேன். சித்தப்பா சப்தம் செய்யாமல் கூடத்து நாற்காலியில் உட்கார்ந்திருந்தார்.

அவர் எழுந்து பின்பக்கம் குழாயடியில் பல் தேய்க்கப் போனார். தைரியசாலியான எனக்குக் கூட உடம்பு உதறியது.

சுவாமிநாதன் ஏதோ சித்தப்பாவுடன் பேசினார். எங்கள் திடும் பிரவேசம் அவருக்கு ஆச்சரியமாக இருந்தது.

நான் காப்பியை எடுத்துக்கொண்டு போகும் போது தான் என்னைப் பார்த்தார். "உனக்கென்னடா மனைவி வந்துவிட்டாள். இனி ஹோட்டல் தயவு என்ன, நண்பர்கள் தயவு ஏன்?" என்று அவர் முதுகில் தட்டினார் சுவாமிநாதன்.

அவர் என்னை ஏறிட்டுப் பார்த்தார். அவர் முகத்தில் ஆச்சரியம் தோன்றியது. என் வளர்ச்சி அழகு அவரை மயக்கியதாகப் பின்னால் சொல்லுவார். உடனேயே முகத்னதக் கடுமையாக்கிக் கொண்டார். "என் சம்மதமின்றி உங்கள் பெண் ஏன் வரணும்? மறுபடியும் இன்று இரவே ரயிலுக்குப் புறப்படலாம்" என்று சொல்லிவிட்டு ஸ்நானத்துக்குப் போய்விட்டார்.

சுவாமிநாதன் சித்தப்பாவுக்கு ஏதோ தைரியம் சொன்னார். அடுத்த அரைமணி நேரத்தில் சுவாமிநாதன் ஒரு வார சமையலுக்குத் தேவையான சாமான்களையும் கறிகாய்களையும் வாங்கிக் கொண்டு வந்து நிறைத்தார். என் கணவர் ஹைகோர்ட் வக்கீல் சுந்தரராமய்யரிடம் "ஜூனியராக இருந்தார். அவரிடம் வழக்கம் போல் போய் விட்டார்.

அம்மா எனக்குச் சமையல் செய்ய நன்றாகக் கற்றுக் கொடுத்திருந்தாள். புது இடமாக இருந்தாலும் சுலபமாகச் செய்து மூன்று இலையும் போட்டுவிட்டேன். அவசர அவசரமாக ஒன்பது மணிக்கு உள்ளே வந்தவர், "சாமி! மூன்று பேருக்கு, ஹோட்டல் சாப்பாடு கொண்டு வரச்சொல்லு" என்று பர்ஸைத் திறந்தார்.

"இன்று வீட்டுச் சமையல் சாப்பிடப்பா! இவர்கள் ஊருக்குப் போய்விட்டால் நாளை நம்முடைய சாப்பாடு இருக்கவே இருக்கிறது" என்று தட்டிக் கொடுத்தார் சுவாமிநாதன்.

நான் தைரியமாகப் பரிமாறினேன். ஒவ்வொன்றையும் சுவாமிநாதன் 'சபாஷ் பிரமாதம்' என்றெல்லாம் சொல்லிக்கொண்டே சாப்பிட்டார். அவர் ஒன்றும் சொல்லாவிட்டாலும் ருசித்துச் சாப்பிடுவது தெரிந்தது. "அந்தப் பெண்ணுக்கு இல்லாமல் தீட்டி, விடாதே இடியட்!" என்று சாமி சொல்லிக்கொண்டிருந்தார்.

வீடு பூராவும் குப்பை மேடாக இருந்தது. எல்லாவற்றையும் சுத்தம் செய்துவைத்தேன். சித்தப்பா மாலை ஆறுமணிக்கே சுவாமிநாதனிடம் சொல்லிக் கொண்டு போய்விட்டார். கண்ணுவரின் சாரங்கன் துஷ்யந்தனிடம் சகுந்தலையை விட்டுப்போன கதை நினைவுக்கு வந்தது.

சுவாமிநாதனைக் குளிர்ந்த வேளையில் நினைக்க வேணும். அவர் என்வரை பேசும் தெய்வம்தான். அடுத்த மூன்று மாதங்கள் வரை அவர் என் வாழ்வை சேர்த்துவைக்கப் பாடுபட்டதை நினைக்காமல் முடியாது.

அதையே ஒரு பெரிய கதையாகச் சொல்லலாம். அவருக்குப் பிடித்தமானதையெல்லாம் செய்யச் சொல்லி ரகசியமாக என்னிடம் சொல்வார். வெகு சீக்கிரத்திலேயே பீச்சிலிருந்து வரும்போது அவரை எப்படியோ ஒரு ஒரு முழம் புஷ்பம் எனக்கு வாங்கக்கூட வைத்து விட்டார்!

ஒரு நண்பன் என்ற முறையில் அவர் செய்த காரியம் அசாத்தியமானது. பிற்காலத்தில் நாங்கள் சந்தோஷமாக இருக்கும்போது, சாமி அடிக்கடி நடந்த சம்பவங்களை நடித்துக் காட்டிப் பரிகாசம் செய்வார்.

அடுத்த வருஷம் எனக்கு, இப்பொழுது நாகபுரியில் வந்தாளே அந்தப் பெண் பிறந்தாள். அந்தக் குழந்தை பிறந்ததற்கு சுவாமிநாதன்தான் மிகவும் சந்தோஷப்பட்டார். குறும்பாக அந்தப் பெண்ணுக்குச் சகுந்தலா எனப் பெயரும் வைத்தார். அந்த உற்ற நண்பர் எனக்காகவே இருந்த மாதிரி என் வாழ்வு மலர்ச்சி பெற்றதும் அகால மரணமடைந்துவிட்டார்.

[அப்பொழுது அந்த அம்மாள் கண்களில் கண்ணீர் முட்டியது.

“இந்த ராஜக்கா யார்? சுவாமிநாதனால்தானே உங்களுக்கு நல் வாழ்வு வந்தது?” என்றேன்.

“அது பெரிய கதை” என்றார் மாமி,

ரயில் ஸ்டேஷனில் நின்றது. எங்கள் பெட்டியில் ஒருவரும் ஏறவில்லை.]

இரண்டாவது பிரசவத்திற்கு நான் பிறந்தகம் போயிருந்தேன். என் சந்தோஷத்தைப் பார்த்து அம்மா மகிழ்ந்தாள். என் கணவருக்குப் படிப்படியாக வருமானம் ஏறுவதைப் பற்றிச் சொன்னேன். என் குடும்பச் செலவுகளையெல்லாம் கேட்டுவிட்டு, “வருமானத்தோடு செலவையும் ஏற்றாதே! வரவுக்குள் செலவை அடக்கு” என்று சொன்னாள் அம்மா

அப்புறம்தான் டில்லியில் இருக்கிறாளே, அந்தப் பெண் பிறந்தாள். அம்மாவுக்குப் பிள்ளைக்குழந்தையாகப் பிறக்கவில்லையே என்றுகூடக் குறையில்லை. என் கணவர் புண்யாவாசனத்திற்கு வந்தார். கிராமத்தில் பட்டணத்து வக்கீலுக்கு மிகவும் மதிப்பு. ஊர்க்காரர்கள் அவர்களுடைய வரப்புச் சண்டை, வியாச்சியம் கொடுக்கல் வாங்கல் இவற்றைப் பற்றி எல்லாம் பணம் கொடுக்காமலே இலவசமாக்கி கேட்டுக் கொண்டார்கள்!

அந்தத் தடவை என் கணவர் வீட்டுக்கு நான் புறப்படும் முன்னேயே அம்மா மாரடைப்பினால் திடீரென்று இறந்துவிட்டாள். அதிக மனக் கஷ்டப்பட்டு பிறகு நல்லகாலம் வந்தால், அதைக் கொஞ்சநாள் இருந்து சந்தோஷப்பட இயற்கை விடுவதில்லை. ‘இன்னும் கொஞ்ச காலம் இருக்கக் கூடாதா’ என்று அழுதேன். மக்கள் நல்ல நிலையில் இருக்கும் போதே பெரியவர்கள் குதித்துப்போக வேண்டியதுதான் என்று இப்பொழுது தெரிகிறது. எனக்குப் பிள்ளை பிறந்து அம்மா பார்க்கவில்லை. கடைசி தம்பிக்குக் கல்யாணம் செய்யவில்லை. கறுப்புப் பசு கன்றுபோட்டுப் பார்க்கவில்லை. புதியதாகச் செய்த அப்பளம் வடகத்தை ருசி பார்க்கவில்லை என்றால், அதற்கு மட்டும்தான் இருப்பார்கள் என்று சொல்ல முடியுமா? நெல்லை மட்டும் அறுத்துக்கொள்ள முடிகிறதா? கூடப்புல்லும்தானே வருகிறது? அப்பா வருத்தத்தை வெளியில் காட்டிக் கொள்ளவில்லை.

அடுத்த ஐந்தாண்டில் எங்கள் குடும்பம் தலைகீழாய் மாறிவிட்டது. என் மூன்று நாத்தனார்களுக்கும் அளவுக்கு மீறி வரதட்சணை கொடுத்துக் கல்யாணம் செய்ததில் குடும்பச் சொத்து முழுவதும் அடமானமாகி விட்டது. ஆனால் அவர் சம்பாத்தியம் வளர்ந்தது; வரவுக்குமேல்

செலவும் ஏறியது.

அப்பாவைப் பார்க்கக் கிராமத்துக்குப் போயிருந்தேன். அப்பா நிலையிலும் மிகவும் மாற்றம். அவருக்கு வேதாரண்யம் பக்கம் புகையிலைத் தோட்டம் இருந்தது. புயல் காற்றில் எல்லாம் சேதமாகிவிட்டது. அதிக மழை, மழையின்மை இப்படியாக மாற்றி மாற்றி அவருடைய சொத்தும் கன்றுக் குட்டி தேய்ந்து கட்டெறும்பாகி விட்டது. வீட்டில் பெரிய நெல் குதிரும் காதுவைத்த பித்தளை அண்டாக்களும்தான் இருந்தன. பெரிய தொட்டில், கன ஊஞ்சல், பழுத்த பிரம்புப்பாய், பெரிய விசிறிகள் இவையெல்லாம் அப்பா ஒரு காலம் நன்றாக வாழ்ந்தார் என்று காட்டும் குறிகளாக இருந்தன.

அம்மா இருக்கும்பொழுது கொட்டிலில் ரிஷபம் மாதிரி மாடுகள் இருந்தன. இப்போது பூனைக்குட்டி மாதிரி சிலிர்த்த இரண்டு கன்றுகளும் எலும்பும் தோலுமாய் இரண்டு பசுக்களும் இருந்தன. போர் போராக வைக்கோலுக்குப் பதில் நான்கு பிரிகள் கிடந்தன. வீடு பூராவும் பழுது பார்க்காமல் பெருச்சாளிப் பொந்தும், எலி வளையும் பொறுக்க முடிய வில்லை.

அப்பா பழைய பட்டை உடுத்திக்கொண்டு அமைதியாக சுந்தரகாண்டம் பாராயணம் செய்து கொண்டிருந்தார். மன்னி கொடுக்கும் காப்பியையோ, சாப்பாட்டையோ, சாப்பிட்டுவிட்டு சாய்வு நாற்காலியோடு படுத்து விடுவார். மனவேதனை தாங்காமல் அவருக்குச் சதா குளிர். பழைய சிவப்புக் கம்பளியைப் போர்த்திக்கொண்டு இருக்கும் அவர் தோற்றம் பார்க்கப் பரிதாபமாக இருந்தது,

நான் போயிருந்த நான்கு நாள்களும் காலையோ, மாலையோ எல்லாம் ஒரே மாதிரியாக ஜீவன் இல்லாமல் இருந்தது.

“நீ சந்தோஷமாக இருக்கிறாயா?”" என்று என்னை நூறு தடவை கேட்டுவிட்டார். பெற்றோர் அன்புக்கு ஈடாக எதைச் சொல்வது?

மூன்றாவது பிரசவத்திற்கு நான் கிராமத்திற்குப் போகவில்லை. அப்பா அஞ்ஞானம் கேட்காமல் சென்னைக்கு வந்திருந்தார். பிள்ளைக் குழந்தையாகப் பிறந்தது அவருக்கு மிகவும் சந்தோஷம்.

(இதற்குள் வண்டி ஸ்டேஷனில் நின்றது. ப்ளாட்பாரத்தில் ஒரே கூட்டம். “தொழிலாளத்தலைவர் கமலக்கண்ணனுக்கு ஜே” என்ற கோஷம் ஸ்டேஷனையே அதிர அடித்தது மாலைகளின் சுமைதாங்காமல் கமலக்கண்ணன் வண்டியில் ஏறினார். இதையெல்லாம் பார்க்க மணிக்கு ஒரே உற்சாகம். அவனும் சேர்ந்து ‘ஜே’ கோஷமிட்டான். ரயில் நகர்ந்தது. வண்டியைப் பிடித்துக் கொண்டே நூற்றுக்கணக்கான மக்கள் நடந்து வந்தார்கள். இந்தப் பக்கக் காட்சிகள் பார்க்க மகிழ்ச்சியாகத்தான் இருந்தன. ஒருவனைக் கொண்டாட சமூகம் விரும்பினால் எப்படிச் சேருகிறது! அப்படியே தூற்ற... மாமி கதையைத் தொடர்ந்தார்.)

வக்கீல் வீட்டு வாசலில் காலைநேரம் எப்படி இருக்கும்? கோச்சும் காரும் நின்று கொண்டே இருக்கும். வாசல் தாழ்வாரத்தில் சதா இரண்டு குமாஸ்தாக்கள் எழுதிக் கொண்டே இருப்பார்கள். தாழ்வார ஓரத்தில் பெரிய அறை. அதில்தான் அவர் கோர்ட் வேலைகளைப் பார்ப்பது வழக்கம். மேஜையும், நாற்காலியும் நிறைந்திருக்கும். சுழலும் பீரோக்களில் புதிதாக வெளிவரும் சட்டப் புஸ்தகங்களைக் கைவாக்கில் வைத்திருப்பார். வாசல் தாழ்வாரத்தில் கொஞ்சம் இரண்டுங் கெட்டானாக வரும் கட்சிக்காரர்கள் உட்கார அகலமான பெஞ்சு போட்டிருப்பார்.

என் கணவர் எதையும் ஏற்பாடாகச் செய்வார், காலை நேரத்தில் குழந்தைகள் வாசல் பக்கம் அதிகமாய்ப் போகமாட்டார்கள். நான் மட்டும்

• வசுமதி ராமசாமி

அபூர்வமாகப் போவேன்.

ஒருநாள் என் பெரிய பெண் சகுந்தலா ஓடி வந்து, "அம்மா! அப்பா ஆபீஸ் அறையில் ஒரு மாமி வந்திருக்கிறாள்" என்றாள். நான் பரபரக்கப் போய் யார் என்று எட்டிப் பார்த்தேன். முப்பத்தைந்து வயது இருக்கும் உயரமும் பருமனும், படம் மாதிரி முகம் களை பொங்க ஓர் அம்மாள். என் கணவருக்கு எதிரே உட்கார்ந்திருந்தாள். அவள் முகத்தில் மங்கலச் சின்னம் ஒன்றும் இல்லாததனால் கணவனை இழந்தவள் என ஊகித்தேன். இந்தக் காலத்துப் பெண்கள் முகத்திலிருந்து ஒன்றுமே அறிய முடியவில்லை. அந்தக் காலம் அப்படி இல்லையே? அந்த அம்மாள் பக்கத்தில் அவருடைய சாயலாக ஒருவர் உட்கார்ந்திருந்தார். தம்பி போலும் என நினைத்தேன். கையில் ஒரு காகிதக் கட்டும் இருந்தது, பிறகு நான் அங்கு நிற்கவில்லை அந்த அம்மாளுடைய கார் கப்பல் மாதிரி சூரியவெளிச்சத்தில் பளபளவென்று நின்றது போதாததற்கு டிரைவர் நாய்த் தோலால் அதைத் துடைத்துக் கொண்டிருந்தான்.

சுருக்கமாகச் சொல்லுகிறேன். என் கணவருக்கு ஒரு பணக்கார ஜமீன்தாரிணி கட்சிக்காரியானாள். அவள் புன்னைவனம் ஜமீன்தார் கந்தசாமி முதலியாரை மணந்தவள். பிறவியிலிருந்தே நோயும் நொடியுமாக இருந்த ஜமீன்தார் இளம் வயதிலேயே இறந்துவிட்டார். அவருடைய திரண்ட செல்வத்திற்கு மக்கட்பேறு இல்லாததனால் தமது இளம் மனைவியையே உரிமையாக்கி இருக்கிறார். ஜமீன்தார் தனக்குப் பிற்காலம் தன் மனைவி தர்மத்திற்குத் தங்களுடைய ஞாபகார்த்தமாக ஒரு வைத்தியசாலை நிறுவவும், புத்தி சுவாதீனத்துடன் சட்ட ரீதியாக உயில் எழுதி வைத்திருந்தார். ராஜம்மாள் தன் கணவன் விருப்பத்தை நிறைவேற்ற முனைந்தாள்.

ஆனால் ஜமீன்தாரின் சித்தப்பா பிள்ளை தனக்குச் சொந்தில் உரிமை உண்டு என வழக்குத் தொடுத்தான். அந்த வழக்கு ஜில்லா கோர்ட்டில் மூன்று வருஷம் ஊஞ்சலாடியது. ஹைகோர்ட்டில் மனுவும் செய்துவிட்டார்கள். வழக்கை சரிவர நடத்த கிராமத்தில் இருக்க முடியாதென்று ராஜம்மாள் தன் தம்பியுடன் பட்டணத்தில் ஜாகை போட்டாள் வழக்கறிஞரில் கெட்டிக்காரரான என் கணவரை வக்கீலாகத் தேர்ந்தெடுத்து விட்டாள்.

என் கணவருக்கு வக்கீல் தொழிலுக்கு வேண்டிய வாக்குச் சாதுர்யம் நிறைய இருந்தது. ராஜம்மாளுக்கு அவரைப் பிடித்துவிட்டது. இவையெல்லாம் என் கணவர் சொன்னார். ஒரு வாரத்தில் எல்லா ஏற்பாடுகளும் ஆகிவிட்டன.

தினம் காலை எட்டரை மணிக்குக் கறுப்புக் கார், மிதந்து கொண்டு வருவதுபோல் வாசலில் வந்து நிற்கும். நெற்றியில் நீளமாக ஸ்ரீ சூர்ணம் இட்டுக் கொண்டிருப்பாள். கரையில்லாத பட்டுப்புடவை அவள் கம்பீரமான உடம்பை இன்னும் அழகாகக் காட்டும். நீளக் கை வைத்த வெள்ளை ரவிக்கை, கையில் ஒரு பை, போர்த்தின முதுகுடன் பணிவாக இறங்குவாள். இவளைப் பார்க்க என் குழந்தைகள் ஓடுவார்கள்.

நடுவில் யாராவது கட்சிக்காரர்கள் வந்தால் ராஜம்மாள் உட்புறத்து ஊஞ்சலில் வந்து உட்காருவாள். ஒரு நாள் என் கணவர் அவளை உள்ளே உட்கார வைத்துவிட்டு, பேனாவும் கையுமாகச் சமையல்கட்டுக்கு வந்தார். "ராஜம்மாள் கூடத்து ஊஞ்சலில் இருக்கிறாள். காப்பி கொடு. பேசிக் கொண்டிரு" என்றார். நானும் கைவேலைகளைப் போட்டுவிட்டு, அப்படியே செய்தேன்.

பிறகு அநேகமாய் ராஜம்மா வருவது பத்துமணி வரை இருப்பது தினப்படி செய்கையாக மாறிவிட்டது. சில நாள் ராஜம்மா குழந்தைகளுக்கு பிஸ்கட், பழம்,

பொம்மை, ஏதாவது வாங்கிக் கொண்டு வருவாள். குழந்தைகளும் அவள் வந்ததும் ஓடுவார்கள். சில நாள் தன் காரில் குழந்தைகளை அழைத்துக் கொண்டு போய்விட்டுத் திரும்பிக் கொண்டு விடுவாள்.

ஒரு சமயம் சேர்ந்தாற் போல் ஒரு வாரம் ராஜம்மாள் வரவில்லை. அவள் தம்பி வந்து அவளுக்கு உடல் நலமில்லை என்று சொன்னார், அன்று மாலை என் கணவர் கோர்ட்டிலிருந்து ராஜம்மா வீட்டிற்குப் போய்ப் பார்த்துவிட்டு வந்தார்.

அந்த வருஷம் கிறிஸ்துமஸ் வேடிக்கை பார்க்க சித்தியும், சித்தப்பாவும் வந்திருந்தார்கள். சித்தப்பா நான் அமோகமாய் இருப்பதைப் பார்த்துச் சந்தோஷப்பட்டார். என் கணவரும் அவர்களுக்கு ராஜ உபசாரம் செய்தார். ஊருக்குப் புறப்படும் சமயம் என் சித்தி, “பாரு! இந்த ராஜம்மா உன் கணவருக்கு கட்சிக்காரி என்று ஏமாந்து விடாதே! அவள் உன் வாழ்க்கைப் பாதையில் படர்ந்திருக்கும் சப்பாத்திப்புதர். அதை வேரோடு பிடுங்கி எறியாவிட்டால் நீ கலங்கித் தவிப்பாய். உனக்குச் சொல்வார் இல்லை” என்றாள்.

இந்த விஷவிதை என் மனத்தில் பதிந்து விட்டது. அது மரமாக ஆகாவிட்டாலும், குத்துச் செடியாக வளர்ந்தது. என் நெஞ்சு வெடித்து விடும் போல் ஆகிவிட்டது. என் செய்கையே எனக்குத் தெரியவில்லை.

(ரயில் இட்டார்ஸி ஸ்டேஷனில் நின்றது. எங்கள் வண்டியில் ஜனங்கள் முண்டி அடித்துக் கொண்டு ஏறினார்கள். ‘காலை டில்லிக்குப் போய் விடுவோம். அதற்குள் என் கதையும் முடிந்துவிடும்’ என்று சொல்லிவிட்டு மாமி ஆரம்பித்தார்.]

அடுத்த நாள் முதல் வீட்டில் பூகம்பம் தான்! எனக்கு ஆத்திரமும் அழுகையும் பொங்கி வந்தன. எட்டரை மணிக்குக் குண்டு போட்ட மாதிரி ராஜம்மாள் வந்துவிட்டாள். இவ்வளவு நாள் பெருந்தன்மையாகத் தோன்றிய அவள் உருவம் அன்று எனக்குப் பைசாசமாகத் தோன்றியது. உள்ளே ஊஞ்சலில் வந்து உட்கார்ந்தாள். சக்கு அவளிடம் ஓடினாள். ஓர் அடிவைத்து அவளை இழுத்துக் கொண்டு வந்தேன். வழக்கத்திற்கு விரோதமான என் செய்கையைக் கண்டு ராஜம்மாள் திகைத்தாள். “ஏனம்மா குழந்தையை அடிக்கிறாய்?” என்று வாரிக் கட்டிக்கொண்டாள். இந்தப் பூதத்தைப் பூமி வெடித்து விழுங்காதா?” எனச் சபித்தேன்

என் கணவரிடம் அன்று இரவு அழுது ஆகாத்தியம் செய்தேன். “பாரு! ராஜம்மாவைப் போல் மரியாதைப்பட்ட மனுஷி கிடையாது. எனக்கு இவ்வளவு பணக்கார கட்சிக்காரி கிடைத்ததைக் கண்டு வக்கீல் உலகம் பொருமுகிறது. நீ அநாவசியமாக மனத்தை அலட்டிக் கொள்ளாதே! உனக்கு ஒரு கெடுதலும் வராது. என்னை நம்பு’ என்று உறுதியாகச் சொன்னார்.

“உங்கள் நாடகப் பேச்சுவேண்டாம். இந்தக் கட்சிக்காரியின்றி நீங்கள் இதுவரை பிழைக்கவில்லையா? இவள் கொடுக்கும் ஆயிரமாயிரமான பணம் வேண்டாம். வழக்கை நடத்த முடியவில்லை என்று சொல்லுங்கள்” என்றேன்.

“ஒரு வழக்கை ஏற்றுக்கொண்டு, பெண்டாட்டி பேச்சைக் கேட்டுக் கொண்டு விடவாவது? வாயை மூடு. உனக்கு அகன்ற மனப்பான்மை ஏது? ராஜம்மாள் கால் தூசுகூட தவறான வழியில் போகாது. பொறாமை உன் கண்களில் திரை போட்டிருக்கிறது” என்று சீறினார்.

“எத்தனை வருஷமாய் ராஜம்மாவைக் கண்டது? கால் பாத தூளிக்கு பூஜை செய்யப் புறப்பட்டு விட்டீர்களே!” என்று நான் முடிக்கும் வரை அவர் அங்கே காத்திருக்கவில்லை.

அவர் என்னுடன் பேச வந்தால் நான் முகம் கொடுத்துப் பதில் சொல்வதில்லை. சமையல் அறையிலேயே என் நேரம் போய்விடும். தலையை வாரி முடிவதையும் விட்டேன். நினைத்த பொழுது குப்புறப்படுத்துக் குமுறி அழுவேன். என் மாறுதலை ராஜம்மா கவனித்ததாகத் தெரியவில்லை. தினம் இரண்டு வேளையும் வர ஆரம்பித்தாள். வழக்கைப் பற்றி 'ஜூனியர்' வக்கீலிடம் வாதம் பேசுவதும், வெளியில் அவசரமாகப் போவதும் கெடுபிடியாக இருந்தது. நான் குழந்தைகளை ராஜம்மாவிடம் போகவிடவில்லை. அவள் காரைக் கண்டதும், கையை முறித்துச் சொடுக்குவேன். அதை ஒரு நாள் பார்த்துக் கொண்டே வந்த என் கணவர், "விரல் ஒடிந்துவிடப் போகிறது!" என்றார். எனக்கு எரிகிற தீயில் எண்ணெய் விட்டமாதிரி இருந்தது. "உங்கள் மூளை ஒடிந்து விட்டபோது, என் விரல் ஒடிந்தால் என்ன?" என்று வெடுக்கென்று சொன்னேன்.

பொய் உயிலில் தேதி போடுவதில், வருஷ எண்ணில் ஒரு சிறு தவறு விட்டிருந்தார்களாம். அதாவது ஜமீன்தார் இறந்த மறு வருஷத் தேதியைப் போட்டிருந்தார்களாம். அதைச் சுட்டிக்காட்டி என் கணவர், பொய் உயில் என்று வாதாடி ராஜம்மாவுக்குச் சாதகமாகத் தீர்ப்பு வாங்கிவிட்டார்.

அன்று ரோஜாப்பூ மாலையுடன் அவள் காரிலேயே அவர் வீட்டுக்கு வந்தார். வீட்டில் நுழைந்ததும், அவர் என்னிடம் செய்தியைச் சொல்லக் குறுக்கும் நெடுக்குமாக அலைந்தார். "பாரு!" என்றார். "பாருக்குஎன்னகேடு! புதுமணப்பெண்ணும், பிள்ளையும் மாலையும் கழுத்துமாகக் காரில் வந்து இறங்கின பெருமையைப் பார்க்க அழைக்கிறீர்களா?" என்று இரைந்தேன்.

பதில் சொல்லாமல் திரும்பி விட்டார். குமாஸ்தாக்கள் வக்கீலின் சாதுர்யம், கோர்ட் கூட்டம் எல்லாவற்றையும் புகழ்ந்தார்கள். என் காதில் ஒன்றுமே விழவில்லை. ராஜம்மா அன்று மாலை தட்டுத்தட்டாகப் பழமும், வெற்றிலை பாக்கும், புடவையும், வேஷ்டியும் கொண்டு குவித்தாள். நான் அவளைக் கண்ணெடுத்தும் பார்க்கவில்லை.

அன்று இரவு அவர் குழந்தைகளை அலங்காரம் செய்து கொள்ளச் சொல்லி அழைத்துக் கொண்டு கிளம்பினார். டிரைவரை 'எங்கே போகிறார்' என்று கேட்டேன். 'ராஜம்மா வீட்டில் விருந்து' என்று சொன்னதும், என் உடம்பு பற்றி எரிந்தது. ஒரு பெண் பூமாதேவியைப் போன்றவள். அவளுடைய சகிப்புத் தன்மை உலகைவிடப் பெரியது. கடலை விட ஆழமானது. ஆனால் இன்னொரு பெண்ணிடம் தன் கணவன் தகாத முறையில் பழகுவதாக அறிந்தால், காளிதேவிதான்!

என்னையும் ராஜம்மா அழைத்திருந்தாளாம். அவர் "என் உடல்நிலை சரியில்லை. சில சமயம் 'ஹிஸ்டிரியா மாதிரி வரும்" என்றாராம் அந்த அம்மாள் அதற்கு மிகவும் அநுதாபப்பட்டாளாம்!

ஒரு நாள் இதற்கு முடிவு கட்டுவதெனத் தீர்மானித்தேன்.

பொறுக்க முடியாமல், "வழக்குத்தான் முடிந்ததே! இன்னும் அவளுக்கென்ன வேலை?' என்றேன்.

"வழக்கு முடிந்து விட்டாலும் எவ்வளவோ வேலைகள் பூர்த்தி செய்யணும். சொத்தில் பெரும் பகுதியில் ஒரு வைத்தியசாலை கட்டப் போகிறாள். அதற்கு வேண்டிய ஏற்பாடுகள் செய்து கொண்டிருக்கிறேன்."

"அவள் வழக்குக்குத்தான் நீங்கள் வக்கீல், அவள் வைத்தியசாலைக்கு நீங்கள் டாக்டரா? அந்தக் கட்டடத்துக்கும் நீங்கள் என்ஜினியரா? எல்லாமே அவளுக்கு நீங்கள்தானா?" என்று ஆத்திரமாகக்

கத்தினேன்.

"உன் புத்தி குட்டையாகக் கலங்கிவிட்டது. இனிமேல் என்னோடு பேசாதே. ராஜம்மாவைப் பற்றி ஒரு வார்த்தை உன் வாயிலிருந்து வரட்டும், சொல்லுகிறேன்!" என்றார்.

"அந்தப் பாவியைப் பற்றி ஒரு வார்த்தை என்ன? ஆயிரம் வார்த்தைகள் இப்பவே சொல்லுகிறேன். என் தலையை வெட்டிவிடுங்கள். நான் சாவுக்குப் பயப்படவில்லை. இந்தப் போலி வாழ்வு எனக்கு வேண்டாம்" என்றேன்.

ஆதியில் மூன்று வருஷம் இல்லையா? இந்தத் துன்ப நாடகம் மேலும் ஆறு மாதங்கள் தொடர்ந்தன.

புரட்சிகரமான வழக்கு ஒன்றில் ஒரு தனவந்தருடைய பையன் சம்பந்தப்பட்டிருந்தான். அந்த வழக்கை இவர் நடத்தினார். கருவேப்பிலைக் கன்று மாதிரி அவன் ஒரே பிள்ளை. அந்த வழக்கு இவருக்கு விரோதமானதுமின்றி, அதற்கான தீர்ப்பு மரண தண்டனை என்றும் முடிவாகிவிட்டது. இந்த முடிவு என் கணவர் மனத்தைப் பெரிதும் பாதித்திருக்கவேணும். அன்றே கோர்ட் வாயிலில் மயக்கமாய் விழுந்துவிட்டாராம். வீட்டுக்காரில் தூக்கிப் போட்டுக்கொண்டு வந்தார்கள்.

டாக்டருடைய அபிப்பிராயம் எனக்குப் பேரிடியாக இருந்தது. அவருடைய வியாதி பாரிசவாயு. நான் துடித்துப் போனேன்.

காற்று வேகத்தில் யாரோ ராஜம்மாவுக்குச் செய்தி சொல்லிவிட்டார்கள். ஓடோடி வந்தாள். அவளைக் கண்டதும் துக்கம் பொங்கி வந்தது. ஆத்திரமாகத் திட்டினேன். அந்த அம்மாள் டாக்டரிடம் எனக்கு 'ஹிஸ்டிரியா' என்று கூறி மருந்து கொடுக்கும்படிச் சொன்னாளாம். நான் எதிர்பாராமலே டாக்டர் என் கையில் நறுக்கென்று ஊசியை ஏற்றினார். நான் மயங்கிவிட்டேன்.

விழித்தபோது மன நோயுடன் பிரசவ நோயும் சேர்ந்து கொண்டது. அவரைக் கவனிக்க ராஜம்மாவுக்குத் தெய்வமே சந்தர்ப்பம் கொடுத்தது. எனக்கு, ஆண் குழந்தை பிறந்தது. அதிகம் சொல்லுவானேன்? மூன்று மாதங்கள் ராஜம்மாள் அவருக்குப் பணிவிடை செய்தாள். பிறகு நான் ஏற்றுக்கொண்டேன். அவள் அவருக்குச் செய்யும் பணிவிடைகளில் எல்லை மீறிய செய்கை இல்லை, கட்டுப் பாட்டிற்கு மீறி நடக்கவுமில்லை. இதெல்லாம் நான் கவனிக்கத் தவறவில்லை. எனக்குக் குரோதம் பாராட்டப் பொழுது இல்லை. என் எண்ணம் அவர் நோயைப் பற்றியே இருந்தது.

நிறைய வருமானம் இருந்தும் நாங்கள் சேர்த்து வைக்கவில்லை. அவர் கீழே படுத்து ஒரு வருஷம் ஆகிவிட்டது. கல் கருடன் மாதிரி எப்படித்தான் நாள் நகர்ந்ததோ, வீடு நரகமாக இருந்தது.

ஒரு வருஷமாக வீட்டில் நடந்த வைத்தியச்செலவும், குடும்பச் செலவும் கையைத் துடைத்து விட்டன. அவருடைய நிலையைப் பார்க்க முடியவில்லை. வலக்கை, வலக்கால் ஆகியவை சுவாதீனமற்றுப் போய்விட்டன. சாப்பாடு வாயில் ஊட்ட வேண்டிய நிலைதான். என் கணவர் அடிக்கடி "பணத்திற்கு என்ன செய்வாய்?" என்று இடக்கையால் எழுதிக் காட்டுவார். கோர்ட்டில் எல்லாரும் அதிசயிக்கும்படி சாதுர்யமாகப் பேசும் திறன் ஒளிந்துவிட்டது. அவருடைய பரிதாபகரமான நிலையைக் கண்டு என் கோபமெல்லாம் பறந்துவிட்டது. வீட்டில் சிறுக சிறுகப் பொருள்களை விற்றுக் குடும்பம் நடத்தும் பயங்கரமும் எட்டிப் பார்த்தது.

ஒரு நாள் 'கைக்குழந்தைக்குப் பால்புட்டி வாங்கக் கட்டாது; அந்தச் சனியனுக்குப் புழுங்கலரிசிக் கஞ்சி போதும்' என்று கத்திக் கொண்டிருந்தேன். அதை

• வசுமதி ராமசாமி

ராஜம்மாள் கேட்டுக்கொண்டே வந்தாள். அன்றிலிருந்து குடும்பத்திற்குத் தேவையான சாமான்களை வாங்கிப் போடுவாள். மருந்துகளுக்குப் பணத்தைக் கொடுப்பாள். அவள் உதவியை நான் நிராகரிக்கவில்லை. என் நிலையில் யார் இருந்தாலும் மறுக்க முடியாது. வறுமை கொடிது அல்லவா?

என் கணவரைப் பார்க்கவந்த நண்பர்களில் ஒருவர் ஒரு விஷயத்தைச் சொன்னார். ஜெர்மன் தேசத்திலிருந்து புதிதாக ஒரு டாக்டர் வந்திருப்பதாகவும், இந்தப் பக்கவாதத்திற்கு அபூர்வமான முறையில் சிகிச்சை செய்வதாகவும் ஒரு முறை வந்து பார்க்க ஐந்நூறு ரூபாய் என்றும் சொன்னார். அன்று மாலை ராஜம்மாவிடம் இந்தச் செய்தியைச் சொன்னேன்.

ராஜம்மாள் மறுநாள் அந்த டாக்டருடன் வந்து விட்டாள். அந்த டாக்டர் வெகுநேரம் பரிசோதித்தார். திருப்தியுடன் அநுமுறையாகத் தடவிக் கொடுக்கும் சிகிச்சையை ஆரம்பித்தார் டாக்டரின் திறமை, ராஜம்மாளின் பொருள் செலவு, இவற்றால் அவருக்குப் படிப்படியாகக் குணமாகியது. அந்தக் காலத்தில் அதை ஓர் அதிசயமாக எல்லாரும் பேசுவார்கள்.

உடம்பு நன்றாகக் குணமானதும் என் கணவர், "பாரு. இப்பொழுதாவது ராஜம்மாவைப் புரிந்து கொண்டாயா?" என்றார்.

"நன்றாகப் புரிந்துகொண்டேன். என் சிறுமை புத்திக்கு அவளிடம் மன்னிப்புக் கேட்கத் தயாராக இருக்கிறேன்."

"வக்கீல் ஐயாவுக்கு உடம்பு குணமானதைவிடப் பார்வதி அம்மாளுடைய மனவியாதி சரியானதுதான் சந்தோஷம்" என்றாள், அங்கு வந்த ராஜம்மாள்.

வியாதி காரணமாகத் தொழிலை அடியோடு விட்ட நிலையில் எங்கள் குடும்பம் கஷ்டப்படாமல் வாழும் மகத்தான பொறுப்பை ராஜம்மாள் ஏற்றுக் கொண்டாள். அதை அன்புடன் செய்தாள். வெகு நாளைக்குப் பிறகு என் கணவருக்கு நன்றாகச் சம்பாதிக்கும் நிலை மறுபடியும் ஏற்பட்டது. குடும்பத்தில் அடித்த புயல் காற்று ஓய்ந்து, அமைதி ஏற்பட்டது. எங்கள் தாம்பத்ய வாழ்க்கையில் ஒற்றுமை குறையாமல் ராஜம்மாள் பார்த்துக் கொண்டாள். குடும்பத்தில் நடந்த எல்லா விசேஷங்களையும் அவளைக் கலந்து கொண்டே செய்வோம். ராஜம்மாள் தன் தம்பியுடன் வேறு வீட்டில்தான் இருக்கிறாள். ஆனாலும் தினமும் வந்து நம் வீட்டைக் கவனித்துக் கொள்வாள்.

•••

அது சரி! அந்தம்மாளை 'ராஜக்கா' என்று கூப்பிடுகிறீர்களே, அதற்கு என்ன அர்த்தம்?" என்று கேட்டேன்.

"அதுவா? அவளுடைய தம்பி "ராஜக்கா' என்று கூப்பிடுவான். அதைக் கேட்டு என் குழந்தைகளும் அப்படியே அழைப்பார்கள். அந்தம்மாளுக்கு என் குழந்தைகளிடம் அளவற்ற அன்பு. அவளுடைய பேருதவியால் என் பெண்கள் நல்ல இடத்தில் வாழ்க்கைப் பட்டிருக்கிறார்கள்."

மாமியினுடைய கதையைக் கேட்டுக் கொண்டே வந்ததில் சிரமமின்றி டில்லி ஸ்டேஷனை அடைந்தேன். மாமியினுடைய கதையில் அப்படி ஒன்றும் விசித்திர சம்பவமில்லை. ஆனால், ஒவ்வொருவருடைய வாழ்க்கையும் ஒரு கதைதான். கதையும் ஒவ்வொருவருடைய வாழ்க்கைச் சித்திரம் தானே!

12

அவனும் அவளும்

கமலா விருத்தாச்சலம்

கமலா விருத்தாச்சலம்
(1917 - 1995)

கமலா விருத்தாச்சலம், எழுத்தாளர் புதுமைப்பித்தனின் துணைவியார் ஆவார். இவரது முதல் சிறுகதை 'முதலைச்சட்டை' என்பது 1936-ம் ஆண்டில் மணிக்கொடியில் வெளிவந்தது. தொடர்ந்து மணிக்கொடியிலும், தினமணி, கிராம ஊழியன் இதழ்களிலும் இவரது கதைகள் வெளிவந்தன. இவர் எழுதிய சிறுகதைகள் 1971-ம் ஆண்டில் 'காசுமாலை' என்ற தலைப்பில் நூலாகத் தொகுக்கப்பட்டு வெளிவந்தது. இவர், 'புதுமைப்பித்தனின் சம்சார பந்தம்' என்ற நூலையும், புதுமைப்பித்தன் தனக்கு எழுதிய கடிதங்களைத் தொகுத்துக் 'கண்மணி கமலாவுக்கு' என்ற தலைப்பிலும் வெளியிட்டுள்ளார்.

அவள்

வாழ்க்கையில் அடிபட்ட சர்ப்பம்போல் அவள் நெஞ்சுத் துவண்டு நெளிந்து கொண்டிருந்தது. ஒவ்வொரு நெளிவிலும் அதன் வேதனையைச். சகிக்க முடியாமல் தத்தளித்தாள். அடுத்த வீட்டுப் பொருள் கண்ணுக்கு அழகாக இருக்கலாம்; ஆனால் தனக்கு அது சொந்தம் என்று நினைப்பதால் தனக்கே கிடைத்துவிடுமா என்று அவள் ஒருநாள் கூட நினைத்துப் பார்த்தது கிடையாது. அப்படி அவள் அன்று நினைத்திருப்பாளானால், அந்த அடியின் வேகம் நெஞ்சில் இவ்வளவு அழகாகப் பதிந்திராது.

மூன்று வருஷங்களுக்கு முன்னால் அவனை முதல் முதல் பார்க்கும்போது இப்படி ஏதாவது வரும் என்று அவள் நினைத்தாளா? எத்தனையோ சிநேகிதர்கள் வருகிறார்கள், போகிறார்கள்; அவர்களில் அவனும் ஒருவன் என்று தான் அப்போது நினைத்தாள். 'நாளாக நாளாக அவன் பழக்கம் நெருங்கி வளரவே அவளும் சகஜமாகப் பேசுவாள்; பழகுவாள். நிம்மதியாகப் போய்க்கொண்டிருந்த வாழ்க்கைப் பாதையில் கண்டெடுத்த நல்முத்தாக அவன் அவளுக்குத் தோற்றமளித்து வந்தான். எதிர்பாராத அந்தத் தனத்தைக் கையில் இறுக மூடிக்கொள்வதில் தப்பில்லை என்றே அவள் நினைத்தாள்.

நந்தவனத்தில் எத்தனையோ விதமான

பூக்கள் மலர்கின்றன. ஆனால் முள்ளுக்கு நடுவில் நிற்கும் ரோஜாப்பூதான் அவளுடைய கண்களுக்கு அழகாக இருந்தது. அதைப் பறித்தால் கையில் முள் தைக்குமோ என்று நினைத்துத் தயங்கி நிற்கும்போது, அதுவே அவள் எதிரில் தரையில் விழுந்தால், கையால் எடுத்துக் கண்களில் ஒத்திக் கொள்ளச் சொல்லியா கொடுக்கவேண்டும்? அடுத்த வீட்டுத் தோட்டம் என்பதையும் அவள் மறந்தாள். பூவுக்கு உடையவர் வேறொருவர் என்பதையும் மறந்தாள். ஆசையோடு அதை எடுத்துத் தன் கண்ணில் ஒத்திக் கொண்டாள். சாசுவதமாக நெஞ்சில் அதை அமர வைத்தாள்... தன்னுடைய சகலமும் அவனே என்று நினைத்து நிலைகொள்ளாத சந்தோஷத்தில், தன்னையும் மறந்துத் தன்னுடையவை என்று சொல்லத்தக்க எல்லாவற்றையுமே அவனது காலடியில் போட்டு, அவனுடைய அடிமையாகிவிட்டாள். தன்னுடைய ஜீவனின் உயிர் நாடியைக்கூட அவனது காலடியில் சமர்ப்பித்துவிட்டாள்.

ஒவ்வொரு நாளும் அவன் வரவுக்காகச் சாயங்காலத்தைக் கூவி அழைத்துப் புழுவாகத் துடித்துக் கொண்டிருப்பாள்.

எவ்வளவு இருட்டிவிட்டாலும், ஒவ்வொரு நாளும் அவன் தரிசனம் கிடைக்காமல் போகாது. மணி அடித்து எழுந்த மாதிரி, ஒவ்வொரு நாளும் அவன் சாயங்காலம் ஆறு மணிக்கு அவள்முன் வந்து நிற்பான். அவனை எதிரில் பார்த்த பிறகுதான் அவள் 'வெப்பிராளம்' சிறிது தணியும். மத்தியானங்களில் தனிமையாக இருக்கும்போதெல்லாம், சாயங்காலம் வரும் அவனிடம் என்னவெல்லாமோ பேசவேண்டும் என்று நினைத்துக்கொண்டிருப்பாள். ஆனால் அவனை எதிரில் கண்டவுடன் அத்தனையும் மறந்துபோகும். பேசுவதற்கு விஷயம் அகப்படாமல் தவித்து வாய்பேசா ஊமை மாதிரி அவனைப் பார்த்துக்கொண்டிருப்பதிலேயே பரம திருப்தி அடைவாள்.

அவர்களுடைய அன்பு, அணையில்லா வெள்ளம்போல் காலத்தோடு ஒட்டிப் பெருக்கெடுத்துப் போய்க்கொண்டிருந்தது. சந்தோஷத்தோடு சரிபாதித் துக்கமும் கலந்துதான் இருக்கும் என்ற உண்மையைத் தெரிந்து கொள்ள அவளுக்கு இத்தனை நாட்கள் வேண்டியிருந்தன. தன்னைப் போன்ற பாக்கியசாலி இந்த உலகத்திலேயே இல்லை என்று மனப்பால் குடித்துக் கொண்டிருந்த அவளுடைய நினைவுகள் எல்லாம் ஒரு துரும்பு பட்டாலும் 'டபார்' என்று வெடித்துத் தரையில் துவண்டு விழும் பலூன் மாதிரிச் சிதறிவிடும் என்று அவள் சொப்பனத்தில் கூட நினைத்ததில்லை. கடிகாரத்தைப் பார்த்துப் பார்த்துப் பகல் பொழுதை உந்தித் தள்ளி விட்டுக்கொண்டு இருந்தாள். இரவிலோ 'இன்பக் கனவுகள்; நாட்கள் போய்க்கொண்டிருந்ததுகூட அவளுக்குத் தெரியாது. அவனைப் பார்த்து மாதக் கணக்காகிவிட்டது என்றால் அவள் மனம் பதறித் தவிக்காமல் அன்புக் கோட்டையில் அவனைச் சிறை வைத்திருந்தாள். அதிலிருந்து எப்படியோ அவன் தப்பித்துக்கொண்டு போய்விட்டான். எவ்வளவு பிரியமாக இருந்தான்! ஒரு சிறு தலைவலி வந்தால்கூட அவள் கஷ்டப்படுவதைப் பார்த்துச் சகியாத அவனா இப்பொழுது மாதக் கணக்காக அவளைப் பார்க்காமல் இருக்கிறான்! எல்லாம் வெறும் வேஷந்தானா? அல்லது புருஷர்களுடைய மனசே இவ்வளவுதானோ? அவளை அவன் மறந்துவிட்டானா? அவ்வளவு லகுவில் மறக்கக்கூடிய விதத்திலா அவர்கள் பழகியிருந்தார்கள்? அல்லது அவன் ஞாபகம் வைத்துக் கொள்ளக்கூடிய விசேஷ அழகு ஒன்றும் அவளிடம் இல்லையா? அவனுக்காக, அவன் அன்புக்காக, விழுந்து விழுந்து பிராணனை விட்டதின் பலன் இவ்வளவுதானா? தம்

சௌகரியத்திற்காக மற்றவர் மனசைக் கொலை பண்ணுவதுதான் புருஷர் குணமோ? சீ! இது அப்பொழுதே தெரியாமல் போய்விட்டதே! இவ்வாறு அவள் தனது பின் புத்திக்காக வருந்தினாள். சீ! சீ! ஒருநாளும் அப்படி இராது; ஏதோ, என்ன வேலையோ? வர சௌகரியப்பட்டிருக்காது; வராமல் இருக்கமாட்டான்! இப்படிச் சொல்லிக்கொண்டும் மனசைத் தேற்றிக் கொள்வாள்.

அனுபவம் நீடிக்க நீடிக்கப் பாத்திரம் பழசாவது சகஜம் தானே! அதேமாதிரி அன்று அவன் கண்களுக்குப் பிரமாதமாகத் தெரிந்த விசேஷம். இன்று அவளிடம் இல்லாமல் போய்விட்டதுபோலும்! இல்லைதான், வாஸ்தவம். அவன் கண்களை உறுத்தக்கூடிய அழகு அவளிடம் இல்லைதான். ரொம்பச் சாதாரணம் என்றாலும் பிறர் கண்ணுக்கு விகாரமாகப் படும்படி அவள் இருக்கவில்லை. அதுதான் அவன் தன்னை விட்டுப் போய்விடுவானோ என்று அடிக்கடி அவளுக்குப் பயத்தைக் கொடுத்துக்கொண்டு இருந்தது. அழகிலிருந்து அனுராகமா, அனுராகத்திலிருந்து அழகா என்பது அவளுக்கு அவன் நடத்தையிலிருந்து இன்னும் புரியவில்லை. நடுச்சந்தியிலும் மூலை முடுக்குகளிலும்கூட அழகைக் கூடை கூடையாக வாரலாம். ஆனால்,அன்பு அப்படியா? அதன் மகத்துவம் எவ்வளவு மேலானது என்பது அவனுக்குத் தெரிந்திருக்காது.

ஜீவிதத்தில் முதல் முதல் ஏற்பட்ட ஏமாற்றம் இதுவே. இவ்வளவு லகுவில் பிறர்கையில்பொருளாக அமைந்துவிடுவாள் என்று அவள் என்றாவது விளையாட்டுக்குக்கூட நினைத்திருப்பாளா? வேண்டியமட்டும் வைத்து விளையாடி விட்டு, வேண்டாதபோது போட்டு உடைத்துவிடும் சிறு குழந்தையா அவள்? அல்லது பூவுக்குப் பூ தாவி, தேன் குடிக்கும் வண்டைப்போல் ஏதேனும் புதுமலரைத் தேடிப் போய்விட்டானா? அப்படியானால், நான் இனி அவன் முகத்திலேயே விழிக்காமல் இருந்துவிடலாமா? ஐயோ, அதை நினைக்கும்போது - அவனைப் பார்க்க முடியாமல் போய்விடுமோ என நினைக்கும்போதே - அவள் நெஞ்சை வாள்கொண்டு அறுப்பதுபோல் இருக்கிறது. அப்படி அவன் தன்னை மறந்துவிட்டால், லேசில் விடக்கூடாது. எப்படியும் தன் காலில் வந்து விழும்படிச் செய்யவேண்டும். பழிக்குப்பழி வாங்கவேண்டும் என்றெல்லாம் நினைத்து நினைத்து இன்று பல்லைக் கடித்துக்கொண்டு நாட்களைத் தள்ளி வருகிறாள். கவலை என்பதே என்ன என்று அறியாத அவள் மனசை கரையான் அரிப்பதுபோல, அவனுடைய நினைவு ஒரு பக்கம் இருந்து அரித்துக் கொண்டிருந்தது. நாளுக்கு நாள் அவள் பலவீனப்பட்டுக் கொண்டே வருகிறாள். ஒவ்வொரு நாளும் அவன் வரவை ஆவலோடு எதிர்பார்த்துப் பார்த்து அவள் கண்கள் கூடப் பார்வை மங்கிவிட்டன. 'இப்படி என்னை நயவஞ்சகமாகப் பேசி ஏமாற்றிவிட்டானே. என்ன நடிப்பு? எவ்வளவு அன்பு வார்த்தைகள்! அப்பா, நினைக்க நினைக்க அவனையே நேரில் காணுவதுபோல் மனசில் சிறிது சந்தோஷம் தோன்றுகிறதே! அவனை நேரில் பார்க்கும் பாக்கியம் என்றைக்குக் கிடைக்குமோ? என்று தெய்வங்களுக்கெல்லாம் வேண்டிக் கொள்ளுகிறாள். அவள் மனோரதம் நிறைவேறத் தெய்வ அருள் உண்டா? ஒரு தடவை அவனைக் கண் குளிர மறைவில் எட்ட நின்று பார்த்தாலே போதும். அதுகூடவாக் கிட்டாமல் போய்விடும்! 'நான் படும் அவஸ்தையை, என் நிலைமையை, ஒரு தடவை அவன் நேரில் வந்து பார்த்தாலே போதும். என் வேதனையின்நிழல்பின்தொடர்ந்துவிடுமோ என்று அவன் பயப்படுகிறானோ! அப்படியானால், அவன் மனுஷத்துவம் இல்லாத மிருகமா? சீ! ஒருகாலும் அப்படி

• கமலா விருத்தாச்சலம்

இராது. அவன் தங்கமான மனுஷன். அவனைப்பற்றித் திட்டின என் புத்தியைத்தான் கண்டிக்க வேண்டும். ஏதோ சௌகரியக் குறைவினால் வராமல் இருக்கலாம். சமயமும் சந்தர்ப்பமும் கிடைத்தவுடன், என் அந்தரங்க அன்பு விக்கிரகத்தை மனசில் வைத்துப் பூஜித்தே பொழுதைப் போக்கிக்கொள்வேன். என் ஆசையும் ஜீவனும், எல்லாமுமே அவன்தான். அவன் ஜீவனோடு இருக்கும்வரை நானும் எப்படியோ என் ஜீவனையும் சுமந்து திரிவேன். எதற்காக? என்றைக்காவது ஒரு நாள் அவன் அன்பின் தரிசனம் கிடைக்கும் என்ற நம்பிக்கையில்தான். வராமல் இருக்க முடியாது. நிச்சயம் வருவான், வந்தே தீருவான்...'

...

அவன்

'நிச்சயமாக அங்கே போகவேண்டும். ஏன் நிச்சயமாகப் போகவேண்டும். அது முட்டாள்தனம் அல்லவா? மனிதன் என்றால், நிதானம் தவறிவிடுவது இயற்கை. தவறின நிலையிலேயே நின்று உழன்று கொண்டிருப்பது என்பது படுமுட்டாள்தனம். நான் யார், அவள் யார்? எப்படித் தொடர்பு நிரந்தரமாக அமையமுடியும்? பாவம்! இல்லை...அசடு... என்னைப் பிரமாதமாக நினைத்து விட்டாள். ஒரு சமயம் நினைக்கும்போது, பரிதாபமாகத் தான் இருக்கிறது. அதற்காக அவளிடமே விழுந்து கிடக்கமுடியுமா? நான் என்ன ஒற்றைக் கட்டையா? எனக்குக் குடும்பம் கிடும்பம் ஒன்றும் கிடையாதா? ஏதோ கொஞ்ச நாட்கள் போனோம் வந்தோம் என்றில்லாமல் என்று இப்படி ஒரே பிடியாகப் பிடித்துக்கொள்வாள் தெரிந்திருந்தால், அந்த வழிக்கே போகாமல் இருந்திருக்கலாமே! ஏன் என்னிடம் அப்படிப் பிராணனாக இருக்க வேண்டும்? எனக்கு வேண்டி, விழுந்து விழுந்து பணிவிடை செய்திருக்கிறாள். எதற்காக?

என் மனசைச் சாசுவதமாகத் தனக்கு அடிமைப்படுத்திக் கொள்வதற்காகத்தான் இருக்கும்... அல்லது அவளுடைய சந்தோசத்திற்காகவும் இருக்கலாம்... அவைகளை எல்லாம் பொருட்படுத்திக்கொண்டு நான் அவளை எப்பொழுதும் பக்கத்திலேயே வைத்துக்கொள்ள முடியுமா? மேலும், தன்னை மறந்து புத்தியை இழந்து விடும்படி அவளிடம் யார் சொன்னார்கள்? மனசுக்குக் கட்டுப்பாடு இல்லாவிட்டால், அது தறிகெட்ட மிஷின் மாதிரி போய்க்கொண்டிருக்கும்.

'அதற்கெல்லாம் நான் சமாதானம் சொல்லிக்கொண்டிருக்க முடியுமா? இனிமேல் அந்தப் பக்கமே போகாமல் இருப்பதுதான் மேல். இனி அவள் முகத்திலேயே விழிக்கப் போகிறதில்லை... இப்படி நினைத்தால் மனசும் கேட்க மறுக்கிறது. அங்கே போகாவிட்டால் இருப்புக்கொள்ளவில்லை. அன்று முழுவதுமே ஒரு வேலையும் ஓடமாட்டேன் என்கிறது... போகலாம்... ஆனால். மனசு இன்னும் பலமாகப் பின்னிக்கொண்டால், அப்புறம்..? அப்புறம் ஏற்படக்கூடிய பொறுப்புக்கு நான் தயார் இல்லை. அதற்காக அவள் அழிந்து போகிறது என்றாலோ, ஆயிரம் ஜீவனில் ஒன்றுதானே என்று, கவலையை உதறித் தள்ளி விடவும் முடியவில்லை. இரண்டு வழியாலும் அவளுக்குத் துன்பந்தானே! பந்தம் இறுகிவிட்டால், அதைச் சுமக்க மனத்தைரியம் இருக்குமோ என்பது சந்தேகம். உதறித் தள்ள எனக்கே மனசு வரவில்லையே! அவளுக்கு வரும் என்று எப்படி எதிர்பார்க்கமுடியும்? தவிரவும் அந்த உறுதி வந்தது என்றுதான் வைத்துக்கொள்ளுவோம். அதனால் அவளுக்குத்தானே கெடுதல்! நிஜமாகவே என் மனசில் அவள் பேரில் ஆசை இருந்தால், விலகி ஓடிப்போவது அல்லவா புத்திசாலித்தனம்? முதலில் கஷ்டமாகத்தான் இருக்கும். சதையோடு

ஒட்டிக்கொண்டிருக்கும் நகம் பிய்த்துக்கொண்டு வந்தால் வலிக்கத்தான் செய்கிறது. ரத்தம் பெருக்கெடுக்கத்தான் செய்கிறது. ஆனால் புண் ஆறவில்லையா? அதே மாதிரி, நாட்கள் போகப் போக மனவேதனையும் கொஞ்சம் கொஞ்சமாக ஆறிவிடும். அதற்காக நான் நிதானத்தை இழந்து விடுவதுதான் தப்பு. அதற்கு இடம் கொடுக்கக்கூடாது. விலகியே நிற்க வேண்டும். அப்பொழுதுதான் அவளுக்கு நான் நன்மை செய்ததாக முடியும். இல்லாவிட்டால், எனக்கு அவள் மீது ஆசை இருப்பதாக நினைத்துக்கொள்வது வெறும் பிரமை. சந்திக்காது போனால்..? சகிக்க முடியாமல்தான் இருக்கிறது. அதற்காக, சில நிமிஷம் நிம்மதிக்காக, சில நிமிஷம் உல்லாசத்திற்காக, விலங்கை மீண்டும் நாமே எடுத்துப் பூட்டிக்கொள்வது புத்திசாலித்தனம் இல்லை. ஒரு தடவை போய், இதையெல்லாம் எடுத்துச் சொல்ல வேண்டும். உணர்ச்சி வசப்பட்டு விடாமல் மனசைக் கட்டுப்படுத்திக்கொண்டு பேசவேண்டும். அவள் கேட்கத் தயாராக இருக்கவேண்டுமே! அவளுக்கு அது எப்படிப் புரியும்? பெண்கள் தங்கள் மனம் கண்ட உலகத்தைத் தானே உண்மை என்று நம்புகிறார்கள்! அப்படி இருக்கும் போது, அவள் மட்டும், யோகீஸ்வரர் மாதிரி, நான் சொல்லுவதை உட்கார்ந்து கேட்டுக்கொண்டு புரிந்து கொள்வாள் என்று எப்படி எதிர்பார்ப்பது?

'மேலும், அந்தச் சமயத்தில் எனக்கும் நினைத்ததைத் தெளிவாக எடுத்துச் சொல்லத்தான் முடியுமா? மேலும், உணர்ச்சியை மூலையில் கட்டி வைத்துவிட்டு உபதேசம் செய்து கொண்டிருக்க இது வேதாந்த விவகாரமா? அவள் அழுதால், என் புத்தி பொலபொலத்து விடுமே! போகாமல் இருப்பதுதான் புத்திசாலித்தனம். விலகி விடலாம்; விலகிவிட முடியும்! முடிகிற காரியத்தைச் செய்வதைப் போல, முடியாத காரியத்தை நோக்கி மனசு எப்பொழுதும் தயங்குவதில்லை. முடிகிற காரியம், விரும்புகிற காரியமாக இருக்கவேண்டும். புத்தி மறக்கச் சொல்லுகிறது; ஆசை அங்கு இழுக்கிறது. உடம்பை இழுத்த இழுப்புக்கு விடுவதுதான் வியாதிக்கு வழி. அந்த மாதிரிதான் மனசும் பைத்தியத்தில் கொண்டுபோய் விடும், பைத்தியம்தான் தன்னை மறக்க நமக்கு வழிகாட்டும்.

'ஆனால், எங்கள் ரகசியம் ஊருக்குப் பொதுச் சொத்தாகிவிடுமே! அதனால்... அதனால்... கண்ணை மூடிக்கொண்டு உணர்ச்சியின் இழுப்புக்கு எல்லாம் தலைகுனிய வேண்டியதுதான். அதனால் பயன் உண்டா? யாருக்குப் பயன்? "யார்" என்று நான் குறிப்பிடுவது யார்? நானா, அவளா? அவள் என்று நினைத்துக்கொண்டு திருப்தியடைவதுபோல மனசு பாசாங்கு செய்கிறது. உண்மை அப்படியா? உண்மை அப்படியா? எனக்குத் தெரியவில்லை! நாளைக்குப் போய்ப் பார்க்கலாம். தெய்வம் விட்ட வழி. ஆமாம், தெய்வம் எப்பொழுதுந்தான் வழி விட்டுக்கொண்டே இருக்கிறதே! அதன் தலையில் பொறுப்பைப் போட்டுவிட்டு, விட்டில்பூச்சி மாதிரி நெருப்பைச் சுற்றிச் சுற்றி வட்டமிட்டால், சிறகு தீய்ந்து போகாமல் என்ன செய்யும்?

'ஆசை,ஆசைஎன்றுநினைத்துக்கொண்டு சகதிக்குள் காலை விட்டுக்கொள்ள முடியுமா? முழு மனசையும் ஈடுபடுத்திக்கொண்டு ஒரு காரியத்தில் இறங்குவதைப்போல முட்டாள்தனம் ஒன்றுமில்லை. நினைத்த நேரத்தில் பிடியை விடுவித்துக் கொள்ளுவதற்கு வகை தெரியாமல் கையைக் கொடுக்கலாமா? பிடி தளர்வதற்கு நேரம் கிடைத்தபோது, பிறகும் கையை அப்படியே வைத்துக்கொண்டிருந்தால், தளர்வு மறைந்து, முன் இருந்ததைவிட பன்மடங்கு பலத்துடன் அமுக்கிக் கொள்ளும். இப்பொழுது விலகுவதுதான் புத்திசாலித் தனம்... புத்திசாலித்தனம்... இவ்வளவு லேசில் தப்பித்துக்கொள்ளுவேன் என்று

• கமலா விருத்தாச்சலம்

நான் நினைக்கவேயில்லையே! உலகம் மாறினாலும், உள்ளன்பு மாறாது என்று கையடித்துக் கொடுத்த மனசுதானா இது? அடடா! நான் எவ்வளவு விவேகி! மனசை அடக்கிக் கொள்ளக்கூட படித்துக் கொண்டேன். சுயநலத்திற்காக மனசை அடக்கினால் என்ன? அது யோகியின் சாதனை அல்லவா? லோகத்திலேயே மிகவும் பிரமாண்டமான தன்னலம் உள்ளவன் தானே யோகியும்! நான் யோகியல்ல, விவேகி. புத்திசாலி... போகமாட்டேன்...போகவே மாட்டேன்...

13

வேலைக்காரி

சகுந்தலா ராஜன்

சகுந்தலா ராஜன்

எழுத்தாளர் சகுந்தலா ராஜன் நாற்பதுகளில் எழுதிய எழுத்தாளர்களுள் ஒருவர். இவர் நாவல்கள், சிறுகதைகள், நாடகங்கள் எழுதியுள்ளார். வனித்தாலயம், விருப்பும் வெறுப்பும் என்பன இவர் எழுதிய நாவல்களாகும். கடைசிக் கதை, நர்ஸ் நாகபூஷணம், அழகும் அதிர்ஷ்டமும், வேலைக்காரி, ரேவதியின் பரிசு என்பன இவரது சிறுகதைகளாகும். இவற்றில் வேலைக்காரி என்ற கதை மங்கை இதழில், 1947-ம் ஆண்டில் வெளிவந்தது.

சாதாரணமாய்ப் பெண்களுக்குக் கோபம் வந்தால், அந்தக் கோபத்தைப் பாத்திரங்களின்மீது காட்டுவார்களென்றும், செம்போ, தவலையோ நசுங்கின பிறகுதான் அவர்கள் கோபம் தீருமென்றும் சிலர் எழுதுவதை நான் படித்திருக்கிறேன். அதில் உண்மை எவ்வளவோ எனக்குத் தெரியாது. ஆனால், ஸ்ரீமதி மங்களத்திற்குக் கோபம் வந்துவிட்டால், அவள் குழந்தைகள் பாடுதான் திண்டாட்டம் என்பது எனக்கு நிச்சயமாகத் தெரிந்த விஷயம். (நல்ல வேளை, பாத்திரம் நசுங்குவது போல் குழந்தைகள் நசுங்கிப் போவதில்லை!)

தீபாவளியாகிச் சில தினங்களே ஆகியிருந்தன.

“ஏண்டா மணி! அந்தப் பழிகாரி பத்துத் துலக்கிறவள்தான் வரல்லையே? அந்தக் கூடைத் துணி பிழிந்து போட்டேனே? சித்தே உலர்த்தினால் என்னடா காசமாய்ப் போறவனே?”

“இப்போத்தானே அம்மா பள்ளிக்கூடம் விட்டா?.” “பதில் சொல்லாதே! சொல்லாதே! சொல்லாதே!”

இதற்கு மேல் டமால் டுமீல் என்று அடிக்கும் ஓசை. அதுவரையிலும் ‘காமிரா ரூமில்’ ஆபீஸ் பைலுடன் அழுது கொண்டிருந்த, துரைசாமி அய்யரால் பொறுக்க முடியாது போகவே, அடி பாவி! ஏண்டி! அடிச்சுக் கொல்லறே அவனை!’ என்று சொல்லிக் கொண்டே ஓடி வருவார்

பிள்ளையைத் தாங்க.

‘ஆமாம்! வீட்டிலே நான் ஒருத்திதான் பாவி! வீடு கிடக்கிற கிடையைப் பாருங்கோ! மாசத்திலே பத்து நாள் ஒருத்தி லீவு போட்டால், வீடு எப்படி உருப்படும்! சாயங்காலம் வீடு கூட்ட வேலாயி வரல்லே! சித்தே துணியை உணர்த்துடா எங்கறேன். எதிர்த்துப் பேசறான்!”

பையனைச் சமாதானம் செய்துவிட்டு, மறுபடியும் பைலுக்குள் நுழைந்தால் துரைசாமியின் சிந்தனை ‘பைலை’ விட்டு வெகுதூரம் ஓடும்.

‘வாஸ்தவம்தானே மங்களம் சொல்றது! பாதி நாள் வேலாயி வராட்டால் அவள்தான் என்ன செய்வாள்! ஆனால், இதற்கு முன்பு அவள் இப்படி வேலாயியைப் பற்றிப் புகார் செய்ததில்லை. இப்போது மட்டும் ஏன்?.’

இரவு சாப்பிடும்போது மங்களம் தானாகவே ஆரம்பித்த விஷயம் துரைசாமியின் சந்தேகத்தைத் தீர்த்து வைத்தது.

“குழந்தைகளை அடிக்கிறே னன்று மட்டும் தெரிந்ததே உங்களுக்கு! வேலாயி பண்ணுகிற அநியாயம் ஏன் தெரியல்லே!”

துரைசாமி களுக்கென்று சிரித்து விட்டார்.

ஆமாம், சிரிப்பாய்த்தான் இருக்கும். நான் சிரிப்பாய்ச் சிரிக்கிறேனோ இல்லையோ? ஒரு கூடைத் துணியும் தோய்ச்சு, ஒரு அம்பாரம் பாத்திரம் தேய்ச்சுப் பார்த்தால் தெரியும்!”

“மங்கு! நீ வேலை செய்கிறது எனக்குத் தெரியாமல் போகல்லே! அதற்காகக் குழந்தைகளை ஏன் கொல்லணும் என்பதுதான் எனக்குப் புரியல்லே! அக்கம் பக்கத்தில் என்ன சொல்கிறார்கள் தெரியுமோ?”

“எனக்கு அதை எல்லாம் கேட்டுண்டிருக்கச் சாவகாசமில்லை! நீங்கள் கேட்டேளோ இல்லையோ?”

‘ராட்சஸி மாதிரி, அந்தம்மாள், குழந்தைகளைப் போட்டுக் கொல்லறா ஸார்! ஒரு பிள்ளைக்குத் தவசு பண்ணறா ஒருத்தொரொத்தர்! என்று பேசிக்கிறா.’

‘பிறத்தியார் சொல்லுவதும், பேசிக் கொள்வதும் தான் என்றைக்குமே உங்களுக்குப்படும். இப்போ நான் சொல்லிப்பிட்டேன். இனிமே ஒரு நிமிஷம் வேலாயி இந்த வீட்டில் இருக்கப்படாது. காத்தாலே வந்ததும் அவள் சம்பளத்தைக் கொடுத்துப்பிடுங்கோ!’

“கொடுக்கிறேன் ஆனா...”

“ஆனா, ஆவன்னா ஒன்றும் வேண்டாம்...” “சரி! உன்பாடு! ஊரிலே வேலைக்காரி அகப்படுகிறது சிரமமாய் இருக்கேன்னு சொன்னேன்!”

“ஒரு சிரமமுமில்லை.. தங்கமாய்ச் செய்யற வேலைக்காரி ஒருத்தியைப் பாத்து வச்சாச்சு...”

என்னமோ நீ கஷ்டப்படுவாயே என்பதால் சொன்னேன். ஒரு நாள் நின்றாலும் மறுநாள் அத்தனையும் சேர்த்துச் செய்கிறாள் வேலாயி. மூன்று வருஷமாய் நிலைத்து இருக்காள்... அப்புறம் உன்பாடு...”

மறுநாள் வேலாயி வந்தாள். சம்பளத்தை வாங்கிக் கொள்ள மறுத்தாள். ‘அம்மா! தயவு பண்ணுங்கோ அம்மா! இனிமே இப்படி நிக்கவே மாட்டேன்’ என்று அழுதாள். மங்களம் மசியவில்லை. துரைசாமிக்குத் தெரியும் வேலாயி எவ்வளவு நம்பிக்கையும் விசுவாசமும் உள்ள வேலைக்காரி என்று. ஏன்? மங்களத்திற்கு மட்டும்

தெரியாதா? எவ்வளவோ தரம் வேலாயி நின்றபோதெல்லாம் மங்களம் மன்னித்ததில்லையா அவளை? இப்பொழுது மட்டும் என்ன?.

அடுத்த தினம் துரைசாமி ஆபீஸிலிருந்து வரும்போதே உள்ளே புது வேலைக்காரியின் குரல் கேட்டது. "ஏம்மா! நான்தான் சொன்னேனே தீவாளி கழிச்சதும் உங்க சிநேகிதக்காரம்மா வூட்டை வுட்டூட்டு வந்துடறேன்னு! நான் மட்டும் சொன்னா சொன்னபடிதான்!"

"எங்கே வரமாட்டேயோன்னு நினைச்சேன் நாகம்மா! நீ இங்கே வரேன்னு உன் பழைய எஜமானிக்குத் தெரியுமோ?."

"பட்டம்மாளிற்கா? சே! அம்மாம் அசடு இல்லெம்மா நான்! அவங்க உங்களுக்குச் சிநேகமாச்சே... சொல்லு வேனுங்களா?."

"என்னமோ அன்னிக்கு அவா வீட்டிலே நீ பத்துத் தேய்க்கும் சவரனையும், துணி உலர்த்தும் அழகையும் பார்த்து எனக்கு அப்படியே மனம் லயிச்சுப் போச்சு உன்னிடம்! இனிமே இங்கேயே கிடந்துடு..."

ஆமாம்! பின்னே!" என்றாள் அந்தப் புது வேலைக்காரி...'என்ன இருந்தாலும் வீட்டு வேலை விஷயங்களில் பெண்களுக்குத் தெரிகிறது நமக்குத் தெரியவில்லைதான்! வேலாயி போனாலும் போனாள், வீடு சுத்தமாச்சு! கறி காய் வாங்கும் சிரமம்கூடத் தனக்கு வைக்காமல் அவள் செய்து விடுகிறாளே' என்று எண்ணிக் கொண்டார் துரைசாமி.

அவள் வேலை செய்கிற ஒழுங்கிற்குப் புதுப் புடைவைதான் வாங்கணும். அவளுக்குத் தைப் பொங்கலிற்கு" என்றாள் மங்களம் கணவனிடம்.

ஆறு மாசத்திற்கு ஒரு பழம் புடைவை கொடுக்க அழும் அதே மங்களம்தானா இவள் என்று சந்தேகத்துடன் அவளைப் பார்த்த துரைசாமி, "என்னடியிது துணி விக்கிற விலையில்..." என்றாரம்பித்தார்.

மங்களம் கேட்டால்தானே? பன்னிரண்டு ரூபாய்க்கு, முன்னாடி நாகம்மாளிற்குச் சேலை எடுத்த பிறகுதான் தனக்கு எடுத்துக் கொண்டாள் எனில் மிகையாகாது.

தைப் பொங்கலன்று வெகு உற்சாகமாய் வேலை செய்தாள் நாகம்மாள். பூர்ண திருப்தியுடன் எஜமானி கொடுத்த புடைவையை வாங்கிக்கொண்டு நமஸ்கரித்தாள்!மத்தியானம் மணி மூன்றாச்சு...நாலு... ஐந்து...ஆறும் அடித்தது! நாகம்மா வரவில்லை. வாசலுக்கும் உள்ளுக்குமாக நடந்தாள் மங்களம். 'மத்தியானம் வரமாட்டேன்னு சொல்லவேயில்லையே?' என்று தனக்குள் சொல்லிக் கொண்டாள். "பொங்கலோ இல்லையோ? கொஞ்சம் ஓய்வு எடுத்துண்டு நாளைக்கு வருவா..." என்று துரைசாமி சொன்னதை அவள் காதில் போட்டுக் கொள்ளவே இல்லை. மறுநாள் பொழுது விடிந்ததும் வாசல் கூட்டும் ஓசை கேட்கிறதா என்று உற்றுக்கவனித்தாள் மங்களம். ஊஹூம்! அன்று மெழுகாமல்தான் கிடந்தது வீடு!

"ஏம்மா! நாகம்மா வரல்லே!"என்று ஏதோ கேட்டான் கடைக்குட்டி கோபு.

"பத்துக் கிடக்கே தெரியல்லையோ!" என்று சுள்ளென்று விழுந்தாள் தாயார்.

அடிக்குப் பயந்து சற்றுத் தூரத்திலேயே நின்ற கோபு, அன்னிக்கு அடுத்த தெரு அம்புலு மாமி வீட்டிலே நுழைஞ்சா அம்மா அவ "என்றான்.

"என்னிக்குடா?" என்று அவள் கேட்பதற்குள் முன் ஜாக்கிரதையாக ஓடிவிட்டான் அந்த வாண்டுப் பயல். "பழிகாரி! புடைவைக்காரனுக்குப் பன்னண்டு ரூபாய் இன்னும் அழல்லே! விடறேனா பார்! அந்த அம்புலு மாமியையும் சேர்த்துக் கேட்கிறபடிக் கேட்கிறேன்..." என்று ஆத்திரத்துடன் கிளம்பினாள் மங்களம். அம்புலு வீட்டிலே அவளைக் காணோம். வேறே யாரோ குடிவந்திருந்தார்கள்.

அவாளெல்லாம் எங்கே?" என்று கேட்ட மங்களத்தை நோக்கி, "எவாள்? இதற்கு

முந்தி குடியிருந்தவாளா?” என்று வினவினாள் ஒரு மங்கை.

“ஆமாம்!”“முந்தா நாள் மாற்றலாகிப் போய்விட்டாளே பெங்களூருக்கு...’ “ஹூம்! யார் யாரு போனா தெரியுமோ?”...” அவா அகமுடையான் பெண்டாட்டி...கூட சமையற்காரன்... புதுசா ஒரு வேலைக்காரி” ஆ வேலைக்காரியா? அவ பேர்...” “எனக்குத் தெரியாது அதோ எங்கள் வீட்டு வேலாயி வராள் கேளுங்கோ!’ “சௌக்கியம் தானுங்களா?.”என்று கேட்ட வண்ணம் அச்சமயம் அங்கு வந்த சாக்ஷாத் வேலாயியைக் கண்ட மங்களத்திற்கு உடம்பை என்னவோ செய்தது.

“ஏம்மா! உங்க வூட்டுலே வேலை செய்து புதுப்புடைவை கூட வாங்கியாந்தாளே அந்தப் பொண்ணுதான் நேத்து இவங்ககூடப் போனது? ஏன்? உங்க கிட்டச் சொல்லிக்கினு வந்தேன்னுதானே சொன் னாள்?.”

“சொல்லிக்கிண்டா, முழுப்பொய்! நாகம்மா ஊரை விட்டுப் போறான்னு எனக்குத் தெரியவே தெரியாது...” நாகம்மாளா? சீதம்மா தன் பேரு என்றாளே?.” இப்படிப்பட்டவளுக்கு என்ன ஒரே பேராய் இருக்கணுமா? புதுசு புதுசாய்ப் பெயர் மாற்றிண்டிருப்பா என்று கத்தினாள் மங்களம்.

உங்களை விட்டு வந்ததிலேந்து இவங்க வூட்டுலே தாம்மா வேலை செய்யறேன்!” என்றாள் வேலாயி.

வேலாயியை மறுபடி கூப்பிட மங்களத்தின் மனம் துடித்தது. ஆனால், கௌரவம்?. மேலும் ஏற்கெனவே பிறர் வீட்டு ஆளைக் கலைத்து அழைத்து வந்ததில் என்ன சுகம் கண்டாள் அவள்?

‘ஆத்திற்கு வந்து போய்ண்டு இரு வேலாயி!” என்றாள் மங்களம்.

“ஆங்! வராம இருப்பேனா?’” என்று பதிலுரைத்தாள் வேலாயி...

இப்போது மறுபடியும் வேலாயிதான் வேலை செய்கிறாள். மங்களத்தின் வீட்டில். அவள் வழக்கப்படிப் பாதி நாள் நின்றுதான் போகிறாள். ஆனால், ஏனோ தெரியவில்லை மங்களம் கப், சிப் என்று இருந்தாள்.

அநுபவப்பட்டாயிற்றல்லவா? சில நாட்களே வேலை செய்து, பின் கொள்ளையடித்துப் போன நாகம்மாளை நினைக்கையில், பழம் புடைவையுடன் திருப்தி அடையும் வேலாயி தற்சமயம் மங்களத்தின் கண்ணிற்கும் மனத்திற்கும் வெகு பிடித்தமாய்ப் போய்விட்டாள். மனத்திற்குத் திருப்தி ஏற்பட்டபின் வேலாயின் வேலைமீது குற்றம் காணமுடியுமா? கண்டால்தான் கண்கள் பார்க்குமா அதை? மேலும், தன் சிநேகிதி வீட்டில் வேலை செய்து கொண்டிருந்த நாகம்மாளைத் தான் அழைத்து வந்தபோது, அவள் மனம் நோகுமே என்று தான் யோசிக்காமல் இருந்ததும், அதே மாதிரித் தன் வீட்டு வேலைக்காரியைப் பிறர் கலைத்ததாகக் கேட்டுத் தான் கோபம் தாங்காமல் ஓடினதுமாகியவற்றை எல்லாம் நினைக்கையில், குற்றம் நன்றாகப்பட்டது மங்களத்தின் மனத்தில். தனக்குப் புத்திவரத் தெய்வம் செய்த வேலை என்று எண்ணினாள் அவள்.

14

காகிதப் படகு

வெங்கடலக்ஷ்மி

வெங்கடலக்ஷ்மி

இவரை வேங்கடலக்ஷ்மி என்றும் குறிப்பிடப்பிடுகின்றனர். நாற்பதுகள் தொடங்கி அறுபதுகள் முடிய இவருடைய எழுத்தைப் பரவலாகக் காணமுடிகிறது. ஆனால் இவரைப் பற்றிய பிற தகவல்களை அறிய இயலவில்லை. தங்கம்மாள், ராதையின் கனவு, நட்சத்திரப்பூ, பிறைமதி, நிலவு பெண்ணின் கனவு, வானவில், நீலத்தாமரை, உதயரேகை என்ற இவரது படைப்புகள் வெளிவந்துள்ளன. சங்கமித்திரை என்ற இவரது நாடகத்தினைக் கலைமகள் காரியாலயமும், மோகினி (தமிழ்நாட்டுச் சிறுகதைகள்) என்ற நூலினை அல்லயன்ஸ். கம்பெனியும் வெளியிட்டுள்ளன. இவரது படைப்புகள் பரவலாக அக்கால இதழ்களில் வெளிவந்துள்ளன.

விளக்கின் திரியைத் தாழ்த்தி வைத்துவிட்டுக் குழந்தையின் கட்டிலுக்குப் பக்கத்தில் நாற்காலியை இழுத்துப் போட்டுக்கொண்டு கவலையுடன் உட்கார்ந்துகொண்டான் நாகராஜன்.

அவன் மகன் பாலகோபாலனுக்கு மூன்று வயசு. குழந்தைக்கு எட்டு நாளாக நல்ல ஜுரம்; கண்ணைத் திறவாமல் கை காலைப் போட்டது போட்டபடி கட்டிலின்மீது துவண்டுகிடந்தான் அவன். மணி ஏழுதான் ஆகியிருந்த போதிலும் வெளியே வானம் இருண்டு கிடந்தது. அவ்வப்பொழுது வானத்தில் பளிச்சிட்ட மின்னற் கொடிகளுடன் லேசாக மேக கர்ஜனையும் கேட்டது.

மூடப்பட்டிருந்த சாளரத்தின் கதவில் மழைத்துளிகள் ‘டப் டப்’பென விழுந்து ஓசை செய்தன. கவலையில் ஆழ்ந்து கிடந்த நாகராஜனின் மனத்தை அச்சப்தம் மிகவும் சங்கடப்படுத்தியது. திரும்பிப் பார்த்தான்.

அறையின் நிலைப்படியில் தலையை வைத்துப் படுத்து. நிம்மதியாய்க் குறட்டை விட்டுத் தூங்கிக் கொண்டிருந்தாள் அவன் தாய் சிவகாமி. அதைக் கண்ட அவன் மனத்தில் மின்னலைப்போல் ஓர் எண்ணம் தோன்றி மறைந்தது. அவ்வெண்ணங்களுக்கு நடுவே அவன் மனைவி தங்கத்தின் அழகிய முகம் ஒரு விநாடி எழுந்தது.

விம்மித் தணிந்த தன் நெஞ்சைக்

கையால் அழுத்திக் கொண்டான் நாகராஜன். பழைய நினைவுகள் அவன் மனத்தில் குபு குபுவென எழுந்தன.

பளீரென்ற ஒரு மின்னல் அவ்வறை முழுமையும் ஒரு கணம் பிரகாசமாக்கிவிட்டு மறைந்தது.

அந்தக் கணத்தில் விழித்துக்கொண்ட குழந்தை பயத்துடன், "அப்பா!" என்றலறினான். அவனுடைய சிறிய உடல் அச்சத்தினால் குலுங்கியது.

சட்டென்று அவனை அணைத்துக்கொண்ட நாகராஜன் "பாலு, பயப்படாதே கண்ணு! இதோ நானிருக்கிறேனே!" என்று சமாதானப் படுத்தினான். குழந்தை சற்று நேரம் மௌனமாயிருந்தான். அவன் உடல் அனலாய்க் கொதித்தது. "அப்பா! அம்மாவைக் கூப்பிடேன்! அம்மா பண்ணித் தந்த பச்சைக் காகிதப் படகு. எங்கே? அலமாரிலேருக்கா? அதை யெடுத்துக்குடேன்! அம்மாவைப் பாக்கணுமே! அம்மா எப்போ வருவாள்?" என்று தந்தையின் முகத்தைக் கண்ணீர் ததும்பும் விழிகளால் நோக்கினான்.

குழந்தை யுள்ளத்தில் குமுறி வெடித்த ஏக்கத்தின் சின்னம், அழகிய அவன் விழிகளில் பிரதிபலித்தது. அதைக் கண்ட நாகராஜனின் இருதயம் தாங்க முடியாத பாரத்தினால் அழுத்தப்படுவது போன்ற உணர்ச்சி உண்டாயிற்று.

'ஐயோ! ஈசுவரா! இந்தக் குழந்தைக்கு நான் என்ன பதில் சொல்லுவேன்? மூன்று நாளாக இதையே கேட்கிறானே குழந்தை! என்றெண்ணியபடியே, "பாலு! இதோ பாரு! நான் அன்றைக்குக் கடையிலிருந்து வாங்கிக்கொண்டு வந்தேனே! சிவப்புச்சாயம் பூசின அழகான படகு! அதைத் தரட்டுமா, பளபளன்னு ஜோரா யிருக்கே!" என்று கேட்டான் நாகராஜன்.

குழந்தையின் முகம் சுண்டியது.

"ஊஹூம்! அது வேண்டாம்! அம்மாவைக் கூப்பிடு! அம்மா வந்தா நல்ல காயிதப் படகு பண்ணித் தருவா! நேக்கு அம்மா வேணுமே!"

அழுகை பொங்கிய குரலில் சிணுங்கினான் பாலு.

நாகராஜனுக்குச் சற்று நேரம் வரையில் என்ன செய்வதென்று தெரியவில்லை.

விரிந்த கண்களிலிருந்து வழிந்த கண்ணீர்த் துளிகளுடன் தன்னைப் பரிதாபகரமாக நோக்கிய பாலகனின் முகம் அவனை இடித்துக் காட்டுவது போல் தோன்றியது. சற்றுப் பொறுத்து, "பாலு, பச்சைக் காகிதம் அலமாரியிலே நிறைய வச்சிருக்கேனே! அதை எடுத்து நான் படகு பண்ணித் தரட்டுமா?" என்று கொஞ்சிய குரலில் கேட்டான்.

குழந்தைவெறுப்புடன்தலையசைத்தான்.

"வாண்டாம் போ! நோக்குப் பண்ணத் தெரியாது... அம்மாதான் நன்னாப் பண்ணுவா! அம்மாவைக் கூப்பிடு! அம்மா! அம்மா!"

அவனுடைய ஓலம் பலத்தது.

சட்டென்று எழுந்தான் நாகராஜன். குழந்தையைத் தூக்கித் தோளில் போட்டபடியே தன் தாயார் படுத்திருக்கும் இடத்திற்குப் போனான்.

"அம்மா! அம்மா! எழுந்திரு!" என்று அவளைத் தட்டி எழுப்பினான்.

" என்னடா வேணும்? பாலு அழறானா?" என்று சாவதானமாகக் கேட்டுக்கொண்டே கண்ணைக் கசக்கியபடி எழுந்து உட்கார்ந்தாள் சிவகாமி.

"இல்லை போ! சிரிக்கிறான்! நீ பாட்டில் பிரளயம் வந்தால் கூட நமக்கென்ன நிம்மதியாய்ப் போச்சென்று தூங்கிக் கொண்டிரு! பாலுவுக்கு அம்மா வேணுமாம்!

போ! உயரப் போய்ப் பெரிய கண்ணாடி அலமாரியிலே தங்கத்தினுடைய படம் வைத்திருக்கே! அதை எடுத்துக்கொண்டுவா! அதையாவது கொடுத்துப் பார்க்கிறேன்!"

தன்னுள்ளத்தில் ஊறியிருந்த மனக்கசப்பையும் வெறுப்பையும் இவ்வார்த்தைகளின் மூலம் வெளிப்படுத்தினான் நாகராஜன்.

இப்போ என்னத்துக்கடா அது? இங்கே கொண்டுவா அவனை! நான் சமாதானப்படுத்துகிறேன்!" என்று குழந்தையை வாங்கிக்கொள்ளக் கையை நீட்டினாள் அவன் தாய்.

பாலு தலையைத் திருப்பிக்கொண்டு தன் தந்தையின் கழுத்தை இறுகக் கட்டியபடியே இன்னும் பலமாக அழவாரம்பித்தான். தன் தாயாரை நோக்கி நாகராஜன் பொங்கி எழுந்த கோபத்துடன், "போய்ப் படத்தை எடுத்துக்கொண்டுவா! நீ அவனைச் சமாதானப்படுத்தியது போதும்!" என்று சீறினான்.

சிவகாமியம்மாள் ஏதோ சொல்ல வாயெடுத்தவள் அவன் முகத்தைப் பார்த்ததும் சட்டென்று தன்னை அடக்கிக்கொண்டவளாய் எழுந்து மாடிக்குப் போய்ச் சற்று நேரத்திற்கெல்லாம் கையில் ஒரு சிறிய புகைப் படத்துடன் திரும்பி வந்தாள்.

அதைக் கையில் வாங்கிப் பார்த்துவிட்டுக் குழந்தையிடம் கொடுத்தான் நாகராஜன். அவனுடைய கண்களில் நீர்மல்கியது,

பிறகு, குழந்தையைக் கட்டிலில் படுக்கவைத்துவிட்டு விளக்கைப் பெரிதாக்கிவிட்டுப் பக்கத்தில் உட்கார்ந்து கொண்டான். மலர்ந்த விழிகளில் ஆவல் ஜ்வலிக்கத் தன் சின்னஞ்சிறு கையிலிருந்த தாயின் படத்தை விழுங்கி விடுபவன் போல் பார்த்துக்கொண்டே அசையாமல் படுத்திருந்தான் பாலு. அவன் முகம் திருப்தியைக் காண்பித்தது.

வெளியே மழை விடாமல் கொட்டிக்கொண்டிருந்தது. காற்றின் 'ஹோ' வென்ற சத்தமும் ஆழ்ந்த இரவின் அமைதியும் நாகராஜன் மனத்தில் விவரிக்க முடியாத ஒரு திகிலை உண்டாக்கின. குற்றமுள்ள அவன் நெஞ்சம் கலவரத்திலாழ்ந்து கிடந்தது. களங்கமற்ற அக்குழந்தையின் கேள்விகள் அவன் நெஞ்சைச் சுட்டன.

தங்கம் பைத்தியமானாலென்ன? குழந்தையிடமிருந்து தாயைப்பிரித்த பாபம் யாரைச் சேரும்? தனக்கு இதே கதி நேர்ந்திருந்தால் தன்னை விட்டுவிட்டுத் தங்கம் ஓடிப்போயிருப்பாளா? மாட்டாள்!நிச்சயமாக மாட்டாள்! அம்மா சொல்லுவதைக் கேட்டுக்கொண்டு நிர்த்தாக்ஷிண்ணியமாக அவளைப் பிறந்த வீட்டுக்குத் துரத்திவிட்டேனே! இப்பொழுது என்ன செய்வது? குழந்தை இதே ஏக்கமாகப் படுத்துவிட்டானே! தங்கத்தை அழைத்துக் கொண்டு வரச் சொல்லி அவளுடைய அப்பாவுக்குக் கடிதம் போடட்டுமா? அவர் கூட எழுதியிருந்தாரே! குழந்தையுடன் அவளைச் சேர்த்துவைத்தால் அவளுடைய சித்தம் ஸ்வாதீனத்துக்கு வந்தாலும் வருமென்று!நான்தான் பாபி... வந்துவிட்டால் நமக்கு வீண் சிரமமேயென்று பதிலே போடாமல் இருந்துவிட்டேன்! அம்மா சொன்னால் எனக்குப் புத்தியெங்கே போச்சு! நான் தாலி கட்டின மனைவியல்லவா அவள்! சித்தம் ஸ்வாதீனமில்லாத பொழுதுகூட இக்குழந்தையின் பேரில் எவ்வளவு பாசம் வைத்திருந்தாள்!நான்தான் பாபி! பாபி! என்று தன்னையே சபித்துக்கொண்டான்.

சிவகாமியம்மாள் அவனைப் பயத்துடன் நோக்கியபடியே அவனிடம் ஒன்றும் பேசத் துணியாமல் சுவரில் சாய்ந்து உட்கார்ந்திருந்தாள்.

குழந்தை, தன் கையிலிருந்த படத்தை மார்போடணைத்தபடியே அயர்ந்து

தூங்கிவிட்டான்.

நாகராஜன், அவனுக்கு நன்றாகப் போர்த்துவிட்டு அப்படியே நாற்காலியில் சாய்ந்து கண்களை மூடிக் கொண்டான். கடந்துபோன ஒன்றரை வருஷத்தின் துக்ககரமான சம்பவங்கள் அவன் மனக்கண் முன்பு ஒவ்வொன்றாய் எழுந்து கிழலாடின.

2

நாகராஜனின் மனைவி தங்கம், குழந்தை பாலகோபாலனுக்கு ஒன்றரை வயசாகும் வரையில் நன்றாகவேயிருந்தாள். தாயற்ற பெண் அவள். தகப்பனார் நல்ல உயர்ந்த நிலைமையிலிருந்தார். வேண்டியவரையில் சீர் வகைகள் செய்திருந்தார். தங்கத்தின் அழகிலும் பெருந்தன்மையான குணத்திலும் மயங்கிப் பூரித்துப் போயிருந்தான் நாகராஜன். தாயார் சிவகாமி தன் மருமகளைச் சற்றுக் கடுமையாகவே நடத்திவந்தாளாயினும் கபடமற்ற அப்பெண் அவள் மனம் கோணாமல் நடத்துவந்தாள். குழந்தைக்கு ஒன்றரை வயசு நடந்துகொண்டிருந்தது. மத்து மதுக்கென்று தந்தப் பதுமைபோலிருந்தான் அவன். தங்கம் அவனிடம் தன் உயிரையே வைத்திருந்தாள்.

சாயந்திரம் நாகராஜன் ஆபீஸிலிருந்து வரும்பொழுது, தலைவாரிச் சிங்காரித்துக் கொண்டு இடுப்பில் குழந்தையுடன் வாசலில் வந்து நிற்பாள் தங்கம். நாகராஜன் அவ்வளவில் உலகையே மறந்துவிடுவான். எப்படியோ இன்பகரமாக ஓடின நாட்கள்.

ஒருதினம் மாலை நாகராஜன் ஆபீஸிலிருந்து வந்து உள்ளே நுழையும்பொழுது வீட்டில் ஒரே அமர்க்களமாயிருந்தது.

குழந்தை பாலுவுடன் கூடத்தில் உட்கார்ந்திருந்தாள் தங்கம். அவளைச் சுற்றிலும் வர்ணக்காகிதங்கள் இறைந்து கிடந்தன. தலையை விரித்துப் போட்டுக் கொண்டு உரத்த குரலில் ஏதேதோ பாடியபடியே அக்காகிதங்களைக் கிழித்துப் படகுகள் செய்து கொண்டிருந்தாள். குழந்தை பாலகோபாலன் தன் கைகளைக்கொட்டிச் சிரித்தபடியே அப்படகுகளைச் சுக்குச் சுக்காய்ப் பிய்த்துப் போட்டுக்கொண்டிருந்தான்.

சிவகாமியம்மாள் தன் மகனைக் கண்டதும் ஒப்பாரி வைத்து அழலானாள்.

நாகராஜன் திகைத்துப்போய் கின்றான்.

மத்தியானத்திலிருந்து தங்கம் இப்படியிருப்பதாகவும் வீட்டிலிருக்கும் துணிகளில் கைக்கு அகப்பட்டதையெல்லாம்கிழித்துப்போட்டு விட்டதாகவும் தெரிவித்தாள் சிவகாமி.

நாகராஜன் ஓடிப்போய் டாக்டரை அழைத்து வந்தான்.

டாக்டரைக் கண்ட தங்கம் கையிலிருந்த வர்ணக் காகிதங்களையெல்லாம் கிழித்து அவர் முகத்தில் போட்டுவிட்டு 'ஓ'வென்று கூச்சலிட்டபடியே பக்கத்திலிருந்த அறைக்குள் நுழைந்து கதவைத் தாளிட்டுக்கொண்டாள்.

மிகுந்த சிரமத்தின் பேரில் அவளை வெளியே தருவித்துப் பரிசோதித்தார் டாக்டர். அதிகரித்த உஷ்ணத்தினால் மூளைகுழம்பிவிட்டதாகவும், பழையபடி சித்தம் ஸ்வாதீனத்துக்கு வருவது சிரமமென்றும் கூறிவிட்டார் அவர்.

நாகராஜனுக்கு இடியிடித்ததுபோல் ஆய்விட்டது. வைத்தியம், மாந்தரீகம் எல்லாம் பார்த்தாய்விட்டது. ஒன்றிலும் பலன் காணவில்லை. குழந்தையை மட்டுமே தங்கம் நினைவில் வைத்திருந்தாள். சில நாட்கள் யாரிடமும் பேசாமல் மௌனமாயிருப்பாள். சில நாட்களில் பாட்டும் கூத்தும் அமர்க்களப்படும். கைக்குக் கிடைத்த காகிதங்களையெல்லாம் கிழித்துப் படகுகள் செய்து வீடு முழுதும் இறைத்துவிடுவாள். பிறகு

அவற்றையெல்லாம் பொறுக்கிச் சுக்குச் சுக்காகக் கிழித்தெறிந்துவிட்டுக் குழந்தையைப் போல் கைகொட்டிச் சிரிப்பாள்.

நாளாக நாளாக நாகராஜனுக்கு மனம் கசந்து போயிற்று. அத்துடன் தாயின் போதனையும் மெல்லத் தலைக்கேறியது.

"கொண்டு தள்ளுடா பிறந்தகத்தில்! அவள் அப்பன் பார்த்துக் கொள்ளட்டும்! பைத்தியத்தைக் கட்டிக் கொண்டு எத்தனை நாளைக்கு மாரடிப்பது? எனக்கு ஓடம்புலே சிவனில்லேயப்பா!" என்று இரவு பகலாய் அவனைத் துளைத்தெடுத்தாள் சிவகாமியம்மாள்.

தங்கத்தை வந்து அழைத்துப்போகும்படி அவள் தந்தைக்கு எழுதினான் நாகராஜன். வந்து பார்த்த அவர் தம் மகளின் நிலையைக் கண்டு பரிதபித்தார். அவளிருக்கும்நிலையில்குழந்தையிடமிருந்து அவளைப் பிரிப்பது அவளுடைய உடல் நிலையை இன்னும் கேவலமாக்குமென்று சொல்லிப்பார்த்தார். நாகராஜன் குழந்தையை அனுப்ப முடியாதென்றும் அவளை மட்டும் அழைத்துப் போகும்படியும் கண்டிப்பாய்க் கூறிவிட்டான். சொல்லமுடியாத வெறுப்புடனும் மனக் கசப்புடனும் அவர் தம் பெண்ணை அழைத்துக்கொண்டு ஊருக்குத் திரும்பிப் போய்ச் சேர்ந்தார்.

சனி விட்டதென்று சந்தோஷித்தாள் சிவகாமியம்மாள். நாகராஜனுக்கும் அம்மட்டில் தொல்லை விட்டதெனத் திருப்திதான். ஆனால், தன் தாயின் யோசனைப்படி இன்னொரு விவாகம் செய்துகொள்ள மட்டும் அவன் இடங்கொடுக்கவில்லை. தங்கத்தின் உடல் நிலை நாளுக்கு நாள் கேவலமாகி வருவதாகவும், சதா குழந்தையின் பேரைச் சொல்லி அழுது கூக்குரல் போடுகிறாளென்றும் அவள் தந்தை இரண்டொருதரம் எழுதியிருந்தார் நாகராஜனுக்கு. தன் தாயின் யோசனைப்படி நடந்து கொண்ட நாகராஜன் அக்கடிதங்களுக்குப் பதிலே போடவில்லை.

குழந்தை மட்டும் தன் தாயை மறக்கவேயில்லை. அடிக்கடி கேட்டுக்கொண்டேயிருந்தான். அவள் செய்துவிட்டுச் சென்ற காகிதப் படகுகளும் அவன் நெஞ்சை விட்டகலவில்லை. அந்த மாதிரியாகப் படகு செய்து கொடுக்கும்படித் தன் தகப்பனாரையும் பாட்டியையும் அடிக்கடி தொந்தரவு செய்வான். நாகராஜன் விதம் விதமான வர்ணக் காகிதங்கள் வாங்கிவந்து சின்னதும் பெரிதுமாகப் பலவகைப் படகுகள் செய்து கொடுப்பான். ஆனால், பாலுவின் நெஞ்சம் அவற்றால் திருப்தியடையாது. வெறுப்புடன் அவற்றைக் கசக்கி எறிந்துவிட்டு அம்மா செய்து கொடுத்த படகுகளைப்போல் அவையில்லையென்று கூறி விடுவான். இந்த உபத்திரவம் சகிக்க முடியாமல் நாகராஜன் ஒரு தினம் ஆபீஸிலிருந்து வரும்பொழுது பளபளப்பாகச் சாயம் பூசி, மரத்தினாலாக்கப்பட்ட விளையாட்டுப் படகொன்று வாங்கிவந்தான். பாலகோபாலன் அதைக் கண்ணெடுத்துக் கூடப் பார்க்கவில்லை. திரும்பத் திரும்ப அம்மாவையும் அம்மா பண்ணிக்கொடுத்த காகிதப் படகுகளையுமே கேட்கலானான்.

"சரிதான் போ அம்மாவுடைய பைத்தியம் பிள்ளையையும் பிடிச்சுட்டாப்போலிருக்கு!" என்றாள் சிவகாமி ஒரு தினம். ஆனால், நாகராஜனின் மனம் குழந்தையைக் கோபித்துக்கொள்ளமட்டும் இடம் கொடுக்கவில்லை. தாயையும் குழந்தையையும் பிரித்துவைத்தது பெரிய தப்பிதமென்று அவன் நெஞ்சம் அவனை இடித்துக் கொண்டேயிருந்தது.

படீரென்ற சப்தம். அதைத் தொடர்ந்து மள மளவென்று எதோ ஓசை.

நாற்காலியிலேயே உறங்கிவிட்ட நாகராஜன் திடுக்கிட்டு விழித்தான்.

கட்டிலில் எழுந்து உட்கார்ந்து மருள மருள விழித்துக்கொண்டிருந்தான் குழந்தை. மார்போடணைத்தபடியே தூங்கிவிட்ட அவன் தாயின் படம் தரையில் விழுந்து சுக்கு நூறாக உடைந்து கிடந்தது. சட்டென்று எழுந்து குழந்தையைச் சேர்த்தணைத்துக் கொண்டான் நாகராஜன். அவன் உடல் ஏதோ விவரிக்க முடியாத திகிலினால் நடுங்கியது.

"அப்பா! அப்பா! அம்மா ஓடஞ்சுபோய்ட்டாளே!" என்று விம்மினான் குழந்தை, அவன் உடல் பதறியது.

"போனாப் போகட்டுமடா கண்ணு. பொழுது விடிஞ்சதும் நான் வேறே கண்ணாடி போட்டுத்தரேன்!" என்று அவனைச் சமாதானப்படுத்தினான் நாகராஜன்.

"நான் அப்பவே சொன்னேனே! கேட்டாயா? குழந்தை கையிலே கொடுக்காதேன்னூட்டு!" என்று சொல்லிக்கொண்டே கண்ணைக் கசக்கியபடி எழுந்து வந்தாள் சிவகாமி.

நாகராஜன் பதிலே பேசவில்லை.

வெளியே மழை ஓய்ந்திருந்தது. இடையிடையே 'கட கட' வென்று இடியோசை மட்டும் கேட்டுக்கொண் டிருந்தது.

பலபலவென்று விடியும் தருணம். கோழி கூவியது. 'தட தட' வென்று கதவைத் தட்டும் ஓசையும் அதைத்தொடர்ந்து "ஸார்! ஸார்! தந்தி, ஸார்!" என்று கூவும் குரலும் கேட்டன.

குழந்தையைப் படுக்கையில் விட்டு விட்டு வாசலுக்கு ஓடிப்போய்க் கதவைத் திறந்தான் நாகராஜன். தந்தியைக் கையில் வாங்குகையில் அவன் மனமும் தேகமும் அச்சத்தினால் ஆட்டம் கொடுத்தன. பிரித்துப் படித் தான்...

"நேற்றிரவு ஒன்பது மணிக்குத் தங்கம் மரணம்." அவ்வளவுதான்! தந்தி நாகராஜன் கையிலிருந்து கீழே விழுந்தது.

வெறித்த பார்வையுடன் உள்ளே வந்த அவன் குழந்தையை மார்போடணைத்துக்கொண்டு விம்மி விம்மி அழலானான்.

சிவகாமியம்மாள் வாசலிலிருந்தே பிலாக்கணம் வைக்கலானாள்.

ஒன்றும் விளங்காமல் விழித்த குழந்தை, "அப்பா! அம்மா வரவேமாட்டாளா? இனிமே நேக்குக் காயிதப்படகெல்லாம் யாரப்பா பண்ணித்தருவா?" என்று அழுகையால் தழு தழுத்த குடிலில் தந்தையின் கழுத்தைக்கட்டியபடிக் கேட்டான்.

கபடமற்ற அப்பாலகனின் வார்த்தைகள் நாகராஜனின் செஞ்சை ஈட்டியால் குத்துவது போலிருந்தன.

"காயிதப்படகுதானே! நான் பண்ணித்தரேண்டா கண்ணு!" என்று வறண்ட குரலில் கூறிக்கொண்டே கீழே கிடந்த தன் மனைவியின் படத்தைக் கையிலெடுத்து ஹிருதயம் பிளக்கும் வேதனையுடன் அதை ஊடுருவி நோக்கினான் நாகராஜன்,

15
பெயரில் என்ன இருக்கிறது?

லட்சுமி

லட்சுமி
(23/03/1921 - 07/01/1987)

எழுத்தாளர் லட்சுமி, சாகித்ய அகாதமி விருது பெற்ற இரண்டாவது பெண் எழுத்தாளர் என்ற பெருமைக்குரியவர். தன் எழுத்துகளின் மூலம் கிடைத்த வருவாயைக்கொண்டு மருத்துவம் பயின்றவர். மகப்பேறு மருத்துவராக விளங்கிய லட்சுமியின் கதைகள் வராத அந்தக் காலகட்ட இதழ்களே இல்லை என்று கூறும் அளவிற்குப் பெரும்பான்மையான இதழ்களில் இவரது கதைகள் வெளிவந்துள்ளன. ஆயிரத்துக்கும் மேற்பட்ட சிறுகதைகள், 150 நாவல்கள், ஐந்து கட்டுரைத் தொகுப்புகள், ஆறு மருத்துவ நூல்கள் என இவர் எழுதிக் குவித்துள்ளார். 'ஒரு காவிரியைப் போல' என்கிற நாவல் சாகித்ய அகாதமி விருதினைப் பெற்றுள்ளது.

சுசீலா மிகவும் கோபமாக இருந்தாள். மறுநாள் குழந்தைக்குத் தொட்டிலிட்டுப் பெயர் சூட்டும் வைபவம் நடக்கவிருந்தது. என்ன பெயர் வைப்பது என்று குழந்தை பிறப்பதற்கு ஒரு மாதத்திற்கு முன்னதாகவே தன் சிநேகிதிகளுக்குக் கடிதம் எழுதி அபிப்பிராயம் கேட்டிருந்தாள். பிறக்கப் போவது பெண்ணாக இருந்தால் என்று தலைப்பிட்டு அவர்கள் ஒவ்வொருவரும் நவீன நாகரிகமான பெயர்களில் ஆளுக்கு ஒரு பெரிய ஜாபிதா அனுப்பியிருந்தார்கள். அவைகளை ஆராய்ந்து மிகவும் அழகானதொரு பெயரை அவள் தன் மூத்த மகளுக்குச் சூட்டத் தயாராக வைத்திருந்தாள். ஆனால்?

மாமியார், ஓரகத்திகள் முதலியோர் நிறைந்த கூட்டுக்குடும்பத்திலே வசிக்க நேர்ந்துவிட்ட அவள், தன் விருப்பத்தைச் சட்டென வெளியே தெரிவிக்க அஞ்சினாள். 'அத்தை! பெயர் என்ன வைப்பதென்று தீர்மானிக்கவில்லையே?" என்று மிகவும் நாசூக்காக மாமியாரிடம் முதல் நாள் விசாரித்தாள்.

"பெயர் வைப்பதா? அதுதான் தெரிஞ்சு கிடக்கே. இந்தக் குடும்பத்தில் பிறக்கும் பெண் குழந்தைகள் எல்லோருக்கும் 'மாரிமுத்து' என்றுதான் பெயர் வைப்பது என்றாள் அந்த மூதாட்டி.

சுசீலாவின் முகம் கோபத்தால் சிவந்து, நெஞ்சு படபடவென்று அடித்துக்கொண்டது. ஆஷா, லதா, உஷா, ஸுதா என்றெல்லாம் நாகரிகப் பெயர்கள் வழங்கும் நாளில் அவள் பெண்ணுக்கு மாரிமுத்து என்ற பெயரையா வைப்பது! முடியாது; மற்ற ஓரகத்திகள் மாமியாருக்குப் பயந்து தங்கள் பெண்களுக்கு இந்தக் கர்நாடகமான பெயரைச் சூட்டி அழைத்தார்கள் என்றால், அவளும் அப்படிச் செய்யப் போவதில்லை, கணவன் ஆபீஸிலிருந்து வரும்வரை பற்களைக் கடித்துக்கொண்டு பொறுமையுடன் இருந்தாள். அவன் வந்தவுடனேயே, இதோ பாருங்கள் சொல்லிவிட்டேன். என் மகளுக்கு இந்தப் பழங்காலத்துப் பெயரைச் சூட்ட நான் அனுமதிக்கமாட்டேன். 'சுசீலாவுக்குப் பெயர் பிடிக்கவில்லையாம்' என்று உங்கம்மாவிடம் சொல்லி விடுங்கள் என்று கோபத்துடன் சீறினாள் அவள். "பெயரில் என்ன இருக்கிறது? ரோஜா மலரை வேறு பெயரைக் சூட்டி அழைத்தால் அதன் பெருமை குறைந்துவிடுமா?" பரிகாசம் செய்தான் அவள் கணவன். இந்த ஒரு சிறு விஷயத்திற்கு மனைவி தன் மனதை அலட்டிக்கொள்வது அவனுக்கு மிக்க வியப்பாக இருந்தது. "உங்களுக்கு இது ஒரு சிறு விஷயம். ஆனால், எனக்கு மிகவும் முக்கியமானது. என் குழந்தைக்கு மாரிமுத்து என்ற பெயர் வைக்கப்படுவதை என் சிநேகிதிகள் கேட்டால்...' என்று சொல்லி முடிக்க முடியாது கண்ணீருடன் விம்மினாள் சுசீலா.

"ஸ்! சுசீ! அழுதாலும் சரி, நீ கோபித்துக் கொண்டாலும் சரி, அம்மா பெயர் விஷயத்தில் கண்டிப்பானவர்கள். அவர்கள் அவர்களுடைய மாமியார் பேச்சுக்கு எதிர்த்துப் பேசுவதேயில்லை; நான் இதைப்பற்றி அம்மாவிடம் பேச முடியாது. என் அண்ணிமார்கள் இரண்டு பேரும் தங்கள் பெண்களுக்கும் இந்தப் பெயர் - வைத்த போது வாயை மூடிக்கொண்டு ஏற்றுக் கொண்டிருக்கிறார்கள். நீ இதன் பொருட்டுப் புரட்சி செய்வதில் பயன் இல்லை" என்று கண்டிப்பாகக் கூறிவிட்டான்.

சுசீலாவுக்கு இதைக் கேட்டதும் வீட்டிலிருந்த அனைவர்மீதிலும் கோபம் பற்றிக்கொண்டு வந்தது. அதுவும் முக்கியமாக மரணத்தின் அழைப்பை எதிர்நோக்கியவண்ணம் வாழ்க்கை என்னும் மரத்தில் நன்றாய் முற்றிப்பழுத்துச் சுருங்கிப்போன பழமாகஇருந்த, தன் மாமியாரின், மாமியாரான அந்தக் கிழவி மீது பொங்கிக்கொண்டு வந்தது. நூற்றுப்பத்து வயதை விழுங்கிவிட்டு கண்ணும் காதும் தீக்ஷண்யமாக இருந்த நிலையிலும் தானே எழுந்து நடமாடக்கூடிய சக்தி பெற்றிருந்த அந்தக் கிழவியை, அவள் தன் மனமாரச் சபித்தாள்.

காடு வாவா என்ற போதிலும் இன்னமும் தன் மாமியார் ஸ்தானத்தை விட்டுக்கொடுக்க உங்க பாட்டிக்கு மனது வரவில்லையே! ஆச்சர்யம்தான்! உங்கம்மாவுக்கு அவர்களை எதிர்த்துப் பேச இந்த வயதிலும் தைரியமில்லை. இந்த வழியிலே வந்த உங்களுக்கு எங்கே துணிவு இருக்கப் போகிறது?" என்று இரைந்துவிட்டு, வேகமாக உள்ளே சென்று விட்டாள்

கூடத்து அறையில் விளக்கை ஏற்றிவிட்டு சுசீலா வெளியே வந்தாள். தாழ்வாரத்திலே படிந்து நின்ற நீண்டதொரு நிழலைக் கண்டதும் அவள் ஒரு கணம் திடுக்கிட்டுப் போனாள்.

"சுசீ! இங்கே வா!" என்று தளர்ந்த ஒரு குரல் அவளைப் பரிவுடன் அழைத்தது. பெஞ்சியினின்று எழுந்து நின்று கொண்டிருந்த அவளது புக்ககத்துப் பாட்டி கோதையம்மாள் தள்ளாடியபடி மறுபடி பெஞ்சிமீது சென்று அமர்ந்து கொண்டாள். தன் அருகே வந்து உட்காரும்படி சுசீலாவுக்குச் சைகை

செய்தாள். “கிழத்திற்கு வேறு வேலையென்ன?” என்று தனக்குள் அலுத்துக் கொண்டு, வேண்டா வெறுப்பாக அருகில் சென்று உட்கார்ந்தாள் சுசீலா.

பெயரைப்பற்றி நீயும் உன் கணவனும் செய்த தர்க்கத்தை நான் கேட்டுக்கொண்டிருந்தேன். இந்தக் காலத்துப் பெண்களுக்கு அந்தப் பெயர் பிடிக்காததில் ஆச்சர்யப்பட ஒன்றுமில்லை.

“காலம் முன்னைவிட எப்படி மாறிக்கொண்டு வருகிறது என்பதை நான் கண்கூடாகப் பார்த்துக் கொண்டு வருகிறேன். பெயரில் என்ன இருக்கிறது?' என்று உன் கணவன் லேசாகக் கேலி செய்து விட்டுப் போனான். ஆனால் சுசீ! இந்தப் பெயரில் ஒரு பொருள் இருக்கிறது. இதுவரை ஒருவரும் இந்தப் பெயரைப்பற்றி இந்தக் குடும்பத்தில் எதிர்த்துப் பேசியவர்கள் இல்லை. ஏன் என்று கேட்டறிய ஆவலும் கொள்ளவில்லை. ஆனால் நீ கலாசாலை பட்டம் பெற்ற நாகரிகப் பெண் மணி, ஏன் என்று எதிர்த்துக் கேட்கிறாய்? நான் கோபப்படவில்லை. உனக்குப் பதில் சொல்லத் தயாராக இருக்கிறேன்” என்றாள் மிகவும் தாழ்ந்த குரலில் அவள்.

சுசீலா மௌனமாகத் தன் புக்ககத்துப் பாட்டியாரை விறைத்துப் பார்த்தாள். மூக்குக் கண்ணாடிக்குப் பின்னே மின்னிய அவளது மைவிழிகளில் குரோதம் பொங்கிக் கொண்டிருந்தது. 'காரணத்தைத்தான் சொல்லேன்!' என்ற ஒரு அலட்சியமான கேள்வி அவள் கண்களில் மிதந்து கொண்டிருந்தது.

“சுமார் நூறு வருஷத்திற்கு முன்பு நடந்தது அந்தச் சம்பவம். அப்பொழுதிருந்த வாழ்க்கை நிலையும், சமூக அமைப்பும் முற்றிலும் வேறுபாடுடையது. சுப்பையாகாரு தமது மகனுக்குப் பெண் எடுக்க விரும்பினார். உள்ளூரிலிருந்த பெண்கள் ஒன்றும் சரிப்பட்டு வரவில்லை. தரகர் தங்கசாமியை அழைத்துத் தனது சிரமத்தை எடுத்துச்சொன்னார். சுருளி ஆற்றுக்கு எதிர்க்கரையிலிருந்த சிறுகிராமத்தில் தங்கசாமி சல்லடை போட்டுச் சலித்து ஒரு பெண்ணைத் தேர்ந்தெடுத்தார். மாரிமுத்து தங்கப்பதுமை போன்ற சிவந்த மேனியும், லட்சணமான முகமும் கொண்ட ஏழு வயதுச் சிறுமி. அவளைத் தமது மருமகளாக்கிக்கொள்ள ஆவலுடன் அவர் தரகர் கிராமத்திற்குச் சென்ற பொழுது, அவள் தன் வீட்டுத் திண்ணையில் மற்றச் சிறுமிகளுடன் பொம்மைக்குக் கல்யாணம் செய்து விளையாடிக் கொண்டிருந்தாள். தம்மைக் கண்டதும் மிரட்சியுடன் விழித்துவிட்டு. கால் தண்டைகள் ஒலிக்க மான்போல் துள்ளி உள்ளே ஓடி மறைந்த அந்தச் சிறுமியை அவருக்கு ஒரே பார்வையில் பிடித்துவிட்டது.

பெண் வீட்டவர்கள் மிக்க ஏழைகள். சுப்பையாகாரு அதைப் பொருட்படுத்தவில்லை. திருமகளை நிகர்த்த அழகு வாய்ந்த அப்பெண் எங்கே கைநழுவிப் போய் விடுமோ என்ற கவலையில், மிகவும் அவசரமாக அடுத்த முகூர்த்தத்தில் தமது இல்லத்திலேயே சிறப்பாக மகனுக்கு மணம் முடித்து வைத்து விட்டார்.

வருடங்கள் சில சென்றன. பதினைந்து வயதுப் பருவ மங்கையாக வளர்ந்துவிட்ட மாரிமுத்துவைப் புக்ககத்திற்கு அனுப்ப வேண்டிய காலம் வந்துவிட்டது; இதற்குள் சுப்பையாகாருவின் கிராமத்திலே பலர் மெல்ல அவதூறு பேச ஆரம்பித்தனர். தரகர் தங்கசாமி செய்த அவசரத்திலும், அழகான பெண்ணை மகனுக்கு முடித்து வைக்க வேண்டும் என்ற பரபரப்பிலும் பெண்ணின் குடும்பத்தைத் துழாவி ஆராய மறந்து போனார் சுப்பையாகாரு. அதன் விளைவு மிகவும் பயங்கரமாகிவிட்டிருந்தது. மாரிமுத்து சைவ வகுப்பைச் சேர்ந்த பெண்; சுப்பையாவோ வைஷ்ணவ வகையைச் சேர்ந்தவர். சைவமும்,

வைஷ்ணவமும் திருமணத்தினால் ஒன்றுபடுவதை ஒப்பாத காலம் அது. விஷயத்தை அறிந்ததும் சுப்பையா திடுக்கிட்டுப் போனார். சைவ வகுப்பைச் சேர்ந்த பெண்ணை அவர் எவ்வாறு தன் இல்லத்திற்குள் அனுமதிக்க இயலும்?

ஊரில் உள்ள பிரமுகர்கள் அனைவரும் ஒன்றுகூடி ஒரு பஞ்சாயத்துப் போட்டார்கள். அதன் தீர்மானம் சுப்பையாவைப் பொறுத்தவரை மிகவும் சுலபமாகிவிட்டது. மாரிமுத்துவைத் தள்ளிவைத்துவிட்டு சுப்பையா தமது வகுப்பிலே ஒரு பெண்ணை எடுத்து மகனுக்குக் கட்டி வைத்து விடுவதுதான் நலம் என்பது அந்தப் பெரியோர்களின் தீர்ப்பு. பெண்ணுக்கு வாழ்க்கையில் உரிமைகள் எதுவுமே கிடையாது என்று எண்ணிய காலம் அது! எனவே அந்தத் தீர்மானத்தைக் கேட்டு கிராமத்து ஆண்களோ பெண்களோ யாரும் திடுக்கிடவில்லை; துயரமும் படவில்லை.

சுப்பையாகாருவுக்கு அன்று இரவு தூக்கமே வரவில்லை, பச்சைப் பசுங்கிளி போன்றிருந்த அந்தச் சிறுமியின் வாழ்வு தமது அறியாமையினால் பாழாகிவிடப் போவதை எண்ணி அவர் உள்ளம் வெதும்பினார். பொழுது விடிந்ததும், யாரிடமும் சொல்லாமல் அவர் சுருளியாற்றுக்கு எதிர்க்கரையிலிருந்த தமது மருமகள் வீட்டிற்குப் புறப்பட்டார். தாம் செய்யவிருக்கும் காரியத்தை அந்தப் பெண்ணிடம் நேரடியாகக் கூறிவிடுவது என்று அவர் மனம் முடிவு செய்து கொண்டது.

உண்மையை அறிந்ததும் பெண் வீட்டவர்கள் கூப்பாடு போட்டார்கள். பெண்ணின் தாயார் அழுது மூர்ச்சை போட்டார்கள். அண்டை அயலார்கள் வந்து கூட்டமாகக் கூடி, சுப்பையாவைப் பலவாறு மனம் போன மட்டும் பேசினார்கள். கூச்சலும் குழப்பமுமாக இருந்த சமயம், கூடத்து அறையின் கதவுக்குப் பின்னாலிருந்து இளம்பெண்ணின் குரல் எழுந்தது, இது என் விஷயம். நானே நேரில் கேட்டுத் தெரிந்து கொள்கிறேன். நீங்கள் எல்லோரும் உங்கள் வீட்டிற்குப் போகலாம்” என்று அந்த இளம் குரல் அதட்டவே, கூட்டம் விரைவில் கலைந்து போயிற்று. மாரிமுத்துவுக்குத் தனது திருமணம் ஒரு கனவைப் போன்றுதான் இருந்தது. தாலி கட்டிய நாளிலிருந்து அன்றுவரை அவள் தன் கணவனை நேரிடையாக ஒரு முறைகூடக் கண்டவள் அல்ல. மாமனார் எதிரே வந்து பேசியும் அறியாள். புக்ககம் போக வேண்டும், அழைப்பு வந்திருக்கிறது என்று தாய் சொன்னதிலிருந்து அவள்தன் வருங்காலத்தைப் பற்றிப் பற்பல இன்பக் கனவுகளைப் புனைந்துகொண்டு ஆசையுடன் எதிர்பார்த்திருந்தாள். அந்தச்சமயம் இந்தப் பேரிடியைக் கேட்டதும் அவளது இளம் உள்ளம் வெந்தழலில் விழுந்த புழுவாகத் துடித்தது என்றால் மிகையில்லை.

மாரிமுத்து கதவுக்குப் பின்னால் நின்று கொண்டிருந்த போதிலும் மிகவும் துணிவாக, தன் மாமனாரை ஒரு கேள்வி கேட்டாள். ஊராரை எதிர்த்துக்கொண்டு என்னைத் தங்கள் வீட்டில் சேர்த்துக் கொண்டால் என்ன நேரும்?” என்று மிகவும் மெல்லிய குரலில் வினவினாள்.

“என் வீட்டில் பிற்பாடு நடக்கும் நல்லது பொல்லாததற்கு ஊரில் உள்ளவர்கள் யாரும் வரமாட்டார்கள். உங்கள் இருவருக்கும் பிறக்கப்போகும் பிற்கால சந்ததிக்கு மதிப்பு கிடைக்காது. சமுகத்தில் இடம் இருக்காது. இதனால் பற்பல தீமைகள் விளையும். அதனால்...” என்று முடிக்காது நிறுத்தினார் அந்த முதியவர்.

“என்னைத் தள்ளிவிட்டு என் கணவருக்கு மறுதாரம் மணம்முடித்து வைத்தால், பிற்பாடு தங்கள் குடும்பத்திற்கு எந்த விதமான அவச்சொல்லும் ஏற்படாதா?” என்று மெல்லக் கேட்டாள் அவள்.

கிராமத்தினர் பலர் பஞ்சாயத்துப் போட்டு அவ்வாறு தீர்மானித்திருக்கிறார்கள். எங்கள் குடும்பத்தை வாழ்விக்கவைக்கும் பொறுப்பு உன் கையில் இருக்கிறது. உனக்கு இதில் பூரண திருப்தியில்லையென்றால், நாம் அனைவரும் கிராமத்தைவிட்டு எங்காவது ஓடி ஒளிந்து பிழைக்கவேண்டும். உன்னை எனது சமூகம் ஏற்கவில்லை. தெரியாத்தனத்தில் ஒரு பிசகு செய்துவிட்டேன். உன் வாழ்வைப் பாழ் செய்துவிட்டேன் நான். குழந்தாய்! உன் மனவிருப்பத்திற்கு எதிராக ஏதும் செய்ய என் மனசாட்சி இடங்கொடுக்க மறுக்கிறது!" என்றார் தழுதழுத்த குரலில் அவர்.

கதவுக்குப் பின்னால் ஒரு நீண்டபெருமுச்சு எழுந்தது. "பஞ்சாயத்தார் தீர்மானத்தை நானும் ஆமோதிக்கிறேன். மாமா! உங்கள் மகனுக்கு வேறு பெண்ணைக் கலியாணம் செய்யவேண்டியது நியாயந்தான்" என்று அந்தச் சிறுமி மெல்லப் பதிலளித்தாள்.

'குழந்தாய்! நீ மனம் ஒப்பிச் சொல்லுகிறாயா! எவ்வளவு பெரிய தியாகம் நீ என் மகன் பொருட்டுச் செய்ய முற்பட்டிருக்கிறாய். யோசித்துச் சொல் அம்மா! என் மனம் இதைக் கேட்டுப் பதறுகிறது" என்று திணறினார் துக்கத்துடன் அவர்.

"யோசித்துத்தான் சொல்லுகிறேன் மாமா! தற்சமயம் இருக்கும் நிலையில் சமூகத்தை எதிர்த்துப் போராட நம்மிடம் மன பலம் இல்லை. பெண் என்று பிறந்து ஒரு புருஷனின் கையைப் பிடித்ததும் கடமை என்பதற்குப் பாத்திரமாகி விடுகிறாள். உங்கள் குடும்பத்தினின்று விலகிவாழ நான் முற்படுவது என் கணவருக்கு நான் செய்ய வேண்டிய கடமைகளில் ஒன்றாகும். கவலைப்படாதீர்கள் மாமா! வருந்தாதீர்கள். முழுமனத்துடன் நான் உங்கள் தீர்மானத்தை ஏற்கிறேன்" என்றாள் அவள்.

'குழந்தாய்! உனக்கு இதற்குப் பிரதியாக ஏதேனும் செய்ய வேண்டுமென்றால் கூறிவிடு. ஜீவனாம்சமாகப் பொருள் ஏதேனும் வேண்டுமென்றால்..." என்று அவர் கேட்டுமுடிக்குமுன்-

"மாமா! ஒரேஒரு வேண்டுகோள். தங்கள் மகனைக் கைப்பிடித்தவள் என்ற ஒரு நினைவு அழியாதிருக்க தங்கள் குடும்பத்தில் பிறக்கும் மூத்த பெண்கள் அனைவருக்கும் என் பெயரைச் சூட்ட வேண்டுமென்று பிரார்த்திக்கின்றேன். தங்கள் குடும்பத்திலே ஒருத்தியாக ஒன்றி வாழ முடியாத துர்ப்பாக்கியம் செய்திருக்கிறேன். நினைவிலாவது ஒன்றிவாழ விரும்புகிறேன்" என்றாள், அவள் குரல் முடிவில் ஒருபெரும் விம்மலாக முடிந்தது.

"உன் விருப்பம் பூர்த்தியாக ஏற்பாடு செய்கிறேன்'' என்று துக்கத்துடன் பதிலளித்த சுப்பையா தள்ளாடிக் கொண்டு வெளிவந்தார். அவரது மகனுக்குச் சில மாதங்களில் ஊரார் ஏற்பாட்டின்படி அவரது சமூகத்திலிருந்து ஒரு பெண்ணை எடுத்து மணம் முடித்து வைத்தார்கள். அவளுக்கும் குழந்தைகள் பலர் பிறந்தனர். அவர்கள் மணமாகிப் பல குழந்தைகளைப் பெற்றார்கள். ஆனால் மாரிமுத்துவின் வேண்டுகோள் இதுவரை காப்பாற்றப்பட்டு வந்து கொண்டிருக்கிறது. இந்தக் கர்நாடகப் பெயரில் அடங்கியிருக்கும் கருத்து இதுதான் அம்மா!" என்று கூறிமுடித்தாள் கிழவி.

பெரு மூச்சுவிட்ட சுசீலா, பாட்டி இரண்டாவதாகத் திருமணம் ஆன அந்தப் பெண் யார்?" என்று மிகவும் ஆவலுடன் கேட்டாள். "மாரிமுத்துவின் ஸ்தானத்தை வந்து பற்றிக்கொண்ட பாவி இதோ உன் முன் உட்கார்ந்திருக்கிறேனே நான்தான். அது கிடக்கட்டும் சுசீலா! உண்மையை அறிந்து கொண்டு விட்டாய். உனக்கு இந்தப் பெயரைச் சூட்டப் பிரியமிருந்தால் உன் குழந்தைக்கு வை. இல்லையென்றால்..."

• லட்சுமி

என்று கூறி விட்டு நிறுத்தினாள்.

பாட்டியின் கரத்தை அன்போடு பற்றிய சுசீலாவின் கண்கள் கலங்கிவிட்டிருந்தன! "பெயர் பழைய காலத்ததாக இருந்தாலும் இதில் ஒரு கருத்து இருக்கிறது. சின்னஞ்சிறு வயதிலே கடமைக்காகத் துறவு பூண்ட ஒரு பெண்ணின் நினைவு நிரம்பியுள்ளது. பெண்மையின் வெற்றியைக் குறிக்கும் இந்தப் பெயரையே என் குழந்தைக்கும் சூட்டுகிறேன் பாட்டி" என்றாள் மனம் கனிந்து.

"மாரிமுத்து என்ற பெயரை நாளை சூட்டிவிடு. கூப்பிடும்போது உனக்கு இஷ்டப்பட்ட நவீனப் பெயர் ஒன்றை வைத்துக்கொள் அம்மா! அது போதும் என்றாள் பாட்டி சிரித்துக்கொண்டே..

16
மீனாக்ஷியின் வீணை

சரோஜா ராமமூர்த்தி

சரோஜா ராமமூர்த்தி
(27/07/1921 - 08/08/1991)

சரோஜா ராமமூர்த்தி முற்போக்கு சிந்தனை உடைய எழுத்தாளர். இவரின் கணவர் து.ராமமூர்த்தியும் மகன்களில் ரவீந்திரன், ஜெயபாரதி ஆகியோரும் எழுத்தாளர்களே. 'பனித்துளி சரோஜா' என்று அடையாளம் காணப்படும் இவர், 'பனித்துளி' என்ற நாவலின் மூலம் மிகப் பிரபலம் அடைந்தார். இவர் இளமையில் 'பாரதி' என்ற கையெழுத்து பத்திரிகை நடத்தியுள்ளார். இவருடைய முதல் சிறுகதை 'புது வெள்ளம்' 1938-ம் ஆண்டில், ஆனந்த விகடனில் வெளியானது. 600 சிறுகதைகள், 8 நாவல்கள், இரண்டு குறுநாவல்கள் எழுதியுள்ளார். சுதேசமித்திரன், ஆனந்த விகடன், கல்கி, மங்கை, சக்தி, கலைமகள், நவசக்தி, காதல், அமுதசுரபி, தினமணி சுடர் போன்ற இதழ்களிலும் எழுதியுள்ளார்.

வீணை தந்திகளை மீட்டிக்கொண்டிருந்தாள் மீனாக்ஷி. நான் உள்ளே நுழைந்த சமயம் சரியானது தான் என்று நினைத்துக் கொண்டே மீனாக்ஷியின் எதிரில் போய் அமர்ந்தேன். "வா, உட்கார்!" என்று என்னை வரவேற்றுவிட்டு மீண்டும் தந்திகளை மீட்டி வீணையின்மேல் படிந்திருந்த தூசியைத் துணியால் தட்ட ஆரம்பித்தாள் மீனாக்ஷி.

மீனாக்ஷி அம்மாமிக்கு வயது ஐம்பது இருக்கும். ஆனால், அந்த ஊரில் இரண்டு வயதுக் குழந்தை முதல் கிழம்வரையில் அம்மாமியை, 'மீனாக்ஷி' என்றுதான் கூப்பிடுவது வழக்கம். தவறி யாராவது 'அம்மாமி!' என்று அழைத்து விட்டால் மீனாக்ஷிக்குக் கோபம் வந்துவிடும். அவள் சுய மரியாதைக்கோ, மதிப்புக்கோ ஆசைப்படும் மனுஷி அல்ல.

"எங்கே வந்தாய்? விசேஷமில்லாமல் வரமாட்டாயே?" என்று மீண்டும் என்னை விசாரித்தாள் மீனாக்ஷி.

"விசேஷத்தோடுதான் வந்திருக்கிறேன் மீனாக்ஷி! நாளை விஜயதசமியன்று கிரிஜாவுக்கு வீணை சொல்லித்தர ஆரம்பிக்கலாம் என்று நினைக்கிறேன். நல்ல வீணையாக வாங்கித் தரமுடியுமா என்று உங்களிடம் கேட்டுவிட்டுப் போகலாமென்று வந்தேன்". மீனாக்ஷியின் கணவர் வீணை வாங்குவதில் பெயர் போனவர் என்பது அந்த ஊராரின்

அபிப்பிராயம்.

"வீணை சொல்லித் தரும்படி உன் பெண்ணுக்கு அப்படி என்ன வயசாகிறது?" என்று மீனாக்ஷி என்னைக் கேட்டாள்.

"விஜயதசமி அன்றுதான் அவளுக்கு எட்டு வயது நிறையப்போகிறது. வீணைதான் சொல்லிக் கொள்ள வேணும் என்று ஆசைப்படுகிறாள். அவள் ஆசையைக் கெடுப்பானேன்?"

மீனாக்ஷி ஒரு மாதிரியாகச் சிரித்தாள். பிறகு, "ஆசையைக் கெடுக்கக் கூடாது; வாஸ்தவந்தான். பிற்காலத்தில் அந்த ஆசை பரிபூரணமாக நிறைவேற வேண்டுமே. அதுதான் கவலையாக இருக்கிறது. பெண் ஜன்மங்களுக்கு ஏதோ சுதந்தரம் கொடுத்துவிட்டதாகச் சிலர் பாவித்துக் கொண்டிருக்கிறார்கள். கிரிஜாவின் அபிலாஷை பூர்த்தியாவது அவள் கணவனிடந்தானே இருக்கிறது? குழந்தைக்கு ஆசையுடன் அற்புதமான வித்தையைப் போதிக்கிறாய். பிற்காலத்தில் வீணை - என் வீணை மாதிரி - புழுதி படிந்து மூலையில் கிடந்தால் அதைப் போதித்தவருக்கு மனவருத்தந்தானே?" என்றாள் மீனாக்ஷி.

களைபொருந்திய அவள் முகத்தில் வருத்தத்தின் குறிகளும் சிந்தனைகளும் தோன்றின. "கேள் அம்மா! இந்த வீணை என்னுடையது. என் உயிரினும் இனிய பொருளாக இதை மதித்து நடந்துவந்தேன். ஏழு வயதில் இது என்னை அடைந்தது. இன்றைக்கும் என்னிடந்தான் இருக்கிறது. அதனுள் இருக்கும் ஸப்தஸ்வரங்களைத் தட்டி நாதத்தை வெளியிடும் யோக்கியதையும் எனக்கு ஏற்பட்டது. ஆனால் அதிர்ஷ்டம் என் விஷயத்தில் மோசம் செய்துவிடவே இந்த வாத்தியத்தை வருஷக்கணக்காகப் பெட்டியிலேயே வைக்கும்படி நேர்ந்துவிட்டது. நான் வீணையைத் தொடுவதில்லை என்று தெரிந்து என் தகப்பனார் சாகும்வரையில் மனம் புழுங்கினார். அதெல்லாம் பழைய கதை. தூசு படிந்து வீணாகி விடுமே; பார்க்கலாம் என்று வெளியில் எடுத்தேன்.

"அப்படி உங்களுக்குத் தடை விதித்தது யார் மீனாக்ஷி? மாமாவா?" என்று கேட்டேன்.

"சே சே, அவருக்குச் சங்கீதம் என்றால் உயிர். அது ஒரு கதை அம்மா. அவகாசமிருந்தால் சொல்லுகிறேன் கேள். தடை விதித்தவர் மண்ணோடு மண்ணாகப் போய்விட்டார். ஆனால், மனிதன் செய்யும் தீமையும், நன்மையும் உலகத்தில் அவனுக்கு அழியாத பெயரை ஏற்படுத்தி விடுகின்றன. என் மாமனார் இறந்து பதினைந்து வருஷங்கள் ஆகிவிட்டன. இந்த வீணையைப் பார்க்கும் போதெல்லாம் அவருடைய கண்டிப்பான உத்தரவு மனசை வருத்துகிறது" என்று சொல்லிவிட்டு மீனாக்ஷி ஆரம்பித்தாள்.

• • •

எனக்குக் கல்யாணம் ஆனபோது வயது பதினொன்று. என் தகப்பனார் சங்கீதத்துக்குப் பேர்போன தஞ்சாவூர் ஜில்லாவில் பிறந்தவர். சிறுவயதாக இருந்தபோதே வீணைச் சதாசிவையரை அவருக்குப் பரிசயமாம். அந்தக் காலத்திலேயே வீணையின் நாதத்துக்குத் தன் மனசைப் பறிகொடுத்தார். குடும்பபாரத்தினால் சங்கீதத்தை விட்டுவிட்டு உத்தியோக வழியில் புகுந்தார். அவருக்குச் சீமந்தபுத்திரியாக நான் பிறந்தவுடன் தம்முடைய வெகு நாளைய ஆவல் நிறைவேறும் என்று ஆனந்தப்பட்டாராம். ஐந்து வயது முடியும்போதே தகுந்த வீணை வித்துவான் ஒருவரிடம் எனக்கு வீணை கற்றுக்கொடுக்க ஆரம்பித்தார். ஸ்ரஸ்வதி கடாஷத்தாலும் என் தகப்பனாரின் ஊக்கத்தினாலும் வீணையில் கீர்த்தனங்கள் நன்றாக வாசிக்க நான்கு வருஷங்களுக்குள் திறமை ஏற்பட்டது. என் புக்ககத்துக்காரர் நான் வீணை வாசிக்கும் அழகைப் பார்த்து ஆசைப்பட்டே என்னை அவர்கள்

பிள்ளைக்குக் கல்யாணம் பண்ணிக்கொண்டார்கள். கல்யாணத்தில் நலங்கு, ஊஞ்சலின்போது என் கணவர் தம் தங்கையிடம் ஜாடையாகப் பல கீர்த்தனங்களின் பெயரைச் சொல்லி என்னை வாசிக்கச் செய்தார். என் நாத்தனார் ராஜமும் வீணை வாசிப்பாள். என்னைவிட ஒரு வயது சிறியவளாக இருப்பாள். கல்யாணத்தில் வாசிக்க ஆரம்பித்தது முதல் அவள் என்ன காரணத்தினாலோ வாசிக்கவில்லை. இரண்டொருவர் சொல்லியும் சிரித்து மழுப்பிவிட்டாள். எனக்கு மட்டும் அவள் வாசிப்பைக் கேட்க வேண்டுமென்று ரொம்ப ஆசையாக இருந்தது. 'ராஜம்! ஒரு பாட்டு வாசியேன்' என்று நான் அவளைச் சந்தித்தபோதெல்லாம் கேட்டேன்.

"வாசித்தால் போகிறது மன்னி. நீதான் அடுத்த மாசம் ஊருக்கு வரப்போகிறாயே" என்று கூறினாள் ராஜம்.

"அதற்குப் பிறகு நான் புக்ககம் போகும் வரையில் பல தடவை ராஜத்தைக் கேட்டும் அவள் வாசிக்கவில்லை.

"வீணை வாசிப்பைக் கேட்பதற்கென்று என் கணவர் தம் தகப்பனாருக்குத் தெரியாமல் எங்கள் வீட்டுக்கு வந்து போவார். வந்தால் மணிக்கணக்கில் வாசித்தால்கூட அவருக்கு அலுப்பு ஏற்படாது. இரவுச் சாப்பாட்டுக்கு அப்புறம் மேல்மாடியில் உட்காருவோம். என் தகப்பனாரும் கூட இருப்பார். 'நான் ஆசைப்பட்டது நிறைவேறிவிட்டது அப்பா. இனிமேல் இந்த வித்தை சீர் குலையாமல் நீதான் பார்த்துக் கொள்ளவேணும்' என்று அவர் மாப்பிள்ளையிடம் கூறுவார்.

"அப்பொழுது என் கணவர், 'இதற்காக ஏன் கவலைப்படுகிறீர்கள்? ராஜத்தோடு மீனாக்ஷியும் கற்றுக் கொள்ளட்டுமே. வித்தைக்கு எல்லை உண்டா என்ன?' என்று சொல்லிக்கொண்டே என்னை அன்புடன் பார்ப்பார். நிலவு பொழியும் பல இரவுகளில் பன்னிரண்டு வயதுச் சிறுமியாகிய என்னைத் தன் தூய மனத்துடன், 'மீனாக்ஷி! வீணைத் தந்திகளை மீட்டி இன்ப நாதத்தை எழுப்பும் உன் விரல்களுக்கு என்ன பரிசு கொடுப்பது?' என்று ஆசையுடன் கூறிய கணவரின் வார்த்தைகளால் நான் உள்ளக் கிளர்ச்சி அடைய அதற்கு வேண்டிய வயதும் வரவில்லை. ராஜம் என்னைவிட உயர்வாக வாசிப்பதால்தான் என் எதிரில் வாசிக்கவில்லை; புக்ககத்தில் அவள் எதிரில் எப்படி வாசிப்பது?' என்கிற பிரச்னைதான் என் மனசை வாட்டிக்கொண்டிருந்தது.

"என் சங்கீதத்தில் மனசைப் பறிகொடுத்த கணவர், நான் எப்பொழுது புக்ககம் வருவேன் என்று காத்திருந்ததாக முதல் நாள் இரவே என்னிடம் கூறினார். அப்பொழுது எனக்கு வயது பதினைந்து, நான் வந்த அன்றையிலிருந்து ராஜம் முகத்தைக் கடுகடுவென்று வைத்துக்கொண்டிருந்தாள். ஊரில் இருப்பவர்கள் ஏற்கனவே என்னுடைய சங்கீதத் திறமையைப்பற்றிக் கேள்விப்பட்டிருந்தார்கள். புது நாட்டுப் பெண்ணைப் பார்க்கும் சாக்கை வைத்துக் கொண்டு அந்த ஊரார் என் பாட்டைக் கேட்க வந்தார்கள்.

"புக்ககம் வந்து பதினைந்து நாட்கள் வரையில் நான் ஓய்ச்சல் ஒழிவில்லாமல் வீணை வாசிக்கும்படி நேரிட்டது. அப்பொழுதெல்லாம் ராஜத்தின் முகத்தில் எள்ளும் கொள்ளும் வெடிக்கும். கல்யாணத்தில் என்னுடன் கலகலப்பாகப் பேசியவள் அவள் வீட்டுக்கு நான் வந்ததும், அதிகமாகப் பேசுவதை நிறுத்திக்கொண்டாள். மாமியார் இல்லாத வீட்டில் பேசத் துணையின்றி நான் சங்கடப்பட்டேன்.

இதற்கிடையில் ஊருக்குப் போயிருந்த ராஜத்தின் வீணை வாத்தியார் வந்து

சேர்ந்தார். கல்யாணம் விசாரிக்க வந்திருந்தபோது என் மாமனார், 'என் நாட்டுப் பெண் நன்றாக வீணை வாசிப்பாள். இன்னும் அவளுக்கு

தெரியாமல் இருந்தால் சொல்லிக் கொடுங்கள்' என்று அவரிடம் கூறினார். அன்றையிலிருந்து ராஜமும் நானும் பாடம் சொல்லிக்கொள்ள ஆரம்பித்தோம்,

"மன்னியின் எதிரில் வாசிக்க எனக்கு வெட்கமாக இருக்கிறது ஸார்" என்று ராஜம் பிடிவாதம் பிடித்தாள்.

"வெட்கம் என்ன அம்மா? பழகப் பழக நீயும் அந்த மாதிரி வாசிக்கப் போகிறாய்" என்றார் வாத்தியார்.

"இருந்தபோதிலும் சில நாட்களில் ராஜம் தனக்கு உடம்பு சரியில்லை என்று பாட்டுச் சொல்லிக்கொள்ள வரமாட்டாள். இதைப் பார்த்தபோது, 'வேண்டுமானால் பாட்டை நிறுத்திவிடலாமா?' என்று எனக்குத் தோன்றும்.

அன்று விஜயதசமி, முதல் நாள் பூஜையில் அலங்காரத்துடன் வைக்கப்பட்டிருந்த இரண்டு வீணைகளையும் எடுத்து வைத்துக்கொண்டு இருவரும் வாசிக்க ஆரம்பித்தோம். வாத்தியாரும் மாமனாரும் உட்கார்ந்திருந்தார்கள். என் கணவரும் ஒரு பக்கமாக உட்கார்ந்திருந்தார். "புதுக் கீர்த்தனை ஒன்று ஆரம்பிக்கிறேன்" என்று வாத்தியார் கல்யாணி ராகக் கீர்த்தனம் ஒன்றை ஆரம்பித்தார். ஆரம்பத்தில் இரண்டொரு தரம் ராஜம் அபஸ்வரமாக வாசித்ததைப் பொறுமையுடன் கண்டித்தார். மேலும் அவள் அவ்வாறு வாசிக்கவே, 'என்ன அம்மா இது? நாலு வருஷமாகக் கல்யாணி ராகத்தில் எவ்வளவோ கீர்த்தனங்கள் சொல்லிக் கொடுத்திருக்கிறேன். கவனித்து வாசிக்கக் கூடாதா?" என்று கடிந்து கொண்டார்.

"ராஜத்தின் கண்களில் சரசரவென்று நீர் பெருகிற்று. 'அதற்குத்தான் ஸார் சொன்னேன்; மன்னியைப்போல் எனக்கு வாசிக்கத் தெரியாது என்று. நான் இனிமேல் உங்களிடம் சொல்லிக்கொள்ளவில்லை. நீங்களும் என்னை அலக்ஷ்யம் செய்ய வேண்டாம்' என்று சொல்லிவிட்டு விசித்து விசித்து அழ ஆரம்பித்தாள்.

"அடேயப்பா! என்ன கோபம் வருகிறது? மன்னி மாதிரி நீயும் வாசிப்பதுதானே?" என்றார் வாத்தியார். ராஜம் தொப்பென்று வீணையைப் போட்டுவிட்டு உள்ளே போனாள்.

"என் மாமனாரின் முகம் சிவந்துவிட்டது.

"இந்தா மீனாக்ஷி! உன் வீணையைக் கொண்டுபோய்ப் பெட்டியில் வை, இந்த வீட்டிலே நீ வீணை வாசிக்கக் கூடாது தெரியுமா?" என்றார் அவர். என் கணவர் திடுக்கிட்டு என்னைப் பார்த்தார்.

"நான் அப்படி ஒன்றும் தவறாகச் சொல்லிவிடவில்லையே. குழந்தைக்கு நல்லதைத்தானே சொன்னேன்?" என்று விநயமாக கேட்டார் வாத்தியார்.

"போரும் ஐயா? போய்விட்டு வாருங்கள்" என்றார் மாமனார். என் கணவர் மாடிக்கு விடுவிடு என்று போய் விட்டார்.

"வீணையைப் பெட்டியில் வைத்துவிட்டு ராஜத்தைப் போய்ப் பார்த்தேன். அவள் முகத்தில் என்றும் இல்லாத அமைதி நிலவியது."

மீனாக்ஷி கதையை முடித்தாள். வீணைக்கு மாமாவிடம் சொல்வதாகவும் கூறினாள். விஜயதசமி அன்று வீணை வந்து சேர்ந்தது. மீனாக்ஷியே சரளி வரிசை கிரிஜாவுக்கு ஆரம்பித்து வைத்தாள். அதில் எனக்கு ஒரு திருப்தி ஏற்பட்டது.

17

ஒரு சோறு பதம்

அநுத்தம்மா

அநுத்தம்மா
(16/04/1922 - 03/12/2010)

ராஜேஸ்வரி பத்மநாபன் என்ற இயற்பெயர் கொண்ட அநுத்தமா 300 சிறுகதைகள், 22 நாவல்கள், 15க்கும் மேற்பட்ட வானொலி நாடகங்கள் எழுதியுள்ளார். 25 வயதில், கல்கி இதழ் நடத்திய சிறுகதைப் போட்டியில் இவருடைய சிறுகதை 'அங்கயற்கண்ணி' என்ற பெயரில் வெளிவந்து, இரண்டாம் பரிசினைப் பெற்றது. 1947-ம் ஆண்டில் வெளிவந்த இக்கதையே இவரது முதல் படைப்பாகும். கலைமகள் நடத்திய நாவல் போட்டியில் இவரது 'மணல் வீடு' முதல் பரிசினைப் பெற்றது. இவர் குழந்தைகளுக்காக கம்பீரக் கருடன், வானம்பாடி, வண்ணக்கிளி, சலங்கை காக்கா என்னும் நான்கு நூல்களை எழுதியுள்ளார் இவர் சிறந்த ஓவியரும் ஆவார். இவர் சிஸ்டர் சுப்புலட்சுமி பற்றி மோனிகா ஃபெல்டன் எழுதிய நூலினைத் தமிழாக்கம் செய்துள்ளார். இஃது, கல்கியில் 'சேவைக்கு ஒரு சகோதரி சுப்புலட்சுமி' எனும் தலைப்பில் தொடராக வெளிவந்தது. அநுத்தமாவுக்குப் பறவையியலில் ஆர்வம் உண்டு. பறவைகள் குறித்தும் நூல்கள் எழுதி உள்ளார்.

பஸ் நின்றதும் கண்களைச் சுருக்கிப் பெயர்ப் பலகையைப் பார்த்தேன். 'ஜீவானந்த நகர்' என்று படித்ததும், அவசர அவசரமாக இறங்கினேன். பஸ் கண்டக்டர் வேறு, "வீட்டிலே சொல்லிட்டு வந்திட்டாயா? முன்னாடி இறங்கறதுக்கு என்ன? பேஜாரு!" என்று முத்தாய்ப்பு வைத்து வாழ்த்தினான்.

என் பிழைப்பையே படமெடுத்துத் தந்து விட்டேனோ? வீட்டிலே சொல்லிவிட்டுத்தான் வந்தேன். என்னவென்று? இந்த ஓர் இடமும் நேரவில்லையென்றால் இனி ஜாதகமே கையில் எடுக்கமாட்டேன் என்று!

முன்னாடி இறங்குவதற்கு என்ன என்றானே அந்த பஸ்காரன். நான் எவ்வளவோ இறங்கித்தான் வந்து விட்டேன். நடுத்தர வர்க்கத்து பிராம்மண குடும்பஸ்தன் கதி பரிதாபம்தான்! கிடைத்த சம்பளத்தில் மூன்று பெண்களையும் படிக்க வைத்து, வேலைக்கு அலைந்து, தேடித்தந்து, பிறகு வரன் தேடித் திரிந்து, எத்துணை கால உழைப்பையும் ஊதியத்தையும் சேர்த்து, கண்ணின் இமைக்குள் வைத்து வளர்த்த செல்வங்களைப் பிறரிடம் ஒப்படைத்து விட்டு, அவர்கள் க்ஷேமமாக இருப்பார்களா என்று ஜோசியம் பார்க்கும் அளவுக்கு இறங்கி விட்டேனே? சம்பந்திகள் இட்ட கட்டளைகளுக்குப் பெருமாள் மாடு மாதிரித் தலை ஆட்டிக்கொண்டு,

மாப்பிள்ளை ஆட்டும் கோலுக்கு நர்த்தனமாடிக் கொண்டு, பெண்களின் கண் பிசைதலுக்குப் பயந்து கொண்டு...

சரி, இந்தக் கடைக்குட்டி சரயுவுக்காவது கல்யாணம் செய்யாமல், அவளை வீட்டிலேயே வைத்துக் கொள்ளலாம் என்று இருக்கிறேனே? அதற்கும் மனம் துணியவில்லை. கடமையில் தவறிவிடுவதாக ஓர் உறுத்தல் உள்ளத்தை அரிக்கிறது. இதோ கிளம்பி விட்டேன்.

செவ்வாய் தோஷ ஜாதகங்கள் கிடைப்பது கடினம். மிக மிக நன்றாகப் பொருந்தியிருக்கிறதாம். எங்கள் ஜோசியர் சொல்லிவிட்டார். அவர்கள் ஜோசியரும் ஆமோதிக்க வேண்டுமே? பிறகல்லவா பேசலாம். எனக்கும் என் மனைவிக்கும் யார் ஜாதகம் பார்த்தார்கள்? பையன் நல்ல குடும்பம், பிழைத்துக் கொள்வான், ஆரோக்கியமாக இருக்கிறான் என்று பார்த்தார் என் மாமனார். என் அப்பாவைக் கேட்டார். பெண் அடக்கம், வீட்டு வேலைகளை நிர்வகிப்பாள், பார்க்கப் பரவாயில்லை என்று என் அப்பாவும் ஒப்புக் கொண்டார். அவ்வளவுதான். எங்கள் முப்பது வருட தாம்பத்தியத்தில் ஒரு நாள் கூட பெரிய உரசல் ஏதுமில்லை.

இந்தக்காலத்தில் பையனும் பெண்ணும் தாமாகவே பார்த்து, விரும்பி மணம் முடிக்கின்றனர். என்னைப்போல் எத்தனை பேர் அப்படியுமில்லாமல், இப்படியுமில்லாமல் ஜாதகக்கட்டைத் தூக்கிக் கொண்டு அலைகிறோம்!

என் சிந்தனைகள் எனக்குத் துணை இருந்தன போலும்! வேகமாக நடந்து வந்துவிட்டேன். சிவப்புக் கட்டடம். வீட்டிற்கு வெளியே கார்ப்பரேஷன் வைத்த செடி கூண்டில் வளர முயன்று கொண்டிருந்தது. அடையாளம் சரியாக இருக்கவே, நேரே போனேன். சந்தேகத்திற்கு இடமில்லாமல், பளபளவென்று பிற்பகல் வெயிலில் மின்னிய இரண்டு பித்தளைத் தகடுகளில், ஒன்றில் 'கே.நடேசன்' என்றும் மற்றதில் 'டாக்டர் என்.முரளி' என்றும் செதுக்கியிருப்பதைக் கண்டு, வெளிக்கதவைத் திறக்கலானேன். நன்றாகத் திறக்க முடியாமல் அங்கே நின்ற காரின் பின்புறம் மோதியது கதவு. மெள்ள வளைந்து உள்ளே நுழைந்து, கதவைப் பழையபடி மூடிய பிறகுதான் உள்ளே அடி எடுத்து வைக்க முடிந்தது.

நந்தியை விலகச் சொல்லி அன்று நந்தன் பாடிவிட்டான். இன்று எனக்கேது அவ்வளவு திறமை? அந்த அம்பாஸிடர் காரைக் கட்டித் தழுவி முன்புறம் வந்தேன். ஒரு தினுசாகப் படிக்கட்டைப் பிடித்து ஏறி, வீட்டின் கதவிலிருந்த 'விளிமணியை' அழுத்தினேன்.

"யாரது?" என்ற கேள்வியைப் பின்தொடர்ந்து ஒரு பெண்மணி கதவை மெதுவாகத் திறந்தாள். கார்மீது பின்புறமாக விழாமல் சமாளித்து "நான் மகாதேவன். மயிலாப்பூர் சாலைத் தெருவிலிருந்து..." என்று நான் கூறி முடிப்பதற்குள் அந்த அம்மாள் கதவை நன்றாகத் திறந்து "வாருங்கள்"என்று அழைத்தாள். "உங்கள் ஃபோன் வந்தது. இவர் வீட்டில்தான் இருக்கிறார்" என்று கூறிவிட்டு, மாடிக்கு இன்டர்காமில் தகவல் சொன்னாள். என்னை ஒரு இருக்கையில் அமர்த்திவிட்டு உள்ளே போய் விட்டாள்.

டாக்டர் முரளியின் தகப்பனார் இறங்கி வந்தார். புதிய மாதிரி ஃப்ரேம் போட்ட கண்ணாடி, துல்லிய பாலியெஸ்டர் வேட்டி, அரைக்கை பட்டுச் சட்டை, பார்க்க கம்பீரமாக இருந்தார் நடேசன். நான் என் உடைகளை ஒரு தரம் கண்ணோட்டம் விட்டேன். மடிப்புக் கலைந்து, பஸ்சில் நசுங்கி என்னைப் போலவே ஜீவனும் இல்லாமல் ஆனந்தமும் இல்லாமல் காணப்பட்டது.

கைகூப்பி வரவேற்றார் நடேசன். நான் எழுந்து பவ்யமாக மறு வணக்கம் செலுத்தினேன். "உட்காருங்க" என்று என் இருக்கையைக் காட்டிவிட்டு அவர் தானும்

அமர்ந்தார். பீங்கான் கோப்பைகளில் மணக்கும் காபியுடன் வீட்டு அம்மாள் வந்து, எங்கள் இருவரிடமும் நீட்டிவிட்டுத் தானும் ஒரு கோப்பையை எடுத்தவாறு எதிரே ஓர் இருக்கையில் அமர்ந்தாள்.

"நாங்க இன்னமும் ஜாதகம் பார்க்கலை. உங்களுக்குச் சரியாக இருகிறதாக்கும்?" என்று கேட்டார் நடேசன்.

'வேண்டாம்' என்று மறுப்பதற்கு ஓர் அஸ்திரமாக ஜாதகத்தை வைத்திருக்கிறார்களா, உண்மையிலேயே பார்க்கவில்லையா? ஒன்றும் புரியவில்லை.

நானும் சாவதானமாக, "என் ஜோசியர்படி நல்ல பொருத்தம். அங்கேயும் பார்த்துச் சொல்லிட்டா. மேற்கொண்டு வேலைகளைக் கவனிக்கலாம். சத்திரம் கிடைக்க ஒரு தபசே இருக்கணும்" என்றேன்.

தாங்கள் தயாராக இல்லையென்றால், என்னை இன்று வரச் சொல்லுவானேன்? தொலைபேசியிலேயே தகவல் தரக்கூடாது? அவர்கள் பிள்ளை வீட்டுக்காரர்கள்! என் பெண் செவ்வாய் தோஷ ஜாதகம்! நான் மவுனமாகத் தலை கவிழ்ந்தேன். அவர்கள் என்ன பதில் சொல்வார்களோ என்று என் செவி மட்டும் கூர்மையாகக் காத்திருந்தது.

"பையன் பெண்ணைப் பார்க்கட்டுமே?" என்றார் நடேசன்.

"இந்தக்காலத்தில் பெண்கள் வயது வந்தவர்கள். பார்த்த பிறகு ஜாதகம் சரியில்லை என்று விடுவது உசிதமில்லை அல்லவா? உங்கள் ஜோசியர் பச்சைக்கொடி காட்டட்டும், நாம் பிறகு பேசுவோம்" என்றுகூறிவிட்டுநான்எழுந்திருக்கலானேன்.

"காபி சாப்பிடுங்கோ, ஆறிப் போயிடும்" என்றாள் பையனின் தாய்.

"பையனைப் பற்றி நீங்கள் ஒன்றுமே கேட்கவில்லையே. அவன் மணிபாலில் படித்துப் பட்டம் பெற்றான். வெளிநாட்டுப் பரீட்சைகளும் எழுதியிருக்கிறான்" என்று நடேசன் துவங்கினார்.

மரியாதை கருதி காபியை அருந்தியவாறே சிந்திக்க ஆரம்பித்தேன். இதைத் தவிர வேறே செவ்வாய் தோஷ ஜாதகம் ஏதாவது கைவசமுண்டா என்று நான் எண்ணமிட்ட வண்ணம் இருந்தபடியால், அவர்கள் பேசியதில் பாதிக்குமேல் என் மனதில் பதியவில்லை.

"இதெல்லாம் அவன் வாங்கின பரிசுகள்" என்று ஸ்ரீமதி நடேசன் சுவரில் பொருத்தியிருந்த கண்ணாடி பீரோவைக் காட்டினாள். இரண்டு பதக்கங்கள், இரண்டு கோப்பைகள், ஏதோ இருப்பதைக் கண்டேன்.

"பையன் சில கொள்கைகள் வைத்திருக்கிறான். நீங்கள் இவ்வளவு தூரம் வந்திருக்கிறீர்களே, சொல்லி விடுகிறேன். நம்ப சம்பிரதாயப்படி பெண் பார்க்கும் படலம் அவனுக்குப் பிடிக்கவில்லை. எங்காவது பொது இடத்தில் பார்க்கலாம் என்கிறான். பெண்ணோடு சில வார்த்தைகள் பேச வேண்டுமாம்..." அவர்கள் அடுக்கிக் கொண்டே போனார்கள்.

நான் இடைமறித்து, "பிராப்தமிருந்தால் பார்ப்போம், எனக்கு ஒரு கார்டு போட்டு விடுங்கள்" என்று கூறிவிட்டுக் காபி கோப்பையைக் கீழே வைத்தேன்.

தம்பதிகள் எழுந்து வழியனுப்ப வெளியே வந்தனர்.

மறுபடியும் முதற்படியில் ஒரு சர்க்கஸ். காரின் முகப்பின்மீது ஒரு கை வைத்தவாறு வெளிக்கதவை எட்டி விட்டேன்.

"இன்னும் காருக்கு ஷெட் கட்டலையாக்கும்" என்று என்னால் கேட்காமல் இருக்க முடியவில்லை.

"இந்தக் காலத்தில் கண் மறைவாக காரைப் பூட்டி வைத்து விட்டுத் தூங்கினால் அவ்வளவுதான்!" என்றார் நடேசன்.

என் கண் முன், வீட்டின் பக்கவாட்டில் காலியாகக் கிடந்த பத்தடி நிலம் பரவி நின்றது.

கேட்டை மூடிவிட்டுத் தெருவில் நின்று ஒரு பெருமூச்சு விட்டுவிட்டு வீடு நோக்கிக் கிளம்பினேன்.

ஊரைவிட்டு எங்கேயோ தொலை தூரத்தில் வீட்டைக் கட்டிப் போட்டு விடுகிறார்கள். அவர்கள் சொந்தக் காரில் பவனி வருவார்கள். என்னைப் போன்றவர்களோ? இனி இப்படி எட்டாத இடத்தில் வரன் இருந்தால் நான் அந்த ஜாதகத்தைத் தொடக் கூடப் போவதில்லை! இப்படி ஓர் உறுதி எடுத்த பிறகு எனக்குக் கொஞ்சம் தெம்பு வந்தது, வேகமாக நடந்து பஸ் ஸ்டாப்புக்கு வந்தேன். பஸ்ஸும் வந்தது. ஏறி அமர்ந்து வீடு வந்து சேர்ந்தேன்.

என் மனைவி ஆவலோடு எதிரே வந்தாள்.

உதட்டைப் பிதுக்கி விட்டு என் சாய்வு நாற்காலியில் பொத்தென்று விழுந்தேன்.

"என்ன ஆச்சு?"

"ஒன்றுமே ஆகலை. அழகான வீடு கட்டியிருக்கிறார்கள். வீட்டுக்குள்ளேயே ஒருத்தரோடு ஒருத்தர் டெலிஃபோனில் பேசிக் கொள்கிறார்கள். நல்ல காபி தருகிறார்கள். இதுதான் இன்று கிடைத்த ஞானம்" என்று எரிச்சலுடன் பதிலளித்தேன்.

அவள் இங்கிதமாக அப்பால் போய்விட்டாள்.

மெல்ல மின் விசிறி இயங்கியது, நான் கண்ணை மூடி ஆசுவாசப் படுத்திக்கொண்டேன். ஏமாற்றத்தின் கைப்பு ஓரளவு அடங்கியது.

நான் யாருடனும் எதைப் பற்றியும் பேசவில்லை. என் பெண் சரயு கூட என்னிடம் ஏதும் கேட்கவில்லை. ஆஸ்பத்திரியிலிருந்து அலுத்து வந்த அவள், கை, கால், முகம் கழுவி, என் எதிரே அமர்ந்தாள். ரிகார்டரில் இதமான சங்கீதம் போட்டாள். வயலின் இசை மிருதுவாக என் நரம்புகளை வருடிக் கொடுத்தது. கண்களை மூடியபடி படுத்திருந்த நான், மெல்லத் திருட்டுத்தனமாக ஒரு கண் இமையை விலக்கி அவள் முகத்தை நோட்டம் விட்டேன். சஞ்சலமின்றி இளம் புன்னகை ஒன்று முகத்தில் தவழ, அவள் சங்கீதத்தை ரசித்தாள். கால்களை நீட்டிக் கிழவி போல நீவி விட்டுக் கொண்டாள்.

"ஏன் அம்மா, கால் வலிக்கிறதா?" என்று கரிசனத்தோடு கேட்டு அவள் தாய் அவளுக்குப் பலகாரம், காபியைத் தந்தாள்.

"நாலு ஆபரேஷன், இரண்டு எமர்ஜென்ஸி கேஸ் அட்மிஷன், தவிர வழக்கமான நடை. மூணு நர்ஸ் லீவு" என்றாள் சரயு சுருக்கமாக.

"பேசாமல் உன் பெரிய அக்கா மாதிரி பாங்க் வேலைக்குப் போயிருக்கலாம். இல்லையோ, சின்னவ மாதிரி டீச்சராகியிருக்கலாம்... ஓய்வே இல்லாத வேலையைத் தேர்ந்தெடுத்திட்டே" என்றாள் தாய்.

"சரி அம்மா, எல்லாரும் பாங்கிலேயே உட்கார்ந்திட்டும், பாடம் சொல்லிக் கொடுத்துக் கொண்டுமிருந்தா, யார் நோயாளிகளைப் பார்த்துக்குவா? நீதானே சொன்னே... அப்பா ஆஸ்பத்திரியிலே இருந்தப்ப அந்த நர்ஸ் ஒவ்வொருத்தியும் உனக்குப் பெண் மாதிரி இருந்தான்னு?" பெண், தாயின் வாயை மடக்கி அனுப்பிவிட்டாள்.

எனக்கும் என் குழந்தையின் அலுப்பைப் பார்த்துக் கஷ்டமாக இருந்தது. ஆனால் அவளேதான் இதைத் தேர்ந்தெடுத்துப் படித்தாள். வாய்ப்புக் கிடைத்தால் டாக்டராகக் கூடப் போக ஆசைப்பட்டாள். பெண் வேலைக்குப் போக வேண்டும்" என்று இரண்டு, மூன்று நபர்கள் கேட்ட பிறகுதான் பெரியவளை வேலைக்கு

அனுப்பினேன். பிறகு இருவருக்கும் தொழில் கல்வியே கற்றுக் கொடுத்தேன்.

நான் உறங்கி விட்டேன் போலும். உணவருந்த அழைத்த பின் எழுந்தேன். சாப்பாடு முடிந்ததும் யாருடனும் பேசாமல் படுக்கைக்கே விரைந்தேன். சற்றைக்கெல்லாம் என் நெற்றிமீது இதமாக ஒரு கை வருடியது.

என் மகள் என் நாடியைப் பார்த்தாள். அடுத்தபடி இரத்த அழுத்தம் பார்ப்பாள். நான் எனக்குள் சிரித்துக் கொண்டேன்.

"என்ன அப்பா, என்ன நடந்தது? ஏன் இப்படிப் படபடப்பு வந்து விட்டது?" என்று அவள் பரிவுடன் விசாரித்தாள்.

"ஒன்றுமில்லை அம்மா."

"சோர்ந்து போவதிலே பயன் என்ன அப்பா? அநாவசியமாகக் கவலைப் படறீங்க நீங்க."

அவளுக்கு ஒரு நல்ல வாழ்க்கையை அமைத்துத் தரவேண்டுமென்று நான் பாடுபடுவது அநாவசியமான கவலையா?

மறுநாள் காலை எழுந்ததுமே சோர்வு தொடர்ந்தது. அதனால் பல்துலக்கி, காபி அருந்தி விட்டு மீண்டும் படுத்து உறங்கி விட்டேன். சரயு வேலைக்குப் போய் விட்டாள் போலும்.

எதிர் வீட்டில் எனக்காக போன் வந்திருப்பதாக என்னை எழுப்பவே, அதிசயப்பட்டபடியே அங்கு சென்றேன். நடேசன்தான் பேசினார். "இந்த நம்பரில் என்னைக் கூப்பிடலாம்னு எப்படித் தெரிந்தது?" என்று முதலில் வியப்புடன் கேட்டேன்.

"அங்கே இருப்பது என்னுடைய பள்ளித் தோழன்னு நேற்று திடீர்னு தெரிஞ்சது. இப்பப் பேச வசதியாச்சு" என்று நடேசன் சகஜமாகப் பேசினார்.

"அப்படியா? சொல்லுங்க" என்றேன்.

"உங்களுக்குஆட்சேபணையில்லைன்னா இன்னிக்கு மாலை காந்திஜி சிலைக்கருகே உங்கள் பெண்ணை அழைச்சிண்டு வரமுடியுமா? என் மனைவியும் நானும் பையனைக் கூட்டிக்கொண்டு வருகிறோம்" என்றார்.

"ஜாதகம் பார்த்தாச்சா?" என்று நான் எச்சரிக்கையுடன் கேட்டேன்.

"ஆச்சு, நீங்க எங்க வீட்டுக்கு வந்துவிட்டுப் போன பிறகு, உடனே கார் எடுத்துக்கொண்டு போய்ப் பார்த்தேன். அங்கேதான் என் நண்பனை, அதாவது உங்க எதிர்வீட்டுக்காரனைப் பார்க்க நேர்ந்தது" என்று அவர் விவரித்தார்.

"சரி, நான் வீட்டுக்குப் போய்க் கேட்டுவிட்டு வந்து சொல்கிறேன். என் பெண் வேலைக்குப் போயாச்சு."

நான் டெலிஃபோனை வைத்துவிட்டு அந்த வீட்டு மனிதர்களிடம் நன்றி தெரிவித்துவிட்டுக் கிளம்பினேன்.

"என்ன சொன்னான், நடேசன்?" என்று அவர் கேட்ட பிறகு விவரமெல்லாம் கூறினேன்.

"நான் சொன்னேன் அவனுக்கு - சரயு மாதிரிப் பெண் கிடைப்பது கஷ்டம் என்று."

"பிராப்தம் எப்படியோ?" என்று வழ வழவென்று பதில் தந்து விட்டு என் வீடு திரும்பினேன். என் மனைவியுடன் பேசி முடித்து, பெண்ணைப் போய்ப் பார்த்துச் சொல்லிவிட்டு வந்தேன்.

வீட்டிலேயே கொஞ்சம் தித்திப்பு, காரம் பட்சணங்கள் செய்து முடித்தாள் என் மனைவி. மாலை நாங்கள் மூவரும் கடற்கரைக்குச் சென்றோம். காந்திஜி சிலையருகில் படிக்கட்டுகளில் அவர்கள் மகன் முரளி, மகள் ரத்தினா சகிதம் காத்திருந்தனர். நான் பரஸ்பரம் எல்லோரையும் அறிமுகப்படுத்தினேன். பிறகு மௌனமாக எல்லோரும்

மணற்பரப்பை அடைந்தோம்.

"எல்லாரும் உட்காரலாமே?" என்று நடேசன் தொடங்கினார்.

முதலில் கொஞ்சம் இறுக்கமாக இருந்தது. என் மனைவி பட்சணங்களை எடுத்துக் காகிதத் தட்டுகளில் பரிமாறி உபசரிக்கத் தொடங்கியதும் எல்லோருக்கும் பேசத் தோன்றியது.

டாக்டர் முரளி, சரயுவைப் பார்த்து நேரடியாகப் பேசினான். "எந்தக் காலேஜிலே படிச்சீங்க?" என்று கேட்டான்.

"குயின் மேரீஸ்தான். நீங்க?" என்று அவளும் சகஜமாகப் பேசினாள்.

நடேசன், சரயுவைப் பாடச் சொன்னார். அவள் தேவாரம் ஒன்றைப் பாடினாள். பேச்சுக் களைகட்டிவிட்டது.

"என்ன நகை போடப் போறீங்க?" என்று முரளியின் தாயார் ஆரம்பித்தாள்.

என் மனைவி சொன்னாள்.

"பதினைந்து பவுன்தானா? எங்கப் பொண்ணுக்கு இருபது போட்டோம். தவிர மாப்பிள்ளைக்கு மைனர் செயின், மோதிரம் இதெல்லாம் பழக்கம்தானே?" என்றாள் அந்த அம்மாள்.

"மற்ற இரண்டு பெண்ணுக்கும் பத்து பவுன்தான் போட முடிந்தது. இவள் சம்பாத்தியத்தைச் சேர்த்துத்தான் ஐந்து மேலே போட முடிகிறது" என்று விளக்கினேன் நான்.

"நாங்க வரதட்சிணை வாங்க மாட்டோம்."

"உங்களுக்கு வேளச்சேரியிலே ஒரு வீடு இருக்கிறதாமே?" என்று ஆரம்பித்தாள் முரளியின் தாயார்.

டாக்டர் என்னைச் சட்டென்று பார்த்தான். நான் அவர்களுக்கு உடனே பதில் சொல்லவில்லை. என் மகளைப் பார்த்து, "சரயு, நீ என்ன சொல்றே? தனியாகச் சொல்றதானால் உன் அம்மாவை அந்தண்டை அழைச்சிண்டு போய்ச் சொல்லு..." என்றேன். முடிவை அவள் கையில் விடலாம் என்ற நோக்கம் எனக்கு. அவள் மட்டும் மனப்பூர்வமாக அந்தப் பையனை விரும்பினால், நான் என் வீட்டை விட்டுத்தரத் தயாராக இருந்தேன்.

"டாக்டருக்கு என்ன பிளட் குரூப் கேளுங்க, அப்பா" என்றாள் அவள், சம்பந்தமில்லாமல்.

"ஏன் கேட்கிறே?" என்றேன், ஆச்சரியத்துடன்.

"எனக்கு *RH* ஃபாக்டர் இருக்குதே? நீங்க ஜாதகப் பொருத்தத்தையே பார்க்கிறீங்க. அதிலேயே ஒருத்தர் சொன்ன மாதிரி ஒருத்தர் சொல்லலைன்னு பேசிக்கிறீங்க. வைத்தியத்திலே அப்படி இல்லை, அப்பா. சில ரத்தம்தான் சேரும். அந்த வித்தியாசத்திலே எத்தனை தாம்பத்தியம் திண்டாடிப் போறது அப்பா! டாக்டரைக் கேளுங்க. எங்க க்ளினிக்கிலே பல கேசு..." என்றாள் சரயு நிதானமாக.

"என்ன இப்படிப் பேசறா உங்க பெண்? நினைச்சுப் பார்த்தால் அசிங்கமாக இல்லை?" என்று வெகுண்டு எழுந்தான் டாக்டர் முரளி.

"இந்தக் காலத்துப் பெண்களுக்கு வெட்கமே இல்லை" என்றாள் அவனுடைய தாய்.

"புத்திசாலியாகத்தானே பேசினா, அண்ணா... உன் பிளட் குரூப் சொல்லேன்" என்று இடைமறித்தாள் அவர்கள் பெண் ரத்தினா.

"ரத்னா!" என்று கோபமாகப் பெண்ணை அடக்கினார் நடேசன். அவள் பயந்துப் பின்பக்கமாக நகர்ந்து விட்டாள்.

"என்ன அம்மா சரயு, இந்தக் கேள்வியை என்னிடம் கேட்டிருந்தால், நானே மாமியிடம் ரகசியமாக

விசாரித்திருப்பேனே? பார், அவர் உன்னைத் தப்பா எடை போடறா?" என்று என் மனைவி, மிக்க துக்கத்துடன் தன் மகளிடம் கெஞ்சினாள்.

நடேசன் மேல் துண்டை எடுத்து உருவிப் போட்டுக்கொண்டார். "சார், நீங்களும் நானும் பேசுவோம். எனக்குப் பளிச்சென்று பேசத்தான் தெரியும். என் பையன் ஓரளவு நன்றாகக் கால் ஊன்றிவிட்டான். நாங்க இருக்கிற வேளச்சேரி வட்டாரத்திலே ஒரு நல்ல மருத்துவமனை தேவைப்படுகிறது. எனக்கு இன்னுமொரு பெண் கல்யாணத்துக்கு இருக்கிறாள். அதனால் அந்த வசதியை அவனுக்குச் செய்து கொடுக்க முடியவில்லை. உங்க வீட்டை உங்க பெண்மீது எழுதி வைத்தால் நன்றாக இருக்கும். உங்கள் பெண்தானே வாழப்போகிறாள்...? செவ்வாய் தோஷ ஜாதகம்... நர்ஸ் வேலை பார்த்த பெண்..." என்று கூறி நிறுத்தினார்.

"ஏன், நர்ஸ் வேலைக்கு என்ன? புனிதமான தொழிலை அவளே தேர்ந்தெடுத்தா" என்றேன் பெருமையாக.

"புனிதம்தான். இலட்சியவாதத்துக்குச் சரிதான். ஆனால் எத்தனை பேர் அழுக்கையெல்லாம் அப்புறப்படுத்தியிருப்பாள்! அதை நினைச்சா ரொம்ப பேர் யோசிப்பாளே?" என்றாள் திருமதி நடேசன்.

நான் என் மகளைப் பார்த்தேன். அவள் கண்களில் தீ மூள்வது புரிந்தது. "டாக்டர் தொழில் மட்டும்?" என்று அவள் அந்த அம்மாளைப் பார்த்துக் கேட்டுவிட்டாள்.

எனக்குக் கண் கலங்கியது போல ஆகிவிட்டது. அவரைப் போலவே நானும் என் மேல் துண்டை மடித்து நின்றேன். "நல்ல இதமான சூழ்நிலையிலே இருக்கிறோம். இப்படியே பிரிவோம் சார். எனக்கு வேளச்சேரியிலே ஒரு சிறிய வீடு இருக்கிறது. நாங்க இரண்டு பேரும் வயதான காலத்தில் இருக்க ஒரு நிழல். அதில் இப்பொழுது இருந்தால் செலவுக்குப் பணம் குறையும். வட்டி கட்ட வேண்டும். நான் சாதாரண நடுத்தர வர்க்கத்து மனிதன் சார். நிறைய வாடகைக்கு அதை யாருக்கோ கொடுத்து விட்டு, நான் சொற்பக் குடிக் கூலியில், அற்ப வசதியுடன் ஒண்டுக் குடித்தனம் நடத்துகிறேன் சார்."

"நமக்கு ஒத்து வராது சார். 'ஒரு பானைச் சோற்றுக்கு ஒரு சோறு பதம்' என்பார்கள். உங்கள் வீட்டு வாசலில் கார் நிறுத்தியிருந்த விதம் ஒன்றே என்னை விரட்டியிருக்க வேண்டும். வீட்டைத் தேடி வருபவர்களைத் தாராளமாக வரவேற்காமல், ஒரு பெரிய நந்தியைக் குறுக்கே நிறுத்தினதில் புரிகிறது, உங்களுக்கு அடுத்தவர்கள் மனநிலை பற்றிக் கவலை கிடையாது என்று. சொத்து மீது அபார ஆசை. போதும் சார் உங்களுக்கு எவ்வளவு பணம் இருந்தால் எனக்கு என்ன சார்? மனம் விசாலமில்லாத வீட்டில் என் பெண்ணுக்குப் புழுக்கமாகி விடும்"

"செவ்வா..."

"செவ்வாய் தோஷம் கிடக்கட்டும் சார், என் பெண்ணுக்கு நல்ல இன்பமான, நிறைவான வாழ்க்கை வேண்டும்."

"அதுதான் முக்கியம். நானும் என் உடம்பிலே யுகயுகமாக ஊறிவிட்ட பழக்கத்தில் அவளுக்கு மண வாழ்க்கையில் ஒரு பாதுகாப்புத் தேடியது உண்மைதான். பாதுகாப்பு என்ன பெரிய பாதுகாப்பு! நீங்க ஒரு நல்ல யோசனை சொன்னீங்க. வீட்டை அவள் பேரிலே எழுதி வச்சிடறேன். தாங்க்ஸ் சார். என் புத்தியைத் தெளிவுபடுத்திட்டீங்க. அவள் தன் தொழில் செய்து கொண்டு பிறர் கஷ்டத்தை நீக்கிக் கொண்டு வாழட்டும்." நான் படபடப்பாய் பேசிவிட்டேன். என் மூச்சு வாங்கியது. முகம் சிவந்தது.

வைத்தியனின் நுண்ணறிவுடன் முரளி சட்டென்று என் நாடியைப் பார்த்தான்.

சரயு அதற்குள் என்னைத் தழுவியபடி

அமரவைத்து, "எதுக்கு, அப்பா நீங்க உணர்ச்சி வசப்படறீங்க? நீங்க இனி செய்யப் போறதையெல்லாம் இப்ப விஸ்தரிக்கணுமா? 'சரிப்படலை'ன்னா போச்சு" என்று அன்புடன் கடிந்தாள்.

என் மனைவி தன் தலைப்பால் என் முகத்தை விசிறினாள்.

"வாடா முரளி, அவர் கையை விடு" என்று கட்டளையிட்டார் தந்தை.

அவன் என் கையைப் பார்த்து விட்டு "ஹார்ட்?" என்று முடிக்காமல் சரயுவைக் கேட்டான்.

"ஆமாம்" என்று என் மகள் கண் இமைத்தாள்.

அவன் வேகமாக நடந்து செல்லும் தன் பெற்றோரைப் பின்பற்றவும் முடியாமல், எங்களை அப்படியே விட்டு விடவும் துணியாமல் தவித்தான்.

"நீங்க போங்க. எனக்குப் பழக்கம்தான். பார்த்துக் கொள்கிறேன்" என்றாள் சரயு.

அவன் கை கூப்பிவிட்டு விடை பெற்றான். இப்பொழுது அவன் முகத்தில் ஒருகனிவு இருந்தது. நான் ஆசுவாசமடையும் வரை அவன் என் அருகில் இருந்தான். பிறகு "மிஸ் சரயு, என் பிளட் குரூப் கூட..." என்று ஆரம்பித்தவனைச் சரயு கை அமர்த்தி நிறுத்தி விட்டாள்.

"இனித் தேவையில்லை, நான் இனி கன்னியாகவே இருப்பதாகத் தீர்மானித்து விட்டேன். என தகப்பனாருக்கு ஒரு மகன் இல்லை. அப்படி ஒருவன் இருந்திருந்தால், அவன் என் அப்பா, அம்மாவைக் கவனிப்பான். அவன் கடமை தவறினாலும், ஊரார் அவனைச் சொல்லிச் செய்ய வைப்பார்கள். இன்றைக்கு இவ்வளவு விஸ்தாரமாகப் பேசிய பிறகுதான் எனக்கு எல்லாம் தெள்ளெனப் புரிந்தது. நான் இனி என் பெற்றோருக்கு ஒரு பிள்ளை" என்றாள் சரயு தீர்மானமாக.

"எனக்கும் இன்றைக்குப் பல விஷயம் புரிந்தது. நீங்க சொல்வது போல ரத்த க்ரூப் கவனிக்க வேண்டியதுதான்."

நடேசன் தூர நின்று மகனுக்காகக் காத்திருப்பது தெரிந்தது. ரத்தினா ஓடோடி வந்தாள். "அண்ணா, அப்பா கோவமாக இருக்கிறார். வா சீக்கிரம்" என்றாள்.

டாக்டர் முரளி கிளம்பிவிட்டான். அவன் திரும்பிப் பாராமல் தன் தங்கையுடன் நடந்தான். தன் பெற்றோர் இருக்குமிடம் அடைந்தவுடன் ஒரு முறை திரும்பிப் பார்த்தார்கள் அண்ணன், தங்கை இருவரும். கையை உயரத் தூக்கி அஞ்சலி செய்தனர்.

நானும் கையைத் தூக்கி ஆமோதித்தேன். "வெட்கமில்லைன்னு உன்னைச் சொன்னார்களே, அந்தப் பையனுக்குத்தான் வெட்கமில்லை. அப்பாவோடும் சேருகிறான். நம்மகிட்டேயும் குழைகிறான்". நான் நறநறவென்று பல்லைக் கடித்தேன்.

"போதும் அப்பா. அவர்களோ போய்விட்டார்கள். இன்னும் என்ன கோபமும் தாபமும்?" என்றாள் சரயு.

"படிப்பும் பண்பும் அவர்கள் உடம்பிலே ஊறவேயில்லையே? டாக்டர் பையன் தன் தொழிலின் புனிதம் புரியாமல் வியாபாரமாக நினைக்கிறானே?" என்று என் மனைவி அங்கலாய்த்தாள்.

"ஊறிப் போனதையெல்லாம் ஒரே நாளிலே நீக்கிவிட முடியாது அம்மா. பசங்களைப் படிக்க வைக்கணும். வேலைக்கு அனுப்பணும், கல்யாணம் செய்து வைக்கணும் - இப்படி ஒரு நியதி, ரயில் வண்டித் தொடர் மாதிரி. ஒரே மாதிரி ஜாதகம், பெண் பார்ப்பது, லௌகீகம் பேசுவது. எல்லாம் கண்மூடித்தனமாக நடக்கிறது. இப்படி எத்தனை பேர் அம்மா, இந்த அப்பா மாதிரி உப்பு காகிதமாக உரசி எடுப்பா சொல்லு" என்று மொழிந்து விட்டு என் மகள் பெரிய நகைச்சுவை கண்டவள்

போல கலகலவென்று சிரித்தாள்.

இந்தமாதிரி ஊறிப்போன வியாதிகளுக்கு என்னைப் போல ஓர் இதயக்கோளாறு என்ன செய்து விட முடியும்? என் பெண்ணும், அந்த டாக்டரும், ரத்தினாவும் கை தூக்கிக் காட்டிக்கொண்டபோது இந்த இளைஞர் உலகம்தான் வழிகாட்டப்போகிறது என்று எனக்குத் தோன்றியது.

• எம்.எஸ்.கமலா

18
களங்கினி

எம்.எஸ்.கமலா

எம் எஸ் கமலா
(17/04/1922)

ரவிப்பிரியா என்ற இயற்பெயரைக் கொண்ட இவர், தமிழ், தெலுங்கு, ஆங்கிலம் அறிந்தவர். லட்சுமி குமாரி, மைத்ரேயி என்ற புனைப்பெயரிலும் இவர் எழுதியுள்ளார். சுதேசமித்திரன், காவேரி, ஜகன்மோகினி, பாரத மணி, மங்கை என்ற இதழ்களில் சிறுகதைகள், கட்டுரைகள் எழுதியுள்ளார்; அச்சிறுகதைகள் 'கன்னி தெய்வம்', 'காதல் கோயில்' என்ற பெயர்களில் தொகுப்புகளாக வெளிவந்துள்ளன. 'மனித தெய்வம்' என்பது இவர் எழுதிய நாவலாகும். தெலுங்கில் இருந்து தமிழுக்கு மொழிபெயர்ப்பு செய்துள்ளார் இவர். அடவி பாபி ராஜு என்ற பிரபல தெலுங்கு எழுத்தாளரின் நாவல் ஒன்றினை 'நாராயண ராவ்' என்ற பெயரில் தமிழில் மொழிபெயர்த்துள்ளார். இவர், 1966-ம் ஆண்டில், தமிழ் எழுத்தாளர் சங்கத்தின் பொதுச் செயலாளராக இருந்துள்ளார்.

ஸ்ரீதரன் தன் அறையில் அன்று ஆசிரியர் ஆனந்த ராவ் சொன்ன விஷயங்களைப் பற்றிச் சிந்தித்தபடி அமர்ந்திருந்தான். மத்தியானம் இரண்டு மணிக்குக் கலாசாலையை விட்டு வந்தவன் எழுந்து வராமல் அறையுடன் அறையப் பட்டப் பதுமையைப் போல் வீற்றிருப்பதைப் பார்த்த அவன் தாய், "ஸ்ரீதரா! உடம்பிற்கென்ன? ஒன்றும் சாப்பிடாமல் இப்படி சுவரில் வரைந்த பதுமையைப் போல் இருக்கிறாயே!" என்றாள் வேதனையுடன்.

அவன் மௌனமாய்த் தன் சிவந்த கண்களை ஏற எடுத்து உற்றுப் பார்த்தான். தாய் நடுங்கிவிட்டாள். அக்கினிக் கணங்களைப் போன்ற அவன் கண்கள் அப்படி நடுங்கச் செய்துவிட்டன, அவன் தாயை. அந்த அம்மாள் சற்றுத் தன்னைத் தான் சமாளித்துக் கொண்டு "ஏனப்பா! என்ன செய்கிறது?" என்று அவன் நெற்றியை அன்புடன் தொட்டுப் பார்த்தாள். நல்ல ஜுரம். திடுக்கிட்டபடி "அசட்டுப் பிள்ளையே! நீ டாக்டருக்குப் படித்ததும் ஒன்றுதான், படிக்காததும் ஒன்றுதான். ஜுரம் வந்திருக்கிறதே. கண்ணை மூடிக்கொண்டு படுக்கையில் படுப்போம் என்று தோன்ற வில்லையே! என்ன தெரியப்போகிறது?" என்று தன்னுள் சலித்துக் கொண்டபடியே கட்டிலில் விரித்திருந்த படுக்கையை நன்றாய்த் தட்டி விட்டு "படுத்துக் கொள்ளப்பா!" என்றாள்.

அவன் வாய் பேசாது படுத்துக் கொண்டான்.

"ஸ்ரீதர்! நான் சொல்வதைச் சிரத்தையாய்க் கேள். உங்கப்பா செய்த தவறுகள் கொஞ்ச நஞ்சமல்ல. அதையெல்லாம் மறைத்து வைத்து உன்னை மனிதனாக்கப் பாடுபடுவது உன் அன்னையென்று நினைத்துக் கொண்டிருக்கிறாய். அவள் உன் அன்னை யல்ல" என்ற இச்சொற்களே அவன் காதில் ஒலித்துக்கொண்டிருந்தன.

சற்று நேரத்தில் சுடச்சுடக் காப்பியுடன் உள்ளே வந்த அவன் தாயின் ஸ்ரீதரா!" என்றழைக்கும் குரல் கேட்டதும் ஸ்ரீதரனின் யோசனை கலைந்தது. அவன் மறுபடியும் அன்னையை உற்றுப் பார்த்தான். அவன் கண்களி லிருந்து நீர் சுரந்தது.

அவள் மனம் நீர் சோரும் அவன் கண்களைப் பார்க்கச் சகியாது தகர்ந்து விட்டது. 'காப்பி' டம்ளரை மேஜை மேல் வைத்துவிட்டு அவன் அருகில் அமர்ந்து புடைவைத் தலைப்பால் அவன் கண்களைத் துடைத்தபடியே "ஏனப்பா அழுகிறாய்?" என்னும்போதே அவள் கண்களிலிருந்தும் நீர் வடியத் தொடங்கியது. ஸ்ரீதரனுக்கே மனம் பொறுக்கவில்லை. ஆனால் உடனே அவன் மனத்தில் ஒலிப்பதோ "உன் தந்தை செய்த தவறுகளையெல்லாம் மறைத்து வைத்து உன்னை மனிதனாக்கப் பாடுபடுவது உன் அன்னையென்று நினைத்துக் கொண்டிருக்கிறாய். அவள், உன் அன்னையல்ல."

துடைக்கத் துடைக்க வழியும் அவன் கண்ணீர் வெறும் கண்ணீரல்ல. அவள் கண்களுக்கு அது ரத்தமாய்த் தோன்றியது. நடுநடுங்கியபடியே "என்னப்பா செய்கிறது? ஸ்ரீதரா! வாயைத் திறந்து சொல்லேன். பச்சைக் குழந்தையைப் போல் அழுகிறாயே! எனக்கொன்றும் தோன்ற வில்லையே!' என்று அவன் முதுகை வருடினாள்.

"அ...ம்..." அவன் வாய் அதற்குமேல் உச்சரிக்க மறுத்தது. நாக்கு மண்டியிட்டு சண்டித்தனம் செய்தது. வாய் விட்டே அலறி விட்டான். அவள் தன்னைத் தானே மறந்து கற்சிலை போல் சமைந்தான். என்னதான் கற்சிலை போல் அமர்ந்திருந்தாலும் மனமுள்ள உயிர் ஜீவன் தானே! அவள் கைகள் மாத்திரம் அவன் கண்ணீரை அன்புடன் துடைத்துக்கொண்டிருந்தன. அவள் தன் சீலைத் தலைப்பில் ஏந்தும் கண்ணீரை அவள் கண்களின் மூலமாய்ச் சிந்துகிறாளோ என்னும்படி அவள் கண்கள் மடை திறந்து கொண்டன. அவள் மனம் காரிருள் சூழ்ந்த கானகத்தில் கண் தெரியாமல் கலங்கி நின்றது. அவன் மனமோ முள்ளடர்ந்த புதரிடையில் சிக்குண்டு நோவெடுத்தது. ஆனால் இருவர் உயிரும் ஒன்றையொன்று பிணைத்துக் கொண்டு வேதனையால் வெதும்பின.

•••

ஒருவிதமாய் அவன் கனத்த மனம் கண்ணீரை வடித்துப் பாரம் குறைந்ததுபோல் தோன்றுகிறது. "அம்... மா!" என்றான். அவள் ஏனப்பா ராஜா!! என்றாள், அவன் முகத்தருகில் குனிந்து. மறுபடியும் அவன் நாக்கு சண்டித்தனம் செய்தது. மனம் 'மௌனமாய் இரு' என்று உபதேசித்தது. உண்மையை அறியும் ஆவல் இறகு கட்டிக்கொண்டு பறந்தோடத் தொடங்கி விட்டது.

'அப்பா...என்ன செய்து கொண்டிருந்தார்? அதை... முன்பு... சொல்ல... வேண்டும்?"

அவளை அப்படியே தூக்கிச் சமுத்திரத்தில் தடாரென்று விட்டெறிந்தாற்போல் தோன்றியது. அவள் மறந்திருந்த கஷ்டத்தின் அலைகள் பருவகால அலைகளைப்போல் வேகமாய்க் குமுறிக்கொண்டு உயர்ந்து உயர்ந்து தடார் தடாரென்று அவள் உள்ளக் கரையை மோதியது. அதனால் அவள் மனோதிடம் என்னும் கரை உடைபடுமோ என்று

அவளே பயப்பட்டாள். பைத்தியக்காரியைப்போல் பேந்தப்பேந்த விழித்தாள்.

"முதலில் சொல்...சொல்லாவிட்டால்..." அவன் சிவந்த கண்களும் இடிந்த குரலும்... துடிதுடித்துக்கொண்டுவரும் சொற்களும் அவளை என்னமோ செய்தன. தன் இடக்கரத்தால் மெள்ளக் குரல்வளையைப் பிடித்துக் கொண்டாள். பரிதாபமாய் அன்பு நிறைந்த தன் கண்களை அவன்பால் திருப்பி"ஸ்ரீதரா!" என்றாள்.

அக்குரல் அவனையே அதிரச் செய்தது. அதென்ன தெய்வீகக் குரலா? இல்லை. உள்ளன்புடன் வேதனையால் நொந்து வேகும் குரலல்லவா?

"ஏன் அம்மா?" என்றான் அவனையறியாமலே! அப்படிக் கனிவாய்க் கேட்க அவன் நினைக்கவில்லை. அவள் அன்புடன் அவன் கண்களைக் கூர்ந்து பார்த்தபடி "குழந்தாய்! உங்கப்பா என்ன செய்துகொண்டிருந்தார் என்றால் என்னப்பா அர்த்தம்? உங்கப்பா ஒன்றும் செய்யவில்லை. அவருக்கு விடிந்தால் இந்தக் குடியானவர்களுடன்கூட மாரடிப்பதற்கே பொழுது போதாது. வேளைக்குச் சாப்பாடா? படுக்கையா? இருந்தவரைக்கும் காக்காயாய் அலைந்தார். கழுகாய்க் கத்தினார். நீ மூன்று வயதுக் குழந்தையாய் இருக்கும்போதே அவருக்கு வயது நூறு நிரம்பிவிட்டாற்போல் அந்தப் பாழாய்ப்போன எமன் வந்து கொண்டுபோனான்.

ஸ்ரீதரனின் முகம் சிறிது சுருங்கி இயற்கைக்கு வந்தது. ஆசிரியர் ஆனந்தராவ் சொன்ன புராணம் எங்கே? இவள் சொல்வது... சற்றுக் கண்களை மூடிக்கொண்டான். மேஜை மேலிருந்த காப்பி ஆறிக்கொண்டிருந்தது. அவள் உள்ளம் மாத்திரம் என்றுமில்லாமல் ஸ்ரீதரன் இப்படிச் சங்கடப்பட்டுக்கொண்டு தன்னைத் திடீரென்று இம்மாதிரிக் கேள்வி கேட்க நேர்ந்ததற்குக் காரணத்தை அறியத் துடித்துக் கொண்டிருந்தது. ஆனால் அவள் பொறுமையைக் கைவிடாது அவனைத் தடவிக்கொடுத்தபடியே "ஸ்ரீதரா! இதோ உன் படிப்புக்குக் கடைசிவருஷம். ஒருவிதச் சஞ்சலமுமில்லாமல் கவலையற்றுப் படித்துப் பட்டம் பெற்றுவிட்டால்... பிறகு... உனக்கிணை யார்? மேலும் நான் புத்தியறிந்தது முதல் பட்ட கஷ்டத்துக்கேற்ற பலனை அடைந்தவளாவேன். நீ சந்தோஷமாய்ப் பேரும் புகழுமாய் இருந்தால்தானேப்பா எனக்குச் சந்தோஷம்?" என்று அவனைக் கூர்ந்து பார்த்தபடி கேட்டாள்.

அவள் அன்பான பார்வைக்கு முன், ஆயுதம் முறிந்த வீரனைப்போல் திருதிருவென்று அவன் விழித்தான். அவளோவெனில் நிலைகலங்கியவளாய் "என்னடா'ப்பா செய்கிறது? எனக்கொண்ணும் தெரியவில்லையே? கலிய பெருமாளே! பட்ட கஷ்டத்துக்கேற்ற பலனை அளித்திருக்கிறாய்...என்று, எல்லாவற்றையும் மறந்திருந்த என்னை மறுபடியும் முதல் படியில் தள்ளிவிடாதே!" என்று அவன் முகத்தில் முகம் பதித்து அழுதாள். ஸ்ரீதரன் தைரியத்தை வற்புறுத்தி அழைத்தபடி" அம்மா! எனக்கு மண்டையைப் பிளக்கிறது. அதனால்தான் கண்ணில் நீர் வடிகிறது. நீ பயப்படாதே" என்று கண்களை மூடி யோசனையிலாழ்ந்தான். அவனுக்கு யோசிக்க யோசிக்கத் தலை சுழன்றது. அதே சமயம் தெருவில் யாரோ "ஸ்ரீதர்" என்றழைக்கும் குரல் கேட்கவே அவனருகிலமர்ந்திருந்த அவள் சட்டென்றெழுந்து சென்றாள்.

•••

முன்புற ஹாலில் ஸ்விட்சைத் தட்டிவிட்டு "யார்?" என்று கேட்டபடியே வாயிற்புறம் வந்தாள். அங்கு நிற்கும் ஆளைக் கண்டதும் அவள் முகம் சுருங்கியது.

"ஸ்ரீதர் இல்லையா?" என்று கேட்டான்

அவன்.

“அவனுக்கு உடம்பு சரியாயில்லை’ என்றாள் சோர்ந்த குரலில் அவள்.

“காலையில் கலாசாலைக்கு வந்தபோது நன்றாயிருந்தானே? “

“இப்பொழுது நன்றாயில்லை” என்று சொல்லியபடியே உள்ளே சென்றாள் வெகுஅலட்சியமாய்.

அவள் பின்புறமே வந்த அவன், ஹாலில் அமர்ந்து வெகுநிதானமாய் “ஸுகுணா! நான் வந்திருப்பதாக. ஸ்ரீதரனிடம் சொல்லு...”

அவள் திகைத்தபடி சட்டென்று அவன் புறம் திரும்பி “ஆனந்த்! நீ எப்பொழுது இங்கு ‘வந்தாய்?’ என்றாள் மெல்லிய குரலில்.

நான் இவ்வூருக்கு மாற்றலாகிவந்து இரண்டு மாதமாகிறது. ஸ்ரீதரன் உன் பிள்ளையென்ற விஷயம் நேற்றிரவுதான் அறிந்தேன். இன்று மத்தியானம் அவனை அழைத்துப் பேசினேன்.’

“ஐயோ! அவனிடம் என்ன பேசினாய்? அதன் பயன்தானோ அவன் இன்று இப்படிப் படுத்திருப்பது?” என்றாள் குமுறும் குரலில்.

“நான் என்ன சொன்னேன்? ஒன்றும் சொல்லவில்லையே! நான் ஏதாகிலும் சொன்னதாக அவன் சொன்னானா?” என்றார் பரபரப்புடன். அறையில் படுத்திருந்த ஸ்ரீதரனுக்கு இவர்கள் பேசுவது நன்றாய்க் கேட்டது; கண்களை மூடியபடியே காதை மாத்திம் தீட்டிக்கொண்டான்.

‘ஆனந்த்! உன் விஷயம் எனக்குத் தெரியாதா? சிறுவயதிலிருந்தே எதையும் ஆற அமர யோசித்துப் பேசமாட்டாய். அதிக அவசர குணமுள்ளவன். பிறகு “நான் செய்தது தவறுதான். காலில் விழுகிறேன் என்று நெடுஞ்சாண்கிடையாய் விழுவாய். ஒரு முறையா? இரண்டு முறையா எப்பொழுதும் இதே உன் வழக்கமாகிவிட்டது. எந்தக் காரியங்கள் அனுசிதமோ அதையே செய்வாய். உன்னைச் சொல்லக் குற்றமில்லை. நீ பிறந்த வேளை அப்படிப்பட்டது...” என்று சொல்லும்போது தன்னையும் மீறி ஸ்ரீதான் பெருமூச்சு விட்டான். அவன் பெருமூச்சு காதில் விழுந்ததும் துடிதுடித்தபடி ஓடி “என்ன ராஜா!” என்று அவன் நெற்றியைத் தொட்டுப் பார்த்தாள். அவன் கண்களை இறுக மூடிக்கொண்டு பதிலளிக்காமல் படுத்திருந்ததான். அவள் சற்றுச் சாந்தியுடன் வெளியில் வந்தாள். ஸுகுணாவையே பின் தொடர்ந்த ஆனந்தராவ் அவள் செய்கையைக் கண்டு ஆச்சரியத்திலாழ்ந்தார்.

“பி...ற...கு..? என்றார் வெகு நிதானமாய்;

“பிறகு என்ன? அவன் பிறந்ததுமுதல் இம்மாதிரி ஒருநாள் படுத்து அறியேன். கடவுள் அனுக்கிரகத்தினால் ஏதோ கஞ்சியோ கூழோ இன்பமாய் இருவரும் குடித்துக் ‘கொண்டிருக்கிறோம். குழந்தை சமர்த்தாய்ப் படித்துக் கொண்டு புத்திசாலியாய் இருக்கிறான். நல்லதனமாய் இந்த ஆறுமாதம் படித்துப் பட்டம் பெற்றுவிட்டால், அவன் உயரிய பதவிக்கு வருவான். அதில் ஆட்சேபணையில்லை. அவன்... இன்று... காலேஜிலிருந்து வந்தது முதல் பேயறைந்ததைப் போல் உட்கார்ந்திருந்ததும், பிறகு ஜுரம் கண்டதும்.. உடம்பிற்கென்னவென்று கேட்டால்...அப்பா என்ன செய்துகொண்டிருந்தார் என்று கேட்டதும்... இப்பொழுது நீ வந்ததும் பார்த்தால் நீதான் ஏதோ விஷ விதை விதைத்திருக்கிறாய்... என்பதிலையமில்லை. ஆனந்த்! துன்பத்தையே இன்பமாய்ச் சுவைக்கும் என்னை இந்த வழியிலேயே விட்டுவிடு. இன்னும் குழி பறிக்காதே! உண்மையில் நீ என்...இருந்தால்... இத்துடன்... விட்டுவிடு... குழந்தையிடம்

அனாவசியமாய் பேசாதே! இவ்வளவு நாள் இல்லாமல் கடவுள் உன்னை இந்தக் கலாசாலைக்கு... இந்த ஊருக்கா மாற்ற வேண்டும்? வர வருஷம் வந்திருக்கக் கூடாதா? நீ என்ன செய்வாய்? என் விதி விலைக்கு விற்கிறது போலும்" என்றாள் சோகத் துடன்.

ஸூகுணா!' என்று சற்று அழுத்தமாய் அழைத் தார் ஆனந்தர்.

"ஏன் ஆனந்த்!" என்றாள், அன்பு நிறைந்த குரலில் நிதானமாய்,

"உனக்கு இன்னும் அந்த அற்பப்பதரின் மேலிருந்த ஆசை அகல வில்லையல்லவா?"

"போதும். வாயை மூடிக்கொள். இறந்த பின்னும் ஒரு ஜீவனின்மேல் இத்தனை விரோதமா? உன் தலையில் அவர் கல்லையா போட்டார்?" என்றாள் கோபமாய்.

"கல்லைத் தூக்கிப் போட்டாலும் தேவலை. கன்னிப் பெண்ணைக் கெடுத்த மகாபாதகன்..."

அவர் பாதகர் அல்ல. நீங்கள்தான் பாதகர்கள்..."

'அவனைப்போல் நினைத்த வழிகளெல்லாம் சுற்றத் தெரியாமல்... கட்டினவளைக் கிணற்றில் தள்ளி, கன்னியின் கற்பை..."

"நிறுத்து அண்ணா! குழந்தை விழித்துக்கொள்வான். அவர் எப்படியிருந்தாலும் என் மட்டில் உத்தமர்தான். நான்தான் பாபி. அவரை வைத்துக்கொள்ளக் கொடுத்து வைக்காதவள்..."

அ...டா...டா! என்ன அன்பு. சாஸ்திரோக்தமாய்க் கல்யாணம் செய்துகொண்டு கஷ்டப்படுவது; சீதை, சாவித்திரி முதலானவர்கள்கூட உன்னிடம் பிச்சை தான் எடுக்கவேணும் போலிருக்கிறது. பதிபக்திக்கு..." என்றார் ஏளனமாக...

ஆம். இல்லையென்று யார் சொன்னது. அதே அந்தச் சீதையை ராவணனுக்கு அவள் தந்தை கொடுப்பதாக நிச்சயித்திருந்தால்... ராமனை விரும்பிய சீதை என்ன செய்திருப்பாள்?"

"என்ன செய்திருப்பாள்? நீயே சொல்லேன்?" "என்னைப் போல்தான் செய்து இருப்பாள். அதிசயமில்லை..."

"உன்னைப்போல் கசடனைக் காதலித்துக் காலம் முழுவதும் கைம்பெண்ணாய் இருக்க அவள் அவ்வளவு அசட்டுப் பெண்ணல்ல'

"ஆமாம் ஆனந்த்! என்னைப்போல் அசட்டுப் பெண்ணாக அவள் இருக்காமலிருந்ததால்தான்...ஊம் அப்படியல்ல... அவள் விருப்பப் பிரகாரம் ஜனகர் ராமனுக்குக் கொடுத்ததால்தான் நமக்கு இன்று சிரஞ்சீவிக் காவியமான ராமாயணம் கிடைத்தது. இல்லையேல்..." என்று அவரையே திரும்பிக் கேள்வி கேட்டாள்.

ஆனந்தராவ் பேசச் சக்தியற்று அவள் முகத்தையே உற்றுப் பார்த்தார். பின்னும் அவள் சொல்லத் தொடங்கினாள். "ஆனந்த்! தயவு செய்து சென்றவைகளை நினைவுபடுத்தாமல் வந்த காரியத்தைப் பார்த்துக்கொண்டு போ! குழந்தை அலுத்துத் தூங்குகிறான். அவன் எழுந்ததும் நீ வந்ததாகச் சொல்கிறேன் '' என்றாள்.

ஸூகுணா! பத்தொன்பதாண்டுகளுக்குப் பின் சந்திக்கும் சகோதரனுக்கு இந்த உபசரிப்பும் மரியாதையும் தானா?"

"என்ன செய்வது ஆனந்த்! ஆயிர வருஷமாயினும் சரி, என் ஸ்ரீதரன் நன்மைக்காக நான் சர்வத்தையும் தியாகம் செய்யத்தான் செய்வேன்."

"நீ யாரென்று அவனறிந்தால்..."

"நான் யார்? அவன் அன்னை. அதை

இல்லையென்று மறுக்கக் கடவுளாலும் ஆகாது."

"நான் உன் உண்மையை உடைத்து விடுவேன்.?"

"எதற்காக? நான் உனக்கென்ன தீங்கு செய்தேன்?'

" நீ செய்ததைச் சொல்ல வேண்டுமா?" என்று பல்லை நெற நெற வென்று கடித்தான்.

"ஆனந்த்! நான் கடவுளுக்குப் பொதுவாய்ச் சத்தியத்தைக் கடைப்பிடித்துத்தான் நடக்கிறேன். நான் செய்த தவறு ஒன்றுண்டெனில், உனக்கிஷ்டமில்லாத அவரை மணந்து கொண்டதுதான். அவரை மணக்காமல் என்னால் இருக்க முடியாது என்பது எனக்குத் தெரியும்" என்றாள் எங்கோ தன் யோசனையைப் பறக்க விட்டு.

"மோரு வித்த காசு, மூணுநாள் வாழ்வு, என்பதைப் போல் ஆயிற்று. அப்படியாவது கல்யாணம் கார்த்திகைன்னு நடந்ததா? என்னவோ... கைம்பெண் வேஷம் மாத்திரம் வெகு நன்றாய்ப் போட்டுக் கொண்டிருக்கிறாய்" என்றார் சினத்துடன்.

"ஆனந்த்! அதிகமாய்ப் பேசாதே! அவரிடம் நான் வைத்த அன்பு கடவுளுக்கே தெரியும். அவர் நினைவாய் அவருக்கு நான் செய்யவேண்டிய பணிவிடைகளைச் செய்ய அவர் எனக்கு அளித்துவிட்டுச் சென்றிருக்கும் அந்த ரத்தினம் ஒன்றே போதும்."

ஆமாம்... பத்து மாதம் சுமந்து பெத்தது எடுபட்டுப் போறது' என்றார் சலிப்புடன், '

"இன்னும் நான்கு வருடத்துக்கு முன் அவரை அடைந்திருந்தால் எனக்குப் பிறக்கவேண்டியவன் தானே! என் கண்மணி!"

"எவளோ பெற்றுவிட்டுப் போனாள்."

"எவள் பெற்றாலென்ன? மான் வயிற்றில் பிறந்ததால் வள்ளி என்ன குறைந்துவிட்டாள்? ரிச்யசிருங்கர் என்ன குறைந்துவிட்டார். யார் பெற்றாலென்ன? எங்கே பிறந்தாலென்ன? குணம் உயர்ந்தது. அதுதான் முக்கியம். என் ராஜு தங்கக் கட்டி. அவனைச் சொன்ன வாயால் மற்றவரைச் சொல்லக்கூடாது.

"ஸுகுணா! அவ்விஷயத்தில் நானும் உன்னுடன் சேருகிறேன். கலாசாலையில்கூட அவன் நல்ல பெயரெடுத்திருக்கிறான். ராஜாங்கத்திலேயே முதலில் தேறுவான். அதில் சந்தேகமில்லை. இன்று அவனை என் பெண்ணை மணந்துகொள்ளும்படி கேட்டேன். அவன் மாட்டேன் என்று மறுத்தான். அதற்குப்பின் வார்த்தைக்குமேல் வார்தை வளர்ந்தது. அவன் சொன்னான். கூன் ஆனாலும், குருடானாலும் சரி. என் அன்னை பார்த்து எவளைப் பண்ணிக்கொள்ளச் சொல்கிறாளோ அவளைத்தான் பண்ணிக்கொள்வேன் என்றான். அப்பொழுதுதான் நான் ஜாடையாய் நீ அவன் தாயல்ல வென்றும்... அவன் தந்தை..." என்னும்போதே "ஐயோ!" என்று நிலத்தில் வெட்டுண்ட மரம்போல் சாய்ந்தாள்.

இவர்கள் பேசுவதைக் கேட்டுக்கொண்டிருந்த ஸ்ரீதரன் காதில் ஸுகுணாவின் குரல் கேட்கவே ஸ்ரீதரன் எழுந்தோடிவந்து அவன் அன்னையை எடுத்துத் தன்மேல் சாய்த்துக்கொண்டு, ஆசிரியர் ஆனந்தராவை வெறுப்புடன் பார்த்தான்.

அவள் பேச்சற்றுக் கிடந்தாள். ஆனந்தராவ் சொல்லத் தொடங்கினார்: "ஸ்ரீதர்! இவள் என் சொந்தத் தங்கை. உன் தந்தையை வெகுவாய்க் காதலித்தாள். அந்த அயோக்கியனோ செய்யாத அக்கிரமங்களில்லை. கொழுத்த பணக்காரன். அவன் மனைவி உன்னைப்பெற்ற இரண்டு வருஷத்துக்கெல்லாம் இறந்தாள். அச்சமயம்

இவளுக்குப் பதினாலு வயது. ஒரு நாள் எங்கள் தெருவிலிருக்கும் அவன் அத்தியந்த நண்பன் வீட்டுக்கு உன்னையும் எடுத்துக்கொண்டு பகடையாட வந்தான். நீ விளையாடிக் கொண்டே தெருவுக்கு வந்துவிட்டாய். அச்சமயம் ஸுகுணா தெருவில் நின்று கொண்டிருந்தவள் உன்னை எடுத்துக்கொண்டு வீட்டுக்குள் வந்துவிட்டாள். நீயும் அவளிடம் வேற்றுமை பாராட்டாது விளையாடினாய். சிறிது நேரத்துக்கெல்லாம் உன்னைக் காணாது தெருவில் எல்லோரும் தேடத் தலைப்பட்டார்கள். அதையறிந்த இவள் உன்னை தெருவில் கொண்டுவந்து விட்டாள். அன்று பிடித்தது எங்களுக்குச் சனி.

“உன் தந்தை அப்பக்கம் வந்தால் நீ எங்கள் வீட்டுக்கு ஓடி வந்துவிடுவாய். ஸுகுணா நல்ல அழகு. அதற்கேற்பக் கல்வி கேள்விகளில் கெட்டிக்காரி. துர்ப்புத்தியும் காமப்பித்தும் பிடித்தலையும் உன் தந்தைக்கு அவளைக் கெடுப்பதா கஷ்டம்? கெடுத்துவிட்டான். அதையறிந்து நாங்களெல்லாம் வருந்தினோம். ஆனால் அவள் மாத்திரம் ஒரே வார்த்தையில் அவரையே நான் வரித்துவிட்டேன். தெய்வத்தின் முன் அவரே எனக்கு எல்லாம் என்று சொல்லி எங்களைவிட்டு உன் தந்தையுடன் வந்துவிட்டாள். அந்த மஹாபாபி இறந்ததாக வெகு நாட்களுக்குப் பிறகு கேள்விப்பட்டோம்...” என்று சிறிது நேரம் மௌனமாய் இருந்தார். ஶ்ரீதரன் தன் தாயின் முகத்தில் ஈரத்துணியைக் கொண்டுதுடைத்தபடியே விசிறிக்கொண்டு ஆனந்தராவைப் பார்த்தான். அவன் முகம் அப்புறம்? என்ற கேள்வியை எழுப்பியது.

அவர் மறுபடியும் சொல்லத் தொடங்கினார்: ‘சென்ற வருடம்தான் அவள் இங்கிருப்பதும், நீ டாக்டருக்குப் படிப்பதும் தெரிந்ததால் நான் இவ்வூருக்கு மாற்றிக் கொண்டு வந்தேன். இந்த இரண்டு மாத காலமாய்த் தினமும் அவளறியாது இத்தெருவில் இரண்டு மூன்று முறை போவேன். அன்று இருந்ததைப்போல்தான் இன்றும் இருக்கிறாள். அன்று மங்களஸ்வரூபி, இன்று அமங்கள ஸ்வரூபி, அன்று உன் தந்தையின் காதலி. இன்று உன் போஷகி, இவ்வளவுதான். ஆனால் இவளைப்போன்ற மனோதிடம் யாருக்கும் இல்லையென்பது தெரிகிறது. உன் மேன்மைக்காக உன் தந்தை விஷயத்தை உனக்கு இத்தனை நாள் அறிவிக்காமல், தான் வளர்த்தவள் என்பதையும் பிறறியாமல் உன்னை வளர்த்தாளே! அதுதான் எனக்கு ஆச்சரியமாயிருக்கிறது!” என்றார்.

அதே சமயம் கண்களை விழித்த ஸுகுணா” ஆனந்த்! தயவுசெய்து குழந்தையிடம் அவரைப்பற்றி ஒன்றும் சொல்லாதே! உலகம் என்ன வேண்டுமானாலும் சொல்லட்டும். அவன் நிர்மலமான உள்ளத்தில் அவர் தெய்வமாய் விளங்கட்டும். என் தெய்வம், அவனைப் பெற்ற தந்தை, அவனிடமாகிலும் தெய்வ பூஜையை ஏற்கட்டும். உன் பெண்ணை அவனுக்குக் கொடுக்க வேண்டாம். அவன் தந்தையைக் காதலித்து நான் உங்கள் வம்சத்தைக் களங்கம் செய்துவிட்டேன். அப்பேர்ப்பட்ட களங்கினி வளர்த்த பிள்ளைக்கு உங்கள் பெண்ணைக் கொடுக்க வேண்டாம். என் கண்மணிக்கு என் கணவரால் முன்னுக்கு வந்த... என்று மேல்மூச்சு விட்டாள்.

ஶ்ரீதரன் அன்னையின் கையைப் பிடித்து நாடியைப் பரிசோதித்தான். அது நிதானமாய்த் தன் நிலையை விட்டு அகல ஆரம்பித்துவிட்டது தெரிந்தது.

“அம்மா!” என்றலறினான் அவன்.

19
தந்தையுமாகி நின்றாள்

கிருஷ்ணா

கிருஷ்ணா
(17/ 1/ 1924)

இவரது இயற்பெயர் அம்புஜம். திருவனந்தபுரத்தில் பிறந்து வளர்ந்த இவரின் சொந்த ஊர் திருநெல்வேலி மாவட்டத்தைச் சேர்ந்த திருக்குறுங்குடியாகும். திருவனந்தபுரம் கான்வென்ட் ஒன்றில் படித்தவர். தமிழைத் தவிர மலையாளம், ஆங்கிலம் ஆகிய இரு மொழிகளிலும் நல்ல ஞானம் உண்டு. இவருடைய முதல் கதை, 1948 ஆம் ஆண்டு, கல்கி இதழில் வெளியானது, 250க்கும் மேற்பட்ட சிறுகதைகளும், 10 குறுநாவல்களும், 7 நாவல்களும் எழுதியுள்ளார்.

"டேய் பாலு!" என்று கூப்பிட்டாள் மரகதம். பாலுவின் காதில் அம்மா கூப்பிட்டது விழுந்தால்தானே?

அவன் வாசற்புறத்து அறையில் தன் தம்பிகளுடன் விளையாடிக் கொண்டிருக்கிறான் என்று பேர்!

ஆமாம்! பேர் தான் - உண்மையில் அது விளையாட்டா? இரண்டு சிங்கங்கள், நாலு புலிகள், எட்டுக் கரடிகள் ஆக எல்லாவற்றையும் ஒரே சமயத்தில் அவிழ்த்துவிட்டால் எத்தனை களேபரம் ஏற்படுமோ அத்தனை லட்சணமாயிருந்தது அந்த அறை.

கதவின் தாழ்ப்பாளில் ஒரு கால் அழுந்த மற்றொரு காலை உயரே சுவரில் பதித்திருந்த சாமான்கள் வைக்கும் பல கையின் மேல் வைத்து, ஏற முயன்றுகொண்டிருந்தான் பாலு. தரையில் கிழிந்த பாயில் உட்கார்ந்திருந்த சேகர், கத்தோகத்துஎன்றுகத்திக்கொண்டிருந்தான். சற்று முன் பாலு அவனை அறைந்ததால் ஏற்பட்ட விரல் பதிவு முதுகில் இன்னும் அப்படியே சிவந்து சாட்சி அளித்தது. சேகருக்கு அடுத்த பெண் சுகந்தி ஆணியைத் தரையில் வைத்து ஒரு கட்டையால் ஓங்கி ஓங்கி அடித்துக்கொண்டிருந்தாள். அவளுக்கும் மேல் பெரியவன்,

புத்தகங்களிலிருந்து பேப்பரைக் கிழித்துக் காகிதக் கப்பல், மைக்கூடு, ஏரோப்ளேன் எல்லாம் பண்ணிக்கொண்டிருந்தான்.

‘கடன்காரா! கூப்பிடக் கூப்பிட என்னடா செய்கிறாய்?” என்று கேட்டவண்ணம் கையில் கேழ்வரகுப் பாத்திரத்துடன் வந்து நின்ற மரகதம் அறையிலிருந்த அலங்கோலத்தையும் மக்கள் இருந்த அவலத்தையும் கண்டு திடுக்கிட்டாள்; நொந்தாள். வயிற்றில் சங்கடம் பிடுங்கியது.

‘அம்மா, தாயே’ என்று நேற்று கெஞ்சிக் கூத்தாடி அடுத்த வீட்டுக்காரியிடமிருந்து பத்து ரூபாய் கடன் வாங்கிக் கொடுத்த பாடப் புத்தகங்கள் தாறுமாறாகக் கிழிந்தும் இறைந்தும் கிடந்தன. பேனா ஒன்று கிளிமூக்கைப் போல் ‘நிப்’பின் முனையை வளைத்துக்கொண்டு கிடந்தது.

“பாலு! கீழே இறங்கு...” தாய்ப்பாசத்தை உள்ளடக்கி வலுவில் வரவழைத்துக்கொண்ட கம்பீரத்துடன் அதட்டினாள் மரகதம்.

“போம்மா...” என்றான் பாலு, உயரே இருந்தவாறே. “இறங்கடா! ‘மில்’லுக்குப் போய் இதை அரைத்துக் கொண்டு வா.

பாலு இறங்காமலேயே பதிலளித்தான். “முடியாது. போ! ஒரு நாளைக்கு எத்தனை தரம் போவது?” பாலுவுக்கு எரிச்சல் பற்றிக்கொண்டு வந்தது.

“எத்தனை தரம் போனால்தான் என்ன? நம்ம வீட்டுக்கு நாம் போனால் என்ன குறைந்துவிடப் போகிறது?”

“முடியாதென்றால் முடியாது. காலையில் பருப்பு வாங்க ஒரு தரம்...அப்புறம் அளவு குறைவாக இருக்கிறதென்று திருப்பிக் கொடுக்க ஒரு தரம் அப்பப்பா, சிக்கனமாம், சிக்கனம்! என்ன இழவோ, என் கால் உடைபடுகிறது. சே...”

“நன்றாயிருக்கிறது. ஒரு தரத்துக்கு நாலு தரம் பார்த்துத்தான் வாங்கவேண்டும். நாம் என்ன சீமான்களா? இல்லை; உங்கப்பாதான் சேர்த்து வைத்துவிட்டுப் போயிருக்கிறாரா, நாம் கஷ்டப்படாமலிருக்க..?”

“அப்போ நீ படு. நான் ஏன் கஷ்டப்பட வேண்டும்? போனால் போகட்டும் என்று ஒரு தரம் கடைக்குப் போனால் ஓரணாக் காசு எடுத்துக்கக்கூட உரிமை கிடையாது. அரை நயா பைசாவுக்குக்கூடக் கணக்குச் சொல்லணும். இப்படிப் பிள்ளை மேலே பாசமே இல்லாத அம்மாவை நான் பார்த்ததே கிடையாது.” கீழே இறங்கினால், அடி விழுமோ என்று பாலு, உயர இருந்தபடியே பேசினான்.

“உன்னைப் போல் ஒரு பிள்ளையைப் பெறுவதற்கு எந்தப் பூதத்திடம் நான் வரம் வாங்கினேனோ?

“உன்னைப் பெற உன் அம்மா எந்தப் பிசாசிடம் போய் வரம் வாங்கினாளோ! பிசாசு போலக் கத்துகிறாயே!” என்று சொல்லிவிட்டு, அம்மாவிடம் சிக்காமல் ஓடிவிட எண்ணிய பாலு, உயர இருந்தபடியே கீழே குதித்தான். குதித்த வேகத்தில் காற்றாடிக்கு ‘மாஞ்சா’ப் போடுவதற்காக அவன் கையில் வைத்திருந்த கண்ணாடிச் சில்லுகள் கை நழுவி விழுந்து சிதறின. டிரவுசர் பாக்கெட்டிலிருந்து எரிந்து அணைந்த ஒரு துண்டு சிகரெட்டும் விழுந்து அவனைக் காலை வாரிவிட்டது.

“அடப் பாவீ!” என்று அலறினாள் மரகதம். வயிறு சுருங்கி இதயக் கூட்டில் எழும்பி மோதியது மரகதத்திற்கு.

“வாழ்த்த வேண்டிய வாய் என் வாய். அநியாயமாய் என் வயிற்றெரிச்சலைக் கொட்டிக்கொள்ளாதேடா!’

பாலு முறைத்தான். ஆரம்பித்துவிட்டாயா உன் வியாக்கியானத்தை... இதோ பார், அம்மா..நான் கெட்ட பையன்தான்.. அப்படித்தானே நீ ஊரெல்லாம் சொல்லிக் கொண்டு திரிகிறாய். அதை என் எதிரிலும் சும்மாச் சொல்லிச் சொல்லிப் புலம்ப

வேண்டாம். நீ சொல்லச் சொல்ல நான் இன்னும் கொஞ்சம் கெட்டுத்தான் போவேன். மாவு அரைக்கப் போகணும் என்றால் 'அப்பா குழந்தாய்!' என்று கெஞ்சுகிறது. கடைக்குப் போகக் காசு கேட்டால், 'தடி ராஸ்கல்! வயது பத்தொன்பது ஆச்சு, வேலை தேடற வயசு. உன்னொத்த பசங்கள் எல்லாம் சம்பாதிக்கறது..! குடும்பக் கஷ்டம் கொஞ்சங்கூடத் தெரியல்லே...' அப்படி இப்படின்னு திட்டறது."

பாலு கன அலட்சியமாகப் பேசினான்.

மரகதத்திற்குக் கண்ணில் நீர் கட்டிவிட்டது. உருப்படாமல் வளர்ந்து, அடக்க முடியாத வேகத்தில் எதிர்த்து நிற்கும் மைந்தனைப் பார்த்தாள். பாசத்தையும் மீறியதொரு வெறுப்பே படர்ந்தது. அதையும் பொறுத்துக்கொண்டு நயத்தோடு பேச முயன்றாள் அந்தத் தாய்.

"என்னப்பா, பாலு! நீயே இப்படிப் பேசினால் எனக்கு யாரடா கதி? உன்னைப் பார்த்து மற்றக் குழந்தைகளும் கெட்டுவிடுகிறார்கள். சுகந்தாவைப் பார்: ஒரே பிடிவாதம்; சேகரும் அப்படித்தான். இப்படியே எல்லோரும் போய்க் கொண்டிருந்தால் நான் என்னடா செய்வேன்?"

அழுகை முட்டி வெடித்து வரப் பெற்ற மனத்திலிருந்து. வெளியேறும் தாயின் துடிப்பும் வேதனையும் பாலுவின் மனத்தைத்தொடவே இல்லை.பிடிபடாமல் துள்ளும் மீனைப் போல் அவன் குதித்தான்.

"பெரியவன், மூத்தவன் என்று வாயால் சொன்னால் போதுமா? என்னை நிஜமாகவே மதிக்கவேண்டாமா?" என்று பெரிய மனிதனைப் போல் சொல்லிவிட்டு, சிதறிய கண்ணாடித் துண்டுகளைப் பொறுக்கிக்கொண்டு மற்றொரு கையில் காற்றாடியும் அதுவுமாய் மைதானத்தைப் பார்க்க ஓடி விட்டான். இனி அவனை மாலை ஏழு மணி வரையில் பார்க்க முடியாது. இந்த ஆனி பிறந்தால் பத்தொன்பது வயது நிரம்புகிறது அவனுக்கு. குடும்பம் இருக்கின்ற நிலையில் இப்படிப் பட்டம் விட்டுக்கொண்டும், துண்டு சிகரெட் பிடிப்பதுமாக வீட்டுக்கு மூத்தபையன் விளங்கினால், கணவனை இழந்த அந்தத் தாய்தான் என்ன செய்வாள்?

மரகதத்திற்கு, கணவன் மறைந்ததும் அதுவரையிலும் அடக்கி வைத்திருந்த கண்ணீர் அருவியென வெளிப்பட ஆரம்பித்துவிட்டது.

சுகந்தா, அத்தனை பெரிய அம்மா அழுவதை ஒரு பெரிய வேடிக்கையாகப் பார்த்துக்கொண்டிருந்தாள். 'அம்மாவே நம்மைப் போல் அழுகிறாளே' என்று ஒருவித அலட்சியமும் ஏற்பட்டது. அவள் ஓர் இரண்டுங்கெட்டான்; புத்தியும் மக்கு.

தன்னைத் தானே ஒருவாறு தேற்றிக்கொண்ட மரகதம், 'அடி சுகந்தி.. நீயாவது போய் இதை அரைத்துக்கொண்டு வா. இல்லையென்றால் ராத்திரிப் பொழுதுக்கு காற்றையும் ஜலத்தையுந்தான் குடிக்க வேண்டும்..." என்று சொல்லி, கேழ்வரகுப் பாத்திரத்தையும் காசையும் அவளெதிரில் வைத்தாள். எதிர்த்துத் தடுத்துக்கொள்ளவும் முடியாமல், போகவும் இஷ்டமில்லாத சுகந்தி, அரை மனத்துடன் எழுந்து முணுமுணுத்தவாறே புறப்பட்டாள்.

'அண்ணா போனால் என்னவாம்.. அண்ணாவுக்குப் பயப்படறது; எங்களையெல்லாம் வெரட்டறது.."

சுகந்தி முணுமுணுத்த இந்த வார்த்தைகள் மரகதத்தின் காதிலும் விழுந்தன. அவளைக் கொஞ்சம் திகைக்கவும் சிந்திக்கவும் வைத்தன, அந்த வார்த்தைகள்.

பெற்ற பிள்ளை - அந்த முரட்டுப் பாலு - அவளைப் பாடாய்ப் பாடுபடுத்தி வைக்கிறானே! ஏன் அப்படி? 'அம்மா' என்கிற அன்பு!-அதிலும் அப்பா இல்லாத அம்மா என்கிற இரக்கம் - தானாகச்

சம்பாதித்துக் குடும்பத்தை நடத்துகிறாளே என்கிற பரிதாபம் - தன்னை உணர்ந்த பொறுப்பு-ஒன்றுமேயில்லாத முரட்டு அசடனாய்-வயதுக்கு மீறிய சிறுபிள்ளைத்தனமாய் இருக்கிறானே! அவனை ஏன் அவளால் திருத்த முடியவில்லை? உண்மையிலேயே அவள் தன்னை அறியாமலே அவனுக்குப் பயப்பட்டுக்கொண்டிருக்கிறாளா என்ன?

மரகதத்திற்கு வயது இன்றைக்கெல்லாம் இருந்தால் முப்பத்தைந்துதான் இருக்கும். அதற்குள் அவள் கணவன் அவளையும் நான்கு குழந்தைகளையும் நிராதரவாக விட்டு விட்டுப் போய்விட்டான். குற்றம் விதியினுடையதைத் தவிர வேறு யாருடையதாக இருக்கும்? சாதாரணக் குமாஸ்தாவாக வேலை பார்த்து, வரவுக்கும் செலவுக்கும் முடிச்சுப் போட முடியாமல் இழுபறியென்று அவஸ்தைப்பட்ட காசிலிங்கத்தால் ஒன்றும் சேர்த்து வைத்துவிட்டுப் போக முடியவில்லை. பணம் இல்லை என்பதற்காக உயிர் வாழாமல் இருந்துவிட முடிகிறதா? இல்லையே! வேளா வேளைக்குப் பசி எடுக்கிறது. உடம்பை மூடி வளைய வரத் துணிமணி வேண்டியிருக்கிறது. எல்லாவற்றிற்குமாக உழைக்க வேண்டியிருக்கிறதே. ஒருவன் செத்துவிட்டால், அதோடு உலகமே அஸ்தமித்துவிடுகிறதா என்ன?.

மரகதத்திற்கு முதலில் கையைக் கட்டி யாரோ நடுக்கடலில் எறிந்துவிட்டாற் போலத்தான் இருந்தது. காசிலிங்கத்தின் நண்பர் ஒருவர் மனமிரங்கி, பாலுவை ஒரு விடுதியில் சேர்த்துவிட்டார். சுகந்தியைக் கஷ்டத்துடன் கஷ்டமாகக் கொஞ்சகாலம் தன் அண்ணன் வீட்டிற்கு அனுப்பி வைத்திருந்தாள் மரகதம். இன்னொரு பையனையும் சேகரையும் மட்டும் தன்னோடு வைத்துக்கொண்டாள். அப்பொழுது சேகர் எட்டு மாதக் குழந்தை.

உத்தியோகம் செய்யுமளவுக்கு மரகதம் அப்படி ஒன்றும் படித்தவள் அல்ல. அவளுடைய நிலைமைக்கிரங்கிய வீட்டுக்கார அம்மாள், தன் கணவரின் எவர்சில்வர் பாத்திரக் கடையில் மரகதத்திற்குச் சிபாரிசு செய்து, ஒரு வேலை வாங்கிக் கொடுத்தாள். மாதாந்தரப் பாத்திரச் சீட்டுக்காக மெம்பர்களைச் சேர்த்துவிட வேண்டியது, சீட்டு எண்ணைப் பதிந்து கொண்டு, அது சம்பந்தமானவற்றையெல்லாம் உடனுக்குடன் 'டிஸ்பாட்ச்' செய்ய வேண்டியது - ஆக இந்த வேலைக்கு மாதம் அறுபது ரூபாய் சம்பளம். காலையில் சமைத்துச் சாப்பிட்டுவிட்டு, சீட்டுச் சம்பந்தமான 'பைல்'களுடன் தெருவில் இறங்கினால், மாலையில் அலுத்துச் சலித்து, பிழிந்து விட்டாற் போல வருவாள் மரகதம்.

எப்படியோ காலம் ஓடிக்கொண்டிருந்தது. பெரிய மகன் ஊரில் படிக்கிறான். படிப்பு முடிந்து வந்துவிட்டால் நமக்குப் பாரம் இறங்கும். குடும்பத்திற்கு ஏற்ற ஆண் மகனாக இருந்து நிர்வகிப்பான் என்று கனவு கண்டாள் மரகதம்.

எதிர்பார்த்தபடியே எல்லாம் நடந்து விடுகிறதா என்ன?

ஊரில் படித்துக்கொண்டிருந்த பாலு, தான் படித்துக் கொண்டிருந்த விடுதியை மூடிவிட்டார்கள் என்றுசொல்லிக்கொண்டு ஒரு நாள் வந்து சேர்ந்தான். முழங்கால் வரையிலும் சுருட்டி விடப்பட்ட பான்ட்டும் பொத்தான் இல்லாத சட்டையும், வைக்கோல் புரியை உதிர்த்துவிட்டாற் போன்ற தலையுமாக அவன் வந்து நின்றவுடன், மரகதம் அதிர்ந்துதான் போய்விட்டாள்.

மீசை அரும்பவா வேண்டாமா என்று எட்டிப் பார்த்துக் கொண்டிருந்த முகத்தையும், முறுக்கேறிப் புடைக்க ஆரம்பித்திருந்த வலுவுள்ள கை கால்களையும் கண்டதும், அவள் உள்ளத்தில் தீவிர நம்பிக்கை பிறந்தது.

'படிக்காவிட்டால் என்ன? படித்தவர்கள் எல்லாம் என்னத்தைப் புரட்டி விட்டார்கள்? படிக்காமல் உழைப்பினால்தான் முன்னுக்கு வரட்டுமே...' என்று எண்ணினாள்.

மகனுக்குக் குளிக்க வெந்நீர் போட்டுக் கொடுத்தாள். பரட்டைத் தலையை ஒழுங்குபடுத்தினாள். கையில் அன்பும் ஆசையுமாய்ச் சாதம் பிசைந்து போட்டாள்.

வந்த அலுப்புத் தீர நன்றாகப் படுத்து உறங்கினான் பாலு. அன்று முழுவதும் ஒரே விளையாட்டுத்தான். அசுரத்தனமான விளையாட்டுக்கள்! வீட்டுக்குத் திரும்பி வந்த ஆர்வம் அது என்று எண்ணிய மரகதம் பேசாமல் இருந்து விட்டாள்.

மறு நாள் விடுதியிலிருந்து ஒரு கடிதம் வந்தபொழுது தான் மகனின் சொரூபம் ஓரளவு புரிந்தது தாய்க்கு: ' "அம்மணி,

தங்கள் குமாரன் பாலுவை இனிமேல் இங்கு வைத்துக்கொள்ள முடியாத நிலை ஏற்பட்டுவிட்டபடியால் திருப்பி அனுப்பிவிட்டோம். அவனைப்பற்றி எங்களால் புரிந்துகொள்ள முடியவில்லை. நாங்கள் சொல்வதை அவன் கேட்பதில்லை. ஆனால் சொல்லாததைச் செய்கிறான். அதனால் பலவிதமான துன்பங்கள் ஏற்படுகின்றன. இவனால் மற்றப் பிள்ளைகளும் கெட்டுப், போகிறார்கள். எங்கள் ஸ்தாபனத்தின் நல்ல பெயரைக் காப்பாற்றிக்கொள்ளும் பொருட்டு, அவனை வருத்தத்துடன் திருப்பியனுப்புகிறோம். அவனுக்கு எங்கள் ஆசிகள்.

இப்படிக்கு,

நிர்வாகி."

கடிதத்தைப் படித்து முடித்ததும் மரகதத்திற்கு நெஞ்சுக்குள் பாறாங்கல்லை அழுத்தியதுபோல் இருந்தது. எவ்வளவு துணிவுடன் பொய் சொல்லியிருக்கிறான்!

அன்றிரவு சாப்பிட வந்து உட்கார்ந்துகொண்டான் பாலு. அவன் சாப்பிட்டுக் கையலம்பும்வரையிற் பல்லைக் கடித்துக்கொண்டு இருந்த மரகதம், அவன் ஏப்பம் விட்டவாறே வந்து உட்கார்ந்ததும் பிடித்துக்கொண்டாள்.

"உன் ஹாஸ்டல் மானேஜரிடமிருந்து லெட்டர் வந்தது...!"

பாலுவின் முகத்தில் ஓர் இகழ்ச்சிப் புன்னகை சுழித்தது. "லெட்டர் வேறு எழுதிவிட்டானாக்கும்...வேலை என்ன..?"

"உன்னைப்பற்றி நிறைய எழுதியிருக்கிறார். நீ இப்படியெல்லாம் இருக்கலாமா?. தகப்பனில்லாத நீ மற்றவர்கள் குறை சொல்கிற மாதிரி நடந்துகொள்ளலாமா, பாலு?'

"பொய் பொய்! அவர் பொய் சொல்கிறார்["-பாலு கத்தினான்.

"நீதான் வந்தவுடனேயே விடுதியை மூடிவிட்டார்கள் என்று என்னிடமே பொய் சொல்லிவிட்டாயே... நான் உன்னை எவ்வளவோ நம்பியிருந்தேன். நான் படும் சிரமம் உனக்குத் தெரியவில்லையா, பாலு?"

பாலு எழுந்தான்.

"நான் என் இஷ்டப்படிதான் இருப்பேன். அங்கேயும் தொந்தரவு, இங்கேயும் தொந்தரவா?." என்று சீறி விழுந்தான்.

மரகதத்தின் இதயத்தினுள் ஏதோ ஒன்று ஒடிந்தது. பாலுவுக்கு வயது பதினெட்டு ஆகிவிட்டது. பதினெட்டு வயதுப் பையன் பேசுகிற பேச்சா இது! எவ்வளவோ பொறுப்பை உணர்ந்து, இந்த வயதில் பையன்கள் நடந்துகொள்ளுவதில்லையா? படிப்புக்கும் வழியில்லை; பிழைப்புக்கும் வழியில்லை என்றால், என்னதான் செய்வது?

மரகதம் முன்னைவிட அதிகமாக உழைக்க வேண்டி வந்தது. பாலு கோலி விளையாடுவான்; காற்றாடி விடுவான்; சினிமாவுக்குப் போவான். அவனுக்கென்று

அவனைப் போலவே சில சிநேகிதர்களும் சேர்ந்தார்கள்.

இன்று சுகந்தா சொன்ன அந்த ஒரு சொல் மரகதத்தை விக்கித்துப் போக வைத்தது. பெற்ற பிள்ளையே அவளைப் பயப்படுத்தும் அளவுக்கு வளர்ந்து துணிந்துவிட்டான்? சே! வெறும் சோம்பேறிப்பயல்! இவனை இப்படியே விட்டுவிட்டால்?.

தகப்பனின் கண்டிப்பற்ற நிலையில் தாயின் அன்பையும் இழந்துவிட்ட அவனை விடுதிவாழ்க்கை மேலும் முரடனாக்கி விட்டது. தாயையும், விடுதியில் தான் கண்ட மேட்ரன் அம்மாளாக அவன் கருதினானே ஒழிய, தாயை - தாய்மையை - அவன் புரிந்துகொள்ளவேயில்லை. தன் குறைகளையெல்லாம் சொல்லி ஆற்றிக்கொள்ள ஒரு ஜீவன் இருக்கிறதாகவே அவன் எண்ணவும் இல்லை. இயல்பாகவே உள்ள முரட்டுப் புத்தியில் படிப்பும் ஏறாது போகவே, ஓர் இரண்டுங்கெட்டானாக, வெறியனாக மாறிக்கொண்டிருந்தான் பாலு.

அவனை எப்படித் திருத்துவது?. அதில்தான் மரகதத்தின் வாழ்வின் பயனே இருக்கிறது.

பட்டம் விட்டு ஆடிக்களைத்து வந்த பாலு வாசற்புறம் வரும்பொழுதே, சிகரெட் துண்டை அணைத்துவிட்டு, வாயினுள் ஒரு 'ஸ்டிராங்' மிட்டாயை அடக்கிக்கொண்டு வந்தான். அவனைக் கண்டதும் மரகதம் மணையை எடுத்துப் போட்டாள். இலையைப் போட்டுவிட்டுப் பக்கத்தில் நீரையும் எடுத்து வைத்தாள். மற்றக் குழந்தைகள் ஓர் ஓரமாக உட்கார்ந்திருந்தார்கள். காலையில் சாப்பிடும்பொழுதுகூடப் பாலுவின் பக்கத்தில் உட்கார்ந்தவர்கள்தான். என்ன காரணமோ விலகி உட்கார்ந்திருந்தனர். மரகதம் முதலில் குழந்தைகளுக்குக் கேழ்வரகுக் களியைப் பரிமாறினாள்.

அதைக் கண்டதும், களிதானா?" என்றான் பாலு அருவருப்புடன். மரகதம் பதில் பேசவில்லை. உள்ளே சென்றவள் அரும்பு ஆய்ந்தாற் போல் உதிர்ந்த அன்னத்தை எடுத்து வந்து அவன் இலையில் படைத்தாள். நெய் வார்த்தாள். பருப்பு வேறு! மணக்க மணக்கச் சாம்பார்-ஒரு கறி-இவற்றுடன் பாலு திருப்தியாகச் சாப்பிட்டான். மற்றவர்களுக்கும் அதே மாதிரி பரிமாறப்பட்டதா என்பதை அவன் கவனிக்கவேயில்லை. உண்ட களைப்பில் தன் பாயை விரித்துக்கொண்டவன், எப்பொழுது தூங்கினானோ, பொழுது விடிந்ததும் தயாராகக் காபி தலைமாட்டில் இருந்தது. அவ்வளவுதான் அவனுக்குத் தெரியும். அதை எடுத்துக் குடித்தவன், கார்த்திகை மாத விடியற்காலைக் குளிருக்கு அப்படியே மறுபடியும் படுக்கையில் சுருண்டு படுத்து இழுத்துப் போர்த்துக் கொண்டுவிட்டான். வழக்கம் போல அவனை யாரும் எழுப்பித் தொந்தரவு செய்யவில்லை.

எட்டரை மணிக்கு எழுந்த அவன் ஆடிஅசைந்து சென்று பல்லைத் தேய்த்துவிட்டு மலிவுப்பதிப்பு மர்மநாவல் ஒன்றை எடுத்துப்படிக்க ஆரம்பித்தான். படித்து முடித்துவிட்டு எழுந்ததும் தயாராக இலை போடப்பட்டிருந்தது. யாரும் அவனுடன் பேசவில்லை. மௌனமாகவே சாப்பிட்டான். சாப்பாடு 'ஏ ஒன்!'

அன்று மாலை வேண்டுமென்றே சினிமாவுக்குப் புறப்பட்டாள் மரகதம். பாலுவிடம் ஓர் ஐந்து ரூபாய் நோட்டைக் கொடுத்துச் சினிமாவுக்கு அனுப்பினாள். அவளும் குழந்தைகளும்மட்டும் நாலணா இடத்தில் உட்கார்ந்தார்கள். மறுநாள் சம்பளம் வாங்கியதும் பொங்கலுக்காகக் குழந்தைகளுக்குப் புதுத்துணி எடுத்தாள். பாலுவுக்கு மட்டும் நல்ல துணிகள்; நேர்த்தியானவை.

யாரும் அவனுடன் பேசவில்லை. அவன் எவ்வளவு சோம்பேறித்தனமாக

இருந்தாலும் சரி, எவ்வளவு விஷமம் செய்தாலும் சரி, மரகதம் அவனுடன் ஒரு வார்த்தைகூடப் பேசவில்லை. சேகரையும் சுகந்தாவையும் மட்டும் பக்கத்தில் விட்டுக்கொண்டு தூங்கப் பண்ணுவாள், சமையலறையில். தானும் அங்கேயே படுத்துக்கொள்வாள். பாலு மட்டும் வாசல் அறையிலேயே படுத்துக்கொள்வான்.

வீடு வெகு அமைதியாக நடந்தது. நாட்கள் மடமடவென்று ஓடின. பாலு நாளுக்குநாள் இளைத்துக் காணப்பட்டான். வயதுக்குப் பொருத்தமில்லாத விஷமங்கள் படிப்படியாகக் குறைந்து காணப்பட்டன. எப்பொழுதும் தனியாக இருந்து சிந்திக்கத் தலைப்பட்டான். மரகதம் அவனை உன்னிப்பாகக் கவனித்து வந்தாள்.

அன்று பொங்கல். எல்லோரும் குளித்துவிட்டுப் புத்தாடை உடுத்திருந்தார்கள். எங்கோ பொங்கலின் மணம். பாலுவும் தனக்கு அம்மா வாங்கியிருந்த விலையுயர்ந்த ஆடைகளை உடுத்துக்கொண்டிருந்தான். மற்றக் குழந்தைகள் சாதாரணமான கைத்தறித் துணிகளையே உடுத்திருந்தார்கள்.

பாலுவுக்குத் தன் உடம்பில் பொருந்தியிருந்த உடை உறுத்துவது போல் இருந்தது. அந்த முரட்டுப் பயலின் கண்கள் கலங்கிக் காணப்பட்டன. சுகந்தாவை எடுத்ததற்கெல்லாம் அடிப்பவன் இப்பொழுது வாஞ்சையுடன் அவளைப் பார்த்தான். சேகரை எடுத்துக்கொள்ள வேண்டும்போல் பாசம் துடித்தது. அம்மாவைப் பார்க்கையில் எல்லாம் தொண்டைக்குள் ஏதோ ஒன்று அடைத்தது. அன்பே மயமான ஒரு புனித உலகத்தின் வாசற்படி வரையிலும் வந்தும் அதன் உள்ளே புகமுடியாமல் தான் தனித்து வெளியே நின்றுகொண்டிருப்பதுபோல ஒரு பிரமை.

மரகதம் 'சாப்பிட வரலாம்' என்று பொதுவாகக் குரல் கொடுத்தாள். எல்லோரும் உட்கார்ந்துகொண்டார்கள். பாலுவுக்கு வழக்கப்படி மணை போட்டு இலையில்நீர்தெளித்துவைக்கப்பட்டிருந்தது. பாலு உட்காரவில்லை. அந்த வெள்ளிப் பூப்போட்ட மணை பக்கத்து வீட்டு மாமியுடையது என்று அவனுக்குத் தெரியும். அதில் உட்கார்ந்து சாப்பிட்டதற்கே அவன் உடம்பு கூசியது. தன்னைத்தானே உணர்ந்துகொண்ட ஒரு புதுமை.

மணையைத் தூக்கி அப்பால் வைத்தான். இலையையும் சுருட்டி ஒரு புறமாய் வைத்தான். சுவரில் ஆணி அடித்து மாட்டி வைக்கப்பட்டிருந்த தன்னுடைய பழைய அலுமினியத்தட்டை எடுத்துப் போட்டுக்கொண்டு உட்கார்ந்தான்.

சிப்பலில் சர்க்கரைப் பொங்கல் எடுத்து வந்த மரகதத்திற்கு அதைக் கண்டதும் புல்லரித்தது. இத்தனை நாளாக அவனுடன் பேசாமல் தன்னுடைய அன்பையெல்லாம் கட்டுப்படுத்தி வைத்திருந்த அந்தத் தாய் முதல் முறையாகத் தன் மகனுடன் பேசினாள்.

"ஏன் பாலு, இலையில் சாப்பிடுவதற்கென்ன?"

பாலு நிமிர்ந்து தாயின் முகத்தைப் பார்த்தான். அவ்வளவுதான். அழுகை குமுறிக்கொண்டு வந்தது அவனுக்கு. அப்படியே எழுந்து மரகதத்தின் கால்களில் விழுந்தான்.

நடந்து, நடந்து, தேய்ந்திருந்த அந்த அன்னையின் பாதங்களைப் பிடித்துக்கொண்டு அழுதான்.

"அம்மா...அம்மா!" என்பதற்குமேல் வார்த்தைகள் வரவில்லை. அச்சொல்லின் தெய்விகத்தை முற்றும் உணர்ந்து நிறைந்து தத்தளித்தான் பாலு.

"எழுந்திரு, பாலு" என்றாள் மரகதம், ஒரு தகப்பனின் உறுதியுடன்.

பாலு எழுந்தான். "அம்மா, முன்பு நீ

சொன்னாயே அதைப் போல ஏற்பாடு செய்துகொடு. நான் தினமும் காலையில் பேப்பர் போடுகிறேன். அடுத்த வருஷம் பள்ளிக்கூடத்தில் சேர்த்துவிடு. உழைத்துப் படித்து முன்னுக்கு வருகிறேன், அம்மா. நானும் ஏதாவது சம்பாதிக்கிறேன், அம்மா" என்றான்.

"சரி; பார்க்கலாம். சாப்பிட உட்காரு. 'பாலு சாப்பிட உட்கார்ந்தான். இலையில் சர்க்கரைப் பொங்கலுடன் வித விதமான உணவுப் பண்டங்கள். கடந்த இரண்டு மாதங்களாக யார் பட்டினி கிடந்தார்களோ, யார் சாப்பிட்டார்களோ, பாலுவைப் பொறுத்த வரையிலும் நல்ல சாப்பாடு தான். பாலுவுக்கே வியப்பாக இருந்தது. அம்மாவின் அறுபது ரூபாய் சம்பளத்திலா இந்தக் குடும்பம் நடக்கிறது? "அம்மா?"

மரகதம் ரசம் வார்த்தபடியே, பாலுவைப் பார்த்தாள்.

'இதற்கெல்லாம் எவ்வளவு செலவு, அம்மா?" என்றான், பாலு வருத்தத்துடன். அம்மாவின் கைகளை அன்றுதான் உற்றுப் பார்த்தான் பாலு. பொன் வளையல்கள் எங்கே?

மரகதத்திற்குத் தன் வெற்றியின் சுமையைத் தாங்க முடியவில்லை. மறைவாகப் போய் அழுதாள். பாலு பார்க்க அழக்கூடாதே! மூன்று மாதங்களுக்கு முன்பு வரையிலும் அவனுடைய அன்புக்காக-வளர்ச்சிக்காக- ஏங்கிய பலவீனமான தாயுள்ளம் அவளுடையது. இனி அவள் அப்படி இருக்கமாட்டாள். ஆக்கவும் ஊட்டவும் மட்டுமா தாய்?. பொறுப்பை உணர்த்துவதில் வல்லமை மிக்க தந்தையும் கூடத்தான் அவள்.

லட்சுமி கிருஷ்ணமூர்த்தி
(01/08/1925 - 12/06/2009)

லட்சுமி கிருஷ்ணமூர்த்தி எழுத்தாளர், பதிப்பாளர், விடுதலைப் போராட்ட வீராங்கனை, அரசியல் செயற்பாட்டாளர், சமூக சேவகி, மொழிபெயர்ப்பாளர், இதழாளர் என்ற பன்முகப் பரிமாணங்களைக் கொண்டவர். இவரின் தந்தை காங்கிரஸ் கட்சியின் மூத்த தலைவர்களுள் ஒருவரான தீரர் சத்தியமூர்த்தி ஆவார். லட்சுமி, கிருஷ்ணமூர்த்தி என்பவரை மணந்தார். கல்கி, சுதேசமித்திரன், இந்து போன்ற பத்திரிகைகளில் கதைகள், கட்டுரைகள் எழுதியுள்ளார். இவரது நூல் 'ஐந்தாவது சுதந்திரம்' என்பதாகும். தந்தையின் வாழ்க்கை வரலாற்றை ஆங்கிலத்தில் எழுதியுள்ளார். 1965-ம் ஆண்டில், 'வாசகர் வட்டம்' என்ற பதிப்பகத்தை நிறுவி, அதன் மூலம் 45 சிறந்த தமிழ் நூல்களைப் பதிப்பித்துள்ளார். 'நூலகம்' என்ற இதழின் ஆசிரியராக. இருந்துள்ளார்.

20
பொம்மை வண்டி

லட்சுமி கிருஷ்ணமூர்த்தி

பகல் மூன்று மணி இருக்கும் தெருக்கோடியில் விளையாட்டு வண்டியின் 'டம், டம்' என்ற சத்தம் கேட்டது. பத்து நாட்களுக்கு முன்புதான் அந்தத் தெருவில் அவன் தன் வியாபாரத்தைத் தொடங்கியிருந்தான். வழக்கம்போல் அவன் ஒவ்வொரு வீட்டு வாயிலிலும் நின்று, "அம்மா! குழந்தைகள் விளையாடறத்துக்கு இது நல்ல வண்டி, அம்மா!" என்பான். பிறகு, தன்னை வேடிக்கையாகப் பார்க்க வரும் குழந்தைகளை நோக்கி, "என் ராசாக்களா! இந்த வண்டியிலே நீங்க டெல்லிப் பட்டணம் முழுக்க ஜோரா சுத்தலாம்!!" என்று தன் விற்பனைப் பிரசங்கத்தை ஆரம்பித்துச் சின்னஞ்சிறு உள்ளங்களை மயக்கிவிடுவான்.

மீனாவும், பசுபதியும் டெல்லிக்கு மாற்றலாகி வந்து நான்கு ஆண்டுகளாகி விட்டன. இருந்தாலும், அந்தத் தெருவுக்கு அவர்கள் அப்பொழுது தான் புதிதாகக் குடி வந்திருந்தார்கள். அவர்கள் வீட்டு வாயிலிலும் நின்று கிழவன் உரத்துக் கூவினான். ஜன்னல் வழியாக ஓர் உருவம் தென்படவே, அந்தக் கிழவனின் உற்சாகம் அதிகமாயிற்று. ஆவலுடன் போணிக்கு அந்த உருவத்தை அவன் எதிர்பார்த்தான். திடீரென்று வாயில் கதவு திறந்தது. கண்களில் நீர் தளும்பும் ஒரு பெண்ணுருவம், "இந்த வீட்டில் குழந்தைகள் கிடையாது; நீ போ, அப்பா!" என்று ஆத்திரமும்,

துக்கமும் கலந்த குரலில் சொல்லிவிட்டு, கதவைப் படீரென்று சாத்திக்கொண்டு உள்ளே மறைந்து விட்டது.

இந்தச் சம்பவத்தை அந்தக் கிழவன் மறக்கவேயில்லை. இல்லை யென்றால் மறுநாளும் அந்த வீட்டின் வாயிலில் வந்து அவன் நின்றிருக்க மாட்டானா?

அடுத்த நாள் அதே நேரத்தில் அவன் தெருவில் போய்ச் கொண்டிருந்தான். உள்ளே மீனாவும் அவன் கணவன் பசுபதியும் ஏதோ பேசிக் கொண்டிருந்தார்கள். திடீரென்று எங்கிருந்தோ வந்த பொம்மை வண்டியின் சத்தம் அவர்கள் பேச்சில் குறுக்கிட்டது. ”அது என்ன சத்தம்?” என்று பசுபதி கேட்டான்.

“அதுவா, குழந்தைகளுக்கான பொம்மை வண்டி! ஒரு சின்ன ‘டாங்கா’வில் ஒரு டமாரத்தைச் சேர்த்து வைத்திருக்கிறன்!’ என்றாள் மீனா.

இதைக் கேட்டவுடனேயே இத்தனை நேரமும் சந்தோஷமாகப் பேசிக் கொண்டிருந்த பசுபதியின் முகம் மாறிவிட்டதை மீனா உணர்ந்தாள். அதற்குமேல் அதிக நேரம் அவன் அங்கு உட்கார்ந்திருக்கவில்லை. தனக்கு வேலையிருப்பதாகச் சொல்லிவிட்டுப்போய் விட்டான். மீனாவும் அவனைத் தடுத்து நிறுத்தவில்லை. அப்படியே அவள் ஏதாவது சொல்லியிருந்தாலும் வாதப்பிரதிவாதங்கள் பலத்து, கடைசியில் மனப் புயலில்தான் முடியும் என்பதை அவள் அறிந்திருந்தாள்.

மீனாவுக்குக் கலியாணமாகி எட்டு வருஷங்களாகி விட்டன. இதுவரை புத்திர பாக்கியமே ஏற்படவில்லை. கலியாணமானதும் ஊருக்குச் செல்வதற்கு முன் மீனாவீன் மாமியார் எல்லோரிடமும் விடை பெற்றுக் கொள்ளும்பொழுது, “கூடிய சீக்கிரம் எல்லோரும் எங்கள் வீட்டிற்கு வருவீர்கள். இன்னும் ஒரு வருஷத்திற்குள் மீனாவின் சீமந்தம் வருமே அதற்கு வந்துவிடுங்கள்!” என்று சொல்லிவிட்டுப் போனாள். பாவம், அவளும் அந்தச் சீமந்தத்தைப் பார்க்காமலேயே பரலோகம் போய்ச் சேர்ந்தாள்.

ஆறு மாதத்திற்கு முன்பு மீனாவின் நாத்தனார் ரங்கம்மாள் வந்திருந்தபொழுது வீட்டில் ஏக ரகளை உண்டாயிற்று. ஒரு நாள் ரங்கம்மாள் தன் தம்பியிடம், “அந்தப் பெண் மலடோ என்னவோ, அதுதான் கொழந்தை பொறக்களை! சனியனைத் தள்ளி வைச்சுட்டு வேறே நல்ல பெண்ணா பார்த்துக் கல்யாணம் பண்ணிக்கோயேன்!” என்று உபதேசித்தாள்.

இதைக் கேட்ட பசுபதி ருத்ரமூர்த்தி யானான். ”அவள் மலடி இல்லே ரங்கா, நான்தான் மலடு!” என்ற அவன் உறுமினான்.

அன்றிரவு தமக்கையை ஊருக்கு அனுப்பி விட்டுப் பசுபதி திரும்பி வந்தபோது, ”அதென்ன, சாயங்காலம் அக்காவிடம் அப்படிக் கோபித்துக் கொண்டீர்களே, அவர் மனம் நோகலாமா?” என்று மீனா கேட்டாள்.

”எது, ‘ஒரு கன்னத்தில் உன் விரோதி அடித்தால், மற்றெரு கன்னத்தையும் காட்டு’ என்றாராமே ஏசு, அவரைக்கூட நீ தோற்கடித்து விடுவாய் போலிருக்கிறதே! உன்னைத் தள்ளிவிட்டு இரண்டாம் கல்யாணம் பண்ணிக்கோன்று அவள் சொல்வதை நான் கேட்டுச் சகிச்சுண்டு இருக்கணுமோ? இப்ப நான்தான் மலடுன்னு டாக்டர் சொல்லியாச்சு! அப்படீன்னா உனக்கு வேறே கல்யாணம் பண்ணி வைக்க இந்த அக்கா சம்மதிப்பாளா?” என்றான்.

“சரிதான், ரொம்ப சமத்தாப் பேசாதேயுங்கோ! ஏதோ தெரியாமல் சொல்லிவிட்டார். என்ன இருந்தாலும் கூடப் பிறந்த தமக்கை இல்லையா?” என்று

அவனைச் சமாதானப்படுத்த முயன்றாள் மீனா.

ஒரு நாள் மீனாவுக்குத் தன் தோழி பஸந்தி தேவியின் நினைவு வந்தது. அவள் ஒரு 'ஸேவா ஸ்தன'த்தின் தலைவியாக இருந்தாள். உடனே அவளை 'டெலிபோ'னில் கூப்பிட்டு, "நான் சாயங்காலம் ஒரு முக்கிய விஷயமாக உங்களைக் காண வருகிறேன் " என்று அறிவித்தாள்.

அன்று மாலை ஆசிரமத் தலைவியிடம் தன் ஆசையை வெளியிட்டாள் மீனா. அதைக் கேட்ட பஸந்தி, "சரியான சமயத்தில் வந்தீர்கள், மீனா! பஞ்சாப், எல்லைப்புற மாகாணக்களிலிருந்து எங்கள் ஆசிரமத்திற்கு அகதிக் குழந்தைகள் வந்தவண்ணமாக இருக்கின்றன என்றுதான் உங்களுக்குத் தெரியுமே! நான்கு நாட்களுக்கு முன்னர் இரண்டு குழந்தைகள் வந்திருக்கின்றன. சுமார் மூன்று வயது இருக்கும், இரட்டைகள் போலிருக்கிறது, பாவம், நாங்கள் என்ன சொன்னாலும் சமாதானமடையாமல் அழுகிறதுகள். அதுகள் பேசும் பாஷை எங்களுக்குப் புரியவில்லை. பஞ்சாபி, உருது, பொஷ்து எல்லாம் பேசிப் பார்த்தோம். கடைசியாக உங்களைக் கூப்பிட்டு 'மதறாஷிக் குழந்தை'களோ என்னவோ என்று கேட்க வேண்டுமென்றிருந்தேண். அதற்குள் நீங்களே வந்து விட்டீர்கள்!" என்று ஹிந்தியில் சொன்னாள்.

அந்தக் குழந்தைகளைப் பற்றிக் கேட்டவுடனேயே, அவர்களைக் காண விரும்பினாள் மீனா. பஸந்தி தேவி அக்குழந்தைகளின் அழகும், சமர்த்தும் எல்லோரையும் எப்படி வசீகரித்துவிட்டது என்பதை வழியெல்லாம் வர்ணித்துக்கொண்டே வந்தாள். தோட்டத்தின் ஒரு கோடியில் தனியாக நின்று கொண்டிருந்த இரு குழந்தைகளைக் காட்டி, "நான் சொன்ன குழந்தைகள் இவர்கள்தான்!" என்றாள்.

கண்ணீர்க் கரைபடர்ந்திருந்த இரு முகங்கள் விளையாட்டில் லயித்திருப்பதைக் கண்ட மீனாவின் உள்ளம் உடனே அவர்களிடம் தாவியது. குழந்தைகளை அணைக்க அவள் கைகள் துடித்தன. "என்ன கண்ணே, என்ன வேணும்மா? உன் பெயரென்ன பாப்பா?" என்று அவள் தங்களுக்குப் பரிச்சயமான பாஷையில் பேசவே, குழந்தைகளின் முகவாட்டம் மறைந்தது. பெண் குழந்தை, "நா தம்மூ, இது தியாகு!!" என்றது.

"சரி, அசல் தமிழ்ப் பெயர்கள் தான்! தர்மாம்பாளும், தியாகராஜனும்!" என்று பஸந்தி தேவியிடம் கூறினாள் மீனா.

சிறிது நேரம் குழந்தைகளுடன் விளையாடிக் கொண்டிருந்ததில் மீனாவுக்குப் பொழுது போனதே தெரியவில்லை. திடீரென்று கைக் கடிகாரத்தைப் பார்த்ததும், மணி ஏழு. அவர் வரும் நேரமாகி விட்டது; நான் என்னுடனேயே குழந்தைகளை அழைத்துக் கொண்டு போகலாமா?" என்று வினவினாள் மீனா.

அதற்குப் பஸந்தி, "அம்மா, எங்கள் ஆசிரம விதிப்படி சுவீகாரம் எடுத்துக் கொள்பவர்கள் சில பத்திரங்களில் கையெழுத்திட்டு, குழந்தைகளைச் சரியாகக் கவனித்துக் கொள்கிறோம் என்று எழுதிக் கொடுக்கவேண்டும். உங்கள் கணவரும் கையெழுத்திட வேண்டும். ஆதலால், நீங்கள் நாளைக் காலை வாருங்கள்; அதற்குள் வேண்டிய ஏற்பாடெல்லாம் நான் செய்துவைக்கிறேன்" என்றாள்.

"சரி, நாளை பொழுது விடிந்தவுடன் நான் வந்துவிடுகிறேன்" என்று மீனா சொன்னாள்.

தம்மூ, மீனா போவதைக் கண்டதும் "அம்மா, போகாதே! நானும்..." என்று அழத் தொடங்கிவிட்டாள்.

அதைக் கேட்ட மீனாவின் உள்ளம்

உருகி விட்டது."நாளைக் காலையில் வந்து அழைத்துப் போறேண்டி. கண்ணு!" என்று தேறுதல் சொல்லிவிட்டு வந்தாள். இன்னும் சரியாக இரண்டு மணி நேரம்கூட ஆகவில்லை. அதற்குள் தம்முவைப் பிரிவதென்றால் மீனாவுக்கு எவ்வளவு வேதனை!

இன்னும் இரண்டு நாள் சென்றால் தீபாவளி. ஆனால் அதைக் கொண்டாட மீனா அன்றுவரை ஒரு ஏற்பாடும் செய்யவில்லை. ஆனால், இன்றோ வீட்டிற்குள் நுழைந்தவுடன் சமையற்காரனைக் கூப்பிட்டு தீபாவளியன்றைக்கு நிறையப் பக்ஷணங்கள் செய்யவேண்டுமென்று கட்டளையிட்டாள். வேலைக்காரனை வைத்துக்கொண்டு இதுவரை பூட்டிக் கிடந்த மாடி அறையை ஒழித்துச் சுத்தம் செய்தாள். நாளை தியாகுவும், தம்முவும் இதில் தானே விளையாடப் போகிறார்கள்? வீடு முழுவதும் தானே மாக்கோலம் போட்டான். ஜவுளிக் கடைக்குப் 'போன்' செய்து, மூன்று வயதுக் குழந்தைகளுக்குச் சரியான அளவில் பட்டாடைகள் அனுப்பச் சொன்னாள். இவள் இந்த ஏற்பாடெல்லாம் செய்வதற்குள் பசுபதியின் மோட்டார் 'ஹார்ன்' சத்தமும் கேட்டது.

எங்கு பார்த்தாலும் விளக்கும். கோலமும், மாவிலையும், தோரணமும், தாங்க முடியாத ஆனந்தத்தால் துள்ளிக் குதிக்கும் மனைவியையும் கண்ட பசுபதிக்கு ஒன்றும் புரியவேயில்லை. "உள்ளே வாருங்கள், எல்லாம் சொல்லுகிறேன்" என்றாள் மீனா.

அவனுக்கு வேண்டிய சிச்ருஷைகளைச் செய்து கொண்டே எல்லாவற்றையும் ஆதியிலிருந்து சொன்னாள் மீனா. இந்தச் செய்தியைச் கேட்டால் கணவனும் சந்தோஷத்தால் குதிப்பான் என்று பார்த்த மீனாவுக்கு, பசுபதியின் மௌனமும் யோசனையில் ஆழ்ந்த முகமும் சற்றே ஏமாற்றமளித்தன.

"மீனா! இதை எனக்காகச் செய்ய முன் வந்தாயா? வேண்டாம், வீண் தொந்தரவு! இதனால் எவ்வளவு சிரமம் உண்டாகுமென்று யோசித்துப் பார்த்தாயா? ஒரு சிறு குழந்தையை வளர்ப்பதே கஷ்டம், இரண்டு குழந்தைகளென்றால் உன்னால் முடியாது!"

"நன்றாய்ச் சொன்னேள்! உங்களுக்காக என்றால், இந்தக் காரியத்தை இரண்டு வருஷங்களுக்கு முன்னேயே செய்திருக்கமாட்டேனா? இப்பொழுது மாத்திரம் என்ன, நானாவேதான் விரும்பிச் செய்கிறேன். குழந்தை மாத்திரம் வேண்டும், தேகம் அலுங்கக் கூடாது என்றால் எப்படி முடியும்?" என்று எதிர்க்கேள்விகளினால் அவனை மடக்கினாள் மீனா.

அன்றிரவு முழுவதும் மீனா குழந்தைகளைப் பற்றியேதான் ஓயாமல் பேசிக்கொண்டிருந்தாள். கணவன் களைப்பு மிகுதியால் தன்னையும் அறியாமல் தூங்கிவிட்டான் என்று அறிந்த பிறகே அவளும் சற்றுக் கண்ணயர்ந்தாள்.

மறுநாள் காலை எட்டு மணிக்குள் இருவரும் ஆசிரமத்தை அடைந்தார்கள். அங்கு விளையாடிக் கொண்டிருந்த தம்முவும், தியாகுவும் மீனாவைக் கண்ட மாத்திரத்தில், "அம்மா" என்று கூவிக் கொண்டே, அவள் காலைக் கட்டிக் கொண்டார்கள். பக்கத்தில் ஒரு மாமா நிற்பதைப் பார்த்ததும் தியாகுவுக்குக் கொஞ்சம் சங்கோசமாக இருந்தது. பஸந்தி தேவியும் இவர்கள் வரவை அறிந்து அங்கு வந்தாள்.

குழந்தைகளை நேரில் கண்ட பசுபதிக்குக் கொஞ்ச நஞ்சம் இருந்த சந்தேகமும் போய்விட்டது. எப்பொழுது அவர்களைத் தன் வீட்டிற்கு அழைத்துப் போகலாமென்று அவனுக்கு ஆத்திரமாக இருந்தது. கையெழுத்துப் போடவேண்டியதெல்லாம் போட்டு, பஸந்தி தேவியிடம் விடை பெற்றுக்கொண்டு இருவரும் குழந்தைகளுடன் வீடு திரும்பினார்கள்.

வீடு வந்ததும் பசுபதியிடம், "குழந்தைகளைக் கொஞ்சம் கவனிச்சுக்குங்கோ, இதோ வந்துடறேன்!" என்று கூறி உள்ளே போனாள். கால் மணி நேரம் கழித்து அவள் வந்து பார்த்த பொழுது, ட்ராயிங் ஹாலில் ஏகக் கூச்சல்! நாற்காலிகளெல்லாம் ஒரு ஓரமாகத் தள்ளப்பட்டிருந்தன. பசுபதி கீழே தவழ்ந்து கொண்டிருந்தான். அவன்மேல் தம்முஉட்கார்ந்திருந்தாள். குழந்தைகள் இருவரும், "ஏ, யானை! போ, போ!" என்று உற்சாகமாகக் கத்திக் கொண்டிருந்தார்கள்.

"சரி, விளையாடினது போதும்! குளிக்க வாங்கோ!" என்ற மீனாவின் குரல் கேட்ட பின்னரே, குழந்தைகளின் உலகில் தன்னை மறந்திருந்த பசுபதியும் அவளைத் திரும்பிப் பார்த்தான்.

அவள் முகம் தாய்மைப் பெருமையால் பிரகாசிப்பதைக் கண்ட அவன் முகமும் மலர்ந்தது.

கடிகாரத்தில் மணி மூன்று அடிப்பதற்கும் தெருக்கோடியில் பொம்மை வண்டியின் சத்தம் கேட்பதற்கும் சரியாக இருந்தது. இதுவரை அவன் வரவுக்காக ஆவலுடன் காத்திருந்த மீனாவும் வாசலுக்கு ஓடோடியும் வந்தாள்.

இவர்களுடைய வீட்டிற்கு மேலண்டை வீட்டில் வியாபாரம் செய்தவிட்டு, கீழண்டை வீட்டிற்குப் போகத் தொடங்கினான் அந்தக் கிழவன். மீனா அவனைக் கை தட்டி அழைத்து, "இங்கே வாப்பா, இரண்டு பொம்மை வண்டிகள் கொடு! எங்கள் வீட்டிலேயும் குழந்தைகள் இருக்கு!" என்றாள் பெருமை பொங்க.

அவள் அவ்வாறு சொன்னதைக் கேட்ட கிழவன், பிரமித்து அவளையே பார்த்துக்கொண்டு நின்றான்.

21

எப்போ வருவாரோ?

சரஸ்வதி ராம்நாத்

சரஸ்வதி ராம்நாத்
(07/09/1925 - 02//08/1999)

சரஸ்வதி ராம்நாத் எழுத்தாளர் மட்டுமல்ல; மிகச் சிறந்த மொழிபெயர்ப்பாளரும் ஆவார். தொடக்க காலத்தில் வசந்தம், பாரதமணி, தேனீ, சுதேசமித்திரன் போன்ற இதழ்களில் சிறுகதைகள் எழுதியுள்ளார். இந்தி மொழியில் வித்துவான் பட்டம் பெற்ற இவர், பின்பு மொழிபெயர்ப்பில் ஆர்வம்காட்டத் தொடங்கினார். குஜராத்தி மொழியில் வெளிவந்த 'ராஜ நர்த்தகி' என்ற நாவலைத் தமிழில் மொழிபெயர்த்தார். இதனைத் தினமணி கதிர் தொடராக வெளியிட்டது. இத்தொடர் வாசகர்களிடையே மிகுந்த வரவேற்பு பெற்றது. அப்பொழுது தினமணி ஆசிரியராக இருந்த துமிலன் இவரைத் தொடர்ந்து மொழிபெயர்ப்புப் பணியில் ஈடுபட ஊக்குவித்தார். இவர் கவிதைகள், சிறுகதைகள், நாவல்கள், நாடகங்கள் போன்றவற்றை இந்தியில் இருந்து தமிழுக்கும், தமிழிலிருந்து இந்திக்கும் மொழிபெயர்த்துள்ளார். இவர் இந்தியா முழுமையும் பயணம் செய்து கங்கை, யமுனை, கோதாவரி, காவேரி போன்ற நதிகளைப் பற்றி சிறார்களுக்காக நூல்களை எழுதியுள்ளார். இந்திய மாநிலங்களைப் பற்றி இவர் எழுதியுள்ள நூல்கள் வரலாற்று முக்கியத்துவம் வாய்ந்தவை. 45 வருடங்களுக்கு மேலாக இலக்கியப் பணிபுரிந்த இவருக்கு, 1993-ம் ஆண்டில், சாகித்ய அகாதமி, சிறந்த மொழிபெயர்ப்பாளர் விருது வழங்கி சிறப்பித்துள்ளது. இதைத் தவிர, பல்வேறு விருதுகளைப் பெற்றுச் சிறந்துள்ளார்.

தற்சமயம் சிம்மாசலத்திற்கு, பஸ் போக்குவரத்து வசதி இருக்கிறது; ஆனால் 20 வருஷங்களுக்கு முன்பு ஒரு வசதியும் கிடையாது. ஒரே காடு; நடமாட்டமே அதிகமிராது. சிம்மாசலக்கோவில் சந்தனக் காப்பு, தேர்விழா முதலிய சமயங்களில் தான் ஜனங்கள் கூடுவார்கள். ஜே, ஜே என்று ஒரே அமர்களப்படும்; ஜனநடமாட்டமும் அப்பொழுதுதான். சாதாரண சமயங்களில் அதிகப் பேர் வர மாட்டார்கள். மலையில் இருந்த மலசர்கள் ஒத்தையடிப்பாதை வழியே கீழே ஊருக்குள் வந்து வியாபாரமோ, விற்பனையோ செய்து போவார்கள்.

யார் அங்கே போகா விட்டாலும், பாரஸ்ட் ஆபீசர்களான நாங்கள் அங்கே போகத்தானே வேண்டும்? எனக்கோ, ஊர் புதிது. பாஷையும் புதிது. அறைகுறைத் தெலுங்கு தெரிந்து கொண்டேன். ஆனால் மனதிற்குப் பிடிக்கவே இல்லை. கண்ணைக் கட்டிக் காட்டில் விட்டாற்போல் இருந்தது.

அன்று மற்றொரு காட்டிற்கு இன்ஸ்பெக்ஷனுக்குப் புறப்பட்டேன். சுற்றிலும் ஒரே காடு. பாதை வழியே, ஏதோ சிந்தனையில் ஈடுபட்டவனாய் மனம் போனவாறு நடந்து போய் கொண்டிருந்தேன். பின்னால் வந்த சேவகர்கள் என்னைப் பற்றி என்ன நினைப்பார்கள் என்றுகூட எனக்குத் தோன்றவில்லை.

மலை வழியில் பாதையோரத்தில் உட்கார்ந்திருந்த ஒரு மலை ஜாதி யுவதியின் தோற்றம் என் கவனத்தைக் கவர்ந்தது. காட்டில் அபரிமிதமாகக் கிடைக்கும் முந்திரிப் பழக்குவியலுக்கு எதிரே உட்கார்ந்து அதை விலைக்குப் பிரித்து வைத்துக் கொண்டிருந்தாள் யுவதி.

நான் வருவதைப் பார்த்த மலைஜாதி ஸ்திரி முகம் மலர்ந்தது. நான் அவளை நெருங்குவதற்கு முன்பே தெலுங்கில் "நீங்கள் மதராஸியா" என்றாள்.

என் நடை உடை பாவனைகள் நான் மதராஸி என்பதை அவளுக்கு அறிவித்து விட்டன போலும். காட்டில் இருக்கும் இந்த மலைஜாதி ஸ்திரி என்னை எப்படி அறிவாள்?

ஆச்சரியத்துடன் "ஆம்" என்று தலை அசைத்தேன்.

ஆர்வத்துடன் "உங்களுக்கு பரசுராமைத் தெரியுங்களா" என்றாள். "பரசுராமா? எந்த பரசுராம்?"

அவள் முகம் வாடிற்று. மெதுவான குரலில் "பரசுராம் பிள்ளைங்க."

"எந்தப் பரசுராம் பிள்ளை?" என்றேன் மறுபடியும்.

எதிரே இருந்த பெரிய பாலத்தைச் சுட்டிக் காட்டியவாரே "அதைக் கட்டின போது வந்த மேஸ்திரி தானுங்க" என்றாள்.

"எனக்குத் தெரியாதே" என்றேன்.

"நீங்க, பட்டணம் தானுங்க, அவரோட ஊர் அது தான், தெரியாதுங்க?" அவளுடைய குரலில் தொனிக்கும் ஏக்கத்தை அறிந்து "எந்தத் தெருவு தெரியுமா?" என்றேன்.

கைகளை முகத்தில் ஊன்றியவண்ணம் சிறிது யோசித்தாள். பிறகு "எந்தத் தெருவா? தெரியாதே, ஊர்தானுங்க தெரியும், உங்க ஊர் தானுங்களே, உங்களுக்குத் தெரியாதுங்களா?" என்றாள் மறுபடியும்.

அந்த ஸ்திரியின் அறியாமையைக் கண்ட எனக்குச் சிரிப்பு வந்தது. ஆனால் அவளுடைய வேதனை நிரம்பிய தோற்றத்தைக் கண்டதும் என்னால் சிரிக்க முடியவில்லை. மதராஸ் பெரிய ஊர். சரியான விலாசமில்லாமல் கண்டுபிடிக்க முடியாது. ஆயிரக்கணக்கான ஜனங்களில் அவன் யாரோ என்றெல்லாம் சொல்லி அவளுக்கு விளங்க வைக்க முயற்சித்தேன்.

பலனில்லை. அவளுக்கு நான் சொல்வதே புரியவில்லை. என் பதிலைக் கேட்ட அவள் கண்களின் பிரகாசம் குன்றி விட்டது. தனக்குள்ளேயே ஏதோ முனகலானாள்.

நானும் பழங்களை பொறுக்கலானேன். எனக்கு அவை தேவை இல்லாவிடினும் ஏனோ அவைகளை வாங்கலானேன். பழங்களைப் பொறுக்கியவாறே "உனக்கு என்ன உறவுதானோ?" என்றேன்.

ஆழ்ந்த பெருமூச்சுடன் "அவருங்களா, இங்கே பாலம் கட்டற மேஸ்திரியா வந்தாங்க. போறபோது, போகாதே; இங்கே இருந்துடு என்றேன். கேக்கலீங்க. போய்வந்துடறேன் என்றாரு. வரவில்லை. இங்கிருந்து பட்டணம் ரொம்ப தூரமா சாமி?"

அவள் கண்களில் நீர் துளிர்த்தது 'கடவுளுக்குத்தான் தெரியும்?"

"ஏன் அவர் வரவில்லையோ" என்றேன்.

"5 வருஷம் ஆச்சு! என்னிக்கு வருவாரோ" என்றாள். சிறிது நேரம் அவள் பேசவில்லை.

மறுபடியும் 'நாள் பூரா வழி பார்க்கிறேன். வரவில்லை. வேலை எல்லாம் விட்டுட்டு அதுக்குத்தான் இங்கே உட்கார்ந்து பழம் விற்கிறேன். எத்தனையோ பேர் வராங்க, போறாங்க; ஆனா...

இதற்குள் 4, 5 வயதுடைய ஒரு சிறுமி ஓடிவந்து அவள் மடியில் அமர்ந்தது.

"இது உன் மகளா" என்றேன்.

குழந்தையின் தலையைக் கோதிய வண்ணம் "ஆமாம் சாமி, இதுக்கு 5 வயது ஆச்சு. இன்னும் அப்பனைப் பாக்கலை; பாத்தா தெரியுங்களா?""

எனக்கு நேரமாகி விட்டதால் நான் புறப்படலானேன். நான் என்ன சொல்லியும் அவள் பணம் வாங்க மறுத்து விட்டாள்.

வழி பூராவும் என் மனதில் அநேக எண்ணங்கள் தோன்றலாயின. முன்பின் அறியாத அந்த மலை ஜாதி ஸ்திரியிடம் எனக்கு ஓர் பரிவு ஏற்பட்டது. அவளுடைய ஏக்கம் நிரம்பிய விழிகளும், வருத்தம் தோய்ந்த வழி பார்க்கும் உருவமும் என் மனதை அலட்டியது.

கவிகள் சொல்லுகிறார்கள், வர்ணிக்கிறார்கள், காதலைப் பற்றி "விரகம் காதலின் வாழ்க்கை. சாரம், சந்திப்பு அதன் முடிவு" என்கிறார்கள், இவள் காதல் எத்தன்மையது? இவளுடைய தாபம் ஸ்திரமானதா? இவள் விரும்புவது எது? காதலின் முடிவையா? இவள் காதலில் நிரம்பி இருப்பது, தியாகமா? தபஸா? விரகமா?

டிராவலர்ஸ் பங்களா வராந்தாவில் உட்கார்ந்து யோசிக்கலானேன். என் மனத்திரையில் அந்த மலை ஜாதி ஸ்திரி வழி பார்த்தவாறே பாதை ஓரத்திலே காத்திருக்கும் தோற்றமே தென்படலாயிற்று. அவள் தன் மீதி வாழ்நாட்களையும் இப்படியே கழிப்பாளோ? என் மனம் குழப்பமடைந்தது.

மறுநாள் காலை வேலை முடிந்ததும், சிப்பந்திகளையும் சாமான்களையும் முன்னே அனுப்பி விட்டு நான் நடந்தே வருவதாகக் கூறி வண்டியையும் அனுப்பி விட்டேன்; என் மனம் போனவாறு காட்டுப் பாதையூடே நடக்கலானேன். இளம் சூரியனின் பொற் கிரணங்களால் வயல்களில் நெற்கதிர்கள் மினுமினுத்தன. மலைஜாதிப் பூக்களின் வாசனையும், குளிர்ந்த காற்றில் காட்டு மல்லிகையின் மணமும் கலந்து ஜில் என்று வீசியது. மலையும் அதன் தோற்றமும், உயரமான கோபுரமும், வயல்களில் வேலை செய்யும் மலசர்களின் கட்டு மஸ்தான தேகமும் ஏதோ ஒரு தெய்வீகத் தோற்றம்போல் காட்சியளித்தன.

அதோ அந்த வயலில் அவளும் களை பிடுங்கிக் கொண்டிருக்கிறாளா! ஆனால் கவனம் முழுவதும் பாதையிலே இருந்ததால் நான் வருவதை அவள் அறிந்தாள் போலும்.

வேதனையாலும், பிரிவினாலும் துளைக்கப்பட்டிருந்த அவள் உடலில் நம்பிக்கை என்னும் ஜீவநாடி ஓடிக் கொண்டிருந்ததா? இந்த அணையாச்சுடரின் நம்பிக்கை என்னும் திரி, "பரசுராம் திரும்புவான்" என்னும் நம்பிக்கை தானே?

என்னைக் கண்டதும் அவள் முகத்தில் முறுவல் படர்ந்தது. கையிலிருக்கும் அறுவாளை வைத்துவிட்டு, பாதைக்கு ஓடி வந்தாள்.

"ஏன் சாமி எப்ப பட்டணம் போறீங்க? இப்பவா!"

"இல்லை அம்மா வேலை முடிஞ்சுது, கீழே போகிறேன்" என்று கூறியவாறே மரத்தடியில் உட்கார்ந்தேன், நடந்து வந்த களைப்பாலும், அவள் பூர்வோத்தரங்களை அறிய எனக்கிருந்த ஆவலாலும்.

"ஆமாம் பரசுராம் இங்கே எவ்வளவு நாள் இருந்தான்?"

"நாலு வருஷம் இருந்தாரு; எங்க பாஷை எல்லாம் கத்துகிட்டாரு... குழந்தைகூட வளர்ந்துட்டா..."

"நீயும் அவன்கூட போறது தானே?"

"என்னமோ சாமி, போகல்லை. அவருகூட கூப்பிட்டாரு; வந்துடு போகலாம்ண்ணு! எப்படி போறது சாமி, பொறந்த ஊரு, நிலம் நீச்சு எல்லாத்தையும் விட்டு விட்டு இதோ பாருங்க, இந்தத் தோப்பு நிலம், வீடு, எல்லாம் இருக்கு.

அங்கே இப்படி மலையா! ஓடற நதியா; தெம்பா இருக்குமா சாமிபட்டணம்? அவருகூட பட்டணம் நல்லா இல்லை என்பாரே என்றாள். "

"ஆமாம், உனக்கு கல்யாணம் ஆகிவிட்டதா?"

வெட்கம் கலந்த முறுவலுடன் "அதையேன் கேக்குறீங்க சாமி! கல்யாணம் எல்லாம் ஆச்சு, அவன் கூட மூணு வருஷம் கழிச்சு, செத்துப் போயிட்டானுங்க. இங்கே வீடு வாசல், எல்லாம் இப்பத்தான். இவரு வந்தாரு. அஞ்சு வருஷமும் ஓடிபோச்சு சாமி, சாப்பாட்டுக் கவலையில்லை."

நேரம் ஆகி விட்டதால் நான் கிளம்பிவிட்டேன்.

நாலு நாட்களுக்குப் பிறகு மறுபடியும் அந்த வழியாகவே போசு நேரிட்டது.

பாதையோரத்திலே அதே இடத்தில் பழக்குவியலுக்கு எதிரே தலை குனிந்தவாறு உட்கார்ந்து மெதுவான குரலில் ஏதோ பாடிக் கொண்டிருந்தாள்.

ஒரு நிமிடம் பேசாது அவள் எதிரே நின்றேன்.

அவள் தியானத்தைக் கலைக்க விரும்பவில்லை.

தலை நிமிர்ந்த அவள் என்னைப் பார்த்துத் திடுக்கிட்டு எழுந்தாள்.

"நான் நாளைக்குப் பட்டணம் போறேன்" என்றேன்.

"பட்டணத்துக்குங்களா?" என்றாள் குதூகலத்துடன்.

"ஆமாம் மாற்றிவிட்டார்கள்" என்றேன்.

"சாமி, நிச்சயமாய் சொல்லுறீங்களா? பரசுராம்கிட்ட கட்டாயம் சொல்லுங்க... தினம் வழி பாக்கிறா... நீ வருவான்னு ஏங்குறா... 5 வருஷம் ஆச்சு, குழந்தை உன்னைக் கூப்பிடுது. சீக்கிரம் வரச் சொன்னாள்னு சொல்லிரீங்களா சாமி" என்றாள் அவள்.

அவளுடைய கபடமற்ற முகத்தில், ஆசை, நிராசை மின்னல் போன்று தோன்றி மறைந்தன.

"ஆகட்டும் கட்டாயம் சொல்கிறேன்" என்று கூறியவாறே ஒரு பத்து ரூபாய் நோட்டை அவள் பழத்தின்மேல் போட்டு விட்டு திரும்பிப் பாராமல் நடக்கலானேன் - என்னால் திரும்பிப் பார்க்க முடியவில்லை. பெண்மையின் ஏக்கம், ஏமாற்றம் என்னை உலுக்கியது. ஏங்கும் விழிகளுடன் நம்பிக்கையால் உயிரோடு இருக்கும் ஒரு ஜீவனின் துடிப்பை அறிந்த என் உள்ளத்தில் நிம்மதி அற்ற எண்ண அலைகள் குமுறி வீசின. அக்கணத்தில் என்னுள்ளத்தே தோன்றிய உணர்ச்சிகளில் எனக்குப் பரசுராம் மேல் கோபமா? அல்லது இந்த மலை நாட்டு ஸ்திரியின் பேரில் கருணையா, பரிவா என்றே எனக்குப் புரியவில்லை.

அதோ! அதே உருவமும் அந்த மலைப்பாதையும் இன்னும் என் உள்ளத் திரையை விட்டு அழியவே இல்லையே!

22

ஊசியும் உணர்வும்

ராஜம் கிருஷ்ணன்

ராஜம் கிருஷ்ணன்
(05/11/1925 - 20/10/2014)

ராஜம் கிருஷ்ணன் படைப்பாளுமை மிகுந்த எழுத்தாளராவார். தான் எழுத நினைக்கும் கதைப் பின்னணிக்காகச் சம்பந்தப்பட்ட இடங்களுக்குச் சென்று ஆய்வுசெய்து, அதன் அடிப்படையில் கதைகளைப் படைத்தவர். அதனால் அவருடைய கதைகளில் கற்பனையைவிட வாழ்வியல் யதார்த்தம் மேலோங்கி நிற்கும். அரசியல், சமூகம், பொருளாதார நிகழ்வுகளை அடிப்படையாகக்கொண்டு கதைகள் எழுதியவர். ஐம்பதுக்கும் மேற்பட்ட நாவல்கள், ஏராளமான சிறுகதைகள், கட்டுரைகள், வாழ்க்கை வரலாற்று நூல்கள், கவிதைகள், குழந்தை இலக்கிய நூல்கள், மொழிபெயர்ப்புகள் என இவருடைய எழுத்துக்களம் விரிந்து பரந்துள்ளது. இவர், தம் கதைகளில் பெண்களுக்கு முக்கியத்துவம் கொடுத்து, அவர்களின் பிரச்சினைகளைத் தீவிரமாக விவாதித்து, அதற்கான தீர்வுகளை முன் வைத்திருப்பார். சாகித்ய அகாதமி விருது, பாரதிய பரிஷாத் விருது, சரஸ்வதி சம்மான் விருது, திரு.வி.க விருது எனப் பல உயரிய விருதுகளைப் பெற்றவர்.

பிற்பகலின் நிசப்தத்தில் ஒரு குழலோசை அந்த மலைப்பிராந்தியத்தின் நாலாபுறமும் ஒலித்தது. பளிச்சென்று நீலவானமும், பிச்சைக் கம்பளப் புல்தரையும், அமைதியான சூழ்நிலையில் ஒலித்த குழலோசையும், கவிஞன் ஒருவனை வாவா என்று அழைத்தன. ஆனால், அப்போது அங்கேகுழலூதிக்கொண்டிருந்த அச்சிறுவனைத் தவிர வேறு மானிடப்பூண்டே இருக்கவில்லை. இருந்தால் என்ன? கடவுள் சிருஷ்டியில், மனிதன். ஒருவன்தானா கவியுள்ளம் படைத்தவனாக இருக்க முடியும்? மற்ற ஜீவராசிகளும் படைத்திருக்க முடியாதா? மனிதனுக்குத் தன் உள்ளத்தில் பொங்கியெழும் உணர்ச்சிகளை வெளியிடப் பேச்சு இருக்கிறது. சர்வ வல்லமை பொருந்திய எழுதுகோல் இருக்கிறது. மற்ற ஜீவராசிகளுக்கு இந்த வசதியில்லை. இதனால் அவைகளுக்குச் சிந்திக்கும் சக்தியும் உணர்ச்சிப் பெருக்கும் இல்லையென்று நிர்ணயித்துவிட முடியாதல்லவா?

அழகிய இயற்கையை ரசிக்கும் ஒரு கவிஞனைப் போல்தான், சீலியும் ஜோகியின் குழலிசையைக் கேட்டவண்ணம் ஆனந்தமாகப் புல் தரையில் அமர்ந்து அசை போட்டுக் கொண்டிருந்தது. ஜோகியோ சுற்றுப்புறம் ஒன்றையும் கவனியாது, புதிதாக நடக்கக் கற்றுக்கொள்ளும் குழந்தை தடுக்கி

விழுவதையும் பொருட்படுத்தாமல் பின்னும் எழுந்து நடப்பதைப்போல், தன் குழலினின்றும் வெளிப்பட்ட அபஸ்வரங்களையும் பொருட்படுத்தாது அந்த அடிகளையே திருப்பித் திருப்பி வாசித்துக் கொண்டிருந்தான்.

“ரகுபதி ராகவ ராஜாராம்; பதிதபாவன சீதாராம் என்று “அந்தக் குழல் அவன் காதுகளில் ஒலித்தது. உதட்டில் இசையை எழுப்பியது. கைகள் தன்னை மறந்து குழலுடன் கொஞ்சின.

முன்தினம் கோயிலில் நடந்த பஜனையில் அவன் மாமன் மரியன் அவ்வடிகளைக் குழலில் இசைக்க, ஜோகி கேட்டான். அப்போதே, தானும் அம்மாதிரி குழலில் இசைக்க வேண்டும் என்ற தாகம் அவன் நெஞ்சில் உண்டாகியிருந்தது. ஆனால் அவனிடத்தில், தனக்கென்று சொந்தமாக ஒரு குழல் இல்லையே? மாமன் வெளியே போயிருக்கும் சமயம் பார்த்துத் திருட்டுத்தனமாய் எடுத்து ஊதி ஊதி அவன் ஒரு மாதிரியாகக் குழலில் இசையை எழுப்பக் கற்றுக் கொண்டிருந்தான். அன்றிரவெல்லாம் அவன் தூங்கவில்லை. குழலை எப்படி எடுப்பது என்றே திட்டம் போட்டுக்கொண்டிருந்தான். நல்ல வேளையாகப் பொழுது விடிந்ததும் அன்று ஞாயிற்றுக்கிழமையாதலால், மரியன் காலையிலேயே டவுனுக்குச் சந்தைக்குப் போய்விட்டான். ஜோகியின் உள்ளம் ஆனந்தத்தால் துள்ளியது; குழலை எடுத்துக்கொண்டு மாடுகள் சகிதம் புல்வெளிக்கு வந்துவிட்டான். நான்கு நேரமாகக் குழலின்மேல் அவன் விரல்கள் எப்படி யெல்லாமோ அசைந்தன. ஆனால், அவன் மனத்தில் குடிகொண்டிருந்த இசை எழும்பவில்லை. சப்த ஸ்வரங்களின் நுண்மையை அறிந்த ஞானி அல்லவே.. அவன்? எனினும் முயற்சி வீண் போகவில்லை. அவன் காதுகளில் சரியான இசை ஒலித்தது. வெகு நாட்கள் தவம் செய்து இறுதியில் எம்பெருமானைக் கண்ட முனிவர்களின் தன்மய நிலையை அடைந்தான் ஜோகி.

அந்தத் தன்னை மறந்த இன்பத்தில் அவன் எழுந்து கைகளைக் கொட்டிச் சிரித்தான். ஆனந்தக் கூத்தாடினான். அவன் கூத்தைக்கண்டு சந்தோஷம் அடைந்து, தானும் அதில் பங்கு பெறவோ என்னவோ சீலியும் அசைபோடும் நிலையிலிருந்து எழுந்தது. அதைப் பார்த்த ஜோகி ஓடி வந்து, அதன் கழுத்தைக் கட்டிக்கொண்டான். சீலி அவன்மேல் முகத்தைவைத்து அன்புடன் மோந்தது. ‘முரட்டு மாடு முட்ட வருகிறது?’ என்று முதலாளி அப்பாஜி கௌடரே, அதன் அருகில் வரச் சற்றுப் பயப்படுவார். துல்லிய வெள்ளை வேஷ்டிக்கு மேலே, சர்ஜ் கோட் அணிந்து கம்பீரமாக வரும் முதலாளியைக் கண்டால் முட்ட வரும் சீலிக்கு, ஜோகியின் மாசு படிந்த மேனியும் உடையும். அருவருப்பைக் கொடுக்காதது ஏனோ? ஜோகியின் மேனியும் உடையும் மாசு படிந்ததாயிருந்தாலும், உள்ளத்தில் மாசு படியவில்லை என்பதை அது அறிந்திருந்ததோ ஒரு வேளை? இருக்கலாம்.

உடல் வெவ்வேறு இனத்தைச் சார்ந்திருந்தாலும் உள்ளங்கள் இரண்டும் தங்களை அறியாமலே ஒன்றுபட்டிருக்கக் கூடாதா? அவைகளின் உணர்ச்சிகளையும், ஒன்றையொன்று அறியும் தன்மையையும், புறக்கண்கொண்டு பார்க்க முடியாததையும் உள்ளது உள்ளபடியே எழுத்தில் எப்படிக் காட்டமுடியும்? மனத்தை மனத்தால் உணரலாம்; விவரிக்கலாம். அந்த அகண்டமான சக்திக்கு எழுதுகோல் அளவுகோல் ஆக முடியவே முடியாது.

ஜோகிக்கும் சீலிக்கும் ஒரு விதத்தில் முழு ஒற்றுமை இருந்தது. என்றுதான் சொல்லவேண்டும். சீலி, இயற்கையன்னை அளித்த புல்லைத் தின்று, அவள் மடியில் வளர்ந்தது. ஜோகி, புல்லைத் தின்ன வில்லையே தவிர, அவனும் இயற்கையன்னையின் பாலகனாய்த்தான்

இருந்தான். சீலிக்கு அதன் முன்னோரை எப்படித் தெரியாதோ, அதேபோல் ஜோகிக்கும் அவன் அம்மாவையும், அப்பாவையும் தெரியாது. அவன் உலகமெல்லாம் மலை சூழ்ந்த அப்புல்வெளி, மாட்டுமந்தை, கொட்டில், முதலாளி அப்பாஜி கௌடர், மாமன் மரியன் இதற்குள் அடங்கியவைதான். இந்த உலகிற்குள் அவனுடைய மாசற்ற இளம் மனத்தைச் சீலியும் குழலும் கவர்ந்தன. அவன் எண்ணங்களில் குடிகொண்ட இலட்சியம் பொருள் ஈட்ட வேண்டும் என்பதோ, சீமைப்பிரயாணம் செய்யவேண்டும் என்பதோ அல்ல. மூங்கிற் குழலொன்று சொந்தத்தில் வாங்கவேண்டும்; மனம்போனபடி ஊதவேண்டும் அவ்வளவுதான். காலையிலும், மாலையிலும் மலைமேல் இருந்த குடிசைக்குப் போய், மாமன் கொடுத்ததைச் சாப்பிட்டு வரும் நேரத்தைத் தவிர மீதிப் பொழுதெல்லாம் அவன் வாழ்க்கை மாடுகளுடனேயே கழிந்தது... பகலெல்லாம் புல்வெளியில் திரிவான். இரவில், கொட்டிலின் ஒரு மூலையில் பழைய கம்பளி ஒன்றைச் சுற்றிக்கொண்டு சுருண்டு கிடப்பான். தனக்கு நினைவு தெரிந்த நாட்களாக ஜோகி இப்படித் தான் இருந்து வருகிறான். கடந்த இரு மாதங்களாக மட்டும் இதில் ஒரு சிறு மாறுதல். அதாவது, முதலாளி. அப்பாஜி கௌடர் அவனுக்கு மாதம் பதினைந்து ரூபாய் சம்பளம் கொடுத்துவந்தூர், ஆனால் ஜோகி கை நீட்டி வாங்கவில்லை.

அவன் மாமன் மரியனுக்கு இன்னமும் கலியாணம் ஆகவில்லை.. அவனுக்கு அரசாங்கத் தோட்டத்தில் கூலி வேலை. ஜோகிக்கு அவனைக் காணும்போதே சிம்ம சொப்பனமாயிருக்கும். அவன் மாதம் பிறந்தவுடன் ஜோகியின் சம்பளத்தை வாங்கிக்கொண்டதற்கு அடையாளமாகச் சிறுவனிடம், "எலே, ஏதாச்சும் வாங்கித்தின்னு!" என்று நாலணா கொடுப்பான். அப்படித் தனக்குக் கிடைத்துவந்த நாலணாவை ஜோகி தன் அழுக்குக் கச்சைக்குள் பத்திரமாகச் செருகி வைத்திருந்தான்.. எதற்குத் தெரியுமா?' சொந்தத்தில் குழல் ஒன்று வாங்க! மாடு கறக்கும் பேட்டனின் மகன், டவுனில் இருக்கும், தன் மாமன் வீட்டுக்குப் போகப் போவதாகவும் அங்குச் சந்தையில், வாங்கி வருவதாகவும் சொல்லியிருந்தான்.

2

மாட்டின்மேல் சாய்ந்தவாறே இடுப்பில் இருந்த, குழலைப் பின் கையால் தடவிப் பார்த்துத் தனக்குள் ஏதோ நினைத்துத்தான் ஜோகி. அப்போது அவன் முகத்தில் புன்னகை மிளிர்ந்தது. அந்தக் காட்சியை யார் கண்டாலும் அன்றொரு நாள் ஆயதுக்கு வாரியா? பசுக்களின் நடுவே ஆடிப்பாடி மகிழ்ந்த எம்பெருமான் தோற்றம்தான் நினைவுக்கு வரும். ஆனால் நகரத்துச் சந்தையிலிருந்து முதலாளி அப்பாஜி கௌடருடன் எங்கோ நடக்கும் யுத்தத்தைப்பற்றியும், விலைவாசிகளின் ஏற்றத்தைப்பற்றியும் பேசிக்கொண்டு வந்த மரியனுக்குப் புனித நினைவு எழவில்லை.

"ஜோகி!" என்ற சிம்ம கர்ஜனைபோல் வந்த குரலைக் கேட்டதும், ஜோகி மட்டுமில்லை; சீலியும் மருண்டுவிட்டது. திரும்பிப் பார்த்தான் சிறுவன். கண்களில் கனல் பறக்க அவன் முதலாளி, வரண்டா உனக்கு மாசம் பதினைந்து ரூபா சம்பளம் கொடுத்துத் தண்டத்துக்கா வச்சிருக்கு? கறுப்பு மாடு, அந்தாண்டை கோஸ் நாட்டத்துலே போய் மேஞ்சுடுத்துன்னு காவக்காரன் பட்டிக்குப் பட்டுப் போறானே? நீ என்னடா பண்ணுறே இங்கே?" தட்டினார். ஜோகியின் முகம் கறுத்துச் சிறுத்தது. அங்கங்களைக் சுருக்கிக்கொண்டு பரிதாபமாக நின்றான். கள்ளங் கபடமற்றவன் விழிகள் மன்னித்துவிடச் சொல்லிக் கெஞ்சின.

அன்பில் ஊறிய மனம் படைத்தவர்களானால் அவனை மன்னித்திருப்பார்கள். வியாபாரத்திலும்,

இலாபத்திலும் உலகில் தன் தொழிலுக்கு உண்டான இடைஞ்சல்களைப் பற்றிச் சிந்திப்பதிலுமே முழுகிப்போயிருக்கும் முதலாளியின் மனத்திற்கு, அன்பால் பண்படாது நேரம்? சுட்டு விடுபவர்போல் அவர் அவனை விழித்துப் பார்த்தார். மரியனோ, தலையில் சுற்றியிருந்த முண்டாசை அவிழ்த்து முறுக்கினான்.

ஜோகியின் உடல் நடுங்கியது.

தொடர்ந்து 'வீர் வீர்' என்று அடிகள் விழுந்தன.

ஆமாம், முதலாளி அவன் வேலைக்குச் சீட்டுக் கொடுத்துவிட்டால் யாருக்கு நஷ்டம்?

"ஐயோ, இனிமேல் இல்லை..." என்று மேலும் மரியனின் ஓங்கிய கையைத் தடுத்தவண்ணம் அலறினான் ஜோகி.

கீழே புற்றரையில் கிடந்த குழல் வேறு மரியனின் கோபத்திற்கு தானும் கொஞ்சம் தூபம் போட்டது. "பாட்டும் ஆட்டமும் போடறா நீ கெட்ட கேட்டுக்கு? அதை ஏண்டா இங்கே எடுத்து வந்தே? அவன் இல்லாத வேளையில் வீட்டுக் கதவைத் திறந்து எடுக்க உனக்கு அவ்வளவு துணிச்சல்? வரவர நானும் பார்த்துக்கிட்டே வாரேன் மாடுக்கிட்டே வருது! வேலையைச் சரியாச் செய்யாமே தன்னானா பாட்டுப்பாடுறே!" என்று பின்னும் இரண்டு முதுகில் போட்டான். ஊ... ஊ... என்று முகத்தில் கண்ணீர் கறை படியச் சத்தமிட்டு அழுதான் ஜோகி.

"அம்மோ...வ்!" என்று சீலி அவன் பக்கம் திரும்பி அநுதாபக் குரல் கொடுத்தது.

3

இராத்திரிக்குப் புல் வெட்டினாயாடா?" என்று முதலாளி கேட்டார். "இதோ போறேனுங்க!" என்று கூறிவிட்டு, ஜோகி சாக்கைத் தோளில் போட்டுக்கொண்டு கையில் சுத்தி சகிதம் வெளியே நோக்கி நடந்தான். அன்று அவன் மனம் கட்டுக் கடங்காத மகிழ்ச்சியில் மிதந்தது. பேட்டனின் மகன் இன்னும் இரண்டு நாட்களில் அவனுக்கென்று ஒரு குழல் வாங்கி வந்துவிடுவான்.. அப்புறம் கேட்பானேன்?

கண்கள் சுற்றுப்புறமுள்ள மாடுகளைக் கண்காணிக்க, கைகள் 'சர் சர்' என்று இளந்தளிர்ப் புற்களை அறுத்துச் சாக்கில் தள்ளிக் கொண்டிருந்தன.

நவம்பர் மாத ஆரம்பத்திலேயே நீலகிரி மலையில் பனி விழ ஆரம்பித்துவிடும். ஆனால் அந்த வருஷம் நவம்பர் பிறந்து பத்து தினங்கள் ஆகியும் முன்பனி விழவில்லை: பனி விழுந்து விட்டால் புல்லுக்கு மிகவும் கஷ்டமாகிவிடும். புல்லுக்காகக் காடுகள் எல்லாம் சாக்கும் கத்தியுமாய்ச் சுற்றி அலையவேண்டி நேரும்.

மேலே நிரம்பிவிட்ட சாக்கைக் குலுக்கி, ஜோகி புல்லை உள்ளே தள்ளினான். சாக்கின் அடியில் சிறிதாகக் கிழிந்திருந்த பொத்தல் பெரிதாகி, அத்தனை புல்லும் கீழே விழுந்தன.

"அடேடே! கிழிஞ்சு போச்சா? இனிமேல் போடவே முடியாதா?" என்று முணுமுணுத்தவண்ணம் அவன் இடுப்பில் கையை வைத்துக்கொண்டு ஒரு கணம் நின்றான்.

பிறகு ஏதோ யோசித்தவனாக, சற்றுத் தொலைவில் உள்ள தோட்டத்தை நோக்கி நடந்தான். "அந்தக் காவற்காரனிடம் ஊசி இருக்கும். வாரா வாரம் அவன்தான் வெளியூர்களுக்குக் கோஸ் கட்டிப்போடுகிறானே" என்று எண்ணியவாறே அவன் சென்றான். வழியில் மேய்ந்துகொண்டிருந்த சீலி, ஜோகி தோட்டத்துப் பக்கம் செல்வதைப் பார்த்துத் தானும் அவனைப் பின் தொடர்ந்து சென்றது. முட்டைக்கோஸ் இலை என்றால் சீலிக்கு அல்வா சாப்பிடுவது மாதிரி!

இதைக் கண்ணுற்ற ஜோகி, "ஓகோ! தோட்டத்துக்கு வாரியா? நீ பவுண்டுக்குப் போறதுமல்லாம, என் முதுகுத் தோலை வேறு உரிச்சுப் போடுவார் முதலாளி" என்று தட்டிக் கொடுத்து அங்கேயே நிறுத்தினான்.

காவற்காரனிடம் சென்று அவன், "கொஞ்சம் கோணியூசியிலே சணல் கோத்துத் தாரியா, மாமா? கோணி பிஞ்சு போச்சு. ஒரு குத்துப் போட்டுத் தாரேன்?"... என்றான்.

"கோணி ஊசியா? அது மொனை ஒடஞ்சிருக்கே? சத்தெ சின்ன ஊசிதான் இருக்கு, பரவாயில்லையா?' என்று கேட்டவாறே அவன் தோட்டத்தைச் சார்ந்த அறைக்குள் சென்றான். "பரவாயில்லை, மாமா!" என்று கூறிய ஜோகி அவன் திரும்பி வருவதற்குள் கீழே பழுத்து இருந்த கோஸ் இலைகள் ஏழெட்டைச் சாக்கில் பொறுக்கிச் சுருட்டிக்கொண்டான்.

ஊசியுடன் வந்த காவலாளி "என்ன தம்பி, சாக்கில் சுருட்டிக் கிட்டே?' என்று சிரித்துக்கொண்டே, ஆனால் சற்றுக் கடுமை தோய்ந்த குரலில் கேட்டான்.

"ஒண்ணுமில்லைங்க...பழுத்த இலை... மாட்டுக்கு..." என்று தன் பற்களைத் திறந்தவண்ணம் சிறுவன் சாக்கைப் பிரித்துக் காட்டினான்.

'உங்கப்பன், வீட்டு மாடு மாதிரி எண்ணுறியே? உனக்கு எத்தினி பால் கொடுக்கிறது, தம்பி?" என்று அவன் நகைத்தான். அதற்கு மௌமாகப் புன்னகை செய்த ஜோகி, ஊசியை வாங்கிக் கொண்டு திரும்பினான்.

"பட்சணம் வாங்கி வா, அப்பா' என்று கூறி வழியனுப்பிய குழந்தை, மாலை தந்தையின் வரவை ஆவலுடன் எதிர்நோக்கி நிற்பதைப் போன்ற நிலையில் சீலி, ஜோகியின் வருகையை எதிர் பார்த்து நின்றது.

"மோப்பம் தெரிஞ்சு போச்சா, போக்கிரி!" என்று கொஞ்சிக் கொண்டே ஜோகி, சாக்கில் இருந்த இலைகளை உதறினான். பின்னர், புல் கிடந்த இடத்திற்கு வந்து, சாக்கின் கிழிந்த பாகத்துப் பிரிசல்களை ஒழுங்கு செய்துகொண்டான், தைப்பதற்காக. ஊசியையும் சணலையும் எங்கே வைத்தோம் என்று பார்த்தான்; கீழே காணவில்லை; இடுப்பில் செருகிக்கொண்டோமா என்று கச்சையை அவிழ்த்து உதறினான். ஊசி இல்லை. கோணியில் எங்காணும் குத்தி வைத்தோமா என்று திரும்பித் திரும்பிப் பார்த்தான்; காணவில்லை.

சட்டென்று அவனுக்கு நினைவு வந்தது. நெஞ்சம் துடிக்க முகத்தில் திகில் கவ்வ், சீலியை நோக்கிக் குடல் தெறிக்க ஜோகி ஓடினான்.

சீலி, முட்டைக் கோஸ் இலை தின்ற மகிழ்ச்சியில், நண்பனை முகத்தை ஆட்டி வரவேற்றது. ஆனால் அது எதிர்ப்பார்த்தபடி அவன் முகத்தில் மகிழ்ச்சியும், புன்சிரிப்பும் தவழவில்லை. என்ன விசேஷம்?" என்று கேட்கும் பாவனையில், அது அவனை உற்றுப் பார்த்தது.

ஊசியைக் காணவில்லை என்றவுடன், பரபரப்புடன் அவன் கண்கள் கீழே துழாவின. புற்றரையில் கைகள் நடுநடுங்கத் தடவிப் பார்த்தன. சீலியோ விஷயம் 'என்னவென்று அறியும் ஆவல் மூண்டதுபோல் அவன் கையை மோந்தது. உடனே ஜோகி, அதன் வாயைத் திறந்து அதற்குள் கையை விட்டுப் பார்த்தான். மறுபடி எழுந்து கீழே பார்த்துக்கொண்டே இங்கும் அங்கும் நடந்தான். அவன் இதயம் படபடவென்று.அடித்துக் கொண்டது. தொண்டை உலர்ந்து கண்களில் நீர் முட்டியது. மறுபடியும் சீலியிடம் ஓடி வந்தான். அதன் கழுத்தைத் தடவினான். வயிற்றைத் தடவினான். அவன் துடிப்பை இன்னதென்று புரிந்துகொள்ளாத மாடு

சிறுவனை மோந்து பார்த்து விழித்தது.

"ஐயோ! ஊசியை முழுங்கிப் போட்டியே! பாவி நான் என்னாத்துக்கு இலை கொடுத்தேன்? கவனியாமல் கோணியை உதறினேனே?" என்று வாய்விட்டுக் கூறி ஜோகி அழுதுவிட்டான். கைகள் கும்பிட, நீலவானை நோக்கி அவன், "சாமி! நீதான் காப்பாத்த வேணும்!" என்று பிரார்த்தித்துக் கொண்டான்.'

சீலிஅதையும்உற்றுப்பார்த்துக்கொண்டே நின்றது. தூரத்தில் கொட்டிலிலிருந்து முதலாளி கத்தும் சத்தம் கேட்டது. ஜோகி! புல் அறுத்தாச்சா? தொட்டியில் தண்ணி இழுத்துக் கொட்ட வேண்டாம்?" என்று எஜமானர் கூவினார்.

ஜோகி கண்களைத் துடைத்துக் கொண்டான். அவன் கடமை நினைவுக்கு வந்தது. புல் கிடந்த இடத்தில் வந்து, கோணியின் நடுவே புல்லை வைத்து, மூட்டைபோல் சுருட்டினான். அப்படியே தூக்கிக்கொண்டு மேடேறி அவன் கொட்டிலுக்கு வந்தான். அவன் நடையிலே முன்போல் துள்ளல் இல்லை; முகத்தில் மலர்ச்சி இல்லை ; விழி இமைகள் நனைந்து சோர்வுற்றிருந்தன.

"ஏண்டா கோணி கிழிஞ்சா போச்சு? தைச்சுக்கக் கூடாது?" என்று முதலாளி கேட்டார்.

பதிலே கூறாமல் அவன் கொட்டிலுக்குள் புல்லைப் போட்டான். "ஏண்டா, பயலே! அழுதாயா? என்னா குறை உனக்கு?" என்று வேறு அவர் கேட்டார்.

"ஒண்ணுமில்லிங்க..." என்று கண்களை நன்றாகத் துடைத்துக் கொண்டு தொட்டியண்டை சென்றான் ஜோகி.

*ஆயி அப்பன் இல்லாமல் வளருது. மாமன் ஏதானும் திட்டினானோ என்னவோ?' என்று எண்ணிய அப்பாஜி கௌடர் தம் மில் வேஷ்டி காற்றில் பறக்க, வீட்டை நோக்கி நடந்தார்.

4

இரவு ஜோகிக்குத் தூக்கமே பிடிக்கவில்லை. அந்த ஊசி அவன் நெஞ்சில் உறுத்திக்கொண்டிருக்கையில், தூக்கம் எப்படி வரும்? அவன் சந்தேகம் ஊர்ஜிதம் ஆவதுபோல், இரவு பத்து மணி சுமாருக்குச் சீலி, "ம்...ம்" என்று முனகியது.

கம்பளியை உதறிவிட்டு ஜோகி, விளக்கைத் தூண்டிப் பெரிது செய்துகொண்டு, சீலியிடம் ஓடி வந்தான். அது எழுந்து நின்று கொண்டு, வேதனையுடன் கூடிய தலையை இப்படியும் அப்படியும் அசைத்தது. ஒன்றும் புரியாத சிறுவன், சிறிது நேரம் 'கோ'வெனக் கதறிவிட்டான். பின்னர் மனத்தில் தெம்புகொண்டு வெளியே எட்டிப் பார்த்தான். அன்றிரவுதான் அந்த வருஷத்தில் முதற்பனி விழுந்துகொண்டிருந்தது. ஜோகியின் முகத்தில் குளிர்ச்சி படவே, ஒரு யோசனை தோன்றியது. உடனே, தொட்டியிலிருந்து வாளியில் தண்ணீரை மொண்டு வந்து சீலியிடம் வைத்தான். தண்ணீர் குடித்தால் ஒருவேளை, சிக்குண்டிருக்கும் ஊசி உள்ளே போய்விடலாம் அல்லவா?

ஆனால் சீலி தண்ணீரை மோந்து பார்க்கவும் மறுத்தது. பலாத்காரமாக வாயைத் திறந்துகொண்டு, குவளையால் தண்ணீரை உள்ளே செலுத்த முயன்றான் ஜோகி. அது விழுங்காமல் வழியவிட்டது.

நிராசையுடன் அவன் குவளையைக் கீழே போட்டான். அந்த இளம் உள்ளம் வேதனையால் புழுங்கித் தவித்தது.

'நெஞ்சில் இருக்கும் ஊசியால் சீலிக்கு இப்படியே பிராணன் போய்விடுமோ?..

இதை அவனால் நினைத்துப் பார்க்கவும் முடியவில்லை. சீலியைச் சுற்றிச் சுற்றி வந்து தடவிக் கொடுத்தான். அதுவோ, கண்களில் நீர் சோர, வேதனை தாங்காமல் முனகியது.

அந்த நள்ளிரவின் நிசப்தத்தில், அதன் நெஞ்சில் சிக்குண்ட ஊசி, அவன் மனக்கண்முன் பயங்கரமாகக் காட்சி அளித்தது. எப்படியாயினும் அது வெளியே வந்துவிடாதா என்று ஒவ்வொரு நொடியும் அவன் இதயம் வேண்டிக்கொண்டது.

காரிருளில் ஒரு மின்னலைப்போல் ஜோகியின் உள்ளத்தில் பலமான ஒரு யோசனை உதயமாயிற்று.

முதலாளியிடம் போய் உண்மையைச் சொன்னால் ஏதேனும் பரிகாரம் பண்ணமாட்டாரா?, போன வருஷம் கறுப்பு மாட்டுக்குக் கால் ஒடிஞ்சு போனபோது மாட்டாசுப்பத்திரிலேயிருந்து, ஒரு டாக்டர் வந்தாரே, அதுபோல் இந்தத் தடவை சீலிக்கும் ஏதாகிலும் பண்ணமாட்டாரா? ஆனால்...... அவன் குற்றம் அப்பாஜி கௌடருக்குத் தெரியும்போது சும்மா விடுவாரா?

பயத்தால் அவன் உடல் நடுங்கியது.

“மாமன் முதுகுத் தோலை உயிருடன் உரித்துவிடுவாரே? ‘நீ அதற்காக...சீலி நெஞ்சில் ஊசியுடன் அவஸ்தைப் பட்டுச் சாவதைப் பார்ப்பதா?.ஐயோ? அம்மாடி... வேண்டாம்!

சிறுவனின் நெஞ்சில் எங்கிருந்தோ துணிச்சலும் தைரியமும், வந்து புகுந்தன.

முதலாளியிடம் போய் அவன் விஷயத்தைச் சொல்லுவதும், உடனே அவர், சராயும் தொப்பியும் போட்ட அந்த மாட்டாசுபத்திரி மனிதரை அழைத்து வருவதும், அவர் நொடிப் பொழுதில் எப்படியோஇந்திரஜாலவித்தையைப்போல, சீலியின் நெஞ்சில் மாட்டிக்கொண்டு அதையும் அவனையும் தவிக்க வைத்த அந்தப் பாழாய்ப்போன ஊசியை எடுத்து வெளியே வீசி எறிவதும். அவன் மனக்கண்முன் திரைப்படக் காட்சிபோல் ஒன்றன்பின் ஒன்றாக வந்தன.

தாமதம் செய்யாமல், கம்பளியை எடுத்து மேலே போர்த்துக் கொண்டான்; விளக்கைக் கையில் பிடித்துக்கொண்டு கொட்டிலை விட்டு வெளியே வந்தான்.

அவன் செல்வதைப் பார்த்த சீலி... “அம்மோவ்” என்று கத்தமுடியாமல் கத்தியது.

ஜோகி திரும்பிப் பார்த்தான். கொட்டிலில் வெளிச்சம் இல்லாததால் ஒன்றுமே தெரியவில்லை.

“சே... இருட்டாயிருக்குதே?’ என்று ஒரு கணம் நின்றான். இருப்பதோ ஒரே விளக்கு. அவஸ்தைப்படும் அந்தப் பிராணியை வெளிச்சமுமின்றியா வைப்பது? விளக்கை அதனிடம் வைத்து விட்டால் என்ன?’

திரும்பிக் கொட்டிலுக்குள் நுழைந்த ஜோகி, விளக்கை மாட்டினருகில் வைத்தான். தன்னந்தனியே கிளம்பினான். அப்பாஜி கௌடரின் வீடு ஒன்றும் அவ்வளவு தூரமில்லை ; மூன்று பர்லாங்குதான் இருக்கும். ஆனால் அந்தக் கொட்டும் பனியிலும் இருளிலும், அதற்கேற்ற தற்காப்பு இன்றி ஜோகி புறப்பட்டு விட்டான். அதற்குக் காரணம் அவனுக்கு இயற்கையாக உள்ள தைரியம் மட்டுமல்ல; அவன் உள்ளத்துடன் உறைந்துபோன சீலியின் துடிப்பும் அந்த வேதனைக்குக் காரணம் தானேதான் என்ற துன்பமும்தான். இவையே அவனுக்கு அந்த அசாதாரண சக்தியையும் துணிச்சலையும் கொடுத்தன்.

கால் கீழே பாவ முடியாதபடி, ‘சுரீர் சுரீர்’ என்று குத்தியது. மேலே இருந்து விழுந்த பனி அவனுடைய பழைய கம்பளியையும், ஒரு கை போன அந்த மாஜிக்கோட்டையும்துளைத்துக்கொண்டு, அவன் இதயத்தை வந்து கெட்டியாகப் பிடித்தது. ஆயினும், ஜோகி காலைக் கீழே நன்றாக ஊன்றாமலேயே, தைரியத்தையும் தன் குறிப்பையும் நழுவ விடாமல், பாதையைக் கடந்துவந்தான்.

வழி போகப் போக, அவனுக்கு ஒன்றுமே

தெரியவில்லை. காதுகளில் பனி குப்பென்று வந்து அடைத்தது.

வர வர ஜோகிக்கு மூச்சுத் தடுமாறியது.

காற்றுப்போல் இருக்கும் அவனுடைய உடம்பு கனமாய்க் கனத்தது.

கண்களிலிருந்தும், மூக்கிலிருந்தும் தாரை தாரையாக நீர் வடிந்தது'; ஜோகி ஒன்றுமே புரியாமல் விழித்தான். தான் எங்கிருக்கிறோம், எது வழி, எப்படிப் போகவேண்டும் என்பது கூடத் தெரியவில்லை. அவன் தோளிலிருந்த கம்பளி அவனை அறியாமலே கீழே நழுவியது. ஏழாயிரம் அடிக்குமேல் கடல் மட்டத்திலிருந்து உயரமாயிருந்த அம்மலைமேல் அன்றுதான் ஆரம்பித்திருந்த கடும்பனிக்கு முன் சிறுவனுடைய மன உறுதி நிலை குலைந்து போயிற்று. கம்பளிக்குமேல் கம்பளி அணிந்து, இயற்கையான உடலுக்குமேல் இருமடங்கு மும்மடங்கு கனமாகத் தற்காப்புச் செய்துகொள்ளும் கனதனவான்கள்கூட அந்த இருளிலும் குளிரிலும் தலை நீட்ட அஞ்சுவார்களே? அப்பனி ஜோகியை மேலே செல்லவிடாமல் கீழே தள்ளியது. அவன் அருமைச் சீலி, அதன் கழுத்தில் சிக்கிய ஊசியாவும் அவன் மனத்தைவிட்டு மறைந்தன.

தன் செல்வப் புதல்வனுக்கு ஓய்வு கொடுக்க எண்ணிய இயற்கை அன்னை, அவனைத் தன் மடிமீது இருத்திக் கொண்டாள்.

5

பொழுது விடிந்தது. கீழ்த்திசையில் எழுந்த இளஞ்சோதியின் முன் பனித்தேவன் மறையத் தொடங்கினான். சீலி, இரவெல்லாம் விழிகள் சோர, முனகி முனகித் தண்ணீரும் தொடாமல், புல்லும் தொடாமல், நின்றும் உட்கார்ந்தும் அவஸ்தைப்பட்டுக் கொண்டிருந்ததைக் கொட்டிலுக்கு வந்த பேட்டனும் முதலாளியும் கண்டனர். "அந்தப் பய எங்கே காணோம்? விளையாட்டுப்புத்தி. எங்கே டிமிக்கிக் கொடுத்துட்டான்? இவனை வச்சிக்கிட்டே நமக்கும் மாரடிக்க வேண்டியிருக்கிறது. மாட்டுக்குவேற உடம்பு நல்லாயில்லே. ராவெல்லாம் அரற்றியிருக்கு. வெளக்குவேற மந்தமா எரியுது. போடா..... போ... மரியன் வீட்டிலே போய் ஜோகி இருக்கானா பாரு. ராவுதான் என்ன பனி! ஒரு இடத்தில் பச்சை இல்லாம கரிஞ்சுகிடக்கு!" என்று கௌடர் பேட்டனை விரட்டினார். இந்த மாடுங்களாலேயே தொந்தரவுதான் எப்பவும். ஒரு நாள் கவனிக்கமா போனா எத்தனை துன்பம்? இதையும் ஆசுபத்திரிக்கு ஓட்டிப் போகணும்?" என்று அலுத்தவாறே அவர், மாடுகளைக் கறப்பதில் முனைந்தார்.

பேட்டன் இரைக்க இரைக்க ஓடிவந்தான்.

"எசமான்! எசமான்!"

"என்னடா எசமானுக்கு? போனா போனா எத்தினி நேரம்? வாடிக்கை கொண்டுபோக நேரமாகலே?" என்று அப்பாஜி கௌடர் இரைந்தார்.

"இல்லீங்க எசமான்! அந்தப்பய... ஜோகி, அதோ பள்ளத்துச் சோலையிலே விழுந்து வெறச்சுக் கிடக்கிறான். அங்கு எப்படிப் போயிருப்பான்? அவன் மாமன்கிட்டச் சொல்லிப்போட்டு ஓடியாறேன்." இதைக் கேட்டுக் கௌடரின் முகம் ஆச்சரியத்தால் விரிந்தது.

"என்னது? நம்ம வீட்டண்டைச் சோலையிலா? அட, நான் கூட வரும்போது பாக்கலியே? ராவுலே அங்கே எங்கே போனான்? வெடியறப்போ, சுள்ளி, கிள்ளி பொறுக்கப் போய், முனி அடிச்சுப் போட்டுவிட்டதோ?" என்று சந்தேகப்பட்டார்.

'அதானுங்க; சந்தேகமாயிருக்குதுங்க' என்று அவனும் அதற்கு ஒத்துப்பாடினான்.

"சரி, நீ வாடிக்கைப்பாலை எடுத்துப்

போ; நான் போய்ப் பார்க்கிறேன்" என்று கூறிய அவர், பள்ளத்தில் இறங்கி விடுவிடுவென்று நடந்தார்.

அந்தக் குன்றின்மேல் வாரி இறைத்தாற் போலிருந்த குடிசைகளுக்கு நடுவே, ஒரு சிறிய குடிசையில் மட்டும் எப்போதும் விளக்கு எரியும். அதன் வாயிலில் நட்டுள்ள சூலத்தைக் கண்ணுற்றால் அதுதான் அந்த மலைக் கூட்டத்துனரின் கோயில் என்பது யாருக்கும் வெகு நன்றாகத் தெரியும். அந்த முனீசுவரர்தான் தங்களுக்கு எவ்வித ஆபத்தும் வராமல் காக்கிறார் என்பது அவர்களின் நம்பிக்கை. முனீசுவரரின் கோபத்திற்கு ஜோகி இலக்காகிவிட்டான்;

அதனால்தான் இத்தகைய ஆபத்து அவனுக்கு நேர்ந்திருக்கிறது என்று பூரணமாக நம்பிய மரியன், தன் கூட்டத்தாருடன் வாசித்து, கோயிலின் வாயிலில் ஜோகியைக் கொண்டு வந்து கத்தினான் கூட்டம் கூடியது.

பூசாரி முழுகி, உடுக்கும் கையுமாய், தெய்வத்தின் கோபத்தைத் தணித்துக்கொள்ளுமாறு வேண்டினான்.

உச்சி வேளை வந்தது; ஆனால் ஜோகியின் நிலையில் மாறுதல் காணவில்லை.

பூசை முடிந்தது; கூட்டமும் கலைந்தது.

மரியன் மட்டும் சிறுவனின் பக்கத்திலேயே கவலையுடன் உட்கார்ந்திருந்தான்.

இலேசாக ஜோகியின் உடலில் அசைவு கண்டது. கவலையும் அன்பும் ததும்பும் குரலில் மரியன், "ஜோகி!" என்று மெதுவாக அழைத்தான்.

ஆம், அந்த அன்புக் குரலில் சிறுவனை அவன் அழைத்தது நான் முதல் தடவையும், கடைசித் தடவையும்.

மாடு கறக்கும் பேட்டனின் மகன் அப்போது அங்கு ஓடோடியும் வந்தான்.

அவன் கையில் ஜோகி வெகு நாட்களாக விரும்பிக் கனவு கண்ட குழல் இருந்தது. அன்றுதான் பட்டணத்திலிருந்து அவன் அதை வாங்கி வந்திருந்தான்.

'ஜோகி! ஜோகி!" என்று நண்பன் குழலும் கையுமாகக் கூப்பிட்டபோது, சிறுவனின் விழி இமைகள் இலேசாகத் திறந்தன. குழலும், நண்பனும் அவன் நினைவைச் சற்றுத் தெளிவாக்கி இருக்க வேண்டும். அவன் முகம் மலர்ந்தது. ஆவலுடன் கையைத் தொட்டுப்பார்த்தான். ஆனால் வார்த்தை எழவில்லை.

குழலைச் சிறுவன் அருகில் வாங்கிவைத்தான் மரியன். கதிரவன் மறைந்தான்; மீண்டும் இருளும் குளிரும் வந்தன. அதே இடத்தில் இரவையும் கழித்தால், ஒருவேளை தெய்வத்தின் கண் திறக்கும் மரியன் எண்ணினான். எனவே கிழிந்த கோணி, கம்பளிகளைக் கொண்டு சிறியதொரு கூடாரம் அமைத்தான். சட்டியில் பை வைத்துக்கொண்டு ஜோகியின் அருகிலேயே படுத்தான். இரவு அசதியாலோ என்னவோ, மரியன் வெகு நேரம் தூங்கினான். அவன் விழிக்கும்போது, பொழுது விடியும் தருணமா அது. இருள் பிரியவில்லை. கோயிலில் தொங்கிய அகல் விளக்குக்கூட அணைந்திருந்தது. நெருப்புக் குச்சி ஒன்றைக் கிழித்து அவன் விளக்கை ஏற்றினான். பிறகு ஜோகியின்மேல் கைவைத்துப் பார்த்தான். சூடே இல்லாமல் 'சில்'லென்று இருந்தது அவன் தேகம். திடுக்கிட்ட மரியன், அகலைச் சிறுவனின் முகத்துக்கு நேரே பிடித்துப் பார்த்தான். ஆம், ஜோகியின் உடல் உயிரினின்றும் பிரிந்து நிம்மதியாக உறங்கிக் கொண்டிருந்தது. அவன் நெஞ்சிலிருந்த ஊசிகடைசிவரையில்வெளிவரவேயில்லை. மரியனின் கையிலிருந்த தீபம் நழுவியது; கண்களில் நீர் துளித்தது.

6

காலைக் கதிரோனின் கிரணங்கள் புல் நுனியில் உள்ள பனித்துளிகளை,

வைரச்சுடராகச் செய்துகொண்டிருந்தன. கோஸ் தோட்டத்துக் காவற்காரன் தோட்டத்து வேலிக் கதவை இழுத்துச் சாத்திவிட்டு வெளியே வந்தான். புல் நுனியிலுள்ள பனிநீர், அவன் முரட்டுச் செருப்பையும் தாண்டிக் காலின்மேல் சில்லென்றுபட்டது. வரும்போது, சட்டென எதையோ பார்த்துக் கீழே குனிந்தான். பழுத்துக் காய்ந்துபோன புற்களுக்கிடையே, துருவேறிப்போன அப்பழைய ஊசி, பனிமுத்துக்களைக் கோத்துக்கொண்டு, அவன் கோத்த சணலுடன் கிடந்தது.

“அட! கீழே விழுந்திருக்குது. காணோம்னு சொல்லிப்பிட்டு அன்னிக்கு இரண்டணாக் காசைக் கொண்டுவந்து கொடுத்தானே, பய? பாவம். இத்தினி நேரம் உயிரு இருக்குதோ இல்லியோ? முனி அடிச்சப்புறம் பிழைக்கிறதேது?” என்று முணுமுணுத்துக் கொண்டே அவன் குனிந்து ஊசியை எடுத்தான்.

கொட்டில் மாடுகளை அவிழ்த்து வெளியே கட்டிக்கொண்டிருந்த அப்பாஜி கௌடர் காவற்காரனைக் கண்டதும், “பய போயிட்டான். பாவம், ராவு எப்போ போச்சோ? மரியன் தூங்கிட்டானாம். வெடியப் பார்த்தா, உசிரில்லே. நல்ல பய” என்று அநுதாபப்பட்டார்.

“அட! போயிட்டுதா? நெனச்சுக்கிட்டேதான் வந்தேன். த்ஸு... த்ஸு... முந்தாநாள்கூட பாருங்க, எங்கிட்ட வந்து கோணி தைக்க ஊசி கேட்டான். நல்லாயிருந்தான். ராவுலே எங்கே போயிருப்பான்? முனீசுவரன் கோபம் வந்தா மட்டும். லேசிலே போவாது. நானும் எத்தினியோ பார்த்தாச்சு. ஆமாம், செவப்பு மாட்டுக்கு என்னங்க? பேட்டன் நேத்து ஆசுபத்திரிக்கு ஓட்டிப் போனானே?” என்று அவன் கேட்டான்.

‘அதையேன் கேக்குறே? இந்த மாடுங்களால் நான் ரொம்பவும் நேத்தெல்லாம் கஷ்டப்படறேன். அதுக்குக் கோமாரி நோயாம். திடீர்னு வந்துடுத்து! புல்லு தொடலே; தண்ணி தொடலே; அப்புறம் ஆசுபத்திரிக்குக் கூட்டிப்போய் ஒரு ஊசி போட்டப்புறம் கொஞ்சம் இன்னிக்கு ஒரு மாதிரியாயிருக்கு. அந்தப் பய வேற காலை வாரிவிட்டான். இனிமே அது மாதிரி நான் எங்கேருந்து வேறு ஆள் பிடிக்கிறது? ஆயி, அப்பன் இல்லாத பய அவன். வசமா வேலை செஞ்சான்” என்று தன் குறையை வெளியிட்டார் கௌடர்.

“ஆமாமுங்க...அப்போ அங்கே போவணும். மரியன் ஒண்டி ஆள்... பேட்டன் அங்கே போய் விட்டானோ? நீங்களும் வரவேணுமே?” என்று அவன் விசாரித்தான்.

“பேட்டன் அங்கே போய்விட்டான். நானும் கட்டாயம் போகணும். வேலையெல்லாம் வேறு முடிக்கணும். அதுக்குள்ளாற நீயும் போ... நான் வரேன்” என்று கூறிக்கொண்டே, அவசர அவசரமாகக் கறந்த பாலைப் புட்டிகளில் ஊற்றினார் அப்பாஜி கௌடர். அவர்கள் சம்பாஷணை மூலையில் கட்டியிருந்த சீலிக்குப் புரிந்ததோ என்னவோ?

வழக்கமாக ஜோகி படுத்து உறங்கும் அந்த இடத்தை முகர்ந்து பார்த்தபோது, அதன் கண்களில் நீர் முட்டியது. கடந்த இரண்டு நாட்களாய்த் தன் ஆருயிர் நண்பனை எங்கே காணோம் என்ற நினைவில் பெருமூச்சுவிட்டது. தன் உள்ளத்தில் எழுந்த துயர் உணர்ச்சிகளைச் சொல்லிச் சொல்லி அழ அதற்கு வாயிருக்கிறதா, என்ன?

23

மண மாலை

கோமதி சுப்பிரமணியம்

கோமதி சுப்பிரமணியம்
(25/08/1926 - 23/05/2011)

எழுத்தாளர் கோமதி சுப்பிரமணியம் திருநெல்வேலியில் பிறந்தவர்; எட்டாம் வகுப்பு வரை படித்தவர். இவர் இதழ்களைப் படித்துத் தம் மொழித்திறனை வளர்த்துக் கொண்டார். எழுத்தாளர் சுகிசுப்பிரமணியத்தை மணந்துகொண்ட இவர், அவருடைய தூண்டுதலினால் திருமணத்திற்குப் பின் எழுதத் தொடங்கினார். இவரது முதல் சிறுகதை 'பாட்டி சொன்ன கதை' என்பதாகும். இக்கதை கல்கி இதழ் நடத்திய சிறுகதைப் போட்டியில் இரண்டாவது பரிசினைப் பெற்றது. தொடர்ந்து சிறுகதைகள், நாவல்கள், நாடகங்கள், கட்டுரைகள் என்று எழுதிக் குவித்துள்ளார். ஆனந்த விகடன், கலைமகள், அமுதசுரபி, குமுதம், சுதேசமித்ரன் தினமணி கதிர் என்று பல இதழ்களில் எழுதியுள்ளார். இவர் ஐம்பதுக்கும் மேற்பட்ட சிறுகதைகளை எழுதியுள்ளார்.

எனக்கு அப்போது வயது பதினைந்திருக்கலாம். இளமையின் கனவுகள் என் உள்ளத்தில் ததும்பிக் கொண்டிருந்தன. வசந்த காலத்து மலர்போல் நானும் ஆனந்தத் தென்றலில் அகமகிழ்ந்திருந்தேன்.

என் தந்தை பெரிய தனவந்தர். எங்கள் குல வழக்கப்படி மேல்படிப்புக்கு விடாமல் எட்டாவதோடேயே பள்ளிக்கூடத்திற்குப் போவதிலிருந்து என்னை நிறுத்திவிட்டார்கள்.

படிப்பு இல்லையே என்று கூட எனக்கு அதிக வருத்தமில்லை. ஏராளமாகப் பணத்தைக் கொடுத்த கடவுள், அழகைக் கொடுக்க ஏனோ மறந்து விட்டான்! அழகு தான் இல்லாவிட்டால் போகிறது. அருங்கலைகள் எதிலாவது பயிற்சி இருக்கவேண்டுமே! அதுவும் கிடையாது. இந்த நாகரிக நாளில், அழகிகள் ஒய்யாரமாக நடனமாடுவதையும், உல்லாசமாகக் காலங்கழிப்பதையும் கண்டு என்னைப் போன்றவர்களின் உள்ளம் எப்படி வெதும்பும் என்பதைச் சொல்லவும் வேண்டுமா?

காட்டுப் பூக்களுக்குக்கூட இப்போது 'கிராக்கி' வந்திருக்கிறது. அதைப் போல என்னையும் மணம் செய்து கொள்ள ஒருவர் வந்தார். எப்படி வந்தார்? எதற்காக வந்தார்? அதெல்லாம் விவரிப்பது அவ்வளவு நன்றாக இல்லை! எங்கள்

வீட்டிலும் ஒரு யுக்தி செய்தார்கள். என் தங்கையின் 'போட்டோ'வைக் காட்டி என்னை மணக்க இருந்தவரின் மனதைக் கவர்ந்துவிட்டார்கள். இந்த விஷயம் எனக்குத் தெரிந்ததும் அப்படியே சோர்ந்து போய்விட்டேன். சே, என்ன கேவலம்' என்ற அருவருப்பு, உணர்ச்சியே என் மனசில் மேலோங்கி நின்றது.

கலியாண தினமும் வந்து சேர்ந்தது. மாப்பிள்ளையை அழைத்து வந்து செய்யவேண்டிய சடங்குகள் செய்தாயிற்று. பெண் சடங்கு செய்வதற்கு என்னை அழைத்து வந்தார்கள். ஐயோ, நான் எப்படி அவர் முன் செல்வேன்? வஞ்சனையால் அவரை ஏமாற்றி விட்டு மாலையிடப் போகிறோமே! ஆனால் நானா வஞ்சித்தேன்? யார் செய்தால் என்ன? அதற்கெல்லாம் காரணம் நான்தானே. இப்படிப் பல எண்ணங்கள் என்னைப் பதைக்கச் செய்தன. பதற்றத்தோடு மாலையைக் கழற்றி அவர் கழுத்தில் இடப் போனேன். ஆனால்..மாப்பிள்ளை அங்கில்லை! தலை கிறுகிறுத்தது. அவ்வளவுதான்! வேறொன்றும் எனக்குத் தெரியாது.

• • •

"என்ன மாணிக்கம், இப்படி செய்து விட்டாயே?" என்று, மணப்பந்தலிலும், பிறகும், பலதரம் பலர் என்னைக் கேட்டார்கள். நான் பதில் சொல்லவில்லை. சொல்ல வேண்டியவர்கள்தான் பதில் சொல்லட்டுமே? "இவள் தான் உன் மனைவியாக வரப்போகிறவள் "என்று நயவஞ்சகமாக எனக்குப் 'போட்டோ'வைக் காட்டி, கொஞ்சமும் கூச்சமில்லாமல் வேறு பெண்ணைக்கொண்டு வந்து நிறுத்தியவர்கள் பதில் சொல்லட்டுமே?

என்மேல் பிசகு என்ன? நாலுபேருக்கு முன் அவர்கள் தப்பிதத்தை உணரச் செய்தது குற்றமா? பட்டப்பகலில், என் கண்ணை மயக்கும் மாய வலையில் சிக்கிக்கொள்ளாதிருந்தது ஒரு தப்பிதமா? சரி! இனி அந்தப் பெண்ணின் கதி? ஒருவரும் கட்டிக் கொள்ளமாட்டார்கள். ஆனால் அதற்கு நான் என்ன செய்வது?

என் மனம் என்னவோ நிம்மதியாக இல்லை. அந்தப் பெண் வேறுயாரையாவது மணப்பாளா? இல்லை, இல்லை! ஒரு இந்துப்பெண் இப்படி அவமானமடைந்த பிறகு இனி மணவாழ்க்கையைப் பற்றிய சிந்தனையையே விட்டுவிடுவாள். அவள் கன்னிகையாயிருந்து தான் காலம் கழிக்க வேண்டுமோ?

ஒவ்வொரு சமயம் நான் அநாகரிகமாக நடந்து கொண்டு விட்டேனோ என்று அங்கலாய்ப்பதுண்டு. ஆனால் நான் அழகுக்கு அடிமையாகியோ, மற்ற எந்தக் காரணங்களை உத்தேசித்தோ பெண்ணைப் புறக் கணிக்கவில்லையே? எனக்குச் செய்த மோசத்துக்குத் தகுந்தபடி நான் செய்யவேண்டியதைச் செய்து விட்டேன். அவ்வளவு தான் ; அதன் பலனை எண்ணி நான் ஏன் ஏங்கவேண்டும்?

ஆனால் ஒன்று நிச்சயம். மணப்பந்தலிலே. மாலையேந்தி வாடிய முகத்தோடு நின்ற அந்த மலர் மங்கை என் இதயவானில் அடிக்கடி பளிச்சிடுகிறாள். அந்த சோக வடிவை நினைத்தால், கலியாணம் பண்ணிக்கொள்ளும் யோசனை என் மனதிலிருந்து பறந்துவிடுகிறது.

• • •

நானும் எத்தனையோ கலியாணத்துக்குப் போயிருக்கிறேன். ஆனாலும் இந்தமாதிரி அதிசயத்தைக் கண்டதில்லையடி அம்மா! பெண்ணாய்ப் பிறந்தால் உலகில் எல்லாருமே ரம்பைபோலவும், மேனகை போலவும் தான் இருக்கவேண்டுமா? ஐந்து விரலும் சரியாகவா இருக்கிறது? சை! அதை எல்லாம் ஏன் சொல்லவேணும்? இந்தக்காலத்துப் பையன்களுக்குப் புத்தியே சரியில்லை. அவர்கள் என்ன செய்வார்கள்; இந்தப் பாழும்படிப்பு அவர்களை இந்தமாதிரியெல்லாம் நடக்கும்படி

தூண்டிவிடுகிறதே! பாவம்! அந்தப் பெண் தேம்பித் தேம்பி அழுதது. எனக்குச் சகிக்கவில்லை. நான் மாத்திரம் என்ன, பந்தலிலுள்ள அத்தனைப் பெண்களும் தான் கலங்கிப் போனார்கள்.

பெற்றோருக்கு எப்படி இருந்ததோ? இனி அந்தப் பெண்ணுக்கு மாப்பிள்ளை வாய்ப்பானோ மாட்டானோ? நாலைந்து வருஷமாகியும் என்னால் மறக்க முடியவில்லை.

இப்போது அவர்களெல்லாம் எங்கிருக்கிறார்களோ, என்ன ஆனார்களோ! ஐயோ பாவம்! என் வயிறே இப்படிப் பகீர் என்கிறதே; பெற்றவள் எப்படித் துடித்துக்கொண்டிருக்கிறாளோ? இதற்குத்தான் நாலும் பார்த்துக் கலியாணம் செய்ய வேண்டும் என்று பெரியவர்கள் சொல்கிறார்களாக்கும். ஏதோ ஆண்டவன் புண்ணியத்தில் ஒரு நாளைக்கில்லாவிட்டால் ஒரு நாளைக்கு, அந்தப் பெண்ணுக்குக் கலியாணமாகி விட்டதென்று நான் கேள்விப்படமாட்டேனா!

• • •

இப்போது நான் ஒரு உபாத்தியாயினி. உம்... எத்தனையோ மாறுதல்கள். எல்லாம் ஞாபகத்துக்குக் கொண்டுவர முடிகிறதா? முன் நடந்ததெல்லாம் லேசான கனவுபோலத் தோன்றுகிறது. இன்று எங்கள் பள்ளிக்கூட தலைமை உபாத்தியாயர் மாற்றிப் போய் அவருக்குப் பதில் வேறொருவர் வருகிறார். அவரை வரவேற்கவேண்டும். குழந்தைகளும் நானும் வெகு உற்சாகமாக இருக்கிறோம். அதற்குத் தான் ரோஜாமாலை, எலுமிச்சம் பழம் முதலிய தடபுடல்கள்.

அதோ காரும் வந்து விட்டது. புது 'ஹெட் மாஸ்டர் ' காரை விட்டு இறங்கிவிட்டார். கையிலிருந்த மாலையைப் போடுவதற்காகத் தலை நிமிர்ந்தேன். என்ன! என்ன! என் கண்களை என்னால் நம்பமுடியவில்லையே? அவர்... அவர்! என் நெஞ்சு துணுக்குற்றது. என் வாழ்வைப் பாழ்படுத்திய - மணப்பந்தலில் என்னைத் தலைகுனியச் செய்த- அதே- அவர்தான்! சந்தேகமில்லை. அன்றும் என் வாழ்வை நாசமாக்கினார். இன்றும் என் மனஅமைதியைக் கெடுக்க வந்துவிட்டார். இதை நினைத்ததும் என் உள்ளம் குமுறியது. சடக்கென்று கழுத்தில் போடவந்த மாலையைக் கையில் கொடுத்துவிட்டு என் அறைக்குச்சென்று விட்டேன். சரி! இனி எப்படி இங்கு இருப்பது? இளமைக் கனவுகளே இன்பப்பாதையில், உல்லாசப் பிரயாணத்தில் வரத்தயங்கிய-இல்லை, தடுமாறிப் புறக்கணித்துவிட்ட ஒருவரோடு எப்படி ஒன்றாக, ஒரே பள்ளிக்கூடத்தில் வேலை பார்ப்பது?

திடீமென ஒரு முடிவுக்கு வந்தேன். அந்தப் பள்ளிக்கூடத்தை விட்டேபோய் விடுவது என்று என் ராஜினாமாக் கடிதத்தை எழுதி முடித்தேன்.

• • •

ஒரு கணத்தில் புத்தி ஏன் குழம்புகிறது? அவசரமாக அறைக்குள் அவள் சென்று மறைந்ததிலிருந்து அவளே தான் இவள்! அடடா, அந்த முகத்திலே அன்று கண்ட சாயலைத்தான் இன்றும் காண்கிறேன். இப்போது நான் புதுமனிதன். என் உள்ளம் முன்போல் இல்லை. அவள் அறைக்குள்ளே போகிறேன். பேசமாட்டாளா? வேண்டாமே; நான் சொல்லவேண்டியதைச் சொல்லிவிட்டால் போதும்.

ஏன் மேஜை மேல் முகத்தைக் கவிழ்த்துக் கொண்டாள்? இருந்தாலும் கேட்போமே.

"கமலா, கழுத்திலிட வந்த மாலையை ஏன் கையில் கொடுத்து விட்டாய்?

"நீங்கள் ஏற்பீர்களோ, மாட்டீர்களோ, என்ற பயம்தான்" என்று கணீரென்று சொன்னாள்.

"இன்னுமா அப்படி நினைக்கிறாய்?"

"நான் அந்த பாக்கியம் செய்திருக்கிறேனா, என்ன?"

என் மனசு பதைபதைத்தது. என்னென்னவோ சொல்லவேணும் என்றிருந்தது.

அமைதியாக, "கமலா, என்னை மன்னித்து விடு. இப்போது வேறு ஒன்றும் சொல்லத்தோன்றவில்லை. என் செய்கைக்காக என்னை நானே நொந்து கொண்டதெல்லாம் உனக்குத் தெரியவாபோகிறது? அதற்கப்புறம் நான் வேறு எந்தப் பெண்ணையும் கலியாணம் பண்ணிக்கொள்வதில்லை என்ற முடிவுக்கே வந்து விட்டேன்."

ஆச்சரியத்துடன் அவள் என்னைப் பார்த்தாள் பிறகு மெதுவாக, "இன்னும் கொஞ்சம் நம்பிக்கை அளிப்பீர்கள் போலிருக்கிறதே!" என்றாள்.

"கொஞ்சம் மாத்திரமா? முழுநம்பிக்கை! என் வேண்டுகோளை ஏற்றுக்கொண்டு மாலையிடும் நன்நாளும் வருமா? "என்றேன்.

என் வேண்டுகோளை அவள் அங்கீகரித்தத்துக்கு அடையாளமாக கையிலிருந்த ராஜினாமாக் கடிதத்தைக் கிழித்தெறிந்தாள்.

அப்போது எங்கள் இருவர் முகத்திலும் தோன்றிய களிப்பைக்கண்டு, மேஜை மீதிருந்த அந்த ரோஜா மாலையும் சிரித்தது!

• விந்தியா

24
அன்பு மனம்

விந்தியா

விந்தியா
(12/04/1927 – 07/10/1999)

இந்திரா தேவி என்ற இயற்பெயர் கொண்டவர் விந்தியா. தன்னுடைய 20 வயதில் இருந்து 33 வயது வரை தொடர்ந்து 100-க்கும் மேற்பட்ட சிறுகதைகள், ஒரு நாவல், கட்டுரைகள் என எழுதியுள்ளார். அதன் பின் இவர் தன் எழுத்தைத் தொடரவில்லை. கலைமகள், சுதேசமித்திரன், காவேரி, பாரிஜாதம், வெள்ளிமணி, கல்கி போன்ற இதழ்களில் எழுதியுள்ளார்.

விந்தியாவின் கதைகள் ஆங்கிலத்திலும் தெலுங்கிலும் மொழிபெயர்க்கப்பட்டுள்ளன. இவரது கதைகள் பல பரிசுகளையும் பெற்றுள்ளன. இவர், வாய்ப்பாட்டு, வயலின் இரண்டிலும் வல்லவராக இருந்துள்ளார்; இசைக் கச்சேரிகள் பல செய்துள்ளார்.

குழந்தை வீரிட்டு அழுதது கேட்டு, ஓடோடினேன், கூடத்திற்கு. ஐயோ, திடுக்கிட்டுப் போனேன்! நான் அங்கே போனபொழுது அழுகைச் சத்தம் இல்லை. ஆம்! குழந்தைக்குக் காக்காய்ச் சீவன் போய்விட்டது. முகம் கறுத்திருக்க, கழுத்து நிமிர்ந்திருக்க, கண்கள் திறந்திருக்க, குழந்தை நிலை குத்திப் போயிருந்தது. ஓடிப்போய்க் குழந்தையின் காதுகள் இரண்டையும் பொத்தினேன். அப்படியும் அவள் குரல் கிளம்பவில்லை. ஒரு நிமிஷம், நாலு நிமிஷங்கள் ஆயின. இன்னும் மேலே சில நிமிஷம் ஆயின. ஐயோ, குரல் விட்டு அழவேணுமே! யாரும் இல்லையா? என்ன ஆகுமோ?. திகிலுடன் சுற்றும் முற்றும் பார்த்தேன்.

"அதோ, அவர்!" என்று கண்டுகொண்ட என் மனம் ஒரு நிமிஷம் துணுக்குற்றுவிட்டது. சட்! பார்த்துக்கொண்டே உட்கார்ந்திருக்கிறாரே? என்ன புருஷ சுபாவம்! பின் ஏன் அவர்களுக்கு மட்டும் உறுத்தாது? ஒரு நிமிஷம் சாம்பராக வெந்துவிட்டது என் உள்ளம். மறுகணம், குழந்தையின் தொண்டை விட்டுக்கொண்ட பிறகு, அதே சாம்பர், திருநீறுபோலப் புனிதமாகிவிட்டது. அதை நானே உணர்ந்தேன். ஆம்! நிஜந்தானே? அவர் என்ன கண்டார்? குழந்தையின் அழுகைதான் நின்றுவிட்டதாக்கும் என்று எண்ணியிருப்பார்!-எனக்குத் தம்பி தங்கைகள் உண்டு; அவர்களுடன்

பழகியதால் குழந்தைத் தத்துவம் கொஞ்சம் தெரியும்.

நிலை கட்டிப் போயிருந்த குழந்தையின் மூச்சுத் திரும்பி வந்தபோது, என் மூச்சும் திரும்பியது. "அப்பா! நல்ல வேளை!" என்ற பேச்சுக் கேட்டது. சந்தேகத்தைத் தீர்த்துக்கொள்ள விரும்பித் திரும்பிப் பார்த்தேன். ஆம்! அவர்தாம் சொல்லியிருக்கிறார் அவ்வாறு சற்றுமுன் ரேடியோவுக்கு அருகில் அந்த நாற்காலியில் அமர்ந்தும் அமராததுமான நிலையில் இருந்தவர், இப்பொழுது சாய்ந்துகொண்டிருந்தார். ஆம், அவர் கவலை நீங்கியிருந்தார். குழந்தையின் நிலைமை தெரிந்திருந்தும் என்ன செய்வது என்று தெரியாமல் கவன்றிருக்கிறார், பாவம்! அவருக்கும் கொள்ளை ஆசைதான் உள்ளூற, குழந்தையிடம். ஆனால், பாவம் அவர் புருஷர்; ஒன்றும் தெரியாது. நான் பெண்-ஆம்-என்னால் நடந்துகொள்ள முடிவதுபோல் அவரால் நடக்க முடிகிறதா? குழந்தையின்மேல் குன்றளவு பிரியம் இருந்தாலும், அது பிறருடைய மதிப்பிலே குன்றாதபடி அவரால் நடந்து கொள்ள முடிவதில்லையே!

ஏதேதோ தோன்றினாலும், என் பெண்மை மட்டும், என் சிறுமை, வருத்தம் எல்லாம் மறந்து, ஒரு சில நிமிஷம் பெருமிதம் கொண்டது. குழந்தையின் குரல் வெளிப்படுமாறு செய்துவிட்டேனே-எனக்கு ஆறுதல் மட்டுந்தானா? கொள்ளைப் பெருமையாகவுந்தான் இருந்தது. ஜம்மென்று குழந்தையை இடுப்பிலே இடுக்கிக் கொண்டேன். அவரை நுனிக்கண்ணாலே நோக்கினேன். அவர் என் தோற்றத்தை-குழந்தையுடன் நிற்கும் என் தோற்றத்தை-ரசிக்கிறார் என்று தோன்றவே, எனக்கு உடலெல்லாம் பூரித்தது. அவருடன் ஒன்றும் பேசாமலே போய்விட மனமில்லாதவளாய், அத்தனை நேரமும் கேட்க மறந்திருந்த அந்தக் கேள்வியைக் கேட்டேன். "ஆம்! என்ன ஆச்சு பாலாவுக்கு? ஏன் அழு தாள்? எங்கானும் அடிபட்டுக்கொண்டு விட்டாளா?"

"நான் அடி ச்சுட்டேன்!"

'ஐயோ! என்ன சொல்கிறார்? ஏன் என்னை இவர் இப்படி வதைக்கிறார்? ஐயோ! நிஜமாகவா! அடித்தாரா!'

அவரை ஒரே ஒரு தடவை கூர்ந்து பார்த்துப் புருவம் சுளித்து, என் அருவருப்பு, வேதனை, கோபம் எல்லாவற்றையும் ஒரே நிமிஷத்திலே குறிப்பிட்டுவிட்டு, சமையலறை புகுந்தேன். என்னால் தாளவே முடியவில்லை, அவருடைய இந்த இங்கிதம் இல்லாத செயலை; இத்தனை நாள் மிரட்டலோடு இருந்தார்; இப்போது-

அப்பொழுது மன்னி வந்துவிட்டாள், ஸ்நானம் முடித்துக்கொண்டு. என் ஓர்ப்படியைப் பார்க்கவே மனம் கூசியது எனக்கு.

"என்ன லலிதா? குழந்தை அழுதாளா? என்ன, நீயும் அழுகிறாயா என்ன?" என்று கேட்டாள் மன்னி. மனத்துடிப்புத் தாங்காமல் சொன்னேன் சேதி. குழந்தையின் நெஞ்சுக் குழியில் விம்மலும், மோவாயின் துடிப்பும் இன்னும் அடங்காத காரணத்தை விவரித்துச் சொன்னேன்.

மன்னி அதிகம் ஒன்றும் சொல்லவில்லை. அவளுடைய கண்களும் முகமும் மட்டும் ஒரு தினுசான வியப்பையும் சுணக்கத்தையும் வெளிப்படுத்தின. 'எல்லாம் தெரிந்த விஷயந்தானே!' என நினைப்பவள்போல் மன்னி இருந்ததுதான் எனக்கு, அழுகை கொடுக்கக்கூடிய வேதனை யூட்டிற்று.

அதே சமயம் சமையலறையின் நிலைப்படியருகில் அவர் வந்து நின்றார்.

"என்னமோ என்னை அறியாமல் மூர்க்கமாய் அடிச்சுட்டேன். நியூஸ் கேட்டுண்டிருந்தேன். ஏதோ கேட்டாள்

குழந்தை. பளீர்னு பட்டுடுத்து. அதுவும், பாவம் கன்னத்திலே! பாவம், துடிச்சுப் போயிட்டாள். நான் இப்படி அடிப்பேன்னு அவள் நினைக்கல்லே, மன்னி!"

மன்னி அவரை ஏறிட்டுப்பார்த்தாள், அவர் பேசி முடித்த சமயம். மன்னிப்புக் கேட்கவும், மன்னிப்புப் பெறவுந்தான் இருவருக்கும் உறவு அமைந்திருக்கிறதே?

எனக்கு இப்படித்தான் தோன்றிற்று. மன்னி அவ்வாறு எண்ணியிருப்பாரோ என்னவோ தெரியாது. எனக்கு மன்னிமீது கோபம் இல்லை. அவர்மீதுதான் கோபங் கோபமாக வந்தது. கொஞ்சம் யோசனை வேண்டாமா மனுஷருக்கு? சொந்தக் குழந்தையானால்கூட அப்பா அடித்தால் அம்மாவுக்கு ரோசம், அம்மா அடித்தால் அப்பாவுக்கு ஆத்திரம் என்று ஏற்படுகிறதே! மன்னி தாக்ஷிண்யம் பார்க்காமல் பட்டென்று ஏதாவது சொன்னால், அப்பொழுது தெரியும் இவருக்கு; இவரோடு நானும் போகவேண்டிய சிரிப்பாணி நிலை! வேலைவெட்டி ஒன்றுமின்றி, உண்டு உறங்கிக்கிடந்து 'நியூஸ்' கேட்டுவிட்டு வம்பு அளக்கும் நிலைமை அவருக்கு இப்பொழுது. சதா யோசனை, கவலை, அடிமை வாழ்வு, சிறுமை, எனக்கு! ஏதோ மானம் மரியாதையாக,'நியாயமாக அண்ணனுடன் இருக்கிறதுதான்' என்கிற பழையகால நியாயத்தையொட்டி இருந்து வருகிறோம். யாருக்கு யார் உரிமை, யாரோடு இருக்க யாருக்கு நியாயம் இந்நாளில்? எல்லோருக்கும் அவரவர் சுதந்தரம், வாழ்க்கை வேண்டும். அவரவர் குடும்பம், கவலை என்று ஏற்பட்டுவிட்டன. எங்களுக்குக் குடும்பம் என்று ஏற்படாவிட்டாலும், அவர்களுக்குப் பாரமாக நாங்கள் ஒரு குடும்பந்தானே இருக்கிறோம்?

பார்க்கப்போனால் அவர்களுக்கும் எங்களால் எத்தனை கஷ்டம்! இப்போது பளிச்சென்று தன் மனத்தைத் திறந்து ஒரு வார்த்தையைச் சொல்ல மன்னிக்குந்தான் ஏது சுதந்தரம்? காணோமே? இதோ, பாவம், மன்னி,அவர்பேச்சைக்கேட்டுக்கொண்டே இருக்கிறாள். ஒன்றும் பேசாமல் குழந்தையை எடுத்துக்கொள்கிறாள்.

"மன்னி, குழந்தையை என்னண்டை தாயேன். இனி மேல் எங்கிட்ட வரவே மாட்டாளோன்னு பயமாயிருக்கு" என்றார் அவர்.

மன்னி, குழந்தையை அவர் பக்கம் எடுத்துப்போனாள்."இந்தாங்கோ-குழந்தை இதெல்லாம் என்ன கண்டாள்? வராதென்ன? இந்தம்மா, பாலா! போம்மா! சித்தப்பா கிட்டப்போ. கூப்பிடறா பாரு."- குழந்தையை அவர் பக்கம் தூக்கிக் கொடுத்தாள் மன்னி. ஆனால், ஐயோ, இதென்ன சோதனை? ஏன் குழந்தை அவரிடம் போக ஆவல் காட்டவில்லை? முகத்தை அம்மாவின் தோள் பக்கமாகத் திருப்பிக்கொண்டுவிட்டாளே!

மன்னிக்குத் திருப்திதானோ என்னவோ? தான் சொல்ல முடியாததைத் தன் குழந்தையின் செய்கை அறிவுறுத்துகிறதல்லவா?-அவருக்கு முகம் ஒரு மாதிரி ஆகிவிட்டது.

மன்னி, லேசாகச் சிரித்துக்கொண்டே, அதை மறைக்க முயன்றுகொண்டே, "ஏண்டி கண்ணு! போம்மா! ஒண்ணும் பண்ணமாட்டா போ!" என்றாள். ஒரு தடவை மீண்டும் தன் சிற்றப்பாவைப் பார்த்தாள் குழந்தை. ஆனால் அவரிடம் போக மட்டும் மறுத்து விட்டாள்.

"இவளுக்கு எண்ணெய் தேய்த்துக் குளிப்பாட்டி விடணும். அழுகையோடு அழுகையாகச் சேர்த்துக் குளிப்பாட்டி உங்களண்டை தரேன். ஒரு அரைமணி கழித்து வந்துடுவள், உங்ககிட்ட என்று மன்னி கூறவே, அவர் அதற்கு ஒப்பி, அங்கிருந்து போய்விட்டார்.

என் உள்ளத்திலே பல்வேறு உணர்ச்சிகள் எழ, "மன்னி, நீங்களாக் கொண்டு சும்மா

இருக்கேள். வேறே யார் இப்படி இருப்பா?" என்றேன். ஆம்! மன்னிக்கு மனத்தாங்கல் உண்டு என்று அறிந்திருந்தும், இப்போதும் மன்னி மனத்திலே வருத்தம் ஏற்பட்டது என்று உணர்ந்திருந்தும், மன்னி பெருந்தகைக் குணம் கொண்டவள் என்பதே என் உறுதி. இதுகூடத் தோன்றாதா ஒரு பெண்ணுள்ளத்திலே? இதுகூட நினையாளா ஓர் அன்னை?

இதே யோசனையிலே என் அந்தரங்கம் சுழற்பட்டுக் கிடந்தாலும், நான் என் மனநிலையை அதிகம் காட்டாமல், குழந்தையை எண்ணெய் தேய்த்துக் குளிப்பாட்டினேன். மன்னியுடன் இழைந்து சென்றேன். என் மைத்துனர் வந்தார் பிற்பகலில். நானே செய்தியைச் சொல்லிவிட்டேன்.

மைத்துனர், குழந்தையையும் அவரையும் மாறிமாறிப் பார்த்தார். பிறகு, "பாவம், மனசு அவனுக்கும் சரியில்லை. ஏதோ கவலைப்பட்டுண்டிருக்கான். ஏதோ யோசனையிலே இருந்திருப்பான்; இவள் லூட்டியடித்திருப்பாள்; விஷமி" என்றார் அவர்.

மன்னி எதைச் சொல்ல விரும்புவாளோ அதை நானே சொல்லிவிட்டேன்.

"பாவம், அது ஒண்ணும் லூட்டி அடிக்கல்லை! நியூஸ் கேட்டுண்டிருந்தாராம்! குழந்தை ஏதோ கேட்கப் போனாளாம். இவர்-"

நான் முடிப்பதற்குள் கணவரே நடுப்புகுந்து விட்டார். "ஆமாம்! யோசனை ஒண்ணுமில்லே. நியூஸ் சமயம் ஏதோ கேட்டாள்; கையை ஓங்கின வேகத்திலே கை நிற்கவில்லை. அடி விழவே விழுந்துடுத்து, பாவம்!" என்றார்.

அவர் சொல்ல முன்வந்தது எனக்கு இஷ்டந்தான். ஆனால், "யோசனை ஒண்ணும் இல்லே!" என்பானேன்? வெட்டியாக இருப்பவர், அக்கடாவென்று இருப்பதாகச் சொல்லிக்கொள்ள வேணுமா? உள்ளூற அவருந்தான் புழுங்குகிறாரே?.

ஆனால் அவருடைய நேர்மையான வார்த்தைகளும் தாழ்மையான கம்பீரப்பேச்சும் குழந்தைகளுக்குத்தான் பிடித்திருந்தன போலும்! கொஞ்சம் எட்ட நின்றுகொண்டிருந்த பாலா, மெல்ல, "சித்தப்பா" என்று வாய்திறந்தாள்.

வா, உக்காச்சு, வா!" என் என்று அவர் அழைத்தபோது, சிறிது தயங்கிவிட்டு, பிறகு சிரித்தவாறே, ஓரக் கண்ணால் பார்த்தவாறே அவர் பக்கமாக வந்து நின்றுவிட்டு, திடுக்கென்று அவர் மடியிலே புதைந்து உட் கார்ந்துவிட்டாள் பாலா!

எங்களை ஏதோ சிம்மாசனத்திலே ஏற்றி வைத்தாற்போல் இருந்தது அவள் செய்கை.

உண்மையாகவே, சில நாட்களுக்கெல்லாம் எங்கள் நிலைமை உயரத்தான் உயர்ந்தது. நாங்கள் முன்போலக் குடியும் குடித்தனமும், இன்பமும் இல்லற சுகமுமாய் வாழத்தொடங்கினோம். அவருக்கு உத்தியோகம் கிடைத்தது. நாங்கள் 'எங்கள் வீடு' என்று பெருமையோடு ஒன்றை ஸ்தாபித்துக்கொண்டு வாழலானோம், வேறோர் ஊரிலே.

இப்படி ஒரு ஒன்றரை வருஷம் சந்தோஷமாக இருந்துவிட்டோம். 'நாங்கள் பெற்றெடுத்த குழந்தை' என்று சொல்லிக்கொள்ளக் குழந்தை இல்லை என்ற ஓர் எண்ணம் இருந்துவந்ததெனினும், நாங்கள் இருவரும் குறைப்பட்டுக் கொள்ளவில்லை. பாலா எங்கள் குழந்தைதானே? இப்பொழுது அவளுக்கு ஒரு தம்பியும் பிறந்துவிட்டானே. அவர்கள் இருவரையும் எண்ணி மகிழ்வோம். நினைத்துப் பார்த்து உவகை கொள்வோம். ' என்னதான் இருந்தாலும் குழந்தை மனம் அன்பு நிறைந்தது என்று, பாலாவுக்கு எங்கள் மீதிருந்த அன்பை நினைந்து ஆறுதல் கொள்வோம்.

ஆனால் இதெல்லாம் அந்தி அழகுபோல ஆயிற்று. வெகு சீக்கிரத்திலே எங்கள் மனச்சாந்தியை மாசுறுத்தி, மன அமைதியைக் குலைக்க ஒரு தகவல் வந்தது. என் பெற்றோரும், என் மன்னியின் பெற்றோரும் இருக்கும் ஊர்கள் அக்கம் பக்கம். அம்மா என் ஓர்ப்படியின் பிறந்தகம் போக நேர்ந்தது. பாலா அங்கே தன் தாயைப் பெற்ற பாட்டியின் வீட்டில் இருந்தாள்.

அம்மா அவளைப் பார்த்ததாகச் சொல்லவே நான், ஆஹா, என்ன ஆவலுடன் அவளைப்பற்றி விசாரித்தேன்?. ஆனால் அந்தோ, அம்மா என்ன சொன்னாள்? சொல்லும் பொழுதே அவளுக்கே என்ன வேதனை?

பாலா வெகு சமர்த்தாய், சூடிக்கையாய் இருக்கிறாளாம். ஐந்து வயசுக் குழந்தைக்கு இருக்கவேண்டிய சுறுசுறுப்பு, கலகலப்பு இம்மிகூடக் கம்மியில்லையாம். ஆனால் அம்மா அவளை, "சித்தி எங்கே சித்தப்பா யாரு?" என்று கேட்டபோது, "நியூஸ் கேட்கும்போது அடிச்சாளே, அதுதான் சித்தப்பா" என்றாளாம். "என் கண்ணுலே சீக்காய்ப் பொடி போடுவாளே, அதுதான் சித்தி!" என்றாளாம்.

"யார் கேட்டாலும் இப்படித்தான் சொல்லுகிறாள்!' என விளக்கிவிட்டாளாம் மன்னியின் அம்மா.

அம்மா எனக்கு, தான் அறிந்த உபதேசம், கண்டனம், விமர்சனம், எல்லாம் செய்தாள், தன் கடமையை எண்ணி. ஆனால் எனக்குத் துக்கம் துக்கமாக வந்தது.

ஆஹா! குழந்தை எதையும் மறந்துவிடவில்லை. சிற்றப்பா அடித்ததை மறக்கவில்லை. "ஏண்டி கண்ணூ, சித்தி உன் கண்ணுலே சீக்காய்ப்பொடி போட்டுட்டேனா?" என்று அவளுக்கு எண்ணெய் தேய்த்துக் குளிப்பாட்டிய பொழுதெல்லாம் நான் கேட்டு வந்த அந்தக் கேள்வியையும் மறந்துவிடவில்லை!

ஒரு குழந்தையின் மனத்திலே எங்களைப்பற்றித் 'தாழ்வான எண்ணம்!- 'பாலா 'பாலா எங்களை எல்லாம் மறந்திருக்கக் கூடாதா!' என்றுகூட வருந்தத் தொடங்கினேன் நான்!

அவரிடம் சொன்னேன்; எங்களை அவள் மறவாத விதத்தை அறிவித்தேன். அவர் கொஞ்ச நேரம் வருத்தப்பட்டார். கொஞ்ச நாள் நினைவு வைத்திருந்தார். பிறகு, எனக்குத்தான், பெண் ஜன்மம் எடுத்த தோஷம், வேதனை, யோசனை, கற்பனை.

ஆஹா! நமக்கு என்று குழந்தைகள் இருந்தால், இந்த நம் ஆசை, அன்பு எல்லாம் இப்படி மதிப்பிழந்து போகுமா?" என்று தோன்றிற்று. சரியான விடையும் ஊகித்துக்கொண்டேன்.

என் மனத்துக்குள்ளேயே பொருமிக்கொண்டிருந்ததனால்தானோ என்னவோ, திடீரென்று எனக்கு ஓர் ஆசை பிறந்தது. பாலா, தன் பெற்றோரிடம் வந்து விட்டாள் என்று தெரியவே, ஆசையை நிறைவேற்றிக் கொள்ளச் சந்தர்ப்பம் சரியாக இருந்தது. அதன் பயனாக நாங்கள் இருவரும் என் மைத்துனர் வீட்டுக்குப் போனோம்.

எங்கள்மீது விருப்பற்றுப் போய்விட்ட பாலாவின் மனத்தில் அன்பு ஊற்று உண்டாக்க வேண்டும் என்று போனோம். அவள் வயசு முதிரவில்லை; மனம் முதிர வில்லை; வெறுப்பை நீக்கி, விருப்பு ஆக்கி, அன்பை வளர்ப்பது கஷ்டமல்ல என்ற தைரியத்துடன் போனோம்.

வாசலிலேயே காட்சியளித்த பாலா, எங்களைக் கண்டதும், "சித்தப்பா, சித்தி!" என்று ஆரவாரம் செய்து குதித்ததைப் பார்த்து நான் ஒரு கணம், ஆஹா, என்ன அன்பு, குழந்தை மனத்திலே!" என உடல் சிலிர்த்தேன். திடீரென்று அந்த விஷயம் நினைவு வந்தது. ஆம்! முழுக்க முழுக்க இரண்டு ஆண்டு ஆகியும் குழந்தை

மறக்கவில்லை. மறக்க முடியவில்லை ; ஆம்! அன்பு மறக்கும்; வன்மம் மறக்குமோ?

ஆனால் மனசைத் திடம் செய்துகொண்டுவிட்டேன். அன்பைப் புகுத்தவும், வெறுப்பை அகற்றவுந் தானே வந்தேன், அவளை நாடி?

பாலாவை ஆசை தீர, என் ஆவல் ஆற எடுத்துக் கொஞ்சி, விளையாட்டுக் காட்டினேன். அவள் எங்களையே சுற்றிச்சுற்றி வந்து, களிப்பெய்தினதைக் கண்டு, என் முயற்சி பலனளிக்கும் என்ற நம்பிக்கை கொண்டேன்.

உணவு கொண்ட பிறகு எல்லோரும் கூடத்திலே கூடியிருந்தோம். அவர் முதுகுப்புறம் பாலா. என் மடியிலே சின்னக் குழந்தை. அவருக்கு இளங்குழந்தைகளை எடுக்கத் தெரியாது! மைத்துனர், மன்னி, ஆக ஆறு பேரும் இருந்தோம். எதிரே ஒரு புகைப்படம். எனக்கு உகந்த சந்தர்ப்பம். விடுவேனா?

புகைப்படத்தை எடுத்துக் கேள்வி போட்டேன். அவள் மனம் சொல்லத் தூண்டலாம், எங்கள் மேலுள்ள மறவாத அடையாளங்களைச் சேர்த்து, எங்களைக் காட்ட. வெற்றுச் சிற்றப்பா, சித்தி என்று கூறாமல், அடித்த சிற்றப்பாவையும், கண்ணிலே சீயக்காய்ப்பொடி தூவிய சித்தியையும் அவள் காட்டலாமே!

பாலா பார்த்தாள் படத்தை. “இதோ!ரெயில் வண்டி வாங்கித் தந்த சித்தப்பா! இதோ! பட்டுச் சட்டை தந்த சித்தி!” என்று பதில் வந்தது. நானும் அவரும் திகைத்தோம்.

அடி கள்ளி! அப்போ வாங்கித் தந்த சின்னச் சாமான்களைச் சொல்றயே! இப்ப வாங்கிண்டு வந்த நிஜக் குட்டி மோட்டார், பொம்மை, டோலாக்கு எல்லாம் சொல்ல மாட்டேங்கறயே!” என்று கேட்டார் மைத்துனர், அவளை.

“லேசுப்பட்டவளா பாலா!” எனக் கணவரை ஆமோதித்தாள் மன்னி. எனக்கு மட்டும் ஒன்றும் விளங்கவில்லை. இப்போது வாங்கி வந்ததைச் சொல்லியிருந்தாளானால், அவளுடைய அபிப்பிராயம் மாறிவிட்டது எனக் கொள்ளலாம். ஆனால்...

“அம்மா தவறாகச் சொன்னாளா? அவ்வளவு தவறுமா?” என்பது புதிராக இருந்தாலும் என் மனப்பாரம் குறைந்தது. நான் செவியுற்றது குளிர் மொழியல்லவா?

நாங்கள் இருவரும் எங்கள் ஊர் மீளக்கிளம்பினோம். ரெயிலடிக்கு வர மன்னிக்குச் சௌகரியம் இல்லை. மைத்துனரும் பாலாவும் வந்தார்கள்.

சிற்றப்பா அடித்ததையும், சித்தி கண்ணிலே சீயக்காய் போட்டதையும் மறந்தே விட்டாளா பாலா?

பாலாவையே கேட்டால், அவள் மீண்டும் நினைவு கூர்ந்துவிட்டால்? இதை அஞ்சி, நான் ஸ்டேஷனிலே மைத்துனரையே கேட்டேன். பாலா கணவர் தோள்மீது இருந்தவாறே பராக்குப் பார்த்துக்கொண்டு இருந்தாள்.

“மறந்துட்டாளே! நீங்கள்தாம் மறக்கவில்லை போலே இருக்கு” என்றார் மைத்துனர், சிரித்துவிட்டு.

நான் அவ்வாறு கேட்ட காரணம் கூறிவிட்டு, அதற்கு நானே சிரிப்பு மூலம் நயம் கொடுத்தேன்.

ஓ! அதுவா? ஆமாம்! அங்கே அப்படித்தான் சொன்னாள்போல் இருக்கு. இங்கே வந்தப்புறம், அன்றைக்குச் சொன்னாளே, அது மாதிரிதான் சொல்றாள்” என்றார் மைத்துனர்.

அது எப்படி? வேடிக்கையாயிருக்கிறதே!”

“வேடிக்கைதான் இப்போ-ஆனால் அப்போ...” பிறகு குரலைச் சற்றுத் தாழ்த்தித் தகவலைத் தளர்த்தினார் மைத்துனர்.

“எல்லாம் பாட்டியண்டை

இருந்திருந்தால் இப்பவும் அப்படித்தான் சொல்லியிருப்பாள்' என்றார். ஓஹோ! ஏனாம்? மைத்துனர் சொன்னது கேட்டு நான் மலைத்தேன்.

மன்னி, தன் அன்னையிடம் ஏதோ கஷ்டம் குறை சொல்லிக் கொண்டார்போல் இருக்கிறது. அந்த அம்மாள், பாலாவின் பாட்டி, அதை மறந்துவிட முடியவில்லை. பேத்தியை அங்கே கொஞ்சநாள் நிறுத்திக்கொண்ட பாட்டி, பேத்தியைக் கொஞ்சி மகிழும்போதெல்லாம் அருமையாகச் சித்தி சிற்றப்பாவைப் பற்றியும் விசாரித்து, கேள்வி கேட்டுச் சமாதானமும் கற்றுந் தந்துவிட்டாள் போலும்! மைத்துனர், தம் பெண்ணை அழைத்துவரப் போனபோது, பாலா இவ்வாறு கூறுவது கேட்டுத் திகைத்தாராம். ஆனால், பாலாவின் முகத்தைக் கொஞ்சம் ஆராய்ந்ததும் உண்மை ஒருவாறு புலனாயிற்றாம். துளி வெறுப்பு, துளி கோபம் அவள் முகத்திலே இல்லையாம். கண்களிலே அபிமானம் துள்ளிற்றாம். சிரிப்பிலே ஆர்வம் பொங்கிற்றாம். அதனால் விஷயத்தை ஒருவாறு ஊகித்தார். குழந்தையை 'மீட்டு' வந்ததும், முதல் காரியம் எங்களைப்பற்றி மாற்றிக்கூறப் பழக்கிவிட்டார். இப்பொழுது பேச்சு மாறிவிட்டது. சொல்லும் விதம், குமிழ்ச் சிவப்பு, கண்களில் ஜொலிப்பு ஆனால் அவள் எல்லாம் அதே மாதிரி; அவை மாறவில்லை!

ஆஹா! அப்படித்தான் இருக்கும். குழந்தை என்ன கண்டாள்? மனம் அன்பு மனந்தான்; சொன்னதைச் சொல்லும் பிள்ளை மனம், வெள்ளை யுள்ளம்!

என் மனம் மைத்துனரின் ஊகத்தையும், குழந்தையின் மனத்தை அறியும் ஆற்றலையும் வியந்தது. எனினும் என் நாக்குச் சும்மா இருக்கவில்லை. "இனிமேல் மோட்டார், பொம்மை எல்லாம் சேர்த்துச் சொல்லப் பழக்குவேள்! அவள் கண்டாளா, அம்மாவைப் பெற்ற அம்மாவின் அன்புக்கு இதெல்லாம் எந்த மூலை என்று?" எனக் குற்றம் சாட்டினேன். அவர் அதை மட்டும் ஒப்பவில்லை.

ரெயில் எங்களை ஏற்றிச் சென்றபொழுது எனக்கு மனத்திலே ஒரு கற்பனையும் இல்லை. என் வயிற்றில் குழந்தை உதித்து, அது பூமியிலே விழுந்து, வீரிட்டு அழும் நாளை எதிர்பார்க்கும் மனம் இல்லை. அன்றொரு நாள் அவரிடம் அடிபட்டுப் பாலா வீரிட்டழுததும், இன்று எங்கள் பிரிவால் அவள் வீரிட்டு, அழுததுந்தான் மாறி மாறித் தோன்றின. குழந்தையின் அன்பு மனத்தைப் பற்றி ஐயங்கொண்டு, வருத்தத்தில் உழன்ற என் பேதைமை வெட்கமுற்றது. வீரிட்டு அழ விரும்பிற்று!

25

நகல் அசலாகாது

கே ஜெயலட்சுமி

கே. ஜெயலட்சுமி
(10/05/1928)

இவரது புனைப்பெயர் மகேஸ்வரி சங்கரி, குணவதி என்பதாகும். சக்தி விஜயம், விடுதலைப் போராட்டம், சுதந்திரச் சங்கு போன்ற தேசிய பத்திரிக்கைகள் நடத்தியும், அந்த இதழ்களின் ஆசிரியர் குழுவில் பணியாற்றியும் வந்த விடுதலை இயக்க வீரர் பாலையூர் ப.ராஜகோபாலய்யருடைய மகளாவார். உள்ளத்தைத் தொடும் உருக்கமான சம்பவங்களை அழகுபடக் கோத்துச் சுவையாக நாவலாக்குவதில் வல்லவர் கே. ஜெயலட்சுமி. இவர் தாழ்வுற்ற நெஞ்சம் (1966) இன்பத்தின் நிழல் (1968, 1977) மணமாலை, வாழ்வின் ஏணி (1967), ஊருக்கு உபதேசம் (1968), வாழ்வின் ஒளி, உறவுகள் தொடரும் (1978) முடிவில் தொடக்கம் (1975) ஆகிய நாவல்களையும், குத்துவிளக்கு என்ற சிறுகதைத் தொகுதியும் வெளியிட்டுள்ளார். சிறுவர்களுக்காகவும் நிறைய எழுதியுள்ளார். இவரது படைப்புகள் பல பரிசுகளைப் பெற்றுள்ளன.

கமலமும் ராஜமும் ஆரத்தி சுற்றினார்கள். பட்டு பாய்ப் பின்தொடர மகன் மருமகள் வீட்டுக்குள் நுழைந்ததும் ரொம்ப பெருமையாகவும் புதுமையாகவும் இருந்தது. இதுவரைக்கும் இந்த வீட்டில் ஆறு கல்யாணம் நடந்து விட்டது. இதற்கு முன்பு நடந்த ஐந்து கல்யாணத்தின்போதும் லாரி நிறைய சாமான்களுடன் கல்யாணச் சத்திரத்துக்குப் போவோம். திரும்பி வரும்போது சின்ன வாடகை கார் கூட நிறைந்திருக்காது.

இவ்வளவு நாள் துறுதுறுவென்று வீட்டைக் கலகலப்பாக்கி வந்த பெண்ணையும் பொருட்களையும் இன்னொரு குடும்பத்திற்கு வழங்கிவிட்டு வெறும் கையோடு திரும்பி இருக்கிறோம். அழுகை பொத்துக்கொண்டு வரும். ஆனால் இந்த ஆறாவது கல்யாணத்தில் வீடு நிறைய சாமான்கள், புது மெருகுக் கலையாத பாத்திரங்கள், பட்சனங்கள், புத்தம்புது மெத்தைகள், இட்லி, புளியஞ்சாதத்தின் இயல்பான மனம். எல்லாவற்றுக்கும் மேலாகப் புத்தம்புது மலராக மணமகள் என் மருமகள் என்கிற புதிய உறவின் எழில் கோலமாக வீட்டை நிறைத்திருக்கிறாள். எத்தகைய புதுமையான அனுபவம்.

தானம் கொடுத்துப் பழக்கப்பட்டிருந்த இந்த உள்ளத்திற்குத் தானம் பெற்றுக்கொண்டது கொஞ்சம் கூச்சமாக இருந்தபோதிலும் இனிமையான ஒரு

சுகானுபவம் இருக்கத்தான் செய்தது.

மூன்று நாட்களாகப் பூட்டப்பட்டிருந்ததால் வீட்டின் நிலவரம் சிறிது சிரமம் தந்தது. இருப்பினும் ஒவ்வொருவரும் ஒவ்வொரு வேலையை ஏற்றுக் கொண்டதால் ஒரு மணி நேரத்தில் எல்லாம் துப்புரவாகியது. முதலில் குளித்துவிட்டு அடுப்பங்கரைக்குள் நுழைந்தேன்.

“மன்னி” என்று அழைத்து என் நாத்தனார் கமலம் உள்ளே வந்து “இந்த நாள் நன்றாக இருக்கிறது. மாட்டுப்பெண் ரஞ்சனியைச் சமைக்கச் சொல்லேன் என்றாள்”

நான் திரும்பிப்பார்த்தேன். ஒரு வினாடி யோசித்தேன். பழைய நினைவுக்கு மனம் தாவியது. 16 வயது தான் முடிந்திருந்தது. மணமுடித்துப் புக்ககத்தினுள் முதல் அடி எடுத்து வைத்த அந்த நாள் “இன்று நீ தான் சமைக்க வேண்டும். செய் பார்க்கலாம்.” என் மாமியாருடன் கூட பிறந்த அக்கா, தங்கை ஆறு பேர். அதனால் எனக்கு இந்த நிமிடத்தில் ஏழு மாமியார்கள்.

எனக்கு உடம்பு வெடவெடவென்று நடுங்கியது. பிறந்த வீட்டில் பாட்டி, அத்தை, அம்மா, அப்பா என்று நான்கு பேர்தான். அதீதமான மடி, ஆச்சாரம் உள்ள பழங்கால குடும்பம். என்னை உள்ளே விடமாட்டார்கள். ஏதோ ஒன்றிரண்டு சமயங்களில் சமைத்தது உண்டு. இப்போது இங்கு வீட்டில் முப்பது பேருக்குக் குறையாது. நாமாவது சமையல் செய்வதாவது. பயத்தினால் அழுகை வந்துவிடும்போல் இருந்தது. என்ன செய்வது என்று தெரியாமல் தடுமாறி நின்றேன். இப்போதுபோல் அப்போதெல்லாம் கேஸ்அடுப்பு, குக்கர், மிக்ஸி எல்லாம் ஏது?

“ஏன் இப்படி மசமசன்னு நிக்கிற. போய் சீக்கிரமாக் குளிச்சிட்டு வாயேன்” ஒரு மாமியார்

“நாங்கள்ளாம் சுத்துக்காரியம் செய்து தருகிறோம்” என்றாள். இன்னொரு மாமியார்.

ஒருவர் வெண்கல பானைக்கு மாவு தடவி வைக்க, இன்னொருவர் காய்கறிகளை எடுத்து நறுக்க, மற்றொருவர் தேங்காய் துருவ, வேறு ஒருவர் அம்மியைச் சுத்தம் செய்ய, சமையலறை மிகவும் களைகட்டத் தொடங்கியது. அவர்கள் சுற்றுக்காரியம் செய்து கொடுத்த நேர்த்தியானது, சமையலே தெரியாதவர்கள் கூட சமையல் செய்துவிட முடியும். கொஞ்சம் புத்திசாலித்தனமாகச் சிந்திக்க மட்டும் தெரிந்திருந்தால் போதும். எனக்கு அது இருந்தது. அவர்களுடைய ஆசைகளைப் பூர்த்திசெய்ய என்னால் முடிந்தது. கெட்டிக்காரி என்று பெயர் வாங்கவும் முடிந்தது. இருந்தாலும் எனக்கு அன்றைக்கு ஏற்பட்ட ஆற்றாமையையும் பயமும் இறுக்கமான சூழ்நிலையும் இப்போது நினைத்தால் கூட எனக்குக் குலை நடுக்கந்தான். அன்று எனக்கு ஏற்பட்ட தர்மசங்கடம் என் அபூர்வமான மருமகளுக்கும் வரவேண்டுமா? அதுவும் என்னாலையா? ஹால் பக்கம் பார்வையை முட்டினேன். அங்கே ரஞ்சனி ஒரு விதமான கூச்சத்துடனும் தயக்கத்துடனும் நின்று இருப்பது கண்களில்பட்டது.

“வேண்டாம். கமலம் எல்லாமே புதுசாக உள்ள இந்தச் சந்தர்ப்பத்தில் அவளைக் கலவரப்படுத்த வேண்டாம். நாளடைவில் அவளாகவே கற்றுக்கொள்ளட்டும். போதும்” என்று சொல்லிவிட்டு சமையலைக் கவனிக்கத் தொடங்கினேன்.

“வழக்கத்தைச் சொன்னேன். அப்புறம் உங்க இஷ்டம் மன்னி. நீங்கதான் முற்போக்குவாதியாச்சே” கமலம் முகத்தை உம்மென்று வைத்துக்கொண்டு போனாள்.

அன்று விருந்து சாப்பாடு எல்லாம் அமர்க்களமாக நடந்து முடிந்தது.

ரஞ்சனியின் அம்மாவும் அப்பாவும்

ஊருக்குக் கிளம்பினார்கள். ரஞ்சனியின் அம்மா என் அருகில் வந்து என் கையைப் பற்றிக்கொண்டு "போயிட்டு வரோம். ரஞ்சனிக்கு ஒண்ணுமே தெரியாது. நீங்கதான் அவளை ஆறாவது பெண்ணாக நினைத்துக் கொண்டு கவனிச்சுக்கணும். அவளுக்குத் தெரியாததை எல்லாம் நீங்கதான் சொல்லிக் கொடுக்கணும்" என்று கூறிக் கண்ணீர்விட்டார்.

"கண்டிப்பாக அவளும் எனக்கு மாற்றுப் பெண்தான் கவலைப்படாதீர்கள்." என்று கூறி அந்த அம்மாளுக்கும் செய்ய வேண்டிய மரியாதையைச் செய்து வழிஅனுப்பி வைத்தேன்.

அன்று இரவு ரயிலுக்கு மூத்தப்பெண் கிளம்பினாள். போகும்போது அவள் என்னிடம் வந்து தாழ்ந்த குரலில் "அம்மா... நம்ம வீட்ல ஐந்து பெண்கள் இருக்கிறதால எல்லோரும் குறிப்பாக ரஞ்சனி அம்மா வீட்டுல ரஞ்சனியை நன்றாக வைத்துக்கொள்வோமோ? மாட்டோமோ? என்று பயத்தின்ருப்பா. ஆனா நீ ரஞ்சனியிடம் ரொம்ப பிரியமா இருக்கணும். மாமியாராகவே இருக்கப்படாதீர். ஒரு அம்மா மாதிரி அவளிடம் நீ அன்பு காட்டணும். இங்கு இருக்கும்போது நீயே எனக்கு வாராவாரம் எண்ணெய்த் தேய்த்துவிட்டு, தினமும் தலைவாரி பின்னிவிட்டு, பழகிவிட்டதாலே, நான் அங்குப்போய் ரொம்ப கஷ்டப்பட்டேன். அதனால நீயே தினமும் அவளுக்குத் தலைவாரி பின்னிவிட்டு, வாராவாரம் என்னை தேய்ச்சு விடு. நம்மச் சமூகத்துக்கு ஒரு எடுத்துக்காட்டா நம்ம வீடு இருக்கணும் மா. நான் கூட அவளிடம் ஒரு நாத்தனாராக இருக்கபோறது இல்ல. கூட பிறந்த அக்கா மாதிரி இருக்கப்போகிறேன். வரட்டுமா?" என்றால் தழுதழுத்த குரலில்.

"கவலைப்படாதே. இப்படியெல்லாம் இருக்கவேண்டும் என்றுதான் நானும் ஆசைப்பட்டுக்கொண்டு இருக்கின்றேன்" என்று கூறி அவளை அனுப்பி வைத்தேன்.

மறுநாள் காலையில் என் நாத்தனார் கமலம் புறப்பட்டாள். அவளும் என்னிடம் வந்து, "மன்னி, உனக்கு எல்லாமே தெரியும்னு எனக்குத் தெரியும். இருந்தாலும் சொல்லிக்கிறேன். அந்தந்த உறவுக்குரிய இயல்பு அவரவர்களுக்குக் கண்டிப்பாக இருந்தே தீரும். முன்காலத்து மனுஷாலுக்கெல்லாம் ஒண்ணும் தெரியாதுன்னு நினைத்துவிடக் கூடாது. அததை அதனதன் இடத்தில வைக்கணும். யாருக்கும் எதற்கும் ரொம்ப இடம் கொடுத்து விடக்கூடாது. அப்புறம் உன் பாடு. உன் நாட்டுப் பெண் பாடு. வரேன்" சொல்லிவிட்டு வேகமாக நடந்தாள்.

பிற்பகல் இரண்டாவது பெண்ணுக்கு ரயில். அவளும் என் அருகில் வந்து, "வரட்டுமா. புதிய பதவியை ஏற்றுக் கொண்டிருக்கிறாய். அம்மா! ஜாக்கிரதையாக நடந்துகொள். நல்ல மாமியாருன்னு நீ பெயர் எடுக்கவேண்டும். அதுதான் என் ஆசை. போய் லெட்டர் போடுறேன். நீயும் எல்லாம் விவரமாக எழுதும்மா."

அவள் போன பிறகு, உள்ளூரில் இருக்கிற நாலாவது பெண், கடைக்குட்டிப் பெண் என வரிசையாக எனக்கு அறிவுரைமயம்தான். மகன் மருமகள் வெளியில் போனால் மூஞ்சு தூக்கக்கூடாதாம், சினிமா போய்விட்டு வந்தால் இயல்பாக இருக்கணுமாம், இன்னும்என்னென்னவோ சொன்னார்கள். அன்று இரவு படுத்தும் தூக்கம் வர மறுத்தது. புரண்டு புரண்டு படுத்துக்கொண்டு இருந்தேன். சிறிது தள்ளிப் படித்துக் கொண்டிருந்த என் அக்கா கவனித்திருக்க வேண்டும். எழுந்து என் அருகில் வந்துபடுத்துக் கொண்டாள். தூக்கம் வரவில்லையா?" என்று மெதுவாகக் கேட்டாள். எனக்கு ஒரு விஷயம் ஆச்சரியமாக இருக்குது. புதுசா கல்யாணமான மணப்பெண்ணுக்குத்தான்

எல்லாரும் அறிவுரை கூறி அனுப்புவது வழக்கம். ஆனால் 60 வயதை எட்டிவிட்ட எனக்கு என்னமோ அறிவுரை கூறுகிறார்கள். அது ஏன்க்கா. அதுவும் என் குழந்தைகளே எனக்கு மருமகளிடம் அப்படி இரு, இப்படி இரு என்று கூறுவது ஆச்சரியமாக இல்லை. நினைத்துப் பார்த்தால் ஒரு விதத்தில் ஆச்சரியமாகத்தான் இருக்கிறது. இருந்தாலும் அதிலும் அப்படி ஒன்றும் தப்பில்லை.

"உனக்கு இது புதிய அனுபவம் தானே. அதுவும் நீ எல்லா மாமியாரையும்போல் இல்லாமல் வித்தியாசமாக இருக்க விரும்புகிறாய்... அல்லவா? அதனால் இருக்கலாம்.

"ஏன்க்கா. மருமகளை மகள் மாறி நினைப்பதும் நடத்துவதும் அப்படி என்ன ரொம்ப கஷ்டமா?

"கண்டிப்பா கஷ்டம்தான். என் அனுபவத்தில் நான் தெரிந்து கொண்ட விஷயம். மாற்றாந்தாயாக வருபவள் எவ்வளவு நல்லவர்களாக இருந்தாலும் கூட அவளை ஒரு கொடியவள் என்றே உருவகப்படுத்தி இந்தச் சமூகம் பார்ப்பது போலவே, மாமியாரானவளையும் இந்தச் சமூகம் ஒரு கொடியவளாகவே உருவகப்படுத்தித்தான் இருக்கிறது. அதனால்தான் என்னமோ! நாம் எவ்வளவு நல்லதனமாக நடந்து கொண்டாலும் நல்லவள் என்று பெயர் எடுப்பது கஷ்டமாகவே இருக்கிறது."

"எனக்கு அப்படி ஒன்றும் தோன்றவில்லை."

அக்காவுக்குத் தூக்கம் வந்துவிட்டது. நானும் தூங்க முயற்சி செய்தேன்.

கல்யாணத்தின்போதே நான் வித்தியாசமாகத்தான் இருந்தேன். கொடி, திருமாங்கல்யம் நானே போட்டேன். கூரைப்புடவையும் நிச்சயதார்த்தபுடவையும் எல்லாம் நானே வாங்கினேன். சாஸ்திரம் சம்பிரதாயம் என்பதைத் தவிர மற்றபடி எதுவும் வேண்டாம் என்று சொல்லிவிட்டேன். கல்யாணத்திற்குப் பிறகு நான், என் உடமைகள் அனைத்தையும் என் மருமகளுக்கு வழங்கினேன்; கடினமான வேலைகள் எதுவும் அவளுக்குக் கொடுக்காமல் இருந்தேன்; முதல் பந்தியில் உட்காரவைத்துச் சாப்பாடு போட்டேன்; இழைய இழைய தலைவாரிப் பின்னல் போட்டேன்; எண்ணெய்த் தேய்த்துவிட்டேன்; படுக்கை அறையில் நானே பால் சொம்பைக் கொண்டுபோய் வைத்தேன்; இன்னும் எப்படி எல்லாமோ என்னால் இயன்றதை, எனக்குத் தெரிந்தவரையில் செய்து கொடுத்தேன். என் செயலுக்கு நானே நற்சான்றிதழ் வழங்கிக் கொண்டேன். கடைப்பக்கம் போகும்போதெல்லாம் ரஞ்சனி உனக்கு ஏதாவது வேண்டுமா என்று கேட்பேன். சில சின்ன சின்ன பொருட்களை அவள் கேட்காமலே வாங்கிக்கொடுத்தேன்.

நாட்கள் நகர்ந்தன. அமைதியாகக் குடும்பம் நடந்து கொண்டிருந்தது. அன்று பிற்பகல் டிபன் பட்டுவாடா எல்லாம் முடித்துவிட்டு, அப்பாடா என்று முன் ஹாலுக்கு வந்தேன்.

"வண்டி லேட்டா இப்பதான் வந்தது. இன்னும் எத்தனை வீட்டுக்குப் போகணும். பொழுது போச்சு" என்று புலம்பிக்கொண்டே பால் பாக்கெட் கொடுத்து விட்டுப் போனால் பால்கார ஆயா.

எனக்குக் கொஞ்சம் அலுப்பாக இருந்தது. "ரஞ்சனி இங்கே வா. இந்தப் பாலை எடுத்துண்டுபோய் உடனே காய்ச்சுடு. கெட்டுப் போய்விடும் ரொம்ப நேரமானால்" என்று கூறினேன்.

ரஞ்சனி வந்து பால் பாக்கெட் எடுத்துப் போனாள். அந்த வாரத்து இதழைக் கையில் எடுத்தேன். பத்து நிமிடம் கூட ஆகியிருக்காது. பால் பொங்கி வழிகிற

வாசனை வரவே பத்திரிகையைக் கீழே போட்டுவிட்டு உள்ளே போய்ப்பார்த்தேன்.

அங்கே அடுப்பில் இருந்த பால் பொங்கி வழிந்து மேடையில் ஓடி ஷிங்கில் வழிந்து கொண்டிருந்தது. அடுப்பை அணைத்துவிட்டு எல்லாவற்றையும் சுத்தம் செய்யத் தொடங்கினேன்.

நிதானமாக அங்கே வந்து நின்றாள் ரஞ்சனி. "பக்கத்தில் நின்று பாலைக் காய்ச்சிவிட்டுப் போகக்கூடாதா? ரஞ்சனி! பாதி பால் பொங்கி வழிந்து தரையில் போய் வீணாகிவிட்டது. எவ்வளவு சின்ன வேலை இது? பொறுப்பாய்ச் செய்துமுடிக்க வேண்டாமா? இப்படி எல்லாம் அலட்சியமாக இருந்தால் குடும்பம் ஒழுங்காக நடைபெறாது" என்று கூறியபடி வெளியே வந்தேன்.

அந்த நேரத்துடன் அது போயிடுச்சு. நான் மற்ற வேலைகளைக் கவனிக்க போனேன். சிறிது நேரத்திற்குப் பிறகு என் கணவர் என்னிடம் வந்து "உன் நாட்டுப் பெண்ணை நீஎன்ன சொன்னாய்? கொல்லைப்பக்கம் போய் நின்று அழுது கொண்டிருக்கிறாள்." என்றார்

எனக்குத் தூக்கி வாரிப்போட்டது. "அப்படி என்ன நான் சொல்லக்கூடாததைச் சொல்லிவிட்டேன். இந்தத் தவறை என் பெண்கள் செய்திருந்தாலும் இதையேதான் சொல்லி இருப்பேன். அவ்வளவுக்கும் போவானேன். நானே ஒரு சமயம் இப்படி ஒரு தவறு செய்துவிட்டாலும் அன்று பூராவும் புலம்பிக்கொண்டேதான் இருப்பேன். இது என் சுபாவம். என்று உங்களுக்குத் தெரியாதா?" எனக்கு அழுகையே வந்து விட்டது

"எனக்குத் தெரியும். ஆனால் உனக்குத்தான் ஒரு விஷயம் தெரியவில்லை. நகல் அசலாகிவிட முடியாது. மகளுக்குக் கொடுப்பதுப்போல் மருமகளுக்கும் கொடுக்கலாம். மகளுக்குச் செய்வது போலவும் எல்லாமும் செய்யலாம். ஆனால் மகளைக் கடிந்து கொள்வது போலவோ, அவள் செய்யும் தவறைத் திருத்துவது போலவோ, மருமகளைக் கடிந்து கொள்ளவோ கூடாது. தவறைச் சுட்டிக்காட்டவும் கூடாது. அதை முதலில் தெரிந்துகொள்ள வேண்டும் நீ" என்றார் அவர்.

"ஏன் அப்படி மகள் மாதிரி நடத்து. மகள் மாதிரி வைத்துக் கொள்ள வேண்டும் என்று சொல்கிறார்களே!"

"சொல்வது எளிதுதான். உண்மை என்ன தெரியுமா? நீ அவளிடம் அம்மா மாதிரி நடந்து கொள்ளத்தான் முடியுமே தவிர அம்மாவாக ஒரு காலமும் ஆகிவிட முடியாது. பத்து மாதம் சுமந்து பெற்ற அம்மாவுக்கு மட்டும்தான் வாழ்த்தவும் வையவும் உரிமை உண்டு. நீ இப்போது அம்மா மாதிரி நடித்துக் கொண்டிருப்பவள்தான். உனக்கு வாழ்த்த மட்டும்தான் உரிமை, உறவு எல்லாம். கோபித்துக் கொள்கிற உரிமை உனக்குக் கிடையவே கிடையாது. உனக்குப் புரியவில்லையா?" சிரித்துக் கொண்டே கேட்டார்.

சொல்ல முடியாத வேதனையினால் என் நெஞ்சே புழுங்கியது. "என் அன்பு விழலுக்கு இறைத்த நீர் தானோ?"

26

கூர் முனையில் ஓர் வளைவு

சரயு

சரயு
(02/07/1929)

சுப்புலட்சுமி என்ற இயற்பெயரைக் கொண்ட சரயு, தஞ்சை மாவட்டத்தைச் சேர்ந்தவர். முதுகலை படித்துள்ள இவர் கல்லூரி விரிவுராளராகவும் பின்பு மத்திய அரசு பணியாளராகவும் இருந்துள்ளார். சுப்புலட்சுமியின் கணவரின் பெயர் டி.கே.சேதுராமன். சரயு - சிறுகதைகள், புதுக்கவிதைகள், கட்டுரைகள், நாடகங்கள், புத்தக விமர்சனங்கள், மொழிபெயர்ப்புகள் என்று பன்முக எழுத்தாக்கப் பணிகளில் ஈடுபட்டவர். இவர், 1994-ம் ஆண்டில், தமிழ் வளர்ச்சித்துறையின் பரிசினைப் பெற்றுள்ளார். மேலும் இவர், லில்லி தேவசகாயம் நினைவு இலக்கியப் பரிசு. மங்கையர் மலர் நடத்திய சிறுகதைப் போட்டியில் தங்கச்செயின் பரிசு, தமிழரசி இதழில் மாநில அளவில் சிறுகதைப் போட்டியில் பரிசு, பெண் எழுத்தாளர் சிறுகதைப் போட்டியில் பரிசு என்று பல பரிசுகளைத் தம் எழுத்துகளுக்காகப் பெற்றுள்ளார். இவர், சாகித்ய அகாதமி வெளியிட்டுள்ள இந்திய எழுத்தாளர் பட்டியலில் இடம் பெற்றுள்ளார். 'ஆசியா பசிபிக் எழுத்தாளர்கள் யார்? எவர்?' என்ற நூலிலும் இவரது பெயர் குறிப்பிடப்பட்டுள்ளது.

"எக்ஸ்க்யூஸ் மீ!"

குரல் கேட்டு வசந்தி நிமிர்ந்தாள்.

ஒரு கம்பீரமான இளைஞன் 'செக்' கற்றைகளை நீட்டினான்.

"தயவு செய்து 'லயனில்' வாங்க" என்றவள் மறுபடியும் குனிந்து வேலையில் ஈடுபட்டாள்.

வங்கியில் காலை வேளை கூட்டம் நிரம்பி வழிந்தது. மாதத்தின் முதல் வாரம் வேறு.

ஆண்கள் ஒவ்வொருவராகக் கரைய அந்த இளைஞனின் முறை வந்தது.

'செக்'குகளை நீட்டினான்.

ஒவ்வொன்றையும் சரி பார்த்துவிட்டு 'டொக், டொக்' கென்று முத்திரையை அடித்து ஆளை நிமிர்ந்து பார்க்காமலே மேலே 'சலான்'களை நீட்டினாள். கண்கள் கையிலிருந்த லெட்ஜரில் மேய்ந்தது.

"தாங்க் யூ" என்று சொல்லிவிட்டு அவன் போய்விட்டான்.

அந்த கரகரப்புக் குரல் அவள் காதில் விழுந்ததோ என்னவோ தெரியாது. அவள் வேலையில் மூழ்கியிருந்தாள்.

பத்து நாட்கள் கழித்து மறுபடியும்.

"எக்ஸ்க்யூஸ் மீ!" - என்றோ கேட்ட குரல்.

வசந்தி தலையைத் தூக்கிப் பார்த்தான்; அவனைப் பார்த்தும் புன்னகை கீற்றாகத் தோன்றி மறைந்தது.

காசோலைகள் கை மாறின, மறுபடியும் 'டொக்' 'டொக்',

"தேங்க்யூ; ஸீ யூ அகெய்ன்" என்று பல நாட்கள் பழக்கப்பட்டவனைப் போல் அவன் சொல்லிலிட்டுப் போய்விட்டான்.

அதற்குப் பிறகு பல முறைகள் ஆபீஸ் 'செக்'குகளைக் கட்ட வரும் பொழுது அவன் பெயர் 'சேகர்' என்று அவள் தெரிந்து கொண்டாள். பரிச்சயத்தில் முதலில் சிரிப்பு, சிறிய குசலங்கள், தொடர்ந்து விவரங்கள். இருவரும் ஒருவரையொருவர் தெரிந்து கொண்டார்கள்.

இந்தப் பரிச்சயம் நாளடைவில் நட்பாக மாறியது, கடற்கரையில், பார்க்கில், ஓட்டலில் என்று இருவரும் மாலை நேரங்களைக் கழிப்பது உண்டு, அரையிருட்டிலும், தனிமையிலும் அத்து மீறாதிருந்த நட்பு காதலாகக் கனிந்தது.

வசந்தியின் குணம் சேகருக்கு மிகவும் பிடித்தது. அவள் ஒரு புதுமைப் பெண். சுதந்திரப்பறவை, வெளிப்படையாகப் பேசும் சுபாவம். இவையெல்லாம் அவனை வெகுவாகக் கவர்ந்தன.

அன்றும் அப்படித்தான் மெரீனாவில் இருவரும் உட்கார்ந்து பேசிக் கொண்டிருந்தார்கள். சோடியம் வேப்பர் ஸாம்பின் மங்கிய மஞ்சள் வெளிச்சம் இருவர் மனதிலும் ஒரு நெருக்கத்தை ஏற்படுத்தியது.

சேகர் தான் விரும்பியதைச் சொல்லத்தக்க தருணம் பார்த்துக் கொண்டிருந்தான்.

வசந்தி மணலைக் கிளறிக் கொண்டிருந்தாள்.

"ஆமாம், உன் கழுத்தில் மாலை ஏற வேண்டாமா?"

"கண்டிப்பாக."

"உன் பெற்றோர்கள் முயற்சி செய்து கொண்டிருக்கிறார்களா?"

"இருக்கலாம்."

"அவர்கள் சொல்பவனைத்தானே நீ மணந்துகொள்வாய்?"

"அவசியமில்லை."

"பின் யாரை..."

"யாரையாவது"

'அதை நான் தெரிந்து கொள்ளலாமா?"

"ஆக்ஷேபனையில்லை'

"பின்னே சொல்லேன்."

"சொல்லட்டுமா?"

"ஊம், சொல்லு"

"உங்களுக்குப் பிடிக்காது."

"பரவாயில்லை, நீ எதைச் சொன்னால் எனக்கென்ன?"

சொல்லிவிடுவேன்"

சீக்கிரம்."

"சொன்ன பிறகு வருத்தப்படுவீர்களோ என்று தான் யோசிக்கிறேன்.'

"சீச்சி, அதெல்லாம் இல்லை" ஆனாலும் அவன் நெஞ்சு "படக்" "படக்'கென்று அடித்துக் கொண்டது.

"உங்களுக்குப் பிடிக்காவிட்டால், நம் சினேகிதமே...

"இதோ பார். என் பொறுமையைச் சோதிக்காதே. இஷ்டமில்லாவிட்டால், எனக்கு வேலையிருக்கிறது நான் போகிறேன்."

'சரி, சொல்லிவிடுகிறேன்."

"............................... "

வலது கையால் கண்களைப் பொத்திக்கொண்டு இடது கையை அவன் புறம் நீட்டி, "இவர் போடும் மாலைதான் என் கழுத்தில் ஏறும்" என்றாள்.

"எனக்குச் சம்மதமே" என்றான் நிதானமாக.

அவள் டப்பாவில் கூழாங்கற்களைப் போட்டுக் குலுக்கினாற்போல் கலகலவென்று சிரித்தாள். அவன் அந்த அழகை ரசித்தான்.

"என் வீட்டில் பர்மிஷன் வாங்கிவிட்டேன்." என்றாள் அவள்.

'நானும் சொல்லிவிட்டேன்,'

இப்படியாகக் கனிந்த காதல் கல்யாணத்திற்கு நாள் குறிக்கும் வரை போய்விட்டது.

சிம்பிளாகக் கோவிலில் கல்யாணம். பெற்றோர்கள், பெரியவர்கள் ஆசிர்வதிக்க வருவார்கள்.

கல்யாணத்திற்கு ஒருவாரம் முந்தி முகூர்த்த சேலை, வேஷ்டியை வாங்கிக் கொண்டு அவர்கள் இருவரும் ஜீவா பார்க்கின் சிமெண்ட் பெஞ்சில் உட்கார்ந்து கொண்டார்கள்.

கல்யாணத்திற்குப் பிறகு எப்படி நாம் வாழ்க்கை நடத்த வேண்டுமென்று அவள் தன் ப்ளானைச் சொல்ல விரும்பினாள்.

"என்ன பிளான்?'

"முதலில் தனிக்குடித்தனம்"

"ஒப்புக்கொள்கிறேன்."

"நான் பழைய மாதிரித்தான் இருப்பேன்."

"அப்படியென்றால்..."

"நான் உங்கள் விஷயத்தில் தலையிடமாட்டேன். நீங்களும் என்னைக் கட்டுப்படுத்த கூடாது."

"சம்மதம்"

"வசவசவென்று குழந்தைகளைப் பெற்றுக் கொள்ளமாட்டேன்."

இந்தக் காலத்தில் யார் அப்படி பெற்றுக்கொள்கிறார்கள்?"

"சம்சார சாகரத்தில் உடனே மூழ்கிடமாட்டேன்."

"அது சரி, ஏதாவது ஒன்றிரண்டு குழந்தைகளாவது இருக்குமா?"

"இருந்தால் ஒன்று தான், ஒன்றுக்கு மேல் கிடையாது.

"என்ன சிவப்பு முக்கோண ஸ்லோகனா?"

"அதுவும் இப்போதில்லை."

"பின் எப்பொழுது?"

"பார்க்கலாம், சில வருஷங்கள் இருவரும் சுதந்திரமாகச் சுற்றித்திரிந்துவிட்டு யோசிக்கலாம்!"

சேகருக்குத் தலையில் யாரோ சம்மட்டியால் அடித்த மாதிரியிருந்தது.

கல்யாணம் செய்துகொண்டு ஒரு தகப்பனாக அவனுக்கு மிகவும் ஆசை.

"குழந்தையில்லாத வீடும் வாழ்க்கையும் ரசிக்குமா?"

"பார்த்தீர்களா? இப்பவே கட்டுப்படுத்த ஆரம்பித்துவிட்டீர்களே" அவள் படபடத்தாள்.

பிறகு வெகு நேரம் மௌனம்.

சேகர் குழம்பினான். இது முன்பே தெரிந்திருந்தால் கல்யாண முடிவே எடுத்திருக்க மாட்டானோ, என்னவோ. இப்பொழுது என்ன செய்ய? கல்யாணத்திற்கு நாள் குறித்துக் கூரைப்புடவையைக் கையில் வைத்துக்கொண்டு தனிக்குடித்தனத்திற்கு வீடு தேடிக்கொண்டிருக்கிறார்கள்.

முகூர்த்த புடவை, வேஷ்டியைத் திருப்பிக் கொடுத்து விடலாமா? நோ. நோ, இட் ஈஸ் டூலேட்.

"என்ன என் போக்கு உங்களுக்குப் பிடிக்கவில்லையா?

காலப்போக்கில் மாறிவிடுவாள். மொத்தத்தில் நல்ல பெண். ஏதோ புதுமைவெறியில் பேசுகிறாள் என்று நினைத்தான்.

"என்ன பதிலைக் காணோம்."

"சரி சரி, வா, வசந்த், நீ சொல்வதற்கெல்லாம் நான் ஒத்துக்கொள்கிறேன். போகலாம் வா'

அவள் மீண்டும் கல கலவென்று சிரித்தாள். அவனும் கூடச்சேர்ந்து சிரித்தான்.

ஏமாற்றம் லேசாகி விட்டது போலிருந்தது.

பிரியும்பொழுது, "வஸந்த், நாளைக்கு நாலு மணிக்குச் சரியாக எக்மோர் ஸ்டேஷனில் இரு. நானும் வந்து விடுகிறேன். கிழக்குத் தாம்பாரத்தில் கம்பர் தெருவில் ஒரு வீடு காலியாக இருக்கிறதாம். போய்ப் பார்த்துவிட்டுப் பிடித்தால் அட்வான்ஸ் கொடுத்துவிட்டு வந்துவிடலாம்" என்றான் சேகர்.

"ஓகே, குட் நைட், பை...

அவள் போகும் வரை நின்று கொண்டேயிருந்தான். அவளுடைய கருநீலப்புடவை சிறியதாகிக் கடைசியாகத் தொலைவில் ஒரு புள்ளியாக மறைந்துவிட்டது.

அழகாக அனுபவித்திருக்க வேண்டிய ஒரு மாலை நேரம் வீணாகிவிட்டது. அவன் பெருமூச்சு விட்டான். மிகவும் வெகுளி, நல்ல பெண் தான். ஏதோ சில தனிப்பட்ட கருத்துக்கள் வைத்திருக்கிறாள். நாளாவட்டத்தில கூர்முனைகள் மழுங்கிவிடும் என்று சமாதானப்படுத்திக் கொண்டான்.

மறுநாள் மாலை நான்கு மணி. எலெக்ட்ரிக் ட்ரெயின் ப்ளாட்பாரத்தில் ஏற்கனவே கூட்டம்.

வசந்தி வேகமாகப் படியேறி இறங்கிக் கூட்டத்துடன் கலந்துகொண்டு நின்றாள். தாம்பரம் போகும் வண்டி இன்னும் வரவில்லை. கூட்டம் மேலும் அதிகமாகச் சேர்ந்து விட்டது.

பிளாட்பாரத்தில் கூட்டத்தை மேய்ந்தவாறே வசந்தியின் கண்கள் இங்குமங்குமாக அலைந்தன. யாரோ ஒரு பெண் பச்சைப்புடவை கட்டிக்கொண்டிருந்தாள். அவள் தன் கையில் மூட்டைகளுடன் அடிக்கடி இடம் மாறிக்கொண்டு அவஸ்தைப்பட்டுக் கொண்டிருந்தாள்.

வசந்தி படியைத் திரும்பித் திரும்பிப் பார்த்துக்கொண்டேயிருந்தாள். சேகர் இன்னம் வரவில்ல. கழுத்து வலித்தது தான் மிச்சம்.

பச்சைப் புடவைக்காரி இப்பொழுது வசந்தியை இடித்தாற் போல் வந்து நின்றுகொண்டாள்.

வசந்தி அவளைத் திரும்பி உற்றுப்பார்த்தாள். அவள் இடது கையில் நன்றாகப் போர்த்தப்பட்ட சின்னஞ்சிறு சிசுவை மார்போடு அணைத்துக் கொண்டிருந்தாள். வலது கையில் ஒரு சிறிய பிரப்பங்கூடை, தோளில் ஒரு ஜிப் பை.

ஸ்டேஷன் கடிகாரம் நாலைத் தாண்டி விட்டது.

"மேடம்" பச்சைப்புடவை இப்பொழுது அவளுக்கு எதிரே வந்து நின்று கொண்டது.

"என்ன வேண்டும்?"

"இந்தக் குழந்தையையும் கூடையையும் சற்றுப்பிடித்துக் கொள்ளுங்கள். நான் அந்தக் கோடி வரை போய்விட்டு

வருகிறேன்” என்று ப்ளாட்பாரத்தின் கோடியிலிருந்த கழிப்பறையைக் காட்டினாள்.

“அதற்குள் வண்டி வந்துவிட்டால்...”

இதோ ஒரு நொடியில் வந்துவிடுவேன். ப்ளீஸ்” என்று கெஞ்சினான்.

ம்...சரி.. சீக்கிரம் வந்துவிடு” என்று குழந்தையை இரு கைகளிலும் வாங்கிக் கொண்டாள்.

கூடையைப் பக்கத்திலுள்ள பெஞ்சில் வைத்துவிட்டுப் பச்சைப்புடவைக்காரி தோள் பையுடன் ஓட்டமும் நடையுமாக விரைந்தாள்.

‘பாவம், இதற்காகத்தான் இவ்வளவு அவஸ்தைப்பட்டு அலைந்து கொண்டிருந்தாளா’ - வசந்தி பரிதாபப்பட்டாள். மேலும் சில நிமிடங்கள் கரைந்தோடின.

படியைப் பார்த்துப் பார்த்து வசந்தியின் கண்கள் அலுத்துவிட்டன.

“சரியாக, நாலுமணிக்கு வருவதாகச் சொல்லியிருந்தானே’- அவள் புருவங்கள் நெளிந்தன.

பெருமூச்சு விட்டுக்கொண்டு தவித்தாள்.

இந்தப் பச்சைப்புடவைக்காரியும் திரும்பி வரவில்லையே என்ன உபாதையோ?

நினைத்தபடி எதுவும் நடக்காததால் அவளுக்குக் கோபம் தான் மிஞ்சிற்று.

அலுத்துப்போய் பெஞ்சில் உட்கார்ந்திருந்தாள். அவளுடைய கையில்லாத ரவிக்கைக்கும் துணியில் சுற்றப்பட்ட குழந்தை மூட்டையும் பிரம்பங்கூடையும் பொருத்தமில்லாதிருந்தது. ஆற்றாமையில் அவள் நெளிந்தாள், நிமிர்ந்தாள், குறுகினாள்.

கடியாரம், நாலேகாலைத் தாண்டிவிட்டது. நல்ல வேளை குழந்தை நன்றாகத் தூங்கிக்கொண்டிருந்தது.

திடீரென்று ஸ்டேஷனில் சலசலப்பு. கடற்கரைக்குப் போகும் வண்டி வந்துவிட்டது.

புற்றீசல்கள் போல் ஜனக்கூட்டம் ஏறி இறங்கிக் கொண்டிருக்கும் பொழுதே விசில் ஊதிவிட்டது.

பச்சைப் புடவைக்காரி ஓடிவந்து வண்டிக்குள் ஏறிக் கொண்டாள்.

யதேச்சையாக வசந்தி பின்புறம் திரும்பிப் பார்த்தாள்.

‘திக்’கென்றது.

அவள்தானா இவள் என்று பார்க்க ரயிலை நோக்கி ஓடினாள். கையில் குழந்தையும் கூடையும் வேறு.

வண்டி நகரத் தொடங்கியது.

“ஏய், ஏய், குழந்தை.” வசந்தி கத்தினாள்.

பச்சைப் புடவைக்காரியின் கண்களிலிருந்து கண்ணீர் தாரை தாரையாக வழிந்து கொண்டிருந்தது. வசந்திக்கு ஊர்ஜிதம் ஆகிவிட்டது. அவள்தான் தன்னிடம் குழந்தையைக் கொடுத்தவள் என்று. ஓடுகிற ரயிலிலிருந்தபடியே அவள் இவளைப்பார்த்துக் கைகூப்பினாள். அதற்குள் ரயில் ஓடி மறைந்துவிட்டது.

வசந்திக்கு உடம்பெல்லாம் பதறியது. டி.வியில் வரும் தொண்டை வலி மாத்திரை விளம்பரம் மாதிரி எல்லாமே தலைகீழாகத் தெரிவது போலிருந்தது. ஒன்றும் புரியவில்லை.

எதிரே வந்தவர்மீது முட்டிக்கொண்டாள்.

இதுவரை சும்மாயிருந்த குழந்தை வீறிட்டு அலற ஆரம்பித்து. கூடை வாய் பிளக்க அதற்குள் இருந்த பால் புட்டியும், பிளாஸ்க்கும் சரிந்தன.

“ஏம்மா, பச்சை புள்ளக்காரங்க கொஞ்சம் பார்த்துப்போக வேண்டாமா” என்று அங்கலாய்த்தார் மோதியவர்.

அதைக்கேட்ட வசந்திக்கு உடம்பெல்லாம் கூசிற்று.

அவள் நிஜமாகவே குழந்தையை எடுத்துக்கொள்ள மறந்து விட்டாளா? அப்படியானால் ரயிலிலிருந்து கீழே குதித்திருக்கமாட்டாளோ? அல்லது திட்டமிட்டுத் தன் தலையில் கட்டிவிட்டாளா? தெரியவில்லையே. குழம்பிக்கொண்டு நின்றாள்.

ஏமாற்றப்பட்ட வேகத்தில் ஆத்திரம் கோபமாகமாறி அழுகையாக வெடித்தது.

குழந்தையைச் சிமெண்ட் பெஞ்சிலேயே போட்டுவிட்டுப் போய்விடலாமா?

குழந்தையின் முகத்தைப் பார்த்தாள்.

ஊஹூம். மனது வரவில்லை.

அதோ தூரத்தில் சேகர்.

“ஹாய் வஸந்த், ஸாரி, டிராபிக் ஜாம், லேட்டாயிடுத்து” என்றவன் அவள் கைகளைப் பார்த்தான்.

“என்ன உன் ப்ளான் எல்லாம் கடற்கரை காற்றிலேயே பறந்து விட்டதா? எனக்கு ‘சர்ப்ரைஸ்’ கொடுக்க முன் கூட்டியே ‘ட்ரைனிங்’கா!” என்று அவள் முன் நின்றுகொண்டு கண் சிமிட்டினான்.

அதைக்கேட்டு அவள் முகம் நாணிச் சிவக்கவில்லை. பதிலுக்குக் கேவினாள்.

அவன் விழித்தான். அவன் காதல் வீராங்கனை எப்படி இப்படிக் கோழையானாள்?

“என்ன, என்ன ஆயிற்று வசந்த்?”

அவள் கதையைச் சொல்லி முடிப்பதற்குள் ப்ளாட்பாரம் காலியாகிவிட்டிருந்தது.

சரி வா இது ஒரு அனாமத்து கேஸ். போலீஸ் ஸ்டேஷனில் ஒப்படைத்து விட்டு நாம் போகலாம்!”

அவள் அழுது கொண்டிருந்த குழந்தையைத் தூங்கிக்கொண்டு முன்னே நடந்தாள். சேகர் கூடையுடன் அவளைப் பின்தொடர்ந்தான்.

இருவரும் ஒன்றும் பேசிக்கொள்ளவில்லை.

வசந்திக்கோ ஆத்திரம் இன்னும் குறையவில்லை.

சேகருக்குக் கல்யாணத்துக்கு முன்பே குழந்தையைத் தூக்க வேண்டிய சந்தர்ப்பத்தை நினைத்து உள்ளுக்குள் சிரிப்பு.

இப்பொழுதே லேட்டாகி விட்டதே. இனிமேல் போலீஸ் ஸ்டேஷனில் குழந்தையை விடவேண்டும். பிறகு வீடு பார்க்கப் போகவேண்டுமே என்ற வேகத்தில் அவளை முந்திக்கொண்டு வேகமாகப் படியேறினான்.

படியில் இறங்கும் பொழுது வசந்தி சரேலென்று கீழே குனிந்தாள். குழந்தையின் துணியிலிருந்து ஒரு காகிதத்துண்டு நழுவி கீழே விழுந்தது.

‘என் உடன்பிறவா சகோதரியே, நான் பெற்றது ஒரு பெண் குழந்தை. பெண் என்றவுடன் கள்ளிப்பாலைப் புகட்டுவேன் என்கிறாள் என் மாமி. கட்டியவனோ கம்ஸ அவதாரமெடுத்து வீசியெறிந்துவிடுவேன் என்கிறான். இந்த நிலையில் நான் பெற்ற குழந்தையை நானே வளர்க்க முடியாத கொடுமையால் உன்னிடம் ஒப்படைத்துவிட்டு ஓடிப்போகிறேன். அதற்குத் தகுந்த பாதுகாப்பும், நல்வாழ்வும் நீ கொடுப்பாய் என்கிற நம்பிக்கையில் உயிர் வாழ்வேன். குழந்தையைத் தயவுசெய்து கை விட்டுவிடாதே.”

கடிதத்தைக் கையில் பிடித்தபடியே வசந்தி அசையாமல் நிலைகுத்தி நின்று

• சரயு

கொண்டிருந்தாள். 'மங்கையராய்ப் பிறந்திட மாதவம் செய்திட வேண்டுமம்மா' என்று பாடியவரை பைத்தியக்காரனாக எடைபோடுகிறதே இந்தச் சமூகம் என்று நினைத்தபொழுது வேதனை அவள் நெஞ்சத்தைப் பிழிந்தெடுத்தது.

அப்படியே கூட்டத்தைவிட்டு விலகியபடி, சுவரில் சாய்ந்துகொண்டு கண்களை மூடிக்கொண்டாள். திடீரென்று பிளாட்பாரத்தில் பெரிய ஆரவாரம் கேட்டது. அரை ஜட்டி அணிந்த பெண் சிசுக்கள் ஓர் அணியாகக் கோஷம் போட்டுக்கொண்டு வந்தார்கள்.

"பெண் சிசுக்களை..."

"கொல்லாதே..."

"பெண் சிசுக்களை..."

"நசுக்காதே... நசுக்காதே..."

அடுத்த அணியில் பாவாடை தாவணி போட்ட பெண் குழந்தைகள் வந்தார்கள்.

"பெண் குழந்தைகளை..."

"வெறுக்காதே... வெறுக்காதே..."

"நாங்கள் ஆண்களைப் போல்..."

"படிக்கவில்லையா? வேலை செய்யவில்லையா? சம்பாதிக்க வில்லையா...!"

"பெண் குழந்தைகளை..."

"வளருங்கள்... வாழவிடுங்கள்..."

கடைசியாகக் கடலலைப்போல் சேலை கட்டிய மகளிர் கூட்டம் திரண்டு வந்தது.

"வித்தைக்கு..."

"ஒரு சரசுவதி என்பீர்..."

"தனத்துக்கு..."

"ஒரு இலக்குமி என்பீர்..."

"அரனில் பாதி.."

"அம்பாள் என்பீர்..."

"பூமியும் பெண்..."

"நதியும் பெண்..."

"மதியும் பெண்..."

"என்றெல்லாம் வணங்குவீர்..."

"உங்களுக்கென்று பெண் பிறந்து விட்டால்..."

"நஞ்சை ஊட்டுவீர்..."

"நடு ரோடிலும்..."

"தண்டவாளத்திலும்..."

"உதறி விட்டுப் போக..."

"தயங்க மாட்டீர்..."

"ஏன் ...?"

"ஏன்..?"

"பெண்கள் செலவீனமல்ல..."

"எங்களைப் படிக்கவைத்து..."

"சம்பாதித்து..."

"எங்கள் காலில் நிற்கவிடுங்கள்"

"பெண்கள் சாய்ந்து படரும்..."

"கொடியல்ல..."

"நாங்கள் பூக்கும் செடிகள்..."

"நாங்கள் காய்க்கும் மரங்கள்..."

'பெண்களை அழித்தால் இனமே அழிந்துவிடும், ஆகையால்...'

"பெண் சிசுக்களை..."

"கொல்லாதீர்... கொல்லாதீர்..."

'ஓ' வென்ற அந்த இரைச்சல் அவள் உடம்பில் சிலிர்ப்பை உண்டாக்கியது. வசந்தி கண்ணைத் திறந்துபார்த்தாள். சுற்றிலும் வழக்கமான நடமாட்டம்தான். உடனே தீர்மானித்துக் கொண்டாள். 'ஆம், இம்மாதிரி இந்தக் குழந்தையையும் உருவாக்க வேண்டும். இது அழிந்து போகவிடமாட்டேன். மக்களின்

மூடநம்பிக்கையை எதிர்த்துப் போராடுவேன்.

அதற்குள் வெகு தூரம் முன்னால் போய்க்கொண்டிருந்த சேகர் திரும்பிப் பார்த்தான் வசந்தியைத்... தேடிக்கொண்டு வந்தான்,

கடிதம் கை மாறியது.

"சரி.வா. ஏன் நின்று கொண்டிருக்கிறாய்? இப்பொழுதே நேரமாகிவிட்டது. போலீஸ் ஸ்டேஷனுக்குப் போகலாம்..." என்று அவசரப்படுத்தினான்.

"சே...கர்"

"என்ன வசந்த்?"

"போலீஸுக்குப் போக வேண்டாம்"

"பின்னே என்ன செய்வதாம்?"

வசந்தியின் அழுத கண்கள் பளபளத்தன.

'இந்தக் குழந்தையை நாமே வளர்க்கலாமே"

"ஊய்...ய்" அவன் இரண்டடிப் பின்னுக்கு நகர்ந்தான்.

இந்தக் குழந்தை சாகக் கூடாது. அந்தப் பெண்ணின் நம்பிக்கையும் வீண்போக வேண்டாமே! ஏன், உங்களுக்குச் சம்மதமில்லையா?"

சேகர் சிறிது நேரம் ஒன்றும் பேசவில்லை. கூரிய முனையில் ஒன்று இப்பொழுதே வளைந்து விட்டதேயென்று தனக்குள் சிரித்துக் கொண்டான். ஆனால் அது கொள்கையால்தான் வளைந்தது என்பதை அவன் அப்பொழுது சிந்திக்கவில்லை.

ஓ.கே... போய் புது வீட்டில் தூளி மாட்டுவதற்குக் கொக்கியிருக்கிறதாவென்று பார்க்கலாம்.வா" என்று சிரித்துக்கொண்டே அவளுடன் நடந்தான்.

• சூடாமணி ஆர்

27
புவனாவும் வியாழக்கிரகமும்

சூடாமணி ஆர்

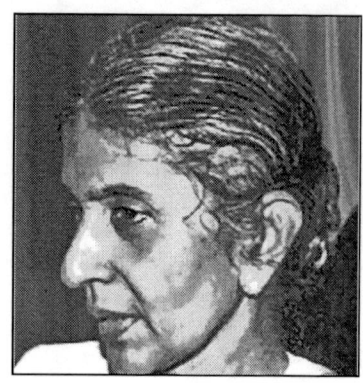

சூடாமணி ஆர்
(10/01/1931 – 13/09/2010)

எழுத்தாளர் சூடாமணி நாவல், குறுநாவல், சிறுகதை, கட்டுரை, நாடகம் என்று பல வகைமைப்பாடுகளில் எழுதியவர். 1954-ம் ஆண்டு முதல் எழுதி வந்த இவர், தமிழ் மற்றும் ஆங்கில மொழிகளில் எழுதியுள்ளார். 600-க்கும் மேற்பட்ட சிறுகதைகள் எழுதியுள்ளார். அவை 19 தொகுதிகளாக வெளிவந்துள்ளன. நேரடியாக ஆங்கிலத்தில் எழுதி இருக்கும் இவர், தமிழில் தான் எழுதிய சிறுகதைகள் சிலவற்றை, ஆங்கிலத்தில் தானே மொழிபெயர்ப்புச் செய்துள்ளார்; ஆங்கிலத்தில் எழுதும்பொழுது 'சூடாமணி ராகவன்' என்ற பெயரில் எழுதியுள்ளார். இவரது 'மனதுக்கு இனியவள்' என்ற நாவல், 1957இல் கலைமகள் வெள்ளி விழா போட்டியில் பரிசு பெற்றது. சூடாமணி பொது வாசகர்களுக்கும் இலக்கிய வாசகர்களுக்கும் இடையிலான வேற்றுமையைக் களையும் விதத்தில் தம் எழுத்தை அமைத்துக் கொண்டுள்ளார்.

ஒரு திடீர் உந்துதலில்தான் அவருக்கு லிஃப்ட் கொடுத்தேன். மௌன்ட் ரோட்டின் அந்தப் பெட்ரோல் நிலையத்தில் பெட்ரோலுக்குப் பில் வாங்கிக்கொண்டு முன்கார்களின் வரிசை கலைவதற்காகக் காத்திருந்தபோது எதிரே பஸ் நிறுத்தத்தில் அவர்.

ஐம்பது வயது இருக்குமா?

வேட்டியும் சட்டையும் வேர்வையில் சிறிது சிறிதாய் நிறம் மாற, அகன்றுவிட்ட முன் நெற்றி வெயிலில் பளபளக்க, செருப்புப் பாதங்களில் அவ்வப்போது இதற்கும் அதற்குமாய்க் கனம் மாற்றியபடி முகத்தைத் துடைத்தவாறு, அக்குளிரில் இடுக்கிய கறுப்புத் தோல் பையை அடிக்கடி சரிப்படுத்திக்கொண்டு கண்கள் தொலைவில் பதித்த கோலத்தில் நின்ற அவரைப் பார்த்தபோது, வெகுநேரமாய் அவர் பஸ்ஸுக்காகக் காத்திருக்கிறார் என்ற உணர்வு எழுந்தது. நிறுத்தத்தில் வேறு யாருமில்லை. பதைபதைக்கும் வெயிலில் அவர் ஒற்றையாய் அநாதைபோல்...

முந்தைய இரண்டு கார்களும் சென்ற பின் என் அம்பாசடரை முன்னே செலுத்திப் பெட்ரோல் போட்டுக் கொண்டேன். 'பங்க்'குக்கு வெளியே

ஓட்டிவந்து மெதுவாய் அவர் அருகில் நிறுத்தினேன். ஜன்னலுக்கு வெளியே தலையை நீட்டி, 'எக்ஸ்கியூஸ் மீ. ஸாருக்கு எங்கே போகனும்?' என்றேன்.

அவர் முகத்தில் அதிர்ச்சி வெளிப்படையாய்த் தெரிந்தது. புத்தம்புது மனிதன் நின்று விசாரித்ததால் ஏற்படும் புரியாமை. அதில் விளையும் இனந்தெரியாத சிறு கலவரம். ஓங்கிய கையின் முன்னே எதிர் விளைவுபோல் உடல் தானாகச் சற்றுப் பின்வாங்கியது.

'யாரு... ஸார் யாருன்னு தெரியலையே?"

'எனக்கும் உங்களைத் தெரியாது. எதிர் 'பங்கு'க்கு பெட்ரோலுக்காக வந்தப்போ இங்கே நீங்க நிக்கறதைப் பார்த்தேன். ரெண்டுபேரும் ஒரே வழியில் போறதானா உங்களை ஏத்திகிட்டுப் போகலாமென்று தோணிச்சு. அவ்வளவுதான்.'

அவர் குழப்பத்துடன் என்னைப் பார்த்தார். கொஞ்சம் லூஸோ என்று நினைத்திருக்கலாம். அருகிலிருந்து பார்க்கும் போது அவர் முகத்தில் ஐம்பதின் அடையாளங்கள் இல்லை. அந்த அவசர வழுக்கையும் மெலிந்து களைந்த தோற்றமும் நிச்சயம் வயதில் விளைந்தவை அல்ல.

'என் பேர் ராஜசேகர். எஸ்.டி. ராஜசேகர். சரவணா எக்ஸ்போர்ட்ஸில் அக்கௌண்ட்ஸ் மானேஜர்.'

புஷ் ஷர்ட் பையில் கைவிட்டு 'வாலட்'டை எடுத்துத் திறந்து பெயர் அட்டையை உருவி அவரிடம் நீட்டினேன்.

'சேசே,இதெல்லாம் எதற்கு...'

'நான் நிஜச்சரக்குன்னு உங்களுக்குத் தெரியணுமில்லை! ஏதோ கடத்திகிட்டுப் போற ஆளுன்னு நீங்க நினைச்சுட்டா?' அவர் பெரிதாய்ச் சிரித்தார். பற்கள் பளீரென்று மின்னின.

'என்னைக் கடத்திகிட்டுப் போக என்ன இருக்கு! நான் என்ன லட்சாதிபதியா? அரசியல் புள்ளியா? இல்லே இளம் பெண்ணா? இருக்குமிடம் தெரியாத ஒரு அன்றாடங்காய்ச்சி ஆம்பிளை!'

என்னால் அந்தச் சிரிப்பைப் பார்க்க முடியவில்லை.

'ரொம்ப நேரமா பஸ்ஸுக்காக நிக்கறீங்க. இல்லையா?' 'பழக்கம்தான்'

'எங்கே போகனும்?"

'தி.நகர். திருமலை தெரு'

'காரில் ஏறிக்குங்க' முன்பக்கக் கதவைத் திறந்தேன்.

'வேணாம் சார். பாவம். நீங்க எங்கே போகணுமோ... அவர் கண்கள் தொலைவில் அலைந்தன.

'நான் பஸுல்லா ரோடுக்குத்தான் போறேன். உங்களை இறக்கிட்டுப் போறேன்.'

'வீண் சிரமம்'

'ஒரு சிரமமுமில்லே. எனக்கும் கம்பெனியாச்சு. எத்தனை நேரந்தான் வெயிலில் நின்னு கஷ்டப்படுவீங்க?'

'குடை கொண்டுவர மறந்துவிட்டேன். அதுதான் தப்பாயிடிச்சு.' அவர் மறுபடியும் சாலையைத் தேடினார். பஸ்ஸின் சுவடே இல்லை. 'பஸ்ஸுக்காகக் காத்திருந்து பிரயோஜனமில்லே. திடீர்னு ஏதாவது ஸ்ட்ரைக்காய்க் கூட இருக்கலாம். பேசாம ஏறிக்குங்க.'

"நீங்க நிஜம்மாத்தான் பஸுல்லா ரோடுக்குப் போறீங்களா?"

"நீ சும்மா ஏறி உட்காருங்க சார்! பேசறதையெல்லாம் வண்டியில் போய்க்கிட்டே பேசுவமே?"

அவருக்கு இன்னமும் தயக்கம்தான். ஆனால் நின்று நின்று களைத்துப்போன கால்கள் அவருக்கு முன்பாகவே சம்மதித்து விட்டிருந்தன. காரில் ஏற வந்தவர் சற்று

நின்று 'என் பேர் மகாலிங்கம், ஒரு பிரைவேட் கம்பெனியில் க்ளார்க்காயிருக்கேன்' என்றார். அந்த அறிமுகத்தால் தமக்கும் ஒரு நிஜத்தன்மை அளித்துக் கொள்வதுபோல, பிறகு தொடர்ந்து ஏறி என் பக்கத்து இருக்கையில் உட்கார்ந்தார். நான் கதவை மூடி விட்டு வந்து உட்கார்ந்து வண்டியைக் கிளப்பினேன்.

ரொம்ப முக்கியமான பை போல இருக்கு' என்றேன் பேச்சுப்போக்காக.

'ஆமாம்.' இன்னும் இறுகப் பற்றிக் கொண்டார்.

'அப்படி என்ன பொருள் உள்ளே இருக்குன்னு தெரிஞ்சுக்கலாமா?'

'ஜாதகம். என் பெண்ணின் ஜாதகம்.' திடீரென்று சிரித்தார். 'ஒரு சராசரி கீழ் நடுத்தரவர்க்கக் குடும்பஸ்தனுக்கு இதைவிட முக்கியமான பொருள் வேறென்ன சார் இருக்க முடியும்?'

வண்டி ஓட்டத்தினால் உள்ளே வீசிய காற்றையும் மீறி அவர் முகத்தில் வேர்வை மின்னியது. ஒவ்வொரு வேர்வைத் துளியும் 'பெண்ணின் தந்தை' என்று பறைசாற்றுவது போல் இருந்தது.

சட்டென்று எண்ணம் தடைப்பட்டது. நானும் ஒரு பெண்ணின் தந்தைதான். ஆனால், வெயிலில் நின்ற வேர்வை இல்லை. வேர்வை நெடிக்குப் பதில் ஆஃப்டர் ஷேவ் லோஷன் நெடிதான். அவருடைய கைத்தறி வேட்டிக்குப் பக்கத்தில் என் டெரீன் பாண்ட் கால் நீட்டலால் லேசாய் கழன்று தொங்கிய செருப்புக்கருகில் என் பளபளக்கும் கறுப்பு ஜோடுகள்.

'எனக்கும் ஒரு பெண் இருக்கா. நிரஞ்சனின்னு பேரு. உங்க பெண் பேரென்ன?"

'புவனேச்வரி. புவனான்னு கூப்பிடறது.'

நிரஞ்சனியை நிக்கி - டிக்கி என்று கூப்பிடுகிறோமென்பதை நான் சொல்லவில்லை.

'திருமலை தெரு வீட்டில் அவள் ஜாதகத்தைக் கொடுக்கத்தான் எடுத்துட்டுப் போறேன்' என்றார் அவர் தொடர்ந்து.

'தெரிஞ்ச இடமா?'

'இல்லே. ஆபீசில் ஒருத்தர் மூலமா கேள்விப்பட்டது தான், அதிகம் எதிர்பார்க்க மாட்டாங்கன்னு சொன்னார். சரி, புவனா ஜாதகத்தைக் கொண்டுபோய்க் கொடுப்போம். பிராப்தம் இருந்தா நடக்கட்டுமேன்னு கிளம்பினேன்.'

'வீட்டு நம்பர் தெரியுமா?'

'ம்.' அவர் பையின் ஜிப்பை இழுத்துத் திறந்து சில காகிதங்களை எடுத்துப் புரட்டிப் பார்த்தார். நாலு மூலைகளில் மஞ்சள் தடவிய ஜாதகம் கண்ணில்பட்டது. இன்னும் ஏதேதோ காகிதங்கள், போக வேண்டிய முகவரி இருந்திருக்கும் நண்பர் ஏதேனும் கடிதம் கொடுத்திருக்கலாம். அல்லது வேறு விஷயங்களைப் பற்றியனவாய் இருக்கலாம்.

நேரே பார்த்துக் கொண்டு வண்டியைச் செலுத்தினேன். ஒரு சிகப்பு சிக்னலில் நின்றபோது அவர் சொன்னார்: 'இதைப் பார்த்தீங்களா?'

தலையைத் திருப்பினேன். சிறு காகித உறைக்குள்ளிருந்து பாஸ்போர்ட் அளவு புகைப்படமொன்றை எடுத்து நீட்டியிருந்தார்.'

'இது தான் புவனா.'

பிரமாத அழகு என்று சொல்ல முடியாவிட்டாலும் முகத்தில் பால் வடிந்தது. பெரிய கண்கள். கன்னங்கரிய கூந்தலைத் தலையோடு சேர்த்துக் கோந்து போட்டு ஒட்ட வைத்தது போல் அழுத்தி வாரிப் பின்னியிருந்தது. சின்ன ஒற்றைக்கல் தோடுகள், கறுப்பு வெள்ளைப் படத்தில்

கருப்பாத் தெரிந்ததால் சிவப்புக் கல்லாக இருக்கலாம். நிச்சயம் வைரமில்லை. நெற்றிப் பொட்டு அந்தப் பால் முகத்துக்குச் சற்றுப் பெரிதுதான். சிறிது ஒப்பனை செய்திருந்தால் அழகு கூடியிருக்கும். எனினும், ஆவலில் மலர்கிற பெரிய கண்களால் உலகத்தைப் பார்க்கும் பார்வையில் எந்த இளமைக்குமே உரிய பொலிவு மிளிர்ந்தது.

'இது தான் புவனா' என்று மறுபடியும் சொல்லியவாறு ஒரு மலர்ந்த புன்னகையுடன் என் முகத்தைப் பார்த்தார் மகாலிங்கம்.

'நல்ல லச்சணமாயிருக்கா, என்ன வயசாகுது?'

'போன டிசம்பருக்குப் பத்தொம்பது முடிஞ்சுட்டுது.'

'பத்தொம்பது தானா! அதுக்குள்ளே கல்யாணத்துக்கு என்ன அவசரம்?' என்ற போது, இருபதை முடித்த என் நிக்கிடிக்கி 'எம்.பி. ஏ. முடிச்சப்புறம் கம்ப்யூட்டர்ஸ் படிச்சிட்டு ஏதானும் ஃபாரின் டிகிரி வாங்கணுமாப்பா!' என்று சொல்வது நினைவுக்கு வந்தது.

'என்ன அவசரமாவது? வரன் பார்க்க ஆரம்பிச்சதுமே கல்யாணம் கூடி வந்துடுமா? புவனா பதினெட்டு முடிச்சதுமே அவ ஜாதகத்தை எடுத்துக்கிட்டு நான் கிளம்பியாச்சு. இது வரை ஒரு இடமும் அமையலே' என்றவாறே, புகைப்படத்தை மீண்டும் உறையிலிட்டுத் தோல்பையில் வைத்துக் கொண்டார்.

'பதினெட்டா! பதினெட்டில் ஒரு பெண் இன்னும் குழந்தை சுவாமி!

'இது அவள் எந்த மாதிரி குடும்பத்தில் பிறக்கிறாள் என்கிறதைப் பொறுத்திருக்கு.'

மண்டையில் யாரோ ஓங்கி அடித்தது போல் இருந்தது. நான் பதில் சொல்லவில்லை. பச்சை விளக்கு வந்தது. மீண்டும் வண்டியைக் கிளப்பினேன். கலைவாணர் சிலையைத் தாண்டிச் சென்றோம்.

'என்னாலானது அவளை ப்ளஸ் டூ வரை படிக்க வச்சிட்டேன். கீழே இன்னும் ஒரு பெண்ணும் பையனும் இருக்கு. பெண்டாட்டி வீட்டிலிருந்தபடியே தையல் வேலை செஞ்சி நாலு காசு சம்பாதிக்கறா. இருந்தாலும்... ஒரு பெண் கல்யாணத்தை நடத்தறதுன்னா லேசா?

மாப்பிள்ளைங்களுக்கு ஆனை விலை குதிரை விலை... என்ன செய்யப் போறேனா! அதுக்காகப் பெண் குழந்தையைக் கல்யாணம் செய்யாம வச்சிருக்க முடியுமா?'

பேசப் பேச அவரை மீண்டும் ஒரு களைப்புச் சுற்றிப் போர்த்திக் கொள்வதுபோல் இருந்தது. வண்டியின் சுகப்பிரயாணத்தை மீறி திருமலைத் தெருவில் இரண்டு வீடுகள் தள்ளியே இறங்கிக் கொண்டார்.

'நான் கார்ல வந்து இறங்கறதை அவங்க பார்க்க வேணாம் சார். பணக்காரன்னு நினைச்சு ரேட்டை ஏத்திடுவாங்க. அப்போ வரட்டுமா? லிஃப்டுக்கு ரொம்ப நன்றி. ஏதோ இன்னிக்கு கார் சவாரி பிராப்தம் இருந்தது.' அவர் கை கார்க்கதவை ஒரு விநாடி தடவிக் கொடுத்தது. 'வரேன் சார்!'

கை குவித்து வணங்கினார், நானும் வணங்கினேன். சரக்சரக்கென்று செருப்புக் கால்கள் விரைவாய்த் தெருவில் நடந்து சென்றன.

நான் என் அம்பாசடரை மயிலாப்பூர் திசையில் செலுத்தினேன், தொழிலதிபரான ஒரு நண்பரைப் பார்த்து வர. பெண்ணின் லட்சியம் ஈடேறுவதற்குக் கடவுளைப் பிரார்த்திப்பதைத் தவிர இப்படிப்பட்டவர்கள் காதிலும் போட்டுவைப்பது நல்லது தானே.

பஸுல்லா ரோட்டில் எனக்கெதுவும் வேலை இல்லை.

கடவுளின் அருள் பூரணமாய் இருந்தது. நிக்கி டிக்கி நிர்வாகப் பட்டம் உயர்ந்த முறையில் பெற்றாள், பிறகு நண்பரின் தொழில் நிறுவனத்தில் கம்ப்யூட்டர் டிப்ளமா பெற்று மாணவர் விசாவில் அமெரிக்கா சென்று கம்ப்யூட்டர் விஞ்ஞானம் பயின்று பட்டம் பெற்று ஓராண்டு வேலையும் பார்த்துவிட்டு இந்தியா திரும்பினாள். இன்று பெங்களூரில் பெரிய கம்பெனி அதிகாரியாய் இருக்கிறாள். கணவனும் அவளுக்கு நிகராக ஃபாரின் பட்டம் பெற்ற என்ஜினீயர். நாலுலட்சத்தில் நான் வளைத்துப்போட்ட மாப்பிள்ளை. குடும்பநலத் திட்டப்படி அவர்களுக்கு ஒரே குழந்தை. பெற்றோரின் செல்வம், செல்லம் அனைத்துக்கும் ஒரே வாரிசான குட்டி நிக்கி, கான்வென்ட்டில் ஆங்கிலம் மிழற்றிக் கொண்டிருக்கிறாள்.

என்னையும் கடவுள் கைவிட்டு விடவில்லை என்பது வெளிப்படை. என் திறமையால் முதலில் கம்பெனி ஜி.எம். மாக உயர்ந்தேன். பிறகு டைரெக்டர்களில் ஒருவனானேன். பொருளாதார நிபுணன் என்ற அங்கீகாரம் பெற்றேன். ஐம்பத்தெட்டு வயதில் வேலையிலிருந்து ஓய்வுபெற்ற பின் சொந்தமாக 'நிக்கி ஃபைனான்ஸ்' என்று ஒரு கம்பெனி தொடங்கி இன்று செல்வத்தில் கொழிக்கிறேன்.

என் மனைவி கொளுத்தும் வெயிலில்கூடப் பட்டுச்சேலை தவிர வேறெதுவும் உடுத்துவதில்லை. அவளுக்கு மிகவும் பிடித்த பொருள்கள் சீனா ஜேட் நகைகளும் ஆம்ஸ்டர்டாம் வெட்டு அமைந்த ப்ளூ ஜாகர் வைரங்களும். நாங்கள் வசிப்பது பம்பாயில் மூன்று ஆண்டுகளுக்கு ஒரு முறை சென்னை வருகிறோம். இங்கே சொந்தக்காரர்கள் இருக்கிறார்கள். மேலும் தமிழ்மொழி சகஜமாய்ப் புழங்கும் காற்றைச் சுவாசிக்க வேண்டும். மெரீனா பார்க்க வேண்டும். என்ன தான் நீரிழிவுப் பத்தியமும் தலை நரையை மறைக்க கோத்ரெஜ் முடிச் சாயமும் எனக்கு வந்து சேர்த்துவிட்ட தென்றாலும் இளம் பருவ நிலைக்களனின் மயக்கம் யாரைத்தான் கவர்ந்திழுக்கவில்லை? அப்படியே மனைவிக்குப் பட்டு ஜவுளி எடுக்கக் காஞ்சீபுரம் போக வேண்டியிருப்பதும் ஒரு காரணம்தான். இன்று மீண்டும் என்மீது வீசுவது சென்னைக் காற்று.

பெட்ரோல் போட்டுக்கொள்வதற்காக 'பங்க்'கில் காருக்குள் உட்கார்ந்திருந்தேன். அம்பாசடர் போய் பிறகு மாருதி போய் இப்போது காண்டெஸா வாங்கியிருக்கிறேன். இங்குச் சென்னையில்தான். சென்ற வாரம். பிறகு பம்பாய்க்கு அனுப்ப வேண்டும். புதுக்காரில் முதல் நீண்ட பயணம் கோயிலுக்காக இருக்கட்டும் என்று நாளை காலை மனைவியுடன் ஊரிலிருந்து வந்திருக்கும் மகள் குடும்பத்துடன் மாங்காடு போவதாய்த் திட்டம். அதற்குத்தான் பெட்ரோல் டாங்க்கை நிரப்பிக்கொள்ள வந்திருந்தேன்.

சிறிது நேரமாகும்போல் இருந்தது. இறங்கி நின்று சாலையைப் பார்த்தேன். ஜன நெரிசலிலும் பல்வேறு இரைச்சலிலும் வாகன மிகுதியிலும் கட்டட உயரங்களிலும் சென்னை வேகமாய்த்தான் மற்ற முன்னணி மாநகரங்களுடன் போட்டி போட்டுக்கொண்டிருந்தது. கண் நிமிர்த்தும் இடந்தோறும் வீட்டு உச்சிகளில் டிஷ் ஆன்டென்னா, இரவும் பகலும் காது செவிடுபட கேபிள் டிவி, ஸ்டார்டிவி, எல்லா நகரங்களுக்குமே முகம் ஒன்று தானா? ஆனால் சாலையில் 'யோவ், என்னாய்யா, வூட்ல சொல்லிகிட்டா வந்துட்டே? சாவு கிராக்கி, தள்ளிப் போய்யா கஸ்மாலம்' என்று ஒரு கார் ஓட்டுநர் பாதசாரியைப் பார்த்துக் கூவிக்கொண்டு போன இனிய மெட்ராஸ் தமிழ் இதைச் சென்னை என்று அடையாளம் காட்டியது.

விஷ்ஷ் விஷ்ஷ் என்று குறுக்கும் நெடுக்குமாய் பஸ்களும் டாக்சிகளும் ஆட்டோகளும் கார்களும் பாய்ந்து பாய்ந்து சப்தப் பின்னல் பின்னி ஓய்ந்ததில் கிடைத்த கணநேர இடைவெளித் தெளிவில் ஒரு காட்சி என் பிரக்ஞையில் இடறி அப்படியே பொறிகளில் ஒட்டிக் கொண்டது.

அவர்.

சித்திரை வேர்வையில் வேட்டியும் சட்டையும் நிறம் மாற மாற அவர் நின்றிருந்தார். அக்குளில் அடக்கிய கறுப்புத் தோல் பை. அது பஸ் நிறுத்தம். புருவங்கள்மேல் கையை அண்டை கொடுத்து அடிக்கடித் தொலைவில் தேடும் அக்கண்கள் நிச்சயம் அவர் ஏறவேண்டிய பஸ்ஸைத்தான் எதிர்பார்க்கன்றன.

அவசரமாய்க் கறுப்புக் கண்ணாடியை அகற்றிவிட்டு உற்றுப் பார்த்தேன். சதை வளர்ச்சி நீக்கப்பட்டு 'கான்டாக்ட் லென்ஸ்' பொருத்திய என் கண்களில் பார்வை தீட்சண்யமாக இருந்தது. அவர் தான், சந்தேகமில்லை. என்ன பெயர்? சொக்கலிங்கம்? ராமலிங்கம்? இப்போது மூக்குக் கண்ணாடி ஒன்று ஏறியிருந்தது. தலை அனேகமாய் முழு வழுக்கையாகவே ஆகிவிட்டது. ஆயினும் முகஜாடை புரிந்தது.

ஒருகனம் என் மூளை சுழன்றது. குறும்புக்காரச்சிறுவன் ஒருவன் கடியார முட்களை வேண்டுமென்றே பின்னோக்கித் திருப்பிக் கொண்டிருக்கிறானா? சாலைக்கு இந்தப் பக்கம் பெட்ரோல் 'பங்க்'கில் நான், அந்தப்பக்கம் பஸ்ஸுக்காகக் காத்து நிற்கும் அவர். இதே காட்சி முன்பு எத்தனை ஆண்டுகள் முன்பு? ஆயிரத்துத் தொள்ளாயிரத்து எழுபத்தி...ஆமாம், ஏறத்தாழப் பதினைந்து ஆண்டுகளுக்கு முன்பு. பதினைந்து ஆண்டுகள்!

பதினைந்து முறை காலண்டர் மாறிவிட்டது. ஒரு மாமாங்கம் வந்து போய்விட்டது. நாடு ஆறு பிரதமர்களைக்கண்டு விட்டது. உலக அரங்கில் ஒரு வல்லரசு மறைந்தது. இருபத்தெட்டு ஆண்டுகள் சிறை வாசத்துக்குப் பின் ஒரு சுதந்திர வீரருக்கு விடுதலை கிடைத்தது. வியாழக் கிரகத்தை நோக்கி அமெரிக்க 'வாயேஜர்' விண்வெளியில் மேலும் பல கோடி மில்லியன் கிலோ மீட்டர்கள் பாய்ந்தோடி விட்டது. அவர் இன்னமும் அங்கேயே நின்று கொண்டிருக்கிறார்.

தலையை உலுக்கிக் கொண்டேன். காலத்தை மீண்டும் ஒழுங்குக்குள் கொண்டு வந்தேன். பெட்ரோல் போட்டுக் கொண்டதும் காரை நேரே அவரிடம் ஓட்டிச் சென்று நிறுத்தினேன். இறங்கி கைகுவித்துப் புன்னகையுடன் 'சௌக்கியமா சார்? என்னைத் தெரியுதா?' என்றேன்.

அந்தத் திடுக்கிடலும் நான் முன்பு பார்த்தது தான். இன்னவென்று புரியாத குழப்பத்தில் புருவங்கள் உயர்ந்தன. புருவ மயிரில் ஒரு வெள்ளை இழை கண்ணில் பட்டது. தலை வழுக்கையைத் தவிர முகத்தில் நிறையக் கோடுகள்.

'நான் தான் ராஜசேகர். எஸ்.டி. ராஜசேகர். பதினஞ்சு வருஷத்துக்கு முந்தி இதே போல் ஒரு பஸ் ஸ்டாண்டில் உங்களுக்கு லிஃப்ட் கொடுத்தேனே ஞாபகமிருக்கா?'

அவருக்கு உடனடியாய் ஞாபகமில்லை என்பது அந்தக் காலி முகத்தில் தெரிந்தது. கைகள் தோல் பையை இன்னும் இறுக்கமாய் பற்றிக் கொண்டன. அந்தச் செயலால் சட்டென்று என் நினைவு குலுங்கித் தெளிவு பெற, 'உங்க பேர் மகாலிங்கம் இல்லே?' என்றேன்.

'ஆமாம்.'

'முன் தடவை நீங்க உங்க பெண் ஜாதகத்தை எடுத்துகிட்டுத் திருமலைத் தெருவுக்குப்போக வேண்டியிருந்தப்ப

நான் காரில் அழைச்சிட்டுப் போனேன். இப்பவும் வாங்க, எங்கே போகணுமோ இறக்கிவிடறேன்.'

'லேசா ஞாபகம் வருது... நீங்க பஸுல்லா ரோட்டுக்குப் போறதாகச் சொன்னீங்க இல்லே?'

'எஸ்.'

'போனீங்களா?'

நான் சிரித்து விட்டேன், 'நல்ல ஆளு ஸார் நீங்க! வாங்க, கார்ல ஏறிக்குங்க, பேசிக்கிட்டே போவோம்.' வண்டியின் முன் கதவைத் திறந்து பிடித்தேன்.

'உங்க பேர் என்னன்னு சொன்னீங்க?"

'எஸ். டி. ராஜசேகர் ஏறிக்குங்க...' 'உங்களுக்கேன் சிரமம்...'

ஒரு சிரமமுமில்லை.

'நான் சிந்தாதிரிப்பேட்டையில் ஒரு அட்ரெஸுக்குப் போகணும்?' 'நானும் அந்தப் பக்கம்தான் போறேன்.'

இம்முறை அவர் சிரித்து விட்டார். பற்கள் முன்பு போல் மின்னவில்லை. அவற்றுக்குக் கூட முதுமை வந்து விட்டாற்போல் மங்கியிருந்தன. 'உங்களுக்கு ரொம்ப நல்ல மனசு ஸார். இருந்தாலும்... இப்ப என் பஸ் வந்துடும்.'

'வரட்டுமே! ரொம்ப நாளுக்கப்புறம் சந்திக்கிற ஒரு பழைய நண்பருக்கு கம்பெனி கொடுக்கிறதாய் நினைச்சு வாங்களேன்.'

அவருடைய சோர்ந்த முகம் என் அழைப்பை ஏற்றுக் கொள்ளத் துடித்தது. எனினும் பண்பாடு மீண்டும் தொலைவில் தேடியது. அவருக்குத் தேவையில்லாத ஒரு பஸ் வந்தது. நின்றது. சென்றது.

'பஸ்ஸைப் பத்தி மறந்துடுங்க மிஸ்டர் மகாலிங்கம். வண்டியில் ஏறுங்க சொல்றேன். இங்கே கார் நிற்கக் கூடாது. ராங் ஸைட். போலீஸ் காரன் பார்த்தா பிடிச்சுக்குவான். சீக்கிரம் ஏறுங்க.'

'தாங்ஸ்.' முன் பக்கம் ஏறி உட்கார்ந்தார். மூக்குக் கண்ணாடியைக் கழற்றி அதையும் முகத்து வேர்வையையும் சட்டை நுனியால் துடைத்து விட்டு மீண்டும் கண்ணாடியை அணிந்து கோண்டார். 'வெயில்ல வரபோது குடை கொண்டு வந்திருக்கணும். மறந்துட்டேன்.' என்றார். நான் கதவை மூடிவிட்டுச் சுற்றி வந்து ஒட்டுநர் இருக்கையில் உட்கார்ந்து, எங்கே போகணும் என்றேன்.

'பெரியார் சாலையில் திரும்பி ப்ரிட்ஜ் தாண்டி மேலே போகணும்.' நான் காரைச் செலுத்தலானேன். இருண்ட கார் ஜன்னல்களுள் ஏர் கண்டிஷன் குளிர்ச்சி இதமாய் இருந்தது. சிறிது நேரம் இருவருமே பேசவில்லை.

அவர் தூங்கிவிட்டாரோ என்று நான் நினைக்கத் தொடங்குகையில் அவர் 'நான் ரிடையர் ஆயிட்டேன் என்றார்.

இருக்கணும். பதினஞ்சு வருஷமில்ல ஆகுது!'

'மனைவி மூணு வருஷம் முந்தி காலமாய்ட்டா.'

'அடடா! ஐ'ம் வெரி ஸாரி.

'போகவேண்டிய நேரம்... ஒரு வகையில் கொடுத்து வச்சவன் தான்... ரிடையரானப்புறம் இப்ப ஒரு ஸ்கூல் கரெஸ்பாண்டெண்டுக்குக் குமாஸ்தாவா இருக்கேன். ஹெட் மாஸ்டர் தெரிஞ்சவர், அவர் தயவு...'

நான் பதில் சொல்லவில்லை. வேப்பங்காயைக் கடித்து விட்ட கசப்பு நெஞ்சில் இறங்கியது. ஏர்கண்டிஷன் குளிர்ச்சி கண நேரம் கனவாயிற்று. அவர் தோல் பையைத் திறந்து உள்ளேயிருந்து ஒரு பழுப்புக் காகிதப் பொட்டலத்தை வெளியே எடுத்து விட்டு வேறேதோ பொருட்களையும் சில காகிதங்களையும் சரி பார்த்தார். பிறகு மீண்டும்

எல்லாவற்றையும் பையில் எடுத்து வைத்தார்.

'இன்னிக்குச் சனிக்கிழமை பாருங்க ஸ்கூல் இல்லை,'

'அப்போ வீட்டில் விச்ராந்தியா ஓய்வெடுக்கலாமே, ரொம்ப களைப்பா தெரியறீங்க.'

'அதுக்குப் பார்த்தா முடியுமா? ஆனா இப்ப ஜோலி முடிஞ்சு வீட்டுக்குப் போனதுமே, ஜில்லுனு ஒரு டம்பளர் மோர் குடிச்சிட்டுப் படுத்துடுவேன்.'

மீண்டும் மௌனம். மனிதர்கள், வீடுகள், சாலைகள், கடைகள், சினிமாச் சுவரொட்டிகள், அரசியல் கட்–அவுட்கள் யாவையும் கடந்து கார் சென்று கொண்டிருந்தது. பெரியார் சாலை வந்துவிட்டது. 'நீங்க இப்ப எங்கே இருக்காப்ல?' என்றார் அவர்.

'பம்பாய்.'

'மெட்ராஸுக்கு எப்பவானும் வருவீங்களாக்கும்.'

'மூனு வருஷத்துக்கு ஒரு தடவை.'

'பம்பாய்க்கப்புறம் மெட்ராஸ் சப்புனு இருக்கும்.'

'ஆனாலும் பிறந்த மண்ணில்லையா?'

'அது சரி... கார் புதிசு போல் இருக்கு. ஏர்கண்டிஷனெல்லாம் பண்ணி நல்லாயிருக்கு.'

'தாங்ஸ்.' நான் ஒரு திருப்பத்தில் காரை வளைத்தேன். 'பெங்களூரிலிருந்து என் 'மகள், மாப்பிள்ளை, பேத்தி எல்லாரும் கூட வந்திருக்காங்க. குடும்பமாய் நாளை காலை கார்லயே மாங்காட்டுக் கோயிலுக்குப் போகலாம்னு உத்தேசம்.'

'ரொம்ப நல்ல விஷயம். போய்ட்டு வாங்க. அப்படியே காமாட்சியம்மன்கிட்ட என் புவனாவுக்குக் கல்யாணமாகனும்னு வேண்டிக்குங்க.'

சடார் என்று அவரைத் திரும்பிப்பார்த்ததில் கணநேரம் கவனம் சிதறி எதிரே வந்துகொண்டிருந்த ஒரு டாக்ஸியின் மேல் காரை மோத இருந்தேன்.

'பார்த்துப் போங்க ஸார்! படிச்சவராட்டம் தெரியறீங்க, இப்படியா...' டாக்சி சாரதியின் குரல் பின்னே தேய்ந்து மறைந்தது.

'புவனாவுக்கா? புவனேச்வரின்னு முந்தி சென்னீங்களே, அவளுக்கா?' ஆமாம், இன்னும் அவளை வியாழன் கண் திறந்து பார்க்கலே. இப்பவும் அவள் ஜாதகத்தைத்தான் அந்தச் சிந்தாதிரிப்பேட்டை அட்ரஸில் கொடுக்கப் போய்க்கிட்டிருக்கேன்.'

என்னால் பேச முடியவில்லை. தகதகவென்று உடம்பு எரிவதுபோல் இருந்தது. தலையில் வட்டங்கள் சுழன்றன. விபத்து ஏதுமின்றி அவர் குறிப்பிட்ட தெருவை எப்படி அடைந்தேன் என்று நானே வியக்கும்படியான நிலை.

'இந்தச் சந்துக்குள் கார் நுழைய முடியாது ஸார். இப்படியே நிறுத்திடுங்க. நான் இறங்கி நடந்து போயிடறேன்.'

யந்திரம் போல் வண்டியை நிறுத்தி இறங்கிச் சுற்றி வந்து அவர் பக்கத்துக் கதவைத் திறந்தேன். அவர் இறங்கினார்.

'ரொம்ப நன்றி ஸார். வரட்டுமா?'

இறங்கிய வேகத்தில் அவரது தோல் பையிலிருந்து அந்தக் காகிதப் பொட்டலம் கீழே மண் தரையில் விழுந்தது. ஜிப்பை மூட மறந்திருக்கிறார்.

குனிந்தேன். விழுந்ததனால் லேசாய்ப் பொட்டலம் பிரிந்து உள்ளேயிருந்து இமைப்பொழுது வெளிப்பட்ட பொருளை அப்படியே அவர் கவனிக்காமல் காகிதத்துள் தள்ளி மூடி அவரிடம் எடுத்துக்கொடுத்தேன்.

'தாங்ஸ் ஸார். புவனா வாங்கி

வரச்சொன்ன ஒரு பொருள். இதைக் கீழேயே விட்டுட்டுப் போயிருந்தா மறுபடியும் கடைத் தெருவுக்கு ஓடனும்,

பொட்டலத்தைப் பையில் வைத்து இம்முறை ஜிப்பை இழுத்துப் பொருத்தினார். 'அப்ப நான் வரட்டுமா ஸார்?' உங்களுக்குத் தான் ரொம்ப சிரமம் கொடுத்திட்டேன். ஸாரி, வரேன்.'

துவண்ட செருப்புக் கால்கள் சந்துக்குள் மெதுவாக நடந்து சென்றன. நான் காருக்குள் சாரதி இருக்கையில் ஏறி அமர்ந்தேன். குனிந்து என் விலையுயர்ந்த 'கூசி' காலணிகளைப் பார்வையில் வெறித்தேன். ஓட்டுச் சக்கரத்தின் மேல் தொய்ந்து தலை சாய்த்தேன்.

அந்தப் பொட்டலத்துக்குள் இருந்தது ஒரு குப்பி, கோத்ரேஜ் முடிச்சாயம்.

28

அடிமைகள்

பா விசாலம்

விசாலம் பா
(1932 -14/02/ 2022)

எழுத்தாளர் பா விசாலம் தீவிர அரசியல் செயல்பாட்டாளர். இவர், 1960களில் எழுதத் தொடங்கினார். இவரது முதல் சிறுகதை 'சரஸ்வதி' இதழில் வெளியானது. 'மெல்லக் கனவாய் பழங்கதையாய்' என்பது இவரது தன்வரலாற்று நாவலாகும். 2003இல் 'உண்மை ஒளிர்க என்று பாடுவோம்' என்ற நாவலை எழுதியுள்ளார். இவரது எழுத்துகள் இலக்கிய உலகில் பெரிதும் பேசப்பட்டவை ஆகும்.

உளுந்தூர்பேட்டையில் நின்ற சில நபர்களை ஏற்றிக் கொண்டு பஸ் புறப்பட்டபோது அநேகமாக எல்லோரும் தூக்கம் என்ற தேவதைக்கு அடிமையாகி இருந்தார்கள். சீதையின் பக்கத்துச் சீட் மாமி தூங்கி அவள் தோளில் அடிக்கடி சரியலானாள். பஸ் வேகம் எடுத்து முன்னேறியது. சீதையின் நினைவுகள் பின்னோடியது.

மாணிக்கவேலர் நாடகக் கம்பெனி என்றால் அன்று சாதாரணமா என்ன? குரூப்பில் ஒருவனைச் சோடை என்று விரல் மடக்க முடியுமா? சீதை தன்னுடைய திறமையைக் கொண்டு நேர்மையாக நாலு காசு சம்பாதித்து வயிற்றைக் கழுவிக் கொள்ளமுடியும் என்ற நம்பிக்கையில்தான் அதில் நடிகையாக சேர்ந்தாள். எவ்வித சலனத்துக்கும் ஆளாகாமல் தன்னைக் காப்பாற்றிக் கொண்டும் வந்தாள்.

ஆனால், சீதையின் உறுதியைக் குலைப்பவனே போல் நிர்மல் விளங்கினான். அவனின் அந்த அறிவாற்றலும் எல்லாவற்றையும்விட ஒரு அனுதாபத் தோற்றமும் அவளைக் கவர்ந்தன.

பந்தியில் அமர்ந்து எல்லோரும் சாப்பிடுகையில் நிர்மல் தலைகுனிந்தபடியே இருப்பான். மற்றவர்கள் அவனைக் கிண்டல் செய்வார்கள்.

விசாரித்தால் நாடகம் முடிந்து நேரே

வீட்டிற்குப் போனானானால் ‘நாடகக்காரப் பயலே’ன்னு திட்டி ‘வீட்டு வாசப்படி ஏறாதலே நாயே’ன்னு அவன் அப்பா திட்டிய செய்தி வெளிவரும். ஆயினும் இவன் தந்தையிடம் வைத்திருக்கும் மரியாதை, தம்பிமார்களை நேசிக்கும் அளவு கடந்த பாசம், பலரின் கிண்டலுக்கும் அவன் ஆளாவது தவிர்க்க முடியாததாயிற்று. தவிலு, ஆர்மோனியம், மிருதங்கம், எல்லாமே அவனவன் ரசனைக்குத் தகுந்தாற்போல் கிண்டல் செய்வதை நிர்மல் பொறுத்துக்கொள்வான். எல்லாவற்றுக்கும் ஒரு புன்சிரிப்புதான் பதில். எல்லோருமாகச் சேர்ந்து கொடுத்த பட்டம் ‘தசரத ராஜகுமாரன்!’ அப்பா சொன்னால் போதும், அதுதான் வேதவாக்கு.

சீதைக்கு நிர்மலிடம் ஏற்பட்ட அனுதாபம் முதலில் ‘சாப்பிட்டாச்சான்னு குசலம் விசாரிப்பதில் தொடங்கி நாடக வசனங்களில் அவனுக்கு உதவுவது, பாட்டுக்களுக்கு மெட்டுகள் போடுவதில் உதவுவது, பாடிக் காட்டுவது இப்படியாக வளர்ந்தது. ஒருநாள் சாப்பிட்டு முடிந்ததும் கொட்டகையின் பரந்த தரைப்பகுதியில் நடிகர்களும், அம்மா நடிகைகளும், பலரும் வெற்றிலை குதப்பிக்கொண்டு இருக்கையில், ஒரு ஓரமாகச் சீதை உட்கார்ந்திருக்க, ஒரு இரண்டு அடி தள்ளி நிர்மல் உட்கார்ந்துகொண்டு முந்தைய இரவில், கோவலனாக நடித்தவன் ‘மாசறு பொன்னே, வலம்புரி முத்தே’ என்று பாடியது சரியில்லை. இன்னும் எடுப்பாக இருந்திருக்க வேண்டும் என்று பாடிக்காட்டிக் கொண்டிருந்தபோது அங்கே வந்த மாணிக்கவேலர் ஒரு கணம் நின்று இருவரையும் மாறிமாறி பார்த்துவிட்டுச் சென்றார். அதன்பின் ஏனோ நிர்மல் பாடுவதை நிறுத்திவிட்டான்.

மாணிக்கவேலர் தன்னை வந்து பார்க்கச்சொல்லி சீதையை வரவழைத்தார்.

“ஏன்மா, உன் தகப்பன் ஸ்தானத்திலிருந்து கேட்கிறேன். உனக்கு என்ன வயசு?”

“இருபத்திரண்டு ஐயா”.

“நீ கல்யாணம் பண்ணிக்கிறது நல்லதுன்னு எனக்குப்படுது. நீ கல்யாணம் பண்ணிக்கிட்டு நம்ம நாடகக் கம்பெனியிலே தொடர்ந்து இருக்கலாம். நிர்மல்கிட்டே நான் பேசிட்டேன். அவன் குடும்பத்துமேல் பாசம் உள்ளவன். உன்னையும் ரொம்ப நேசிக்கிறான். நானே அவன் அப்பாகிட்ட பேசிப் பார்க்கலாம்னு இருக்கேன்... நீ என்னம்மா சொல்ற?”

“நீங்கதான் அய்யா எனக்கு அப்பா மாதிரி. எனக்கு எது நல்லதோ நீங்க அதைச் செய்ங்க.”

மாணிக்கவேலர் சீதையின் வீட்டிற்கு வந்து சீதையின் அம்மாவிடம் நடந்தவற்றைச் சொல்லி, நிர்மலின் அப்பாவிடம் தான்சென்று வந்ததையும் சொன்னார்.

நிர்மல் தன் வீட்டாரிடம் எதுவும் பேசத் தயாரில்லை. சீதையை இழக்கவும் தயாராயில்லை. தன் வீட்டிலிருந்து யாரும் வரமாட்டார்கள். அதனால் ரிஜிஸ்டர் கல்யாணம் போதும் என்றான்.

“எவ்வளவோ எடுத்துச் சொன்னேன். அவர் காது கொடுக்கிற மாதிரியே தெரியல்லைம்மா. ரொம்பத் தலைகனம் பிடிச்சவறாயிருப்பார்போல் தெரிகிறது. ஆனால் எதுக்கும் நீங்க கவலைப்பட வேண்டாம். நான் பார்த்துக் கொள்கிறேன்”.

சீதையின் அம்மா, “அவர் வீட்டிலே யாரும் வரலேன்னா அதுக்காக பொண்ணைக் கூட்டிவிட்ட மாதிரி அனுப்ப முடியுமா?”என்று சொல்லிப் பார்த்தாள். மாணிக்கவேலரோ சீதையின் அம்மாவைச் சமாதானப்படுத்தித், தானே சாட்சியாயிருந்து ரிஜிஸ்டர் திருமணம் பண்ணிவைத்தார். அப்படியும் சீதையின் அம்மா நாலு பேர் அறிய ஒரு விருந்து ஏற்பாடு பண்ணி நிர்மலின் வீட்டிற்கும்

பா விசாலம்

சென்று விருந்துக்கழைத்தாள். விருந்துக்கு அவனது வீட்டிலிருந்து யாரும் வரவில்லை.

அழகிய பெண் குழந்தை. சீதையின் கற்பனையில் எத்தனை எத்தனையோ அழகழகான பெயர்கள். பிரசவம் பார்க்கவும், கஷ்டப்படவும் சீதையின் அம்மா. நிர்மலின் அம்மா வந்தாள். நாகரத்னம்ன்னு அவர் அம்மா பேரைத்தான் வைக்கணும்னு நிர்மலின் அக்கா திருவாய் மலர்ந்தருளினாள். பிறந்த குழந்தைக்கும் பெற்றவளுக்கும் எந்த சம்பந்தமுமில்லாத மாதிரி எல்லோரும் நடந்து கொண்டது சீதைக்கு அதிர்ச்சியாயிருந்தது.

"ஏண்டி, அவா குழந்தை. அவா இஷ்டம்போல பேரு வெச்சுட்டுப் போறா, ஒனக்கென்ன நஷ்டம்?" சீதையின் அம்மா கேட்டதும், "எனக்கென்ன நஷ்டம்?" குழந்தை மேலே அப்பாவுக்குத்தான் உரிமையா? அம்மாவுக்கு இல்லையா? சரி போகட்டும், அவர்தானாகட்டும், எங்கிட்ட ஒரு வார்த்தை, ஒரே ஒரு வார்த்தை" உனக்கு இந்த பேரு பிடிச்சிருக்கான்னு கேட்டிருந்தாகூட நான் முகத்துக்கு நேரா பிடிக்கலைன்னா சொல்வேன். அதுகூட கேக்கல்லையேம்மா?".

"இதெல்லாம் பொறுத்துப் போகப்படாதா?" சீதையின் அம்மாவின் உபதேசம்.

தனிக்குடித்தனம் என்றாயிற்று. அன்று நிர்மல் நிலைகொள்ளாமல் அதைச் செய்வதும், இதைச் செய்வதும்! "அக்கா வர்றா, முதல் முதலா அக்கா வர்றா. ஏய் சீதை, அதைச் செய்து வை. இதை இப்படி வை." உற்சாகம் கொள்ளை போனதில் அந்த உற்சாக வெள்ளத்தில் சீதையும் இழுத்துச் செல்லப்பட்டாள். அக்கா வர்ற அன்னைக்கு இன்ன புடவை கட்டுவது, குழந்தைக்கு இந்தச் சட்டை போடணும், தான் வீட்டை நல்லா வச்சிருக்கிறதா அவர்கள் சர்டிபிகேட் தரணும்கிறதுக்காகச் சீதை பட்டபாடு, வந்த அன்று மத்தியானம் வேலைக்காரியிடம் அக்கா கேட்ட கேள்வி.

"ஏண்டி, நீ இரண்டு வருஷமா இங்கேயே இருக்கியே. இந்தக் குழந்தை என் தம்பிக்குப் பிறந்ததுதானா"ன்னு கேட்டிருக்கிறாள். அக்காவிற்கு இவள் நாடகக்காரி தானேன்னு எண்ணம். இதைக் கேட்டதும் சீதை முதலில் அக்காவின் குணம் இத்தனை மோசமானதா என்று எண்ணினாள். இதை நிர்மலிடம் சொல்வதா? சொன்னால் அக்காவிடம் போய் ஏதாவது சண்டை போட்டால்? அல்லது மனம் இடிந்து போனால்? சொல்வதா வேண்டாமா? சொல்லாமலிருந்தாலும் தன் ஒருத்தியால் இந்த வேதனையை எப்படித் தாங்க முடியும்?

"ஏய், ஏன் அழற."

"உங்க அக்கா என்ன கேட்டிருக்காத் தெரியுமா? நாகரத்தினத்திற்கு அப்பா நீங்கதானான்னு கேட்டிருக்கா?" இருட்டில் நிர்மலின் முகம் என்ன காண்பித்தது என்று சீதைக்குத் தெரியவில்லை.

"இங்கப் பாரு உன்னைப் பற்றி யாரு என்ன சொன்னா என்ன? நீ என் உயிரல்லவா?" என்று சொல்லப் போகிறான். இதோ நிர்மலின் கைகள் தன்னை அணைக்கப் போகிறது. அவன் மார்பில் சாய்ந்து கொண்டால் தனக்கெல்லாமே மறந்துபோய், மனம் இதமாகி விடாதா? வினாடிகள், நிமிஷங்கள்... ஊஹூம். நிர்மல் அந்தப் பக்கமாகத் திரும்பிப் படுப்பது உணர முடிந்தது. சீதை ஏமாந்தாள். தன் மனைவியை இழிந்துரைத்தும் மவுனம் சாதிப்பவனுக்கு இருப்பது ஆண்மையா?

***

பஸ் ஒரு பரபரப்பான இடத்தில் வெளிச்சம் நிறைந்த இடத்தில் நிற்கிறது. கண்களைத் திறந்தாள். திருச்சி பஸ் நிலையம். 50 வயதானாலும் நடு இரவில் பஸ்ஸை விட்டிறங்கி காப்பி குடிக்கும் பொம்பிளையை எல்லோரும் விநோதமாகப் பார்க்கிறார்கள்.

215

நள்ளிரவு கடக்கும் 1 மணி அளவில் பஸ் புறப்பட்டது. சீதை திரும்பவும் கண்களை மூடிக் கொண்டாள். நாகரத்தினத்திற்கு வயது 16. அக்கா ஒரு நாள் வருகிறாள், மகனையும் அழைத்துக் கொண்டு. 'ஒங்க அத்தான்தான் என்னை இப்படி விட்டுவிட்டுப் போயிட்டாரே. அவனாவது ஒழுங்காகப் படிக்கிறானா? போன வருஷம் பி.யு.சி. பெயில். நீ என்ன செய்வியோ, ஏது செய்வியோ அவனை உங்கிட்டே விட்டுப் போறேன்.'

சீதைக்குத் தெரியும். இது வயத்துல நெருப்பைக் கட்டிக்கிற வஷயம்னு. ஆனால், சீதையிடம் அபிப்ராயம் கேட்பதற்கு அவள் யார்?

அன்று நிர்மல் மத்தியானம் வீட்டிற்குச் சாப்பிட வந்து கொண்டிருக்கிறான். கொஞ்ச அடிகளுக்கு முன்னாலேயே சீதையின் குரல் உச்சத்தில் கேட்கிறது. என்னவாயிருக்கும்...

"டேய் ராஸ்கல். இந்த விஷயத்திலே மாத்திரம் இந்த சீதை பொறுமையாயிருப்பான்னு நினைக்காதே. காளியாமாறி உன் குடலையே உருவிடுவேன் கேட்டுக்கோ. ஆட்டைக்கடிச்சு. மாட்டைக் கடிச்சு மனுஷாளைக் கடிக்க வந்த கதை மாதிரி ஒண்ணுமறியாத அந்தச் சின்ன குழந்தை, என் பச்சப்பசலை... நீ ஒளிஞ்சிருந்தா பாக்கிற? ஏண்டா ஒங்கம்மா முலப்பாலு குடிச்சுதானா வளர்ந்தே. டேய் அவ பாலக் குடிச்சு வளந்தவனுக்கு இந்தப் புத்திதாண்டா வரும். பொறுக்கி ராஸ்கல்."

நிர்மல் இத்தனையும் கேட்டுக் கொண்டே உள்ளே வருகிறான். தொண்டையைக் கனைத்துக் கொண்டான். ஒன்றையுமே கவனிக்காமல் செருப்பைக் கழட்டிவிட்டு யாதுமறியாதவனைப் போல் குளியலறைக்குச் சென்றான். கதவைத் தாழிடும் சப்தம் கேட்டது. வெளியில் வர வழக்கத்திற்கும் மாறான நேரம் ஆயிற்று. மருமான் மெல்ல அங்கிருந்து நழுவி தன் அறைக்குச் சென்று விட்டான்.

சீதை தானும் மகளும் ஏதோ அனாதைகள் ஆகிவிட்டது போலுணர்ந்தாள். கண்ணீர் பொலபொலவென வடிய அடுக்களைக்குள் போய்விட்டாள். சீதைக்குப் புதிய பயம் பிடித்துக் கொண்டுவிட்டது. கண்டும் காணாததுபோல் நடக்கும் நிர்மலுக்கு அப்படியே நடந்தாலும் நடக்கட்டும், பெண்ணை அவனுக்கே கொடுத்து விடலாமென்றிருக்குமோ? தான் தலையிட்டால்தான் பழி? தானாகவே நிகழும்படி விட்டுவிட்டால்? அப்படியும் இருக்கலாமோ! சீதைக்கு அதன் பின்னர் தூக்கமுமில்லை. பசியுமில்லை.

அவன் ஒரு நாள் கஞ்சா அடிப்பதைச் சொன்னபோது கண்டு கொள்ளாத நிர்மல், அவன் வேலைக்காரியிடம் சில்மிஷம் பண்ணினான் என்று சொன்னால் மாத்திரம் கேட்டிருக்கவா போகிறான். எப்படியோ போகட்டும். தான் பிழைத்துக் கொண்டு விட வேண்டும் என்று கருதினாள் சீதை.

***

மறுபடியும் மாணிக்கவேலர் தன் வயதான காலத்திலும் சீதைக்கு உதவ முன்வந்தார்.

"ஏம்மா சீதை... குழந்தை இப்போதானே பி.ஏ.முதல் வருஷம் போறா முடிக்கட்டுமே?"

"இல்ல அய்யா. என் இக்கட்டான நிலமை உங்களுக்குப் புரியாது. நீங்க ஒருத்தர் சொன்னால் மாத்திரம்தான் இவர் தட்டமாட்டார். அதனாலே இந்தக் கல்யாணத்தை முடிச்சு வைச்சிருங்கோ."

"சரி. நீ சொல்லிட்ட. இனி கவலைப்படாதே."

நிர்மல் அன்று சற்று விச்ராந்தியாக இருந்தான். நாகுவின் கல்யாண விஷயமா சீதை அவனிடம் சொல்ல ஆரம்பித்தாள்.

"உனக்கு எப்படி இந்த யோசனை வருது? இப்போ என்ன அவசரமாம் கல்யாணத்திற்கு. அதெல்லாம் எனக்குத் தெரியும். போ" என்று எரிந்து விழவே, ஒரு கணம் சீதைக்கு நிர்மல் மேல் வெறுப்புக்கூட ஏற்பட்டுவிட்டது.

மாணிக்கவேலர் நினைத்ததை முடித்துவிட்டார். நாகுவின் கல்யாணம் முடிந்து கணவனுடன் இனிதே அனுப்பி வைக்கப்பட்டாள்.

சீதை நிம்மதி பெருமூச்சு விட்டாள்.

"போஸ்ட்".

சீதைதான் ஓடிப்போய் வாங்கிவந்தாள். சாப்பிட்டுவிட்டு அப்போதுதான் நிர்மல் கொஞ்சம் கண்ணயர்ந்திருந்தான். விழித்ததும் சீதை உடைக்காமலே வைத்திருந்த கடிதத்தைக் கொடுத்தாள்.

"அக்கா கடிதந்தான்."

"என்னவாம்."

"அதுதான் சொல்லியிருந்தேனே, அம்மாவுக்கு 80 வயது முடிகிறதினாலே அதை நாமெல்லாம் சேர்ந்து கொண்டாடணும்னு ஏற்கெனவே எழுதியிருந்தாங்களே... நானும், நாம இரண்டு பேரும் வர்றதா எழுதிப் போட்டிருந்தேன். எந்தத் தேதியில வருகிறோம்னு கேட்டு எழுதியிருக்கா."

சீதை "நான் வரல்ல".

நிர்மல் முறைத்தான்.

"எனக்கு நெஞ்சு வலியிருக்கு. கால் வலி, கைவலி, நான் வரல்ல".

"உனக்கு எப்போதான் எங்கேதான் வலியில்ல? அதெல்லாம் சரி கிடையாது. நாம போகாம இருக்கிறது சரியில்ல. அவ்வளவுதான் சொல்வேன்."

"அதுசரி, எனக்குன்னு ஒரு விருப்பு அல்லது வெறுப்பு இருக்கக் கூடாதா? உங்கள நான் தடுக்கல. எனக்கு வர இஷ்டமில்லேன்னா இல்லதான்."

... பதில் ஏதும் சொல்லாது முகம் கழுவப் போய்விட்டான் நிர்மல்.

சீதை பின்னாலேயே நடந்தாள். இத்தனைக் காலம், எத்தனையோ விஷயங்கள் எனக்கு விருப்பமில்லாம இருந்தப்பகூட நான் எவ்வளவோ செய்யலையா?

சீதை வாசல்படியில் கையைக் கன்னத்தில் ஊன்றியவாறு உட்கார்ந்து விட்டாள்.

அங்கே தனக்கு வரவிருப்பமில்லேன்னா அதைப் புரிந்துகொள்ளக் கூடாதா? சீதை காரணமில்லாமல் சொல்வாளான்னு கூடவா நினைத்துப் பார்க்கக் கூடாது? அத்தனைக்கும் மனைவி என்கிறவள் அல்பமா?

எல்லாவற்றையும் பொறுத்துத்தானே போற நீ. இதையும் பொறுத்துக்கோ என்று மாணிக்கவேலர் சொல்லியிருக்காவிட்டால் சீதை புறப்பட்டே இருக்கமாட்டாள்.

போனது போயாச்சு. அதற்குப் பிறகு எதிலும் பின்வாங்குவது சீதையின் குணமில்லை. சீதை எல்லாவற்றையும் மறந்துவிட்டு வேலைகளில் கலந்து கொண்டாள். பரிமாறுவதில் சேலையைத் தூக்கிச் சொருகிக் கொண்டு முழுமூச்சுடன் இறங்கிவிட்டாள். ஒரு சுற்று ஆட்கள் சாப்பிட்டு முடிந்ததும், பின் சென்று கைகால் முகம் கழுவிக்கொண்டு திரும்பியும் வந்தாள். அவள் நாத்தனார், ஓர்ப்படிகள் எல்லாரும் உட்கார்ந்து விட்டனர்.

"நீயும் உக்காரு."

"பரவாயில்ல. நான் கிளம்பறேன்."

சாப்பாடு முடிந்தது. எல்லாரும் விடைபெறுவதும், அவர்களை வழி அனுப்புவதிலும் நேரம் போய்க் கொண்டிருந்தது. வயது 50யை

நெருங்குகிறதல்லவா? சீதைக்குப் பசியினால் சற்றே தலை சுற்றுவது தெரிந்தது. அடுக்களைக்குப் போனாள். வெஜிடபிள் பிரியாணி இருந்த இரண்டு பாத்திரம் காலியாகக் கிடந்தது. சீதை என்ன செய்கிறாள் என்று பார்க்கவோ என்னவோ நிர்மலின் அக்கா அடுக்களைக்கு வந்தாள்.

கொஞ்சம் கிசுகிசுத்த குரலில் "சீதா எல்லாம் ஆகிப்போச்சு போலிருக்கு. அதுதான் உன்ன முதல்லியே உக்காரச் சொன்னேன். நீ கேட்டாதானே. இரு, இரு" என்று சொல்லிக் கொண்டு," நீ பழைய சாதம் சாப்பிடுவேல்ல. கொஞ்சம் போல இருக்கு... வா, நான் எடுத்து வைக்கிறேன். இப்படித் தட்டுப்படும்னு நெனைக்கல".

சீதைக்கு அந்நேரம் பழையது பார்த்த உடனே புரட்டுகிற மாதிரி இருந்தது. பழையதை வைத்துவிட்டு நிர்மலின் அக்கா முன்கட்டிற்குப் போய்விட்டாள்.

சீதை ஒரு கவளம் வாயில் வைக்கப் போகும்போது விருந்தினரைத் தொல்லைப்படுத்திவிடக் கூடாதென்று பின் பக்கம் கட்டிப் போட்டிருந்த நாய் "எனக்கொன்றுமில்லையா" என்று கேட்பதுபோல் செல்லமாக ஊளையிட்டது. சீதைக்குப் பசி மந்திச்சாப்போய் வாந்தி வருகிற மாதிரி இருக்கவே இலையோடு மோர்விட்டு பிசைந்த சோற்றை நாயிடம் கொண்டு வைத்துவிட்டு, கைகழுவி விட்டு வரவும், நாய் திரும்பவும் ஊளையிடுவது மாதிரி இருந்தது. திரும்பிப் பார்த்தாள்.

ஐயோ! கடவுளே! என்ன இது? நாய் ஏன் இப்படிப் பண்ணுகிறது? என்ன ஆச்சு அதுக்கு?

குமரா, ஜோதி, மணி என்று எல்லா குழந்தைகளின் பேர்களையும் சொல்லி அழைத்தாள்.

"இங்க வந்து பாருங்களேன். ஐயோ நாய்க்கு என்னவோ செய்யுதே" இதற்குள் மைத்துனர்மார்களும், நிர்மலும் அந்த இடத்திற்கு வந்தனர்.

"என்னாச்சு? என்னாச்சு?"

இதற்குள் சுருண்டு விழுந்து நாய் தன் கடைசி மூச்சைவிடவும் எல்லோரும் செய்வதறியாது திகைத்து நின்றனர். நிர்மலின் அக்காவும் அம்மாவும் அந்த இடத்திற்கு வரவேயில்லை. ரொம்ப முக்கியமானவர்களிடம் வெளியே பேசிக் கொண்டிருந்தனர். தான் இதைச் சாப்பிட்டு, தனக்கு இது நேர வேண்டியது என்று அவள் யாரிடம் சொல்ல முடியும்?

நிர்மலின் அருகில் சென்ற சீதை, "ஏங்க, இந்தச் சோற்றை, என்னைச் சாப்பிடச் சொன்னார்கள். நான் திங்கப் பிடிக்காமல் நாய்க்குப் போட்டேன்,"

ஒரு நிமிட மவுனம் நிலவியது.

சீதையைத் திரும்பிப் பார்க்காமலேயே "இதுக்குப் போய் இப்போ என்னை என்ன செய்யச்சொல்ற?" ஒன்றுமே நடக்காதது போலஒருபத்திரிகையைப்புரட்டலானான்.

சீதையின் மனதில் சூறாவளியும் புயலும் கொந்தளித்தது. "உனக்குப் பிடிக்காவிட்டால் தூரத்தான போடணும். அந்த நாய்க்குப் போய் ஏன் போட்ட?"

சீதையின் காலடியில் பூமி நழுவியது. இரண்டாகப் பிளந்து அவளுக்கு வழிவிட்டது.

சீதை கண் விழித்துப்பார்க்கிறாள். சுதந்திரக் காற்றைச் சுவாசிக்கிறாள். தனக்குத் தெரிந்த ஆடல் பாடல் கலைக்கு உயிரூட்டப் புறப்பட்டு விட்டாள். அது அவளால் முடியும்.

மதுரையில் வாங்கிய மல்லிகை, நெல்லை பஸ் நிலையம் வரும்போது நன்றாக மலர்ந்து மணம் பரப்புவதை உணர்ந்தாள்.

கோமகள் •

கோமகள்
(22/05/1933 - 21/10/2004)

ராஜலட்சுமி என்ற இயற்பெயர் கொண்ட இவர், தமிழ், ஆங்கிலம், இந்தி, தெலுங்கு என்ற மொழிகளை நன்கு அறிந்தவர். தொடக்கத்தில் 'ராஜலட்சுமி ராமமூர்த்தி' என்ற பெயரில் எழுதிய இவர், பின்பு 'கோமகள்' என்ற புனைபெயரில் எழுதத் தொடங்கினார். இவர், நடுத்தர வர்க்கக் குடும்ப வாழ்க்கையினைக் கருவாகக்கொண்டு, வெகுஜன வாசிப்புக்குரிய கதைகளை எழுதியவர். நூற்றுக்கு மேற்பட்ட சிறுகதைகளும், 40-க்கும் மேற்பட்ட நாவல்களும், 30-க்கும் மேற்பட்ட குறுநாவல்களும் எழுதியுள்ளார். நாடகங்கள் எழுதுவதிலும் வல்லவர். இவரது சிறுகதைகள் இந்தி, கன்னடம், தெலுங்கு மொழிகளில் மொழிபெயர்க்கப்பட்டு, அந்தந்த மொழி இதழ்களில் வெளிவந்துள்ளன. கல்கி பொன்விழா சிறுகதைப் போட்டியில் பரிசு, 1982இல் தமிழக அரசின் தமிழ் வளர்ச்சித் துறை பரிசு, தஞ்சைத் தமிழ்ப் பல்கலைக்கழகத்தின் தமிழன்னை விருது போன்ற பல பரிசுகளையும் விருதுகளையும் பெற்றுள்ளார்.

29

பால்மனம்

கோமகள்

படைப்பின் நேர்த்தி வெகு விசித்திரமானது. அதில் மனிதனின் ஆரம்பக்கட்டமான குழந்தைப் பிராயம்தான் எத்தனை அழகு படைத்த ஒன்று! பட்டைத் தீட்டாமலேயே ஜொலிக்கும் கட்டி வைரமாக எழில் சிந்தும் அந்தப் பருவம். மீட்டாமலேயே குரலிடும் மோகன வாத்தியமாக இசையிடும் நாதநயம் அதன் மழலை. லோகாயத லாபநஷ்டங்களை, சூதுவாதுகளைக் கற்ற பெரியவர்கள்கூட சின்னக் குழந்தையின் சிரிப்பில் சொக்கி நிற்கிறனர். பெருங்காற்றே தென்றலுக்குத் தலைசாய்ந்து நிற்பதுபோல்! எங்கள் வீட்டில் என் அண்ணாவின் முதல் குழந்தையாகக் கிருஷ்ணா பிறந்தபோது நாங்கள் கடவுளின் கருணையை ஏற்று மகிழ்ந்தோம். எங்களிடையே கிருஷ்ணா வளர ஆரம்பித்தாள். இல்லை கிருஷ்ணாவை நாங்கள் வளர்க்க ஆரம்பித்தோம்!

“கிருஷ்ணா!” என்று குரல் கொடுத்தவாறே குழந்தையைத் தேடினாள் மன்னி.

பிஞ்சு விரல்களால் ஜன்னலைப் பிடித்தவாறே நின்று தெருவைப் பார்த்துக்கொண்டிருந்த குழந்தை கிருஷ்ணா தன் முகத்தைத் திருப்பிப் பார்த்தாள். ஈரம் பிதுங்கும் வெள்ளரிப் பிஞ்சாக முகம். சிறகுகளாகப் படபடக்கும் இமைகள். கண்ணாடி மணிகளாக உருளும் விழிகள். பூ நயம் போல் உதடுகள். ஒளியரும்புகளான பற்கள். நுங்கு நீரின்

குளிர்ச்சியாகக் குரல். தெய்வவடிவைச் சின்ன உடலில் சிறைப்பிடித்த களை. முகத்தில் எந்த நேரமும் உலகைப் புரிந்துகொள்ள முயலும் மனவளர்ச்சிக்கான ஒரு சிந்தனைச் சாயல்.

“என்னடி கண்ணு! தெருவிலே என்ன பார்க்கிறே?” என்று அவளை வாரி அணைத்துக் கொண்டாள் மன்னி.

“அம்மா! அதோ பாரம்மா, நாய்க்குட்டி!” அவள் பிஞ்சு விரல் சுட்டிய இடத்தில் குப்பைத் தொட்டியோரம் ஒரு சொறிநாய் படுத்திருந்தது.

“சீ! அது அசிங்கம்! நம்ம நாய்க்குட்டி ‘டாமி’யைப் பார். அழகாக சுத்தமாக...”

“அம்மா! அந்த நாய்க்கும் சோப்புப் போட்டுக் குளிப்பாட்டினா என்னம்மா?”

“அது தெருநாய். அதைத் தொடப்படாது.”

“ஏன், தொடப்படாது? நம்ம நாயை மட்டும் தொடலாமா?”

“அப்பா திட்டுவாங்க” என்று முத்தாய்ப்பு வைக்க முயன்றாள் மன்னி.

குழந்தையா விடுவாள்? “அப்பா, திட்டாட்டா தொடலாமா அம்மா?” என்று தன் கேள்வியைத் தொடர்ந்ததும் நான் அடக்க முடியாமல் சிரித்துவிட்டேன்.

மன்னி என்னிடம் குறைப்பட்டுக் கொண்டாள். “பாரேன் ராமு! இவள் கேள்விக்குப் பதில் சொல்லவே ஒரு தனி ஆள் போட வேண்டியதுதான்! உம்! நீ படி... இவள் இப்படிப் பேசினால் நீ படிக்கிறதெங்கே? வாம்மா, கிருஷ்ணா! உள்ளே போகலாம். சித்தப்பா படிக்கட்டும்.”

எனக்குப் படிக்க ஓடவில்லை. குழந்தைக்குத் தெருநாயும் வீட்டுநாயும் வேறில்லை என்ற சமரச நோக்கா? அல்லது இத்தகு சந்தேகங்களின் மூலம் உலகை அறிய முயலும் ஆவலா?

சதா ‘சலசல’வென்ற பேச்சு. சிலபோது அவசரத்துக்கு நினைத்தபடிப் பேச்சு வராமல் ஜாடைகள் காட்டும் அழகு. கூடக் கூட எந்த வேலைக்கும் வந்துவிடும் சுறுசுறுப்பு. மன்னிக்குத் தெரியாமல் அரிவாள்மனையில் உட்கார்ந்து விரலைக் காயப்படுத்திக்கொண்டு அதை அம்மா பார்த்துவிட்டாளோ என்று ஓரக் கண்ணால் நோட்டமிட்டு அச்சத்தோடு தூர வந்துவிடும் குறும்பு. மூன்றே வயதை எட்டிய குழந்தை கிருஷ்ணா கேள்விகளின் சொரூபம்தான்! காலையில் அப்பாவிடம் பாடம் சொல்லிக் கொள்ளும்போது ஆரம்பிக்கும் கேள்வியை, இரவு அம்மாவிடம் படுக்கும் போதுதான் முடிப்பாள். இடையே அவள் சிரிப்பதைவிடச் சிந்திப்பதுதான் அதிகம் போல் தோன்றும்.

காலையில் கீரை கொண்டு வரும் பெண், “குழந்தை!” என்றுதான் குரல் கொடுப்பாள். குழந்தை எங்கிருந்தாலும் ஓடிப்போகும்! கன்னத்தை வழித்து முத்தமிட்டு விட்டு அவள் தரும் கீரைக்கட்டை வாங்கி வருவதில் குழந்தைக்குத் தனி ஆசை. கீரைக்காரப் பெண் கல்யாணம் செய்துகொண்டு போய்விடவும், அவள் அம்மா கீரை சுமந்து வர ஆரம்பித்தாள். வயதானவள் அவள். நோய்க்காரி என்றும் தெரிந்தது. அவளைக் கண்டதும் கிருஷ்ணா உற்சாகத்துடன் ஓடினாள்.

“கிருஷ்ணா! கிழவியைப் போய்த் தொடாதே. உடம்பு சரியில்லாதவள்” என்று மன்னி கூவினாள்.

அவள் குரலிலிருந்த கண்டிப்பால் திகைப்படைந்த குழந்தை என்னைப் பார்த்தாள். “அப்பாவுக்கு உடம்பு சரியில்லாதப்போ நீ தொடலியா சித்தப்பா?”

நான் கிருஷ்ணாவைத் தூக்கிக் கொண்டேன். “சமர்த்தா அம்மா சொன்னபடிக் கேட்டா, சாயந்திரம் காந்தி மண்டபம் அழைச்சுக்கிட்டுப் போவேன்.”

"நிஜம்மாவா சித்தப்பா?"

"ஆமாம்!"

காந்தி மண்டபத்துக்குக் குழந்தையை அழைத்துப் போய்விட்டால், அவளுக்கு ஏற்படும் சந்தேகங்களுக்கு எவ்வளவு விடைகள்! புல் தரையில் ஓடுவதிலிருந்து, செயற்கைத் தாமரைக்குளத்தில் தன் நிழலுருவத்தைக் கண்டு கை கொட்டுவது வரை எதிலும் ஆச்சரியதந்தான்! நேரு பூங்காவின் மிருகங்களிடம்தான் எத்தனை ஆசை! பயபக்தியான நேசமான பார்வை! எப்பொழுதும் பார்த்திருக்கும் பஞ்சவர்ணக் கிளியிலிருந்து, புதிதாக வந்த புலிக்குட்டி வரை எதைக் கண்டாலும், நேற்றுப் பார்த்த நேசப்பார்வையில் இம்மி மதிப்பும் குறைந்திருக்காது. குட்டி ரயிலில் குதூகல உருவமாய், மகிழ்வின் பனித்துளியாய்க் கையசைத்தவாறே செல்லும்போது ஒரு தனி சிலிர்ப்பு அவளுக்கு. ஊஞ்சலில் ஆடும்போதும் சறுக்கி விளையாடும் போதும் ஓர் ஆவேசக் குதூகலம் அவள் முகத்தில் ஏற்படும். வீட்டுக்குத் திரும்பும்போது தெருவில் எப்போதோ தென்படும் குதிரைவண்டி, ஓரத்தில் மேயும் ஆட்டுக்குட்டி ஆகியவற்றைக் கண்கொட்டாமல் பார்ப்பாள். "குதிரையும் ஆட்டுக்குட்டியும் ஏன் நேரு பூங்காவில் இல்லை சித்தப்பா?" என்ற கேள்வி வேறு!

• • •

அன்று மாலை சொன்னபடியே கிருஷ்ணாவைக் காந்தி மண்டபத்துக்கு அழைத்துச் சென்றுவிட்டுத் திரும்பிக் கொண்டிருந்தேன். கைவண்டியை நிறைந்த பாரத்துடன் நெம்பி இழுத்தவாறே சென்றுகொண்டிருந்தான் கூலியாள் ஒருவன்.

"சித்தப்பா! பாவம் அவன்! காலிலே செருப்பே போடலை சித்தப்பா! கல் குத்துமே, வெய்யில் சுடுமே! என்னோட செருப்பு அவனுக்குச் சின்னது! உன் செருப்பைக் குடுத்துடு சித்தப்பா! நீதான் பூட்ஸ் வச்சிருக்கியே..!"

குழந்தையின் குரலிலிருந்த உருக்கத்தையும் துன்பம் கண்டு பொறாத மனத்தையும் கண்டு நான் நெகிழ்ந்தேன். அவளை அப்படியே வாரி அணைத்துக்கொண்டேன். குழந்தையா பேசுகிறாள்?

"செருப்பைக் குடுத்துடு சித்தப்பா."

"அவன் தூரப் போயிட்டான். இன்னொரு நாள் குடுத்துக்கலாம்" என்று அவளைச் சமாதானப்படுத்திவிட்டுப் பேச்சை மாற்றினேன். "இன்னிக்கு நம் வீட்டில் அடைதானே? உனக்கு ரொம்பப் பிடிக்குமில்லே?"

"அடை மொறு மொறுன்னு இருக்கும். ரொம்பப் பிடிக்குமே!"

குழந்தைமறதி! அதைஉபயோகித்துதானே அவர்களைத் தன் நினைவிலிருந்து மாற்றி நம் உணர்வுக்கு அடிமையாக்கி விடுகிறோம்?

அன்று கிருஷ்ணாவுக்குப் பிறந்த நாள்! விசேஷமாகச் சர்க்கரைப் பொங்கலும் வடையும் செய்திருந்தாள் மன்னி. புதிய உடைகளைப் போட்டுக்கொண்டு குதித்தாள் குழந்தை. சாப்பிடத் தோன்றாத அளவு சந்தோஷம் அதில். அவள் பெயரில் தயாரான விருந்தை நாங்கள் எல்லாம் வயிறு புடைக்க உண்டோம்!

இரண்டு மூன்று தினங்களாக வராமல் இருந்த கீரைக்காரக் கிழவி அன்று வந்தாள்.

"சமையல் எல்லாம் காலையிலேயே ஆச்சு. இன்னிக்குக் கீரை வேண்டாம்" என்றாள் மன்னி.

"அம்மா!" வேண்டுகோளாக ஒலித்தது கிருஷ்ணாவின் குரல். "அந்தக் கிழவிக்குச் சர்க்கரைப் பொங்கல் குடேன்."

"அடி என் சமர்த்து! எனக்குக்கூட மறந்து போச்சே... டீ கிழவி! கொஞ்சமிரு, வரேன்..."

இலை நறுக்கில் உணவு வகைகளை வைத்துக் கிழவியின் கையில் இட்டாள் மன்னி. கிழவியின் நடுங்கும் கரங்கள் ஆவலோடு உணவை ஏந்தின.

"அம்மா! கிழவி கை ஏன் நடுங்கறது?"

"வயசானவள். பலமில்லை."

"எனக்குப் பலம் வரணும்னுதானே டானிக் தரேம்மா. அந்த டானிக்கைக் கிழவிக்கும் குடும்மா!"

"இதோ பார், கண்ணு! எனக்கு எல்லாம் தெரியும். நீ பேசாமல் இருக்கணும்."

கிழவி போகன்வில்லா கொடியருகே போய் உட்கார்ந்து சாப்பிட ஆரம்பித்தாள். அவளையே கண் கொட்டாமல் பார்த்துக் கொண்டிருந்த குழந்தை தன் தாயருகே தயக்கத்தோடு போனாள்.

"அம்மா! பூச்செடிகிட்டே சொத சொதன்னு சேறாக கிடக்கும்மா!"

"அப்படித்தான் இருக்கும்."

"கிழவி பாவம்மா! சேத்திலே உக்கார்ந்து சாப்பிடறாளே..!"

"அவளுக்கு அப்படித்தான் கண்ணு பழக்கம்."

"அம்மா! கிழவிக்கும் மேஜையின் மேலே சாப்பாடு போடும்மா!"

"போடக்கூடாது. அப்பா வைவார்."

"நம்ப மட்டும் ஏன் மேஜையின் மேலே சாப்பிடறோம்?"

"அப்படித்தான் சாப்பிடணும்."

"போம்மா! கிழவி பாவம்!"

"உன்னைச் சீக்கிரமே கிண்டர் கார்டனிலே போட்டுடறேன், இரு, ஸ்கூலுக்குப் போனாத்தான் நீ கேள்வி கேட்க மாட்டே!"

"ஓ! எனக்கு ஸ்கூலுக்குப் போகப் பிடிக்குமே... 'யூனிபார்ம்' போட்டுட்டுப் பெட்டி எடுத்திட்டு, பெரியம்மா வீட்டு அக்கா போற மாதிரி, நானும் பஸ்லே போவேனே!"

அவள் ஞாபகத்தைத் திசை திருப்பிவிட்ட திருப்தி மன்னியின் முகத்தில் விரிந்தது. தனக்கென்று ஏற்படும் தனித்த உணர்ச்சிகளை ஓர் உருவமாக்கிச் சேமிக்க முடியாத குழந்தை மனம், லேசான பஞ்சு போல் நாம் ஊதும் திசைக்கெல்லாம் பறந்தோடுகிறது. நாளைக்கே அவள் பெரியவளானால் தன் உணர்ச்சிகளைக் கடைப்படிக்க மாட்டாளா என்ன?

• • •

"திருமுலைப்பால் உற்சவத்துக்கு வரும்படி அக்கா எழுதியிருக்கிறாள்" என்று மன்னி ஆரம்பித்தாள்.

"இப்போது இருக்கிற வேலையில் சீர்காழி போகிறதாவது" என்று அண்ணா எடுத்ததுமே மறுத்து விட்டார்.

"நான் மட்டுமாவது போயிட்டு வரேனே. போகல்லேன்னா எனக்கு ஒரு குறையாவே இருக்கும்."

"அடுத்த வருஷம் பார்த்தால் போச்சு".

"அடுத்த வருஷம் அக்கா மாற்றலாகிப் போயிடுவாள்."

"நமக்கே அந்த ஊருக்கு மாற்றலானால் பார்த்துக்கறது. இங்கிருந்தே மனசாலே சேவிச்சுடு இப்போது!"

மன்னி பதில் பேசவில்லை. அவளுக்கு இந்த விஷயத்தில் மனத்தாங்கல்தான் என்று காட்டிக்கொள்ளும் விதமாக, அழாமலிருக்கும் போதே, தூளியில் கிடந்த கைக்குழந்தை ரவியை ஆட்டிவிட்டாள்!

***

கோடை மழை கொட்டிக்கொண்டிருந்தது. தெருவெல்லாம் ஈர நசநசப்பு. மரங்களும், செடிகளும், மண்ணும் குளிர்ந்து கிடந்தன. இரவின் அமைதியை மழையும், சில்வண்டுகளின்

ரீங்காரமும், தவளைகளின் சத்தமும் அவ்வப்போது கலைத்த வண்ணம் இருந்தன.

தெருவை ஒட்டிய வராந்தாவில் மழையின் குளிர் நடுக்கத்தைக் குரலில் பிரதிபலித்தவாறு இரண்டு சிறு ஆட்டுக்குட்டிகள் நின்றிருந்தன. "ம்மே, ம்மே!" என்ற அவைகளின் குரல்களைச் சங்கீதமாக அனுபவித்து ரசித்தாள் கிருஷ்ணா. அவைகளின் பட்டுப்போன்ற உடல்களைத் தடவிப் பார்த்தாள். கொஞ்ச நேரம் பயந்த ஆட்டுக்குட்டிகள் அச்சம் தெளிந்து அவளுடன் விளையாட ஆரம்பித்தன. தூக்கம் கண்ணைச் சொக்கும் போதுதான் அவள் உள்ளே வந்தாள்.

இரவெல்லாம் மழை கொட்டோ கொட்டென்று பெய்கிறது. தெரு வராந்தாவில் ஒதுங்கியிருந்த ஆட்டுக்குட்டிகள் அங்கேயேதான் இருக்கின்றன என்பதற்கு அடையாளமாக அவற்றின் ஈனசுரமான குரல்கள் நடுங்கும் குளிரூடே மந்தமாகக் காதில் விழுந்துகொண்டேயிருக்கின்றன.

விடிந்த பொழுதூடே கைக்குழந்தையின் பசிக்குரல் ஓலமிடுவதும், மன்னி ஃபிளாஸ்க் வெந்நீரை எடுத்துப் பாலைக் கரைத்துப் புட்டியில் நிரப்புவதும் தெரிகிறது. குழந்தை ரவி புட்டிப்பாலை மெல்ல உறிஞ்சுகிறான். அப்போது தெருவில் பால்காரன் குரல் கொடுக்கிறான். மன்னி பால் புட்டியை ரவியின் வாயிலிருந்து எடுத்துக் கீழே வைத்துவிட்டுப் பால் வாங்கப் போகிறாள். சிறிது வயிறு நிறைந்த மகிழ்ச்சியில் கைகால்களை உதைத்துக் கொண்டிருந்தான் அவன்.

பாலை வாங்கி வந்த மன்னியிடம் அப்போதுதான் விழித்துக் கண்களைக் கசக்கிக் கொண்டிருந்த கிருஷ்ணா அதீத ஆவலோடு கேட்டாள். "அம்மா! ஆட்டுக்குட்டி இருக்காம்மா?"

"இருக்கே. தெருவிலே போய்ப்பாரேன். ராத்திரியெல்லாம் மழையில் நனைஞ்சிருக்கும் போலிருக்கு பாவம்!"

கிருஷ்ணா 'விருட்'டென்று எழுந்தோடினாள். தெருவில் அவள் மழலையுடன் ஆட்டுக்குட்டிகளின் நேச பாவமான குரல்களும் கலந்து ஒலித்தன.

சிறிது நேரத்தில் மன்னியின் குரல் பல் விளக்கிக் கொண்டிருந்த என்னை உசுப்பியது. "எங்கே, கைக்குழந்தைகிட்டே இருந்த பால் புட்டியைக் காணோம்?"

"எங்கே போயிடும்?" என்ற அண்ணா தினசரியை விரித்தார்.

"எங்கேதான் போயிடும் பின்னே? பால் வாங்கணும்னு போனேன். இரண்டு வாய்ப் பால்தான் குழந்தை குடிச்சிருப்பான். புட்டியைக்கீழே வச்சிட்டுப் போயிருந்தேன். இங்கே காணோமே?"

எனக்கு ஒரு சந்தேகம் ஏற்பட்டது. வாய் கொப்புளித்து விட்டு, தெருக் கதவருகே ஓசையிடாது எட்டிப்பார்த்தேன். என் ஊகம் பொய்யாகவில்லை. என்ன விந்தை! உணர்ச்சியைக் கூறு போட்டுக்கொள்ள அண்ணாவையும், மன்னியையும் ஓசையிடாது வரவழைத்து வீட்டுக் கேமராவையும் எடுத்து வந்தேன்.

மழைச்சாரலில் ஒன்றி நின்றதால் உரோமங்கள் நனைந்து கரும்பட்டாகப் படிந்திருக்க, இளம் குழவிகளாக நின்ற அந்த இரு ஆட்டுக்குட்டிகளில் ஒன்றின் வாயில் பால்புட்டியின் குமிழை வைத்துக் குழந்தை கிருஷ்ணா அதற்குப் பாலை ஊட்டிக் கொண்டிருந்தாள். அதன் ஈனக்கூச்சல் அடங்கி சந்தோஷ முனகல்கள், ஆனந்த உறுமல்கள் சூழ்ந்திருக்கின்றன. முன்னங்கால்களை ஊன்றி ஆட்டுக்குட்டி பாலைப் பருகும் விதம் கண்ணைக் கவர்கிறது. மற்றொரு ஆட்டுக்குட்டி நேசபாவத்துடன் கிருஷ்ணாவின் காதை நக்குகிறது. கூச்சத்தோடும் ஆமோதிப்போடும்முகம்சுளித்துக்கொண்டு

சிரிக்கிறாள் குழந்தை. அவள் கண்களில் அருள் வெள்ளம். முகத்தில் அன்பு நிழல். மனத்திலோ பொங்கிப் பெருகும் கருணைப்பரிவு. அந்த இரு சின்ன உயிர்களுக்கும் அவள் ஒரு தாயாகி விட்டாளா? அந்த உணர்ச்சிக்கு வேறு என்ன பெயர் சூட்டலாம்? வியப்புடன் நிற்கிறோம் நாங்கள். தெய்வ சந்நிதானத்தில் அருள் சுடர் தெறிப்பில் கட்டுண்டாற்போல்!

என் 'ஃபிளாஷ்' அந்தக் காட்சிக்கு நிரந்தர உருவம் தருகிறது. அப்போதும் குழந்தையின் ஈடுபாடு சிதறவில்லை.

"பார்த்தியா, சாவித்திரி? திருமுலைப்பால் உத்ஸவம் இன்னிக்குத்தானே? உனக்குக் குறையாகாம வைக்கத்தான் அதே உத்ஸவம் இங்கே நடக்கிறது! இது தெய்வ சந்நிதிடி! அம்பிகை அருள் சுரந்து ஞானசம்பந்தருக்குப் பாலூட்டியது போலத்தான் இங்கேயும் ஞானப்பால் ஊட்டறாள் நம்ப பெண்! நீ கும்பிடற தெய்வம்தான் உன் எதிர்த்தாப்பலேயே உனக்கு இதை நடத்திக் காட்டறது!"

அண்ணாவின் குரலில் கூடியிருந்த பெருமையும் பாசமும் மன்னியையும் பற்றிக்கொண்டன.

"பாவம்மா, ஆட்டுக்குட்டி! அதுக்கு யாரம்மா பால் தருவா? ராத்திரி பூரா சாப்பிடாமே இந்த ஆட்டுக்குட்டிக்கு ரொம்பப் பசிம்மா!"

"நீதான் இருக்கியேடி!" என்று கிருஷ்ணாவை ஆரத் தழுவிக் கொண்ட மன்னி அவள் கன்னங்களில் மாறி மாறி முத்த மழை பொழிந்தாள்.

குழந்தை கிருஷ்ணா தனக்கென்று பெற்றிருந்த இரக்க சுபாவம், கருணை மனம் இவற்றைக் கண்டு மன்னி ரொம்பவும் வருத்தப்பட ஆரம்பித்தாள். ஒரு நிமிட நேர நிகழ்ச்சியில் ஆட்பட்டு ஆட்டுக்குட்டிக்குப் பால் தந்ததைக் கண்டு மகிழ்ந்தாள். "இப்படியிருக்கிறாளே, தம்பிக்கு வைத்திருந்த பாலை வீணாக்குகிறோமே என்று தெரியவில்லையே, பாச உணர்வு வரவில்லையே... பிறத்தியார்கிட்டே மட்டும் கனிவா இருந்தால் போதுமா? எப்படி இந்த உலகத்திலே பேர் சொல்லப் போகிறாள்? ஒரொரு குழந்தை எத்தனை சமர்த்தாக இருக்கிறதுகள்!" என்று பேச ஆரம்பித்து விட்டாள்.

"ராமு! நீ ரொம்பச் செல்லம் தரே! தப்புன்னு படறதைக் கண்டிக்கணும். 'பட்'னு ஒண்ணு குடுத்துடணும். போற போக்குக்கே விட்டு, அடிச்சு வளர்க்காத பிள்ளை உருப்படாது. அவளைப் புகழ்ந்து பேசிப் பேசி ரொம்பவும் ஏறி விட்டது. இனிமேல் அவளை மட்டம் தட்ட வேண்டியதுதான். 'ஜீனியஸ்'ஸா வருவானள்னு கணக்கு வழக்கில்லாத புஸ்தகங்களையும் பொம்மைகளையும் வாங்கிப் போடறார் உன் அண்ணா. அவளும் அதைக் கொண்டா, இதைக் கொண்டா, அவனுக்குக் குடு, இவனுக்குக் குடுங்கிறாள். கொஞ்சம் கொஞ்சமா குழந்தை மனசை, பெரியவங்க கஷ்டத்தை உணரும்படி மாத்தணும். இல்லேன்னா பின்னாலே கஷ்டம். ரொம்ப வெகுளித்தனமா இல்லாமே, நம்ம வீடு, நம்ம அப்பா அம்மான்னு உணர வைக்கணும்... தன்னுடையது, தனக்கு வேணும்னு புரிய வைக்கணும்..."

"குழந்தைதானே அவள்! வளர்ந்தால் சரியாகிவிடும்" என்றேன் நான். மனத்துக்குள் மட்டும் அவளைப் பற்றிய பெருமிதம் ஓங்கியிருந்தது.

மனிதனின் ஆரம்பப் படைப்புருவம்தான் எத்தனை விநோதமானது! உள்ளதை உள்ளபடி உணர்வதுதானே குழந்தை மனம்! தன்னைப் போன்றே பிறரையும் எண்ணும் குழந்தை தனக்குத் தோன்றுவதையெல்லாம் செய்யும்படிக் கேட்கிறாள். என்னுடையது, என்னுடையதல்ல என்ற தனி மனிதப் பிரச்னையை அது உணர்வதில்லை. அந்தக்

கல்மிஷத்தை நாம்தான் கொஞ்சம் கொஞ்சமாய் விஷம் ஏற்றுவதைப்போல் அந்த மனத்தில் நாளாவட்டத்தில் கலந்து விடுகிறோம்.

அண்ணாவும் சிறிது சிறிதாய் மன்னிக்குத் தலை அசைக்க ஆரம்பித்தார். "நீ சொல்றதும் சரிதான் சாவித்திரி! குழந்தையை இப்படியே விடப்படாது. சாமர்த்தியக்காரர்கள் நிறைந்த சந்தை மாதிரி இந்த உலகம் ரொம்பப் பொல்லாதது. அதிலே ஏமாளியா இருக்கிறவனை, இரக்க மனம் படைச்சவனை, அயோக்கியன் ஜெயிச்சுடறான். இப்போதைய வாழ்க்கை முறையிலே கிருஷ்ணாவைப் போன்ற வெள்ளை மனம் படைச்சிருந்தால் வாழறது ரொம்ப சிரமம். அவளை மெள்ள மெள்ள மாற்ற வேண்டியதுதான்!"

நான் எனக்குள் சிரித்துக் கொண்டேன். எந்தப் பெற்றோரும் தன் பிள்ளை நல்லவனாக இருப்பதால் ஏமாந்துவிடுமோ என்று கவலைப்பட்டு, சாமர்த்தியசாலியாக வாழ்வதையே பெரிதும் விரும்புகின்றனர். அதற்கு என் அண்ணாவும் மன்னியும் மட்டும் விதிவிலக்கா என்ன?

• • •

காலப் பூங்காவில் ஐந்து வசந்தங்கள் வண்ண ஜாலம் செய்து மறைந்தன. அண்ணா ஊரூராக மாறிக்கொண்டிருந்தார். நான் சென்னையிலேயே தங்கி என் படிப்பை முடித்தேன். அதன்பின் வாழ்க்கைக்கு நிலைத்த ஒரு வருமானம் தரும் உத்தியோகத்தையும் ஏற்றேன். என் முதல் சம்பளத்தைப் பெற்றுக் கொண்ட நான், அதை என் அண்ணாவின் கையில் தந்து ஆசீர்வாதம் பெறத் திருச்சிக்குப் புறப்பட்டேன்.

முதலில் என் நினைவுக்கு வந்தவள் குழந்தை கிருஷ்ணா. கல்லூரி விடுமுறையில் கூடத் தட்டெழுத்தும், சுருக்கெழுத்தும் கற்றுக்கொள்ளும் முயற்சியில் ஈடுபட்டதால் இடையிடையே எப்போதோ வெளியூரில் தங்கியிருக்கும் அண்ணாவைப் பார்க்கப் போனேன். கிருஷ்ணாவோடு பழகும் நேரமும் மிகக் குறைச்சலாக இருக்கும். இப்போது எட்டு வயதிருக்குமே... பள்ளியில் படிப்பாள். எப்படிப் பேசுவாள்! எப்படி நடப்பாள்? என்னுள் இனிய கற்பனையாக அவள் நடையுடை பாவனைகள் பொங்கிப் பிரவகித்தன. என் டயரியில் பத்திரப்படுத்தியிருந்த அவள் புகைப்படத்தை எடுத்துப் பார்த்தேன். என்ன அழகான காட்சி! குழந்தை கிருஷ்ணா ஆட்டுக் குட்டிக்குப் பாலூட்டும் காட்சி நேற்றே நடந்தாற்போல் தோன்றுகிறது.

கிருஷ்ணா என்னிடம் உடனே ஓடி வராமல் வெட்கத்துடன் நின்றிருந்தாள். என்னுடைய அழைப்பின் தூண்டுதலும், நான் வாங்கிப் போயிருந்த தின்பண்டங்களும் அவளை மெல்ல மெல்ல என் அருகே இழுத்து வந்தன. அவளுக்குச் சிறியவன் ரவியும் என்னருகே வந்தான். சிறிது நேரத்திலேயே பிரிந்திருந்ததால் ஏற்பட்ட வெட்கம் நீங்கப் பெற்றவளாய் சகஜ பாவத்துடன் என்னுடன் பழகினாள் கிருஷ்ணா.

அன்று மாலை கிருஷ்ணாவை அழைத்துக் கொண்டு கடைத் தெருப்பக்கம் போனேன். தன் பள்ளியைப் பற்றி, கூடப் படிக்கும் மாணவிகளைப் பற்றி, அப்பாவும் அம்மாவும் வாங்கித் தந்த உடைகளைப் பற்றி என்று அவள் கலகலப்பாகப் பேசிக் கொண்டே வந்தாள். அப்போது ஒரு கிழப்பிச்சைக்காரியை, ஒரு சிறுமி பற்றியவாறே என்னருகே வந்து, "சாமி! இந்தக் கிழவி வயசானவ சாமி! ரெண்டு நாளப் பட்டினி! ஏதாவது தர்மம் குடு சாமி?" என்று நலிந்த குரலில் கேட்டாள். பிறகு கிருஷ்ணாவைப் பார்த்து அவள் கையிலிருந்த பிஸ்கெட்டைக் கேட்டாள். கிருஷ்ணா பிஸ்கட்டை மறைத்துக் கொண்டாள். நான் நடந்தவாறே சில்லறை இருக்கிறதா என்று துழாவினேன். இதற்குள்

பிச்சைக்காரச் சிறுமி என்னைத் தொட்டு மறுபடியும் பிச்சை கேட்டாள்.

நான் சற்றும் எதிர்பாராத வகையில் கிருஷ்ணாவிடமிருந்து ஒரு சீறல் கிளம்பியது. "சீ! எங்க சித்தப்பாவைத் தொடாதே, போ. உனக்குக் காசு தரமாட்டோம்! பிஸ்கெட்டும் தர மாட்டோம்!"

"கிருஷ்ணா! அவள் பாவம்! போனால் போகட்டும். பசிக்குமில்லையா? இந்த அஞ்சு பைசாவை நீயே அவள்கிட்டே போடு, பார்க்கலாம்!"

கிருஷ்ணா நாணயத்தை வாங்கி வெறுப்போடு முகம் சுளித்தவாறே சிறுமியின் மேல் தன் கை பட்டுவிடாமல் தூக்கிப்போட்டாள். பிறகு இதுவரையில் பேசி வந்த குரலிலேயே இப்போதும் பேசினாள். "நிறையப் பிச்சைக்காரங்க இருக்காங்க சித்தப்பா! எல்லாருக்கும் போட்டா நம்ப காசெல்லாம் ஆயிடும்! அவங்க அப்படித்தான் இருக்கணும்! பிஸ்கெட் வேணுமாம் அவளுக்கு! இது என்னோட பிஸ்கட். என்னோடது எனக்குத்தான்! இதை யாருக்கும் தரமாட்டேன்!" என்ன அழுத்தம்! அவள் குரலில் இயற்கையான கனிவில்லை. என்னுடையது, என்னுடையதல்ல என்ற தனி மனிதப் பிரச்னை எப்படி இந்தக் குழந்தை மனத்தில் புகுந்தது?

கிருஷ்ணா தொடர்ந்தாள். "ரவியைப் பாரு, சித்தப்பா! பால் சாதத்தைத் தெரு நாய்க்குப் போடறான். நம்ப 'டாமி'க்குத்தானே போடணும்?"

நான் குழந்தையைப் பார்த்தேன். அவள் வளர்ந்து விட்டாள். உலகைப் போலவே மற்றவர்களைப் பற்றி நினைக்கக் கற்றுக் கொண்டாள். ஆனால், என்னுள் மகிழ்ச்சி எழவில்லையே, ஏன்? நான் பெருமூச்செறிகிறேன். சிரிப்பதை விடச் சிந்திப்பதில் அதிகம் ஈடுபட்டிருந்த குழந்தை எப்படித்தான் மாறிவிட்டாள்? புதிய கருத்துகள் பழைய கனிவை வெள்ளமாக அழித்து விட்டனவா? பணத்தைச் சுயநல எண்ணத்தோடு இயக்கக் கற்றுத் தந்தாகி விட்டதே, இனி அந்தக் குழந்தை தெய்வமா என்ன? ஒரு குழந்தை சுயநலத்தை உணரும் சக்தி படைத்த பின்தான் அது மானிட ஜாதியைச் சேர்ந்ததாகி விடுகிறதே!

•••

தெருவில் கிருஷ்ணாவின் அட்டகாசச் சிரிப்பொலி கேட்கிறது. என்னவென்று எட்டிப் பார்த்தேன். எனக்கு ஏற்பட்ட அதிர்ச்சி! கல்லடிபட்ட ஆட்டுக்குட்டி, "ம்மே! ம்மே!" என்ற வேதனை முனகலோடு நொண்டியவாறே தத்தித் தத்தி ஓடிக் கொண்டிருந்தது. அதைப் பார்த்துக் கைக்கொட்டி நகைக்கிறாள் கிருஷ்ணா.

"கிருஷ்ணா! இப்படித்தான் ஆட்டுக்குட்டியைக் கல்லால் அடிக்கிறதா? நொண்டுகிறது பார்! முட்டாள்! இங்கே வா, சொல்கிறேன். சின்னக்குழந்தையில் இரக்கத்துடன் நடப்பாய். வளர வளர எல்லாம் போய் விட்டதா? உள்ளே போ!"

இயல்புக்கு மாறான சூழ்நிலையில் அகப்பட்டுக் கொண்டாற்போல் அவள் முகம் வாடியது. என்னுடன் கொண்ட சகஜ பாவத்தை முறித்துக்கொண்டு, அழுத்தமான விறைப்போடு உள்ளே போனாள். முன்பெல்லாம் அவள் ரசனையில் தெரிந்த இரக்கப் பண்பு எங்கே போயிற்று?

வாசலில் சாலை வேலை செய்யும் கூலியாள் குடிக்கத் தண்ணீர் கேட்கிறான். அவனைப் 'போ போ' வென்று விரட்டுகிறாள் கிருஷ்ணா. "எப்பவும் இங்கேதான் கேட்பே, போ, நான் தரமாட்டேன்."

நான் கண்டிக்கக் குரலெடுக்குமுன் மன்னியின் குரல் கேட்கிறது. "நேத்திக்கு வந்தவன்தானே? தினமும் ஒரு ஆள் தண்ணீர் கொடுக்க நிற்க வேண்டியதுதான்.

வேறே வேலை இல்லை."

"நான் விரட்டிட்டேன்மா!"

"அதுதான் சரி. சமர்த்து! உள்ளே வா!"

குழந்தை தெய்வீக மனம் படைத்திருந்தபோது சலித்த தாயார், சாதாரண உணர்வை ஏந்தியதும் புகழ்கிறாள். மலையருவி இமயப் போர்வையிலிருந்து விடுபட்டு, பூமித் தூசியில் கலந்து விட்டதற்கு இத்தனை மகிழ்வா?

இப்பத்தான் சமர்த்தாமே! எம்மாதிரி பழக்குகிறோமோ அம்மாதிரிதான் பண்பு வளர்கிறது. இயற்கை உணர்வையே செயற்கை உணர்வாகத் திசை திருப்பிவிடும் நம் பழக்கவழக்கங்களுக்கு நாம்தான் பொறுப்பென்றால், நம்மை திசை மாற்றி அமைத்த நம் பெற்றோர், நம் சமூகம் எல்லாம் பொறுப்பேற்க வேண்டியதுதான். குழந்தைகள் குப்பைகள் கலவாத மாணிக்கங்கள்! அவற்றின் மனமொழி மெய்யைச் சூழலுக்கு ஏற்ப நாம்தான் திருத்தியமைக்கிறோம். பச்சை மெழுகாகக் கடவுள் தரும் குழந்தையை நமக்கேற்ப மாற்றியமைத்துக் கொள்கிறோம். அதன் இயற்கை உணர்வுகளைக் கொன்று புதிய உள்ளத்தைப் பிரதிஷ்டை செய்கிறோம். அப்படி மாறாதவர்களை வெகுளி, அசடு என்கிறோம். மாறியவர்களைச் சமர்த்து என்கிறோம். இறைவன் சிருஷ்டியை நம் இஷ்டப்படி மாற்றிவிட்டு, சமர்த்து என்று சொல்லிக் கொள்வதில்தான் எத்தனை பெருமைப்படுகிறோம்?

அன்று கீரைக் கிழவிக்குத் தன் பிறந்த நாள் உணவைப் படைக்கச் சொன்ன குழந்தை இன்று ஒரு பிச்சைக்காரச் சிறுமிக்கு ஐந்து பைசா போட வெறுக்கிறாள். ஆட்டுக்குட்டிக்குப் பசிக்குமே என்று பரிதாபப்பட்டு, தம்பிக்கு வைத்திருந்த பீடிங் பாட்டிலை எடுத்து ஊட்டிய குழந்தை இன்று அதைக் கல்லால் அடித்து அது நொண்டுவதைக் கண்டு கைகொட்டிச் சிரிக்கிறாள். தெரு நாயையும் குளிப்பாட்டலாம் என்றவள், அதற்கு ஏன் பால் சோறு, நம் நாய்க்கே போடலாம் என்கிறாள். செருப்பில்லாமல் வண்டி இழுக்கும் கூலியாளைக் கண்டு மனம் வெதும்பி என் செருப்பைத் தரும்படித் தூண்டியவள், சாலையில் வேலை செய்யும் தொழிலாளியின் தாகத்துக்குத் தண்ணீர் தராமல் விரட்டுகிறாள்.

அன்பில் விஷத்தை, அறிவில் ஆத்திரத்தைப், பாசத்தில் பணத்தை, பண்பில் சுயநலத்தைக் கலந்து வைத்த உலக உணர்வுகள் ஒரு தெய்வீகமான குழந்தை உணர்வில் மனித உணர்வைக் கலந்து விட்டதை உணர்ந்து கொண்டேன். என்ன செய்வது? அது ஒரு தவிர்க்க முடியாத நிகழ்ச்சிதான், காற்றில் தூசுகள் பறப்பதைப் போல்! எனக்கு அது ஒரு பெரிய குறை. வறுமை, நோய், முதுமை ஆகியவற்றைக் கண்டு கலங்கிய குழந்தையா இன்று எல்லா உணர்வுகளையும் ஜீரணித்துக் கொண்டு உலக உணர்வுகளோடு ஒன்றிவிட்டாள்?

இனி, மன்னி பயப்பட வேண்டாம்! கிருஷ்ணா தனியே பஸ்ஸில் பள்ளிக்கூடம் சென்று படித்து வருகிறாள். சின்ன டிபன் பாத்திரத்தில் ஓர் உருண்டை தயிர்சாதம் மட்டும் எடுத்துப்போய்ச் சாப்பிட்டுப் பசியை அடக்கக் கற்றுக்கொண்டு விட்டாள். இயந்திரமயமாக நாம் நிர்ணயித்த சட்ட திட்டங்களுக்குள் எவ்வித எதிர்ப்பும் இன்றி லயித்துக் கலந்து பழகிய பசுவாகிவிட்டாள்!

"நீ பார்த்ததுக்குக் கிருஷ்ணா ரொம்ப வளர்ந்துடலை? கெட்டிக்காரியாகி விட்டாள்!" அண்ணா பெருமைப்படுகிறார்.

அவளுடைய வளர்ச்சி எந்த ரூபத்தில் ஏற்பட்டுள்ளது? அருள் வடிவானவள் வெறும் லோகாயத சேற்றில் முளைத்த பூண்டாகி விட்டாளே... அதை வளர்ச்சி என்று எப்படி ஏற்பது?

• கோமகள்

நான் என் கிருஷ்ணாவை, எனக்குப் பிடித்த உணர்வுகளை ஏந்தி நின்ற குழந்தையைக் காணவந்தேன். அவளைக் காணமுடியாத ஏமாற்றத்தோடு திரும்பிப் போகிறேன். அப்படிப்பட்டவளை இனி காணமுடியாது என்ற உண்மை, என் கண்டத்துள் ஒரு ரகசிய வேதனையாக முட்டுகிறது.

கடவுளின் பிரதிநிதியாகக் குழந்தை பூமியில் ஜனிக்கிறது! ஆனால், மனிதனின் பிரதிநிதியாக உலகைவிட்டு நீங்குகிறது!

விமலா ரமணி •

விமலா ரமணி
(05/02/1935)

எழுத்தாளர் விமலா ரமணி, 65 ஆண்டுகளுக்கும் மேலாக எழுதி வருகிறார். இவர், சிறுகதைகள், நாவல்கள், நாடகங்கள், கட்டுரைகள் எழுதியதுடன், இதழாசிரியராகவும் விளங்கியுள்ளார்; தொலைக்காட்சித் தொடர்களும் எழுதியுள்ளார். வசந்தம் இதழில் எழுதத் தொடங்கிய இவர், ஆனந்த விகடன், கலைமகள், குமுதம், குங்குமம், சாவி, மாலைமதி, ராணிமுத்து, மோனா, மேகலா, மங்கை, பெண்மணி, வாசுகி, ஓம் சக்தி என்று பல இதழ்களில் எழுதி வருகிறார். இவர், 1500க்கும் மேற்பட்ட சிறுகதைகள் எழுதியுள்ளார். நூற்றுக்கும் மேற்பட்ட நாவல்கள், பல வானொலி நாடகங்கள், கட்டுரை நூல்கள் என இவர் எழுத்தையே தன்மூச்சாகக் கொண்டு வாழ்ந்து வருகிறார்.

30

வம்சம்

விமலா ரமணி

இனி ரேவதியின் அழுகை ஓயப்போவதில்லை. நரேனுக்குத் தெரிந்துவிட்டது. இனி அவன் என்னதான் சமாதானப்படுத்தினாலும் அவள் கண்ணீரைத் துடைக்க சக்தி இல்லை. ஏன்?

திருமணமாகி ஐந்து வருடங்களாகியும் குழந்தை பிறக்கவில்லை. கோவில், குளம், டாக்டர் என்று எல்லாத் தரப்பையும் பார்த்தாகிவிட்டது. கர்ப்பப்பைச் சற்றே சரிந்திருப்பதாகச் சொன்னதால் ‘ஆபரேஷன்’ செய்து அதையும் சரிசெய்தாகிவிட்டது. ஆனால் ரேவதி தரித்த கர்ப்பங்கள் ‘ஓவரீஸிலே’யே தங்கி வளர்ச்சி பெறாமல் ‘அபார்ஷன்’ ஆனபோது ரேவதி துவண்டு போனாள். அதன் பிறகு கர்ப்பப்பையில் ‘பைபராய்ட்’ என்ற கட்டி வந்துவிடவே கர்ப்பப்பையையே எடுக்கும்படி ஆகிவிட்டது.

இனி தாய்மை என்பது கனவுதான்! உறங்கத் தாயின் மடியும், வளரத் தந்தையின் தோளும், வாழ நம்பிக்கையெனும் தாரக மந்திரமும் இனி மறைந்துபோன பழங்கதைகள்.

இவளுக்குக் கிடைத்த இந்தப் பேறுகள் இனி இவள் வம்சத்துக்கு இல்லை! வம்சமே அற்றுப் போய் விட்டது! பின் எங்கிருந்து வரும் வாரிசு? நரேன் இவளைத் தேற்றினான்.

"இதோ பார் ரேவதி. குழந்தை இல்லாட்டி என்ன? எனக்கு நீ குழந்தை உனக்கு நான் குழந்தை.."

ரேவதி முகம் திருப்பினாள்.

"பேசாம ஒரு குழந்தையைத் தத்து எடுத்துக்கலாம்.."

"வேண்டாங்க. அந்தக் குழந்தையைப் பார்க்கும் போதெல்லாம் எனக்குக் கோபம்தான் வரும். ஒரு தாய் ஆகமுடியலியேங்கிற தாழ்வு மனப்பான்மைதான் வரும்."

எதைச் சொன்னாலும் அதைத் தான் அடைய முடியாத தாய்மையோடு தொடர்புபடுத்தி அழுவதே அவள் வழக்கமாகிப் போனது.

நரேனுக்குப் புரியவில்லை. என்ன வியாதி இது? தன்னைத் தானே நொந்துகொண்டு, தன்னைத் தானே கழிவிரக்கத்தால் இழிவுபடுத்திக் கொண்டு... இந்த உணர்வுகளுக்கு என்ன வடிகால்? இந்த உணர்ச்சிச் சிறையிலிருந்து ரேவதி எப்படி மீளப்போகிறாள்? இந்த மன இறுக்கமே வியாதியாகி அவளை ஒரு பைத்தியமாக்கி விடுமோ?

'சைக்கியாட்ரிஸ்டி'டம் அழைத்துப்போக விரும்பினால் சம்மதிக்காமல் அழுது ஆர்ப்பாட்டம் செய்தாள். நரேன் விட்டுவிட்டான்.

அன்று அலுவலகத்திலிருந்து நரேன் வீடு திரும்பியபோது வீட்டு வாசலில் கேட்டுக்கு அருகில் ஒரு நாய் படுத்திருந்தது. இவனைக் கண்டதும் 'சட்'டென்று குரைக்க ஆரம்பித்தபோது... ரேவதி உள்ளே இருந்து வந்தாள்.

"ரோஸி... சும்மா இரு... அது நம்ம சார்... உன்னோட எஜமான்!"

ரோஸி என்ற அந்த நாயும் ஏதோ புரிந்துகொண்டதைப் போல் அவனைப் பார்த்து வாலாட்டிவிட்டு அவனை முகர்ந்து பார்த்துவிட்டு உள்ளே அனுமதித்தது...

"என்ன ரேவதி இது புது வரவு?"

"ஏதோ தெரு நாய், சாப்பிட்ட இலையை வெளியே போட வந்தேன். மோப்பம் புடிச்சுட்டு வந்திடிச்சு. சொன்னாலும் கேட்காம வாசலிலேயே பழியாகிடந்தது. பாவமா இருந்தது. சரின்னு கேட்டைத் திறந்து விட்டேன். பால் விட்டேன். இப்போதுசோறுபோட ஆரம்பிச்சிருக்கேன். நல்ல 'வாட்ச்' டாக். தனியா அழுதுட்டு இருக்கிற எனக்கு இது ஒரு ஆறுதல்..."

நரேன் பேசவில்லை. ஏதோ இந்த அளவுக்கு அவள் மனம் இளகி ஒரு நாயின் மீது பாசம் காட்டக்கூடிய வகையில் விரிவடைந்தது பற்றி மகிழ்ச்சி. இது தாய்ப்பாசமல்ல; நாய்ப்பாசம்.

மெல்ல மெல்ல நாயின் சமாச்சாரம் பெருகிவிட்டது! அதற்கு ஒரு கழுத்துப்பட்டி... டாக் பிஸ்கட்... சோறு போட தட்டு... பால்விட குவளை... இரவு படுக்க மெத்தை என்று வாசல் வராண்டாவில் அதன் சாம்ராஜ்யம்!

நரேன் மறுப்புச் சொல்லவில்லை. இப்போதெல்லாம் சங்கிலி போட்டபடி ரோஸியுடன் காலை 'வாக்' போகிறாள் ரேவதி. ஏதோ ரேவதியின் மன அழுத்தம் குறைந்தால் சரி...

அன்று... "ஏங்க நம்ம ரோஸி கர்ப்பமா இருக்கு தெரியுமா?" என்றாள் ரேவதி. ஸ்வீட் தராத குறைதான்.

"எனக்குத்தான் தாயாகக் கொடுப்பினை இல்லை. நாயாவது நல்லா இருக்கட்டும்". வழக்கமான முத்தாய்ப்பு.

அந்த வாசல் திண்ணையிலேயே அழகான இரண்டு புஸுபுஸுத்த குட்டிகளை ரோஸி போட்டது.

நரேனுக்கு இப்போது நிம்மதி. நாய்க்குட்டிகளுக்குக் கண் திறக்கிறதோ

இல்லையோ, இவனுக்காக அந்த ஆண்டவன் கண் திறந்துவிட்டான்! ரேவதியின் மன இறுக்கம் கொஞ்சம் கொஞ்சமாகக் குறைந்துவிட்டது போன்ற உணர்வு.

அன்று இரவு... ரோஸி திடீரென்று ஊளையிட்டது. குரைத்தது. அழுதது. என்னவாயிற்று? இவர்கள் இருவரும் கதவு திறந்து வெளியே வந்து பார்த்தார்கள். நாய்க்குட்டிகள் இருந்த இடம் காலியாக இருந்தது. யாரோ குட்டிகளைத் தூக்கிச் சென்றிருக்கின்றனர். எதிர்த்த ரோஸியைக் கல்லெறிந்து காயப்படுத்தி இருக்கிறார்கள்.

ரோஸியின் காலில், நெற்றியில் எல்லாம் ரத்தக்காயம்! ரோஸி ரேவதியை முகர்ந்து பார்த்து, முகர்ந்து பார்த்து ஊளையிட்டது. "என் குட்டிகளைக் கண்டுபிடித்துத்தா" என்று கேட்பது போல் ஊளையிட்டது. இவள் புடவையைப் பிடித்து இழுத்து குட்டி இருந்த இடத்திற்குக் கூட்டிச் சென்று ஓலமிட்டது. பார்க்க மிகவும் வேதனையாக இருந்தது. அந்த வாயில்லா ஜீவனின் தாய்ப்பாசம் நெஞ்சைப் பிழிந்தது.

நாள் முழுவதும் குட்டிகள் கிடந்த இடத்தில் படுத்தபடி ஆகாரம் எதுவும் இல்லாமல் சக்தியின்றி... ரோஸி கிடந்தது. ரேவதி பார்த்தாள். ஐந்தறிவுள்ள நாய்க்குக் கூட இத்தனை தாய்மை உணர்வா? மீண்டும் தன் இயலாமை, வேதனை எல்லாம் இவளைத் தாக்கின.

"என்னங்க ரோஸியை எங்கேயாவது கொண்டுபோய் விட்டுட்டு வந்துடுங்க. ஆகாரம் எடுக்காம அது கதறுகிறது சகிக்கலை. அதோட ஊளையை என்னால் தாங்க முடியலை!" என்று அவள் நரேனிடம் அழுதாள்.

அன்று இரவு நிசப்தமாக இருந்தது. ரோஸி ஏன் அழவில்லை? அழுதழுது உயிரை விட்டுவிட்டதா? ரேவதி மெல்லக் கதவு திறந்து பார்த்தாள். அங்கே ரோஸி படுத்திருந்தது. இவள் மதியம் போட்ட சாப்பாட்டைக் கூடச் சாப்பிட்டிருந்தது. அதோடு... ரோஸியிடம் மூன்று சின்னஞ்சிறிய பூனைக்குட்டிகள் பால் அருந்திக் கொண்டிருந்தன. இவளைக் கண்டதும் ரோஸி மகிழ்ச்சியுடன் வாலாட்டியது. பத்துப் பதினைந்தே நாட்கள் ஆகிய குட்டிகள்... அப்போதுதான் கண் திறந்த குட்டிகள். அம்மா பூனை அடிபட்டுச் செத்துவிட்டதோ என்னவோ! பால் தேடி வீதி வழியே அலைந்த அந்தக் குட்டிகளுக்கு ரோஸி பால் தருகிறதா? புகலிடம் தருகிறதா?

அந்த ஐந்தறிவு ஜீவன் தன் தாய்மை உணர்ச்சியை இப்படி வெளிப்படுத்துகிறதா? தன் இனம், தன் உறவு, தன் வம்சம் என்று பார்க்காமல் தாய்க்குரிய கருணையோடு தன் பாலைப் பருகத் தருகிறதா? உயிர் வாழ உறவுகள் தேவை இல்லையோ? உணர்வுகள் போதுமோ?

அன்பைத் தர வாரிசு தேவை இல்லை. வம்சம் தேவையில்லை. வாஞ்சை போதும். நேசிக்கும் மனமும், அன்பைச் சுவாசிக்கும் இதயமும் இருந்தால் போதும்! குனிந்து அமர்ந்தபடி ரோஸியைத் தடவித் தருகிறாள் ரேவதி.

தன் அருகில் வந்து நின்ற தன் கணவனைப் பார்க்கிறாள் ரேவதி. எழுந்து நிற்கிறாள். "நாளைக்கே நாம ஒரு குழந்தைங்க ஆர்பனேஜ் போலாங்க. ஒரு... ஒரு குழந்தையைத் 'தத்து' எடுத்துக்கலாம்" என்று கண்ணீருடன் கூறிய ரேவதியை அணைத்தபடி நரேன் வீட்டினுள் போகிறான்.

'விடிவது நமக்கு வயதாவதற்காக மட்டுமல்ல! நாம் வாழ்வதற்காகவும் தான்' என்கிற புதிய பாடம் ரேவதிக்குப் புரிந்ததில் இவனுக்கும் மகிழ்ச்சிதான்!

• கமலா சடகோபன்

31
பெண்ணாகப் பிறந்தால் போதும்

கமலா சடகோபன்

கமலா சடகோபன்
(05/09/1935 – 14/11/2012)

கமலா சடகோபன், தன் 11-வது வயதில், 'நடிகையின் நெஞ்சம்' என்ற முதல் கதையை எழுதியுள்ளார். அக்கதை சுதேசமித்திரனில் வெளியானது. 'ஜகன்மோகினி' இதழின் ஆசிரியரான வை மு கோதைநாயகி அம்மாள், அக்கதையைப் படித்துப் பாராட்டினார். அதனால் கமலாவுக்கு வீட்டில் கதை எழுதுவதற்கு அனுமதி கிடைத்தது. ஆனால், சொந்தப் பெயரில் எழுத இவரின் தாய் தடை விதித்தார். அதனால் சாரக்ராகி, அரவிந்தா என்ற புனைப்பெயர்களில் எழுதியுள்ளார். கமலாவின் கணவர் பெயர் சித்ராலயா கோபு. அதனால் கமலா திருமணத்திற்குப் பின், கமலா சடகோபன் என்ற பெயரில் எழுதத் தொடங்கினார். இவரது 'கதவு' என்ற நாவல் கலைமகள் நாராயணசாமி அய்யர் பரிசினைப் பெற்றது. அது இவருக்குக் 'கதவு கமலா' என்ற பெயரை ஏற்படுத்தித்தந்தது. அவர் தொடர்ந்து சிறுகதைகள், நாவல்கள் என நிறைய எழுதியுள்ளார். அவரது கதைகள் திரைப்படங்களாகவும் தொலைக்காட்சித் தொடர்களாகவும் வந்துள்ளன. 'படிகள்' என்ற இவரது நாவல் தமிழக அரசின் பரிசினைப் பெற்றுள்ளது.

குழம்புக்கும் ரசத்துக்கும் கடுகைத் தாளித்துக் கொட்டுவதன்மூலம், அன்றைய தினம் அவள் செய்த சமையலுக்கு முடிவுரை கூறாமல் கூறிக்கொண்டிருந்த வஞ்சுளா குளியலறைப் பக்கத்திலிருந்து ஒரே அலறலும், ஒருவரை ஒருவர் அடித்துக் கொள்ளும் சத்தமும் கேட்கவே அவசரமாகத் தன் கையிலிருந்த கரண்டியுடன் அங்கே ஓடினாள்.

அவளுடைய கடைசி இரண்டு பிள்ளைகளும் குளிப்பதற்காக இடத்தைப் பிடித்துக் கொள்ள சண்டை போட்டுக் கொண்டிருந்தனர்.

யார் முன்னே கைநீட்டி அடித்தது என்று அவள் விசாரணை செய்வாளா? அல்லது யார் முன்னே குளிக்க வேண்டும் என்று தீர்ப்பு வழங்குவாளா? இரண்டு பேருமே குளித்தாக வேண்டும். அப்போதுதான் இருவருக்கும் சாதம் போட்டுவிட்டு, அவள் ஆபீஸுக்கு போக முடியும்! இருவரில் ஒருவர் விட்டுக் கொடுத்தால் கூட இத்தனை நேரம் குளித்திருக்கலாம்!

"அம்மா"- சாப்பாட்டுக் கூடத்திலிருந்து அவளுடைய மூத்த மகன் ரவி உரக்கக் கத்தினான். "குளியலறைச் சண்டை எப்படியோ தொலையட்டும்" என்று

அவள் சாப்பாட்டுக் கூடத்தின் பக்கம் ஓடினாள்!

மேல் நிலை வகுப்பில் படித்துக் கொண்டிருக்கும் அவன், சிறிதும் பொறுமை இல்லாதவன். பரிமாறுகிறவர்களுக்கு வேண்டும் வேண்டாம் என்று கூடச் சொல்லாமல் தட்டில் விழுந்ததை ருசித்துச் சாப்பிடாமல், ஒரு கையில் கதைப்புத்தகமும், அதைப் படித்துக் கொண்டே இன்னொரு கையினால் சாப்பிடுவதுமாக இருந்தால் எப்படி உணவு உடம்பில் ஒட்டும்? அந்த வீட்டுக் குழந்தைகள் மூவருக்குமே இந்தப் பழக்கம்!

வஞ்சுளா எவ்வளவோ முயற்சி செய்து பார்த்தும், அந்த வழக்கத்தை அவளால் தடுத்து நிறுத்த முடியவில்லை.

அவள் சமீபத்தில் வேலைக்குச் சேர்ந்ததிலிருந்து, இவர்களுடைய இந்த வழக்கம் அவளுக்கு உபத்திரவமாக இருந்தது. ஒவ்வொரு நாளும் ஆபீஸுக்கு நேரம் கழித்துப் போக வேண்டியிருக்கிறது. "ரவி, நான் என் வேலையை விட்டுவிடலாம் என்று நினைக்கிறேன்!"

"ஏம்மா வேலைக்குப் போவது கஷ்டமாக இருக்கா? பாவம்! ஓய்வு பெறுகிற காலத்தில் உனக்கு வேலை கிடைச்சிருக்கு! நீ என்ன செய்வே?" என்று கண்களைச் சிமிட்டியபடிக் கூறினான்.

வஞ்சுளாவுக்கு அவன் தன்னைக் கேலி செய்ததின் காரணம் புரிந்தது. முப்பத்தைந்து வயது கடந்து அவள் வேலைக்குப் போக நேர்ந்துள்ளது, அவனுக்குப் பரிகாசமாக இருக்கிறது! போக்கிரிக் கழுதை!

அவள் யாருக்காக இந்த வயதில் வேலைக்குப் போகிறாள் என்பதை மறந்து இப்படிப் பேசுகிறாள். அவளுடைய பார்வை கூடத்தின் பக்கம் சென்றது. அவளுடைய கணவன் வரதன், ஒரு சோபாவில் சாய்ந்தபடி ஏதோ புத்தகத்தைப் படித்துக் கொண்டிருந்தான்!

இவர்கள் சாப்பிட்டு முடிந்து, டிபன்பாக்சில் பிற்பகல் உணவையும் எடுத்துக்கொண்டு பள்ளிக்கூடத்துக்குப் போன பிறகு, நிதானமாகச் சோம்பல் முறித்துக்கொண்டு எழுந்திருந்து குளிக்கப் போவான். வஞ்சுளா தலையைச் சீவி, புடவையை மாற்றிக்கொண்டு பவுடரை லேசாகப் பூசிக்கொண்டு, ஏதோ கரைத்துச் சாப்பிட்டுவிட்டு ஆபீசுக்குப் போகத் தயாராகக் காத்திருப்பாள். இவர்கள் ஒத்துழைப்பு இல்லாததால் நேரமாகிவிட்ட பரபரப்பில், தான் சாப்பிடும் நேரத்தைச் சுருக்கிவிடுவாள்.

சாப்பாட்டு மேஜையில் தட்டுப் போட்டுக்கொண்டு உட்கார்ந்து கொள்ளும் அவள் கணவன் வரதன் "அதற்குள். ஆபீஸுக்குப் புறப்பட்டு விட்டாயே!" என்று கேட்பான்.

ஒன்பதரைக்கு ஆபீஸ் என்றால், ஒன்பது இருபதுக்கு அவள் புறப்பட்டால், பஸ்ஸைப் பிடித்து அவள் சேருவது எப்போது? ஊருக்கும் வெளிப்புறமாக நகர எல்லையைக் கடந்து இருக்கும் அந்த ஆபீஸுக்குப் பஸ் பயணமே முப்பத்தைந்து நிமிஷங்களாகின்றன. அதற்குள் புறப்பட்டுவிட்டாயா? என்றால் என்ன பொருள்? "எனக்குச் சாதம் போடாமல் போகிறாயே?" என்று கேட்காமல் கேட்கிறான்.

சாப்பாட்டு மேஜையில் வைத்திருப்பதை, அவனே போட்டுக்கொண்டு சாப்பிடுவது அவ்வளவு சிரமம் அல்ல- ஆனால், என் வரையில் எந்தக் குறையும் வைக்காமல், நீ வேலைக்குப் போவதை நான் தடுக்கவில்லை என்கிற ரீதியில் தானே, அவன், அவள் வேலைக்குப் போன நாட்களிலிருந்து நடந்து கொள்கிறான்.

வஞ்சுளா ரவியிடம் நயமான குரலில் கூறினாள்! "ரவி! என் கஷ்டம் எனக்குப் பெரிசில்லேடா... ஆனாலும் வேலைக்கு

வர ஒப்புக் கொண்டால், அந்த ஆபீஸ் சட்ட திட்டங்களுக்குக் கட்டுப்பட்டு ஒழுங்காக இருக்கணுமா வேண்டாமா? நீங்க எல்லோரும் ஒத்துழைச்சாதான். எனக்கு வேலைக்குப் போக சௌகரியமாயிருக்கும்."

"நாங்க எப்படி ஒத்துழைக்கணும்கறே? சமையலை எங்களையே செய்யச் சொல்றியா?"

அதற்குள் குளியலறை வாதிபிரதிவாதிகளுள் ஒருவன் வந்து சேர்ந்தான்... உடலை அவன் இன்னும் துடைத்துக் கொள்ளவில்லை... அவனுடைய ஒரு தோளில் ஈரத்துண்டு தொங்கியது. மற்றொரு தோளில் ஸ்கூல் யூனிபாரம் சட்டை தொங்கியது. சாப்பிடும் தட்டை ஒரு கையில் எடுத்துக் கொண்டே, இன்னும் ஒரு கையால் பேண்ட் பட்டனைப் போட்டுக் கொண்டிருந்தான்.

"டேய் சுரேஷ், ஈரம் போக நன்னாத் துடைச்சிண்டு, டிரஸ்ஸையும் அழகா மாட்டிண்டு, அப்புறம் சாப்பிட உட்காரு. அதுக்குள்ளே சுந்தரும் வந்துடுவான்!"

"அந்த யானை குளிச்சிட்டுவரும் வரையிலும், என்னாலே காத்திண்டிருக்க முடியாது... நீ சாதம் போட்டுடும்மா."

"போடா காக்காய் குளி" குளியலறையிலிருந்து வந்த குரலுக்குரியவன் சுந்தர்.

அதற்குள் சாப்பாட்டு மேஜையில் கதைப்புத்தகச் சண்டை! "அடக்கடவுளே"- வஞ்சுளா தலையைப் பிய்த்துக் கொண்டாள்.

அந்தச் சமயத்தில்தான், அவளுக்கு எப்படியோ அது நினைவுக்கு வந்தது... அன்று அவள் வீட்டுக்குப் புறப்படும் சமயம் பத்மாவதி அம்மாள் அவளைக் கூப்பிட்டு, ஒரு கடிதம் எழுத வேண்டுமென்றும், அவசரமாக அன்றைய தபாலில் சேர்க்க வேண்டுமென்றும் சொன்னாள்! உண்மையாகவே அந்தக் கடிதத்தின் வாசகமும் அப்படித்தான் இருந்தது. டைப் அடித்துக் கையெழுத்தும் வாங்கி கவரில் வைத்து ஒட்டியவள் தபால்களை வைக்கும் டிரேயில் வைக்க மறந்துவிட்டாள். அதற்குள் வேலைக்காரன் தபால்களை எடுத்துப் போகும்போது, அந்தக் கவர் அதில் இல்லாததால், அன்றையத் தபாலில் அது சேர்ந்திருக்காது.

சுரேஷ் தட்டை மேஜையில் தட்டிச் சப்தம் செய்த பிறகே, அவள் தன் நினைவுக்கு வந்தாள். "என்னம்மா இது? எங்களுக்கு நேரமாச்சுன்னா, நீ எதையோ நினைச்சிண்டு உட்கார்ந்திருக்கியே?"

கூடத்திலிருந்து வரதனின் குரல் கேலியுடன் ஒலித்தது. "உங்கம்மா எதை நினைப்பாள்? ஆபீஸைத்தான் நினைச்சிண்டிருப்பாள். அந்த ஆபீஸையே அவதான் தாங்கற மாதிரி அவளுக்கு எண்ணம்."

அதற்குள் ரவி, தான் பார்த்துக் கொண்டிருந்த புத்தகத்தை விட்டுவிட்டு கூடத்திலிருந்து தந்தையிடம், அங்கிருந்தபடியே உரத்த குரலில் கேட்டான்-

"அப்பா- கணபதி மாமா உங்களை ஏதோ விளம்பரக் கம்பெனிக்கு அழைச்சிண்டு போறதாக நேத்திக்கு சொன்னாரே- நீங்க தயாராகல்லியா?"

வஞ்சுளாவுக்கு வியப்பு ஏற்பட்டது. அவசரமாகக் குழந்தைகளுக்குப் பரிமாறிவிட்டுக் கூடத்துக்குச் சென்றாள்.

"ரவி ஏதோ சொல்கிறானே- நிஜம்மாவா? எங்கிட்டே சொல்லலியே நீங்க?"

அவன் அலட்சியமாகத் தோள்களைக் குலுக்கினான். "நான் அந்த வேலைக்குப் போறதாக இருந்தால்தானே உன்னிடம் சொல்லணும்? அது எனக்கு ஏத்த வேலையே இல்லையே! சம்பளமும் ரொம்பக் குறைவு. என் திறமைக்கு நாலு

இலக்கத்திலே சம்பளம் கிடைச்சாத்தான் போவேன். இந்த மாதிரி வேலைக்குப் போறதைவிட டிராய்ங் மாஸ்டர் வேலைக்குப் போகலாம்."

"ஒண்ணுமே இல்லாததுக்கு வந்த வரையில் லாபம்னு உங்களுக்குத் தோணல்லியா?"

அவன் கோபத்துடன் அவளை முறைத்துப் பார்த்தான். "ஒண்ணுமே இல்லாமப் போயிடல்லியே! இப்ப நம்ம குடும்பம் நடுத்தெருவிலேயா நிக்கறது?"

வஞ்சுளா வாயைத் திறக்காமல் உள்ளே சென்று விட்டாள். அங்கே பிள்ளைகள் மூவரும் வழக்கம்போல் புத்தகத்தில் கண்ணும்- தட்டில் கையுமாக உட்கார்ந்திருந்தனர்... சீக்கிரம் ஆகட்டும்டா என்று அவர்கள் மேல் எரிந்து விழுந்தாள். இன்னும் அதிகமாகத் திட்டினால் எவனாவது ஒருவன் பாதிச் சாப்பாட்டிலேயே ரோஷத்துடன் எழுந்து போய்விடுவான். அப்புறம் முதலுக்கே மோசமாகிவிடும்! தனக்கு இந்த வேலை கிடைத்திராவிட்டால், இந்தக் குடும்பத்தின் கதி என்ன என்று நினைத்த வஞ்சுளாவின் உடல் நடுங்கியது. தனக்கு வேலை கிடைத்த சூழ்நிலையைப் பற்றிச் சிந்திக்க ஆரம்பித்தாள்.

வரதன் ஓவியம் வரைவதில் நிபுணன்... ஒரு பிரபல பத்திரிகையில் நிரந்தர ஓவியனாக இருந்து ஆயிரக்கணக்கில் சம்பாதித்துக் கொண்டிருந்தவன். ஒரு சின்ன விஷயத்திற்காகப் பத்திரிகை ஆசிரியரிடம் விரோதித்துக் கொண்டு ரோஷத்துடன், வேலையை உதறிவிட்டு வீட்டுக்கு வந்துவிட்டான்.

வஞ்சுளா திருமணம் ஆனதும் வேலையை விட்டுவிட்டாள். குடும்பத் தலைவியாக மூன்று குழந்தைகள் கொண்ட தன் குடும்பத்தைக் கண்ணும் கருத்துமாகக் கவனித்துக்கொண்டு இருந்தவள், வரதன் வேலையை உதறியதும் அதிர்ச்சி அடைந்தாள்.

நர்மதா பக்கத்து வீட்டுக்காரி. அவளுடன் நெருங்கிப் பழகியவள். இப்போது அவள் கணவருக்கு வடக்கே மாற்றல் ஆகிவிடவே, எங்கோ வடகோடியில் குழந்தைகளுடன் இருக்கிறாள். எப்போதாவது கடிதம் எழுதுகிறாள்.

அந்த நர்மதாவின் அத்தைதான் பத்மாவதி அம்மாள். அவளுடைய நிர்வாகத்தில் ஒரு பள்ளிக்கூடம் நடக்கிறது. சிறந்த பெண் எழுத்தாளர். சொந்தப் பதிப்பகமும் சுறுசுறுப்புடன் நடக்கிறது. சிறந்த சமூகசேவகி. நர்மதாவின் சிபாரிசின் மேல்தான் பத்மாவதி அம்மாள் வஞ்சுளாவைத் தனக்குக் காரியதரிசியாக வைத்துக்கொண்டாள்.

அவள் வேலைக்குப் போவதனால் ஓரளவுக்குப் பிரச்சனை தீருகிறது உண்மைதான். ஆனால் அவள்படும் சிரமங்களை விவரிக்க இயலாது.

பத்மாவதி அம்மாள் அவளிடம் அடிக்கடி சொல்வாள். "குடும்பத்தில் ஆபீசில் இருப்பதைப்போல் ஒழுங்கும் விதிமுறைகளும் இருக்கவேண்டும்....ஆபீசில் வேலை செய்பவர் ஒரே குடும்பத்தைச் சேர்ந்தவர்போல் பற்றும் பாசமும் கொண்டு ஒருவருக்கொருவர் பழக வேண்டும்."

அவள் குடும்பம் முதலில் குடும்பமாகவே இல்லையே! பற்று, பாசம், பொறுப்பு எதுவுமே இல்லாதவர்களிடம், ஆபீஸ் மாதிரி ஒழுங்கையும் விதிமுறைகளையும் எப்படித் திணிப்பது?

அவள் பெருமூச்சுடன் ஆபீஸுக்குப் போவதற்காகத் தயாராக ஆரம்பித்தாள். ஆபீஸுக்கு பிற்பகல் வேளைக்காக ஒரு சிறிய எவர்சில்வர் டப்பாவில் குழம்புஞ்சாதத்தை அடைத்துக் கொண்டாள். ஒரு டம்ளர் வெறும் மோர் மட்டும் குடித்துவிட்டுப் புறப்பட்டாள். வரதனுக்குச் சாப்பாட்டு மேஜையில்

சாப்பாட்டை எடுத்து வைத்துவிட்டு, அவசரமாகக் கிளம்பியவளை, வரதன் கூப்பிட்டு நிறுத்தினான்.

"சாதம் போட்டுவிட்டுப் போயேன்"

"எல்லாம் எடுத்து வச்சிருக்கேன்... போட்டுண்டு சாப்பிடலாம்..."

"சம்பாதிக்கற திமிர் பேசறது! இதுக்குத்தான் பொம்பிளைகளை வைக்கிற இடத்துல வைக்கணும்..."

"வைக்கிறதுதானே? யார் வேண்டாம்னு சொன்னா? எனக்கு மட்டும் உடல் சொகுசு, கௌரவம் எதுவுமே கிடையாதா? நான் வீட்டிலே சுகமா இருந்த... குடும்பத்துக்காகத்தானே வேலைக்குப் போறேன்? நீங்களும் கொஞ்சம் விட்டுக்கொடுத்து, நல்ல வேலை உங்களுக்குக் கிடைக்கிற வரையில், எதோ ஒரு வேலைன்னு, கிடைச்ச வேலைக்குப் போறேன். என் சம்பளம் மட்டும் குடும்பத்துக்குப் போறலலேன்னு உங்களுக்குத் தெரியாதா?"

"புருஷன் சோறு போடுன்னு கேட்டதுக்கு இவ்வளவு பேச்சா? சீ... ஹோட்டலுக்குப் போனா சர்வர், எதிரே நின்று மரியாதையாய்ப் பேசறான், போடறான்! சம்பாதிக்கறளாம் பெரிசா! புருஷன் இலையைப் பார்த்துச் சோறு போடத் துப்பில்லே!"

வரதன் எழுந்து சட்டையை எடுத்தான். வஞ்சுளா பொறுமையாக மாறினாள். "சாப்பிட உக்காருங்க நான் போடுகிறேன்"- பை- குடை எல்லாவற்றையும் வைத்து விட்டுப் புடவைத் தலைப்பைச் சொருகிக் கொண்டு சாதத்தை அவன் தட்டில் பரிமாறினாள்.

"அடச்சீ...நான் ஒண்ணும் அவ்வளவு ரோஷம் கெட்டவனில்லே"

"உங்க ரோஷத்தைப் பத்தி எனக்குத் தெரியல்லேன்னா, வேறு யாருக்குத் தெரியும்? நம்ம குடும்பத்தின் இப்போதைய நிலைமை ஒவ்வொரு நிமிஷமும் உங்களுடைய ரோஷத்தைத்தான், எனக்கு நினைவுபடுத்திண்டே இருக்கு..."

ஒருமுறை அவளை எரித்துவிடுவது போல் பார்த்த அவன் மௌனமாகத் தட்டின் முன்பு வந்து உட்கார்ந்தான். சாப்பிடும்போது முகத்தைக் கடுகடுவென்று வைத்துக்கொண்டு அவன் கூறினான்- "கணபதி வந்தால் போனாலும் போவேன்... எதுக்கும் ஆட்டோச்செலவுக்குப் பத்து ரூபா கொடுத்துட்டுப் போ..."

வஞ்சுளா தயங்கினாள். "பஸ்ஸில் போகலாமே... மாசக் கடைசி...என்னிடம் பணம் அவ்வளவு இல்லை!"

"கணபதி எதிரிலே என்னைக் கேவலமாக்கறதுதான் உன் எண்ணமாக இருந்தால் அப்படியே நடந்துட்டுப் போகட்டும்! விடியாமூஞ்சி நீ! உன் தரித்திரம் என்னிக்குத்தான் உன்னைவிட்டுத் தொலைஞ்சிருக்கு!"

வஞ்சுளா அந்த மாதத்திய கடைசிப் பணமாகத்தான் வைத்திருந்த பத்து ரூபாயை அவன் பக்கத்தில் வைத்தாள்!

அவன் கணபதியுடன் வேலைக்காகப் போகிறான் என்பது நிச்சயமில்லை. ஆனால் இந்தப் பத்து ரூபாய் திரும்பப் போவதில்லை என்பது மட்டும் நிச்சயமாக அவளுக்குத் தெரியும். சிறு செலவுக்கு அவளிடம் பணம் வாங்கும் தந்திரங்களில் இதுவும் ஒன்று.

வஞ்சுளா ஆபீசுக்குள் நுழையும்போது, வழக்கமாகத் தினமும் ஏற்படும் தாமதத்தைவிட மேலும் அரை மணி தாமதமாகி விட்டிருந்தது.

பத்மாவதி அம்மாள் அவளுடைய மேஜை டிராயரைக் குடைந்து கொண்டிருந்தாள். அவளுக்குப் பயத்தினால் நாக்கு உலர்ந்துவிட்டது. முக்கியமான கவரைத் தபாலில் போடாத பிழையுடன், நேரம் கழித்து வேறு

வந்திருக்கிறாள். பத்மாவதி பேசுவதில் வல்லவள்... கடிந்து கொள்ளாமல் இனிமையாக அதேசமயத்தில் உறைக்கப் பேசுவாள்!

"வாம்மா வஞ்சுளா... நீ இன்னைக்கு லீவ் போட்டுட்டேன்னு நெனைச்சிட்டேன். வழக்கமா, நம்ம ஆபீஸ் கடிகாரம் அரை மணி நேரம் வேகமா ஓடும்! தினத்தைவிட இன்னும் அரை மணி வேகமா ஓடுது"

வஞ்சுளாவுக்கு அவள் பேசுவது புரிந்தது. "மன்னித்துக் கொள்ளுங்கள்"

"அது போகட்டும் வஞ்சுளா! உன் குடும்பத்தின் தேவைக்காக இந்த வேலைக்கு நீ வந்திருக்கே... உன்னுடைய கவனக்குறைவு ஆபீஸைப் பாதிக்கற மாதிரி நடந்துக்காமெ இருக்கணும்..." என்று கூறியபடி, அந்தக் கவரை எடுத்து அவளிடம் நீட்டினாள். வஞ்சுளா தலைகுனிந்து நின்றாள்!

கணபதியுடன் போனேனா? இல்லையா? என்பதை வரதன் தானாகத் தெரிவிக்காததால் அவளும் அதைப் பற்றிக் கேட்காதிருந்தாள். ஆனால் ரெண்டு, மூன்று நாட்கள் கழித்து சுரேஷ் அவளிடம் இரகசியமாக, கணபதியிடமிருந்து அப்பாவுக்கு ஐந்நூறு ரூபாய் வந்ததாகக் கூறினான். அப்போதும் அவள் எதையும் காண்பித்துக் கொள்ளாமல் பொறுமையாக இருந்தாள். அவனே அவளை நெருங்கி ரெண்டு நூறு ரூபாய் நோட்டுகளைப் பெருமையுடன் நீட்டினான்.

"ஏது இந்தப் பணம்?"

"கணபதி சிபாரிசிலே ஒரு வேலையை முடித்துக் கொடுத்தேன். அவர்கள் கொடுத்த பணம் இது"

"உங்க லட்சியம்... அதான் நான்கு இலக்கத்திலே வச்சிருந்த குறி என்ன ஆச்சு?"

"இப்ப ஐந்நூறு ரூபாய் குடுத்தாலும் கூடிய சீக்கிரமே அந்தத் தொகையைக் கொடுத்துடறதாகச் சொல்லவே, நான் வாங்கிண்டேன்."

"மீதிப் பணம்?"

வரதன் விறைப்புடன் நின்றான்.

"என்ன குறுக்கு விசாரணை வளந்துண்டே போறது? ஆண்பிள்ளைக்கு எவ்வளவோ செலவு இருக்கும். அதையெல்லாம் நீ கேட்க முடியுமோ? இதுக்குமேலே எதாவது பேசினால் இதுவும் போயிடும்..."

வஞ்சுளா பொங்கும் அழுகையைச் சிரமத்துடன் அடக்கிக் கொண்டாள்.

"இந்தா பொறுக்கிக்கோ" என்று அலட்சியமாக அந்த ரெண்டு நூறு ரூபாய் நோட்டுக்களையும் வீசிவிட்டு அவன் போய்விட்டான்.

அவள் குனிந்து அந்தப் பணத்தை எடுத்தாள். வேறு கெட்ட வழக்கம் எதுவும் அவனுக்கு இல்லாவிட்டாலும், பணத்தைக் கண்மண் தெரியாமல் சினிமா, ஹோட்டல் என்று நான்கு நாட்களில் செலவழித்துவிட்டு நிற்பான். வெல்லத்தைச் சுற்றி ஈ மொய்ப்பதுபோல் அவனிடம் பணம் சேர்ந்ததும், எங்கிருந்தோ நண்பர் கூட்டமும் வந்து சூழ்ந்துவிடும். அவன் கையில் காசில்லாத நாட்களில் ஒருத்தன்கூட வந்து எட்டிப் பார்த்ததில்லை என்பதை அவன் நினைத்துக்கூடப் பார்க்கமாட்டான். வஞ்சுளாவுக்கு வந்த ஆத்திரத்தில் தன் வேலையை விட்டுவிட்டால், இவனைப் பழிவாங்கியதுபோல் ஆகிவிடும்! பொறுப்பு ஏற்பட்டாலும் ஏற்படுமோ என்று நினைத்தாள். அவளுடைய குழந்தைகள்தான் பரிதாபகரமாக நிற்கவேண்டி வருமே தவிர, அவன் சிறிதளவும் கவலைப்படப்போவதில்லை! அவள் கொண்டுவரும் பணத்தைக் கொண்டுதான், எதோ ஓரளவுக்குக் கண்ணியமாகக் குடும்பம் நடத்த முடிகிறது. அதையும் அவள் விட்டுவிட்டால் வரதனுக்கும் அவளுக்கும் என்ன

• கமலா சடகோபன்

வித்தியாசம்? குழந்தைகளுக்குப் பெரும் துரோகம் செய்தவளாத் தெரிவாள். வஞ்சுளா பெருமூச்சுடன் மனதைத் திடப்படுத்திக் கொண்டாள்.

மறுநாள் காலையில் ஆபீசுக்குப் போனதும் பத்மாவதி அம்மாள் அவளைக் கூப்பிட்டனுப்பினாள்.. "வஞ்சுளா! 'சமூகத்தில் பெண்களின் நிலை' என்பதைப் பற்றி நாளைக்கு நான் பேசப்போகிறேன். இதிலே எழுதிவச்சிருக்கேன். கொஞ்சம் டைப் அடிச்சிடு" என்று நான்கைந்து பக்கங்கள் எழுதிய காகிதங்களை அவளிடம் நீட்டினாள்.

வஞ்சுளா அதை வாங்கிக்கொண்டு டைப் அடிக்கும் இயந்திரத்துடன் தன்னையும் ஓர் இயந்திரமாக மாற்றிக்கொண்டு அடிக்க ஆரம்பித்தாள்.

அந்தச் சொற்பொழிவின் கடைசிப்பகுதி வந்ததும் அவளால் டைப் அடிக்க முடியவில்லை. வெறித்த பார்வையுடன் அதையே பார்த்துக் கொண்டிருந்தாள்.

"நம்முடைய பெண்கள் ஆபரணங்களை அணியும் வழக்கம் இருக்கிறதே அன்றி, ஆண்கள் எந்த ஆபரணத்தையும் அணிவதில்லை. அது ஏன்? ஒவ்வொரு மனிதனுக்கும் அவனுடைய வாழ்க்கையின் துணையாக அவன் ஏற்கும் அவன் மனைவியே பல ஆபரணங்களாக அவனிடம் வீற்றிருக்கிறாள். அவனுடைய பாதத்தில் தன்னை அர்ப்பணித்துச் சந்தனமாகத் தேய்ந்து அதனாலேயே சிறப்புப் பெறுகிறாள். அவனுடைய ஜீவனில் கலந்து சிந்தாமணியாகச் சுடர்விடுகிறாள்.

வளையாத ஆண்மையுடன், உறுதியாக நிற்கும் அவனுக்கு, அவள் வளைந்து கொடுத்து, அவனுடைய கரத்தில் சுழலும் கங்கணமாக வாழ்க்கையில் களிப்பை உண்டாக்குகிறாள். அவனுடைய சுகம், துக்கம் இரண்டிலும் பங்கு ஏற்றுக்கொண்டு, தன்னம்பிக்கையை வளர்க்கும் விதத்தில்,

தான் துணையாக இருப்பதை உணர்த்தித் தெளிவு உண்டாக்குகிறாள். குடும்பத்தைக் காக்கும் அரணாக இருந்து, அதன்மூலம் அவன் மானத்தைக் காக்கும் மேகலையாக ஒளி வீசுகிறாள். இதுவன்றோ பெண்மையின் சிறப்பு?"

ஆவேசம் வந்தவள்போல வேகமாக இதை டைப் அடித்தவள், தொடர்ந்து அதில் இல்லாத ஒரு பகுதியையும் தானே அடித்தாள்.

"இத்தனையும் உண்மைதான். ஆனால் பெண்ணுக்கு இத்தனைக்கும் பதிலாக ஆண் என்ன செய்கிறான்? அவளைப் பூசிக்கத் தேவை இல்லை! பெரிதாகக் கௌரவிக்க வேண்டியதும் இல்லை... குறைந்தபட்சம் அவள் ஒரு பெண் என்று நினைக்கிறானா? அவன் அவளைப் பெண்ணாக நினைப்பது எந்தச் சமயங்களில்? அவள் அவனுக்குத் தேவைப்படும் சமயங்களில் மட்டும் தான்..."

இதை டைப் அடித்த வஞ்சுளா துயரம் தாங்காமல் அந்த மிஷினின் மேல் சாய்ந்து கொண்டு சப்தமின்றி அழுதாள். தன் தலையை யாரோ பரிவோடு வருடுவதை உணர்ந்ததும், திடுக்கிட்டு நிமிர்ந்து பார்த்தாள். பத்மாவதி அம்மாள் அருகில் நின்றாள்.

வஞ்சுளா சட்டென்று மிஷினிலிருந்து தாளை உருவ முயன்றாள். பத்மாவதி அம்மாள் அவளைத் தடுத்தாள்.

"வேண்டாம்... அது அப்படியே இருந்துவிட்டுப் போகட்டும்" என்று கூறி, அந்தத் தாளை எடுத்து ஒரு கவரில் பத்திரப்படுத்திக் கொண்டாள். பரிவுடன் வஞ்சுளாவின் முதுகில் தட்டிக்கொடுத்துவிட்டுக் கம்பீரமாகத் தன் அறையை நோக்கி நடந்தாள்.

வஞ்சுளா திகைப்புடன் அவள் போவதையே பார்த்துக் கொண்டிருந்தாள்.

238

32

அம்மாவின் அந்தரங்கம்

ஜோதிர்லதா கிரிஜா

ஜோதிர்லதா கிரிஜா
(27/05/1936 - 18.04.2024)

ஜோதிர்லதா கிரிஜா மதுரை மாவட்டம் வத்தலக்குண்டில் பிறந்தவர்; பள்ளி பருவத்தில் குழந்தை எழுத்தாளராக அறிமுகமானவர்; 1950-ம் ஆண்டில் இருந்து எழுபது ஆண்டுகள் எழுதியவர். நாவல், குறுநாவல், சிறுகதை, கட்டுரை, சிறார் இலக்கியம், நாடகம், கவிதை என்று இவருடைய இலக்கிய எல்லை விரிந்து பறந்தது. ஆங்கிலத்திலும் எழுதிய இவர், ஃபெமினா, விமன்ஸ் ஈரா போன்ற ஆங்கில இதழ்களிலும் எழுதியுள்ளார்; 50க்கும் மேற்பட்ட நாவல்கள், 60க்கும் மேற்பட்ட குறுநாவல்கள், 50க்கும் மேற்பட்ட கட்டுரைகள், நாடகங்கள் என்று எழுதியுள்ளார்; இலக்கியச் சிந்தனை பரிசு, ராஜா சர் அண்ணாமலை செட்டியார் பரிசு, தமிழ் வளர்ச்சித் துறை பரிசு உள்ளிட்ட பல பரிசுகளைப் பெற்றுள்ளார். இவருடைய கதைகள் இந்திய மொழிகளில் மட்டுமல்ல உக்ரைன் மொழியிலும் மொழிபெயர்க்கப்பட்டுள்ளன.

நான் அறைக்குள் நுழைந்ததைப் பார்தததும், என்னிடமிருந்து எதையோ மறைக்க விரும்பிய அவசரத்துடன் அம்மா அதுகாறும் தான் திறந்து வைத்துக்கொண்டிருந்த பெட்டியைச் சட்டென்று மூடியது மாதிரி எனக்குத் தோன்றிற்று. இதனால் எனக்கு ஒருவகை ஆவலும் சிறிது அவநம்பிக்கையும் ஏற்பட்டன. ஆனால், அம்மா பெட்டியை அவசரமாக மூடிப் பூட்டியதைக் கவனிக்காதவள் போன்று என் முகத்தை உணர்ச்சியற்று வைத்துக்கொண்டவாறு, ஏதோ ஒரு பாட்டை பொய்க் குரலில் பாடிவிட்டு, "இன்னிக்கு என்ன சமையல் பண்ணப் போறேம்மா? வாழைக்காய் இருக்கு போலிருக்கே? பொடிமாஸ் பண்ணேம்மா. பொடிமாஸ் சாப்பிட்டு எத்தனை நாளாச்சு!" என்றேன்.

கொத்துச்சாவியை இடுப்பில் செருகிக்கொண்ட அம்மா, “உங்கப்பாவைக் கேளு, பொடிமாஸ் பண்ணலாமான்னு!” என்றவாறு அறையைவிட்டு வெளியே போனாள்.

நான் அப்பாவைத் தேடிக்கொண்டு வாசற்பக்கத்துக்குப் போனேன். அப்பா நாற்காலியில் சரிந்து உட்கார்ந்துகொண்டு வழக்கம்போல் பத்திரிகைக் கதையொன்றைப் படித்துக்

• ஜோதிர்லதா கிரிஜா

கொண்டிருந்தார். அப்பாவின் பொழுதுபோக்குப் படிப்புத்தான். ஒரு கதை விடமாட்டார்.

நான் அவருக்கு முன்னால் போய்நின்றதும், அப்பா, தலையை உயர்த்தி, "என்னம்மா?" என்றார். நான் சொன்னேன். அப்பா மலர்ச்சியுடன் வாழைக்காய்ப் பொடிமாஸ் பண்ண அனுமதித்தார். எல்லாம் அப்பாவைக் கேட்டுத்தான் எங்கள் வீட்டில் நடக்கும். அப்படி ஒரு பழக்கம். இதைப் பற்றிய வியப்பில் நான் அவ்வப்போது மூழ்குவதுண்டு. என் தோழிகளின் வீடுகளில் எல்லாம் அப்படி இல்லை. இன்னும் சொல்லப் போனால், தாய்மார்களின் கைகளே ஓங்கியிருக்கும் சில வீடுகள் உண்டு. இதனால் எனக்கு மிகவும் வேடிக்கையாக இருக்கும். இது மட்டும் அன்று. எங்கள் வீட்டில் அப்பாவும் அம்மாவும் கலகலப்பாக ஒருவருக்கொருவர் பேசிக்கொள்ள மாட்டார்கள். பேசிக்கொள்ளவே மாட்டார்கள் என்றே கூடச் சொல்லிவிடலாம். அயலார் முன்னிலையில் மட்டுமே இயல்பாக நடந்து கொள்ளுவார்கள். மற்ற நேரங்களில் எதிரும் புதிரும் தான்! இது எதனால் என்று எனக்கு மிகத் திகைப்பாக இருக்கும். அதனால் அம்மாவிடம் கேட்க வாய்வந்ததே இல்லை. பல முறைகள் கேட்க முயன்று தோற்றுப் போயிருக்கிறேன். அப்பாவிடம் அது பற்றிப் பேசுவது குறித்தோ நினைத்தும்பார்க்க முடியாது. எனவே அவர்கள் இப்படி எலியும் பூனையுமாக இருப்பதன் ரகசியம் அம்மாவின் வாய்வழியாகத்தான் என்றேனும் தெரியவரும். தக்க சந்தர்ப்பத்துக்காகக் காத்துக் கொண்டிருக்கிறேன். இப்போது அம்மா மிகவும் அவசரம் காட்டித் தன் பெட்டியை மூடிப் பூட்டியதற்கும், அப்பாவும் அம்மாவும் பேசிக்கொள்ளாமல் இருப்பதற்கும் நிறைய தொடர்பு இருக்க வேண்டுமென்று தோன்றிற்று. என் ஆவல் மிகுதியாயிற்று.

அவர்கள் இருவருக்குமிடையே நல்ல உறவு இல்லை என்பது வெளியார் எவருக்கும் தெரியக்கூடாது என்பதில் அவர்கள் இருவருமே கவனமாக இருந்தார்கள். வெளிப்பார்வைக்கு எல்லாம் நல்லபடியாகவும், இயல்பாகவும் நடந்து கொண்டிருப்பதாகவே பார்ப்பவர்களுக்குத் தோன்றும். தம்பி ரமணனும் நானும் இது பற்றி அடிக்கடிப் பேசுவதுண்டு. பெரியவளான நான் அப்பாவுக்கும் அம்மாவுக்குமிடையே நிலவிய கசப்பான உறவு வெளியார் யாருக்கும் தெரியக்கூடாது என்று ரமணனுக்குச் சொல்லிவைத்திருந்தேன். இயல்பாகவே அடக்கமான அவன் என் சொல்லுக்கு மதிப்பளித்துத் தான் நடந்து வருகிறான் என்றே நினைக்கிறேன்.

எங்கள் வீட்டில் இன்னொரு வேடிக்கை என்னவென்றால், அப்பாவுக்கு ரமணன் மேல் அவ்வளவாகப் பற்றுதல் கிடையாது. அவன் மிகவும் குள்ளமாகவும், அவ்வளவாக அழகில்லாதவனாகவும் இருந்தான் என்பது அதற்குக் காரணமாக இருக்கலாம் என்று, கொஞ்ச நாள்களுக்கு முன் வரை நான் நினைத்துக் கொண்டிருந்தது சரியன்று என்பதாய் அண்மைக் காலமாக நினைக்கத் தலைப்பட்டிருக்கிறேன்.

அவனை அப்பா அவ்வளவாக நேசிக்காமல் இருப்பதற்கும், அம்மாவுக்கும் அவருக்குமிடையே நிலவும் விந்தையான உறவுக்கும் நெருங்கிய தொடர்பு இருக்கவேண்டும் என்பது மிக நன்றாய்ப் புரியத்தொடங்கியிருக்கிறது. இன்னும் விண்டும் விளக்கமாகவும் சொல்லப் போனால், அம்மாவின் நடத்தை மீது அப்பாவுக்குச் சந்தேகம் இருந்திருக்க வேண்டும் என்றே சொல்ல வேண்டியதிருக்கும். அப்படியானால், 'யாரையும் அம்மாவையும் இணைத்து இந்த அப்பா சந்தேகப்படுகிறார்' என்பதைக் கண்டுபிடிக்க வேண்டும் என்று

அடிக்கடி நினைத்துக் கொள்ளுவேன். ஆனால் ஒன்றும் ஊகிக்கும்படியாக இல்லை.

என் மனம் அம்மாவின் ரகசியத்தை அறிய ஆவலாய்ப் பறந்த பரப்புக்கு அம்மாவின் பெட்டியை ரகசியமாய்த் திறந்து பார்த்தால் விடைகிடைத்துவிடும் என்று இந்தக் கணத்திலிருந்து மனம் பரபரப்புக் கொள்ளத் தொடங்கிவிட்டது. இருந்தாலும் அது நடக்கக் கூடியதன்று. அம்மா சாவியை எப்போதும் இடுப்பிலேயே வைத்துக்கொண்டிருப்பாள். குளிக்கப் போகும்போது கூட அதை எடுத்து வைத்துவிட்டுப் போக மாட்டாள். குளியலறையிலேயே புடைவையைச் சுற்றிக்கொண்டு அதையும் இடுப்பில் செருகிக்கொள்ளுவாள்!

அம்மா சாவியைவிட்டு இணைபிரியாமல் இருப்பதற்கு அந்தப் பெட்டியில் அம்மாவின் ரகசியம் புதைந்திருப்பதுதான் காரணமாக இருக்க வேண்டும். அம்மாவுக்குத் தெரியாமல் அதை எப்படித் திறப்பது எனும் யோசனையில் என் மனம் ஆழ்ந்தது. அது மிகவும் கடினமான வேலைதான். எனினும், தெரிந்து கொள்ளாவிட்டால் தலை வெடித்துப் போகும்போல் இருந்தது.

அம்மாவின் பெட்டியைத் திறந்து பார்க்கும் வாய்ப்புக் கிடைக்காவிட்டலும், அம்மாவின் ரகசியம் இன்னதென்பதை ஒரளவுக்குத் தெரிந்துகொள்ளும் வாய்ப்பு நான் சிறிதும் எதிர்பாராத வகையில் அன்றே கிடைத்தது. அன்று மாலை ஆறு மணிக்கு நான் சாமி விளக்கேற்றிவிட்டுக் கூடத்துக்கு வந்தபோது வாசலில் நிழல் தட்டியது. யாரோ அப்பாவின் பெயரைச் சொல்லி மெதுவாக அழைத்ததும் கேட்டது.

நான் வாசல் பக்கம் போய்ப் பார்த்தேன். மிகவும் குள்ளமான ஒரு மனிதர் சிறிது தயங்கினாற்போல் நின்று கொண்டிருந்தார். கறுப்பாய் இருந்தார். திறந்த மார்பு. பூணூல் பெரிதாக ஒரு புரி மாதிரி மார்பில் கிடந்தது. தொந்தியுடன் காணப்பட்டார்.

"பிச்சுமணி பொண்ணாம்மா நீ? "என்றார்.

"மா. நீங்க யாரு? "

"நான் அவனோட பழைய சிநேகிதன். சங்கரன்னு பேரு. அப்பா இல்லியா?"

"வாங்கோ. உள்ளே வந்து உக்காருங்கோ. அப்பா ஆத்தங்கரைக்குப் போயிருக்கார். "

"இல்லே. நான் அப்புறமா வறேன். எப்ப வருவான்? "

'ரொம்ப சிநேகிதம் போலிருக்கு. அவன், இவன்னு பேசறாரே' என்று எனக்கும் வியப்படைந்தபடி, "இன்னும் கொஞ்ச நேரத்துல வந்துடுவார் கால் மணியிலே. உக்காருங்களேன்,." என்று உபசரித்தேன்.

"இல்லேம்மா. நான் கால் மணி கழிச்சு வந்து பாக்கறேன். உங்கம்மா இருக்காளா? "

இந்தக் கேள்வியை அவர் கேட்டபோது ஏற்கெனவே ரமணனின் குள்ளத்துக்கும் அவருக்கும் முடிச்சுப் போட்டு பார்த்து, அம்மாவின் ரகசியத்தைப் பெருமளவுக்கு ஊகித்துவிட்ட எனக்கு, அவர் கண்களில் தெரிந்த பரபரப்பு அர்த்தம் நிறைந்ததாகவும் மர்மம் நிறைந்து விளங்கியதாகவும் தோன்றியது. அம்மாவையும் அவரையும் சந்திக்க வைத்துப் பேச வைத்தும் பார்க்கும் ஆவல் என்னுள் தலை தூக்கிற்று.

"இருக்கா. இதோ கூப்பிட்றேன், "என்ற நான் உள்ளே போகத் திரும்பினேன். அவர், "வேணாம், கூப்பிட வேணாம்," என்று அளவுக்கு மீறிய அவசரத்துடனும் மறுப்புடனும் சொல்லிவிட்டுப் படியிறங்கலானார். விரைவாக நடந்து சென்ற அவரது முதுகுப்புறத்தைப் பார்த்துக்கொண்டு சிறிது நேரம் வாசலிலேயே நின்றுவிட்டு, நான் உள்ளே

போனேன்.

கொல்லைப்பக்கத்திலிருந்து குடிநீருடன் உள்ளே வந்து கொண்டிருந்த அம்மா, "யாரு வந்திருந்தா? என்னமோ பேச்சுக்குரல் கேட்டுதே?" என்று விசாரித்துக்கொண்டே குடத்தை அடுக்களை மேடையில் இறக்கிவைத்தாள்.

"உனக்குத் தெரிஞ்ச குரலாம்மா?" என்று நான் வினவவும், அம்மா தலையைத் திருப்பி என்னைப் பார்த்தாள். கண்களில் சிறிது திகைப்புத் தெரிந்தது. என் கேள்வி ஒரு தினுசாக இருந்ததை அம்மா ஊகித்துவிட்டது அவள் பார்த்த தினுசிலிருந்து தெரிந்தது. நான் அம்மாவின் பார்வையைத் தவிர்த்துக்கொண்டே, குடத்திலிருந்து தண்ணீர் சரித்துக் குடிக்கலானேன்.

"ஆமா. தெரிஞ்ச குரல்தான். அப்புறம் வறேன்னுட்டுப் போயிட்டாரா?" அம்மாவின் குரல் தேசல் கொஞ்சமும் இல்லாமல் துப்புரவாக ஒலித்தது.

"ஆமாம்மா. அப்பாவோட சிநேகிதராம். யாரோ சங்கரனாம். உன்னைக் கூட விசாரிச்சார். நான், நீ இருக்கேன்னு சொன்னேன். உள்ளே வந்து உக்காருங்கோன்னேன். அப்புறமா வறேன்னுட்டுப் போயிட்டார்."

"நல்ல காரியம் பண்ணினார். உள்ளே வந்து உக்காந்து என் வயித்தெரிச்சலைக் கொட்டிக்காம போய்ச் சேர்ந்தாரே மனுஷன்! "

"யாரும்மா அது? "- என் குரல் நான் அடக்க முயன்ற ஆவல் சிறிதும் குறையாமல் ஒலித்தது. என் பார்வை நெடுமையாக அம்மாவின்மீது படிந்தது. அம்மா சில விநாடிகள் வரையில் பதில் சொல்லாமல் இருந்தாள். பிறகு பெரிதாக ஒரு மூச்சை உதிர்த்தாள்.

"பாலா! உனக்கு விவரம் தெரியற வயசு வந்ததுக்கு அப்புறம் அந்த விஷயத்தைச் சொல்லணும்னு இருந்தேன். இன்னிக்கு அதுக்கு நேரம் வந்துடுத்து. இப்ப வந்துட்டுப் போனாரே, அவரையும் என்னையும் சந்தேகப்பட்டுண்டுதான் உங்கப்பா என்னோட பேசறதையே நிறுத்திட்டார். சொல்றதுக்கே வாய் கூசறது. ரமணன் தனக்குப் பொறந்த பிள்ளை இல்லேன்னு உங்கப்பாவுக்கு என் மேலே சந்தேகம். அதுக்கு ஏத்த மாதிரி அவன் குள்ளமா, கறுப்பா வேற இருக்கானா? அதனால உங்கப்பா சர்வ நிச்சயமாயிருக்கார், ரமணன் தனக்குப் பொறக்கல்லேன்னு. உங்கப்பாவும் நானும் நல்ல உயரமாச்சே! அதனாலே!"என்ற அம்மா கண் கலங்கினாள்.

அம்மாவின் மேல் அந்தக் கணத்தில் எனக்கு இரக்கம் மேலிட்டாலும், அப்பாவின் ஐயம் அடிப்படை இல்லாமல் எழுந்திருக்குமா என்கிற கேள்வியும் மனத்தில் எழுந்தது. நான் பேசாமல் இருந்தேன். எத்தனையோ கேள்விகள் கேட்க நாவு துடித்தாலும், ஒன்றும் பேச முடியவில்லை.

"அவர் இப்போ இந்த ஊர்லே இல்லையாம்மா? "

"இல்லே. உங்கப்பா அசலூர்லே கொஞ்ச நாள் இருந்தப்போ, இந்த சிநேகிதரைத்தான் என்னைப் பாத்துக்கச் சொல்லிட்டுப் போனார். ரெண்டு பேரும் பிராண சிநேகிதம். அப்பா இல்லாத நேரங்கள்ளே வந்து போயிண்டிருந்தார். அதனாலே உங்கப்பாவுக்கு எங்க மேலே சந்தேகம். அதுக்கு ஏத்த மாதிரி ரமணனும் கன்னங்கரேல்னும், கட்டுக்குட்டுனு குள்ளமாவும் வேற இருக்கானா? அவருக்கு சர்வ நிசாயம் நாங்க ரெண்டு பேரும் தப்புப்பண்ணிட்டோம்னு!".

அம்மா நிறுத்திவிட்டுக் கண்களைத் தேய்த்துக்கொண்டாள். நான் அம்மாவின் மீது அளக்கிற பார்வையைப் படர விட்டுக்கொண்டிருந்தேன். தாங்கள் தப்புப் பண்ணவில்லை என்னும் சொற்கள்

அம்மாவின் வாயிலிருந்து இன்னும் வரவில்லை என்கிற நிலை என் கவனத்துக்குத் தப்பாத தீவிரத்தோடு நான் அம்மாவைப் பார்த்துக்கொண்டிருந்தேன். அம்மா மிகவும் உள்ளுணர்வு கொண்டவள் என்பது அடுத்துப் பேசியதிலிருந்து புரிந்தது.

"அம்மா பொய் சொல்றாளோன்னு தோணும் உனக்கு. நாங்க ரெண்டு பேரும் ஒரு பாவமும் அறியோம். ரமணன் அப்பாவையும் கொள்ளாம, என்னையும் கொள்ளாம இது மாதிரி கறுப்பா, குள்ளமாப் பொறந்தது வெறும் தற்செயல்!" - அம்மாவின் குரல் கணீரென்று ஒலித்தாலும், எனக்கு நம்பிக்கை விழவில்லை. அப்பா சந்தேகப்பட்டதில் என்ன தவறு இருக்க முடியும் என்று கூட நினைக்கத் தலைப்பட்டேன். அம்மாவுக்குத் தெரியாமல் பெட்டியைத் திறந்து பார்த்துவிட்டால் மறைக்கப்பட்ட பகுதி வெளிவந்துவிடும் என்று நினைத்துக் கொண்டேன். 'அந்தச் சங்கரன் எழுதின காதல் கடுதாசிகளையெல்லாம் இந்த அம்மா பொக்கிஷம் மாதிரி பாதுகாத்திண்டிருக்காளோ? அப்பாவுக்குத் தெரியவந்தா என்னவாகும் இந்த அம்மா கதி! '

"உனக்குக்கூட சந்தேகம் வரும். ஆனா நான் நிரபராதிங்கிறதை நிரூபிக்கிறதுக்கு எங்கிட்ட ஒரு ஆதாரம் இருக்கு!" அம்மா மேலே தொடரும் முன் வாசலில் அப்பாவின் செருப்போசை கேட்டது

"என்னம்மா அது? "

"அப்புறம் சொல்றேன். "

. "உங்க ரெண்டு பேரையும் அப்பா சந்தேகப்பட்டது அந்த சங்கர மாமாவுக்குத் தெரியுமா?"

"தெரியும். உங்கப்பா நேரிடையாவே கேட்டுட்டார். அவர் அழுதார். ஆனா அப்பா மனசு இளகல்லே. அப்ப போனவர், இன்னிக்குத்தான் வரார். எதுக்கு வரணும்? வந்து மறுபடியும் குட்டையைக் குழப்பறதுக்கா?"

அப்பா செருப்புகளை உதறிவிட்டு உள்ளே வரத் தொடங்கியதும் எங்கள் பேச்சு நின்றது. அம்மா உள்ளே போய்விட்டாள். அப்பாவின் நண்பர் இன்னும் கொஞ்ச நேரத்தில் வர இருப்பது பற்றி நான் அவரிடம் சொன்னேன். அப்பாவின் முகம் விகாரமாயிற்று.

"எதுக்கு வரான் அந்த ராஸ்கல்? அவன் மறுபடியும் வந்தான்னா, அவனை நான் பார்க்க முடியாதுனுட்டேன்னு சொல்லித் திருப்பியனுப்பிடு! என்ன? அது சரி, உள்ளே வந்து உக்காந்தானா?"

"இல்லேப்பா. நான் உள்ளே வந்து உக்காரச் சொன்னேன். மாட்டேன்னுட்டார்."

"உங்கம்மா அவனைப் பாக்கல்லியா? - அப்பா தம் குரலைத் தேசல் இல்லாமல் ஒலிக்க வைக்கச் சிரமப்பட்டது புரிந்தது.

"இல்லே. அம்மா கிணத்தடியிலே இருந்தா. "

...அன்றிரவு அம்மா பெட்டியிலேயே சாவியைச் செருகிவைத்துவிட்டு மறந்துபோய்ப் படுத்துக்கொண்டு தூங்கிப்போனது எனக்காகவே போல் இருந்தது. நான் அறைக்கதவை உட்புறம் தாழிட்டுவிட்டுப் பெட்டியைத் திறந்தேன். பெட்டியின் அடியில் ஒரு மிகப் பழைய புகைப்படம் இருந்தது. அதில் வயதான கணவனும் மனைவியும் காணப்பட்டனர். கணவர் மிக மிகக் குள்ளமாக இருந்தார். நாற்காலியில் அமர்ந்திருந்தார். மனைவி பின்புறம் பணிவாகத் தனது உயரத்தைக் குறைத்துக்காட்டிக்கொள்ளும் முயற்சியிலோ என்னவோ முதுகைக் கூனிக்கொண்டு நின்றிருந்தாள்.

அந்த ஆணுக்கு அறுபது வயதுக்குக் குறைச்சல் இல்லை. தம் கால்கள் தரையில் பாவாத அளவுக்கு அவர் குள்ளமாக

இருந்தார். அசிங்கமாகவும் இருந்தார். பற்கள் வெளியே துருத்திக் கொண்டிருந்தன. வக்கிரக் கண்கள். புகைப்படம் மிகப் பழுப்பேறியிருந்தது. அது எடுக்கப்பட்டு நாற்பது ஆண்டுகளுக்கு மேல் ஆகியிருக்கும். அதில் காணப்பட்ட அறுபது வயதுக் கிழவர் நிச்சயம் சங்கரன் அல்லர்! அப்படியானால் இவர் யார் எனும் குழப்பமான கேள்வி என்னைக் குடைந்தது. இதை அம்மா மர்மமாய்க் கட்டிக்காப்பதன் உட்கிடை மண்டையை என்னதான் உடைத்துக்கொண்டும் புரியவே இல்லை.

பெட்டியில் மர்மமான வேறு எந்தப் பொருளும் இல்லை. அம்மாவின் புடைவை, இரவிக்கைகள்தான் இருந்தன. நான் அதை மூடிவிட்டுக் கதவைத் திறந்தேன். தனது குற்றமின்மையை மெய்ப்பிக்கத் தன்னிடம் ஓர் ஆதாரம் இருப்பதாக அம்மா சொன்னது வேறு ஞாபகம் வந்தவாறே இருந்தது. அது என்னவாக இருக்கும் என்பதும் விளங்கவேயில்லை. அப்படி ஒன்று இருக்குமானால், அதை வைத்து அம்மா ஏன் இந்த அப்பாவின் சந்தேகத்தைப் போக்கக் கூடாது என்கிற கேள்வியும் என்னுள் எழுந்தவாறாக இருந்தது.

மறு நாள் ஊரிலிருந்து வந்த அத்தையுடன் பத்திரிகைக் கதை ஒன்று பற்றிய விவாதத்தின்போது அப்பா சொன்னார்: "பாவம் பண்ணினா, அதோட சுமையைப் பொண்ணுதான் சுமக்க வேண்டியிருக்கு. ஆண் ஈசியாத் தப்பிச்சுட்றான். இதைப் பார்க்கிறப்போ பொண்ணாப் பொறக்கிறதே மகாபாவம்னு தோணறது. தாய்மைங்கிறது ஒரு சாபக்கேடுதான்!" கற்பிழந்து தாய்மையுற்ற ஒரு பெண்ணின் கதை அது.

அடுக்களையில், பாயசத்தைக் கலக்கிக்கொண்டே அம்மா கம்பீரமாகவும் அழுத்தந்திருத்தாமாகவும் அதற்குப் படிலடிக் கொடுத்தாள்:

"இருக்கலாம். ஆனா, தன் பெண்டாட்டிக்குப் பொறந்த குழந்தை தன் குழந்தைதான்கிற நிச்சயம் ஆம்பிள்ளைக்கு இல்லே! அடுத்தாப்ல, தன் குழந்தையைத் தானே ஒரு பொண்ணு சுமக்கிறா. அது தன் குழந்தைதான்கிற நிச்சயம் அவளுக்கு இருக்கு! இந்த விஷயத்திலே சபிக்கப்பட்டது ஆம்பிள்ளைதான்னு நான் நினைக்கிறேன்."

அம்மாவின் குரலில் ஒரு குத்தலும் கூடக் கலந்திருந்தது. அப்பாவின் முகம் மிகவும் சிவந்துவிட்டதைப் பார்த்தேன்...

அன்றிரவு அம்மாவைத் தனியாகப் பார்த்த போது, அம்மா சொன்ன "ஆதாரம்" பற்றிக் கேட்டேன். அம்மா தன் பெட்டியைத் திறந்து அந்தப் பழைய புகைப்படத்தைக் காட்டிவிட்டுச் சொன்னாள்; "இது என்னோட தாத்தா படம்; எங்கத் தாத்தா படுகுள்ளமாம். எனக்கே இந்த ஃபோட்டோ ஆறு மாசத்துக்கு முந்தி, பாட்டி செத்துப் போனப்போதான் கையிலே கிடைச்சுது. அதுக்கு முன்னாலே நான் இதைப் பார்த்ததுகூட இல்லே. தாத்தாவையும் பார்த்ததில்லே. அவர் குள்ளம்கிறதும் அதுக்கு முன்னாடி எனக்குத் தெரியாது. எங்கப் பரம்பரையிலே ஒருத்தர் குள்ளமாயிருந்ததுதான் ரமணனும் குள்ளமாயும் உங்கக் கொள்ளுத்தாத்தா மாதிரியே அழகில்லாமயும் இருக்கிறதுக்குக் காராணம். உங்கப்பாவுடைய சிநேகிதர் சங்கரனும் குள்ளாமா, கறுப்பா, சுமாரா இருக்கிறது என்னோட துரதிருஷ்டம்!"

"நீ ஏன் இதை அப்பாகிட்ட காட்டல்லே? காட்டி நீ எந்தத் தப்பும் பண்ணல்லேன்றதை நிரூபிச்சிருந்திருக்கலாமே?"

அம்மா சிரித்தாள். சிரித்த சிரிப்பில் கசப்பு மண்டியது: "பன்னண்டு வருஷமா உங்கப்பா என்னை இந்த ஆத்துக்குள்ளேயே தள்ளிவெச்சுக் கொடுமைப்படுத்தியிருக்கார். சுடுசொல்லாலே அவர் என்னைப் பொசுக்காத நாளே கிடையாதுங்கலாம்.

ரமணன் தன் குழந்தை இல்லையோன்ற சந்தேகத்தாலே அந்தப் பிள்ளைகிட்டவும் அன்பா, ஆதரவா ஒரு நல்ல தகப்பனாரா அவர் நடந்துக்கல்லே. இப்பப்போயி, என் நிரபராதித்தனத்தை நிரூபிக்கிறதாலே அவர் என்னைக் கொடுமைப்படுத்தினதெல்லாம் இல்லைன்னுயிடுமா? நெஞ்சில அடிவிழல்லேன்னுதான்யிடுமா? என்னை இந்த அளவுக்குக் கொடுமைப்படுத்தின உங்கப்பாவுக்குத் தண்டனை என்ன, தெரியுமா? ரமணன் தன் குழந்தை இல்லைங்கிற நெனைப்பால அவருக்கு வர்ற எரிச்சலும் அருவருப்பும்தான்! அந்தக் கசப்போடவே அவர் காலம் முழுக்கக் கழியட்டும்!"

33

பெண்மை வெல்கவென்று..?

நித்யா மூர்த்தி

நித்யா மூர்த்தி

பிரபல தமிழ் எழுத்தாளர் திருமதி லட்சுமியின் தங்கை நித்யா மூர்த்தி. இவரது இயற்பெயர் கல்யாணி. இவர் தம் தமக்கையின் இலக்கியப்பணிக்கு உறுதுணையாக இருந்துள்ளார்; லட்சுமியின் நாவல்களை நாடகமாக்கி வானொலியில் ஒலிபரப்பியுள்ளார்; லட்சுமி எழுதிய 'அவளுக்கென்று ஒரு இடம்' என்ற நாவல் தொலைக்காட்சித் தொடராக வெளிவந்தபோது, அத்தொடருக்கு வசனம் எழுதி பாராட்டுப் பெற்றுள்ளார். எழுத்தாளர் லட்சுமி, 1987-ம் ஆண்டு, தேவி வார இதழில், 'இரண்டாவது மலர்' என்கிற தொடர்கதையை எழுதிவந்தார். அவர் அத்தொடரை முடிக்கும் முன்னர் இறந்துவிட, அதனை எழுதி முடித்துள்ளார் நித்யா மூர்த்தி. இவர் எழுதிய 'கருணையினால் அல்ல', 'மூன்றாம் இரவு' என்ற நாவல்களையும், 'நான் எடுத்தது நல்ல முடிவு தான்', 'இது குழந்தைகள் ஆண்டாமே' என்ற சிறுகதைத் தொகுப்புகளையும் பூங்கொடிப் பதிப்பகம் வெளியிட்டுள்ளது. நித்யா மூர்த்தி - சிறுகதைகளையும், வானொலி நாடகங்களையும் தொடர்ந்து 1995-ம் ஆண்டு வரை எழுதியுள்ளார். அகில இந்திய வானொலி இவரது 'சோதனைப்பாதை' என்ற நாடகத்தைப் பல்வேறு மொழிகளில் ஒலிபரப்பியுள்ளது.

உங்களுக்குப் 'போன்' வந்திருக்கம்மா..." சாமிக்கண்ணு குழைந்தான்.

அலுவலகத்தின் மிக முக்கியமான ஃபைல் கட்டுக்குள் தலையை நுழைத்துக்கொண்டிருந்த ரேணு நிமிர்ந்தாள்.

"போனா? எனக்கா?"

"சாமிக்கண்ணுவின் கண்களில் இலேசாக குறும்பு மிதந்தது."

"ஆமாம்மா, உங்க... அவரு..." என்றான்.

அவள் முகம் கோபத்தால் சிவந்தது. "ஜயனா? எனக்கு இப்ப நேரம் இல்லைன்னு சொல்லிடு."

"அம்மா..."

"சாமிக்கண்ணு, முக்கியமான கேஸ்கட்டு பாத்திட்டிருக்கேன். தெரியுதில்லே" கடுகடுத்தாள் ரேணு.

சாமிக்கண்ணுவிற்கு அதிசயம். சமீபகாலமாகப் பரவலாகக் கிசுகிசுக்கப்பட்ட விஷயம் ரேணுகாவின் திருமணம் பற்றியது. தடபுடலான நிச்சயதார்த்தம் நடந்து கல்யாணத்தேதி வைக்க வேண்டியதுதான் பாக்கி. அப்படி இருக்க. "இந்தப் பொண்ணு ஏன் இப்படி எரிஞ்சு விழுது? ஹூம்! இந்தக் காலத்துப்

பொண்ணுங்களை நம்பவே முடியலைப்பா!” மனதினுள் சலித்தபடி விரைந்தான்.

‘இத்தனை நடந்த பிறகு எந்த முகத்தோடு இந்த ஜயன் போன் செய்கிறான்?’ ரேணுவின் மனம் சீறியது. மேஜைமீதிருந்த ஃபைல்களின் எழுத்துக்கள் எக்காளம் இட்டன. நெஞ்சில் நிரம்பிய கசப்பை மூளை விழுங்க மறுத்து அசைபோட்டது.

அப்பா சுந்தரம், பிரபலமான வெளிநாட்டு மருந்துக்கம்பெனியின் மேலதிகாரி. வாழ்க்கையின் வசதிகள் நிரம்பிய குடும்பம். “நாம் இருவர். நம்மைப் போல் ஒருவர்” ஆக, ரேணுகா பிறந்தாள். ஆணுக்குச் சரிநிகர் சமானமாய்த்தான் சுந்தரம் மகளைச் செல்லமாக வளர்த்தார். ஆனால் அம்மா கோமதி சற்றுப் பழமையவாதி. “ஆனாலும் ரொம்பத்தான் உங்க மகளுக்கு இடம் கொடுத்துக் கெடுக்கிறீங்க. பொண்ணாய்ப் பிறந்தவளுக்குத் தெரியவேண்டியது எதையுமே அவ லட்சியம் செய்யறதில்லே” குறைப்படுவாள்.

“அவ, உங்க காலத்துப் பொண்ணு இல்லே. பாரதி கண்ட புதுமைப் பெண்ணாக்கும். தன்னைக் காத்துக்கொள்கிற அறிவு, பலம் எல்லாம் வேணும்” என்பார் சுந்தரம்.

“அப்படி சொல்லுங்க டாடி!” என்று ஆர்ப்பரிப்பாள் ரேணு.

படிப்பில் முதல். கராத்தே வகுப்பில் முன்னணி. காரை வேகமாக ஓட்டவும், நிர்ப்பயமாகப் பேசவும் அவளுக்கு வந்தது. இருபத்திமூன்று வயதிற்குள் ஒரு பிரபல கம்பெனியின் சட்ட ஆலோசகராக அமரும் தகுதி பெற்றதும், சுந்தரம் சந்தோஷத்தின் உச்சநிலைக்கே போய்விட்டார்.

“பாத்தியா எம் பொண்ணை. ஒரு பயல் அவகிட்ட வாலாட்ட முடியாது” என்றார் பெருமையுடன்.

கோமதிக்கு ஏக வருத்தம். பாட்டு, நடனம், சமையல் என்ற நளினக் கலைகளைத்தான் மகள் உதறிவிட்டாள் என்றால் உடைகளிலுமா? ரேணுவிற்குக் குழந்தை முதலே பாவாடை இடுப்பில் நிற்காது. ஆண் பிள்ளைபோல அரைக்கால் சட்டையும், ஷர்ட்டுமாய் அலைவாள். நகைகளின் பளபளப்பில் அவள் மயங்கவே இல்லை.

வயது ஏற, ஏற ரேணு பாண்ட், ஷர்ட் என்றுதான் போனாளே தவிர, சேலை என்ற உடையை அறவே மறந்து போனாள். ஒரு தாய் தன் மகளின் தலைவாரிப் பூச்சூடி மகிழும் அந்தச் சந்தோஷத்தைக்கூட அவள் கோமதிக்குக் கொடுக்கவில்லை. முதுகின்மீது சிறிதளவே புரண்ட கூந்தலை, ஒருநாள் மொட்டை கிராப்பாக வெட்டிக்கொண்டு வந்தபோது கோமதி அரண்டு போனாள்.

‘என்ன ரேணு இது? ஆம்பிளைக் கிராப்பு செஞ்சிட்டு வந்திருக்கே?”

“ஆபீஸ் போறவளுக்கு இதுதான் வசதி” அப்பா ஒத்துப் பாடியதும், ரேணு கலகலத்தாள்.

கோமதிக்குப் பயம் பிடித்திருக்கவேண்டும். “காலாகாலத்தில் கல்யாணம் செய்துகொண்டு, இந்தப் பெண் குடியும் குடித்தனமுமாக இருக்க வேண்டுமே!” அவள் போகாத கோவில் இல்லை. வேண்டாத தெய்வம் இல்லை.

இருபத்தி ஆறாவது வயதில்தான் அம்மாவின் தொண தொணப்பிற்கு ரேணு அசைந்து கொடுத்தாள். அம்மாவின் தூரத்து உறவுப்பையன் ஜயேந்திரன். அமெரிக்காவில் படிக்கப்போய், வேலைக்கமர்ந்து இருப்பவன். சம்பிரதாயமான பெண் பார்க்கும் படலம் கூடாது என்று ரேணு திட்டவட்டமாகத் தெரிவித்திருந்தாள்.

ஜயேந்திரனும் அதே விருப்பம் உடையவன் என்றதும் ஐந்து நட்சத்திர

ஓட்டல் ஒன்றில் காலை ‘பிரேக் ஃபாஸ்ட்’ ஏற்பாடு.

“என் புடவை ஏதாச்சும் கட்டிக்கிட்டு புறப்படு” அம்மா வற்புறுத்தினாள்.

அமெரிக்காவில் வாழ்றவன்னு சொல்றே. மேலும் என்னோட தினப்படி ஆபீஸ் டிரஸ்ஸே இந்தப் பேண்ட் ஷர்ட்டுதான். இப்படிப் பாத்தா போதும். வேஷம் எல்லாம் வேணாம்” வெடுக்கெனப் பதில் இறுத்தாள் மகள்.

காலை சூரியனின் பொன் நிறத்தில் இறங்கி வந்தவனைப் போல ஜயேந்திரன், காரைவிட்டு இறங்கி வந்தான்.

“ஹாய்! ஐ ஆம் ஜயன், ஜயேந்திரன்” என்றபடி கரம் குவித்தவனை வியப்புடன் பார்த்தாள் ரேணு.

ஒட்ட வெட்டிய கிராப்புத்தலை. லக்னோ குர்த்தாவில், பளிரெனப் போட்டியிட்ட வேட்டியுடன், கம்பீரமாக நின்றான் அவன். அமெரிக்க வாழ்வின் சீதோஷ்ணம் அவனது நிறத்திலும், தோற்றத்திலும் மின்னலடித்துக் கொண்டிருந்தது. அப்பாவிற்கு அவனை மிகவும் பிடித்துவிட்டிருந்தது. கலகலப்பாகப் பேசினான்.

“பி.எச்டி பண்ணிட்டு, அங்கேயே பேராசிரியர். நல்ல கெட்டிக்காரப் பையன். என்னம்மா ரேணு என்ன சொல்றே?” வீடு திரும்பினதும் அப்பா கேட்டார்.

“ஒரே பார்வையில எப்படிப்பா சொல்ல முடியும்?”

“எங்க அத்தையோட பேரன். அவங்கள்ளாம் பத்தி எனக்கு நல்லா தெரியும். இவனைப் பத்தியும் எனக்குத் தெரியும்,” கோமதி படபடத்தாள்.

“எனக்குத் தெரியாதேம்மா.”

“நீ ஒரு பக்கமா பேசறே. அதேபோல அவனுக்கும் உன்னைப் பத்தித் தெரிஞ்சுக்கணும்னு இருக்காதா?” அம்மாவின் குரலில் கோபம்.

“தாராளமா தெரிஞ்சு கொள்ளட்டுமே. அவன் ரேணுவை வெளியே கூட்டிட்டுப்போய் பேசட்டும்.” அப்பா வக்காலத்து வாங்கினார்.

பிறகு, ஜயேந்திரன் அவளது அலுவலக வாயிலுக்கு வருவதும் வெளியே போவதும் வழக்கமான செயலாகியது. மூன்று மாத விடுப்பில் அவன் வந்திருப்பது, இந்தியப் பெண்ணைத் திருமணம் செய்துகொள்ள விரும்பியது, தன் குடும்பம், அமெரிக்கா வாழ்க்கை, சீதோஷ்ணம் இத்யாதி பேச்சுக்கள் முடிந்து நிச்சயதார்த்தம்வரை போயாயிற்று.

ஜயேந்திரனது பெற்றோரும் அமெரிக்காவில் இருந்ததால், அவர்கள் இந்தியா வரும் வசதிப்படி முஹூர்த்தத் தேதி நிச்சயம் செய்ய வேண்டும் என்ற நிலை.

அட்டகாசமான நிச்சயதார்த்தம். சுந்தரம் தனியாக மண்டபம் எடுத்து நடத்தினார். முதல் முதலாக ஆயிரக்கணக்கான பெறுமான சேலையில், நடமாடமுடியாமல் அவதிப்பட்டாள் ரேணு. மகளின் கிராப்புத் தலையில் பூச்சூட்ட முடியாமல் தவித்துப் போனாள் தாய். “கல்யாணத்துக்குள்ளே கொஞ்சமாச்சும் முடி வளத்துக்க” என்றாள் கடுப்புடன்.

நிச்சயதார்த்தம் முடிந்த இரண்டாம் நாள் ஜயன், ரேணுவிடம், “ரேணு! இனிமேல் உன்னிடம் சற்று மனம்விட்டுப் பேசலாம் என நினைக்கிறேன்” என்றான்.

“மனம்விட்டா? எதுவாக இருக்கும்?” ரேணுவிற்கு அலுவலகத்தில் வேலையே ஓடவில்லை அன்று மாலை கடற்கரையில் வழக்கமான இடத்திற்கு வரும்வரை அவள் மனம் தவித்துப் போய்விட்டது.

ஜயன் அவளை ஒரு விநாடி உற்றுப் பார்த்தான். “நான் உன்னை மணக்கப்

போகிற உரிமை எடுத்துக்கொண்டு பேசுகிறேன்."

"சீக்கிரம் சொல் ஜயன்!" ரேணு அவசரப்பட்டாள்.

"இப்படி மொட்டைக் கிராப்பும், பேண்டுமாய் நீ இருப்பது எனக்கு அவ்வளவாகப் பிடித்தமில்லை."

என்னது! அமெரிக்கா வாழ் மனிதன் பேசுகிற பேச்சா இது? ரேணு அதிர்ந்தாள்.

"நெற்றியில் பொட்டு வச்சுக்க. பூ சூடிக்கிட்டு, புடவையோ வேற நம்ம கலாசார உடையோ உடுத்திக்கிட்டு, பெண்ணா இருந்தா, உனக்கு அழகா இருக்கும்னு நினைக்கிறேன். பெண், பெண்ணாக இருக்கணும்னு ஆசைப்படறவன் நான்."

ரேணுவின் இயல்பான படபடப்பு சுபாவம் பட்டென்று அவளை எழச்செய்தது. "ஓஹோ! பெண் ஆணுக்குச் சரிநிகர் சமானமா இருக்கக்கூடாது. அடிமையா இருக்கணும். அதுதானே உன் ஆசை. நீ சொல்றபடிக் கேட்டுக்கிட்டு ஆட நான் ஒண்ணும் பொம்மையில்லே. மனுஷி."

பின்னால் அவன் ஏதோ சொல்லிக்கொண்டு வருவதைச் சட்டை செய்யாதவளாய், மூச்சிரைக்க ஓடினாள் ரேணு.

கண்ணகிபோல வந்து நின்ற மகளைக் கண்டதும் பதைத்துப் போனார் அப்பா.

"அந்த... ஜயனுக்கு ஒரு செக்குமாடு தானப்பா வேணும். வாழ்க்கைத் துணை இல்லே. அமெரிக்கா போனா என்ன? அண்டார்ட்டிக்கா போனா என்ன? அவன் ஆம்பிளை ஈகோ அவனைவிட்டுப் போகலைப்பா. எனக்கு இந்தக் கல்யாணமே வேண்டாம்" சீறிப் பாய்ந்தாள் ரேணு.

நிச்சயதார்த்த அளவிலேயே முறிந்துபோன அந்தச் சம்பவத்திற்குப் பின் எதற்காக ஜயன் அவளைத் துரத்துகிறான்? தலைவலி மண்டையைப் பிளந்தது அவளுக்கு.

அன்று மாலை வீடு திரும்பிய மகளிடம், சுந்தரம் பரிதவித்தார். பிறகு கோபாவேசமாகக் கூச்சலிட்டார். "நானே நேரே போய் அவன் தங்கி இருக்கிற வீட்லபோய் நாக்கைப் பிடுங்கிக்கறாப்பல நாலு வார்த்தை கேட்டிட்டு வர்ரேன்" என்று பாய்ந்தார். "வேட்டி, சட்டை போடறப்பவே நினைச்சேன். பத்தாம்பசலிப் பயல்னு..." உறுமினார்.

"நிச்சயதார்த்தத்துக்கு அவங்க போட்ட நகை, சேலைன்னு திருப்பியாச்சே. எதுக்கு இப்பப்போய் விவகாரம். பேசாம இருங்க" அம்மா அடக்கினாள்.

அடுத்த இரண்டு நாட்கள் இயந்திரமாக அலுவலக வேலைக்குள் தன்னை மூழ்கடிக்க முயன்றாள் ரேணு. இருப்பினும், ஜயனின் நினைப்பு அவளை முள்ளாக உறுத்தியது. முதல் முதலாக அவளது தோற்றத்தைப் பார்த்துத்தானே ஒப்புதல் தெரிவித்தான்? பிறகு ஏன் அப்படி ஒரு மனமாற்றம்?

மனதில் கேள்விகளின் அலைகளைத் தாங்க முடியாதவளாய், கடற்கரை அலைகளில் சாந்தி தேடி ஓடினாள். வழக்கமான சந்திப்பு இடம் வந்ததும் ஒரு கணம் தயங்கி நின்றாள்.

"ஹாய்! நீ நிச்சயம் இங்கே வருவாய் என்று தெரியும். அதான் இங்கேயே பழியாகக் காத்திருக்கிறேன்" ஜயன் மிக அருகில் நின்று பேசியதும் தூக்கிவாரிப் போட்டது அவளுக்கு.

"என்ன துணிச்சல்" மனதினுள் வெகுண்டாள். "நம்ம விஷயம் முடிஞ்சுபோன ஒண்ணு. இப்ப எதுக்காக வந்தே?"

"முடிஞ்சு போனதா யாரு சொன்னாங்க?" ஜயன் நிதானமாகக் கூறியதும் ஆத்திரம்

பொங்க அவனை ஏறிட்டாள் ரேணு.

"என்னைக் குற்றவாளி கூண்டில ஏத்திட்டே. நீயோ வக்கீல். அந்த முறையிலே, குற்றவாளிக்கும் வாதாட ஒரு சந்தர்ப்பம் குடுக்கணும்கிறது நீதிமன்ற நியதி. தெரியுமில்லே" கூறியபடி மணலில் அமர்ந்தான் அவன்.

"இது நீதிமன்றமுமில்லே. நான் எதிர் வக்கீலுமில்லே" சீறியபடி எழுந்தாள் அவள்.

"இருக்கட்டும். ஆனா இந்தக் குற்றவாளியின் உண்மையான வாக்குமூலத்தைக் கேட்டுவிட்டுப் போகும்படி ஒரு நாகரிக உணர்வில் கேட்கிறேன். அவ்வளவே" என்றான்.

ஏனோ ரேணு வெறுப்புடன் அலைகளை வெறித்தபடி அமர்ந்தாள் மீண்டும்.

"மிஸ் ரேணுகா! நான் சொன்ன வார்த்தைகளில் நீங்கள் வெகுவாக நொந்து போய்விட்டதாக என் பாட்டி கோபித்துக் கொண்டார்கள். ஐ ஆம் வெரி ஸாரி, நான் மன்னிப்பு கேட்கிறேன்" என்று ஆரம்பித்தான். ரேணுகா உறுத்து விழித்தாள்.

"பாரதியின் புதுமைப் பெண் என்று நீங்கள் சொன்னதை நான் ஆமோதிக்கிறேன். ஏனெனில் நானும் தமிழ்ப் படித்தவன். அதே பாரதி பாடல்கள்ல ஈடுபாடுள்ளவன். ஆண், பெண் சரிநிகர் சமானம்னு நினைக்கிறவன். ஆனா... பார்க்கிற கோணம்தான் வித்தியாசம்."

ரேணுவின் உதட்டில் ஏளனம்.

"தெரியும். உங்க அலங்காரத்தில நான் சில திருத்தங்கள் செய்ய விரும்பினது உங்களுக்குப் பிடிக்கலே. அதை அடிமைத்தனம்னு தப்புக் கணக்குப் போட்டீங்க மிஸ் ரேணு. என்னோட அமெரிக்க வாழ்க்கையில நான் வெறுக்கிற சில விஷயங்கள் இதுதான். உலகத்தோட எந்த மூலைமுடுக்கில வாழ்ந்தாலும், எத்தனை மேதைகளானாலும், நம்மோட நல்ல பண்பு, கலாச்சாரத்தை அழிச்சிக்கறதை நான் விரும்பல்லே. ஒரு பெண் தன்னோட, பெண்மைத் தோற்றத்தை அழிச்சுக்கிட்டு ஆம்பிளை மாதிரி வேஷமிட்டுத் திரியறதுதான் பெண் விடுதலைன்னா, ஐ ஆம் சாரி! அது போலி. "எட்டும் அறிவினில் ஆணுக்குப் பெண் இளைப்பில்லை" என்று தான் பாரதி சொல்ல வந்தாரே ஒழிய, உடைகளுக்கு என்று சொல்லவில்லையே?"

"பட்டிமன்றம் நடத்தறியா ஜயன்?"

"இல்லேம்மா. இது வழக்காடு மன்றம். என்னுடைய உண்மையான நிலைக்காக வாதாடுகிறேன். மிகப் புத்திசாலியான என் வருங்கால மனைவி, என் பெண்சாதியாகத் தோற்றமளித்தால் அழகாக இருப்பாள் என்றுதான் சில யோசனைகள் கூறினேன். அது தங்கள் மனதைப் புண்படுத்தி இருந்தால் மன்னிப்புக் கோரத்தான் இந்தச் சந்திப்பு. வரட்டுமா? இந்த மாதக் கடைசியில் நான் புறப்படுகிறேன். பை!" ஜயேந்திரன் எழுந்தான்.

ரேணுகாவின் முகத்தில் ஒரு தீர்மானம்.

"ஜயன்!"

அவன் வியப்புடன் அவளைப் பார்த்தான்.

"பெண்ணறத்தினை ஆண்மக்கள் வீரந்தான் பேணுமாயின் பிறகொரு தாழ்வில்லை"ன்னு பாரதி பாடி இருக்காரே தெரியுமா ஜயன்?" ரேணு சிரித்தாள்.

அவன் மனதில் உற்சாகம் பெருக்கெடுத்தது. "தெரியுமே! பெண்மை வெல்கவென்று கூத்திடுவோமடா" என்று பெண்களை வாழ்த்தினவராயிற்றே பாரதி"

கடல் அலைகளுடன் சேர்ந்து இருவரும் சிரித்தனர்.

34

பறவைகளும் ரேஷன் கார்டும்

செண்பகம் ராமசுவாமி

செண்பகம் ராமசாமி
(28/12/1940 - 14/03/1998)

மதுரையைச் சேர்ந்த செண்பகம் ராமசாமி, கொற்றவை என்ற பெயரிலும் எழுதியுள்ளார். இவர், 37 ஆண்டுகள் மதுரை பாத்திமா கல்லூரியில் பேராசிரியராகப் பணிபுரிந்துள்ளார். இவரின் முனைவர் பட்ட ஆய்வு 'கிரேக்க லிரிக் கவிதைகளும் சங்க இலக்கிய கவிதைகளும் ஒப்பீடு' என்பதாகும். தன் கல்லூரித் தமிழ் முதுகலை பாடத்திட்டத்தில் குறளியத்தைப் பாடமாக்கியதும், சிற்றிதழ்களை நவீன இலக்கியப் பாடத்திட்டமாக்கியதும், திரைப்பட ரசனையைப் பாடத்திட்டத்தில் புகுத்தியதும் இவரின் குறிப்பிடத்தகுந்த சாதனையாகும். 'முதல் மனிதனும் கடைசி மனிதனும்' என்பது இவரது சிறுகதைத் தொகுப்பாகும். எளிமையான கதை சொல்லியான செண்பகம் ராமசாமி நகைச்சுவையுடனும் எள்ளல் தொனியிலும் எழுதுவதில் வல்லவர். இவர் சிறந்த மொழிபெயர்ப்பாளரும் ஆவார்.

ரெண்டு பறவைகள் தான் இன்று என்னை எழுப்பின. ஜன்னலின் 'எஸ்' வடிவ வளைவுகளில் ஆளுக்கொன்றாக உட்கார்ந்துகொண்டு 'காச்மூச்.. சில்..' என்று வகைவகையாகச் சத்தம் போட்டதில் டக்கென்று எனக்கு விழிப்பு வந்துவிட்டது.

'இந்த இத்தினியூண்டுக் கலர்ப் பறவைகள்தான் சந்தையில் விற்கும் லவ் பேர்ட்ஸா? கூர்ந்து கவனிப்பதற்குள் 'சர்சர்' என்று அவைப் பறந்துவிட்டன. சத்தம்மட்டும் விடாமல் கேட்டது. இப்ப அதுக பக்கத்துவீட்டுக் கொய்யாமரத்தில் உட்கார்ந்திருக்கணும்! அதுகள் ஏதாவது பேசுதா? பறவையின் பேச்சை யாராவது எழுத முடியுமா? பறவைகள் என்ன பேசும்? நம்மூர்க் கதைகளில் வரும் பெரும்பான்மையான ராஜகுமாரர்களுக்குப் பறவை பாஷை தெரிந்திருக்குமே! குறிப்பாக, அண்டரண்டப் பக்ஷிகளின் பாஷையை அந்த ராஜகுமாரர்கள் எப்படிப் பழகினார்கள்? பறவை பாஷை பற்றி ஏதோ நம்பிக்கை இருந்ததால்தானே பறவை பாஷையை மனுஷ வாழ்க்கையோடு சேர்த்துப் 'புள் நிமித்தம்" என்றெல்லாம் பேசியிருக்காங்க!

நான் இன்னும் படுக்கையைவிட்டு எழுந்திருக்கவில்லை. இதென்ன இப்படி

விடியற்காலையில் பறவை ஆராய்ச்சி என்று யோசித்துக்கொண்டே காலால் போர்வையை உதறினேன். அந்த நேரத்திலே.. இன்றைக்கு முழுசும் எங்கே போனாலும் என்ன செய்தாலும் இந்தப் பறவைகளையே கவனிப்பது என்பதான ஒருதீர்மானத்தைமனசுபோட்டுக்கொண்டு அதுவே அதை அங்கீகாரமும் செய்து கொண்டது.

எழுந்து பல் விளக்கப் போனபோது குழாய் உருளையில் ஒரு தும்பி அசையாமல் உட்கார்ந்திருந்தது.

'இந்தத் தும்பி வண்டுகளைக் கூட இலக்கியத்தில் ஆறுகால் பறவை என்கிறார்களே! அப்படியானால் இதுகளையும் கவனிக்கதானே வேண்டும் என்றபடி அதன் ஏரோபிளேன் அமைப்பைச் சிறிது நேரம் உற்றுப் பார்த்தேன். அப்பொழுது தும்பிகள் மழை வருவதைக் காட்டும் அறிகுறிகள் என்கிறார்களே, அது நிஜம்தானா என்று மனசு ஒருகேள்வியைக் கேட்டுக்கொண்டது.

'ஆராய்ச்சிங்கற பேர்லே எதை எதையோ குப்பையா எழுதிக் குவிக்கிறதுக்கு இந்த மாதிரியான அறிவியல் ரீதியா நிரூபிக்கவோ மறுக்கவோ யாராவது ஆராய்ச்சி செய்தா என்ன?'

தும்பிகள் பறக்கப்பறக்க வானத்திலே ஒரு வினாடி 'ஸ்டில்' ஆ நிற்குமே அது மாதிரி எந்தப் பறவையும் நின்று பார்த்ததில்லை! இப்படி வானத்திலே "ஸ்டில்'லா எப்படி நிக்க முடியுது?

"அப்பா..!"குமார் ஓடீ வர்றான்.

"ஒங்களைப் பார்க்க ஒங்க ப்ரண்ட் வந்திருக்கார்?"

"இதோ வர்றேன்!"... பேஸ்ட்டு எச்சிலம் கையில் வழிகிறது. பல்லைக் கழுவுகிறேன்.

"ஆமா! பறவைகளுக்குப் பல்லுண்டா? சீ! பறவைகளுக்கு ஏது பல்லு?." விரல்களால் விரித்து அம்மா பழம் ஊட்டிய ஒரு பழைய காட்சி நினைவுக்கு வருகிறது. "எத்தினியூண்டு சிவப்பு நாக்கு அதுக்கு?"

"சார்?"

"இதோ வந்துட்டேன்!"

'எனக்காகவே மனுஷர் வந்திருக்கார்! நான் இப்படி டிலே பண்றேனே!'- அவசரமாகப் புறப்படுகிறேன்.

ரேஷன் கார்டு வாங்குவதற்கான மூன்றாவது முற்றுகை இது! போகிற வழியெல்லாம் பறவைகளைப் பராக்குப் பார்க்கிறேன்.

அரசமரம், வேப்பமரம், புன்னமரம் - இவற்றிலெல்லாம் சில காக்கைகள் அசையாமல் உட்கார்ந்திருக்கின்றன! குருவிகள் அங்குமிங்கும் பறக்கின்றன! இந்தக் குருவிகளால் கொஞ்சநேரம் கூட அசையாமல் இருக்க முடியாதோ? அதுவும் பூஞ்சிட்டு இருக்கிறதே! அதுமாதிரி ஒரு சுறுசுறுப்பை எங்கேயும் பார்க்கமுடியாது. சீச்சி! சீச்சி" என்று நம்மைக் கேலிசெய்வது மாதிரி "விர் விர்ரென்று பறக்கும்போது ஒரு வினாடி எங்காவது உட்காராதா, பார்க்க மாட்டோமா என்றிருக்கும்!

ஒரு வேப்பமர நிழலில் "குபுக்குபுக்'கென்று தலையை முன்னுக்கும் பின்னுக்கும் ஆட்டிக்கொண்டு ஒரு மைனா சொகுசாக உலாவுது!

"ஐயையோ ஒத்தை மைனாவைப் பார்க்கக்கூடாதே!" இன்னொரு மைனாவை அவசரமாகத் தேடுறேன். நல்ல காலம் மரத்தின் பின் பகுதியிலிருந்து அதுவும் 'குபுக் குபுக்' கென்று தலையாட்டியபடி வெளிப்பட்டது. ரேஷன் கார்ட் பற்றி நம்பிக்கை வந்தது! "புள் நிமித்தம்' மனசிலே ரொம்பவும் பதிந்துபோனதால் ஒத்தை மைனாவைப் பார்த்தவுடனே மனசு அடுத்ததைத் தேடத் தொடங்கும்! இதுக்கும் நடப்புக்கும் எந்தச் சம்பந்தமும் தெரியலைன்னாலும், இப்படிப் பார்க்கிறது ஒரு பழக்கமாப்

போச்சு! ஒருசமயம் அடுத்த மைனாவைப் பார்ப்பதற்காக அதே தெருவில் மடக்கி மூணு தடவையா நடந்தது நினைவுக்கு வருது!

“என்ன சார்! பலத்த யோசனை?”

“சொன்னா சிரிக்கக்கூடாது! இன்னிக்குப் பூரா பறவைகளைப் பத்தியே ரொம்ப கவனிக்கணும்! பறவைகளைப் பத்தியே யோசிக்கணும்ன்னு நினைச்சிருக்கேன்!”

“நீங்க ரொம்ப வேடிக்கையான ஆள்தான் சார்! பறவைகளைப் பத்தி என்ன யோசிக்கறது? இரை தேடறது! - காதலிக்கிறது - கூடு கட்டறது. குஞ்சு பொறிக்கறது. - அப்புறம் குஞ்சுகளை மறந்திடறது மறுபடியும் குஞ்சு பொறிக்கிறது.. இவ்வளவு தானே சார்?.’

‘இந்த விஷயங்களைச் சீரா நடத்திட்டுப் போறதுக்கே அதுகள் எவ்வளவு கஷ்டப்பட வேண்டியதாயிருக்கு. பறவைகள் மாதிரி இருக்கணும்னு சொல்றது ஒரு கவிதைப் பேத்தல்தான்! இரை தேட இதுக ஓடியாடி அலையறதும்... கூடு கட்ட இடம் கிடைக்காமல் தவிக்கிறதும்... பெரிய பறவைகளுக்குப் பயந்து சின்னப்பறவைகள் நடுங்கித் திரியறதும்... ஏன் சார்? இரை தேடிப் போற அம்மாப்பறவைக்கு ஏதாவது ஆயிட்டா. கூட்டிலே காத்திருக்குங்களே சின்னப்பாப்பாக் குஞ்சுகள்! அந்தக் குஞ்சுகளின் சோகக் கதறலுக்கு யாரால் ஆறுதல் சொல்ல முடியும்?”

“வாஸ்தவம்தான் சார்! உயிருன்னாலே போராட்டம்தான்!” வழிநெடுகக் கோழிகளும் திரிகின்றன!

“அதிகமாகப் பறக்க முடியாது. இதுகளுக்கு எவ்வளவு ஆபத்தாய்ப் போய்விட்டது. மனுசன் தன் இரைக்கென்றே இதுகளை வளர்க்கப் பழகிட்டான்! தெருக்களில் இந்த நாட்டிலே குப்பை போடறது மாறவே போறதில்லை. கோழிகளுக்கும் குப்பையைக் கிளர்ற சந்தோசமும் குறையப் போறதில்லே... திடீர்னு ஒரு யோசனை வந்தவுடன் கூடவே சிரிப்பும் வருது.

சிங்கப்பூர் மாதிரி வீதியிலே குப்பை போடற் பழக்கமே இல்லாமப் போறப்ப - ‘குப்பைக் கோழி தனிப்போர் போல’ -ங்கற. பாட்டு வரியைப் பசங்களுக்கு விளங்கிக்கொள்ளவே கொஞ்சம் கஷ்டமாகத்தான் இருக்கும்!

“ஒரு சேவல், ரெண்டு கோழி.. இதென்ன நடுவிலே ஒரு வாத்து? சேவலுக்கு மூணு மனைவிகளா இந்த வாத்தையும் சேர்த்து?”

“சீ” பறவைகள்ள ... இந்த செக்ஸ் மாறாட்டமெல்லாம். இருக்காது!” வெளி நாட்டில் ஒரு பறவையைக் கழிவறையில் வைத்துக் கற்பழித்துக் கொன்றதற்காக ஒரு இளைஞனுக்குக் கடுமையான தண்டனை கிடைத்தது என்ற ஒரு பத்திரிகைத் துணுக்கு இந்த நேரத்தில் நினைவுக்கு வருது...

மனுசனுக்குத்தான் என்ன புத்தி!

“ரேஷன் கடைக்குப் போறதுக்கு ஒரு சுத்துவழி இருக்கு.” அந்தப் பக்கம் போகலாமா? வயக்காட்டுப் பக்கம் அது! நிறையக் கொக்கெல்லாம் வரும்” என்றார் நண்பர். நண்பர் என்றால் இவரல்லவோ நண்பர்; நம் குறிப்பறிந்து நடக்கிறாரோ என்று புளகாங்கிதம் அடைந்துபோய் அவரோடு கூட நடந்தேன்.

ஒரு பக்கம் வீடுகள்! மறுபக்கம் வயல்! இந்த ரோடில் நடப்பதே ஒரு சுகம்தான்! நண்பர் சொன்னது நிஜம் தான்! வயலில் ஒரு நாலைந்து கொக்குகளும் நாரைகளும் தென்பட்டன.

வீதியோர கடையில் ‘கொசகொச’ வென்று ஏகப்பட்ட வாத்துகள்.! வாத்துக்கள் முகத்தை நீட்டிக்கொண்டு ஒன்றோடொன்று பேசியபடி அந்தக் கூட்டத்திற்குள்ளேயே சுற்றி வருவதைப் பார்க்கும்போது பெங்குவின் பறவை நினைவுக்கு வருது!

"பெங்குவின் பறவை பத்தி ஒரு டாக்குமெண்ட்ரி காட்டினான். சார், 'துக்' இங்கிலீஷ் படத்திலே! ரொம்ப ஜோர் ஜோர்!' நண்பர் முகத்தைத் திருப்பி அதையறியும் ஆர்வத்தைக் காட்டினார்.

'அதிலே சார்! ஒரு நம்பமுடியாத விஷயம்! ஆண் பெங்குவின் ஒரு கல்லைத் தூக்கிக்கொண்டே அலையுது? ஜோடியில்லாத ஒவ்வொரு பெண் பெங்குவினிடமும் காட்டிக்கொண்டே போகுது! எந்தப் பெண் அந்தக் கல்லை வாங்கிக்குதோ அதுக்கு இதோட கூட வாழச் சம்மதமாம்!'

நண்பர் பலமாகச் சிரித்தார்! "போங்க சார்! கதை"

"இல்லை! இல்லை! நான் கண்ணால பார்த்தேன் சார்" அழுத்தமாகச் சொல்லியும் அவர் நம்பலே! போகிறார்! பறவைகளின் வாழ்க்கையில் பிணைந்து கிடக்கும் எத்தனையோ அழுத்தமான மரபுகளைப்பத்தி எத்தனைப் பேருக்குத் தெரியுது! "சரி நம்பலைன்னா போங்க' இந்த வாத்துக்களைத் தூக்கி நிறுத்திக் காலைக் கீழ்ப் பக்கம் மாத்திட்டா இதுகளும் சுமாரா பெங்குவின் மாதிரியேதான் இருக்கும்" என்றேன்.

"இது நல்ல கற்பனைதான் சார்!" என்று நண்பர் இதற்கும் சிரித்தார்.

'பழைய கால இலக்கியத்திலெல்லாம் ஒரு இடத்தோட செழிப்புக்காட்றப்ப, கட்டாயம் ஒரு பறவை லிஸ்ட் குடுப்பாங்களே. 'கம்புட்கோழி, சிம்புட் பறவை' அப்படியெல்லாம்! அது வாஸ்தவம்தான்! கொஞ்சம் செழிப்புக்கே இத்தனை பறவைகள் இருக்கே!" 'விர்ரென்று கலர்ச்சிறகை விரித்தபடி ஒரு பறவை பறந்து போனது!

"இது மரங்கொத்திதானே சார்? மரங்கொத்தி மீன் கொத்தி ரெண்டும் பறக்கறப்ப ரொம்ப அழகா இருக்கும் சார்? வானவில் துண்டு பறக்கிற மாதிரி!"

"மயிலை விடவா இது கலர்புல்லா இருக்கு?"

"மயில் மாதிரி முடியுமா? நேச்சரோடு டிசைன்கள்ல அது ஒரு மாஸ்டர்பீஸ்!" கொஞ்ச நேரம் மயிலின் விரித்த தோகையைக் கண்முன் நிறுத்திப் பார்த்துக் கொண்டே நடந்தேன்.

நண்பர் சிறிது நேரம் அமைதியாக நடந்தார்! பின்னர் "சார்! காக்கா குருவி தவிர எனக்கு வேற பறவைகளைப் பத்தி எதுவுமே தெரியாது சார்!" என்று கொஞ்சம் குறையாகச் சொல்லிக்கொண்டார்.

காக்கா குருவி என்றவுடனே எனக்கு ஒரு கேள்வி வந்தது. "பாரதியார் எதுக்கு சார் காக்கா குருவியை மட்டும் எங்க சாதின்னு சொல்லியிருக்கார்?" என்றேன்.

"காக்கா குருவியைத்தானே சார்... நாமெ அடிக்கடி பார்க்கிறோம்' என்றார் அவர்.

"ஆங்! அதேதான்! இந்த ரெண்டும் தான் நம்ப வீடு தேடிவந்து நம்மோட உறவா இருக்கு! வேறு எந்தப் பறவை சார் நம்ம வீட தேடி வருது! அதனால்தான் காக்கா குருவியைப் பாரதி நம்மூர் சாதி லிஸ்டில் சேர்த்துட்டார்!"

"ஏன் சார்! என்ன நெடுகப் போறீங்க? ரேஷன் ஆபிஸ் வந்தாச்சு! இன்னும் பறவைகள் தானா? இங்க பாருங்க! உங்களுக்குன்னே மேலே பறக்குது" நிமிர்ந்து பார்க்கிறேன். கழுகுகளும் குருவிகளும் ரொம்ப உயரத்தில் மூன்று கழுகுகள்! இரண்டு பெரிய கழுகுகள்! ஒரு சின்ன கழுகு! இறக்கையை அசைக்காமல் ஒரே சீராக... ஒரு கம்பீரமில்லாமல் குழந்தைத்தனமாக நீந்திக் கொண்டிருந்தன!

மனசு கும்மாளம் போட்டது! ஒரு புதிய பரபரப்பு வந்து விட்டது!

"சார்! சார்! உயர உயரப்பறந்தாலும் ஊர்க்குருவி...ங்கற பழமொழிக் காட்சியை இன்னிக்குத்தான் சார் பார்க்கிறேன்.

இத்தனை வருஷமா இந்த மாதிரிக் கழுகும் குருவியும் ஒண்ணாப் பறந்ததைப் பார்த்தேயில்லை சார்!"

"இன்னிக்கு நீங்க இதெல்லாம் கவனிக்கனும்னே புறப்பட்டிருக்கிறதாலே இதெல்லாம் உங்க கண்ணுக்குத் தெரியாது." இல்லியே சார்! கழுகுகள் பறக்கிறதை நான் எத்தனையோ தடவை நின்னு நின்னு பார்த்திருக்கேன்!

"அப்படீன்னா... இன்னிக்கு உங்களுக்கு விசேஷ நாள் தான்" நண்பர் சிரித்தார்.

திடீரென்று ஒரு மனுஷக்குரல் உச்சஸ்தாயிக்குச் சென்று எங்கள் கவனத்தை இழுத்தது.

"இவனுகளைக் கொண்டு ஆபிசர்... மயிர்னு.. உட்காரவச்சா.. கெடந்து ஆடுறானுக. குடுத்து ஆறுமாசம் ஆச்சுய்யா! வேலை வெட்டியெப் போட்டுட்டுப் பிச்சக்காரப்பய மாதிரி இவனுக முன்னாடி வந்து உட்கார வேண்டியதுதான்! இந்தாங்கறான்.. அந்தாங்கறான்... கார்டு கைக்கு வரல்லே! சூட்டு.. கோட்டுப் போட்டிக்கிட்டு வர்றானுக - என்னமோ பேசுறானுக - கமுக்கமா வாங்கிட்டுப் போயிடறானுக! அவனுகள்ளாம் இவன் ஆத்தா புருசனுக போல... இந்த நாட்டிலே நாயத்தைத் தேடி எங்க போயி புருசனுக் போல... இந்த நாட்டிலே நாயத்தைத் தேடி எங்க போயி மூட்றது..?"

அழுக்கு வேஷ்டியும் துண்டுமாய்க் காட்சியளித்த ஒரு கறுப்பு ஒல்லி மனிதர் கத்திக்கொண்டிருந்தார்.

"என்னய்யா சத்தம் போட்டுக்கிட்டு...?"

வாசலில் நின்ற ப்யூனின் சத்தம் இது!

"சத்தம் போடாம.. வவுரு எரியுதுய்யா! ஏளை பாளைக்கு ஒதவாம எதுக்குய்யா வச்சிருக்கீங்க ஆபிசு? அநியாயம் செய்யற பயலுகளையெல்லாம் பிடிச்சுக் கண்டதுண்டமா வெட்டினாத்தாய்யா நாடு உருப்படும்!

பொதுவாக இந்த மாதிரி இடங்களில் உள்ள ப்யூன்கள் ரொம்பவும் மிதப்பா இருப்பார்கள்! இந்தப் பையன் புதுசாக இருந்ததால் கொஞ்சம் மிரண்டுபோய் பேசாமல் நின்றான்.

"அடுத்த வாரம் வர்றேன்! கார்டு கைக்கு வரலேன்னா இருக்குடா.. ஒங்க பெயர் அனுப்பினார். சில நிமிஷங்களில் உள்ளே போனோம். முன்கூட்டியே சொல்லி வைத்திருந்ததால் அடுத்த சில நிமிடங்களில் கார்டு கைக்கு வந்துவிட்டது.

இப்பொழுது வாசலில் காத்திருப்பவர்களைக் கடந்துவர ரொம்பவும் உறுத்தலாக இருக்கிறது! நல்லவேளை. அந்த வேளை அந்த ஆசாமி இல்லே!

ரேஷன் கார்டு இல்லாமல் ஜீனியும் மண்ணெண்ணையும் ஒண்ணுக்கு ரெண்டா வெல கொடுத்து வாங்கின கஷ்டம் கூடவே நினைவுக்கு வந்தவுடன் "அவரவர் கஷ்டம் அவரவர்க்கு" என்று எனக்கு நானே சமாதானம் கொள்கிறேன்.

ரேஷன் கார்டைப் பார்த்தவுடன் பர்வதம் முகத்தில் ஏற்படப் போகிற சந்தோஷப் பொலிவை நினைத்தவுடன் கொஞ்ச நேரம் காற்றிலே மிதக்கிற மாதிரிகூட இருக்கிறது!

"என்ன சார்?- ரேஷன் கார்டு வாங்கிக் கொடுத்தா வான்கோழி பிரியாணி செய்து தாரேன்னு ஒய்ப் சொல்லியிருக்கு! இப்பப் போறப்ப ஒண்ணப் பிடிச்சிட்டுப் போயி கட்டாயம் சாப்பிட வந்திருங்க''. சந்தோஷத்திலே என் சத்தம் கூடுவது எனக்கே தெரிகிறது!

"ஜோர்! ஜோர்! கட்டாயம் வந்திடறேன்! அப்ப நான் இப்படியே வீட்டுக்குக் கிளம்பறேன்". நண்பர் விடைபெறுகிறார்

"வான் கோழி என்ன விலையிருக்கும்?"

• லட்சுமி ரமணன்

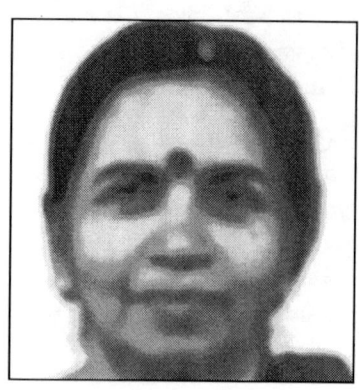

லட்சுமி ரமணன்
(16/04/1941)

லட்சுமி ரமணன் வரலாற்றில் பட்டம் பெற்றவர். இவர் விகடன் மாணவர் திட்டத்தின்கீழ் எழுத்துலகிற்கு வந்தவர். R சுப்புலட்சுமி, ரஷ்மி என்ற பெயர்களிலும் எழுதியுள்ளார். ஆனந்த விகடன், கல்கி, குமுதம், சுதேசமித்திரன், கலைமகள், அமுதசுரபி, இதயம் பேசுகிறது போன்ற பிரபல இதழ்களில் எழுதியுள்ளார். 300-க்கும் மேற்பட்ட சிறுகதைகள், 40 குறுநாவல்கள், 6 நாவல்கள் வெளிவந்துள்ளன. நாடகங்களும் எழுதி வரும் இவர் சென்னை தொலைக்காட்சிக்காகவும் ஜெய்ப்பூர் தமிழ்ச் சங்கத்துக்காகவும் நாடகங்கள் எழுதியுள்ளார்.

35

தேவி

லட்சுமி ரமணன்

தீபாராதனை நடந்து கொண்டிருந்தது.

சின்னதாய் எரிந்த கற்பூர ஒளியில் தேவியின் கருணை ததும்பும் விழிகளும் களையான முகமும், முகத்துக்குக்கீழ் இறங்கிய நளினமான கழுத்தும் அதில் தொங்கிய ஒற்றைப் பூக்களாய் ஆறேழு கோத்த சிறிய நந்தியாவட்டை மாலையும் தெரிந்தன.

“யாதேவி சர்வபூதேஷு லக்ஷ்மி ரூபேண சமஸ்திதா நமஸ்தஸ்மை நமஸ்தஸ்மை நமஸ்தஸ்மை நமோ நமஹ.”

சுலோகத்தை முணுமுணுத்துக் கொண்டே உற்று நோக்கிய திவ்யாவின் பார்வை அம்பாளின்மீது நிலைத்தது.

பிறந்த குழந்தை எழுந்து உட்கார்ந்தால் எத்தனை உயரம் இருக்குமோ அத்தனைப் பரிமாணமே இருந்தது தேவியின் உருவம்.

ஆனால்... அதற்கு அணிவிக்கப்பட்டிருந்த சிகப்பு பார்டர் போட்ட மஞ்சள் பாவாடையும், மேல் தாவணியும் அங்கங்கே பொட்டுப் சட்டையும், இடுப்புப் பொட்டாகக் கிழிந்திருந்ததுடன், கோயிலுக்கு வந்த பெண்களில் யாரோ ஒருத்தி அவசரத்தில் கொட்டிவிட்டுப் போன தண்ணீரில் அவை முழுவதும் ஈரமாகி தேவியின் உடம்போடு ஒட்டிக் கொண்டிருந்தன.

வெண் பளிங்கில் விக்கிரகத்தைச் செதுக்கியிருந்த ஸ்தபதி தேவிக்குப்

பளிங்கிலேயே மடிப்பு மடிப்பாய் புடைவையும், ரவிக்கையும் அணிவித்திருந்தான்.

இருந்தாலும் அந்தக் கோயிலின் பராமரிப்புப் பொறுப்பை ஏற்றிருந்த சர்மாஜீ ஆரம்பத்தில் தன் செலவிலேயே வாங்கி அணிவித்திருந்த உடைகள் அவை.

ஐம்பது வீடுகளே இருந்த அந்தச் சிறிய குடியிருப்பின் மத்தியில் மேடை மீதிருந்த ஒரு பெரிய அரச மரத்தடியில் இருந்த ஒரே அறைக்குள் அடக்கமான கோயில்.

உள்ளே இருந்த விக்கிரகங்களும் நான்கு சுவர்களும் சலவைக் கல்லாலானவை,

கோயிலில் நேரே பார்வதி தேவி கை கூப்பி உட்கார்ந்து தவமிருக்கிற விதத்திலும் எதிரில் சிவலிங்கமும் இருந்தது. ஒருபக்கம் விநாயகரும், மறுபக்கம் நந்திகேஸ்வரனும், தேவியின் விக்கிரகம் கொள்ளை அழகுடன் இருந்தது. முகத்தில் விகசித்த சாந்தம், கண்களில் பொங்கிய காருண்யம்... அன்பு... அன்னையைத் தரிசிக்க திவ்யா தினமும் அரை கிலோ மீட்டர் தொலைவிலிருந்து நடந்து வருவாள். அவள் காலை வேளையில் கிளம்பி வருவது என்பது - அத்தனை சுலபமானதாக இருக்கவில்லை. குழந்தைகள் இருவரும் பள்ளிக்கூடம் போன பிறகு கணவன் சத்தீஷ் ஒன்பது மணிக்கு ஆபீசுக்குக் கிளம்புவான். உடனே திவ்யா பூஜைக்கான புஷ்பம், கற்பூரம், ஊதுவத்தி, பழம் இத்யாதிகளைக் கூடையில் எடுத்து வைத்துக்கொண்டு புறப்படுவாள். அந்தச் சமயம் பார்த்து விருந்தினர் யாராவது வந்துவிட்டால் அவள் கோயிலுக்கு வருவது தடைப்பட்டுப் போகும்.

'அந்தக் குடியிருப்பில் கோயில் இருந்தது வெளியில் அநேகருக்குத் தெரியாது. காலனிவாசிகள்தான் அபூர்வமாக வந்துபோவார்கள். அதனால் கோயிலுக்குச் சரியான வருமானம் கிடையாது' என்று சர்மாஜீ சொல்லுவார். உண்டியலில் விழுந்த சில்லரையுடன் தானும் கொஞ்சம் கூடப்போட்டுக் காலையில் நடத்தும் பூஜையை மட்டும் நியமமாக நடத்திவிடுவார். திவ்யா தன்னால் இயன்ற பணஉதவியைச் செய்தாள். அதுவும் சத்தீஷுக்குத் தெரியாமல் தான். அவனுக்குக் கோயில், பூஜை இதிலெல்லாம் நம்பிக்கை கிடையாது. கைப்பணத்தை அதற்காக விரயம் செய்யாதவரையில் திவ்யா கோயிலுக்குப் போய் வருவதில் அவனுக்கு எந்தவித ஆட்சேபனையும் இல்லை. அதனால் திவ்யா இது போன்ற செலவு விவரங்களை அவன் கவனத்துக்குக் கொண்டு வரவே மாட்டாள்.

சர்மாஜீக்குத் தபால் தந்தி இலாகாவில் டூர் போகிற வேலை. அவர் ஊரில் இல்லை என்றால் கோயிலில் குப்பையைப் பார்த்தாலே அது புரிந்துவிடும். திருமதி சர்மா ஒரு நிரந்தர நோயாளி, போதாததற்கு வயதான சர்மாவின் பெற்றோர்களைப் பார்த்துக் கொள்ளுகிற பொறுப்பு வேறு. சின்னச்சின்னதாய் நான்கு பெண் பிள்ளைகள். வீட்டை விட்டு நகரவே அவளுக்கு நேரமிருக்காது. திவ்யா தன்னால் இயன்ற அளவுக்குக் கோயிலைச் சுத்தப்படுத்தி, பழத்தை வைத்து நிவேதனம் செய்து விட்டுக் கற்பூர ஆரத்தி செய்து வருவாள். சர்மாஜீ இல்லாத சமயம் ஒருமுறை கோயிலில் இருந்த பூஜைப் பாத்திரங்கள் திருட்டுப் போய்விட்டதால், அதன்பிறகு அவர் வெளியூர் போனால் கோயில் பூட்டியே இருக்கும். இழுக்கும் ப்ளெக்சிபிள் கதவுக்கு வெளியிலிருந்தே பூஜை அப்போது நடந்தது.

"ஒரு பூஜாரியைச் சம்பளம் கொடுத்து நியமிக்கக் கூடாதோ?" என்று கேட்டாள் திவ்யா.

"பணம் வேண்டாமா பெஹன்ஜீ?"

"ஐம்பது வீட்டிலிருக்கிறவர்களும் ஒத்துழைத்தால் முடியாதா?"

'முயன்றுவிட்டேன். முடியவில்லை."

அவர் கையை விரித்தார்.

“எத்தனை சம்பளம் கொடுக்கணும்?”

‘நூற்றைம்பது ரூபாயாவது கொடுத்தால் வருவதாக ஒருத்தர் சொல்கிறார்.’

“ம்.”

“இப்போ பூஜை எது இருக்கோ அதில் உபாயமாக நடக்கிறது. பூஜாரி வந்தால் அபிஷேகச் சாமானிலிருந்து எல்லாம் நியமமாக வாங்கிக் கொடுக்கணும்.”

“புரிகிறது.”

அந்த விளக்கத்திற்குமேல் எதுவும் சொல்வது அவசியமில்லை என்கிற விதத்தில் கோயில் கதவை இழுத்து மூடிக் கொண்டு புறப்பட்டார் சர்மாஜீ. வருமானமே இல்லாத கோயில்... ஆனால் எல்லாத் தேவைகளுமே பணத்தை முன்னால் வைத்துக் கொண்டுதான் தொடங்கும் என்றால் யார்? என்ன செய்ய முடியும்?

இன்று ஈரத்துணியில் நடுங்கும் தேவிக்கு மாற்றுத்துணி தைத்துப் போடவும் இதுதான் பிரச்னை போலும்.

“பெஹன்ஜீ பிரசாதம் எடுத்துக்குங்க.’

சர்மாஜீ இரண்டு சர்க்கரை மிட்டாய்களை அவள் கையில் போட்டார்.

“சர்மாஜீ! தேவிக்கு உடுத்த வேறு பாவாடை இல்லையா?”

அவர் சோகத்துடன் இல்லை எனத் தலை அசைத்தார்.

“நான் இரண்டு செட் தைத்தேன். ஒன்று ரொம்பவுமே ஓட்டையாகி விட்டது.”

“பாவாடை, சட்டை, மேலாக்கு மூணுக்கும் எத்தனைத் துணி வாங்கணும்?”

“ஒரு மீட்டர் இருந்தால் போதும்.”

“சரி,”

‘எனக்கே அம்பாளுக்குத் தெச்சு உடுத்தணும்னு ஆசையாய் இருக்கு. என்ன செய்வேன்? சம்சாரி. பெரிய குடும்பம். சாண் ஏறினால் முழம் சறுக்குகிறது.”

“பரவாயில்லை. நான் வாங்கித் தெச்சு எடுத்து வரேன். சிவப்புக் கலர் பரவாயில்லையா?”

“ஆஹா! அம்பாளுக்கு எடுத்த கலர். திவ்யமாய் இருக்கும்”

திவ்யா கிளம்பினாள்.

“‘பெஹன்ஜீ” என்றார் சர்மா.

“என்ன?” அவள் நிமிர்ந்து பார்த்தாள்.

“நீங்க இந்தக் கோயில் விஷயத்துலே இத்தனைச் சிரத்தை எடுத்துக்கிறதைப் பார்த்து சந்தோஷமாய் இருக்கு. தேவியின் அருள் உங்களுக்குப் பூரணமாய் கிடைக்கும்.”

திவ்யா பேசவில்லை.

இது அவளுக்கும் எதிர்பாராத செலவுதான். சுமாரான துணி வாங்கி,பொருத்தமாகப் பார்டர் வாங்கித் தைத்தால் முப்பது ரூபாய்க்குக் குறையாமல் ஆகும். சத்தீஷுக்குத் தெரிந்தால் என்ன, ஏது என்பான். மாட்சிங் ரவிக்கைக்கு என்று துணி வாங்கி விட்டுப் பிறகு பிற்பகல் நேரத்தில் அவளே தைத்துவிடலாம்.

திவ்யா உடனே செயல்பட்டாள்.

எப்படியும் நவராத்திரி தொடங்குவதற்கு முன்னால் தைத்து முடித்துவிட்டால் ஆரம்பத்தன்று எடுத்துச்சென்று தேவிக்கு அணிவிக்கலாம் என்று ஆசையாக இருந்தது.

நல்ல சிவப்புக் கலரில் துணியை வாங்கி, வீட்டில் தன்னிடமிருந்த மஞ்சள் பார்டரை அதில் வைத்துத் தைத்து... தேவியின் புதிய உடைகள் உருவாகிவிட்டன.

மஹாளய அமாவாசையன்று மறுநாள் அதிகாலையில் எழுந்து குளித்து,

சௌந்தர்யலஹரி படித்து, பாயசம் வைத்து நைவேத்தியம் செய்தாள்.

அன்றைக்கென்று அபூர்வமாய் மோடம்போட்டு மழை பிசு பிசுத்துக் கொண்டிருந்தது.

சத்தீஷும், குழந்தைகளும் எப்போது கிளம்பிப் போவார்கள் என்று காத்திருந்து அவர்கள் போனதும் பூஜைக்குரிய சாதனங்களுடன் மழையில் நனைந்து விடாதபடி, பாலிதீன் கவரில் சுற்றி, தான் தைத்த அம்பாளுக்கான பாவாடை சட்டை, மேலாக்கைக் கைப்பையில் எடுத்து வைத்துக்கொண்டு வீட்டைப் பூட்டி விட்டுப் புறப்பட்டாள்.

அவள் பிடித்துக் கொண்டிருந்த குடையையும் மீறி மழைச்சாரல் மேலே அடித்தது.

அந்த மழையையும் பொருட்படுத்தாமல் தாரைக் காய்ச்சி ரோடு போட்டுக் கொண்டிருந்தார்கள் வழியில்;

கூடைகளில் சரளைக் கற்களை எடுத்து வந்த பெண் கூலிகள் வேலையில் மும்முரமாயிருந்தனர்.

எங்கிருந்தோ குழந்தை அழும் சப்தம்!

அவள் முன்னேறி வருகையில் சப்தம் அதிகமாகக் கேட்டது.

திவ்யா சுற்றிலும் நோக்கினாள்.

'குவா... குவா...' குழந்தை நிறுத்தாமல் மெல்லிய குரலில் அழுத்து.

அதோ!' திவ்யாவின் கண்களில் மரத்தடியில் விரித்த துணிமீது கிடந்த அந்தச் சின்னக் குழந்தை தென்பட்டது.

அது பிறந்து மூன்று நாட்கள் கூட இருக்காது. அதன் தாய் அதற்குள் கூலி வேலை செய்ய வந்துவிட்டாளா!

திவ்யா மரத்தடியை நெருங்கினாள். மெல்லிய கிழிசல் துணியில் சுற்றப்பட்ட அந்தப் பெண் குழந்தை, உடம்பில் வேறு எந்தத் துணியும் இல்லாமல் குளிரில் நடுங்கி அழுதது.

"குவா... குவா"

திவ்யா அதை உற்றுப் பார்த்தாள். அதன் சின்னக் கண்கள் முழுக்கத் தளும்பிய கண்ணீர்...

சட்டென்று அதன் பிஞ்சு முகத்துக்குள் கோயிலிலிருந்த தேவியின் முகம் தெரிந்தது.

"யாதேவி சர்வபூதேஷு மாத்ரு ரூபேண சமஸ்திதா!"

முதலில் தாயாகவும் பிறகு குழந்தையாகவும் தேவி தெரிந்தாள்!

மறுகணம் குளிரில் நடுங்கிக் கொண்டு அழுத சிசு மட்டுமே தெரிந்தது.

திவ்யாவின் கண்களில் நீர் பொங்கியது.

கைப்பையைத் திறந்து தான் அம்பாளுக்காக எடுத்து வந்திருந்த பாவாடையை அதற்கு அணிவித்து மேலாடையைப் போர்த்தினாள்.

குழந்தை உடனே அழுவதை நிறுத்திவிட்டு அவளைப் பார்த்தது!

36

தனி வழிப் பாதைகள்

வாஸந்தி

வாஸந்தி
26/07/1941)

பங்கஜம் என்ற இயற்பெயர் கொண்ட வாஸந்தி, மைசூர் பல்கலைக்கழகத்தில் ஆங்கில இலக்கியம் மற்றும் வரலாற்றில் பட்டம் பெற்றவர். இவர் எழுத்தாளர், கட்டுரையாளர், இதழாசிரியர், அரசியல் விமர்சகர், ஆய்வாளர் என்ற பன்முக ஆற்றல்களைக் கொண்டவர். தொடக்கத்தில் காதல் கதைகளை எழுதிக் கொண்டிருந்த வாஸந்தி, பின்னர் சமகால அரசியல் பின்னணியில் கதைகளை எழுதத் தொடங்கினார்; பெண்ணியச் சிந்தனைகளை முன்னிறுத்தியும் கதைகளை எழுதியுள்ளார். 'இந்தியா டுடே', தமிழ்ப்பதிப்பின் ஆசிரியராக இருந்துள்ளார். ஆங்கிலத்தில் எழுதவல்ல இவர், ஆங்கில கட்டுரைகளைப் பல்வேறு இதழ்களில் எழுதியுள்ளார். தன்னுடைய இதழியல் பணியை முன் நிறுத்தி, "நினைவில் பதிந்த சுவடுகள்' என்ற பெயரில் சுயசரிதை எழுதியுள்ளார். இவர் தன் படைப்புகளுக்காகச் சாகித்ய சம்மான் விருது, பஞ்சாப் சாகித்ய அகாதமி விருது, தமிழ் வளர்ச்சித் துறை பரிசு என்று பல்வேறு விருதுகளையும் பரிசுகளையும் பெற்றுள்ளார். இவரது படைப்புகள் பல்வேறு இந்திய மொழிகளிலும் ஆங்கிலம், நார்வீஜியன், செக், டச்சு மொழிகளிலும் மொழிபெயர்க்கப்பட்டுள்ளன.

அவனுக்கும் அவளுக்கும் இடையே நேற்று நடந்த சண்டை புதிதில்லை. சமையல் செய்யும் அலமேலுவைக் கேட்டால் கதை கதையாகச் சொல்வாள். அவர்களது வாக்குவாதங்களைக் கடந்த பத்து வருஷங்களாகத் தினம்தினம் கேட்டு அலமேலுவுக்குப் பழகிவிட்டது. சிலருக்கு வேலை செய்யும்போது கேட்டுப் பழகிவிடும் ரேடியோ சங்கீதம்போல.

எதனால் சண்டை ஆரம்பிக்கிறது என்று அவளுக்குப் புரியாது. தமிழர்களாக இருந்தாலும் அவர்கள் முக்காலும் ஆங்கிலத்திலேயே பேசுவதும், முக்கியமாக சண்டைக் காலத்தில் தமிழே கலக்காத ஆங்கிலத்தில் கத்துவதும் அலமேலுவுக்குப் பெரியகுறை.

இங்கு வந்த பிறகு திருமணத்தில் இருந்த கொஞ்ச நஞ்ச ஆசையும் அலமேலுவுக்குப் போய்விட்டது. இளம்பிள்ளை வாதத்தினால் ஒரு கால் சூம்பியிருக்கவில்லையானால் தனக்கும் எல்லாரையும்போல் கல்யாணமாகிக் குழந்தைக்குட்டிகள் பிறந்திருக்கும் என்று அவள் சில சமயங்களில் நினைத்துக் கொள்வாள். ஆனால் இங்கு வருவதற்கு முன்பே அவளுள் ஒரு வீம்பு ஏற்பட்டுப் போயிருந்தது: 'எவனுக்கும் நான் வேண்டாம்னா எனக்கும் ஒருத்தனும் வேண்டாம்.'

ஒரு வகையில் இந்த வீறாப்பு, மிகுந்த

சுதந்திரத்தைக் கொடுத்தது. எந்த வம்பிலும் மாட்டிக் கொள்ளாமல் எட்டி நின்று உலகத்தை வேடிக்கை பார்க்க முடிந்தது. கிராமத்தில் புருஷன் பெண்ஜாதிச் சண்டைகளை அலமேலு நிறையப் பார்த்திருக்கிறாள். நாக்கில் நரம்பில்லாமல் சொல்லப்படும் வசவுகளில் கிட்டத்தட்ட ஓர் உற்சாகம் இருப்பதாகத் தோன்றும். விவஸ்தை இல்லாத ஜனங்க என்று சலிப்பு ஏற்படும். ஆனால் ஆங்கிலம் படித்தவர்கள், தில்லியில் ஆபீசுக்குப் போகிறவர்கள், நாசூக் காக உடை உடுத்துபவர்கள் சண்டை போடுவார்கள் என்று தெரியாது.

ஐயோ! இவர்கள் பயங்கரமாகச் சண்டை போட்டார்கள். இவர்களது வாதப் பிரதிவாதங்கள் புரியாததால் யார் மேல் தப்பு என்று சொல்வது கடினம்.

'என்ன விஷயம், எதுக்கு இப்படி மாஞ்சு மாஞ்சு சண்டை போடறீங்க' என்று கேட்க வேண்டும் என அலமேலுவுக்குப் பதைக்கும். ஆனால் கேட்கத் தயக்கமாக இருக்கும். படிக்காத கிராமத்தானுக்குச் சளைக்காமல் இவர்கள் சண்டை போட்டாலும்,இவர்களிடம் கொல்லென்று எல்லாரிடமும், முக்கியமாக ஒரு சமையல்காரியிடம் கொட்டிவிடும் சரளம் இல்லை. எல்லாவற்றையும் இறுகப்பூட்டித் தங்களுடைய உள்ளாடைகளில் பதுக்கிக் கொண்டவர்கள்போல் வளைய வந்தார்கள். பெரிய வாக்குவாதம் நடந்து முடிந்திருக்கும். கூரை இடிந்து விழுந்துபோன திகைப்புடன் அலமேலுவும் ஏழு வயது பப்புவும் பனிரெண்டு வயது சுமியும் வளைய வருகையில் அவளும் அவனும் எதுவுமே நடக்காததுபோல பளிச்சென்று அலங்காரம் செய்துகொண்டு அலுவலகத்திற்குக் கிளம்புவார்கள். இடையில் வரும் போன்கால்களுக்கு உற்சாகமாகப் பதில் சொல்வார்கள். எப்படித்தான் அப்படி ஒரு சிரிப்பு வருமோ? செப்புக் காசுகளைக் கொட்டியது போல அவள் கலகலவென்று சிரிப்பதைப் பார்த்தால் இதே வாய் பத்து நிமிஷங்களுக்கு முன் அனலைக் கக்கியது என்று சத்தியம் செய்தாலும் மறுமுனையில் இருப்பவன் நம்பமாட்டான். அவனும் தான், எல்லார் முன்னிலையிலும் கம்மென்று இருப்பான். சுலபமாகச் சிரிப்பான். அந்தச் சிரிப்பைப் பார்க்கும்போது ஆஹா, இவனைப் போல் உண்டா என்றிருக்கும். ஏகப்பட்ட சினேகிதர்கள் இருவருக்கும். நினைத்தபோது, நேரம் காலம் பார்க்காமல் கதவைத் தட்டி உள்ளே வருவார்கள். உரிமையுடன் "அலமேலு, சாய் வேணும்"என்பார்கள்.

அவளும் அவனும் அவர்களும் நடுக்கூடத்தில் விடிய விடிய சிரிக்கப் பேசிக் கொண்டிருப்பார்கள். அலமேலுவுக்கு அலுப்பு வராது. ஆளைக் கண்ட சமுத்திரம் அவள். சிரித்த முகத்துடன் கோப்பைகளில் தேநீரை நிரப்புவாள்.

விருந்தினர்கள் கலைந்து அகன்றதும் மாயை விலகும். காலையில் மறுபடி தாட்பூட் சண்டை. ஈசுவரா! சேர்ந்து இருவரும் படுக்கும் கட்டிலில் ஏதானும் பூதம் இருக்கிறதா என்று அவளுக்குச் சந்தேகம். சத்தம் கேட்டு ஆடிக் காற்றில் நடுங்கும் துளிர் இலைகளைப் போல பப்புவும் சுமியும் மிரளுவது அவளுக்குப் புரியும்.

சில சமயங்களில் அந்த பாஷை புரியாத இரைச்சலைக் கேட்கும்போது உடம்பெல்லாம் ஜும்மென்று ஆகும். காளி கோவில் பூசாரிக்குச் சாமி வருவதைப் போல உடம்பு ஆடும். அவள் கொல்லைக் கதவைத் திறந்துகொண்டு அங்குக் கம்மென்றுருந்த பவளமல்லிகை மரத்தைப் பார்த்தபடி அமருவாள் உள்ளே போரில் ஈடுபட்டிருக்கும் இருவரையும் யாராவது வேப்பிலை அடித்தால் நல்லது என்ற நினைப்புடன். இத்தனை பெரிய பட்டணத்தில் பஞ்சாயத்து என்று ஒன்றும் இல்லாதது விசித்திரமாக இருந்தது.

ஊரில் இப்படித்தான் ஆறுமுகம் அண்ணாச்சியும் ரஞ்சிதம் அண்ணியும் பழி சண்டை போடுவார்கள். பிறந்த வீட்டுச் செல்லம் ரஞ்சிதம். பார்க்க மூக்கும் முழியுமாக லட்சணமாக இருப்பாள். புருஷனுக்கு வகையாக ஆக்கிப் போடுவதைவிட அக்கம் பக்கத்து சோதாப் பயல்களின் இளிப்புப் பேச்சை ரசித்துக்கொண்டு நிற்பாள். 'ஊர் மேல் மேயற கழுதை' என்று அவள் முடியைப் பிடித்து இழுத்து அண்ணாச்சி அறைந்த அன்று ரோசத்துடன் பிறந்த வீடு சென்றுவிட்டாள். பஞ்சாயத்துக் கூடி சண்டையைத் தீர்த்து வைத்தது. ஆறுமுக அண்ணாச்சியை, 'வயக்காடே கதின்னு நாள் முழுக்கக் கிடந்தியானா உன் பெண்ஜாதி புத்தி பேதலிச்சுத்தான் போகும்' என்றது. 'கடைசி வரை உன் கூட இருக்கப் போறது உன் புருஷன்தான் என்கிறதனாலே அவனைப் பகைச்சுக்காம ஒத்துமையா இருக்கறதுக்கு என்னல்லாம் செய்யணுமோ அதைச் செய்ய வேண்டியது உன் கடமை'ன்னு ரஞ்சிதத்திற்குப் புத்தி சொல்லிற்று. 'நா உசத்தி நீ உசத்தி என்கிற பேச்சு இங்கக் கூடாது. சேர்ந்து இழுக்க வேண்டிய வண்டி. நா என் வழி போறேன், நீ உன் வழி போன்னா வண்டி எதுக்கு?'

மந்திரம் போட்டது போல ரஞ்சிதம் ஆறுமுகத்திடம் திரும்பிச் சென்றது அலமேலுவுக்கு அதிசயமாகத்தான் இருந்தது. பஞ்சாயத்துத் தீர்ப்பை யாராலயும் எதிர்க்க முடியுமா என்று பொதுவாக எல்லாரும் சொன்னாலும், பிறந்த வீட்டிலே ரஞ்சிதத்துடைய அண்ணன்மார்கள் அவளை இருக்க ஒட்டலலை என்றார்கள் பெண்கள்.

பட்டணத்தில் அப்படிப்பட்ட மாயமெல்லாம நிகழாது என்று அலமேலு சொல்லிக் கொண்டாள். இங்கு எடுத்து சொல்ல ஆள் இல்லை. இத்தனை சினேகிதப் பட்டாளம் வருகிறதே, சிரித்துக் கும்மாளம் போடுகிறதே தவிர நல்லது பொல்லாதது சொல்வதாகத் தெரியவில்லை.

நேற்று நடந்த சண்டை வழக்கத்தைவிட பயங்கரமானது. நடு இரவில் வீட்டிற்குள் நுழைந்த அவன், படுக்கை அறைக்குச் சென்ற சிறிது நேரத்திற்குள் பூகம்பம் வெடித்தது. கண்ணாடி, பீங்கான் அழகுப்பொருள்களும் கோப்பைகளும் நொறுங்கி விழுந்தன. சாமான்களைப் பாழாக்குவதைவிட அவளை இரண்டு மொத்து மொத்தியிருக்கலாம் என்று அலமேலு நினைத்துக்கொண்டாள். அது அர்த்தமுள்ளதாக இருந்திருக்கும், ஆறுமுக அண்ணாச்சி செய்த மாதிரி.

பப்புவும் சுமியும் விழித்துக்கொண்டு எழுந்து கதவோரம் நின்று பார்ப்பதை அலமேலுவால் தடுக்க முடியவில்லை. மனசு ஐயோ! ஐயோ! என்று பதைத்தது. யாருடைய நினைப்பும் இல்லாதவர்கள்போல் அவளும் அவனும் வாக்குவாதத்தில் ஈடுபட, கடைசியில் அவள், "இனிமேல் சேர்ந்து வாழறதிலே அர்த்தமில்லே. பிரியத்தான் வேணும்" என்று தமிழில் நிதானமாக, மூர்க்கமான தீவிரத்துடன் சொன்னபோது, அலமேலு நடுங்கிப்போனாள்.

"போயேன்! போ!" என்று அவன் உரக்கச் சொன்னான். "நாய் ஜன்மம் போல வாழணும்னா போ. உனக்கும் எனக்கும் இனிமே சம்பந்தமிருக்கும்னு நினைச்சியா? போ!"

"நா எதுக்குப் போகணும்? இது எங்கப்பா எனக்குக் கொடுத்த வீடு. நீ தான் போகணும்."

பாதங்களைத் தொட்டபடி நகர்ந்த நீரை உணர்ந்த அலமேலு, திடுக்கிட்டுக் குனிந்தாள். அவள் புடவைக் கொசுவத்தைப் பிடித்தபடி நின்றிருந்த பப்பு சிறுநீர் கழித்திருந்தான். அவளை நிமிர்ந்து பார்த்த வட்ட விழிகளில் பீதியும் சங்கடமும் தெரிந்தன. அதரங்கள் அவமானத்தில்

மடிந்துகொண்டன. அவனது நிலையைக் கண்டு அதிர்ச்சி அடைந்தவள் போல் சுமி அவனையும் அலமேலுவையும் மாறி மாறிப் பார்த்தாள்.

“பரவாயில்லே வா. வேற ஜட்டி போட்டு விடறேன்” என்று அலமேலு ரகசிய குரலில் சொன்னாள். ஈரமாகியிருந்ததை அவிழ்த்து உடம்பைத் துடைத்து வேறு போட்டு, அவனைப் படுக்க வைத்தாள். தரையைத் துடைத்துத் துணியைக் கழிவறையில் அலசி உலர்த்தி விட்டு வரும்போது வீடு கப்சிப்பென்று இருந்தது. சண்டை போட்டவர்கள், வேறு வேறு இடத்தில் படுத்திருந்தார்கள். பப்புவும் சுமியும் கொட்டுக்கொட்டு என்று உத்திரத்தைப் பார்த்துக் கொண்டிருந்தார்கள்.

யார் தூங்கினார்களோ என்னவோ அலமேலுவுக்குத் தூக்கம் வரவில்லை. இந்த மாதிரி ஒரு நாள் நடக்கப் போகிறது அவளுக்குத் தெரியும். ‘சேர்ந்து வாழறதிலே அர்த்தமில்லே’. இவர்கள் எப்படி சேர்ந்து வாழ்கிறார்கள் என்பது அவளுக்கு இந்தப் பத்து வருஷங்களாக ஆச்சரியமானதாக இருந்தாலும், இப்பொழுது அவர்கள் வாயிலிருந்து அது வெளிப்பட்டபோது, சுள்ளென்று கோபம் வந்தது. இரண்டு பேரும் கண்ணை இறுகப் பொத்திக்கிட்டுச் சின்னப் புள்ளைங்களாட்டாம் பந்தாடினா எப்படி இருக்கும் அர்த்தம்? இலக்குப் புரியாம ஆடற ஆட்டமில்லே அது?

அவன் தினமுமே இரவு பதினோரு மணிக்கு மேல்தான் வீட்டிற்கு வருவான். சில நாட்கள் நடுச்சாமத்துக்குமேல் ஆகவும் ஆகும். குடிக்காத நாள் கிடையாது என்பது வாடையில் தெரியும். ஆனால் தரக்குறைவாக நடந்து கொண்டதில்லை. அதனால்தான் அலமேலு அவன் எப்பொழுது வந்தாலும் எழுந்து சாப்பாட்டை மேஜைமேல் வைப்பாள் - ‘நீ எதுக்கு சாப்பாடு கொடுக்கறே?’ என்று மறுநாளைக்கு அவள் கோபித்துக் கொண்டாலும்.

நேற்று அவன் வரும்போதே மகாகோபத்துடன் வந்தான்.

அவளும் ஒன்றும் படிதாண்டாப் பத்தினி இல்லை. உற்சாகமானவள். விதவிதமாக அலங்கரித்துக் கொண்டு அலுவலகத்துக்குச் செல்பவள். வீட்டையும் குழந்தைகளையும் பார்த்துக் கொள்ள அலமேலு இருக்கும் தைரியத்தில் சினேகிதர்களுடன் ஊர் சுற்றி விட்டு இரவு எட்டு மணிக்கு மேல் வருவாள்.

தில்லிக்கு வந்த புதிதில் இதெல்லாம் அலமேலுவுக்கு விசித்திரமாக இருக்கும். ஆண்பிள்ளைதான் நேரங்கழிச்சு வரான்னா பொம்பளையுமா இப்படி என்று நினைப்பாள். பிறகுதான், அவர்களது தாட்பூட் சண்டைகளிலிருந்து புரிந்தது. ‘இதெல்லாம் போட்டா போட்டியிலே செய்ற வேலையாக இருக்கும்’ என்று.

கிட்டத்தட்ட ரஞ்சிதத்தின் சுபாவம்தான் இவளுக்கும் என்று அலமேலுவுக்குத் தோன்றும். ‘ரஞ்சிதம், நீ எம்மாம் அழகு’ என்று ஆறுமுகம் சொல்லாததைச் சொல்லும் வட்டத்தினால் ரஞ்சிதம் ஈர்க்கப்பட்டது போல், இவளும் எந்தப் புகழ்ச்சி மழையைத் தேடியோ ஓடுகிறாள் என்று அலமேலு நினைத்துக் கொள்வாள். அதனால்தான் அத்தனை நண்பர்கள். ‘ஓ, நீ இப்படி. வெரி நைஸ்.’ நைஸ் என்பது ஒரு ஓ, நீ அப்படி நைஸ் போதை என்று அலமேலுவுக்குத் தெரியும்.

இரண்டு மாதங்களுக்கு முன்பு அவள் ஒரு புதிய ஆணுடன் வந்து நடுக்கூடத்தில் அமர்ந்து ‘அலமேலு, சாயா கொண்டா” என்றபோது அவளிடம் ஒரு மாறுதல் ஏற்பட்டிருந்ததை அலமேலு கவனித்தாள். முகம் பிரகாசமாக இருந்தது. கண்களில் பதினாறு வயதுப் பெண்ணின் துள்ளல் தெரிந்தது.

இன்னிக்கு என்ன புதுசா சந்தோஷம் என்ற வியப்புடன் அலமேலு சாயாவுடன் சென்றபோது அவளும் அந்த ஆளும்

சிரித்துப் பேசிக்கொண்டிருந்ததில் தெரிந்த நெருக்கம் சொரேல் என்று அடி வயிற்றில் சங்கடத்தை ஏற்படுத்திற்று. சமையலறைக்குத் திரும்பியதும் ஊர் ஞாபகத்தில் 'அடியே, இது நல்லதுக்கில்லே' என்று சொல்லிக் கொண்டாள். யார் என்ன சொல்லக்கிடக்கு' என்கிற அலட்சியத்துடன் அவள் தினமும் நேரம் கெட்ட நேரம் அந்த ஆசாமியுடன் வெளியில் போய் வந்து கொண்டிருந்தாள்.

அதனால்தான் நேற்று இரவு வீடு வந்து சேர்ந்ததும் அவன் அப்படி ஒரு ரௌத்திர தாண்டவம் ஆடினபோது ஆச்சரியமாக இருக்கவில்லை. 'நா நினைச்சேன்" என்று பெருமூச்சு வந்தது. எல்லா இடத்திலும் ஆண் பெண் உறவு என்பது ஒண்ணுதான் என்று தோன்றிற்று. படித்த இவளும் படிக்காத ரஞ்சிதமும் ஒரே தளத்தில் நிற்பதுபோல் இருந்தது. இரவு முழுவதும் அவள் கேட்ட கேள்வி குடைந்தது. "நீ எதுக்கு என்னைக் கேள்வி கேட்கிறே? நீ கண்ட சமயத்துக்கு வீட்டுக்கு வரும்போது நா கேள்வி கேட்டேனா? உன் சினேகிதிகளைப் பத்தி விசாரிச்சேனா?"

அவ கேட்டதிலே நியாயம் இருக்கு என்று கடைசியில் அலமேலு சொல்லிக் கொண்டாள். கேளு நல்லாக் கேளு. "நீ செஞ்சா சரி, நா செஞ்சா தப்பா? இனி உன் பாதை தனி, என்னுது தனி!"

அலமேலுவுக்குத் தூக்கம் வரவில்லை. எல்லாம் சரிதான். ஆனா வண்டி ஒண்ணு இருக்கில்லே இழுக்க? அதிலே ரெண்டு அறியாப்பிள்ளைங்கஉட்கார்ந்திருக்கில்லே? எந்தப் பாதையிலே ஓட்டிப் போவீங்க? எது சரி, எது தப்பு?

காலையில் கண்விழித்ததும், இரவு முழுவதும் குழம்பித் தவித்தது தான் மட்டும்தான் என்று அலமேலுவுக்குப் புரிந்தது.

தானாகவே காபி போட்டுக் குடித்து, அவள் முட முடத்த கஞ்சிபோட்ட புடவையில் எங்கேயோ வெளியேறினாள். அவன் நாஷ்டா சாப்பிடாமல் அலுவலகத்துக்குக் கிளம்பினான். அலமேலு வழக்கம்போல் குழந்தைகளைத் தயார்செய்து பள்ளிக்கு அனுப்பினாள்.

அவள் வீடு திரும்பியபோது முகம் வாடியிருந்தாலும் உற்சாகமாகவே காணப்பட்டாள். தோழிகள் வந்தார்கள். தனது கதையை அவள் விவரித்துக்கொண்டு போக அவனது மிருகத்தனமான கோபத்தை எடுத்துச்சொல்ல, தோழிகள் ஒரு மனதாகச் சொன்னார்கள். 'இனிமே சேர்ந்து இருக்கிறதிலே அர்த்தமில்லே."

"அதனாலேதான் இன்னிக்கு வக்கீலைப் பார்த்திட்டு வர்றேன்" என்றாள் அவள். "சட்டப்படி பிரிஞ்சாத்தான் எல்லாத்துக்கும் நல்லது."

சினேகிதக் கும்பலைக் கண்டதும் தானாக உற்சாகமாகத் தேநீர் தயாரிக்கும் அலமேலு இன்று கொல்லைப்படிகளில் அமர்ந்து பவளமல்லிகை மரத்தை வேடிக்கை பார்த்தாள். 'அலமேலு அலமேலு' என்று அவள் கூப்பிட்டது காதில் விழாததுபோல் அமர்ந்திருந்தாள்.

குழந்தைகள் பள்ளியிலிருந்து திரும்பி 'அலமேலு அலமேலு' என்று கூப்பிட்டதும் உயிர் வந்தமாதிரி எழுந்து அவர்களுக்குச் சோறு போட்டாள்.

மாலையில் அவனுடைய சினேகிதர்கள் வந்தார்கள். அவன் ஆவேசத்துடன் அவளைப் பற்றிப் புகார் செய்தான். அதில் இது நாள்வரை புலப்படாத வெறுப்புத் தொனித்தது. பரமவைரியைப் பற்றிப் பேசுவது போல எல்லாரும் சொன்னார்கள். "இனிமே சேர்ந்து இருக்கறதிலே அர்த்தமில்லே.'

"சட்டப்படிப் பிரிஞ்சுட்டாப் போவுது" என்றான் அவன் எகத்தாளமாக. 'அவ எவனை வேண்டுமானாலும் கல்யாணம் செய்துக்கலாம்."

"செய்துப்பேன். நா சன்யாசினியில்லே" என்று அவள் சிரித்தாள்.

பப்புவும் சுமியும் தங்கள் அறையில் டி.வி.யின் முன் பதுங்கி இருந்தார்கள்.

நேற்று வரை வீட்டின் எஜமானனைப் போல் வளைய வந்தவன் இப்போது அன்னியனாய், குழந்தைகளுடன் கூடப் பேசத் தோன்றாமல் இரண்டு நாட்கள் வளைய வந்தான். மூன்றாம் நாள் ஒரு சின்னப் பையில் தனது உடுப்புக்களைத் திணித்துக்கொண்டு வெளியேறினான். அலமேலுவுக்கு அழுகை வந்தது. போகாதீங்க என்று தடுக்கவேண்டும் போல் இருந்தது.

அவள் வழக்கம் போல் அலுவலகத்துக்குச் சென்றாள். மாலை நேரங்களில் வக்கீல் வீட்டிற்குச் செல்லுவது வழக்கமாகிப் போயிற்று. துணைக்கு அவளுடைய சினேகிதன் சென்றானா? என்று அலமேலுவுக்குத் தெரியாது. அலமேலுவுக்கு எல்லாம் அலுத்துப் போயிற்று. சட்டுப்புட்டுனு ஏதானும் முடிவாகி, அந்தப் புது ஆளு வீட்டுக்குள்ளே நுழையறதுக்குள்ளே நான் கிளம்பிப் போறேன் என்று சொல்லிக் கொண்டாள். 'அவங்களே வீட்டைப் பார்த்துக்கட்டும்.'

அன்று மாலை அலமேலு அவளைக் கேட்டாள்.

"இன்னும் எத்தனை நாள் ஆகும்?"

"எது?" என்றாள் அவள் திடுக்கிட்டு.

'அதான், இந்த கோர்ட்டு கச்சேரி சமாசாரமெல்லாம்."

அவள் சோர்வுடன் சொன்னாள். "ரொம்ப நாள் ஆகும்."

"வக்கீல் ஐயா என்ன சொல்லுறாங்க?"

"ஐயா இல்லே. அம்மா. பெண்ணுக்குத்தான் பெண்ணைப் புரிஞ்சுக்க முடியும். ஆண் வக்கீல்னா ஏன் பிரியணும்பாங்க. விவாகரத்து வாங்கறதிலே இப்ப வக்கீல் அம்மா என்னைவிடத் தீவிரமா இருக்காங்க."

"குழந்தைங்க?"

அவளுடைய முகம் லேசாக இருண்டது. "யாருக்கு யார்கிட்ட இருக்கணும்னு விருப்பமோ இருந்துக்கட்டும். அதைக் குழந்தைகளே தீர்மானிச்சுக்கட்டும்."

பப்பு அன்று நின்ற இடத்தில் சிறுநீர் கழித்ததைச் சொல்லலாமா என்று யோசித்து அலமேலு மௌனமாக நின்றாள்.

அவள் திடீரென்று முகத்தைக் கைகளால் பொத்திக்கொண்டு அழ ஆரம்பித்தாள். அலமேலு திகைப்புடன் பார்த்தாள். பாவமாக இருந்தது.

"விலகறது கஷ்டம்தான்" என்றாள் மெல்ல. "யோசிச்சு முடிவு செய்யுங்கக்கா."

அவள் சடக்கென்று நிமிர்ந்தாள். "இப்ப யோசிக்க என்ன இருக்கு?" என்றாள் கோபத்துடன். "இனிமேல் என் தீர்மானத்தை மாத்திக்க முடியாது. தனியாப் போராடணும்னா போராடிட்டுப் போறேன்." இதைச் சொல்லும்போது மீண்டும் கண்களில் நீர் துளிர்த்தது.

அழுகையின் காரணம் அலமேலுவுக்குப் பின்னால் புரிந்தது.

அவளுடைய சினேகிதன் பிறகு தலையே காட்டவில்லை.

இப்பொழுதெல்லாம் பவளமல்லிகை மரத்தின் முன் பிரமை பிடித்தவள்போல் அமர்ந்திருக்கும்போது நாவிலிருந்து 'அடிப்பாவி, அடிப்பாவி' என்று வெளிப்படும் பிரதாபம் யாரைக் குறித்தது என்று அலமேலுவுக்கு விளங்கவில்லை. ஆனால் அண்டசராசரம் முழுவதும் வியாபித்திருக்கும் ரஞ்சிதங்களுக்காக மனசு அழுவது போலிருந்தது.

37

சுருதி சேராத ராகங்கள்

லட்சுமி ராஜரத்னம்

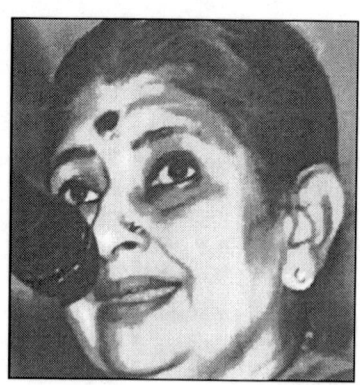

லட்சுமி ராஜரத்தினம்
(27/03/1942 - 08/02/2021)

திருச்சியைப் பிறப்பிடமாகக் கொண்ட லட்சுமி ராஜரத்தினம், சிறுவயது முதற்கொண்டு ஆன்மீகத்தில் ஈடுபாடு உடையவர். இவர் மிகச் சிறந்த ஆன்மீகச் சொற்பொழிவாளர் ஆவார். இவர் ஆயிரத்து ஐந்நூறுக்கும் மேற்பட்ட சிறுகதைகளும், முந்நூறுக்கும் மேற்பட்ட நாவல்களும், நூற்றுக்கும் மேற்பட்ட வானொலி நாடகங்களும், பதினைந்து தொலைக்காட்சி நாடகங்களும், மூன்று தொலைக்காட்சி நெடுந்தொடர்களும், மூவாயிரத்துக்கும் அதிகமான ஆன்மீக கட்டுரைகளும் எழுதியுள்ளார். இசைப்பிரியரான அவர் திருவையாறு தியாகராஜர் ஆராதனையில் பாடியுள்ளார். இவரின் 'இதயக்கோவில்' என்ற நாவல் கலைமகள் நாராயணசாமி அய்யர் விருது பெற்றதாகும்.

காம்போதி ராக ஆலாபனை ஜீவ நாதமாக எழும்பி, நரம்பலைகளை மீட்டி, இரத்த நாளங்களை எல்லாம். பொங்கச் செய்து அனைவரையும் மூச்சு விடக்கூட மறக்கும்படிச் செய்தது. இன்றைக்கு இருந்தால் இந்தப் பாடகிக்கு, இருபது வயசு கூட இருக்காது. இவ்வளவு கம்பீரமாகச் சபையினரைக் கட்டிப் போடுவதென்றால்?

"'நீ கட்டாயப்படுத்தலேனா நல்லதொரு வாய்ப்பை இழந்திருப்பேன் முரளி' என்று பெருமூச்செறிந்தான் வினோத்.

இவள் பாடுவது மனத்தினுள் நுழைந்து ஏதோ செய்தது. தனிக் குயில் ஒன்று துணை தேடும் அழைப்பாகச் சோகத்தைத் தருகிறதோ?

"வா, வினோத் போகலாம்".

ஓ...கச்சேரி முடிந்து விட்டதா? முரளியுடன் போகும் பொழுது கூடப் பேசத் தோன்றவில்லை.

"நான் வரேன்டா"

"உம்".

ஏன் பேசத் தோன்றவில்லை! வீட்டுக்குள் நுழைந்த பின்பும் மௌனமே நீடித்தது.

"சாப்பிட வரயா?"

அம்மாவுக்குக் காத்துக் கொண்டிருக்கும் அலுப்பு. இவன் சாப்பிட்ட பின்பு தான் காலை நேர அவசரத்திற்கு ஏற்ப எல்லாவற்றையும் சுத்தப்படுத்திவிட்டுப் படுக்க வேண்டுமே' என்ற பரபரப்பு. சம்பாதிக்கும் மகனிடம், "இப்படி நேரம் கழித்து வராதே" என்று கடிந்து சொல்ல மனம் வரவில்லை.

"அம்மா, எனக்குச் சாப்பாடு வேணாம்".

"சரி, இந்தா, பாலைக் குடிச்சுட்டுப் படுத்துக்க" என்று அம்மா கொடுத்த பாலை வாங்கிக் குடித்தான்."

உடை மாற்றிக்கொண்டு அறையின் விளக்கை அணைத்த பின் பால்கனியில் வந்து நின்றான். தெரு மௌனத்தின் சந்நிதியில் கண்ணயர்ந்திருந்தது. தன் மனத்தில் மட்டும் ஏனிந்த அலைக்கழிப்பு?

"சின்னஞ்சிறு கிளியே-கண்ணம்மா"" அவன் முனகினான். நெஞ்சு நெகிழ்ந்தது. வரியின் வன்மை ஒரு தேன் நதியின் பிரவாகத்தில் இப்படியா அடித்துச் செல்லும்? யார் யாரோ பாடிக் கேட்டிருக்கிறானே...இவனைச் சுண்டிப் பார்த்துக் கிறங்கவைக்கும் தன்மை இவள் குரலுக்கு மட்டும்தானா இருக்கிறது?

மறுநாள் காலை.

"என்னமோ தெரியவில்லே முரளி. அவ நினைப்பு எனக்குத் தாங்கல்லே. ரொம்ப நேரம் தூக்கம் வரல்லேடா. மீறிக் கண்ணசந்தா அவ எனக்குப் பக்கத்தில் தொடற தூரத்தில் உட்கார்ந்து பாடற மாதிரி தோணுது".

முரளி சிரித்தான்.

"ஞானமே இல்லாத உன்னையே அவ பாட்டுக் கட்டிப்போட்டுதுன்னா அது மிகப்பெரிய விஷயம்தான். சங்கீதம் இந்த இருபதாம் நூற்றாண்டில் பெரிய அற்புதத்தைச் செய்திருக்கிறது" என்று கூறி வினோத் விஷமமாகக் கண்களைச் சிமிட்டினான்.

"டேய்! நீ நினைக்கிற மாதிரி எல்லாம் ஒண்ணும் இல்ல" என்ற வினோத்தை முரளி கேலிப்பண்ணத் தவறவில்லை.

சில தினங்கள் சென்றால் அந்தப் பாடகியின் நினைவு தன்னைவிட்டு மறைந்துவிடும் என்று தான் நினைத்தான். ஆனால் மாறவில்லை; தேயவில்லை. மாறாக வளர்ந்தது. கூவிக்கூவி மனக்கிளையில் குயில் ஒன்று உட்கார்ந்து அழைத்து அவனை அவஸ்தைப்படுத்தியது. இதை அப்பாவிடம் எப்படித் தெரியப்படுத்துவது?

அன்று அலுவலகத்திலிருந்து வழக்கத்துக்கு முன்பே வீட்டுக்குத் திரும்பிவிட்டான். இத்தனைச் சீக்கிரம் அவன் வருவான் என்று அம்மா எதிர்பார்க்கவில்லை. அம்மாவுக்கு, அன்று உடம்பு சரியாய் இல்லை. காப்பி, டிபன் வைத்தவள், "வினும்மா, எனக்கு இன்னிக்குத் தலையைச் சுத்தி அடிக்கறது. நீ போய் அர்ச்சனை பண்ணிட்டு வந்துடேன். இப்பப்போனாக் கோயில்ல கூட்டம் இருக்காது" என்று கெஞ்சலாகக் கேட்டாள்.

"என்னம்மா நீ, வீடியோ கேஸட் ஒண்ணு கொண்டு வந்திருக்கேன். போட்டுப் பார்க்கலாம்னா" என்று மறுப்புத் தெரிவித்தான்.

"பத்து நிமிஷ வேலைடா கண்ணா. வெள்ளிக்கிழமை தவறாமப் பண்ணிண்டு வரேன். அம்பாள் உனக்கு நல்லதைத் தரணும். நீ மாட்டேன்னு சொன்னா நான்தான் போகணும். தலைசுத்தி எங்கேயாவது விழுந்துட்டேன்னா என்ன பண்றதுன்னு பயமா இருக்குப்பா" என்ற அம்மாவைப் பார்க்கப் பாவமாக இருந்தது.

"சரி" என்று கூறியவன், தேங்காய்த்தட்டு சகிதம் கிளம்பினான்.

கோயிலில் நல்ல கூட்டம். கொஞ்சம் ஆயாசப்பட்டுக் கொண்டே ஆண்கள் வரிசையில் நின்றான் வினோத். அர்ச்சகரின்

அர்ச்சனையையும் மீறி எழுந்தது அந்தக் கானம்.

"நானொரு விளையாட்டுப் பொம்மையா ஜெகன் நாயகியே உமையே! உந்தனுக்கு..."

குரல் அவனைச் சுண்டியிழுக்க முண்டியடித்துக்கொண்டு நகர்ந்து நின்று பார்த்தான் வினோத். அந்தப் பாடகி பத்மலதாதான் அப்படி உருகிக் கொண்டிருந்தாள். அர்ச்சகரின் அர்ச்சனையில் மனம் லயிக்கவில்லை. கட்டாயப்படுத்தி அனுப்பிய அம்மாவை மனம் வாழ்த்தியது. அர்ச்சனையை முடித்து விட்டுப் பிராகாரத்தில் வந்து கொண்டிருந்த பொழுது பத்மலதாவும் வந்து கொண்டிருந்தாள். இதைவிட்டால் இவளுடன் பேச நல்ல சந்தர்ப்பம் கிடைக்காது.

"'மேடம்".

ஒயிலாகத் திரும்பினாள் பத்மலதா. பூ ஒன்று இதழ் மலர்வது போல் புன்னகையை விரித்தாள்.

"என்னையா கூப்பிட்டீங்க?" என்று கேட்டாள். இவள் கேட்கும் ராகமே ஹம்ஸத்வனியா? ஆரபியா? ஆபோகியா?

"நான் உங்கள் ரசிகன்"

மோகனமாகச் சிரித்தாள், "நான் கச்சேரி செய்ய ஆரம்பிச்சே மூணு வருஷம் தான் ஆயிருக்கு. இப்பத்தான் பிரபலமா ஆகிட்டு வரேன். என் ரசிகர்னு அறிமுகம் ஆறது எனக்கு, எத்தனை மகிழ்ச்சியா இருக்கு தெரியுமா?"

"அதெல்லாம் எனக்குத் தெரியாது. அன்னிக்கு உங்க பாட்டைக் கேட்டதிலிருந்து... இத்தனை ஏன்? இப்பப் பாடினீங்களே...நான் ஒரு விளையாட்டு பொம்மையானு... இப்ப என் மனசுதான் பொம்மையா ஆடுது. அதுதான் உண்மை. என்னை உங்கக் குரல் ஆட்டுவிக்குது. உங்களுக்கு எத்தனையோ ரசிகர்கள் இருக்கலாம். ஆனா நான்தான் முதல் ரசிகன்னு பெருமையை எனக்குத் தாங்க. எனக்கு அது போதும்" என்றான் வினோத்.

தனக்கா இப்படிப் பேசத் தெரிகிறது?

இதற்குப் பிறகு தனது பெயர், வேலை பார்க்கும் கம்பெனி, டெல்லியில் இருக்கும் அண்ணன், பூனாவில் இருக்கும் தம்பி, கல்யாணம் ஆகிப்போன அக்காக்கள், கல்யாணத்திற்கு நிற்கும் தங்கை என்று தன் வீட்டைப் பற்றி ஒப்பித்தான். அவள் எல்லாவற்றையும் நிதானமாகக் கேட்டுக்கொண்டாள். தன்னைப் பற்றிச் சொன்னாள். இரண்டு அக்காக்களும்... கல்யாணமாகிப் போய்விட்டார்கள். இவள் தான் கடைக்குட்டி. அப்பாவின் ஆசைப்படிக் கச்சேரி செய்து வருகிறாள். தனக்குக் கச்சேரிதான் உயிர் மூச்சு என்பதால், வரும் புகுந்த வீடு கச்சேரி செய்ய அனுமதிக்கும் இடமாக இருக்க வேண்டும் என்று தன் அப்பாவின் எதிர்பார்ப்பையும் கூறினாள். அறிமுகமே, அருமையாக, விரிவாக, சுவையாக அமைந்ததை எண்ணிப் பூரித்தான் வினோத்.

என்னுடைய முதல் ரசிகர்ங்கற இடத்தைப் பிடிச்சிட்டீங்க. இனிமே என் கச்சேரிகளில் உங்களை எதிர்பார்க்கலாமா?"

"ஓ...ஷ்யூர்...இதை விட வேற வேலை?"

சொன்னதுடன் நில்லாமல் அவள் கச்சேரிகளுக்கு அவன் தவறாமல் சென்றான். துணைக்கு வரும் அப்பாவிடம் அவனை அறிமுகம் செய்து வைத்தாள் பத்மலதா. அவரருகில் அமர்ந்து கச்சேரி கேட்டான். திஸ்ரமிஸ்ரம் புரிந்தது. வித்யாசங்களை அவளிடம் கேட்டுக்கொள்ளும் சிஷ்யன் ஆனான். சதுஸ்ரத்தைத் திருத்தமாகப் போட்டான். மிருதங்கம் கற்றுக் கொள்ளட்டுமா என்று யோசனை கேட்டான். அவள் கச்சேரிக்கு அவன் மிருதங்கம் வாசிப்பது போலக் கனவு வந்தது.

கச்சேரிகளில் அவன் வரச் சற்று தாமதம்

ஆனால் தன் பக்கத்துச் சீட்டை ரிஸர்வ் செய்து வைத்திருந்தார் அவள் அப்பா. அவருடன் வெற்றிலை, சீவல் போட்டுக் கொண்டான். தழையத் தழையப் பட்டுவேட்டி கட்டி, ஜிப்பா போட்டுப் பாடகர் குடும்பத்துப் பந்தாவைக் கடைப்பிடித்தான்.

இப்படியாக..ஏகப்பட்ட வார்த்தைப் பரிமாற்றங்கள், சந்தேகங்கள், பாராட்டுகள் என்று பேசிப் பேசிக் கடைசியில் புத்மலதா அவன் வீட்டு மருமகளாக வந்தாள்.

வினோத்திற்கு மிகவும் பெருமையாக இருந்தது. கச்சேரிக்குத் தேதி கொடுப்பதும், அட்வான்ஸ் வாங்குவதும், மனைவியின் அருகில் அமர்ந்து போவதும் பேட்டிகளில் அவன் சார்பில் இவன் பேசுவதும், புகழ், மாலை இவற்றுடன் திரும்புவதும்-

"சீக்கிரமா நமக்கு சிங்கப்பூர் ட்ரிப் ஒண்ணு வரும் போல இருக்கு பத்து! நிறையத் தமிழ்ப்பாட்டுகளைச் சாதகம் பண்ணி வச்சுக்க" என்றபொழுது அவள் மகிழ்ச்சியில் மிதந்தாள்.

"நிறையக் கச்சேரிகளுக்கு ஒத்துக்கம்மா. சொந்தமாக் கார் ஒண்ணு வாங்கிடனும்" என்றபொழுது பூரித்துப் போனாள்.

அன்று பல்கலைக்கழக வளாகத்தில் ஒரு மியூஸிக் டெமான்ஸ்ட்ரேஷன் பத்லைதாவும் பங்கு பெற்றிருந்தாள்.

வினோத் அலுவலகம் சென்றிருந்தான். மாலையில் கச்சேரி இருப்பதால் அவசர அவசரமாக வீடு திரும்பினான்.

"வினோத்! கொஞ்சம் நேரமாயிடுச்சு. நீங்க ரெடியா? இதோ நான் பத்து நிமிஷத்துல ரெடியாயிடுவேன்" என்று பூமியில் கால் பாவாமல் ஓடி வந்தாள்.

செருப்பை உதறும் பொழுதே அன்று பாட வேண்டிய உருப்படிகள் நெஞ்சில் சுழன்றன.

'வினோத்! புதுசா ரெண்டு உருப்படிகள் மனப்பாடம் செய்திருக்கேன். அதைப் பாடப் போறேன்" என்று ஹாலில் நுழைந்தவளைத் தடுத்தான் வினோத்.

"பத்மா! அப்பாவுக்கு ஹார்ட் அட்டாக். அப்பாவை ஆஸ்பத்திரியிலே அட்மிட் பண்ணனும். ஆம்புலன்ஸ்க்குப் போன் பண்ணி இருக்கேன். அப்பா உள்ளே துடிச்சிக்கிட்டு இருக்கார். நீ கச்சேரிக்கு இன்னிக்குப் போகவேணாம்".

உள்ளேயிருந்து முனகல் சப்தம் வந்தது. "கொஞ்சம் பொறுத்துக்குங்க. ஆம்புலன்ஸ் வந்துடும்" என்று தேற்றும் மாமியாரின் குரலும் வந்தது.

கணவனை ஏறிட்டுப் பார்த்தாள் பத்மலதா. "பக்கத்துல உள்ள டாக்டரை அழைச்சிட்டு வந்து காட்டினேன். அவர் தான் உடனே ஆஸ்பத்திரியிலே அட்மிட் பண்ணனும்னு சொன்னார். என்ன ஆகுமோனு கலக்கமா இருக்கு. டாக்டர் உறுதியான பதில் சொல்லலே. அண்ணன், தம்பி, அக்காக்களுக்குப் போட்டுட்டு என் தங்கை மாலதி போன் இருக்கா".

"அது சரி...நீங்க இத்தனை பேர் இருக்கறப்ப நான் வந்து என்ன செய்யப் போறேன்? மணி வேறே ஆறு ஆகப்போகுது. இந்தக் கடைசி நேரத்துல சபாக்கச்சேரியைக் கான்ஸல் பண்ண முடியுமா? ப்ளீஸ்! கச்சேரிக்குப் போக, எனக்கு அனுமதி கொடுங்க" என்று கெஞ்சினாள் பத்மலதா,

'என்ன பத்து! இந்த நேரத்துல நீ கச்சேரி செய்யப் போனா நாலு பேர் நாலுவிதமாய்ப் பேச மாட்டாங்களா?"

"அட்வான்ஸ் வாங்கியாச்சு. போகாம இருக்கறது சரியில்லையே! ஒரு மூணு மணி நேரம் வினோத்? கச்சேரிக்குப் தானே?. அக்கா, அண்ணன் எல்லாம் பயணப்பட்டுத்தானே வராங்க? அது மாதிரி நினைச்சு விஷயத்தைச் சபாக்காரங்ககிட்டே சொல்லி கொஞ்சம் முன்னாடியே கச்சேரியை முடிச்சிட்டு கச்சேரி முடிஞ்சதும் ஓடி வந்துடறேன்"

• லட்சுமி ராஜரத்னம்

என்ற மனைவியை இலட்சியம் செய்யவில்லை வினோத். சினத்தில் முகம் சிவந்தது. "என்னை விட, எங்கப்பாவைவிட உனக்குக் கச்சேரி தானே முக்கியமாய்ப் போச்சு? போ... போ...இங்கே என் கண்முன்னாடி நிக்காதே. உனக்குப் புகழ்தான் முக்கியம். போ...போ... கெட்லாஸ்ட்" என்று கத்தினான் வினோத்.

"உங்கம்மா, உங்க தங்கைனு எல்லாரும் உதவிக்கு இருக்காங்க வினோத்! என்னோட நிலையைக் கொஞ்சம் நினைச்சுப் பாருங்க" என்று தாழ்ந்த குரலில் கெஞ்சினாள்.

"என்ன வினோத்! அப்பா படுத்துக்கிடக்கிறார்... இப்படிச் சத்தம் இங்கே?" என்று எட்டிப்பார்த்து அதட்டிவிட்டுத் தலையை உள்ளே இழுத்துக் கொண்டாள் அம்மா.

இவர்கள் உரையாடல்கள் முடியும் முன்பு கச்சேரி செய்யும் சபாவைச் சேர்ந்தவர்கள் அழைக்க வந்துவிட்டார்கள்.

"என்னம்மா, எல்லாரும் வந்துட்டாங்க. அரங்கம் நிரம்பிப் போச்சு. போன் பண்ணினோம். லைன் எங்கேஜ்டாவே இருந்துச்சு. அதனாலே நேர்ல வந்துட்டோம். கிளம்புங்க' என்று அவசரப்படுத்தினார்கள். அவள் அசையாமல் நின்றாள்.

"இப்பப் போயி இப்படி நின்னா எப்படி? நம்ம சபா மெம்பர்கள் டி. வி. யில நல்ல நிகழ்ச்சிகள் இருந்தாலும் கூட விட்டுட்டு வந்துடுவாங்க. ஏன்னா, அப்படி செலக்ட்டாத்தான் கச்சேரிகளை ஏற்பாடு பண்ணுவோம்னு அவங்களுக்குத் தெரியும். போங்க...சீக்கிரமா டிரஸ் பண்ணிட்டு வாங்க".

வாசலில் ஆம்புலன்ஸ் வரவே இன்னும் தயங்கினாள் பத்மா. "என் மாமனார்க்குத் திடீர்னு ஹார்ட் அட்டாக். இதோ ஆம்புலன்ஸ் வந்திடுச்சு. அவரை ஆஸ்பத்திரிக்கு அழைச்சிட்டுப் போகப் போறாங்க. எனக்கு என்ன செய்யறதுன்னே தெரியல்லே."

சபாக்காரர்கள் முகத்தில் சங்கடம் தெரிந்தது. "அவருக்கு ஒண்ணும் ஆகாதும்மா முதல் அட்டாக் தானே? அவசர சிகிச்சை கொடுத்துடுவாங்க. உருகி உருகிப்பாடறீங்களே அந்தத் தெய்வங்கள் கைவிடாதும்மா" என்று கூறினார்கள்.

வினோத் அவளை இலட்சியம் செய்யாமல் போய்விட்டான். அவளும் கிளம்பினாள்.

"ஒரு மூணுமணி நேரத்திற்கு முன்பு தெரிஞ்சாலாவது வேறே யாரையாவது ஏற்பாடு செய்துஇருக்கலாம். உங்க மனநிலை சரியில்லாதப்ப உங்களைத் தொந்தரவு செய்துட்டோம்" என்று சமாதானம் சொல்லியபடி. அவளைக் கொண்டுவந்து வீட்டில் விட்டபொழுது, மாமனாரின் உயிர் அவளுக்காகக் காத்துக் கொண்டிருக்கவில்லை.

மாமனாரின் நெஞ்சில் பாய்ந்து பற்றிய நெருப்பு கணவனின் கண்களில் ஏறி அவளைப் பொசுக்கியது. துக்கம் கேட்க வந்த அவள் அப்பாவும், "ஏம்மா! சமயம், பொழுது இல்லாமக் கச்சேரி தான் முக்கியம்னு போகலாமா? என்னம்மா நீ விவரம் தெரியாத பெண்ணாக இருக்கியே? இது உன் வாழ்க்கைப்பிரச்னை இல்லையா? சபாக்காரங்ககிட்ட எடுத்துச் சொல்லி இருக்கலாமே? மாப்பிள்ளையை என்னால சமாதானப்படுத்த முடியல்லே நீ சமாதானம்படுத்து. கோபத்தைக் கிளப்புற மாதிரி நடந்துக்காதே" என்று புத்திமதி கூறினார்.

அவருடைய புத்திமதி அவளை இன்னும் புண்படுத்தியது. கணவனிடம் மெல்ல நெருங்கிச் சமாதானப்படுத்தியபொழுது, "எப்ப கணவனுக்கு அனுகூலமா இருக்கணுமோ அப்ப இல்லே. நீ உன் இஷ்டப்படி நடந்துக்கலாம். எங்கே வேணாலும், எப்ப வேணாலும் கச்சேரி செய்யப்போகலாம். ஆனா ஒண்ணு, உன்

பின்னாடி நான் வருவேன், கல்யாணியிலே ராகம், தானம், பல்லவி பாடுனு சொல்லுவேன்னு மட்டும் இனிமேல் நினைக்காதே. நீ பாடற தில்லானாவுக்கு இந்த வினோத் ஆடுவான்னு கனவு காணாதே. தாராளமாப் போ" என்று குத்தலாகப் பேசினான்.

மாமனாரின் காரியங்கள் முடிந்தன. அண்ணன், தம்பிகள், அக்காக்கள் அனைவரும் புறப்பட்டுப் போய்விட்டார்கள். வீட்டில் ஓரளவு சகஜ நிலை ஏற்பட்டாலும் வினோத் முற்றிலும் மாறி இருந்தான். மனைவி தன் பேச்சைக் கேட்கவில்லை என்ற கோபம் அவனை விட்டு அகலவில்லை. கச்சேரி செய்யச் சந்தர்ப்பங்கள் வந்தவற்றை அவளே ஒதுக்கினாள். தம்பூர், மூலையில் சுருதி இழந்து உறையில் கிடந்தது. அவள் தன் அப்பாவிடம் இதைப் பற்றிப் பேசினாள்.

இதோ பாரம்மா, சங்கீதம்ங்கிறது ஒரு வரப்பிரசாதம் தான். இல்லேன்னு சொல்லலே. நீ ஒரு நல்ல மனைவி, நல்ல தாயாகி இருந்தால் அதுதான் சிறந்த வாழ்க்கை. அந்தப் பதவிலே இருந்துகொண்டு சேவை செய்யறது சங்கீதத்துக்குச் செய்யற தொண்டு, கணவன் இல்லாம சங்கீதம்தான் ஒசத்தினு சொல்லி நீ பிரிஞ்சு வரதை நான் ஆதரிக்கவே மாட்டேன். உன் குழந்தைகளுக்கு நல்ல சங்கீதத்தைத் தருவாயோ இல்லையோ...நல்ல வாழ்க்கையைத் தரணும். குழந்தைகளுக்கு அப்பாவைக் காட்றவளே தாய்தாம்மா. உன் குழந்தைக்கு அப்பாவை நீ காட்ட வேண்டாமா? என்று அவளைச் சாந்தப்படுத்தினார். அவள் நெஞ்சில் தம்பூர் சுருதி நெருடிற்று. சப்தஸ்வரங்களும் புதைந்தன. வாழ்க்கையிலும் ஆதாரசுருதியைச் சேர்க்க இயலாமல் திண்டாடினாள். சங்கீதம் ஆத்ம திருப்தி மட்டுமல்ல. ஜீவநதி. அத்தகைய உயர்வான சங்கீதத்தை ஆதரிக்கும் கணவன் தனக்குக் கிடைத்திருக்கிறான் என்று இறுமாந்தது எல்லாம் பொய்தானா?

மறுநாள் காலை. அவள் வேலையில் ஈடுபட்ட பொழுது வினோத் அழைத்தான். அவள் முந்தானையில் கையைத் துடைத்தபடி வந்து நின்றாள். நடுக்கூடத்தில் தம்பூர் துடைத்து ஜமக்காளத்தில் அவள் வந்து மீட்டக் காத்துக் கொண்டிருந்தது.

'என்ன பத்து, பிரமிக்கறே?"

"இது...இது எதுக்கு?""

"நீ இனிமே கச்சேரி பண்ணப் போறே... எல்லாம் நம்ம நல்லதுக்குத் தான். கார்த்தாலே போன்ல பேசி அஞ்சு சபாக்களிலே புக் பண்ணிட்டேன்."

அவள் நிதானத்தை இழக்கவில்லை. "உங்க மனசு மாறினதுக்கு என்ன காரணம்னு நான் தெரிஞ்சுக்கலாமா?'

சுற்றுமுற்றும் பார்த்துவிட்டு அவளருகில் வந்தான் வினோத்.

"ராத்திரி என் அண்ணன் ராம்குமார் பூனாவிலேயிருந்து வந்தான்".

"தெரியும். வந்ததும் நீங்கள்ளாம் உங்கம்மா படுத்துக்கொண்டிருந்த அறைக்குள்ளே போய்க்கதவைச் சாத்திண்டதும் தெரியும். ஆனா என்ன விஷயம்னு தெரியாது".

"சொல்றேன். அண்ணன் பத்து இலட்ச ரூபாயைப் பாங்க்ல கட்டப் போயிருக்கான். எப்படியோ இரண்டு லட்ச ரூபாய் குறையுதாம். எப்படி என்னனு தெரியல்லேனு வந்து கையைப் பிசையறான். பாங்க்ல இவன் பேர்ல ரொம்ப நம்பிக்கை. அதனால் தொலைஞ்ச பணத்துக்கு இவன் தானே பொறுப்பு? பணத்தைப் பதினைஞ்சு நாள்ல கட்டணும்னு சொல்லி இருக்காங்க"

"சரி...எப்படிக் கட்டப் போறார்?"

"அதான் தெரியல்லே. ஒண்ணா ரெண்டா...ரெண்டு லட்சம். வீட்டை

விக்கலாம்னா அம்மா சம்மதிக்கலே. ஒவ்வொரு செங்கல்லா பார்த்துப் பார்த்து வச்சு அப்பா வீட்டைக் கட்டினார்னு அழறா”.

“இப்ப என்ன செய்யப் போறீங்க?”

“‘அடமானம் வச்சு பணத்தைத் தரணும்”. “எப்படித் திருப்புவீங்க?’

“நேத்து ராத்திரி டெல்லியிலே இருக்கற அண்ணனுக்கும் போன் பண்ணினேன். அவன் இப்பத்தான் அப்பா காரியத்துக்கு வந்துட்டுப் போனதால பணம் இல்லேனு சொல்லிட்டான்.

வீடு எவ்வளவு மதிப்புனு பார். என் பங்குப் பணத்தை மெல்ல எனக்குக் கொடுன்னு சொல்லிட்டான்”.

அவள் அவனே சொல்லட்டும் என்று பதில் பேசாமல் நின்றாள்.

“இப்ப அடமானம் வச்சு ராம்க்கு இரண்டு லட்சத்தைக் கொடுத்துடலாம். பின்னாடி இரண்டு லட்சத்தை டெல்லி அண்ணனுக்குத் தரலாம்”.

“எப்படித் தருவீங்க?”

“அதுக்குத்தான் நீ கச்சேரி பண்ணணும். மாசத்துல பதினைஞ்சு கச்சேரி பண்ணினாக் கூடப்போதும். இரண்டு வருஷத்துல எல்லாக்கடனையும் அடைச்சுடுவேன். வீடு நம்முடையது பத்து!”

“தங்கை ஒருத்தி கல்யாணத்துக்கு இருக்கா. உன் நகைகளை வெள்ளிப் பாத்திரங்களை...வச்சு சமாளிச்சுடலாம். பின்னாடி நகைகளை... கச்சேரி பண்ணி வாங்கிக்கலாம். அப்படித்தானே?’

“பத்து! நீ புத்திசாலி”

‘இது என்ன குடித்தனம் பண்றவங்க வீடா? இல்லே கூத்தாடிகள் வீடா?” என்று இதே ராம்குமார் இவளுடைய கல்யாணம் நிச்சயம் ஆனபொழுது கேட்கவில்லை?

இவளுடைய கலை இவர்கள் கடனை அடைக்கப் பயன்படப் போகிறதா? இவள் குழந்தைக்கு நாதம்தான் தந்தையாக இருக்கட்டுமே?

“என்ன பத்து! யோசிக்கறே? நல்லநேரமா இருக்கும்மா. தம்பூரைச் சுருதி சேர். ஸ்வரராக சுதாவைப் பாடு”

“உங்களுக்காக நான் பாடறதா! என் மனசைக் குத்திக் கிழிச்சிட்டிங்க... நான் வந்து ஆஸ்பத்திரியிலே உட்கார்ந்து பாடறதனாலே உங்கப்பா பிழைப்பார்னு ஒரு நியதி இருந்துச்சுன்னா... “நீ ஏண்டி அங்கே சபாவிலே வந்துபாடினேனு” நீங்க கேக்கலாம். அது நியாயம். உங்கப்பாவை என் பாட்டால் பிழைக்க வைக்காமப் போனேன்னு திட்டலாம். கையை நீட்டி அட்வான்ஸ் வாங்கினது நீங்க. அதனாலே அதில உங்க கௌரவமும் சம்பந்தப்பட்டு இருக்குனு புரிஞ்சுக்காம என்னை ஒதுக்கிவச்சு... உங்க அண்ணன், அக்கா முன்னாடி எல்லாம் ஏளனமாப் பேசி...

அதுவும் எப்படி! இவளுக்குப் பாட்டுத்தான் பிடிக்கும். என்னைக் கல்யாணம் பண்ணிக்கல்லேனு சொல்லி நையாண்டி செஞ்சு... சங்கீதத்தைத்தான் கைப்பிடிச்சுருக்கானு கேலி செய்து... வந்த எல்லாரும் எனக்காக நான் அழுதேன்னு நினைக்கல்லே. என் மாமனார்க்காக அழுதேன்னு எண்ணும்படியா சதா என் கண்ல தண்ணீர் குளம் கட்டவச்சீங்க. என் சங்கீதம் துருப்பிடிச்சுப் போச்சு. இனிமே அது உங்களுக்குப் பயன்படாதுங்க”.

“என்னடி சொல்றே முடிவா? தம்பூரைச் சுருதி சேர்க்கப் போறியா இல்லையா?”

‘இந்த வீட்ல சுருதி சேராது. கடனுக்காக மனைவியின் கலை உங்களுக்குப் பயன்படாது” என்றவள், தம்பூராவைத் தூக்கிக்கொண்டு படி இறங்கினாள்.

மனம் நாதத்தை உபாசனை செய்ய இறைஞ்சியது.

38

ராட்சஸர்கள்

சிவசங்கரி

சிவசங்கரி
(14/10/1942)

சிவசங்கரி அறுபதுகளின் பிற்பகுதியில் எழுதத் தொடங்கியவர். 1968 மே மாதம், இவரது முதல் சிறுகதை 'அவர்கள் பேசட்டும்' கல்கி இதழில் வெளியானது. தொடர்ந்து தமிழகத்தின் முன்னணி பத்திரிகைகளில் எழுதிய சிவசங்கரி 150க்கும் மேற்பட்ட சிறுகதைகள், 36நாவல்கள், 48குறுநாவல்கள், 6பயண நூல்கள், குழந்தைகளுக்கான பேசும் புத்தகம் ஒன்று, நான்கு வாழ்க்கை வரலாற்று நூல்கள், இலக்கியம் மூலம் இந்திய இணைப்பு என்ற இலக்கிய ஆய்வு நூல் (நான்கு பாகங்கள்), 12மொழியாக்கங்கள் என்று எழுத்தில் ஆழமான தடம் பதித்துள்ளார். பாரதிய பாட்ஷா விருது, பிரேம்சந்த் ராஷ்ட்ரிய சாகித்ய சம்மான் விருது, ராஜா சர் அண்ணாமலை செட்டியார் பரிசு என்பன போன்ற பல விருதுகளும் பரிசுகளும் பெற்றுள்ளார். இவரது கதைகள் திரைப்படங்களாகவும் தொலைக்காட்சித் தொடர்களாகவும் வெளிவந்துள்ளன.

'அத்தை ஊஞ்சலில் ஒரு காலை மடித்து, இன்னொன்றைத் தொங்கவிட்டபடி அமர்ந்திருந்தார்.

கைத்தறிப்புடவை, வெள்ளை ரவிக்கை, கழுத்தில் ருத்திராட்ச மாலை, நெற்றியில் விபூதிக் கீற்று, அழுந்த வாரி கோடாலி முடிச்சாக முடியப்பட்ட வெள்ளைத் தலைமுடி.

பார்வை மட்டும் வழக்கம்போலவே, பால்கனி வழியாகத் தெரிந்த வெட்டவெளியை வெறித்துக் கொண்டிருந்தது.

"அத்தே... நா கமலி வந்திருக்கேன்... என்னைப் பாருங்கோ... ரெண்டு நாள் முன்னாலதான் அமெரிக்காலேந்து வந்தேன். என்னோட இவரும் லாவண்யாவும் வந்திருக்கா. கொழந்தையப் பாருங்கோ... எல்லாரும் இவ உங்க ஜாடையா இருக்கானு சொல்றா!"

நாலு வயசு லாவண்யாவை முன்னால் நிறுத்தி மீண்டும், "பாருங்கோ அத்தே..." என்றவள், குழந்தை முகத்தைத் தன்னைப் பார்க்கத் திருப்பி, "உன்னோட பாட்டி, எங்களோட அத்தை... என்னை வளத்தது இந்தப்பாட்டிதான்! உன்வயசிருக்கும்போது அத்தை மடிய விட்டு எறங்கவே மாட்டேன்... எத்தனை அழகா கதை சொல்லுவா, தெரியுமா? பாட்டி மடிமேல ஏறி உக்காந்துண்டு உனக்கும் கதை சொல்லச்சொல்லு..." என்றவாறு

குழந்தையை முன்னால் தள்ள, புது மனுஷியைப் பார்த்த கூச்சத்தில் லாவண்யா பின்னுக்கு நகர்ந்து அம்மாவிடம் ஒட்டிக். கொண்டாள்.

அத்தை மெள்ள பார்வையைத் திருப்பினார். எந்தச் சலனமும் இல்லாமல் வலதுகையைத் தூக்கி குழந்தையின் தலைமேல் சில நொடிகளுக்கு வைத்தவர், மீண்டும் வானத்தை வெறிக்க முற்பட்டார்.

'அடி என் கண்ணே' என்றவாறு குழந்தையை வாரி அணைத்துக்கொள்வார் என்று எதிர்பார்த்த கமலி, லேசாக அதிர்ந்தாள். அதே அதிர்ச்சியுடன், பக்கத்தில் நின்றிருந்த அக்கா பூரணியை ஏறிட்டாள்.

"என்ன பூரணி... அத்தை என்னைப் புரிஞ்சுண்டாளா இல்லியா?"

"புரிஞ்சுண்ட மாதிரிதான் தோண்றது... கொழந்தை தலைல கைய வெச்சு ஆசிர்வாதம் பண்ணாளே! இப்பல்லாம் இப்படித்தான் இருக்கா... எதுவுமே பேசறதில்ல.."

டாக்டர் என்ன சொல்றார்?"

"ஒடம்புக்கு ஒண்ணுமில்ல, ஆரோக்கியமாத்தான் இருக்கா... 'அவர் தனக்குள்ளயே ஒரு ஒலகத்தை சிருஷ்டி பண்ணிண்டு, அதுக்குள்ளயே வாழ்ந்துண்டிருக்கார்... வயசாச்சு, அவர் போக்குக்கு விட்டுடுங்கோ'னு சொல்றார். தூங்கி எழுந்ததும், கிட்ட இருந்து குளிக்கவைச்சு, டிரெஸ் பண்ணி, கையப் புடிச்சு அழைச்சுண்டு வந்து ஊஞ்சல்ல ஒக்கார வெச்சுட்டா, நாள் பூரால இங்கயேதான் இருப்பா.. தட்டுல சாப்பாட்டைப் போட்டு கையில குடுத்து 'சாப்பிடுங்கோ'னு சொன்னா, சாப்பிடுவா. நடுநடுவுல எழுப்பி பாத்ரூமுக்கு அழைச்சுண்டு போவோம். முதுகு வலிச்சா, ஊஞ்சல்லியே படுத்துப்பா. மத்தபடி, பேச்சு, எழுந்து நடக்கறதுன்னு ஒண்ணுமில்ல.."

"என்னிக்குமே அத்தை ரொம்பப் பேசமாட்டாதான்.. ஆனா, மூணு வருஷம் முன்னால நா வந்தப்போ இப்படி இல்லியே, பூரணி? போன்ல பேசினப்பகூட நீ இந்த மாதிரி இருக்கான்னு சொல்லலியே?"

"ஒடம்புக்கு முடியலைன்னா சொல்லலாம்... இதைப் போயி என்னன்னு சொல்றது! அத்தை இப்படி இருக்கறது வருத்தமா இருந்தாலும், தொந்தரவு ஒண்ணுமில்ல... அவ பாட்டுக்கு ஏதோவொரு ஒலகத்துல இருக்கா."

கேட்ட செய்தி வருத்தம் தர, கமலி அத்தையை நெருங்கி இறுகத் தழுவிக்கொண்டாள். "உங்களைப் பாத்துப் பேசணும்னு ரொம்ப ஆசையா வந்தேன், அத்தே... இப்படி எதுவுமே பேசமாட்டேங்கறேளே!"

நிமிர்ந்தவள் எட்டி அக்காவின் கையைப் பற்றிக் கொண்டாள்.

"நீயும் அத்திம்பேரும் பெத்த தாயைப் பாத்துக்கற மாதிரி கவனிக்கறேளே!"

"பாத்துக்காம? நம்ப ரெண்டு பேரையும் சின்னவயசுலேந்து கல்யாணமாகிப் போறவரைக்கும் கண்ணுக்குள்ள வெச்சுத்தானே அத்தை வளத்தா! அம்மா சின்னவயசுல போனப்பறம், நமக்கு அத்தைதானே எல்லாம்! இப்ப இவளுக்கு முடியாதப்போ, நாம கவனிச்சுக்கறதுதானே நியாயம், கமலி?"

"நா எங்கயோ இருக்கேன்... என்னால எதுவுமே பிரயோஜனம் இல்லியே."

"யார் பாத்துண்டா என்ன, கமலி? எனக்கு முடியறது, உனக்கு முடியலை... உள்ளூர்ல இருந்தா எனக்கு மேல நீயும் கவனிச்சுப்பே! சரி, வா... இப்படி வந்து உக்காரு... அமெரிக்காலேந்து வந்தவ, ஒரு மாசம் தங்கிட்டுப் போகக்கூடாதா? கால்ல வெந்நீரக் கொட்டிண்டு ஓடறியே! பதினைஞ்சு நாள்ல திரும்பிடணும்னு நேத்து போன்ல சொன்னப்போ எனக்கு

ரொம்பக் கஷ்டமா இருந்துது.."

"ஆமா பூரணி... ரகுவுக்கு ஒரு முக்கியமான பிராஜெக்ட் போயிண்டிருக்கு... ரெண்டு வாரம் விட்டுட்டு வர்றதே பெரிய விஷயம்! நாத்தனார் புள்ளைக்குக் கல்யாணம், விட முடியாது.. அதான் எப்படியோ வந்தோம். அடுத்த வெள்ளிக்கிழமை கல்யாணம்... அந்த ஞாயித்துக்கிழமை கிளம்பிடணும்! நானும் இப்பத்தான் புதுவேலைல சேந்திருக்கேன்... பதினைஞ்சு நாளுக்கு மேல லீவு எடுக்க முடியாது."

பூரணி எட்டி, தங்கையின் தலைமுடியை வாஞ்சையுடன் கோதினாள்

"கல்யாணத்துக்கு இன்னும் எட்டு நாள் இருக்கு... நடுவுல நாலு நாள் என்னோட வந்து இரு... லவிக்குட்டியோட சேந்து இருந்த மாதிரி இருக்கும்."

கமலி அக்காவைக் கெஞ்சலாக ஏறிட்டாள்.

"எனக்கும் ஆசையாதான் இருக்கு... ஆனா, கஷ்டம் பூரணி... என் மாமியார் ஆத்துக்கு முருகர் குலதெய்வம், தெரியுமில்லியா? போன வருஷம் ரகுவுக்கு 'ஓபன் ஹார்ட் சர்ஜரி' நடந்தப்போ, 'ஒடம்பு சரியானதும் அறுபடை வீட்டுக்கு வந்து தரிசனம் பண்றோம்'னு வேண்டிண்டேன்... அதனால, நாளைக்கு ரகுவும் நானும் புறப்பட்டு, மூணு நாள்ல ஆறு கோவிலுக்குக் கார்லியே போயிட்டு வரணும்னு திட்டம் போட்டிருக்கோம்! வெயில்ல குழந்தைய அலைக்கழிக்க வாண்டாம்னு அவளை இங்க மாமியார் ஆத்துல விட்டுட்டுப் போறோம்."

"குழந்தைய எங்காத்துல விட்டுட்டுப் போயேன்... அவளையாவது மூணு நாள் வெச்சுக்கறேனே"

கமலி எட்டி அக்காவை அணைத்துக்கொண்டாள்.

"தப்பா எடுத்துக்காதே, பூரணி... என் மாமியார் வருஷாவருஷம் ஆறுமாசம் அங்க வந்து எங்களோட இருந்துட்டு வர்றதால, லவிக்கு அவர்கிட்ட ரொம்ப ஒட்டுதல்... நாங்க இல்லாட்டாலும், அவரோட சந்தோஷமா இருப்பா! அதோட, மாமியார் ஆத்துல பீகாரிப் பையன் ஒருத்தன் வீட்டோட தங்கி சமைக்கறான்... கார் டிரைவர் வசதியும் இருக்கு... மாமியாரோட அண்ணா பேரன் அஷோக், அவாத்துல தங்கி காலேஜ் படிக்கறான்... 'நாங்கல்லாம் லவிய நாளுக்கு ஒரு எடமா கூட்டிண்டு போயி ஜாலியா இருக்கப்போறோம்'னு சொல்லிண்டிருக்கான். அப்படி இருக்கறச்சே, 'லவிய எங்க அக்காவாத்துல விடறேன்'னு சொன்னா, நன்னாயிருக்காது. ப்ளீஸ், புரிஞ்சுக்கோ..."

கமலியின் ஏமாற்றம் வெளிப்படையாகத் தெரிந்தது.

"அதெல்லாம் சரிதான்... ஆனா, நீங்க கிளம்பறதுக்கு முன்னால ரெண்டு நாளாவது எங்ககூட வந்திருக்கணும், சொல்லிட்டேன்! சரி, எழுந்து வா... உள்ள போயி டிபன் சாப்பிடலாம். வேதம் மாமி அத்தைக்கு டிபன் குடுத்து கவனிச்சுப்பா.."

இருவரும் எழுந்து உள்ளே போ..

அவளுக்கு அப்போது என்ன வயசு? நாலு இருக்குமா? இருக்கலாம்.

அப்பா வக்கீலாகக் கொழித்ததில், வருவோரும் போவோருமாக வீடு எப்போதும் கலகலப்பாய் இருக்கும். அத்தனை வேலைகளுக்கும் தனித்தனியாய் ஆட்கள்.

சமையல் வேலைகளைக் கவனிக்க முருகன் என்று ஒருவன். வயசு முப்பது முப்பத்தைந்து இருக்கும். வெடவெட வென்று சிவப்பாய், எண்ணெய் தடவி வாரிய கறுப்புக் கிராப்புடன், சிரித்த முகமாய் வளையவருவான். பிரமாதமாய்ச் சமைப்பவன் என்பதோடு, இதமாய் பழகுபவன் என்ற ரீதியிலும், எல்லோருக்கும்

அவனைப் பிடிக்கும்.

ஒரு நாள் இரவு, வெளியே மழை கொட்டிக்கொண்டிருந்தது. வீட்டில் மின்சாரம் போய்விட்டது. அறைக்கு அறை மெழுகுவர்த்தி வெளிச்சம். அவளுக்குத் தூக்கம் வந்து விட்டது. ‘கதை சொல்லு’ என்று அம்மாவிடம் பிடிவாதம் பிடித்தபோது, ‘நா சொல்றேன், வா’ என்று முருகன் அவளைத் தூக்கிக்கொண்டு போய் படுக்கவைத்தான். முகம் தெரியாத இருட்டு. அவள் இதுநாள் கேட்காத கதையைச் சொல்லி முழு கவனத்தையும் ஈர்த்தவன், மெதுவாய் அவளை எங்கெங்கோ தொட்டான், தொடச்செய்தான். கதையின் சுவாரஸ்யத்தில் அவளும் எதையும் பொருட்படுத்தாமல் இருந்தாள். திடுமென்று, கையில் இளஞ்சூட்டின் வழவழப்பு, குப்பென்று நாற்றம். கையை உதறுவதற்கும் கதை முடி வதற்கும் சரியாக இருக்க, முருகன் தன் வேட்டியில் அவள் கையைத் துடைத்தான். ‘யார் கிட்டயும் எதுவும் சொல்லாம இருந்தா, நாளைக்கு இன்னும் பெரிய கதையா சொல்வேன்!” என்றான், அடிக்குரலில்.

மறுநாள் விடிந்து பல்தேய்க்கும்போதும், சாப்பிடும்போதும், அந்த நாற்றம் கையிலிருந்து வீசுகிற மாதிரி அவளுக்குத் தோன்றியது.

நல்லவேளையாக, அடுத்த நாள் முதல் என் காரணத்தாலோ அம்மா மறுபடியும் அவளைப் படுக்க முருகனோடு அனுப்பவேயில்லை. எதுவும் புரியாத அந்த வயசிலும் அவளுக்கு முருகனிடமிருந்து தள்ளியிருந்த நிம்மதியாக இருக்க, நடந்ததை அதோடு முழுமையாக மறந்தேபோனாள்.

அவளுக்கு ஏழு வயசு. பள்ளிக்குத் தினமும் காரில்தான் சென்றுவருவாள். அம்மா கூடவந்து கொண்டுவிட்டு அழைத்துவருவாள்.

ஒருநாள் அம்மாவுக்கு நல்ல ஜுரம். பள்ளிக்கு அழைக்க வரவில்லை. காரை எடுத்துக்கொண்டு டிரைவர் மட்டும் வந்திருந்தான். ‘பீச்சுக்குப் போலாமா, பாப்பா?” என்று கேட்டுவிட்டு, கடற்கரைக்கு வண்டியைச் செலுத்தினான். தண்ணீரில் அளைவது அவளுக்கு ரொம்பப் பிடிக்கும். ஆனால், அம்மாவுக்குப் பிடிக்காது. ‘ஜுரம் வந்துடும், வாண்டாம்’ என்று தடுத்துவிடுவாள். அன்று அவன் அவளைத் தண்ணீரில் உடை நனைய, நனைய விளையாட விட்டான். லேசாக இருட்டிக்கொண்டு வருகையில், ஒரு ஐஸ்க்ரீம் வாங்கி அவளிடம் தந்து சாப்பிடச் சொல்லிவிட்டு, காரை ஆள் நடமாட்டம் இல்லாத இடத்தில் நிறுத்தினான். ‘இங்க ரொம்ப ஈரமாயிருக்கே? அங்க ரொம்ப நனைஞ்சிருக்கே?’ என்று சொல்லிக்கொண்டே கண்ட இடங்களில் தொட்டு... வீட்டுக்குப் போகணும்’ என்றவளிடம், ‘சமத்தா இருந்தா. யாருக்கும் தெரியாம அப்பப்ப பீச்சுக்குக் கூட்டிட்டு வருவேன், ஐஸ்க்ரீம் வாங்கித்தருவேன்’ என்றபடி என்னென்னமோ செய்தான். ரொம்ப வலித்தது. திடுமென, இளஞ்சூட்டின் வழவழப்பு, குப்பென்று அதே நாற்றம். அவள் அழத் துவங்க, ‘யார்கிட்டயாச்சும் ஏதாச்சும் சொன்னீன்னா, அப்பால பீச்சுக்குக் கூட்டிட்டே வர மாட்டேன்!’ என்று மிரட்டினான். அன்றிரவே அவளுக்கு சரியான காய்ச்சல் கண்டு விட்டது. டிரைவர் அதிகப்பிரசங்கித்தனமாய் யாரிடமும் அனுமதி வாங்காமல் அவளை பீச்சுக்கு அழைத்துச் சென்றதோடு, தண்ணீரிலும் அளையவிட்டதுதான் காரணமென்று நினைத்த அப்பா, ‘பாப்பாதாங்க தொந்தரவு பண்ணி போகச் சொல்லிச்சு’ என்று அவன் கூறியதைக் காதில் வாங்காமல், அன்றே அவனை வேலையைவிட்டு நிறுத்தினார்.

அவளுக்கு வயசு எட்டு. பள்ளி

விடுமுறை, வழக்கத்துக்கு மாறாக, வீடு ஆள்நடமாட்டம் இல்லாமல் இருந்தது. இருந்த ஓரிரண்டு பெரியவர்களும், உணவு உண்டகளைப்பில் தூங்கச் சென்றுவிட்டனர். அவளுக்குப் போரடித்தது. ஊஞ்சலில் தனியாக அமர்ந்து ஆடிக்கொண்டிருக்கையில், குரு வந்தான். அப்பாவுக்கு உறவுப் பையன். டிகிரி முடித்துவிட்டு, அந்த வீட்டிலேயே தங்கி வேலைபார்த்துக் கொண்டிருந்தான். வந்தவனிடம், 'ஆபீஸ் இல்லியா, மாமா? என்றபோது, 'தலைவலி... லீவு சொல்லிட்டு வந்துட்டேன். எங்க, ஆத்துல ஒருத்தரையும் காணும்?" என்று கேட்டான். 'அப்பா அம்மா காஞ்சீபுரத்துல துக்கம் கேக்கப் போயிருக்கா... சித்தி, மாமி உள்ள தூங்கறா..' என்று பதில் சொன்னாள், ஊஞ்சலின் ஆட்டத்தை நிறுத்தாமலேயே. கண்களை இடுக்கிக்கொண்டு யோசித்தவன், சட்டென்று நிமிர்ந்தான். 'வெளிநாட்டு க்யூடெக்ஸ் வாங்கி வெச்சிருக்கேன்... வரியா? கை, கால் நகத்துக்குப் போட்டுவிடறேன்?' என்றான். நகப்பூச்சு ஆசையில் அவளும் குருவின் பின்னோடு போனாள். மாடியில் தன் படுக்கையறைக்கு அழைத்துச் சென்றவன், கதவைச் சாத்தினான். 'சத்தம் போடாம இருந்தா, போட்டுவிடுவேன்' என்றவன், அலமாரியிலிருந்து பாலிஷை எடுத்து, 'எத்தன நாளா இப்படி ஒரு சந்தர்ப்பத்துக்குக் காத்துண்டிருக்கேன்!' என்றவாறு அத்தனை விரல் நகங்களுக்கும் பூசிவிட்டான். 'கை, காலை அசைக்காம அப்படியே படுத்துக்கோ... இல்லாட்டா, ஈஷிக்கும்!' என்றவன், ஒரு கையால் அவளை அழுந்தப் பிடித்துக் கொண்டு என்னென்னவோ செய்ய முற்பட்டான். 'நா போறேன் என்று அவள் கெஞ்சியதும், 'மொரண்டு பண்ணினா, கழுத்தை நெரிச்சுடுவேன்!' என்றான். அதோடு நிற்காமல், 'பெரியவாகிட்ட ஏதாவது சொன்னேன்னா, 'மாமா, உங்க பொண்ணுதான் மோசமானவ... நா குளிக்கறச்சே, டிரெஸ் பண்ணிக்கறச்சே வந்து எட்டிப்பாக்கறா'னு சொல்லிடுவேன்! அப்பறம் உன்பாடுதான் கஷ்டம்!" என்றும் பயமுறுத்தினான்.

ரொம்ப வலித்தது. பீறிட்டுக்கொண்டு அழுகை வந்தது. பயமாக இருந்தது. திடுமென, அதே இளஞ்சூட்டு வழவழப்பு. குப்பென்று அதே நாற்றம். 'என்னை விட்டுடு, விட்டுடு...' என்று அழுதபடியே வேகமாய் வெளியே ஓடினாள்_

அதன் பிறகு, பல இரவுகள் தூக்கத்தில் சட்டென்று விழிப்பு வரும். இளஞ்சூட்டு வழவழப்பும் நாற்றமும் உடம்பு பூராவும் பரவிவிட்ட மாதிரி தோன்றும். வயிற்றைக் குமட்டும். அழுகை வரும். ரொம்ப, ரொம்ப பயமாக இருக்கும். யாரிடமும் எதுவும் சொல்லத் தெரியாமல், தலைகாணியில் முகத்தைப் பதித்துக்கொண்டு சத்தமில்லாமல் அழுவாள்.

அவளுக்கு வயசு பதினெட்டு. திருமணமாகி, அன்று முதல் இரவு. மாலையிலிருந்தே விவரிக்க இயலாத சங்கடம். அறைக்குள் பால்செம்புடன் நுழைந்தபோது, கைகள் நடுங்கின. உள்ளங்கையில் வியர்த்தது. எதையும் கவனிக்காமல் அவள் கணவன் முரட்டுத்தனமாய் அவளை இழுத்து வாயில் முத்தமிட்டு, உதட்டைக் கடித்தபோது, உதட்டில் ரத்தம் கசிந்து, மூச்சை அடைத்தது. அவளை ஆக்ரமித்து என்னென்னவோ செய்ய முயன்றான். அதே இளஞ்சூட்டு வழவழப்பு, அதே நாற்றம் நெஞ்சில் அறைய, என்ன செய்கிறோமென்று புரியாமல், 'ஆ... ஆ...' என்று உரக்கக் கத்தினாள். மயக்கமடைந்து, மரக்கட்டை மாதிரி விழுந்து விட்டாள். அன்று மட்டுமல்ல, அடுத்து வந்த நாள்களிலும் அதே அவலம் தொடர்ந்தது. ஒரு மாசம் போவதற்குள், அப்பாவுக்கு ஆள் அனுப்பி, 'உங்க பொண்ணு பைத்தியம்... வியாதிக்காரிய எங்க தலைல கட்டிட்டேள்! இவ இனிமே இங்க இருக்க வாண்டாம்!' என்று பிறந்தவீட்டுக்கே

அனுப்பிவிட்டார்கள்...

அன்றிலிருந்து, அப்பா அம்மாதான் அவளுக்கு உலகம். அவர்களுக்குப் பிறகு, அண்ணா, அவன் குடும்பம்.

"அத்தே, நா கிளம்பறேன்.. நாலு நாள் கழிச்சு வந்து உங்ககூடவே ஒருநாள் முழுக்க இருக்கேன்_ சரியா?"

அத்தையை கமலி அணைத்துக்கொண்டாள். அருகில் நின்றிருந்த பூரணி, "குழந்தைய எங்காத்துல விட்டுட்டுப் போன்னா, கேக்கமாட்டேங்கறே" என்றாள் ஏமாற்றத்துடன்.

"அதான் சொன்னேனே, பூரணி... மாமியாராத்துல சமையக்காரன், டிரைவர், அஷோக் எல்லாரும் இருக்கா- அவா லவிய வெச்சுக்கணும்னு ஆசைப்படறாளே! அவா நன்னா பாத்துப்பா, கவலைப்படாதே! ஊருக்குப் போயிட்டு வந்து இங்க உங்ககூட கண்டிப்பா ஒரு நாள் தங்கறேன்.. இப்ப கிளம்பட்டா?"

திரும்பி நடந்தவளின் கையை அத்தை சட்டென்று எட்டி, பதட்டத்துடன் கெட்டியாய் பிடித்தார்.

"வாண்டாண்டீ அவாள்ளாம் ராட்சஸா- கொழந்தைய பிச்சுப்பிச்சுப் போட்டுடுவா! அவ வாழ்க்கையே நாசமாயிடுண்டீ!" என்றார் சின்னக்குரலில். ஆனால், தெளிவாக.

39

றோஸா லஷ்சம்போர்க் வீதி

இராஜேஸ்வரி பாலசுப்பிரமணியம்

இராஜேஸ்வரி பாலசுப்பிரமணியம்
(01/01/1943)

இராஜேஸ்வரி, கிழக்கு இலங்கையில் அம்பாறை மாவட்டம் அக்கரைப்பற்று கோளாவில் பிறந்தவர். திரு பாலசுப்பிரமணியனை மணந்து கொண்ட இவர், 50ஆண்டுகளுக்கும் மேலாக லண்டனில் வசித்து வருகிறார். பன்முக ஆளுமை கொண்ட இவர், 1960ஆம் ஆண்டுக்குப் பின்னர், இலக்கியத்துறையில் நுழைந்தார். சுமார் 60ஆண்டுகளாக நூற்றுக்கணக்கான சிறுகதைகள், ஏழு நாவல்கள், ஒரு ஆராய்ச்சி நூல், இரண்டு மருத்துவ நூல்கள் எழுதியுள்ளார். இவருடைய நாவல்கள் ஆங்கிலத்திலும், சிங்கள மொழியிலும் மொழிபெயர்க்கப்பட்டுள்ளன. திரைப்படத் துறையில் பட்டம் பெற்ற இவர் ஆவண படங்களை எடுத்துள்ளார். இவர் மனிதவுரிமை செயல்பாட்டாளராகவும், அரசியலில் ஈடுபாடு உடையவராகவும் விளங்குகின்றார். இவருடைய கதைகளின் மூலம் பன்முக அனுபவங்களை வாசகர்கள் பெற இயலும்.

குழந்தைக்கு நல்ல நித்திரை போலும். சரியாகப் பால் குடிக்காமலே தூங்கிவிட்டாள். குழந்தையை இன்னொரு தரம் எழுப்பிப் பால் கொடுக்கத் தொடங்கினால் வேலைக்குப் போக நேரமாகிவிடும். நேரத்துக்கு வேலைக்குப் போகாவிட்டால் இவளுடைய ஜேர்மன் முதலாளிக்குப் பிடிக்காது.

வேலையில் நிறுத்தப்பட்டால், இவளின் ஊதியத்தில் தங்கியிருக்கும் குடும்பம் தாங்காது. சுமதி, மெல்லமாகக் குழந்தையைத் தனது முலையிலிருந்து விலக்கினாள். குழந்தை, நித்திரைத் தூக்கத்தில், முலையைச் சப்புவதுபோல் சப்பிவிட்டுத் தூங்கிவிட்டது.

இன்னும் இரண்டு மூன்று மணித்தியாலங்களுக்குக் குழந்தை எழும்பாமற் தூங்குவாள்.

மூன்று மாதக்குழந்தை உலகில் எந்தத் துன்பத்தையும் அறியாமற் தூங்குகிறாள்.

'நானும்இப்படித்தான்இருந்திருப்பேனா'?

சுமதி தனக்குள் தானே நினைத்துக் கொள்கிறாள்.

சுமதி அவள் குடும்பத்தில் மூன்றாவது

பெண் குழந்தை. சுமதி பிறந்தபோது அவளின் தாய் பிரசவத்திற் தொடர்ந்த பிரச்சினையான நோய்களால் இறந்துவிட்டாள்.

சுமதி பிறந்தவுடன் அவள் தாயிறந்த பழியைச் சுமதியின் பாட்டி சுமதியின்மீது போட்டுவிட்டாள்.

'பிறந்த நேரமே தாயை விழுங்க வந்த சனியன்' என்று சுமதியைப் பாட்டி திட்டியதை உணராமல் சுமதியும் ஒருகாலத்தில் பால் புட்டியின் சூப்பியைத் தாயின் முலையாக நினைத்துச் சூப்பிக் கொண்டிருந்திருக்கலாம்.

பக்கத்துக் கட்டிலில் சுமதியின் பத்துவயது மகள் செல்வி படுத்திருக்கிறாள். பத்து வயதில அவளுக்கு எவ்வளவு பொறுப்புணர்ச்சி!

செல்விக்குப் பிறகு இன்னுமொரு குழந்தை வேண்டாம் என்றுதான் சுமதி நினைத்தாள். ஆனால் இந்தக் குழந்தை பிறந்து விட்டது. குழந்தை வயிற்றில் வந்ததும், இவள் மாமியார் இவளைப் பார்த்த விதம்?

'என்ன இன்னொரு பெட்டைக்குட்டியைப் போடப் போகிறாயா?'

ஈவிரக்கமின்றிச் சுமதியைப் பார்த்துக் கேட்டாள் அவள் மாமியார்.

சுமதி மறுமொழி சொல்லவில்லை. மாமியார் கேட்கும் கேள்விகளுக்கெல்லாம் பதில் சொல்ல முயன்றால் சுமதிக்கு மூளை குழம்பி விடும்.

அறையின் ஒரு மூலையில் கட்டிலில் இவள் கணவனின் குறட்டைச் சத்தம் சீராகக் கேட்கிறது.

குறட்டைச் சத்தத்துடன் மதுபான நெடியும் மூக்கில் அடிக்கிறது.

சுமதி பெருமூச்சு விட்டபடி எழுந்தாள்.

மெல்ல அடி எடுத்துவைத்து குளியலறைக்குச் சென்றாள். போகும்போது ஜன்னலில் வெளியே எட்டிப்பார்த்தாள்.

ஜன்னலுக்கு வெளியே உலகம் மிக அமைதியாக உறங்கிக் கொண்டிருக்கிறது. வானத்தில் நட்சத்திரங்களைக் காணவில்லை. கருமுகில்கள் நிறைந்த வானம் எப்போதும் மழையைக் கொட்டலாம்.

தூரத்தில் கருமுகில்களுக்குக் கண்ணடித்துக்கொண்டு ஒரு விமானம் போய்க்கொண்டிருக்கிறது.

சுமதி ஜன்னற் சீலையை மூடிவிட்டு ஒரு நிமிடம் சுவரிற் சாய்ந்தாள். இப்போது நேரம், அதிகாலை ஒரு மணியாகிறது. உலகம் உறங்கிக் கொண்டிருக்கிறது. அவள் வேலைக்கு வெளிக்கிட்டுக் கொண்டிருக்கிறாள்.

ஊரில், யாழ்ப்பாணத்தில், பயிர்களுக்குத் தண்ணீர் விடக்கூட, காலையில் ஐந்து மணிக்கு முன் யாரும் எழும்புவது அவளுக்குத் தெரியாது.

இது பேர்லின் நகர். ஆயிரக்கணக்கான இலங்கைத் தமிழர்கள் அகதிகளாக வந்து சேர்ந்த ஐரோப்பிய நகரங்களிலொன்று. இடம்பெயர்ந்த நகர்களில், இரவு பகலாக வேலை செய்யும் நடைப்பிணங்களாக வாழப் பழகிக்கொண்ட தமிழர்களில் அவளுமொருத்தி.

வேலை செய்யாவிட்டால் குடும்பம் என்ன செய்யும்? கவுரவத்தைப் பார்த்தால் வாயும் வயிறும் என்ன செய்யும்?

இலங்கையில் நடந்து கொண்டிருக்கும் இனவாதக் கொடுமைகளுக்குத் தப்பிப் புலம்பெயர்ந்த தமிழர்களில் படித்த பட்டதாரிகள், சிந்தனையாளர்கள், அறிஞர்கள், கலைஞர்கள் என்று பல தரப்பட்டவர்களிருக்கிறார்கள்.

ஆனால், மொழி தெரியாத இடங்களில் உயிர் தப்பி வாழவந்தவர்கள், தங்களின்

படிப்புக்கும், அறிவுக்கும் உகந்த வேலையைத் தேடிக்கொள்வது கனவில் நடக்கும் காரியமே.

மேற்கு நாட்டாரின், ஆழ்ந்த இனவாதக் கொள்கைகளுக்கு முன்னால், மூன்றாம் உலக் நாடுகளிலிருந்து வரும் மக்களின் திறமைகளும் சிந்தனைகளும் மதிக்கப்படுவதில்லை.

அவர்களின் பார்வையில், அயல்நாட்டு மக்கள் என்போர், தங்கள் நாட்டுக்குக் கூலிவேலை செய்து பிழைக்க வந்த மூளையற்ற மனிதர்கள்.

அப்படி அவர்கள் நினைத்துக் கொண்டிருப்பவர்களில் சுமதியும் ஒருத்தி. அவள் இலங்கையில் ஏ லெவலுக்கு மேல் ஒன்றும் படிக்கவில்லை; ஆனால், பல்கலைக்கழகம் சென்று படித்துப் பட்டம் பெற்ற அவளின் தமக்கைகளை விடப் பகுத்தறிவுவாதி; வாழ்க்கையின் தேவைகளையு முணர்ந்தவள்; உழைக்கத் தயங்காதவள்; எத்தனையோ ஆசைகளை மனதில் புதைத்துவிட்டு இன்று தனது குடும்பத்திற்காகத் தன்னையற்பணித்தவள்.

இப்படி நினைக்கும்போது, சுமதிக்குத் தன்னிலேயே ஒரு பரிதாபம் வரும். ஜன்னல்களில் பதிந்த அவளின் பார்வை, உலகத்து இருளைத் தாண்டிக்கொண்டு, இலங்கையின் ஒரு ஊருக்கு இவளின் நினைவை இழுத்துக்கொண்டு செல்கிறது.

நீலவானமும், பசும்பச்சை நிலங்களும், மேனியைத் தடவிச் செல்லும் இளம்தென்றலும், இறைவனை ஞாபகப்படுத்தும் கோயில் மணியோசையும் அவள் நினைவைச் சீண்டுகின்றன.

பன்னிரண்டு வருடங்களுக்கு முன்னால், சுமதி, பேர்லினில் வாழும் இந்த வாழ்க்கையை நினைத்துப் பார்க்கவில்லை. பேர்லின் நகரில், அதிகாலை ஒரு மணிக்கு வெளியிற் சென்று பேப்பர் போடும் வேலையைச் செய்வதை அவள் கற்பனை கூடச் செய்யவில்லை.

பேர்லின் வாழும் அந்நிய நாட்டார்களுக்குக் கிடைக்கும் வேலைகள், றெஸ்ட்டோரன்டுகளில் வேலை அல்லது கட்டிடங்களையோ, வீடுகளையோ துப்பரவு செய்வது அல்லது பெரிய கொம்பனிகளின் விளம்பரப் பத்திரிகைகளை வீடுகளுக்குக் கொண்டுபோடுவது போன்றவையாகும்.

இன்று, பேர்லினிலிருந்து இலங்கைத் தமிழர்கள் துரத்தப்பட்டால், சிலவேளை பேர்லின் துப்பரவு செய்யப்படாமல் நாற்றமெடுக்கலாம்.

இந்த இரவில், இவள் முகம் பளிச்சென்றிருக்கவில்லையென்றோ அல்லது இவளது தலை குழம்பிக்கிடக்கிறது என்றோ யார் கவனிக்கப் போகிறார்கள்.

முகம் கழுவித் தலை சீவப்போன சுமதி வேதனையுடன் சிரித்துக் கொள்கிறாள். இந்த நேரத்தில், தெருவில் ஒன்றிரண்டு மக்களையே காண்பது அரிது.

அவர்களும் குடிவெறியில் தடுமாறுபவர்களாக அல்லது இவளைப் போல் வேலைக்கு அவசரமாக ஓடிக்கொண்டிருக்கும் ஒரு சில அந்நிய நாட்டு மனிதர்களாகவிருக்கும். அவர்களில் யாரும், இவளின் முகத்தையோ, தலையலங்காரத்தையோ பெரிது படுத்தப்போவதில்லை.

ஆனாலும், வழக்கம்போல் முகம் கழுவித் தலை வாரிக்கொண்டாள். வெளியே சரியான குளிர். அதற்கேற்ப உடுத்துக் கொண்டாள். ஊரில் இப்போது, மார்கழி மாதத்தில் திருவெம்பாவைப் பக்திப் பாடல்கள் அதிகாலை மவுனத்தைப் பிளந்துகொண்டு காதில் வந்து விழுமே. இன்னுமொரு நினைவு சட்டென்று வந்து போகிறது.

குழந்தைகளை, இன்னொருதரம் திரும்பிப் பார்த்து விட்டுக் கதவைப் பூட்ட வெளிக்கிட்டவளின் பார்வை அவள் கணவனிற் படிகிறது. அவன் உடுத்திருக்கும்

சாரம் சோர்ந்து போனதும் தெரியாமல் மதுவெறியிற் படுத்திருக்கிறான் அவள் கணவன் சண்முகநாதன்.

அவன், உலகை மறந்த ஆழ்ந்த நித்திரையிற் படுத்திருந்தான். எச்சில் வழிந்து தலையணையை நனைத்திருக்கிறது. அவனின் குறட்டைச் சத்தம் எரிச்சலையுண்டாக்கியது. அறை முழுதும் மதுவாடை நிறைந்திருந்தது. அவனைப் பார்த்ததும் அவள் தனது முகத்தைப் பொத்திக்கொண்டு அழவேண்டும் போலிருந்தது.

இவனை நம்பித்தானே தனக்கு முன்னால் இரண்டு தமக்கைகள் இருப்பதையும் பொருட்படுத்தாமல் இந்த ஊருக்கு இவனுடன் ஓடிவந்தாள்?

இவனை இப்படியாக்கியது யார்?

நினைவுகள் சிறகடிக்கின்றன.

அவனுக்கும் அவளுக்கும் பன்னிரண்டு வயது வித்தியாசம். சண்முகநாதன், சுமதியின் தமக்கை ஒருத்தியின் கிளாஸ்மேட். சுமதிக்கு நினைவு தெரிந்த நாள்முதலே அவனைத் தெரியும்.

இன்று இவனை நம்பி ஓடிவந்து என்ன சுகத்தைக் கண்டு விட்டாள்? சுமதியின் கண்கள் பனிக்கின்றன. மெல்லமாகக் கதவைச் சாத்தினாள்.

முன்னறையில் மாமியார் படுத்திருக்கிறாள். மாமியார்; தற்செயலாக எழும்பி, சுமதியின் கலங்கிய கண்களைக் கண்டால் திட்டுவாள். 'மூதேவி மாதிரி விடிய முதலே அழத் தொடங்கிட்டியா?' என்று இவளின் மாமியார் முழங்கத் தொடங்கி விடுவாள்.

சுமதி தனது சைக்கிளைத் தள்ளிக்கொண்டு அவசரமாகப் படிகளில் இறங்கிக் கொண்டாள். மூன்றாவது மாடியிலுள்ள வீட்டில் சுமதி குடும்பமிருக்கிறது. மாடிப்படிகளில் அவள் காலடிகள் அவசரமாகத் தொனிக்கின்றன.

மாமியாருக்கு இவளைப் பிடிக்காது. பெண் இன்னொரு பெண்ணை இப்படி வெறுக்கும் சமுதாயத்தில் என்னவென்று தர்மம் நிலைத்திருக்கும்?

சுமதி நடந்தபடி யோசிக்கிறாள்.

பத்திரிகை போட இப்படி எத்தனையோ மாடிப்படிகள் ஏறி இறங்கவேண்டும். முதலிற் போய் ஒரு கனமான பேப்பர்க் குவியலை எடுக்கவேண்டும். பின்னர், அவற்றை ஒவ்வொரு வீட்டுக்கும் போட்டு முடிய அதிகாலை நாலு மணியாகி விடும்.

பெரும்பாலான ஜேர்மனியர்கள் தூங்கிக் கொண்டிருப்பார்கள். 1989ம் ஆண்டுக்குமுன், ஜேர்மன் தெருக்களில், ஒருத்தொருக்கொருத்தர் முன்பின் தெரியாதவர்களாகயிருந்தாலும் காலை வணக்கம் சொல்வார்கள். இப்போது ஏராளமான அந்நியர்கள் பேர்லினில் வந்து குவிந்து விட்டதால், ஜேர்மனியர்களுக்கு அந்நியர்களைப் பிடிக்காமல் அருவருப்பாகப் பார்க்கிறார்கள்.

அகதிகளாக வந்தவர்கள் தங்கள் நாட்டுக்குத் தொற்று நோய்களைக் கொண்டுவந்து பரப்ப வந்திருக்கிறார்கள்; களவு செய்ய வந்தவர்கள்; காவாலித்தனம் செய்பவர்கள்; பழக்க வழக்கம், பண்பாடுகள் தெரியாதவர்கள் என்று சில ஜேர்மனியர்கள் துர்ப்பிரசாரம் செய்கிறார்கள். இப்போது சில ஜேர்மனியர் வெளிநாட்டாரைக் கண்டால், காறித் துப்புகிறார்கள். தூஷணத்தால் திட்டுகிறார்கள்

சுமதி தெருவில் இறங்கினாள். இந்தத் தெருவில், தங்கள் துவேசத்தால் எத்தனை யூதர்களை இந்த ஜேர்மன்காரர்கள் கொலை செய்திருப்பார்கள்?

இந்தத் தெருவின் பெயர் றோஸா லஷ்சம்போர்க் வீதி. இந்தத் தெருவின் மூலையிலுள்ள வீடொன்றிற்தான் சுமதியின் குடும்பம் வசிக்கிறது. மேற்கு,

பேர்லினையும் கிழக்கு பேர்லினையும் பிரிக்கும் பிரண்டன்போர்க் வாசலின் ஒரு சில மைல்களுக்கப்பால் இந்தத் தெருவிருக்கிறது.

அவள் சைக்கிளில் ஏறிக்கொண்டாள், யாரோ ஒருத்தன் மதுபோதையில் தள்ளாடியபடி ஆபாசமாகப் பேசிக்கொண்டு போகிறான்.

மேற்கு ஜேர்மனியும் கிழக்கு ஜேர்மனியும் 1989ல் ஒன்றாகச் சேர்வதற்குமுதல், தெருக்களில் இப்படி யாரும் ஆபாசமாகப் பேசுவதைக் கேட்க முடியாது.

காலம் காலமாக கம்யுனிசத்தை அனுபவித்து வந்த கிழக்கு ஜேர்மன் மக்கள், கிழக்கும் மேற்கும் இணைந்தபின் செல்வம் தங்களுக்குச் கொட்டும் என்று நினைத்தார்கள். இப்போது அவர்கள் ஏமாற்றத்துடன் ஏழைகளாக ஜேர்மன் தெருக்களிற் திரிகிறார்கள். வீடுவாசல் வைத்திருக்கும் வெளிநாட்டாரின்மீது அவர்களுக்குப் பொறாமையாகவிருக்கிறது. சில வேளைகளில் அவர்களின் ஆத்திரம் கொலைகளிலும் முடிவதுண்டு.

கிழக்கு ஜேர்மனியரின் கொதிப்பை, ஜேர்மன் இனவாதிகள் பயன்படுத்திக்கொண்டு அயல் நாட்டாரை இனப்படுகொலை செய்கிறார்கள். அண்மையில், நான்கு துருக்கியப் பெண்களைப் பூட்டிய அறையில் வைத்து துடிக்கத்துடிக்க கொளுத்திக் கொலை செய்தார்கள் ஜேர்மன் இனவாதிகள்.

கோடிக்கணக்கான யூதர்களைக் கொலை செய்தவர்களின் பரம்பரையில் வந்தவர்களிற் சிலர் இன்னுமிங்கிருக்கிறார்கள்.

இலங்கையில் நடந்த 1983ம் ஆண்டு கலவரத்தின்போது, சிங்களக் காடையர்கள் சண்முகநாதனைத் தெருவில் வைத்துப் பெட்றோல் ஊற்றி எரித்துக்கொலை செய்ய முயன்றபோது அவன் ஓடித் தப்பினான்.

அங்கு ஓடித் தப்பியவர்கள், இங்கு ஜேர்மனியில் இன்னும் உயிரைக் கையில் பிடித்துக் கொண்டு வாழவேண்டியிருக்கிறது.

அவளுக்குத் தன் கணவனை நினைத்தால் ஒரு பக்கம் கோபம் வந்தாலும் அவனைப் பார்க்கம்போது பெரும்பாலும் பரிதாபம்தான் வரும். அவளுடைய அக்காவுடன் ஒருகாலத்தில் இலங்கைப் பல்கலைக்கழகத்தில் படித்தவன். படிப்பு முடியவிட்டுக் கொழும்பில் வேலை கிடைத்தது.

80ம் ஆண்டின் ஆரம்ப காலகட்டத்தில் தமிழர்களுக்கு எதிராக இலங்கை அரசாங்கம் பயங்கரவாதத்தைக் கட்டவிழ்த்துக் கொண்டிருந்தது.

கொழும்பில் அதிகம் பிரச்சினையில்லாத கால கட்டத்தில். கொழும்பிலிருந்துகொண்டு விடுதலைக்கு அடிக்கடி ஊருக்கு வருவான்

1983ம் ஆண்டு,இலங்கைஇராணுவத்தைச் சேர்ந்த 13 படையினரை யாழ்ப்பாணத்தில் வைத்துத் தமிழ்ப் போராளிகள் கொலை செய்தார்கள். அதன் எதிரொலியாக, சிங்களஅரசின் பயங்கரவாதத்தைக்கண்டு உலகமே அதிர்ந்தது. அரசாங்கத்தால் பாதுகாக்கப்பட வேண்டிய சிறுபான்மையின தமிழ் மக்களுக்கெதிராக இப்படி ஒரு பயங்கர நடவடிக்கையா?

இப்படி ஒரு சூழ்நிலையை முகம் கொடுக்கச் சிறுபான்மைத் தமிழ் மக்கள் பெரும்பான்மைச் சிங்கள மக்களுக்கு என்ன செய்தார்கள்?

நாகரிகமடைந்த மக்கள் இலங்கையில் நடந்த நரபலியைக் கண்டு நாணித் தலைகுனிந்தார்கள்.

சிங்களப்பேரின அரசின் படை சிறுபான்மைத்தமிழரை வேட்டையாடியது.

சண்முகநாதன் போன்றவர்கள், இனிக் கொழும்புக்குப் போவதில்லை எனச்

சபதம் எடுத்துக்கொண்டார்கள்.

சுமதியின் சிந்தனை தொடர இருட்டில் தன் பிரயாணத்தைத் தொடர்கிறாள்.

சுமதியின் கண்கள், றோசா லஷ்சம்போர்க் வீதி மூலையிலிருக்கும் அந்தக் கிழவியின் வீட்டை நோட்டம் விடுகின்றன. அந்த வீட்டிலிருக்கும் மூதாட்டிக்கு இப்போது எழுபது வயதுக்கு மேலாகிறது. ஜேர்மனியரால் யூதர்களை அழித்தொழிக்க அமைத்த சித்திரவதை முகாம்களில் ஒன்றான ஆஷ்விஷ் என்ற கொலைக்கூடத்தில் தன்னுடைய குடும்பத்தில் அத்தனை பேரையும் பறிகொடுத்த சரித்திரத்தைத் தன்னுடன் பிணைத்திருப்பவள் இந்த யூதப் பெண்மணி இஸபெல் கோல்ட்பேக்கர்.

மிருகங்களுக்கு அடையாள நம்பர் போட்டதுபோல் இவள் கையிலும் ஜேர்மனியர்களால் இவளின் அடையாள நம்பர் எழுதப்பட்டிருக்கிறது. அமெரிக்கரும், பிரித்தானியரும் இரஷ்யரும் ஜேர்மனியர்களை வென்று ஒரு சில யூதர்களைக் காப்பாற்றினார்கள். அந்த மாதிரிக் காப்பாற்றப்பட்டவர்களில் ஒரு இளம்பெண்தான் இஸபெல்கோல்ட் பேக்கர்.

குடும்பத்தில் அத்தனை பேரையும் இழந்த பின், அனுதாபமுள்ள ஒரு அமெரிக்க யூத குடும்பத்தின் தயவில் அமெரிக்கா சென்றவள், தனக்கொரு குடும்பத்தை அமெரிக்காவில் உண்டாக்கினாள்.

பல்லாண்டுகள் சென்ற பின், தனது கடைசிக் காலத்தைத் தான் பிறந்த நாட்டில் வாழ்ந்து முடிப்பேன் என்று இஸபெல் கோலட்பேக்கர் வந்திருக்கிறாள். தனது மூதாதையர், ஹிட்லரின் கொடுமைகள் தொடங்குவதற்கு முதல் வாழ்ந்த வீட்டில் வாழ்ந்து கொண்டிருக்கிறாள். தனது மூதாதையர் இறந்த நாட்டிற்தான் அவளும் இறப்பாளாம்.

சண்மகநாதனும், இஸபெல் முதாட்டியும் நல்ல சினேகிதர்கள். இருவரும் பேரினவாதத்தின் கொடுமையை நேரில் அனுபவித்தவர்கள். உலகில் நடந்த, நடந்து கொண்டிருக்கிற, பல விடயங்களைப் பற்றி மணிக்கணக்காகப் பேசிக் கொண்டிருப்பார்கள்.

பேரினவாத ஒடுக்கு முறை மட்டுமல்லாது, சாதி சமய பேதங்களை முன்வைத்து நடத்தப்படும் அத்தனை கொடுமைகளுக்கும் எதிராக, முற்போக்கான மக்கள் ஒன்றிணைந்து போராடவேண்டும் என்று பேசிக்கொண்டிருப்பார்கள்.

சுமதி தெருமுனையிற் திரும்பினாள். அப்போது, பெரும்பாலும் இஸபெல் மூதாட்டியின் முன்னறையில் விளக்கு எரிந்து கொண்டிருக்கும். மூதாட்டியார், ஏதையோ வாசித்துக் கொண்டிருப்பது தெரியும்.

‘இந்த வயதில் என்ன நித்திரை? இளமையில் நடந்தவற்றை மனதில் இரைபோட்டுக்கொண்டு சும்மா புரண்டு கிடப்பதைவிட, ஏதோ ஒரு நல்ல புத்தகத்தைப் படிக்கலாமே’ மூதாட்டியார் அடிக்கடி சொல்லிக்கொள்வாள்.

‘நானும் ஒரு காலத்தில் நான் பிறந்த நாட்டுக்குப் போவேனா? இந்த நினைவுகளை மனதில் இரைபோட்டுக்கொண்டு, மார்கழியின் குளிரான இரவுகளில் திருவெம்பாவைப் பாடல்களை ரசிப்பேனா?’

சுமதியின் கண்கள் கலங்குகின்றன. ஜேர்மனியில், இந்த இரவு வேளையில் கொள்ளிவாய்ப் பேய் மாதிரி வீதி வலம் வரும் வேலையைப் பெரும்பாலான இலங்கைப் பெண்கள் செய்வது மிகவும் அருமை. சுமதி மாதிரி ஒன்றிரண்டு பெண்கள், தங்களின் குடும்பச்சுமை தாங்காது இப்படி வேலை செய்கிறார்கள்.

தூரத்தில் இன்னுமொரு சைக்கிள் போய்க்கொண்டிருக்கிறது. அது தர்ஷிணி

அக்காவாக இருக்கவேண்டும். அவளும் பாவம், குடிகாரக் கணவனிடம் அடிவாங்கி மிகக் கொடுமையான துயர்கள் பட்டபின், அவனை விட்டுப்பிரிந்து நான்கு குழந்தைகளுடன் தனியாக வாழ்கிறாள். அவளின் தனிமையான வாழ்க்கையைத் தாறுமாறாக நினைக்கும் தமிழ் ஓநாய்கள் ஏராளம்.

கணவனைப் பிரிந்துவாழும் ஒரு பெண்ணை விலைமாதாக நினைக்கும் 'கற்புடைய தமிழன்கள்' எங்குமிருக்கிறார்கள்.

தர்ஷிணி போன்ற தனியாக வாழும் தமிழ்ப் பெண்களை எலும்பைப் பார்க்கும் நாய்கள்போல், பண்புகெட்ட சில தமிழர்கள் எச்சிலூறப் பார்க்கிறார்கள்.

தர்ஷிணி சொல்வாள், இந்த மாதிரித் தமிழன்கள் உலகத்தில எந்த மூலைக்குப் போனாலும் திருந்தப்போவதில்லை. பெண் ஒருத்தி தனியாக இருந்தால் அவளுடன் படுத்தெழும்பப் பார்க்கிறார்களே தவிர அவளுக்காகப் பரிதாபப்பட்டு உதவவோ அல்லது அவளின் துயர் நிலையை உணரவோ மறுக்கிறார்கள்.

தர்ஷிணியின் வேதனை சுமதிக்குப் புரியும். எவ்வளவோ படித்த சண்முகநாதனும் சுமதி வேலைக்குப் போவதை விரும்பவில்லை.

தண்ணீர் போட்டால் அந்தத் தள்ளாட்டத்தில் ஏதோ எல்லாம் பொரிந்து கொட்டுவான். 'நேரம் கெட்ட நேரத்தில் வெளியிற் போய் வேலை செய்யும் பெண்களைப் பற்றி என்ன மாதிரிக் கதைக்கினம் தெரியுமோ?' என்று வார்த்தைகளால் இவளை வதைப்பான்.

போதை வெறி போனபின் இவளைக் கட்டிக்கொண்டு கண்ணீர் வடிப்பான். 'என்னை மன்னித்துவிடு சுமதி' என்று குழந்தைபோற் தேம்புவான்.

அவனைக் காதலித்துக் கல்யாணம் செய்துகொண்டவள், அவன் பேசியதை மறக்கவும் மன்னிக்கவும் பழகிக் கொண்டாள். ஒரு கணவனைக் கையாலாகாதவன் என்று நினைக்கப் பண்ணிய சூழ்நிலையை அவள் வெறுத்தாள்.

தூரத்தில் ஒரு விபச்சார விடுதி தெரிகிறது. அது நிறைய அயல்நாட்டுப் பெண்கள் வேலை செய்கிறார்கள். பல நாடுகளிலுமிருந்து வந்த அல்லது வரவழைக்கப்பட்ட பல நிறப் பெண்கள் உடல்களைவெள்ளைத்தோல்காரன்களுக்கு விற்றுப் பிழைக்கிறார்கள். 'மூன்றாம் உலக நாட்டு மக்களைப் பிச்சைக்காரர்களாக, விபச்சாரிகளாக மாற்றம் செய்கிறது இந்த கேடுகெட்ட பணக்கார மேல்நாடுகள். சுமதி மேற்கு நாட்டை வைது கொண்டாள்.

தங்கள் நாடுகளிலிருந்து, பயங்கரவாதத்திலிருந்தோ அல்லது வறுமையான வாழ்க்கையிலிருந்தோ வந்த மக்களின் நிலை, சட்டியிலிருந்து தப்பி எரியும் நெருப்பில் விழுந்த கதையாகவிருக்கிறது.

அந்த இடத்தைக் கெதியாகத் தாண்ட, அதிவேகமாக சைக்கிளை ஓட்டினாள் சுமதி.

'ஏய், ஏய்... ஏன் ஓடுகிறாய்?' ஒரு வெள்ளைக்காரன் வெறியில் இவளைப் பார்த்துக் கத்தினான். ஆங்கிலம் பேசினான். அவன் ஜேர்மன்காரனாக இருக்க முடியாது. அமெரிக்கன் அல்லது இங்கிலிஸ்க்காரனாக இருக்கவேண்டும்.

இங்கிலாந்தின் வேலையில்லாத் திண்டாட்டமும், ஜேர்மனியின் பொருளாதார வளர்ச்சியும் ஆங்கிலேயர்களை இப்போது ஜேர்மனிக்குப் படை எடுக்கப் பண்ணியிருக்கிறது.

அவன் இவளின் சைக்கிளை மறித்தான்.

• இராஜேஸ்வரி பாலசுப்பிரமணியம்

சுமதிக்கு ஆத்திரமும் அழுகையும் வந்தது. விபச்சார விடுதியில் முகம் நிறைய பூசிக்கொண்டு, தங்களின் மார்பகங்களின் பெரும் பகுதியை வெளியற் காட்டிக்கொண்ட விபச்சாரிகள் ஒன்றிரண்டுபேர் தங்களின் வாடிக்கைக்காரர்களுடன் சல்லாபத்திலிருந்ததால், இந்த ஆங்கிலேயனின கூச்சலையோ அவனைத் திட்டிக்கொண்டு போகும் 'இந்தியப்' பெண்ணையோ சட்டை செய்யவில்லை.

சுமதி இப்போது விம்மவில்லை. உண்மையாகவே அழுதுவிட்டாள். யாரைக் கோபிப்பது? உலகத்திடம் கோபம் வந்தது. யார் என்று தெரியாத மனிதர்களிடமெல்லாம் கோபம் வந்தது.

தங்களை இப்படி நாடோடிகளாக்கிய சிங்கள இனவாதம், அவர்களை அப்படித் தூண்டிய தமிழ் இனவாதம், கல்யாணங்களுக்காகப் பலியாடுகளாகும் தமிழ்ப் பெண்களைச் சுற்றிய தமிழ்க் கலாச்சாரம் என்ற மாயை... இப்படி எத்தனையோ. சுமதி குழம்பிப் போனாள்.

அவசரமாகச் சைக்கிளை மிதித்தாள். தூரத்தில் பேப்பர்க் கடை தெரிகிறது. பேப்பர்களை எடுக்கவேண்டும்.

தர்ஷிணி புறப்பட்டுக்கொண்டிருந்தாள். பாவம் தர்ஷிணி, நான்கு குழந்தைகளுடன் கஷ்டப்படுகிறாள். குழந்தைகள் தாயின் துயர் தெரிந்தவர்கள். பெரிய மகன் அவன் வகுப்பில் அவனின் திறமைக்காக முதற்பரிசு வாங்கினான். பல துன்பங்களுக்கு முகம் கொடுக்கும் தர்ஷிணியுடன் சேர்ந்து சுமதியும் அழுவாள். 'எங்கள் வாழ்க்கை சிதைந்து விட்டது, எங்கள் குழந்தைகளையாவது நல்ல மனிதர்களாக வளர்ப்போம்.' இருபெண்களும் அடிக்கடி சொல்லிக்கொள்வார்கள்.

சுமதி போய்க்கொண்டிருக்கிறாள். 'ஹலோ' அவன் மூலையில திரும்புவதை அவள் கவனிக்கவில்லை. அவனும் இரவில் பேப்பர் போடும் ஒரு தமிழன். அடிக்கடி கூட்டம், அரசியல், ஆர்ப்பாட்டம் என்றலைவான். ஆனால் சுமதி போன்ற பெண்களைக் கண்டால் அலட்டத் தயங்காதவன்.

'சில ஆண்கள், அரசியல் என்று ஈடுபட்டால், ஏதோ ஒரு அந்தஸ்து வந்துவிட்டதும், தங்கள் வேலைக்குப் பேப்பர் பென்சில்களைப் பாவிப்பதுபோல் பெண்களையும் பாவித்துப் பார்க்கலாம் என்று ஏன் நினைக்கிறார்களா?'

சுமதியால் மறுமொழி தேட முடியாத கேள்வியது.

அவன் பெயர் நாகராஜா. இவளைப் பார்த்துப் புன்னகைத்தான். 'பாம்புகள் நெழியும் சுழியும்' சுமதி தனக்குள் முணுமுணுத்துக் கொண்டாள். முற்போக்குவாதிகள் என்று காட்டிக்கொள்ளத் தாடியும் மீசையும் வைத்துக்கொண்ட பாம்புகளா சில ஆண்கள்?

இவள் புறப்பட அவசரப்பட்டாள். நேரம் மூன்று மணியாகிவிட்டது. இன்னும் கொஞ்ச நேரத்தில் குழந்தை பசியுடன் எழும்பியழும். இப்போதே அவளின் முலைகள் பாலின் கனத்தில் தினவெடுக்கத் தொடங்கிவிட்டன.

அவள் சைக்கிளைத் தள்ளிக் கொண்டாள்.

"சனிக்கிழமை ஒரு கூட்டமிருக்கு. சண்முகநாதனையும் கூட்டிக்கொண்டு வரப்பாருங்கோ." நாகராஜா இளித்தான்.

"அவருக்குச் சொல்லுறான்." அவனைப் பார்க்காமல் அவள் விரைந்தாள்.

'தமிழாம், கூட்டமாம், மண்ணாங்கட்டியாம். தொல்காப்பியரையும், திருவள்ளுவரையும் தங்கட பொக்கட்டில வைச்சுக்கொண்டு திரியுற பெரிய கதை. சில பைத்தியங்கள்

சும்மா பழங்கதைகளைச் சொல்லித் தமிழரப் பேய்க்காட்டுதுகள். சங்க காலம், பரணி கண்ட தமிழன் என்ட கதையெல்லாம் இடம் பெயர்ந்த நாட்டில விசக்காய்ச்சல் பிடிச்சவர்களின் கதைகள். அதை, இதைக் கதைச்சிக் காசு சேர்ப்பினம். இஞ்ச கஷ்டப்படுறது எங்களப்போல ஏழைகள்தான்.' அவனிடம் சொல்லிக் கத்த வேண்டம் போலிருந்தது.

அவள் ஆத்திரத்துடன் விரைந்தாள்.

சுமதிக்கு இந்த நாட்டை ஒரு நாளும் பிடிக்காது. விமானத்திலிருந்து வந்து இறங்கிய நிமிடமே ஏதோ ஒரு இருட்குகையுள் நுழைவது போன்ற உணர்வு.

'கோடிக்கணக்கான யூத மக்கள் இந்த மண்ணில் கொலை செய்யப்பட்டார்கள். அந்த யூத மக்களின் மரண ஓலங்கள் மவுனமாக இந்நிலத்தில் உறைந்து கிடக்கிறதா? அவர்களின் குருதி என்றும் இந்த மண்ணோடு கசிந்துகிடந்து என் கால்களில் பிசுபிசுக்குமா? யூத மனிதர்களின் ஆவிகளின் பரிதாபமான மரண கிசுகிசுப்புக்கள் காலையிளம் குளிர்காற்றுடன் சேர்ந்து வந்து என் உடலோடு ஒட்டிக்கொள்ளுமா?'

சுமதியின் உடம்பு சிலிர்த்தது. இவளுக்கு இந்த நாட்டைப் பிடிக்கவில்லை என்று சண்முகநாதனிடம் ஒருநாள் சொன்னபோது, அவன் சொன்னான், 'றோஸா லஷ்சம்போர்க் என்ற பெண்ணும் நீ சொன்னமாதிரித்தான் சொன்னாளாம்'.

'யார் அந்த றோஸா லஷ்சம்போர்க்?' அப்பாவித்தனமாகக் கணவனைக் கேட்டாள் சுமதி.

பேர்லினுக்கு வந்த தமிழ் அகதிகளில் றோஸா லஷ்சம்போர்க் என்ற பெண்ணும் வந்ததாக அவள் கேள்விப்படவில்லை. சுமதி, அவள் தன் குடும்பத்தைப் பராமரிப்பதிற் கெட்டிக்காரி. உலக விடயங்களில் அதிகம் அக்கறை காட்ட நேரமில்லை; விருப்பமுமில்லை.

சண்முகநாதன் இலங்கையிலிருக்கும்போது பல முற்போக்குக் கூட்டங்களுக்கும் போயிருக்கிறான். அவனுடைய மாமனார் நல்ல இலக்கிய ஆர்வலர். அவரின் பல புத்தகங்களையும் படித்திருக்கிறான்.

'நாங்கள் இருக்கிற தெருவின் பெயர் றோஸா லஷ்சம்போர்க் என்று ஏன் வந்தது என்பது உனக்குத் தெரியுமா?'

'எனக்குத் தெரியாது, உங்களுக்குத் தெரியுமா?'

அவள் தனது இளம் வயதில் இவனிடம் இப்படி அப்பாவித்தனமான கேள்விகள் கேட்கப்போய்த்தான் இவர்களுக்கிடையில் காதல் வந்தது. அக்காவுடன் படித்தவன் என்ற முறையில் எப்போதாவது சண்முகநாதன் இவர்கள் வீட்டுக்கு வருவான். சுமதி சின்னப் பெட்டை. எலிவால்ப் பின்னலுடன் ஓடித்திரிந்த வயது. 83ம் ஆண்டு கலவரத்தின் பின் அவன் ஊரோடு தங்கிவிட்டான். இவர்கள் வீட்டுக்கு அடிக்கடி வந்தான். சுமதி தொணதொணவென்று அவனிடம் ஏதோ கேட்டுக்கொண்டிருப்பாள்.

இவளின் சுறுசுறுப்பும், கண்களிற் தெரிந்த தேடலும் அவனுக்குப் பிடித்து விட்டது. சண்முகநாதனின் குடும்பத்தில் இரண்டு ஆண் பையன்களும் இரண்டு பெண்களும். ஆண்கள் இருவரும் பல்கலைக்கழகப் படிப்புப் படித்தவர்கள்; நல்ல வேலையிலிருந்தவர்கள். 83ஆம் ஆண்டுக் கலவரத்தின் பின் ஒரு மகனைக் கனடாவுக்கு அனுப்பிவிட்டார்கள். அடுத்த மகன் சண்முகநாதனை ஜேர்மனிக்கு அனுப்பத் திட்டம் நடந்து கொண்டிருந்தது.

'சுமதியைக் கல்யாணம் செய்யப்போகிறேன்' இப்படிச் சண்முகநாதன் சொன்னபோது அவனது தாய் நம்பவில்லை.

அவனுக்கு இரண்டு தங்கச்சிகள் இருக்கிறார்கள். அதுமட்டுமல்லாமல் சுமதிக்கு இரண்து தமக்கைகள் கல்யாணமாகாமலிருக்கிறார்கள்.

'எனக்கு முப்பது வயதாகிறது" முன்தலையில் சாடையாக வரும் வழுக்கையைத் தடவிக்கொண்டு இவன் சொன்னான்.

'சுமதியை என்னவென்று கல்யாணம் செய்வாய் அவளுக்கு இரண்டு அக்காமார் இருக்கினம்' தாய் கேலியாகச் சிரித்தாள்.

சண்முகநாதன் கொழும்புக்கு வர வெளிக்கிட முதல் சுமதியைக் கேட்டான். 'சுமதி, நான் உன்ன விரும்புறன் என்டு உனக்குத் தெரியும், நான் ஜேர்மனிக்குப் போக வெளிக்கிடுறன். என்னோட வர விருப்பமா?'

சுமதியின் பெரியக்காவுக்குச் சண்முகநாதனின் வயது. முப்பது வயதில் இன்னும் 'சரியான' மாப்பிள்ளை வரவில்லை என்று ஏங்கிக் கொண்டிருக்கிறாள். சின்ன அக்கா, தான் ஒரு டொக்டரையோ, எஞ்சினியரையோ தவிர வேறு யாரையும் செய்ய மாட்டேன் என்று சொல்லி விட்டாள்.

சுமதி கெட்டிக்காரி. 'நீ விரும்புவனைச் செய்வதை விட உன்னை மனதார விரும்புவனை மணப்பது நல்லது' என்பதைப் புரிந்து கொண்டவள். வீட்டில் இவளின் காதல் விடயத்தைச் சொல்லி ஒரு 'ட்ராமாவை' அரங்கேற்ற அவள் விரும்பவில்லை. அவனுடன் 'ஓடி' வந்துவிட்டாள்.

தோரணம் நாட்டித் துளாய் மாலை தொங்கவிட்டு, பூரண கும்பம் பொலிவாக முன்வைத்துத் தாரணி போற்றும் ஒரு புரோகிதர் வந்து மந்திரம் ஓத அவன் அவள் கழுத்தில் தாலி கட்டாமல் அவன் மார்பில் காதல் மாலையாக விழுந்தாள் சுமதி.

இலங்கையில்நடக்கும்,இனக்கலவரத்தில் ஷெல்லடியில் சிதைந்து சாவதைவிடத் தன்னை விரும்பியவனிடம் தன் உடலையும் உள்ளத்தையும் ஒட்டு மொத்தமாகக் கொடுத்து விட்டாள் சுமதி.

ஊர் திகைத்தது. உலகம் நகைத்தது. தாய், தகப்பன் தலை குனிந்தார்கள்.

சொந்தங்களே இவளுடன் எந்தத் தொடர்பும் வைத்துக் கொள்ளவில்லை. பிறந்த வீட்டு உதாசீனத்தை, அவள் தெரிந்தெடுத்தவனின் அணைப்பில் மறந்தாள் சுமதி.

ஜேர்மன் நாட்டின் குளிர், இனவாதம், தனிமை அவ்வளவம் ஒருத்தொருக்கொருத்தரில் வைத்திருந்த அவர்களின் அன்பை இறுகப் பண்ணியது.

'றோஸா லஷ்சம்போர்க், என்ற முற்போக்குவாதியான பெண், போலந்து என்ற நாட்டில் பிறந்து, உன்னைப் போலவே, அரசியற்காரணுங்களுக்காக சுவிட்சர்லாந்துக்குத் தப்பி ஓடிவந்து, பின்னர் ஜேர்மனிக்கு வந்தவள். பல முற்போக்கான விடயங்களில் தன்னை ஈடுபடுத்திக் கொண்டவள். நீயும் பல புத்தகங்களைப் படிக்கவேணும், றோஸா லஷ்சம்போர்க் மாதிரி முற்போக்குச் சிந்தனைகளை வளர்க்க வெணும்' இப்படிச்சொல்லி அவளை ஊக்கப்படுத்தியிருக்கிறான்.

ஆனால் இன்று அவன் எவ்வளவோ மாறிவிட்டான்.

மாமியும் மைத்துனியும் ஜேர்மனிக்கு வரமுதல் சுமதியும், சண்முகநாதனும் மிகவும் சந்தோசமாகவிருந்தார்கள்.

ஜேர்மனியில் நடக்கும் இனவாதச் செயல்களைக் கண்டு நடுங்கினாலும், ஒருத்தொருக்கொருத்தர் அன்பான துணையாகவிருந்தார்கள். அவளுக்கு அவனில் பரிதாபம் வருகிறது.

அவனது தாயையும் தங்கையும்

ஜேர்மனிக்கு எடுக்க எவ்வளவு கஷ்டப்பட்டான் என்று அவளுக்குத் தெரியும்.

அவர்களை எடுப்பதற்காக அவர்கள் இருவரும் இரவு பகலாக முதுகுடைய வேலை செய்தார்கள். சுமதி கர்ப்பவதியானதும் சண்முகநாதன் இடைவிடாது வேலை செய்தான். இரண்டு தங்கைகளுக்கும் மாப்பிள்ளை பேசியபோது, சீதனம் என்ற பெயரில் கேட்ட அந்த விலைகளைக் கொடுக்க அவன் மிகவும் கடினமாக உழைத்தான்.

இப்போது ஒரு மைத்துனி கனடாவிலும் இன்னொருத்தி நோர்வேயிலுமிருக்கிறார்கள். மாமியார் அவர்களிடம் போகமாட்டாளாம். மகனுடனிருக்க வேண்டுமாம். சுமதி மாமியை அன்புடன் வரவேற்றாள். மாமியாருக்குச் சுமதியின்மீது மிகவும் ஆத்திரம். பதினெட்டு வயதில் தன் மகனைச் சுமதி 'மயக்கிப் பிடித்து(?)' விட்டதாக சுமதியிடம் சொல்லிக் குதறுவாள்.

சண்முகநாதன் ஓய்வில்லாமல் வேலை செய்துவிட்டு வரும்போது சுமதியின் முணுமுணுப்பும் தாயின் நச்சரிப்பும் அவனாற் தாங்க முடியவில்லை. வீட்டிற் தொடரும் தர்மசங்கடமான நிலையிலிருந்து தப்ப அவனுக்குக் கொஞ்சம் குடிப்பழக்கம் வந்தது.

அது நாளடைவில் அவனின் வாழ்க்கையைப் பாழாக்கி விட்டது. குடித்துவிட்டு வந்து, படுத்துவிட்டு நேரத்துக்கு வேலைக்குப் போகாமல் அவன் செய்த வேலையும் போய்விட்டது. வேலை தேடி அலைந்து கொண்டிருக்கிறான். அந்த விரக்தியை மறக்க இன்னும் குடித்தான். இந்தவாழ்க்கை அலுத்துப்போய் விட்டது அவனுக்கு.

இலங்கையில் எப்போது அமைதி வரும். எப்போது திரும்பிப் போவோம் என்று ஏங்குவான்.

சுமதி வீட்டை நோக்கிப் போய்க்கொண்டிருக்கிறாள். தூரத்தில் லஷ்சம்போர்க் வீதி தெரிகிறது. றோஸாவையும் அவளின் காதலன் ஜோகிஷேயையும் ஜேர்மன் நாட்டுக்கு எதிரான புரட்சிவாதிகள் என்று ஜேர்மனிய அரசு கொலை செய்ததாகச் சண்முகநாதன் சுமதிக்குச் சொன்னான். அவளைப்போல் ஆறுகோடி யூத மக்களையும் ஜேர்மனிக்கு எதிரானவர்களென்று ஹிட்லர் கொலை செய்தான்.

றோஸா முதலாளித்துவத்திற்கு எதிராகப் போராடிய பெண்ணாம். சண்முகநாதன் சொன்னான். கோடிக்கணக்கான யூத மக்கள் எந்த வாதத்தையும் பேசாமல் கொலை செய்யப்பட்டார்கள்.

சுமதிக்கு சண்முகநாதன் சொல்லும் முதலாளித்துவமோ தொழிலாளித்துவமோ தெரியாது.

அவளின் குடும்பம்தான் அவளின் அரசியல் அரங்கு. மாமியார் ஒரு கொடுமைவாதி. கணவன் பல சந்தர்ப்பவசத்தால் கையாலாகாதவனாகப் போய்விட்டான்.

உலகறியாத வயதான குழந்தைகள், அவளின் உழைப்பு, பாதுகாப்பு, பாசம் அத்தனையையும் எதிர்பார்ப்பவர்கள்.

சுமதி, தன் தெரு மூலையிற் திரும்பும்போது அதிகாலை ஐந்து மணிச்சத்தம் அடிக்கிறது. இப்போது ஊரில் கோயில் மணியோசை கேட்கும்.

யூதக்கிழவியின் வீட்டில் லைட் வெளிச்சம் தெரியவில்லை. இப்போது நித்திரையாயிருப்பாள்.

சுமதியின் பால்கனத்த முலைகளிலிருந்து பால் சுரந்த கனம் தாங்காமல் பால் கசியத் தொடங்கிவிட்டது. றோஸா லஷ்சம்போர்க் உலகக் கொடுமைகளுக்குக் குரல் கொடுத்தபடியால் அவளையழித்து

விட்டார்கள். சுமதி ஒரு சாதாரண தமிழ்ப்பெண். தன் குடும்பத்திற்காக உழைத்த களைப்பிலேயே சுமதி கெதியில் இறந்துபோகலாம்.

பிறந்தவர்கள் அத்தனை பேரும் இறப்பவர்கள்தானே?

இறப்பை யார் தடுப்பதாம்?

எனது குடும்பம், எனது கணவர், எனது குழந்தைகளுக்காக எனது உயிர் போகும்வரை உழைப்பேன்.

லஷ்சம்போர்க் வீதி மூலையில் நின்று சபதம் செய்து கொண்டாள் சுமதி.

புலம்பெயர்ந்த, பரிதாபமான ஒரு தமிழ்ப் பெண்மையின் சபதமது.

இப்போது சண்முகநாதன் விழித்திருக்கலாம். பகலில் இவள் ஒரே பிஸியாயிருப்பாள். அத்துடன் மாமியார் முன்னிலையில் கணவருடன் மனம் விட்டுப் பேசமுடியாது. பின்னேரங்களில் குழந்தைகளுக்குப் பாடம் சொல்லிக் கொடுப்பது என்று பல வேலையிருக்கும்.

இப்போது சுமதியின் குழந்தை எழும்பி பாலுக்கு அழலாம்.

சைக்கிளை வைத்துவிட்டு அவசரமாக அறைக்குள் போனாள். குழந்தை மெல்லமாக முனகத் தொடங்கிவிட்டது.

முன்பக்கத்தில் முலையைக் குழந்தை உறிஞ்ச, பின்பக்கத்தில் கணவன் அவளை அன்புடன் அணைத்துக் கொள்ள சுமதி தூங்கிப் போய்விட்டாள்.

40

அம்மா காத்திருப்பாயா?

சுமங்கலி

சுமங்கலி
(1943)

சுமங்கலியின் இயற்பெயர் அபயாம்பாள். இவர் சென்னை துறைமுகத்தில் பணியாற்றி ஓய்வு பெற்றவர். 70க்கும் மேற்பட்ட சிறுகதைகள், 17குறுநாவல்கள், 6நாவல்கள், 30க்கும் மேற்பட்ட கட்டுரைகள் எழுதியுள்ளார். இவரது சிறுகதைகள் 'அவர்கள் வெறும் மனிதர்கள்", 'கழுகுகள்' என்ற இரண்டு தொகுப்புகளாக வெளிவந்துள்ளன. இவர் அமுதசுரபி, கலைமகள் ஆகிய இதழ்களில் சிறந்த சிறுகதைக்கான பரிசினை இரண்டுக்கு மேற்பட்ட முறைகள் பெற்றுள்ளார்.

எதிர்பாராத மகிழ்ச்சியால் மனசெல்லாம் லேசாகிப்போக அந்தக் குடும்பத்தில் மொத்த பேருமே நிறைய பேச ஆரம்பித்திருந்தனர். கூரையைப் பிய்த்துக் கொண்டு அதிர்ஷ்ட தேவதை குதித்தாற்போல் அந்த வரன் கூடி வந்தது பத்மாவுக்கு நம்பமுடியவில்லை.

நாகராஜனிடம் "இதென்னங்க? நம்ம வினுவுக்கு முழுசா 20 வயது முடியலை. அதற்குள் இப்படி ஒரு வரன் குதிர்ந்ததைப் பார்த்தா நம்பமுடியலை. இன்னும் ஒரு வருஷம் போகட்டும். எம்.எஸ்.சி, முடிச்சிடுவாள்னு கூட தள்ளிப்போட மனசுவரலை. ஆனால், மனசுக்குள்ள மட்டும் ஒரு மூலைல குறளி கொட்டறது. அவசரப்பட்டுட்டமோ? அப்புறமா... இரண்டு வருஷம் கழித்து பார்த்திருக்கலாமோ? அதிகமா... அலைஞ்சு சிரமப்பட சோம்பேறித்தனப்பட்டு இப்படி ஒரு வாய்ப்பு வரவே ஒத்துக்கிட்டமோன்னு மனசு சஞ்சலப்படுது," ஏகமாக எண்ணங்கள் அவளை முறுக்கி அழுத்த, ஒண்ணுஒண்ணா புருஷனிடம் சொல்ல ஆரம்பித்தாள் பத்மா.

"பைத்தியக்காரி! வினுவிற்கு அதிர்ஷ்ட ஜாதகம். அதான் இப்படிக் கூடி வந்திருக்கு. உன் சிநேகிதி சுகந்தாவுக்குத் தாங்க்ஸ் சொல்லு... அவள் பெண்ணுக்கு இந்த

ஜாதகம் சேரலைன்னு... வருத்தப்பட்டு... ஆனால் என்ன? வினுவிற்குப் பார்க்கலாமேன்னு நம்ப வீட்டிற்கு வந்து கொடுத்திட்டுப் போயிருக்கா... பிள்ளை வீட்டுக்காரா தங்கமானவாளா இருக்கான்னு சொல்லி... தானே வினு ஜாதகத்தை அவா வீட்டில் கொண்டுபோய் கொடுத்து... இப்படி யார் செய்வா?"

"அம்மா... ஒரு இரண்டு வருஷம் போகட்டுமே... எம்.எஸ்.சி., முடிச்சுடறேன். இப்ப என்னம்மா அவசரம்? கொஞ்சம் இதைப்பற்றி நினைச்சு பார்க்கவாவது 'டைம்' கொடுக்கக் கூடாதா..." என்று தயங்கித் தயங்கிக் கேட்ட வினுவிடம், அவள் பயம் போக்கி... மெல்ல முன்னுச்சி வருடி.. சின்னதா முத்தம் இட்டு, "ரிலாக்ஸ் வினு... உனக்கு அப்படி ஒரு எண்ணம் இருந்தா, ஓ.கே! நிறைய 'டைம்' எடுத்துக்கோ, எனக்கு ஒன்னும் அவசரம் இல்லை.நீயும் சின்ன பெண் தான். நீ என்ன எனக்குப் பாரமா? இல்லை... வேண்டாத சுமையா? அவசரப்பட்டு இறக்கி வைக்க?"

அதிர்ஷ்டம் ஒரு தடவைதான் வாசற்கதவைத் தட்டும்மா! அதனால மனசுல சின்ன நப்பாசை; நல்ல இடமா வரப்ப விட்டுவிட வேண்டாமேன்னு. உன் ஜாதகத்திலையும் குருபலன் வந்தாச்சுன்னு சொல்றா.. பையன் நல்ல உசரம்! மூக்கும் முழியுமா நன்னா இருக்கான்! ஐ.ஏ.எஸ். எழுதியிருக்கானாம். உன்னைக் கல்யாணம் பண்ணிக்கிற முகூர்த்தம் ஐ.ஏ.எஸ். பாஸ் பண்ணிட்டான்னா.. நீ கலெக்டர் பெண்டாட்டி ஆகிடுவே!" என்று, அவளை தாஜா பண்ணி அவள் மனசுல ஆசையை விதைச்சு... பேசி, பேசி நீர்விட்டு விருட்சமா வளர்த்தவள் பத்மாதான்.

'என்னிக்கிருந்தாலும் கல்யாணம் பண்ணித்தான் ஆகணும். அம்மா சொல்றாப்பல வலிய வர சந்தர்ப்பத்தை நிராகரிப்பானேன்?' என்று வினுவின் மனசில் ஆசை முடிச்சு பலமாக விழ, படிப்பு இரண்டாம் பட்சமாகிப் போனதில், கனவுகளில் அலர்கலராக வண்ணங்கள் வட்டம் இட ஆரம்பித்தன.

பெண் பார்க்க நல்ல நாள் பார்த்து பர்வதமும், நடராஜனும், பிள்ளை ராஜாவுடன் வந்து இறங்கிய உடனேயே, வினுவிற்கு அவனை ரொம்பப் பிடித்துப்போயிற்று. தன்னை அறியாமல் சுகந்தா - ஆன்டியிடம் அன்பு கலந்த நன்றி பிரவாகமெடுத்ததை உணர முடிந்தது.

மூன்று பேராக வரவேண்டாம் என்று பர்வதம் எதிர் வீட்டுப் பெண்ணையும் அழைத்து வந்திருந்தாள்

'நீங்கள் தான் மன்னியா? உங்களை எனக்கு ரொம்பப் பிடிச்சிருக்கு!' என்று அந்தப் பெண் சின்னக்குரலில் பெரியத்தனமாகப் பேச வினு, அவளுக்கு சிநேகிதி ஆகிப்போனாள்!

சுடச்சுட போண்டாவும், குலோப் ஜாமுனுமாகச் சிற்றுண்டி, களைகட்டி விட்டிருந்தது.

வீட்டிற்குப் போய் சொல்லி அனுப்புகிறோம்என்று பந்தாப்பண்ணாமல், 'எங்களுக்குப் பெண்ணைப் பிடிச்சிருக்கு, உங்க பெண்ணுக்குப், பிள்ளையைப் பிடிச்சிருக்கான்னு கேட்டுக்குங்கோ..' - என்று பர்வதம் சொல்ல வினுவிற்கு முகமெல்லாம் பூத்துப் போனது.

அன்றே அவர்கள் வீட்டுமருமகளாகப் போய் விட்டதைப் போல நாணமும், பெருமையுமாக தலையாட்டினாள் வினு. ராஜாவுடன் பிறந்த சகோதரியும் டில்லியிருந்து யதேச்சையாக வர அடுத்த வாரமே அவர்கள் ஒரு தடவை வந்து போக, நாள் பார்த்துப் பேச்சுவார்த்தைக்குப் புறப்பட்டனர் நாகராஜனும், பத்மாவும். விதவிதமாக யோசனைசெய்து பட்ஜெட் போட்டுக் கூட்டிக் கழித்து... ஒரு லிஸ்ட் தயார் பண்ணி வைத்திருந்தனர் நடராஜன் தம்பதியர்.

சம்பிரதாய உபசரிப்பு முடிய, மெல்ல வியாபாரம் ஆரம்பித்து, சூடு பிடித்தது.

"எங்க புள்ளையை ஐ.ஏ.எஸ்., வரை படிக்க வச்சிருக்கோம். கை நிறைய சம்பளம். பார்க்க ராஜாவாட்டமா இருக்கான். அவனை உங்காத்து மாப்பிள்ளையாக்கிக்க நீங்க கொடுத்து வச்சிருக்கேள். சீர்செனத்தின்னு இல்லாதது பொல்லாததைக் கேட்டுடலை. உங்க பொண்ணுக்கு நீங்க செய்யறேள். நீங்க செய்ததை நான் என் பொண்ணுக்கு அள்ளிக் கொடுக்கப் போறதில்லை. அவாவா கொண்டு வந்ததை வச்சிண்டு அவாவா குடித்தனம் பண்ணப்போறா. ஐ.ஏ.எஸ்., பரீட்சை எழுதியிருக்கான். நாளைக்கே அவன் ஐ.ஏ.எஸ்., ஆகிட்டான்னு வையுங்கோ. கூடவா கேட்கப் போறேன்?"

கொஞ்சம் மூச்சு வாங்கி பர்வதம் தொடர்ந்தாள்:

"கையில பத்தாயிரம் கொடுத்துடுங்கோ. இருபத்தஞ்சு பவுனுக்கு நகை போட்டுடுங்கோ. எங்கப் பரம்பரைல, வைரத்தோடு போட்டுக்காதவர்கள் கிடையாது. ஒரு கேரட்ல தோடு வாங்கிடுங்கோ. வேறென்ன? எல்லோரும் வாங்கற வெள்ளிப்பாத்திரம், குடம், குத்துவிளக்கு, தட்டு, இத்யாதி... பித்தளைப் பாத்திரம், அரை அடுக்கு வகையறா, எவர்சில்வர் ஏதோ தனிக்குடித்தனம் வச்சா, காணற மாதிரி வாங்கிக் கல்யாணத்தைன்னா பண்ணிடுங்கோ... இருக்கிறது ஒரே பிள்ளை!"

பர்வதம் முடித்தாள்.

பத்மா ஒரு நிமிடம் தயங்கினாள். நாகராஜனும் இன்னும் இவர்கள் குறைச்சுக் கேட்டால் பரவாயில்லைன்னு நினைத்தாலும்..

போனாப்போறது போ! நம்ம வினுவிற்குத் தானே செய்யறோம்! அப்படி இப்படி மத்த செலவுகளில் கொஞ்சம் சிக்கனம் பண்ணினா, அதிக செலவாதென்படறது சரிகட்டிண்டு போயிடும்! இவ்வளவு தூரம் வந்த பிறகு பின்வாங்க வேண்டாம் என்று நினைத்தவர்களாய்... எல்லாவற்றுக்கும் ஒப்புக் கொண்டு நவம்பர் 24ஆம் தேதி பாக்கு வெற்றிலை மாற்ற தேதியும் வச்சிண்டு வரவே, வீடு கல்யாணக்களை கட்டிவிட்டது!

'இன்னம் நாற்பத்தைந்து நாள் இருக்கு நிச்சயதார்த்தத்துக்கு! மெதுமெதுவா பண்ணினாலும் தாராளமா 'டைம்' இருக்கு. முகூர்த்தம் என்னவோ தை பிறந்து தான்,' என்று பத்மா, சுகந்தாவிடம் சொல்லிச் சொல்லி, வாய் ஓயாமல் பேசி சந்தோஷப்பட்டாள்.

திரும்பத் திரும்ப பேச்சு வேறு ஏதாவது என்று ஆரம்பித்தாலும் முடிவு என்னவோ... கல்யாணத்தில் வந்து நின்றது!

"சுகந்தா... பெண்ணைப் பெற்றவள் வரனைத் தேடி எத்தனை அலைச்சலோ படவேண்டி இருக்கும். எந்தச் சிரமமும் இல்லாமல் வினுவுக்கு ஒரு நல்ல வாழ்க்கையை நீதான் அமைச்சுக் கொடுத்திருக்கே. நிச்சயதார்த்தத்துக்குக் கட்டாயம் கமலியும், ஸ்ரீதரையும் அழைத்து வந்துடு. உன் கணவர் 'டூர்' என்று கிளம்பிவிடப் போகிறார். அவரிடம் சொல்லு," என்று சுகந்தாவின் கைகளைப் பிடித்துக்கொண்டு சந்தோஷத்தில் கண்ணீர் சிதற சொன்னாள் பத்மா.

"கண்ணைத் துடைச்சுக்க... இந்த செயல் எதுக்கும் நான் காரணமில்லை. பகவான் அனுக்கிரஹம்! நான் வெறும் கருவி! வினுவுக்கு, ராஜான்னு போட்டிருக்கு. எதையும் பெரிசு பண்ணி நெகிழ்ந்து போகாதே. கல்யாணம் நல்லபடியா முடியட்டும், என்று நிதானமாகச் சொல்லி வழக்கம்போல் ஒவ்வொரு ஸ்டேஜிலும் என்ன பண்ணனும் என்று புரியவைத்து விடை பெற்றாள்..

‘எத்தனை உயர்ந்த சிநேகிதி இவள். தன் பெண்ணுக்குக் கிடைக்க வேண்டியது தட்டிப் போயிற்றே என்று துளிகூட வருத்தம் இல்லாமல் எப்படித்தான் இவளால் இத்தனை இயல்பாக இருக்க முடிகிறதோ?,’ என்று பத்மாவால் அவளைப் பார்த்துக் கொண்டே செயலற்று நிற்கத்தான் முடிந்தது.

இன்னும் ஒரு மாதம்தான் இருக்கு என்று பிள்ளை வீட்டாரின் சவுகரியத்தைக் கலந்துகொண்டு, இரண்டு மூன்று முகூர்த்தங்கள் குறித்துக்கொண்டு ஒரு சத்திரம் விடாமல் ஏறி இறங்கி எல்லாம் ‘புக்’ ஆகியிருக்க - கடைசியில் போக் ரோடில் முருகன் கல்யாண மண்டபம் கிடைக்க, பேச்சளவில் உறுதி செய்து கொண்டு, அட்வான்ஸ் கொடுக்க மறுநாள் வருவதாகக் கூறி திரும்பியபோது பேரிடியாக அந்தத் தொலைபேசி செய்தி வந்தது.

ஓடி வந்து போனை எடுத்தாள் பத்மா..

“நான் ராஜா பேசறேன்!’

மாப்பிள்ளை குரல் கேட்டவுடனேயே சட்டென்று வெட்கம் சூழ்ந்து கொள்ள, “வினு ஷாப்பிங் போயிருக்காளே... வினு வந்துடுவா... வந்தவுடனே போன் பேசச் சொல்லட்டுமா?” என்று கேட்டாள்.

“வேண்டாம்...வேண்டாம். உங்களிடம் தான் பேசணும்...”

பேச்சில் சட்டென்று வந்த மறுப்பும், குரலில் தெரிந்த இறுக்கமும், பதட்டமும் ஒரு வித்தியாசத்தை உணர்த்த, வினாடி நேர பரிமாணத்தில் மூளையில் சிவப்பு விளக்கு எரிந்து எச்சரிக்க... ‘என்னவோ தப்பா நடக்கப் போறது,’ என்று மனசு சொல்லியது. கை விரல்கள் வியர்த்து போன் நசநசத்தது.

“நான், ஐ.ஏ.எஸ். பாஸ் பண்ணியாச்சு...”

சுதாரித்துக் கொண்டவளாய் “கங்க்ராட்ஸ்... ரொம்ப சந்தோஷமா இருக்கு. அம்மா ஏதாவது சொல்லி அனுப்பியிருக்காளா... நாளைக்கு நாங்கள் உங்க அகத்துக்கு வரதா இருக்கோம்... இப்ப கூட சத்திரம் பார்த்துட்டேன். உங்கள்கிட்ட ‘கன்சல்ட்’ பண்ணிட்டு அட்வான்ஸ் கொடுக்கறதா சொல்லிட்டு வந்திருக்கேன். முருகன் கல்யாண மண்டபம்...” என்று பேசிக் கொண்டே போனாள்.

‘சட்’ டென்று குறுக்கிட்டான் ராஜா..

“அப்பா உங்க கிட்ட சொல்லச் சொன்னா!”

“என்ன..?”

‘சர்’ரென்று கத்தி உள்ளே வேகமாக இறங்கியது.

“ப்ளாட் ஏதாவது பொண்ணு பேர்ல எழுதி வைப்பாளான்னு கேக்கறார்!”

“ப்ளாட்டா? ஆ.. இப்பவா.. எனக்கிருப்பது இந்த ஒரு வீடுதானே. மேலே கட்டறதா இருக்கு. இப்ப கல்யாண செலவு இருக்கு! பின்னால, மேலே கட்டிட்டா.. இந்த வீடு வினுக்கு விஜிக்கும் தான். கீழும் மேலுமா பிரிச்சுடலாம்னு சொல்லியிருக்கார். திடீர்னு ப்ளாட் கேட்டா நாங்க என்ன செய்வோம்? நிச்சயதார்த்த தேதி வச்சதை வேறு எல்லாருக்கும் சொல்லியாச்சு.”

குரல் இறங்கி சிக்கி நெகிழ்ந்தது இடுப்பில் இருந்த புடவை நழுவியது போல அவமானமாக இருந்தது!

“நானும் அப்பாவிடம் நிறைய சொல்லிப் பார்த்தாச்சு. அவருக்குச் சம்மதம் இல்லை. இந்த விஷயத்தில் ரொம்ப கண்டிப்பா இருக்கார். என் புள்ளைக்குப் பெண் கொடுக்க வாசல்ல ‘க்யூ’வில நிக்கறாங்கறார். அவருக்கு மிஞ்சி செய்ய எங்களால எதுவும் முடியாது. சம்மதம்னா நிச்சயம் பண்ணலாம். இல்லைன்னா ‘ட்ராப்’ பண்ணச் சொல்லிவிட்டார்!”

போனை வைத்து விட்டான் ராஜா.

ஓங்கி மண்டையில் அடித்தாற்போல் தலை சுழல... போனை வைத்துவிட்டு தடுமாறி நடந்து அப்படியே தரையில் படுத்துவிட்டாள். கண்கள் பொங்கி தரையில் பொட்டுப் பொட்டாக விழுந்து குளம் கட்டியது.

இது நிஜந்தானா.. இத்தனை வேகமா விழத்தான் பகவான் அத்தனை உசரத்துக்கு அழைச்சிண்டு போனானா.. பாவி.. நான் என்னடா தப்பு பண்ணினேன்? ஆசை காட்டி மோசம் பண்ணிட்டியே...

சுய இரக்கம் மூடிக்கொள்ள அந்தத் தீயில் குமைந்து போனாள் பத்மா!

வாசற்கதவு திறந்து கிடக்க, உள்ளே வந்த நாகராஜன், தரையில் கிடக்கும் பத்மாவிடம் என்னவோ ஆயிடுத்து என்று ஓடிவர...

புருஷன் தொட்டுத் தூக்க... துடித்துக் கதறி தீர்த்தாள் பத்மா..

நாகராஜன் எகிறிக் குதிக்க... பின்னால் வந்த விஜி குழந்தையாக விம்ம, வினு, 'திக்' பிரமை பிடித்து நிற்க.. சீட்டுக்கட்டில் கட்டிய கட்டிடம் சரிய.. அவர்கள் மீண்டு எழ மாதங்களாயிற்று.

குரல் கொடுத்த குக்கர் சத்தம் காதில் விழவில்லை. தீய இருந்த ரசத்தின் வாசனை மூக்கை அச்சுறுத்தவில்லை. எரியாமல் இருந்த விளக்குகள் இருட்டைப் புரியவைக்கவில்லை.

மொத்தத்தில் இடிந்து போன அவளை, மாமியார், அம்மா என்று உறவின் அணைப்புகள் ஆறுதலைச் சொல்லி இளைப்பாற்ற. சகஜ வாழ்வுக்கு மெல்ல மெல்லத் திரும்பினாள்.

'நான் இப்படி இருக்கக்கூடாது. என் குழந்தைக்கு, நான் ஆறுதல் சொல்லணும். இப்ப என்ன கல்யாணமா நின்று போச்சு? நிச்சயதார்த்தம் தானே நின்னு போச்சு! கோபப்படும் புருஷனைச் சாதாரணமாக்கணும்; ஏற்கனவே ரத்தக்கொதிப்பு வேறு! என்ற பிரக்ஞை உள்ளவளாய் நிமிர்ந்தாள்.

'பத்மாகிட்டேர்ந்து போன் வரலையே? எத்தனை மணிக்குப் பாக்கு, வெற்றிலை மாத்தணும்? உடம்பு சரியில்லையோ?' என்றவளாய் அங்கு வந்தாள் சுகந்தா.

கறுத்து இருண்ட மேகம், காற்றுப்பட்டவுடன் உடைந்து கொட்டத் தொடங்கியது..

'இப்படி ஏன் நடந்தது? இந்தக் கல்யாணத்தை நான் ஏற்பாடு செய்தேன் என்று என்னிக்கோ ஒரு நாள் மனசுல அகந்தை தரைதட்டியதே அதுக்கா இப்படி? என்னை மட்டம் தட்டுவதற்காக இந்தக் குடும்பத்தைப் பகவான் தண்டிச்சுட்டாரா? சும்மா இருந்த இந்தக் குடும்பத்துக்கு இத்தனி துக்கம் வந்ததுக்கு நான் தான் காரணம் ஓ..'

எத்தனை சுமுகமாகப் பேசினாள் அந்த மாமி...

"உங்காத்துப் பெண்ணுக்கு ஜாதகம் கொண்டு வந்தேன். ஆனால், உங்க சிநேகிதி பெண் ஜாதகம் சேர்த்து இவ்வளவு தூரத்துக்கு வந்திருக்கு. உங்களுக்கு மனசுல ஒண்ணும் வருத்தம் இல்லையே"ன்னு தேன் சொட்டச் சொட்டப் பேசிய அவளின் வார்த்தைகள் எத்தனை போலியானவை? விக்கித்துப் போனாள் சுகந்தா.

பத்மாவுக்கு ஓரளவு சமாதானம் சொல்லி.. தத்துவங்களைத் துணைக்கு அழைத்து, விதியின் தலையில் குட்டு வைத்து...

எல்லாம் நல்லதுக்குத்தான். இதை விடப் பெரிய இடமா வினுவிற்கு வரும் என்று பேசி, வீடு திரும்பி, ராப்பகலா... மனசில படித்த அந்தப் பாசியில் சறுக்கி எழுந்து ஓய்ந்தபோது, ஒரு வருடத்திற்கும் மேல்

ஓடிவிட்டிருந்தது!

கோபமும்., வருத்தமும் இளைத்துக் காணமால்போய் இருந்தது. மனசில் பதமும், இதமும், உறுதி ஏற்றியிருந்தது. கடவுள் எதையும் தீமையாகச் செய்திருக்க மாட்டார் என்று விடை கிடைத்திருந்தது!

வருடங்கள் சில தொடர்ந்து ஓட... எம். எஸ்.சி..., எம்.பில், படித்து, தான் படித்த கல்லூரியிலேயே லெக்சரராக நுழைந்தபோது, பெருமையாகத்தான் இருந்தது வினுவிற்கு.!

முதல் சம்பளம் வாங்கி, தகப்பன் கையில் கொடுத்து நமஸ்கரித்த போது நாகராஜன் மகளைத் தூக்கி நிறுத்தி... மெல்ல உச்சி முகர்ந்து தலை வருடி 'என் பெண்.. என் பெண்' என்று சந்தோஷப்பட்டார்.

"வினு"

"என்னம்மா?"

திருத்திக் கொண்டிருந்த விடைத்தாள்களை ஒதுக்கிவிட்டு நிமிர்ந்தாள் வினு.

"பால் சூடு ஆறிடப் போறது. குடி முதல்ல."

"ம்"

"பாட்டி வந்திருந்தா"

"ஹூம்"

ஒரு நல்ல வரன் கோபு மாமா சொன்னாளாம். நம்ம வினுவுக்குப் பார்க்கலாம்னு எடுத்துண்டு வந்தா... ஜாதகம் அமோகமாப் பொருந்தியிருக்கு. இந்த வருஷம் உனக்குக் கல்யாணம் பண்ணிடலாம்னு அப்பா சொல்றா. விஜிக்கும் வயசு ஆகிண்டு வரது..."

மெதுவாகச் சொன்னாள் பத்மா... நிதானமாகப் பேசினாள். தானே முன்பு இந்த விதமாகப் பேசி.. அவளுக்குத் துன்பம் தந்துவிட்ட குற்ற உணர்ச்சியை மெல்ல தாய்மையால் பூசி மெழுகி பேசினாள்.

எப்படி மேலே தொடர்வது, இதற்கும் மேலே பேசினால் என்ன எதிர்விளைவு ஏற்படும்? இவ்வளவு பேசினதே ஜாஸ்தியோ? என்று தோன்ற... சட்டென்று.. வினுவிடமிருந்து எந்த அசைவும் இல்லாத மவுனம் அவளை ஓங்கி அடிக்க, பட்டென்று நிறுத்தினாள்..

"நான் ஒண்ணும் தப்பா பேசலடி குழந்தை," பத்மாவின் கண்கள் பேசும் பேச்சு புரிய, வினு ஆரம்பித்தாள்.

இனி மேலும் பேசாமல் இருக்கக்கூடாது. பேசவேண்டியதை அந்த நேரத்தில் பேசாமல் இருப்பது ரொம்ப தப்பு. வாழ்க்கையின் எத்தனையோ விபத்துகளுக்கு இதுவும் ஒரு காரணம். இனி ஒரு விபத்தைச் சந்திக்க நான் தயாராக இல்லை. ஏற்கனவே, அறியாத வயசுல நடந்த அந்த பாதிப்பில்... என் மனசு ஒடிஞ்சு ஊமையாயிடுத்து. அந்த ஊனத்துக்கு நானும் காரணம். என்னிடம் அந்த வயசுக்கே உரிய ஆசைகள் என்னை அலைக்கழிக்க நான் அடிமையாகிப் போனதில் நான் பாதிக்கப்பட்டுட்டேன்... இனி அது கூடாது..' மனசு திடமாக... நினைவுகள் தெளிவாக.. உறுதியாக வந்தன.. அவள் சிந்தனைகள்.

"அம்மா! கொஞ்சம் ஜாஸ்தியா பேசறதுக்கு என்னை அனுமதிக்கணும். ஏதுடா.. இவள் இத்தனைப் பேசறான்னு தப்பா நினைச்சுடாதம்ம... உனக்குத் திட்டவட்டமா புரிய வைக்கணும்னு நான் கொஞ்ச நேரம் எடுத்துக்கறேன். அம்மா... உனக்கு முந்திய தலைமுறைல, பெண்கள் ஒரு 'ஸ்டேஜ்ல' பெத்தவனை அப்புறம் புருஷனை.. அதற்கு அப்புறம் பிள்ளையை என்று அவர்களைச் சார்ந்தே இருந்துட்டா.. காலம் மாறிப்போச்சு.. பெண் படிக்க, வேலைக்கும் போற சுதந்திரம் கிடைச்சிருக்கு. சுதந்திரம்ங்கற பேர்ல... பெண்ணுக்கு விடுதலை கிடைச்சுடுத்துங்கற... ஒரு மாயைல, பெண்

சமையல்காரியா... குழந்தைகளை வளர்க்க ஆயாவா... சம்பாதிக்கிற மெஷினா... புருஷன் கூப்பிட்டா ஓடிவந்து சகலத்திலும் புருஷனுக்கு உதவிசெய்து உழல்ற இந்த பெண் ஜன்மம்...எத்தனை உசத்தி என்று புரிஞ்சுக்காமல்... பொண்டாட்டி கழுத்துல மூணு முடிச்சுப் போட கூலி கேட்கற இந்த ஆண்கள் எந்த விதத்துல உசந்து போயிட்டா? இவர்கள் ஆண்கள் என்று குத்திய முத்திரைக்கா இத்தனைத் தலைக்கனமும் இவர்கள் தலையில் சேர்ந்து ஆட வைக்கிறது...

"அம்மா! கர்ப்பத்தைத் தருகிறவன் என்பதற்காக இவன் உசந்தவன்னா... பத்து மாசம் அந்தக் கருவை உருவாக்கிச் சிசுவாக இறக்குறாளே அவள் எத்தனை உசந்தவளா இருக்கணும். பெண்ணைவிட ஆண் தேகவலிமை உடையவன் தான். ஆனால், பிள்ளை பிறப்பைப் பெண்ணிட்டதாம்மா வச்சான் பகவான். பிள்ளை பெற ஆஸ்பத்ரில பிரசவச்செலவு ஆணுக்கும், பெண்ணுக்கும் ஒண்ணு தான். டாக்டர்கிட்ட போனா, வியாதிக்குத்தான் வைத்தியம். செத்தா, எரிக்கிற இடத்துல பிணத்துக்குத்தான் கூலியே தவிர.. பெண்ணுக்கு இத்தனை கூலி, ஆணுக்கு இத்தனைனு கூலி நிர்ணயிக்கப்படல...

தாம்பத்யம்ங்கறது ஒரு சிநேகிதம். அதுல அன்புதான் இருக்கணுமே தவிர அகங்காரம் கூடாது... காசு வாங்கிண்டு ஒருத்தன்கிட்ட இருப்பவள் விபசாரின்னா.. மொத்தமா கொட்டிக் கொடுத்து.. ஒருத்தனைக் கல்யாணம் செய்துக்கறது எதுல சேர்த்தி? தேவை இல்லைம்மா. இப்படிப்பட்ட ஒரு வாழ்க்கை தேவை இல்லை! அம்மா ப்ளாட் கேட்டா... என்று கேட்டவனுக்குச் சுயமாகச் சிந்திக்க தெரியலை. தகப்பன், தாய்... யார் தவறு செய்தாலும் தட்டிக் கேட்காதவன் உருப்படியான பிள்ளை இல்லை. இந்தச் சமூகத்திலே.. இப்படி முதுகெலும்பு இல்லாத கோழைகள் எத்தனை பேரோ..."

"அம்மா... இப்ப என்னை விட்டுடுங்கோ, விஜிக்குப் பார்த்து முடிங்கோ. கொஞ்ச வருஷம் போகட்டும். உங்களுக்கு நான் பிள்ளையா இருக்கேன்... எனக்குக் கல்யாணம் பண்ணி வைக்கலையேன்னு மனசை உழப்பிக்காதிங்கோ.. என்னைப் போலவே காயம்பட்டுக் காச்சுகிடக்கிறவா எத்தனயோ பேர் இருக்கா...

எனக்கும் கல்யாணம் பண்ணிக்கணும்னு பிராப்தம் இருந்தா அது கட்டாயம் நடக்கத்தான் போறது. இல்லைன்னு முடிவு பண்ண எனக்கு அதிகாரம் இல்லை. வாழற வாழ்க்கைக்கு அர்த்தம் வேணும். அந்த அர்த்தத்துக்குக் காரணமா இருக்கிறது தியாகம் தான்... 'எனக்கு ஒரு துணை வேணும்னு' தவிக்கிற ஆண் பிள்ளை இல்லாமல் போயிடலை. பலஹீனப்பட்டுப் போன அவனுக்குப் பலமா நான் இருக்க பிரியப்படறேன். 'எனக்கு ஒரு நல்ல மனைவி கிடைக்கமாட்டாளான்னு?' எங்கிற உத்தமன் இல்லாமல் போயிடல.. அப்படிப்பட்ட கணவன் எனக்குக் கிடைக்கணும்னு இருந்தா... அதைவிடப் பாக்கியம் வேற இல்லை!"

"கொஞ்ச நாள் என்னை இப்படியே இருக்க விடுங்கோ, அம்மா! உன் மனசு எனக்குத் தெரியும். தன் பெண்ணைக் கல்யாணம் பண்ணி பார்க்ற சந்தோஷம் தான் ஒரு தாயோட சந்தோஷம்னு எனக்குப் புரியும். அந்த நாள் வர வரைக்கும் அம்மா நீ காத்திருப்பாயா? ப்ளீஸ் எனக்காக அம்மா... தப்பா பேசியிருந்தா என்னை மன்னிச்சுடும்மா..."

'என் வினு இப்படி விஸ்வரூபமெடுக்க, வாமனனாக நான் குறுகிக் கொண்டே போகிறேன்,' என்று மகளைப் பார்த்தவள் பூஜ்யமான மனசுல ஒரு ராஜ்யத்தை ஆண்ட சந்தோஷம் பெருக்கெடுக்க மகளை அணைத்துக் கொண்டாள் பத்மா!

41
பயணம்
அம்பை

அம்பை
(1944)

சி எஸ் லட்சுமி என்ற இயற்பெயர் கொண்ட அம்பை சாகித்ய அகாதமி விருதாளர். 1960களின் பிற்பகுதியில் எழுதத் தொடங்கிய இவர், பெண்ணிய நோக்கினை முதன்மைப்படுத்தி, அதிரடியான சிறுகதைகளை எழுதியவர். தமிழ், ஆங்கிலம், இந்தி, கன்னடம் என்ற மொழிகளை அறிந்த இவர், ஜவஹர்லால் நேரு பல்கலைக்கழகத்தில், நவீன தமிழ்ப் பெண் எழுத்தாளர்களைக் குறித்த ஆய்வினை மேற்கொண்டு முனைவர் பட்டம் பெற்றவர். இவரது சிறகுகள் முறியும், அம்மா ஒரு கொலை செய்தாள், வீட்டின் மூலையில் ஒரு சமையலறை, காட்டில் ஒரு மான் என்ற சிறுகதைகள் மிகவும் அதிகமாக பேசப்பட்ட சிறுகதைகள் ஆகும். 'ஸ்பரோ' என்ற அமைப்பினை நிறுவி, அதன் இயக்குனராக இருந்து, மகளிர் தொடர்பான பல்வேறு செயல்பாடுகளில் ஈடுபட்டு வருகிறார்.

பேருந்து கிளம்ப இன்னும் நேரமிருந்தது. ஒரு பொட்டலம் வேர்க்கடலை சாப்பிட்டாகிவிட்டது. அது செரிக்க இஞ்சி முரப்பாவும். ஓட்டுனர் வந்த பாடில்லை. மூன்று பேர் அமரும் இருக்கையில் பக்கத்தில் ஒரு கர்ப்பிணிப் பெண். ஐந்தாறு மாதம் இருக்கும்போலிருந்தது. கைகொள்ளா வளையல்கள். சிவப்பும், பச்சையும், மஞ்சளும், கருநீலமுமாய். கழுத்து நிறையச் சங்கிலி, தாலி, மாங்கா மாலை வகையறா. பக்கத்தில் ஒரு நடுத்தர வயதுப் பெண்மணி. அவள் தாயாக இருக்கலாம். ஒரு சின்னத்துண்டினால் அவள் நெற்றி, தோள்பட்டை, கழுத்து மேலிருந்த வேர்வையைத் துடைத்துவிட்டபடி இருந்தாள். பறவையைத் தொடுவது போல் மென்மையாகத் தொட்டாள் பெண்ணை.

"இப்பிடி ஊத்துதே. வண்டி கௌம்பினாலும் காத்து அடிக்கும்" என்றபடி கையிலிருந்த தினசரியால் விசிறிவிட்டாள் பெண்ணுக்கு. கர்ப்பிணிப்பெண் எல்லா உபசாரங்களையும் ஏற்றுக்கொண்டாள் பெருமிதத்துடன். கீழே நின்ற ஓர் ஆணையும் பார்த்துக் கொண்டாள். அடிக்கடி அவன் பங்குக்கு அவன் இளநீர், கடலை மிட்டாய், முறுக்கு, பழம் என்று கீழே நின்றபடித் தந்தவாறிருந்தான்.

"வெரசா வந்துவிடு. நிக்க வேண்டாம்" என்று சொல்லியபடிக் கீழே நின்றான்.

கரணைகரணையாய் கையும் காலும். கல் மாதிரி உடம்பு.

"பாக்கியத்தண்ணி கிட்ட சொல்லியிருக்கேன் சாப்பாடு அனுப்பச்சொல்லி, சாப்பிட்டுக்கிடணும். வெய்யில்ல அலையாதய்யா. உனக்கு ஆவாது" என்று அவளும் அடிக்கடி. சொன்னாள்.

ஒரு பத்து தடவைகளாவது இந்த உரையாடல் நடந்தது தொனி மாறாமல். ஆனால் ஒவ்வொரு தடவையும் வேறு வேறு அர்த்தங்களைப் பொதிந்துகொண்டு வந்தது போல்பட்டது. புளகம், செல்ல மிரட்டல், கொஞ்சல், சிரிப்பு, குழைவு, ஏக்கம், பிரிவுத்துயர் என்று பல வகைகளில் முகபாவங்கள் மாறியபடி இருந்தன.

"தம்பிய வேணா போகச் சொல்லேன். வெய்யில்ல நிக்குதே" என்று இடையிடையே தாயார்க்காரி சொன்னாள்.

ஓட்டுனர் உள்ளே குதித்து அமர்ந்தார். புறப்படுவதற்கான ஒலிகள் பிறந்தன. திடீரென்று கீழே நின்றவன் அழத் தொடங்கினான்.

"பத்திரமா போயிட்டு வா. உன்னைத் தேடும் எனக்கு" என்று கூறி விட்டு ஹக்ஹக்கென்று விக்கியபடி பெரிதாக அழுதான். முகத்தைத்திருப்பிச் சட்டையின் கையில் துடைத்தான்.

பெண் பதறினாள். "அழுவாதே. வந்திடுவேன். நான் வந்திடுவேன்" என்று பதட்டத்துடன் கூறினாள். அவன் மேலும் அழுதான். "வீடெல்லாம் வெறிச்சோன்னுட்டு..." என்று உடைந்து வந்தன சொற்கள். பெண் எழுந்து நின்று கொண்டாள்.

"ஆயா, நான் இங்கியே நின்னுக்கிடவா? நீ போயிட்டு வாரியா? இது இப்பிடிக் கலங்குதே..." என்று பரிதவித்தாள். கண்ணீரைத் துடைத்தபடி, "இல்லல்ல. ஒங்க சொந்தக்காரங்க வீட்டுக் கல்யாணம். நீ போயிட்டு வா. வெரசா வந்துடு" என்றான் அவன்.

பேருந்து நகர ஆரம்பித்தது. பெண் எம்பியபடி கைகளை வெளியே நீட்டினாள். அவனைத் தொடுவது போல. அவன் அவள் விரல்களைத் தொட்டுவிட்டு கைகளைத் தன் கன்னத்தில் மேல் வைத்துக்கொண்டான்.

"பத்திரமா போ கமலம்" என்று கூறிவிட்டு உடைந்தான் மீண்டும்.

வண்டி வேகம் எடுத்துவிட்டது. 'பத்திரம்' 'வெய்யில்' 'சாப்பாடு' என்ற சொற்கள் காற்றில் கலந்து போயின. வண்டி நிறுத்தத்தைவிட்டு பிரதான வீதிக்கு வந்ததும் தலையைத் திருப்பிப் பேருந்து நிறுத்தத்தின் பக்கம் பார்வையைச் செலுத்தியபோது அவன் நின்ற இடத்திலேயே நின்றுகொண்டு குலுங்கிக்கொண்டிருப்பது தோள்கள் உயர்ந்து தாழும் ஒலியில்லா உடலசைவாகத் தெரிந்தது. அந்தப் பெண்ணும் அதைப் பார்த்திருக்க வேண்டும்.

"அழுவுது" என்று அறிவித்தாள்.

"பச்சப் புள்ள மாதிரிக்கா அது. பசி கூடத் தெரியாது அதுக்கு" என்றாள்.

"ஆமாமாம். கட்டி ஒரு வருசம் கூட ஆவலை. உன்னைக் கட்டறதுக்கு முன்னால பட்டினியாத்தான் கெடந்தானா? அவங்கப்பாவுக்கு ஒரே பையன். வீட்டு மனுசி போன பெறகு அவருதானே வளத்துவிட்டிருக்காரு. என்னவோ சொல்லுறா" என்று தாயார்க்காரி நொடித்துக் கொண்டாள்.

"உனக்கு ஒண்ணும் தெரியாது ஆயா. மாமனாருதான் மவனைக்கட்டி வெச்ச நாலாம் மாசமே தேசாடனம் போயிட்டாரே. அது தனியாத்தான் இருக்கும் வீட்டுலே. வீட்டுக்குள்ளற எது எப்பிடின்னுட்டு கட்டினவளுக்குத்தான் தெரியும்" என்று கண்கலங்கினாள் பெண்.

“ஆமா. ஊரில இல்லாத அதிசய புருசனாக்கும். நானும் நாலு பெத்தவதான். எனக்கே சொல்றியா?”

“அதிசய புருசன்தான்னுட்டு வெச்சிக்கயேன். தாலி கட்டுறதுக்கு முன்னால இன்னும் அரைப் பவுன் போடு, மோட்டார் சைக்கிள் குடுன்னு கேட்டாரே நீ என் தலையில கட்டப் பாத்த மாப்பிள்ள, அவனை விட இது ஒசத்திதான்.”

“பழய கதைய ஏன் எடுக்கற இப்ப? ஒறங்கு நீ” என்று அவளை ஆசுவாசப்படுத்திவிட்டு, அவள் தலையைத் தன் தோள் மேல் சாய்த்துக்கொண்டாள் பெண்ணின் தாய்.

சற்றே மேடிட்ட வயிற்றுடன், மஞ்சள் கட்டமிட்ட பச்சைக் கைத்தறிப் புடவையை வாகாக இடுப்பில் செருகியபடி, அடிக்கடி அசையும்போது வளையல்கள் எழுப்பிய சிலுங்சிலுங் ஓசையுடன் பெண் தாயின் தோளில் நன்றாகச் சாய்ந்தபடி உறங்கினாள்.

நாகர்கோவிலில் வண்டி நின்றதும் தாயையும் பெண்ணையும் வரவேற்க என்று சிலர் வந்திருந்தனர். ரோஜா வண்ணப் பாவாடையுடன், தலையின் இருபுறமும் பல நிறக்கற்கள் பொருத்திய பட்டாம்பூச்சி வடிவப்பில்லைகளைச் செருகிக் கொண்ட சின்னஞ்சிறு சிறுமி ஒன்று, அப்பெண்ணை “அத்தே” என்று கட்டிக்கொண்டது. கை வளையல்களைப் பார்த்து, “எனக்கும் வேணும்” என்றது. அப்போதுதான் முழு நிஜார் அணியத் தொடங்கியவன் போல் தோன்றிய பையன் ஒருவன் பெண்ணின் அருகில் வந்து நின்றுகொண்டான். எல்லோர் முகத்திலும் பரிவும், அன்பும், நிறைவும்.

□

நாகர்கோவில் வேலை முடிந்ததும் கன்னியாகுமரி பார்க்காமல் போகக்கூடாது என்று சொல்லி விட்டார் நண்பர். கன்னியாகுமரியில் திமிங்கிலம் திமிங்கிலமாய் அலைகள். காலை வந்து தொடும்போது மெத்தென்று பூனைக்குட்டியின் நக்கல்போல். ஆரஞ்சு வண்ணத்தைக் குழைத்துப் பூசிக்கொண்டு சூரியன். முழுக் கடலையும் தலையைத் திருப்பியபடியே பார்த்தபோது, பார்வையின் வட்டத்தினுள் அவள் வந்தாள். பேருந்தில் வந்த கர்ப்பிணிப் பெண். உறவினர்களிடமிருந்து சற்றுத் தள்ளி அலையருகே நின்றுகொண்டிருந்தாள். கையில் மூடிபோட்ட வட்டப் பாத்திரம் ஒன்று. கடலையே வெறித்தபடி நின்றவள் முகத்தில் ஒரு நெகிழ்ச்சி தெரிந்தது. பிள்ளையைப் பார்க்கும் தாயைப் போல். “ஜகதோத்தாரண ஆடிஸிதளு யசோதா” என்ற பாடலுக்கு ஆடும்போது பாலசரஸ்வதி தொட்டிலினுள் இருக்கும் மகவு கிருஷ்ணனைப் பார்ப்பது போல் செய்யும் பாவனையின் கனிவு முகமெல்லாம். கடலைப் பார்க்கிறாளா, ஏதாவது உருவெளித் தோற்றத்தைப் பார்க்கிறாளா அல்லது இரண்டையும் இணைத்துப் பார்க்கிறாளா என்று நினைக்கத் தோன்றியது. அவளைப் பார்த்துக் கொண்டிருக்கும்போதே ‘சட்’டென்று தலையை இப்புறம் திருப்பிப் பார்த்து ஒரு வினாடிக்குப் பின் அடையாளம் கண்டுகொண்டாள். சிரித்தபடி இப்புறம் வர ஆரம்பித்தாள்.

“கடலைப் பாக்கிறியா?”

“ஆமா. நான் பாத்ததில்ல இதுக்கு முன்னால. அலை என்னமா அடிக்குது! பாத்துட்டே இருக்கலாம் போல இருக்குது.”

“கல்யாணம் எல்லாம் நல்லபடி நடந்துச்சா?’

“ம். எல்லாருமா இங்க வந்தோம். கெளம்பிடுவம் இப்போ.”

“சீக்கிரம் போயிடுவ இல்லியா? பாவம், கண் கலங்கிட்டாரே உன் புருசன்...”

சிரித்தாள்.

"ஆமா, அழுதிட்டுது அது. பஞ்சு மாதிரி மனசுக்கா அதுக்கு" என்று சொல்லி நிறுத்திவிட்டு, மீண்டும் "பஞ்சு மனசு" என்றாள். கடலைப் பார்த்தாள்.

"வேற மாப்பிள்ளய பாத்தாங்க வீட்டுல. சர்க்கார் ஆபீசுல வேலை பாக்கறவரு. நல்லாத்தான் இருந்தாரு. ஜவுளி எடுக்கப்போகச் சொல்ல 'அவ பொடவை ரெண்டாயிரம். என் வேட்டி எட்டு நூறு தானா? ரெண்டு வேட்டி வேணும்'னாரு. 'என்னயிது, பச்சப்புள்ளயாட்டம் பேசறாரே'ன்னு எங்க ஊருலே சிரிச்சாங்க எல்லாம். அப்புறமா பாத்தா கதையே மாறிப்போச்சுது. தாலி கட்டறதுக்கு முன்னால, மோட்டார் பைக்கு இன்னும் ஒரு மாசத்துக்குள்ள வேணும், நகையில அரைப்பவுன் குறையுது. அது இப்பவே போடணும்னுட்டு ஏகக்கலாட்டா. 'என் கழுத்துல இருக்குற சங்கிலியைக் களட்டித் தரவா'னுட்டு எங்கக்கா அத்தானோட தாவாங் கட்டையப் பிடிச்சுட்டுக் கெஞ்சுறா. எனக்கு ஒரு வெறிபோல வந்திச்சுக்கா. விடுவிடுன்னுட்டு வெளில வெரசா வந்தேன். 'இந்த மாப்பிள்ள எனக்கு வேணாம். கட்ட மாட்டேன். நான் இப்ப இருக்கிறபடியே என்னிய கட்ட இங்க யாராவது ஆம்பிள்ள இருந்தா வாங்க' அப்பிடின்னு சொன்னேன். கொரலெல்லாம் நடுங்குது. தொண்டக்குழியில குத்துது. அசந்துட்டாங்க எல்லாம். 'என்ன திமிரு இப்படி பேச'ன்னுட்டு அவங்க ஒரு பக்கம், 'இப்படிச் சொல்ல ஒரேயடியா கொட்டிட்டாளே'ன்னுட்டு எங்க வீட்டுக்காரங்க ஒரு பக்கம், இப்பவே இப்படி பேசுற பொண்ண யாரு கட்டுவாங்க?'ன்னுட்டு ஊர்க்காரங்க ஒரு பக்கம். அப்ப இதோட அய்யா இதைத் தோளுல கை போட்டுக் கூட்டிட்டு வந்தாருக்கா. பால் வடியுற மாதிரி மொகம். திம்முனு ஒடம்பு. லேசா சிரிச்சுட்டு வருது.

'என் மவன் இவன். படிச்சிருக்கான். என் தோட்டம் துரவு எல்லாம் இவன் மேற்பார்வையிலதான். வீட்டுல மனுசி இல்ல. நானா வளத்த பையன். பொண்ண கட்டிக்கச் சம்மதம். பொண்ணு விருப்பத்தக் கேளுங்க'ன்னாரு. மலச்சுப் போயி நிக்குறேன். எங்கய்யாவைப் பாத்து சரின்னுட்டுத் தலைய ஆட்டுனேன். எந்திரிச்சுப்போன அந்த மாப்பிள்ள வீட்டுக்காரங்கள இருந்து சாப்பிட்டுட்டுத்தான் போவணும்'னு கும்பிட்டுச் சொன்னேன். அப்பிடி ஏறின தாலிக்கா இது. அப்பிடி ஒரு நல்ல மனசு அதுக்கு. புள்ள மனசு."

பேச்ச நிறுத்திவிட்டு, கடலைப் பார்த்தாள். பிறகு மெல்லச் சொன்னாள் கடலிடம் பேசுவது போல். "குழந்தைங்கன்னா உசுரு அதுக்கு. ஊர்ப்பிள்ளைக எல்லாம் அது கிட்டத்தான் வரும் எல்லாத்துக்கும். பட்டம் விட, பந்தாட, நாடகம் போட, கிரிக்கெட் விளையாட்டுப் பாக்கக் கூட்டிட்டுப்போவன்னுட்டு. அதுக்குப் போய் புள்ள பெறக்க வழியில்லேன்னுட்டாரு ஒரு பெரிய டாக்டரு. சின்னப்போ பொன்னுக்கு வீங்கி வந்தப்போ கவனமா இருக்காம போனதுல வளப்பம் இல்லாம போயிடுச்சாம். அதுக்குத் தெரியாது இது. தெரிஞ்சா செத்துடும்."

சற்று நேரம் பேருந்தில் சேர்ந்து பயணித்ததால் தன்னையே பிட்டுக்காட்டும் அவளுடைய சற்றே மேடிட்ட வயிற்றைப் பார்த்தபோது, "இது அவங்க வீட்டுதுதான்" என்றாள்.

பல கோவில் குளங்களில் முங்கி எழும் ஒரு மனிதரின் உருவம் மனத்தில் எழும்பியது.

'அது கடலைப் பாத்ததில்ல. இந்தப் பாத்திரத்துல பிடிச்சுட்டுப் போனா, அங்க போய் அதுக்குக் காட்டுற மட்டும் அலை அடிக்குமா அக்கா?"

• அம்பை

சிறு வட்டப்பாத்திரத்தில் ஓங்கிஓங்கி எழும் அலைகளைப் பற்றிய கற்பனை தோன்றியது. அந்த மாலை ஒளியில் கடலுக்கருகே நின்று கொண்டிருந்த அவளும் கடலும் ஒன்றித் தெரிந்தனர்.

அவளை மெல்லத் தொட்டு, "ம்ஹூம், கடல் தண்ணிய பிடிச்சு வெச்சா அலை அடிக்காது" என்று மட்டும்தான் சொல்ல முடிந்தது.

அரசு மணிமேகலை
(07/12/1944 – 05/08/2001)

மணிமேகலை என்ற இயற்பெயர் கொண்ட இவர் கல்லூரி பேராசிரியர், எழுத்தாளர், சிறார் எழுத்தாளர், கவிஞர், திரைப்படத்துறை வசனகர்த்தா, பாடலாசிரியர், சொற்பொழிவாளர் என்று பன்முக ஆற்றலைக் கொண்டிருந்தார். 1960களிலிருந்து, கவிதைகள், கதைகள் எழுதத் தொடங்கியுள்ளார். கலைமகள், ஆனந்த விகடன், அமுதசுரபி, தினமணி கதிர், தினமலர் வாரமலர் என்ற இதழ்களில், இவர், நூற்றுக்கும் மேற்பட்ட சிறுகதைகளை எழுதியுள்ளார். அவை ஆறு தொகுப்புகளாக வெளிவந்துள்ளன; 10நாவல்கள், 4கவிதை தொகுதிகள், 20கட்டுரை நூல்கள், 12சிறார் நூல்கள், 4 நாடக நூல்கள் என எழுதியுள்ளார். இவர், திரைப்படத் தணிக்கைக் குழு உறுப்பினராக இருந்துள்ளார். இவரது கதைகள் பெண் விடுதலை, பெண் முன்னேற்றம் இவற்றை அடிப்படையாகக்கொண்டு எழுதப்பட்டுள்ளன.

42
முடிவல்ல ஆரம்பம்

அரசு மணிமேகலை

"இந்தா! செவிட்டுப் பொணமே... போயி, குடிக்கத் தண்ணி கொண்டா..."

லலிதா மவுனமாக, உள்ளே போய் தண்ணீர் எடுத்துவந்து, நீட்டினாள்.

"நீ நீட்டின உடனே, நான் பாய்ஞ்சி எடுத்துக்கணுமா? பறக்கறியே! நில்லு! ரெண்டு நிமிஷம் பொறுத்துத்தான் எடுத்துக்குவேன்"

வேலைக்காரியைக் கூட, இப்படி எல்லாம் விரட்ட முடியாது.

லலிதா தாலி கட்டிக்கொண்ட பாவத்திற்காக, சேகர் பக்கத்தில், குவளையைக் கையில் வைத்துக்கொண்டு நின்றாள்.

பத்திரிகையைப் புரட்டிக்கொண்டே இருந்தவன் ஓரக் கண்ணால் அவளைப் பார்த்தான். இயந்திரம் போல, அவள் வெறிச்சோடிய பார்வையுடன் நிற்பது, அவன் ஈகோவுக்குத் திருப்தியாக இருந்தது.

சோம்பல் முறித்தவனாக, பத்திரிகையைக் கீழே வீசிவிட்டு, அவள் கையில் இருந்த குவளையை வாங்கிக் கொண்டான்.

"இந்தா! போயித் தட்டிலே, சோத்தைப் போடு! ஆறவாவது ஆறட்டும். மணி எட்டேகால் ஆவுது. சாப்பிட ஒக்கார்றப்போ. கொதிக்கக் கொதிக்கச் சாம்பாரும், சோறும் போட்டே... அவ்வளவுதான்! அன்னிக்கு நடந்த கதைதான்! ம் போ "

இயந்திரம் போலவே, திரும்பி நடந்தாள் லலிதா. அன்று ஒரு நாள் சாம்பார் கொஞ்சம்தான் சூடாக இருந்தது. எப்படியும் 'ஃபேன்' சுற்றிக் கொண்டிருக்கின்றது. நிமிடத்தில் ஆறி விடப்போகிறது...

லலிதா நினைப்பு தவறாகி விட்டது. வந்து உட்கார்ந்தான் சேகர்; தொட்டுப் பார்த்தான்.

தட்டோடு ஓங்கி அவள் முகத்தில் அடித்த வேகத்தில், சோறும், சாம்பாரும் கண்களிலும், முகத்திலும் 'சப்' என்று ஒட்டிக் கொண்டது.

அவள் "ஹாஹாஹா..." என்று அலறித் துடிப்பதைக் குரூரரசனையோடு, பார்த்து இரசித்துவிட்டு, சேகர்பாட்டுக்கு ஆபீஸ் கிளம்பிவிட்டான்.

பழைய ஞாபகம் நெஞ்சில் அலையெழுப்ப, லலிதா சமையல்கட்டுக்கு ஓடினாள்.

தட்டில் சோற்றை அள்ளிவைத்து, ' ஃபேன்' ஸ்லிட்சைப் போட்டாள்.

"ஏய்! சுடுதண்ணி எங்கே? கொண்டு போயி, பாத்ரூம்லே வெய்யி..."

லலிதா தட்டை மேசைமீது வைத்துவிட்டு. ஸ்டவ்வில் சூடாகிக் கொண்டிருந்த தவலையை எடுத்துக்கொண்டு ஓடினாள். வெந்நீர்த் திட்டமாக விளாவிவிட்டு, துண்டு, சோப்பு இருக்கிறதா என்று கவனமாகப் பார்த்துவிட்டு, மத்தியானத்துக்குத் தயிர்சாதம் பிசைந்து, டிபன் பாக்ஸில் வைக்க ஓடினாள்.

உள்ளே போனான் சேகர்.

"ஏய்! இங்கே வந்து, முதுகைத் தேச்சிட்டுப் போ"

அதைக் கூட ஓர் அதட்டலாகத்தான்... உள்ளேயிருந்து ஓடி வந்தாள் லலிதா. சிங்கம், புலி இவற்றின் அருகில் நிற்க நேர்ந்தால். ஒருத்தி எப்படி நடுநடுங்கி முகம் வெளிறி நிற்பாளோ, அதைப்போல, லலிதா எச்சரிக்கையோடு, அவன் அருகில் சென்று, கவனமாக முதுகைத் தேய்த்துவிட்டு வெளியில் வந்தாள்.

கிறிஸ்துமஸ் விடுமுறை நேரம்... அரக்கப்பரக்கப் பள்ளிக்கூடத்துக்கு ஓடும் வேலை இல்லாததால், குழந்தைகள் ரத்தினாவும், ராஜாவும் தூங்கிக் கொண்டிருந்தார்கள்.

சேகர் கவனம் அவர்கள் பக்கம் போகவில்லை. அப்படிப் போயிருந்தால். கட்டாயம் எழுப்பியிருப்பான். அதுவும் காலாலேயே எட்டிஎட்டி உதைத்துத்தான் எழுப்புவான்.

கண்ணால் பார்த்துச் சகித்துக்கொள்ளவும் முடியாமல், குறுக்கே விழுந்து தடுக்கவும் முடியாமல் லலிதாதான் பாவம் தவிதவித்து நிற்பாள்.

மெல்ல படுக்கையறைக்கு நழுவினவள், குழந்தைகளை உலுக்கிஉலுக்கிப் பார்த்தாள். ம்கூம்... ஒன்றாவது எழுந்தால்தானே?

"ரத்தினா! அப்பா வந்துடப் போறார். எழுந்திருங்க" என்று, கிசுகிசுப்பாகச் சொன்னதும், 'படக்' என்று எழுந்து உட்கார்ந்து கொண்டார்கள் குழந்தைகள். அதைப் பார்க்க, லலிதாவுக்கு ஆயாசமாக இருந்தது. தூக்கத்தையும் தாண்டி, அப்பாவைப் பற்றிய பயம் உடம்பில் உறைக்கிறது என்றால்....

உருகி நிற்க இது நேரம் இல்லை. அவன் குளித்துவிட்டு வெளியே வருவதற்குள், சுவாமி விளக்கும் தயாராக இருக்க வேண்டும்.

பூஜை மாடத்தில் வைத்துவிட்டு, சற்று தள்ளி நின்று கொண்டாள்.

"தாயே காமாட்சி"

மனமுருகி அழைத்தான் சேகர்.

லலிதாவுக்குச் சிரிப்பாக இருந்தது.

"ம்! இவனைப் போன்றவர்கள் அழைத்தால் அந்தக் காமாட்சியே அல்லவா அலறிக் கொண்டு ஓடுவாள்!

தாலிகாட்டியவளைவதைத்துக்கொண்டு, துளிப் பூவும், இரண்டு பழமும் வைத்துப் படைத்துவிட்டால், அம்பாள் காட்சியருளுவாளா? இதுவெல்லாமா பக்தி?

இப்படிச் சாமி கும்பிட வேண்டும் என்று சொல்லிக் கொடுத்தவர்கள். இப்படி மனைவியை நடத்த வேண்டும் என்றும் சொல்லிக் கொடுத்திருக்கக் கூடாதா?

ஆபீசில் பேசிக்கொள்வார்கள்...

"நம்ம சேகருக்கு ரொம்பவே பக்திப்பா. சாமி கும்பிடாமே சாப்பிடக் கூட மாட்டார்"

சாமி கும்பிட்டுவிட்டுத்தான், பெண்டாட்டியை அடிக்கக் கூட அடிப்பார்! இது யாருக்குத் தெரியும்?

ஆக, பக்தி ஒரு முகமுடியாகி, அவன் முகத்தை அழகாகவே மறைத்து விடுகிறது...

தன் மனது தறிகெட்டுப் பாய்வது, லலிதாவுக்குப் பயமாக இருந்தது.

ஒருவழியாக, ஏகப்பட்ட உருட்டல் மிரட்டல்களோடு அவன் ஆபீசுக்குக் கிளம்பினான் - அவசரம் அவசரமாகச் சோற்றை அள்ளிப் போட்டுக் கொண்டு...

அவன் கதவுக்கு வெளியிலே காலடி எடுத்துவைத்ததுமே, அந்த வீட்டின் புழுக்கம் படீர் என்று மாறி விட்டாற்போல இருந்தது. எல்லாச் சன்னல்களும், கதவுகளும் திறந்து கொண்டாற்போல ஒரு பிரமை... இனிய தென்றல் காற்று சில்லென்று உடலை வருடிக் கொடுத்தது.

அப்பாடா... என்று அவள் நிம்மதிப் பெருமூச்சுடன் சோபாவில் சரிந்தாள். மின்விசிறியை வேகமாகச் சுழலவிட்டாள்

முத்து முத்தாக நெற்றியில் அரும்பியிருந்த, வியர்வை முத்துக்களைத் தலைப்பை எடுத்துத் துடைத்துக் கொண்டாள்.

கழுத்தும், முதுகும் ஏகமாய் வியர்த்திருந்தன. எழுந்ததிலிருந்து ஒரு நொடி கூட, இந்த நிமிடம் வரை உட்காரவில்லையே!

ரத்தினாவும், ராஜாவும் பல்லைத் தேய்த்துக்கொண்டு வந்ததிலிருந்து, உள்ளூர நடுக்கத்தோடு ஓர் ஓரமாக உட்கார்ந்து கொண்டிருந்தவர்கள், புது உற்சாகம் வந்தவர்களாக, கன்றுக்குட்டிகளைப் போல ஓடிவந்து அம்மாவின் பக்கத்தில் உட்கார்ந்தார்கள்.

"அப்பா ஆபீசுக்குப் போயிட்டாத்தான், நிம்மதியா சந்தோஷமா இருக்குது... இல்லைம்மா?"

லலிதா திடுக்கிட்டுத் திரும்பிப் பார்த்தாள்.

"என்ன ராஜா?"

"ஆமாம்மா... அம்மா! இந்த அப்பா வீட்டுலே இருந்தார்னா, எப்பவும் ஒரே பயம்மா இருக்குது. எப்போ அப்பா கிளம்புவாரோன்னு இருக்குது..."

"எனக்குக்கூடம்மா! அப்பா பேச்சி டூ காயி..."

ரத்தினா முகத்தில் கோபத்தின் சாயல்.

ராஜா கேட்டான்.

"ஏம்மா? உங்ககிட்டேயும் கோபமாத்தானே நடந்துக்கிறாரு. உங்களுக்கும் கோபம்தானே?"

"என் கோபம் யாரை என்ன செய்யும்?"

சலிப்போடு நன்றாகச் சாய்ந்து உட்கார்த்து கொண்டாள். ரத்தினா தோளில் தொத்திக் கொண்டது.

"ஏம்மா?"

"என்ன ரத்தினா"

"ஏம்மா? அப்பா நம்பளை அடிக்கிற

மாதிரித்தான் அம்மாவையும் அடிக்கிறாரு, திட்டறாரு. அப்பாவுக்குக் கோபம்வந்தா, நாம எல்லாருமே பயப்பட்றோம்! அம்மாவுக்குக் கோபம்வந்தா அப்பா பயப்படுவாரா? அதுதான் சொல்றாங்க அம்மா...”

தங்கைக்கு ராஜா விளக்கியதைக் கேட்டு, லலிதா திடுக்கிட்டாள். ஓ! இவனுக்கு இவ்வளவு தெரியுமா?

“ஏம்மா? அப்பா ஏன் எப்பவும் திட்டிக்கிட்டே இருக்கிறாரு?” மழலை மாறாத குரலில், ரத்தினா கேட்டாள்.

லலிதா மெள்ள நிமிர்ந்து, அவளைப் பார்த்தாள்; அவளையே பார்த்தபடி, உதடுகள் அதிராமல் உச்சரித்தாள்.

“ஏன்னா, அப்பா ஒரு ஆம்பிளை!”

“போம்மா! நீ சொல்றது ஒண்ணும் புரியலை!

ஆம்பிளைன்னா, அடிச்சிக்கிட்டே இருக்கணுமா?”

“அப்படித்தான் கண்ணு பல ஆம்பிளைங்க நினைச்சுக்கிட்டிருக்காங்க...”

மேற்கொண்டு என்ன சொல்வது என்று அவளுக்குப் புரியவில்லை. திகைத்துத் தடுமாறினாள்.

சேகர் குணம் தொடக்கத்திலேயே பெரும் அதிர்ச்சியைக் கொடுத்தது. “தான் ஓர் ஆண்மகன்” என்கிற அதிகமான கர்வம் பாலோடு கூடவே புகட்டப்பட்டுவிட்டது போலும்...

தொட்டதற்கெல்லாம் சீறுவான். “தான் அடிக்கப் பிறத்தவன்; ஆண் என்றால், அவன் தாராளமாக அடிக்கலாம்; மனைவி அவனுடைய அடிமை” என்கிற ஆணவம் புற்றுக்குள்ளிருந்து தலையை நீட்டும் பாம்பைப் போல, சர்ரென்று வெளிக்கிளம்பும்.

அவளை அடித்துத் துவைத்த பிற்பாடு, அவன் முகத்தில் ஓர் அலாதியான திருப்தி, அந்தப் பளபளப்பு உண்டாகும்...

முகம் அப்போது சாந்த சொரூபமாய்த் திகழும். தலைக்குமேல் அழுத்திக் கொண்டிருந்த, கழுத்தை முறித்துக் கொண்டிருந்த விறகுக்கட்டினை இப்போது தான் கீழே இறக்கிவைத்து விட்டாற்போல, ஒரு திருப்தி...

சிகரெட்டை நிதானமாக எடுத்து, எந்த விதமான குற்ற மனப்பான்மையும் இல்லாமல், அவளைப் பார்த்தபடி, அவளின் பரிதாபமான விசும்பலைக் கவனித்தபடி கன்னத்தில் தெரிகின்ற இலேசான கருமையை நோக்கியபடி தீக்குச்சியை உரசி, பற்ற வைத்துக்கொண்டு, கையைக் காலை நீட்டி, சோபாவில் சாய்ந்து கொள்வான்.

“ஏம்மா! எல்லா அப்பாங்களும் இப்படித்தான் அம்மாங்களை அடிப்பாங்களா?””

“இல்லே கண்ணு... எல்லாரும் இல்லே!”

சொல்லும் போதே, தன் அவலநிலை குறித்து, ஒரு சுய பச்சாதாபமும், அவமான உணர்ச்சியும் கூடவே எழுந்தன.

தன் வயிற்றில் பிறந்த பிள்ளைகள் எதிரில், இப்படிக் கூனிக் குறுகி நின்று, பதில் சொல்ல வேண்டியிருக்கிறதே என்கிற விரக்தி உணர்ச்சி வேறு...

“ஏம்மா? நாம்ப தாத்தா வீட்டுக்குப் போயிட்டா என்ன? தாத்தாவுக்கு நம்ப மேலே ஆசைன்னா ஆசை... தாத்தா உங்களைத் திட்டமாட்டாங்க, அடிக்கமாட்டாங்க. லலிதாம்மா, லலிதாம்மான்னு ஆசையாக் கூப்பிடுவாங்க...”

சரேல் என்று லலிதா கண்களில் நீர் குளம் கட்டியது. லலிதாம்மா, லலிதாம்மா... உண்மைதான். அப்பா அப்படித்தான் ஆசையாகக் கூப்பிடுவார். அங்கே போகலாம்தான். என்ன? பத்து நாள்...

இல்லாவிட்டால், இருபது நாள்... அதற்கு மேல் எந்த அப்பா தங்க வைப்பார்? விதவையாகப் போய் ஒழிந்தால் வேண்டுமானால், அங்கேயே தங்கச் சொல்வார், மற்றபடி...

ரத்தினா மேற்கொண்டு யோசிக்கவிடாமல், குறுக்கிட்டாள்.

"ஏம்மா? லீவு நாள்லே மட்டும்தான் அங்கே போகணுமா?" இங்கியே நாங்க இருக்கிறோம் அப்பா!" அப்படின்னு நீ சொன்னியானா, உங்கப்பா நம்ப மூணு பேரையும் "சரிசரி! இருங்க"ன்னு சொல்ல மாட்டாரா?"

லலிதாவுக்கு எப்படி விளக்குவது என்று புரியவில்லை.

"ஏம்மா? உங்க அப்பா வீடுதானே! அப்படின்னா அது உங்க வீடுதானே? ஆனாக் கூட, நீங்க அங்கே இருக்கக்கூடாதா?"

"இல்லை கண்ணுகளா! இந்த வயல்லேதான் நான் இருந்தாகணும். அப்பா வீடு நாத்தங்கால் மாதிரி... அங்கே ஆரம்பகால வாசம்தான்! அப்புறம் வயல்தான் கதி!"

"சரிம்மா... இப்போ எங்க டீச்சர் நாங்க ரொம்பலே தப்புப் பண்ணா, ஹெச்.எம். கிட்டே சொல்லி, ரெண்டு ஒதை வாங்கிக் குடுக்கறாங்க இல்லே! அது மாதிரி நீங்களும் தாத்தாகிட்டே சொல்லி இந்த அப்பாவுக்கு நல்லா ஒதை வாங்கி வைக்கலாம். இல்லே?"

ரத்தினா புரியாமல் கேட்டாள். தாத்தாவிடம் சொல்லி, உதை வாங்கிக் கொடுப்பதா? பெண்ணைக் கொடுக்கலாம், சவரன்கள் கொடுக்கலாம், ரொக்கமாக அம்பதாயிரம், அறுபதாயிரம் கொடுக்கலாம்! அதற்குத்தான் அவருக்கு உரிமை உண்டு... அறிவுரை கொடுக்கவே உரிமை கிடையாது கண்ணே! உதை கொடுப்பதாவது? ம்கூம்... உனக்குப் புரியாது மகளே!

லலிதாவுக்குத் துக்கம் தொண்டையை அடைத்தது. ரத்தினா இன்னும் கிட்டத்தில் வந்தாள்.

"ஏம்மா... நாளைக்கு எனக்கும் கல்யாணம் ஆனா. அவன் என்னை அடிப்பானா? அப்ப, நான் வந்து உங்ககிட்டே சொல்லக்கூடாது இல்லியா?"

சரசரவென்று வார்த்தை அம்புகள் மார்பைத் துளைத்து, முதுகுப் பக்கமாக வந்தன.

துடித்துப் போனாள் லலிதா.

"அப்படில்லாம் சொல்லாதேடா ரத்தினா! உன் புருஷன் உன்னை இப்படி அடிக்க மாட்டாம்மா"

கேவினாள் லலிதா.

"ஒருத்தர் ஒருத்தருக்கு விதி இப்படி அமைஞ்சிப் போயிடுதும்மா... அப்பா மாதிரித்தான் எல்லாருமே இருப்பாங்கன்னு நினைச்சுடாதே"

ரத்தினா உதடுகளைக் கடித்துக்கொண்டு பேச ஆரம்பித்தாள்.

"என்னை அவன் அடிச்சான்னா, நான் அவனைத் திருப்பி அடிச்சிடுவேன்... ரத்தம் வர்றமாதிரி, அடிச்சிடுவேன்..."

ஆக்ரோஷமாகச் சொன்னாள் ரத்தினா.

"அப்படியும் அடிச்சான்னு வெச்சிக்கோம்மா, அவனை அந்தச் சினிமாவுலே பண்ண மாதிரி, கொலை பண்ணிடுவேன்..."

அவளுடைய சின்ன முகம் - சின்ன நிலா முகம் சிவந்து குரூரமாக மாறியது. அவள் விழிகளில் குடிகொண்ட கொலைவெறி லலிதாவை அச்சத்தில் ஆழ்த்தியது.

லலிதா பேச ஆரம்பித்தாள்...

"கொலை பண்றது ரொம்பக் கஷ்டமா

என்ன? நிமிஷ வேலை! பொறுமைதாண்டா ரத்தி! பொண்ணோட குணம்! கொலை பண்றது இல்லை. இந்த மிருகங்க திருந்தாதா, திருந்தாதா-ன்னுதான் ஒவ்வொரு பொண்ணும் அடி உதையைப் பொறுமையா வாங்கிக்கிறா... பொம்பிளைங்களாலே திருப்பி அடிக்க முடியாது, அவங்க திருப்பி அடிக்க மாட்டாங்க. அப்படிங்கற தைரியத்தாலே தானே, ஆம்பிளைங்க அடிக்கிறாங்க...

பியூனை அடிக்க முடியுதா? ஆபீஸ் மானேஜரை அடிக்க முடியுதா? எல்லா ஆத்திரத்தையும் பொண்டாட்டி மேலேதான் காட்டத் தெரியுது. காரணம், மாட்டை அடிக்கிற மாதிரி அவளை அடிக்கலாம். யாரும் தட்டிக் கேக்க மாட்டாங்க...

சொல்லப் போனா, மாட்டை அடிச்சாக்கூட, தெருவோட, போற ஜனங்க "ஏம்பா! இப்படியா அடிச்சி நொறுக்குவே! பாவம். வாயில்லா ஜீவன்' அப்படின்னு சொல்வாங்க...

அதே பொண்டாட்டியை அவன் அடிச்சி நொறுக்குறான்னா, "புருஷன் பொண்டாட்டித் தகறாரு" அப்படின்னுட்டுப் போயிடுவாங்க?

பொண்டாட்டி மாட்டைவிடக் கேவலம்."

லலிதா ஆவேசமாகப் பேசிக்கொண்டே போனாள், குழந்தைகளிடம் பேசுகிறோம் என்கிற பிரக்ஞையே போய், ஏதோ சமுதாயத்தை எதிரிலே நிறுத்தி வைத்துக்கொண்டு, திட்டுவதாகக் கருதிக்கொண்டாள்.

"ரொம்ப பொம்பளைங்க தங்களோட குழந்தைகளுக்காகத்தான், அதுங்களோட நல்வாழ்க்கைக்காகத்தான், இத்தனையும் பொறுத்துக்கிட்டு, நடமாடிக்கிட்டிருக்கிறாங்க. மத்தபடி, என்னிக்கோ செத்துட்டவங்க அவங்க..."

குழந்தைகள் குழப்பத்தோடு அம்மாவையே பார்த்துக் கொண்டிருந்தார்கள்.

வாரங்கள் ஓடின, மாதங்கள் ஓடின. சேகர் வழக்கம் போலவே கத்திக்கொண்டும், அடித்துக்கொண்டும் இருந்தான். லலிதா அச்சத்தோடும், அவலத்தோடும் நாட்களை நகர்த்திக்கொணடிருந்தாள்.

எத்தனை ஆண்டுகள் ஆனாலும், இந்த நிலைமை சீரடையும் என்று தோன்றவில்லை.

லலிதாவுக்குச் சாப்பிடப் பிடிக்கவில்லை. ஏன்? வாழ்வும்தான் பிடிக்கவில்லை. சேகர் அவள் முன் குரூரமாக முறைத்தபடி நின்றிருந்தான். ஓ! பிரமையா?

ச்சே! இது தொடர்ந்தால், நிச்சயம் பைத்தியம்தான் பிடிக்கும்.

லலிதா வெறுப்புடன் சிரித்துக் கொண்டாள்.

அப்போது அவனைத் திருப்பி அடிக்கலாம். பைத்தியம் அடிக்கிறது என்பார்கள். செமத்தியாகத் திருப்பிக் கொடுத்துவிட வேண்டும்.

அய்யோ! என்ன இது? நினைப்புகள் தறிக்கெட்டுப் பாய்கின்றனவே! இப்போதே என் மனநிலை சரியில்லையா?

தாய் வீட்டில் கல்லூரிக் குமரியாய் வளைய வந்த நாட்கள் நினைவுக்கு வந்தன.

அப்பா... என்ன நிம்மதியான நாட்கள்?

அப்பாவும், அம்மாவும் அவளைத் தாங்கு, தாங்கு என்று தாங்குவார்கள்...

நீச்சல் போட்டியா? லலிதாவுக்குத்தான் முதல் பரிசு... பேச்சுப் போட்டியா? அதுவும் அவளுக்குத்தான்! ஏன்? கட்டுரைப் போட்டி, தனி நடிப்புப் போட்டி, பாட்டுப் போட்டி... எதை மிச்சம் வைத்தாள் லலிதா?

நல்ல அழகு...சுருள் சுருளான கூந்தல், நெடிய தோற்றம், தென்றலைப் போன்ற

மென்மையான நடை, லலிதா கண்களில் எப்போதுமே ஒரு கவர்ச்சி உண்டு,

அவள் இருக்கும் இடத்தில், கலகலப்புக்குப் பஞ்சமே இருக்காது.

நீண்ட, பெருமூச்சுடன் எழுந்து கொண்டாள் லலிதா ம்! ம்! அதெல்லாம் பொய்யாய்ப் பழங்கதையாய்ப் போன நாட்கள்... இப்போதெல்லாம் அவள் சிரித்தே பலநாட்கள் ஆகிவிட்டன.

சேகருக்குப் பயந்து, பயந்தே, வாழ்க்கைப் பொழுதுகள் உதிர்ந்து போய்க் கொண்டிருக்கின்றன... ம்கூம்! பட்ட மரம் இது! துளிர்க்க வாய்ப்பே இல்லை.

லலிதாவுக்குத் திடும்மென்று கல்லூரி நாட்கள் ஞாபகத்திற்கு வந்தன.

கல்லூரியின் வீராங்கனையாக, பெண்ணுரிமை குறித்துப் பேசிய பேச்சு நினைவுக்கு வந்தது...

"அன்புக்கு அடிமையாக இருப்போம், ஆனால், அதிகாரத்திற்கு அல்ல"

சினம் கொண்ட சிறுத்தையாக அன்று முழங்கியது காதிலே ஒலித்தது...

ம்ம்! இப்போது அன்பே இல்லாத, வறட்டு அதிகாரத்துக்கு அடிமையாகிக் கிடக்கிற அவலம்..

கண்களில் நீர் துளித்தது.

"பெண்ணுக்குப் பேச்சுரிமை வேண்டாம் என்கின்றீரோ?" பாவேந்தர் கையை உயர்த்தி, ஆவேசமாகக் கேட்டார்.

"பெண்மை வாழ்க" என்று பாரதியார் ஓங்கிக் குரல் கொடுத்தார்.

குழந்தைகள் நடுவிலே ஏதோ சண்டை போலிருக்கிறது. ரத்தினா கோபமாகப் பேசுவது கேட்டது. லலிதா பாவேந்தரையும், பாரதியாரையும் அப்படியே விட்டுவிட்டு, மண்ணில் கால் பதித்தாள். அறை வாசலுக்கு வந்து, நின்று கவனித்தாள்.

"அதெல்லாம் முடியாது. நான்தான் இப்ப ஆடணும்.." ரத்தினா கத்தினாள். ராஜா பல்லைக் கடித்துக்கொண்டு, பாய்ந்தான்.

"ஒரேயடியாத் துள்ளுறியாடி! பொட்டை நாயே! அத்தனைத் திமிரா? நான் சொல்றேன். என்னமோ மாட்டேன் மாட்டேன்றியே..."

ராஜாவின் குரலில் இருந்த ஆத்திரம் மட்டும் இல்லை. அவன் குரலில் இருந்த பாவமும், லலிதாவைத் திரும்பிப் பார்க்க வைத்தன.

அதே வார்த்தைகள்... அதே ஆணவம்.

"நான் சொல்றேன்" நான் என்று சொல்லும்போதே, அந்த ஆணின் ஆணவமும் எதிரொலித்தது.

"நான்... நான்... நான்..." தலையை அழுத்திக் கொண்டாள் லலிதா.

ஓ! இன்னொரு சேகர் இப்போது உருவாகத் தொடங்கிவிட்டானோ?

எந்தப் பெண்ணுக்கு அடி உதை வாங்கவேண்டும்என்று போட்டிருக்கிறதோ? தொடர்கதையாக அடி, உதை, அவலங்கள் காத்திருக்கின்றனவோ?

பரம்பரையாக வருகிற ஆண் மேலாதிக்கத்தின் விழுது இதோ!

ராஜாவின் கோபம், 'பொட்டை நாயே' என்கிற சொல்... ஓ! சேகரின்வழிச் சங்கிலிகள் இனி வளர்ந்து, அடுத்தத் தலைமுறையைக் கட்டிப் போடுமோ?

தீர்மானத்துடன் எழுந்தாள் லதா.

மாலையில் வரும்போதே, நெருப்புச் சொற்களை வாரி நாலாபுறமும் இறைத்தபடிதான் வருவான்...

சொல்லிவிட வேண்டியதுதான்...

எதிர்ப்பையே காட்டாமல், கோழையாய்க் குமைந்து நின்றால்,

என்றைக்குத்தான் விடியல் வரும்? போராட்டம் இல்லாமல், புதுவழிக் கிடைத்துவிடுமா என்ன?

ஒன்று அவன் போக்கு மாறவேண்டும். இல்லையேல், அவள் அடிமைத்தனம் மாறவேண்டும்.

தன் படிப்புச் சான்றிதழ்களும், மற்றப் போட்டிகளில் வாங்கிய சான்றிதழ்களும் அவளுக்கு இமாலய நம்பிக்கையை அளித்தன.

அப்பா செய்து போட்டிருந்த கல்லு, கல்லான நகைகள் “கவலையே வேண்டாம். நாங்கள் மூலதனமாக இருப்போம், ஏதேனும் சிறுதொழில் ஆரம்பித்து, உழையேன் லலிதா” என்றன.

முகங்கொள்ளாத சிரிப்புடன், அகங்கொள்ளாத மலர்ச்சியுடன் லலிதா சன்னல்களைத் திறந்து வைத்தாள். மெல்லிய ஒலியில் திரைப்படப் பாடல்களைக் கேட்க ஆரம்பித்தாள்.

கதவை எரிச்சலுடன், தள்ளித் திறந்து கொண்டு வந்த சேகர் ‘என்னடி? என்னவோ மகாராணியைப் போல, பாட்டுக் கேட்டுக்கிட்டு ஒக்காந்துக்கிட்டிருக்கே! சன்னலெல்லாம் வேற திறந்து வெச்சிருக்கே! திமிரு ஏறிப் போச்சுன்னு நினைக்கிறேன். கொடுக்கிற ஓதையிலே கூடிப்போன கொழுப்பு இறங்கிடுது பாரு...” என்று இரைந்தபடியே கையை ஓங்கினவன் திகைத்துப் போனான்.

அவன் கையை இறுக்கிப் பிடித்துத் தடுத்தாள் லலிதா! அதுவும் புன்னகையோடு!

அதிர்ந்துபோன சேகர், ஆவென்று அவளைப் பார்க்க, “பழைய கதைல்லாம் முடிஞ்சி போச்சிங்க!” என்றாள் லலிதா.

இது முடிவில்லை; ஆரம்பம் என்பது சேகருக்குப் புரிந்துவிட்டது, அடிக்கத் தூக்கின கை, மெல்ல கீழே இறங்க ஆரம்பித்தது...

43

அவள் எடுத்த முடிவு

உஷா சுப்ரமணியன்

உஷா சுப்ரமணியன்
(07/10/1946)

உஷா சுப்பிரமணியன் காசியில் பிறந்து சென்னையில் வளர்ந்தவர். தமிழ்ச் சூழலில் தீவிரமான எழுத்துக்களை எழுதியுள்ள இவர், நாவல்கள், குறுநாவல்கள், சிறுகதைகள், கட்டுரைகள், கவிதைகள் எனப் பல தளங்களில் இயங்கியுள்ளார். இவரது கதைகள் பல. அவை வெளிவந்த காலகட்டத்தில் விமர்சனங்களுக்கும் விவாதங்களுக்கும் உள்ளாகியுள்ளன. இவரது 'காக்கைச் சிறகினிலே' நாவல், ஜப்பானிய மொழியில் மொழிபெயர்க்கப்பட்டுள்ளது. 1982இல் நடந்த உலக எழுத்தாளர் மாநாட்டிற்கு, இந்தியாவின் சார்பில் அழைக்கப்பட்ட முதல் எழுத்தாளர் என்ற பெருமைக்குரியவர். விளம்பர படங்கள், ஆவணப்படங்கள் என ஏறக்குறைய 300-க்கும் மேற்பட்ட படங்களைத் தயாரித்து வழங்கியுள்ளார்.

கார் புறப்படும் சத்தம் கேட்டது. எத்தனையோ ஆண்டு இடைவெளிக்குப் பின் ராஜத்தின் மனத்தில் ஒரு இனிமையான துள்ளல் தோன்றியது. 'என் பெண்ணுக்குத்தான் எத்தகைய அதிர்ஷ்டம். நினைத்துக்கூடப் பார்க்க முடியாத அதிர்ஷ்டம். பெண்ணாகப் பெற்றுவிட்டேன், அவளை எப்படியாவது கரையேற்ற வேண்டும் என்று, சொந்த சுகம் பாராமல் உழைத்ததற்குக் கைமேல் பலன். என்னைப் போல இல்லாமல் என் பெண்ணாவது கஷ்டப்படாமல் வாழட்டும்...” சந்தோஷத்தின் மிகுதியில் ராஜத்தின் கண்களில் நீர் வழிந்தது. நித்யா எப்போது கல்லூரியிலிருந்து வருவாள் என்று மனம் ஆவலுடன் எதிர்நோக்கியது.

ராஜத்தின் வாழ்க்கையும் அழகாக, அமைதியாக, சுகமாக அமைந்திருக்கக்கூடும். ஆனால் விதியின் விளையாட்டு வேறு மாதிரி ஆகிவிட்டது. ஓரளவு வசதியான குடும்பம். பெண்கள் படித்து, வேலைக்குப் போவதில் நம்பிக்கையில்லாத அப்பா, ராஜம் எஸ்.எஸ்.எல்.ஸி. முடித்ததுமே ஜாகத்தை எடுத்தார். ஆயிரம் பொருத்தம், குலம், கோத்திரம் பார்த்து ராகவனைத் தேர்ந்தெடுத்தார். ராகவன் ஒழுங்கானவன். இன்ஜினியரிங் முடித்து நல்ல கம்பெனியில் வேலையில் இருந்தான். வயதான தாயார் மட்டுமே. பிக்கல், பிடுங்கலற்ற குடும்பம். கிராமத்தில் கொஞ்சம் நிலம் இருந்தது.

ராஜத்தின் தந்தை ஒரே மகளுக்குப்

பணத்தை வாரி இறைத்து அமர்க்களமாகத் திருமணம் செய்தார். இரண்டு ஆண்டுகள் சென்னையில் அமோகமான குடித்தனம். இத்தனை அழகான, அன்பான கணவன். தொல்லையற்ற மாமியார். வாழ்வில் இப்படியும் ஒரு அதிர்ஷ்டம் உண்டா! என ராஜம் பூரித்துப் போனாள். அவள் மகிழ்வுக்கு மகிழ்ச்சி சேர்ப்பதுபோல் மூன்றாம் ஆண்டு நித்யா தோன்றினாள். மகிழ்வு நீடிக்கவில்லை. ஸ்கூட்டரில் சென்ற ராகவன் ஸ்கிட் ஆகிக் கீழே விழுந்தான். தலையில் லேசாக அடி. இரண்டு நாள் ரெஸ்டில் இருந்தால் சரியாகிவிடும் என்றார்கள். ரெஸ்ட் முடிந்த அன்று எழுந்து அலுவலகம் செல்வதற்குப் பதில் முழு கோமாவில் ஆழ்ந்தான்.

தொடர்ந்த ஓராண்டு ராஜத்தின் வாழ்வில் மறக்க முடியாத ஆண்டு. நினைவு வருவதும், போவதுமாக உயிருக்கு மல்லாடிய ராகவன். ஒன்று, இரண்டு என்று ஆபரேஷன்கள். ஒவ்வொரு அறுவைச் சிகிச்சையும் ஒரு புதுப் பிரசினையைக் கிளப்ப, பணம் தண்ணீராய்க் கரைந்தது. ஆரம்பத்தில் ராகவனின் அலுவலகம் அவன் வைத்தியப் பொறுப்பை ஏற்றது. ஆறுமாதம் கழிந்த பிறகு, அவர்களும் மெல்ல நழுவ, அதிகம் படிப்பில்லாத, சுயமாகவும் பொருளாதார வசதியில்லாத ராஜம், கைக்குழந்தையும், வயதான மாமியாருமாகத் தனித்துவிடப்பட்டாள். ராஜத்தைப் பெற்றவரும் தன்னால் இயன்றவரை உதவிவிட்டார். வறுமை, விரக்தி இரண்டும் தாக்க அவள் செயலற்று நின்றபோது, மாமியார் இருந்த சொற்ப நிலத்தையும் விற்று உதவினாள். ஆனால் எந்த உதவியும் உதவாமல் ராகவன் போய்ச் சேர்ந்தான்.

பெற்றவர்கள் ராஜத்தைக் குழந்தையுடன் திரும்ப ஏற்க முன்வந்தனர். ஆனால் ஒரே பிள்ளையையும் இழந்து நிற்கும் கிழவியையும் சேர்த்து ஏற்க முன்வராத நிலையில்ராஜம்தனியேகைக்குழந்தையுடன் வாழவேண்டிய அவசியம் ஏற்பட்டது. படிப்பையோ, தகுதியையோ பெருக்கிக் கொள்ள வழியில்லாத பொருளாதாரம், சுமையாக மாமியார்... என்ன தான்... செய்ய முடியும்? பள்ளிக் குழந்தைகளுக்கு ஆயா வேலை, ஒண்டுக்குடித்தனத்தில் அப்பளக் கடை என்று சதா பட்டினியுடன் போராட்டம். உதவிய பெற்றோர் காலமும் முடிந்தது. நல்லவேளை, ஒரு சமூகசேவகி ராஜம், குழந்தை இருவரையும் ஒரு சேவை நிலையத்திலும், மாமியாரை முதியோர் இல்லத்திலும் சேர்த்துவிட்டாள்.

இல்லத்தில் ஐந்து ஆண்டுகளில் தையல், டைப்பிங் ஷார்ட் ஹேண்ட் என்று கற்று, ஒரு தனியார் நிறுவனத்தில் டைப்பிஸ்ட் வேலையும் பெற்றுவிட்டாள். வயிற்றைக் கட்டி, வாயைக் கட்டி எப்படியோ நித்யாவைக் கல்லூரி வரையில் படிக்க வைத்துவிட்டாள். நித்யா பொறுப்புமிக்க பெண். தாயின் கஷ்டத்தை உணர்ந்து நன்கு படித்தாள். பள்ளிப் படிப்பு முடிந்ததுமே வேலைக்குப் போக முன்வந்தாள். ராஜம் அவளைத் தடுத்துவிட்டாள். “இந்தக் காலத்தில் பட்டப்படிப்பாவது முடித்தால்தான் நல்ல வேலை கிடைக்கும். எப்படியாவது படித்துவிடு,” என்றாள்.

நித்யா இப்போது பி.எஸ்ஸி. முதலாண்டு கணிதம் படிக்கிறாள். மூன்று சல்வார்கமீசையே மாற்றிமாற்றி துவைத்து அணிவதுபற்றி அவள் கவலைப்படவில்லை. கல்லூரி விடுமுறை நாட்களில் எக்ஸிபிஷனில் சேல்ஸ் கேர்ள் வேலை, அடுத்த வீட்டுப் பையனுக்கு எட்டாவது வகுப்பு கணிதமும், ஆங்கிலமும் ட்யூஷன் எனத் தன்னால் இயன்ற அளவு அம்மாவுக்குப் பொருளாதார ரீதியாகவும் உதவினாள். அவள் நல்ல குணத்திற்கும், பண்புக்கும் இப்படிப்பட்ட அதிர்ஷ்டம் வீடு தேடி வந்திருக்கிறது.

என்னைப் போலில்லாமல் என் பெண்ணாவது அதிருஷ்டசாலியாக

இருக்கட்டும். கஷ்டப்படாமல் வாழட்டும். ராஜம் நிமிர்ந்து ஹாலின் நடுவில் வைக்கப்பட்டிருந்த தட்டுக்களில் பார்வையைப் பரப்பினாள். இந்த ஒற்றை அறைக்குப் பெயர் ஹாலா... சிரிப்புத்தான் வந்தது. இங்கே சற்றும் பொருந்தாமல், பளபளக்கும் எவர்ஸில்வர் தட்டுக்களில் இரண்டு டஜனாவது இருக்கும் வாழைப்பழம், பாலிஷ் போட்டாற்போல பளபளக்கும் ஆரஞ்சு, மாம்பழம்... இத்தனை பழங்களுமே அவளது ஒரு வார சம்பளத்திற்கு ஈடாகும் போலிருக்கே... "வேண்டாம், வேண்டாம்..." என்று சொல்லிக்கூடக் கேட்காமல் தட்டுடன் வைத்துவிட்டுப் போய்விட்டார்கள். தினம் இப்படி விதவிதமாகப் பழம் சாப்பிட்டால் நித்யா எவ்வளவு அழகாக மாறிவிடுவாள். ஏற்கனவே பளபளக்கும் நிறம்... கனவு வடியும் கண்கள்... சத்தான சாப்பாடும், சுகமும் இருந்தால் தேவதையாக மாறிவிடுவாள்.

"என்னம்மா இதெல்லாம்? நம்ம வீட்டிலே ஏதாவது டி.வி. சீரியல் ஷுட் பண்றாங்களா... கல்யாண சீர் வரிசையெல்லாம் வச்சிருக்கு?" தோளில் புத்தகப் பையும், சாயம் போன பழைய சல்வாருமாக நித்யா சிரித்தபடிக் கேட்டாள். "என்னம்மா கேட்கக் கேட்கப் பதில் சொல்லாம ஏதோ கனவுலகத்துல இருக்கே?"

"நித்யா... நித்தி... கல்யாண சீர் வரிசைதான் உனக்குத்தான் கல்யாணம்..." திக்கித் திணறி மகிழ்ச்சிப் பூரிப்பில் மகளை அணைத்தாள்.

"என்னது... என்னம்மா சொல்றே?" நித்யா திடுக்கிட்டு நின்றாள்.

"நெசந்தான் சொல்றேன் கண்ணு. உன்னைத்தான் பொண்கேட்டுண்டு வந்தாங்க."

"என்னம்மா பைத்தியக்காரத்தனமா இருக்கு. எனக்குத் தெரியாம என்னைப் பொண்கேட்டுட்டு வர்றதாவது. ஏதாவது ஏமாத்துக் கும்பல் வேலையாயிருக்கப் போகிறதும்மா. முன்னப் பின்ன தெரியாதவங்களை ஏம்மா உள்ள விட்ட? இந்தப் பழங்கள் எல்லாம் எங்கேயிருந்து வந்தது?"

"ஏமாத்தெல்லாம் எதுவுமில்லை நித்தி. உன் அறிவுக்கும், பண்புக்கும், அழகுக்கும் பகவான் கண் திறந்திருக்கான். நான் வேண்டிக் கொண்டதுக்குப் பலன் கிடைச்சிருக்கு."

"விவரமாச் சொல்லும்மா..."

"நித்யா, அடுத்தத் தெருவிலே கோல்டன் இண்டஸ்டரீஸ் காரங்க வீடு பார்த்திருப்பியே... பெரிய கறுப்பு கேட் போட்டு... கூர்க்கா நிற்பானே, அந்த வீட்டம்மா மிஸஸ். விஸ்வநாதன் வந்திருந்தாங்க. அவங்க இரண்டாவது பையன், பெயர் விஸ்வேஷாம். எம்.பி.ஏ. படிச்சிட்டு அப்பாவுடன் பிஸினஸில் இருக்கிறான். ரெண்டு வருஷமா உன்னைத் தினமும் பார்க்கிறானாம். வீட்டில் கல்யாணப் பேச்சு எடுத்தவுடன் உன்னைக் கல்யாணம் பண்ணிக்கணுங்கற தன் ஆசையை அம்மாவிடம் சொல்லியிருக்கான். உன் விருப்பத்தைக் கேட்கச் சொன்னானாம். "எங்கப் பிள்ளை என்ன ஆசைப்பட்டாலும் அதை நிறைவேத்தறது எங்கக் கடமை என்று அந்த அம்மா நேரே வந்து பெண் கேட்டுட்டா... நித்யா, பணத்தைத் தவிர வேற எதற்கும் மதிப்புத் தராத இந்தக் காலத்தில இப்படி ஒரு பிள்ளையா?"

நித்யா அம்மா சொன்னதை நம்பாதவளாக உறைந்து நின்றாள்.

"உனக்கு ஆச்சரியமாக இருக்கில்லம்மா... இனிமே நீ சௌக்கியமா, சந்தோஷமா வாழலாம். பணங்காசுக்கு ஒரு குறையும் இருக்காது. அதோடு கட்டினவனும் அன்பா, அனுசரணையா அமைஞ்சுட்டா வேறு என்னம்மா வேணும்?"

"எல்லாம் சரிதாம்மா. ஆனா, நான் இப்போ கல்யாணத்துக்குத் தயாரா இருக்கிறதா அவங்களுக்கு யார் சொன்னாம்மா?"

"தயார்ன்னா என்ன செய்யணும்... மாலையோட நிற்கணுமா? வயசுக்கு வந்த எல்லாப் பொண்ணுமே கல்யாணத்துக்குத் தயார்தான்."

"ஸாரிம்மா. விஸ்வேஷ் என்னைக் கலியாணம் செய்துக்கத் தயாராக இருக்கலாம். ஆனா, நான் அவரை மட்டுமில்ல. வேற யாரையும் கல்யாணம் செய்துக்கத் தயாராக இல்லை."

'நீ பாதிப்படிப்பிலே நிறுத்த சம்மதிக்க மாட்டேன்னு எனக்குத் தெரியும். அவங்க வீட்டிலே நீ மேல படிப்பைத் தொட சம்மதித்தாலும் சம்மதிக்கலாமே..."

"அம்மா, பிறர் சம்மதத்தை நம்பி அல்லது எதிர்பார்த்து என் படிப்பைத் தொடர நான் தயாராக இல்லை."

'நித்யா, பைத்தியம் மாதிரிப் பேசாதே. நீ எதுக்காகப் படிக்கிறே? வேலை பார்க்க, பணம் சம்பாதிக்க, சந்தோஷமா வாழ. விஸ்வேஷைக் கல்யாணம் செய்து கொண்டால் வேலை பார்க்காமலே, நீ உழைத்துப் பணம் சம்பாதிக்காமலே சந்தோஷமாக இருக்கலாம். ஒரு விஷயம் நித்யா... பணத்துக்காக மட்டும் நான் இந்தச் சம்பந்தத்துக்கு ஒத்துக்கலை. இதே விஸ்வேஷ் நல்ல நடத்தை இல்லாதவனாக இருந்திருந்தால் நான் பழத்தட்டைத் தூக்கிக் கொடுத்திருப்பேன். வந்த அம்மாவுடன் பேசிக்கூட இருக்க மாட்டேன். அவங்க பண்பு, பழக்கம் எல்லாமே பதவிசா இருக்கு. விஸ்வேஷ் மிகவும் சாவதானமான குணமுள்ளவனாம். எந்தக் கெட்டப் பழக்கமும் கிடையாதாம். இதுக்கும் மேல உனக்கு என்ன வேணும்?"

"எனக்கு என் மேல நம்பிக்கை வேணும். அந்த நம்பிக்கையைத் தரக்கூடிய தகுதியும், பொருளாதார சுதந்திரமும் தேவை. வாழ்க்கையில் எந்தச் சமயத்திலும் பிறரை எதிர்பார்க்காம வாழக்கூடிய சக்தி வேணும்."

"தாலி கட்டின புருஷன் பிறத்தியானா? மனைவியைச் சௌக்கியமா வச்சுக்கறது அவன் கடமைதானே..."

"ஸாரிம்மா. இந்தக் கருத்திலே எனக்கு உடன்பாடில்லை. இதே விஸ்வேஷ், நான் படிப்பை முடிச்சுட்டு, நல்ல வேலை தேடிக்கிட்ட பிறகு என்னை அப்ரோச் பண்ணினா நான் மனசார சம்மதிப்பேன். எனக்கு இப்போ கல்யாணம் செய்துக்கற தகுதி இல்லை. எனக்கு க்வாலிபிகேஷன் போறாதும்மா..."

"பைத்தியக்காரப் பேச்சு நித்யா. ஒரு தரம் வாய்ப்பு நழுவினால் திரும்ப வராது. இன்னும் நாலு வருஷத்திலே முகம் முத்திப் போன பிறகு எவனும் உன்னை ரோடுல பார்த்து மயங்கமாட்டான்."

"ரோடில பார்த்து மயங்காவிட்டால், என் வேலைச் சாதுர்யத்தை விரும்பறான். அழகு மட்டும் கல்யாணத்துக்குப் பாஸ் போர்ட் இல்லைம்மா."

ராஜம் தளர்ந்து தரையில் உட்கார்ந்தாள். அவள் கண்களில் ஏமாற்றமும், அழுகையும் ஒன்றாய்க் கலந்து வந்தது.

"ஏண்டி இப்படி வயத்தெரிச்சல கொட்டிக்கறே? வலிய வந்த சீதேவியை யாராவது வேண்டாம்னு விரட்டுவாங்களா?"

"நித்யா தாயின் அருகில் உட்கார்ந்து அவளை அணைத்துக் கொண்டாள். "அம்மா, உன் ஆதங்கம் புரியறதும்மா. இந்தச் சீதேவியை நிராகரிச்சுட்டா, அப்புறம், சீர், செனத்திக் கொடுத்து இந்தப் பெண்ணை எப்படிக் கரையேற்றப் போறேன்னு யோசிக்கறே, இல்லையா? நியாயமான கவலைதாம்மா. இப்போ சொஸைட்டி இருக்கிற நிலையிலே நம்மைப் போன்ற ஏழைகளின் நியாயமான

அங்கலாய்ப்புத்தான் அது. ஆனா, நான் வேற கோணத்துலே பார்க்கிறேன். நல்ல குடும்பத்திலே கல்யாணம் செய்தும் அருமையான கணவனை அடைஞ்சும், ஏதும் நிலைக்காம நீ அல்லாடறதை நான் தினம், தினம் பார்த்தவம்மா. உன் கல்யாணத்துக்கு ஆயிரம் பேருக்கு விருந்து வெச்ச உங்க அப்பா, தன் ஒரே பெண்ணைப் பட்டப் படிப்பாவது படிக்க வைத்து, சொந்தக்காலில் நிற்கத் தயார் செய்திருந்தா நீ இப்படிக் கஷ்டப்பட்டிருப்பியாம்மா?"

"என் வாழ்க்கை ஆயிரத்திலே ஒண்ணு. கல்யாணம் செய்து கொண்டவங்க எல்லோரும் கஷ்டப்படறாங்களா என்ன... என் தலைவிதி... சின்ன விபத்து உங்கப்பா வாழ்வை சூறையாடியது. விபத்துகள் தினம் நடப்பதில்லை.

"விபத்துக்கள்தினம் நடப்பதில்லைன்னு நாம நடு ரோட்டில் நடக்க முடியாதும்மா. தக்க பாதுகாப்புகளைச் செய்துகொண்டுதான் ஆகணும். விபத்து நிகழலாம் என்கிற பயம் இருந்தால் தான் பாதுகாப்பாக வாழ முடியும்."

"நித்யா, நீ சின்ன வயசிலேயிருந்து கஷ்டப்பட்டதால், மனசு ஒரு மாதிரி விரக்தி அடைஞ்சிருக்கே. அது தப்பு. ஆப்டிமிஸ்டிக்கா இருக்கணும். வாழ்க்கையிலே நல்லதுதான் நடக்கும்னு எதிர்பார்க்கணும்னு நீ தானே எனக்கு லெக்சர் பண்ணுவே."

"ஆப்டிமிஸம் வேற... அசட்டுத் துணிச்சல் வேற. தக்க படிப்போ, பொருளாதார சுதந்திரமோ இல்லாம ஒரு ஆணை நம்பி மட்டும் வாழறது அசட்டுத் துணிச்சல். அந்தக் காலத்துக்கு அது பொருந்தியிருக்கலாம். இந்தக் காலத்துக்குப் பொருந்தாத ஒரு அசட்டுத்தனம். பொண்ணுக்குக் கல்யாணம் சமூக ரீதியான பாதுகாப்போ, பொருளாதாரரீதியான முழுப்பாதுகாப்போ தருவதில்லை. அதோட, கல்யாணம் ஒரு பெண் வாழ்வில் எல்லாம் இல்லைம்மா... கணவன், குடும்பம் எல்லாம் வாழ்வின் ஒரு பகுதிதான்."

"நீ என்னதான் முடிவாச் சொல்றே... நீ பி.எஸ்ஸி. படிப்பை முடிக்கிறவரையில் விஸ்வேஷ் உனக்காகக் காத்திருக்கணும் என்கிறியா? அது நடக்கக்கூடிய விஷயமா?"

"அது அவர் விருப்பம். தெருவிலே போகவரப் பார்த்த பெண்ணுக்காக, வருஷக்கணக்கில் காத்திருப்பதும், காத்திருக்காததும் அவர் இஷ்டம். என்னைப் பொறுத்தவரை, என் வாழ்க்கையில் இப்போதைய முன்னுரிமை படிப்புக்குத்தான்."

ராஜத்திற்குப் புரிந்தாற் போலிருந்தது. ஆனாலும் ஒரு தாய் என்கிற முறையில் மகள் எடுத்த முடிவு மிகவும் ஏமாற்றத்தை அளித்தது.

"அம்மா, அவங்க நல்லெண்ணத்துக்கு நன்றி சொல்ற வகையில ஒரே ஒரு பழம் எடுத்துக்கோம்மா. பாக்கியை நானே அவங்ககிட்ட திருப்பித் தந்துட்டு, அவங்களைத் 'தேங்க் பண்ணிட்டு வந்துடறேம்மா." நித்யா பழங்களை நிதானமாய்க் கூடையில் அடுக்கினாள்.

• அனுராதா ரமணன்

அனுராதா ரமணன்
(29/06/1947-16/05/2010)

அனுராதா ரமணன் தஞ்சாவூரைப் பிறப்பிடமாகக் கொண்டவர். சிறந்த ஓவியரான இவர், ஓவியக் கலைஞராகத் தம் பணியைத் தொடங்கினார்; 1977ஆம் ஆண்டு முதல் எழுதி வரும் அனுராதா, 500க்கும் மேற்பட்ட சிறுகதைகளையும், 360க்கும் மேற்பட்ட நாவல்களையும் எழுதியுள்ளார். இவருடைய சிறை, கூட்டுப் புழுக்கள், ஒரு மலரின் பயணம், ஒரு வீடு இருவாசல் என்ற படைப்புக்கள் வெளிவந்து பாராட்டுகளைப் பெற்றன. மேலும் சில கதைகள் மிகப் பிரபலமான சின்னத்திரை தொடர்களாகவும் நாடகங்களாகும் வந்துள்ளன. 1986 முதல் 1996 வரையில் ஒவ்வொரு ஆண்டும் இவர் தம் கதைகளுக்காக விருதுகள் பெற்றுள்ளார். “அன்புடன் அந்தரங்கம்” என்ற ஆலோசனை தொடர் மூலமாக தன்னை ஒரு நல்ல ஆலோசகராகவும் இனம் காட்டிக் கொண்டுள்ளார்.

44

கன்னிகாதானம்

அனுராதா ரமணன்

பெரியவர் விஜயராகவாச்சாரியாரின் வீட்டுத் திண்ணை ஒரு சிறிய கோர்ட்டாக மாறியிருந்தது. உடம்பில் பன்னிரு திருமண் துலங்க, முற்றிய பறங்கிப்பழம் போல் விஜயராகவாச்சாரியார் நீதிபதி ஸ்தானத்தில் அமர்ந்திருந்தார். அவர் முன் மீனு, சிறிய உருவமாக, அழுவதைத் தவிர வேறெதுவும் தெரியாதவளாக நின்று கொண்டிருந்தாள்.

“அம்மா மீனு... நீ புருஷனோடப் போய் வாழ மாட்டேங்கிறே... பிடிக்கலைங்கறே... சரி, ஏன் பிடிக்கலை? பிடிக்காததுக்கு என்ன காரணம்னு சொல்லு. நான் ஒத்துக்கறேன். நான் உன் தோப்பனார் மாதிரி. அழாதே. அழுதாப்பல சரியாப் போச்சா?”

பெரியவர், அவளிடம் நயமாகக் கேட்டுக் கொண்டிருக்கிறார்.

“எல்லாம் நான் செய்த பாவங்க. தலைதலையா அடிச்சுக்கிட்டேன். பொட்டப் புள்ளைக்குப் படிப்பு வேணாம், வேணாம்னு முட்டிக்கிட்டேன். அழுது அடம் புடிச்சுப் படிச்சுது. எங்க சாதிக்காரங்க எல்லாரும் தாயில்லாப் பொண்ணுன்னு செல்லம் குடுத்துக் குட்டிச்சுவராக்கிட்டான்னு என்னைப் புடிச்சுத் திட்டறாங்க எசமான்...”

மீனுவின் தந்தை, பெரியவரின் வீட்டில் காலம் காலமாக வேலை பார்த்து அவரின் கணக்கு வழக்குகளைக் கவனிக்கும்

வேலுச்சாமி. தன் ஒரே மகளால் தனது மானமே பறிபோய் விட்டாற்போல் பதறிக்கொண்டு நிற்கிறான்.

ஜானகி அந்த வீட்டின் எஜமானி. விஜயராகவாச்சாரியாரின் தர்மபத்தினி, நிலைப்படிக்கு உட்புறமாக நின்றபடி, பிழியப் பிழிய அழும் மீனுவையே பார்த்துக் கொண்டிருக்கிறாள்.

'நான் பார்க்க வளர்ந்த பொண். இவ அம்மா போனப்போ பரக்கப்பரக்க முழிச்சுண்டு எல்லாக் காரியத்தையும் ஒரு விளையாட்டை வேடிக்கை பார்க்கிற மாதிரி பார்த்துண்டிருந்த பொண். இப்ப அகத்துக்காரனோடப் போய் குடித்தனம் பண்ண மாட்டேன்னு ஆகாத்தியம் பண்ணிண்டு நிக்கறாளே. காரணத்தைச் சொல்லேண்டி தரித்திரமே" ஜானகி மனசுக்குள்ளேயே மீனுவைச் சபித்துக்கொண்டு, அவளுடைய பதிலை எதிர்நோக்குகிறாள்.

இத்தனை அமர்க்களத்துக்கும் காரணகர்த்தாவான அவள் - மீனு - குனிந்த தலை நிமிராமல் பெரியவர் முகத்தையும் ஜானகியின் முகத்தையும் நிமிர்ந்து பார்க்க தைரியமில்லாமல் - கன்னத்திலிருந்து உருளும் நீர் முத்துக்கள், மார்புச் சேலையில் உதிர்ந்து படிந்து - பரவுவதையே பார்த்துக்கொண்டு நிற்கிறாள்.

"ஏ புள்ளே பெரியவரு கேட்கறாரு... பதில் சொல்லணும்கற மரியாதை கூட மறந்து போச்சா?"

அதட்டுகிற தந்தையை ஒரு முறை நிமிர்ந்து பார்த்தாள் அவள் தாள முடியாத துக்கத்தில் உதடுகள் துடித்தன.

'சொல்லிவிடலாமா... எப்படிச் சொல்வது? என்னவென்று சொல்வது? இத்தனை பெரிய மனிதரிடம் அந்தக் கேவலமான விசயத்தை எப்படிச் சொல்வது? ஒரு பொண்ணு வாயைவிட்டு, மனசைவிட்டு, வெட்கத்தைவிட்டு, சொல்லக் கூடிய விசயமா இது? அம்மா.. என்னைப் பெத்த அம்மா... நீ இந்தச் சமயத்துலே இல்லாமப் போனாயே? இவங்க கேட்கறாங்க, 'ஏன் புருஷனோடு போய் வாழ மாட்டேங்கிறே-ன்னு.. என் புருஷன்... ஒரு ஒரு அ... சீ... மனசுக்குள்ளே நினைக்கவே கஷ்டமா இருக்கே. மீனு குலுங்கிக்குலுங்கி அழுகிறாள். கடைசியில் தைரியத்தை வரவழைத்துக் கொண்டு மெல்லிய குரலில் பெரியவரிடம் கூறுகிறாள்.

"நான் அவரோடு வாழ முடியாதுங்க. நான் மாத்திரமில்லே, எந்தப் பொண்ணுமே அவரோட வாழ முடியாதுங்க... நீங்களும் அம்மாவும் நான் எவ்வளவோ நல்லா இருக்கணும்னுதான் இத்தனை செலவழிச்சுக் கட்டிக் கொடுத்தீங்க. என்னைப் பெத்த தாய் இல்லாத குறையை நான் இப்பத்தாங்க உணர்றேன்... எப்படியாவது எனக்கு இந்த ஆளுகிட்டயிருந்து விடுதலை வாங்கிக் கொடுத்திடுங்க" இதைச் சொல்லி முடிக்கும் முன்பே அவளுக்கு அழுகை பிரவாகமெடுக்கிறது. இரு கைகளையும் நெஞ்சுக்கு நேராகக் குவித்து வைத்துக்கொண்டு பரிதாபமாகக் கெஞ்சுகிறாள்.

ஜானகிக்கு இவள் கூறுகிற காரணங்கள் புரியாவிட்டாலும் இவளின் அழுகை மனத்தைத் தொடுகிறது.

"என்ன இருந்தாலும் சிறிசுதானே? அவன் என்ன கொடுமைப்படுத்தினானோ என்னமோ. விட்டுத்தான் பிடிக்கணும்..." தன் கணவரிடம் மெள்ளக் கூறினாள். பெரியவர் எத்தனையோ வழக்கு விவகாரங்களைத் தீர்த்து வைத்திருக்கிறார் தானென்றாலும், ஒரு பெண்ணின் அழுகை அவரையுமே கலங்க அடித்தது.

"வேலு, ரெண்டு நாள் அவளை நிம்மதியா இருக்க விடு. கொஞ்சம் ஆசுவாசப் படுத்திக்கட்டும். மெதுவா விசாரிக்கலாம்..." அவர் சொல்லுக்குக்

கீழ்ப்படிகிறான் வேலு.

இந்த மீனுவுக்கு நான்கு மாதங்களுக்கு முன்புதான் அந்தச் சிறிய ஊரே வியக்கும்வண்ணம் திருமணம் நடந்தது. எல்லாம் பெரியவரின் செலவில்தான். மீனு அவள் குடும்பத்திலேயே சற்று அதிகம் படித்தவள். அதற்கேற்ற, படித்த, கைநிறையச் சம்பாதிக்கும் மாப்பிள்ளையைத் தேடிப் பிடித்தான் வேலு. பிள்ளையைப் பெற்றவள் கேட்ட சீர்தான் மிகவும் அதிகமாக இருந்தது. இந்தச் சம்பந்தமே வேண்டாம் என்கிற அளவுக்கு வேலு மனமொடிந்து போய்விட்டான்...

அப்பொழுதுதான், ஜானகி... தன் கணவரிடம் சொன்னாள்: "நமக்குத்தான் மூணும் பிள்ளையாப் போயிடுத்து, பொண்ணே இல்லை. ஒரு பொண்ணுக்குக் கல்யாணம் பண்ணி வச்சா அவ கன்னி கழியற புண்ணியம் ரொம்ப உசந்ததுன்னு பெரியவா சொல்லியிருக்கா... இது கூட ஒரு விதத்துல கன்னிகாதானம் தான். என்ன ஜாதியா இருந்தா என்ன? தாயில்லாப் பொண் மீனுவுக்கு நம்ம செலவுலேயே கல்யாணத்தை முடிக்கலாம்... என்ன செலவானாலும் சரி. இப்போதைக்குப் பெருமாள் நமக்கு நிறையவே வசதியைக் கொடுத்திருக்கார்"

ஜானகி அதிகம் பேசமாட்டாள். அவர்களின் முதல் இரு பிள்ளைகளும் பெற்றோரைக் கலக்காமலேயே தங்களது திருமணங்களை வெளிநாட்டிலேயே முடித்துக்கொண்டு விட்டனர். கடைசிப் பிள்ளை முகுந்தன் மாத்திரம் வெளி நாட்டிலிருந்தாலும் அம்மாவின் உணர்ச்சிகளுக்கு மதிப்பு வைத்திருக்கிறான். அம்மா பார்த்துச் செய்து வைக்கும் கல்யாணத்துக்காகக் காத்திருக்கிறான். ஜானகியும் பெற்றதே இது ஒன்றுதான் என்று அடிக்கடி சொல்லிக் கொள்வாள். அவள் தானுண்டு தன் பூஜையறை உண்டு என்று தனக்குள்ளேயே வட்டம் போட்டுக் கொண்டு, வாழப் பழகி விட்டாள்.

அப்பேர்ப்பட்ட அவளே முன் வந்து தெரிவித்த ஆசையை அவர் ஒதுக்கவில்லை. மீனுவின் திருமணத்தைத் தானே முன்னின்று நடத்தினார்.

அந்த மீனு இன்று கணவனிடம் போய்க் குடித்தனம் செய்ய மறுக்கிறாள். அன்றையத் திருமணச் சடங்குகளுக்கும் சம்பிரதாயங்களுக்கும் அர்த்தமேயில்லாமல் செய்து விட்டாள்.

அன்று மாலை, ஜானகி, கூடத்து ஊஞ்சலில் அமர்ந்தபடி விஷ்ணு சகஸ்ரநாமத்தில் மனமொன்றி மூழ்கியிருந்த போது, வாசற்புறம் மீனு வந்து நின்றாள்.

'ஸ்ரீராம ராமேதி ரமே ராமே மனோ ரமே...'

மீனுவுக்கு அர்த்தம் புரியாவிட்டாலும், இந்த வரிகள், அவள் மனதுக்குள் இதமாய்ப் புகுந்து மென்மையாய் வருடிக் கொடுத்தன.

ஜானகி சுலோகத்தை முடித்துவிட்டுக் கண்களை உயர்த்திப் பார்க்கிறாள். மீனுவைப் பார்த்ததும் அவள் முகம் கோபத்தில் சிவந்து மீண்டும் பழைய நிலைக்கு வருகிறது.

"அம்மா...!"

"இதோ பாரு, இனிமே என்னை அப்படிக் கூப்பிடாதே, உன் புருஷனோட நீ போய் ஒழுங்காக் குடித்தனம் நடத்தினால்தான் என்னை நீ 'அம்மா'ன்னு கூப்பிடலாம். உன்னைப் பெத்தவ இருந்தாலும் இந்தப் புத்திமதியைத்தான் சொல்லுவா... உங்கம்மா கல்யாணம் ஆகி வந்தப்பலேருந்து எனக்கு அவளைத் தெரியும். எத்தனை அடக்கமா, பதவிசா குடும்பம் நடத்தினா தெரியுமா அவ? மகராசி, இந்த அவலத்தையெல்லாம் பார்க்காமப் போய்ச் சேர்ந்துட்டா."

ஜானகியின் வார்த்தைகள் ஒவ்வொன்றும் நெருப்புத் துண்டமாய்

வந்து விழுகிறது. அடங்கியிருந்த மீனுவின் கண்ணீர் மடைதிறந்த வெள்ளமாய்ப் பெருகுகிறது.

"அம்மா... அம்மா... உங்களைக் கூப்பிடாம நான் யாரைம்மா இப்படிக் கூப்பிட முடியும்? எனக்கு நினைப்பு தெரிஞ்சதுலேருந்து உங்களைத்தான் பசி வந்தப்போ, அழுகை வந்தப்போ நினைச்சிருக்கேன். என்னை இப்படித் தள்ளிடாதீங்க. நீங்க செஞ்சுவச்ச கல்யாணத்துல நீங்க தந்த வாழ்க்கையில... நான் சந்தோஷத்தைக் காணலைம்மா.. என்னை மன்னிச்சுடுங்க"- அவள் புலம்புகிறாள்.

"சந்தோஷமும் துக்கமும் நினைக்கிற மனசிலேதான் இருக்கு. புருஷன் மனசு கோணாம நடந்துண்டா எப்படி சந்தோஷம் கிடைக்காமப் போயிடும்" ஜானகி சீறி வெடிக்கிறாள்.

"கொஞ்சம் பொறுமையாகக் கேளுங்கம்மா... என் கல்யாணத்துக்கு முந்தி நீங்க ஐயா கிட்டச் சொல்லிட்டிருந்தீங்க.'ஒரு... பொண்ணுக்குச் செலவழிச்சுக் கல்யாணம் கட்டிவச்சா கன்னிகாதானம் செஞ்ச பலன்னு. எங்க அப்பா அச்சடித்த கல்யாணப் பத்திரிகையில கூட உங்க சாதி வழக்கப்படி, 'என் மகள் மீனாம்பாளைக் கன்னிகாதானம் செய்து கொடுப்பதாய்ப் பெரியோர்களால் நிச்சயிக்கப்பட்டு'ன்னுதான் அச்சடிச்சாங்க... ஆனா, என்னைக் கட்டிக்கிட்ட மனுசனுக்கு நீங்க கொடுத்த சீரும் பணமும்தான் பிரயோசனப்பட்டது. அவருக்கு இந்தத் தானம் -அதான், ஒரு கன்னியைத் தானம்செய்து பிரயோசனமில்லை. அதுக்கு அர்த்தமே இல்லை" மீனு, தன் மனதின் அந்தரங்கங்களை ஜானகியின் முன் வாரியிறைக்கிறாள்.

"நீ என்ன சொல்றே மீனு?"

"நான் இன்னும் கன்னிதாம்மா! அவர்... அவர்.." இதற்கு மேல் சொல்ல முடியாமல் ஓவென்று அழுகிறாள் மீனு.

எதிர்பார்க்காத இந்த அதிர்ச்சியில் ஜானகி துடித்து எழுந்துவிட்டாள். சாதாரணமாய்த் தன் 'மடி'யின் காரணமாக, மீனு தொட்டதைக் கூடத் தொட யோசிப்பாள் - அவளை அள்ளி மடியில் போட்டுக்கொண்டு தானும் அழுகிறாள்.

இதன் பிறகு ஜானகி தன் கணவரிடமும், வேலுவிடமும் விவரத்தைச் சொல்லி கோர்ட்டில் வழக்குப் போட்டு மீனுவுக்கு விடுதலை கிடைத்துவிட்டதென்றாலும் மீனுவின் வாழ்க்கையில் மறுமலர்ச்சி அத்தனைச் சுலபத்தில் கிடைக்கவில்லை. பெரியவரின் சிபாரிசால் மீனுவுக்கு ஒரு ஆரம்பப் பள்ளிக்கூடத்தில் ஆசிரியர் வேலை கிடைத்ததென்றாலும், அவளுக்கென்று அவளின் இருபது வயசு இளமைக்கென்று ஒரு நல்ல துணை கிடைக்கவில்லை. இந்த வருத்தம் ஜானகிக்கு உள்ளூறப் புழுவாய் அரித்துக் கொண்டுதானிருந்தது.

இப்போதெல்லாம் ராமனிடம் தன் பிள்ளைக்காகவும் தன் கணவருக்காகவும் வேண்டி வணங்குகிற ஜானகி மீனுவின் எதிர்காலத்துக்கும் சேர்த்துத்தான் வேண்டிக் கொள்கிறாள்.

"வேலு, உன்னோட அக்கா மகன் என்னமோ விவசாயத்துல ஈடுபட்டுக் கிராமத்தோடு இருக்கான்னு சொல்லுவியே. மீனுவைக் கல்யாணம் பண்ணிக்க சம்மதமான்னு அவனைக் கேட்டுப் பார்க்கறதுதானே..?" விஜயராகவாச்சாரியார், வேலுவைக் கேட்டபோது அவன் மௌனமாய் தலைகுனிந்தான்.

"அதெல்லாம் கேட்டுட்டேங்க. அவங்களுக்குக் கோர்ட்டுப்படி ஏறின பொண்ணைக் கட்டிக்கிறதுல இஷ்டமில்லை. அந்த ராட்சஸி என் மவனை என்ன சொல்லி கோர்ட்டுக்கு

இழுப்பாளோன்னு என் அக்காவே சொல்றச்சே, நான் என்ன செய்ய முடியுங்க" வேலு அலுப்புடன் கூறியபோது பெரியவர் தன் மனைவியைப் பார்த்தார். அவள் தன் பூஜையறைப் பெருமாளைப் பார்த்தாள்...

"பிரபு... ஒரு பொண்ணோட இளமை கண்ணெதிரே பொசுங்கறது, நான் கன்னிகாதானம் செய்யத்தான் ஆசைப்பட்டேன். நீ அவ கன்னியாவே நிக்கணும்னு ஆசைப்படறியா..." மனதுக்குள் தன் ராமனை வேண்டினாள். வணங்கினாள். அவன் காதில் வாங்கிக்கொள்ளாமல் ஜடமாய் நிற்பதாக அவனையே திட்டினாள். பிறகு திட்டியதற்கு மன்னிப்புக் கேட்டாள்...

மீனுவின் நிலைக்காக வருந்துகிற ஜானகிக்குத் தன் மகன் முகுந்தன் ஒரு மாத லீவில் ஊருக்கு வரப் போவதாக எழுதியிருக்கிற கடிதம் கூட சந்தோஷத்தைத் தரவில்லை.

ஜானகி, "மாடி ரூமை முகுந்தனுக்காக ஒழிச்சு வச்சியோ?"

"உம் ஆகட்டும் ஒழிக்கிறேன்."

"அந்த ராமானுஜம் பெண் ஜாதகம், முகுந்தனோட ஜாதகத்தோட ரொம்ப நன்னாப் பொருந்தறது. நீ என்ன சொல்றே?" - பரபரக்கும் கணவரின் மகிழ்ச்சியில் அவளும் பங்கு கொண்டாலும் மனம் எதிலும் ஒட்டாது தாமரை இலைத் தண்ணீராய் தளும்புகிறது.

விஜயராகவாச்சாரியாருக்கு அவளின் மௌனம் கண்ணில் படவில்லை. மகன் வருகிற நிம்மதி அவருக்கு. திரும்பவும் மனைவியைக் கேட்டார்.

"ஜானகி... ராமானுஜத்தோட பொண்ணையும் போய்ப் பாரு. அப்புறம் அந்தத் திருமலாச்சாரியோட பொண் ஜாதகமும் நன்னாப் பொருந்தறது. அவளையும் போய்ப் பாரு. உன் பிள்ளைதான் அம்மா யார் கழுத்துலே தாலியைக் கட்டச் சொன்னாலும் சரிங்கறானே? உனக்கு யார் நாட்டுப் பொண்ணா வந்தா சௌகரியமா இருக்கும்? எதுக்குக் கேட்கிறேன்னா அவன் ஊருலேருந்து வந்தப்புறம் அந்தப் பொண்ணைப் போய்ப் பார்க்கலாம். இந்தப் பொண்ணைப் போய் பார்க்கலாம்னு கட்டியிழுக்கக் கூடாது...

"முகுந்தன் கல்யாண விஷயத்துலே உங்களுக்கு மாத்திரம் சம்பந்தமில்லையா? உங்களுக்கு எவ நாட்டுப் பொண்ணா வந்தாத் தேவலையோ அவளையே போய்ப் பார்த்து முடிச்சுட்டு வரலாம்..."

ஜானகி நிதானமாய் பவழமல்லிகையை, சரமாய்க் கோத்துக்கொண்டே சொல்கிறாள்.

"இதுல உன் இஷ்டம்தான் முக்கியம். எனக்கு இதைப் பத்தி ஒண்ணும் தெரியாது... உனக்குப் பிடிச்சா - எனக்குப் பிடிச்சாப்பலதான்!"

'அப்ப சரி, வேலுவைக் கூப்பிடுங்கோ, விஷயத்தை அவன்கிட்டேயும் சொல்லுவோம்."

இதுவரை வாசல் வராந்தாவில் நின்று கொண்டிருந்த வேலு, தன் எசமானியின் குரல் கேட்டு உள்ளே வர, ஜானகி அவனிடம் சொல்கிறாள்:

"வேலு... முகுந்தன் வரப்போகிறான். வரப்போற வெள்ளிக்கிழமைக்கு அடுத்த வெள்ளிக்கிழமையன்னிக்கு உன் பொண் மீனுவைப் பொண் பார்க்க அவன் உன் வீட்டுக்கு வருவான். பயப்படாதே. நானும் வருவேன். மீனு நான் பார்க்க வளர்ந்தவதான். முகுந்தன் அவளை ரொம்பச் சின்ன வயசிலே பார்த்தது. ஆனா எனக்குப் பிடிச்சிருந்தா என் ஆசைக்கு மாறா அவன் ஒண்ணும் சொல்ல மாட்டான்.

வேலு வாயடைத்துப்போய் நிற்கிறான்.

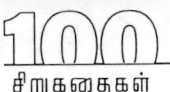

ஜானகி தன் கணவரிடம் கூறுகிறாள்.

"என்ன திகைச்சுட்டேள்? என்னைப் பொறுத்தவரைக்கும் இதுல தப்பு ஒண்ணும் இருக்கிறதா தெரியலை. பெரியவன் அமெரிக்கப் பொண்ணைக் கல்யாணம் பண்ணிண்டான். அடுத்தவன் ஜப்பான்காரியைப் பண்ணிண்டான். அதனாலே நம்ப ரெண்டு பேரோட வாழ்க்கையும் அஸ்தமிச்சா போயிடுத்து? முகுந்தன் நான் பார்த்துச் செய்து வைக்கிற பொண்ணைப் பண்ணிக்கிறேன்னு சொன்னதுலேயே எனக்கு ரொம்பத் திருப்தி."

"ராமானுஜம் பொண்ணுக்கும், திருமலாச்சாரி பொண்ணுக்கும் கல்யாணமாகாம நின்னு போயிடப் போறதில்லை... அவளைப் பண்ணிக்க ஒரு முகுந்தன் இல்லைன்னா ராகவனோ, சீனுவாசனோ வருவான்... மீனுவுக்குத்தான் இதைவிட நல்ல வழி எதுவும் எனக்குத் தோணலை. மத்த பொண்களைவிட இவ எனக்கு ரொம்ப நல்ல நாட்டுப் பொண்ணா, என் பிள்ளைக்கு ஏத்த மனைவியா இருப்பாங்கற நம்பிக்கை எனக்கு இருக்கு. ஒரு பொண்ணோட இளமையையும் ஏக்கத்தையும்விட ஜாதியும் ஆசாரமும் பெரிசுன்னு எனக்குத் தோணலை... நீங்க என்ன சொல்றேள்?"

விஜயராகவாச்சாரியார் கண்களில் துளிர்த்த கண்ணீரை யாரும் பார்த்துவிடாதவாறு ஒற்றிக் கொள்கிறார். அவர் தன் மனைவியின் ஆசைக்கு என்றுமே குறுக்கே நின்றதில்லை!

45
தொட்டதும் விட்டதும்

காவேரி

காவேரி
(1947)

லட்சுமி கண்ணன் என்ற இயற்பெயர் கொண்ட காவேரி, மைசூரைப் பிறப்பிடமாகக் கொண்டவர்; ஆங்கிலம், தமிழ் என்ற இருமொழிகளிலும் எழுத வல்லவர். தற்போது டெல்லியில் வசித்து வரும் இவர், இருநூற்று ஐம்பதுக்கும் மேற்பட்ட சிறுகதைகள் எழுதியுள்ளார். 'ஆத்துக்குப் போகணும்' என்ற இவரது நாவல், அது எழுதப்பட்ட காலத்தில் மிகவும் பேசப்பட்டது. அந்த நாவலை காவேரி தானே ஆங்கிலத்தில் மொழிபெயர்த்துள்ளார். மேலும், தி ஜானகிராமனின் 'மரப்பசு', இந்திரா பார்த்தசாரதியின் 'திரைக்கு அப்பால்' என்ற நாவல்களை ஆங்கிலத்தில் மொழிபெயர்த்துள்ளார். இவர் ஆங்கிலத்தில் ஒரு நாவலும் பல கவிதைகளும் எழுதியுள்ளார். சர்வதேச கருத்தரங்குகளிலும், உலக இலக்கியங்கள் தொடர்பான பல்வேறு ஆய்வு, அரங்குகளிலும், சர்வதேசிய மற்றும் தேசிய உரைவிடத்திட்டத்திலும், பல்வேறு இலக்கிய விழாக்களிலும் சிறப்பு அழைப்பாளராகக் கலந்து கொண்டுள்ளார். இவரது படைப்புகள் ஆங்கிலம், பிரெஞ்சு, ஜெர்மன், அரபு, இந்தி, மராத்தி என்ற மொழிகளில் மொழிபெயர்க்கப்பட்டுள்ளன.

கால்கள் வலித்தன. அவனுக்கு எப்போதும் இப்படி ஒரே இடத்தில் சேர்ந்தாற்போல நின்று கொண்டிருப்பது ரொம்பவும் கஷ்டமாக இருந்தது. அப்படி நின்றபோதெல்லாம் தவறாமல், ஒரேயடியாக அவனுக்குக் கணுக்கால்களில் உடனே நமைச்சல் எடுக்க ஆரம்பிக்கும். இப்போதும் அப்படியே. கால்கள் விடாமல் அரிக்கத் தொடங்கின. இடது காலின் கட்டை விரலால் வலது காலைச் சொறிந்து விட்டுக்கொண்டான். பிறகு, வலது காலின் கட்டை விரலால் இடது காலைச் சொறிந்தான். இப்படியே கால்களை மாற்றிமாற்றி உபயோகித்தான். சட்! இந்தக் குப்பைக் கூளமாக இருக்கும் ஆஸ்பத்திரியின் தரைதான் இதற்கு எல்லாம் காரணம். புழுதி, தூசி, அதன் துகள்கள்தான் இப்படி உடனே அரிப்பைக் கிளப்பி விடுகிறது. சனியன்! நிலை கொள்ளாமல் ராமச்சந்திரன் கால்களைத் தேய்த்துவிட்டுக் கொண்டான். பிறகு, அந்தப் பெரிய ஒற்றைக் கண்ணாடி ஜன்னல் வழியே, ஒரு யோகியைப் போல மௌனமாகவும் மிகுந்த பொறுமையுடனும் பார்த்தபடி நின்றான். கண்ணாடி வழியே தெரியும் அந்த அசைவற்றுக் கிடந்த உருவத்தின்மீது அவன் கண்கள் பதிந்தன.

பேச்சு மூச்சில்லாமல், அசையாமல் இப்படி உறைந்துப் போனாற்போலக் கிடக்கிறாளே, ஒரு வேளை இவள் செத்...? என்று நினைத்தவன், நறுக்கென்று

நாக்கைக் கடித்துக் கொண்டான். மறுபடியும் கணுக்கால்களிலும், குதிகால்களிலும் நமைச்சல் எடுத்து அவனது எரிச்சலைத் தூண்டியது. இப்போது பசியும் எடுத்து, வயிற்றைக் கிள்ளியது.

எத்தனை நேரம் நான் இந்தப் பெரிய கண்ணாடி வழியே, இப்படி மண்டு மாதிரி விறைத்துப் பார்த்தபடி நிற்பேன்? எத்தனை நேரம் எனது பசி, அசதி, அசௌகரியம் எதையும் பொருட்படுத்தாமல் இப்படி மணிக்கணக்காய் நின்று கிடப்பது? அதனால் என்ன, நீ அந்தக் கட்டிலைவிட்டு எழுந்து வரப்போகிறாயா? எழுந்துவந்து எங்கள் ஐந்து பேருக்கும் சுடச்சுட சமைத்துப்போடப் போகிறாயா என்ன? இல்லையில்லை! ஒரு நாளும் இல்லை. சந்திரா! நான் தினந்தோறும் எத்தனைக் கஷ்டப்பட்டு இங்கே வந்து கால்கடுக்க நிற்கிறேனே. உன்னால் ஏதேனும் கற்பனை பண்ணிப் பார்க்க முடிகிறதா? நீ சொகுசாகக் 'கோமாவில்' அமிழ்ந்து, ஆழ்ந்த நித்திரையில் கண்களை இறுக மூடிக் கொண்டுவிட்டாய். இப்போது நான் என்ன செய்ய வேண்டுமென்று புரியவில்லையே? நம்பிக்கை இல்லாத பின்னும், இப்படியே இங்கே பொறுமையுடன் காத்துக்கொண்டு நிற்கணுமா, உம்? - என்றோ ஒரு நாள் நீ அந்தக் கோமாவிலிருந்து விடுபட்டு விழித்துக் கொள்வாய் என்று? நீ செத்துதான் போகவேண்டுமென விரும்பினால், அதற்கு ஏன் இந்த நீண்ட தாமதம்? இதோ நான் ஒருத்தன் கிடைத்தேனே, வலியுடன் அரித்துத் தொலைக்கும் கணுக்கால்களுடன் மணிக்கணக்காய் நிற்பதற்கு, வலது காலையும், இடது காலையும் மாற்றி,மாற்றி தேய்த்து விட்டுக்கொண்டு, முட்டாள் மாதிரி இந்தக் கண்ணாடி வழியே உன்னையே உற்றுப் பார்த்தபடி நின்று கிடப்பதற்கு... ஏதோ ஒன்று சீக்கிரமே நடந்துவிடப் போகிறதுபோல. ஆனால் ஒன்றுமே நடப்பதில்லை. ஊஹூம்! ஒன்றுமேயில்லை. எல்லாமே ஒரு இயலாத, ஸ்தம்பித்த நிலையில் கப்பிக் கிடக்கும் இந்த 'இன்டென்ஸிவ் கேர் யூனிட்டில், ஏதோ ஒன்று தீங்குறி காட்டும்படி அச்சுறுத்துகிறது. மாலையில், உங்களையெல்லாம் பார்க்க உறவினர்களை யூனிட்டின் வார்டு உள்ளே அனுமதிக்கும்போதும் இப்படித்தான். அதைப் பற்றியெல்லாம் ஒரு மாறுதலும் இல்லாத, ஓசையடங்கிய நிலை அழுத்தும். பைத்தியமாக்கும்படி ஒரு மௌனம். ஆனால் உனக்கென்ன கவலை? நான் இத்தனை அலைந்தாலும் நீ நிம்மதியாக, ஆடாமல். அசையாமல் படுத்திருக்கே...

தினம் இங்கு நான் ஒரு கடமைக்கு அடிபணிந்துப் போவதுபோல் வந்து நிற்கிறேன். பிறகு, இவர்கள் வழங்கும் அந்த நாற்றமெடுக்கும் ஆஸ்பத்திரியின் பச்சை கவுனை போட்டுக்கொண்டு, எனது 'ஷூவைக் கழட்டிவைத்து, மெதுவாகப் பயபக்தியுடன் இந்த 'இன்டென்ஸிவ் கேர் யூனிட்டுக்குள் நுழைகிறேன். உனது முகத்தை ஆர்வத்துடன் ஆனால் மெல்லத் தொட்டுப் பார்க்கிறேன். உனது நெற்றியை, தலைமயிரை வருடிப் பார்க்கிறேன். நீ கண்களைத் திறப்பாயோ என்ற நம்பிக்கையுடன். ஆனால் நீயும் என்னை அலட்சியமாகப் புறக்கணிப்பது போல கண்களைப் பிடிவாதமாக இருக்க மூடியப்படியே இருக்கிறாய். சந்திரா நீ எங்கே வழுக்கிக்கொண்டு போய்விட்டாய்? கனமான திரைப்போல மூடிக் கொண்ட உனது கண் இமைக்குள், ஏதாவது கனவுகள் காண்கின்றாயா? அவை எம்மாதிரி கனவுகள்? என்னைப் பொருத்தவரையில், இப்போதெல்லாம் எனக்குக் கனவு காண நேரமேயில்லை. கனவுக்கு இடமேது? இரவிலும், பகலிலும் இந்த நனவு என் முன்னால் நிற்கும்போது? காலையில் கண்விழித்தவுடன் நானே காபி தயார் செய்ய வேண்டும் என்ற உண்மை எரிச்சலூட்டுகிறது. பிறகு, நம் ஆஷாவை ஸ்கூலுக்குத் தயார் செய்யவேண்டும்.

அவளுடைய டிபன்பாக்ஸில் ஏதாவது போட்டுத் தரவேண்டும். அதற்குப் பிறகு உனது பெற்றோர்களுக்கும் சேர்ந்து சமையல் செய்யவேண்டும்! இருவரும் விடாமல், ஒரே மாதிரியான கேள்விகளைக் கேட்டு என்னை எப்போதும் துளைக்கிறார்கள். எங்கள் சந்திரா எப்படி இருக்கிறாள்? எங்கள் பெண் பிழைத்து விடுவாளா? நம்பிக்கை உண்டா? சில சமயங்களில் அவர்களும் என்னுடன் இந்த நாசமாய்ப் போன இடத்திற்கு வருவார்கள். அப்பப்பா! அந்த நாட்கள் இன்னும் மோசமாகவே அமையும். ‘ஐய்யோ கடவுளே!, என்று உங்கம்மா புலம்ப ஆரம்பித்தால், ஒப்பாரி வைத்து ஓலமிட கிளம்புவார். சந்திரா, உனக்கு உன் அம்மாவின் அழுகை காதில் விழவில்லையா? உனக்கு ஒன்றுமே கேட்கிறதில்லையா? ஒரு சத்தமும்... உம்? இப்படி அசையாமல் கிடக்கிறாயே, மூழ்கிப்போன கூழாங்கல் போல மூ... ழ்...கி... நீ நிஜமாகவே மூழ்கி போய்விட்டாயா சந்திரா?

இப்போது அந்த ஐ.சி.யூ வார்டின் ஒரு கோடியில் ஏதோ சலசலப்புத் தெரிந்தது. ஒரு பெரிய டாக்டர் பரபரப்புடன் நடந்துபோய், வலதுபக்கத்துக் கோடியில் கட்டிலில் படுத்திருந்த நோயாளியிடம் விரைந்தார்

நோயாளியைச் சுற்றி இன்னும் நான்கு பேர் நின்றார்கள். அந்த நோயாளியை வேறொருவார்டிற்கு மாற்ற போகிறார்களா? அவனுக்கோ/அவளுக்கோ பிரக்ஞை வந்துவிட்டதா? குறுகலான நடைபாதை வழியே சில நர்ஸ்கள் அவசரத்துடன் விரைந்து கொண்டிருந்தனர். அதில் ஒருத்தி நோயாளியின் கட்டிலை நெருங்கினாள். அவள் கையிடுக்கில் ஒரு சின்ன வெள்ளைத் துணிச்சுருள் இருந்தது. ஐய்யோ! மறுபடியுமா?

ராமச்சந்திரன் அந்தக் கண்ணாடி ஜன்னலைவிட்டு வலதுபக்க கோடியில் இருக்கும் அந்தக் கடைசி கண்ணாடி ஜன்னலை நோக்கி, அவசரம் அவசரமாக நடந்தான். ஜன்னலின் அருகே ஒரு சின்னக் கும்பல் கூடியிருந்தது. ராமச்சந்திரனுக்கு அந்தக் கும்பலுக்குள் நுழைய கஷ்டமாக இருந்தது. ‘மன்னிக்கவும் என்று சொல்ல வாயைத் திறந்தவன், அங்கு ஒரு பெண் தேம்பித் தேம்பி அழுவதைப் பார்த்து, பேச்சிழந்து நின்றான். அந்தப் பெண்ணைத் தேற்றி ஆறுதல் அளித்தபடி நின்ற ஒரு ஆள், அவள் தலையை வருடிவிட்டான். அவள் தலையை முக்காடிட்ட புடவை வழுக்கிக் கீழே அவள் கழுத்தைச் சுற்றி விழுந்திருந்தது. கும்பலில் இன்னும் இரண்டு பேர் அழுகையை அடக்கிக்கொண்டு, துக்கத்தை விழுங்க முயன்றார்கள். கும்பலின் விளிம்பில் நின்ற ராமச்சந்திரன், கழுத்தை நீட்டி கண்ணாடி வழியே பார்த்தான். நிழல்வடிவங்களைப் போல கோடிட்ட கும்பலின் தலை, காது, கழுத்துக்களுக்கு இடையிடையே கூர்ந்து பார்த்தப்போது அந்தப் பெரிய டாக்டர் இன்னொரு டாக்டரிடம் பேசுவது தெரிந்தது. அந்த நர்ஸ் மும்முரமாய் வெள்ளைப் போர்வையைக் கட்டிலின் மேலிருந்த உருவத்தை, முகம் உள்பட சுற்றி போர்த்துவதிலும், அங்கும், இங்கும் இடுக்கி, செருகி மடித்து விடுவதிலும் ஈடுபட்டாள். உருவத்தை முழுவதுமாக வெள்ளைத் துணியால் மறைத்து, சீராக மடித்து விடுவதில் அவள் கைதேர்ந்தவளாக இருந்தாள். இதுவே அவள் வாழ்க்கையின் ரொம்பச் சீரிய பணிபோல... அவளுடைய உயர் லட்சியம்போல.

அந்த உருவம் வெள்ளைப் போர்வைக்குள் அச்சுவார்ப்புபோல கிடந்தது. உருவத்தின் தலை உருண்டையாகத் தெரிந்தது. முகம், சற்றே நிமிர்ந்த மூக்கு, தோள், மார்பு, கீழே நீண்ட கால்கள், துணியைத் துருத்திக் கொண்டு மேலே வானத்தைப் பார்த்தபடி பாதங்கள். எழுந்து மேலே பறக்கத் தயாராக இருப்பது போல். அவனோ / அவளோ பறந்து

போயாச்சு. எல்லாம் முடிந்து போயாச்சு, இனி சாவகாசமாய் உட்கார்ந்துகொண்டு, மனம் வெடிக்கும்படி அழுது தீர்ப்பதற்கு நிறைய நேரம் இருக்கிறது. இதோ இந்தப் புலம்பும் கும்பல் செய்வதுபோல...

அந்தக் கும்பலிலிருந்து நெளிந்தபடியே ராமச்சந்திரன் வெளியே வந்து, சந்திரா படுத்திருக்கும் ஜன்னலருகே விரைந்தான். அவள் முன்போலவே அசைவற்றுப் படுத்திருந்தாள். மூச்சிரைத்த ராமச்சந்திரனுக்கு. நாக்கு வரண்டு, மேல்வாய் அண்ணத்தில் ஒட்டிக்கொண்டது. சந்திரா, நீயும் செத்து...?

சந்திரா, என் உயிரே போகாதே! இன்னும் கொஞ்சம் பொறு... என்னை மன்னித்துவிடு. என் பண்பற்ற எண்ணங்களுக்கு நான் மிகவும் வருந்துகிறேன். உண்மையில் நான் வெட்கமுற்றுப் போகிறேன். ஆஷாவையும் உனது பெற்றோர்களையும் நான் நன்றாகப் பார்த்துக்கொள்வேன்; சமைத்துப்போடுவேன்; வீட்டில் எல்லா வேலைகளையும் செய்வேன்; நான் என்ன வேண்டுமானாலும் செய்யத்தயார். ஆனால் நீ மட்டும் என்னை விட்டுவிட்டுப் போய்விடாதே.

கடவுளே, அன்பான கடவுளே... என் சந்திராவைக் காப்பாற்று... என்று மெதுவாக, அடித்தொண்டையில் முணுமுணுத்தான். யாரேனும் கேட்டுவிட்டார்களோ என்று சுற்றுமுற்றும் பார்த்தான். அவனுடைய கண்கள் 'ஐ. ஸீயூ. வார்டில் வரிசையாகப் படுத்திருந்த மற்ற அசைவற்ற உருவங்களைக் கவனித்தன. கடவுளே, இங்கே இருக்கும் எல்லோரையும் காப்பாற்று என்று முணுமுணுத்தான். சந்திராவைக் காப்பாற்று, அதற்கடுத்தாற்போல் அவனையும், அதோ அங்கே இருக்கிறாளே அவளையும், பிறகு அதோ அவன் (அவள்?).. எல்லோரையும் சாவின் வாயிலிருந்து மீட்டுக்கொண்டு வா. இவர்களெல்லாம் அதற்குள் சாக வேண்டாம்.

மறைவு? அழிவு? சாவு? ராமச்சந்திரனுக்கு மூச்சு வாங்கியது. கண்களை இடுக்கிக்கொண்டு முகத்தைக் கண்ணாடியின் மிக அருகே மூக்குத் தட்டையாகும்படி நின்றான். கண்ணாடி வழியே சந்திராவை உற்றுப் பார்க்கிறான். அவள் முகம் சற்றே பக்கவாட்டில் இடதுபுறம் நோக்கி சரிந்திருந்தது. நெற்றியில் கறுப்புத் தலைமயிர் தொய்வாகப் பிசுபிசுத்து ஒட்டிக் கொண்டிருந்தது. அந்தத் தலைமயிர் அவள் 'ஷாம்பூ' பண்ணிக் கொண்ட நாளன்று எத்தனை உயிர்பெற்று துள்ளியெழும்பும்! அவள் மார்பின்மீது வெள்ளைப் போர்வை மெல்ல மேலும் கீழும் அசைந்து கொடுத்துக் கொண்டிருந்தது. அதோ தெரிகிறதே மிக மெல்லியதாக, ஆனால் தெளிவாக., போர்வை மேலே எழும்புவதும், பிறகு கீழே தழைவதும்... மேலே - கீழே சந்திரா ரொம்பவும் வலுக்குறைந்து, ஆனால் சுயேச்சையாக மூச்சு விடுகிறாள். எவ்விதக் கருவிகளின் உதவியுமின்றி! அதுவே பெரிய விஷயமில்லையா. இந்தச் சாபக்கேடான இடத்தில்? நல்ல வேளை சந்திரா மூச்சு விடுகிறாள். மூச்சு விடுவதை ஒரு வினாடி நிறுத்தினால்போதும்-இவர்களுக்கெல்லாம் சுறுசுறுப்பாக வேலையில் இயங்க பத்து நிமிடம் கூடத் தேவைப்படாது. சந்திராவின் கழுத்திற்குக் கீழே இருக்கும் இந்தப் போர்வையை உடனே இழுத்து. பிறகு அவள் முகம். தலை முழுக்க மறையும்படி வெள்ளைத் துணியினால் போர்த்திவிடுவார்கள். அவ்வளவு துரிதமாக நடக்கும் சடங்கு. இந்தப் பிழைப்பும் - இறப்பும் கொண்ட ஊமை நாடகம் போடும் 'ஐ.சி.யூ'-வில் மறுபடியும் மறுபடியும் ஓசைப்படாமல் இயந்திரம்போல மேற்கொள்ளப்படும் ஊமைச்சடங்கு. மனிதனின் போராட்டம் முடிந்தவுடனேயே அடுத்த விநாடியே வெள்ளப் போர்வையைத் தலைக்கு மேல்

போர்த்தி, பிறகு உடலைச் சுற்றி அங்கும் இங்கும் துணியை நேர்த்தியாக மடக்கி, இடுக்கி, ஒடுக்கி செருகிவிடவேண்டும். விஷயம் தெரிந்தவுடனேயே, முதலில் முகத்தை மறைத்து விடவேண்டும். என்னவோ அந்த முகத்தில் உடனே அப்படியொரு பயங்கர மாறுதல் குடிகொண்டு விட்டதுபோல. போர்வையை இழுத்துப் போர்த்த வேண்டும் ஒரு குறியீடுபோல. அதைத்தான் எத்தனை பக்தியுடன். சிரத்தையுடன் செய்து முடிக்கிறார்கள். ஏதோ ஒரு அவசர உந்துதல் அவர்களைத் தூண்டி, இறந்தவர்களை உயிருள்ளவர்களிடமிருந்து வித்தியாசம் தெரியும்படிக் காட்ட, நிர்ப்பந்தப்படுத்தும் சடங்கு.

ராமச்சந்திரன் முதன்முதலில் இந்தக் காட்சியைப் பார்க்க நேர்ந்தபோது எத்தனை அதிர்ச்சிக்கு ஆளானான். கிலியூட்டும் பார்வை நிலைகுத்த, குலைந்து போனான். அது நடந்தது... அதோ அந்தக் கட்டிலில், இடது பக்கத்திலிருந்து மூன்றாவது கட்டில் ஒரு இளைஞனை-பையனுக்கு 24 வயதுதான்... உச்சியிலிருந்து உள்ளங்கால்வரை வெள்ளைப் போர்வையைக்கொண்டு. இழுத்து, இறுக்கிப் போர்த்தினார்கள். இதே நர்ஸுகள் போர்வையை இழுத்து, அதன் முனைகளை உறுதியாக அவனைச் சுற்றி அழுத்தமாக லாவகமாக கட்டிவிட்டார்கள். அந்தப் போர்வையின்கீழே இருக்கும் இளம் உடலில் இன்னும் கொஞ்சமேனும் உயிர் ஒட்டிக் கொண்டிருக்குமோ என்று அவர்களுக்கு ஒரு துளி சந்தேகமும் இல்லைபோலும். அவன் இறந்துவிட்டான் என்பதில் அவர்களுக்கு ஒரு சந்தேகமுமில்லை. அந்தக் காட்சியின் இறுதி நிகழ்ச்சி போன்ற தீர்மானம் ராமச்சந்திரனை வெகுவாகப் பாதித்தது. யாரோ அவனை ஓங்கி மண்டையில் அடித்தாற்போல உணர்ந்தான். அவன் உடம்பெல்லாம் குப்பென்று குளிர்ந்த வியர்வையால் நனைந்தது.

இது காப்பாற்ற முடியாமற் போன கேஸ். உயிருக்காபத்தான மூளைக்காய்ச்சல் - 'ப்ரெயின் ஃபீவ்ஃர்' என்று ஒருத்தர் கிசுகிசுப்பது காதில் விழுந்தது.

"பாவம், சின்னப் பையன் இன்னும் 24 வயது கூட முடியலை. பெற்றோர்களுக்கு மூத்த பிள்ளை, அவர்களைப் பாருங்கள், எப்படி மனமொடிந்து இடிந்து போய்விட்டார்கள்" என்றார் இன்னொருத்தர். விறுவிறுவென, அந்த இடத்தைவிட்டு, சந்திராவின் ஜன்னலருகே போனான் ராமச்சந்திரன். அந்த நிகழ்ச்சி அவனை மண்டியிட வைத்தது. கெஞ்சி உயிர்ப் பிச்சை கேட்கத் தூண்டியது.

கடவுளே, அன்பான கடவுளே, என் சந்திராவை அழிக்காமல் விட்டுவிடு. அவள் வயதில் சின்னவள். உண்மைதான். அந்த இளம் பையனுக்கு வயது 24 என்றால். என் சந்திராவுக்கு 32 முடிந்தாயிற்று. ஆனாலும் நான் அவளைச் சின்னவள் என்றே சொல்வேன். அவள் சின்னவள்_ சின்னவள்.

அவன் நம்பிக்கை குலைந்தது. முணுமுணுத்தபடியே பிராத்தனை செய்தான். வேண்டிக் கொண்டான். அவனது பிரார்த்தனைகள் துண்டுதுண்டாக முழுமையில்லாமல் சிதறி தெளித்தன. அவன் வாழ்க்கையில் என்றுமே முனைந்து எவ்வித சுலோகங்களையும், பிரார்த்தனைகளையும் கற்றுக் கொள்ளவில்லை. இத்தனை குறுகலான வடிவத்திற்குள் அடங்கியிருக்கும் ஒரு பிரார்த்தனை எப்படி பயன்தரும் என்ற கேள்வி மனதில் எழும்பும். ஒரே ஒரு மதத்தின் ஒரே ஒரு கடவுளைச் சேவித்துப் பிரார்த்தனை செய்வதால் எனது வேண்டுதல் நிறைவேறுமா? இந்த 'ஐ.ஸீயூவில் ஏதோ தீங்கு விளைக்கின்ற கெட்டகாற்று சூழ்ந்து கொண்டிருக்கிறது. அதுவே இங்கிருக்கும் உயிர்களை அழிக்கிறது. தீமை செய்யும் இந்தச் சாபக்கேடான சக்திகளை, ஒரே ஒரு

மதத்தினால், ஒரு மொழியினால் குறுக்கிக் கொண்டு பிரார்த்தனை செய்தால். இந்தச் சூழ்நிலையை விரட்ட முடியுமா என்ன?

இப்போது அவன் உதடுகள் ஏதேதோ ஸம்ஸ்கிருத சுலோகங்களை அரையும் குறையுமாக முணுமுணுத்தன. கூடவே. 'ஹோலி பைபிளின், ஜேம்ஸின் நியூ கிங்க் டெஸ்டமெண்டிலிருந்து தனக்கு நினைவில் தங்கின பகுதிகளைச் சொன்னான். அவனுக்குப் பௌத்த மதத்தைச் சார்ந்தவர்கள்போல ஒரு பெரிய, வட்டமான பித்தளைத் தகடை, சேகண்டியினால் மெல்ல 'ணங்க்... ணங்க்' என்று அடித்துக்கொண்டு. சாந்தமாக நடக்க வேண்டும் போலிருந்தது. மண்டியிட்டு, குனிந்து, நெற்றியினால் தரையைத் தொட்டு, அப்புறம் முகத்தையும், கையையும் தூக்கி, வானத்தைப் பார்த்து இஸ்லாமியர்களைப் போல நமாஸ் செய்யவேண்டும் போல இருந்தது. அவன் என்ன வேண்டுமானாலும் செய்யத் தயாராக இருந்தான். சமண மதத்தைச் சேர்ந்தவர்களைப் போல, வாயைச் சுற்றி இறுக ஒரு வெள்ளைத் துணியால் கட்டிக்கொண்டு மௌனம் சாதிக்கவும் தயார். ராமச்சந்திரனின் முகம் நிம்மதியின்றி தவித்தது. முகம் கூச்சத்தினால் வாட்டமுற்றது. ஒரே மூச்சாகப் பிரார்த்தனை செய்தான். சந்திராவின் இடதுபுறத்திலும் வலதுபுறத்திலும் மணிக்கொரு முறை நோயாளிகள் செத்து மடிந்தவண்ணம் இருக்கிறார்கள். ஈசல் பூச்சிகள்போல் சிதைவுற்று மறைந்தார்கள். ராமச்சந்திரன் வேண்டிக்கொண்டான். பதட்டத்துடன் ஒரேமூச்சாக வேண்டிக்கொண்டான்.

'சந்திராவைக் காப்பாற்று கடவுளே, அவள் எனக்கு விசேஷமானவள் என்று பிதற்றிய அவன், தன் சுயநலத்தைப் பார்த்துத் திடுக்கிட்டுத் திகைப்புற்றான். ஏதேதோ துண்டு துண்டான கலப்படமாக வெளிவந்த அவன் சுலோகங்களைக் கேட்ட யாருக்கும் அவன் கடவுளை மனம்விட்டுத் திட்டுவது போலத்தான் தோன்றக் கூடும். முழுமையின்றி சுத்தரிக்கப்பட்ட அவன் பிரார்த்தனைகள் சுடச்சுட வெளிவந்தன. சாபமிடுவதுபோல தெறித்தன. கீழ்தளத்தில் எங்கிருந்தோ பொங்கிப் பொங்கி எழும்பும் கோபத்தை அவனால் சமாளிக்க இயலாமற்போன, ஏதோ ஒரு விசையில் உதிர்ந்த சீற்றத்துடன், ஒலிகள் அவன் உதடுகளில் வெடித்தன.

"எல்லாவற்றையும் ஒதுக்கி, மறந்து உனது லட்சியத்தின்மீது முழுக் கருத்தைச் செலுத்தணும்," என்று ஆலோசனை சொன்னான் நண்பன் வேணு. "அப்போதுதான் உனது பிரார்த்தனை பலிக்கும். உனது பிரியமான உயிர்மீது கருத்தை ஒன்று திரட்டி, குறிபார்த்து வேண்டிக்கொண்டால்தான் அதன் பலன் கிட்டும். பிரார்த்தனைக்கு அளவில்லா சக்திகள் உண்டு. சொல்லப்போனால் அது தரையில் இருக்கும் பொருள்களைத் தூக்கி எழும்பும் சக்தி வாய்ந்தது. மலையை நகர்த்தும் சக்தி அதனுடையது." என்றான் உறுதியாக. அன்று ராமு அவனைப் பார்த்து ஏளனமாய்ச் சிரித்தான். "வேணு, நீ சொல்வதில் ஒரு தர்க்க நியாயம் இருக்கலாம். ஒரு வகையான அரை-விஞ்ஞான உண்மையும் இருக்கலாம்," என்றவன், இப்போது அதை எப்படி நடைமுறையில் சாதிப்போம் என்று யோசித்தான். படுத்திருந்த சந்திராவின் உருவத்தின்மீது, வைத்த கண் வாங்காமல், ஆடாமல், அசையாமல் கண்களை நிலைத்துப் படியவைத்தான். தனக்குள் முணுமுணுத்தான். அவன் கண்கள் சந்திராவின் தலையைத் துளைத்தன. துவண்டு பிசுபிசுத்த அந்தக் கறுப்புத் தலைமயிரை, வெளிறிப்போய் ஈரம் கசிந்த நெற்றியை, எப்போதுமே பிடிவாதமாக மூடியிருந்த அந்தக் கண்களை, தீவிரமாகத் துளைத்து அவைகள்மீது லயித்தன ராமுவின் கண்கள். சுலோகங்கள், 'நியூ டெஸ்ட் மெண்டிலிருந்து ஆங்கிலப்

பிரார்த்தனைகள் ஒன்றுமே முழுமையடையாது. அரைகுறையாக அறுத்துக் கிடப்பதைக் கொஞ்சமேனும் சட்டை செய்யாது ராமு வேகமாக முணுமுணுத்தான். ஸம்ஸ்கிருத சுலோக வரிகளுடன், தமிழ் சுலோகத் துண்டுகளும், ஆங்கில வரிகளும் சேர்ந்து குழம்பின. அவன் கண்கள் குத்திட்டுச் சந்திராவின் தலையைத் துளைக்க, வாய் மட்டும் அயராமல் முணுமுணுத்தபடி இருந்தது. கடவுளே. எல்லாமே செல்லும். திபெத் மடத்து சந்நியாசிகளின் பிரார்த்தனை மரபுகள், ஸினகாகில் தொப்பி அணிந்த யூதர்களின் புரியாத பிரார்த்தனை ஒலிகள், இன்னும் என்னவெல்லாம் உண்டோ எல்லாமே செல்லும்.

சந்திரா என் கண்ணே, வாழ்க்கையைக் கெட்டியாகப் பிடித்துக்கொள். எனக்காக, நம் குழந்தைக்காக, கலங்கி பதைபதைக்கும் உனது பெற்றோர்களுக்காக, உனது இடது பக்கத்திலும் வலது பக்கத்திலும் நிமிடத்துக்கு நிமிடம் சிலர் மடிந்து மறைகிறார்கள். பேய்கள் வட்டமிடும் இந்த இடத்திலிருந்து வெளியேறு, ஊம், சீக்கிரம்!

அவன் வாய் ஏதோ ஒரு இரகசிய சங்கதியைச் சொல்வதுபோல மெதுவாக முணுமுணுத்தன. இப்போது அவனது வார்த்தைகள் அடர்த்தியாகத் திரட்டிக்கொண்டு, சந்திராவின் தலையின்மீது மிதந்தன. அசைவற்று இருந்த அவள் முகத்தை அசைக்க முயன்றன. அவனது வார்த்தைகள் சுரவேகத்துடன் சூடேறின. அதன் செய்திகள் அந்தத் தூங்கும் தலையைத் துளைத்தன. சருமத்திற்குள் நுழைந்தன. ராமச்சந்திரனின் கைமுட்டிகள் வியர்த்தன. உள்ளங்கைகளை இறுக மூடிக்கொண்டு வேண்டிக் கொண்டான்: ‘வேண்டாம், அந்த வெள்ளைப் போர்வை எனது சந்திராவிடம் கொண்டு போகாதீர்கள். தயவுசெய்து அவளை மட்டும் தண்டிக்காதீர்கள். அவளை விட்டுடுங்கள். அவளுக்குப் புடவை கட்டிவிடுங்கள். அவள் கால்களில் திடமாக. நிற்க அவளுக்கு உதவியும் செய்யுங்கள். அவளை மெல்ல நடத்தி, வெளியே காத்துக்கொண்டு நிற்கும் எனது காரில் அவளை ஏற்றிவிட உதவி செய்யுங்கள்.

ராமச்சந்திரனுக்கு அவனது மாமியார். மாமனார் செய்யும் பூஜைகள் நினைவுக்கு வந்தன. எல்லாம் முறைப்படி, பக்திசிரத்தையாகச், சின்னப் பெரிய விவரங்களைவிடாமல், சம்பிரதாய மரபு தவறாமல் பூஜை செய்வார்கள். அப்படி ஏதேனும் பிசகு நேர்ந்துவிட்டால் கடவுள் அவர்களிடம் கோபித்துக்கொண்டு, வஞ்சிப்பாரோ என்றதுபோல ஒரு அச்சம் தெரியும். அவனுடைய சின்னப் பெண் ஆஷாவும் தாத்தா பாட்டியுடன் சேர்ந்து கொள்வாள். ஆனால் அந்தக் குழந்தையின் பிரார்த்தனை எளிமையாக, நேரடியாக இருக்கும். கண்களை மூடியபடி, கைகூப்பி கேட்டுக் கொள்வாள்.

‘பகவானே, என் அம்மாவுக்கு உயிர் கொடு. அம்மா சீக்கிரம் குணமாகி, வீட்டுக்கு வரணும் கடவுளே. அவள் என்னுடன் விளையாடணும். பெண் ஆஷாவைப் பார்த்து ராமச்சந்திரனுக்கு அசௌகரியமாகப் பொறாமை புகையும். சே. என்னால் இந்தக் குழந்தையைப்போல சுலபமாக அர்ப்பணித்துக் கொள்ள முடியவில்லையே? இப்படித் துவண்டு, பணிந்து வேண்டிக்கொள்ள முடியவில்லையே? அன்று அவன் மனம் பல்வேறு திசைகளில் முடிச்சு போட்டுக்கொண்டு வக்கரித்தபடி விறைத்தது. நமக்கு அதிர்ஷ்டமிருந்து. சந்திரா உயிர்பெற்று எழுந்துவிட்டால், அந்த வெற்றி கடைசியில் மருத்துவத்துறையைச் சார்ந்ததாகும் என்று மௌனமாக அவன் அறிவு வாதாடியது. அது விஞ்ஞானத்தின் வெற்றியாகும். ஏனென்றால் இத்தனை நாட்களும்

சந்திராவின் நிலைமையைக் கூர்ந்து கவனித்து, கண்காணித்து வந்தன. இந்த பையோ-இன்ஜினீயரிங்கின் அற்புத நவீனக் கருவிகள் என்று சர்ச்சை செய்தது அவன் மனம். இந்த நவீன மருத்துவ விஞ்ஞானமே சந்திராவின் டாக்டர்களுக்கு அவளை இந்தப் பிரக்ஞை இழந்த உணர்வில்லாத நிலையிலிருந்து விஞ்ஞானம்தான் மீட்க உதவும். கைகொடுக்கும். கடைசியில் அவளுடைய பெற்றோர்கள் செய்துவரும் இந்த ஆசார பூஜைகள் இல்லை- என்று முரண்டுபிடித்து வாதாடியது மனம்.

அங்கிருந்த டாக்டர்கள் ஒளிவு மறைவில்லாமல் உண்மையைச் சொன்னார்கள்.

“இந்தக் கேஸில் நம்மையே ஏமாற்றிக்கொண்டு நம்பிக்கையை வளர்ப்பதற்கு இடமேயில்லை”. என்றார் டாக்டர் வெளிப்படையாக.

“பார்க்கப் போனால், முதலில் உங்கள் மனைவியின் நிலைமை இப்படி திடீரென்று முற்றிலும் எதிர்பார்க்காதபடி கோமாவில் இழுத்துக்கொண்டு போனதே ரொம்பவும் துரதிர்ஷ்டமானது. அவருக்கு நேர்ந்ததென்னமோ ரொம்ப சாதாரணமான ஒரு பர்ஸ்ட் அபெண்டிக்ஸ். அதற்காகச் செய்யப்பட்ட ஒரு சின்ன ஆபரேஷன், அவ்வளவேதான். அதைச் செய்து முடித்தபின் பாவம், அவர் ஏன் இப்படி அனாவசியமாகக் கோமாவில் இழுக்கப்பட்டார் என்று எங்களுக்கே விளங்கவில்லை. ஆனால் இப்போதிலிருந்து அவரை நாங்கள் மற்ற ‘கோமாகேஸ்’ நோயாளிகளுடன் பொதுவாகத்தான் சேர்த்துக் கொள்ள நிர்ப்பந்தப்படுகிறோம். இங்கு இருக்கும் மற்ற ‘கோமா கேஸ்களைப் போல, அவர் நிலைமையையும் ‘ரீடிங்க் எடுத்துக் கவனிக்க வேண்டும். அவர் பிழைப்பார் என்பது ஒரு அரை நம்பிக்கைதான் என்றார்கள்.

அவர்களின் நேரிடையான பேச்சை ராமு மதித்தான். இனிமேல் எல்லாம் இவர்களின் புத்திசாலித்தனத்தைப் பொறுத்தது. இவர்களின் திறமை மற்றும் நவீன மருத்துவ விஞ்ஞானத்தின் சாதனைகளே சந்திராவை மீட்டுக் கொடுக்கும். கடவுளே, மருத்துவ விஞ்ஞானத்திற்கு வழிவிடுவோம் என்று இரகசியம்போல மெதுவாகக் கிசுகிசுத்தான். கடவுளே, இந்த விஞ்ஞானத்திற்கும் சந்திராவுக்கும் நடுவே குறுக்கிடாதே, ப்ளீஸ் தயவுசெய்து.

ஆனால் கால்கள் மறுபடியும் வலிக்கத் தொடங்கின. குதிகால்களில் பொறுக்க முடியாத நமைச்சல். அதை சொறிந்து விட்டுக்கொண்டால்தான் அடங்கும். பசி அகோரமாக வயிற்றைக் கிள்ளியெடுத்தது. எப்போதும் தொண்டையை வரள வைப்பதுபோல தாகம். அது என்ன குடித்தாலும் அடங்காது. பழ ஜூஸ், குளிர்ந்த ஸோடா பானங்கள். ஜில்லென குளிர்ந்த பியர், சூடான டீ, காபி. குளிர்ந்த நீர் மோர். ஊஹூம், லிட்டர் கணக்காய்த் தண்ணீர் விழுங்கினான். ஆனால் அது எங்கு மறைந்ததோ, தாகம் மட்டும் அடங்கவில்லை. இத்துடன் தினம் வாழ்வதற்கு அறிகுறியாக எல்லா சராசரி, வேலைகளையும் கவனிக்கவேண்டும். காலை வேலைகளைச் சீக்கிரமாக முடித்துக்கொண்டு ஆஸ்பத்திரிக்குப் போகத் தயாராகவேண்டும். அங்கு டாக்டர்களைப் பார்த்து விசாரிக்க ஒரு நீண்ட ‘க்யூ இருக்கும். கவலையில் தோய்ந்து. மனம் பதைபதைக்க வெளிவரும் கேள்விகளுக்கு நறுக்கென்று. சுருக்கமாகப் பதிலளிப்பார்கள் டாக்டர்கள். அதற்குப் பிறகு, வழக்கம்போல மறுபடியும் இந்தப் பெரிய ஒற்றை ஜன்னலருகே நின்றவாறு. முட்டாள்மாதிரி ஒரேயடியாக வெறித்துப் பார்த்தபடி நிற்க வேண்டும். வேடிக்கைதான். வாழ்க்கையில் ரொம்பவும் சங்கடமான நிலைமைகள் நம்மை மூழ்கடித்து, திக்கு முக்காட வைத்தால், நாம் ஏனோ இப்படி விறைத்துப்போய்,

கல் போல் சமைந்து ஸ்தம்பித்து நிற்கிறோம்.

சந்திராவின் பக்கத்தில் இருந்த கட்டிலில், நோயாளி மீது குனிந்தபடி ஒரு டாக்டர் ஏதோ பரிசீலனை செய்தார். அவள் ஒரு இளம் பெண். அதுவும் சந்திராவைப் போல எதிர்பாராமல் நேர்ந்த ஒரு சிக்கல் என்று ராமு கேள்விப்பட்டான். இந்த இளம் பெண்ணுக்கு நல்லபடியாக ஒரு 'ஸிஸேரியன்' ஆபரேஷன் செய்து முடித்தார்களாம். அவளுக்கு ஆரோக்கியமான ஒரு குழந்தை பிறந்ததாம். பிறகு திடீர் என்று அவளுக்கு வலிப்பு வந்து, கை, கால்கள் ஃபிட்ஸினால் இழுத்துக் கொண்டு, கடைசியில் அவளைக் கட்டையாக மடக்கி, இப்படிப் பேச்சு மூச்சில்லாது, நினைவில்லாமல் கிடத்திவிட்டதாம். இப்போது அவள் ஒரு 'ரெஸ்பிரேட்டரின்' உதவியால்தான் மூச்சுவிடுகிறாள். 'டிக்-டாக்', டிக்-டாக் - என்று அவள் உடம்பு ஒரு கடிகாரம்போல இயங்குகிறது. அதாவது, மணி, நிமிடங்கள் மற்றும் விநாடிகளை இழந்த கடிகாரம், சமயம் அறியாமல் 'டிக்-டாக் என்று ஒரு பழக்கத்தில் இயந்திரம்போல அடித்துக் கொண்டு இயங்குவது போல, அவளுடைய 'ரெஸ்பிரேட்டர்' எங்கிருந்தோ எழும்பிய ஒரு பயங்கர கட்டளைக்குக் கீழ்ப்படிந்து 'டிக்-டாக்...என்று மூச்சு விட்டது. அந்தப் பெண்ணின் முகம் எத்தனை விசித்திரமாக இருந்தது. ஒவ்வொரு முறை 'ஐ.ஸீயூ-வார்டில் அவளைக் கடந்து சந்திராவின் கட்டிலை நெருங்கும்போதும், ராமச்சந்திரனுக்கு வயிற்றைக் கலக்கும். அந்தப் பெண்ணின் கண்கள் எப்போதும் அகல விரிந்தபடியே இருக்கும். கொஞ்சமும் கண் கொட்டாமல், ஆனால் எதையும் பார்க்காமல் வெறித்த அந்தப் பார்வை தன்மீதுபட்டால் தான் உடனே கல்லாக மாறிப்போய் விடுவோமோ என்று ராமு பயப்படுவான்.

இப்போது டாக்டர் அவள், கண் இமைகளை மூட முயன்றார். நர்ஸுகள் வெளியே ஓடுவதும், உள்ளே விரைவதுமாகப் பரபரத்தார்கள். அதோ! வழக்கம்போல் வந்துவிட்டதே அந்த வெள்ளைப் போர்வை. இந்த ஆஸ்பத்திரியில் வெள்ளைத் துணிக்குக் குறைச்சலே இல்லை. ஆ...! இதற்கு அர்த்தமென்ன? அந்த 'டிக்-டாக் நாடி நின்று போய் விட்டதா?

அந்த அகலமாக வெறித்துப் பார்க்கும் விழிகள்? இப்போது எங்கோ தொலைதூரத்திற்குப் போயிருக்கும். அவள் போய்விட்டாள்; குட் பை; இளம் தாயே; போய் வா. ஆனால் உன்னுடைய சின்னஞ்சிறு குழந்தைக்கு யார் தாயாக இருப்பார்? நீ இந்தச் சுத்தமான தூய வெள்ளைப் போர்வைக்குள் சொகுசாக ஒண்டிக்கொண்டு விட்டாயே? இதோ இருக்கிறாளே சிஸ்டர்; இந்த நர்ஸை நீ கண்ணை மூடிக்கொண்டு நம்பலாம். அவள் உன் உடம்பைச் சுற்றி ரொம்ப நேர்த்தியாக. ஒழுங்காக, வெள்ளைத் துணியை மடக்கி, இடுக்கிப் போர்த்தி விடுவாள். அவளைப் பார்! இந்த வேலை செய்வதில்தான் அவளுக்கு எத்தனை சிரத்தை, ஏதோ இதற்காகவே அவள் பிறவி எடுத்தாற் போலவும், இது அவள் வாழ்க்கையில் நிறைவுதரும், ரொம்பவும் சிரேஷ்டமான நற்பணி போலவும்!

ராமு தன்னையே உலுக்கி விட்டுக்கொண்டான். மெல்ல, ஓரக்கண்ணால். பக்கத்துக் கட்டிலில் படுத்திருக்கும் சந்திராவைத் திருட்டுத்தனமாகப் பார்த்தான். ஆடாமல் அசையாமல் கிடந்தாள் சந்திரா. என்ன ஆச்சு? ஏதாவது- ஐய்யோ! இன்னொரு வெள்ளைப் போர்வையை எடுத்துக் கொண்டு வருவார்களா? ராமு ஐஸீயூ - வார்டின் கதவருகே ஓடிப் போனான். அங்கு நின்ற டாக்டரை அணுகிக் கேட்டான்.

"இன்று அவள் எப்படி இருக்கிறாள், டாக்டர்? நீங்கள் அவளைப்பார்த்தீர்களா?"

"யாரை?"

"என் மனைவியை. அதோ, அந்தக் கட்டில்"

"ஓ- இல்லை. நான் இன்னும் அவரைப் பரிசோதனை செய்யவில்லை. எப்படி முடியும்? நீங்களே பார்க்கிறீர்களே, நாங்க எல்லோரும் இப்படி திசைக்கொருவராக விரைந்து ஓடுவதை? மூச்சு விட நேரமில்லை. பார்த்தீர்களா. இன்றைக்கு நேர்ந்த எங்கள் தோல்வியை? அதோ, அந்த இளம் பெண், பாவம் அவள் தனக்குப் பிறந்த குழந்தையின் முகத்தைக் கூடப் பார்க்கவில்லை. போய்விட்டாள். நீங்க என்னவென்றால்_"

கடுகடுப்பாகப் பேசிய டாக்டர், வேறு பக்கம் திரும்பினார். நர்ஸிடம் ஏதோ கடுமையாகக் கட்டளையிட்டார். அவள் ஓடிப்போய், ஒரு நீண்ட கனமான புத்தகத்தைக் கொண்டு வந்தாள். அதில் 'அட்மிஷன் அண்ட் டெத் ரெஜிஸ்டர் என்று எழுதப்பட்டிருந்தது.

"ஸிஸ்டர் அடுத்த முறை நீங்க குறித்துக் கொள்ளும்போது, சாவு எப்போது நேர்ந்தது என்ற டைம் கரெக்டாகக் குறிக்கவேண்டும். தெரியுமா?"

"சரி டாக்டர்".

"தவறின்றி டைம், அதாவது மணி, நிமிடம், விநாடி உள்பட எல்லாம் கரெக்டாக இருக்கணும், இனியும் இங்குப் பிழைகள் நடந்தால் நான் பொறுத்துக் கொள்ளமாட்டேன்."

"சரி சார்".

"என்ன. ஒரு டைம் கூடவா சரிவர பார்த்துக் குறிக்க முடியாது"?. என்று திட்டியபடி டாக்டர் ஐ.ஸீ.யூவைவிட்டு வெளியே போனார். ஸிஸ்டர் அந்த இரக்கமற்ற ரிஜிஸ்டரைப் பிரித்து வைத்துக்கொண்டு, தாள்களைத் திருப்பினாள்...

ராமுவிற்குக் கால்களிலும் தொடைகளிலும் வியர்த்துக் கொட்டியது. வியர்வை அவன் பேண்டிற்குள் ஒரு இரகசிய சிறு அருவிபோல கால்களின்மீது ஓடி வழிந்தது. உள்ளங்கைகள் வியர்வையால் நனைந்து பிசுபிசுத்தன. கடவுளே, சந்திரா - இந்தச் சடலத்தின் பக்கத்தில் படுத்திருப்பதினால், அதையே ஒரு சாக்கிட்டு அவனை இரையாக்காதே. அவளை அழைத்துக்கொண்டு போகாதே. கடவுளே நீயே ஒரு சாவா? அப்படியானால் போய்விடு! போ வெளியே! இங்கிருந்து வெளியேறு. அதோ, அங்கே பிரதான வாசல் தெரிகிறது பார். அதன் வழியே வெளியே போ, சாவே, போய் சற்று நேரம் காற்று வாங்கு. உல்லாசமாக நடந்து செல், ஐஸ்க்ரீமோ, அல்லது ஏதாவது பிடித்ததை வாங்கி சாப்பிடு. முதலில் நீ இந்திருந்து வெளியேறு, வெடவெடக்கும் உன் குளிர்ந்த விரல்களினால் என்னுடைய சந்திராவை மட்டும் தொடாதே! ஓ தயவுசெய்து அந்த வெள்ளைப் போர்வையை அவள் தலைமீது இழுத்துப் போர்த்தாதே. நான் உன்னைக் கெஞ்சிகேட்டுக் கொள்கிறேன். இது ஒரு ஆரோக்கியமற்ற, நோய் நலிவுற்ற இடம். முதலில் இங்கிருந்து அவளை நீக்கணும். நோயாளிகளைக் கொண்டுவந்து சேர்த்தபின் எல்லோரும் சும்மா கைகட்டிக்கொண்டு, ஒவ்வொருத்தராகச் சாவதைக் கவனித்தபடி நிற்கிறார்கள். செத்தால், உடனே பேசாமல் அந்த வெள்ளை சவப்போர்வையைப் போர்த்தி விடுவார்கள், அவ்வளவுதான்.

இப்போதும் என் கண்முன்னால் அதையேதான் செய்து கொண்டிருக்கிறார்கள். இதோ செத்தாளே... இந்த இளம் பெண் விஷயத்தில் மட்டுமல்ல, அதோ, அந்தக் கோடியில் இருக்கும் நோயாளியின் விஷயத்திலும் நர்ஸுகள் சுறுசுறுப்பாய் இயங்குகிறார்கள். அவனை அரை மணி முன்னால்தான் இங்குக் கூட்டி வந்தார்கள். ஒரு வேளை, கொண்டு வரும்போதே

அவன் இறந்துவிட்டானோ? யாரைக் கேட்பது? சொல்வதற்கு அவன் ஜன்னலருகே யாருமில்லை. இவன் முடிவுக்காக அழ ஒருத்தருமில்லை. இதுவரை அந்த சடலத்தின் உரிமையை ஏற்றுக் கொள்ள யாரும் வரவில்லை. இந்தப் பெயரில்லாத, அனாமதேய சாவிற்குக் கடைசி அஞ்சலி செய்வது போல ஐ.ஸீயூ-வில் மரியாதை காண்பித்தார்கள். அவர்கள் போர்த்திய தூய சவப்போர்வையின் கண்கூசும் வெண்மை, அதனுடைய சுத்தத்தைப் பிரகாசித்தது.

மேலும் மேலும், மனிதர்கள் மடிந்தார்கள். இப்போதுதான் உயிர் துறந்த சடலங்கள், தனிமையால் வாடும் பேய்கள், இந்த வார்டில் சுற்றிசுற்றி வந்து மிதக்கின்றன. மேலும், கூட்டுறவுக்காகத் துணைதேடி, மற்ற வியக்திகளையும் கவ்விக்கொண்டுப் போகலாம் என்று ஏக்கத்துடன், பசியுடன் உலவிவரும் பேய்கள். செத்தவர்கள் ஒரு பக்கம், சாவின் வாயிலில் ஊசலாடும் உயிர்கள் இன்னொரு பக்கம். இந்த வார்த்தைகளை எப்படித் திருப்பித் திருப்பி மழுப்பியபடி போடுவது என்ற ஒரே ஒரு வித்தியாசம், அவ்வளவே. நாளை இன்னும் சிலர் சாவார்கள். இத்துடன் போதும் போ என்று விடை பெற்றுக் கொண்டு போவார்கள். சந்திரா, நீ அப்படி சுயநலத்துடன் என்னை விட்டுட்டுச் சுலபமாக போய்விடமுடியாது, கேட்டாயா? என்னுடன் நீ ஒரு ஒப்பந்தம் செய்தாயே. நினைவிருக்கிறதா? எனக்கு வாக்களித்தாயே, என்னுடன் சேர்ந்து வாழ்வாய், குடித்தனம் செய்வாய், மழையிலும் சரி, புயலிலும் சரி, எனக்குத் தோள் கொடுப்பாய் என்ற வாக்குறுதியை மறந்து விட்டாயா? நம் திருமணத்தன்று நான் எப்படி உனது வலது பாதத்தைப் பிடித்துக் கொண்டு, அம்மிக்கல்மீது வைத்து, பிறகு உன்னை ஏழு அடிகள் எடுத்துவைக்க உதவினேனே. என் புது மணப் பெண்ணே, நினைவிருக்கிறதா? எனக்காக உயிரை கெட்டியாகப் பிடித்துக் கொண்டு இரு. நான் இப்போது வீட்டுக்குப் போகிறேன். நாளைக் காலையில் சீக்கிரமே வந்துடுவேன். அதுவரையிலும் சந்திரா, என்னை ஏமாற்றி விடாதே, ஏமாற்றி விடாதே..

ராமு அந்த நடைபாதையைக் கடந்து, ஆஸ்பத்திரி கட்டிடத்தின் வெளியே போனான். வெளியே நல்ல, நலந்தருகிற காற்று, அதை ஆர்வத்துடன் இழுத்துக் கொண்டு சுவாசித்தான். ஆஹா, என்ன பசுமையான, மாசற்ற உயிர் காற்று!

அடுத்த நாள் காலை ராமச்சந்திரன் ஆஸ்பத்திரிக்குச் சீக்கிரமே வந்தான். இன்றாவது எனது கணுக்கால்கள் அரித்துத் தொலைக்கக் கூடாதே என்று நினைத்தபடி நடந்தான். இதற்காகவே முன்கூட்டி அவன் கவனமாகக் கணுக்கால்களிலும், குதிகால்களிலும் 'க்ரீம்' தடவிவிட்டுக் கொண்டிருந்தான். "க்ரீம்' தடவினால், தூசி இருந்தாலும் அது அப்படியே சருமத்தைவிட்டு வழுக்கிக் கொண்டு போகலாம் என்ற சின்ன நம்பிக்கையில்.

"ஆ... ஹலோ மிஸ்டர். ராமச்சந்திரன்," என்றார் டாக்டர். அவன் தோளைத் தட்டியபடி "நீங்க அதிர்ஷ்டசாலிதான். உங்க மனைவி நேற்று இரவு கண்ணைத் திறந்து விட்டார்."

"என்னது!'

"அதான் இப்ப சொன்னேனே".

"கடவுளே, இதை என்னால் நம்ப முடியலையே. ஆ... கடவுளே!" என்று ராமு மண்டியிட்டான். அவன் ஜன்னல் வழியே சந்திராவின் பக்கம் இன்னும் பார்க்ககூட இல்லை.

"சரிதான், எழுந்திருங்கள்". என்றார் டாக்டர். "நீங்கள் உள்ளே போவதற்கு நான் அனுமதிக்கிறேன். ஆனால் மெதுவாக, சத்தம் போடாமல் இருக்கணும். கொஞ்ச நேரம்தான் இருக்கலாம். இது 'விஸிடிங்க்'

டைமில்லை", என்றார்.

"சரி டாக்டர், நான் சத்தம் போடமாட்டேன். நன்றி. ஓ... மிக்க நன்றி. நீங்கள் செய்த சாதனைகளுக்கு. நீங்கள் செய்த எல்லாத்துக்கும் ரொம்ப நன்றி டாக்டர். நீங்கள்..._"

ராமு மெல்ல 'ஐ. ஸீ. யூ-வார்டுக்குள் அடிமேல் அடி வைத்து நுழைந்தான். சந்திரா தூங்கிக் கொண்டிருந்தாள். ஆமாம், இப்போது அவன் தயக்கமில்லாமல் இந்தக் கள்ளங்கபடற்ற வார்த்தையை- 'தூக்கம்' என்ற சொல்லை உபயோகிக்கலாம். தூங்குகிறாள் சந்திரா. "உஷ்!" என்று சமிக்ஞை செய்தாள் நர்ஸ். அவள் உதடுகளில் புன்னகை கோடிட்டது. ராமு தலையை ஆட்டி. பதிலுக்குப் புன்னகைத்தான். பிறகு சந்திராவைப் பார்த்தான். கடவுளே, உனக்கு எப்படி நன்றி செலுத்துவது என்று முணுமுணுத்தான். நின்றபடி முணுமுணுத்த அவன் உதடுகள் ஒவ்வொரு வெள்ளைப் போர்வையாக உரித்தெடுத்தன. உரித்து உரித்து, களைந்தெறிந்தன. சவப்போர்வைகள் ஒன்றன்மீது ஒன்று வெண்மலைபோலக் குவிந்துக் கிடந்தன. அந்தக் குவியலின்கீழே உருவங்கள் தெளிவாகக் கோடிட்டபடித் தெரிந்தன. ஆனால் அவை கண், காது, மூக்கு, வாய், முகம் போன்ற உறுப்புகள் இல்லாத உருவங்கள். முணுமுணுக்கும் அவன் உதடுகளிலிருந்து சுருள்சுருளாக வெளிவரும் துணிகளின் கண்கூசும் வெண்மை. கொடூரமான பிரகாசம் கொண்ட வெண்மை. வெள்ளை வெளேரென்ற துணிக் குவியலின் நடுவே ஒரு பிச்சை கேட்கும் பிட்சுவின் நிர்வாணமான, பாதுகாப்பாற்ற முகம். ஒன்றையும் பொருட்படுத்தாது, கருத்தைச் செலுத்திப் பிரார்த்தனை செய்து வேண்டிக்கொள்ளும் முகம்.

மேலே சவப்போர்வைகள் மேகம்போல மிதந்தன. எட்டாத் தொலைவில் தங்கள் விதிகளைச் சுமந்த மேகங்கள். அவை ராமுவின் காதுகளில் இரகசிய சங்கதிகளைக் கிசுகிசுத்தன. நட்டநடுவில், தலை குனிந்தவாறு உட்கார்த்திருந்த ராமுவின் களிப்படைந்த ஜயகோஷம், ஒரு முறை தலைகாட்டியபின், ரொம்பவும் வெட்கமுற்று அடங்கியது.

46

புஷ்பித்தல்

க்ருஷாங்கினி

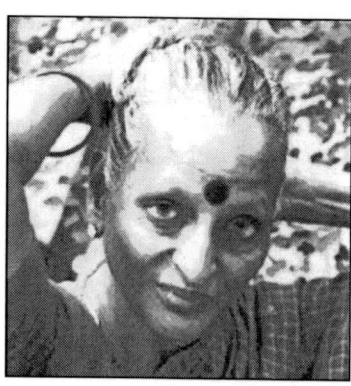

க்ருஷாங்கினி
(20/11/1948)

பிருந்தா நாகராஜன் என்ற இயற்பெயர் கொண்ட இவர், எழுத்தாளர் பூரணி அம்மாளின் மகளாவார்; கவிஞர், எழுத்தாளர், மொழிபெயர்ப்பாளர், கலைஞர், ஆய்வாளர் என்ற பரிமாணங்களைக் கொண்ட இவர், ஓவியம், இசை, நடனம் ஆகியவற்றிலும் ஈடுபாடு கொண்டவர். இவரது முதல் சிறுகதை, 'புஷ்பித்தல்', 1982இல், கணையாழி இதழில் வெளிவந்தது. தொடர்ந்து தீபம், ஞானரதம், ராகம், சுப மங்களா, நவீன விருட்சம், புதிய பார்வை, சுந்தர சுகன், கனவு, அரும்பு போன்ற சிற்றிதழ்களிலும், இந்தியா டுடே, கல்கி, ஆனந்த விகடன், குமுதம், தினமணி கதிர் போன்ற இதழ்களிலும் கவிதைகள் மற்றும் சிறுகதைகள் எழுதியுள்ளார். சதுரம் பதிப்பகம் என்ற பதிப்பகத்தைத் தொடங்கி நூல்களையும் வெளியிட்டு வருகிறார். அகில உலகப்பெண் ஓவியர்களின் கண்காட்சியில், தமிழ் மற்றும் ஆங்கில பெண் கவிஞர்களின் மத்தியில் கவிதை வாசித்துள்ளார். மலையாளம், இந்தி, ஆங்கில மொழிகளில் இவரது கதைகள் மொழிபெயர்க்கப்பட்டுள்ளன.

சாப்பிட்டுக் கொண்டிருந்த போது பெண் கேட்ட கேள்வி அவளை அதிர்வடையச் செய்வதாக இருந்தது.

"எங்க ஸ்கூல்லே ஒரு பொண்ணுக்கு மஞ்சத்தண்ணி; திடீர்னு மஞ்சத்தண்ணி எப்படி வரும்? அப்படின்னா என்னம்மா"

பதில் என்ன சொல்வது? தனக்குத் தெரிய வந்ததோ இந்த மாதிரி சந்தேகத்திற்கான தெளிவு? யோசிக்கையில் நிச்சயம் இல்லை என்றே தீர்மானித்தாள்.

அது உடல்லே ஏற்படற ஒரு மாறுதல். அது உண்டானாக்க, ஒரு பெண், குழந்தை பெத்துக்கத் தயார்... அது வந்து உள் இருக்கிற பையிலே வேண்டாம் இவ்வளவு புரியாது.

"அது ஒரு இயற்கையான மாறுதல், அதை அடஞ்சாத்தான் ஒரு பொண் பாதி முழுமை அடஞ்சமாதிரி, அவ்வளவுதான். அது எப்படீன்னா..." ஓரளவு தெளிய வைத்தாள்.

அவள் தனக்கு முதலில் ஏற்பட்ட அனுபவத்தை நினைத்துப் பார்த்தாள். சில அனுபவங்கள் மறதி இட்டு நிரப்பிவிட முடியாத பள்ளங்களை உடையவை. அப்படிப்பட்ட இரண்டு மூன்று பெரிய பள்ளங்களில் இதுவும் ஒன்று.

கோலப்பாவாடை பாவாடையின் ஒரு பெயர். மங்கலாக அழுக்கு அதிகம் ஒட்டியே இருப்பதுபோல் தோற்றமளித்துக்

கொண்டிருக்கும் சுத்தமான பாவாடை. உடல் பொருள் ஆனந்தி இன்னொரு பாவாடையின் பெயர். மஞ்சளும், சிவப்பும் அடிக்க வரும் தோற்றம் கொண்டது. இரண்டும் அவள் விரும்பி அடிக்கடி அணிவது.

மாலையும் இரவும் கோத்து வைத்த நேரம். வலி! வயிற்றில் எங்கோ! நாக்கு இனிப்பு, கசப்பு ஆகியவற்றிற்குத் தனித்தனி இடத்தைவாடகைவாங்கி அமர்த்தியுள்ளது போல வயிற்றிலும் ஏகப்பட்ட குடியிருப்பு. ஆனால் இந்த வலி புதிய குடி. அறிமுகம் இல்லாத வலி. வயிற்றுவலி என்பதுடன் ஒத்துப்போகாதஆனால்வயிற்றுனுள்ளேயே ஏற்பட்டுக் கொண்டு இருந்த அந்த வலி அவளை அறியாமல் சிணுங்கி அம்மாவிடம் முறையிடச் சொல்லியது.

மனதின் மூலையில் எங்கோவொரு மாறுதல் ஏற்பட்டு வேதனை சூழ்ந்து அமுக்கவாரம்பித்தது; பயமும் அதனுடன் ஒட்டிக் கொண்டது.

என்ன? என்ன?

கலக்கம் அதிகரித்துக் கொண்டே போய் பாவாடையின் ஈரம் அறிமுகமாகியது. 'தண்ணீலே ஒக்காந்துட்டேனோ? திருப்பிப் பார்த்தபோது மணியின் ஒலிக்குப் பின்பு ஏற்பட்ட நாதம் போல பயம் உள்ளே உள்ளே 'ம்..ம்...ம்...' என்று இழுத்துக் கொண்டே சென்றது.

முடிந்தது. இன்னும் சிறிது நேரம்தான்!

தன் உடலில் இருக்கும் இரத்தம் எல்லாமே முழுவதுமாக வடிந்துவிடப் போகிறது, தொட்டித் தண்ணீரைப் பிடுங்கி விட்டது போல.

"ரத்தமேயில்லாம வெள்ளையா பாச்சை மாதிரி இருக்கப்போறேன் இனிமே!"

எதையாவது வைத்துத் தடுத்து நிறுத்த வேண்டியது மிகவும் அவசரம், அவசியம், நிர்பந்தம்.

எப்படி?

தெரியவில்லை!

இந்த நிலையிலும் ஓர் அதிசயம்! வலியில்லாமல் ரணமில்லாமல் வேதனையில்லாமல் ரத்தமா!

எப்படி சாத்தியம்?

வயிற்றின் உள்ளே புண் வந்திருந்ததோ?

அதுதான் உடைந்துவிட்டதோ?

அன்று வகுப்பில் அகிலா திடீரென்று வீடு செல்ல அனுமதிக்கப்பட வேண்டும் என்று மற்றவர்களால் கேட்டுக் கொள்ளப்பட்டு, சக மாணவ மாணவிகளின் ஒரு சேர்ந்த பார்வையுடன் வகுப்பைவிட்டு வெளியேறும்போது, கால்களில் வழிந்து கொண்டிருந்த சிவந்த ரத்தம்; இவளுக்குப் புரியாத மற்ற பெண்களின் அசிங்கம், வெட்கம் நிறைந்த முகங்கள்; ஆச்சரியமும் கேலியும் வெளிக்காட்டும் பையன்களின் முகங்கள்; மெல்லிய அதிர்வு ஆசிரியரின் முகத்தில்; எப்படி மாற்றுவது அந்த சூழ்நிலையை என்று யாருக்குமே தோன்றாத வரண்டு இறுகிவிட்ட நிலை.

என்ன ஆச்சு அகிலாவுக்கு? ஏண்டி, சொல்லுடி!"

"ஒண்ணுமில்லே. அவ கால்லே ஒரு புண். அது உடஞ்சு போச்சு" அதற்குச் சற்றும் பொருத்தம் இல்லாமல் இருந்ததே அவள் முகம்.வலியில்லை.வேதனையில்லை. நடையில் தளர்வு இல்லை.

அதேபோல தனக்குமா?

யாராவது பார்த்து விடுங்கள்!

அவளுள் ஒரு கள்ளம் புகுந்துகொண்டு தானே யாருக்கும் காட்ட முடியாத நிலையில் குப்புறப்படுத்துக்கொண்டு யாராவது பார்த்துச் சொல்ல வேண்டும் என்று கிடந்தாள்.

அம்மாதான் முதலில்,

“என்னடி, பாவாடையெல்லாம்?”

“தெரியல்லையேம்மா.” கூடவே பரிதாபமான அழுகையும் முட்டி வந்தது.

“சரி ஒண்ணுமில்லை, நான் மொதல்லே பாக்கக்கூடாது, அக்கா ரேழிலேதான் இருக்கா. நல்லவேளையா அவளோட போய் உக்காந்துக்கோ போ”

கீழே தரையோடு படர்ந்து கிடக்கும் அவளை வழித்தெடுத்து நிறுத்த முடியுமா? அம்மாவையும் சம்பந்தப்படுத்திய ரத்தம் திடீரென அவள் நினைவில் உதித்தது.

“அம்மா! உனக்கு உடம்பு சரியாவா இல்லே?”

“ஆமா! இங்க வரப்படாது நீ உள்ளே போ.”

“அம்மா, நீ இன்னம் அழகா இருக்கியேம்மா இப்போ, அப்புறம் உடம்பு சரி இல்லேன்னு பொய்தானே சொல்றே? அழகா இருக்கேம்மா நீ”

அம்மா பொய்தான் சொல்கிறாள். அவளுக்குத் (தனக்கு) தலைவலி வந்தால் தட்டாமாலை சுற்றி உட்கார்ந்தவளின் பாவாடையாய் சுற்றிலும் விரிந்து பூத்து விடுகிறது; நிலத்தில் சிந்திய மண்ணெண்ணையாய்ப் பரவிவிடுகிறது. வாசனை அடிக்கிறது. முகம் வாடுகிறது. எல்லோருக்கும் உடம்பே தலைவலியாய்த் தோற்றம் தருகிறது.

ஆனால் அம்மாவிடம் கால்களில் தலையணைகள் கொடுத்துத் தூக்கப்பட்டது தவிர வேறு ஒன்றுமே இல்லையே!

“அக்கா, கொஞ்சம் வரேளா?”

“என்னடீ!

தூக்கப்பட்ட கால்களின் கீழே மேகமும் வானமும்போலக் கட்டியும் நீருமாக மிதந்து மிதந்து வருகிற ரத்தக் கும்பல்.

“அம்மா!’

“இவ எப்போ இங்க வந்தா? போடி வெளிலே!” பெரியம்மா அதட்டுகிறாள்.

“என்னையா?” என்று கேட்ட பின்பும் தன்னைத்தான் என்று உணர்ந்த பின்பும் உறைந்து கிடக்கிறாள். கண்களை ரத்தம் கட்டிவிட்டிருக்கிறது.

“முழுப்பிள்ளை பெத்துக்கலாமடியம்மா. இந்தக் குறைப்பிள்ளை படுத்தினபாட்டுக்கு! நீ பொழச்சதே புனர்ஜன்மந்தா(ன்)’ - பெரியம்மா...

உள்ளே இருக்கும் முட்டை தெரியப்படுத்துக்கிடக்கும் பல்லிபோல, மென்மையாய் வெளுப்பாய் கொசுவம் வைத்துக் கட்டிய புடவையுடன் கால்கள் வெளித்தெரிய, நுனி மட்டும் தன் நீண்ட கேசத்தைப் பின்னி நுனியில் உல்லன் வைத்திருக்கும் பல்லி போன்ற வால் உள்ள அம்மா - அன்று முதல் மறைந்து போனாள். அவளுக்கு வெகு நாட்கள் வரை அம்மா ரத்தம் வழிய வழியவே காணக் கிடைத்தாள்.

தற்காலிக தடுப்பு முறை அறிமுகப்படுத்தப்பட்டு ரேழிக்குப் புதிதாகப் போனால் அவள்.

இந்துமதி •

இந்துமதி
(19/02/1949)

சரஸ்வதி என்ற இயற்பெயர் கொண்ட இவர், தன் தங்கையின் பெயரான இந்துமதி என்பதைத் தன் புனைப்பெயராகக் கொண்டு எழுதி வருகிறார். தம் பதினாறாம் வயதில் ஆனந்த விகடன் இதழில்,' பந்தம்' என்ற சிறுகதை எழுதியதன் மூலம் இலக்கிய உலகிற்கு அறிமுகமானார்; 'தரையில் இறங்கும் விமானங்கள்' என்ற நாவலின் மூலம், எழுத்துலகின் உச்சிக்குச் சென்றார்; நூற்றுக்கு மேற்பட்ட நாவல்கள், சிறுகதைகள், நெடுங்கதைகளை எழுதியுள்ளார்; 'அஸ்வினி' என்ற இதழின் ஆசிரியராக இருந்துள்ளார்; குடும்ப, சமூக நாவல்களைத் தவிர, துப்பறியும் நாவல்களையும், பக்தித் தொடர்களையும் எழுதியுள்ளார்; திரைப்படங்களுக்கு வசனங்கள் எழுதியும், திரைப்படம் தயாரித்தும் உள்ளார்.

47

முகங்கள்

இந்துமதி

அவளுக்குக் கால்கள்தான் முகம். பாதங்கள்தான் முகம். அவள் யாருடைய முகத்தையும் பார்ப்பதில்லை. கால்களைத்தான் பார்க்கிறாள். பாதங்களைப் பார்க்கிறாள். பாதங்கள்தான் அவளுக்குப் பழக்கமே தவிர முகங்கள் இல்லை. பாதங்களைப் பார்த்தே, வந்திருக்கிற முகங்களைத் தெரிந்துகொள்ள அவளால் முடியும். பாதங்களிலேயே முகங்கள் அறிமுகமாவது அவளுக்கு மட்டும்தான் சாத்தியம். ஷூ போட்டு மூடின கால்களில்கூட அவளுக்கு மனிதர்களை இனம் பிரிக்கத் தெரியும். இப்படிப் பார்த்துப் பார்த்தே நிறையப் பாதங்கள் அவளுக்கு அறிமுகமாகியிருந்தன. கறுப்பாய், பலகை மாதிரி அகன்றதாய், அசாதாரண நீளமாய், கட்டை விரலில் ரோமம் முளைத்ததாய், சுண்டுவிரலின் பக்கத்தில் ஆறாவது விரலாய், குட்டையாய், நீளமான வெண்டை விரலாய், கொடுவாள் நகங்களாய், பித்த வெடிப்பு விரிசல்களாய், வெள்ளை வெளேரென்று முயலின் முதுகாய், மெத்தென்று தொட்டுப் பார்க்கத் தோன்றுவதாய், அழகாய், வடிவாய், கத்தரித்து விடப்பட்ட நக நுனிகளில் 'க்யூட்டெக்ஸ்' பூ பூத்ததாய், ரத்தச் சிவப்பில், இளஞ்சிவப்பில், வெளிர் தந்தத்தில், காப்பிக் கலரில்...

இப்படி எத்தனைப் பாதங்கள்....! மனித முகங்களைவிட இந்த மாதிரி பாதங்களைப் பார்ப்பது அவளுக்கு வசதியானது.

மனசுக்குப் பிடித்தமானது. பாதங்களில் முகங்களில் தெரிகிற பாவனைகள் இல்லை. அவளுக்குத் தோன்றுகிற பாவனைகள் மட்டுமே உண்டு. அவளுக்குப் பிடித்தமான பாவனைகள். அவள் எதிர்பார்க்கிற பாவனைகள். அவளைக் கஷ்டப்படுத்தாத பாவனைகள். சிரிக்கிற பாவனை. சந்தோஷமான பாவனை. உற்சாகமாகப் பார்க்கிற பாவனை. கோபப்படுகிற பாவனை கூட உண்டு. ஆனால், இரக்கப்படுகிற பாவனை மட்டும் இல்லை. பாவமாகப் பார்க்கிற பார்வை இல்லை. முகச்சுளிப்பில் ஒதுங்குகிற ஒதுக்கம் இல்லை. தவறிப் போய்க்கூட எந்தப் பாதத்திலும் அவள் அந்தப் பாவனைகளைப் பார்த்து விடமாட்டாள். அதெல்லாம் மனித முகங்களில் மட்டுமே தெரிகிற பாவனைகள். அவள் பார்த்துப் பார்த்துச் சலித்துப் போன, வெறுத்துப் போன விஷயங்கள். நல்ல வேளையாய் இந்தப் பாத முகங்களுக்கு அவளுடைய மனத்தின் பிம்பம்மட்டும் உண்டே தவிர, சுயமாய் எந்தப் பிம்பமும் இல்லை.

அதனாலேயே அவள் பாதங்களைப் பார்க்க ஆரம்பித்தாள். தன் கால்களைப் பார்த்த முகங்களைத் தவிர்க்க, அவர்களுடைய கால்களைப் பார்க்க ஆரம்பித்தாள். வீட்டில் காலிங்பெல் அழுத்தப்படுகிறபோது கதவைத் திறந்து, ‘எஸ்’ என்று முகத்தைப் பார்க்காமல் தரையை - பாதத்தை... கல்லூரி காம்பௌண்டிலிருந்து உள்ளே போகிறவரை எதிரில் வருபவர்களின் கால்களை... லெக்சரர்களின் புடவைகளின் ஓரத்தை... அவளுக்கு அனேகமாய் நிமிர்ந்து பார்க்கிற வழக்கமே மறந்து போயிருந்தது. எப்போதாவது கண்ணாடி எதிரில், அப்பாவிற்கு முன்னால் நிமிர்ந்து முகத்தைப் பார்த்து, நேருக்கு நேர் பேசி... அதெல்லாம் கூட எப்போதாவதுதான். அப்பாவிடம்கூட அவள் கால்களைத்தான் பார்த்துக் கொண்டிருந்தாள்.

“என்னம்மா, நான் பாட்டுக்குப் பேசிண்டிருக்கேன். நீ தரையைப் பார்த்துண்டிருக்கே.?”

சட்டென்று கலைந்து நிமிர்ந்து அப்பாவைப் பார்ப்பாள்.

“ஒண்ணுமில்லேப்பா... ஏதோ யோசனை. இப்போ சொல்லுங்கோ...”

இப்படித்தான் அப்பாவின் முகத்தைப் பார்க்கிற வழக்கம் ஏற்பட்டதே தவிர, மற்றபடி பார்வை பாதங்களில் தான் உலவும். இப்படிப் பார்த்துப் பார்த்து அதுவே அவளுக்குச் சகஜமாகவும் ஆகிவிட்டது. உற்சாகமாகக்கூட இருந்தது. சில சமயங்களில் ஒரு பந்தயமாகவும் தோன்றியது.

‘சரி, இப்போ வர்ற காலைப் பார்த்து மனுஷா யாருன்னு கண்டுபிடிக்கணும்...’

அப்படித் தனக்குள் விளையாட்டாக ஆரம்பித்து, கொலுசுக்கால் எதிரில் வந்தால் இது முனியம்மா. மருதாணிக் காலாக இருந்தால் கல்யாணி. மெத்து மெத்தென்று முயல் குட்டியாக ஓடினால் “ஹலோ! மிஸஸ் ஸிட்னிஸ்...” கரிக்கறுப்பில் அழுக்கோடு சேர்ந்து ஐக்கியமாகியிருந்தால் ஏழுமலை. பாய்ன்டட் ஷூஸ் ரவிசங்கர். ஹவாய் செருப்பானால் கண்ணன். வெள்ளை கான்வாஸ் நாயக். முகலாய மன்னர்களின் செருப்பில் அப்பா...

இந்த இனம் பிரித்தலில் தேர்ந்த பிறகுதான் அவளுக்கு அது தோன்றியது. அப்பாவிடம் கேட்டாள். அவருடைய புருவங்கள் லேசாகச் சுருங்குவதைப் பார்த்துக் கொண்டே நின்றாள்.

“செருப்புக்கடை வைப்பதா... என்னம்மா இது..?”

“ஆமாம்ப்பா! அது மட்டுமில்லேப்பா... அதை நானே கவனிச்சுக்கப் போறேன்!”

“நீயே கவனிச்சுக்கப் போறியா..? ஏம்மா, ஏதாவது தமாஷ் பண்றியா?”

"இல்லேப்பா! ஸீரியஸா சொல்றேன்"

"ஸீரியஸாவா... எம்.ஏ. படிச்சுட்டுச் செருப்புக்கடை வச்சுண்டு உக்காரணும்னு ஏம்மா தோணித்து..?"

'காரணமாத்தான்பா... செருப்பு வாங்க நிறைய கால்களா வரும். ஒவ்வொரு காலையும் பார்த்துண்டிருக்கலாம்..."

அதைக் கேட்டதும் அப்பா என்ன நினைத்தாரோ, ஒரு நிமிஷம் பதிலே இல்லை.

மறுநாளே செருப்புக்கடை வைக்க இடம் பார்த்தார். மவுண்ட்ரோடின் கோடியில் நல்ல இடமாகப் பிடித்தார். அதை அழகான கடையாக மாற்றினார். நிறைய செருப்புகளுக்கு ஆர்டர் கொடுத்தார். விற்பனைக்கு நாலைந்து பெண்களை நியமித்தார். அறையின் கோடியில் அவளுக்கென்று தனியாகப் பிரித்துக் கண்ணாடி அறையாக அமைத்து அதை ஏர்கண்டிஷன் பண்ணப் போவதாய்ச் சொன்னார். அதை மட்டும் அவள் வேண்டாமென்று தடுத்து விட்டாள்.

"நான் இங்கேயே ஒரு மேஜை போட்டுண்டு உக்காந்துக்கறேம்பா... அப்பதான் வர்றவங்களைப் பார்க்க சௌகர்யமாக இருக்கும்".

"சரிம்மா..."

"அப்புறம் இன்னொரு விஷயம்பா... நம்ம கடையில செருப்பெல்லாம் விலை குறைச்சலா இருக்கணும். பத்தொம்பது ரூபா தொண்ணூத்தி ஐந்து பைசா, இருபத்தேழு ரூபா தொண்ணூறு பைசான்னு புத்திசாலித்தனமா விலை வைக்கக்கூடாது. எட்டு - பத்து - பன்னிரண்டுன்னு முழுசான விலையா இருக்கணும். எத்தனை ஒசத்தியான செருப்பானாலும் பதினைஞ்சு ரூபாயைத் தாண்டக் கூடாது..."

'இது என்னம்மா..? அப்படியானா நமக்கு எப்படிக் கட்டுப்படியாகும்..?"

"கட்டுப்படியாகவா நாம் கடை போடறோம்..! ஏம்பா, இதுலயா நாம் லாபம் சம்பாதிக்கப் போறோம்? அப்படி சம்பாதிச்சுதான் என்ன பண்றது..? என் ஒருத்திக்கு மட்டும் எவ்வளவு சேர்த்து வைக்கிறது. எனக்குப் பொழுதுபோக்கா ஹாபியா இருக்கணும்னு தானேப்பா கடை போடறோம்..!"

"சரிம்மா...அதுக்காக விலையைக் குறைச்சு வச்சதினால என்ன வந்துடப் போறது..?"

"நிறைய பேர் செருப்பு வாங்க வருவாப்பா... கடை முழுசும் கால் காலாக நிறைஞ்சு போகும்!"

கடை நடந்தது. அவள் தினமும் எட்டு மணிக்கெல்லாம் அப்பாவின் உதவியாளருடன் வந்து கடையைத் திறப்பாள். பின் அவரையும் காரையும் அனுப்பிவிட்டுத் தானே நிர்வாகம் பண்ணுவாள். நிர்வாகம் என்பது ஒன்றுமில்லை. கால் காலாக உள்ளே நுழைவதைக் கவனிப்பது; காசை வாங்கி டிராயரில் போடுவது. சாயந்திரம் அவளை அழைத்துப் போக மறுபடியும் மானேஜர் வருவார். அவள் ஏறுவதற்கு வசதியாகக் காரை நிறுத்துவார். கணக்கைச் சரிபார்ப்பார். பணத்தை எடுத்துக்கொண்டு கடையைப் பூட்டிவிட்டு அவளுடனே கிளம்புவார்.

வழி முழுவதும் அவள் மானேஜரிடம் சந்தோஷமாகப் பேசுவாள்.

"மாமா! இன்னிக்குக் கடையில ரொம்பக் கூட்டம். ஜூன் மாசம் வந்துடுத்தோன்னோ... அதனால் ஸ்கூல் பசங்க கூட்டம்தான்! மண்ணுல விளையாடிட்டு அப்படியே ஓடி வந்திருக்கிறதுகள்.. காலெல்லாம் என்ன மண்ணுங்கறேள்? கடை முழுசும் மண்ணாயிடுத்து.."

இது ஒருநாள்.

"இன்னிக்குப் புதுசா கல்யாணமான

ஒரு கிராமத்துப் பொண்ணு கால்ல பட்டை பட்டையாக் கொலுசு. மிட்டாய் கலர்ல புடவையோட சரிகை ஓரம் தெரிஞ்சுது. பாதத்துல எவ்வளவு மஞ்சள் பூசிண்டிருந்ததுங்கறே..!"

இப்படி மறுநாள்.

அன்று அப்படித்தான்... மடித்துக் கட்டின லுங்கியோடு இரண்டு பேர்கள் கடைக்குள் நுழைந்தார்கள். கரணை கரணையாய்க் கறுப்புக் கால்கள். அதில் சுருள் சுருளாய் நிறைய முடி. செருப்பின் அடையாளம் காணாத அழுக்கேறிய பாதங்கள். அவள் ஒரு நிமிஷம்தான் பார்த்தாள். பின் முகத்தைத் திருப்பிக்கொண்டு விட்டாள். அவளுக்கு வேஷ்டியை மடித்துக் கட்டினால் பிடிக்காது. முழங்கால் தெரிய அப்படிக் கட்டுகிற கால்களை அவள் பார்ப்பதில்லை. அவள் மனசுக்குள் ரொம்பவும் அருவருப்பாகத் தோன்றும். அப்போதும் அப்படித் தோன்றவே முகத்தைத் திருப்பிக் கொண்டாள். பார்வை எங்கோ பதிய அவர்கள் குரலை மட்டும் கேட்டுக் கொண்டிருந்தாள்.

அவர்கள் ரொம்ப நேரம் கடையில் இருந்தார்கள்.இல்லாதசெருப்பையெல்லாம் கேட்டார்கள். காட்டினது பிடிக்கவில்லை என்றார்கள். விலை அதிகம் என்று முணுமுணுத்தார்கள். சிகரெட் பிடித்துத் தரையிலேயே போட்டு அணைத்தார்கள். அவள் கடைக்குள் சிகரெட் பிடிக்கக் கூடாது என்பதை நிறைய தரம் சொல்லியும் அவர்கள் இன்னொன்றைப் பற்ற வைத்த போது...

அவள் சட்டென்று இடத்தை விட்டு எழுந்தாள். மூலையில் சாத்தியிருந்த கட்டைகளைக் கைகளுக்கடியில் தாங்கலாக வைத்துக் கொண்டாள். மேஜையைவிட்டு கட்டைகளை ஊன்றி வெளியில் வந்தபோது..

அவர்கள் பார்வை அவள் கால்களில் பதிந்தது. புடவைக்கு வெளியில் தெரிந்த நுனிக்கால்கள் விரல் பருமனில் சிறுத்துப் போய் பாதங்கள் வளைந்து...

சட்டென்று சிகரெட்டை அணைத்துவிட்டு எழுந்தார்கள். "மன்னிச்சிடுங்கம்மா... தெரியாமல் பிடிச்சுட்டோம்" என்று அவள் முகத்தைப் பார்த்தார்கள், இரக்கமாய்... பாவமாய்... பரிதாபமாய்...

முகங்கள். அவள் வெறுக்கிற முகங்கள். அவளுக்குப் பிடிக்காத அந்த பாவனைகள்.

அவள் "பரவாயில்லை" என்று அவர்கள் முகங்களைத் தவிர்த்து, மீண்டும் கால்களைப் பாதங்களைப் பார்த்தாள். அந்தக் கறுப்புப் பாதங்களும், கரணை கரணையாய் கால்களும்... அங்கே அவளுடைய பாவனை தெரிந்தது. சிரிப்பாய், சந்தோஷமாய், உற்சாகமாய்..

அவளுக்குக் கால்கள்தான் முகம். பாதங்கள்தான் முகம்...

48

முகமூடி

எம் ஏ சுசீலா

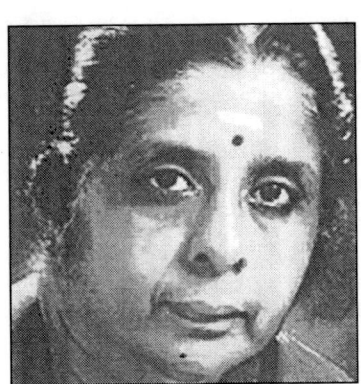

எம் ஏ சுசிலா
(27/02/1949)

தமிழ்ப் பேராசிரியரான எம் ஏ சுசிலா எழுத்தாளர், மொழிபெயர்ப்பாளர், ஆய்வாளர், சொற்பொழிவாளர், பெண்ணியலாளர், வலைப்பதிவர் எனப் பன்முகப் பரிமாணங்களைக் கொண்டவர். 1979இல், ‘ஓர் உயிர் விலை போகிறது’ என்ற இவரின் முதல் சிறுகதை, கல்கி இதழ் நடத்திய அமரர் கல்கி சிறுகதைப் போட்டியில் முதல் பரிசினைப் பெற்றது. நூற்றுக்கும் மேற்பட்ட சிறுகதைகள், மூன்று நாவல்கள், பல கட்டுரை நூல்கள் எழுதியுள்ளார். இவரது சிறுகதைகள் மலையாளம், கன்னடம், வங்காளம், இந்தி, ஆங்கிலம், பிரெஞ்சு மொழிகளில் மொழிபெயர்க்கப்பட்டுள்ளன. இவர் ரஷ்ய எழுத்தாளர் ஃபியொதர் தஸ்தயெவஸ்கியின் நாவல்களை மற்றும் சிறுகதைகளை மொழிபெயர்த்துள்ளார். இதன் மூலம், மொழிபெயர்ப்பு உலகில் தனக்கென ஓர் இடத்தைத் தக்க வைத்துக்கொண்டுள்ளார். மகா ஸ்வேதா தேவி, ஆஷா பூர்ணா தேவி இவர்களின் சிறுகதைகளையும் மொழிபெயர்த்துள்ளார். கனடா தமிழ் இலக்கியத் தோட்ட விருது, நல்லி திசைஎட்டும் விருது உட்பட பல விருதுகளைப் பெற்றுள்ளார்.

சரிவான ஆஸ்பெஸ்டாஸ் கூரை வேய்ந்திருந்த ஷெட் போன்ற ஒரு சின்னக் கட்டிடம். அதன் நுழைவுப்பகுதி, தகரக் கதவொன்றால் மூடப்பட்டிருக்க, தடுப்புக் கம்பிகள் இல்லாமல், ஒரு பெரிய பொந்தளவுக்கு மட்டுமே திறந்திருந்த ஜன்னலுக்குள் முடிந்தவரை தலையை நுழைத்துவிட எழுபது வயதை நெருங்கிக்கொண்டிருந்த ஒரு மனிதரும், கிட்டத்தட்ட அவரது மகன் வயது மதிப்பிடக்கூடிய நடுத்தர வயதுக்காரர் ஒருவரும் இரண்டு பக்கங்களிலிருந்தும் போராடிக் கொண்டிருந்தார்கள்.

அடர்ந்த வெண்பனி, திரையாய்ப் போர்த்தியிருந்த இமயத்தொடர் இடுக்குகளின் வழியே செவ்வொளியைக் கசியவிட்டபடி வெளியேற முயன்றுகொண்டிருந்த சூரியனைச் சிறைபிடிப்பதில் மும்முரமாக இருந்த நான், அக்காவின் குரலால் கவனம் கலைந்தேன்.

“இதுக்குத்தான் அம்மு உன்னோட வரணும்னாலே நான் ஆயிரம் தரம் யோசிப்பேன். வந்த வேலையை விட்டுட்டுப் பைத்தியக்காரி மாதிரி மரம், மட்டை, மலை, மனுஷன்னு பார்க்கிறதையெல்லாம் படம் எடுக்கப் போயிடுவே. அப்புறம் பிடிக்கவே முடியாது உன்னை.”

“கூல் டவுன் அக்கா..! வந்த வேலை... அது பாட்டுக்கு அது ஒரு பக்கம்! அதுக்காக

இவ்வளவு தூரம் வந்திட்டு இப்படி அபூர்வமான ஒரு நேரத்தைத் தவற விட்டுட முடியுமா? உன் கவலை, டென்ஷன் எல்லாத்தையும் கொஞ்சம் மூட்டை கட்டி வச்சிட்டு நீயும்தான் இந்தக் காட்சியைக் கொஞ்சம் பாரேன். சூரியனும் பனியும் ஒண்ணோட ஒண்ணு போட்டி போட்டுக்கிட்டிருக்கிற அபூர்வமான ஒரு சூரிய உதயத்தை வாழ்க்கையிலே இனிமே எப்பப் பார்க்கக் கிடைக்கப் போகுதோ நமக்கு?"

"என் கண்ணிலேயும் அது பட்டுக்கிட்டுதான் இருக்கு அம்மு. ஆனா ஒண்ணு மட்டும் சொல்றேன் கேட்டுக்கோ. இயற்கையிலே இருக்கிற இந்த அழகை..., நமக்கு விடை தெரியாம இதிலே மறைஞ்சிருக்கிற எத்தனையோ புதிர்களை எவ்வளவுதான் ஹைடெக்கா இருந்தாலும் - உன்னோட காமரா வழியா கொண்டு வந்திட முடியும்னு நினைக்கிறியா நீ?"

பெரும்பாலான நேரங்களில் ஒரு நடைமுறைவாதியாக மட்டுமே இருந்து வரும் அக்காவிடமிருந்து இந்த மாதிரி வார்த்தைகள் அதிகம் வருவதில்லை என்பதால் நான் சற்றுநேரம் அசையாமல் அவளையே பார்த்துக் கொண்டிருந்தேன்.

"என்ன அப்படிப் பார்க்கிறே? உன்னோட சேர்ந்து நானும் பைத்தியமாயிட்டேன்னா? ஆரியக்கூத்தாடினாலும் காரியம் கையைவிட்டுப் போயிடக்கூடாது. அம்மு, அந்த மானேஜர் 'பையா' இருக்காரே... அவர் பேரென்ன பிரதீப்பா, பிரதாப்பா? இப்பதான் இடது பக்கமா எங்கேயோ போனதைப் பார்த்தேன். அவரோட தொத்திக்கிட்டே இன்னும் நாலு பேரும் கூடப் போறாங்க. நாமளும் முந்திக்கிட்டாகணும். அம்மு..! என் கண்ணு இல்லே? அந்தப் பக்கம் கொஞ்சம் போய்த்தான் பாரேன். ஒருவேளை இப்ப அவர் திரும்பிக்கூட வந்துக்கிட்டிருப்பாரா இருக்கும்"

"ஏங்க்கா இப்படி அலட்டிக்கறே? அதுதான் உன்னோட செல்லப் பிள்ளை - அந்த 'முகமூடி'கிட்டே குசுகுசுன்னு இந்தியிலே பேசி பக்காவா ஏதோ ஏற்பாடு பண்ணி வச்சிருக்கே போல இருக்கே."

"பாவம் அம்மு..! அவனைப்போய் ஏன் இப்படிக் கரிச்சுக் கொட்டறே? இந்த இடத்தைப் பொருத்தவரைக்கும் அவன் ஒரு வாட்ச்மேன் மட்டும்தான். அந்த அளவிலே அவனுக்கு என்ன தெரியுதோ அதை வச்சு நமக்கு அப்பப்ப ஏதோ ஐடியா கொடுத்துக்கிட்டிருக்கான், நாமதானே அதை கேரிஅவுட் பண்ணணும்? இதோ பாரு அம்மு, நேத்து மத்தியானம் இங்கே வந்ததிலே இருந்து ரெண்டு மூணு தரம் அந்த மேனேஜரோட என் ஓட்டை இந்தியை வச்சு நானும் பேசிப் பார்த்துட்டேன். நீயும்தான் ஒரு தரம் உன்னோட முகத்தைக்காட்டி, இங்கிலீஷ்லே ட்ரை பண்ணிப்பாரேன். அந்த இடம் ரொம்ப மேடா இருக்கு, இந்த முழங்கால் வலியோட ஏறி ரிஸ்க் எடுக்க வேண்டாம்னு பார்க்கறேன். இல்லேன்னா நானே..."

"நீ வேற அப்படியெல்லாம் விழுந்து புரண்டு சாகசம் பண்ணி வச்சுடாதேக்கா. பேசாம சூரியனைப் பார்த்தோமா, குளிர் காய்ஞ்சோமான்னு இங்கேயே உக்காந்திரு. நான் போய் என்ன ஏதுன்னு விசாரிக்கிறேன்" என்று அவளைத் தடுத்துவிட்டு இடதுபுற ஏற்றத்தில் பாதம் பதித்து மெள்ள ஏறிப்போனேன்.

மலை சார்ந்த சிற்றூரான 'ஃபட்டா'வின் ஒதுக்குப்புறத்தில் - ஒடுக்கமான சாலைகளுக்கும் மலைத்தொடர்களுக்கும் இடையே இருந்த அகலமான ஒரு நிலப்பரப்பில் அமைந்திருந்தது. கேதார்நாத் பயணத்துக்கான அந்த ஹெலிகாப்டர் நிலையம். பத்து நிமிடத்துக்கொரு தரம் அங்கும் இங்குமாய்ப் பறந்துகொண்டே இருக்கும். ஹெலிகாப்டர்களுக்கான ஹெலிபேட், ஓடுபாதைகள் இடதும்

வலதுமாய் அமைந்திருக்க, இடையிலிருந்த டிக்கெட் ஷெட்டுக்கு முன்னால் போடப்பட்டிருந்த சோஃபா வடிவ நாற்காலிகளில் நாங்கள் உட்கார்ந்திருந்தோம்.

பயணிகள் காத்திருக்கும் ஹாலும் அதை ஒட்டியே இருந்தாலும் டிக்கெட் ஷெட்டின்மீது பதிந்திருந்த எங்கள் பார்வை நொடிப்பொழுதும் அதைவிட்டு விலகிவிடக்கூடாது என்றே அந்த இடத்தைத் தேர்வு செய்திருந்தோம்.

ஏதோ யோசனையில் கிட்டத்தட்ட இடதுபுற ஹெலிபேட் அருகே வரை ஏறிவிட்ட நான், சட்டென்று சறுக்கி விழப்பார்க்க, என்னைத் தாங்கிப் பிடித்துத் தூக்கிய கரம்..., அது மானேஜர் பிரதாப்பேதான்.

“சாவ்தான் பஹன்ஜி, சாவ்தான், டேக் கேர்”

என்று இந்தியிலும் ஆங்கிலத்திலுமாய் அவர் சொல்லிக்கொண்டே போக - வாய்த்த சமயத்தை நழுவவிடாமல் நேற்றிலிருந்து காத்திருக்கும் மூத்த குடிமக்களாகிய எங்களுக்கு டிக்கெட்டில் முன்னுரிமை வழங்க வேண்டுமென்ற என் கோரிக்கையைச் சுருக்கமான நயமான ஆங்கிலத்தில் அவர் காதுக்குள் ஓதினேன்.

“சிந்தா மத்..பஹன் ஜி! வில் டேக் கேர். ஆராம் ஸே பைடியே,” என்று சொல்லிக்கொண்டே விரைவான காலடிகளில் ஷெட்டை நோக்கி நடந்தார் அவர்.

அக்காவைக் கேலி செய்துவிட்டு நானே சறுக்கிவிட்ட அந்தக்காட்சி எவர் கண்ணிலேனும் பட்டிருக்கக்கூடுமோ என்ற மெல்லிய கூச்சத்துடன் திரும்பிப் பார்த்தேன். அக்கா உட்பட நாற்காலிகளில் உட்கார்ந்திருந்த அத்தனை பேர் கண்களும் ஒரு இடத்தில் மட்டுமே நிலைகுத்தி இருந்தன. தான் அணிந்திருந்த முகமூடியைத் தற்காலிகமாகக் கொஞ்சம் ஒதுக்கி வைத்துவிட்டுப் பீடி பிடித்துக்கொண்டிருந்த ‘முகமூடி’, அந்தப் பீடித்துண்டைத் தூக்கிப் போட்டுவிட்டு அக்காவை நெருங்கி வந்துகொண்டிருந்தான்.

•••

நேற்று மதியம் ஃபட்டாவில் வந்து இறங்கியதுமே கண்ணில்பட்டவன் இந்த ‘முகமூடி’தான். சுற்றுவட்டாரத்திலிருந்த அத்தனை ஹெலிகாப்டர் நிலையங்களையும் அலசிப்பார்த்து அத்தனையும் கைவிரித்துவிட்ட பிறகு, கடைசிப்புகலாக - ஒரு இரண்டாம் சுற்றாக இங்கே வந்து நாங்கள் இறங்கியபோது, ‘புக்கிங் க்ளோஸ்ட்’ என்று சாக்கட்டியால் எழுதப்பட்ட அறிவிப்புப்பலகை ஒன்றைப் பெருத்த ஓசையோடு அடைக்கப்பட்டிருந்த கதவுக்கு வெளியே நிறுத்தி வைத்துக்கொண்டிருந்தான் அந்த ’முகமூடி’. சுட்டுப்போட்டாலும் இந்தியே வராத என்னைப்போல் இல்லாமல், தன் கணவரின் பணி மாற்றத்தின்போது பல வடநாட்டு ஊர்களோடும் மொழிகளோடும் பரிச்சயம் கொண்டிருந்ததால் அவனருகே சென்றுஏதோ விசாரித்துக்கொண்டிருந்தாள் அக்கா. நான் சற்றுத் தள்ளியே நின்று கொண்டிருந்தேன்.

“ரெண்டு மணியோட இன்னிக்குப் புக்கிங் முடிஞ்சு போச்சாம். இன்னும் ரெண்டு மூணு நாளைக்குப் புக்கிங் கிடைக்கறது கஷ்டம்தான், அதுக்கப்புறம் ஏதாவது ஒரு நாளிலே அமைஞ்சாதான் உண்டுங்கிறான்”

“இதுக்குத்தான்...” என்று ஏதோ சொல்ல வாயெடுத்துவிட்டு என்னைக் கட்டுப்படுத்திக்கொண்டு விட்ட நான்,

“அக்கா! நம்ம ரெண்டு பேரும் எல்லாத்துக்கும் மனசைத் தயாரா வச்சுக்குவோம்னு முதல்லியே முடிவு பண்ணிட்டுத்தானே கௌம்பி வந்திருக்கோம்..? அவசரப்படாம பொறுமையா இரு. என்ன ஏதுன்னு

மெள்ள விசாரிப்போம். காலையிலே எட்டு மணிக்கு வழியிலே ஏதோ சாப்பிட்டது. இப்ப மூணாகப் போகுது. நீ சுகர் பேஷண்ட் வேற, பசி தாங்கமாட்டே. கொஞ்சம் காருக்குள்ளேயே உக்காரு. சாப்பிட ஏதாவது கிடைக்குமா பார்க்கிறேன்" என்று அவளை அமர்த்திவிட்டு காரோட்டி வந்த விஜயை அழைத்துச் சாப்பாட்டு வசதி பற்றி விசாரித்து வர அனுப்பினேன்.

அக்காவின் முகத்தில் களைப்போடு கவலையும் அப்பிக்கிடந்தது.

"தப்புப் பண்ணிட்டோமோ அம்மு" என்றாள்.

"அக்கா, முதல்லே சாப்பிட்டு முடிப்போமே. அது வரைக்கும் வேறெதையும் இப்ப நினைக்க வேண்டாம், சரியா"

உணவு விடுதியைத் தேடிக்கொண்டு போன விஜய், தானும் அந்த 'முகமூடி' மனிதனையே கூட்டிக்கொண்டு திரும்பி வந்தான். இங்கே அவன்தான் 'ஆல் இன் ஆல்' போலிருக்கிறது என்று நினைத்துக்கொண்டேன். அக்கா அளவுக்கு அவன்மீது எனக்கு நம்பிக்கை ஏற்பட்டிருக்கவில்லை என்பதோடு இனம் விளங்காத ஏதோ காரணத்தால் அவன்மீது ஒரு வகையான ஒவ்வாமையும் கொண்டிருந்தேன் நான். ஜன நெரிசல் அதிகமில்லாமல், தூய்மையான பனிக்காற்று மட்டுமே பரவியிருந்த அந்த இடத்தில் ஒரு பெரிய கைக்குட்டையால் அவன் தன் வாயையும் மூக்கையும் இறுகக் கட்டிக்கொண்டிருந்தது (அதுவும் கொரோனாவுக்கு முற்பட்ட ஒரு காலகட்டத்தில்) எனக்குப் புரியாத வினோதமாகவே இருந்தது. ஏனோ ஒரு மர்மமனிதன் போலவே அவன் எனக்குத் தோன்றிக்கொண்டிருந்தான்.

•••

கங்கைக் கரையை ஒட்டிய ஆசிரமம் ஒன்றில் நடக்கும் இரண்டு வார தியானப் பயிற்சி முகாமுக்காக ரிஷிகேசம் செல்வதென்று முடிவெடுத்து, அக்காவும் நானும் அதற்கான முன்பதிவும் செய்துகொண்டிருந்தபோது எங்கள் பயணத் திட்டத்தில் கடைசிப் பின்னொட்டாகச் சேர்க்கப்பட்டதே இந்த கேதார்நாத். இட ஏற்பாட்டிலிருந்து சகலமும் உறுதிப்படுத்தப்பட்டு விட்ட நிலையில் விமான டிக்கெட்டுக்காகக் கணினியைத் திறந்தபோது அக்கா அந்த ஆசையை முன் வைத்தாள்.

"அம்மு, திடீர்னு இப்படி சொல்றேனேன்னு வள்ளுன்னு விழாதே. எனக்கொண்ணு தோணுது. நம்ம கேம்ப் முடிஞ்சு சாமானை அங்கேயே வச்சிட்டு கேதார்நாத் போயிட்டு வந்திடலாமா? ஆசிரமத்தைப் பார்த்துக்கற ஆச்சி உனக்குத் தெரிஞ்சவங்கதானே? ஒரு மூணு நாள் கூடுதலா தங்க ரூம் தர மாட்டாங்களா..? கேதார் போக ஹெலி டிக்கெட், கார் ஏற்பாடு எல்லாம் அவங்களையே கேட்டுப்பார்த்தா என்ன?"

ஆச்சியோடு பேசியபோது, "வேறெதிலேயும் சிக்கலில்லைம்மா. ஆனா ஹெலிகாப்டர் டிக்கெட் மட்டும் மூணு நாலு மாசம் முன்னாடியே ஆன்லைன்லே புக் ஆயிடுது. ஒரு ஆளுக்குப் போகவர ரெண்டாயிரத்து ஐநூறுன்னு கவர்ன்மெண்ட் வச்சிருக்கிற ஹெலிகாப்டர் டிக்கெட்டை எட்டாயிரம், ஒம்பதாயிரம்னு எனக்குத் தெரிஞ்ச ஏஜண்ட் ஒருத்தர் ப்ளாக்கிலே வாங்கித் தராரு. ஆனா... அப்படிப்போக உங்களுக்குப் பிடிக்காதுன்னு எனக்கு நல்லாத் தெரியும். பேசாம சாமி மேல பாரத்தப் போட்டுட்டு எதுக்கும் மூணுநாள் கூட இருக்கிற மாதிரியே வாங்க. ட்ரை பண்ணிப் பார்த்திடுவோம்" என்றார் ஆச்சி.

ஆனால் அது அத்தனைச் சுலபமில்லை என்பது முகாமுக்கு வந்து தியானத்தோடு கூடவே தினமும் இதையும் முயற்சி செய்து

பார்த்த பிறகே புரிந்தது.

"என்னோட வார்த்தையை நம்பி சந்தோஷமாக் கிளம்பிப் போங்கம்மா. நீங்க ரெண்டு பேருமே சீனியர் சிடிஸன்ஸ். கட்டாயம் உங்க முகத்தைப் பார்த்தே டிக்கெட் கொடுத்திடுவாங்க. தைரியமாப் போங்க.. நீங்க வேணும்னா பாருங்களேன், கட்டாயம் தரிசனம் பண்ணிட்டுத்தான் வருவீங்க" என்று உறுதி சொல்லி, ஹெலிகாப்டர் தளம் இருக்கும் ஊர் வரை சென்று வர வாகனமும் தந்து வழியனுப்பி வைத்த ஆச்சியின் வார்த்தைகளை மட்டுமே பிடித்துக்கொண்டு இப்படி நடு மத்தியான வேளையில் மலைகளுக்கு நடுவே வந்து நின்று கொண்டிருந்தோம் நாங்கள்.

பேச்சு வார்த்தையை ஒரு மாதிரி முடித்துக்கொண்டு என் பக்கத்தில் வந்தாள் அக்கா.

"அம்மு, நாம சீனியர் சிடிஸன்ஸ்ங்கிறதாலே ஆச்சி சொல்றதையேதான் அவனும் சொல்றான். ஆனா... கொஞ்சம் பொறுமையா வெயிட் பண்ணச் சொல்றான். ஹெலிபேட் பக்கத்திலே இருக்கு பார்த்தியா ஹோட்டல் சன்ரைஸ், அதிலேயே நாம சாப்பிட்டுக்கலாம். ராத்திரி தங்கவும் அங்கேயே ரூம் ஏற்பாடு பண்ணித்தரேன்னு சொல்றான். நாளைக்குக் காலையிலே இருந்து ட்ரை பண்ணினா நிச்சயம் மத்தியானத்துக்கு மேலேயாவது கட்டாயம் டிக்கெட் கிடைக்க சான்ஸ் இருக்கும்ங்கிறான்."

எனக்கென்னவோ அந்த வார்த்தைகளில் நம்பிக்கையில்லை.

"நீ இப்படித்தாங்கா. எல்லாரையுமே சட்சட்டுன்னு உடனே நம்பிடறே. அவன் மூஞ்சியும் முகமூடியும்...! பார்த்தாலே பிள்ளை பிடிக்கிறவன் மாதிரி"

விஜய்க்கும் 'முகமூடி'க்கும் தமிழ் தெரியாதென்ற நம்பிக்கையில் அக்காவிடம் கத்தினேன்.

"நம்ம கிட்டேயிருந்து பணத்தைக் கறந்து ஹோட்டல்காரன் கிட்டே கமிஷன் அடிக்கத்தான் அவன் இப்படி வேலை பண்றான். நீயே யோசிச்சுப்பாரு, நாம வரும்போது மூணுநாள் புக்கிங் இல்லேன்னு போர்ட் வச்சவனே அவன்தானே?"

"அம்மு எதுக்கும் ஒரு சான்ஸ் எடுத்துத்தான் பார்ப்போமே? எப்படியும் நம்ம கைவசம் இன்னும் ரெண்டு நாள் முழுசா இருக்கு. நாளைக்கு மதியம் வரை பார்ப்போம். முடியலியா..., நாளைக்கு மறுநாள் ரிஷிகேஷ் திரும்பிடுவோம்"

•••

வெளிப்படையாக ஒத்துக்கொள்ள மனமில்லையென்றாலும் மலைப்பாங்கான அந்தச் சின்ன இடத்தில் ஹெலிபேடை ஒட்டியிருந்த அந்த அறை என்னவோ எளிமையான வசதிகளோடு நன்றாகவே இருந்தது. எண்ணெயில்லாத சப்பாத்தி, பன்னீர், பருப்புக்கூட்டு, ஜீரக சாதம் என்று இரண்டாம் தளத்தில் இருந்த எங்கள் அறைக்கு விதம்விதமான சாப்பாட்டு வகைகளோடு கொதிக்கக்கொதிக்க ஃப்ளாஸ்கில் வெந்நீரையும் தன் குழந்தைகள் மூலம் அனுப்பிக்கொண்டே இருந்தார் கீழ்த்தளத்தில் இருந்த ஹோட்டல்காரர். பத்து வயதுக்கு உட்பட்ட அந்தப் பொடிசுகளிடம் அக்கா தன் மொழிப்புலமையைக் காட்டிக்கொண்டிருக்க, நான் அறையை ஒட்டிய வராந்தாவில் போய் நின்றபடி கண்ணெதிரே தெரியும் மலைகளை வெறித்துக் கொண்டிருந்தேன்.

வெள்ளியை உருக்கி ஊற்றி அந்த நிமிடம்தான் வார்த்தெடுத்த பூரண கலசங்களைப் போலப் பொலிந்து கொண்டிருந்த சிகரங்கள், அவற்றினூடே குறுக்கும் நெடுக்குமாய்ப் பறந்து கொண்டிருந்த இயந்திரப் பறவைகளாய்

ஹெலிகாப்டர்கள். இவற்றில் ஏதோ ஒன்றில் ஏறி..., எந்தச் சிகரத்தின் பின்னாலேயோ ஒளிந்திருக்கும் அந்தக் கங்காதரனைப் பார்க்கமுடியப் போகிறதா எங்களுக்கு?

அறிமுகமில்லாத புது இடம், விறைக்கும் குளிர் என்று எல்லாவற்றையும் ஒரு வழியாகச் சமாளித்துவிட்டுக் கண் செருகும் நேரம், யாரோ கதவு தட்டுவதைப் போலிருக்க அக்கா போய்ப் பேசிவிட்டு வந்து படுத்துக்கொண்டாள்.

“யாரு..? அந்த முகமூடிதானே? அக்கா. இப்போ நம்ம ரெண்டு பேரும்தான் ஒருத்தருக்கொருத்தர் துணை. எதுன்னாலும் என் கிட்டே மறைக்காம சொல்லு. உன் கிட்டே ஏதாவது பணம் கிணம் கேட்டானா அவன்? இப்படி எவன்கிட்டேயோ கொடுத்து ஏமாறணும்னா பேசாம ப்ளாக்கிலேயே எட்டாயிரமோ ஒம்பதாயிரமோ டிக்கெட்டை வாங்கித் தொலைச்சிருக்கலாமே”

“மனம் போன போக்கிலே நீயா ஏதாவது முடிவு பண்ணிக்காதே அம்மு. உன் கிட்ட எப்பவுமே உள்ள குணம் அதுதான். சில மனுஷங்களைப் பத்தி எடுத்த எடுப்பிலேயே இவங்க இப்படித்தான்னு ஏதாவது தீர்மானம் பண்ணிடுவே. இதோ பாரு..., சொல்லப்போனா அவன் எதுவுமே கேக்கலைங்கிறதுதான் நெஜம். நான் ஹேண்ட்பேகை எடுக்கப்போனபோது கூட சைகையால தடுத்து அந்த மாதிரி பேச்சே வேண்டாம்னு வாயிலே விரலை வச்சுக்காட்டினான் தெரியுமா?”

“சரி, சரி, உன் கிட்டே நல்ல பேர் வாங்கிட்டான் இல்லே. விடு...அது போதும்! ஆமாம்.., அப்புறம் எதுக்கு இந்த ராத்திரியிலே இங்கே வந்தானாம்?”

“குளிரிலே நம்மளை மறந்து தூங்கிப்போயிடாம- காலையிலே ரொம்ப சீக்கிரமே எழுந்து தயாராகி..கவுண்டருக்கு நேர் எதிரிலே- நம்ம மூஞ்சி நல்லா தெரியற மாதிரி காட்டிக்கிட்டு உக்காரணும்னு சொல்லி அலர்ட் பண்ணத்தான் வந்தான் அவன்”

“இந்த மாதிரி பண்ற சர்வீஸ் எல்லாத்துக்கும் சேர்த்து வச்சு கடைசியிலே ஒரே தீட்டா தீட்டிடப் போறான்.. பார்த்துக்கிட்டே இரு” என்று முனகியவாறே கம்பளிக்குள் என்னைப் பொதிந்து கொண்டேன்.

•••

ஒடுக்கும் குளிரில் ஐந்து மணிக்கே எங்களை எழுப்பி ஆறுமணியிலிருந்து அங்கே உட்கார வைத்திருந்தது ‘முகமூடி’யின் அந்த எச்சரிக்கை அலாரம்தான் என்பதை அசைபோட்டுக்கொண்டே சரிவில் இறங்கி அக்காவிடம் வந்தேன்.

“கருமம்..! பீடியைத் தூக்கிப்போட்டுட்டு நேரா உன் கிட்ட வந்து பேசறான் அவன். உனக்குத்தான் பீடி சிகரெட் நாத்தமே ஆகாதே? அந்த முகமூடிக்காரனை மட்டும் எப்படித்தாங்கா சகிச்சுக்கிறே நீ?”

“அதிருக்கட்டும். நீ அந்த மானேஜர் கால்லே விழுந்து கும்பிட்டே போல இருக்கே? அதுக்கு ஏதாவது பலன் தெரிஞ்சதா?”

அக்காவின் கண்கள் எதையும் தப்ப விட்டிருக்கவில்லை.

அவளது கேள்விக்கு நேரடியாகப் பதில் சொல்லாமல், “ரிலாக்ஸ்டா இருங்கன்னு சொல்றார். மனசிலே என்ன இருக்கோ தெரியல” என்றேன்.

“அதுக்குத்தான் நீ நிமிஷத்துக்கு நிமிஷம் முகமூடி முகமூடின்னு இடிச்சுக்காட்டறியே அவன் இப்ப வந்து ஐடியா கொடுத்துட்டுப்போறான். நம்மளை மாதிரி இங்கே நிறைய சீனியர் சிடிஸன்ஸ் தேறுவாங்க போலேஇருக்கு. ஆனா அவங்களோட சேர்ந்தாப்பிலே குறைஞ்ச வயசுள்ள ஆளுகளும் இருக்கிறதாலே

வயசானவங்களை மட்டும் குடும்பத்திலே இருந்து பிரிச்சு அப்படித் துணையில்லாம தனியா அனுப்பி வைக்க மாட்டாங்க. ஆனா, நாம ரெண்டு பேரா மட்டுமே இருக்கிறதாலே நமக்கு டிக்கெட் தர்றது சுலபம்தானாம்... ஆனா... ஒரு மணி நேரத்துக்கு ஒரு தடவை ஷெட்டுக்குள்ளே தலையைவிட்டு நாம இங்கேதான் இருக்கோம்னு அவங்களுக்குக் காட்டிக்கிட்டே இருக்கணுமாம். இப்போ ஒரு சின்ன பிரேக்குங்கிறதாலே சீக்கிரம் டிஃபனை முடிச்சிட்டு வந்து உக்காரச் சொல்றான்"

புதினா, கொத்துமல்லித்தழை தூவிய அந்த ஆலு பரோட்டாவைத் தயிரோடும் ஊறுகாயோடும் சேர்த்துச் சாப்பிட நன்றாகத்தான் இருந்தது.

"மூணு வேளையும் இப்படி ஆலு பரோட்டா, மேதி பரோட்டா, ஃபூல்கா சப்பாத்தின்னு எப்படித்தான் கோதுமையா சாப்பிடறாங்களோ?"

"நாம இட்லி தோசைன்னு அரிசியா உள்ளே தள்றோம், அவங்களுக்கு கோதுமை" என்ற அக்கா, சற்று தூரத்தில் நின்றுகொண்டிருந்த 'முகமூடி'யைக் கைகாட்டி எங்களோடு சாப்பிட வருமாறு அழைத்தாள். நல்ல காலமாய் அவன் அதை மறுத்துக் கை அசைத்தபடி, வலது பக்க ஹெலிபேட் பக்கமாய் நகர்ந்து சென்றான்.

"நல்ல மனுஷன் அம்மு. ஏனோ உனக்குத்தான் அவனைக் கண்டா ஆகலை"

"அக்கா! நல்லா யோசிச்சுப் பாரேன். இங்கே இத்தனை பேர் காத்திருக்கும்போது நம்ம கிட்ட மட்டும் ஏன் அவனுக்கு இப்படி ஒரு கரிசனம்? ஒருவேளை நாம ரெண்டு பேருமா தனியா வந்திருக்கிறதாலே சுலபமா ஏமாத்திடலாம்னு பார்க்கிறானா."

"சே சே அப்படியெல்லாம் இருக்காது, வா அங்கே போய் உக்காருவோம்" என்று கை கழுவிக்கொண்டாள் அக்கா.

இப்போது ஷெட் கதவு திறந்திருந்தது. கதவுக்குப் பக்கத்திலும், கவுண்டர் பொந்திலும் சின்னச்சின்னக் குழுக்களாக மனிதர்கள் கூடுதலாய் மொய்க்கத் தொடங்கியிருந்தார்கள்.

"நாம உக்கார்றதுக்கு முன்னாடி ஒரு தரம் உள்ளே போய்ப் பார்த்துட்டு வந்துடு அம்மு. ஒருவேளை கையோட டிக்கெட்கூட கிடைச்சுடலாம். எதுக்கும் ரெண்டு பேருக்கும் போக வர சேர்த்து அஞ்சாயிரத்தைத் தனியா எண்ணி எடுத்து வச்சுக்கோ"

உள்ளேயிருந்த ஒழுங்கற்ற கும்பலுக்கு நடுவே மானேஜரின் பார்வை என்மீதுபடுவதற்காகக் காத்திருந்தேன். இருபது நிமிடங்களுக்குப் பிறகு தற்செயலாகப் பார்ப்பதுபோல் என்னைப் பார்த்தவர்

"வில் கால் யூ பஹன் ஜி, ப்ளீஸ் வெயிட் அவுட்சைட்" என்றார்.

நான் எந்தப் பதிலோடு திரும்புவேன் என்பதை அக்கா முன்கூட்டியே அனுமானித்திருக்க வேண்டும். என் பக்கம் திரும்பிக்கூடப் பார்க்காமல் இளசும் பெரிசுமாய்ப் பத்துப்பேர் அடங்கிய தில்லிக் குடும்பம் ஒன்று ஒரு வாரமாய் அங்கே முகாமடித்தபடி டிக்கெட் தவம் இயற்றிக்கொண்டிருந்த கதையைச் சுவாரசியமாகக் கேட்டுக்கொண்டிருந்தாள். நிறைய தரம் கேட்டுப் பழகிய வார்த்தைகளைவைத்து அந்தக் கதையின் ஓட்டத்தை என்னாலும் கொஞ்சம் புரிந்துகொள்ள முடிந்தது. எங்கள் ஒன்றரை நாள் முயற்சியும் வியர்த்தமாய்ப் போய்விட..., தொய்ந்து போன முகங்களோடு நாங்கள் மலை இறங்குவதான ஒரு மனக்காட்சி என்னுள்ளே ஓடத் தொடங்கியபோது வேகமாக எங்களை நோக்கி வந்தான் 'முகமூடி'.

"ஜாயியே அபீ. ஜல்தீ..."

என் வேக நடைக்கு ஈடுகொடுத்தபடி அக்காவும் என்னைப் பின்தொடர்ந்தாள்.

• • •

தூரத்து மலைத் தொடர்கள் கோலப்புள்ளிகள் போலச் சிறுத்துக் கரைந்து கொண்டே வர, எங்கள் வாகனம் மலையிறங்கிக்கொண்டிருந்தது. சுழித்தும் நுரைத்தும் சீறியும் நெளிந்தும் - பச்சையும் நீலமும் நீலப்பச்சையுமாய்ப் பல நிறங்கள் காட்டியபடி- அலக் நந்தாவாக, பாகீரதியாக, தேவப் பிரயாகையாக, ருத்ரப் பிரயாகையாக எங்கள் வழித்துணை போலக் கூடவே வந்து கொண்டிருந்தாள் கங்கை.

மூன்று நாட்கள் தொடர்ந்த பயணக் களைப்போடு, ஏதோ சிகரத்தைத் தொட்டுவிட்டு வந்தது போன்ற நிறைவும் வெறுமையும் கலந்த ஓர் உணர்வு எங்கள் இருவரையுமே ஆட்கொண்டிருந்ததால், எதுவுமே பேசிக்கொள்ளத் தோன்றாமல் மௌனத்தில் உறைந்திருந்தோம். கூர்மையான கொண்டை ஊசித் திருப்பம் ஒன்றில் வண்டி இலேசாக உலுக்கிப்போட, உறக்கமும் விழிப்புமாய் இருந்த அக்கா நன்றாகவே விழித்துக்கொண்டாள்.

“என்னக்கா கனவு கண்டு முடிச்சு எழுந்தாச்சா?”

“எல்லாமே கனவு மாதிரிதான் இருக்கு அம்மு. நிஜமாவே நாம மேலே போனோமா, கேதாரைப் பார்த்தோமா..? எல்லாம் எப்படி நடந்து முடிஞ்சது? எதை நம்பறது... எதை விடறது..? எதுவுமே சொல்லத் தெரியல எனக்கு”

மதியம் இரண்டே முக்காலுக்குக் கிளம்பும் ஹெலிகாப்டருக்குப் பன்னிரண்டு மணியளவில் டிக்கெட் கிடைத்ததும்..., ஏதோ அரக்கப்பரக்கச் சாப்பிட்டுவிட்டுப் பள்ளத்தாக்குகளுக்கும் மலைகளுக்கும் இடையிலான ஏழு நிமிடப் பறத்தலில் கேதாரை எட்டியதும்..., சின்னக் கோயிலை வளைவாகச் சூழ்ந்து அரண் போலிருந்த பனிமலைகளின் காட்சியைத் - தேவர்கள் கூடிக் குதூகலிக்கும் வட்டமான நாடக அரங்குபோலத் தோன்றிய இமயத்தின் அந்த அற்புதத்தை- சுற்றிச்சுற்றி வந்து பார்த்துக் களித்தபடி குழந்தைகள் போலப் பரவசமுற்றதும், மெல்லிய தூறல் நடுவே வடநாட்டுப் பூசாரி ஒருவரின் துணையோடு இளம் செவ்வண்ணத்தில் இருந்த சுயம்புலிங்கத்தைக் கண் குளிரக்கண்டதும்... இவை எல்லாமே உண்மையில் நடந்து முடிந்திருக்கிறதா என்ன?

• • •

பயணச்சீட்டு கைக்கு வந்து சேர்ந்தபிறகு ஏனோ அந்த ‘முகமூடி’ எங்கள் கண்களில் படவே இல்லை. தங்கியிருந்த அறையைக் காலிசெய்தபோதும், சாமான்களைக் காரில் வைத்துவிட்டு நாங்கள் திரும்பி வரும்வரை காத்திருக்கச் சொல்லி ட்ரைவரிடம் சொன்னபோதும், சாப்பிடும்போதும் அக்காவின் கண்கள் அவனை மட்டுமே தேடிக்கொண்டிருக்க, அப்போதும் கூட “கவலைப்படாதேக்கா. நாளைக்கு நாம ஊர் திரும்பறதுக்கு முன்னாடி உன் தத்துப்பிள்ளை கட்டாயமா ஒரு பெரிய தொகையைக் குறிச்சுக்கிட்டு ஆஜராயிடுவான்” என்றே அவளைக் கலாய்த்துக்கொண்டிருந்தேன் நான்.

ஆனால்... நாங்கள் கேதாரிலிருந்து திரும்பிவந்து, மலையிறங்குவதற்குத் தயாரான பிறகும்கூட அவன் எங்கேயுமே தென்படவில்லை.

“ரெண்டு நாளா இங்கேயே சுத்திக்கிட்டுக் கண்ணிலே பட்டுக்கிட்டே இருந்தானே. இப்போ எங்கே போய் ஒளிஞ்சுக்கிட்டான்” என்று மாய்ந்து போனாள் அக்கா.

“அம்மு நீ என்ன நெனச்சாலும் சரி. முன்பின் தெரியாத நமக்கு அவன் செஞ்சிருக்கிற உதவிக்கு நாம ஏதாவது கொடுத்தே ஆகணும்னு நெனக்கிறேன். அது லஞ்சம்னெல்லாம் நெனச்சுக்க வேண்டாம். அது, நாம செஞ்சாக

வேண்டிய ஒரு சின்னக் கடமை, அவ்வளவுதான்" என்றபடி, விஜயை அழைத்து, முகமூடி எங்கே இருந்தாலும் அவனைத் தேடிக் கண்டுபிடித்துக் கொடுத்துவிடுமாறு ஒரு இரண்டாயிரம் ரூபாய் நோட்டோடு அவனை அனுப்பி வைத்தாள். நானும் இம்முறை அதற்கு மறுப்புச் சொல்லவில்லை.

இறுகிப்போன முகத்தோடு திரும்பி வந்த ட்ரைவர் விஜய், ரூபாய் நோட்டை அக்காவிடம் கொடுத்துவிட்டு "இனிமேலும் மலையிறங்கத் தாமதித்தால் இருட்டிப்போய்க் கஷ்டமாகி விடக்கூடும்" என்பதை அவளுக்குப் புரியவைத்தபடி காரை ஸ்டார்ட் செய்தான். சரியாக அந்த நேரம் பார்த்து எங்களை நோக்கி எங்கிருந்தோ ஓடி வந்தான் 'முகமூடி'.

"உங்களுக்குச் சந்தோஷம்தானே... திருப்திதானே" என்று இந்தியில் அவன் திரும்பத் திரும்பக் கேட்பது புரிந்தது. அக்கா அவனுக்குக் கைகூப்பி நன்றி சொல்லிவிட்டுக் காரணத்தோடு விஜயைப் பார்க்க, அவன் 'பின்னால் சொல்கிறேன்' என்பதுபோல் சைகை செய்தான்.

"பஹன் ஜி.! ஏக் ஹீ ஆஷா ஹே மேரே பாஸ்" என்றபடி அழுக்கும் பிசுக்கும் ஏறிப்போயிருந்த கைபேசியைத் தன் உள்ளங்கையிலிருந்து எடுத்து விஜயிடம் தந்தபடி எங்கள் இருவரோடும் அதில் புகைப்படம் எடுத்துத் தருமாறு கேட்டுக்கொண்டான் 'முகமூடி'.

• • •

ருத்ரபிரயாகையை நாங்கள் நெருங்கிக் கொண்டிருந்தபோது விஜய்க்கு ஒரு அழைப்பு.

"பத்திரமா போறோமான்னு அந்த 'பாயி'தான் கேக்கறார்... தங்கமானவர் மேடம் அவர். அப்ப அவருக்கு எதிரிலே என்னால இதைச் சொல்ல முடியல. இப்போ சொல்றேன். அவர் இந்த ஹெலி சர்வீஸ்லேயே வேலை பாக்கிறதால பயணிகள்கிட்ட பணம் எதுவும் வாங்கக்கூடாதுன்னு எனக்குத் தெரியும். அது தெரிஞ்சா அவரோட வேலையேகூட போயிடலாம். அதனாலேதான் நீங்க பிரியப்பட்டுத் தந்த பணத்தை ஒதுக்குப்புறமா கூட்டிக்கிட்டுப் போய் அவர்கிட்ட கொடுத்தேன்.' அவங்க ரெண்டு பேரும் என்னோட மூத்த சகோதரிகள் மாதிரி.., நான் அதைத் தொடறதுகூட பாவம்'னுட்டார்! அஞ்சாறு வருஷமா அவரை எனக்குத் தெரியும் மேடம். பாவம் அந்த மனுஷன். டூரிஸ்ட் கைடா இருந்த அவரோட மகன்.கொஞ்ச வருஷத்துக்கு முன்னாலே கேதாரிலே மலைச்சரிவு வந்தப்ப எந்தப் பாதாளத்திலேயோ விழுந்து மறைஞ்சுபோன ஹெலிகாப்டரோட தானும் காணாமப் போயிட்டான். கடைசி வரைக்கும் அதைக் கண்டுபிடிக்கவே முடியல. தன்னோட வாய்க்கோணலை மறைக்கப் போட்டுக்கிட்டிருக்கிற முகமூடி மாதிரி எல்லாத்தையும் மனசுக்குள்ளே போட்டுப் புதைச்சுக்கிட்டுப் பொழப்புக்காக இதே ஹெலிகாப்டர்களோட காலத்தை ஓட்டிக்கிட்டிருக்கார் அவர். ஒருவேளை எந்த ஹெலிகாப்டரிலேயாவது தன்னோட மகன் வந்து இறங்கிடக்கூடாதான்னு எதிர்பார்த்துக்கிட்டிருக்காரோ என்னவோ..?" என்று தனக்குத் தெரிந்த அரைகுறை ஆங்கிலத்தில் இடையிடையே இந்திக் கலப்போடு சொல்லி முடித்தபோது விஜயின் குரல் கம்மிப்போயிருந்தது..

ரிஷிகேசத்தை நெருங்கிக்கொண்டிருந்தபோது ஆச்சியிடமிருந்து ஃபோன். ஸ்பீக்கரில் போட்டு அக்காவையும் கேட்க வைத்துக்கொண்டே "ரொம்ப நல்ல தரிசனம் ஆச்சி" என்றபடி நடந்ததைச் சுருக்கமாய் விவரித்தேன்.

"எல்லாம் அந்தக் கேதார்நாதன்

கருணைதான், வேறென்ன?" என்று சொல்லியபடி அவர் அழைப்பை முடித்துக்கொண்டபோது, அக்கா தன் கைபேசியில் வந்திருந்த அந்த வாட்ஸப் செய்தியை என்முன் நீட்டினாள். அக்காவின் எண்ணை சேவ் செய்து வைத்திருந்த 'முகமூடி' மலர்ந்த சிரிப்போடு எங்கள் இருவருக்கும் இடையே தான் நின்றுகொண்டிருக்கும் அந்தப் புகைப்படத்தை எங்களுக்கு அனுப்பி வைத்திருந்தான். அதைத் தொடர்ந்த அடுத்த செய்தி 'கங்காதரிடமிருந்து' என்று அவன் பெயரையும் குறிப்பிட்டிருந்தது...

ஹெலிபேட் பின்னணியில் நின்றிருந்த கங்காதர், காரில் ஏறிய எங்களுக்கு வெகுநேரம் கையசைத்துக்கொண்டே விடைகொடுத்த அந்தக்காட்சி... பல இரவுகள் என்னை விடாமல் துரத்திக்கொண்டிருந்தது.

49

வீடு

கீதா பென்னெட்

கீதா பென்னட்
(21/11/1950 - 06/08/2018)

கீதா பென்னட் தமிழகத்தில் பிறந்து, அமெரிக்கரை மணந்து, சுமார் 40ஆண்டுகள் அமெரிக்காவில் வாழ்ந்து மறைந்தவர். இவர், சிறந்த வீணை மற்றும் வாய்ப்பாட்டு இசைக்கலைஞரும் ஆவார். இவருடைய தந்தை சங்கீத கலாநிதி ராமநாதன்; கணவர் ஃப்ராங்க் பென்னட். கீதா பென்னட் - இதயம் பேசுகிறது, குமுதம், சாவி, ஆனந்த விகடன், மங்கையர் மலர் போன்ற இதழ்களில் சிறுகதைகள் எழுதியுள்ளார். இவரது 'ஆதார சுருதி' என்ற சிறுகதைத் தொகுப்பு கன்னட மொழியில் மொழிபெயர்க்கப்பட்டுள்ளது. கீதா பென்னட் 300-க்கும் மேற்பட்ட சிறுகதைகளை எழுதியுள்ளார். இவரது பெரும்பான்மையான கதைகள் அமெரிக்காவில் வாழும் தமிழர்களின் வாழ்க்கையைப் பேசுவனவாக அமைந்துள்ளன.

தற்போது என் மனத்தை ஆக்கிரமித்துக் கொண்டிருப்பது ஒரே ஒரு விஷயம்தான்.

எப்படியாவது அந்தத் திருவல்லிக்கேணி வீட்டை வாங்கிவிட வேண்டும். பிறந்ததிலிருந்து பி.எஸ்ஸி. இரண்டாவது வருடம் வரை நான் வாழ்ந்த வீடு.

நான் பத்தாவது படிக்கும் வரை என் அப்பாவுக்குத்தான் வீடு சொந்தமாக இருந்தது. அவருடைய தாத்தாவின் தாத்தாவுக்குச் சொந்தமாக இருந்து, பரம்பரைச் சொத்தாக அப்பாவுக்கு வந்ததாம். என் அக்காக்கள் சின்னி, பப்பி இரண்டு பேருடைய கல்யாணத்துக்காகவும் அவசரமாக விற்கப்பட்டது. அம்மா ரொம்ப நாட்களுக்கு அந்த வீட்டை நினைத்து அழுவாள். அப்பா அழாவிட்டாலும், பல முறை கண் கலங்கியிருக்கிறார்.

'என் ஒரே பிள்ளைக்குப் புதுசா வீடு கட்டித் தர முடியலைன்னாலும், பரம்பரைச் சொத்தா கைக்கு வந்ததைக்கூட வெச்சுக் காப்பாத்த எனக்கு வக்கு இல்லாம போயிடுச்சுப் பார்த்தியாடீ கோமளம்?" என்பார்.

இப்போது அம்மாவும் இல்லை. அப்பாவும் இல்லை. நானும் கலிபோர்னியாவுக்கு வந்து பன்னிரண்டு வருஷம் ஆகிவிட்டது. அந்த வீடு விலைக்கு வந்திருக்கிறது என்று ஒரு வருடத்துக்கு முன்னால் தற்செயலாக எழுதியிருந்தாள்

சின்னி. உடனே கொஞ்சம்கூடத் தயங்காமல் சரியான தொகைக்கு டாலரை டிராஃப்ட் வடிவத்தில் சின்னிக்கு அனுப்பிவிட்டேன்.

என் மனைவி மாலதிக்கு அந்த வீட்டை வாங்குவதில் இஷ்டம் இல்லை 'சந்தனம் மிஞ்சிப்போச்சுன்னு எங்கே வேண்டுமானாலும் தடவிக்கறதா? கொடைக்கானல், ஊட்டி மாதிரி இடத்திலே வாங்கினாலும் ரிடையராகிற காலத்திலே உதவும். திருவல்லிக்கேணி சந்து பொந்துலே டாலரைக் கொட்டி வீடு வாங்கி என்ன பிரயோஜனம்..?' என்று முணுமுணுத்தாள். நான் அதைக் காதில் வாங்கவில்லை.

ஆனால், அந்த வீடு கைக்குக் கிடைப்பதற்குள் தான் எத்தனை பாடு? சின்னி, 'மேலே இன்னும் இரண்டாயிரம் டாலர் அனுப்பு' என்றதால், என் வங்கியில் அவள் பெயருக்கு இன்னொரு டிராஃட் வாங்கி அனுப்பினேன். அதற்குப் பிறகு இரண்டு மாசம் கிணற்றில் போட்ட கல்லாய் எந்த விதத் தகவலும் அவளிடமிருந்து வரவில்லை. ரொம்ப நாள் அவள் கடிதத்துக்காகக் காத்திருந்துவிட்டுப் பொறுக்க முடியாமல் தொலைபேசியில் கூப்பிட்டு விட்டேன்,

"பாங்க்கிலே டிலே ஆயிட்டிருக்கு.." என்றாள் சின்னி

"அப்போ வீடு அதுவரைக்கும் விற்கப்படாமல் நமக்கு இருக்குமா?"-நான் அவசரமாய்க்கேட்டேன்.

"நீ கவலையே படாதே... இந்தப் பழங்காலத் திருவல்லிக்கேணி வீட்டை வேறே யாரும் வாங்கத் தயாரா இல்லை" என்றாள்.

"பழங்கால வீடா இருந்தாலும் சென்டிமெண்டல் வால்யூக்காகத்தானே வாங்கறேன்...'

"அந்த வீட்டு ஓனருக்குக்கூட அது தெரியும். அதனால தான் 'இன்னும் ரெண்டாயிரம் கொண்டா மூவாயிரம் கொண்டா'ன்னு கேட்கிறார்" என்றாள் சின்னி.

பலமாதத் தடங்கல்களுக்குப்பின் திருவல்லிக்கேணி வீடு இப்போது என் உடைமை. செய்தி வந்த பிறகு என்னால் காத்திருக்க முடியவில்லை. சிங்கப்பூர் விமானத்தில் சென்னைக்கு ஒரு டிக்கெட் வாங்கி விட்டேன்.

வரப்போகிற விஷயத்தைத் தொலைபேசியில் சொன்னபோது சின்னிக்கு ஒரே ஆச்சரியம்! என்னையும் பப்பியையும் பார்க்க இத்தனை வருஷமா உனக்கு வரமுடியலை. உன்னைக் கூப்பிட்டுப் பார்த்து எங்களுக்கே அலுத்தும் போச்சு. இப்போ இந்த டஞ்சன் வீட்டைப் பார்க்க ஓடி வர்றே" என்றாள்.

சென்னைக்கு வந்த பிறகு என்னை நேரில் பார்த்தபோது அவளுக்கு இன்னும் ஆச்சரியம்.

""என்னடா இது? தலையெல்லாம் கப்புனு நரைச்சுப்போய் ரொம்ப வயசானவனா தெரியறியே?" என்றாள்.

"பின்னே... எனக்கு மட்டும் வயசாகலையா?" வர தை மாசத்துக்கு நாற்பத்தேழு முடிஞ்சு நாற்பத்தெட்டு ஆரம்பிக்கணும். அது சரி, என் வீட்டைப் பார்க்கப் போகலாம் வா!"

'என் வீடு' என்று சொல்லுவதில் அலாதி சந்தோஷம் வந்தது.

'நீ மொதல்லே போ. கொஞ்சம் நேரம் கழிச்சுத்தான் என்னால வர முடியும்" என்றாள்.

சாவியை வாங்கிக் கொண்டு, பஸ் பிடித்துத் திருவல்லிக்கேணி வந்தேன். என் வீடு இருக்கும் சந்தில் நுழைந்தேன். அந்தச் சந்தின் சாணி நாற்றமோ, காலில் தடுக்கும் அசிங்கங்களோ, தலையைச் சுற்றி வட்டமிடும் கொசுக்களோ என்னைப்

பாதிக்கவில்லை.

நீண்ட இரும்புச் சாவியைப் போட்டுக் கதவைத்திறந்தேன். இருட்டு. இத்தனைக்கும் சாயந்திரம் மணி நான்குதான். கண்கள் அதற்குப் பழகியவுடன்... இதோ, முதலில் வாசலைப் பார்த்த காமிரா அறை. இதில் தான் சின்னி, பப்பி, நான் எல்லாருமே பிறந்தோம். வீட்டுக்கே மருத்துவச்சி வந்து பிரசவம் பார்த்த காலம் அது.

காமிரா அறையை ஒட்டியகூடம். அட... ஊஞ்சல் இன்னும் இருக்கிறது. அதில் உட்கார்ந்து கால்களால் உதைத்து வேகமாய் ஆடினேன். அப்பாவின் சிம்மாசனம் இந்த ஊஞ்சல்தான். அவர் வீட்டில் இருந்தால் அவர் மட்டும்தான் அதில் உட்காரலாம். லேசாக ஆடியபடியே, அம்மா ஆற்றிக் கொடுக்கும் காபியை ருசித்து உறிஞ்சுவார்.

அப்புறம் சுவாரஸ்யமான என் விடலைப் பருவம். வீட்டில் வேறே யாரும் இல்லை என்று தெரிந்துகொண்டு கனகாரியமாய் என்னைப் பார்க்க வந்துவிட்டுச் 'சுந்தரம் கெமிஸ்டரி புக் வாங்கிட்டு வரச் சொன்னான்' என்று பொய் சொல்லும் எதிர்வீட்டுப்பெண் வரலட்சுமியை நான் லட்சியம் பண்ணதில்லை. ஆனால் சுந்தரம், ரகு, சதன் என்று ஒரு செட்டாக, பெண்கள் உயர்நிலைப்பள்ளி வாசலில் டாண் என்று நாலு பத்துக்கு வந்து நின்றுவிடுவோம். எலி வால், பிங்கி, குதிரை என்றெல்லாம் ஒவ்வொருத்திக்கும் பெயர் வேறு வைத்ததுண்டு.

இன்னும் எத்தனையோ இனிய நினைவுகள்... ஆறு வயதில் பைகிராப்ட்ஸ் ரோட்டில் மாரடி பார்த்துவிட்டு, ரத்த விளாறுகளைக் கண்டு பயந்து, அம்மாவைக் கட்டிக்கொண்டு தூங்கிய நினைவு. 'சபாஷ், நல்ல போட்டி' என்று நான் எடுத்துக்கொடுக்க, சின்னியும் பப்பியும் தங்களை நாட்டியப் பேரொளிகளாக நினைத்துக் கொண்டு 'யாரடி நீ மோகினி' என்று தரையைத் தேய்த்துக்கொண்டு டான்ஸ் ஆடிய நினைவு.

கல்லூரியில் முதல் வருஷம் 'காதலே கண்ணாயினார்' என்று பத்தாவது படிக்கும் மல்லிகா பின்னாடியே சுற்றியிருக்கிறேன். அவள் பள்ளிக்கு வருகிற, போகிற நேரத்துக்குச் சரியாகத் தெருக்கோடியில் நிற்பேன். அவளும் என்னைக் கடைக்கண்ணால் ஒரு தடவை பார்த்து விடுவாள். அன்று எனக்கு ஜென்ம சாபல்யம். அதற்கு அடுத்த வருஷம் அவள் வீடு மாறி விலக... மல்லிகா போய் ராதாவுக்காகக் காத்திருக்க ஆரம்பித்தேன்.

அந்த நாட்கள்... இனி திரும்பியே வராத நாட்கள். அம்மாவும் அப்பாவும் போயாகிவிட்டது. சின்னிக்கும் பப்பிக்கும் அவரவர் குடும்பம்... நானும் அமெரிக்கா போய் ஒரு மாமாங்கம் ஆகிறது. தலை நரைத்துக்கிழவனாகிக் கொண்டிருக்கிறேன். என் பெண்டாட்டி மாலதி என்னை விட நாலு வயதுதான் இளையவள். ஒரே பிள்ளை ஸ்டான்ஃபோர்டில் படிக்கிறான். திருவல்லிக்கேணி வீட்டை வாங்கியாகி விட்டது. ஆனால், ரிடையரான பிறகுகூட அந்த வீட்டில் வந்து வாழ முடியுமா என்று சந்தேகம். மாலதிக்கு அமெரிக்க வசதிகளை விடமுடியாது.

என்னாலும் இனி அமெரிக்க வசதிகளைவிட்டு வாழ முடியும் என்று தோன்றவில்லை.

பிறகு எதற்குத்தான் இந்த வீட்டை வாங்கினேன்? அதோடு இத்தனை வருடங்கள் கழித்துத் திரும்பி வந்து பார்க்கும்போது இப்படி மனசை அடைத்துக்கொண்டு துக்க அலைகள் எழும்பக் காரணம் என்ன? எனக்குப் புரியவில்லை.

வாசல் கதவு திறந்தது. "இருட்டிலே உட்கார்ந்துட்டு என்ன பண்றே?" சின்னியின் கேள்விதான். அதைத் தொடர்ந்து சுவிட்ச்சைத் தட்டி விளக்கேற்றினாள்.

“ஏன் உன் கண் கலங்கியிருக்கு? அழுதியா என்ன?” - அவளும் என் அருகே வந்து உட்கார்ந்தாள்.

“நம்ம சின்ன வயசு நாளை நெனச்சிட்டிருந்தேன் சின்னி. எவ்வளவு சுதந்திரமான வாழ்க்கை! கவலைகள் எதுவும் இல்லாம... எல்லாரும் என்னிக்கும் சாசுவதம்னு நம்பிட்டு சந்தோஷமா இருந்த நாட்கள்...!” - நான் பெருமூச்சுடன் சொன்னேன். ஓரிரு நிமிடங்கள் அவளும் பேசாமல் இருந்தாள்.

“இந்த வீட்டை ஏன் இவ்வளவு மெனக்கெட்டு வாங்கினேன்? ஒரு வேளை பைத்தியக்காரத்தனமோன்னு தோணுது...” என்றேன்.

“சொன்னா தப்பா நினைச்சுக்க மாட்டியே?”. சந்தேகமாகக் கேட்டாள்.

‘சொல்லு!’

“ராஜு... நீ வாங்க விரும்பியது இந்த வீட்டை இல்லை. இந்த வீட்டிலே வாழ்ந்த உன் சின்ன வயசு நாட்களைத்தான். புரியுதா?” - அவள் என் கையை இறுகப் பற்றினாள். “அதை விலை கொடுத்து வாங்கவே முடியாது ராஜு, அந்த நாட்கள் இனி நினைவுகளில் மட்டும்தான்!” - சொல்லும்போது சின்னியும் ஏன் அழுகிறாள்?

50

சூரிய கிரஹணத்தெரு

கமலாதேவி அரவிந்தன்

கமலாதேவி அரவிந்தன்
(1950)

மலேசியாவில் பிறந்து வளர்ந்த கமலாதேவி, மலையாள மொழியினைத் தாய் மொழியாகக் கொண்டவர் என்றாலும் தமிழ் மற்றும் ஆங்கில மொழிகளை நன்கு அறிந்தவர். பாரதியார் மீது தீவிர பற்றுக்கொண்ட இவர், 15வயதிலேயே எழுதத் தொடங்கியுள்ளார். இவரது முதல் சிறுகதை 'விலாசினி' தமிழ்நேசனில் வெளியாகி உள்ளது. தன் திருமணத்திற்குப் பின்னர், சிங்கப்பூரில் வசித்து வரும் இவர், கடந்த 30ஆண்டுகளுக்கும் மேலாகச் சிறுகதைகள், நாவல்கள், நாடகங்கள், விமர்சனக்கட்டுரைகள், ஆய்வுக்கட்டுரைகள் என்று பல்வேறு தளங்களில் தன்னுடைய ஆக்கங்களைத் தந்து வருகின்றார். இவர் மலையாள மொழியிலும் எழுதி வருகிறார். இருமொழிகளிலும் ஏறக்குறைய நூற்றுக்கும் மேற்பட்ட சிறுகதைகள், 18தொடர்கதைகள், 140வானொலி நாடகங்கள், 100க்கும் மேற்பட்ட இலக்கிய கட்டுரைகளை எழுதியுள்ளார் என்பது குறிப்பிடத்தக்கதாகும்.

ராமக்காவுக்குச் சந்தோஷம் தாங்கவில்லை. "பிரியாணி சோறு இம்புட்டு ருசியாக்கூட இருக்குமா? ஊரிலேன்னா பேருக்கு ஒருகறித்துண்டும், ஒரு துண்டு எலுமிச்சிக்காயும் கடிச்சுக்கிட்டுச் சாப்புட்ட அனுபவம்தான். ஆனா இங்கேனா எவ்ளோ சோறு! எம்மாம் பெரிய கோழித்துண்டு. அட, இதுதான் லெக்பீஸா?

நிறைய கொழம்பு, இன்னும் வெள்ளிரிக்காயும், அன்னாசியும் போட்ட, இனிப்பும் புளிப்புமான மேங்கறி, அப்புறம் தயிரில் ஊறவச்ச என்னமோ ஒரு அயிட்டம்!

யப்பா. இன்னா ருசி, இன்னா ருசி, நாக்கெல்லாம்தேனா சொக்கிப்போச்சுபோ! "ராமக்காவைப் போலவேதான், ஊரிலிருந்து வந்திருந்த மத்த பொண்ணுங்களுக்கும் கூட. சாப்புட்டு முடிச்ச உடனேயே முகத்தில அப்படியொரு பிரகாசம்."

"சும்மாவா சொன்னாங்க? நல்லாச் சாப்பிடணும்னா நாடு விட்டுப் போ! நாக்கு வழிக்கணும்னா உள்ளூரிலேயே கிடன்னு!" அன்பு ரோஜாவுக்குத்தான் காலையிலேயே வயிறு புட்டுக்கிச்சு. சிங்கப்பூருக்கு வந்திறங்கியதிலிருந்தே

அதுக்கு வயித்தாலெ போயிட்டிருக்கு. பின்னெ என்ன? வயிறா? இல்ல வண்ணாந்தாழியா?

பக்கத்து சீட்டுக்காரி வேண்டாம்னு சொன்ன சாப்பாட்டையும் கூட கேட்டுவாங்கி, இவளே ஃபுல் கட்டு கட்டினா? போதாமைக்குக், கப்கப்பா கேட்டுக் கேட்டுக், காப்பியும், ஆரஞ்சுமா குடிச்சிருக்கா கட்டடங்களியும் கஞ்சியுமாக் குடிச்ச வயிற்றுக்குத் திடீர்னு நெய்ச்சோறும் பன்னும் பட்டரும் சாஸூம் தேனுமா உள்ளே போனதும் புட்டுகிடுச்சி. என்னத்தைச் சொல்ல? அண்ணாத்தைக்கே, பொறுக்களை நல்லா வுட்டுக்கடாசிட்டாரு. ஓசியில கிடைக்குதுன்னு கண்டமேனிக்குத் திட்டிப்புட்டாரு. ஆனா பாருங்க, திட்டிக்கொஞ்ச நேரத்துக்கெல்லாம், "இந்தா இஞ்சிச்சாறு! குடிச்சிட்டுக் கொஞ்சநேரம் கம்முனுகிடன்னு." பெரிய கப்பு நிறைய இஞ்சிச்சாறு கொண்டுவந்து நீட்டினப்ப, அன்புரோஜாவுக்கு மட்டுமில்லே பாத்துக்கிட்டிருந்த எங்களுக்கே கண்ணு கலங்கிடிச்சி. அண்ணாத்தையும் மனுஷன் தானே? என்ன இருந்தாலும் அவருக்கு மட்டும் மனசு கேட்குமா?

வெளியூரிலேருந்து வந்திருக்கற நாங்கள்ளாம் இனி அண்ணாத்தையோட பொறுப்புதானே? திட்டினாலும் மொட்டினாலும் அவரு காபந்திலதானே நாங்க இருக்கப்போறோம்? அவரு கோவப்படறதிலே என்னாத் தப்பு? இந்த அன்பு ரோஜாவுக்குத்தான் அறிவு வேணாம்? ரெண்டுவாட்டி பாத்ரூம் போயிட்டு வந்தப்புறம் அன்பு ரோஜா முகமும் தெளிஞ்சிடிச்சி, வவுரு வழிக்கு வந்திடிச்சிக்கான்னு சிரிக்கிறா, பாரேன், என்னத்தைச் சொல்ல?

"இந்தா சாம்பார் சாதம்! சாப்பிட்டுக்க"ன்னு அண்ணாத்தைதான் ஒரு பொங்குசு திருப்பியும் கொணாந்து நீட்டினாரு. அன்புரோஜாவுக்கு மூஞ்சியெல்லாம் சிரிப்பும் வெக்கமும்தான். சும்மா சொல்லக்கூடாது. அண்ணாத்தைப் பாவம், நல்லமனுஷன்தான். அவரு மனசு கோணும்படி இங்கே யாருமே நடக்கக்கூடாதுன்னு அப்பவே தங்கம்மாக்கா எங்களுக்கெல்லாம் ஆர்டர் போட்டுரிச்சி. அட, தங்கம்மாக்கா கதையைக் கேட்கலையே?

எங்கேயோ விருத்தாச்சலம் பக்கமாம். குடிச்சிக் குடிச்சிக் கொடலு வெந்துபோயி அவுங்க வூட்டுக்காரர் பூட்டாராம். இருக்கற ரெண்டு பசங்கள் வளக்க அக்கா பாக்காத வேலையே இல்லையாம். கேட்டா அந்த நாத்தம் புடிச்ச கதையெல்லாம் உனக்கெதுக்குடி?ன்னு கோவப்படும். புடவ, துணிமணி கில்ட்டு நகைங்கன்னு வருஷத்துக்கு ரெண்டு வாட்டி மலேசியாவுக்குத் துணி விக்கப்போறியான்னு, காதர் மாமான்னு யாரோ அக்காவைக் கேட்டிருக்காங்க.

அக்காவும் சந்தோஷமாத் தலையை ஆட்டியிருக்கு. லாபமொண்ணும் அப்படி பெரிசா இல்ல. அப்பைக்குத்தான் இந்த ரத்தினம் அண்ணாத்தைச் சிங்கப்பூருக்கு வறியான்னு கேட்டிருக்காரு. அக்கா மறுகேள்வி கேக்காமா வந்துடுச்சி. பின்னே என்ன? சிங்கப்பூருக்கு இன்னா எல்லாரும் அப்படி சுளுவா போயிட்டு வந்துடமுடியுமா? இன்னா சோலிண்ணே?ன்னு கேட்டப்ப" ஏன் சோலி என்னான்னு சொன்னாத்தான் வருவியோ?ன்னு அண்ணாத்தை நக்கலா கேட்கவும், அக்கா கப்புனு வாயைப் பொத்திக்கிடிச்சி. பின்னே, என்ன, நாம இருக்கிற பவுசுக்குக் கேள்வியெல்லாம் கேட்கலாமா? என்னா கூட்டர, கழுவுற வேலையாத்தான் இருக்கும்?

இருந்தா என்னா? புள்ளிங்கள ஆத்தா கிட்டே விட்டுட்டு நிம்மதியாவாவது இருக்கலாம்லனு தங்கம்மாக்கா அக்கடான்னு பொறப்பட்டு வந்துடுச்சி. காயலா கிடக்கிற பெரிய ஆயி வீட்டுக்குப்

போனப்பதான் தங்கமாக்கா பழக்கம். வீட்டுக்கதை, என் நாதியத்த கதையெல்லாம் சொல்லி ஆத்திகிட்டப்பதான் அக்கா, சிங்கப்பூருக்கு வாறியாடின்னு கேட்டுச்சி. ஒருநிமிஷம் மாரியாத்தாவே எதிரில் நின்னு வரம் கொடுத்தாப்பும் குப்பனு கண்ணிலே தண்ணி வந்துடிச்சி.

போ! என்னா ஏதுன்னு கேட்க எந்த பட்டுக்டெப்பான் இருக்கா? ஆயியா அப்பனா தட்டுக்கெட? கூட்டிட்டு ஓடி வந்த பேமானி அடிக்காத நாளில்லே! பேசாத பேச்சில்ல. கண்ணுமுன்னாலேயே கூத்தியாளைக்கொண்டு வந்து கொட்டமடிச்ச நாதேறிப்பபதானே? எத்தைத்தின்னா பித்தம் தெளியும்னு, வக்கத்துப் போயி நின்ன நேரத்தில்தானே, தங்கம்மாக்கா காராம்பசு கணக்கா கூட்டியாந்துச்சி. மொதல்லே அண்ணாத்தை ஏத்துக்கனலதான். ஆனா நேரில் என்னிய பாத்தப்புறந்தானே பேசாம கூட்டியாந்துடுன்னு சம்மதிச்சாராம். இனிமே என்னா? நாலுகாசு சம்பாரிச்சு, காசு சேத்துக்கிட்டு, ஊர்க்குப்போயி தல நுமுந்து நடக்கணும்.

ச்சீன்னு பாத்த நொங்க வாயிப்பசங்க முன்னாடி ராமக்காவா, வா தாயின்னு, மருவாதையா கூப்புட வைக்கணும்.

“எல்லாம் மாரியாத்தா பாத்துக்கிடுவா?

“இன்னுமா தூக்கம்? எங்கே உங்க பாஸ்போட்டுன்னு,” வந்த சத்தத்திலே அன்பு ரோஜாதான் கிட்டே வந்து போட்டு உலுக்குது.

“தே, வுடு, வுடுன்னு மொணவிக்கிட்டே கண்ணைத்திறந்தா. என்னா, பிரியாணி தின்ன மயக்கம் இன்னும் தெளியலையா?ன்னு நக்கலா சிரிச்சுக்கிட்டே, அண்ணாத்தை நிக்கிறாரு. அட! அண்ணாத்தை மட்டுமல்ல. அவருகூட யாரோ இன்னும் ஒரு ஆம்பளையாளு கூட நின்னுக்கிட்டிருக்கார்.

“சீ, ச்சீசீ!, ராமக்காவுக்கு அப்படியே கூசிப்போச்சி வாரிச்சுருட்டிக்கினு, எந்திரிச்சவகிட்டே. புடவையை நல்லா இழுத்துப்போத்திக்கினு நின்ன சரோசாதான், காதுகிட்டே வந்து யக்கா, பாஸூபோட்டுன்னு குசுகுசுக்க, அப்பத்தான் விவரம் புரிஞ்சுது. சட்டுனு பொட்டியைத் தொறந்து, பவ்யமாய் எடுத்துக் கொடுக்க. அப்படியே அஞ்சு பேர்கிட்டேயும் பாசுபோட்டை வாங்கிக்கினு, அண்ணாத்தை திரும்பியும் பாக்காம போயிட்டாரு.

கூடவந்த ஆளுதான் தலையைக் குனிஞ்சுகிட்டே, போவும்போது. மெல்ல ஓரக்கண்ணாலே பாத்துக்கினு போவுதுன்னு. மஞ்சு சொல்லிச்சி. பாவம் அண்ணாத்தை, அவருக்கு எவ்வளவு வேலையோ! தற்குறிங்க நம்மகிட்டே பேசிக்கிட்டிருக்கிறதா வேலை?

“இன்னாக்கா அண்ணாத்தை. நம்மள கண்டுக்கவே இல்லியே?ன்னு ராமாயிதான் மொணவுறா!” தே, நம்ம கிட்டே உக்காந்து ஊட்டுநாயம் பேசறதுதான் அவுங்களுக்கு வேலையா?அக்கறையா டிக்கிட்டுபோட்டு. ராணிகணக்கா, ஏரோப்ளேன்ல வச்சு கூட்டியாந்து, வந்தன்னிக்கே, பிரியாணியும், கறியுமா. வயிறுபொடைக்க சாப்பாடு போட்டு வச்சிக்கிறது பத்தாதாங்காட்டியும், இன்னும் நம்ம ஊத்தவாயிகிட்டே உக்காந்து கதை பேசாததுதான் குத்தமாப் போச்சாக்கும்?” தங்கம்மாக்கா சீனிச்சரமாய் வெடிக்க, என்னமோ தத்துவஞானியிடமிருந்து ஞானோபதேசம் கேட்டாற்போல் எல்லோருமே கப்சிப்பென்று அடங்கிப் போனார்கள்.

ராத்திரிக்கும் பொட்டலம் வந்துச்சி. சாம்பார் சாதம். அதுவும் கூட ருசியாத்தான் இருந்திச்சி. ஊறுகாயும், மோரு மொளவாயும். அப்ளப்பூவும், கடிச்சுக்கினு, சாப்டப்ப, அதும் ஒரு கணக்கில ருசியாத்தான் இருந்திச்சி. அல்லாருமே சாப்டவுடனே படுத்துட்டோம்.

சொல்லி வச்சாப்பில, மறுநாள்

காலையிலேயே முழிப்பு வந்துடுச்சி. இட்டிலியோ, தோசையோ, இல்லை, சிங்கப்பூர் பலவாரம் ஏதாச்சியும்தான் வரப்போகுதுன்னு ஆசையாக் காத்துக்கினு இருந்தோம். மணி எட்டு போயி பத்து ஆச்சி. நடுப்பகல் போயி மத்தியானத்துக்கும் மேலேயே ஆயிப்போச்சி.

ஒரு வா காப்பித் தண்ணி, கூட இன்னும் கிடைக்கலை. அண்ணாத்தையை இந்தப் பக்கமே காணோமே. நம்ம வேலைக்காக எல்லாம் அலைஞ்சுகிட்டிருக்காரோ? வரட்டும். அண்ணாத்தை வரவரைக்கும் நாம் எல்லாம் பொறுமையாத்தான் இருக்கணுமனு, சொன்னாலும் தங்கம்மாக்காவுக்கே மூஞ்சி சரியா இல்லை.

ராத்திரி 10மணிக்கு மேலே ஆனப்புறமும், ஒரு ஈ காக்கா தேடி வரலை மறுநாளும் மத்தியானம் வரைக்கும் இதே கதை நீடிக்கவும், அன்பு ரோஜா அளுவத் தொடங்கிடிச்சி. மஞ்சுவும் ராமாயியும் வெளியே காட்டிக்கலையே தவிர அவுங்க மூஞ்சியும் விளுந்துதான் போச்சு. அப்பத்தான் திடீர்னு தங்கம்மாக்கா கீழே லாட்ஜ்காரரைப்பாத்துட்டு வாறேண்டின்னு. புயலாப் புறப்பட்டுப் போச்சி. போனவ ஒரு மணிநேரமாயும் திரும்பி வராததைக் கண்டு, ராமாயிதான் நான் வேணும்னா போயி பாத்துட்டு வரட்டுமாக்கான்னு கேட்குது. போனா! போனா! போன இவளையும் காணோம். "யக்கா, யக்கா, கீழே தங்கம்மாக்கா லாட்ஜ்காரர்கிட்டே ஏதோ கோவமா, கத்தி கத்தி அளுதுகிட்டு கீதுன்னு, தடதடன்னு ஓடியாறா ராமாயி.

"மெய்யாலுமா?" அதிர்ந்து போய் இவர்கள் நிற்கும் போதே ஆவேசமாய் உள்ளே நுழைந்த தங்கம்மாக்கா. மோசம் போயிட்டோமேடி பொண்ணுங்களா?"ன்னு நெஞ்சிலடித்துக்கொண்டு அழத் தொடங்கிவிட்டாள்.

ராமக்காவுக்குப் பெருங்கவலையாப் போச்சு. என்னாச்சோ ஏதாச்சோங்கறதைவிட, அய்யோ பசி. ஆம். பசியேதான். கண்ணு மண்ணு தெரியாம அப்படி பேயாய்ப் பசித்தது. முதல்ல வவுத்துக்கு ஏதாச்சும் குடுத்துட்டு, அப்புறமா இந்தக்கா பிலாக்கணத்தை வச்சுக்கக்கூடாதா?

பசிவேகத்தில் அவளுக்குக் கண்ணீரும் வந்தது. கோபமும் வந்தது. நேத்து ராத்திரி சாப்பிட்ட சாம்பார் சாதம்தான். ஒரு பொளுது. ஒரு நாளாச்சி, தொண்டை காஞ்சு, வயிறு காஞ்சு, நாடி நரம்பெல்லாம் நொங்கு நொங்குங்குது.

அல்லாருக்குமே யக்காவைப் பாக்கப்பாக்க அளுவையை அடக்கமுடியலை. பொக்குன்னு அளுவாச்சியை நிறுத்திட்டு, தங்கம்மாக்கா, சாமி வந்தாப்பில கேட்குது. "கைக்காசு எவ்ளவுடி கீது?". 50, 100, 150ன்னு ஊருக்காசை அவுங்கவுங்க கையிலிருந்ததை அப்படியே குடுத்துட்டோம். மறுக்காவும் வேகமா வெளியே போன தங்கம்மாக்கா ஒரு மணிநேரம் களிச்சு வந்தப்ப, யக்கா கையில புளியோதரையும், வடையும். கொஞ்சம் சமோசாவும் இருந்திச்சி. நம்முரு காசுக்கு இது கிடச்சதே பெரிசுன்னு நினைச்சுக்கிட்டு சாப்புடுங்கடின்னு யக்கா குடுத்தப்ப, பசியில கண்ணு தள்ளிப்போயிருந்த அத்தினிபேரும், பாஞ்சு பாஞ்சு சாப்பிட்டோம். விக்குன்னு விக்கல் வந்தப்ப, பைப்பில் உள்ள தண்ணியைப் புடிச்சு குடிங்கடின்னு அக்கா சொல்லிடிச்சி.

அட, அக்கா ஒண்ணியுமே துண்ணலியேன்னு, மிச்சமிருந்த ரெண்டு வடையைக் குடுத்தப்ப, ஊன்னு ஊளையிடுற மாதிரி அப்படி அளுவுது.

இன்னாக்கா விசயம்."? சொல்லிட்டுதான் அளுவேன்னு, மஞ்சுதான் அதட்டுது, "அந்தக் கண்றாவியை இன்னாத்தைடி சொல்ல? அந்தப்பாவி, பட்டுக்கிடப்பான்,

சரியான டுபாக்கூராம். நம்மள ஏமாத்திட்டாண்டி நம்ம பாசுபோட்டையெல்லாம் புடிங்கிட்டுப்போனவன் போனவன்தானாம். இனிமே வரவேமாட்டானாம். அந்த லாட்ஜ்கார தம்பிதான் சொல்லிச்சு, இனிமே எப்படி திரும்பிப் போகப்போறோம்னு நினைச்சாத்தான் ஈரக்குலையே நடுங்குது"

ஆனால் ஈரக்குலை ஆடாமலிருக்க, மறுநாள் காலையிலேயே, லாட்ஜ்கார தம்பி, வழி சொல்லிக்கொடுத்தார். பாஸ்போட்டு பிடுங்கிட்டுப் போனவனும் லாட்ஜ்கார தம்பியும் கூட்டுக் களவாணிகள்னு, பாவம் இந்தப் பொண்டுகளுக்குத் தெரியாதுன்னு. கீழே கூட்டற பயலுவ பேசிக்கிட்டது யாருக்குத் தெரியும்?

பரோட்டாக் கடையிலெ மங்கு கழுவ, பூக்கடையில பூக்கட்ட, காய்கறிக்கடையில காய் விக்க, அப்பாலெ சீனனோட "சிக்கன் றைஸ்" விக்கற கடையில கக்கூசுகழுவன்னு, ஒவ்வொருத்தியையும். பார்ட் டைம் வேலைக்குன்னு, காலையிலேயே லாட்ஜ்கார தம்பி அனுப்பிவைச்சிட்டாரு.

ஆனா கூட்டத்திலெ சிறிசா பாக்க அளகா இருந்த ராமக்காவையும், மஞ்சுவையும் மட்டும் இந்த வேலைக்கு அனுப்பலை.

கொஞ்சம் கில்ட்டு நகைகளை குடுத்து, தேக்காவில் அங்கங்கே உக்காத்திவச்சு, வித்துட்டு வரச்சொன்னார். கிடைக்கற காசில லாட்ஜ் தம்பி பாதி எடுத்துக்கினு மீதியை நம்மளுக்கே குடுத்துடும். ஏதோ சாயந்திரத்துக்குள்ள, (அட, இன்னாடி ரோடு அது?) இழவுவீடு மாதிரி கீற, லாட்ஜுக்குத் திரும்பும்போது, அன்னாட தினக்கூலி கிடைச்சதிலெ சந்தோசம்தான். ஆனா வந்ததிலிருந்தே ராமக்காவுக்கும் மத்த பொண்ணுங்களுக்கும்தான் ஆச்சிரியம். அது இன்னாடி, தேக்காவுல பாத்த மத்த தெருவிலயெல்லாம் அப்படி நல்லா தானே கீது. ஆனா இந்த ரோட்டில மட்டும் வீடுங்க அல்லாம் ஏன் இப்படி அவிஞ்சு போன மாறி கீது. ஆளு நடமட்டம் கூட ராத்திரிக்குமேலதான். அட, சிங்கப்பூரிலெ இப்புடிக் கூடவா ரோடும் லாட்ஜும் இருக்கும். ஹ்ம்ம். கிராமத்தில கூட பாக்க முடியாத நாத்தம் புடிச்ச பெரிய பெரிய கரப்பான் பூச்சிங்களைப் பாக்கவே குமட்டிக்கினு வருது. இந்த்த தெருவுக்குப் பேருதான் இன்னா? வாயிலேயே நுழைய மாட்டேங்குதே?

வீரபாண்டிக்கு அன்னிக்குன்னு நல்ல வருமானம், போ! மனசு சும்மா ரெக்கை கட்டிக்கினு பறக்கணும் போல அப்படி பறவாப் பறக்குது.

ஒரு பாஸ்போட்டுக்கு 300 வெள்ளின்னு வித்தாலும், இன்னிக்கு கலக்ஷன் ஜோர்தான். ஆத்திரம் அவசரத்துக்கு 500 வெள்ளிகூட போகும். முத்தண்ணன், பாசுபோட்ட வித்துக்கொடுத்ததுக்கு நல்லாவே கவனிச்சுக்கிட்டாரு. என்னா? கொஞ்சம் மேலே ஊத்திக்கினா வானம் ரெட்டையாத்தெரியுது.

நெலாவைப்புடிச்சு பாக்கிட்டுல போட்டுக்கறாப்பில கிட்ட வந்து ஆலவட்டம் போடுது. ஆனாலும் அல்லாமே நல்லா ஷோக்காத்தான் கீது!

லிட்டல் இண்டியா எம்.ஆர்.டிகிட்டெ வந்தப்ப, குடிச்ச மப்பு சும்மா அப்படியே ஆளைத் தூக்குது.

"அட இங்கே பார்யா!" மிட்டாய் கலர் பொடவையில, மட்டரக பவுடர் தீற்றிக்கினு, உள்பாடி தெரியற மெல்லிசு ப்ளவுஸு போட்டுக்கினு, உதட்டை நாவால் சுளட்டி, செயற்கையாய் சிரிச்சுக்கினு. சும்மா கில்மா கணக்கா நிக்கற பொண்ணைப் பார்த்தப்ப சிரிப்பு வந்துடுச்சி.

யாருடா இது? புச்சாகீது?! சற்று முன் சாப்பிட்ட ஆட்டுக்கறியும் உள்ளே இறங்கிய சரக்கும். கொஞ்சம் தள்ளாட

வைத்தாலும், உடம்பு இருந்த மத மதப்புக்குக் கொஞ்சம் டாவடிச்சாதான் இன்னான்னு, மெல்ல நெருங்கினான் அந்த கில்மாவை "இன்னா ரேட்டு,"ன்னு அசிங்கமாய் இளித்துக்கொண்டே நெருங்கியவன் தீயை மிதித்தாற்போல் அப்படியே திரும்பி நடந்து விட்டான்.

"ஏன், வோணாமா? உம் மனசு கோணாம நடந்துக்குவேன். ஒருக்கா வந்துட்டுப்போயேன்!ன்னு அந்தப்பெண் பின்னாலேயே ஓடிவர, குடித்த மப்பெல்லாம் இறங்கிவிட்டது. வீரபாண்டியால் நிமிர்ந்து பார்க்கவே முடியவில்லை. புடவையை இழுத்துப் போர்த்திக்கொண்டு,"அண்ணாத்தே"ன்னு பாஸ்போட்டை எடுத்து நீட்டிய அந்த களங்கமற்ற பெண்ணா இவள். முத்தண்ணனோட போன என்னை இந்தப்புள்ளைக்கு ஞாபகமில்லே. ஆனா, எனக்கு..?

அய்யோ, கிராமத்தில தங்கச்சி குப்பு கூட இப்பிடித்தானே கூப்புடும்? மனசெல்லாம் நெருப்பா எரிய, "இந்தாம்மான்னு. 50 வெள்ளியை எடுத்து நீட்ட, "சும்மா எதுக்கு அண்ணாத்தே. ஊரிலேயே நெத்தி வேர்வை நிலத்தில் விழ பாடுபட்டாத்தான் காசு. அந்தக் காசுலதான் கஞ்சியைக் குடிச்சிருக்கேன், சும்மான்னா எதுக்கு அண்ணாத்தே? என்ன பாவம் செஞ்சோமோ, இப்படி வந்து சீரளியறேன்?

"நீ மட்டும் தனியாவா ----?"

"அஞ்சு பேரு வந்தோம் அண்ணாத்தே! எங்க பாசுபோட்ட புடிங்கிட்டு, எங்களை அம்போன்னு விட்டுட்டு போயிட்டான் எங்களைக்கூட்டிட்டு வந்த பேமானி."

அங்கங்கே கிடச்ச வேலைய செஞ்சு வயிறு கழுவிட்டிருந்த என் சோட்டுப்பொண்ணுங்க ரெண்டு பேரை போலீசில புடிச்சிட்டுப் போயிட்டாங்க!

"அண்ணாத்தே, வா, அண்ணாத்தே."

என்று கையைப் பிடித்து ராமக்கா கூப்பிட, லேசாகப் பீர்வாடை ராமக்காவிடமிருந்து வருவதைவீரபாண்டியால்உணரமுடிந்ததும் ஏனோ ஒரு கணம் நின்றுவிட்டான். அமிலம் கொட்டினாற்போல் அந்தக் கைகளை விலக்கிவிட நினைத்தாலும் உள்ளே போன சரக்கும் உடம்பு தினவும் விடவில்லை.மப்பில்தள்ளாடிக்கொண்டே ராமக்காவோடு கூட நடந்தான்.

புடவையைத் தொடைவரை வழிச்சுக்கினு, ஸ்டௌட்டை ஒரு வா குடிச்சிக்கினு, முத்துஸ்கரி, ஸ் ல. வாங்கின பெரியமீன் தலையைச் சப்பி, ருசிச்சு சாப்பிட்டுக்கிட்டிருந்த அந்தப் பொம்பளையின் தலை மொட்டையடிக்கப்பட்டிருந்தது. குப்புனு ஸ்டெட்டோட மப்பில சிரிப்பு சிரிப்பா வருது.

"தா, இன்னா, இப்படி தரையில உக்காந்து தின்னுக்கிட்டிருக்கே. போயி ரூம்பில உக்காந்து தின்னா என்னா கேடுன்னு லாட்ஜ்காரன் அதட்ட," அட, சர்தான் போடா, நான் எங்கே உக்காந்து துண்ணா உனக்கென்னடா? இல்லாங்காட்டியும் இது இன்னா மவாராசன் அரமனையா?

குந்த வச்சு துகிலுரியற நாத்தம் புடிச்ச கேப்மாறி இடம்தானேடா இது? நம்பவச்சு கழுத்தறுத்த நாதேறி!!

"கூட்டிக்குடுக்கற உனக்கெல்லாம் எதுக்குடா மீச? பேச வந்துட்டான், பெரிசா!"ன்னு, சீனிச்சரமாய் வெடிக்குது அந்தப்பொம்பிளை.

அய்ய! "இங்கே என்னாக்கா பண்றே? வா. ரூம்புக்குப்போலாம் வாக்கா?ன்னு, மஞ்சு வந்து இழுத்துக்கொண்டுபோக." இன்னைக்குக் கலெக்ஷன் எவ்ளோடின்னு அளுதுகிட்டே கேட்குது அந்தப் பொம்பள, வேற யாரு? தங்கம்மாக்காதான்.

திலகவதி •

திலகவதி
(1951)

திலகவதி காவல்துறை அதிகாரியாகப் பணியாற்றி ஓய்வு பெற்றவர். கவிஞர், எழுத்தாளர், கட்டுரையாளர், மொழிபெயர்ப்பாளர் என்று பன்முக பரிமாணங்களைக் கொண்ட இவர், தமிழகத்தின் முதல் பெண் ஐபிஎஸ் அதிகாரியாவார். இவர் 1976ஆம் ஆண்டு காவல்துறையில் சேர்ந்து, 36ஆண்டுகள் வெவ்வேறு உட் துறைகளில் பணியாற்றி, இறுதியாக காவல்துறை தலைமை இயக்குனராக (டிஜிபி) பணியாற்றி ஓய்வு பெற்றார். பெண் சிசுக்கொலையை மையமாக வைத்து ‘உதைத்தாலும் ஆண்மகன்’ என்ற முதல் சிறுகதையை எழுதினார். அதற்குக் கிடைத்த வரவேற்பு, இவரை மேலும் எழுதத் தூண்டியது. சிறுகதை, குறுநாவல், நாவல் என்று தொடர்ந்து படைத்து வந்த இவர், ‘கல்மரம்’ என்ற நாவலுக்காகச் சாகித்ய அகாதமி விருது பெற்றார். இவர் 2009ஆம் ஆண்டு வரை எழுதிய சிறுகதைகளை ஒட்டுமொத்தமாகத் தொகுத்து, ‘திலகவதி சிறுகதைகள்’ என்ற பெயரில் வெளியிட்டுள்ளார். இவரது நாவல்களும் இரு தொகுதிகளாகத் தொகுக்கப்பட்டுள்ளன.

51

நிழல்

திலகவதி

வேலை கெடைச்சா விடிஞ்சாப் பலன்னு நெறையப் பேரு நெனைக்கிறாங்க. முக்கியமா லேடீஸ். நிஜமா அது? அப்படி எல்லாம் ஒரு மண்ணுமில்லை. எனக்கும்தான் வேலை கெடைச்சது. சங்கம் பல்கலைக்கழகத்தின் பண்பாட்டு மையத்திலே மொழிபெயர்ப்பாளர். போதாக் குறைக்கு இருபத்தியேழு வயசாகியும் சலிக்காம பார்ட்-டைம்லே பி.எச்டி வேறே பண்ணிகிட்டிருக்கேன். இருந்தும் என்ன? நிம்மதியாவா இருக்கேன்... இல்லியே... சரியாச் சொல்லணுமின்னா வேலை கெடைச்சதிலே இருந்துதான் நிம்மதி இல்லாம இருக்கிறேன்னு சொல்லணும். அப்பாயிண்ட்மெண்ட் ஆர்டர் வந்த அன்னிக்கு அம்மாவெல்லாம் அழுதே அழுதுட்டாங்க.

பின்னே என்ன? தருமபுரி மாவட்டத்துலே இருந்து மெட்ராசுக்குப் பொண்ணைத் தன்னந்தனியா அனுப்பணுமுன்னா அவங்களுக்குக் கவலையாக இருக்காதா? பாப்பாரப்பட்டி எங்கே? மாதவரம் எங்கே?

பாப்பாரப்பட்டிதான் எங்க ஊர். ரொம்ப அழகான ஊர். என்னைக் கேட்டா உலகத்துலேயே ரொம்ப அழகான இடம் தருமபுரி மாவட்டம்தான்னு சொல்வேன். ஞானியின் அமைதியும் தாயின் அழகும் கலந்த ஊர். அதிலும் எங்க கிராமம் ரொம்ப அழகு. வெளி

உலகத்தோட அழுக்குகளை நெருங்க விடக்கூடாதுன்னு இயற்கை அமைச்ச காம்பவுண்டுச் சுவர் மாதிரி, ஊரைச் சுத்தி வளையம் போட்டிருக்கற மலை. மேகமே இல்லாத நீல ஆகாயத்தைப் பறிச்சுத் துண்டுபோட்டு நட்டு வச்ச மாதிரி இருக்கும். பாதுகாப்பாக் குவிஞ்ச இரண்டு கைகளுக்குள்ளே எரியற தீபம் மாதிரி மலைகளுக்கு நடுவே இருக்கும் எங்க ஊர். மலையே அழகு தான். எத்தனை தடவை பார்த்தாலும் சலிக்காத அழகு. கருக்கலில், விடியலில், இளங்காலையில், உச்சி வெயிலில், வெள்ளைப் பொழுதில் அத்திச் சிவப்பில், மாலை மயங்கும் பொழுதில், இருள் சூழ்ந்த வேளையில் என்று ஒவ்வொரு சமயத்தில் வேறு வேறு அழகைக் காட்டியபடி கம்பீரமா நிற்கிற மலை. பச்சை அலை ததும்பித் துடிக்கிற வயல்கள். ஜிலேபித் துண்டுகளை உடைத்து எறிந்தது போன்ற கனகாம்பரப் பூக்கள் கொட்டிக் கிடக்கிற பூந்தோட்டங்கள். பள்ளி மாணவர்களின் அணிவகுப்பு மாதிரி வரிசை வரிசையாய் நிற்கிற பாக்கும், தென்னையும். தோகை விரித்து நிற்கிற மயில்களாய்ச் சாலையோரத்து மரங்கள். பூமியே பூரித்துப் பொன்னாய்க் குமிழியிட்டது மாதிரித் தோற்றம் காட்டும் வைக்கோற் போர்கள். அளவான மழை. சுகமான காற்று. இங்கிதமான சீதோஷ்ண நிலை.

"சரி! இப்ப அதுக்கு என்ன பண்றது? நம்ப வீட்டுப் புழக்கடைத் தோட்டத்திலே உனக்கு ஆபீஸ் வச்சுத் தருமா அரசாங்கம்?" அப்பா, எரிந்து விழுந்தார்.

"அதுக்குன்னு தங்க வசதியில்லாம, நிக்க நிழலில்லாம முன்னே பின்னே போய் அறியாத இடத்துக்குப் போய் பொண்ணு இருக்கப் போறாளேங்கற வருத்தம் இருக்காதா?" அம்மா, பதிலுக்குச் சீறினாள்.

அது தானே! பெண்கள் தங்கள் காலிலேயே நிற்க வேண்டும் அது இதுன்னு சொல்றாங்களே. நிக்கலாம். ஆனா காலை ஊணிக்கிட்டு நிற்க நிலம் வேணுமே. நிழல் வேணுமே.

சென்னையில் நான் நிற்பதற்கான நிழலைச் சித்தி பெண் கலாமணியின் வீட்டில் கண்டு பிடித்தார் அப்பா.

கலாவின் புருஷனுக்கு உள்ளூர்க் கல்லூரியில் வேலை. குழந்தைகள் இல்லை. முதலில் கொஞ்ச நாட்களுக்கு எல்லாம் சரியாகத்தான் இருந்தது. அப்புறம் தான் குழப்பம் ஆரம்பித்தது.

எல்லாப் பெண்திலகங்களையும், குடும்ப விளக்குகளையும் போல கலாவும், கணவனை, எனது மாயவலையில் விழாமல் காப்பாற்றுகிற அபலைப் பெண் மாதிரி நடந்து கொள்ள ஆரம்பித்தாள். அவளுடைய தோற்றப் பொலிவின்மையே அவளுடைய தன்னம்பிக்கைக் குறைவுக்கும், இந்த மாதிரி நடத்தைக்கும் காரணமாக இருந்திருக்கலாம். இத்தனைக்கும் நான் ஒன்றும் பெரிய அழகியல்ல. இவ்வளவுக்கும் கலாவின் புருஷனை எனக்கு அறவே பிடிக்காது. மெகா சைஸில் ஒரு பல்லி, குச்சி குச்சியான இரண்டு கால்களுடன் நடமாடுவது போல அவன் இருப்பான். அது கூடப் பரவாயில்லை. தமிழகமெங்கும் நடைபெறும் பட்டிமன்றங்களில் கலந்துகொண்டு விவஸ்தையற்ற தலைப்புகளில் சொற்பொழிவாற்றுவான். முகத்தை அஷ்டகோணலாக்கி, கோமாளித்தனமாய்க் கையையும் காலையும் உதறிச் சேஷ்டைகள் பண்ணிக்கொண்டு, தொண்டை நரம்புகள் புடைத்துத் தெறிக்கிற மாதிரி மைக் பற்றிய பிரக்ஞையே இல்லாதவனாய் 'வாள் வாள்' என்று கத்துவான். ஒரே மாதிரி ஜோக்குகள், சொற்பிரயோகங்கள், கட்டுமானங்கள் என்று அறுத்துத் தள்ளுவான். அவைகளை அப்போதுதான் முதல் தடவையாகக் கேட்கிற பள்ளிச்சிறுமி மாதிரி கலா, கலகலவென்று சிரித்துக் கொட்டுவாள். தகர டப்பாவில் இருந்து இரும்பு வில்லைகளாய்ப் பொய்யே உதிர்கிற

மாதிரி இருக்கும். எனக்குப் பற்றிக்கொண்டு வரும். படித்தவன், படிக்க வைக்கிறவன்- அறிவுப் பிழம்பாக இருக்க வேண்டாமா? ஞானச் சுடராக இருக்க வேண்டாமா? இப்படிக் கோமாளித்தனமா பண்ணுவது? என்ன பண்ணுவது? முட்டாள்தனமான ஜோக்குகள், அபத்தமான நாடகங்கள், சகிக்க முடியாத சினிமாக் காமெடி இவைகளைத் திணித்துத் திணித்து ஒருவிதமான கோமாளிக் கலாசாரத்தைத் தானே இந்தப் பொறுப்பற்றவர்கள் இந்த மண்ணில் வளர்த்து வைத்திருக்கிறார்கள்? இதை எல்லாம் நினைக்க நினைக்க எனக்கு எரிச்சல் மண்டும். ஆத்திரம் பீறிட்டுக் கொண்டு வரும். புருஷன் அடிக்கிற ஜோக்குக்கு நான் சிரிக்கவில்லை என்று கலாவுக்கு என் மேல் கோபம் வரும். சிரிச்சாலும் அவ புருஷன் பேச்சை ரொம்ப ரசிச்சிட்டேனோன்னு கோபம் வரும்னு வச்சுக்குங்க. மொத்தத்திலே, நான் ஆம்பளைங்களோடே சண்டை போட்டாலும் போடுவேனே இல்லாமல் ஆம்பளைக்காகச் சண்டை போடமாட்டேன். அதுவும் இந்த மாதிரி ஒரு நடமாடும் பல்லிக்காகன்னு சத்தம் போட்டு சொல்லிடணுமுங்கற மாதிரியான நிலைமைகளைக் கலா உண்டு பண்ண ஆரம்பிச்சா.

ஆபீஸ் புறப்படற நேரத்துக்குச் சமையல் ஆகி இருக்காது. டிபன் செய்து தர மாட்டா. ஒருநாள், அடைக்கு பருப்பை நனைச்சிட்டு பேசாம படுத்திருந்தா. சரின்னு நானே அரைச்சு அடை சுட்டுக்கலாம்னு அரைச்சேன். உடனே, 'நீ எப்படி அதைத் தொடலாம். இன்னிக்கு, நான் விரதம். இப்ப நீ தொட்டு அரைச்ச மாவிலே செஞ்ச அடையை நான் எப்படி சாப்பிடுவேன்'னு சத்தம் போட்டா. 'அப்ப, உனக்கு மட்டும் கொஞ்சூண்டு பருப்பை ஊற வச்சி ஒன்னொரு தடவை அரைச்சுக்கோன்னு சொன்னேன். 'இப்பவே மளிகைக்கடை பில் பட்ஜெட்டுக்கு எட்டாம தாண்டிக் குதிக்குதாம். அப்படியெல்லாம் ஒரே நாளிலே ரெண்டு தடவை அடைக்கு நனைக்க மாட்டாளாம். இவ்வளவு நடந்ததுக்கு அப்புறம் எனக்கு அன்னிக்கு எதையுமே சாப்பிட பிடிக்கலை. பட்டினி கெடந்தேன். அரைச்சமாவு புளிச்சு பாழாப் போயிருக்குமேன்னு வேற கவலை. சாயங்காலமா வீட்டுக்க வந்து பார்த்தா, அடை மாவு காலியாகி இருந்திச்சி. இப்படி ஏதாவது தொடர்ந்து நடந்தது. புறப்படற நேரத்துக்குச் சீப்பு கிடைக்காது. பௌடர் டப்பா கிடைக்காது. ஒரு சமயத்துலே அதுக்கு மேலே பொறுத்துக்கவே முடியாதுங்கறாப்பல ஆயிடிச்சி. இங்கே கொடுக்கற பணத்தை ஒரு ஹாஸ்டல்லே கொடுக்கலாம்னு நெனச்சு கூட வேலை பார்க்கிறவங்க மூலமா விசாரிச்சி எங்கேயோ ஒரு வொர்க்கிங் வுமன்ஸ் ஹாஸ்டலிலே இடம் புடிச்சேன்.

பேருதான் ஹாஸ்டல். உண்மையிலே அது ஒரு பழைய காலத்து வீடு, மூணு மாடிக் கட்டிடம். நடுவிலே சுவரு வச்சு, படல் கட்டி ரூமுன்னு ஒரு பத்து தேத்தி வச்சிருந்தாங்க. ஒவ்வொரு ரூம்லேயும் நாலு பேரு. தவிர வராந்தாவை தடுத்து டார்மிட்டரிகள்னு ஆஸ்பத்திரி வார்டு மாதிரி கட்டில்களை வரிசையா போட்டிருந்தாங்க. எப்பவும் குளியல் அறைக்கும். டாய்லட்டுக்கும் ரஷ். எல்லோருமே கிட்டத்தட்ட ஒரே நேரத்துலே ரெடியாகிக் கிளம்பியாகணுமே. விடுதி முழுசும் ஒவ்வொரு அங்குலமும் சுமக்க முடிஞ்ச அழுக்கையும், அசுத்தத்தையும் சுமந்துகிட்டு நிக்கும். சாப்பாடோ கேக்கவே வேண்டியதில்லை. தண்ணியைப் பயன்படுத்தித் தண்ணியைவிட அடர்த்தி குறைஞ்ச திரவமா ஒரு விதமான சட்னியை எப்படித்தான் இவங்களாலே தயாரிக்க முடியுதுன்னு யாராவது கண்டு பிடிச்சாங்கன்னா, இந்தியாவுக்கு இன்னொரு நோபல் பிரைஸ் கூட கிடைக்கலாம். வத்தக்குழம்பு மட்டும்

சுமாரா இருக்கும். மத்தபடி மற்ற எல்லா அயிட்டமும் ஒரே மாதிரி இருக்கும்: டீக்கும் காப்பிக்கும் கூட வித்தியாசம் கண்டு பிடிக்க முடியாது. பாத்திரத்துக்குப் பக்கத்துலே நிக்கற ஹெல்ப்பிங் கேர்ல்சை கேட்டுத் தெரிஞ்சுக்கணும். எப்படியோ, மல்லுக்கட்டிச் சாப்பாட்டை உள்ளே தள்ளினாலும், சாப்பிட்ட தட்டைக் கழுவப் போற இடத்திலே இருந்து கிளம்பற சகிக்க முடியாத நாத்தம் அதை அப்படியே வெளியே கொண்டு வந்துடும். அவ்வளவு குப்பை... தட்டிலே மிஞ்சினதைக் கொட்டிக்கொட்டி அது அழுகிஅழுகி அப்படியொரு குடலைப் புரட்டற நாத்தம். கால் வைக்கற இடம், கண் படற எடமெல்லாம் பாசி மழமழன்னு கரும்பச்சையாப் படர்ந்து தொங்கும். தட்டைக்கழுவி எடுத்துகிட்டு வெளியே வர்ர வரைக்கும் மூச்சை இழுத்துப் பிடித்துக் கொண்டு கும்பகம் பண்ண கத்துக்கிட்டேன்.

ஆனா, கூட தங்கி இருந்தவங்களுடைய கொட்டத்தைத்தான் சகிக்க முடியலை. மைக்ரோ பயாலஜி படிச்சட்டுப் பாங்க்லே வேலை பார்த்துகிட்டிருந்தா ஒருத்தி. இசைக்கல்லூரியில் படிச்சவ போலீஸ்லே இருந்தா. வரலாறு படிச்சவ ஏதோ ஒரு சின்ன ஆஸ்பத்திரியிலே ரிசப்ஷனிஸ்டா இருந்தா. ஒருத்தியும் புஸ்தகம் தொட்டு நான் பார்த்தில்லே. எனக்கு மட்டும் மாணவப் பருவத்தின் விஸ்தரிப்பு மாதிரி எப்பவும் படிச்சுகிட்டே இருக்கிற மாதிரி வேலை வாய்ச்சிடுச்சி. ஊரிலே தமிழ் மீடியத்துல படிச்சவ தானே நானு. வார்த்தைக்கு வார்த்தை அகராதியைப் புரட்டித்தான் அர்த்தம் கண்டு பிடிக்க வேண்டி இருந்தது. இதனால ரொம்ப நிதானமா தான் வேலை நடந்தது. சாயங்காலம் ரூமுக்கு வந்த பின்னாலேயும் வேலையைத் தொடர வேண்டி இருந்தது. இது மத்தவங்களுக்குக் கிண்டலுக்குரிய விஷயமாப் போயிடிச்சி.

மத்தவங்க பகலெல்லாம் வேலை பார்த்த சலிப்புத் தீர ரேடியோவும். டேப்ரிகார்டரும், டி.வி.யும் அலற விட்டுகிட்டிருப்பாங்க. நடிகர்களைத் தீவிரமாக உபாசிக்கிறவங்க, காதல் வேதனை வயப்பட்டவங்க. பாய் ஃபிரண்ட்ஸ் பிரதாபங்களை அலசறவங்கன்னு சளசளன்னு பேசறவங்களுக்கு எந்நேரமும் புஸ்தகமும் கையுமா இருக்கற நானு பைத்தியக்காரி மாதிரி தானே தெரிவேன்?

போதாக்குறைக்கு வார்டன் வேறே எங்கக் கற்புக்குக் காவலாளியா தன்னை நியமிச்சுகிட்டவங்க மாதிரி மணிக்கணக்கு, நிமிஷக்கணக்குப் பார்த்து எங்களை உள்ளே விடுவாங்க. ராத்திரி பூரா வெளியே தங்கறவங்க தப்பிச்சாலும் தப்பலாம். என்னை மாதிரி போக்கிடமே இல்லாதவங்க பஸ் கிடைக்கலை. வேலை முடியலைன்னு நிஜமான காரணத்தினால் தாமதமா வந்தாலும் இலவசமா ஒழுக்கம் பற்றி உபன்யாசத்தை உச்சகுரலிலே கத்திப் புண்ணாக்குவாங்க.

கட்டில் முன்தரையை வாசலா பாவிச்சு கோலம் போட்டு ஸ்லோகம் சொல்லி தூக்கத்தைக் கெடுப்பா ஒருத்தி. சாம்பிராணி போடறேன்னு சமையல் ரூம்லே இருந்து நெருப்புக் கட்டியைக் கொண்டாந்து ஹாஸ்டலுக்கே தீ வைக்கப் பார்த்தா ஒருத்தி, இது ஒரு பக்கம். இன்னொரு பக்கம் வேதவல்லி மாதிரி ஒரு க்ரூப். கஞ்சி போடாத வாயில் புடவை. மேலுதட்டில் கருக்கோடற மீசை, பக்கம் வர விடாத வேர்வை நாத்தம். நகை நட்டு திருகாணிகூட இருக்காது. பெண்கள் போகப் பொருள் இல்லைன்னு காட்டறாங்களாம். அதுக்குன்னு இப்படியா நாறணும்?

எங்கிட்டே வேறே வந்து. 'என்ன நீங்க வித்தியாசமானவங்களா இருப்பீங்கன்னு பார்த்தேன். ஏமாத்திட்டீங்களே'ன்னு அடுக்கினா. 'வித்தியாசமா

இருக்கணுமுங்கறதுதான், வித்தியாசமே இல்லாம எல்லாரும் நெனக்கற விஷயம்மான்னேன். வெடுக்குன்னு மொறைச்சா. “மத்தவங்க அலங்காரம் பண்ணிகிட்டு ஆம்பளைங்க கவனத்தைத் தங்க பக்கம் திருப்பப் பார்க்கறாங்கன்னு சொல்றீங்க. அந்த மாதிரி அலங்காரங்க ஆம்பளைங்க கண்ணுக்குப் பழகிடிச்சி. அதனாலே இப்படி இருந்து அதிகப்படியான கவனத்தை நீங்கதான் உங்க மேலே தருவிக்கறீங்க”ன்னேன். “ஏன் சாதாரணமா எல்லோரையும் போல இருந்தா என்ன”ன்னேன். அவ்வளவுதான் பெரிய விரோதமாயிடுச்சி.

மொத்தத்திலே ஹாஸ்டல்லே இருக்கறதே இனித் தாங்காதுன்னு ஆனப்புறம் ஒரு மாமி வீட்ல பேயிங் கெஸ்ட்டாப் போனேன். அங்க மட்டும் என்ன நிம்மதி வாழ்ந்திச்சி? அவங்களுக்குப் பசிக்கற நேரம் நாம் சாப்பிடணும். அவங்களுக்குத் தூக்கம் வர்ரப்ப, நான் விளக்கை அணைக்கணும். அவங்க வீட்டு விசேஷத்துக்கும், பிறந்தநாளுக்கும் நாம்ப முன்னால நிக்கனும்.

இங்கேதான் இப்பிடின்னா வேலை பார்க்கற எடமாவது நிம்மதியா இருக்குதா? அங்கேயும் ஆயிரம் தொல்லை. நம்பளுக்கு இருக்கிற கஷ்டங்க பத்தாதுன்னு, சுத்தி இருக்கறவங்களோட ஓயாத புலம்பல். மாமியார்க் கொடுமையைப் பேசி கண்ணைக் கசக்குவா ஒருத்தி. வீட்டிலேயும் வேலை பார்த்துட்டு, இங்கேயும் வேலை பார்க்க வேண்டியிருக்கேன்னு வேதனைப்பட்டுக்குவா இன்னொருத்தி. சம்பளத்தை வாங்கிட்டுப்போய் அப்படியே புருஷன் கையிலே தந்துட வேண்டியிருக்குதாம். அம்மா வீட்டுக்கு நூறு ரூபா கூட தர முடியலியேன்னு அழுவா ஒருத்தி... இன்ஸ்டால்மெண்ட்டுலே தனக்கு வெளிநாட்டுச் சேலையும், வீட்டுப்பொருள்களைக் கடனிலே வாங்கித் தந்துட்டுக் கடன்காரனை நினைச்சுக் கலங்குவா ஒருத்தி, வேலைக்குப் போற கர்வமான்னு கேட்டுக்கேட்டு அடிச்சு நொறுக்கற புருஷன்கிட்டே வீட்டோட இருக்கறவங்களை விட அதிக பணிவோடு நடந்துக்க வேண்டியிருக்கறதை நெனச்சு சலிச்சுக்குவா ஒருத்தி. ‘புருஷன் மட்டும் என்ன புள்ளைங்களும் அப்படித்தான் இருக்குது. பக்கத்து வீட்டு ஆண்ட்டி மாதிரி நீ ஏன் மத்தியான சாப்பாட்டை எடுத்துகிட்டு வந்து தரமாட்டேங்கற’ன்னு கேட்பதாகச் சொல்லிக் கலங்குவா இன்னொருத்தி, இதெல்லாம் போக, கூட வேலை பார்க்கறவங்களோட சில்மிஷங்கள் வேறே. கேட்டுக்கேட்டு மனசு நொந்து போயிடும் எனக்கு. நம்ப பொண்ணுங்களுக்குத் திடமும், நெஞ்சுரமும் போதாது; தெளிவு போதாது; தங்களுடைய சந்தோஷம் எதுன்னு தெரிஞ்சுக்க அறிவு போதாது; அதை அடைய தைரியம் போதாது; ஆகவே எல்லாம் பிரச்சினை.

என்னவோ நமக்குன்னு தனியா ஒரு வீடு இருந்தா, வேலை முடிஞ்சதா போய் விழுந்தமான்னு இருக்கும். நானும் வீடு தேடித்தேடி அலுத்துட்டேன். ஆயிரம் கேள்விங்க. தன்னந்தனியா இருக்கற பொண்ணுக்கு வீடு விடமாட்டாங்களாம். குடித்தனக்காரங்களுக்குத்தான் விடுவாங்களாம். என்னை மாதிரி பொண்ணுங்களுக்கு வீடு விட்டா சிக்கல் வருமாம்.

சில சமயங்களிலே, பேசாம வேலையே வேண்டாமுன்னு ஊருக்கே போயிடலாமான்னு தோணுது. ஆனா, இப்ப வீட்டிலே அவங்களும் நான் இல்லாம இருக்கற வாழ்க்கைக்குப் பழகிட்டாங்க. ‘டி.வி. வாங்கணும். கூட கொஞ்சம்பணம் அனுப்பு’ன்னு அம்மா எழுதியிருக்கு. போன தடவை போய் ஒரு வாரம் தங்கினதுக்கே நான் வந்தா அதிகமா செலவாவுதுன்னு அண்ணி மூஞ்சைத் தூக்கி வச்சிகிச்சி. ஆக, இப்ப

• திலகவதி

அம்மா வீடும் எனக்கும் அந்நியமா ஆயிடுச்சி.

தெருவுக்குத் தெரு பள்ளிக்கூடம் வந்தாப்பல, என்னை மாதிரி பொண்ணுங்களுக்கு வசதியா, நிறைய நிறைய இடங்கள் இருந்தா எவ்வளவு சௌகரியமா இருக்கும்னு நெனச்சுக்கறேன்.

வேலைக்கு வந்ததுலே எத்தனை அசௌகரியங்க பாருங்க. ஆனா, இவ்வளவையும் வச்சுகிட்டு, வேலை தேடித்தானே அலையறோம். ஒரு வேளை, வேலை இல்லாததனால ஏற்படக்கூடிய அசௌகரியங்க, இதையெல்லாம் விட பெரிசோ என்னவோ?

52

வீடு

காஞ்சனா தாமோதரன்

காஞ்சனா தாமோதரன்

இவர் தமிழகத்திலிருந்து அமெரிக்காவில் புலம்பெயர்ந்து வாழும் எழுத்தாளர் ஆவார். காஞ்சனா கலையரசி தாமோதரன் என்ற இயற்பெயர் கொண்ட இவர், திருநெல்வேலியில் பிறந்து வளர்ந்தவர். சென்னை ஐஐடியில் இளங்கலை பொறியியல் பட்டம் பெற்ற இவர், 1980 முதல் அமெரிக்காவில் வசித்து வருகிறார். நாவல், சிறுகதை, கட்டுரை என்ற தளங்களில் இயங்கி வரும் இவர், இணைய இதழ்களிலும் எழுதி வருகிறார். இவரது முதல் இரண்டு சிறுகதைகள் கல்கியிலும் கணையாழியிலும் பரிசினைப் பெற்றுள்ளன. 'வரம்' என்ற இவரது சிறுகதை, 'நாரை சொன்ன கதை' என்ற பெயரில் கூத்துப்பட்டறைக் குழுவினரால் நாடகமாக உருவாக்கப்பட்டு, நடிக்கப்பட்டது. இவர் எழுத்தில் பன்முக அனுபவமும் பெண்கள் மீதான அக்கறையும் ஒருசேர வெளிப்பட்டு நிற்கின்றன.

அவள் தூண் மேல் சாய்ந்து நின்று கொண்டிருந்தாள். நல்ல தேக்கில் கடைந்தெடுத்து மேற்பூச்சுப் பளபளப்பு இன்னும் போகாமல் நின்றது தூண். உச்சியிலும் அடியிலும் கல்லில் செதுக்கிய தாமரை இதழ்கள். சிறு வயதில் இவற்றை இரு கைகளாலும் கட்டப் பார்த்துத் தோற்றது ஞாபகம் வந்தது. ஒரு தூணிலிருந்து அடுத்த தூணுக்கு ஒரே தாவில் தாவ வேண்டும். அவள் எப்போதும் ஜெயிப்பாள். நான்கு பக்கமும் தூண்களுள்ள திண்ணைகள். ஒவ்வொரு மூலையிலிருந்தும் அரை வட்டங்களாய் ஆறு படிகள். கீழே இறங்கினால் இரண்டு அடுக்கு உயரக் கூரையுள்ள முற்றம். குறுக்கும் நெடுக்குமாய்க் கட்டம் போட்டு, நடுவில் வட்டத்துக்குள் செந்தாமரை செதுக்கிய குளிர்சிவப்பு சிமெண்டுத்தரை. படங்களில் வரும் ராஜாவின் கொலுமண்டபம் போல்.

தாத்தா அந்த ஊருக்கு ராஜா மாதிரிதான் இருந்தார். பஞ்சாயத்து இருந்தாலும் வழக்கு தீர்க்க ஊர் சனங்கள் தாத்தாவிடம் வருவதுதான் வழக்கம். வயல் வரப்புத் தகராறில் அண்ணன் தம்பி ஒருத்தரை ஒருத்தர் வெட்டிக்கொண்டு ரத்தம் சொட்டச் சொட்ட இதே முற்றத்தில் நின்றது ஞாபகம் இருக்கிறது. ஊரே கூடி விட்டதே அன்றைக்கு. மாட்டுப் பொங்கல் அன்றைக்குப் பசுவும் கன்றும் இந்த முற்றத்தில்தான் வந்து நிற்கும். லச்சுமிப் பசு ஒரு கொம்பு பச்சை, ஒரு கொம்பு

சிவப்பு, நெற்றியில் குங்குமம், கழுத்தில் பூமாலை, பனங்கிழங்கு மாலை, பக்கத்தில் கன்றுக்குட்டி என்று அம்சமாய் இருக்கும். பாட்டி அதற்குத் தீபாராதனை காட்டுவாள். அது அந்த முற்றத்தில் சாணம் போட்டு ஆசீர்வதிக்கக் காத்திருப்பாள். லச்சுமிப் பசுவும் ஏமாற்றாது. ராசியான முற்றம். ஊர் அம்மன் கொடையில் கும்பக்காரியின் முதல் ஆட்டம் முற்றத்தில்தான். நாதஸ்வரக்காரரின் குழலில் காசுச்சரம் கண் சிமிட்டும். மேளக்காரர் முன்னும் பின்னுமாய் ஆடிஆடி அடிக்கும் வேகத்தில் அவர் கொண்டை அவிழ்ந்து கூந்தலும் ஆடும். நையாண்டிமேளம், பம்பை, பெண் வேசம் கட்டும் கனியான், ஸாட்டின் காலுறை தெரிய பாவாடை சுழலப் பம்பரமாய்ச் சுற்றும் கும்பக்காரி. திண்ணைத் தூணைப் பிடித்துக்கொண்டு இதையெல்லாம் பார்க்கும்போது ஆச்சரியமாய் இருக்கும். வளர்ந்ததும் கும்பக்காரி ஆகலாம் என்ற ஆசை வரும். சின்னையா ஆசாரி நகை சுற்றித்தரும் ரோஜா நிறத்தாளை ஈரப்படுத்தி உதட்டுக்குச் சாயமேற்றி, சொம்பைத் தலைமேல் வைத்து, பாவாடை சுழல, கண்ணாடிக்கு முன் கரகாட்டக்காரியாய் நடிக்க வைக்கும்.

பூசை அறையில் அபிஷேகப் பன்னீர் விபூதியின் மணமும் கலையாமல் கிடந்த வருடங்களின் வாசமும் சேர்ந்து அடித்தது. இருண்ட மூலையில் பச்சையும் ரோஜாவும் பூசிய இரும்புப் பெட்டி. அதன் மேல் லக்ஷ்மிதேவி பொற்காசுகளைத் தாராளமாய் நீரில் இறைப்பதைப் பார்த்து இரண்டு யானைகள் வாய் பிளந்து நின்றன. இன்னொரு மூலையில் கிராமஃபோன் பெட்டியும் இசைத்தட்டுகளும். பூசை அறையில் இவை எப்படி வந்தன. அவள் இசைப்பெட்டி பக்கம் உட்கார்ந்து கொண்டாள். கிராஃபைட் கனத்தது. பாகவதர், பட்டம்மாள், சின்னப்பா, எம். எஸ். இன்னும் நிறையவே. ஊசியை ஒழுங்காய்ப் பொருத்திக் கிராமஃபோனை இயக்கினாள். 'என் ஜீவப்ரியே ஷ்யாமளா...

'வயிற்றில் ஏதோ பிசைந்தது. ஒரு பாட்டின் பின் எவ்வளவு ஞாபகங்கள். அப்பாவும் பெரியப்பாவும் வண்ணக் காகிதங்களால் பெரிய பட்டங்கள் செய்வார்கள். நீண்ட தென்னை ஈர்க்குகளை வளைத்து அதற்கு மேல் காகிதத்தை ஒட்டி. பெரியம்மா மைதாமாவுப் பசை காய்ச்சித் தருவாள். அவளும் மற்ற பிள்ளைகளும் மொண்ணைக் கத்தரிக்கோலால் மிச்சத் தாள்களை வெட்டி எறிந்து விளையாடுவார்கள். பச்சையும் சிவப்பும் மஞ்சளும் சிரிப்பும் முற்றமெங்கும் சிதறும். முன்கட்டில் ஆம்பிள்ளைகள் கிணற்றுப் பக்கத்தில் அப்பாவுக்கும் பெரியப்பாவுக்கும் பட்டம் விடுவதில் போட்டி. அவள் பெரியவளாகும் வரைதான் முன்கட்டுக்குப் போனதெல்லாம். உயரத்தில் பறக்கும் தன் பட்டத்தை அப்பா அவளிடம் ஐந்து நிமிடம் தருவார். அப்பாவின் பட்டத்தை விட்டுவிடக் கூடாது. பயத்தில் இறுகப் பிடிப்பாள். நூல் விரலை வெட்டும். அப்பாவின் கைவட்ட அணைப்பில் நின்று காற்றின் படபடப்பை உள்ளங்கைக்குள் உணர்வது சுகமாய் இருக்கும். அப்பா அவரை ஒரு மனிதராகத் தெரிந்து கொள்ளவே இல்லை. அப்படி வளரவில்லை.

'ஷ்ஷ்ஷ்யா ஆ ஆ ஆம.......' கிராமஃபோன் சுற்றும் வேகம் குறைந்து அபஸ்வரமாய் இழுத்தது. அதை நிறுத்திவிட்டு எழுந்தாள்.

பின்கட்டின் திறந்த முற்றத்தில் வானவெளி வெறுமையாய்த் தெரிந்தது இப்போது. கீச்சிடும் சிட்டுக்குருவிகள் உள்ளும் வெளியுமாய்ப் பறந்து கொண்டிருந்தன. மேலே இரும்பு வலைச்சட்டத்தில் முல்லைக்கொடி வெயிலுக்கு நிழலாய் இருக்கும். அந்த நாளில் வெங்கலப் பல்லாங்குழித் தட்டில் புளியமுத்தும் அத்தையின் சிரிப்பும் சேர்ந்து கலகலக்கும். அடுப்பங்கரை

அம்மியும் கிணற்றடித் துணி துவைக்கும் கல்லும் சேர்ந்து தாளம் போடும். பெரியம்மாவின் கைமணமும் உடைமர விறகும் வாசப்புகையாய். அம்மாவும் அத்தையும் எல்லாப் பிள்ளைகளுக்கும் சீதாப்பழம் பிய்த்துக் கொடுத்தவாறே சொல்லும் ஊர்க்கதைகள். அடுப்பங்கரையிலிருந்தே பெரியம்மா நடுநடுவே கதைகளுக்கும் உப்பு உறைப்பு சேர்ப்பாள். பால் உறியில் ஏறப்பார்க்கும் கள்ளப்பூனையைப் பழமொழி போட்டு விரட்டுவாள். நடுவே வேலையாள் கொண்டு வரும் சாமான்களையும் வாங்கி வைப்பாள். சாமான் அறை அதற்கே உள்ள வாசத்தோடு இருக்கும். விட்டத்தில் தொங்கவிட்டிருக்கும் வாழைத்தாரும் வெங்கல அரிசிப்பானைக்குள் பழுக்கவைத்திருக்கும் மாங்காயும் வழவழத்த இடுப்புயர சாடியில் ஈரம் கசகசக்கும் கல் உப்புமாய்ச் சேர்ந்து ஒரு கதம்பவாசம். ‘மதினி, தொண்ட காயுது, ‘ என்று அப்பா வந்து நிற்கும்போது இரண்டு உப்புக்கல் போட்டு கடுகும் கறிவேப்பிலையுமாய்த் தாளித்துக் கொட்டி செம்பு நிரம்ப மோர் கொடுப்பாள், சுறுசுறுவென்று பெரியம்மா. அவள் தாளிக்கும் வாசக் கடுகு மாதிரியே.

முற்றத்தின் இன்னொரு பக்கத்தில் பேச்சி புளி குத்திக் கொண்டிருப்பாள். பாட்டியும் அவள் பக்கத்தில் புளியஓடு, புளியமுத்து, புளி என்று மூன்று குவியல்கள். வீட்டுக்குப் பின்புறம் கொஞ்சம் தள்ளி உள்ள புளியந்தோப்புப் புளி. ‘நட்டப் பகல்ல அங்கன போய் நிக்காத தாயீ. பிசாசு உலாவுற நேரம் பாரு. ‘வடித்த காதில் பாம்படங்கள் ஆட, பரம்பரை பரம்பரையாய் உழைத்துப்போட்ட உரிமையில் பேச்சி அவளை அதிகாரம் செய்வாள். அதற்குப் பிறகு அவளுக்கு எந்த நேரமுமே அங்கே போக பயம்தான். நடுப்பகலில் அங்கே உலவும் பிசாசு மற்ற நேரம் மட்டும் எங்கே போகுமாம். பெரியம்மா பையன் புளியமரக் கிளையில் தடியான வடம் போட்டு ஊஞ்சலாடுவான் உயர உயர. அவள் புளியங்காயை உப்பு தொட்டுத் தின்றபடி, பிசாசின் கொலுசுச் சத்தத்துக்காகக் காதைத் தீட்டிக் காத்திருப்பாள். புளிப்பும் பயமும் சேர்ந்து முதுகுத் தண்டை நடுக்கும். புளியமரத்தில் மோகினி. ஒற்றைப் பனைமரத்தில் முனி.

பேச்சி மட்டும்தான் முனியைப் பார்த்தவள். அதே கதையை விதவிதமாய்ச் சொல்வாள். ஒவ்வொரு தடவையும் முனியின் உயரமும், அதைப் பார்த்த மறு நாள் ரத்தம் கக்கிச் செத்தவர்கள் கணக்கும், கதையின் நீளமும் கூடிக் கொண்டே போனது. மூன்று பனை உயரத்தில் தொடங்கிய முனி கடைசியில் ஆறு பனை உயரத்திற்கு வளர்ந்து விட்டிருந்தது. ஊர்க்கதைகள் அவ்வளவும் பேச்சிக்கு அத்துப்படி. அந்த வடக்கு வீட்டுக்காரன் பெண்டாட்டியைப் போட்டு அடிப்பது. பாவம், ஐந்தாவதும் பெட்டைப் பிள்ளை. சின்ராசு வீட்டுக்காரி ஏன் தினம் மாந்தோப்புக்குப் போகிறாள். அந்தச் சிங்கப்பூர்க்காரன் சின்ராசுவின் மாந்தோப்பை மட்டும் குத்தகைக்கு எடுக்கவில்லை போல. பட்டணத்துக்குப் படிக்க அனுப்பின செல்லம்மா அங்கே தானாகவே மாப்பிள்ளை தேடிக் கல்யாணம் பண்ணினது. அவன் சாதி, சனம் யார் தெரியாது. உலகம் எங்கே போய் எப்படி முடியுமோ. பேச்சி வக்கணையாய்ச் சொல்வதில் உலக நடப்புக் கொஞ்சம் புரியும்.

பாட்டி வேறு மாதிரி கதைகள் சொல்வாள். ஆழமான வெங்கல வட்டிலில் சோற்றை உருண்டை பிடித்துக் கொடுத்தபடி எத்தனை கதைகள். அப்போது மின்சார இணைப்புக் கிடையாது. அரிக்கேன் விளக்கின் ஒளியில் பாட்டி சொல்லும் ஒவ்வொரு கதையும் பெரிய நிழலாய் விரியும். கேள்விகளும். சீதை பாவம். அவளுக்கு அவ்வளவு பொறுமையா. எத்தனையோ பொறுத்த

• காஞ்சனா தாமோதரன்

அப்புறம்தானே தாங்க முடியாமல் அவள் பூமிக்குள்ளே போனாள். அவள் உண்மைதானா. சீதையை விட ஊர்மிளா பாவம். அவளைத் தனியாக மாளிகையில் விட்டுட்டு லக்ஷ்மணர் அவர்பாட்டுக்குக் காட்டுக்குப் போகிறாரே. அப்புறம், இந்தக் கிருஷ்ணர் நல்லவரா. நல்லவராக இருந்தால் கர்ணனை அப்படிப் பண்ணியிருப்பாரா. ஆனால், கடவுள் கெட்டவராக இருப்பாராக்கும். அவருக்கு எல்லாம் தெரியாதா என்ன. பலராமன் வாசுகியிடம் உண்டாகி அப்புறம் எப்படி ரோகிணிக்குப் பிறந்தார். முல்லைக்கொடிக்கு அந்த ராஜா தேரைக் கொடுத்தது வீணில்லையா. கொடிக்கு ஒரு வெறும் கொம்பைக் கொடுத்துத் தேரை விற்று நிறைய ஏழைகளுக்குச் சாப்பாடு போட்டிருக்கலாம், படிக்க வைத்திருக்கலாம். மனுசன் நிலாவில் போய் இறங்கினானாம். நிலா முழுக்க வெறும் கல்லும் மண்ணும்தானாம். சரி, நிலா வேண்டாம். கதையில் வருகிற மாதிரி ஏழு கடலும் ஏழு மலையும் தாண்டினால் உண்மையில் என்ன வரும்.

எல்லாவற்றுக்கும் பதிலும் தெரியாது. சோற்றுருண்டையில் பாட்டி கை மணத்து ருசிக்கும். கண்ணுக்குத் தெரியாத முல்லை வாசம் மாமரக் காற்றில் மிதந்து வரும். உலகம் ரகசியமும் ருசியும் மணமும் நிறைந்ததாய்த் தெரியும். அவளுக்காகக் காத்திருக்கும் கேள்விகளும் பதில்களும் நிறைந்த உலகம்.

பின்கட்டுக் கிணறு அமைதியாய்க் கிடந்தது. தண்ணீர்ப் பூச்சிகள் குமிழி போட்டன. துணித்துவைக்கும் கல் மேல் உட்கார்ந்து கொண்டாள். பக்கத்தில் மஞ்சள் அரைக்கும் சின்னக்கல். எத்தனையோ பேர் மஞ்சள் உரசியதன், மஞ்சள் பூசினதை நிறுத்தியதன் ஞாபகச் சின்னம். இந்தக் கிணறும் வயலின் நடுவே உள்ள பெரிய கிணறும் பூமிக்கடியில் ரகசியத் தொடர்பு வைத்திருப்பதாய்ச் சில நாட்கள் அவள் பயந்திருக்கிறாள். பெரிய கிணற்றில் ஆவி இருந்தால் அது பூமிக்கடியே பறந்து இந்தக் கிணற்றுக்கு வந்து பயமுறுத்தலாம். பெரிய கிணறு அகலமும் ஆழமும் உள்ள பாசிப்பச்சை நீள்சதுரம். பக்கத்திலேயே நீர் இறைக்க எஞ்சின் அறை, தொட்டி. அந்தக் கிணற்றில்தான் பெரியம்மா மகன் குதித்துச் செத்துப் போனான். கருப்புக்கட்டிக் காய்ச்சும் நாள் அது. குழி அடுப்பு மேல் பெரிய அண்டாவில் கொதித்துக் கெட்டியான பதநீர்ப் பாகைத் தேங்காய்ச் சிரட்டைகளில் ஊற்றிக் கொண்டிருந்தாள் பேச்சி. பாட்டி கொஞ்சம் பாகைத் தனியாய் எடுத்து அதில் தேங்காய்ப்பூ தூவிக் கொண்டிருந்தாள். அம்மாவுக்கும் அத்தைக்கும் தேங்காய்க் கருப்புக்கட்டிப் பிடிக்கும். பெரியம்மாவும் அம்மாவும் தேங்காய் துருவிக்கொண்டு நார்க்கட்டில் மேல். தங்கையா வியர்க்க விறுவிறுக்க ஓடி வந்தான். 'நம்ம சின்னப்பூ இருக்காவள்ளா... 'மேலே சொல்ல முடியவில்லை. நீந்தத் தெரிந்தவன் நீந்தவில்லை. விளையாட்டுக்காகக் குதித்தவன் தண்ணீரில் அடிபட்டு மயக்கம் போட்டு முங்கிவிட்டான் என்றார்கள். அவன் உடம்பை அலங்கரித்து மூலை நாற்காலியில் சார்த்திப் படம் பிடிப்பதிலிருந்து இழவு கேட்க வந்து, இராத்தங்கல் போட்டவர்களின் சாப்பாடு வரை எல்லாவற்றையும் பெரியம்மாவே கவனித்துக் கொண்டாள். பெரியப்பாவைத் தேற்றிக் கரையேற்றினாள். அழவேயில்லை என்றைக்குமே.

பெரியம்மா வித்தியாசமானவள். 'சிவகனி சிவகனிதான், என்று பாட்டி சொல்லக் கேட்டிருக்கிறாள். ஏன் என்பது புரிய கொஞ்சம் வயது வேண்டியிருந்தது. தாத்தா ஊருக்கு ராஜா மாதிரி என்றால், பெரியம்மாதான் ஊருக்கு ஆலோசனை சொல்லும் மந்திரி மாதிரி. பின் தோட்டத்தில் வழக்கமாக ஒரு பெண்கள் கூட்டம் நிற்கும். தங்கள் குடும்பக் கவலை

பற்றிப் பேசிப்போக. பக்கத்தில் உட்கார்ந்து கவனிக்கையில், அவளால் எப்படி மற்றவர் கவலைகளைப் பொறுமையுடன் கேட்டு வழி சொல்ல முடிகிறது என்று ஆச்சரியமாய் இருக்கும். எவ்வளவு நல்லவள் என்று நினைக்க வைக்கும். எல்லாருக்கும் ஏன் நல்லவளாக இருக்க விரும்புகிறாள் என்றும், பிறர் கவலைகளில் தன்கவலையை மூழ்கடித்திருப்பாளோ என்றும் அப்புறம்தான் தோன்றியது. அப்படி பெரியம்மாவைப் பற்றி நினைப்பது தப்பு என்றும் தோன்றியது. கல்யாணமாகி இரண்டு வருஷத்தில் தாலியறுத்து வீட்டுக்குத் திரும்பிய அத்தை முதலில் போனது பெரியம்மாவிடம்தான். பாட்டிக்குக் கஷ்டமாக இல்லையா. பாட்டிக்கு அது இயல்பாய்த் தெரிந்த மாதிரி இருந்தது. அத்தையைவிட்டு, அவளையே எடுத்துப் பார்க்கலாம். அம்மா அவளை வளர்க்கும் பொறுப்பையுமே பெரியம்மாவிடம் விட்டுவிட்டாள் என்று தெரியும். பெரியம்மா பிள்ளையாக இருப்பதில் தனக்கும் சந்தோஷம் என்று அப்புறம் புரிந்தது. அம்மா நிழலாய்த்தான் தெரிந்தாள். குறுகுறுவென்ற ஒரு சின்ன குற்ற உணர்வு. இன்னமும் கூட.

பெரியம்மாவால் பின்கட்டுக்கும் முன்கட்டுக்கும் இடையே பாலமாக இருக்க முடிந்தது. அடுத்த கிராமத்துக்கு வண்டி கட்டிப் போய் சினிமா பார்க்க. தாத்தா நூறாயிரம் கேள்வி கேட்பார். என்ன கதை. யார் நடித்தது. பிள்ளைகளை உருப்பட வைக்கும் படமா. சினிமாக் கொட்டகையில் கண்டவன் பார்வையும் குடும்பப் பெண்கள் மேல் படணுமா. பெரியம்மா நின்று பதில் சொல்வாள். புடவை, நகை வாங்க. தாத்தா இங்கேயும் மூக்கை நுழைப்பார். தாவணித் துணி அழுத்தமாக இருக்கட்டும். இப்போது வருகிற நைலக்ஸ் எல்லாம் குடும்பத்துக்கு ஒத்துவராது. முன்பக்கம் நிறைய சுருக்கு வைத்துக் கட்டும்படி மூன்று கெஜ நீளம் இருக்கட்டும். அப்புறம், தங்க நகை உருண்டு திரண்டு இருந்தால்தான் அழகு. ஸ்டைல் என்ற பேரில் அதிக வேலைப்பாடு செய்த நகை வாங்கவேண்டாம். அதில் செம்புக் கலப்பு அதிகம். அவள் முகமும் வாடாமல், அதே சமயம் அதிகச் செம்புக் கலப்பு இல்லாத நகையாய்ப் பார்த்துச் செய்யச் சொல்லுவாள் பெரியம்மா சின்னையா ஆசாரியிடம். சைக்கிள் ஓட்டப் பழக வேண்டாம். அதெல்லாம் பெண் பிள்ளைக்கு எதற்கு. பெரியம்மா மகன் மட்டும் சைக்கிள் விட்டால் போதும். ‘நீ வளர்ந்தப்புறம் பெரிய கலெக்டரம்மா ஆகி ராணி மாதிரி ப்ளெசர் கார் விடுவியாம். ஒண்றையணா சைக்கிள் எதுக்கப்பூ. தாத்தா வேண்டான்னுட்டாகள்ளா. அழாதப்பூ. என் தங்கக்கட்டில்லா.’ அவளைத் தேற்றியதும் பெரியம்மாதான்.

பள்ளி இறுதியாண்டில் மாநிலத்தில் இரண்டாவதாகத் தேறி பத்திரிகைகளில் படம் வந்தது. ‘இவா மேல படிச்சா இவளக் கட்ட எவனும் கெடைக்க மாட்டான். இஞ்சினீர் சுக்குநீர்னு என்ன படிப்பு. அது ஆம்பளப் படிப்பு, ஆம்பள காலேஜு. இவா அங்கப் போய் படிக்கறது இவளுக்கு நல்லதில்ல. பேரு கெட்டுப் போச்சுன்னா இவள அப்புறம் எவன் கட்டுவான். அவளுள் ஏதோ சுருண்டு பொசுங்கும். கட்ட எவனாவது வேணும். அது ஒன்று மட்டும்தானா வாழ்க்கை.’ பெரியம்மா இதை எப்படிச் சமாளித்தாளோ. அவள் இறுதியில் பொறியியல் கல்லூரியில். மாப்பிள்ளை கிடைக்குமுன் வேலை கிடைத்தது. முன்கட்டு முணுமுணுப்புகள். திரும்பவும் பெரியம்மா. மாப்பிள்ளையும் கிடைத்தார் சில வருசங்கள் கழித்து. முன்கட்டு பின்கட்டு என்பது பழங்காலம் என்றார். சம்பளத்துக்காக வேலை பார்க்க அவசியம் இல்லை, அவள் விருப்பப்படி வாழ்வில் முன்னேற வேண்டும் என்றார். மனைவி, தாய், பன்னாட்டு நிறுவனத்தின் டைரக்டர் என்ற பாரத்தைச் சேர்த்துத் தாங்க முடியுமா என்ற கேள்வியைக்

• காஞ்சனா தாமோதரன்

காலப்போக்கில் கேட்டது அவள்தான். 'கட்டினவர்' கேட்கவில்லை. 'நீ எல்லாமா இருக்கணுங்கது அவசியமோ முக்கியமோ இல்ல. உனக்கு எது அவசியம், எது சரின்னு படுதோ அத உன்னால செய்ய முடியணும் அதான் முக்கியம்' என்றாள் பெரியம்மா. சுதந்திரம் ஒரு தனிப்பட்ட விவகாரம் என்று கூறும் பெரியம்மா. அதையே அன்புடன் அங்கீகரிக்கும் அவர்.

பெரியம்மா, பாட்டி, அம்மா, அத்தை, பேச்சி, பின்கட்டு உறவுகள். எவ்வளவு இதமாய், அன்பாய், ஆதரவாய், உறுதியாய். அவள் இன்றைய அவளாய் இருப்பதற்கான வேர்களாய்.

புளியந்தோப்பில் ஒரு பறவை 'நீ-யோ-நா-னோ' என்று பாடியது. அவள் வேலிப்படலைத் தள்ளி, வீட்டைச் சுற்றிய வெளித்தோட்டத்தில் நடந்தாள். முன்கட்டும் பின்கட்டும் நடுமுற்றமும் இணைந்து வீடு முழுமையாய்த் தெரிந்தது அங்கிருந்து.

53

சில உண்மைகள் கசக்கும்

இவரா (இந்திர பவானி)

இவரா

வி இந்திர பவானி என்ற இயற்பெயர் கொண்ட இவரா, குற்றாலம் பராசக்தி கல்லூரியில் தமிழ்த்துறையில் பேராசிரியராகப் பணியாற்றியவர். இவர் ஒரு சில கதைகளே எழுதியுள்ளார். இவரின் ஏழு சிறுகதைகள் தொகுக்கப்பட்டு 'நிஜங்கள்' என்ற பெயரில், 1983இல், வெளியானது. இவர் பணியில் இருக்கும் போதே நோய்வாய்ப்பட்டு மறைந்தார். இவரது கதைகள் வித்தியாசமானவை என்ற விதத்தில் பலரால் போற்றப்பட்டுள்ளது.

லக்ஷ்மியம்மாளின் மனம் சேற்றில் விழுந்து எழுந்து பயத்தில் நடுங்கும் கன்றுக்குட்டியின் கால்களாய் நடுங்கிற்று. தன் உள்ளத்திலா இப்படி ஓர் உணர்வு! ச்சே! எவ்வளவு மகாமட்டமான மனம்!

இந்த மனசைக் கண்டதுண்டமாய் வெட்டிப் புதைக்க வேண்டும். அலை அலையாய், ஆவலாதியாய் ஆசைகள். ஆசைகள், ஆசைகள்!

இப்படி ஓர் உணர்வு, இத்தனை ஆண்டுகளாக மனத்தடியில் புதைந்து, விதைத்து வைத்த மொச்சைக் கொட்டையாக முழித்துக் கொண்டுதானே கிடந்திருக்கிறது. இன்று முளைத்து வெளியே வரும்போது தானே அது தெரிகிறது.

இடை இடையே வயிற்றிலே வளரும் கள்ளப்பிள்ளையாய் இது அவளை - லக்ஷ்மியம்மாளை என்னமாய் உலுக்கி எடுத்துப் பதற வைக்கிறது. இப்போது!

"ஹும்' லக்ஷ்மியம்மாள் நீண்ட பெருமூச்சு விட்டுக் கொண்டாள்.

கொஞ்ச நேரம் சும்மா இருந்தால் இந்த நினைவுகள் தாம் எப்படி மனசைக் சுரண்டித் தின்கின்றன.

இந்தப் பொசுக்கும் நினைவு மனதைத்

தாக்காமல் இருக்க, மனதைத் தாக்கினால் இந்த உடம்பை வலிமை இழக்கச் செய்து நோயில் படுக்கவைத்துவிடுமே என்ற அச்சத்தில்..., நோயில் படுக்கவைத்தால் வாழ்க்கையில் பசுமையைக் காண்பதற்காக மூச்சையும் அடக்கி வேலை செய்யும் இந்த நாட்களின் கட்டுக் குலைந்து விடுமே என்ற தவிப்பில்..., அவளும் தான் சுற்றிச் சுழன்று நிற்காமல் வேலையில் தன்னைப் புதைத்துக் கொள்கிறாள். இருந்தாலும் உடம்பு என்ன இரும்பா? அது அலுத்துக் களைத்து ஓய்வை நாடும்போது, அல்லது இதற்கு மேல் ஓய்வு எடுக்காமல் வேலை செய்தால், வேலை செய்ய வேண்டிய நேரத்தில் செய்ய முடியாமல் போய்விடும் என்று, "ஓய்வு நிச்சயம் தேவை" என்ற அத்தியாவசியமான நிலை வரும்போது..., அவள் இந்தக் கட்டையைச் சாய்த்தால் - ஆமாம் என்றைக்கு அவள் கணவர் அவளை விட்டு. இந்த உலகை விட்டே நிரந்தரமாகப்பிரிந்தாரோ அன்றைக்கிருந்தே அவள் கட்டையாகத்தானே போய்விட்டாள் - அந்த நேரத்தில் மழைக்காலத்தில் கண் வலிக்காரன் கண்ணை மொய்க்கும் ஃபுல் ஸ்டாப் கொசுக் கூட்டமாக. அவளை அந்த நினைவு என்னம்மா வதைத்துச் சிதைத்துச் சின்னாபின்னமாக்குகிறது?

இதோ இன்னும் பதினைந்து நிமிடங்கள் தாம்! மத்தியான தையல் வகுப்பிற்கு மாணவிகள் வந்து விடுவார்கள். அப்புறம் அவர்களைக் கண்காணிப்பதில், வழி நடத்துவதில், பொழுது ரெக்கைக் கட்டிக்கொண்டு பறக்கும்!

அதுவரை இந்த மனசு மென்று கொண்டுதான். இருக்கும். இருக்கட்டும்.

சில நிகழ்ச்சிகள், மனத்தைக் கீறுகிறாற்போல் துன்பம் தருவதுண்டு. அதனால், அதனை மறக்க முயன்றால் மறக்கவும் முடிவதில்லையே!

லக்ஷ்மியம்மாளை, கோழியைக் கௌவிக்கொண்டு ஓடுகிற வெறிநாயாக, அவள் நினைவு கடந்த காலத்திற்கு இழுத்துக்கொண்டு ஓடியது.

ஆறு மாதங்களுக்கு முன் கைகளைப் பிசைந்துகொண்டு, டாக்டர் சுரேஷ் நர்ஸிங் ஹோம் முன்னால் நின்று கொண்டிருந்தாள் லக்ஷ்மியம்மாள். நேரமோ எவர் உணர்வையும் மதிக்காமல் காட்டுத்தனமாக ஓடிக் கொண்டிருந்தது. ஆச்சு. மணி 9. இன்னும் அரை மணி நேரத்தில், நான் ஸ்கூலில் இருக்க வேண்டும். டாக்டர் வந்துவிட்டால் பாதிப்பிரச்னை தீர்ந்து விடும்

அதோ! சுரேஷின் 'பைக்' சப்தம் அவள் துன்பத்தை உடைத்துச் சிதறுகிறாற் போன்ற ஓசையுடன் நெருங்கிக் கொண்டிருந்தது.

தொலைவிலேயே லக்ஷ்மியம்மாளைக் கவனித்துவிட்ட டாக்டர், தன் 'பைக்' வேகத்தைக் குறைத்து, அவளருகே நிறுத்திப் பரபரப்பை மறைத்துக் கொண்டு.

"என்னம்மா! ஹெட்மாஸ்டருக்குச் சுகமில்லையா?" என்றார்.

"ஆமாமப்பா! ஆஸ்த்மா டிரபிள் கொஞ்சம் அதிமாகவே இருக்கு! நீ வந்தால்...... சொல்லத் தொடங்கும் போதே கண்கள் கரகரத்து வெப்ப நீரைக் கொட்டின.

"இதோ! முதலில் அவரைப் பார்க்கிறேன். நீங்கள் கவலைப்படாதீர்கள் அம்மா. எல்லாம் சரியாகி விடும்! இப்போ நீங்க... ..'

"ஸ்கூல்ல இன்றைக்கு இன்ஸ்பெக்ஷன், யாரும் லீவு எடுக்கக் கூடாதுன்னு... எனக்கு என்ன செய்யறதுண்ணே தெரியல... என்னவோ மனசுக்கு அடியிலே ரொம்பப் பயமா..." உதட்டைப் பிளந்து கொண்டு அழுகை வெடித்தது.

"ம்! அழாதீங்க! அந்த நல்ல மனசுக்கு எப்பொழுதும் குறைவில்லேம்மா. ஆண்டவன் நமக்குக் குறைவைக்க

மாட்டான். எனக்கு நம்பிக்கை இருக்கு. நீங்க ஸ்கூலுக்குப் போங்க! நான் போய்ப் பார்த்துக்கிறேன்" என்ற சுரேஷ் 'பைக்'கை ஓடித்து வந்த திசையிலேயே ஓட்டினான்.

அடிவயிறு என்னமோ மாதிரி பிசைந்துபிசைந்து பயமுறுத்த, செருப்புப் போட மறந்த காலோடு, பதைத்துப் பரிதவிக்கும் நிலையில் கால்கள் பின்னலிட, ஸ்கூலை நோக்கி ஓடாத குறையாக நடைபோட்டாள். ஸ்கூலுக்குள் காலெடுத்து வைக்கும்போது கரெக்டாய் மணி 9.32. ப்ரேயர் முடிந்து விட்டது. ரிஜிஸ்டரில் கையெழுத்துப் போடும்போது ஹெட்மிஸ்ட்ரஸ் கற்பகாம்பாள் ஒரு முறை முறைத்தாள் மௌனமாக.

சத்தம் போடாமல் நகர்ந்த லக்ஷ்மியம்மாள் தனக்கென்று பிரத்தியேகமாக உள்ள தையல் வகுப்பறைக்குள் போய் அமர்ந்தாள். முத்து முத்தாக வேர்வை முகத்தில் பூத்திருந்தது.

காலை எட்டுமணிக்கு எல்லோரும் சாப்பிட உட்காரும்போது, கணவருக்கும் பெண்கள் இருவருக்கும் பரிமாறிவிட்டுத் தானும் உட்கார்ந்தாள் அவர்களோடு லக்ஷ்மியம்மாள். தன் தட்டிலிருந்து ஒரு பிடிச்சாதத்தை எடுத்து அவர், அவள் தட்டில், அவள் தடுக்க நீட்டும் கை முன்னே வரும் முன், அவசர அவசரமாகப் போட்டார்.

"சொன்னால் கேட்கமாட்டீங்க"

'நீ சொன்னால் கேளேன் லக்ஷ்மி!"

"நீங்க நல்லாச் சாப்பிட்டாத்தாங்க எனக்கு நிம்மதி!"

"சரிதான் லக்ஷ்மி! ஆனால் பாரேன்! நான் கொஞ்சம் குறையாச் சாப்பிட்டாக் கூட வீட்டுக்குள்ளே இருப்பவன்... கொஞ்சம் கண்ணை மூடிக்கிட்டே நேரத்தைக் கடத்திடலாம். அதேபோலத் தான் நம்ம சுதாவும் ராதாவும்! கொஞ்சம் சாப்பாடு குறையறதுனால எதுவும் கஷ்டமில்ல! இரண்டு பேருக்கும் அடுத்த வீட்டுக் கதைப் புஸ்தகம்போதும்... கொஞ்சம் பசியை மறக்க. ஆனால் நீ...! அப்படியில்ல. சாதாரண டீச்சரா இருந்தாக் கூடப் பரவாயில்ல. 'ஆப்ஷனல் டெய்லரிங் கத்துக் கொடுக்கறவ. மெஷினை மிதிக்கவாவது சத்து வேண்டாமா - சொல்லும் போதே அவர் கண்கள் கலங்கின.

"சரி சரி போதும் கண் கலங்கினது" என்ற லக்ஷ்மியம்மாளைத் தொடர்ந்து,

"சீக்கிரமா எம் பொண்ணு ரெண்டுக்கும் கல்யாணம் ஆகணும் லக்ஷ்மி. இரண்டு பேருக்கும் வயது, இருபதைக் கடந்துட்டுது இந்த வருஷத்தோட. மனசு ரொம்ப..."

"எப்பவும் இந்த நெனைப்புத் தானே! அதது முடிய வேண்டிய நேரத்தில முடியுங்க!"

"இல்லெ லக்ஷ்மி! நீ சம்பாதிக்கும் பணத்திலே எனக்கு மருந்து மாத்திரை வாங்கவே முக்கால்வாசி போயிடுது. மீதப் பணத்திலே அரை வயிற்றுக் கஞ்சி..."

"ஏன் தான் இப்படி வீணா மனசைப் போட்டு உலைச்சிக்கிறீங்க.."

"நிஜத்தைத்தானே சொல்லறேன் லக்ஷ்மி! நல்லவேளை அந்தப் பையன் சுரேஷ் பக்கத்திலே இருக்கான். என்னிடம் படிச்ச பாசம் அகலாம வந்து பாக்கறான்! இதுவரை ஒரு ஊசிக்குக் காசு வாங்கலே! அல்லது அது வேற...!"

"தங்கமான பிள்ளைங்க..."

"அம்மா! நேரமாச்சு நீங்க ஸ்கூலுக்குப் போக' என நினைவூட்டினாள் சுதா.

வேகமாகச் சாப்பாடு உள்ளே போயிற்று.

ராதா மணக்க மணக்க வைத்த துவையலும் வெறும் ரசம் சாதமும் தான். சாப்பிட்ட பின்பு புடவை மாற்றிக் கொண்டிருந்தாள் லக்ஷ்மியம்மாள்.

திடீரென்று ஒரு உரத்த சப்தம் பின்கட்டில் இருந்து!

ஓடிச் சென்று பார்த்த சுதா. "மெள்ள மெள்ளப்பா என்று தன் தந்தையைத் தாங்கியவண்ணம் வந்து கொண்டிருந்தாள்.

மூச்சு இளைத்து இளைத்துச் சிரமத்துடன் வந்து கொண்டிருந்தது. ஓரிரு மாதமாகத் தலைகாட்டாது இருந்த மூச்சிரைப்பு இப்போது திடீரென வந்துவிட்டது. இந்த மூச்சிரைப்பு வந்துவிட்டால் அடங்குவது ரொம்பக் கஷ்டம். குறைந்தது ஒரு வாரம் படுத்திவிட்டு அப்புறம் தான் நிற்கும்! இன்றும் அதே போல!

ஆண்டு விழாவிற்கான மேடை அலங்காரத் திரை தைக்கும் பொறுப்பில் ஈடுபட்டிருந்த லக்ஷ்மியம்மாள் கையில் 'சதக்' என ஊசி ஏறியது.

'அம்மா' என்ற உரத்த ஒலி அவள் கண்டத்தில் இருந்து எழுந்தது, அடுத்த அறையில் இருந்த எட்டாம் கிளாஸ் "டீச்சர் மீனாவால் ஓசை கேட்டும் ஓடிவர முடியவில்லை. இன்ஸ்பெக்டர் எந்த நேரம் வருவாரோ என்ற பயம். இருந்தாலும் 'க்ளாஸ் ப்யூப்பிள் லீடரை' என்னன்று பார்த்து வா" என விரட்டினாள்.

உள்ளே ஓடிவந்த அந்த மாணவி, கண்ணீல் நீர் தெறிக்க, வலதுகை விரலை இறுக்கமாக இடது கை விரலால் அழுத்தித் துடித்துக் கொண்டிருக்கும் தையல் டீச்சரைக் கண்டு பதறிப் போனாள். கீழே கிடந்த துண்டுத் துணியை அருகே இருந்த பானை நீரில் முக்கி எடுத்து ஓடி வந்தாள். அவள் சுற்றி விட. மெள்ள அதனைத் தன் விரலால் கட்டி விட லக்ஷ்மியம்மாளும் உதவினாள்.

மதிய நேரம்! தன் கைப்பை டிபன் பாக்ஸைத் திறந்து வாயில் இரண்டு கவளம் போட்டபோது, ப்யூன் கொஞ்சம் இயல்புக்கு மாறான வேகத்தோடு உள்ளே வந்தான்.

"அம்மா! வீட்டிலிருந்து சொல்லி அனுப்பி இருக்காங்க! உடனே வீட்டுக்கு வரணுமாம். ஹெட்மாஸ்டர் அய்யாவுக்குச் சுகமில்லையாமே! ராதா சொல்லிவிட்டிருக்கு! பெரியம்மா போகச் சொல்லிட்டாங்க"

ப்யூன் பேசியது எதுவுமே கேட்கவில்லை லக்ஷ்மிக்கு! வாயில் கொண்டுபோன சாதம் விழுந்தது. ஓட்டமும் நடையுமாக விழுந்தடித்துக்கொண்டு வெளியேறினாள். பொசுக்கும் வெயிலில் பொரிந்துபோகும் பாதங்களின் உணர்வு அவளைச் சுடவில்லை. அவளே வெந்து நீராகிக் கொண்டிருக்கும் போது, இது ஒரு சூடா?

பாய்ந்து சென்று நுழைந்த லக்ஷ்மியம்மாளை "அம்மா! அப்பா போய்ட்டார்மா!'' என்று ஓலமிட்டுக்கொண்டு வந்த ராதாவின் மோதல்தான் நிறுத்தியது. அடுத்தகணம், அவர் உடலின்மீது துடித்து வெட்டுண்ட மீனாய்த் துள்ளிய துள்ளல்...! செத்துக் கொண்டிருந்த கோழியாய்த் தரையில் புரண்ட புரளல்...! அந்தகாரம் எங்கும்! ஏதேதோ நிகழ்ச்சிகள் நடந்தன. அண்டை அயலார் துணையில்தான் அவையெல்லாம் நடந்து முடிந்தன. அந்தக் குடும்பத்தார்க்குத்தான் வேறு உறவினர்களே இல்லையே!

ஒரு வாரமாயிற்று பள்ளிப் பக்கம் சென்று, அப்புறம் போய்த்தானே தீரவேண்டும். சுண்டி, கீழ்இழுத்துத் துன்புறுத்தும் வயிற்றுப் பிரச்னை. பெருமூச்சுக்களை வரவழைக்கும் தந்தை இல்லாப் பேதைப்பெண்கள். இந்தச் சூழலில் மறுபடி வாழ்க்கை ஓட்டத்துடன் ஓடியே தீர வேண்டிய கட்டாயம்.

இதே நேரத்தில்தான், மறுபடியும் ஏற்கனவே பல முறை முயன்று கேட்டுக் கொண்டிருந்த அடுத்தவீட்டுப் பணக்காரர், தன் ஓசந்த வீட்டின் அகலத்தைக் கூட்ட, லக்ஷ்மியம்மாளின் வீட்டைத் தரும்படி மெள்ள நச்சரிக்கத் தொடங்கினார்.

யோசித்தாள் லக்ஷ்மியம்மாள். வீட்டை விற்பதா வேண்டாமா எனப் பல சிந்தனை. அவள் கணவர் இருக்கும் வரை அதை விற்க விடவில்லை. அதற்கு அவர் காட்டிய காரணம். "அதை வித்தால் அந்தப் பணமும் என் மருந்துக்குத் தான் செலவாகும்! ஆகவே வேண்டாம்! எனக்குப் பின்னால் உதவட்டும்..." என்று சொல்லும்போது, பொங்கும் கண்ணீரோடு நிறுத்துங்களேன்' எனச் சுட்டெரிப்பாள் லக்ஷ்மியம்மாள். அல்லது அவர் வாயை ஓடி வந்து பொத்துவாள்.

இப்பொழுது அவரே போன பின்பு... இத்தனை நாளாகத்தான் "அவர் உடம்பிற்கு ஒத்துக் கொள்ளாதே சின்ன வீடென்றால் கொஞ்சமாவது காற்றோட்டமாக இருக்க வேண்டாமா!" என்று இந்த வீட்டை அவளும் விற்க மனம் வராதிருந்தாள்.

"இப்போது பிரச்னை விட்டது" நாக்கைக் கடித்தது போல மனம் திடுக்குற்றது. என்ன நினைத்தாள் லக்ஷ்மியம்மாள்?

"இப்போ பிரச்னை தீர்ந்து விட்டது" ச்சே! எப்படி நினைக்க முடிந்தது இப்படி அவளால்! அல்லது எப்படி இந்த நினைப்பு அவள் மனத்தில் விழுந்தது.

வீட்டை நெட்டுவசத்தில் குறுக்காகப் பாதியாக விற்க இசைந்தான். ஒரே ஒரு கண்டிஷன், பாதி இடத்தை இடித்து அவர் வீட்டை எக்ஸ்டெண்ட் பண்ணிக்கொள்ளலாம். ஆனால், பொதுச்சுவர் கட்ட, தான் பணம் தரமுடியாது. பொதுச் சுவருக்குரிய உரிமை அவளுக்கு இருந்தாக வேண்டும். இதற்கு, அந்த ஒசந்த வீட்டுக்காரர் இசைந்தார்.

அந்த மனை விற்ற பணம் ரூ 9000 கிடைத்தது. தன் வீட்டு முகப்பறையில், லோனில் நான்கு தையல் மெஷின்களை வாங்கிப்போட்டாள், வீட்டில் பெண்கள் இருவருக்கும் டெய்லரிங் கற்றுக் கொடுக்கத் தொடங்கினாள். தானும் மாலை வேளைகளில் பக்கத்து நகரம் சென்று 'மெஷின் எம்ராய்டரி' கற்றுக் கொள்ளத் தொடங்கினாள்.

ஏற்கனவே அவளுக்குத் தையல், ஓவியம் வரைதல், வண்ணந்தீட்டுதல் போன்றவற்றில், சிறுமியாக இருந்தபோதே ஆர்வம் இருந்தது. தானாகப் படிப்படியாக இதை வளர்த்திருந்தாள்

இத்தனை ஆண்டுகளாக, மனதின் ஆழத்தில் அவற்றை மேலும் மேலும் கற்றுக்கொள்ள ஆசைகிடந்து அடித்துக் கொண்டாலும், ஏறத்தாழ பதினைந்து வருஷமாய் ஆஸ்த்மா கொடுமையால் வேலையையும் விட்டுவிட்டு வீட்டோடு ஒண்டிக்கிடந்த வீட்டுத்தலைவனின் பராமரிப்பிலே... தன் காலமும், தன் குடும்பப் பொறுப்பிற்காகப் பலரது சிபாரிசில், பாவப்பட்டு, பரிதாபத்தின் அடிப்படையில் பெற்ற தையல் டீச்சர் வேலையின் சம்பாத்தியமும் செலவாகிப் போக..., நினைத்தது எதையுமே செய்ய முடியாது ஒடிந்தும், உடைந்தும், நொறுங்கியும் போன ஆர்வத்தை மனதில் சுமந்துகொண்டே வாழ்க்கையைக் கடத்தி இருந்தாள்.

இப்போது அவளைக் கட்டி இருந்த கட்டுகள் உடைந்தன. ஏதோ ஓர் உந்துதலில் தான், இரண்டே மாதத்தில் எம்ராய்டரி, பெய்ண்ட்டிங் கற்றுக்கொண்டாள். பெண்களுக்கும் கற்றுக்கொடுத்தாள்.

தன்மீது பரிவு கொண்ட பழைய மாணவியர் ஒரு பன்னிரெண்டு பேர் தினம் மாலை வந்து தையல் கற்றுக் கொண்டனர். இருபது ரூபாய் தையல் வகுப்புக் கூலியாக மாதா மாதம் தருகின்றனர். பெண்கள் இப்போது பக்கத்தில் இருப்பவர்கட்கு ப்ளவ்ஸ், குழந்தைகள் உடைகள் எல்லாம் தைத்துக்கொடுக்கத் தொடங்கிவிட்டனர்.

நெட்டி முறிக்கும் உழைப்பு, வாழ்வில் தன் பெண்களை நல்ல இடத்தில் கொடுத்து

• இவரா (இந்திர பவானி)

விடவேண்டும் என்ற முனைப்பு லக்ஷ்மியம்மாளை எந்திரம் ஆக்கிவிட்டது. ஆறு மாதங்கள் உருண்டோடி விட்டன அதற்குள்!

தம் கன்னிக் கனவுகள் ஈடேற, புதிய வாழ்வைப் பற்றிய நார்மலான எதிர்பார்ப்புக்களுடன், சுதாவும் ராதாவும் அம்மாவிற்கு ஈடாக உழைப்பதில் கை கொடுத்தனர்.

அவர்களின் தந்தை ஒவ்வொரு கணப்பொழுதும் மனதில் ஏக்கத்துடன் எதிர்பார்த்த தன் பெண்களின் நல்வாழ்வு. மிக விரைவிலேயே வாய்க்கலாம் என்பது போன்ற மனநிறைவு அவர்களிடையே மெள்ளப் பரவியது.

மனத்தின் ஆழத்தில் ஒரு குரல், மெல்லியதாக ஆனால் கூர்மையாக லக்ஷ்மியம்மாள் மனத்தில் அடிக்கடி கேட்கிறது. "அவர் இந்நேரம் உயிரோடு இருந்திருந்தால், இவ்வளவு முன்னேற்றம் ஏற்பட்டிராது. அவரது ஆசைகள் ஈடேறுவது அவர் மறைந்ததால் தான்"

லக்ஷ்மியம்மாள் துடித்துப் போகிறாள். இந்த ஒலி அவள் செவிப்பறையில் மோதும் போதெல்லாம். என்ன செய்வது? நினைவுகளை அகற்ற முடிவதில்லை. கடல் அலைகளின் ஏற்றமும் இறக்கமும் மனிதன் விருப்பத்திற்குக்கட்டுப்பட்டனவா?

எதிர்பாராத நேரத்தில் இரும்புத் தாழ்ப்பாளில் இடித்துக் கொண்ட முழங்கையாக மனம், இந்தப் பாழாய்ப் போன நினைவில் இடித்துக்கொண்டு, துவண்டு துடிக்கும் துன்பம்! அப்பப்பா!

துப்பவும் முடியாது விழுங்கவும் முடியாது தொண்டைப் புண்ணை இதப்படுத்தத் தேவையான கசப்பு மாத்திரைகளாய்... மன அடித்தளத்தில் மிதந்து கொண்டிருக்கும் சில அழுக்கு உண்மைகள்... சொல்லவும் முடியாமல் மெல்லவும் முடியாமல் என்னமாய்க் கசக்கின்றன.

54

வேலி

பிரேமா அருணசலம்

பிரேமா அருணாசலம்

பிரேமா அருணாசலம், குற்றாலம் பராசக்தி கல்லூரியில் தமிழ்ப் பேராசிரியராகப் பணியாற்றியவர். இவர் ஆசிரியர் போராட்டங்களில் தீவிரமாக ஈடுபட்டவர். தமிழ்நாடு முற்போக்கு எழுத்தாளர்களோடு நட்புப் பாராட்டியவர். எண்பது, தொண்ணூறுகளில் தாமரை, செம்மலர், மகளிர் சிந்தனை ஆகிய இதழ்களில் சிறுகதைகள் மற்றும் கட்டுரைகள் எழுதி வந்துள்ளார். இவருடைய 14 சிறுகதைகள் தொகுக்கப்பட்டு 'யாரோடு பேச' என்ற தலைப்பில் வெளிவந்துள்ளது. இவர் தாமரை இதழில் எழுதிய கட்டுரைகள் தொகுக்கப்பட்டுப், 'பத்தினி பெண்களும் பரத்தையர் வீதியும்' என்ற பெயரில் நூலாக வெளிவந்து, இவரை இலக்கிய உலகிற்குப் பரவலாக அடையாளம் காட்டியது. இவர் பதவி ஓய்விற்குப் பின்னர் சென்னையில் வசித்து வருகிறார்.

போராட்டம் நடத்தி ஒரு வருசம் கழிச்சுப் இன்னைக்குப் பலன் கையிலே கிடைச்சிருக்கு. எம்ப்ளாய்மெண்ட் ஆபிசில் வேலைக்காகப் பதிவுபண்ணிவிட்டு நடுநடுவே இண்டர்வியூக்கும் போய் வேலை கிடைக்காது விரக்தி அடைந்த ஒரு சாதாரண இந்திய இளைஞனுக்குப் பத்து ஆண்டுகளுக்குப் பிறகு அவன் எதிர்பார்க்காத நிலையில் அரசு வேலை கிடைத்தால் எப்படியிருக்கும் அப்படிச் சந்தோசப்பட்டார்கள் கல்லூரி ஆசிரியர்கள். போராட்டத்தில் இறங்கிப் பல சோதனைகளை அனுபவிச்சவங்க சந்தோசப்படாமல் இருக்க முடியுமா?

ஆசிரியைகள் அறையே குதூகலமாக இருக்கு. வெளியாட்கள் யாராவது வந்தாங்கனா எதாவது கல்யாண மண்டபத்துக்குள்ளே நுழைஞ்சுட்டமோன்னு நினைப்பாங்க. அப்படி ஆரவாரம். கை நிறைய சம்பளம். அரியர்ஸ் வேற 25ஆயிரம் 30ஆயிரமுன்னு. பின்ன ஆரவாரத்துக்குக் கேட்கவா வேணும். சில ஆசிரியைகளின் நடையே மாறிப் போனாப்பல இருக்குன்னா பார்த்துக்குங்களேன்.

ஆறு நாட்கள் சென்றன. கொஞ்சம் கொஞ்சமாக ஆரவாரம் மட்டுப்பட்டு வருது. ஆசிரியைகள் அறையில் அமர்ந்திருக்கும் வசந்தா தன் தோழியான பத்மாவிடம் பேச்சுக் கொடுக்கிறாள்.

"பத்மா, டி.வி வாங்கணும்னு சொன்னீயே! வாங்கிட்டியா? இப்பத்தான் பணப்பிரச்சனை ஒண்ணுமில்லையே. அரியர்ஸ் பணத்திலே வாங்கிட வேண்டியதுதானே"

பத்மா பதில் சொல்லாது 'ச்சு' கொட்டுகிறாள். பிறகு, அவள் பார்வை ஒரு திசையில் நிலைக்குத்தி விட்டது.

மூன்று மாதங்களுக்கு முன்பு அவளுடைய அன்பு மகன், ஆசை மகன் அசோக் சிறுவர்களுக்கான ஒரு சிறப்புநிகழ்ச்சி ஒன்று டி.வியில் ஒளிப்பரப்புவதை அறிந்து பக்கத்து வீட்டிற்கு ஆவலுடன் டி.வி பார்க்கச் சென்றபோது, ஏதோ ஒரு சிறுவன் சேட்டை செய்தான் என்று அந்த வீட்டுக்காரத் தாத்தா சிறுவர்களை வெளியே துரத்திவிடவில்லையா? அசோக் கண்ணைக் கசக்கிக்கொண்டு வந்து நின்றபோது... அந்தப் பிஞ்சு உள்ளத்தில் பட்டகாயத்தை அறிந்து அவளும் எப்படி வருத்தப்பட்டாள்.

அதன் பிறகு, யார் வீட்டுக்கும் அவன் டி.வி. பார்க்கப் போகவில்லையே! அவனுடைய வைராக்கியம் அவளையே பிரமிக்க வைத்துவிட்டதும் வேதனைப்படுத்தியதும் உண்மைதானே.

ஆமாம்... அசோக் மாநில அளவில் நடந்த அறிவியல் இயக்க வினாடிவினா போட்டியில் வெற்றி பெற்றான். அதைச் சென்னை தொலைக்காட்சி ஒளிபரப்பியது. அப்போதுகூட அவன் டி.வி. பார்க்கப் பக்கத்து வீட்டுக்குச் செல்லவில்லையே...

இருவரும் சம்பாதித்தாலும்... ஏன் வாங்க முடியவில்லை... இன்றைக்கு தன்னை ஒத்தவர்களுக்கு டி.வி. வாங்குவது கூட ஒரு எட்டாக்கனிதானா? தன்னோடு வேலை பார்க்கிறவர்கள் வாங்கவில்லையா? வீட்டுக்குள்ளே நம் பக்கத்தில் வந்து செய்திகளைத் தெரிவிக்கும் ஒரு அறிவியல் சாதனம் இன்று டி.வி. தானே! அதுவும் நாள்பூராவும் வீட்டிலும் வெளியிலும் வேலை பார்த்து அலுத்துப் போய் வரும் நடுத்தரவர்க்க மனுசிகளுக்கு இது எவ்வளவு பெரிய வரப்பிரசாதம். வீட்டுக்குள்ளே அடைந்து கிடப்பவர்களுக்கு அறிவு பூர்வமாகவும் அதே சமயத்தில் பொழுது போக்காவும் டி.வி. இருப்பதை யாராலும் மறுக்க முடியுமா? பிறகு, ஏன் தன்னால் வாங்க முடியவில்லை.

"என்ன பத்மா... இன்னும் 'ச்' கொட்டினா எப்படி? நீயும் எத்தனையோ மாதங்களாகத்தான் டி.வி. வாங்கணும்னு சொல்லிக்கிட்டு இருந்தே"ன்னு கேட்டுச் சிந்தனை வலையில் அகப்பட்டிருந்தவளை உசுப்பினாள் வசந்தா.

"நான் சொல்லிக்கிட்டு இருந்தா போதுமா?" அவள் குரலில் சலிப்பு உச்சத்தில் இருக்கிறது. அதோடு ஏதோ ஒரு சங்கடம் குடிகொண்டிருந்தது அவள் முகத்தில்.

நாம்ம கேட்டது பத்மா மனசைப் புண்படுத்திவிட்டதோ? இப்படிக் கேட்டிருக்கக்கூடாதோ. பத்மாமீது மிகுந்த இரக்கம் தோன்றியது வசந்தாவுக்கு.

பத்மாவை நீண்ட காலமாகவே வசந்தாவுக்குத்தெரியும்.சொல்லப்போனால் பள்ளிக்கூடத்தில் இருவரும் ஒன்றாகப் படித்தவர்கள். பிறகு அது கல்லூரியிலும் தொடர்ந்து, இப்போது பத்து ஆண்டுகளாக ஒன்றாகவே வேலையும் பார்க்கிறார்கள். பத்மாவுக்குப் பாட்டு, டான்ஸ், நாடகம், இலக்கியம்... இவையெல்லாம் ரொம்ப பிடிக்கும். பள்ளிக்கூடத்தில் படிக்கும்போது புதுப்புது சினிமாப்பாட்டுக்களைப் பாடி, சக தோழியர்களை எத்தனை நாட்கள் மகிழச் செய்திருக்கிறாள். இப்போ, அவளிடம் நல்ல அரசியல் தெளிவும் சிந்தனையும் இருக்கு. எதையும் நன்றாக விமர்சனம் செய்வாள். நல்ல தைரியசாலி. ஆரவாரம் ஆடம்பரம் இல்லாதவள். பத்மாவுக்கு அவள் வீட்டில் டி.வி இல்லாதது ரொம்ப குறையாக இருக்கு.

டி.வி.யை அவள் பொழுதுபோக்குச் சானதமாகக் கருதவில்லை. அப்படியிருந்தால் டி.வி.யை அவள் வாங்க ஆர்வம் காட்டமாட்டாள். அவள் இன்றைக்கு காலத்தின் தேவையாக டி.வி.யை உணர்வதால்தான் அது இல்லாதது அவளுக்கு வருத்தமாக இருக்கு. பாவம்! எவ்வளவோ ஆசைப்பட்டும். முயன்றும் அவளுக்கு இது நாள் வரை வாங்கவே முடியவில்லை. பத்மாவைப்பற்றி வசந்தா இப்படி நினைத்து வருத்தப்பட்டாள்.

அரியர்ஸ் பணம் வரும் என்று தெரிந்தவுடனேயே டி.வி. வாங்கணும்னு தீர்மானித்தாள் பத்மா. வசந்தாவிடமே டி.வி. வாங்கப் போவதை ரொம்ப சின்னக்குழந்தை மாதிரி அடிக்கடி சொல்லிக்கொண்டாள். தனக்காக இல்லாவிட்டாலும் தன் மகனுக்காகவாவது வாங்க வேண்டும் என்று நினைத்தாள். என்ன செய்ய? முடியாமல் போய்விட்டது. பத்மாவுக்கு ஏமாற்றமாக இருந்தது.

“பத்மா, நான் ஏதாவது தவறாகக் கேட்டு விட்டேனா? என் மேல் கோபம் ஒன்னுமில்லையே” அதிக ஸ்நேக பாவத்தோடு கேட்டாள் வசந்தா.

“கோபமா? உன் மேல என்ன கோபம்?”

“பிறகு யாரு மேல கோபம்.” இது வசந்தா.

“யாரு மேலேன்னா கேட்கிறே. இந்தப் பெண்பிறவி மேலேயே எனக்குக் கோபம், உண்மையில் நாம்ம மனுசப்பிறவிகள் தானா? அப்படி யாராவது நம்மை மதிக்கிறாங்களா?”

“ஏன் இவ்வளவு சலிப்பா பேசுறே பத்மா”.

“நாம்ம எந்த விதத்தில் கொறஞ்சு போனோம்”

“நீ கேட்கிற கேள்வி புரியல பத்மா”

“புரியறாப்பல கேட்கிறே. பதில் சொல்லு. ஆம்பளைங்களைக் காட்டிலும் நாம்ம எந்த விசயத்திலே கொறஞ்சு போயிட்டம்” பத்மாவின் குரலில் இருந்த கொதிப்பு அவள் முகத்தில் தகிப்பாகத் தெரிந்தது.

பத்மா நன்றாகத்தான் பாதிக்கப்பட்டிருந்தாள். அநாவசியமாக அவளுக்குக் கோபம் வராதே. அதே சமயத்திலே கோபம் வரவேண்டிய இடத்திலும் அது வராமல் இருக்காது. பாவம் பத்மா. அதனாலேயே நிறைய பிரச்சனைகள் அவளுக்கு. ஆனால் அவள் பிரச்சனைகளைக் கண்டு கொண்டால் தானே!

“நீ கேக்கிற கேள்வி புரியுது பத்மா. ஆனால்எப்படிப்பதில்சொல்றதுன்னுதான் தெரியல்ல.ஒருவரியிலேசொல்றாப்பலையா நீ கேள்வி கேட்டிருக்கே.”

“சரி, இப்ப ஒரு வரியிலே பதில் சொல்லறாப்பல கேட்கிறேன். சொல்லு. நாம்ம நல்லா படிச்சிருக்கிறவங்கதானே...?

“ஆமாம்... நம்ம நாட்டில் இருக்கிற படிக்காத கூட்டத்தை நினைச்சா... நாம்ம எம்.ஏ. அதுக்கு மேலே டாக்டர் பட்டத்துக்கு வேற படிச்சிருக்கோம். இது எவ்வளவு பெரிய விசயம்!”

“நாம்ம, நல்ல பதவியிலே இருக்கிறவங்க தானே?” பத்மா கேள்விக் கணைகளைத் தொடருகிறாள்.

“நிச்சயமாய் இன்னைக்குப் பாங்க்லே வேலை செய்யறது கூட பெருமையில்ல. காலேஜிலே வேலை செய்யறதுதான் பெரிசா தெரியுது தெரியுமா?”

“நமக்கு ஓரளவுக்கு விழிப்புணர்வு இருக்குன்னு ஒத்துக்கிறேயா?” இன்னும் அவள் குரலிலிருந்த வெக்கை தணியவில்லை.

இந்தக் கேள்விக்கு என்ன பதில் சொல்ல! கொஞ்சம் தயக்கமாக இருக்கிறது வசந்தாவுக்கு.

"என்ன, பதிலைக் காணோம் வசந்தா!"

"என்ன பதில் சொல்றதுன்னு தெரியல பத்மா..."

"ஏன் தெரியல்ல. நீ நம்ம போராட்டத்திலே கலந்துகிட்டதானே. 40 நாட்களும் வீரதீரத்துடன் போராடினவள்.தானே நீ"

"ஆமாம்."

"எதுக்காகப் போராடினே!"

"பதினைந்து வருசம்மா நமக்கு ஊதியம் உயரல. எத்தனை முயற்சிகளைச் சங்கம் எடுத்துச்சு. ஆனாலும் பிரச்சனை தீரல. கடைசிலே போராட்டத்தைச் சங்கம் அறிவித்தது. அதனால எல்லோரையும் போல நானும் போராட்டத்தில கலந்துகிட்டேன். போராட்டம் என்பது இன்னைக்குத் தவிர்க்க முடியாததுன்னு நல்லா புரிஞ்சகிட்டேன், பத்மா"

"எல்லோரையும் போல கலந்துகிட்டேன்னு சொல்லாதே வசந்தா. நம்ம கல்லூரியிலேயே எத்தனைப் பேரு கலந்துக்காம இருந்தாங்க"

"ஆமாம். அவங்க எல்லாம் சுயநலவாதிகள்; ஜாலராக்கள். அடுத்தவர் முதுகிலே ஏறி சவாரிப்போட்டே காரியம் சாதிக்கிறவங்க. அது என்ன பிழைப்பு. அந்த நாய் பிழைப்பு நமக்கு வேண்டாம்." பத்மாவின் உஷ்ணம் போராட்டம் பற்றிப் பேச ஆரம்பித்தவுடன் வசந்தாவின் குரலிலும் ஒட்டிக்கொண்டு விட்டது.

"இப்ப நான் முதலிலே கேட்ட கேள்வியைக் கேட்கிறேன் வசந்தா" என்றாள் பத்மா

"நாம்ம ஓரளவுக்கு விழிப்புணர்வு உள்ளவங்கதானே!"

"பத்மா... போராட்டம் பற்றி ஏன் திடீரென்று கேட்டேன்னு இப்பப் புரியுது. நிச்சயம் நாம்ம விழிப்புணர்வு கொண்டவங்கதான்."

"சரி. இப்ப, நான் சொல்றேன். நாம்ம நல்லா படித்துப் பதவியில இருக்கிறவங்க, அதோடு கைநிறைய சம்பளம் வாங்குறவங்க. அதுக்கு மேலே சுயமாகச் சிந்திக்கிறவங்க. அப்படித்தானே இதிலே சந்தேகமில்லையே?"

"இதுல என்ன சந்தேகம்?"

"நீ அரியர்ஸ் பணம் வந்தால் உன்னுடைய ஆராய்ச்சிக் கட்டுரையைப் புத்தகமாகப் போடணும்னு சொன்னியே! அந்த வேலை எந்தமட்டுக்கு இருக்கு. உன் ஆராய்ச்சிக் கட்டுரையை எத்தனைப்பேரு பாராட்டினாங்க. உன் 'கைடு'கூட புத்தகமாக நிச்சயம் வெளியிடணும்னு கடிதம் போட்டுக்கிட்டே இருந்தாரே. நீ தான் பணமில்லாததால ஏதோ சாக்குப் போக்குச் சொல்லிக்கிட்டிருந்தே. இப்பப் பணம் வந்தாச்சுலே, புத்தகம் போட வேண்டியதுதானே? என் சிநேகதியின் புத்தகம் வெளிவந்தால் எனக்கு எவ்வளவு சந்தோசமாக இருக்கும்? எப்ப அந்த வேலையை ஆரம்பிக்கப் போறே?"

"ஆரம்பிக்கவா? அது எல்லாம் இப்ப முடியாது பத்மா." வசந்தா இப்ப பத்மாவின் குரலில் பேசுகிறாள். அதாவது ரொம்ப சலிப்போடு.

"ஏன் முடியாது வசந்தா? உனக்கு இஷ்டமில்லையா?"

"எப்படி பத்மா இஷ்டமில்லாமல் இருக்கும்? புத்தகம் வெளியிடுவதிலே நீயும் நானும் ஆர்வமாய் இருக்கோம். புத்தகம் வெளியிடுவது பெரிய விசயமுன்னு நமக்குப் புரியுது. அந்தச் சாதனையைச் செய்ய அறிவு இருந்தும்... என்ன செய்ய நிறைவேறாமலேயே இருக்கே பத்மா"

"அரியர்ஸ் பணத்தைப் புத்தக வெளியீட்டுக்குத்தான் செலவழிக்கப் போறதா எப்போவோ தீர்மானிச்சா மாதிரிச் சொன்னேயே."

"சொல்லத்தான் செய்தேன். ஆனால்

நான் அரியர்ஸ் பணத்தைக் கொண்டு போய்ரகுஅப்பாவிடம்கொடுத்தவுடனேயே அவருக்கு என்னென்னவோ செலவு வந்துடுச்சு. இப்பப் புத்தக வெளியீடுன்னு பேச்சே எடுக்காதன்னு அவசரச் சட்டம் போட்டுவிட்டார்."

"அப்படியா? நேத்து எங்க வீட்டுக்கு வந்தாரே பைக்கில. டி.வி.எஸ் 50-யைக் கொடுத்துவிட்டாரா"

"ஆமாம்... ரொம்ப நாளாகப் பெரிய வண்டி வாங்கணும்னு சொல்லிக்கிட்டே இருந்தாரு. இப்பப் பணம் கிடைச்சுதுல. அதனால பெரிய வண்டி வாங்கிட்டாரு. பிறகு சில்லாறையா ஏதேதோ வாங்கிப் பணத்தைக் காலிபண்ணிட்டாரு."

"பாவம் வசந்தா நீ! எவ்வளவு கனவு கண்டே, புத்தகம் வெளியிடணும்னு. இப்படி ஆயிப்போச்சே. இனி, மொத்தமாய் நமக்குக் கையிலே பணம் வந்த அன்னிக்கிலே பார்க்கணும்.'

"என்ன செய்ய பத்மா? நாமும் கை நிறைய சம்பாதித்தாலும் அவுங்கதானே எல்லாம் பார்க்க வேண்டியிருக்கு"

"எல்லாம் பார்க்க வேண்டியிருக்கா? நீ என்ன சொல்றே. வீட்டிலே சமையல் செய்றது, வீட்டைச் சுத்தமா வச்சக்கிறது, புள்ளைங்கள கவனிச்சுக்கிறது, அவுங்களுக்குப் பாடம் சொல்லிக் கொடுக்கிறது, வயசான மாமனார் மாமியாரைப் பார்த்துக்கிறது, அவுங்கல அப்பப்ப ஹாஸ்பிட்டலுக்குக் கூட்டிக்கிட்டுப் போறது, வீட்டுக்குச் சாமான் வாங்கிப் போடுறது, தினமும் காய்கறி வாங்குறது - இப்படி எல்லா வேலைகளையும் அவுங்கதான் பார்த்துக்கிறாங்களா?"

"என்ன பத்மா? அப்படியா நான் சொன்னே. அதுக்கெல்லாம் அவுங்களுக்கு எங்க நேரம்? நீ சொன்னதைப் பூரா எல்லா வீட்டிலும் நாம்மதானே செய்றோம்."

"அப்ப கொஞ்சம் முன்னே எல்லாத்தையும் அவுங்கதானே பார்த்துக்கிறாங்கன்னு சொன்ன?"

"நான் என்ன சொன்னேன்னா... அவுங்கதானே." வசந்தாவுக்கு எப்படிச் சொல்றதுன்னு தெரியல்ல. வார்த்தைக்குத் தொண்டையிலேயே பூட்டு விழுந்துவிட்டது.

"உனக்குத் தயக்கமா இருக்குன்னு நினைக்கிறேன். அதுனால நான் சொல்றேன். அவுங்க மாதிரி நாம்ம பொருளாதார சுமையைச் சுமக்கலாம். இருந்தாலும் இலட்சுமணன் வரைந்த கோடாய் எத்தனையோ தடைகள் நமக்கு. நீ புத்தகம் வெளியிடணும்னு ஆசைப்படலாம். அந்த ஆசை நியாயமானதாகக்கூட இருக்கலாம். நிறைவேற்ற முடியறதாக்கூட இருக்கலாம். ஆனால் அதை நீ மட்டும் நினைத்தால் முடியாது. இப்ப நான் டி.வி. ஏன் வாங்கிலைன்னு புரியுதா?"

வசந்தா ஆழ்ந்த சிந்தனையில் மூழ்குகிறாள்.

55
பிராயசித்தம்

கமலா இந்திரஜித்

கமலா இந்திரஜித்

கமலா இந்திரஜித் கடந்த 35வருடங்களுக்கு மேலாக வெகுஜன இதழ்களில் சிறுகதைகள் எழுதி வருகிறார். இவரது பெரும்பான்மையான கதைகள் தஞ்சை மக்களின் வாழ்க்கையையும் கிராமிய சூழலையும் பின்னணியாகக் கொண்டிருக்கின்றன. இவர் தஞ்சை மாவட்டத்தில் புள்ளமங்கலம் என்ற கிராமத்தில் வசித்து வருகிறார். பள்ளி ஆசிரியராகப் பணியாற்றியவர். 'மூடு பல்லக்கு' என்பது இவரது சிறுகதைத் தொகுதியாகும். இவரது சிறுகதை ஒன்று ரூபாய் 50,000 /-பரிசினைப் பெற்றுள்ளது.

எனது மூன்றாவது அக்காவும் திருமணமான ஒரே வருடத்தில் விதவையானபோது எனது மொத்தக் குடும்பமும் மீள முடியாத பெருந்துக்கத்தில் மூழ்கியது. அதிலும் எனது தந்தை சித்தசுவாதீனம் இல்லாதவர் போல், திரும்பத்திரும்ப ஒரே வாக்கியத்தைச் சொல்லிப் புலம்ப ஆரம்பித்தார்.

எங்க அக்காவுக்கு நான் செஞ்ச பாவம், என் பொண்ணுங்க தலைல விழுந்திடுச்சே! சாபத்துக்கு ஆளாயிட்டேனே!

எனக்கு ஒன்றும் புரியவில்லை. எனது அப்பாவிற்கு விசாலம் என்று ஓர் அக்கா இருந்திருக்கிறார். அவரது கணவர் அம்மை கண்டு குளிர்ந்து போக, அக்கால வழக்கப்படி இளம் விதவையாகத் தன் பிறந்த வீட்டிற்கு வந்திருக்கிறார் அத்தை.

வந்த கொஞ்ச நாட்களில் இறந்து போனவரின் அஸ்தியைக் காசியில் கரைத்துவிட்டு, ஆற்றில் இறங்கித் தலைமுழுகும்போது கால் இடறிப் பெரும் வெள்ளத்தில் என் அப்பாவின் கண்ணெதிரிலேயே கங்கையோடு கங்கையாகக் கலந்து விட்டாள் விசாலம் அத்தை.

எத்தனை முயன்றும் காப்பாற்ற முடியவில்லை. எத்தனைத் தேடியும் உடலைக்கூடக் கண்டுபிடிக்க முடியவில்லை. அஸ்தியுடன் சேர்த்து, அக்காவையும் கரைத்துவிட்டு

வெறுங்கையுடன் வீடு வந்தார் அப்பா.

இதெல்லாம் நானோ, என் மூன்று அக்காக்களோ பிறப்பதற்கு முன், அதாவது முப்பத்தைந்து ஆண்டுகளுக்கு முன் நடந்த கதை. சினிமாவிலும், கதைகளிலும் மட்டுமே நடக்கக்கூடிய ஒரு சம்பவம் எங்கள் வீட்டிலேயே நடந்தது எங்களுக்கெல்லாம் பேராச்சர்யம். இதுதான் விசாலம் அத்தை கதை.

விசாலம் அத்தைக்குப் பிள்ளை குட்டி என்று எந்த வாரிசும் கிடையாது. அவள் கணவன் வீட்டிலிருந்து வந்த ஒண்ணரை வேலி நிலத்தையும், அதாவது முப்பது மா, இன்னும் சரியாகச் சொன்னால், பத்து ஏக்கர் நிலத்தையும் இதுநாள் வரை அப்பாதான் சாகுபடி செய்து வருகிறார்.

அந்த வருமானத்தில்தான் எனது மூன்று அக்காக்களுக்கும் நகை, நட்டுச் செய்து, நல்ல இடங்களில் திருமணமும் செய்து கொடுத்தார். ஆண்டுக்கு ஒருமுறை வீட்டுத் தெய்வத்திற்குப் படைக்கும்போது புதுப்புடவை எடுத்து வைத்து, அந்த அத்தைக்கும் மறக்காமல் கும்பிடுவாள் அம்மா.

யதேச்சையாய் நடைபெற்ற ஒரு விபத்திற்கு, அசம்பாவிதத்திற்கு இத்தனை வருடங்கள் கழித்து எதற்கு, எதையோ முடிச்சுப்போட்டு அப்பா புலம்புகிறார் என்பதைத்தான் புரிந்து கொள்ள முடியவில்லை.

எனது மூன்று சகோதரிகளுமே பட்டதாரிகள். மூவருமே வேலைக்குச் சென்றுகைநிறையச்சம்பாதிப்பவர்கள்தான். மூவரையும் நல்ல நல்ல இடமாய்ப் பார்த்துத்தான் மணமுடித்துக் கொடுத்தோம்.

எனது பெரிய அக்கா கல்யாணமாகி சரியாக முதல் வருடமே திருமண நாளன்று, அவள் கணவன் லாரியில் அடிபட்டு இறந்து போனான். இரண்டாவது அக்காவிற்கு மறு வருடம் திருமணம். அவளது கணவன் பதினோராவது மாதத்திலேயே மார்பு வலி என்று நெஞ்சைப் பிடித்தவன் அடுத்த நிமிடம் பிணமாகிவிட்டான்.

இரண்டு பேரும் தத்தம் வீடுகளிலேயே இருக்கிறார்கள். பிறந்த வீட்டிற்கு மூட்டை கட்டிக்கொண்டு வந்து விடவில்லை. அவரவர் உத்தியோகம், அவரவர் சம்பளம். மூன்றாவது அக்காவிற்குத் திருமணம் செய்யவே ரொம்ப யோசித்தார் அப்பா.

நீண்ட தயக்கத்திற்குப் பின், நான்கு ஆண்டுகள் கழித்துத் திருமணம் செய்து வைத்தோம். திருச்சியில் நல்ல குடும்பம். மாப்பிள்ளை பெரிய படிப்பு, நல்ல உத்தியோகம். ஏழு மாதங்கள் கூட முழுதாய் ஆகவில்லை. மார்கழி மாதம் மூன்றாவது மாடியிலிருந்து குதித்துத் தற்கொலை செய்து கொண்டார் மாப்பிள்ளை.

என்ன காரணம் என்று தெரியவில்லை. வம்பு, சண்டை என்று சிறு பிரச்சனை கூட கணவன் மனைவிக்குள் கிடையாது. பின் எப்படி? நினைத்துப் பார்க்கக்கூட முடியவில்லை. கடந்த பத்து நாட்களாக வீடு, வீடாகவே இல்லை. சதா துக்கம் கேட்டு வருபவர்களும், பிலாக்கண ஒலியுமாகச் சுண்ணாம்புக் காளவாய்க்குள் இருப்பது போல இருக்கிறது. அத்தனை புழுக்கம். அத்தனை வெம்மை.

சின்னக்காவிற்குத் துணையாக அம்மா திருச்சியிலேயே இருக்கிறார். இன்று நானும் அப்பாவும் மட்டும்தான் வீட்டில். வயல், சாகுபடி, தென்னந்தோப்பு, மாடு, கன்று, போர்வெல், வைக்கோல் போர் என்று எல்லாம் போட்டது போட்டபடி. அத்தானின் பதினாறாம் நாள் காரியம் முடிந்துதான் மீண்டும் ஒவ்வொன்றாய்ச் சரிப்படுத்த வேண்டும் என்று நினைத்துக் கொண்டே வீட்டினுள் நுழைந்தேன். கூடத்து ஊஞ்சலில் உட்கார்ந்து, விசாலம் அக்கா சாபம்தான் பலிச்சுடுச்சு என்று தனக்குத்தானே புலம்பிக் கொண்டிருந்தார்

அப்பா.

என்னப்பா, இதுக்கு அர்த்தம்? கொஞ்சம் புரியும் படியாத்தான் சொல்லுங்க! என்ன பாவம்? என்ன சாபம்? என்று அவர் தோளை உலுக்கினேன். சுற்றும் முற்றும் பார்த்தார் அப்பா. நல்ல வேளை. துக்கம் கேட்டு இன்று யாரும் வந்து ஒப்பாரி வைக்கவில்லை. சமையல் செய்யும் சுந்தரி அம்மாவும் சமையலை முடித்து விட்டுக் கொல்லைக் கிணற்றுக்குப் போய்விட்டாள். இனி அவள் வருவதற்கு ஒரு மணியோ இரண்டு மணியோ ஆகும்.

அத்தைக்குக் கால் வழுக்கி கங்கைல விழுந்து இறந்ததற்கு நீங்க எப்படிப் பொறுப்பாவீங்க?

ஐயோ, உங்க அத்தை கங்கைல சாகலேடா! என்றார் அப்பா.

பின்ன?

காசியில அஸ்தியை நல்லபடியாக் கரைச்சுட்டு, அடுத்து மதுராவுக்குப் போனோம். எங்க அக்காவுக்குக் கோயில், குளம், க்ஷேத்திராடனம்னா ரொம்ப ஆர்வம். மதுராவுல மூலைக்கு மூலை ஏகப்பட்ட கோயில்கள். உங்க அத்தையோட கவனம் அதுல இருந்தப்போ, என்னோட கவனம் வேறொண்ணுல இருந்துச்சு.

ஊர் முழுக்க விதவைகள். வயதான விதவைகள், நடுத்தர வயது விதவைகள், பால்ய விதவைகள், மொட்டை அடிச்ச விதவைகள், முக்காடு போட்ட விதவைகள். ஐயோ! எங்கே திரும்பினாலும் விதவைகள், விதவைகள். விசாரிச்சப்போதான் தெரிஞ்சுது, கிருஷ்ணன் பிறந்து வாழ்ந்த ஊரில் வந்து இருந்து, அவன் நாமத்தை உச்சரித்தபடியே இறந்து போனால் மோட்சம்னு நம்பிக்கையாம்!

அதனால, விரும்பி வந்தவங்க பாதி, வலுக்கட்டாயமாக் கொண்டுவந்து விடப்பட்டவங்க மீதி. வேற வழியில்லாம வந்தவங்கன்னு எப்படியோ அங்க வந்திடறாங்க. என் புத்திக்கு அப்பதான் அந்தக் கெட்ட எண்ணம் பொறி தட்டுச்சு. அக்கா இனி ஆயுள் முழுக்க எனக்குத் தேவை இல்லாச் சுமை. அவளை இங்கேயே இறக்கி விட்டுட்டா பாரமில்லாம இன்பமா வாழலாம். அவ பேர்ல இருக்கிற ஒன்றரை வேலி நிலம், அவ நகை நட்டு, ஊரில் இருக்கும் பெரிய ஓட்டு வீடு என்று சகலமும் எந்தச் சேதாரமும் இல்லாம எனக்கு வந்துடும்னு... என்னென்னமோ தோண, அக்காவப் பார்த்தேன்.

அவ மௌனமா, கண் மூடித் தியானத்தில் இருந்தா. அக்கா நான் போய் சாப்பிட்டுட்டு, அப்படியே டிரெய்ன் டிக்கட்டும், உனக்குச் சாப்பாடும் வாங்கிட்டு வர்றேன். சாப்பிட்டுட்டு நாம ஊருக்குப் போவோம்னு சொன்னேன். என் அக்கா கண் திறக்காமத் தலையாட்டினா. புறப்பட்டு வந்த நான்தான் ரயிலேறித் தனியா ஊர் வந்து, அழுது, புரண்டு புதுக்கதை சொல்லி, சொந்தபந்தத்தை நம்ப வச்சுட்டேன். நான் நெனைச்ச மாதிரியே சொத்துப்பத்து கைக்கு வந்துச்சு. ஆனா, நிம்மதி என்னை விட்டு எப்பவோ போயிடுச்சு.

அக்கா கைல பணம், காசு எதுவும் கிடையாது. படிப்பறிவும், துணிச்சலும், வெளி உலக அனுபவமும் இல்லாதவ. நிர்க்கதியா என்ன பாடுபட்டாளோ! முழுசா நம்பினவளுக்கு, முழுசா துரோகம் பண்ணிட்டேன். அவ நினைச்சிருந்தா, பிச்சை எடுத்தாவது ஊர் வந்து சேர்ந்திருக்கலாம். இந்தப் பாவி முகத்தில் விழிக்கிறது மகா பாவம்னு முடிவு பண்ணிட்டா போலிருக்கு. அங்கயே இருக்காளோ, எங்க இருக்காளோ? இருக்காளோ, இல்லையோ? அப்பா முகத்தைத் துண்டால் மூடிக் கொண்டு தேம்பித் தேம்பி அழுதார். எனக்குப் பிரம்மை பிடித்தது போல் இருந்தது.

அத்தான் காரியம் முடிந்து வீட்டிற்கு

வந்தோம். எனக்கு இருப்பாய் இருக்கவில்லை. எதையாவது செய்தால்தான் தீரும் போலிருந்தது. உள்ளுக்குள் சாமியாடிக் கொண்டிருந்தது. அத்தானின் அஸ்தி இருந்த சொம்பைத் தூக்கிக் கொண்டு திரிவேணி சங்கமத்தில் கரைக்கிறேன் என்று புறப்பட்டேன்.

அப்பா செய்த மோசடி பற்றி யாரிடமும் மூச்சு விடவில்லை. யாரும் எதுவும் சொல்லும் மனநிலையில் இல்லை. கல்யாணமாகாத இருபத்தைந்து வயது வாலிபன். வயதுக்கு மீறிய பக்குவத்தோடு நடந்து கொள்வதாகத் தோன்றியிருக்க வேண்டும்.

அப்பா மட்டும் நீயுமா? என்றார்.

பயப்படாதீங்க அப்பா, எந்த அக்காவையும் கூட்டிட்டுப் போகலை, நான் மட்டும்தான் போறேன். நீங்க பண்ணின பாவத்துக்குப் பிராயச்சித்தம் பண்ணாமத் திரும்ப வரமாட்டேன்! என்றேன் அவருக்கு மட்டும் கேட்கும்படி. உச்சந்தலையில் ஆணி அறையப்பட்டவர் போல் அப்படியே திகைத்துப் பார்த்தார் அப்பா. நான் புறப்பட்டு விட்டேன். முதலில் பிரவாகமாய் ஓடும் கங்கையில் ஹரிச்சந்திரா காட்டில் அஸ்தியைக் கரைத்து விட்டு, பண்டா கேட்ட தட்சணையைக் கொடுத்துவிட்டு, முங்கிக் குளித்து விட்டு மதுரா நோக்கிப் புறப்பட்டேன். அப்பா முகச்சாயலில்தான் அத்தையும் இருந்தாள் அவளது கல்யாணப் புகைப்படத்தில். அது மட்டுமே உள்ள ஒரே ஆதாரம்.

இந்த ஜனவெள்ளத்தில் எப்படித் தேடப் போகிறோம்? தொலைத்த கடுகைச் சமுத்திரத்தில் தேடுவது போல், ஆகக்கூடிய வேலையா? அப்பா மோசம் செய்த இந்த முப்பத்தாறு ஆண்டுகளில் அந்த ஊர் மாறி இருக்குமா? என்னென்னவோ எண்ணியபடி மதுரா ரயில் நிலையத்தில் இறங்கினேன். சிக்கடிக்கும் வெண்ணெய் நாற்றமும், பான் கறை படிந்த பற்களும் எங்கும் நிறைந்திருந்தது. இந்த ஊர் மாறப் போவதில்லை என்பதற்குக் கட்டியங்கூறுவது போல் முதலில் கண்ணில் பட்டது - ஒரு விதவைதான்.

தொடர்ந்து நடக்கும் பொழுது சிமெண்ட் மேடையில், நடைபாதைத் திண்டுகளில், அரசமர நிழலில், படித்துறைப் படிக்கட்டுகளில், சிறுசிறு கோயில் பிரகாரங்களில் என்று எங்குப் பார்த்தாலும் கும்பல் கும்பலாய் அவர்கள்தான் தென்பட்டனர். அத்தனையும் சோகம் படிந்த முகங்கள்.

பல நூற்றாண்டு நிராசையும், ஏமாற்றமும், அவமானத்தின் சுவடுகளும், நிராகரிக்கப்பட்ட வலியும் வடுக்களாய்ப் பதிந்த முகங்களை, பிறந்த வீட்டாலும், நம்பிய புகுந்த வீட்டாலும் வேண்டாம் என்று ஒதுக்கப்பட்டு இங்கே கொண்டு வந்து விடப்பட்ட உச்சபட்ச ஏமாற்றம், ஒவ்வொரு கண்ணிலும் கருவளையங்களாய்ப் பதிந்திருந்தன.

அப்பாவைப் போல ஆயிரம் ஆயிரம் ஆண்கள் செய்த பாவத்திற்கு எப்படி இவர்களிடம் மன்னிப்புக் கோருவது? அத்தனையும் ஒரே மாதிரி முகங்களாய், ஒன்றுக்கொன்று வித்தியாசம் கண்டுபிடிக்க முடியாததாய்த் தோன்றியது எனக்கு. எப்பேர்ப்பட்ட இழிவு நடந்திருக்கிறது பெண்மைக்கு? இதைவிடச் சிறுமைப்படுத்த முடியுமா பெண்குலத்தை? அத்தனைப் பேரையும் நிற்க வைத்து விழுந்து வணங்க வேண்டும் போல் ஆவேசம் தோன்றியது எனக்கு.

ஒவ்வொரு பாதத்திற்கும் பாதபூசை செய்து மன்னிப்புக் கோர வேண்டும். ஏதோ ஓரிடத்தில் யாரோ சப்பாத்தி விநியோகிக்கிறார்கள் என்று கேள்விப்பட்டவுடன் அங்கு இந்தக் கைம்பெண்கள் கூட்டம் முட்டி மோதிக் கையேந்துகிறது. பசி... கோயில் நடையில் பிரசாதத்திற்கு அடிதடி, சத்திர வாசலில் ஒரு கவளம் உணவிற்குத் தள்ளுமுள்ளு.

ஒரு பெரிய நகரமே அனாதை ஆசிரமமாகவும், மாபெரும் திறந்தவெளி முதியோர் இல்லம் போலவும் தென்பட்டது.

பசியும், பயமும் எல்லா முகங்களிலும் தென்பட்டன. சாவு ஒன்றுதான் லட்சியம்; இந்த உலகத்தில் இருந்து அவமானப்படுவதைவிட, எவ்வளவு சீக்கிரம் முடியுமோ, அவ்வளவு சீக்கிரம் கிருஷ்ணன் காலடி சேர்ந்துவிட வேண்டும். ஒவ்வொரு உதடும் அதையே முணுமுணுத்துக் கொண்டிருந்தன.

எங்குத் திரும்பினாலும் ஒரே காட்சி. ஒரே சோகம் படிந்த முகங்கள். நம்பிக்கை வறண்ட கண்கள். இவற்றில் அத்தையை எப்படி இனம் பிரிப்பது? இன்று இருந்தால் அத்தைக்கு அறுபத்திரண்டு வயது இருக்கும். அதே வயதில் ஆயிரக்கணக்கில் போராடிக் கொண்டிருந்தனர் பெண்கள். வேறு வழி இல்லாமல் வெட்கத்தை விட்ட அவர்கள் கைகள், உயிர் வாழும் கடைசி முயற்சியாக யாசித்து நீண்டன.

ஓர் ஆயுளுக்கும் போதுமான சோக ரசம் எங்கும் ததும்பி ஓடியது. அங்குள்ள அத்தனைப் பேரும் அத்தைகளாகத் தோன்றினர் எனக்கு. இதில் என் அத்தையை மட்டும் தனியாக இனங்காண்பது முடியவே முடியாது என்ற பேருண்மை புரிந்து விட்டது எனக்கு.

நான்கு நாள் அலுக்காத நடையையும் தேடலையும் முடித்துக்கொண்டு, தெற்கே போகும் எனது புகைவண்டிக்காகக் காத்திருந்தேன். இந்த ரயில் நிலையத்தில் நின்று செல்லும் அத்தனை ரயில்களும் ஒவ்வொரு நாளும் நூற்றுக்கணக்கான கைம்பெண்களை அகதிகளாய் இவ்வூரில் இறக்கிவிட்டு நிற்காமல் ஓடி விடுகின்றன. நான் உட்கார்ந்திருந்த சிமெண்ட் திண்டிற்குப் பக்கத்தில், அப்போதுதான் குஜராத்திலிருந்து வந்த ரயில் இறக்கி விட்ட பெண். அவளும் இளம் விதவைதான். மிரண்டு போய் திக்குத் தெரியாமல் நின்றிருந்தாள்.

வைஷாலி, இதுதான் மதுரா. இனிமே இதுதான் உன் ஊர். கிருஷ்ண நாமத்தை ஜெபி. அவர்தான் கதி. உறவு இனி இல்லை. எல்லாம் பகவான்தான் என்று ஓர் ஆணும், பெண்ணும் அவசர கதியில் சொல்லி இறக்கி விட்டுவிட்டு, அதே ரயிலில் ஓடி ஏறிக் கொண்டனர். எனக்குத் தெரிந்த குஜராத்தியில் யூகிக்க முடிந்த அர்த்தம் இதுதான். அவர்கள் இருவரும் தாய்-தகப்பனா? மாமனார்- மாமியாரா? தெரியவில்லை. வைஷாலி, விசாலி, விசாலம் எல்லாம் ஒன்றுதான்.

மூன்று நாள் ரயில் பயணம் செய்து நான் என் கிராமத்தை அடைந்த பொழுது, இருள் இன்னும் அகலவில்லை. வீட்டு வாசலில் சாணம் தெளித்துக் கொண்டிருந்த அம்மா, வண்டி வந்து நிற்கவும், நிமிர்ந்து பார்த்தாள். ஒற்றைப் பிள்ளை பத்திரமாய் வந்து சேர்ந்ததில் அவளுக்குத் திருப்தி. பின்னாலேயே அப்பா வந்து எட்டிப் பார்த்தார்.

என்ன, அத்தையைக் கண்டு பிடிச்சிட்டியா? என்று அந்தப் பார்வை ஆர்வமுடன் கேட்டது. ம், கண்டு பிடிச்சுட்டேன் என்று ஆமோதிப்பாய்த் தலை அசைத்ததும், அப்பா ஓடிப்போய் வாசல் விளக்கைப் போட்டார். வண்டிக்குள் கை நீட்ட, கரம் பற்றி, வலது காலை பூமியில் அழுத்தி ஊன்றினாள் அப்பெண்.

அம்மா, இவ பேரு வைஷாலி; நம்ம விசாலம் அத்தை போல இருக்கில்ல... பேரும், உருவமும்? இனிமே இவதாம்மா உன் மருமக! என்று சொல்லவும், அம்மா நம்பிக்கையுடன் அவள் கரம் பற்றிப் படியில் ஏற்றினாள்.

56

மூலை

வத்ஸலா

வத்ஸலா

வத்ஸலா கவிஞர், எழுத்தாளர், கல்வியாளர், ஆராய்ச்சியாளர் என்று பல தளங்களில் பயணித்தவர். இவர் ராஞ்சி பல்கலைக்கழகத்தில் இயற்பியலில் முதுநிலை பட்டமும் இந்திய தொழில்நுட்ப கழகத்தில் கணிப்பொறியியலில் முதுநிலை மற்றும் ஆராய்ச்சி பட்டமும் பெற்றவர் 25 ஆண்டுகள் சென்னை இந்திய தொழில்நுட்பக் கழகத்தில் பணியாற்றி, 1999 ஆம் ஆண்டில் விருப்ப ஓய்வு பெற்றவர். இவர், தம் 48ஆவது வயதில்தான் எழுத்துத் துறையில் காலடி எடுத்து வைத்தார். இவர் சிறுகதைகளையும் கவிதைகளையும் கணையாழி, சுபமங்களா, புதிய பார்வை என்ற இலக்கிய சிற்றிதழ்களில் எழுதியுள்ளார். 2000ஆம் ஆண்டு 'சுயம்' என்ற கவிதைத் தொகுதியை வெளியிட்டார். 'வட்டத்துக்குள்' என்பது இவரது நாவலாகும். இதனை, இவருடைய மகள் ஸ்ரீ லதா ஆங்கிலத்தில் மொழிபெயர்த்துள்ளார்.. இவருடைய 'அதுவும் கடந்தது' என்ற சிறுகதை, இலக்கியச் சிந்தனையின் மாதப் பரிசினைப் பெற்றது அக்னி அமைப்பு மற்றும் சுபமங்களா இணைந்து நடத்தும் சிறுகதைப் போட்டியில்,இவர் எழுதிய 'கோலங்கள்' என்ற சிறுகதை பரிசு பெற்றது. 'சின்னச் சின்ன இழை' என்பது இவரது சிறுகதைத் தொகுதி ஆகும். இவரது சிறுகதைகள் பெண்ணுக்கான பிரச்சினைகளையும் வலிகளையும் பேசுவனாகும்.

அவள் கணவன் திடீரென மாரடைப்பால் இறந்துபோனான். அவள் அழவில்லை. உறவு கூடியது. 'அவளுக்கு அதிர்ச்சி' என்றது. உடல் எரிந்தது; அஸ்தி கரைந்தது; 'மனதில் வைத்துக்கொள்ளாதே, அழுது விடு' என்றது சுற்றம். அவள் அழவில்லை. 'அழாதே, தைரியமாக இரு' என்று சொல்லிய திருப்தியில்லாமலேயே வந்தவர்கள் கிளம்பினர், 'சம்பிரதாயத்திற்காகவாவது அழக்கூடாதோ?' என்கிற அங்கலாய்ப்புடன். உண்மையைச் சந்திக்க யாருக்குத் தைரியம் இருக்கிறது?

மகனும் மகளும் மீண்டும் அலுவலகம் செல்லத் துவங்கினர். அவள் எப்போதும் போல் சமைத்தாள்; மகனுக்கும் மகளுக்கும் உணவு கட்டிக்கொடுத்தாள்; சாப்பிட்டாள்; தூங்கியெழுந்து காபி குடித்தாள்; பத்திரிகை படித்தாள்; தொலைக்காட்சிப் பார்த்தாள்; பல வருடங்களுக்குப் பிறகு நிம்மதியாக இருந்தாள்; ஊருக்காக ஒரு சில மாதங்கள் விசேஷங்களில் கலந்து கொள்ளாமலிருக்க வேண்டிய நிர்ப்பந்தம்தான் கொஞ்சம் சிரமமாக இருந்தது.

அவளுக்கு நாலுபேர் கூடுமிடத்திற்குப் போவது பிடிக்கும். அவனுக்கு நண்பர்கள் கிடையாது. தவிர, அவளுடன் அவன் எங்கும் போகமாட்டான். பெண்கள் தம் தோழிகள் வீட்டிற்குத் தனியாகப் போவது என்பது அவள் குடும்பத்திலில்லாத பழக்கம். ஆகவே நவராத்திரி போன்ற

பண்டிகைகளையும் உறவினர், குடும்ப சிநேகிதர்கள் வீட்டு விசேஷங்களையும் அவள் ஆவலோடு எதிர்பார்த்திருப்பாள். அவள் கலகலப்பான சுபாவமுடையவள். அவள் பேசினால் எல்லோரும் கேட்டுக்கொண்டிருப்பார்கள். திறமைசாலியும்கூட. விசேஷங்களுக்குத் துணிமணி, பண்டடங்கள் வாங்குவது, சமையற்காரருக்கு 'அவசரநிலை' ஆலோசனை கூறுவது, வருவோரை உபசரிப்பது, பெண்களுக்கு அலங்காரம் செய்வது, படிக் கோலமிடுவது, பாடுவது, கொலு வைப்பது - எல்லாவற்றிலும் அவளுக்கிருந்த திறமையை எல்லோரும் பாராட்டுவார்கள். எல்லாவற்றையும் அக்கறையுடன் செய்வாள். இப்படித் திறமையுடன் செயல்படுவதும், அதற்கான பாராட்டைப் பெறுவதும் அவளுக்கு மிகுந்த ஆத்மதிருப்தியைக் கொடுத்ததோடு அவளுடைய பிரச்னைகளை மறக்கவும் உதவியது.

பிறந்தகத்திற்குத் தன் குழந்தை உழைப்பையும், புகுந்தகத்திற்குத் தன் இளமை உழைப்பையும், இளமுதுமை உழைப்பையும் தாரை வார்த்தவள் அவள். அப்பா கோபக்காரர், பழைய சம்பிரதாயம். அம்மா கோபக்காரரின் மனைவி. கோபக்கார மகன்களின் தாய். நாட்டுப்பெண்களிடம் மட்டும் கோபக்காரி, பழைய சம்பிரதாயம். மாமனாரும் கணவரும் இவள் அப்பாவைப் போலவே. மாமியார் இவள் அம்மாவைப் போலவே. நாத்தனார்களின் திருமணம், மூத்த மகன் வீட்டை விட்டு ஓடிப்போதல், கணவனின் கோபம், மாமனார் - மாமியாரின் முதுமைச் சாவு, மகள், இரண்டாவது மகன் இவ்விருவரின் வளர்ப்பு - படிப்பு - வேலை, கணவன் ஓய்வு பெறுதல் - கணவனின் முழுநேர பிடுங்கல் - இப்படியாக அவள் நாற்பத்தைந்து வயதில் முழு கிழவியாகினாள். இதற்குள் அவள் தன் கணவனிடம் வாங்கியத் திட்டுக்களுக்கும், அடிகளுக்கும் அவளால் மனித நேய நீதிமன்றத்தில் வழக்குத் தொடர முடிந்திருந்தால் அவளுக்கு என்ன நஷ்ட ஈடு வழங்குவது என்று நீதிமன்றம் தவித்திருக்கும். கணவனின் அடியில் அடங்கியிருக்கும் ஆழ்ந்த அவமானத்திற்கு எதைத்தான் ஈடாக்கமுடியும்?

வீட்டு விவகாரத்தில் அவள் கணவன் எடுத்த முடிவுகள் எல்லாமே தப்பானவை. அதன் விளைவுகளைச் சமாளித்துக் குடும்பத்தைப் பாதுகாத்தவள் அவள்தான். அவளுடைய நகைகளைச் சீட்டாட்டத்தில் தொலைத்துப் பெண்ணுக்கு ஒரு திருகாணியில்லாமல் செய்துவிட்டான் அவன். அஞ்சனப் பெட்டி, சீட்டு, தபால், வங்கியெனச் சேர்த்துப் பெண்ணுக்குச் சீர்செய்து வைத்தாள் அவள். அப்பாவின் ரௌத்திரத்தையும் அம்மாவின் அவஸ்தையையும் சகிக்க முடியாமல் மூத்தமகன்வீட்டைவிட்டுஓடிப்போனான். (இது ஒன்று மட்டும் அவளால் சமாளிக்க முடியாத விளைவு. அவளுக்கு மரத்துப் போகாத வலி.) முட்டாள்தனமாக வில்லங்கமுள்ள வீட்டுமனையை வாங்கி, வீடு கட்ட கடனும் வாங்கி, வீட்டையும் கட்ட முடியாமல், மாதாமாதம் வாங்கிய கடனுக்கு வட்டி செலுத்தி குடும்ப பொருளாதாரத்தை அடியோடு அழிக்க அடிகோலினான் கணவன். அவள்தான் யார் யாரையோ பார்த்து வில்லங்கத்தைச் சரி செய்து, வீட்டைக் கட்டி, வாடகைக்கு விட்டு, நிலைமையைச் சீர் செய்தாள். இரண்டாவது மகனுக்குப் பொறியியல் கல்லூரியில் இடம் கிடைக்காதபோது, அவன் ஒரு வருடம் சும்மாயிருந்துவிட்டு அடுத்த வருடம் மறுபடியும் முயற்சிக்க வேண்டும் என்று கணவன் தாண்டவமாடியபோது, மகன் விரும்பியபடி ஒரு கல்லூரியில் கிடைத்த பி.எஸ்.ஸி. கணித இயலில் அவனைச் சேர்த்துவிட்டு வீடு திரும்பியதும், வழக்கம் போல ஓங்கிய கணவனின் கையைப் பிடித்து முறிக்க மகன் யத்தனிக்க, அடிகள் நிரந்தரமாக நின்றன. மகளை இளநிலை

பட்டப்படிப்புடன் நிறுத்தி, வீட்டோடு சிறை வைத்து, 'வரன் பார்க்கிறேன் பேர்வழி' எனத் தொடங்கி, வந்த வரன்களை ஏதோ சாக்குச் சொல்லிக் கணவன் தட்டிக் கழித்ததற்குக் காரணம், கணவனுக்கு மாப்பிள்ளைப் பையன்களிடமோ, அவர்களின் தந்தைகளிடமோ இருந்த தாழ்வு மனப்பான்மைதான் என அவளுக்குத் தெரிந்தென்ன லாபம்? இதெல்லாம் போகட்டும். மகளைத் "தரித்திரமே, ஒன்னெ எவன் கல்யாணம் பண்ணிப்பான்?" என நோகடிக்கும்போது அவளுக்குத் தன் கணவனைக் கொன்றுவிடலாமா எனத் தோன்றும். அவன் தடைகளை மீறி மகனின் ஆதரவோடு மகளை, ப்ரெஞ்சு மொழி, தட்டச்சு, சுருக்கெழுத்து, கணிப்பொறி வகுப்பு என்று மாற்றி மாற்றி ஏதாவது ஒரு வகுப்புக்கு அனுப்பியதோடு, அஞ்சல்வழிக் கல்வியில் முதுநிலை பட்டமும் வாங்க வைத்து, மகளுக்குப் பைத்தியம் பிடிக்காமல் பார்த்துக்கொண்டதோடு, ஒரு வேலையும் கிடைக்க வழி செய்தாள். கணவனுடன் போராடி மகளை வேலைக்கு அனுப்பி வைத்தாள். மகன் அதற்குள் எம்.ஸி.ஏ. முடித்து நல்ல வேலையில் சேர்ந்துவிட்டிருந்தான். கணவனுடன் போராடிக் களைத்திருந்த அவளுக்கு மகனின், மகளின் அன்பு இதமாக இருந்தது. அவர்கள் இருவருடைய திருமணத்தை அவள் ஆவலாக எதிர்பார்த்திருந்தாள். கணவனுக்கு வயதாகி உடல் வலு குறைந்ததாலும், குழந்தைகள் அவள் பக்கம் என்பதாலும், அவனுடையத் திட்டுகள் இப்பொழுது நச்சரிப்பாக க்ஷீணித்திருந்தன. அவன் ஓய்வு பெற்று விட்டதால் பிடுங்கல் முழு நேரமாகிவிட்டிருந்தது. மகளையோ, மகனையோ அவர்களில்லாத நேரங்களில் குறை கூறிக்கொண்டேயிருப்பான். அவனால் நேரடியாக தைரியமில்லாத கட்டளைகளை அவளிடம் சொல்லி பிறப்பிக்கச் சொல்வான். மகனை ஏழு மணிக்குள்ளும் மகளை இருட்டுவதற்குள்ளும் வரச் சொல்ல, மகன் பெண் நண்பர்கள் வீட்டிற்கு (மகள் யார் வீட்டிற்குமே) போகத் தடை விதிக்க, மகன் தன் ஊதியத்தில் எழுபத்தைந்து சதவிகிதத்தை (மகள் முழு ஊதியத்தையும்) வீட்டில் கொடுக்க வேண்டுமென்று நிபந்தனை போடச் சொல்லி ("இல்லாட்டா வெளியிலே போகச் சொல்லு") அவளை நச்சரிப்பான். அவள் அப்படிச் செய்ய மாட்டாள். முடிந்தவரை அவனுடன் ஒரே அறையில் நிற்பதை அவள் தவிர்ப்பாள். கண்ணையும், வாயையும் மூடிக் கொள்வதைப் போல காதை மூடிக் கொள்ள வழியில்லையே என அவள் நினைத்துக் கொள்வாள். அந்த நேரத்தில்தான் அவன் கண்ணை மூடிவிட்டான்.

அவள் அழவில்லை; சமைத்தாள்; குழந்தைகளுக்குக் கொடுத்தாள்; சாப்பிட்டாள்; பத்திரிகையைப் படித்தாள்; தொலைக்காட்சிப் பார்த்தாள்; மூன்று மாதங்கள் கழிந்தன. உறவினர் வீட்டுத் திருமணம். வந்து அழைத்தனர். "நீங்க பாட்டுக்கு வாங்கோ, மன்னி, யாரு வேணா என்ன வேணா நெனெக்கட்டும்" (யார் என்ன நெனெப்பா? ஏன் நெனெக்கணும் - அவளுக்குக் கேட்கத் தோன்றியது) மகனுக்கும் மகளுக்கும் விடுப்பு இல்லை. தனியே போகவேண்டும். தயக்கத்துடன் ஒரு பட்டுப்புடவையை எடுத்தாள். (தலைப்பில் சரிகை அதிகமாக இருக்குமோ?) தலைப்பை உள்ளே வைத்துக் கட்டினாள். (மடிகஞ்சி மாதிரி இருக்காதேம்மா. எல்லாரும் இப்ப ஸ்டிக்கர் பொட்டு வச்சுக்கறா) கறுப்பா, சிவப்பா? சிவப்பு ஸ்டிக்கர் பொட்டு வைத்துக் கொண்டாள். திருமாங்கல்யம் எடுத்த கொடியா? வேண்டாம். சாதாரண சங்கிலி ஒன்றை அணிந்து கொண்டாள். மெல்லியதுதான். பரவாயில்லை. சிறிது பௌடர் போட்டுக் கொண்டாள். பஸ்ஸில் போக ஒரு மாதிரி இருந்தது. ஆட்டோவில் கிளம்பினாள்.

வாசலில் நின்ற சின்னப் பெண் ரோஜாவை நீட்டியது. கவனிக்காததுபோல் உள்ளே சென்றாள். சற்றுத் தயங்கித் தெரிந்த முகங்கள் இருக்குமிடத்தில் போய் உட்கார்ந்தாள். அதற்குள் பெண்ணைப் பெற்றவள் வந்து வரவேற்றாள். டிபன் உபசாரம் மறுத்து, அருகிலிருந்தவர்கள் பேச்சைக் கேட்டுக் கொண்டிருந்தாள். கல்யாணப் பெண்ணுக்கு என்னென்னப் புடவைகள் எந்தெந்த கடைகளில் எடுத்தார்கள், எந்தெந்த நிறத்தில் எடுத்தார்கள் என விவரித்துக் கொண்டிருந்தனர். ‘அந்தக் கடையில் விலை அதிகமாயிற்றே! முகூர்த்தத்திற்கு ஊதா நிறமா? கறுப்பு கலந்திருக்குமே!’ (எல்லாம் மனதில்தான்.) இந்தப் மணப்பெண்ணின் அக்காவின் திருமணத்திற்கு அவள் தேர்ந்தெடுத்த புடவைகளை எல்லோரும் எவ்வளவு பாராட்டினார்கள்? ‘ஊஞ்சல்’ பார்க்க மற்றவருடன் இவள் கிளம்புவதற்குள் முன் வரிசை குங்கும முகங்களால் தன்னம்பிக்கையுடன் ஆக்ரமிக்கப்பட்டுவிட்டிருந்தது. யார் யாரோ பாடினார்கள். பின்னால் நின்றதால் இவள் காதில் கேலிப் பேச்சுகள் விழவில்லை. அது கிளப்பிய சிரிப்பலைகள் மட்டும் கேட்டது. ஆயாசம் தோன்ற மறுபடியும் பழைய இடத்தில் வந்தமர்ந்தாள். அங்கு அமர்ந்திருந்த பெண்களில் பெரும்பான்மையோருக்கு வெற்று அல்லது ஸ்டிக்கர் பொட்டு நெற்றி போலத் தோன்றியது, இவள் பிரமையோ? “என்ன மன்னி? இங்க ஒக்காண்டு இருக்கங்கோ?” கேள்வி கேட்டவளுக்குப் பதிலுக்குக் காக்க அவகாசமில்லை. சாப்பாட்டிற்கு அழைத்தனர். சாப்பிட்டாள். கிளம்பியவளை உள்ளே அழைத்துப்போய் ஒரு பாலிதீன் கவரைக் கொடுத்தனுப்பினாள் ஒருத்தி.

வீட்டிற்கு வந்து பூட்டைத் திறக்கக் குனியும்போது அவள் தலையிலிருந்து ஒரு அட்சதை விழுந்தது. முகூர்த்தத்தின் போது பின்னலாலிருப்பவர்கள் கடமைக்காக மேடை நோக்கி வீசியெறிந்தது போலும், ‘குறைபட்டவள்’ தலையில் ‘முழுமையானது’! பாலிதீன் கவரைத் திறந்தாள். வெற்றிலை பாக்குக் கூட இல்லாமல் ஒற்றையாக ஒரு ரவிக்கைத் துண்டு! ’இதென்ன பிச்சையா?’ மனம் வெதும்பியது. கணவன் இறந்தபோதே அவளுக்குத் தெரியும்தான், சமுதாயத்தில் தன் நிலை மாறுமென்று. ஆனால் வேதனை தரக்கூடிய நடப்புகளுக்கு, நாம் என்னதான் நம் மனதை தயார்செய்து வைத்திருந்தாலும் அவை நடக்கும் பொழுது வேதனை ஏற்படத்தான் செய்கிறது. நெருப்புப் பட்டுவிட்டால் சுடத்தான் செய்கிறது, சுடுமென்று தெரிந்திருந்தாலும்.

“அத்தெ நீங்கதான் மொதல்ல ‘பிடி’ சுத்தணும். மன்னி ஒங்க கையால கொடுங்கோ. டேய், மொதல்ல சித்திகிட்ட ஆசீர்வாதம் வாங்குடா”. இதெல்லாம் இனி இருக்காது எனத் தெரியும். நம் சம்பிரதாயத்தில் எல்லாமே மங்கலம் - அமங்கலமாக (வெள்ளை - கறுப்பாக) பிரிக்கப்பட்டுவிட்ட நிலையில், மூடநம்பிக்கைகளைத் தர்க்கரீதியாக ஒதுக்கும் மனிதர்கள்கூட, தன் மகனுக்கோ மகளுக்கோ கெடுதி நேருமோ என்கிற அர்த்தமற்ற பயம் வரும்போது, சிந்தனையை மூட்டை கட்டி வைத்து விடுகின்றார்கள். அரைகுறையாகத் தெரிந்த சாத்திரம், குரல் ஓங்கியவர் கூறும் சம்பிரதாயம், ஒவ்வொருவர் மனதிலும் ஒளிந்திருக்கும் சுயபச்சாதாபத்தின் விளைவாக துன்புறுத்தித் திருப்தியுறும் மனோபாவம். இவையெல்லாம் மனிதநேயத்தைக் கொன்றுவிடுகின்றன. வரிசையாகக் குங்குமம் நீட்டிக் கொண்டு வந்து, இவள் பக்கம் நீண்டு மடங்கும் கை, முக்கிய நேரத்தில் முன்னணியில் நின்றால் குற்றம் சாட்டும் கண்கள், கலகலப்பாகப் பேசினால், சிலர் முகத்தில் தெரியும் யந்திர புன்னகைகள். அவளுக்குக் கோபம் வந்தது.

யாரைக் கோபிக்க? சுயபச்சாதாபம் சூழ்ந்தது. விசேஷங்களைத் தவிர்க்கத் தொடங்கினாள்.

ஒருநாள் அவளுடைய மூத்த சகோதரனும் அவன் மனைவியும் வந்தார்கள். மகளுக்கு ஒரு நல்ல வரன் வந்திருக்கிறதாம். அது சரிப்பட்டு வந்தால் மகனுக்கும் வரன் பார்த்து இருவர் மணத்தையும் அவர்களே முன்னின்று முடித்துவிடுவார்களாம். அவள் கவலைப்பட வேண்டாமாம். அவள் கற்பனையில் இருவர் திருமணங்களையும் பார்த்தாள் - மூலையில் நின்று கொண்டு. அவர்கள் போனபின் வெகு நேரம் விட்டத்தை வெறித்துப் பார்த்துக் கொண்டிருந்தாள். திடீரென ஓலமிட்டாள். “என்னெ இப்பிடி மூலேலெ வெச்சுட்டு செத்துத் தொலெச்செயேடா பாவி மனுஷா!”

57

ஒரே நாள்

ரேவதி பாலு

ரேவதி பாலு
(1952)

ரேவதி பாலு 30ஆண்டுகளுக்கும் மேலாக சிறுகதை, நாடகம், குறுநாவல், ஆன்மிக கட்டுரை என்று பல தளங்களில் எழுதி வருகிறார்; சென்னை தொலைபேசி அலுவலகத்தில் பணியாற்றி, விருப்ப ஓய்வு பெற்றிருக்கிறார்; இதுவரை நான்கு சிறுகதைத் தொகுதிகள், ஒரு ஆன்மீகக் கட்டுரைத் தொகுப்பு, ஒரு பல்சுவை கட்டுரைத் தொகுப்பு என்று வெளியிட்டுள்ளார்; இவருடைய நாடகங்கள் சென்னை வானொலி, பொதிகை தொலைக்காட்சியில் ஒலி, ஒளி பரப்பப்பட்டுள்ளன. சென்னை வானொலியில் 5 வருடங்கள் தொடர்ந்து 'நகர்வலம்' நிகழ்ச்சியில் பங்கு பெற்றிருக்கிறார்; இலக்கிய சிந்தனை பரிசினை இருமுறை பெற்றுள்ளார்; ஆனந்த விகடன் வைர விழா போட்டி, கலைமகள் சிறுகதைப் போட்டி, குறுநாவல் போட்டி, இலக்கிய பீடம் சிறுகதைப் போட்டி, மங்கையர் மலர் சிறுகதைப் போட்டி என்று பல போட்டிகளில் பரிசுகளைப் பெற்றுள்ளார்.

“என்னமா இன்னைக்கு ஆபிசுக்கு மட்டமா?”

வீட்டில் கணவர் ராமுவும் மகன் ஆனந்தும் தங்கள் காரியமே கண்ணாயிருக்க, ஆர்த்தி எப்படிக் கூர்ந்து கவனித்துக் கண்டுபிடித்து விட்டால் என்று அனு வியந்து போய், “உடம்பு ஒரு மாதிரியா இருக்கு, முடிஞ்சதுனாதான் ஆபீஸ் போவேன்” என்றாள்.

அட! இன்னிக்கு லீவு போடப் போறியா? அப்ப, சாயந்திரம் டிபனுக்கு, பூரி சென்னா பண்ணிடு...” ஆனந்தின் அன்பான கட்டளை இது

ஹூம்... அரசாங்க உத்யோகம்! எப்பவும் கையிருப்புல லீவு. கொடுத்து வெச்ச ஜென்மம்!”-ராம் பெருமூச்சு விட்டான்.

திடீரென்று நினைவு வந்தவனாக, ‘வீட்லதானே இருப்பே? ஒரு ஹெல்ப் செய்யேன்...” என்றான்.

“என்னோட ரெண்டு பாண்ட், ஷர்ட் எடுத்து வைக்கிறேன். மொபைல் லாண்டரிக்காரனைப் பார்த்து இஸ்திரிக்குக் கொடுத்துடேன்.”

படியிறங்கும்போது “போரிங் மோட்டரைப் பார்க்க ஆளை வரச் சொல்லட்டுமா? நாம வீட்ல இருந்தாத்தானே இந்தக் காரியம் ஆகும்?” என்றான்.

“அப்படியே டீ.வி ரிப்பேருக்கும்

ஆளைவரச் சொல்விடுப்பா.. டீ.வியில் கலரே சரியா வாறதில்லை!" என்றான் ஆனந்த், தன் பங்குக்கு.

எல்லோரையும் அனுப்பிவிட்டு, கதவைத் தாழ் போட்டுவிட்டு, உள்ளே சோபாவில் வந்து உட்கார்ந்தபோது மனதில் ஒரு விடுதலை உணர்ச்சி பரவிற்று.

கூட்டமாக வாழ்ந்தாலும் மனிதர்கள் அடிப்படையில் தனிமை விரும்பிகள்தான் என்று எங்கேயோ படித்தது மனதில் இடறிற்று.

ஓடி ஓடி பஸ்ஸைப் பிடித்து, இன்று வேலைக்குப் போக வேண்டாம். வலிக்கும் முதுகை இதமாக அழுத்திக்கொண்டு படுக்கலாம் என்ற எண்ணமே மனதுக்கு ஆறுதலாக இருந்தது.

முதலில் சமையலறைக்குள் நுழைந்து, ஒரு கப் காபியைக் கலந்துகொண்டு வந்து, டீ.வி.யை ஆன் செய்து அமர்ந்தாள். திரையில் தோன்றிய வலம்புரி ஜான் 'இந்த நாள் இனிய நாள்' என்று முகமன் கூறினார்.

காலிங் பெல் அழைத்தது. கீழ் வீட்டுத் தாத்தாதான் நின்று கொண்டிருந்தார்.

'இன்னாம்மா... வேலைக்குப் போவலியா? ஓடம்புக்கென்ன... காய்ச்சலா?" என்று கரிசனமாக விசாரித்தபடி உள்ளே வந்து உட்கார்ந்தார்.

புள்ள செக்கு அனுப்பியிருக்கிறாரம்மா. அந்தக் காயிதத்துல எழுதிக்குடுக்கிறியா? போயி பாங்குல போடணும்..." என்று கூறி செலானை நீட்டினார்.

அவள் எழுதிக் கொடுத்ததும் "ஏம்மா... இந்தப் பால் ஒரு வாரமா வீச்ச நாத்தம் அடிக்குதே? யாராச்சும் கொஞ்சம் கேக்கக் கூடாதா?" என்றார்.

'நாலு நாள் முன்னாடியே விஜிலென்சுக்குப் போன் பண்ணிச் சொன்னேனே தாத்தா... அவுங்க வந்து பார்த்திருப்பாங்களே?"

"அதெல்லாம் சரிப்படாதும்மா! அந்தப் பால் பூத்துச் சோமாரியை நேரா போய், நாலு வார்த்தை நாக்கைப் புடுங்கறாப்ல கேக்கணும், அப்பதான் அவன் வழிக்கு வருவான்."

"இப்ப உடம்புக்கு முடியலே தாத்தா, சாயந்திரம் வேணா போகலாம்!" என்று அவரை அனுப்பி வைத்தாள் அனு.

டி.வி. யை அணைத்துவிட்டு, கட்டிலில் போய் சாய்ந்து ஐந்து நிமிடம்கூட இருக்காது... திரும்ப காலிங் பெல் அலறியது. கதவு திறந்தாள்.

'ஏண்டிம்மா... ஆபீசுக்குப் போகலியா? என்னாச்சு... ஜூரமா? - பக்கத்து ஃப்ளாட் பாட்டி பேரக்குழந்தையை இடுப்பில் இடுக்கியவாறு உள்ளே நுழைந்தாள்.

ஜூரம் வர்ற மாதிரி இருக்கு. ஒரே உடம்பு வலி... அதான் போகலே."

"நான் ஒரு கஷாயம் வெச்சுத்தரட்டுமா? பட்டுனு உடம்பு வலி அப்படியே சரியாயிடும்.

"வேண்டாம் பாட்டி ரெஸ்ட் எடுத்தாலே சரியாயிடும்.."

ஐயையோ! அடுப்புல கொழந்தைக்குக் கஞ்சி வெச்சேனே... பொங்கி வழிஞ்சுடப் போறது! ஸ்ரீராம். நீ ஆன்ட்டிகிட்ட இரு... ஒரு நிமிஷம். இதோ வந்துடறேன்." என்று குழந்தையைக் கீழே இறக்கிவிட்டு பாட்டி ஓடினாள், தன் விட்டுக்கு.

ஒன்றரை வயது ஸ்ரீராம். அனு வீட்டு ஹாலில் சகஜமாக நடைபயின்று, டீ.வி. பட்டனை அமுக்கினான். அதிலிருந்து சத்தம் வராதது சுவாரசியப்படாமல் போகவே, நேராகப் போய் வாட்டர் ஃபில்டரின் குழாயைத் திறந்து விட்டான். அதிலிருந்து தண்ணீர் கொட்ட ஆரம்பிக்க, பாய்ந்து சென்று அனு குழாயை மூடுவதற்குள். அனு குடித்துவிட்டு

வைத்திருந்த காபி டம்ளரைச் சோபாவில் கவிழ்த்துப் பார்த்தான்.

பிறகு சற்றே யோசித்துவிட்டு, டம்ளரைத் தரையில் 'ணங் ணங்' என்று தட்ட ஆரம்பித்தான். அனுவுக்கு அந்த நாராசமான சத்தம் தாங்கவில்லை. ஆபத்பாந்தவி, அநாத ரட்சகியாகப் பாட்டியே வந்து, பேரனை வாரி எடுத்துக் கொண்டு போய்விட்டாள்.

மணியைப் பார்த்தாள் அனு. பன்னிரண்டை நெருங்கிக் கொண்டிருந்தது. சாப்பிடக்கூடத் தோன்றாமல், கண்ணயர்ந்தாள். திடீரென்று முழிப்பு வந்து பார்த்த போது, மணி ஒன்றரை ஆகிவிட்டது.

காலையிலிருந்து ஒன்றும் சாப்பிடாத வயிறு இரைக்க ஆரம்பித்துவிட்டது. மடமடவென்று குளித்துச் சாப்பிட்டாள். 'மோட்டார் ரிப்பேர், டீ.வி. ரிப்பேர் என்று யாராவது பெல் அடித்திருப்பார்களோ?' என்று யோசித்துக் கொண்டிருக்கும் போதே காலிங்பெல் ஒலிக்க, வழக்கமாக மோட்டார் ரிப்பேருக்கு வரும் ராகவன் வந்தான்.

"நான் கீழே போய்ப் பார்க்கிறேம்மா - என்று சொல்லி வாளியில் தண்ணீர் பிடித்துக் கொண்டு கீழே போனான்.

முதலில் தலைமுடியை ஒழுங்குபடுத்திக் கொள்ளலாம் என்று உள்ளறைக்குப் போனவளின் கண்களில் இஸ்திரிக்கு வைத்திருந்த உடைகள் பட, வாரி எடுத்துக் கொண்டு கீழே இறங்கி மொபைல் லாண்டரிக்காரனைத் தேடிப் பிடித்துக் கொடுத்துவிட்டு வந்தாள்.

மோட்டாரில் ரிப்பேர் முடிய மூன்று மணி ஆகிவிட்டது. சற்றே உட்காரலாமா என்று நினைத்த போது, குழந்தைகள் வந்துவிடுவார்களே.. என்ற ஞாபகம் வர... டிபன் செய்ய சமையலறைக்குள் நுழைந்தாள்.

ஆனந்த் கிளாசுக்குப் போய் விட்டான். ஆர்த்தி அடுத்த நாள் டெஸ்டுக்கு உட்கார்ந்து படித்துக் கொண்டிருந்தாள். அனு மணியைப் பார்த்தாள்.

ஆறரை. அலுவலகம் சென்றிருந்தால் இந்த நேரத்துக்கு விட்டுக்கே திரும்பியிருக்க மாட்டோமே என்று நினைத்துக் கொண்டாள்.

புத்தகக் கண்காட்சியில் ஆசை ஆசையாய்ப் பார்த்துப் பார்த்து வாங்கிய புத்தகங்களுள் ஒன்றை எடுத்துக் கொண்டு வந்து ஹாலில் ஒய்வாக அமர்ந்தாள்.

"கொஞ்ச நேரம் படிச்சிட்டுத்தான் அடுத்த ரவுண்ட் காரியம்" என்று நினைத்துக்கொண்டே சோபாவில் உட்கார்ந்த நிமிடத்தில், "முகம் நல்ல தெளிவாயிருக்கே? நல்லா ரெஸ்ட் எடுத்துண்டியா?" என்று விசாரித்தவாறே ராம் உள்ளே நுழைந்தான். கூடவே அவனுடைய நெருங்கிய நண்பன் கோவிந்தன்.

ரெண்டு பேருக்கும் பூரியும் உருளைக் கிழங்கும் எடுத்து வைக்க, முகம் மலர சாப்பிட்டான்.

கோவிந்தன் விடை பெற்றுக்கொண்டு கிளம்பும்போது மணி ஏழரை ஆகிவிட்டது.

ராத்திரி சமையல் முடிந்து, அடுத்த நாளுக்காகப் பீன்ஸை ஆய்ந்து நறுக்கி வைத்து விட்டு எழுந்த போது, இரவு சாப்பாட்டு நேரம் வந்துவிட்டது.

சாப்பிடும் போது வழக்கம் போல் எல்லோரும் சளசளவென்று அரட்டை அடித்துக் கொண்டே சாப்பிட, அனு மட்டும் மௌனமாக இருந்தாள்.

'சாப்பாடு, க்ளீனிங் அப்புறம் தூக்கம்... ஆச்சு இந்த நாளே முடிஞ்சிடும்' என்று மனதிற்குள் எண்ணம் ஓடியது.

வழக்கம் போல் ஆர்த்திதான் முதலில் கவனித்தாள். 'என்னம்மா! உடம்பு

இன்னும் முடியலியா?'

"நாளைக்கும் வேணா பேசாம விட்லேயே இருந்துடேன்" என்றான் ராம்.

காலையிலிருந்து இரவு வரை நடந்ததெல்லாம் ஒரு முறை மனசுக்குள் ஓட "உடம்பெல்லாம் சரியாயிடுத்து. நாளைக்கு ஆபீசுக்குப் போயிடறேன்" என்று புன்முறுவலோடு பதிலளித்துக் கொண்டே படிப்பதற்காக மாலை எடுத்த புத்தகத்தை மீண்டும் புத்தக அலமாரியில் கொண்டு போய் வைத்தாள்.

• மாலதி சிவராமகிருஷ்ணன்

58
யாவரும் கேளிர்

மாலதி சிவராமகிருஷ்ணன்

மாலதி சிவராமகிருஷ்ணன்
(08/11/1955)

ஆனந்தவல்லி என்ற இயற்பெயர் கொண்ட மாலதி சிவராமகிருஷ்ணன், மதுரையைப் பூர்வீகமாகக் கொண்டவர். இயற்பியலில் பட்ட மேற்படிப்புப் படித்த இவர், சில ஆண்டுகள் இயற்பியல் விரிவுரையாளராகப் பணியாற்றியுள்ளார். தற்போது பெங்களூரில் வசிக்கும் மாலதி அங்கு, சிபிஎஸ்சி பள்ளியில் ஆசிரியராகச் சில ஆண்டுகள் பணியாற்றியுள்ளார். மாணவப் பருவத்தில் அனைத்துக் கல்லூரி கவிதைப் போட்டியிலும் பரிசு பெற்றுள்ள இவர், 2015ஆம் ஆண்டு முதல் சிறுகதைகள் எழுதி வருகிறார். இவருடைய முதல் கதை 'காட்சிப்பிழை' என்பது சொல்வனம் இணைய இதழில் வெளியானது. பதாகை, புதுத்திண்ணை ஆகிய இணைய இதழ்களிலும், தமிழ் இந்து டாட் காம் என்ற இணையதளத்திலும், வலம் என்ற அச்சு இதழிலும் தொடர்ந்து எழுதிவருகிறார். இவரது, 'இருபுறமும் சுழலும் கடிகாரம்', 'கழுத்து நீண்டு வாய் குறுகிய பாட்டிலுக்குள் ஒரு காடு' என்ற இரு சிறுகதைத் தொகுப்புகள் வெளிவந்துள்ளன.

நாதன் மாமா வந்து உட்கார்ந்து காபி குடித்துக் கொண்டிருந்தபோது, பக்கத்து வீட்டிலிருந்து 'காற்றுக்கென்ன வேலி? கடலுக்கென்ன மூடி?' பாட்டுக் கேட்க ஆரம்பித்தது.

"என்ன அழகான, கதையோட சந்தர்ப்ப சூழ்நிலைக்குப் பொருத்தமான கவிதை வரிகள். இல்லை? நீ இந்தச் சினிமாவைப் பாத்திருக்கியோ?" என்று கேட்டார்.

மாமா எப்ப வந்தாலும் எவ்வளவு சந்தோஷமா இருக்கு என்று நினைத்துக்கொண்டே, "ஓ யெஸ். பாத்திருக்கேனே. பாத்து எத்தனையோ வருஷம் ஆச்சு, ஆனா ஒவ்வொரு ஃப்ரேமும் அப்படியே மனசுல இருக்கு" என்றாள் பத்மா.

காபி டம்ளரை டீபாயில் வைத்துக்கொண்டே, "அந்தப் பாட்டுல கதாநாயகியோட மனசு சந்தோஷத்துக்கு உவமையா நினைக்கறதையெல்லாம் காட்சியா காட்டியிருப்பார். தும்பை அறுத்துண்டு துள்ளியோடற கன்னுக்குட்டி, மரங்களுக்கு நடுப்ற ஓடி வர சூரியன், உற்சாகத்தோட குதிச்சு பொங்கற அருவி, முகத்தை முத்தமிடற சாரல் மழை இப்பிடின்னு...." என்றார்.

"ஆமா. அந்தக் காட்சியைப் பத்தி யாரோ ஒரு விமர்சகர், யாருன்னு நினைவில்ல, சொல்லியிருப்பார், தி.ஜானகிராமனோட கதை வரிகளைக் காட்சி படுத்தினமாதிரி

இருக்கும் அந்தப் பாடல் காட்சின்னு. அழகான கவிதை மாதிரியான சீன்தான் அது."

"அப்பிடியா சொல்லியிருந்தார் அந்தச் சீனைப் பத்தி? பலே பலே. சரியான ஒப்பீடுதான்." மாமா முகம் மலர லயித்துச் சொன்னவர் தொடர்ந்தார், "தி.ஜா... என்ன மாதிரியான எழுத்து அது. அப்பா... நினைச்சு பாக்க முடியுமா அந்த மாதிரி எழுத்தையெல்லாம். ஆமா, தி.ஜா சிறுகதைத் தொகுப்பு - படிச்சு முடிச்சயா?"

"ஆச்சு மாமா. ஏற்கெனவே பல கதைகளைச் சின்ன சின்ன தொகுப்பில படிச்சிருக்கேன், இப்ப எல்லாத்தையும் சேத்துப் படிக்கறது, ஒரு புதையல் கிடைச்ச மாதிரி இருக்கு. அவர் நாவல்கள்ல தொட்ட உயரத்தைக்காட்டிலும் சிறுகதைகள்ல தொட்ட உச்சம் அபாரமானதுன்னு எனக்குத் தோணறது. சிலிர்ப்பு, கோதாவரி குண்டு, பாயசம், பரதேசி வந்தான், தீர்மானம்... எல்லாம் என்ன கதைகள். கோதாவரி குண்டுல எழுதியிருப்பார், அந்த ராவ்ஜியை வர்ணிக்கும் பொழுது. அவர் ஒண்ணும் சம்பாதிக்க வழியில்லாதவர், ஒரு தொழிலும் தெரியாது, சாமர்த்தியமும் கிடையாது, வெறும்ன சாப்பிடற திவச பிராமணனா போய் சம்பாதிக்கறதுதான், அதைச் சொல்லும்போது எழுதுவார் 'படைத்ததுதான் படைத்தானே கடவுள். கொஞ்சம் கெச்சலா, கறுவலா, பார்க்க பரிதாபமா படைத்திருக்க மாட்டானோ, இப்பிடியா சித்திரத்தில எழுதின மாதிரி... ராஜ களையா... செக்கச் செவேல்னு... கம்பீரமாப் படைப்பான் அந்தக் கடவுள். தானம் குடுக்கிறவனுக்குக் கொஞ்சமாவது இரக்கம், அனுதாபம் வர வேண்டாமா? கடவுள் என்ன சராசரிக்கும் இத்தனைக் குறைந்த படைப்பாளியா என்ன?' எப்பிடி எழுதறார்பாருங்கோ."

மாமா முகமெல்லாம் சிரிப்பாக, ரசித்துக் கேட்டுக் கொண்டிருந்தார்.

"வாஸ்தவம். அதைப் படிச்சுட்டு, இதையெல்லாம் எப்பிடிப் படிக்கறது சொல்லு." கையிலிருந்த வார பத்திரிகையைக் காட்டிச் சொன்னார். "எழுதியிருக்கான் பாரு 'யாதும் ஊரே. யாவரும் கேளீர்'னு. இது என்ன அச்சுப் பிழையா, இல்லை அறிவுப் பிழையா இல்லை அறியாப் பிழையா? இல்ல ஜோக்ன்னு எழுதியிருக்கானா, தெரியல. பொதுவாவே பல பேருக்குப் பழந்தமிழ் இலக்கியத்தோட அறிமுகமும் கிடையாது, புதுசா எழுதறதுல எது தரமானதுன்னு கணிக்கும் திறமையும் கிடையாது. இவங்கதான் இந்தப் பத்ரிகைகள்ல உதவி ஆசிரியர்கள், இவங்கதான் எதை வெளியிடணும், எதை வெளியிடக்கூடாதுன்னு தீர்மானிக்கறாங்க. ஹ்ம்ம். பாவம் வாசகர்கள்."

"முதல்ல கேளிர்னா என்ன அர்த்தம்னு கேளுங்கோ அவாகிட்ட."

"அதைச் சொல்லு முதல்ல."

"ஒரு நிமிஷம், மாமா குக்கர் வச்சுட்டு வந்துடறேன்."

"மெதுவா வா. அவசரமில்லை."

உள்ளேயிருந்து பாத்திரங்களின் சத்தம், குழாய் திறந்து தண்ணீர் விழும் ஓசை, பாட்டில்களைத் திறந்து மூடும் ஒலி, இவைகளுக்கு இடையே அவள் சொன்னாள், "மாமா உங்க கிட்ட ரொம்ப நாளா ஒண்ணு சொல்லணும்னு நினைச்சேன்."

"ம்."

"ஆண்டனி அண்ட் கிளியோபாட்ராவில ஆண்டனியைப் பத்தி சொல்லும்போது ஷேக்ஸ்பியர் சொல்வார், 'அவன் நடக்கும் பொழுது சட்டைப் பையிலிருந்து சாம்ராஜ்யங்கள் சில்லறைக் காசுகளைப் போல் உருண்டு ஓடின' என்று, அது மாதிரி உங்களைப் பத்தி சொல்லணும்னா, நாதன் மாமாவின் சட்டைப் பையிலிருந்து

சந்தோஷமும் அன்பும் ரசனையும் புரிதலும் சில்லறைக் காசுகளைப் போல் உருண்டு ஓடுகின்றன. அப்படீன்னு சொல்லலாம்னு தோணித்து. என்ன சத்தத்தையே காணும். கேலி பண்ணி உங்களுக்குள்ள சிரிச்சுக்கறேள்னு நினைக்கறேன். பரவாயில்லை. இரண்டு நிமிஷத்தில வந்துடறேன். வேணும்னா டி.வி போட்டுப் பாருங்கோ. இல்லை அந்தப் புஸ்தகத்தைப் படிச்சுண்டுருங்கோ."

குக்கரை வைத்துவிட்டு கையைத் துடைத்துக்கொண்டு "அப்புறம். சொல்லுங்கோ மாமா" என்றபடியே சமையலறையிலிருந்து வெளியே வந்தாள்.

மாமா ஸோஃபாவில் சரிந்து உட்கர்ந்திருந்த விதத்தில் ஒரு அசாதாரணத்துவம் தெரிந்தது. அவள் தலையில் எரிமலைக் குழம்பு, கால்களில் பனிமலைக் குளிர்ச்சி, நடுங்கியது, நிற்க முடியவில்லை. சுவரைப் பிடித்துக்கொண்டு கொஞ்சம் தன்னை ஆசுவாசப்படுத்திக் கொண்டாள்.

மெதுவாக மாமா அருகில் சென்று "மாமா... மாமா..." என்று கூப்பிட்டாள். கூப்பிடும் பொழுதே அழுகை வந்தது. இல்லை இல்லை ஒண்ணும் ஆகலை.

ப்ளீஸ். எழுந்திருங்கோ. ப்ளீஸ்... ப்ளீஸ்...

அந்நிய ஆடவரைத் தொடுவதில் உள்ள தயக்கமும், நடந்தது புரிந்த பயமுமாக லேசாகக் கையைத் தொட்டு உலுக்கினாள். தலை தொய்ந்தது.

"மாமா... மாமா... ப்ளீஸ். ப்ளீஸ் ஐயோ. நான் என்ன செய்வேன்". அழத்தொடங்கினாள். ஒரு நிமிஷத்தில் கண்களைத் துடைத்துக் கொண்டு வாசல் வழியாக வெளியே ஓடி வந்தாள். நல்லவேளையாகப் பக்கத்துக் காம்பவுண்டில், துணிகளைக் கொடியில் இருந்து செந்தில் அம்மா எடுத்துக் கொண்டிருந்தாள்,

"செந்தில் அம்மா, இங்க ஒரு நிமிஷம் வாங்களேன்."

"என்ன சேகர் அம்மா... என்ன வேணும்" என்று அருகில் வந்தவள், அவள் முகத்தையும் கண்களையும் பார்த்தவுடன் சட்டென்று புரிந்து கொண்டு "என்ன ஆச்சு? எதாவது பிராப்ளமா?" என்றாள் கண்களைக் குறுக்கிக் கொண்டு.

'செந்தில் அப்பா இருக்காரா? அவரையும் கூப்பிடுங்களேன் கொஞ்சம்."

வாசலுக்கு நேர் எதிரில் இருந்த ஸோஃபாவில் செல்வி இருந்தாள். "செல்வி. அப்பாவைக் கூப்பிடு. ஆண்டி கூப்பிடறாங்க பாரு."

செல்வி இவளைப் பார்த்துக்கொண்டே "அப்பா பக்கத்து வீட்டு ஆண்டி கூப்பிடறாங்கப்பா" என்றாள்.

அவர் கொடியில் இருந்த சட்டையை உருவி பட்டனைப் போட்டுக்கொண்டே வெளியே வந்தார். இவளைப் பார்த்ததும், தலையைக் கோதிக்கொண்டு "எங்க வெங்கடேசன் சாரை இரண்டு நாளா காணோம்?" என்றார்.

"டூர் போயிருக்கார், இன்னிக்கு வந்துடுவார்" என்று அவசரமாகச் சொல்லிவிட்டு அவர் பேச இடம் கொடாமல், "சார். நீங்களும், செந்தில் அம்மாவும் ஒரு நிமிஷம் எங்க வீட்டுக்கு வாங்களேன்."

அவர்களிருவரும் வாசல் கேட்டைத் தாண்டி வரும் வரை அவசரமும் பதற்றமுமாகக் காத்திருந்தாள்.

மாமா உங்களுக்கு ஏன் இப்படி ஆயிற்று? அதுவும்... சே. தலையை ஆட்டி அந்த எண்ணத்தைப் போக்க முயன்றாள்.

"என்ன ஆச்சு?" என்றுகேட்டுக்கொண்டே உள்ளே நுழைந்தவர், "அய்யோ... என்ன ஆச்சு இவருக்கு? நாதன் ஸார்தானே?"

அவள் 'ஆமாம்' எனத் தலையை

அசைத்து, “சமையலறையிலிருந்து வெளில வந்து பாத்தேன் இப்படிக் கிடந்தார்.” முடிக்கும் பொழுது மறுபடியும் அழுகை வந்தது.

“இருங்க இருங்க. பயப்படாதீங்க” அவளிடம் சொல்லிவிட்டு, “என்னங்க. கொஞ்சம் முகத்தில தண்ணி தெளிச்சுப் பாருங்க” என்றாள் செந்தில் அம்மா, தன் கணவரிடம்.

அவர் சாப்பாட்டு மேஜை மேலிருந்த டம்ளரில் இருந்து தண்ணீர் எடுத்துத் தெளித்தார். பின் மெதுவாக மாமா கையைப் பிடித்துப் பார்த்தார். இவளிடம் திரும்பி, “டாக்டர் இளங்கோவுக்கு ஃபோன் போட்டு, உடனே வரச் சொல்லுங்க” என்றார் பரபரப்பாக.

“ஃபோன் ரண்டு நாளா வேலை செய்யல” என்றாள் கம்மிய குரலில்.

வாசல் பக்கம் ஓடி வலது பக்கம் பார்த்தார். கையைத் தட்டி “கண்ணன்... கண்ணன்...” என்று கூப்பிட்டார். கையினால் பைக் ஓட்டுவது போலக் காட்டி “பைக்கோட வா சீக்கிரம்” என்றார்.

சில நொடிகளுக்குப் பிறகு, பைக் சத்தத்தோடு வாசலில் நின்றது. செந்தில் அப்பா அவனிடம் மெதுவாக தணிந்த குரலில் சொல்ல, அவன் தலையை ஆட்டிக் கொண்டே பைக்கிலிருந்து சாய்ந்து உள்ளே எட்டிப் பார்த்தான்.

அவர் “சீக்கிரம்” என்று அவன் தோளைத் தட்டினார்.

உள்ளே வந்தார். பத்மா அவர்களிருவரையும் உட்காரச் சொல்லி சேரைக் காட்டினாள். அவர், “இருக்கட்டும் இருக்கட்டும். அதுக்கு இப்ப என்ன? எப்ப வந்தாரு இவரு?” எனக் கேட்டார்.

“இப்பதான் ஒரு கால் மணி நேரம் ஆயிருக்கும், திருச்சிக்குச் சினேகிதர் வீட்டுக்குப் போயிட்டுருந்தேன், பஸ் இங்க நின்னது, சரி உங்களையெல்லாம் பாத்து நாளாச்சேன்னு தோணிச்சு,இறங்கிட்டேன். அப்படின்னார்...”

“அம்மா. கிரிக்கெட் பால் திருப்பியும் சாக்கடையில விழுந்துடுத்து, இந்த வாட்டி எடுக்க முடியலை, இன்னொரு பால்...” என்று கத்திக்கொண்டே சேகர் ஓடி வந்தான். “ஹாய் அங்கிள். ஹலோ ஆண்டி.” அவர்கள் இருவரையும் பார்த்துச் சிரித்தான். ஸோஃபாவைப் பார்த்ததும் “ஐ. நாதன் மாமா.” என்று அவர் அருகில் ஓடப் பார்த்தவன் சட்டென்று நின்று, ஏதோ சரியில்லை என உணர்ந்தவன் போல “என்னம்மா” என்றான் மெதுவாக.

“மாமாவுக்கு உடம்பு சரியில்லை. நீ சாரதா ஆண்ட்டி வீட்டுக்குப் போய் வித்யா, ரம்யா இரண்டு பேரோடும் அங்கயே இன்னும் கொஞ்ச நேரம் விளையாடட்டும்னு அம்மா சொல்லச் சொன்னான்னு, ஆண்ட்டி கிட்ட சொல்லு. நீயும் அங்கயே கொஞ்ச நேரம் இரு” என்று சொல்லும்போதே எவ்வளவு மோசமான நிலைமையிலும், மனம் வேறு வேறு தளங்களில் அதது பாட்டுக்கு இயங்குவதன் ஆச்சரியம் பற்றி யோசித்தாள்.

“இல்லம்மா. நான் இங்கயே இருக்கேன், சொல்லிட்டு மட்டும் வந்துடறேன்.”

“இல்லடா.”

“இல்லம்மா. அப்பா வேற இன்னும் வரல்ல, நான் இருக்கேம்மா.”

“பெரிய மனுஷன் மாதிரி பேசறான் பாருங்க.” செந்தில் அம்மா சிரித்தாற்போல் சொன்னது கொஞ்சம் அசந்தர்ப்பமாக இருந்தது. அந்த நொடியைத் தாண்ட நினைப்பது போல, “குக்கர் ரொம்ப நாழியா சத்தம் போடுது. நிறுத்தட்டா?”.

அவள் பதிலை எதிர்பார்க்காமல் உள்ளே போய் அடுப்பை அணைத்தாள் செந்தில் அம்மா. ‘நாழி என்கிற சொல்லைப் பயன்படுத்துகிறார்களே, எந்த ஊரைச்

சேர்ந்தவராய் இருப்பார்' என பத்மா யோசித்தாள்.

"இல்ல கண்ணா. நீ அங்கயே ரம்யா, வித்யாவோட இருந்தாதான் சௌகர்யமா இருக்கும். நீ இல்லன்னா அதுக ரண்டும் இங்க ஓடி வந்துடும். சாரதா ஆன்டிக்கும் ரொம்ப நேரம் அதுகளை மேய்க்கறது கஷ்டமா இருக்கும். நீ இப்ப போய்ட்டு ஒரு ஆறரை, ஏழு மணி வாக்கில அதுகளையும் கூட்டிண்டு வா. அதுதான் எனக்கு ரொம்ப உதவியா இருக்கும் சரியா?" என்றாள் பத்மா.

அவன் உதட்டைக் கடித்துக்கொண்டு தலையை ஆட்டிவிட்டு வெளியே போனான். பத்து வயதுக்கு மனிதர்களைப் புரிந்து கொள்வதும், நிலைமைக்குத் தகுந்த மாதிரி இதமாக இருப்பதும் அதிகம்தான். நாதன் மாமா கூட அவன் தலையைக் கோதி விட்டுக்கொண்டு சொல்லுவார், எவ்வளவு முதிர்ச்சியோட பேசறான் பாரு என்று. அவர் போன முறை வந்தபோது சேகர் கிரிக்கெட் விளையாடுவது போல வெறும் கையை வைத்து பேட்டைச் சுழற்றுவது போலசெய்து கொண்டிருந்தான். "மாட்ச் நடக்கறதே ஃபாலோ பண்றியா" என்றார். அவன் தலையை ஆட்டியதும் "உனக்கு யார் ஆட்டம் பிடிக்கும்.?" அவன் ஒரு நிமிடம் யோசித்தான். அவரே "சச்சின்?' என்று கேட்டார். "சச்சினும் பிடிக்கும், தீபாவளி வாண வேடிக்கை பாக்கற மாதிரி இருக்கும் அவர் ஆட்டம். ஆனா எனக்கு ராஹுல் திராவிட்தான் பிடிக்கும்."

"ஏன்?"

"அவர் விளையாடறப்போ தன்னைப் பத்தி கவலைப்படாம, தன் இண்டிவிஜுவல் ஸ்கோரெப் பத்தி கவலைப்படாம, தன் டீமைப் பத்தி மட்டும் யோசிச்சு, ஒரு யோகி மாதிரி ஆடறார்னு தோணும், அதுனால பிடிக்கும்."

மாமா ஆச்சரியத்தில் கண்களை விரித்து, "இங்க வாடா கண்ணா" என்று அவனை நெஞ்சோடு அணைத்து நெற்றியில் முத்தமிட்டார்.

அவளிடம் அவன் விளையாட போன பின்னர் சொன்னார், "அவன், தானா யோசிச்சு சொல்லல, யாரோ எழுதினதைப் படிச்சுட்டுச் சொல்றான்னே வச்சுப்போம், ஆனா படிக்கற எத்தனையோ விஷயங்கள்ல இதைத் தன் அபிப்ராயமா சொல்றதே. இதுதான்- தான் நினைக்கறதுக்கு நெருக்கமா இருக்குன்னு உணர்வதால்தானே? அதுதான் அவன் யாருன்னு காட்டறதுன்னு நினைக்கறேன். இல்லையா?" என்றார்.

மாமா தான் ஆண்டனி அன்ட் கிளியோபாட்ராவைப் பற்றிச் சொன்னதைக் கேட்டிருப்பாரா? என்ன யோசனை இது, இந்த நேரத்தில்...

குக்கரை அணைத்துவிட்டு டைனிங் டேபிளை ஒட்டி நின்று கொண்டாள் செந்தில் அம்மா. இவள் சற்றுக் கோணலாகத் தள்ளி இருந்த நாற்காலியைப் பிடித்துக்கொண்டு தலை குனிந்து நின்றாள். செந்தில் அப்பா வாசல் பக்கம் பார்த்தாற்போல் நின்று கொண்டு எதையோ யோசிப்பவர் போல் இருந்தார். மூவருமே மாமாவைப் பார்ப்பதைத் தவிர்க்கிறோமோ என நினைத்துக் கொண்டாள். நடிக்கத் தெரியாத நாடக நடிகர்கள், மேடையில் எங்கு நிற்க வேண்டும், எப்படிக் கைகளை வைத்துக் கொள்ளவேண்டும், யாரைப் பார்க்கவேண்டும் என்ற நிச்சயமின்மையோடும் தடுமாற்றத்தோடும் நிற்பது போல மூவரும் நிற்பது இருக்கும் எனத் தோன்றியது. மாமாவிடம் சொன்னால் இதை ரசித்துக் கேட்பார் என்றும் நினைத்தாள். என்ன அபத்தமாக யோசிக்கிறேன்?

வாசலில் பைக் சத்தம் கேட்டது. அதற்குள்ளாகவா கண்ணன் டாக்டரைக் கூட்டி வந்துவிட்டான்? பரவயில்லையே. இல்லை... தனியாக வந்தான்.

"சார். டாக்டர் பக்கத்து ஊருக்குப் போயிருக்காராம். கிளினிக்ல சொன்னாங்க. அட்ரஸ் குடுத்துருக்காங்க. போய் கூட்டிக்கிட்டு வந்துடறேன். நேரமாச்சுன்னு நினைக்கப் போறீங்களேன்னு சொல்லிட்டுப் போலாம்னு வந்தேன்."

"எப்ப போனாராம்?"

"ஒரு மணி நேரம் ஆச்சுன்னாங்க."

"ம்....அப்ப வர நேரம்தான். சரி. நீ கேர்ஃபுல்லா ஓட்டிட்டுப் போ. வழியில பாத்துக்கிட்டே போ. இடையிலயே பாத்தாலும் பாப்பேன்னு நினைக்கறேன்." அவனை அனுப்பிவிட்டு "இதான் இந்த மாதிரி சின்ன ஊர்ல பிரச்னை. ம்... என்ன பண்ணலாம்? திருச்சிக்குக் கூட்டிக்கிட்டுப் போலாம்னாலும் ஒன்றரை மணி நேரம் ஆகும். நீ என்னம்மா நினைக்கறே?" என்று அவர் மனைவியிடம் கேட்டார்.

"டாக்டர் வர, நிச்சயம் அவ்வளவு நேரம் ஆகாதுல்ல. எதுக்கும் நீங்க டாக்ஸி ஏற்பாடு பண்ண முடியுமான்னு பாருங்க."

"இந்தக் குக்கிராமத்தில டாக்ஃஸிக்கு எங்க போறது? மெயின் ரோட்ல போய்த்தான் பாக்கணும். ஏதாவது போக்கு டாக்ஸி கிடச்சாதான் உண்டு."

"இல்லங்க. கிடைக்கறது கஷ்டம்தான். இன்னொரு நல்ல ஐடியா சொல்றேன். நல்லூர்ல முத்து இருக்காரில்ல, ஃபோனைப் போட்டு கார் குடுக்க முடியுமான்னு கேளுங்க. அதுக்குள்ள டாக்டர் வந்துட்டார்னா, முத்துகிட்ட கார் வேணாம்னு சொல்லிடலாம். என்ன சொல்றீங்க?" என்றாள் செந்தில் அம்மா. அவர், "கரக்ட்தான் நீ சொல்றது" என்றபடி வெளியே போனார்.

சின்ன ஊர்தான். கிராமம் என்பதற்கு ரொம்பக் கொஞ்சம் மேலே. ஊர் என்பதற்குக் கொஞ்சம் கீழே. வங்கி மேலாளருக்குக் காட்டாயக் கிராமப்புறப் பணி என்பது இருந்திருக்காவிட்டால், இந்த ஊரைப் பற்றிக் கேள்வி கூடப் பட்டிருக்கமாட்டாள். இந்த ஊரின் ஒரே சாதக அம்சம் இரு பெரிய நகரங்களை இணைக்கும் மாநில நெடுஞ்சாலை ஊருக்கு ஒரு கிலோமீட்டர் தொலைவில் இருந்தது. இந்தக் கிராமத்தை நோக்கி மாமாவை ஈர்த்தது மனிதர்கள் மீதான அன்பு அன்றி வேறென்ன? எதிர்பாராமல் பெய்கிற மழை மாதிரி மாமாவின் வருகை. ஒவ்வொரு முறையும் மனதை குளிர வைத்திருக்கிறது. 'உங்களுக்கு ஏன் மாமா இப்படி ஆயிற்று?'

'இந்தச் சமயத்தில் இவர்களிருவரும் இல்லையென்றால் நான் என்ன செய்திருப்பேன்?' அவளுக்கு நினைக்கவே பயமாக இருந்தது.

"முத்து கார் எடுத்துக்கிட்டு வெளியூர் போயிருக்காராம்" என்றபடியே உள்ளே வந்தார் செந்தில் அப்பா.

நல்ல வேளையாக டாக்டர் உள்ளே வந்தார். கண்ணனும் வந்து ஓரமாக நின்று கொண்டான். செந்தில் அப்பா மாமாவைக் கை காட்டினார். கண்ணன் காதில் ஏதோ சொன்னார். அவன் தலையை ஆட்டிவிட்டு வெளியே போனான். ஸ்டெத்தை எடுத்துக்கொண்டே, "இவருக்கு பி பி, ஹார்ட் பிராப்ளம் எதாவது உண்டா?" என்று பத்மாவைப் பார்த்தார். அவள் "தெரியலயே" என்றாள் பலவீனமாக.

ஓரிரு நிமிடங்கள் சோதித்துவிட்டு, "ஹூம்.... போயிட்டாருங்களே. மாசிவ் அட்டாக். சார் யாரு? வெங்கடேசன் சாரோட அங்கிளா? சார் வீட்டுல இல்லையா?" செந்தில் அப்பா அவரிடம் மெதுவாகச் சொன்னார். "ம்ஹூம்." தலையை அசைத்துவிட்டு டாக்டர் கிளம்பினார்.

"ஐயோ." தரையில் உட்கார்ந்து தலையில் அடித்துக்கொண்டாள் பத்மா.

செந்தில் அப்பா அவருடன் வாசல் வரை போனார். செந்தில் அம்மா அவள்

அருகில் அமர்ந்து, "என்னங்க பண்றது? மனுஷங்க விதி எங்க, எப்ப, எப்படி முடியும்னு யாரால சொல்ல முடியும்? அவரோட விதி இன்னிக்கு இங்க உங்க வீட்டுல முடியணும்னு இருக்கு. நீங்களோ நானோ என்ன பண்ண முடியும்?"

"எனக்கு... எனக்கு ரொம்ப கஷ்டமா இருக்கும்மா" என்று அவள் கையைப் பிடித்துக்கொண்டு அழுதாள்.

"கஷ்டமான நிலைமைதான். புரியுது. நீங்க கொஞ்சம் தைரியமா இருங்க."

"நாதன் சார் குடும்பம் எங்க இருக்கு?" என்றார் செந்தில் அப்பா. அவள் மலங்க மலங்க விழித்தாள்.

"நீங்க என்னங்க இப்ப போய்... கொஞ்சம் சமாதானம் ஆகட்டும்."

"இல்லம்மா. வெங்கடேசன் சார் வேற ஊர்ல இல்ல. பெரிய பிராப்ளமா ஆயிடக்கூடாது இல்ல. என்ன பண்றதுன்னு யோசிக்க வேண்டியது நம்ம கடமையில்லயா? அவசரமில்லை, சொல்லுங்க மெதுவா. சாருக்கு எந்த ஊரு? யாரைக் கான்டாக்ட் பண்ணணும்?"

மாமா எந்த ஊரு? எப்ப வரும் பொழுதும் எதையாவது சொல்லிக் கொண்டே வருவார். போன வாரம் மெட்ராஸ்ல ஒரு வேலையா போயிருந்தேன்பார் ஒரு தடவை. மறு சமயம் இப்பக் கோயம்புத்தூர்ல ஒரு விஷயமா போக வேண்டியிருந்தது என்பார். இன்னொரு சமயம் தஞ்சாவூருக்குப் பழைய ஃபிரண்ட் ஒத்தர் வரேன்னு சொல்லியிருக்கார். போயிண்டுருக்கேன், அப்பிடியே கும்பகோணம் போய் ஒரு வாரம் கோவிலெல்லாம் பாக்கலாம்னு யோசனைன்னார், அப்புறம் ஒரு தடவை திருச்சிக்குச் சினேகிதரைப் பார்க்க போயிண்டுருக்கேன்னு. நினைச்சு பாத்தா மாமா எப்பவும் எங்கேயோ போய்க் கொண்டும், எங்கிருந்தோ வந்து கொண்டும் இருந்தார் என்றே தோன்றுகிறது. அதை மாமாவிடம் கூட ஒரு தரம் சொல்லியிருக்கிறாள். அவரும் சிரித்துக்கொண்டே எல்லாருமே அப்பிடித்தானே, எங்கோ போய்க்கொண்டும், எங்கிருந்தோ வந்து கொண்டும்தானே இருக்கிறோம் என்றார்.

நிஜமாவே மாமா ஊர் எது? அவருக்குக் குடும்பம்னு ஒண்ணு இருந்துதா? அதைப் பத்தி சின்ன ஊகமா கூட ஒண்ணும் தெரியலயே? நான் ஏன் அதைக் கேக்கலை? அவர் ஏன் அதைச் சொல்லலை?

இல்லயே, அவர் சின்ன வயசு அனுபவங்களைப் பத்தி நிறைய சொல்லியிருக்காரே... திருவாரூர் பக்கத்துக் கிராமத்துல, தன் தாத்தா பாட்டி வீட்டுல, ரொம்ப பெரிய கூட்டுக்குடும்பத்தில இருந்திருக்கார். பெரியவா சின்னவா எல்லாரும் சேந்து ஒரு இருபது, முப்பது பேர் சாப்பாடு ஒவ்வொரு வேளைக்கும். ஜே ஜேன்னு வீடே நித்ய திருவிழாவா இருக்கும்பார். ஆனா வீட்டுல இருந்த பொம்மனாட்டிகள் பாடுதான் திண்டாட்டம். கார்த்தாலேந்து ராத்ரி படுக்கப் போற வரைக்கும் இடுப்பை ஒடிக்கற வேலைகள். பாவம் பெண்கள் என்பார். அதிலேந்து ஆரம்பிச்சுப் பெண்கள் வாழ்க்கை இத்தனை வருஷங்களில் மாறி இருக்கா..? இல்லயா..? இப்படி ஒன்றிலிருந்து ஆரம்பித்து, ஒன்றாக அவர்களிடையே பேச்சு போய்க்கொண்டிருக்கும். எத்தனையோ... சமாசாரம் சொல்லுவார்.

தன் கடந்த கால வாழ்க்கையில், தன் வீடு, அதன் மனிதர்கள், அவர்களுடனான தன் உறவுகள், பிரியங்கள், பிணக்குகள், புரிதல்கள், சண்டைகள், சமாதானங்கள், சமன்பாடுகள், கற்றல்கள் எல்லாவற்றையும் பேசியிருக்கிறார், அதுவும் அவருக்கும் அவர் அம்மாவுக்குமான அற்புதமான அழகிய உறவு பற்றி... இவளுக்குத் தானே ஒரு வார் டிராயர் போட்டுக்கொண்ட

சின்னப் பையனாக, அந்தக் கிராமாந்திர வீட்டில், அதிகாலைப் பொழுதில், அம்மாவுடன் அமர்ந்து, எரிகிற விறகு அடுப்பின் தழலில் ஒளிர்கிற, பெரிய குங்குமப் பொட்டும், சுடர் விடுகிற மூக்குத்தியுமாக இருக்கிற அவள் முகத்தைப் பார்த்துக்கொண்டு, அவள் மெல்லிய குரலில் சொல்லுகிற கதையைக் கேட்பது போல கனவு கூட வந்திருக்கிறது. இவளுக்கு ஒரு சமயம் அவர்கள் எல்லாரும் தனக்கு மிகவும் பழக்கமான மனிதர்களாகத் தன்னுடைய வாழ்க்கையில் வந்தவர்களாகவே தோன்ற ஆரம்பித்தது.

ஆனால் அவருடைய நிகழ்காலம் என்பது வீட்டுக்கு வெளியேயான வாழ்க்கை, வெளி மனிதர்கள் தவிர, அவர் ரசனைகள் என்பதாக மட்டுமே இருந்தது. இந்த முரண்பாட்டை நான் ஏன் கவனிக்கத் தவறினேன்? அப்புறம்...

“ஏங்க. என்னாச்சு? ஏம்மா கொஞ்சம் காபி கீபி குடுமா மேடத்துக்கு. குடிச்சுட்டுக் கொஞ்சம் சொல்லுங்கம்மா. சாரைப் பத்தின டீடைல்ஸ்.”

“இல்லங்க, எனக்கு அவர் ஊரு எதுன்னு தெரியலயே.”

“என்ன? இத்தனை தரம் உங்க வீட்டுக்கு வந்திருக்கார், உங்களுக்கு அவர் எந்த ஊருன்னு கூடத் தெரியாதா.” முதலில் ஆச்சரியம் தெரிந்தது கண்களில். பின்னர், குற்றம் சாட்டுகிற தோரணையைப் பார்வையிலிருந்து மறைக்க அவர் பிரயத்னப்பட்டார்.

“உங்களுக்கு எப்படிப் பழக்கம் இவரை?”

“இரண்டு வருஷத்துக்கு முன்னாடி ஒரு தடவை நாதன் மாமாவும், இவரும் சேலத்திலிருந்து வரும் போது பஸ்ல பக்கத்துப் பக்கத்துல உக்காந்து பேசிக்கிட்டே வந்திருக்காங்க. அப்ப அவர் யாரு என்னன்னு எல்லாம் ஒண்ணும் தெரியாது. வந்த பஸ் நம்ம ஊருகிட்ட வரும்போது பிரேக் டவுன் ஆயிருக்கு. அடுத்தடுத்த பஸ்ல ஆட்களை ஏத்தி அனுப்பிச்சுட்டிருக்கிறாங்க. ஒரே கூட்டம். இவர் மாமாவை நம்ம வீட்டுக்கு வந்து காபி சாப்பிட்டுட்டுக் கொஞ்சம் ரிலாக்ஸ் பண்ணிட்டுப் போலாம் வாங்க, ஒரு அரை மணி நேரம் கழிச்சு கூட்டம் குறைஞ்சுடும்ன்னு கூட்டிட்டு வந்தார். வந்து பசங்களோட பேசி விளையாடி எல்லாம் பண்ணினார். அவருக்குக் குழந்தைகளை ரொம்ப பிடிச்சது, குழந்தைகளுக்கும் மாமாவை ரொம்ப பிடிச்சது. அப்பிடியே பழக்கம். அதிலேந்து எப்ப இந்த ஊரை கிராஸ் பண்ணிப் போனாலும், இங்க வந்து அரை மணி நேரமாவது இருந்துட்டுப் போவார். இது வரைக்கும் ஒரு ஆறேழு தடவை வந்திருப்பார்.”

மாமாவைத் தனக்கு ஏன் இவ்வளவு பிடித்திருக்கிறது? ‘என்ன சேகர் அம்மா. இன்னிக்கு உங்க வீட்டுல என்ன சமையல்? நல்ல வெயில் வந்திடுச்சே, வடகம், வத்தல் போட ஆரம்பிக்கலயா? நேத்து, ‘பெண் எனும் பெருந்தெய்வம்’ சீரியல்ல அந்தப் படுபாவி, அவ மாமியாரோட சேந்து அந்தப் பெண்ணைக் கொல்ல சதி செய்யறான் பாத்தீங்களா? பாக்கலையா? அடடா. நல்ல சீனை மிஸ் பண்ணிட்டீங்களே’ என்பது போன்ற தன் அறிவுத்தளத்திற்குக் கீழே இருப்பதாகத் தான் நம்பிய, சலிப்பூட்டும் தினசரி உரையாடல்களிருந்து தான் தப்பிச் சென்று ஆசுவாசம் அடைகிற ஒரு இடமாக மாமா இருந்தார். தன் அறிவுத்தளத்திற்கான உரையாடல்கள் மற்றும் ரசனை பரிமாற்றங்களுக்கான நல்ல சகதோழனாக இருந்தார். தவிர தனக்கான பிரத்யேக மேடையை, தன் மீது பாய்ச்சுகிற ஒளி வட்டத்தை அவர் அளித்தார். தன் ரசனைக்கான பாராட்டுதல்கள், தன் கருத்துக்களுக்கான ஆமோதிப்புகள், தன் வேறுபட்ட பார்வைக்கான வியத்தல்கள், கூர்ந்த அறிவுபூர்வமான பேச்சுக்களுக்கான கைதட்டல்கள் இவை எல்லாவற்றையும்

• மாலதி சிவராமகிருஷ்ணன்

மனமாரக் கொடுக்கிற ஒரு நல்ல பார்வையாளனாகவும் அவர் இருந்தார். அவளும் அவருடைய அடுத்த வருகையை எதிர்பார்த்து, தன் நிகழ்த்துக் கலையின் ஒவ்வொரு அம்சத்தையும் கூர் தீட்டிக்கொண்டுகாத்துக்கொண்டிருந்தாள்.

அந்த வேளையின் துக்கத்தைக் கடப்பதற்காகத் தன்னைத்தானே இவ்வளவு கூறு போட்டுப் பார்க்கவேண்டுமா என்ன? வேண்டாம், இதைப் பற்றி யோசிக்க வேண்டாம். கடவுளே. இது ஏன் இப்படி ஆனது? இப்போது கூட மாமா போன வருத்தத்தைக் காட்டிலும், அவர் போனதால் தான் இழந்தது என்ன என்ற கணக்கு பார்க்கிறதே இந்த மனசு. எல்லார் சாவுக்கும் எல்லார் அழுகைக்கும் அதனூடாகத் தான் இழப்பது பற்றி அல்லவா?

"என்ன ஸார். எப்படி இருக்கீங்க?" என்று செந்தில் அப்பாவைக் கேட்டுக் கொண்டே வெங்கடேசன் உள்ளே நுழைந்தான், பயணக் களைப்பும், கைப்பையுமாக. இந்த நேரத்தில் இவர்களிருவரும் நம் வீட்டில் ஏன்? என யோசித்துக்கொண்டே, அவளைப் பார்த்தான். அவன் பார்வைக் கோணத்தில் மாமா விழுந்ததும், "ஐயோ. என்ன ஆச்சு?" என்றான். செந்தில் அப்பா அவன் அருகில் சென்று மெதுவாகச் சொல்லத் தொடங்கினார். அவன் அவர் பேச்சைக் கேட்டுக்கொண்டே நடு நடுவில் அவள் முகத்தைக் கவலையும் கலவரமுமாகப் பார்த்தான்.

அவர் சொல்லி முடித்ததும் அவள் கேட்டாள், "உங்களுக்கு நாதன் மாமா ஊர் எதுன்னு தெரியுமா? அவர் குடும்பம் எங்கே இருக்கு?" என்றாள் கம்மிய குரலில்.

அவன் "தெரியாதே" என்றான்.

அவள் ஓவென்று அழத் தொடங்கினாள்.

406

பத்மினி பட்டாபிராமன் •

பத்மினி பட்டாபிராமன்

பத்மினி பட்டாபிராமன், சென்னை தொலைக்காட்சியில் 14வருடங்களுக்கு மேலாக நிகழ்ச்சி மற்றும் செய்தி அறிவிப்பாளராக இருந்துள்ளார்; அகில இந்திய வானொலி எஃப் எம் இல் 2வருடங்கள் செய்திகள் வாசித்திருக்கிறார்; குமுதம், ஆனந்த விகடன், கல்கி, அமுதசுரபி, குங்குமம், கலைமகள், மஞ்சரி, லேடிஸ் ஸ்பெஷல், மங்கையர் மலர் என்று பல தமிழ் இதழ்களில் சிறுகதைகள், குறுநாவல்கள், கட்டுரைகள் தொடர்ந்து எழுதி வருகிறார்; அமுதசுரபி குறு நாவல் போட்டி, கல்கி குறுநாவல் போட்டி, ஆனந்த விகடன் பொன்விழா கதைப் போட்டி, குமுதம் சிறுகதைப் போட்டி, கல்கி சிறுகதைப் போட்டி, இலக்கிய பீடம் சிறுகதைப் போட்டி எனப் பல போட்டிகளில் கலந்துகொண்டு பரிசுகள் பெற்றுள்ளார். முப்பரிமாணம், கடல் கோழிகள் என்பன அவருடைய சிறுகதைத் தொகுப்புகளாகும்.

59

புது வெளிச்சம்

பத்மினி பட்டாபிராமன்

திடீரென்று வெளிச்சமான ஓர் உலகத்துக்குள் விடுதலை உணர்வோடு வந்தாற் போல இருந்தது இராமுவுக்கு.

பத்து நாளாய் மழை மழை என்று வீட்டுக்குள் அடைந்து கிடந்து நாலு சுவர்களையும் மாறி மாறிப் பார்த்துக் கொண்டு... சே...

மழைக்கு முன்னால் மட்டும் என்ன, ஹா ஹா என்று பறந்துகொண்டா இருந்தார்? அப்போதும் வீட்டுக்குள் முடக்கம் தான்...

மழை இல்லாட்டா வெயில், தெருவுல டிராஃபிக் என்று ஏதோ ஒரு சாக்கு.. வயசாயிட்டுது... வெளியில நடமாடப்படாது...

இதோட... மழை ஓய்ஞ்சதுன்னு காலாற நடக்கலாம்னு ஒரு பையைத் தூக்கிண்டு காய்கறி மார்க்கெட்டுக்கு வந்திருக்கிற விவரம் தெரிஞ்சா, பிள்ளை கத்துவான்.

“வயசான காலத்துல ஏம்ப்பா இப்படி அலையறீங்க? கீழ விழுந்து கையைக் காலை முறிச்சுகிட்டா ஒட்டற வயசாப்பா... நான் ஊர்ல இல்லைன்னா என்ன? காய் வாங்கிண்டு வாங்கன்னு உங்களை விஜி ஏவினாளா..? இப்ப இந்தச் சேறு, சகதியில நடந்து தொலைக்காவிட்டா என்ன? வழுக்கி விட்டுடப் போறது.

காதில் அவன் குரல்... இல்லை... கத்தல்... ஒலிக்கிறது.

என்ன ஒரு நெகட்டிவ் அப்ரோச்? இத்தனை வருஷம் திடமா, என்னோட இருக்கிற இந்தக் காலும் கையும் வயசாயிட்டுதுன்னு சொல்லி, கீழ விழ விட்டுடுமா? எனக்குன்னு ஒரு ஜாக்கிரதை உணர்வு இல்லையா? பத்துப் பன்னிரண்டு வருஷம் முன்னே வரை ஓடியாடி ஆபீஸ் வேலை பார்த்த உடம்புதான். அதுக்குள்ள தேஞ்சுடுமா...? ரன்னிங் ரேஸ் வேண்டாம்... இப்படி ஏதாவது வீட்டு வேலையைச் சாக்கு வச்சிண்டு, உடம்புக்கு ஏதாவது எக்சர்சைஸ் தரலைன்னா எல்லாம் முடங்கிப் போயிடாதோ...? அது ஏன் என் பிள்ளைக்கு... இந்தக் காலத்து இளசுகளுக்கே தான் தெரியமாட்டேங்கறது...?

கால் வழுக்கி விடாமல் ஜாக்கிரதையாக நடந்து கறிகாய்க் கடையை அடைந்தார்... 'பச்சுப் பச்சுன்னு காய்கறி பார்த்து வாங்கி எத்தனை நாளாயிட்டுது? இரண்டு வருஷம் முன்னாலே, மாயவரத்துல பெரிய வீட்டுல காலை வீசி வீசி நடந்து லட்சுமியோட குடித்தனம் பண்றப்போ போய் வாங்கினது. பிறகு ஒரு நாள் அவளும் இராத்திரியிலே தூக்கத்துலயே போயிட்டா... புண்ணியவதி... "தனியா இருக்கவேண்டாம்பா..."ன்னு ஒரே பிள்ளை கூட்டி வந்து இழுத்ததில் மாயவரம் வீட்டை வந்த விலைக்கு விற்று விட்டு இங்கே பிள்ளையோடு ஃபிளாட் வாசம். இரண்டாவது மாடியில், இரண்டு அறை கொண்ட 'கூடு...' சின்ன அறையை அவருக்குக் கொடுத்துவிட்டு. சற்றுப் பெரிய அறையை ஸ்ரீதரும் விஜியும், குழந்தை அனுவுமாக வைத்துக் கொண்டிருக்கிறார்கள்.

அறையும், கட்டிலும், பூஜை அலமாரியும், ஒட்டினாற் போன்ற குளியலறையும் அவருக்குப் போதாமல் இல்லை..

இருந்தாலும் அந்தப் பரந்த கூடங்கள், வெயில் விழும் முற்றம், வேப்பமரமும், குலுங்கும் வாழையும், எலுமிச்சையுமாக அக்கினி நட்சத்திர நாள்களில் கூடக் குளுமையான கிணற்றடிப் பிரதேசம்...

பழைய நினைவுகள் வட்டமிட்டன. திரும்பிப் போய் விடலாமா என்று சில சமயங்களில் மனசு பொங்கும்...

'ஆனா அங்க தான் மனைவி இல்லையே...' ஒரு கசப்பு அலை எழுந்து உடல் முழுதும் பரவும்... 'வீட்டுக்குள்ள தான் வெறுப்பாயிருக்கு... வெளிய வாசல்ல நடமாடலாம்னா இந்தப் பிள்ளை ஏன் இப்படிப் படுத்தறான்..?'

"காலையில் பால் பாக்கெட் எடுக்கக் கீழே போகலாம்னா மருமகள் சும்மா இருக்க மாட்டா...'

"இரண்டு மாடிப்படி ஏறி இறங்கி உங்கப்பா எங்கேயாவது விழுந்து வைக்கப் போறார்._" என்பாள். "நான் போக மாட்டேனா..." என்று சண்டை வரும்...

ஆசையாய், தேவையான காய்களை வாங்கிப் பையில் போட்டுவிட்டு, பர்ஸிலிருந்து பணத்தை எடுத்து நீட்டினார்... வாங்கிக் கொண்டவன் சும்மாயிருக்க வேண்டியது தானே?.

"என்னா பெரிசு... உங்க மவன் தானே வழக்கமா வருவாரு... ஊர்ல இல்லையா?. நீ இன்னாத்துக்கு இந்த வயசுல... தூக்கமுடியாமத் தூக்கிக்கிட்டு"

அவனுடைய அனுதாப வார்த்தைகள் எரிச்சலைக் கிளப்பின. இவன் மட்டுமில்லை. விஜி சொல்லச் சொல்லக் கேட்காமல் சில நாள் முன்னால் "வாக்கிங் வெறி"யோடு மிஷினுக்கு மாவு அரைக்கப் போனாரே, அப்ப மிஷின்காரன் கூட இதே வார்த்தைதான் சொன்னான். "தூக்க முடியாம தூக்கிக்கிட்டு.."

இரண்டு கிலோ என்பது பெரிய சுமையா?' என்று கோபத்தோடு விசுக்கெனத் திரும்பும்போது, ஒரு ஸ்கூட்டர் வேகமாய் மயிரிழையில் உரசிச் சென்றது... காய்கறிக்காரன் பதற்றமடைந்தான்.

"பார்த்து சாரே... வயசுகாலத்தில எவனாவது லேசா இடிச்சாக் கூட தாங்காது..."

"போடா... உன்னை விட நான் ஸ்ட்ராங்குதான்..." சொல்லத் துடித்த வார்த்தைகளை விழுங்கிவிட்டுக் கோபமாய் நடந்தார்... மஞ்சள் குண்டுகளாய் மாம்பழங்கள்...

வேண்டாம்... வயிற்றுப் போக்காகிவிடும் என்று பயமுறுத்துவார்கள்.

அபூர்வமாய்க்கிடைத்தவெளிக்காற்றைக் கூட அனுபவிக்க விடாதபடி குறுக்கும் நெடுக்குமாய் கார்கள், பஸ்கள், லாரிகள், குடு குடு ஆட்டோக்கள், மாடுகள்..

ஒரு வழியாய் வீடு வந்து சேர்ந்தார்...

ஸ்ரீதர் டூரிலிருந்து வந்து விட்டான்.. "ஏம்பா... காய் வாங்க நீங்க தனியாவா போனீங்க..? அனுவையாச்சும் கூட்டிப் போயிருக்கக் கூடாதா?" எகிறினான்... அவர் காதில் போட்டுக் கொள்ளவில்லை.

ஞாயிற்றுக் கிழமை...

ஸ்ரீதர், விஜி, அனு மூவரும் ஏதோ ஒரு கல்யாணத்துக்குப் போயிருந்தார்கள்.

ரூமுக்குள் சுற்றிச் சுற்றி வந்தவர் ஏதோ நினைத்துக் கொண்டு திடீரெனக் கிளம்பி பஸ் பிடித்துப் பெசன்ட் நகர் அஷ்டலட்சுமி கோயிலுக்குப் புறப்பட்டார்.

அவைகள் பொங்கியெழும் அலைகடலும், மத்தியான நேரக் காற்றும் கோயிலின் நறுமணங்களும் பரவசமாயிருந்தன. "என்னைத் தெரியறதா சார்?"

சந்தான ல்ட்சுமி சந்நிதியில் திடீரென அவர் முன் நின்று கொண்டு பவ்யமாகக் கேட்டவனை உற்றுப்பார்த்தார். "யாரது, முன் வழுக்கையும், பருமனுமாய்" ஞாபகம் வந்ததும்

"நீ ராஜகோபால் இல்லையோ..?"

"ஆமா சார்... நல்ல ஞாபகம் வச்சிருக்கீங்களே... என்றான். கையைக் கட்டிக்கொண்டு பணிவாக நின்றவன். இருவருக்கும் ஏக உற்சாகம்..

"ஆளே மாறிட்டியே..."

பதினைந்து வருஷங்களுக்கு முன்... தனியார் கம்பெனி ஒன்றில் அவர் மானேஜராக இருந்தபோது, ஒரு வேலைக்காக அவரை மன்றாடி மன்றாடிக் கேட்டுக் கொண்டிருந்தவன்... எத்தனை முறை அவர் வீட்டுக்கும் ஆபீஸ்க்கும் அலைந்திருப்பான்? அவர் தான் பின்னர் ஏதோ ஒரு கிளார்க் வேலையில் சேர்த்தார். அதுவும் கோயம்புத்தூர் கிளையில் தான் கிடைத்தது... ஆயிரம் நமஸ்காரம் கூறிவிட்டு ஆர்டரை வாங்கிப் போனான்.

"எப்படியிருக்கேப்பா..?"

"ஏதோ உங்க ஆசி..."

இப்போது அந்தக் கம்பெனியில் இல்லையாம்... மாமனார் உபயத்தில் இப்போது சொந்தமாக அச்சாபீஸ் வைத்திருக்கிறானாம்... சைதாப்பேட்டையில் வீடு... மனைவியை அறிமுகப்படுத்தினான்... சிறிது நேரம் பேச்சு... எங்கெங்கோ போயிற்று. கிளம்பும்போது அவன் கைகளைப் பற்றிக் கொண்டார்..." அப்பா ராஜா! எனக்கு நீ ஓர் உதவி செய்யேன். பிள்ளை, மாட்டுப் பொண்ணு எல்லாம வேலைக்குப் போயிடறா.. பேத்தி ஸ்கூலுக்குப் போயிடறா. நாங்க குடியிருக்கிற சின்னப் பிளாட்டுக்குள்ளே சுத்திச்சுத்தி வர முடியலை. உன் பிரஸ்ல ஏதாவது வேலை கொடேன். இப்பவும் என்னால புருஃப் எல்லாம் திருத்த முடியும்..."

அதுக்கென்ன, உங்களுக்கு இல்லாததா? நிச்சயம் தரேன். உங்க ஃபோன் நம்பர் குடுங்க. ஃபோன். இல்லையா? சரி மகன் ஆபீஸ் நம்பர் குடுங்க.. நான் உங்களைக் கூப்பிடறேன்"

பரவசமாகிப் போனார் இராமு. அட்ரஸ், பிள்ளை ஆபீஸ் முகவரி, போன் நம்பர் எல்லாம் கொடுத்தார். அஷ்டலட்சுமி கோயிலுக்குத் தனியாக வந்ததுக்குப் பிள்ளை கோபித்துக் கொண்டாலும், அதுவும் ஒரு நன்மை தானே என்று சமாதானம் சொல்லிக்கொள்ள வழி ஏற்பட்டது என்று அளவுகடந்த மகிழ்ச்சி அவருக்கு.

மீண்டும் கோயிலை வலம் வரவேண்டும் போல இருந்தது.

வீரலட்சுமி சந்நிதியைச் சுற்றித் திரும்பும்போது, கடலைப் பார்த்தபடி முதுகு காட்டி நின்று கொண்டிருந்த ராஜகோபாலும், அவன் மனைவியும் பேசிக் கொண்டிருந்தார்கள்.

"பின்னே என்னத்துக்கு அந்த ஆள்கிட்ட பொய் சொன்னீங்க?"

"ஆமா. இந்தக் கிழத்துக்கு இந்த வயசுல வேலை வேணுமாக்கும்... ஏதோ கேக்கறார்... மூஞ்சிலடிச்சாப்பில யோவ், உனக்கு வயசாயிட்டுது.. கண்ணும் தெரியாது... என்னய்யா ப்ரூஃப் பார்ப்பே நீ" ன்னா கேக்க முடியும்..?

போன் நம்பர்தானே வாங்கிட்டேன்... கூப்பிடடத்தானே..."

மனசை யாரோ மளுக்கென்று முறித்தாற் போன்ற வலியுடன் சுற்றிப் படிகளில் மெல்ல இறங்கி வந்தார் இராமு... 'பாவி... வேலையில்லை என்றே சொல்லியிருக்கலாமே நீ.?

அந்த வேதனையுடன் பஸ் ஏறியதாலோ என்னவோ, பஸ் கைப்பிடி வழுக்கிக் கீழே விழுந்து, அவர் விழுந்தது தெரியாமல் பஸ் கிளம்ப, அதற்குள் சுற்றி நின்றோரெல்லாம் பஸ்ஸின் பின்பக்கம் பட படவெனத் தட்டி நிறுத்தி, கீழே காயத்துடன் விழுந்தவரை மெல்ல எழுப்பி, ஆட்டோவில் ஏற்றி, கூடவே ஒரு சுருட்டைத் தலை இளைஞனும் துணைக்கு வந்தான்...

அட்ரஸ் சொல்லி, தன் பிளாட் வாசலில் கைத்தாங்கலாய் இறங்கியபோது, வாசலில் வம்பளந்து கொண்டிருந்த இரண்டு மூன்று பெண்கள் ஓடி வந்தார்கள்...

விவரம் அறிந்து, டெட்டால், நிபாஸல்ஃப் பவுடர் தந்து உதவினார்கள்...

பெரிய அடி எதுவும் இல்லை.. ஆங்காங்கே சிராய்ப்புகள் தான்...

ஆனால் அதற்கே ஊரிலிருந்து திரும்பிய ஸ்ரீதர் ஓ'வெனக் குதித்தான்.. "இதுக்குத்தான் சொன்னேன்.. வெளியே போகாதீங்கன்னுட்டு..." என்ற வரிகளை நூறு தடவைக்கு மேல் சொன்னான்.

"உங்களுக்குத் தானேப்பா இப்போ அவஸ்தை?" என்று மட்டும் சொன்னாள், விஜி. அவருக்கு உடலின் எந்த அவஸ்தையும் இல்லை... ஆனால் மனசு ரொம்பத் தளர்வடைந்து சோர்ந்து போயிற்று... நம்மால் என்ன முடியும் என்ற சலிப்பு தலை நீட்டிற்று.

மூன்று நாள்கள் ஓடிவிட்டன.

பிற்பகல்... கேட்டிலிருக்கும் தபால் பெட்டியில் ஏதாவது தபால் கிடக்கிறதா என்று பார்க்க வந்தார்.

அது கூட படியிறங்கிப் போகக்கூடாதென்று சொல்லியிருக்கிறான் ஸ்ரீதர். தபால் ஒன்றுமில்லை. பார்த்து விட்டுத் திரும்பி வரும்போது..

கீழ் பிளாட் கதவு திறந்திருந்தது... உள்ளே பார்த்தார். நாற்காலியில் அமர்ந்தபடி வாசற்புறம் பார்த்துக் கொண்டு தவிப்பாக உட்கார்ந்திருந்தான் அந்த இளைஞன்,

அழகான அறிவு ஜீவித்தனமான முகம்... நல்ல உயரம்... கண்களில் மட்டும் கறுப்புக் கண்ணாடி அணியும் நிலை.

பார்வையில்லாத அவன் பெயர் அரவிந்தன்... அம்மா மட்டும் இருக்கிறாள்.

ஸ்கூலில் டீச்சராயிருக்கிறாள். சில மாதங்களுக்கு முன் தான் கீழ் பிளாட்டுக்கு வந்திருக்கிறார்கள். சொந்தமோ, வாடகையோ... தெரியாது.

எத்தனையோ முறை அந்த இளைஞன் அதுபோல உட்கார்ந்து கொண்டு தவிப்போடு வாசலைப் “பார்த்து” கொண்டிருப்பதை அவர் கவனித்திருக்கிறார்...

தாய் பள்ளிக்குச் சென்ற பிறகு, இந்தப் பையன் யாரை எதிர்பார்த்து உட்கார்ந்திருக்கிறான்..? அதுவும் இந்தப் பிற்பகலில்..?

தொண்டையை லேசாகச் செருமிக் கொண்டு உள்ளே நுழைந்தார்...

அரவிந்தன் ‘சட்’டென எழுந்தான்.

“கிருஷ்ணா...!”

“உட்காருப்பா... நான் கிருஷ்ணா இல்லை... மாடி வீட்டுல இருக்கேன். அஞ்சாம் நம்பர் ஃப்ளாட்... என் பேர் இராமு... இராமச்சந்திரன்”

“வாங்க சார்...” மெல்ல ஒரு நாற்காலியை இழுத்துப் போட்டான்...

“உட்காருங்க...”

எடுத்த உடனே அவனது பார்வை பறிபோனதை விசாரித்து... சுய அனுதாபத்துக்கு அவனை உட்படுத்த அவர் விரும்பவில்லை..

“யாரையோ எதிர்பார்த்துக்கிட்டிருந்தே போலிருக்கு..?”

“ஆமா சார்...” லேசாகச் சிரித்தான்.

“கிருஷ்ணாவோ, அல்லது லதாவோ வருவாங்க இந்நேரத்துக்கு...”

“உன் ஃப்ரெண்ட்ஸா..?”

கொஞ்ச நேரம் பேசாமலிருந்தான்..

“ஃபிரெண்ட்ஸ் மாதிரி தான்... பல்லாவரத்துல் இருக்காங்க... நான் எம்.ஏ. இலக்கியம் படிக்கிறேன்... சார்... அவுங்க இரண்டு பேரும் பிரதர்... ஸிஸ்டர்... யாராவது ஒருத்தர் இங்க வந்து எனக்குப் பாடம் படிச்சுச் சொல்லு வாங்க... எனக்காகப் பரீட்டையும் எழுதுவாங்க... எங்கம்மாவுக்குப் பாவம் நேரமே இல்லை சார்...”

“ஓ...” சிறிது நேரத்துக்குப் பின் கேட்டார்... இன்றைக்கு வரலையா?”

அவன் குரல் தழுதழுத்தது. “லதா மேடத்துக்குக் கல்யாணம் நிச்சயமாயிடுச்சு... கிருஷ்ணாவுக்கும் பம்பாயிலே வேலைக்கு ஏதோ இண்டர்வியூன்னான்...”

சில வினாடிகளுக்குப் பின் ஏக்கமாய் அரவிந்தன் சொன்னான். “எனக்கு இப்பதான் எம்.ஏ முதல் வருஷம்... இன்னும் ஒரு வருஷம் இருக்கு. தினம் அவங்களைத்தான் எதிர்பார்க்கிறேன்...”

தம்பி! உன் ஃப்ரெண்ட்ஸ் வரலைன்னாப் போகுது... இனிமே உனக்குப் பாடங்களை நானே படிச்சுக் காட்டறேம்ப்பா... உனக்காகப் பரீட்சையும் எழுதறேம்ப்பா..

“சார்... நீங்க..?” பிரமிப்போடு கேட்டான் அரவிந்தன்,

“நானும் அந்தக் கால பி.ஏ. தான் தம்பி... எனக்கு இதன் மூலமா நிறையச் சந்தோஷமும் நிம்மதியும் தெம்பும் கிடைக்கும்னு எனக்குத் தோணறது... இதை ஓர் உதவியா நினைச்சு ஏத்துக்குவியாப்பா? ப்ளீஸ்...”

அவன் கைகளைப் பிடித்துக் கொண்டார்... நம்ப முடியாமல் நின்றான் அரவிந்தன்.

“உங்களுக்குச் சிரமம் இல்லையே...” என்றான் முடிவில்.

“ஒரு சிரமமும் இல்லைப்பா”

“உங்க வீட்ல வேறு யாரும் மறுப்பாங்களோ..?”

• பத்மினி பட்டாபிராமன்

"யாரு என்ன வேணும்னாலும் சொல்லட்டும்...நீ சம்மதிக்கிறியா?"

"என் பாக்கியம் சார்..."

இருண்டு கிடந்ததாக அவர் எண்ணியிருந்த அவருடைய வாழ்க்கையில் ஒரு புது வெளிச்சம் கிடைத்துவிட்ட மகிழ்ச்சியில், "இதோ... ஒரு நிமிஷம் இருவர்றேன். புத்தகங்களை... எடுத்து வை... வந்து படிக்கிறேன்... என்று கூறியவாறு திருப்தியாய் மாடிக்கு ஓடினார் இராமு.

60

ராஜமாதா

புதிய மாதவி

புதிய மாதவி
(17/03/1959)

மல்லிகா என்ற இயற்பெயர் கொண்ட புதிய மாதவி, மும்பையில் பிறந்து வளர்ந்தவர். முதுகலை பட்டம் பெற்றுள்ள இவர், சமூக சேவை மற்றும் பெண்ணியத்தில் ஆர்வம் உடையவர். பன்னாட்டு வங்கியில் 22ஆண்டுகளுக்கும் மேலாகப் பணியாற்றி விருப்ப ஓய்வு பெற்றவர். 2000 ஆண்டு முதல் எழுதி வரும் இவர், 7 கவிதைத் தொகுப்புகள், 4 சிறுகதைத் தொகுப்புகள், ஐந்துக்கும் மேற்பட்ட கட்டுரை நூல்கள் எனப் பல இலக்கிய ஆக்கங்களைத் தந்துள்ளார். 'புதிய ஆரம்பங்கள்' என்ற சிறுகதைத் தொகுதிக்காக, மணல் வீடு அளரி கலை இலக்கிய விருதும், 'மின்சார வண்டிகள்' சிறுகதைத் தொகுப்பிற்காகப் பெரியார் தமிழ்ப் பேரவை படைப்பிலக்கிய விருதும் பெற்றுள்ளார். நவீன தமிழ் இலக்கியத்தில் குறிப்பிடத்தக்க ஆளுமையாக உருவாகியுள்ளார் இவர்.

அவள் இப்போதெல்லாம் அரண்மனையைவிட்டு வெளியில் வருவதே இல்லை. குருஷேத்திர வெற்றிக்குப் பின் பாண்டவர்களால் அந்த வெற்றியைக் கொண்டாட முடியவில்லை. எதையோ இழந்துவிட்டதைப்போல அவர்களைச் சுற்றி வெறுமை நிறைந்திருந்தது.

கூடவே இருந்த கிருஷ்ணனும் அவன் தேசத்தில் ஏற்பட்டிருக்கும் உள்நாட்டுப் பிரச்சனையைத் தீர்ப்பதில் கவனம் செலுத்த ஆரம்பித்துவிட்டான். ரொம்ப காலம் பாண்டவர்களுக்காகவே அங்குமிங்கும் அலைந்து கொண்டிருந்ததில், தன் தேசத்து மக்களின் பிரச்சனைகளை அவன் கவனிக்க தவறிவிட்டதாக அமைச்சர் பெருமக்கள் குற்றம் சாட்டினார்கள். 'அவன் பாண்டவர்களுக்காகவா அலைந்தான்? எல்லாம் அந்தப் பாஞ்சாலிக்காகத்தான்' என்ற அவன் அந்தப்புர அரசிகளின் பொறாமையிலும் உண்மை இல்லாமலில்லை.

முன்பெல்லாம் அரசவைக் கூடும்போது பட்டத்து மகாராணி என்ற நிலையில் அவள் அந்த அரசவைக்கு வந்து கொண்டிருந்தாள். அவள் வந்து உட்கார்ந்த பிறகுதான் அந்த மண்டபத்திற்கே ஒரு தனி அழகு கூடிவரும். அல்லியைச் சந்தித்துவிட்டு வந்தபின், அவள் அரசவைக்கும் வருவதில்லை. அவள் தன்னைத்தானே சிறை வைத்துக்கொண்டு

எதற்கோ தண்டனை அனுபவிக்கிற மாதிரி தனித்திருந்தாள்.

தேசத்திற்கே ராஜாவாக இருந்தாலும், அவள் அந்தப்புரத்தின் கதவுகளைத் திறக்கும் சாவி அவனிடம் இல்லை.

ஒவ்வொரு தேசத்து இளவரசிகளையும் மயக்குவதில் கைதேர்ந்த அர்ஜுனன் இவள் விஷயத்தில் மட்டும் மவுனம் சாதித்தான். “என்னவாச்சு.. அர்ஜுனா, ஒரு முறை எட்டிப்பார்த்துவிட்டு வாயேன்’ என்று சாடை மாடையாகத் தர்மன் சொல்லிப் பார்த்துவிட்டான். அவன் புரிந்து கொண்டும் எதுவும் செய்யவில்லை. பீமனுக்குக் காயங்கள் ஆறவில்லை. அரண்மனை மருத்துவர்கள் பெண் உறவைத் தவிர்க்க சொல்லிவிட்டார்கள். இளைய தம்பிகளிடம் இதுபற்றி வெளிப்படையாகப் பேச எதோ தயக்கம். ராஜமாதாவோ விதுரனுடன் சேர்ந்து வனப்பிரஸ்தம் போய்விட்டாள்.

• • •

அரண்மனையில் எப்போதும் அலங்காரங்களுடன் மட்டுமே அரசிகளைச் சந்தித்துப் பழகி இருக்கும் திரௌபதிக்கு, அல்லியைச் சந்திக்கும்போது ஆச்சரியமாக இருந்தது. அவள் தலைமுடியை உச்சியில் கொண்டையாக முடிந்திருந்தாள். நெய் தடவித்தடவிப் படிய வாரிய கூந்தலாகத் தெரியவில்லை.

காற்றில் பறந்து கொண்டிருந்த சுருட்டை முடிகள். கண்களில் மை எழுதி இருக்கவில்லை. மாவிலைக் கொழுந்து நிறம். அது அந்த வெயிலில் பட்டு மினுங்கியது. ரொம்பவும் அவளை ஆச்சரியப்படுத்தியது அவளின் ஒற்றை முலை. அவளுக்கு வலது முலை இல்லை. அதனாலோ என்னவோ இடது முலை பருத்து அவள் கச்சைக்குள் அடங்காமல் திமிறி எட்டிப்பார்த்தது. இவளின் எது அர்ஜுனனை வசப்படுத்தி இருக்கும் என்ற எண்ணத்துடன், அல்லியைக் கூர்ந்து கவனித்தாள். அல்லி அவள் பார்வைபடும் இடத்தை வைத்தே அவள் என்ன நினைக்கிறாள் என்பதைப் புரிந்துகொண்டு, இவளிடம் எதைப் பார்த்து நம்ம அர்ஜுனன் மயங்கினான்?’ என்று யோசிக்கின்றீர்களா, அரசி?” அல்லி இப்படி ஒளிவுமறைவில்லாமல் கேட்டுவிடுவாள் என்று திரௌபதி எதிர்பார்க்கவில்லை. நாம் நினைத்திருப்பதைவிட, இப்பெண் புத்திசாலி என்பதை அவள் பேச ஆரம்பித்தவுடனேயே புரிந்துகொண்டாள்.

ஆயுதப்பயிற்சி செய்துவிட்டுத் திரும்பியவள் இன்னும் நீராடவில்லை.

அவள் உடலெங்கும் வேர்வையின் ஈரம் படிந்திருந்தது. எப்போதும் யாரையும் அவள் தன் அந்தப்புரத்தில் சந்திப்பதில்லை. ஆனால் திரௌபதியை அவள் அந்தப்புரத்தில் காத்திருக்கச் சொன்னது அரண்மனைக்கே அதிசயமாக இருந்தது.

“தேவி மன்னிக்க வேண்டும். வெளியிலிருந்து வருகிறேன். நீராடிவிட்டு உங்கள் அருகில் வந்து நீங்கள் முடிந்திருக்கும் கூந்தலைத் தொட்டு வருட வேண்டும்... என் நீண்ட நாள் ஆசை..” அல்லி சொல்லவும் திரௌபதி முகத்தில் படர்ந்திருந்த சுருக்கங்கள் வெளிவந்தன.

அவள் கூந்தலே பாரமாக, சுமக்க முடியாத பாவத்தின் மூட்டையாக, தலையில் அவளே ஏற்றி வைத்துக்கொண்டு அலையும் புத்திரசோகமாக, அவளை அலையவிட்டிருக்கிறது என்பதை யாரிடம் சொல்லமுடியும்? அல்லியின் கண்களைப் பார்க்காமல் தன் பார்வையைத் திருப்பிக் கொண்டாள்.அவளைத்துரத்திக்கொண்டே வருகின்றன அந்தக் காட்சிகள்.

தருமராசனோடு அஸ்தினாபுரத்தில் அரசவை கூடிய அந்த முதல் நாளில்... அரண்மனை வாசலில் தலைவிரிகோலமாகக் கூடியிருந்து ஒப்பாரிவைத்த பெண்களின் அழுகுரல்...

வற்றிய தாய் முலையில் மோதி அழும் குழந்தைகளின் அழுபசி... அவள் காதுகளில் ஒலிக்க ஆரம்பித்தது. அரச குடும்பத்தின் வாரிசுப்போரில், அதற்குச் சம்பந்தமே இல்லாத பெண்கள், தங்கள் கணவன்மார்களை இழந்த இளம்பெண்கள், தங்கள் புதல்வர்களை இழந்த பெண்கள், பிச்சியாகி தலைவிரி கோலமாக வீதிகளில் அலைந்து கொண்டிருப்பதாக ஒற்றர்கள் சொன்னது அவளைப் பயமுறுத்துகிறது.

சூளுரைத்தபோது இருந்த ஆத்திரம் அடங்கிவிட்டது. கூந்தலில் படிந்த ரத்தவாடை, அவள் கொதி நிலைக்கு மருந்தாகி, அவள் பசி ஆற்றிவிட்டது. ஆனாலும், எல்லாம்முடிந்து அரசாளும் நாளில், நிம்மதி இல்லாமல் அலைகிறது அவள் மனம். விரிந்த கூந்தலோடு அலைந்த நாட்களில் இல்லாத துக்கமெல்லாம், கூந்தலை முடிந்து முடிசூடிய பிறகு அவளைத் துரத்திக்கொண்டே இருக்கிறது. அவள் ஓடிக் களைத்துவிட்டாள்.

‘தேவி... நீங்களும் வருகின்றீர்களா? இன்று நதிக்குளியல் இல்லை. அரண்மனை குளியல்தான். வாருங்களேன். எங்கள் பாண்டி நாட்டு நன்னீராடல் உங்கள் உடலுக்கும் உள்ளத்திற்கும் இதமாக இருக்கும்...’

குளிக்கும் இடத்திற்குத் தன்னையும் அழைக்கும் அவளை அதிசயமாகப் பார்த்துக்கொண்டே அவளோடு திரௌபதி நடந்தாள்.

அரண்மனையின் வடமேற்கு பகுதியில் அரண்மனையை ஒட்டியும் ஒட்டாமலும் தனித்திருந்தது அச்சிறிய பொய்கை. வைகை நதியை வளைத்து ஒடித்து அந்தப் பொய்கையில் கொண்டுவிட்டிருக்கும் நீர்த்தொழில் நுட்பத்தைத் திரௌபதி பிரமிப்புடன் கவனித்தாள். அரண்மனையில் நீராடும் குளங்களை மட்டுமே அறிந்தவளுக்கு, ஓடும் நீரும், அதில் அவர்கள் அமைத்திருக்கும் வேகத்தடை வசதிகள், அவள் பார்வையில் பட்டு அவள் விழிகள் விரிந்தன.

பணிப்பெண்கள் தேவியர் இருவரையும் நீராடத் தயார் செய்தார்கள். ஆபரணங்களை நீக்கியபின் மெல்லிய கச்சையும் இடுப்புத்துணியும் அணிய உதவினார்கள். அரபு நாட்டின் வாசனைத்தைலமும் மலைநாட்டின் மூலிகைத்தைலமும் அடங்கிய எண்ணெயை அப்பணிப் பெண்கள் இருவர் உடலெங்கும் பூசிவிட்டார்கள். உள்ளங்காலில் பெருவிரல் அருகே அமுக்கி நீவிவிட்டு, அப்படியே மெதுவாக அவள் இறுக்கமான தொடைகளை அமுக்கி இலேசாக்கினார்கள். அவள் கருப்பையின் கட்டிகள் உடைந்து வலி மறைந்தது. கைகால்களை அப்பெண்கள் தடவும்போது திரௌபதியின் உடல் மெல்லமெல்ல கனம் குறைந்து பஞ்சாகிப் பறக்க ஆரம்பித்தது. ரொம்ப காலத்திற்குப் பிறகு அவள் முகத்தில் பாஞ்சாலநாட்டுக் கன்னியின் புன்னகை எட்டிப்பார்த்தது.

பொய்கையில் இறங்கியவுடன் அந்த நீரின் மணம் அவள் இதுவரை அறியாத வாசனையில் அவளைக் கிறங்கடித்தது. அல்லி, நீரோட்டத்தை எதிர்த்து நீச்சலடித்துக் கொண்டிருந்தாள். கைகளால் நீரைத் துழாவி, நின்ற இடத்திலேயே நின்றுகொண்டிருக்கும் திரௌபதியைப் பாண்டியநாட்டுப் பணிப்பெண்கள் ஆச்சரியமாகப் பார்த்தார்கள். ஒருவர் முகத்தை ஒருவர் பார்த்துக்கொண்டு, திரௌபதிக்கு நீச்சல் தெரியாதுபோல என்று பேசிக்கொண்டார்கள். புனித நதிகளில் நீராடி, காடு மேடுகளில் வனவாசம் செய்தவளுக்கு நதியோ, நதியின் வெள்ளமோ பொருட்டல்ல.

அவளை நீச்சலடிக்கவிடாமல், அந்த நதியில் மிதந்த வாசனைப்பூக்கள் தொந்தரவு செய்தன. ஒவ்வொரு இதழ்களும் அவள் ஆடை களைத்து அவளைத் தழுவிச் செல்லும் போது, அவள் அல்குல் விரித்து அவளை விடுவித்த உணர்வு ஏற்பட்டது.

இரவின் வலி தீர்க்கும் இந்தப் பொய்கை இருக்கும்வரை, மதுரை தேசத்தில் மீனாட்சியின் அரசாட்சிதான் தொடரும் என்று அவளுக்கு உணர்த்தியது.

நன்னீரில் கலந்திருக்கும் மூலிகைச்சாறுகள் அவள் தேகத்தை அடர்வனமாக்கி நிறைத்தன. பச்சையங்கள் வற்றாமல் வனம் செழிக்கும் மந்திரத்தை வைகை ரகசியமாகச் சுமந்து வருகிறாள். நீரின் மொழி ஆதித்தாயின் மொழியல்லவா! தண்ணீரிலிருந்து திரௌபதிக்கு வெளியில் வரவே விருப்பமில்லை. ஆனால் அல்லி நீராடல் முடித்து தயாராகிவிட்டதால் திரௌபதி படிக்கட்டுகளில் ஏறி வெளியில் வந்தாள். பணிபெண்கள் பருத்தி ஆடையால் அவள் ஈர உடம்பைத் துடைத்தார்கள். 'நீராடல் சுகமாக இருந்ததா தேவி' என்று பணிபெண் கேட்கவும், 'உங்கள் தேசத்தின் நன்னீராடல் நறுமண நீராடலாக இருக்கிறதே' என்றாள் திரௌபதி.

"ஆம் தேவி, இலவங்கம், பச்சிலை, கச்சோலம், ஏலம் நன்னாரி, வெண்கோட்டம், கத்தூரி, வேரி, இலாமிச்சம், நெல்லி, ஒத்தகடு, தான்றி, துத்தம், வண்ணக்கச்சோலம் அமரேணுகம், காஞ்சி, சயிலேகம், புழுகு, புன்னை நறுந்தாது, புலியுகிர். பூஞ்சரளம், தமாலம், பதுமுகம், நுண்ணேலம், கொடுவேரி, கதிர்நகை ஆகியவற்றின் சாறெடுத்து, நீராடுவதற்குச் சில நிமிடங்களுக்கு முன், முந்திய படித்துறையில் நீராடல் முடியும்வரை கொஞ்சம் கொஞ்சமாக விழுந்துகொண்டே இருக்கும். வாசனைக்கு மட்டுமல்ல மருத்துவ குணமும் கொண்ட மூலிகைச்சாறுகளும் கலந்திருப்பதால் உடலுக்கும் உள்ளத்திற்கும் புத்துணர்ச்சி தரும்." என்று அப்பெண் சொல்லிக்கொண்டிருந்தாள்.

இத்தனை மூலிகைகளா... பெண்ணின் நீராடலுக்கு..!! அரண்மனையில் அரசனுக்காக வாசனைத்திரவியங்கள் கலந்து நீராடி, அவனைப் படுக்கையில் மகிழ்விக்க, பெண்ணுடலைத் தயார் செய்யும் அரண்மனைக் குளியல்களை அறிந்த அவளுக்கு, களைப்பும் இரவின் வெட்கையும் காயமும் வேதனையும் கடந்துவர, பெண் தன்னுடலை நீராட்டும் இந்த மூலிகை நீராடல் புதுமையாக இருந்தது.

பெண்ணின் உடல், ராஜாங்க முத்திரைப்பதித்த பத்திரமல்ல. அது அவளுக்கே அவளுக்கானது; மெல்ல அவள் தன் உடலைத் தொட்டுப் பார்த்துக்கொண்டாள்.

பணிப்பெண் அவள் தலையில் சுற்றியிருந்த துணியை எடுத்து மெதுவாகத் துவட்டினாள். மூங்கில் கட்டிலில் அவளைப் படுக்கவைத்தாள். கட்டிலுக்கடியில் கங்கு நிறைந்த மண்சட்டியிலிருந்து வந்த அகில் புகையின் இதமான சூடு, அவள் நீண்ட விரி கூந்தலுக்கிடையில் பரவி, ஈரத்தை உறிஞ்சி வாசனையைப் பூசிக்கொண்டிருந்தது. மெல்லிய புகை மண்டலத்தில், அவளுடல் பூப்போல மெல்ல மெல்ல ஆகாசத்தில் இறக்கை கட்டிக்கொண்டு மிதக்க ஆரம்பித்தது. அல்லி ராஜ்யத்தின் அரண்மனை வாசம் இதுவரை பூட்டியிருந்த கதவுகளைத் திறந்துவிட்டது.

அன்று மாலையில் புலந்திரன் அவளைச் சந்திக்க வருவதாகச் சேதி அனுப்பி இருந்தான். மகனாக இருந்தாலும் யாரும் அல்லியின் அரண்மனைக்கு வர முன் அனுமதி வேண்டும். திரௌபதிக்கும் புலந்திரனை நேரில் சந்திக்க விருப்பம் இருந்தது.

அவன் அர்ஜூனன் விழிகளையும் பீமன் தோள்களையும் சேர்த்துக்கொண்டு பிறந்திருக்கும் மாவீரன் என்று சுபத்திரை அடிக்கடிச் சொல்லுவாள். அப்படி ஒரு ஆண்மகன் இருந்தால் எப்படி இருக்கும்? அவள் கற்பனைக்குள் அடங்கவில்லை அவன்.

சரியாக சொன்ன நேரத்தில் அவன் அரண்மனைக்குள் நுழைந்தான்.

அரச குடும்பத்துப் பட்டாடைகள் இல்லை. அவன் மார்பில் தொங்கிக்கொண்டிருந்தது ஒற்றை முத்துமாலை. தேக்குமரம் போல உடலும் கூர்மையான கண்களும் பரந்த நெற்றியும் உடலமைப்பில் சற்றே நீண்ட கால்களும் அவன் தோற்றத்தைத் தனித்துக் காட்டியது.

வந்தவன் திரௌபதியின் பாதம் தொட்டு வணங்கினான்.

“தாயே, உங்கள் தோள் அணைத்து மாண்ட என் சகோதர்களுக்காகக் கண்ணீர்விட அனுமதி வேண்டும்” என்றான்.

‘அவன் எந்தச் சகோதரர்களைச் சொல்கிறான்?”

திரௌபதிக்குக் குழப்பமாக இருந்தது. இருந்தாலும் அவள் கைகள் நீண்டு அவனைத் தழுவிக்கொண்டன.

அவன் மார்பில் எழுந்த விம்மல், அவள் தழுவலில் அடங்க முடியாமல், அவள் உடலெங்கும் பரவியது. அவள் கண்ணீர் அவன் மார்பில் அணிந்திருந்த முத்து மாலையில் சொட்டுச் சொட்டாக விழுந்து புரண்டது.

“அன்னையே.. என் சகோதரர்கள் ஐவரையும் இழந்த பிறகும், என்னை ஏன் அழைக்கவில்லை..? என் வீரத்தின்மீது நம்பிக்கை இல்லையா? நானும் அர்ஜுனன் புத்திரன்தான் என்பதை மறந்துவிட்டதற்காக அழவில்லை தாயே. அல்லி ராஜ்யத்தின் வீரத்தையும் விவேகத்தையும் இழந்துவிட்டீர்களே என்பதற்காக அழுகிறேன்!”

அவன் குரல் உடைந்து உடைந்து வெளியில் வந்து, திரௌபதியை உடைக்க ஆரம்பித்தது. அவன் கேட்கும் எந்தக் கேள்விக்கும் அவளிடம் பதிலில்லை. ஆனாலும் அவன் தோளணைத்து அழுத அக்கணம் அவளுக்கு ஆறுதலாக இருந்தது. இதுவரை யாருமே அவள் தோளணைத்துக் கண்ணீர் துடைக்கவில்லையே.

பாண்டவர்கள் என்று நினைத்து அஸ்வத்தாமனால் கொலை செய்யப்பட்ட அவள் புத்திரர்களின் முகம் நினைவுக்கு வந்தது. அத்தருணத்தில் அவள் மட்டுமே அக்கூடாரத்தில் தனித்து நின்றாளே. பாண்டு புத்திரர்கள் யாருக்குமே புத்திரசோகம் வரவும் இல்லை. அவர்கள் கொலையுண்ட தன் புத்திரர்கள் மார்பில் விழுந்து புரண்டழும் அவளை, அணைத்து ஆறுதல் சொல்லவும் அருகில் வரவில்லை. அபிமன்யு போர்க்களத்தில் இறந்தபோது சுபத்திரயைக் கட்டிப்பிடித்து அழுத அர்ஜுனன், கடோத்கஜன் மாண்டபோது தன் புத்திரனின் உடலைச் சுமந்துகொண்டு கண்ணீர்விட்டு கதறிய பீமன் - இவர்கள் யாருக்குமே அன்றைக்குப் புத்திரசோகம் வரவில்லையே! விலகியே நின்றார்களே!! துன்ப காலத்திலெல்லாம் துணையாக நின்ற கிருஷ்ணன், மூன்றாம் மனிதனாக ஏன் முகம் மறைத்துக்கொண்டான்? இதோ... ஓர் ஆண்மகன் முதல் முறையாக, அவளை அணைத்து ஆறுதல் சொல்கிறான்,

இவன் அர்ஜுனன் புத்திரனல்ல, இவன் அல்லியின் மகன்..

இருவரும் கண்ணீரைத் துடைத்துக் கொண்டார்கள்.

பதிலை எதிர்பார்த்துக் கேள்வி கேட்கவில்லை அவன். அவன் உள்ளத்தில் அடக்கிவைத்திருந்ததைக் கொட்டித் தீர்த்துவிட்டான்.

திரௌபதி புறப்படும் அந்த நாளும் வந்தது. அல்லி அன்றிரவுதான், திரௌபதியின் படுக்கையறையில் நுழைந்தாள். தூங்காமல் விழித்திருக்கும் திரௌபதியைப் பார்த்து, “வாருங்கள் தேவி. வெளியில் நிலா வெளிச்சம். காலாற நடந்துவிட்டு வருவோம்” என்றாள். “இந்த இரவில் வெளியில் நடப்பதா”

ஆச்சரியத்துடன் அவளைப் பார்த்துக்கொண்டே, சீனப்பட்டுச் சால்வையை எடுத்துப் போர்த்திக்கொண்டு அவளுடன் வெளியில் வந்தாள்.

கூட துணைக்கு யாரும் வரவேண்டாம் என்று அல்லி கை அசைத்தாள்.

அரண்மனையிலிருந்து தேவியர் இருவரும் காலார நடந்தே அரண்மனைக் கதவுகளைத் தாண்டி நடந்தார்கள்.

அந்த இரவிலும் மதுரை நகரம் தூங்கவில்லை. கோவில் வாசல் கடைவீதிகளில் வியாபாரம் நடந்து கொண்டிருந்தது. வண்டிகளில் வந்து இறங்கிக் கொண்டிருக்கும் முத்துப்பெட்டிகளை வியாபாரிகள் இறக்கிக் கொண்டிருந்தார்கள். இரவு, சில்லறை வியாபாரங்களுக்கானதல்ல, மொத்தமாகப் பொருட்களை வாங்கி விற்கும் பல தேசத்துப் பெருவணிகர்கள் அவர்களின் மொழிகளில் பேசிக்கொண்டிருந்தார்கள். அதனால் கடைவீதி புதிய தேசமாகக் காட்சி அளித்தது. யவனர்களின் நடமாட்டம் அதிகமாகத் தெரிந்தது. கடைவீதியில் அரிசிமாவுப்புட்டு, திணைமாவுப்புட்டு, தேங்காய் மணத்துடன் சுடச்சுட விற்றுக்கொண்டிருந்தார்கள் பெண்கள். அதை இலையில் வாங்கி கையில்வைத்துச் சாப்பிட்டுக்கொண்டே நடக்கும் பாணர்களின் கூட்டம்.

அதில் ஒரு சிலர், அரசியை அடையாளம் கண்டு தலைவணங்கினார்களே தவிர, பெரிதாக வேறு எதுவுமில்லை. அவரவர் அவரவர் வேலையில் மும்முரமாக இருப்பது தெரிந்தது.

நதியோரத்தில் மருத மரத்தடியில் மக்கள் உட்காரும் வளைவான இருக்கைகள்... நிலவொளியில் வைகை அமைதியாக இருந்தாள்.

இரண்டு பெண்களும், இன்னும் எவ்வளவு நேரம் இப்படியே மௌன விரதமிருப்பது என்று ஒரே நேரத்தில் யோசித்துக்கொண்டிருக்கும்போது, “தேவி, நீங்கள் வந்தது எனக்கு மகிழ்ச்சி. என்னிடம் ஏதாவது கேட்க விரும்பி, அதைச் சொல்லாமல் போகின்றீர்களோ என்று தயக்கமாக இருக்கிறது. நீங்கள் எப்போது வேண்டுமானாலும் அல்லி ராஜ்யத்திற்கு வரலாம்.”

“ஆம், எதற்காக வந்தேன். எதைத் தேடி இந்த ராஜ்யத்திற்கு வந்தேன். எதுவும் அவள் கேட்கும்போது சொல்வதற்கில்லை”

“உன்னை நேரில் பார்க்கவேண்டும் என்று பலமுறை நினைத்திருக்கிறேன். இப்போதுதான் அதற்கு வாய்ந்தது. வேறொன்றுமில்லை.”

“எனக்கும் உங்களைக் கண்டதில் மகிழ்ச்சியும் மன நிறைவும். தேவி மீண்டும் எப்போது...”

“புலந்திரன் முடிசூட்டு விழாவிற்கு அழைப்பாய் தானே. அப்போது நாங்கள் அனைவரும் வருவோம்”

அல்லி சிரித்தாள்.

“தேவி... அப்படியானால் நீங்கள் வருவதற்கு வாய்ப்பில்லை.”

“புலந்திரனுக்கு அல்லி ராஜ்யம் முடிசூட்டாது. அவனுக்குப் பெண்மகவு பிறந்தால், அவளுக்கு ஆயகலைகள் அறுபத்து நாலும் கற்பித்து, அவள் தேர்ச்சி அடைந்தால் மட்டுமே அவளுக்கு முடி சூட்டுவோம்.

அப்படி இல்லை என்றால் அல்லி ராஜ்யத்தை எம் அரசி மீனாட்சிதேவியிடம் திருப்பிக் கொடுத்துவிடுவோம். மீனாட்சியின் பச்சைக்கிளி பறந்துவந்து, எந்தப் பெண்ணின் தோளில் அமர்கிறதோ, அவளே இந்த அல்லி ராஜ்யத்தை ஆளப்பிறந்தவள். இந்த மண் எங்கள் தாய் மீனாட்சியின் மண். அவள் சார்பாகத்தான் நாங்கள் ஆட்சி செய்கிறோம்”

திரௌபதிக்கு இந்த அரசாட்சி முறையே ஆச்சரியமாக இருந்தது.

அல்லி இதைப்பற்றி விளக்கமாகப் பேச ஆரம்பித்தாள்.

இந்தப் பூமியில் ஆண்கள் தான் அரசாள வேண்டும் என்று, அரண்மனைவாழ் பெண்களை நினைக்க வைத்திருக்கிறார்கள். இப்போது அஸ்தினாபுரத்தையே எடுத்துக்கொள்ளுங்களேன். நம் மாமி குந்திதேவிக்குப் பாண்டுவின் அரசியாக இருப்பதுடன் மன நிறைவு வந்துவிடவில்லையே. எப்படியும் அவளே ராஜமாதாவாக இருக்குவேண்டும் என்ற விபரீத ராஜாங்க ஆசை தானே, குந்தியைக் காட்டுக்கு விரட்டியது. மாமன் பாண்டு மகாராஜாவுக்கு அரண்மனையில் இல்லாத வைத்தியமா? வனத்தில் நியோகமுறையில் கருத்தரிக்கும்போது, ஆண் வாரிசுக்கள்தான் வேண்டுமென்றார் குந்திதேவி. நியோகத்திலும் கூடுகின்ற ஆணின் வலது நாசி வழியாகச் சுவாசம் நடக்க வேண்டும் என்று ஆணை இட்டிருந்தாராமே! தன்னைப் போல ஒரு புதல்வியைப் பெற்று கொள்ளவேண்டும் என்று ஏன் ராஜமாதாக்கள் விரும்புவதில்லை! அவர்களுக்குப் புத்திரர்கள்தான் வேண்டும், அதன் மூலம் அவர்கள் ராஜமாதாவாக வேண்டும், அதற்காக ராஜமாதாக்கள் நடத்துகின்ற அரசியல் இருக்கிறதே... என்ன வேண்டுமானாலும் செய்யத் தயங்குவதில்லை அவர்கள்!"

திரௌபதிக்குள் இருந்த ராஜாமாதா அப்போது விழித்துக்கொண்டாள் மதுரை மீனாட்சி ஆலயத்தில் அர்த்தஜாம பூஜை ஆரம்பித்துவிட்டது.

அல்லி எழுந்து நின்று கோபுரத்தைப் பார்த்துக் கும்பிடும்போது, திரௌபதியும் எழுந்து நின்றாள்.

• • •

தருமன் இமைகொட்டாமல் பாஞ்சாலியின் அரண்மனையைப் பார்த்துக் கொண்டே இருந்தான்... அவள் அன்றைக்குக் கேட்டமாதிரி என்னைக் கேள்வி கேட்டிருக்கலாம். "உன்னை வைத்து இழந்தப் பிறகு என்னைப் பணயம் வைத்தாயா?" என்று எதுவுமே கேட்காமல் இருக்கிறாள்... அவள் மனசில் என்ன இருக்கிறது? எப்படித் தெரிந்து கொள்வது?

கணவனாகத் தெரிந்து கொள்ள எந்தத் தர்ம சாஸ்திரமும் கற்றுக்கொடுக்கவில்லை. அரசனாகத் தெரிந்து கொள்ள ஏன் அதிகாரமில்லை! எங்கே தோற்றுப்போனேன்? தலைவிரிகோலத்துடன் அவளைக் கண்டபோது கூட தாங்கிக்கொண்டவனுக்கு, இப்போது அவள் கூந்தல் மழித்து, பத்திய உணவருந்தி, தரையில் படுத்திருக்கும் அரண்மனை தவக்கோலம் புரியவில்லை. அவள் அரண்மனையைப் பார்த்துக்கொண்டே.... அவன், தன் மடியிலிருந்த தரும சாஸ்திரத்தை மூடிவைத்தான். அஸ்தினாபுரம் இருள் போர்வையை எடுத்து மூடிக் கொண்டு உறங்கிக் கொண்டிருந்தது.

61

களவு

வித்யா சுப்ரமணியம்

வித்யா சுப்ரமணியம்
(1957)

வித்யா சுப்ரமணியம் ஏறத்தாழ 40 வருடங்களாக எழுதி வருகிறார். இவர் சென்னை மயிலாப்பூரில் பிறந்து வளர்ந்தவர். இவர் 1984 ஆம் ஆண்டு மங்கையர் மலரில் 'முதல் கோணல்' என்ற நெடுங்கதை மூலம் எழுத்து உலகத்திற்கு அறிமுகமானார். நூற்றுக்கும் மேற்பட்ட சிறுகதைகள், தொடர்கதைகள், நாவல்கள் என்று எழுதியுள்ளார். இவர் சிறந்த சிறுகதைக்காக இலக்கிய சிந்தனை விருதினை இரு முறை பெற்றுள்ளார். இவரது சிறுகதைகள் ஆங்கிலத்தில் மொழிபெயர்க்கப்பட்டு நூலாக்கம் பெற்றுள்ளன. அனந்தாச்சாரி அறக்கட்டளை விருது, தமிழக அரசு விருது, பாரத ஸ்டேட் வங்கியின் பரிசு, கோவை லில்லி தெய்வசிகாமணி நினைவு விருது என்று பல பரிசுகளையும் விருதுகளையும் பெற்றுள்ளார்.

குலதெய்வக் கோயில் வாசலை அடைந்ததும், அம்மனை நினைத்துக் கன்னத்தில் போட்டுக்கொண்டபடி உள்ளே போனார்கள் பத்மாவும் மகாதேவனும். இருவரும் கோயிலிலேயே குளித்து, ஈர உடையுடன் மடியாக வந்தார்கள். பத்மா மாவிளக்கு போடுவதற்கும் அர்ச்சனைக்கும் வேண்டிய எல்லாப் பொருள்களையும் கூடையிலிருந்து எடுத்து வெளியில் வைத்தாள். அர்ச்சனைக்கு வேண்டிய பொருள்களை ஒரு தட்டில் தனியே எடுத்து வைத்துவிட்டுப், பேப்பர் கவரில் கட்டியிருந்த ஆழாக்கு அரிசியைப் பாத்திரத்தில் போட்டு நன்கு களைந்து வடிகட்ட, மகாதேவன் ஒரு சுத்தமான துண்டை விரித்துக் கழுவிய அரிசியைக் காயவைத்தார். அதற்குள் மற்றொரு பாத்திரத்தில் வெல்லத்தை நுணுக்கிவிட்டு, ஏற்கெனவே பொடி செய்துகொண்டு வந்திருந்த ஏலத்தூளையும் அதனோடு கலந்து மூடி வைத்தாள். அரிசி கொஞ்சம் காயும் வரை லலிதாஸஹஸ்ரநாமத்தை மெலிதான குரலில் சொல்லியபடி கண்மூடி அமர்ந்தாள்.

குலதெய்வக் கோயிலுக்கு வந்து நான்கு வருடமாகிறது. வர முடியாமல் போனதற்கு ஏதேதோ காரணங்கள். கடந்த இரண்டு வருடமாக நிறைய கஷ்டங்கள். முக்கியமாகப் பருவ மழையின்றி நிறைய கஷ்டங்கள்... அதனால் ஏற்பட்ட சரீர

அவதிகள்.

அரிசியை மாவாக்கி வெல்லம் கலந்து மாவிளக்கு மாவை உருட்டி குழித்து நெய் தீபமேற்றி அர்ச்சனைக்குப் பிறகு நிவேதனம் செய்யும்போது, தாயே இம்முறையேனும் நல்ல மழையைக் கொடு, நிலத்தடி நீர் ஏறட்டும் என்றுதான் வேண்டிக் கொண்டனர் இருவரும். பிரார்த்தனையை முடித்ததும் இனி அம்மன் பார்த்துக் கொள்வாள் என்ற நம்பிக்கை ஏற்பட்டது. அன்றிரவே அருகில் உள்ள ரயிலடியில் இருவரும் ரயிலேறினார்கள்.

ஊர் சேர்ந்ததும், ஆட்டோ பிடித்து வீட்டின் முன்பு இறங்கி, பணம் கொடுத்துவிட்டு கேட்டைத் திறக்க வந்த மகாதேவன் முகத்தில் அதிர்ச்சி.

வாசல் கேட்டின் பூட்டு உடைக்கப்பட்டிருந்தது. வீட்டுக் கதவும் உடைத்துத் திறக்கப்பட்டிருந்தது. ‘அய்யோ...’ என்று அலறினாள் பத்மா. மகாதேவனின் முகம் வெளிறியது. நெஞ்சு படபடவென அடித்துக்கொண்டது. வீடு கொள்ளையடிக்கப்பட்டிருக்கிறது. இதுநாள்வரை நடக்காத சம்பவம் இது. குலதெய்வ பிரார்த்தனையை நிறைவேற்ற இரண்டுநாள் சென்று வருவதற்குள் வீடு உடைக்கப்பட்டிருக்கிறது.

“கடவுளே... கடவுளே..! இப்டியாய்டுச்சே. இப்போ என்ன செய்யப்போறோம்? என்னெல்லாம் போச்சுன்னு தெரியலையே” - பத்மாவின் புலம்பல் கேட்டு அக்கம்பக்கம் மெள்ள எட்டிப் பார்த்து அருகில் வந்தார்கள்.

“என்னாச்சு?”

“யாரோ வீட்டை உடைச்சிருக்காங்க.”

“அடடா... சத்தம்கூடக் கேட்கலையே... போங்க... உள்ளாரப் போய்ப் பாருங்க. கையோட போலீஸுக்குச் சொல்லிடுங்க.”

எல்லோருமே பதறினார்கள். பரிதாபப்பட்டார்கள். தங்கள் வீட்டிலும் இதுபோல் நடக்கக்கூடுமென்று பயந்தார்கள்.

புறநகர்ப் பகுதியில் எப்போதோ கட்டிய தனி வீடு. அக்கம்பக்கம் எல்லாமே சற்றுத் தள்ளித்தள்ளிக் கட்டப்பட்ட தனி வீடுகள்தான். இருவரும் பயந்துகொண்டே வீட்டுக்குள் சென்றார்கள். ஹாலில் எல்லாமே வைத்தது வைத்தபடி இருந்தது. படுக்கையறைக் கதவைத் திறந்துகொண்டு உள்ளே சென்ற மகாதேவன். பீரோவைப் பார்த்தார். பீரோ உடைக்கப் பட்டாற்போல் தெரியவில்லை. ஒருவேளை சாமர்த்தியமாகத் திறந்திருந்தால்? அருகில் சென்று திறந்து பார்க்கவும் தயக்கமாக இருந்தது. ஒருவேளை போலீஸில் புகார் கொடுக்க வேண்டியிருந்தால்... அவர்கள் வந்து ‘நீங்க ஏன் சார் பீரோவைத் தொட்டீர்கள்’ என்று கேட்டால்? அப்படித் தொட்டுவிட்டு, ஒருவேளை திருடனைக் கண்டுபிடிக்க முடியாமல் கைரேகைகள் அழிந்துவிட்டால்? அவர் ஒருமுடிவுக்கு வந்தார். இப்போதைக்கு எதையும் தொடாமலிருப்பதே நல்லது. அவர் பத்மாவை அழைத்து, “நான் போலீஸ் ஸ்டேஷன் வரை போயிட்டு வரேன். அதுவரை நீ எதையும் தொட்டுக்கிட்டுப் பண்ணிடாதே சரியா?” என்றபடிக் கிளம்பினார்.

“தலைவலிக்குதுங்க. ஒரு காபிகூட குடிக்க முடியாம என்ன கஷ்டம் இது?”

“கொஞ்சம் பொறுத்துக்க. பூட்டை உடைச்சிருக்காங்க. வீட்டுல என்ன போச்சு என்ன இருக்குன்னு தெரியாம நாம உள்ளாரப்போயி எதையும் தொடவேணாம். நான் வரும்போது உனக்கு ஹோட்டல்ல இருந்து காபி வாங்கிட்டு வரேன். நம்ம பையில ஃப்ளாஸ்க் வெச்சிருந்தயே அதைக் கொடு” என்றவர், அவள் எடுத்துக்கொடுத்ததும் கிளம்பினார்.

40 நிமிடமாயிற்று அவர் திரும்பி வர. அதற்குள் சற்றுத் தள்ளியிருந்த அடுத்த

வீட்டுக்குச் சென்று பாத்ரூம் உபயோகப்படுத்திப், பல் தேய்த்து விட்டு வந்தாள் பத்மா. கையோடு வாங்கி வந்த பேப்பர் கப்பில் காபியை ஊற்றி இருவரும் குடித்தனர்.

"விளக்கெண்ணெய் மாதிரியிருக்கு. கிச்சன்ல கை வெச்சா என்னாயிரப் போவுது? நானே பாலைக் காய்ச்சி காபி போட்டிருப்பேன்."

"கொஞ்சம் பொறு. இப்போ வந்துடுவாங்க போலீஸ்" என்றார்.

காபி குடித்தாற்போலவே இல்லை. போலீஸ் வர மேலும் அரை மணியாயிற்று. இன்ஸ்பெக்டரும் கான்ஸ்டபிளும் வந்திருந்தனர்.

அவர்கள் இருவரும் வீட்டை ஏற இறங்க அளப்பது போலப் பார்த்தார்கள். வாசல் கேட்டின் பூட்டும், வீட்டுக் கதவின் பூட்டும் உடைக்கப்பட்டிருப்பதைக் குறித்துக் கொண்டார்கள்.

"நாங்க இன்னும் உள்ளே போகல சார். நீங்க வந்த பிறகு போகலாம்னு காத்திருந்தோம்."

"சரி வாங்க" என்றபடி இன்ஸ்பெக்டர் முன்னால் செல்ல, இருவரும் அவர் பின்னால் சென்றார்கள்.

பீரோவின் பிடியைக் கைக்குட்டை வைத்துத் திறக்கப் பார்த்தார் இன்ஸ்பெக்டர். பூட்டி தான் இருந்தது.

"இதோட சாவி இருக்குதா?"

இதோ என்று தன் இடுப்பு பெல்ட்டுடன் இணைந்த ஒரு பர்ஸின் ஜிப்பைத் திறந்து பீரோ சாவியை எடுத்து நீட்டினார்.

"நீங்களே திறங்க" இன்ஸ்பெக்டர் உத்தரவிட, அவர் முன்பு தானே பீரோவையும் லாக்கரையும் திறந்தார்.

லாக்கரில் வைத்திருந்த நகை, பணம் எல்லாமே வைத்தது வைத்தபடி இருந்தன. மகாதேவன் வியந்தார்.

"எதுவும் திருட்டுப் போயிருக்கா? நீங்க வைத்ததெல்லாம் சரியா இருக்கா?" இன்ஸ்பெக்டர் கேட்க, "வெச்சது வெச்சபடியே இருக்கு சார்" என்றார்.

"வேற ஏதேனும் முக்கியமான விஷயங்கள் வீட்டில் வெச்சிருந்தீங்கன்னா அவையும் பத்திரமா இருக்கான்னு செக் பண்ணிடுங்க."

மகாதேவன் மற்றொரு அறையிலிருந்த இரண்டு பீரோக்களையும் திறந்து பார்த்தார். வீட்டு டாக்குமென்ட் உட்பட, வெள்ளிச்சாமான்கள், பட்டுப்புடவைகள் என எல்லாமே பத்திரமாக இருந்தன.

"என்னமோ மர்மமா இருக்கே சார். வீட்டை உடைச்சிருக்காங்க, ஆனா எதையும் எடுக்கலைன்னா நம்ப முடியலையே. நிச்சயம் காரணமில்லாமப் பூட்டை உடைச்சிருக்க மாட்டாங்க. எனக்கு பயமா இருக்கு இன்ஸ்பெக்டர்."

"அப்டி ஏதாவது சந்தேகப்படும்படியா நடந்தால் உடனே எனக்குப் போன் பண்ணுங்க" என்ற இன்ஸ்பெக்டர், தன் மொபைல் நம்பரைக் கொடுத்தார்.

வாசலில் அக்கம்பக்கத்துத் தலைகள் எட்டிப் பார்க்கத் தொடங்கினார்கள்.

"ஒருவேளை பூட்டை உடைச்சவங்க, ஏதோ காரணத்தால பயந்துகிட்டுத், திரும்பிப் போயிருப்பாங்க. மறுபடியும் வரமாட்டாங்கன்னு என்ன நிச்சயம்? ரெண்டு பேருக்கும் சின்ன வயசா? பசங்க வெளி நாட்டுல. நீங்க இங்கத் தனியா வேற இருக்கீங்க. ரிஸ்க் எடுக்காதீங்க சார். உறவுக்காரங்க நாலு பேரைக் கூப்பிட்டுத் துணைக்கு வெச்சுக்குங்க. உங்க நல்லதுக்குதான் சொல்றோம்" - அக்கம் பக்கத்தினர் ஆலோசனை கூறினார்கள்.

ஒன்றும் திருட்டுப்போகவில்லையென்று தெரிந்ததும் பத்மா நிம்மதியாகக் கிச்சனில் நுழைந்து பாலைக் காய்ச்சி டிக்காக்ஷன்

போட அதன் வாசம் வீடு முழுக்கப் பரவியது.

10 நிமிடத்தில் நுரை பொங்கும் காபியோடுவந்தபத்மா.இன்ஸ்பெக்டருக்கும் கான்ஸ்டபிளுக்கும் காபியை நீட்டினாள். "நீங்க உடனடியா வந்ததுக்கு ரொம்ப நன்றிங்க. நல்ல காலம் குலதெய்வம் எங்களைக் கைவிடல. கஷ்டப்பட்டுச் சம்பாரிச்ச எதுவும் களவு போயிடலை" என்றாள்.

வீட்டுக் காபி இறங்கியதும் ஒரு புத்துணர்ச்சி கிடைத்தது. காபி குடித்துவிட்டு இன்ஸ்பெக்டரும் உடன் வந்தவரும் கிளம்ப, "அப்டின்னா எதுக்குக் கேட் பூட்டையும், கதவுப் பூட்டையும் உடைச்சிருக்காங்க?" என்று கேட்டாள் பத்மா.

"ஒண்ணும் புரியலையே" அவர் வியந்தார். வீட்டு டாக்குமென்ட்டிலிருந்து பணம், நகை, வெள்ளிச்சாமான்கள் எல்லாம் அப்டியே இருக்கு. பீரோவை யாரும் தொடவேயில்லை என்பது தெரிகிறது. அப்படியானால் யார் இரண்டு பூட்டுகளையும் உடைத்தார்கள்? எதற்கு உடைத்தார்கள்? ஒன்றும் புரியவில்லை. என்ன காரணத்தால் வந்தார்கள்? என்ன காரணத்தால் எதையுமே எடுக்காமல் சென்றார்கள். ஒருவேளை நோட்டம் பார்க்க வந்தார்களா? மீண்டும் வருவார்களா? இனி வரும் நாள்களில் ஏதேனும் ஆபத்துக் காத்திருக்கிறதா? இப்போதைக்கு எதுவும் களவு போகவில்லை என்றாலும் இனி நிம்மதியாகத் தூங்க முடியுமா?

"சார் எதுக்கும் பத்திரமா இருங்க. அவசரம்னா எந்த நேராமானாலும் தயங்காம கூப்பிடுங்க. நாங்க உதவிக்கு வர்றோம். உங்க வீட்டில் நடந்தது நாளை எங்க வீட்டிலும் நடக்கலாம். எங்களுக்கும் பயமாதான் இருக்கு. ஒரு வாரம் வீட்டுக்கு ஒருத்தர்னு ராத்திரி நேரம் இரண்டு பேர் இந்த ஏரியாவில் காவலுக்குச் சுற்றி வருவோமா?"

"அதுவும் நல்லதுதான். இங்க இருப்பவங்க எல்லாருமே கவனமாதான் இருக்கணும்" அவர்கள் தங்களுக்குள் பேசியபடி வெளியேறினார்கள்.

மகாதேவன், "காய்கறி வாங்கி வர்றேன். சமையல் பண்ணு பசிக்குது" என்றபடி பையை எடுத்துக்கொண்டு கிளம்பினார்.

'என்னங்க மகாதேவன், உங்க வீட்டுப் பூட்டை உடைச்சுட்டாங்களாமே', 'வயசான காலத்துல தனியா இருக்கீங்க. ஜாக்கிரதை' - அதற்குள் ஊருக்கே விஷயம் தெரிந்து விசாரிக்க ஆரம்பித்தனர். ஒவ்வொருவரிடமும் எதுவும் களவு போகவில்லையென்று சொல்லி, காய்கறி வாங்கிக்கொண்டு வீடு திரும்புவதற்கு ஒரு மணி நேரமாகிவிட்டது.

"வந்துட்டீங்களா? நீங்கக் காயெல்லாம் நறுக்கி வைங்க. நான் அதுக்குள்ள குளிச்சுட்டு வந்துடறேன்."

"என்ன சமைக்கப்போற?" என்ன காய்கறிகள் வாங்கி வந்திருக்கிறார் என்று பார்த்தாள் பத்மா.

"கீரைத்தண்டு குழம்பும், கேரட் - கோஸ் பொரியலும் செய்து, கீரையைக் கடைஞ்சுடறேன்."

"என்னமோ செய். பசிக்குது" அவர் தண்டுக்கீரையை எடுத்து நார் நீக்கி நறுக்க ஆரம்பித்தார். பத்மா குளிக்கப் போனாள். சற்றுநேரத்தில் பாத்ரூமிலிருந்து அவரைச் சத்தமாக அழைத்தாள்.

"என்னங்க..."

"என்ன வேணும், டவலை மறந்துட்டயா..." என்றபடி எழுந்து போனார்.

"என்னங்க குழாய்ல தண்ணி வரல. வால்வ் எதுனா குளோஸ் பண்ணியிருந்தா திறந்து விடுங்க."

‘இரு பாக்கறேன்’ என்றபடி, கீழேயிருந்த வால்வுகளைச் செக் பண்ணினார். எல்லாமே திறந்துதான் இருந்தது. எதற்கும் ஒருமுறை மூடித் திறந்துவிட்டு உள்ளே வந்தார்.

“இப்போ வருதா பாரு.”

“இல்லையே.”

“என்ன சொல்ற? வால்வ் எல்லாம் சரியாத்தான் இருக்கு. நீ குழாயைச் சரியா திறந்து பாரு.”

“வரலைன்றேனே.”

அவர் ஒருநிமிடம் ‘ஜெர்க்’ ஆனார். என்ன பிரச்னை? நிலத்தடி நீர் முற்றிலும் குறைந்திருந்ததால் மாதத்துக்கொரு முறை லாரி தண்ணீர்தான் வாங்கி நிரப்பிக்கொள்வது வழக்கம். குடிக்கும் நீர் மட்டும் பத்மா அடுத்த தெருவுக்கு வரும், மெட்ரோ வாட்டர் லாரிக்குப் பின்னால் வரிசையில் நின்று நான்கு குடம் பிடித்து வருவாள். ஊருக்குக் கிளம்புவதற்கு முதல் நாள்தான் ஒரு லாரி தண்ணீர் வாங்கி சம்ப்பிலும், மாடி டேங்க்கிலும் நிரப்பியது போக, கொஞ்சம் உபரி நீர் தோட்டத்திலும் கொட்டி செடிகளுக்குப் போனது. நினைவுக்கு வந்தது.

இரண்டு நாள் ஊரிலேயே இல்லை. இரண்டாயிரம் லிட்டர் கொள்ளளவுள்ள டேங்க்கும் சம்ப்பும் எப்படி காலியாகும்? ஒருவேளை குழாய் ஏதேனும் சரியாக மூட வில்லையா? கழிவறை ஃப்பிளஷ் லீக் ஆகிறதா? அவர் வீட்டிலிருந்த அத்தனைக் குழாய்களையும் செக் பண்ணினார். எல்லாம் இறுக்கமாகவே மூடியிருந்தன. கழிவறை ஃப்பிளஷ்ஷில் பிரச்னை இருப்பதுபோல தெரியவில்லை. ஃப்பிளஷ் டேங்க்கை திறந்து பார்த்தார். அதில் நிறைய நீர் இருந்தது. அப்படியென்றால் எப்படி அவ்வளவு தண்ணீரும்? ஒருவேளை ஊருக்குக் கிளம்பும்முன் எந்தக் குழாயிலும் தண்ணீர் ஒழுகாமல் இருக்க மாடியிலிருக்கும் மெயின் வால்வை மூடிவிட்டோமா? அவர் முதல் மாடியில் டேங்க்கிலிருந்து தண்ணீர் வெளிவரும் பைப் லைனில் பொருத்தப்பட்ட, வால்வைச் செக் செய்து பார்த்து விடலாம் என்று மாடிக்குச் சென்றார்.

வால்வ் திறந்துதான் இருந்தது. அப்படியே மொட்டைமாடிக்குச் சென்று, அங்கிருந்து டேங்க்குக்குப், பத்திரமாக ஏணியில் ஏறிச்சென்று டேங்க்கைத் திறந்து எட்டிப் பார்த்தவர் திகைத்துப் போனார். உள்ளே சொட்டுத் தண்ணீர்கூட இல்லை. டேங்க் இருந்த பகுதியிலிருந்து எட்டிக், கீழே பார்த்தார். கீழே தோட்டத்தின் பகுதியில் நிறைய தண்ணீர் குளம் கட்டியிருந்தது.

அவர் யோசனையோடு கீழே வந்து சம்ப் மூடியைத் தூக்கி உள்ளே பார்த்தார். சம்ப்பும் காலியாக இருந்ததைத் கண்டு அதிர்ந்து போனார். அவசரத்துக்கு மோட்டார் போட்டாலும் அரை பக்கெட் நிறைவதற்குள் காற்று இறங்குமளவுக்கு நிலத்தடி நீர் வெகுவாகக் குறைந் திருந்தது. விட்டுவிட்டு மோட்டார் போட்டால் இரண்டு பேர் குளிக்கலாம். அதற்கே ஒரு மணி நேரமாகும். லாரி தண்ணீர் வாங்கி சம்ப்பிலும் மாடி டேங்க்கிலும் ஏற்றித்தான் தண்ணீர் கஷ்டத்தைச் சமாளிக்கிறார்கள். தண்ணீரை வீணடிக்காமல் பார்த்துப் பார்த்துதான் செலவழிக்கிறார்கள். அப்படியிருக்க... அவ்வளவு தண்ணீரும் எங்கேதான் போயிற்று?

அவர் வீட்டைச் சுற்றி வந்தார். தோட்டத்தில் குளம் கட்டியிருந்த தண்ணீரைப் பார்த்தார். வீட்டைச் சுற்றியிருந்த நடைமேடைகளில் சேறும் சகதியுமாக வாசல்வரை நிறைய பாதச்சுவடுகள். அவர் அவற்றையே வெறித்துப் பார்த்தார். வீட்டுக்குள் வைத்துப் பூட்டியிருந்த தோட்டத்துக்கு நீர் பாய்ச்சும் மிக நீண்ட தண்ணீர் பைப் மோட்டார் அறைக்கருகில் சேறும் சகதியுமாகச் சுருண்டு கிடந்தது.

வீட்டில் களவு போனது என்னவென்பது அவருக்குப் புரிந்துவிட்டது. சிறிய மோட்டாரில் ஹோஸ்பைப்பை இணைத்து அவ்வளவு தண்ணீரையும் களவாடத்தான் வீட்டுக்கதவையும் உடைத்திருக்கிறார்கள். ஊருக்குக் கிளம்புவதற்கு முதல் நாள் லாரி தண்ணீர் நிரப்பியது தெரிந்த யாரோ சிலரின் வேலைதான் இது.

அநேகமாக எல்லோர் வீட்டுக்குமே தண்ணீர் லாரிகள் வருவது சகஜமென்பதால் அக்கம்பக்கம் யாருக்கும் சந்தேகம் ஏற்படாமல் கச்சிதமாக, திறமையாகக் காரியம் முடித்திருக்கிறார்கள். யார் அவர்கள்? எதற்கு? ஒருவேளை இங்குத் திருடி வேறு எங்கேனும் விற்றிருப்பார்களா? எதற்குப் பற்றாக் குறை அதிகரிக்கிறதோ, அதைக் குறிவைத்துக் களவாடிச் செல்வதற்கென்று சிலர் அலைவார்களோ? இதைப் போலீஸில் சொல்வதா, வேண்டாமா என்று யோசித்தபடியே பாக்கெட்டிலிருந்து மொபைலை எடுத்தார்.

"ஏங்க என்னதான் பண்றீங்க அங்கே?" பத்மா உள்ளிருந்து கத்தினாள்.

மகாதேவன் லாரி தண்ணீர் வாங்குவதற்கான நம்பரைத் தேடி அழுத்தி 'ஹலோ' என்றார்.

62

அரியமலர்

ப.சிவகாமி

ப. சிவகாமி
(1957)

ப.சிவகாமி, 1985 முதல் எழுதி வரும், குறிப்பிடத்தக்க தலித் எழுத்தாளர் ஆவார். ஐ ஏ எஸ் அதிகாரியான இவர், 29ஆண்டுகள் இந்திய ஆட்சிப் பணியில் பணியாற்றிய பின்பு, 2007 முதல் முழு நேர அரசியல்வாதியாக விளங்கி வருகிறார்; சிறுகதை, நாவல், கட்டுரை, விமர்சனம் என்று இவரது இலக்கியப் பணி விரிந்து பரந்தது; ஆறு நாவல்கள், 70-க்கும் மேற்பட்ட சிறுகதைகள் எழுதியுள்ளார்; 1995 முதல் 'புதிய கோடாங்கி' என்ற தலித் மாத இதழில் சமூகம், அரசியல் சார்ந்த கட்டுரைகளை எழுதி வருகிறார்.

பொழுது புலர்ந்த பின்பாவது உறக்கம் வரும் என்று நினைத்தது பொய்யாகிவிட்டது. உறக்கமின்மையால் தலை வலிக்க ஆரம்பித்தது. சரியாக எட்டு மணிக்கெல்லாம் நர்மதா வந்து விடுவாள். அதற்குள் தயாராக வேண்டும் நான்.

வெய்யில் படிப்படியாகக் குறைந்துகொண்டே வந்து மழைக்காலம் துவக்கம் கண்டிருக்கிறது. அதிலும் ஷிமோகாவில் சொல்ல வேண்டுமா? தீர்த்தஹள்ளி, சொரபா எல்லைகளில் உயர்ந்திருந்த ஹியாத்திரி மலைத்தொடர், ஜூன் தொடக்கத்திலே மேகங்களை மறித்து மழையைப் பிழிந்து விடுகிறது. சென்ற மழைக்காலத்தில் பட்கல் சமுத்திரம் உப்பங்கழியை நிறைத்து ஊருக்குக் கொண்டுவந்து விட்டது வெள்ளத்தை!

சற்று நேரமாவது காலை நேரத்தில் உலாவச் செல்லலாம் என நினைத்து தோட்டத்துக்குச் சென்றேன். கால மாற்றம் காலரா, தொற்று இவற்றுடன் ஜூரம், தலைவலி எனக் கொண்டுவந்துவிடுகிறது. எனக்கு வந்திருந்தது கடும் ஜலதோஷம்.

தோட்டத்தை மிதித்ததுமே அடுக்கடுக்கான தும்மல்கள். தோட்டத்தில் மழைக்கு எழும்பிய சிறு கறுப்புப் பூச்சிகள் மூக்கிலும் புகுந்துவிட்டன. குல்முகர் மலர்கள் இரவு மழையில் நைந்து செருப்புக்களின் கீழ் வருக்கி அரைபட்டன. இப்படியாக என்னுடைய மழைக்

காலத்தை நான் பதிவு செய்தேன்.

நான் அடிக்கடி பயணம் செய்பவள்தான். மிஞ்சிப் போனால் மூன்றாம் நாள் வீடு திரும்புகிற மாதிரி என் பயணத்தை அமைத்துக் கொள்வேன். ஆனால் இந்தப் பயணத்திட்டம் என் கையிலிருக்கவில்லை. ஏறக்குறைய ஒரு மாத காலம் முக்கியமான அலுவல் காரணமாக வந்திருந்தேன். பல இடங்கள் சுற்றியலைந்து விசாரணைகள் நடத்த வேண்டியிருந்தது. என் அலுவலகப் பணியின் முக்கியத்துவம் காரணமாகவும், கன்னட மொழி தெரியாததாலும் நர்மதா என்னும் அதிகாரியை எனக்குத் தொடர்பு அதிகாரியாக நியமித்திருந்தார்கள். அவள் மாவட்டப் பஞ்சாயத்து அலுவலகத்தின் முக்கியப் பொறுப்பில் இருந்தாள்.

நர்மதா இளமையில் கவர்ச்சியாக இருந்திருக்க வேண்டும். இப்போதுகூட இனிமையான ரஸ்பூரிப் பழம் போல செழிப்பாகத் தெரிந்தாள். இடுப்பின் வனப்பு சேலை மறைப்பிலும் பளிச்சிட்டது. பொடி மூக்குத்தி ஒன்று படர்ந்த முகத்தில் பிரகாசித்து ஒளியூட்டியது. அவள் என்னுடன் பழகிய விதம் அலாதியானது. என்னை மதிப்பது தன்னுடைய கடமை என்பதையும், உண்மையில் அவள் என்னை மதிக்கவில்லை என்பதையும் எனக்கு உணர்த்தியவாறிருந்தாள். இது என்னுடைய குறைபாடா அல்லது அவளுடையதா என்று எனக்கு திட்டவட்டமாகச் சொல்ல முடியவில்லை.

நான் அமெரிக்க மக்கள் வரலாறு குறித்த ஆங்கில நூலை பயணத்தின்போது படிக்கப் பிரித்தேன். இங்கே கொடுங்கள் என்று வாங்கியவள் சற்று நேரம் அதில் கண்ணை ஓட்டிவிட்டு “நீங்கள் பழகுவதற்கு மிகவும் எளிமையானவர்கள்” என்றாள் ஆங்கிலத்தில். நான் கொடுத்த அந்தப் புத்தகம் அந்தச் செய்தியைத் தெரிவித்ததா என்று கேட்க நினைத்த நான், “அதிகாரி என்பது அலுவலகத்தில்தான். மீதி நேரங்களில் சக அலுவலர்களோடு பழகுவது சாத்தியம்தான்” என்றேன்.

“ஆனால் பெரும்பாலானோர் அப்படியில்லையே. அது ஏன்?”

அவளது கேள்வி முகத்துதி போலிருக்கவே நான் எனது புத்தகத்தில் மூழ்கினேன்.

“உங்களோடு படித்த திம்மப்பா இங்கே வேலையாய் இருந்தப்போ எங்கே போகவேண்டும் என்றாலும் என்னைத்தான் அழைப்பார்”

எனக்குள் திம்மப்பாவின் நினைவு பனிமூட்டம் போல் கவிந்தது. அவன் என் சிநேகிதி ஒருத்தியைச் சுற்றி வந்துகொண்டிருந்த நாட்கள் அவை. அவள் கவிதை முயற்சியில் ஈடுபட்டிருந்தாள். திம்மப்பாகூட சிறுகதை எழுதுவானாம். “அதே கண்கள்” என்ற அவனது சிறுகதையில், நான்தான் கதாநாயகி என்று பெருமையுடன் சொன்னாள் சிநேகிதி. கெட்டிக்காரன் புளுகு எட்டு நாளைக்குக் கூடத் தாங்காது என்பார்களே, அடுத்த நாளே அக்கன்னடக் கதையைப் படித்த ஒருவன் இது பிரபல எழுத்தாளர் ஒருவர் எழுதியது என்று போட்டுடைத்தான். அவன் மேலும் சில தகவல்களைப் போகிற போக்கில் விசிறியெறிந்தான். திம்மப்பா மூன்று பெண் குழந்தைகளுக்குத் தகப்பன். இதற்கிடையில் லண்டன் படிக்கச் சென்றபோது அங்குப் பிலிப்பைன் நாட்டுக்காரியை மணந்து அவள் செலவில் படிப்பை முடித்து விட்டு, கையோடு விவாகரத்தும் கொடுத்துவிட்டு வந்தவன்.

இத்தகவல்கள் என் சிநேகிதியை அதிர்ச்சிக்குள்ளாக்கியது.

“திம்மப்பா சார் எந்த ஊருக்குச் சென்றாலும் தன் மனைவி மக்களை அழைத்துச் செல்வதில்லை” என்ற தகவலை நான் நர்மதா மூலம் அறிந்துகொண்டு வாளாவிருந்தேன்.

பேடிகே எனும் இப்பகுதிகளில்

பிரசித்தமான சிவப்பு மிளகாய் பற்றி சொல்லிக்கொண்டு வந்தாள். "இதில் காரமில்லை, லேசான இனிப்பு உண்டு. உணவுக்கு இயற்கையான நிறத்தை வழங்குவதோடு பசியையும் தூண்டவல்லது.'

அவள் ஊட்டச்சத்துப் பாடத்தைத் தனது உயர்கல்வியில் பயின்றவள் என்பதால் பெரும்பாலும் உணவு பற்றியும், அவற்றிலுள்ள ஊட்ட வகைகள் பற்றியும் பேசிக்கொண்டு வருகிறாள் என நான் நினைத்தபோது, "பிராமணர்கள் போஜனப் பிரியர்கள் அல்லவா" என்று தன் பேச்சுக்குத் தானே விளக்கமளித்தாள்.

ஷிமோகா தாண்டும் முன்னமே குறுக்கிட்டது ஷிவப்பா நாயக் அரண்மனை. பாவாடை போலொரு வேட்டி, வேலைப்பாடுள்ள சரிகை வைத்துத் தைக்கப்பட்ட குர்தா, தலைப்பாகை இத்தியாதியுடன் வெண்ணிற மீசையில் வயதான ஷிவப்பா காட்சியளித்தார். பாதுகாக்கப்பட்ட புகைப்படமொன்றில். ராஜாக்கள் எல்லோருமே ஏன் கோமாளிகள் போல் உடையணிந்திருக்கிறார்கள் என்று நிகழ்காலத்திலிருந்து நோட்டமிட்டேன். ஒரு காலத்தில் கொலை உபகரணங்களுடன் நெடிய நிலப்பரப்பை வளைத்துப் போட்டவன்தான் இந்த ஷிவப்பா. அதுகுறித்த ஓலைச்சுவடிகளைப் பார்வையிட்டபோது "அருகில்தான் வைஷ்ணவ கோவில், நான் ஏற்கனவே சொல்லி வைத்ததால் எல்லோரும் காத்திருக்கிறார்கள்" என்று நர்மதா, காதில் சிறு குரலில் ஒலித்தாள். நான் கேள்வியுடன் நிமிர்ந்த போது "பழம்பெரும் கோவில்" என்று வழிபாட்டுத் தலத்துக்கு விசேடம் கற்பித்தாள்.

பாதி சிரைத்துக் குடுமியுடன் கூடிய புரோகிதர்கள் சம்ஸ்கிருத ப்ரார்த்தனைகளைச் சத்தம்போட்டு உச்சரித்துக் கல்லுக்கு அலங்காரம் செய்து பொம்மை விளையாட்டில் ஈடுபட்டிருந்தனர். பழைமையே புனிதம் என்றால் வேதமும் புனிதம்தான். வேதங்களின் மகிமை பழைமையன்றி வேறென்ன என்று நினைக்கத் தலைப்பட்டு, பழைமை என்ற மாயையிலிருந்து விடுபடுவது குறித்து எனக்குள்ளாகக் கேள்விகள் எழுந்தன.

தீபத்தட்டில் தாராளமாக ஒரு நூறு ரூபாயை விசிறியெறிந்தாள் நர்மதா. 'துளசி தீர்த்தம் இது' என்று அதில் கைகழுவிய என்னிடம் உரைத்தாள்.

"இனி நமது பயணங்களில் வழிபாட்டுத் தலங்களை, குறிப்பாகக் கலை நுணுக்கமற்ற கோவில்களைத் தவிர்க்கலாம்" என்றேன் அவளிடம்.

அப்படியும் அவள் அழகான காளைகளும் பசுக்களும் நிறைந்த கோசாலாவுக்கு இட்டுச் சென்று விட்டாள். வெளிநாட்டு மாடுகள், கிராஸுகள் இவற்றை விஞ்சிவிடும் பெரிய நாட்டு மாடுகள் ராஜஸ்தானிலிருந்து தருவிக்கப்பட்டிருக்கின்றன என்று கூறி என்னை வென்று விட்டாள் நர்மதா.

மகாநந்தி என்ற மிகப்பெரிய காளை கார்வண்ணத்தில் மினுமினுத்தவாறு நின்றிருந்தது. உயர்ந்திருந்த அதன் திமில் வனப்புடன் விளங்கியது. இன்னும் பல்வேறு ரக காளைகள், பசுக்கள்.

கோசாலாவின் அருகிலேயே மாடுகளைப் போலவே பெரிதான கண்கள் கொண்ட இளம் மடாதிபதி இளங்கன்றுக் குட்டியை வருடிக் கொடுப்பதுபோல் ஒரு பெரிய தட்டி வைக்கப்பட்டிருந்தது. அதன் மூலையில் உள்ளூர் எம்.எல்.ஏ.-வின் போட்டோ கட்டம் கட்டி வைக்கப்பட்டிருந்தது.

நமது பெருமைகளை நாமே சொல்லிக் கொள்ளவில்லையென்றால் அது யாருக்கும் தெரியாமல் போய் விடும் என்ற அச்சம் யாரை விட்டது?

பசு மூத்திரத்தில் செய்த பற்பொடி

என்று முகப்பில் விற்பனை செய்துகொண்டிருந்தார்கள். அதை நான் வாங்கிக் கொண்டேன்.

"இவ்வளவு தூரம் வந்த உங்களை மடத்தின் அதிபர் பார்க்க விரும்புகிறார்" நர்மதா தயங்கியவாறு சொன்னாள்.

நாங்கள் விசாலமான அறையில் சில நிமிடங்கள் காத்திருக்கும்படிச் செய்யப்பட்டோம். அறைக்கு வெளியே பலதரப்பட்ட மனிதர்கள் காத்துக் கிடந்தார்கள். வந்ததுமே உள்ளே சென்றுவிட்ட எங்களைப் பார்த்துக் குமைகிறார்களோ?

சற்று நேரத்தில வெள்ளியிலான கைப்பிடிக் கொண்ட சாமரம் மற்றும் சிறிய வெள்ளிக் குடத்துடன் காவியுடை இளைஞன் ஒருவன் தோன்றி "வர்றார்... வர்றார்.." என்று அறிவித்தபடி வந்தான். உடனே நர்மதா உள்ளிட்ட அனைவரும் தடால் மடால் என எழுந்து நின்றார்கள். ஓய்வுபெற்ற காவல்துறைத் தலைவர்தான் மடாதிபதிக்கு உதவியாக அமர்த்தப்பட்ட நிர்வாகி. இரண்டு மாதத்திற்கு முன்பாகத்தான் ஓய்வு பெற்றார். மூலையில் வெற்றுடம்பில் பூணூல் தெரிய கைகட்டி நின்றிருந்த உடைசலான ஒரு உருவத்தைச் சுட்டிக் காட்டினாள் நர்மதா.

புலித்தோல் போர்த்திய பசு, பசுத்தோல் போர்த்திய புலி. ஓய்வு பெறுவதற்கு முன்பும் - பின்பும் என்ற சமனங்களைப்பற்றிக் கற்பனை செய்தேன் நான்.

ஏன் இப்படியெல்லாம் சிந்திக்க வேண்டும்? ஓய்வுக்குப் பின் ராமா, கிருஷ்ணா என்று கடவுள் சேவை அல்லது பிழைப்பு உபாயம் என்றோ ஏன் நினைக்கத் தோன்றவில்லை.

மடாதிபதி குண்டுகுண்டுவென உருண்டு வந்தார். சம்மணமிட்டு அமர்ந்திருந்த என்னை இன்னார் என அறிமுகப்படுத்தினார் ஓய்வு பெற்ற காவல் துறைத்தலைவர்.

"எங்கிருந்தோ வந்து, அடர்ந்த காட்டுக்குள் உள்ள சிறுகுடிலைத் தேடி வந்தது நீங்கள் செய்த யோகம்"

யோகம் என்ற வார்த்தையை விளக்கிச் சொல்ல ஆரம்பித்த 'ஓய்வை' எனக்குத் தெரியும் எனத் தடுத்தேன்.

இருட்டு மஞ்சளில், அரக்குக் கட்டங்கள் விரிந்த மெலிதான சரிகையிட்ட பட்டுப் புடவையை எனக்குத் தந்தார் மடாதிபதி. இலவசப் புடவை பெற்றுக்கொள்ளும் ஏழை கிராமவாசியின் மனநிலையிலில்லாத நான் தயங்கினேன்.

"இது சிலருக்கு மட்டுமே தரப்படும் அரியவகை பிரசாதம்" என ஊக்கப்படுத்தினார் ஓய்வு.

"இருந்து எங்களது எளிய விருந்துபசாரத்தை ஏற்றுக் கொண்டுதான் போகவேண்டும்."

"இல்லை, நேரமில்லை"

"சரி, தாகசாந்தியாவது செய்து கொள்ளுங்கள்"

நன்கு பழுத்த ரஸவாளி வாழை, பசும்பால், முந்திரிப்பருப்பு, உலர்ந்த திராட்சை வழங்கப்பட்டன.

வெளியே வந்தபோது மடத்துக்குச் சொந்தமான இருநூற்றி ஐம்பது ஏக்கரில் பாக்குத் தோட்டம் விரிந்திருந்தது. கருத்த மேனியர் பலர் அதில் வேலை செய்து கொண்டிருந்தனர்.

"மனிதர்கள், மனிதர்கள் காலில் விழுவது ஏற்புடையதல்ல" நான் சுயவிளக்கம் அளித்தேன்.

"அவர் எங்கள் குலத்தின் குரு. அதனால் அது எங்களுக்கு ஏற்புடையது" நர்மதா பதிலிறுத்தாள்.

"மடத்துக்குச் சொந்தமான இரண்டாயிரம் ஏக்கர் நிலம்

பறிக்கப்பட்டுவிட்டது. மிருகங்களுக்கு இந்த உலகில் இடமில்லாமல் போய்விட்டது. பசுக்கள் மாமிசத்திற்காகக் கொல்லப்படுகின்றன. மனிதன் இயற்கையை நேசிக்கவில்லை."

நர்மதா அவ்வப்போது தனது கருத்தாகச் சிலவற்றைச் சொல்லிக்கொண்டு வந்தாள்.

தீர்த்தஹள்ளி நெருங்கியபோது சூரியன் மேற்கில் பாக்குத் தோட்டங்களில் சரிந்து கொண்டிருந்தான். பிரசாதங்களை ருசி பார்க்காத என் நாவு குறித்து எவ்வித அக்கறையின்றி வண்டி மிக மெதுவாகச் சரிவுகளில் வளைந்து சென்று கொண்டிருந்தது.

தீர்த்தஹள்ளி ஒரு சிறிய நகரம் தான். நகரம் தாண்டி காடுகளின் நடுவில் இருந்த சிறு விருந்தினர் இல்லத்தில் எங்களுக்கு உணவு தயாராக இருந்தது.

அப்பளம்போல் காய்ந்த சப்பாத்திகளை, ஆறிப்போன வெண்டைக்காய் வதக்கலில் தொட்டுக் கொண்டு சாப்பிட்டோம்.

"இப்பகுதியில் உள்ளவர்கள் பீஃப் உண்பதில்லையா?" எனது கேள்வியைத் திடுக்கிட்டவள்போல் இன்னொரு முறை உறுதிசெய்து கொண்டாள் நர்மதா.

"விருந்தினர் இல்லத்தில் இதுவெல்லாம் சமைப்பதில்லை" என்றார் பரிமாறிக்கொண்டிருந்த சமையற்காரர்.

உணவுக்குப் பிறகு விசாரணைகளை மேற்கொண்டேன். குறுக்குக் கேள்விகள் நுணுக்கமாக இருந்ததாக என் எண்ணம். முடிவதற்கு மாலை ஆறு மணியாகிவிட்டது.

"தாவணகெரே வாயில் புடவைகள் விசேஷமானவை. இப்போது அவ்வாலைகள் மூடப்பட்டு விட்டன. எல்லாம் உலகமயத்தின் விளைவு" ஷிமோகா நோக்கிய பயணத்தின்போது பேச்சைத் தொடர்ந்தாள் நர்மதா.

"தமிழ்நாட்டிலும் நெசவாலைகளின் நிலை இதுதான்"

"நான் பட்டு அல்லது பருத்தி இரண்டில் ஏதாவதொன்றுதான் உடுக்கிறேன். இப்போதெல்லாம் பாலியெஸ்டர் மற்றும் சிந்தடிக் புடவைகள் விலை சரிந்து விட்டது. ஆபீஸில் ப்யூன் முதல் கிளார்க்குகள் வரை விதவிதமான சிந்தடிக் புடவைகளை அணிகிறார்கள். அதனால்தான் மாறிக்கொண்டேன் பட்டுக்கும் பருத்திக்கும்."

அடையாளத்தைத் தக்கவைத்து உயர்வு கற்பிக்க ஒரு சமூகமும், அடையாளத்தை இழந்து சமமாகிச் சங்கமமாகிவிடத் துடிக்கும் இன்னொரு சமூகம் பற்றியும் இயல்பாகச் சிந்திக்கத் துவங்கினேன்.

சமீபத்தில் ஒரு பிராமணப் பெண்ணின் இல்லத்துக்குச் சென்றிருந்தேன். எனக்குப் பீங்கான் கிண்ணத்திலும், என்னுடன் இருந்த பிராமண விருந்தாளிக்கு எவர்சில்வர் டபரா செட்டிலும் காபி வழங்கப்பட்டது. அந்நிகழ்வு நர்மதாவின் கூற்றுக்குப் பிறகு தனி கவனம் பெற்றது.

இரவு முழுதும் புரண்டு கொண்டிருந்தேன். தொலைக்காட்சிப் பெட்டியோ, படிக்க எடுத்துச் சென்றிருந்த புத்தகங்களோ என் கவனத்தைப் பெறவில்லை. ஓயாமல் இருமிக்கொண்டும் மூக்கைச் சிந்திக் கொண்டுமிருந்தேன்.

அடுத்த நாள் சாகர் நோக்கி பயணப்பட்டோம். நீரலங்காரம் செய்த காட்டுப் பூக்கள் நிரம்பிய வனம் வழியே வண்டி விரைந்தபோது, தூக்கம் அள்ளிக்கொண்டு போனது. மூக்கு அடைபட்டிருந்ததால் தூக்கத்தில் வாய் பிளந்து கொண்டது. காற்றுத் தொண்டையை வறளச் செய்ததும் இருமல் தொடங்கியது.

"உங்களுக்கு உடல்நலமில்லை. சாகர் சென்று சேர்ந்ததும் டாக்டரை அழைக்கட்டுமா?" நர்மதா பரிவுடன் கேட்டாள்.

"சாதாரணமான ஜலதோஷம்தான் சரியாகப் போய்விடும். டாக்டர் வேண்டாம்."

"வயதாக ஆக மரக்கறி உணவுக்கு மாறி வருகின்றனர் பலரும். மரக்கறி உணவுதான் எப்போதும் சிறந்தது" என் உடல்நிலையைக் கருத்தில் கொண்டு சொன்னாள் நர்மதா.

"ஜீரணிப்பது கடினம் என்பதால் சிவப்பு மாமிசம் தவிர்ப்பது நல்லது என்கிறார்கள். ஆனால் மீன், சத்து மிகுந்த எளிதில் ஜீரணம் ஆகக் கூடிய உணவு. கொழுப்பில்லாத மாமிச சூப்புகள் அருந்தலாம். வயதாக ஆக, மாமிச உணவை மட்டுமா நிறுத்தச் சொல்கிறார்கள்? நெய், பாலாடை, கொழுப்புச் சத்து நிறைந்த வனஸ்பதியால் செய்யப்பட்ட மரக்கறி உணவு வகைகள், சர்க்கரை-ஸ்வீட் வகைகள், வாயுத்தொல்லை தரக்கூடிய வாழைக்காய், உருளைக் கிழங்கு, கொத்தவரைக்காய் போன்ற பலவற்றையும்தான்."

என்னுடைய இந்தப் பதிலை ஏற்றுக் கொள்ளாமல் தலையை இந்தப் பக்கமும் அந்தப் பக்கமும் ஆட்டிக் கொண்டிருந்தோம். அடைபட்ட மூக்கிலும் தாழம்பூ வாசம் வந்தடைந்தபோது இங்கே தாழம்பூ இருக்கிறதா என்று வினவாமல் இருக்க முடியவில்லை என்னால். ஆம், சற்று தூரத்தில் இளமஞ்சள் மடல் விரித்திருந்தது தாழங்குத்து.

யூகங்கள் நிறைவேறுவதில் அலாதியான மகிழ்ச்சியுண்டு. வருங்காலத்தை முன்னறிவிப்பதில் யூகங்களின் பங்கு நிறைய உண்டு. தாழம் பூ வாசம் போல் எண்ண அலைகளும் காற்றில் மிதந்து கொண்டு தானே இருக்கின்றன. அவை மனம் எனும் புலனை அடையாமலா போய்விடும். பலவிதமான சிக்கல்கள் எழுந்து என்னை வளைத்தன. முயற்சி திருவினையாக்கும் என ஆறுதல் அடைந்தேன்.

மெகானே வந்ததும் நர்மதா கதை சொல்லத் துவங்கினாள் எனக்கு.

"பரசுராமரின் மனைவி ரேணுகாவை, இம்மலையில் வாழும் தலித்துகள் ரேணுக்கி அம்மன் என்கிறார்கள். ரேணுக்கி அம்மனை நிர்வாண கோலத்தில் வழிபடுவது சிறப்பு பூசை. இது மிக நெடுங்காலமாகவே நடந்து வருகிற ஒன்று. இதற்கு சமீபத்திய கர்நாடக தலித் இயக்கங்கள் எதிர்ப்புத் தெரிவித்துத் தடை செய்ய வேண்டும் என ஆர்ப்பாட்டம் நடத்தின. இந்த ஆர்ப் பாட்டத்திற்குப்பின் நடந்த நிர்வாண பூசையின்போது இம்மலைப் பிரதேசமே மக்கள் காடாகி விட்டது. சும்மா இருந்த சங்கை ஊதிக் கெடுத்தானாம் ஆண்டி"

"இப்பொழுதும் நடைபெறுகிறதா?"

"தலித் இயக்கங்களின் தொடர்ந்த சலசலப்பால் அது தடை செய்யப்பட்டுவிட்டது. ரகசியமாக நடத்துகிறார்களோ என்னவோ?"

தலித் இயக்கம் என்ற வார்த்தையைச் 'சாக்கடை' எனும் தொனியில் உச்சரிக்கிறாளோ எனச் சந்தேகம் ஏற்பட்டது எனக்கு.

திரும்பும் வழியில் அரிய தாவர வகையைக் கண்ணுற்றேன். முரட்டு மலைத்தாவரம் அது. பூமிப் பகுதியிலுள்ள சட்டி போன்ற கிழங்கிலிருந்து கண்ணாடி விரியன் போல வழுவழுப்பான தண்டு எழுந்து கொள்ள அதன் முனையில் உரித்த வெங்காய நிறத்தில் லிங்கம் போன்ற தண்டும் அதைச் சுற்றி இளம் ரோஸ் வண்ணத்தில் ஓரிதழ் பூவும். வண்டியின் ஓட்டுநர் எனக்காக அதைச் சிரமப்பட்டுப் பறித்தெடுத்தார். அதைப் பத்திரப்படுத்தி வைக்கச் செய்தேன்.

குவெம்பு இல்லத்தில் காலடி எடுத்து வைத்தபோது, மூன்று ஏக்கர் பசும் புல்வெளியை விசைத்திருகில் சீராகத் தண்ணீர் சிதறி நனைத்துக் கொண்டிருந்தது.

சிவப்பு ஓடுகள் வேய்ந்த இரண்டடுக்கு உயரம் கொண்ட பழங்காலத்து மாளிகை. ஷிவப்பா நாயக் அரண்மனையைவிடப் பெரிது. எழுத்தாளர் குவெம்புவின் பரம்பரைச் சொத்து. பின்னால் ஐம்பது ஏக்கரில் பச்சையான பாக்குத் தோட்டம். அதுவும் அவருடையதே! கலை உணர்வுடன் தேக்குமரத்தில் இழைக்கப்பட்ட பல்லக்கு, குதிரைலாயம், பெரிய வெந்நீர்க் குளிப்பறை இவை அவரின் மூதாதையர் பெருமையைச் சொல்லிக்கொண்டிருந்தன. மாளிகை உள்ளே பார்வையாளர்களின் காதுகளைத் தணித்தது இதமான கர்நாடக இசை. படுக்கையறை, குவெம்புவின் படிப்பறை எனச் சுற்றிவர அரை மணி நேரமாகியது. குவெம்பு மியூசியத்தில் அவரது தலைமுடி முதல் பாதரட்சை ஈறாக பாதுகாக்கப்பட்டிருந்தது. சிறுவயது முதல் பிணமானது வரை உள்ள எத்தனையோ நிழற்படங்கள்! இறுதிக் காலத்தில் அரசு செலவில் மைசூரிலிருந்து இங்கே ஹெலிகாப்டரில் அவர் கொண்டுவரப்பட்டது கூட பதிவாகியிருந்தது. அவர் மைசூர் பல்கலைக்கழக துணைவேந்தராக இருந்தார். இப்போது அவரது மகன் பூரண சந்திர தேஜஸ்வி அப்பல்கலைக் கழகத்தில் பேராசிரியர். அவர் எடுத்த பல்வகையான பறவைப் படங்களில் அப்பா குவெம்புவின் கவிதை வரிகள்!

மாளிகைக்குச் சில கல் தொலைவிலே கவிஷைலா. அங்கு நவீன பாணியில் கருங்கற்கள் அடுக்கி வைக்கப்பட்டிருந்தன. “எப்போதெல்லாம் எழுதவேண்டும் என்று தோன்றுகிறதோ, அப்போதெல்லாம் இந்த மலைப்பாறைக்கு வந்து பரந்திருக்கும் வனத்தைப் பார்ப்பார். அப்படி எழுந்ததுதான் இராமாயண தரிசனம்.” இராமாயண தரிசனம் பற்றிய கர்ண பரம்பரைக் கதைகள் இவ்வாறு என்னை நோக்கி எறியப்பட்டன. நர்மதா இவற்றையெல்லாம் வன்மமான வர்ணனைகளில் விவரித்துக் கொண்டிருப்பதாகப்பட்டது.

யானை இருந்தாலும், இறந்தாலும் ஆயிரம் பொன் என்ற பழமொழி ஞாபகத்திற்கு வந்தது. யானையா, பூனையா என்று குயுக்தியாகவும் தோன்றாமலில்லை. காரணம் நான் குவெம்புவைப் படித்ததில்லை.

நாங்கள் ஷிமோகா திரும்பியபோது, என்னை வரவேற்க கிட்டான் நின்றிருந்தார். அவரும் என்னைப் போன்ற அதிகாரிதான். காற்சட்டை, பனியன் இவற்றுடன் உலாவச் செல்ல தயாராக இருந்தார். ஒரு கப் தேநீருடன் சம்பிரதாயமாக அறிமுகமாகிக்கொண்டு என் அறைக்குள் நுழைந்தேன்.

அடுத்த நாள் வேலைத்திட்டம், அன்று கொண்டு வந்த குறிப்புகளைக்கொண்டு விசாரணை அறிக்கையைத் தயார் செய்வது குறித்து நர்மதாவிடம் உரையாடிக் கொண்டிருந்தேன்.

“சிட்டானைப் பார்த்தால் என்னுடைய பழைய அலுவலகத் தலைவர்தான் ஞாபகத்திற்கு வருகிறார். உங்களுக்குத் தெரியுமா, கிட்டான் வேலை ஒன்றும் செய்வதில்லை. வண்டியை எடுத்துக்கொண்டு பெங்களூர் வரை சென்று நண்பர்களுடன் தண்ணி போட்டுக் கொண்டிருந்ததாக இங்கே பேசிக் கொண்டார்கள். என்னுடைய பழைய அதிகாரி ஒரு எஸ்ஸி. சினிமாவில் வேறு நடித்தார். அதிகாரியாக இருந்துகொண்டு சினிமாவில் நடிக்கலாமா? எங்களைப் போன்ற பெண்கள் எப்படிக் கோப்புகளை எடுத்துச்சென்று கையெழுத்து வாங்குவது, ஒரே இன்டீஸன்ட் பிகேவியர்! பார்த்தாலே ஒரு மாதிரி இன்டீஸன்டா இருப்பார். ஒருமுறை ஒரு கோப்பில் கையெழுத்து வாங்கச் சென்றிருந்தேன். உடம்பெல்லாம் எண்ணெயைத் தடவிண்டு நிக்கிறார் ரவுடி கணக்காக!”

“எங்கள் ஊரில் கூட சினிமாவில்

நடித்தவர்கள், நடிப்பவர்கள் முதலமைச்சராகவும், மக்கள் பிரதிநிதிகளாகவும் இருக்கிறார்கள். எல்லோரும்கைகட்டி வாய்பொத்தித்தானே நிற்கிறோம். இந்தியா முழுவதும் இப்படி நடக்கத்தானே செய்கிறது? சினிமாவில் நடிப்பது தகுதிக் குறைவு என்று யாரும் நினைப்பதில்லையே?"

"அதில்லம்மா. சினிமாவில் நடிக்கட்டும். ஆனால் பார்த்தாலே இன்டீஸன்டா இருக்கறதுதான். அதை எப்படிச் சொல்றதுன்னுதான் தெரியவில்லை."

இப்படி வெளியில் சொல்ல முடியாத வியாதி எதுவாயிருக்கும். நடிகன், அநாகரிகம் இவற்றுக்கு முன்னதாக அவர் தாழ்த்தப்பட்ட வகுப்பைச் சேர்ந்தவர் என்ற முன்னுரை எனக்கு அந்த வியாதியின் தன்மையைப் புரிய வைத்தது.

அவள் எனக்கு ஜலதோஷத்திற்கான மருந்து வகைகளை மருத்துவரிடமிருந்து வாங்கிக் கொடுத்து விட்டு, விரைவில் குணமடைய பிரார்த்தித்துக் கொள்வதாகக் கூறி வெளியேறினாள்.

இரவு பாலும் வாழைப்பழமும் போதுமெனக் கூறியதும், அங்குச் சமையற்காரராயிருந்த பட்டர், நல்ல மிளகு சூப் வைத்துத் தருவதாகக் கூறினார். இதைக் கூறுவதற்குள் நெஞ்சுக்குள் கரகரவென்றிருந்த கோழை அவரை ஒரு வழி பண்ணிவிட்டது. பட்டரே, உடம்பைக் கவனித்துக் கொள்ளுங்கள் எனக் கூற நினைத்தேன். நரம்பு போன்ற அவருடைய உடம்பில் அது எத்தனை காலம் வாசம் செய்கிறதோ என்ற எண்ணம் என்னைத் தடுத்தது.

நான் காரமான சூப்பை அருந்தி தடுமத்தை கண், மூக்கு வழியாக வெளியேற்றி, சிரமப்பட்டுக் கொண்டிருந்தபோது என் அறைக் கதவு தட்டப்பட்டது.

உடம்பு சரியில்லையாமே எனப் பரிவுடன் கேட்டுக் கொண்டு நுழைந்தார் கிட்டான்.

"என்ன இருந்தாலும் எனக்கு மூத்த அதிகாரியல்லவா நீங்கள்? உங்களை விசாரிக்காவிட்டால் அதுவே பெரிய விவகாரம் ஆகி விடுமல்லவா?" கூடவே அவர் என்னைக் கிண்டல் செய்தார்.

"மூத்த அதிகாரியாக இருப்பது அவ்வளவு பெரிய பாவமா என்ன, வயதாகி விட்டது. அதுதான்"

"நோ, நோ... என்னைவிட உங்களுக்கு வயது குறைவாகத்தான் இருக்கும்" என்று தன் வயதை ஐம்பத்தியிரண்டு எனக் குறிப்பிட்டார்.

நாங்கள் சற்று நேரம் உலக வழக்கங்களைப் பற்றிப் பேசிக் கொண்டிருந்தோம்.

அவர் வாழும் வடகிழக்கு மாகாணங்களில் எப்படி அறியாமையும் வறுமையும் உள்ளது என்பதைப் பற்றிக் கூறிக்கொண்டிருந்தார்.

பன்றிக்கறி தின்னாமல் வாய் ஊறல் எடுக்கிறது என்று சப்புக் கொட்டினார்.

"நீங்கள் கடுமையாக உழைக்கிறீர்கள்?"

நான் மௌனமாக இருந்தேன்.

"நான் ஏழாவது முறையாக இம்மாதிரி வேலைகளுக்கு அனுப்பப்படுகிறேன். யாரும் விரும்பாத வேலை. ஊருக்கு இளைத்தவன் பிள்ளையார் கோயில் ஆண்டி கணக்காக எனக்கு இந்த வேலையைக் கொடுத்துத் துரத்தியிருக்கிறார்கள். அதனால் நான் வேலை செய்யப் போவதில்லை. அவ்வளவுதான்!"

"எனக்கு இம்மாதிரி ஊர் சுற்றப் பிடிக்கும். ஏனெனில் மனைவியின் தொல்லையிலிருந்து தப்பிக்கலாமல்லவா? எனினும் என் மனைவி இக்குறுகிய கால சுதந்திரத்தையும் அனுமதிப்பதில்லை.

அடிக்கடி செல்பேசியில் தொல்லை செய்கிறாள்."

அவர் முடிப்பதற்குள் அவரது செல்பேசி ஒலித்தது. இதோ மறுபடி அவள்தான் என்று கூறியவாறு பேசிக்கொண்டிருந்தார்.

பேசி முடித்தவுடன் "பைசா பெறாத விஷயம். எப்படி ஆரம்பிக்கிறாள் தெரியுமா பேச்சை! நாம் ஒழைச்ச பணம் கஷ்டப்பட்டுச் சம்பாதிச்சதுதானே? நான் ஆமாம் என்றேன். பிறகு எதற்குப் பக்கத்து வீட்டுக்காரி, நான்கு நாட்கள் நமது நாய்கள் சலிக்கத் தின்னக் கூடிய நாயுணவைத் (பெடிக்ரி) திருடிக் கொண்டாளாம். இதற்கு நான் என்ன பதில் சொல்ல முடியும். சரி, சரி. நான் அப்புறம் பேசுகிறேன் என்று கட் பண்ணி விட்டேன். அடடா. இந்தப் பெண்கள் இருக்கிறார்களே."

நாங்கள் எங்கள் வளர்ப்புப் பிராணிகள் பற்றிச் சந்தோஷத்துடன் சில செய்திகளைப் பரிமாறிக் கொண்டோம்.

"யாருக்காவது திருமணப் பரிசு அளிக்க வேண்டுமென்றால், ஒரு நாய்க்குட்டியைப் பரிசளிக்கலாம். திருமண வாழ்க்கை நீடிக்கிறதோ என்னவோ, நாயின் அன்பு நீடித்திருக்கும் என்பது உறுதி."

இப்படிப் பேசிக்கொண்டே போன விஷயம், அதிகாரிகளை நோக்கித் திரும்பியது.

"மூத்த அதிகாரிகள் அரசியல்வாதிகளின் வழியில் செல்வதைப் பார்த்து இளம் அதிகாரிகளும் பழகிக் கொள்ளுகிறார்கள்." ஏதோ ஒன்றைப் பேசுவதற்கு முகாந்திரமிட்டார் கிட்டான்.

"தாய் எட்டடி என்றால், குட்டி பதினாறடி அல்லவா?" நானும் பதிலுக்குச் சொன்னேன்.

"என்னைப் பன்சிலாலுடைய ஆள் என்றார்கள். பிறகு ஓம் பிரகாஷ் சௌதாலா வந்தவுடன் சௌதாலாவின் ஆள் என்றார்கள். என் மனைவியோ அவளுடைய ஆள் நான் என்றாள். ஆனால் ஐயோ, இத்தருணத்தில் நான் யாருடைய ஆளுமில்லாமல் அநாதையாகி விட்டேன்."

எனக்குச் சிரிப்பு வந்தது.

"ஆஹா... சிரித்துவிட்டீர்கள் கலகலவென்று. மூத்த அதிகாரி என்ற கரையை உடைத்து விட்டீர்கள்."

நான் மேலும் சிரித்தேன்.

"அது பயிற்சிக் காலம். எனது மூத்த அதிகாரி, பாவம் கடும் உழைப்பாளி. காலை ஆறுமணியிலிருந்து இரவு எட்டு மணி வரை வேலையில் மூழ்கியிருப்பான். ஆனால் பக்கா ஃப்யூடல். அவனுடைய வீட்டின் ஒரு பகுதி முகாம் அலுவலகமாக்கப்பட்டிருந்தது. இது வழக்கம்தான் இல்லையா? ஒரு விடுமுறை நாளில் சப்ராஸியை விட்டு, சப்ராஸி என்றால் தெரியும்தானே, அலுவலக சிப்பந்தியை விட்டு என்னை முகாம் அலுவலகத்திற்கு வரச் செய்தான். ஏன் ஒரு தொலைபேசி செய்தால் நான் வந்திருக்க மாட்டேனா என்ன? என்ன அவசரமோ என நான் அரக்கப்பரக்க ஓடி வந்தேன். என்னை அவன் முன்னால் உட்காத்திக்கொண்டு, யாரிடமோ தொலைபேசியில் பேசுகிறான். பேசிக்கொண்டேயிருக்கிறான். பிறகு கோப்புக்களைப் பிரித்து பரிசீலிக்கத் துவங்கிவிட்டான். என்னை எதற்கு அழைத்தான் என்பதே புரியாமல் நான் ஒரு மணி நேரம் உட்கார்ந்திருந்தேன். சற்றுநேரத்தில் இன்டர்காம் ஒலித்தது. எடுத்துப் பேசியவன் உள்ளே போவதற்கு எழுந்தான். உயர் அதிகாரி ஆயிற்றே, நானும் எழுந்தேன். சற்று நேரத்தில் திரும்பி வந்தான். அப்போதும் எழுந்தேன். சற்று நேரத்தில் மீண்டும் அழைப்பு வந்தது. எழுந்தான். நான் பேசாமல் அமர்ந்திருந்தேன். சிறிது நேரத்தில் உள்ளே சென்றவன் திரும்பினான். அப்போதும் நான் எழாமல் அமர்ந்திருந்ததைக் கவனித்தவன் ஹிந்தியில் சொன்னான்

இப்படி,

'ஆப் சீனியர் ஆபீசர் ஆத்தே ஹெ உட்டா கர்த்தா ஹெ'

எனக்கு ரத்தம் கொதிக்க ஆரம்பித்தது. எனினும் மௌனமாகத் தலை குனிந்தவாறிருந்தேன். மூன்றாம் முறையாக வந்த அழைப்பை ஏற்று உள்ளே சென்றபோது, நான் எழுந்திருக்காதது மட்டுமல்ல, ஸ்மோக் பண்ண ஆரம்பித்தேன். பாதி சிகரெட் புகைந்து கொண்டிருந்தபோது, அவன் உள்ளே நுழைந்தாலும், நான் முழுதும் புகைத்துவிட்டு சாம்பல் தட்டில் சிகரெட் நுனியை நசுக்கித் தேய்த்தேன். அவன் பெண்டாட்டி உள்ளுக்குள்ளிருந்து நூறு தடவை அழைப்பாள். அப்போதெல்லாம் எழுந்திருந்து நிற்க வேண்டுமா, சாலா, என்ன சொல்லுகிறான் இவன்?"

சாலா என்ற வார்த்தையை உபயோகித்ததற்காக என்னிடம் மன்னிப்புக் கேட்டுக் கொண்டு தொடர்ந்தான்.

"பிறகு அவன் என்ன செய்தான் தெரியுமா? 'கிட்டான், இனிமேல் எப்போதும் என் முன்னால் வராதே. உனக்குப் பயிற்சி தேவையில்லை. உன்னைப் பற்றி மோசமான ரிப்போர்ட் எழுதிவிடுவேன் என அஞ்ச வேண்டாம்' எனக் கூறினான். அதற்குப் பிறகு அவனிருக்கும் திசைப் பக்கம் நான் தலைகூட வைத்துப் படுக்கவில்லை. அவனும் தன் சொல்லைக் காப்பாற்றினான். நான் எதற்கு சொல்கிறேன் என்றால் அதிகாரிகள் நட்புடன் பழக வேண்டும். இரண்டு மூன்று வருடம் பிந்தி சேர்ந்தவர்களைச் சப்ராஸி போல் நடத்துவது எனக்குப் பிடிக்காது."

"ஆமாம். சப்ராஸியை எப்படி நடத்த வேண்டும்?"

அவன் சிரித்துக் கொண்டே "சப்ராஸியை சப்ராஸிபோல் நடத்த வேண்டும்" என்று சொல்லி இது ஜோக்குதான் என்று சேர்த்துக் கொண்டான்.

"ஒரு சில அதிகாரிகள் இன்னும் மோசம். நேர்மையாக இருக்கும் அதிகாரி அவர். இந்த நேர்மை பொல்லாத தலைகனத்தைக் கொடுத்திருந்தது. அவரைத் தவிர பிறர் எல்லோரும் ஊழல் பேர்வழிகள் என்பது அவரது கணிப்பு. அந்த ஆள் முதல்மந்திரிக்கு நெருக்கமாக இருந்தான்."

நான் குறுக்கிட்டு அதிசயமாக இருக்கிறதே என்றேன்

"அதிசயம் என்ன, ஊழலில் ஈடுபடாத அதிகாரியைப் பக்கத்தில் வைத்துக்கொண்டால் இன்னும் வசதியாகப் போயிற்று. சிந்தாமல் சிதறாமல் மொத்தமும் பைக்குள் வந்து விழுந்து விடுமல்லவா? அதிகாரிக்கும் மகிழ்ச்சிதான், தனது நேர்மை கௌரவிக்கப்பட்டதென."

"சரி சொல்லுங்கள்"

"அந்தாளைச் சொந்த விஷயம் கருதி பார்க்கப் போனேன். அந்தாள் ஒரு பிராமண எஸ்ஸி"

"எனக்குப் புரியவில்லை"

"அதாவது எஸ்ஸியாக இருந்துகொண்டு பிராமணனைப் போல் நடந்து கொள்வது. கேளுங்கள், நான் உள்ளே நுழைந்ததும் என்னை ஒரு ஆடு மாடைப் பார்ப்பதுபோல பார்த்தார். சில பேர் கைகுலுக்குகிறேன் என்று செத்த மீன் போன்று சம்பிரதாயத்திற்காக கை கொடுப்பார்கள். இவர் அம்மாதிரிகூட செய்யத் தயாராயில்லை. என்ன கிட்டான், என்ன விஷயம் என மஹா கித்தாப்போட என்னைக் கேட்டார். நான் ம்... என்று இழுத்து ஒன்றுமில்லை என முடித்து, அவரைத் தாண்டிக் கொண்டு போய் அங்கே அவரிடம் பேசிக்கொண்டிருந்த பரிச்சயமான இன்னொரு அதிகாரிக்குக் கைகொடுத்து விட்டு வெளியே வந்துவிட்டேன்."

"வடகிழக்கு மாகாணங்களிலிருந்து

வரும் பழங்குடி மக்களுக்கு முக்கிய பொறுப்பு தருவதில்லையா உங்கள் மாநிலத்தில்?" பொறுமையாகக் கேட்டுக் கொண்டிருந்த நான் கேட்டேன்.

"அப்படியெல்லாம் ஒன்றுமில்லை. எல்லாம் நாம் நடந்து கொள்வதிலிருக்கிறது. கை நீட்டத் தெரிந்தவனும், உயர் அதிகாரிக்குச் சலாம் போடத் தெரிந்தவனும் வாழ்கிறான் இந்த உலகில். எனக்கு அப்படிச் செய்யத் தெரியாது. மனந்திறந்து சொல்கிறேன். நான் வாழ்க்கையைச் சிக்கலில்லாமல் நிம்மதியாக ஓட்ட விரும்புகிறேன். வரிந்து கட்டிக்கொண்டு, போட்டிப் போட்டு வேலை செய்வதில் எனக்கு விருப்பமில்லை. அதனால் இப்போதிருக்கும் நிலை போதும்."

நான் மௌனமாக இருந்தேன்.

"நீங்கள் மணிப்பூர் வந்திருக்கிறீர்களா?"

"இல்லை"

"எங்கள் மாநிலம் அது. இன்னும் மக்கள் கல்வியறிவின்றி, போதிய அடிப்படை வசதிகளின்றி வாழ்கிறார்கள். எங்கள் ஊரில் ஜெயித்து வந்த எம்.எல்.ஏ. ஒருத்தர். படிப்பறிவில்லாதவர். வாழ்நாளில் நகரத்துக்கே வந்திராதவர். தலைநகருக்கு வந்தவர் எல்லோரும் தொலைபேசியில் பேசுவதைக் கவனித்தவர் அவரும் தனது நண்பருக்குத் தகவல் தெரிவிக்க வேண்டி, எழுந்து சென்று ரிசீவரைக் கையிலெடுத்து நம்பர் எதையும், சுழற்றாமல் 'நான் நாளைக்கு ஊருக்கு வந்து விடுவேன். அங்கு வந்து சந்திக்கிறேன்' என்று கூறி வைத்தார். கூட இருந்தவர் யாருக்குப் பேசினீர்கள் என்றதும், என் நண்பருக்கு என்றாராம். நண்பருக்குத் தொலைபேசி இருக்கிறதா, நம்பர் என்ன என்று கேட்டதும், பேஸ்து அடித்தமாதிரி விழித்திருக்கிறார். பிறகு, கூட இருந்தவர் தொலைபேசி விஷயத்தை விளக்கினார். அப்படிப்பட்ட கிராமப் பகுதியிலிருந்து வந்தவன் நான். எனக்கு இது போதும்."

விட்டால் இன்னும் மணிக்கணக்கில் பேசுவார். ஆனால் எனக்கோ அறிக்கை தயார்செய்ய வேண்டிய நிர்பந்தம். ஆகையால் அவரிடம் வருத்தம் தெரிவித்து வழியனுப்பி கதவைத் தாழிட்டேன்.

அறிக்கைகளைத் தயார்செய்து முடிக்கும்போது நடுநிசியாகியிருந்தது. விளக்கை அணைத்து படுக்கையில் விழுந்தபோது எங்கே அந்த அரிய வகைப் பூ என்ற வினா முளைத்தது.

63

அழிப்பு

பாமா

பாமா
(1958)

பள்ளியாசிரியரான பாமா ஒரு குறிப்பிடத்தகுந்த தலித் எழுத்தாளர். 1992ஆம் ஆண்டு, இவரது முதல் தன்வரலாற்று நாவாலான 'கருக்கு' வெளியாகி, அனைவரின் கவனத்தைப் பெற்றது. தொடர்ந்து மூன்று நாவல்களும், மூன்று சிறுகதைத் தொகுதிகளும் வெளியிட்டுள்ளார். இவரது படைப்புகள் ஆங்கிலம், பிரெஞ்சு மொழிகளில் மொழிபெயர்க்கப்பட்டுப் பெரும் வரவேற்பைப் பெற்றுள்ளன.

விடுஞ்சா கன்னியம்மாளுக்குக் கலியாணம். கன்னியம்மாளோட குடுசைல கலியாணத்துக்கான எந்த அடையாளமும் இல்ல. அவளும், அவுகம்மெ குருவம்மாளும் வழக்கம்போல குடுசைக்கு முன்னால குத்த வச்சுக்கிட்டு இருந்தாக. அக்கம்பக்கத்துல இருந்தவுங்க வந்து அங்ன ஒக்காந்து பேசிக்கிட்டு இருந்தாக. அவுக கேக்குறதுக்கெல்லாம் குருவம்மதான் வாதொறந்து பதுலு சொல்லிக்கிட்டு இருந்தா. கன்னியம்மா எப்பயும் போல அப்ராணியா ஒக்காந்திருந்தா. அவளுக்கு இப்ப இருவது ஆகுது. அவா சமஞ்சு இப்ப நாலு வருசம் ஆச்சு. இந்த நாலு வருசமா குருவம்மா பொலம்பிக்கிட்டேதான் கெடந்தா. அவாகூட சமஞ்ச பிள்ளைகள்ளாம் ஒரு வருசம், ரெண்டு வருசத்துல வாக்கப்பட்டுப் போயிருச்சுக. கன்னியம்மாளுக்கு மட்டும் கலியாணம் ஆகாமெ வீட்டுல கெடந்தா. அவாஒட்ட பிள்ளைகள்லாம் இப்ப கைல ஒருபிள்ளையும்,வகுத்துல ஒருபிள்ளையுமா இருக்காக. அவுகளப் பாக்கைல எல்லாம் குருவம்மாளுக்கு வகுத்தெருச்சலா இருக்கும்.

குருவம்மாவுக்குக் கலியாணம் ஆன மாசத்துலயே கன்னியம்மா வகுத்துல நின்னுட்டா. அவ புருசன் காளையனும் ரொம்ப சந்தோசப்பட்டான். ஆனா கன்னியம்மா பெறக்கமுன்னயே அந்தப் பிஞ்சு மொகத்தக்கூட பாக்காமெ அவஞ்

செத்துப்போனான். இப்பத்தான் செத்ததுகணக்கா இருக்குன்னு குருவம்மா அடிக்கொருதரம் சொல்லிச் சொல்லி மாஞ்சுபோவா. கன்னியம்மா வயசுக்கு வந்தப் பெறகு பொழுதனைக்கும் காளையன் நெனப்பு வந்து கஸ்டப்பட்டா.

"யாரு நெனச்சா இப்பிடி அற்ப ஆயிசுல அவம் போயிச் சேருவாம்னு. ஆளப் போல கெணறு வெட்டப் போனவந்தான். நெறமாத்தச் சூலியா இருக்க; சூதானமா இருன்னு ஏங்கிட்ட சொல்லிட்டுப் போனவந்தான். மதியத்துல கரெக்டா வேதக்காரு கோயிலுல பன்னெண்டு மணி அடிக்கைல அவனப் பிரேதமாத் தூக்கியாந்து போடுறாக. கெணத்துல வெடி வைக்கப் போனானாம். அப்பிடியெ அவனத் தூக்கி எறுஞ்சு போட்டுருச்சாம். வெடி வெடிச்சுச் செத்தானோ, இல்ல பேய்க் கோளாறுல போயிச் சேந்தானோ ஒன்னும் புரியல. எனியச் சூதானாமா இருன்னுட்டு போனானே... அவெ இல்லாமெப் போயிட்டானே... வகுத்துல இவா இல்லாமெ இருந்துருந்தா அப்பயே நானும் உசுர மாச்சுக்குட்டு அவனோடயே போயிச் சேந்துருப்பேன். வகுத்துல செமயக்குடுத்துட்டுப் போயிட்டானே... அந்தப் பச்சமண்ணப் பெத்தெடுத்து அதுக்காக வாழனும்னு உசுர வச்சுக்கிட்டுத் திருஞ்சேன். இப்ப அவள ஒருத்தங்கைல நல்லபடியா புடுச்சுக் குடுத்துட்டம்னா போதும்."

"சரி சரி எல்லாம் நல்லபடியா நடக்கும். ஒரு நல்ல காரியம் நடக்கப் போற நேரத்துல பொலம்பிக்கிட்டு இருக்காதெ. நாங்கள்ளாம் இல்லியா என்ன? ஆளும்பேருமாச் சேந்து முடுச்சுவப்போம். நீயி எதுக்கும் கவலப்படாதெ குருவு. போயிச் சாப்புட்டுட்டுத் தூங்குங்க. நாங்க வெள்ளனத்துல வாரோம். ஊருக்குத் தெக்க இருக்குற மாரியாத்தா கோயிலுக்குத்தான வரச்சொல்லிச் சொன்னாக. எல்லாருமாப் போவோம். சரியா? ஏத்தா, கன்னியம்மா அம்மையக் கூப்புட்டுப் போயி கஞ்சி போட்டுக் குடுத்தா." பக்கத்து வீட்டு முத்தம்மா சொல்லவும் குருவம்மாளுக்குக் கொஞ்சம் தெம்பாத்தான் இருந்துச்சு.

கன்னியம்மா கலியாணத்தப்பத்தி ஊரெல்லாம் பேச்சா இருந்துச்சு.

"கெட்டிக்காரிதான் குருவம்மா. கைம்பொண்டாட்டியா இருந்தாலும் ஒத்தைல கெடந்து பிள்ளையப் பெத்து, ஆளாக்கிக் கொண்டாந்துட்டாளே. அந்தப் பிள்ள கன்னியம்மாளுக்கு என்ன கொறச்சலு? நல்ல மொகவாக்கான பிள்ளையாத்தானெ இருக்கா. இம்புட்டு வருசமா ஒரு பெயலும் கேட்டு வரலியே! அதுபாட்டுக்கு வேல செஞ்சமா, கஞ்சி குடுச்சமான்னு கெடக்கும். இருக்குற எடந்தெரியாது. வாயில்லாப் பூச்சி. அவளும் வாக்கப்பட்டுப் போயிட்டானா குருவு மட்டும் வெருக்கு வெருக்குன்னு ஒத்தைல கெடப்பா."

"அட நீ ஒன்னுக்கா! இந்தக் காலத்துல எந்தப் பெய மூஞ்சி மொகறையப் பாத்துக் கலியாணம் முடிக்கானுக? எம்புட்டு நகநட்டுப் போடுவாக, எம்புட்டுச் சாமாஞ்சட்டு குடுப்பாகன்னுல நாயாப் பேயா அலைறானுக. அப்பிடி நல்லா ஏலுக்கையா இருந்தாத்தான் பொண்ணு பிள்ளன்னு கேட்டு வாரானுக. இல்லாதப்பட்டவுக அப்பிடியே கெடக்க வேண்டியதுதான். இப்பக்கூட இந்தக் கன்னியம்மாளக் கேட்டு வந்தவன் யாருங்குற? ஒரு கெழட்டுப் பெயதான். கொஞ்சங்கூட லொங்காம, அறுவது வயசுக்கெழவன் இருவது வயசுக்கொமரியக் கலியாணம் செஞ்சுக்கிறம்னு வாரான்."

"நெசம்மாவா சொல்ற?"

"பின்ன என்ன பொய்யா சொல்றேன்? என்னமோ கவுருமெண்டு வேலைல இருந்தானாம். இப்ப ரிடேடாயிட்டானாம்; பொண்டாட்டி செத்து ஒரு வருசங்கூட

ஆகலியாம். அதுக்குள்ள வேற பொண்டாட்டி வேணும்னு வாரான்."

"பிள்ளகிள்ள ஒண்ணும் இல்லியா?"

"ஏ இல்ல? ரெண்டு பொண்ணு, ரெண்டு ஆணு இருக்குதாம். இன்னமும் ஒண்ணுக்குக்கூட கலியாணங்காச்சி ஆகலையாம். எல்லாமே கலியாணத்துக்கு நிக்கிற வயசுப்பிள்ளைகதானாம். ஆத்தாக்காரி நல்லா இருந்துருந்தாள்னா அம்புட்டையும் கரயேத்திருப்பா. அவா பாவம். புத்துநோயி வந்து போயிச் சேந்துட்டா. இன்னங் கொடுமையக் கேட்டீன்னா, அவா சாகப் பொழைக்கக் கெடக்கைலயே இவெம் பொண்ணு பாத்துக்கிட்டு திருஞ்சானாம். அவா சாகமுன்னால, நீயி எத்தன கலியாணம்னாலும் செஞ்சுட்டுப் போ, ஆனா ஏம்புள்ளைகள தவிக்க விட்டுறாதெ. அதுகளுக்கு ஒரு வாழ்க்கையத் தேடிக்குடுத்துட்டு நீயி என்னமுஞ் செஞ்சுக்கோ'ன்னு சொல்லிட்டு உசுர உட்டாளாம். இவெங் கலியாணஞ் செய்யக்கூடாதுன்னு பிள்ளைகள்ளாம் ஆனமட்டுக்கும் சொல்லிப்பாத்தாகளாம். ரெண்டாவது கலியாணம் முடுச்சு பிள்ள பெறந்துச்சுன்னா பின்னால சொத்துக் கேட்டுச் சண்ட வரும்னு கலியாணமே செய்ய வேண்டாம்னு சொன்னாங்களாம். 'எம்பொண்டாட்டியே எனிய கலியாணஞ் செய்யச் சொல்லிட்டுத்தான் செத்தா. நீங்க என்னடா ஊடால? எனக்கென்ன பிள்ளையா இல்ல? பிள்ளைக்காகவா நானு கலியாணம் முடிக்கனும்றேன். நீங்கள்ளாம் புருசம் பொண்டாட்டிகளத் தேடிட்டு ஓடிப்போவீங்க. அப்பறம் எனக்குத் தண்ணீ மோந்து குடுக்கக்கூட ஆளு இல்லாமெ நானு கஸ்டப்பட்டுக்குட்டு இருக்கணுமா'னு கேட்டானாம்."

"தண்ணீ மோந்து குடிக்க இவனுக்குக் கை இல்லையாக்கும்?"

"ம்... அத அவங்கிட்டதான் கேக்கனும். கையி, காலு எல்லாக் கழுதையுந்தான் இருக்கு. கெழட்டுப் பெய வெளிய சொல்லிக்கிறது அப்பிடி. வயசாகி பேரம்பேத்தி எடுத்தாலும் பொம்பள வேணுங்குது. என்ன செய்ய. அவனக் குத்தஞ் சொல்ல முடியாது. எங்கயுமே எல்லாத்துலயுமே ஆம்பளைக்கு ஒரு நாயம், பொம்பளைக்கு ஒரு நாயம்னுதான இருக்கு."

இவுங்க பேசிக்கிட்டு இருந்தத குருவம்மாளும், கன்னியம்மாளும் கேட்டுக்கிட்டேதான் இருந்தாக. ரெண்டு பேரு மனசுலயும் ரொம்பாக் கவலையா இருந்துச்சு. வெதும்பிப் போயி இருந்த கன்னியம்மா திடீர்னு அவுகம்மைட்ட கேட்டா,

"ஏம்மா, அந்தாளோட பிள்ளைகள்ளாம் எனியவிட பெரிய பெரிய பிள்ளைகளாம். அவுகளுக்கு இந்தக் கலியாணமே வள்ளுசாப் புடிக்கலையாம். எனிய எப்பிடிமா அந்த வீட்ல இருக்க உடுவாக?"

"அவந்தான் சொன்னாம்ல. கோயில்ல தாலியக் கட்டிட்டு ஒனியத் தனியாக் கூட்டிக்கிட்டுப் போயிருவானாம். பக்கத்து ஊர்ல வாடகைக்கு வீடு பாத்து வச்சுருக்கானாம். அதுனால நீயி வேற வீட்டுல தனியாத்தான் இருப்பெ."

"தனியா என்னனு அந்தக் கெழவங்கூட இருப்பேன்?"

"பின்ன? அவங்கூடதான் இருக்கனும். அதுக்குத்தான ஒனியக் கெட்றான். அவெ ரிடேடு ஆனதுக்குவந்த பணத்தையெல்லாம் பிள்ளைங்க வாங்கிட்டாகளாம். ஆனா மாசாமாசம் என்னமோ பெஞ்சினு வருமாம். அதவச்சுத்தான் ஒங்கூட குடும்பம் நடத்துவானாம். என்னமோ போ. சாகுற வரைல ஒனக்கு அன்னந்தண்ணிக்குக் கொறைவு இருக்காது. அதான் அவங்கேக்கவும் நானு சரினுட்டேன்."

"இப்ப மட்டும் என்ன நானு பட்டினியாவா கெடக்கேன்? ஏதோ எனக்குத் தெருஞ்ச வேலைவெட்டி செஞ்சு

கஞ்சிதண்ணீ குடியாமலாக் கெடக்கேன்?"

தாயும் மகளும் பேசிக்கிட்டு இருந்ததக் கேட்டுக்கிட்ட இருந்த காளியம்மா எடப்பட்டுச் சொன்னா, "கஞ்சி தண்ணிக்கு இல்லாமலா ஒங்கம்மெ ஒனியக் கட்டிக்குடுக்கனும்ங்கா? ஒங்கம்மெ இருக்குற வரைல சரி. அவ கண்ணுக்குப் பெறகு ஒங்கெதி? ஒனக்குன்னு ஒரு பாதுகாப்பு வேணும்ல? அவெங் கெழவனோ எளவட்டமோ, நொண்டியோ மொடமோ, கூனோ குருடோ நமக்குன்னு ஒரு ஆம்பள இருந்தா அது ஒரு மாதிரித்தான். எல்லாம் ஒரு பாதுகாப்புக்குத்தான். சரி கெழவம்னு நீயி வருத்தப்பட்டுக்காதெ. யாராருக்கு எங்க எழுதியிருக்கோ அப்பிடிததான் எல்லாம் நடக்கும். ஒன்னோ, ரெண்டோ பிள்ளையப் பெத்துக்கோ. அதுகள வளத்து ஆளாக்குனா நாளைக்கு ஒனக்குன்னு ஒரு ஒறவு இருக்கும்ல. கெழவென் என்ன கொஞ்ச நாளைக்குத் துள்ளிக்கிட்டுக் கெடப்பான். பெறகு ஓஞ்சு போவான். அதுனால எதையும் யோசிக்காமெப் போயிப் படுத்துத் தூங்குத்தா."

ஆமா... என்ன பெரிய கலியாணம்னு மனசுல நெனச்சாலும் வெளிப்படையா எதுவும் சொல்லாமெ எந்துருச்சுப் போனா கன்னியம்மா. அவுகம்மையும் எந்துருச்சுப் போனா. ரெண்டு பேரும் சாப்புடாமயே படுத்துக்கிட்டாக. ரெண்டு பேருமே ஒறக்கம்புடிக்காமெ பெரண்டுக்குட்டு கெடந்தாலும் ஒருத்தருக்கொருத்தரு ஒத்த வாத்தகூட பேசிக்கல. கலக்கத்தோடயும், கவலையோடையும் ராத்திரிப் பொழுத ஓட்டுனாக. கோழிகூப்ட எந்துருச்சு அக்கம்பக்கத்துல அம்புட்டுப் பேருமாச் சேந்து போயி மாத்தூருக் கெழவன் கன்னையனுக்கும், திருக்கூரு குருவம்மா மகா கன்னியம்மாளுக்கும் மாரியாத்தா கோயிலுல கலியாணத்த முடுச்சு வச்சுட்டாக. கன்னையனோட பிள்ளைகளோ வேற யாருமோ வரல. தாலி கட்ன கையோட கன்னியம்மாள தன்னோடயே கூட்டிக்கிட்டுப் போயிட்டான். சீரு செனத்தின்னு எதுவும் வேண்டானுட்டான். எல்லாரும் அழுதுட்டாக. கன்னியம்மா மட்டும் குத்துக்கல்லாட்டம் மனச இறுக்கிக்கிட்டு அவங்கூட போயிட்டா. அவளுக்கு அழுகனும் போல இருந்தாலும் அவளால அழுக முடியல. மனசு அம்புட்டுப் பாரமா இருந்துச்சு.

மங்கலக்குடின்ற ஊர்ல ஒரு ஓலக்குடுசைல கன்னியம்மா தனியா ஒக்காந்து அழுதுக்குட்டு இருந்தா. கன்னையன் பிள்ளைகளப் பாத்துட்டு வாரேம்னுட்டு மாத்தூருக்குப் போயிருந்தான். அக்கம்பக்கத்துல இருந்தவுக பேசுன பேச்சு கன்னியம்மாளோட காதுலயும் கேட்டுச்சு.

"ஏதோ கஞ்சித்தண்ணிக்கே வழியில்லாத வீட்டுப் பிள்ளையாம். தகப்பன் வேற இல்லியாம். எவனும் வந்து பொண்ணு, புள்ளன்னு கேட்டு வரலியாம். அதுனால இப்பிடி இந்தக் கெழவனுக்குப் புடிச்சுக் கட்டி வச்சுட்டாக. சின்னப்புள்ளையாத்தான் இருக்கா. பாவம். இந்தக் கெழவனுக்கு அடுச்சுருக்கு யோகம்."

"கெழவனுக்கு யோகம் அடுச்சுருக்கு. ஆனா எனக்கு? சரி, ஏந்தலையெழுத்து இம்புட்டுத்தான். இந்த வீட்டுக்கு வேலைக்கு வந்த வேலக்காரின்னு நெனச்சுக்குட்டு, இருக்குற வேலைய செஞ்சுக்குட்டு, கஞ்சியக் குடுச்சுட்டு, காலத்தத் தள்ள வேண்டியதுதான்." கன்னியம்மா நெனச்சுக்கிட்டா.

கலியாணமாகி கிட்டத்தட்ட மூனு மாசத்துக்கு மேலாகிப் போச்சு. காலைல எந்துருச்சு ஆளப்போல வாசத் தெளுச்சுப் பெருக்கி, கோலம்போட்டு சோத்தப் பொங்கி கெழவனுக்குச் சுடச்சுடப் போட்டுக் குடுத்துட்டு, மிச்சமீதி இருக்குறத கன்னியம்மா சாப்புடுவா. தெனமும் கெழவன் எங்கயோ கெழம்பிப் போவான்.

எங்க போறான், எதுக்குப் போறாம்னு இவகிட்ட சொல்லமாட்டான். இவளும் அதப்பத்தி ரொம்பக் கவலப்பட்டுக்கிறவும் மாட்டா. மதியம் வந்தாலும் வருவான்; வராமலும் இருப்பான். ராத்திரிகூட செலநாளு வருவான்; செலநாளு வரமாட்டான். மொதல்ல ராத்திரி தனியா படுத்துக்கெடக்க பயம்மா இருக்கும். போகப்போக பழகிக்கிட்டா. அவகிட்ட பேச்சு வாத்த வச்சுக்க மாட்டான். வேலவாங்குறதுக்கு மட்டும் பேசுவான். அவனோட மூத்த பொண்ணுக்கு மாப்ள பாத்துக்குட்டு அலைறதா ஒருதடவ சொன்னான். மாப்ள சரியா அமையவும் கன்னியாம்மாட்ட சொன்னான்.

"ஏம்மகளுக்குக் கலியாணம் வச்சிருக்கேன். இந்த நேரத்துல நீயி இங்க இருக்கவேண்டாம். கௌம்பி ஒங்கம்மா வீட்டுக்குப் போயிரு. கலியாணமெல்லாம் முடுஞ்சப்பெறகு இங்க வந்தாப் போதும். புரிதா?"

"சரின்னு மண்டைய ஆட்டுனா கன்னியம்மா. அடுத்தநாளு காலைலயே பெறப்புட்டு அவுகம்மா வீட்டுக்கு வந்துட்டா. முன்னபின்ன ஒன்னுஞ் சொல்லாமக் கொள்ளாமெ இப்பிடித் திடுதிப்புன்னு வந்து நிக்கவும் குருவம்மா பதறிப் போனா.

"என்னத்தா இப்பிடி திடீர்னு வந்து நிக்க? அவரு வரலியா?"

"வரல"

"என்ன அடுச்சுக்கிடுச்சுப் போட்டானா? நீயி எதுனாச்சும் சண்டகிண்ட போட்டியா? நீயி அப்பிடி சண்ட போடற ஆளுகூட இல்லியே... சண்டபோடத் தெருஞ்சுருந்தாதான் நல்லா பொழச்சிருப்பியே... என்ன விசயம்னு சொல்லுத்தா."

குருவம்மா கேட்டுக்கிட்டு இருக்கைலயே அக்கம்பக்கத்துல இருக்கறவுகள்ளாம் வந்துட்டாக. கலியாணம் முடுச்ச கையோட போனா இப்பத்தான் வாரான்னு சொல்லிக்கிட்டே வந்து ஒக்காந்த அஞ்சல. கன்னியம்மாட்ட கேள்விக்கு மேல கேள்வி கேட்டா.

"என்னத்தா கன்னியம்மா எப்பிடி இருக்க? ஓம்புருசன் ஒனிய நல்லா வச்சுக்குறானா? கஞ்சி தண்ணியெல்லாம் நல்லாப் போடுறானா? எதுனாச்சும் விசேசம் உண்டா?"

"ஆமா".

"ஆமாவா? அப்டிப்பொடு. என்னமோ ஓமகள ஒண்ணுந்தெரியாத அப்ராணின்னு சொன்னியே... பாத்தியா மூனே மாசத்துல ஒனக்குப் பேரனோ, பேத்தியோ தயார்ப்பண்ணிட்டா"

"அப்பிடியாடி? ஏங்கிட்ட ஒண்ணுமே சொல்லல?"

"என்னத்த ஒங்கிட்ட சொல்லல?"

"நீயி முழுகாமெ இருக்குற விசயத்த."

"நானு எங்க முழுகாமெ இருக்கேன்?"

"இப்பச் சொன்னில பெயமகளே..." அஞ்சல அரட்டுனா.

"எப்ப?"

"ஏதாவது விசேசமான்னு கேட்டதுக்கு, ஆமான்னு மண்டையாட்டிக்கிட்டுச் சொன்னீல?"

"அவுகளோட மகளுக்குக் கலியாணம் வச்சிருக்காக. அதத்தானெ விசேசம்னு சொன்னேன். நீயி இதக்கேக்கன்னு எனக்குத் தெரியாது."

"அடி போடி இவளே. நானு ஒன்னு கேட்டா இவா ஒன்னச் சொல்றா. ஆமா அவுக மகளுக்குக் கலியாணம்னா நீயி போகலியா?"

"எனிய வரவேண்டாமுன்னுட்டாக."

"அத ஏனாம்? கெழவனுக்குக் கலியாணம் மட்டும் முடிக்கத் தெரிது. இப்ப

நாலுபேத்துக்கு முன்னால பொண்டாட்டியக் கூட்டிக்கிட்டுப் போறதுக்கு மட்டும் கூச்சமா இருக்குதாக்கும். நீயி கூடப் போயிருக்கனும். பொழைக்கத் தெரியாத பிள்ளையா இருக்கீயே…"ன்னு இழுத்தா அஞ்சல.

"அவுக மக்களுக்கு எனியக் கண்டாலே புடிக்காதுன்னு சொன்னாக. அப்படி இருக்கைல எப்படிக் கூட்டிக்கிட்டுப் போக முடியும்?" கன்னியம்மா அமைதியாச் சொன்னா.

"சரி அத உடு. நீயி எப்பிடி இருக்க? சந்தோசமா இருக்கியா? அந்தாளு உங்கிட்ட பிரியமா இருந்துக்குவானா?" குருவு கேட்டா.

"இம்புட்டு நாளா நானு செத்தனா பொழச்சனான்னுகூட நீயி வந்து எட்டிப்பாக்கல. இப்பப் பெருசா கேக்கா. என்னமோ எம்பாட்டுக்கு இருக்கேன், என்னமோ இருக்கேன்."

"நானு சொல்றதக் கேளு கன்னியம்மா. பேசாமெ ஒரு பிள்ளயப் பெத்துக்கோ. அது மூஞ்சியப் பாத்துக்கிட்டே காலத்த ஓட்டிரலாம். ஒரு பிடிமானமும் இருக்கும். என்ன குருவு நாஞ் சொல்றது சரிதானெ?" அஞ்சல கேக்கவும் குருவும் 'ஆமா'ங்கற சாடைல மண்டைய ஆட்டுனா.

நாலஞ்சு நாளுக்கழுச்சு கன்னையன் வந்து கன்னியம்மாளக் கூப்புட்டுக்கிட்டுப் போனான். போறதுக்கு முன்ன குருவம்மா சொன்னா, "ஐப்பசி மாசம் தீவாளிக்கு வாங்க."

"மகளுக்குத் தலதீவாளி. மகளும் மருமகனும் வாராங்க. நானு அங்க போறேன்; இவள அனுப்பி வைக்கேன். தீவாளி முடுஞ்சு இவா வந்தாப் போதும்."

கன்னியம்மாளுக்கு எப்படா தீவாளி வரும்னு இருந்துச்சு. தீவாளிக்கு இன்னும் மூனு மாசம் இருக்குதேன்னு அவளுக்குக் கவலையா இருந்துச்சு. கரெக்டா தீவாளிக்கு ஒரு வாரத்துக்கு முன்னாடியே கன்னியம்மாள வீட்டுக்கு அனுப்பிட்டான்.

கன்னியம்மாளப் பாத்ததும் குருவம்மாளுக்கு ரொம்பச் சந்தோசமா இருந்துச்சு.

"என்னத்தா, முன்ன வந்தப்ப நல்லா இருந்தெ. இப்ப ரொம்ப எளச்சு போனமாதிரி இருக்கெ?"

"இப்ப கொஞ்சநாளா ஒடம்புக்குச் சேட்டமில்லமா. கஞ்சிதண்ணியே செல்லமாட்டேங்குமா. என்னமோ மாதிரி இருக்கு. சாப்பாட்டப் பாத்தா கொமட்டிக்கிட்டு வருது."

"இரு இரு. அந்த மாரிக்கெழவியக் கூட்டியாரேன். நீயி சொல்றதப் பாத்தா முழுகாம இருக்குற மாதிரித்தான் இருக்குது. தீவாளியும் அதுவுமா நல்ல சங்கதியோடத்தான் வந்துருக்க. எதுக்கும் கெழவிட்ட கேட்டா சரியாச் சொல்லிப் போடுவா." சொல்லிக்கிட்டே போயி மாரிக்கெழவியக் கூட்டியாந்தா குருவம்மா.

அவளோட சேந்து இன்னும் நாலஞ்சு பேரும் வந்தாக. கெழவி பாத்துட்டு கன்னியம்மா மாசமாத்தான் இருக்கான்னு உறுதியாச் சொல்லிட்டுப் போனா. எப்பிடியோ நமக்கும் ஒரு வாரிசு வரப்போகுதுன்னு நெனச்சு குருவம்மா சந்தோசப்பட்டுக்கிட்டா. பாக்குறவுகட்ட எல்லாம் சொல்லிக்கிட்டு இருந்தா. மகளுக்கு அப்பப்பெ இப்படி இருக்கனும், அப்பிடி இருக்கனும்னு பக்குவஞ் சொல்லிக் குடுத்தா. தன்னால ஏண்டவரைக்கு அவளுக்கு நல்லதுபொல்லது செஞ்சு சாப்புட வச்சா.

ஒரு வாரங்கழுச்சு கன்னையன் வந்து கூப்புடும்போது அவங்கிட்ட கன்னியம்மா மாசமா இருக்குற விசயத்த சாடமாடையாச் சொல்லி, அவா ஒடம்ப சாக்கிரதையாப் பாத்துக்கணும்னு சொல்லி அனுப்புனா. அதக் கேட்டதும் கன்னையனுக்குத் தூக்கிவாரிப்போட்டுருச்சு. பதலுக்கு

எதுவுஞ் சொல்லாமெ கன்னியம்மாளக் கூட்டிக்கிட்டு வந்துட்டான்.

வீட்டுக்கு வந்த மறுநாளே கன்னியம்மாள பக்கத்து ஊர்ல இருந்த ஆஸ்பத்திரிக்குக் கூட்டிக்கிட்டுப் போனான். டாக்டர் அம்மாட்ட என்னமோ சொல்லிட்டு கன்னியம்மாள டாக்டர்கூட உள்ள அனுப்பிட்டு அவுகம்மெ குருவம்மாள ஆஸ்பத்திரிக்கு வரச்சொல்லித் தகவல் சொல்லி உட்டான்.

கன்னியம்மாளுக்கு மனசுல சந்தோசமாத்தான் இருந்துச்சு. என்னதான் இருந்தாலும் மாசமா இருக்கேன்னு தெரியவும் செக் பண்ணுறதுக்காக ஒடனே டாக்டர்ட கூட்டியாந்தத நெனைக்கும்போது அவளுக்கு மனசே லேசாகிப் போனதுமாதிரி இருந்துச்சு.

குருவம்மா ஆஸ்பத்தரிக்கு வந்தா. கன்னையன் அப்ப அங்க இல்ல. மகளப் பாத்து வெவரங் கேக்கலாம்னு வெசாருச்சுக்குட்டு உள்ள போனா. கிழுச்சுப் போட்ட நாராக் கெடந்த கன்னியம்மாளப் பாத்துப் பதறிப் போனா. அவளுக்குக் கொலையப் புடுங்கிப் போட்டது மாதிரி இருந்துச்சு. என்னத்தா ஆச்சுன்னு அழுதுகிட்டு கேட்ட குருவம்மாளுக்குப் பதுலு சொல்ற நெலமைல கன்னியம்மா இல்ல. அவளுக்கு என்ன ஆச்சுன்னு அவளுக்கே சரியாத் தெரியல. மலங்க, மலங்க முழுச்சுக்கிட்டு படுத்துருந்தா. அந்நியாரம் அங்க வந்த டாக்டரம்மாட்ட குருவம்மா கேட்டா.

டாக்டரம்மா என்ன சொல்லப்போறாங்களோன்னு கன்னியம்மாளும் அவுகளப் பரிதாபமா பாத்தா.

“இவளோட புருசன் ஒன்னுஞ்சொல்லலையா? அவருதான் இவள இங்க அட்மிட் பண்ணிட்டு கருவக் கலைச்சுடச் சொன்னாரு.”

“என்னம்மா சொல்றீக? கருவக்கலைக்கச் சொன்னாரா?” குருவம்மா நடுங்குற கொரலுல கேட்டா.

“ஆமா. கருவக்கலச்சுட்டு குடும்பக் கட்டுப்பாடு ஆப்பரேசன் செய்யச் சொன்னாரு. கலச்சுட்டு ஆப்பரேசனும் செஞ்சாச்சு. இன்னம் ஒருவாரத்துல தையல் பிருச்சுடுவோம். அதுக்குப் பெறகு வீட்டுக்குக் கூட்டிட்டுப் போகலாம்” சர்வசாதாரமாச் சொல்லிட்டு டாக்டரம்மா போயிட்டாக.

தாயும் மகளும் பித்துப் புடுச்சதுமாதிரி இருந்தாக.

64

கோடி!

சீதா ரவி

சீதா ரவி
(1958)

சீதா ரவி, அமரர் கல்கி அவர்களின் பேத்தி ஆவார். இவர் ஆங்கில இலக்கியத்தில் இளங்கலை பட்டம் பெற்றவர். கல்கி வார இதழில் வேலைக்குச் சேர்ந்து, படிப்படியாக உயர்ந்தவர். 1993இல், கல்கியின் ஆசிரியராகப் பொறுப்பேற்றார்; கோகுலம் மாத இதழிலும் ஆசிரியராக இருந்துள்ளார். இவர் கல்கி குழுமத்தில் நிர்வாக இயக்குனராகப் பணியாற்றியவர். சீதா ரவி 'உள்ளே வரலாமா?' என்ற நாவலையும், ஏகாந்த ராமன், ஸ்வரஜதி என்ற சிறுகதைத் தொகுப்புகளையும் வெளியிட்டுள்ளார். 'ஸ்வரஜதி' முழுக்க முழுக்க இசையை அடிப்படையாகக் கொண்டு எழுதப்பட்ட 24 கதைகளைக் கொண்ட தொகுப்பாகும். இவர் சாண்டில்யன் நினைவு தங்கப்பதக்கத்தினைப் பெற்றுள்ளார்.

ஒலிக்கலவையின் உஷ்ணத்தை மீறி ஒரு பனித்துளி மௌனம் சாவித்ரியின் நெஞ்சைக் குளிர்வித்தது. அந்த மௌனத்தில் அவளுடன் சத்யன் மட்டுமே இருந்தான். சடங்குகளின் தீவிரம் அவற்றின் அர்த்தத்தையும், அர்த்தமின்மையையும் தாண்டி எங்கோ போய்க் கொண்டிருந்தது. உறவு ஜனம், புரோகிதர், நட்புவட்டம் என்று யார்யாரோ பொறுப்பெடுத்துக் கொண்டு அவற்றை வழி நடத்திக் கொண்டிருந்தனர்.

இப்படியொரு கணம் வாழ்வில் சம்பவிக்கும் என்று நன்கு உணர்ந்து அது பற்றி உரையாடிய நாட்களில் இருவருமே பதறியதில்லை. சாவைப்பற்றி இப்போ ஏன் அமங்கலமாக..." என்று அவள் அவனை அடக்கியதும் இல்லை; அவன் அவளைக் கட்டுப்படுத்தியதுமில்லை.

"நான் முதல்ல போய்ட்டா நீ என்ன பண்ணுவே?" போன்ற அபத்த கேள்விகளை எழுப்பிக் கொண்டிருக்கவும் இல்லை. என்றேனும் ஒரு நாள் நிகழப்போகும் நிச்சயமான பிரிவை, நேருக்கு நேராகச் சந்தித்து ஏற்பதே நல்லதென்றுதான் அவர்களின் உரையாடல் பல்வேறு தினங்களிலும் வந்து முடிந்திருக்கிறது.

"கஷ்டமாத்தான் இருக்கும்! என்ன செய்ய...?" என்பான்.

"ஒண்ணும் செய்ய முடியாது!" என்று அவள் சிரித்தவாறு எழுந்து ஏதேனும்

பழம் நறுக்கிவரப் போய் விடுவாள்.

இப்போது மரணம் வந்து மலர்ச்செண்டு நீட்டுகிறது. மிஞ்சியிருக்கும் அவள் தான் அதைப் பெற்றுக் கொண்டாக வேண்டும். பழம் நறுக்கி எடுத்து வர எழுந்து போய் விட முடியாது. சடங்குகள் சத்யனைச் சுற்றி வட்டமிடுகின்றன. தீபக் பொறுமையாகச் செய்து கொண்டிருக்கிறான் அனைத்தையும். பார்கவி இடைவிடாது கண்ணீர் விட்டுக் கொண்டிருக்கிறாள்.

மாமனாருக்காக இவ்வளவு அழுகிற மருமகப் பொண்ண நான் பார்த்ததில்ல!"

பின்னே! சொந்த மகளாட்டமில்ல கொண்டாடினார்..."மூணும் பிள்ளையா போச்சுல்லே... அதான் மருமக மேல அவ்ளோ பாசம்..."

சத்யனுடன் மௌனத்தில் கைகோத்திருந்த சாவித்ரி மிருதுவாக இதழ் விரித்துச் சிரித்தாள். அவளுக்குத் தெரியும் - மூன்று பெண்களும் ஒரு பிள்ளையுமாகப் பிறந்திருந்தால் கூட சத்யன் மருமகளை மகளாகத்தான் பாவித்திருப்பான். அவனால் வேறுவிதமாக இருக்க முடியாது.

இத்தனைக்கும் பெரிய புரட்சிக்காரனல்ல சத்யன். சராசரி எதிர்பார்ப்புகளின் வலிமைக்கு ஆட்பட்டவன். கோபதாபங்கள் நிறைந்தவன். அவளும் அவனுமாகப் போராடி, அந்த முரட்டுக் கலவையை இழைத்து இழைத்து ஒரு புள்ளியில் கொண்டு வந்து நிறுத்தியிருந்தனர். அதில் சாவித்ரியின் பங்கு பெரும்பங்கு என்பதை சத்யன் ஒரு முறை சுட்டிக்காட்டினான். அவள் மறுத்தாள்.

என்னோட இயல்புபடி நான் பொறுமையாய் இருக்கேன். நீங்கதான் உங்க இயல்பை மாத்திக்க ரொம்ப உழைச்சிருக்கீங்க... உங்க முயற்சிதான் அதிகம்..." சொல்வதற்குள் அவளுக்குக் குரல் கம்மி அழுகை வந்துவிட்டது. நீர்தளும்பிய இமைகளை முத்தமிட்டு அவளை நெஞ்சோடு அணைத்துக் கொண்டான் அவன்.

உழைத்து, உருகி, மேம்பட்டு, ஒன்றி வளர அவகாசம் நிறைந்த மணவாழ்வு. இளம்பருவத்தில் இணைந்து, ஏற்றத்தாழ்வுகளையும் சுகதுக்கங்களையும் பகிர்ந்து முன்னேறிய ஆண்டுகள். அந்தப் பகிர்தலில் விளைந்த நெருக்கத்தில் மனவேறுபாடுகளின் இடைவெளி குறுகி மறைந்தது. இச்சைகளும் ஏக்கமும் மெதுமெதுவே கரைந்து போய் நிறைவு கவிந்து நின்றது. இப்போது... பிரிவின் வேதனையைப் பொறுக்க அந்த நிறைவின் மடியில் தஞ்சம் புக முடிகிறது.

வாசல் பக்கத்தில் திடீரென்று சலசலப்பு அதிகரித்தது. மிகப் பெரிய கேவல் ஒலி ஒன்று மோதிக் கொண்டு வர, அதனுடன் உள்ளே நுழைந்தாள் தேவகி. ஐயோ!" என்ற கதறலுடன் சாவித்ரியை நெருங்கினாள். பேரிழப்பின் மத்தியிலும் சாவித்ரி காத்த அமைதியின் கௌரவம் தேவகிக்குச் சற்றும் புலனாகவில்லை. பின்னோடேயே வந்த பாலு அவளைப் பற்றி சாவித்ரியிடமிருந்து அகற்றினான்.

அவளை விட்டு விடும்படி மெதுவாக சாவித்ரி அவனிடம் ஜாடை காட்டிவிட்டு, அண்ணியை அருகில் சோஃபாவில் அமர்த்திக் கொண்டாள்.

கொஞ்சமாவா செஞ்சடீ! உசிரக் கொடுத்து அவருக்காகவே வாழ்ந்தியே சாவித்ரி... அதுக்காகவேனும் பூவும் பொட்டும் வாய்ச்சிருக்கணும்டீ உனக்கு! இந்தப்பாவி மனுஷன் இப்படி உன்னை அலங்கோலம் பண்ணிட்டுப் போய்ட்டானே..."

வந்திருந்த பெண்கள் மெல்ல நெருங்கி வட்டமிட்டுக் கொண்டனர். திடீரென்று தன் மீது கவனம் குவிந்து போனதை உணர்ந்தாள் சாவித்ரி. கண்ணீரும், பச்சாதாபமும் அச்சமும் 'அடுத்து என்ன?' என்ற இலேசானதோர் ஆர்வக்

குறுகுறுப்பும் இணைந்த கலவையான கேள்வியொன்றின் மத்தியில் அவளை இருத்தியிருந்தனர். அப்பெண்களுள் பலர் அடக்க முடியாமல் அழுது கொண்டிருந்தனர்.

சாவித்ரிக்கும் நெஞ்சு முட்டி அழுகை வெள்ளம் பெருகி வந்தது.

கொஞ்சம் விலகுங்க...!" உறுதியும் தீர்மானமும் தொனிக்க பார்கவி வந்தாள். பெண்கள் வட்டம் இடைவெளி ஏற்படுத்திக் கொடுத்தது.

பார்கவியைக் கண்டதும் மீண்டும் ஒரு கேவலுடன் ஆரம்பித்தாள் தேவகி. பாவி மனுஷன்! வாயும் வயிறுமா இருக்கற மருமவ பெத்துபிழைக்கறதைப் பாக்காது போய்ட்டானே...!"

ஷ்! போதும் அமைதியாயிருங்க" பார்கவி அதட்டியது உறைக்காமல் தொடர்ந்து புலம்பினாள் தேவகி.

மிக அருகே நின்ற மருமகளை ஏறிட்டுப் பார்த்தாள் சாவித்ரி. சட்டென்று அவள் காலருகே உட்கார்ந்து கொண்டாள் பார்கவி. ஆறுதலாகக் கையைப் பிடித்துக் கொண்டு சொன்னாள். "அத்தை, இன்னும் கொஞ்சம் நேரம்தான். அப்புறம் கொண்டு போய்டுவாங்க. வேன் வந்துடுச்சு. நீங்க வந்து பார்க்கணும்னா பார்த்துடுங்க."

சாவித்ரிக்கு நெஞ்சு நொறுங்கிப் போயிற்று. என்ன செய்வதென்று புரியவில்லை. சுற்றிலும் அழுது அரற்றும் கூட்டத்தின் மத்தியில் எழுந்து போய் சத்யனைப் பார்க்கப் பிடிக்கவில்லை. மிகமிக அந்தரங்கமான தனது துக்கத்தைக் காட்சிப் பொருளாக்குவது, சத்யனுக்குத் தான் இழைக்கும் முதலும் கடைசியுமான துரோகமாகிப் போய்விடாதோ!

"நான் வேணா இவங்க எல்லாரையும் கொஞ்சம் நேரம் வெளியே அனுப்பிடறேன்." தனது கையைப் பற்றிய பார்கவியின் கை இலேசாக நடுங்குவதை உணர்ந்தாள் சாவித்ரி. மெல்ல விரல்களை விடுவித்துக்கொண்டு மருமகளின் நெற்றியை வருடிக் கொடுத்தாள். தலையை மட்டும் இடம்வலமாக அசைத்து தமது மறுதலிப்பைச் சொன்னாள்.

வாய்க்கரிசி போடறவங்கள்லாம் வாங்கோ" - துயரின் கனத்தைப் புறங்கையால் ஒதுக்கும் யதார்த்தத்துடன் ஓங்கி ஒலிக்கும் குரல். பெண்களெல்லாம் வாசல் நோக்கிச் செல்ல, நில்லுங்க! ஏங்க, அந்தப் புடைவையைக் கொண்டாங்க இப்படி..." என்று தம் கணவனை நோக்கிச் சைகைகாட்டிச் சொல்கிறாள் தேவகி.

பிரபல ஜவுளி நிறுவனத்தின் கேரிபாக், கை மாறிமாறி அவளிடத்தில் வந்து சேர்கிறது.

சங்கராந்தி, கார்த்திகைச் சீர் செஞ்ச கையாலே இத்தையும் செய்ய வச்சுட்டானே அந்த ஈசுவரன். தெய்வமே! சாவித்ரி! அடியே நெஞ்சு நோகுதுடீ!" புலம்பியவாறு புடைவையை உறையிலிருந்து எடுக்கிறாள் தேவகி.

வாசல் நோக்கிச் சென்ற பெண்கள் கூட்டம் நின்று திரும்பிப் பார்த்துக் கொண்டிருக்கிறது. பொங்கும் விழிகளும் சிந்திய மூக்குமாக ஒரு வண்ணக்கலவை நிற்பது சாவித்ரிக்குத் தெரிகிறது.

"இது என்ன அண்ணி...?"

முதல் முறையாக வாய் திறந்து பேசுகிறாள் சாவித்ரி.

பிறந்தவீட்டுப் புடைவை போடணும். முக்கியமான சடங்கு..." யாரோ பதில் சொல்கிறார்கள்.

தேவகி, அந்தப் புதுச்சேலையை எடுத்துக்கொண்டு அருகே வருகிறாள். அழகான வெள்ளையில் சிவப்புக் கரையிட்ட பருத்திச் சேலை.

"எதுக்கு அண்ணி இதெல்லாம்?"

"மாமி! மாமி! இருங்க..." வாசல் பக்கம்

சென்ற பார்கவி பதறிக்கொண்டு ஓடி வருகிறாள். புதுப்புடைவையைத் தேவகியின் கைகளிலிருந்து வெடுக்கென்று பிடுங்கிக் கொள்கிறாள்.

"சும்மா இருங்க! அவங்களைக் கொஞ்சம் நிம்மதியா விட மாட்டீங்க!"

தேவகியின் முகம் அதிர்ச்சியில் பேயறைந்தாற் போல் மாறுகிறது.

"பார்கவி!" கம்பீரமாக இடைமறிக்கும் குரல் சாவித்ரியினுடையது. அந்தப் புடைவையை மடிச்சுக் கொண்டு போய் என் பீரோலவை."

"விடுங்க அண்ணி!" தேவகியைச் சமாதானம் செய்ய முற்படுகிறாள்.

"அம்மா! உள்ளேயிருக்கற லேடீஸ்லாம் கொஞ்சம் வர்றீங்களா..?" வெளியேயிருந்து அதட்டலாக மீண்டும் அழைப்பு.

கசமுசவென்று பேசியபடி நகரும் பெண்களில் சிலர் அவ்வப்போது திரும்பி தேவகியையும் சாவித்ரியையும் பார்த்துப் பார்த்துச் செல்கின்றனர்.

திடீரென்று ஆவேசமாகக் குரலெழுப்புகிறாள் தேவகி. "நல்லது கெட்டதுக்கு மதிப்பில்லாம போச்சு இந்த வீட்டுல! மாஞ்சு மாஞ்சு செய்யணும்னு புடைவை வாங்கிட்டு வந்திருக்கோம். இப்படி உதாசீனமா நடத்தறீங்க மாமியாரும் மருமகளும்..."

"ஏ தேவகி! வாயை மூடு!"

மனைவியை நோக்கிப் பாய்ந்து வரும் அண்ணனை சாவித்ரிதான் தடுத்து நிறுத்துகிறாள்.

"நான் அப்பவே சொன்னேன்... சாவித்ரிக்கு இதெல்லாம் பிடிக்காதுன்னு... இந்தப் பிடிவாதக்காரி கேட்டாத்தானே."

"விடுங்க அண்ணே! சும்மாயிருங்க... இதோ பாருங்க அண்ணி! அவரும் நானுமா இணைஞ்சு நடத்தின வாழ்க்கையிருக்கே... அதுவே ஊடும்பாவுமாய் இருந்து எனக்குப் பாதுகாப்பை, தெம்பை, தைரியத்தைத் தரும்...அது போதும்; கோடி புடைவையெல்லாம் இந்த நேரத்துல வேணாம்..."

பிறந்த வீட்டு ஆதரவுக்கு அடையாளம்டீ அந்தப் புடைவை... புரியாம பேசறே... இது ஆகாது..." தேவகி விடுவதாயில்லை.

அழுதுகிட்டே கொண்டாந்து போடறது ஆதரவுக்கா அண்ணி? இல்லே இன்னியோட உன் அந்தஸ்து மாறிப் போச்சு, நீ சுமங்கலி இல்லேன்னு அடையாளப்படுத்தறதுக்கா...?"

அதிர்ந்து நிற்கும் தேவகியின் கண்களில் மிகுந்த குழப்பம். அதிலே குற்ற உணர்வின் கள்ளத்தனமும் கலந்து கிடப்பது தெரிகிறது. புடைவையை உள்ளே வைத்துவிட்டுத் திரும்பும் பார்கவி, மாமியாரை நெருங்கி நின்று கொள்கிறாள்.

"அப்போ அந்தப் புடைவையை என்ன தான் செய்வீங்க?"

"ஒரு நல்ல நாளா பார்த்துப் பிரிச்சு உடுத்திக்கறேன். எங்கக் கல்யாண நாள் வருமில்லே, அப்போ உடுத்திக்கிறேன்."

வெளியே சத்யனின் உடலை வேனில் ஏற்றிக் கொண்டிருக்கிறார்கள். உடலை மட்டும்தான்.

65

மரப்பாவை

பவள சங்கரி

பவளசங்கரி
(1958)

பவளசங்கரி திருநாவுக்கரசு என்ற இவர், வல்லமை மின்னிதழின் ஆசிரியர் ஆவார்; இலங்கையில் குடும்பவியலைப் படித்துத் தற்போது ஈரோட்டில் வசித்து வருகிறார்; எழுத்தாளர், பத்திரிகையாளர், மொழிபெயர்ப்பாளர் என்று பன்முகம் கொண்டவர். 1991 முதல் எழுதி வரும் இவருடைய எழுத்துக்கள் கருத்தாளம் மிக்கவை; பெண்கள் நலன் குறித்தும் குழந்தைகள் நலம் குறித்தும் எழுதி வருகிறார்; சிறுகதைகள், கவிதைகள், குறுநாவல்கள், குழந்தைகளுக்கான கதைகள், கட்டுரைகள் என இவரது எழுத்துக்கள் ஆழமும் அகலமும் கொண்டவைகளாகத் திகழ்கின்றன. ஜப்பானிய நாவல் ஒன்றை இவர் மொழிபெயர்த்துள்ளார்; கனவு தேசம், யாதுமாகி நின்றாய், அன்பெனும் சிறைக்குள் என்பன இவருடைய சிறுகதைத் தொகுப்புகள் ஆகும்.

காலையிலிருந்து என்ன ஆயிற்று மரகதவல்லிக்கு? நிற்காத விக்கல். தண்ணீர் குடித்தும் அடங்காத தொடர் விக்கல். யாராவது விடாமல் நினைத்துக் கொண்டிருந்தால் அப்படி நிற்காமல் விக்கல் வருமாமே? யார் நினைப்பார்கள் இந்த நேரத்தில். மகள் அலுவலகத்தில் முழு முனைப்பாக பணியில் இருப்பாள், அதனால் நினைக்கும் வாய்ப்பு குறைவு. கணவர் சொல்லவே வேண்டாம், டென்சன் பார்ட்டி. அலுவலகம் சென்றால் அதிலேயே மூழ்கிவிடும் ஒழுக்கமான பணிக்காரர். தோழி ரமாவாக இருக்குமோ...... இல்லை அவள் மகன் வீட்டிற்கு அமெரிக்கா சென்றிருக்கிறாள். இப்போது ஆனந்தமாக உறங்கும் நேரம்! அருமை அம்மாவிடமும் மணிக்கணக்காக ஊர் நியாயம் அனைத்தும் பேசி முடித்து விட்டதால் அதற்கும் வாய்ப்பு இல்லை... வாடிக்கையாக வருகிற கீரைக்காரம்மாவாக இருக்குமோ, நேரமாகிவிட்டதென்று சென்று விட்டு, நாளை வந்தால் பேச்சு வாங்க வேண்டுமே என்று நினைத்துக் கொண்டிருக்கிறதோ?

விக்கலினூடே, விருந்தும், விருப்பமான தொலைக்காட்சித் தொடரும் என பொழுது கழிந்து கொண்டிருந்தாலும், இன்னவென்று சொல்ல முடியாத ஒரு உறுத்தல் உள்ளத்தில்..... திடீரென ஏதோ ஒரு வித்தியாசமான மணம் தன்னைச் சூழ்ந்துள்ளது போன்ற உணர்வு. ரோசா

மலரில் பன்னீர் தெளித்தது போன்று ஒரு வித்தியாசமான மணம். ரோசாவிற்கேயுரிய அந்த இதமான நறுமணமாக இல்லாமல் நாசியை உறுத்துகிற ஒரு வித்தியாசமான மணம்.

தொலைக்காட்சித் தொடரில் நாயகியின் பால்ய கால நினைவலைகளைக் காட்டும் நிகழ்வு. திடீரென ஏனோ பொறிதட்டியது போல ஒரு மின்னல் வந்து மறைந்தது. பள்ளி இறுதி வகுப்பு படித்துக் கொண்டிருந்த பருவம் அது; பட்டாம்பூச்சியாய் சிறகடித்துப் பறந்த காலம்; தில்லியில் பள்ளியில் படித்துக் கொண்டிருந்த காலம்; கோடை விடுமுறையில் கிராமத்து அத்தை வீட்டிற்குச் செல்லும் வழமை பல ஆண்டுகளாக இருந்தது; சித்தப்பா, பெரியப்பா பிள்ளைகள் எல்லோரும் சேர்ந்து உத்திரமேரூர் செல்வது வழக்கம்.

இயந்திரத்தனமான நகர வாழ்க்கையை விட்டு, சுகமான சுவாசத்திற்கு இதமான தென்றலும், பசுமையான வயலும், ஏரிக்கரையின் குளிர்ந்த காற்றும், சுவர்க்க பூமியாக இருக்கும் அனைவருக்கும். கபடம் இல்லாத நல்ல மனிதர்களின் அன்பும், பண்பும் மேலும் இன்பம் சேர்க்கும் இனிய பொழுதுகள். அவற்றை, இன்று நினைத்தாலும் உள்ளம் பரவசம் ஆகும். இன்றைய குழந்தைகள் பாவம் இழப்பது எத்தனை எத்தனை இன்பங்கள் என்று எண்ணி ஏக்கமாகவும் இருக்கும். அத்தையின் பாரம்பரிய திண்ணை வீட்டில், ஒவ்வொரு நேரமும் ஒரு விடுதி நடத்துவது போல உணவு பரிமாற வேண்டும். நாங்கள் அனைவரும் ஒருசேரச் செல்லும் அந்தக் கோடை விடுமுறைக்காலங்களில். பெரும்பாலும் இரவு நேரங்களில் அன்றாடம் பின் முற்றத்துப் பரந்த வாசலில், அனைவரையும் ஒன்றாக உட்கார வைத்து நிலாச்சோறு போடுவார்கள். நெஞ்சை விட்டு என்றென்றும் அகலாத இன்பச் சுவை அது! ஒரு பெரிய அகன்ற பாத்திரத்தில் சாதம் போட்டு அதில் சாம்பார் விட்டு, மணக்க, மணக்க புத்தம் புதிதாகக் காய்ச்சிய நெய்யும் விட்டு, தோட்டத்தில் புதிதாகப் பறித்துக் கொண்டு வந்த பிஞ்சுக் கத்ததிக்காய் வதக்கலோ அல்லது மொட்டுக் காளான் மசாலோ ஏதோ ஒன்று இருக்கும்! அத்தை கையில் உண்ட, அந்த அமிர்தத்திற்கு இணையாக, இன்று எந்த நட்சத்திர விடுதியோ, தட்டிவிலாசோ எதுவும் நிற்க முடியாது. பெரிய உருண்டைகளாக உருட்டி, கைகளில் போடுவார். உடன் செவிக்குணவாகப் புராணக் கதைகளும் இருக்கும். அத்தை கம்பராமாயணம் சொல்வதில் வல்லவர்.

'அண்ணலும் நோக்கினாள்……… அவளும் நோக்கினாள்' என்று அழகாக ஏற்ற, இறக்கத்துடன் அத்தை கதை சொல்வதைக் கேட்கும் போது, இன்னும் இரண்டு கவளம் அன்னம் சேர்ந்து உள்ளே போகும். பகல் பொழுதுகளில் தோட்டத்தில் சென்று புளிய மரத்தின் இடையே, ஊஞ்சல் கட்டி, சலிக்க சலிக்க ஆடுவது, வரப்பு நீரில் ஆன மட்டும் குதிப்பது, தோட்டத்தைச் சுற்றிக் கண்ணாமூச்சி ஆட்டம் என்று இப்படி எத்தனையோ பொழுது போக்குகள். அதிலும் அத்தனைப் பேரிலும் மரகதவல்லிக்கு மட்டும் தனி செல்லம் எல்லோரிடமும். அது அவளுடைய நகர வாழ்க்கை கொடுத்த நுனி நாக்கு ஆங்கிலமும், பகட்டாக, நாகரீகமாக உடை உடுத்தும் பாங்கோ அன்றி, அவளுடைய கலகலப்பாகப் பழகும் தன்மையோ, ஒடிசலான, எலுமிச்சை நிற தேகமோ, எதுவோ ஒன்று அனைவரையும் எளிதில் அவள்பால் கவர்ந்து விடுவதும் நிதர்சனம்.

தெருவில் இறங்கி நடந்தாளானால் அத்துனை கண்களும் அவள் மீதுதான் இருக்கும். தனக்கும் மரகதவல்லி தெரிந்தவள்தான் என்று காண்பித்துக் கொள்வதில் அத்தனை பேருக்கும்

அவ்வளவு பெருமையாக இருக்கும். தெருவில் பார்க்கும் அத்தனை பேருடனும் புன்னகையுடனும், நட்புடனும் பழகுவதில் அவளுக்கு நிகர் அவள் மட்டுமாகத்தான் இருக்க முடியும். எல்லோரையும் சொந்தமாக நினைக்கும் குணம். அத்தை மகன், வண்ணநிலவனுக்கும் மரகதவல்லி மீது ஒரு கண் எப்போதும் இருந்து கொண்டுதான் இருக்கும். வார்த்தைக்கு வார்த்தை 'சிட்டு' என்று செல்லமாகக் கூப்பிட்டுக் கொண்டேயிருப்பான். தெருவில் விடலைகள் பார்வைபட்டால் கூட கொதித்தெழும், நாயக பாவம் அதிகம் காட்டுபவன், எல்லோரிடமும் ஆண், பெண் என்ற பாகுபாடில்லாமல் சகஜமாகப் பழகும் மரகதவல்லியை உரிமையுடன் கோபித்துக் கொள்ளவும் தயங்க மாட்டான்.

பெரியப்பாவின் மகள் பூவிழிக்கு மாமன் மீது ஒரு கண் என்பது எல்லோருக்கும் தெரியும். தின்பண்டங்களின் தனக்கான பங்கின் ஒரு பகுதியையும் தாராளமாகத் தன் மாமனுக்குக் கொடுத்து விடுவாள். மாமனின் ஒரு பார்வைக்காகத் தவம் இருப்பாள். இதையெல்லாம் மற்ற வாண்டுகளும் ஓரளவிற்குப் புரிந்து கொண்டாலும், கண்டும் காணாமல் விட்டுவிடுவார்கள். ஆனால் மரகதவல்லி மட்டும் அடிக்கடி அவர்கள் இருவரையும் சீண்டிக்கொண்டே இருப்பாள். ஆனால் வண்ணநிலவனோ எதையும் மனம்விட்டு, சட்டென்று பேசும் வழக்கமற்றவன். அதனாலேயே பல நேரங்களில் தந்தையிடம் வசவு வாங்கிக் கட்டிக் கொள்வான்.

காலங்கள் உருண்டோடிக் கொண்டிருந்தன. பள்ளி முடித்து கல்லூரி வந்தவுடன் அனைத்தும் மாறிவிட ஆரம்பித்திருந்தன. அரசல் புரசலாக வீட்டில் ஏதோ அடிக்கடி அம்மாவிற்கும் அப்பாவிற்கும் தன்னைப்பற்றி வாக்குவாதங்கள் நடந்து கொண்டிருந்தது மட்டும் உணர முடிந்தாலும், அதில் அதிகமாகத் தலையிட்டு அறிந்து கொள்ளும் ஆர்வமெல்லாம் இருந்ததில்லை. அவள் தன் கல்வியில் முழு கவனம் செலுத்த வேண்டுமென்பது மட்டும் தந்தையின் கட்டாய ஆர்வமாக இருந்தது. அவளுக்கும் கல்லூரி வாழ்க்கை என்ற மாய உலகினுள் நுழைந்தவுடன், பழைய நினைவுகள் - புதிய நண்பர்கள், புதிய வழக்கங்கள் என்று நிறைய மாறியிருந்தன. பூவிழியை வண்ணநிலவன் திருமணம் செய்து கொள்ளும் நாள் மட்டும் விரைவில் வரும் என்று எதிர்பார்த்தவள், ஓரிரு ஆண்டுகளில் பூவிழிக்கு வேறு மாப்பிள்ளை பார்த்து திருமணம் செய்த காரணமும் புரியவில்லை. அதை நேரிடையாக எவரிடமும் கேட்கும் தைரியமும் வரவில்லை அவளுக்கு!

ஆனால் அந்தத் திருமணத்தில் அவ்வளவாக நிறைவிருந்ததாகத் தெரியவில்லை பூவிழிக்கு. கடனே என்று எந்த மகிழ்ச்சியுமின்றி இயந்திரமாக இயங்கிக் கொண்டிருப்பதாகத் தெரிந்தது. ஏனோ தன்னிடமும் அவள் சரியாக முகம் கொடுத்துப் பேசாததும் ஆச்சரியமாகவே இருந்தது. அதற்குப் பிறகு குடும்பத்தில் நடந்த பல நல்ல காரியங்களுக்குத் தன்னால் கலந்து கொள்ள இயலாமல் போனது. மரகதவல்லியின் குடும்ப உறவுகளின் நெருக்கத்தில் சிறு தொய்வும் ஏற்பட்டுப் போனது. படிப்பு முடிந்து, தந்தை காட்டிய மணமகனுக்குக் கழுத்தை நீட்டியது, திரும்பவும் அதே தில்லியில் பெற்றோரின் அருகாண்மையிலேயே குடித்தனம் அமைந்தது. அனைத்துமே தானாக நடந்து கொண்டிருந்தது. ஒரு பெண் குழந்தை பெற்று, அதனைக் கண்ணுங்கருத்துமாக வளர்ப்பது, மாமனார், மாமியார், மற்ற குடும்ப உறவுகள் என்று வாழ்க்கையின் பலவிதமான பொறுப்புகளின் அழுத்தம் தன் தாய் வீட்டுச் சொந்தங்களின் நினைவுகளை மழுங்கடித்ததும் நிசம். அத்தை குடும்பமும் தங்களிடமிருந்து சற்று விலகியிருப்பதாகவேப்பட்டது அவளுக்கு.

தன்னைக் கண்டவுடன் அள்ளி அணைத்துக் கொள்ளும் அத்தை, ஒரேயடியாக விலகியது சற்று மன வருத்தமாக இருந்தாலும், காரணம் புரியாமலும்,தன் குடும்பப் பொறுப்புகளின் அழுத்தத்தினாலும் கொஞ்சம் கொஞ்சமாக எல்லாவற்றையும் மறக்க வேண்டிய சூழலுக்கும் வந்துவிட்டாள். ஆனால் இதெல்லாம் இன்று ஏன் தேவையில்லாமல் நினைவிற்கு வருகிறது என்று மட்டும் அவளுக்குப் புரியவே இல்லை. எந்த வேலை செய்தாலும் மனம் எதிலோ கட்டுண்டது போன்று ஒரு இறுக்கத்துடனே இருந்தது...... அத்தோடு வித்தியாசமான அந்த மணம் வேறு மிகவும் சங்கடப்படுத்தியது அவளை. எல்லாவற்றிற்கும் முத்தாய்ப்பாக இரவில் நிம்மதியான உறக்கமும் இல்லாமல், ஏதோ அரை மயக்க நிலையில் இருக்கும் வேளையில், யாரோ தட்டி எழுப்பியது போல விலுக்கென்று விழிக்கவும், விருட்டென்று யாரோ நான் போகிறேன் என்று சொல்லிக் கொண்டே மின்னலாக மறைவதும் தெரிய....... அதிர்ச்சியில் வியர்த்துக் கொட்ட..... தொலைபேசி அழைப்பு மணி சிணுங்க, படபடவென இதயம் துடிக்க, மெல்ல எழுந்து மின் விளக்கை ஏற்றியவள், தொலைப்பேசியை எடுத்து ‘ஹலோ’ என்பதற்குள், இதயம் பலவாறு படபடத்ததைத் தாங்க இயலவில்லைதான்! தொலைபேசியில் வந்த செய்தியோ மேலும் அதிர்ச்சியளிப்பதாக இருந்தது. ஆம் வண்ணநிலவனுக்கு மாரடைப்பாம், இரண்டு நாட்களாக கோமாவில் இருந்தவன், இன்று அதிகாலை இறந்து விட்டானாம்.........

பொழுது விடியக் காத்திருந்தவள் கணவனுடன் கிளம்பி தில்லியில் இருந்து விமானம் மூலம் சென்னை வந்தது கூட தெரியாமல் ஏதோ விளங்காத மன நிலையுடனேயே வந்து கொண்டிருந்தாள். டாக்சியில் ஏறி உத்திரமேரூர் வந்து சேர்ந்த போது, பழைய நினைவுகள் மெல்ல வர ஆரம்பித்தாலும், அங்கு வந்தபோது தான் தெரிந்தது இரண்டு நாட்களாகத் தன்னுடனேயே இருந்த அந்த மணத்தின் நெடி வந்த வழியும் புரிந்தது... ஆம் அதே நெடி, பன்னீர், ஊதுவத்தி, ரோசா அனைத்தும் இணைந்த ஒரு விதமான நெடி! தலை சுற்ற ஆரம்பித்தது அவளுக்கு. உள்ளே நுழைந்தவுடன் அத்தை, பாவி வந்துவிட்டாயா என்று தலையில் அடித்துக்கொண்டு ‘ஓ’வென்று கதறியது மேலும் சங்கடப்படுத்த, மரகதவல்லியின் அம்மாவும், அவளை இங்கு இவள் ஏன் வந்தாள் என்பது போல் பார்க்க, மேலும் குழப்பம் அதிகமானது.

சடங்குகள், சம்பிரதாயங்கள் என்று நிறைய இருந்தாலும், திருமணமே ஆகாத ஒரு பிரம்மச்சாரிக்குச் சடங்குகள் அதிகம் செய்வதில்லை. குழப்பம் மட்டும் தீராவிட்டாலும், என்னவோ தெளிவாக ஆரம்பித்தது. அம்மா வேறு அத்தையை நெருங்கக் கூட முடியாமல் ஒதுங்கியே இருந்ததும் புரிந்தது. இவையனைத்திற்கும் விடை சில நிமிடங்களில் வண்ணநிலவனின் உயிரற்ற உடலைக் குளிப்பாட்டி மேல் சட்டையை எடுத்து சந்தனம் பூச முயற்சித்த போது விளங்கிவிட்டது. ஆம், திரும்பி அந்தப் பக்கம் செல்லலாம் என்று நகரப்போனவளின் கண்களில் ‘சிட்டு’ என்று இதயத்தின் வெகு அருகில் பச்சைக் குத்தி வைத்திருப்பது பளிச்சென்று பட, நொடிப்பொழுதில் நடந்ததனைத்தும் விளங்கிப்போக, காலம் கடந்த ஞானம் பயனற்றுப் போக.......

திடீரென மாமா’, என்று ஓவென அலறியதன் காரணம் புரியாமல் வந்திருந்த உறவினர்கள் விழிக்க, மரகதவல்லி பார்த்த ஒரு பார்வையில், கூனிக்குறுகிப்போய் தலையைக் குனிந்து கொண்டாள் மரகதவல்லியின் தாய். அத்தையின் மடியில் தலை வைத்துக் கவிழ்ந்து முட்டிக் கொள்ள மட்டுமே முடிந்தது அவளால்.

• பவள சங்கரி

'மகனைத் தின்னாச்சு...... தண்ணியைக் குடிச்சு முழுங்கு', என்று யாரோ அத்தைக்குத் தண்ணீரைக் கொடுத்துக் குடிக்கச் சொன்னது காதில் விழ, மேலே விழுந்த தண்ணீர்த் துளி நிகழ்கால நினைவைத் திருப்பித்தர, மெல்ல எழுந்தாள்......

வண்ணநிலவனின் இறுதி யாத்திரை உறவுகளின் ஓலங்களினூடே அமைதியாகக் கிளம்பி விட்டது. மரத்துப்போன உணர்வுகளின் நீட்சியாய்த் துவண்டு போய் கணகள் பார்வையை மறைக்க செய்வதறியாது சுயநினைவின்றி கலங்கி நின்றிருந்தாள். பெண்ணுக்கென்று தனிப்பட்ட உணர்வோ, விருப்பமோ எதையுமே அனுமதிக்காத கட்டுப்பாட்டுக் கலாச்சாரத்தில் அல்லவா வாழ்ந்து கொண்டிருக்கிறாள். சமுதாய வரம்புகள் என்ற பெயரில், சந்தர்ப்பம் கிடைக்கும் பொழுதுகளிலெல்லாம் பல பெண்களின் நியாயமான உணர்வுகளும் கூட சூறையாடப்படுவதும் இயல்பாகத்தானே நடந்து கொண்டிருக்கிறது இந்தச் சமுதாயத்தில்!

அந்த மட்டும் அவனுடைய ஆத்மா அமைதியான உலகில், இனிமையாகப் பயணிக்கட்டும் என்று மனதார வேண்டிக் கொண்டாள் மரகதவல்லி தன் விருப்பக் கடவுளிடம்.

இதைப்பற்றிய எந்தச் சிந்தையுமே இல்லாத மரகதவல்லியின் கணவனோ, உடனடியாக ஊருக்குக் கிளம்ப வேண்டும் என்று சாடையில் பேசிக் கொண்டிருந்தான். உடனே திரும்பிப் போகவும் பயணச் சீட்டுடன் வந்ததால், விமானத்திற்கு நேரமாகி விட்டதை உணர்ந்தவள், மனக்குமுறலை வெளியே காட்டக்கூட திராணியற்றவளாக மனதில் அடக்கி வைத்துக்கொண்டு, மரக்கட்டையாகப் புன்னகை முகமூடியையும் தரித்துக்கொண்டு கிளம்பத் தயாரானாள்!

66
இருட்டில் ஒரு சிவகாமி

கே.பாரதி

கே.பாரதி
(1960)

முனைவர் கே.பாரதி சென்னை பச்சையப்பன் கல்லூரியில் வரலாற்றுத்துறைப் பேராசிரியராகப் பணியாற்றி ஓய்வு பெற்றவர்; சிறுகதைகள், கட்டுரைகள், குறுநாவல்கள் என்ற தளங்களில் இயங்கி வருகிறார்; 'தமிழ்ச்சினிமாவில் பெண்கள்' என்ற கட்டுரைத் தொகுப்பை எழுதியுள்ளார்; எழுத்தாளர் ஆர். சூடாமணியின் படைப்புகளை ஆய்வுசெய்து இவர் எழுதிய நூல், சாகித்ய அகாதமியின் 'இந்திய இலக்கியச் சிற்பிகள்' வரிசையில் இடம் பெற்றுள்ளது. இவர் 'சொந்த சகோதரிகள்' என்ற சிறுகதைத் தொகுப்பை எழுதியுள்ளார். மேலும் எழுத்தாளர் ஆர்.சூடாமணி நினைவு அறக்கட்டளையின் நிர்வாகியாகவும் செயல்பட்டு வருகின்றார்.

*தா*மரைக்கு விருது கிடைத்திருக்கிறது. நல்லாசிரியர் விருது. தகவல் தெரிந்து பள்ளியில்ஒவ்வொருவராக வாழ்த்து தெரிவித்தார்கள். அத்தோடு முடிந்து விட்டது என்றுதான் அவள் நினைத்திருந்தாள். மாலையில் அவர்களில் நெருக்கமான சிலர் பரிசு ஒன்றைத் தூக்கிக்கொண்டு வீட்டுக்கு வருவார்கள் என்பதை எதிர்பார்க்கவில்லை. இரண்டடியில் ஒரு அழகான பித்தளை குத்துவிளக்கு. அவர்களை உபசரித்து பேசிக்கொண்டிருக்கும் போதே தாமரையைப்பதற்றம்தொற்றிக்கொண்டது. கணவர் வருவதற்குள் இவர்கள் கிளம்பிப் போக வேண்டுமே என்று நினைத்தாள்.

ஆனால் அதிர்ஷ்டம் அவள் பக்கம் இல்லை. வாசல் பக்கம் புல்லட்டை நிறுத்திவிட்டு இறங்கிக்கொண்டிருந்தான்.

"யார் இவங்கள்ளாம்? என்ன நடக்குது இங்கே?" என்று உள்ளே நுழைந்ததும் சத்தம்போட்டுவிட்டு, வந்தவர்களை விழித்து முறைத்துவிட்டு மாடிக்குப் போனான். சிநேகிதர்கள் அத்தனை பேரும் திகைத்து வெளியேறினார்கள். அவன் கண்ணில் படுவதற்குள் குத்துவிளக்கை அவசரமாக அப்புறப்படுத்தினாள் தாமரை.

தோழி வீட்டுக்குப் போய்விட்டு உள்ளே வந்த மகளின் குரல் விரட்டியது. "அம்மா சூட்கேஸ் எங்கே இருக்கு? துணிகளைப் பேக் செய்தாகணும். நாளைக்குக் காலைல எனக்கு ட்ரெயின்."

சென்னை மருத்துவக் கல்லூரியில் படிக்கும் அவள் விடுமுறை முடிந்து திரும்புகிறாள். மகளுக்கு உதவும் சாக்கில் படபடப்பை நிதானப்படுத்திக் கொண்டாள். 'நடந்ததை அவளிடம் சொல்லலாமா? வேண்டாம், அவள் நிம்மதியையும் கெடுக்க வேண்டாம்' என்று கட்டுப்படுத்திக் கொண்டாள்.

மாடியிலிருந்து இறங்கி வந்த கணவர் "இன்னுமா சப்பாத்தி ரெடியாகலை?" என்று டைனிங்டேபிளைப் பார்த்துவிட்டு குரல் குழறக் கேட்டபோதுதான் நிமிர்ந்து பார்த்தாள். கண்கள் லேசாகச் சிவந்திருந்தது. நிலைமையைப் புரிந்து கொண்டு பரபரவென்று மாவு பிசைந்தாள்.

சமையலைறையைச் சுத்தம் செய்து கொண்டிருந்தபோது, சித்தியிடமிருந்து போன்வந்தது. மாதா மாதம் இவள் அனுப்புகிற பணம் அப்பாவின் மருந்து செலவுக்கே சரியாக இருக்கிறதாம். புலம்பித் தீர்த்தாள் சித்தி. பேச்சோடு பேச்சாக, குமரய்யா போன வாரம் இறந்துவிட்டதாகத் தகவல் சொன்னாள். அதன் பிறகு அவள் பேசியது எதுவுமே தாமரையின் காதுகளில் விழவில்லை.

கிராமத்தில் இவர்கள் வீட்டுக்கு எதிர் வீட்டில் தான் குமரய்யாவின் வீடு. ஊரே அவரை அய்யா என்றுதான் மரியாதையாகக் கூப்பிடும். சாதாரண ஆளா அவர்? சாமி சிலையைச் செய்பவராயிற்றே? பழைய நினைவுகளெல்லாம் சுருள் பிரிந்து, சரம்சரமாக வெளி வர ஆரம்பித்தது.

2

கடைசியாகக் குமரய்யாவை எப்போது பார்த்தோம் என்பது கூட நன்றாக நினைவிலிருந்தது. அதன் பிறகுஎத்தனையோ முறை ஊருக்குப் போனாலும் கூட ஆற அமர தங்கியதில்லை.

தலைகாட்டுவதுடன் சரி. அப்போதெல்லாம் குமரய்யாவைப் பார்த்து நலம் விசாரிக்காமல் வந்ததில்லை.

சிட்டாகப் பறக்கும் அந்தப் பட்டாம்பூச்சி சந்திப்புகளைத் தள்ளிவிட்டுப் பார்த்தால், கடைசி சந்திப்பு என்பது அநேகமாக அதுதான். அப்போது எட்டு மாதக் குழந்தையை இடுப்பில் சுமந்துகொண்டிருந்தாள் தாமரை. மறுபடியும் அவள் புக்ககம் போகப் போகிறாளா? என்ற சந்தேகம் அப்பாவுக்கு ஏற்பட்டிருந்தது. அதே சந்தேகம் சித்தியையும் கிலி பிடித்து ஆட்டியது. த்

"புருஷன் சரியில்லைன்னு கண்ணைக் கசக்கிட்டு நிக்கறா. பொண்ணா பொறந்தவ அனுசரிச்சுதான் போகணும்" என்று அக்கம் பக்கத்தில் அவள் புலம்பியது குமரய்யாவின் காதுகளையும் எட்டியிருக்க வேண்டும். சின்ன வயதிலிருந்தே தான் பார்த்து வளர்ந்த பெண் இவள். அதிலும் தாயை இழந்த பெண் என்ற வாஞ்சை எப்போதும் அவர் கண்களில் சுரந்து கொண்டிருக்கும். ஊரில் எத்தனையோ சின்னஞ்சிறுசுகள் இருந்தாலும், இவர் சிலை வடிப்பதை வேடிக்கை பார்க்க அவர்கள் வந்து நின்றாலும், தாமரை ஒரு தனி ரகம் தான். அசையாமல் நின்று கொண்டு பார்த்துக் கொண்டிருப்பாள். "கால் வலிக்கப் போகுது உட்காரு கண்ணு" என்று இவராகச் சொன்னால் தான்உட்காருவாள். அவர் கையால் செய்வதை இவள் கண்களால் உள்வாங்கிக் கொள்கிறாள் என்பது அய்யாவுக்கு நன்றாகவே தெரியும்.

உண்மைதான். தாமரைக்கு அதிசயமாகத்தான் இருக்கும். இந்த அய்யாவுக்குத்தான் எத்தனை கற்பனை! பிள்ளையார் சிலை மட்டுமே எத்தனை விதமா செய்யறாரு! அதிலும் ஒற்றைக்

காலைத் தூக்கி நடனமாடும் பிள்ளையார் ரொம்ப அழகு. சூரியப்பிரபை, சந்திரப்பிரபை என்று விதவிதமாகச் செய்து, இரண்டடி சாமியை இரண்டரை அடிக்கு உயர்த்தி விடுவார். பீடத்தில் ஒவ்வொரு படிக்கும் ஒவ்வொரு டிசைன் கொடுப்பார்.

இவள் ஊருக்கு வந்த அன்றுதான் தேன்மெழுகில் செதுக்கி வைத்ததைக் களிமண் அச்சில் பதித்திருந்தார்.

"என்ன சிலை அய்யா? அம்மனா?"

"அம்மன்தான். சிவகாமி. ரெண்டு வருஷத்துக்கு முன்னே மூணு அடிக்கு ஒரு நடராஜர் செஞ்சேன் ஞாபகம் இருக்கா? நீ கூட நல்லா இருக்குன்னு சொன்னியே, அந்த நடராஜர் தான்.

அவரை புங்கனூர் கோவில்ல வெச்சிருக்காங்க. அவருக்கு ஜோடியா சிவகாமி வேணும்னு கேட்டுவிட்டாங்க. அதான் செஞ்சுகிட்டிருக்கேன்."

"அதே மூணு அடியா அய்யா?"

"அது பிரபையெல்லாம் சேர்த்து மூணு அடி. பீடத்துலேருந்து கணக்கு பண்ணினா சிவகாமி இரண்டரை அடிக்கு இருப்பாங்க."

3

தனக்குள் மெல்ல சிரித்துக் கொண்டாள் தாமரை. நடராஜருடன் நடனமாடித் தோற்றுப் போனவள் சிவகாமி. பெண் என்பதாலேயே தோற்றுப் போனவள். அவருக்கு மட்டும் பிரபையாம். இவளுக்குக் கிடையாதாம். நினைத்ததை எப்போதும் குமரய்யாவிடம் கேட்டுதான் பழக்கம்.

அவரும் சளைக்காமல் பதில் சொல்வார். இப்போதும் கேட்டுவிட்டாள்.

அவளை ஆழமாக ஊடுருவிப் பார்த்தார் குமரய்யா. "அதென்ன சாமிக்கெல்லாம் நாலு கையி?" என்று சின்ன வயதில் இந்தப் பெண் கேட்ட போது சுலபமாகப் பதில் சொல்லி விட்டார்.

"நாலு கையின்னா உண்மையில நாலு கையின்னு அர்த்தமில்ல. அதெல்லாம் ஒரு பாவனைதான். ஒவ்வொரு சாமிக்கும் இங்கே நிறைய கதை இருக்குது. அதையெல்லாம் உருவத்துல கொண்டுவர, இரண்டு கை போதுமா? அதுதான் நாலு கை" என்று அத்துடன் நிறுத்திக் கொள்ள மாட்டார் குமரய்யா.

"இந்தப் பிள்ளையார் எப்படி பாசக்கயிறைப் புடிச்சுகிட்டிருக்காரு பாரு. அந்த மாதிரி நம்மால புடிக்க முடியுமா என்ன? அழகுக்காகக் கை, விரலு எல்லாம் அப்படிச் செஞ்சிருக்காங்க. எல்லாம் நம்ம கற்பனைலதான் இருக்கு. கற்பனைக்கு அழகு சேர்க்கறதுதான் கலை." என்று தத்துவார்த்தமாக அவர் பேசியது, தாமரைக்கு அப்போது புரியவில்லை. இப்போது இவள் கேட்கும் இந்தக் கேள்வி குமரய்யாவுக்குப் புரியப் போவதில்லை என்று தோன்றியது. அவரும் பதிலெதுவும் சொல்லாமல், அச்சை ஒரு ஓரமாக நகர்த்தி வைத்தார்.

நாளைக்கு உதவியாட்கள் வந்த பிறகு பஞ்சலோகத்தை உருக்கி அச்சில் வார்த்துச் சிலை தயாராகிவிடும். முன்பெல்லாம் அதையும் குமரய்யாதான் செய்வார். இப்போது வயதாகிவிட்டதால் உதவிக்கு ஆட்களை வைத்திருக்கிறார். வீட்டின் பின்பக்கத்தில் இதற்கென்றே ஒரு உலை அடுப்பு இருக்கிறது.

மறுநாள் சிவகாமிச்சிலை தயாராகிக் கொண்டிருந்த போதுதான் மரணக் கூச்சலெழுப்பினாள் குமரய்யாவின் பெண்டாட்டி பாலம்மா. தெருவே கூடியது. எவராலும் அவளைக் கட்டுப்படுத்த முடியவில்லை. அரை மணி நேரம் கத்திவிட்டு மண்ணை வாரிப் போட்டு எவரையோ வைய்து விட்டு ஓய்ந்து போனாள். குமரய்யா ஏதோ தவம் செய்பவரைப் போன்ற அமைதியுடன் சிவகாமியை அழகுபடுத்திக் கொண்டிருந்தார்.

இது ஒன்றும் தெருவுக்குப் புதிய விஷயமில்லை. அவ்வப்போது நடப்பதுதான். பாவம் குமரய்யா என்று எல்லோரும் பரிதாபப்படுவார்கள். பத்து வயதுப் பிள்ளையைப் பறிகொடுத்த சோகத்தில் பாலம்மா இப்படி ஆகிப்போனாள் என்று சித்தி சொல்வாள். பல நாட்கள் அவள் சமைக்கக் கூட மாட்டாள். அவரேதான் கஞ்சி வைத்துக் குடிப்பார். தெருப் பெண்கள் ஏதாவது விசேஷமாகச் சமைத்தால் வடையோ, பாயசமோ ஒரு சிறிய கிண்ணத்தில் வைத்து குமரய்யாவுக்குக் கொடுப்பார்கள்.

பக்கத்து ஊரிலிருந்த குலதெய்வம் கோயிலுக்குப் போய், குழந்தைக்குப் பிரார்த்தனையை முடித்துக்கொண்டு இவள் திரும்பி வந்தபோது, எதிர்வீட்டு திண்ணையில் சிவகாமி தயாராக இருந்தாள். ஆர்டர் கொடுத்தவர்கள் வாங்கிக் கொண்டு போவதற்குள், அவளைக் கிட்டேபோய்ப் பார்த்துவிட்டு வர பரபரத்தாள் தாமரை. உடனே எங்கே போக முடிந்தது? சித்திக்குக் கால் வீங்கிக் கொண்டதில் சமையலை முடித்துவிட்டு குழந்தையுடன் கிளம்பினாள்.

4

திண்ணைக் காலியாகக் கிடந்தது. 'அட! அதற்குள்ளாகவா எடுத்துக் கொண்டு போய்விட்டார்கள்?' எதற்கும் உள்ளே போய்ப் பார்க்கலாம் என்று தோன்றியது.

வீட்டுக்குள் ஒரே இருட்டு. ஜன்னல்களைக் கூட யாருக்குப் பயந்து இப்படி அடைத்து வைத்திருக்கிறாள் பாலம்மா? கண்ணுக்குத் தெரியாத யாரோடு அவள் சண்டை போடுகிறாள்? ஒன்றும் புரியவில்லை.

ஒரு மூலையில் கட்டை போல் படுத்திருந்தாள் பாலம்மா. பல்லைக் கடித்தவாறு இருந்த முகம் விகாரமாய்த் தோன்றியது. காலை அகட்டியபடி விரைப்பாகப் படுத்திருந்தாள். அந்தக் கோலத்தைப் பார்த்து முகம் சுளித்தாள் தாமரை. வீடு முழுக்க மூலைக்கு மூலை குப்பையும், அழுக்கும், ஒட்டடையும் மண்டிக் கிடந்தது. இதற்கு நடுவிலா குமரய்யா வேலை செய்கிறார்?

அவள் கண்களைச் சுழற்றியபோது கதவுக்குப் பக்கத்தில் பளபளவென்று இருந்தாள் சிவகாமி.

அவள் முகபாவமும் மெல்லிய புன்னகைக் கீற்றும், துவண்ட புஜங்களும் ஒயிலாகச் சாய்ந்து நிற்கும் கோலமும் பார்க்கப் பார்க்க அழகுதான். இவளைப் பார்த்தாள் தோற்றுப் போனவளாகத் தோன்றவில்லையே. சற்றே முன் தூக்கிய முகத்தில் மூக்கும் முகவாயும் நேர்த்தியாக அமைந்து கம்பீரத்தைக் கூட்டியிருந்தது. பஞ்சலோகத்தில் தாமிரக்கலவை அதிகம் போலும். சுற்றியிருந்த இருட்டில் செந்தழல் போல் அவள் தனியாக ஜொலித்தாள்.

குமரய்யாவின் குரல் கேட்டுத் திரும்பினாள். "பார்த்தியா, எப்படி இருக்கா பாரு சிவகாமி?" என்று கேட்டவரின் குரலில் ஒரு பூரிப்பு. ஒரு கணம் பாலம்மாவின் மீது கண்களைப் பதித்துவிட்டு பரிவுடன் குமரய்யாவைப் பார்த்தாள் தாமரை. அவர் புரிந்து கொண்டார். "அப்படிதான் இருக்கும். வாழ்க்கைன்னா. எல்லாம் ஒரு சேர அமைஞ்சிராது. இந்த இருட்டு, குப்பை, தூசு இதையெல்லாம் என்னால ஒண்ணும் செய்ய முடியாது. நான் எதை செய்யறேனோ அதுக்குப் பங்கமில்லாம சமாளிச்சுக்கிறேன்" என்றார்.

தாமரை வாசல் பக்கம் வந்தபோது "கண்ணு, ஒனக்கும் ஒரு வார்த்தை சொல்றேன். நீயும் சமாளிக்கணும். தோ, உன் இடுப்புல உட்காந்திருக்காளே உன் மவ, அவளைச் சிவகாமி மாதிரி ஜொலிக்க வை. அது உன் கையிலதான் இருக்கு." என்றார்.

அதற்கடுத்து இரண்டு நாட்களில்

பெட்டியைக் கட்டிக்கொண்டு புகுந்த வீட்டுக்குப் புறப்பட்ட தாமரைக்கு ஓரளவு மனசு தெளிந்திருந்தது.

குமரய்யா சொன்னது சரிதான். எதையும் மாத்த முடியாது. கணவனை, அவன் கோபத்தை, அவனிடமிருந்து எப்போதாவது வரும் மெல்லிய சாராய நெடியை என்று எதையும் அவளால் மாற்ற முடியவில்லை. ஆனாலும் என்ன?

நடு இரவில் விழிப்பு தட்டியபோது தாகமாக இருந்தது. தண்ணீர் குடித்துவிட்டுத் திரும்பிய போது, பூஜை அறையில் அந்தக் குத்துவிளக்கு கண்ணில் பட்டது. இருட்டில் பளபளத்துக் கொண்டிருந்த அது குத்துவிளக்கா இல்லை சிவகாமியா என்ற உருவ மயக்கம் ஏற்பட ஒருபுன்னகையால் தன்னைச் சமாளித்துக் கொண்டாள் தாமரை.

67

கஸ்தூரி

அநாமிகா

அநாமிகா
(17/08/1961)

லதா ராமகிருஷ்ணன் என்ற இயற்பெயர் கொண்ட அநாமிகா, எண்பதுகள் தொடங்கி சுமார் 45வருடங்களாகத் தொடர்ந்து இலக்கிய உலகில் வலம் வருபவர். கவிஞர், கட்டுரையாளர், மொழிபெயர்ப்பாளர் என்ற பன்முகப் பரிமாணங்களைக் கொண்ட இவர், சிறுகதைகள் எழுதும் பொழுது 'அநாமிகா' என்ற புனைப்பெயரிலும், கவிதைகள் எழுதும் பொழுது 'ரிஷி' என்ற புனைப்பெயரிலும் எழுதி வருகிறார். பதிவுகள் இணைய இதழில் இவர் இலக்கியம், சமூகம், மொழிபெயர்ப்புகள், ஆளுமைகள்... என்று பல பொருண்மைகளில் கட்டுரைகள் எழுதி வருகின்றார். இவரது சிறுகதைகள் தனித்துவ மிக்கவைகளாக அடையாளப்படுகின்றன.

"ஏறிக்கொள்ளுங்கள்" என்றவனுக்கு நன்றி கூறியவாறே, மூட்டை முடிச்சோடு முண்டியடிக்க முயன்றும் முயலாமலுமாய் உள்ளே ஏறி பதினான்காம் எண் இருக்கைப் பக்கம் போனபோது, அங்கே ஏற்கெனவே ஒருவர் தொந்தியும் தொப்பையுமாகப் பொருந்தியமர்ந்திருந்தார்.

"ஸார், இது என்னுடைய இடம்."

"மன்னிக்கவும், இது என்னுடையது."

அவரவருடைய இடத்தைக் கண்டுபிடிப்பதுதான் உலகிலேயே அதிசிரமமான காரியமாக இருக்கும் என்று தோன்றியது. 'அவரவர் இடம்' என்பதிலும் அவரவருக்கு விதிக்கப்பட்ட இடங்கள், வாய்த்த இடங்கள், அவரவர் விரும்பிய இடங்கள் என்று எத்தனை பிரிவுகள்.... விதிக்கப்பட்டதற்கும் வாய்த்ததற்கும் என்ன வேறுபாடு என்ற கேள்விக்கு 'நிச்சயம் ஏதோ வேறுபாடு இருக்கிறது' என்பதாக மனம் இடக்காகக் கூறியது. அப்படி வேறுபாடு இருக்கும் பட்சத்தில் விதிக்கப்பட்டதும் சரி, வாய்த்ததும் சரி, விரும்பிய - விரும்பாத என்பதாக வேறு சிலவாகவும் கிளை பிரியும்.....

"என்ன ஸார், அங்ஙனேயே நிக்கிறீங்க? இந்த வண்டி தானே நீங்க?"

"ஆமாம், ஆனா இவர் என் இடத்தைத் தன்னுடையதுன்னு சொல்றார்."

"அதெப்படி? என் இடத்தை நீங்கள்

தான் உங்களுடையதென்று சொல்கிறீர்கள்." உட்கார்ந்திருந்தவர் விறைப்பாகக் கூறினார்.

"அட, யார் இடம் யாருக்குச் சாசுவதம் சார்.... அதுவும், ஒரு ஆறு மணி நேரத்துக்குப் போய் எதுக்கு இத்தனை எடக்குமுடக்குப் பேச்சு?" சலிப்பாகத் தத்துவத்தைச் சிதறவிட்டபடியே நடத்துனர் வந்துபார்த்து என் பயணச்சீட்டை 'டபுள் செக்' செய்வதற்காய் ஓட்டுநர் இருக்கைப்பக்கம் அமர்ந்திருந்தவரிடம் கொண்டு சென்றார்.

"ஐயா, நீங்க அடுத்த வண்டிக்குப் போகணும். இது ஒன்பதரை வண்டி. லேட்டு. அதான் குழப்பம்."

"அப்ப, என் பத்து மணி வண்டி பத்தரைக்கு வருமா?"

"பத்தரையும் ஆகலாம், பனிரெண்டும் ஆகலாம். எதைத்தான் உறுதியாகச் சொல்ல முடிகிறது?"

என் முறைப்பும், ஓட்டுநரின் எக்ஸ்பர்ட் கமெண்ட்டும் மோதிக்கொண்ட கணத்தில், என்னிடமிருந்து வாங்கப்பெற்ற பயணச்சீட்டு என் கையில் பரிவோடு திணிக்கப்பட, நான் இறங்கிக்கொண்டேன்.

அடுத்த வண்டி இரண்டுபேருடைய கணிப்பிற்கும் பொதுவில் பதினோறு மணியளவில் வந்தது. ஏறி எனது பதினான்காம் எண் இருக்கையை அடைந்து அது காலியாக இருக்கக்கண்ட ஆசுவாசத்தில் அமர்ந்து, நடத்துநரிடம் காண்பிக்க சௌகரியமாய் பயணச்சீட்டைப் பிரித்து நீவிவிட்டபோதுதான் பார்த்தேன் - என் பெயர் இருக்கவேண்டிய இடத்தில் 'கஸ்தூரி' என்ற பெயர் இருந்தது.

நானேதான் போய்ப் பயணச்சீட்டு வாங்கியது. பின், எப்படி....?

வண்டி கிளம்பிவிட்டது.

கஸ்தூரியாகப் பயணம் செய்வது என்ற தீர்மானத்தில் நின்று நிலைக்கவேண்டிய நிர்பந்தம்.

'பெண்களுக்கென்று தனி இருக்கைகள் சில இருக்கும்போது இங்கே எதற்கு ஒரு பெண்ணுக்கு இடம் தரப்படவேண்டும்.....?' இந்தக் கேள்வியும், நடத்துனர் எந்தவித சந்தேகப் பார்வையும் இன்றி, பயணச்சீட்டைப் பார்வையிட்டுத் திரும்பத் தந்த விதமும், கஸ்தூரி என்பது ஓர் ஆணின் பெயராகவே இருக்கக்கூடும் என்று கருதவைத்தது.

போன வண்டியில் 'டபுள் செக்' செய்தவர் தவறுதலாக மாற்றித் தந்திருக்க வேண்டும். அப்படியானால், என் பெயரிலும் யாரோ பயணம் செய்துகொண்டிருப்பார். அது யாராக இருக்கும்...?

கூடுவிட்டுக் கூடு பாய்ந்தது போன்ற குறுகுறுப்பு உள்ளே ஏற்பட்டது.

கஸ்தூரியின் பயணம் எதற்காக மேற்கொள்ளப்பட்டிருக்கும்? கஸ்தூரி என்ற மனிதன் எப்படிப்பட்டவன்? வாழ்வில் இந்தத் தருணத்தில் அவனுடைய இழப்புகளும் வரவுகளும் என்னென்ன? அவனுடைய வாழ்க்கையில் எத்தனை பெண்கள் நேரிட்டிருப்பார்கள்? எனக்கெதற்கு இந்த ஆராய்ச்சியெல்லாம்....?

ஜன்னல் வழியாகப் பார்வையை ஓட்டிவநததில் நிலாவும் கூடவே ஓடிவந்தது.

• • •

'YOUTH WILL BE SERVED'. தோற்கத்தான் போகிறோம் என்று தெரிந்தே, தோற்றாலும் கிடைக்கக்கூடிய பணம் பசியைப் போக்கிக்கொள்ள உதவுமே என்பதற்காய், இளைஞனை எதிர்த்துக் களமிறங்கும் முன்னாளைய குத்துச்சண்டைவீரனின் வாசகம். *JACK LONDON*இன் *A PIECE OF STEAK*..... படித்த கதையின் வரிகளும் கூடவே ஓடிவந்தது.

பாவனை வெகுளித்தனத்தில் அல்லது

பட்டவர்த்தன அலட்சியத்தில் 'படா'ரெனத் தழைந்து, முழு மார்புகளையும் தளும்பவைத்துக் காட்டும் பெண்களை எனக்குப் பிடிக்காது. ஆனால் நிறைய பேருக்கு அத்தகைய தளுக்கும் குலுக்கும் தேவையாக இருக்கிறதுதான். நானாகியிருக்கும் கஸ்தூரிக்கும் தேவையாக இருக்குமோ.....'

கஸ்தூரி கல்யாணம் ஆனவனா, ஆகாதவனா....

நிலா கூடவே ஓடி வருவது இம்சையாக இருந்தது.... 'எல்லோருடனும் ஓடி ஓடி என்ன நிரூபிக்க முயன்றுகொண்டிருக்கிறாய் நீ... எல்லோரிடமும் ஒரேயளவாய் அன்பு செலுத்த முடியும் என்றா? எல்லோருக்கும் ஒரேயளவாய் முக்கியத்துவம் தரமுடியும் என்றா...?'

•••

"உங்களுக்கு வேண்டாத சந்தேகம். உடைமையுணர்வு."

"இருக்கலாம்"

"என்னோடு ஒரே செக்ஷனில் பணிபுரிபவரோடு நான் சினேகமாகப் பழகுவதில் என்ன தவறு?'

"தவறு என்று நான் சொல்லவில்லையே."

"பின், உம்மென்று நீங்கள் இருப்பதற்கு அதுதானே காரணம்?"

"இன்னும் சொல்லேன் - ஜாங்கிரி இனிக்குமென்றால் மைசூர்பாகு கசக்குமென்றா அர்த்தம்? கரும்பு தித்திக்குமென்றால் கல்கண்டு கசக்குமென்றா அர்த்தம்? இன்ன பிற.... *I AM TIRED* அமுதா. என்னைப் பொறுத்தவரை பொஸஸிவ்நெஸ், பொறாமை எல்லாமும் எந்த உறவிலும் தவிர்க்கமுடியாதது. ஆண் - பெண் உறவில் அதற்குக் கூடுதல் இடமும் உண்டு. *TWO IS COMPANY; THREE IS CROWD* கேள்விப்பட்டிருக்கிறாயல்லவா?"

"இதென்ன அநாவசியப் பேச்சு? இப்போது நாம் மட்டும்தானே இருக்கிறோம். அவன் வருவது பிடிக்கவில்லை என்று நீங்கள் சொன்ன நாளிலிருந்து நான் அவனை இங்கே கூட்டிக்கொண்டே வருவதில்லையே_"

கசப்பாய் ஒரு சிரிப்பு வெளிப்பட்டது என்னிடமிருந்து. கஸ்தூரியிடமிருந்தும் வெளிப்பட்டிருக்குமோ....

"நீ அவனை எங்கேயும் விட்டுவிட்டு வருவதில்லை அமுதா. என்னைப் பார்க்க வரும்போதெல்லாம் அவனைக் கூட்டிக்கொண்டு வருகிறாய். அவனைப் பார்க்கச் செல்லும்போதெல்லாம் என்னையும் உடன் அழைத்துச் செல்கிறாய். எங்களிருவரிடையே நட்பு உண்டாக்குவதாய் நீ மேற்கொள்ளும் முயற்சிகளெல்லாம் உண்மையில் எங்களிடையே ஒரு நிழல் யுத்தத்தைத் தான் முனைப்பாக நடத்துகின்றன. நீ என்னை அணைக்கும்போதெல்லாம் நமக்கிடையே அவன் இருப்பதாகவும், நான் உன்னை முத்தமிடும் போதெல்லாம் என் உதடுகளில் நீ அவனுடையதை உணர்வதாகவும்.... எத்தனை நாட்கள் எத்தனை அல்பமாக உணர்கிறேன் தெரியுமா?"

சொல்லும்போதே ஒரு கழிவிரக்கத்தில் என் கண்கள் சுரப்பதை முள்வலியாய் உள்வாங்கிக்கொள்கிறேன்.

"இத்தனை குறுகிய மனதா உங்களுக்கு?"

"பார்த்தாயா, இப்படியே தொடர்ந்தால் இனி நான் உன்னை 'வேசி' என்பேன். நீ என்னை *MCP* என்பாய். இதுநாள் வரை நாம் அனுபவித்த இனிமையெல்லாம் மறைந்துபோகும்வரை ஒருவரையொருவர் தூற்றிக்கொண்டே தொடர்ந்து காதலித்துவரவேண்டும் என்று என்ன கட்டாயம் சொல்?."

ஒரு மன்றாடலாய் என் குரல் தெறித்தது.

"நான் இனிமேல் அவனைப் பார்க்கக்கூடாது, பேசக்கூடாது - அவ்வளவுதானே?"

"அப்படிச் சொல்ல நான் யார்? அப்படி நான் சொல்லச்சொல்ல அவனுடனான உன் சூக்கும சந்திப்புகள் அதிகரித்துக்கொண்டேதான் போகும்.... இனிமேல் நாமிருவரும் ஒருவரையொருவர் பார்த்துக்கொள்ள வேண்டாம், பேசிக்கொள்ள வேண்டாம், பரஸ்பர நல்லெண்ணங்களோடு பிரிந்துவிடுவோம் என்றுதான் நான் சொல்கிறேன்...." - எனக்குள் வழிந்தோடுகின்ற குருதி எத்தனைக் குடங்கள் இருக்கும்..... மிகவும் பலவீனமாய் உணர்கிறேன்....

"இது *EMOTIONAL BLACKMAIL*"

"உன்னைப் பொறுத்தவரை, எனக்கு என் அமைதிக்கான விண்ணப்பம்."

"நான் உன் நிம்மதியைக் கெடுக்கிறேன் என்கிறாயல்லவா?"

"நீ வேண்டுமென்றே செய்கிறாய் என்று நான் சொல்லவில்லை. ஆனால் அதைத்தான் இப்போது செய்து கொண்டிருக்கிறாய்."

"இது அநியாயப்பழி"

"இருக்கலாம்."

"நம்முடைய பிரிவுக்கு நீதான் காரணம்."

"நேரிடைக் காரணம், அல்லது, உடனடிக் காரணம் மட்டுமே."

• • •

"கஸ்தூரி.... உங்களுக்குத் தெரியுமா, இறுதிவரை, ஒரேயொரு தடவை கூட, ஒரு பேச்சுக்காகக் கூட, 'அவனைவிட நீதான் எனக்கு முக்கியம்', என்று அவள் கூறவில்லை. அப்படி எதிர்பார்ப்பது என் ஆணாதிக்க மனோபாவம் என்கிறீர்களா? *TO HELL WITH YOU*. அவள் என்னை மாங்காய் மடையனாக்குவது மட்டும் சரியா? இன்னொரு ஆணோடு பேசுவதில் என்ன தவறு என்கிறீர்களா? படுத்துக்கொள்ளக்கூடச் செய்யட்டும். தவறில்லை. அதற்கு என்னால் 'விளக்குப் பிடித்துக்கொண்டிருக்க முடியாது ' என்றுதான் சொல்கிறேன். அப்படிச் சொல்ல எனக்குக் கட்டாயம் உரிமையிருக்கிறது.

நாளை தீபாவளி. பண்டிகைக் கொண்டாட்டம் என்ற பெயரில் வீட்டில் 'ஜமா' கூடும். கட்டாயம் அவன் வருவான். என்னைவிட எட்டு வயது இளையவன். அவளைவிட இரண்டு வயது பெரியவன்.

'*YOUTH WILL BE SERVED*'....'

திடுமென ஞாபகம் வந்தவர்களாய், என்னைக் கண்களால் சுட்டிக்காட்டித் தங்களுக்குள் மௌனமாய் எதையோ குறிப்பாலுணர்த்திக்கொண்டு, வரவழைத்துக்கொண்ட அக்கறையோடு வேறு வேறு விஷயங்களை என்னிடம் பேசப்புகுவார்கள். அதைவிட அதிகமாய் ஒரு மனிதனை அவமானப்படுத்த முடியுமா கஸ்தூரி? சொல்லுங்கள்? அதனால்தான் இன்று கிளம்பிவிட்டேன். கடைசி நேரத்தில் முன்பதிவு செய்து தேனியைத் தாண்டியுள்ள மலையோர கிராமங்களில் ஒன்றான 'ஏமாந்தான் பேட்டை'க்குக் கிளம்பிவிட்டேன். இயற்கையோடும் தனிமையோடும் அளவளாவுவதும் உறவாடுவதும்தான் உண்மையிலேயே ஆசுவாசம் தரும் விஷயமாகத் தோன்றுகிறது கஸ்தூரி.....

• • •

வண்டியின் தாலாட்டில் அரைத்தூக்கத்தில் ஆழ்கிறேன்.... பக்கத்தில் அமர்ந்தபடி கஸ்தூரியிடம் கலகலவென்று அமுதா பேசிக்கொண்டே வர, அதனாலெல்லாம் கவரப்படாதவராய் கஸ்தூரி அரைச்சொல், ஒரு சொல்லில் எதிர்வினையாற்றிக்கொண்டிருந்தது பெரிய ஆறுதலாக இருந்தது எனக்கு. அதைவிட, அடிக்கொரு தரம் குனியும்

அவளுடைய தளும்பும் மார்பகங்கள் கஸ்தூரியை அலைக்கழிக்கவில்லை என்ற விஷயம் என் மனதின் அதலபாதாளங்களையெல்லாம் சீர்படுத்தியது.

• • •

'கஸ்தூரி....நீங்கள் உண்மையாலுமே மனத்திடம் வாய்ந்த நேர்மையான மனிதர்தான். உங்களால் என் தரப்பு நியாயத்தைக் கண்டிப்பாய் உள்வாங்கிக்கொள்ள முடியும்.... ஆனால், அதற்காய், அமுதாவை 'ஆம்புளைப்பொறுக்கி' என்ற மாதிரியெல்லாம் எண்ணிவிடாதீர்கள் ப்ளீஸ்.... அவள் மட்டும் என் வாழ்வில் எதிர்படாமலிருந்திருந்தால், எனக்குக் கைகால்களின் பயனெல்லாம் காலை-மாலைக் கடன்களை முடிப்பது மட்டுமே என்றாகியிருக்கும்... சங்கோஜியான, *SOLITARY REEPER*ஆன என்னைத் தேடித்தேடி வந்து, அவள் கொண்டாடிய சொந்தம் எனக்கு வாழ்வில் கிட்டிய வரப்பிரசாதம். அருகே, ஏக உரிமைப் பிரச்னைகள் விசுவரூபமெடுப்பது தவிர்க்க முடியாததாகிவிடுகிறது. அதனால்தான் பிரிவு மேல் என்று தோன்றுகிறது. எது என்னுடையதோ, எது எனக்கு விதிக்கப்பட்டிருக்கிறதோ, அது என்னிடமே வரும். ஆனால், நான் ஞானியில்லை கஸ்தூரி... வலி கூடிய சாதாரண மனிதன். ஒரு இதயத்தில் ஒரு நேரத்தில் ஒருவரைத் தவிர ஏந்திக்கொள்ளத் தெரியாதவன்; முடியாதவன். ஆனால், அமுதா சென்றவிடமெல்லாம் அன்பர்களைத் திரட்டிக்கொள்பவள். அதில் அவளுக்கு மமதை என்று சொல்லமுடியாது... ஆனாலும் மைய அச்சாக அமைந்து பல வட்டங்களை ஒரே சமயத்தில் சுழலச் செய்வதில் யாருக்குத்தான் சந்தோஷம் இருக்காது? எல்லா வட்டமாகவும் நான் இருக்க ஆசைப்பட்டது என் தவறுதான். அதனால்தான், நானே எனக்கான அச்சும் வட்டமுமாகிவிடுவது என்று முடிவெடுத்தேன்... என் முடிவு சரிதானே கஸ்தூரி.....?

'கஸ்தூரீ.... நீங்களும் ஆண் தானா? அல்லது, பெண்ணா? பெண் என்றால் நான் பேசியதை நீங்களும் ஆணாதிக்கப் பன்றித்தனமாகத்தான் பகுப்பீர்கள். இன்னொருவனிடம் பேசினாலே இவனுங்களுக்கெல்லாம் ஜன்னி கண்டுவிடும் என்று குதறுவீர்கள். அமுதாவின் சினேகிதர்களெல்லாம் அவளோடு படுக்கையிலிருக்கக் கண்டால் மட்டும்தான் என் மனம் பதறவேண்டும் என்பது என்னவிதமான நியதி? அன்பின் விஸ்தீரணத்தையே குறுக்கிவிடுமல்லவா இத்தகைய நியதிகள்...?

என் உடைமையுணர்வைத்தான், நான் உண்மையான அன்பாக எடுத்துக்காட்ட முயல்கிறேனா? அன்பிற்கும் உண்டோ அடைக்கும் தாழ் என்கிறீர்களா? அதனால்தானோ என்னவோ, புதிதாய் ஓர் அன்பு உள்ளே நுழைய, உள்ளிருக்கும் பழைய அன்பு வெளியேறிவிடுவது நேர்கிறது.

என் அணுகுமுறை சரிதானே? சொல்லுங்கள் கஸ்தூரி... நீங்கள் ஆணா - பெண்ணா? கடைசி நேரத்தில் பெண்களுக்கான இருக்கைகளில் இடமில்லாமல் பொது இருக்கைகளில் இடம்தரும்படியாகிவிட்டதா? அறுபதுக்கும் இருபதுக்கும் இடையில், மணமாகியோ, ஆகாமலோ, கணவன் இருந்தோ, இல்லாமலோ, அவ்வண்ணமே கனவுகள் இருந்தோ இல்லாமலோ, ஒரு பெண்ணாக நீங்களிருக்கும் பட்சத்தில், ஆணுக்கும் பெண்ணுக்கும் உடல் ரீதியானவற்றைத் தவிர்த்து மற்றபடி என்ன வித்தியாசமிருக்க முடியும் என்று என்றாவது யோசித்திருக்கிறீர்களா?

என்னில் பொருந்தியுள்ள கஸ்தூரி அதை நிச்சயம் யோசித்திருக்கும். அஃறிணையாக அல்ல, அன்பின்

மிகுதியாலே 'இருக்கும்' என்கிறேன். கஸ்தூரி.... என்னில் பொருந்தியுள்ள கஸ்தூரியாகிய நீங்கள்தான் எத்தனை அழகு! என்றும் மாறா இளமையோடு, எனக்கேயெனக்கான அன்போடு என்றைக்குமாய்க் கூடவரும் நீங்கள் இல்லாமல் நான் மட்டும் எப்படி 'ஏமாந்தான் பேட்டை'க்குப் போவது. கஸ்தூரீ... வாருங்கள், இந்த இரவில் நம்மோடுவரும் நிலவொளியின் துணையோடு, ஜன்னல் வழியே பறந்து சென்றுவிடலாம்.... அப்படி மட்டும் செய்ய முடிந்துவிட்டால்......

68
பால்கட்டு

அமரந்தா

அமரந்தா

விசாலாட்சி என்ற இயற்பெயர் கொண்ட அமரந்தா, 'சம்யுக்தா' என்ற புனைப்பெயரிலும் எழுதி வருகிறார். இவர் எழுத்தாளர் மட்டுமல்ல; சிறந்த மொழிபெயர்ப்பாளரும் ஆவார். லத்தின் அமெரிக்க நூல்களை ஆங்கிலம் வழியாகத் தமிழுக்கு மொழிபெயர்த்துத் தந்துள்ளார். இவர் எழுதிய சிறுகதைகள் 'பால் கட்டு' என்ற பெயரில் நூலாக வெளிவந்துள்ளது. இவரது சிறுகதைகள் பெரும்பாலும் பெண் சுதந்திரத்தை முன்வைத்து எழுதப்பட்டுள்ளன. பிறமொழிச் சிறுகதைகளையும், லத்தின் அமெரிக்க சிறுகதைகளையும் தனித்தனியாகத் தொகுத்து நான்குக்கு மேற்பட்ட நூல்களாக வெளியிட்டுள்ளார்.

இருபது நிமிடமாய் மார்பில் விண்விண்ணென்ற வலியுடன், ஏழு கிலோ எடையுள்ள ஆழ்ந்து தூங்குகிற ஆறு மாதக் குழந்தையைத் தூக்கிக் கொண்டு நிற்கிறேன். நான் போக வேண்டிய ரூட்டைத் தவிர, மற்றெல்லா ரூட்டிலும் ஒவ்வொரு பஸ் போய் விட்டது. இடுப்பும் தோளும், ஏன் கழுத்தும் கூட விட்டுப் போகிற மாதிரி இருக்கிறது.

விழித்துக் கொண்டிருக்கும் போது பூ மாதிரியிருக்கும் குழந்தை, தூங்க ஆரம்பித்ததும் என்னமாய்க் கனக்கிறது? தாய் கண்ணோ நாய் கண்ணோ என்பாள் அம்மா. குழந்தையைக் கைமாற்றி முத்தம் கொடுத்து, மறுபடி தோளில் சாற்றிக் கொள்கிறேன். இப்படி பஸ் ஸ்டாண்டில் அரைமணி நின்று சீரழிவதற்கா, அந்தச் சபலக்கார சூப்பர்வைஸரிடம் கெஞ்சி பர்மிஷன் வாங்கிக் கொண்டு வந்தேன்?

ஒரு ஆட்டோ பிடித்துப் போனால் இருபதே நிமிடத்தில் வீடு போய் சேர்ந்துவிடலாம். இருபத்தைந்து ரூபாய் செலவாகும். மனசு வருகிறதா? இப்படி முடியாதபோதெல்லாம் ஆட்டோவில் போவதென்றால் அதற்கு வேலைக்கே வர வேண்டாமே? ரஜனியைப் போல நானும் சம்பளமில்லாத லீவு போட்டுவிட்டு வீட்டில் இருக்கலாம். அவள் குழந்தைக்கு எட்டு மாதம் முடிந்து விட்டது. அடுத்த மாதம் மறுபடி வேலைக்குப் போகலாமா என்று யோசிக்கிறாளாம். இப்படி தினம்

464

தினம் பால் கட்டிக் கொண்டு அவஸ்தைக்கு ஆளாக வேண்டாம்.

ரொம்ப நேர இடைவெளிக்குப் பிறகு கொடுப்பதால், பாலின் சுவையே மாறி, குழந்தை குடிக்காமல் முகம் கோணி அழும் வேதனை இருக்காது. சுவையை மாற்ற வேண்டி காம்பை அழுத்தி அழுத்தி ரணமாக்கி, பாலை வெளியேற்றி, கையும் தோளும் கடுக்க, இடுப்பொடிய உட்கார்ந்திருக்க வேண்டிவராது. குழந்தை பிறந்த உடனே இருக்கும் இந்த வேதனை, ஒருசில நாட்களில் சரியாகிவிடும் என்றுதான் எல்லாரும் சொன்னார்கள். குழந்தை பசித்து பால் குடிக்கத் தொடங்கியதும் பால் கட்டாது. அப்போது இப்படி வலுக்கட்டாயமாக வெளியேற்றும் வேலை இருக்காது என்றுதான் சொன்னார்கள்.

குழந்தை பிறந்த மூன்றாம் நாள் எக்கச்சக்கமாய்ப் பால் கட்டிப் போய் வெளியேறாமல், குழந்தையும் குடிக்காமல் ரண வேதனையாகிப் போய்விட்டது. நர்ஸிடம் சொல்லி அவள் முயன்று பார்த்து, நான் வலியால் கத்துவதைப் பார்த்துவிட்டு டாக்டரை அழைத்து வந்து காட்டினாள்.

டாக்டர் வந்து பார்த்துவிட்டு "பம்ப் போட்டு எடு" என்று சொன்னாள். பம்ப்பைப் பொருத்தி ஒருமுறைதான் அழுத்தியிருப்பாள் நர்ஸ். கட்டிடமே இடிந்து போகிற மாதிரி ஒரு அலறல் அலறினேன். விதிர்விதிர்த்துப் போய் நின்றுவிட்டாள் அவள். "வலிக்கத்தாம்மா செய்யும். இப்ப பாலை வெளிய எடுத்தாகணும். நீ ஒத்துழைக்கலைன்னா இன்னும் நிலைமை மோசமாயிடும்" என்றாள்.

உண்மைதான். பல்லைக் கடித்துக் கண்களை மூடி திகிலுடன் உட்கார்ந்தேன். மறுபடி பம்ப்பை அழுத்த, பால் சொட்டு சொட்டாக, அவள் ஏந்திய கிட்னி ட்ரேயில் விழத் தொடங்கியது. பால் வெள்ளை நிறமாகவே இல்லாமல் ஆரஞ்சு நிறமாக இருந்தது. ஒவ்வொரு அழுத்தத்துக்கும் மார்பில் வெட்டும் வலி. கண்ணீர் பாட்டுக்குப் பெருகி வழிந்துகொண்டே இருந்தது எனக்கு.

என்ன நினைத்தாளோ நர்ஸ் என் முகவாயைப் பிடித்துத் தூக்கி ஒரு கணம் பார்த்தாள். பிறகு பம்ப்பை எடுத்துவிட்டு, "இதைப் போட்டோ வலியும் அதிகம். பாலும் நெறைய வந்துட்டே இருக்கும். வெளிய யாருகிட்டயும் சொல்லாதீங்க. இப்ப நான் பண்ணப் போறதுதான் சரியான வழி. கண்ணை மூடிட்டு உக்காந்திருங்க. வலி போயிரும்" என்று சொல்லி மார்பில் வாய் வைத்து உறிஞ்சி உறிஞ்சி ட்ரேயில் துப்பினாள்.

ஏன் தானாகப் பால் வெளியேறாமல் இருக்கிறது என்று இரண்டு காம்பையும் அழுத்திப் பார்த்துவிட்டு, அவற்றிலுள்ள துளைகள் திறக்காமல் புண்ணாகியிருப்பதைக் கண்டுபிடித்தாள். ஒருசில பேருக்கு இப்படியிருப்பதுண்டாம். அதை முன்பே கண்டுபிடித்துக் குழந்தை பிறப்பதற்கு முன்பிருந்தே இதற்கான மாஸிக்ரீம் தடவி சரி செய்திருக்க வேண்டுமாம். அந்தக் கிரீமைத் தடவிக் கொள்ளச் சொன்னாள். ஒவ்வொரு முறையும் பால் கொடுக்கும் முன் சோப்புப் போட்டு அலம்பிக் கொள்ள வேண்டுமாம். மற்றநேரமெல்லாம்க்ரீம்தடவிக்கொண்டே இருந்தால்தான் புண் ஆறும் என்று சொன்னாள்.

இருக்கிற வேதனை போதாதென்று அந்த வேலை வேறு சேர்ந்து கொண்டது. சரி, ஒரு மாதம்தானே என்று சமாதானம் செய்து கொண்டேன். குழந்தைக்கு இரண்டு மணி நேரத்துக்கு ஒருமுறை பால் கொடுக்க வேண்டும். ஒரு மணி நேரத்துக்கு ஒருமுறை துணி மாற்ற வேண்டும். இடைப்பட்ட நேரத்தில் படுத்து ஓய்வெடுக்கலாம். ஆனால் முடியாது. அப்போது உட்கார்ந்து கையில் டவலை

வைத்துக் கொண்டு பாலைப் பீய்ச்சி வெளியேற்றியாக வேண்டும். ஆகமொத்தம் உடம்பைக் கீழே கிடத்தவே முடியாது. இரவு பதினோரு மணிக்குப் படுத்துத் தூங்குவதுதான் தூக்கம். அதிலும் ஒருமணி, மூன்று மணி என்று இரண்டு முறை எழுந்து குழந்தையைக் கவனிக்க வேண்டும்.

நாலரை மணிக்கு எழுந்து சமைத்து, அவருக்குச் சாப்பாடு கேரியரில் கொடுத்து, ஆறு மணிக்கே அனுப்ப வேண்டும். மூன்று மணி நேர பயணத்தில் அவரின் அலுவலகம் இருக்கும் ஊர். பிறகு குழந்தைக்கான கஞ்சி முதலியவற்றைத் தயாரித்து, ஹாட் பேக்கில் வைக்க வேண்டும். குழந்தையைக் குளிப்பாட்டி டிரஸ் செய்துவிட வேண்டும். இடையில் நானும் குளித்துச் சாப்பிட்டு, சாப்பாடு கட்டிக் கொண்டு கிளம்ப வேண்டும். எட்டரை மணிக்கு வீட்டைவிட்டால்தான் பத்து மணிக்கு ஆபீஸ் போய்ச் சேர முடியும்.

இந்தப் பஸ்ஸில் ஒரு வழியாய்ப் போராடி ஏறி, வியர்வையில் நசநசத்து ஆபீஸை அடைந்து, க்ரஷ்ஷில் குழந்தையையும் அதற்கான பையையும் விட்டுவிட்டு, மறுபடி படியேறி சீட்டை அடைந்து, என் பையையும் கீழே இறக்கி வைத்தால் ஏதோ பெரியதாக வெட்டி முறித்த களைப்பு இருக்கும். எங்கிருந்துதான் வருமோ அப்படி ஒரு அலுப்பு- உலகமே வெறுக்கும். அப்படியே படுத்துத் தூங்கி விட வேண்டுமென்று உடம்பு கெஞ்சும். ஆனால் டைப் அடிக்க வேண்டியது ஏகமாய்க் காத்திருக்கும். ஒத்திப் போட முடியாது.

முதுகு வலிக்கும்வரை அடித்துவிட்டுக் கஷ்டப்பட்டு ஓய்வை உண்டாக்கிக் கொண்டுதான் டீ குடிக்கப் போக வேண்டும். பனிரெண்டு மணிக்கெல்லாம் பால் கட்டிக்கொண்டு விடும். நேரம் ஆக ஆக விண்விண்ணென்று நரம்புகள் புடைத்துச் சுண்டியிழுக்கத் தொடங்கிவிடும். ஒரு மணி அடிக்கிறதோ இல்லையோ... ஓடி ஓடிப் படியிறங்கிப் போய், க்ரஷ்ஷினுள் நுழைந்து, குழந்தையை வாரி எடுத்துக் கொண்டு, உள் அறைக்குப் போய் உட்கார்ந்து, தெறிக்கிற மாதிரி இருக்கும் கொக்கிகளை நீக்கி, அப்பாடா... அவஸ்தை நீங்கப் போகிறது என்று நிம்மதிப் பெருமூச்சு விடுவேன்; ஐந்து நிமிடம் கூட இருக்காது. அடுத்த மார்பில் வலி அதிகரித்துக் கொண்டே போகும்.

என் சிநேகிதி லதா சொன்னாள். அவளுக்கு ஒரு மார்பில் குழந்தை குடிக்கும்போது அடுத்ததிலிருந்து தானாகவே பால் வெளியேறிவிடுமாம். எனக்கு மட்டும் அப்படி நிகழ்வதேயில்லை. பக்கம் மாற்றி வைத்துக் கொண்டால் மறுபடி ஒரு ஐந்து நிமிடம் தான். அதற்கு மேல் குழந்தை குடிக்காது. வலி நீங்கி நிம்மதி கிடைக்கப் போகிறதென்று எதிர்பார்த்திருந்தது வீணாகும்.

காலை எட்டு மணிக்குப் பிறகு, ஒருமணிக்குக் குடிக்கும் போது, பால் சுவை மாறி விடுகிறதென்று புரியவே கொஞ்ச நாள் ஆனது. ஆவலாய் முட்டிக் கொண்டு வாய் வைக்கும் குழந்தை, ஓரிரு நிமிஷத்தில் முகம் கோண விலகிக்கொண்டு ஏங்கி அழும். எனக்கானால் குழந்தை இன்னும் கொஞ்ச நேரம் குடிக்காதா, அவஸ்தை நீங்காதா என்று அடித்துக் கொள்ளும். குழந்தைக்குப் பசித்தாலும் சுவையில்லாத பாலைக் குடிக்க முடியாமல் திண்டாடுவதைப் பார்க்க வேதனையாக இருக்கும்.

ஒருசில நாட்களில் கட்டிய பாலை வெளியேற்றிவிட்டு சாப்பாட்டு நேரம் முடியும் நேரத்துக்குப் போவதென்ற பழக்கத்தை ஏற்படுத்திக் கொண்டேன். ஆனால் அந்தப் பழக்கம் எனக்கு மேலும் வேதனையாகத்தான் முடிந்தது. சாப்பிட்டுவிட்டு மீதியிருக்கும் நேரத்தில் பாலை வெளியேற்றிவிட்டு குழந்தைக்குப் புகட்டிவிட்டுப் போனால், மறுபடி ஒரு மணி நேரத்துக்குள் பால் கட்டிவிடும்.

ஆனால் இன்னொரு முறை போய்ப் பால் கொடுக்க அனுமதி கிடையாது க்ரஷ்ஷில். 'நீங்க மட்டும் வந்து பால் கொடுத்தா மத்த கொழந்தைங்க அழும், வராதீங்க' என்று சொல்லிவிட்டார்கள். அதே வேதனையுடன் ஐந்து மணிக்கு வந்து குழந்தையை எடுத்துக் கொண்டு போய், பஸ் பிடித்து வீடு போய் சேர்ந்து, பால் கொடுப்பதற்குள் கண்ணீர் வராத நாளே இல்லை.

41 தானா அது? என்ன அதிசயம். இப்படி, காலி சீட்டுகளுடன் பஸ்ஸைப் பார்த்து எத்தனைக் காலம் ஆகிவிட்டது? பாய்ந்து ஏறி உட்கார்ந்து கொண்டேன். கண்டக்டர் கருணையானவர் போலும். எழுந்து வரட்டுமா என்று கேட்கிற மாதிரி தலை திருப்பிப் பார்த்த போது உட்கருங்கள் என்று சைகை செய்து எழுந்து வந்து டிக்கெட் கொடுத்தார்.

அதிர்ஷடத்தை வியந்து கொண்டு குழந்தையை மடியில் கிடத்திக் கொண்டேன். அந்தச் சீட்டில் நான் மட்டும்தான். பால் கொடுக்கலாமா என்று யோசித்தேன். குழந்தை ஆழ்ந்து தூங்கிக் கொண்டிருந்தான். எப்படியும் இருபது நிமிடத்தில் வீட்டை அடைந்துவிடுவோம். அதற்குள் பஸ்ஸில் என்ன என்று விட்டுவிட்டேன். எதிர்பாராமல் உட்கார இடம் கிடைத்து ஆசுவாசமானதும் வலிகூட மட்டுப்பட்டது போலத்தான் இருக்கிறது.

எதிர்வீட்டு அருண் பாப்பாவின் நினைவு வந்தது. அவனுக்குப் பிறந்து பத்துநாளிலிருந்தேலாக்டோஜென்தானாம். சித்ராவுக்குப் பாலே இல்லையாம். அவள் ஒருமுறை நான் படுகிற அவஸ்தையைப் பார்த்துவிட்டு, கண்கலங்கியபடி இதை என்னிடம் சொன்னாள். இந்த ஒரு குறைதானே தவிர, அவளுக்கு மாமியாரும் சரி, அம்மாவும் சரி தாங்கு தாங்கென்று தாங்கினார்கள். ஒரு துரும்பைக் கிள்ளிப் போட வேண்டிய வேலை அவளுக்குக் கிடையாது. ஆனால் இந்தக் கஷ்டத்துக்கு யார்? என்ன செய்ய முடியுமென்று நொந்து கொண்டாள்.

மதிய இடைவெளியில் பாத்ரூமில் போய், பல்லைக் கடித்துக் கொண்டு, வலிக்க வலிக்க மார்பை அழுத்தி பாலை வெளியேற்றும் போதெல்லாம், நான் அழுதபோது அருணையும் நினைத்துக் கொண்டுதான் அழுவேன். வனஜா பார்த்தால், "அடியே, யாராவது கண் போடப் போறாடீ, கதவத்தாப்பாப் போடேன்" என்று பாசமாகத் தலையை வருடிவிட்டுப் போவாள். குழந்தையில்லாத தேவகி, "நீ குடிக்கிற பாலைக் குறை. தானா வத்திட்டுப் போகுது. அதப் பண்ணாம இங்க வந்து கொட்டினா உனக்கு நல்லா இருக்குதாக்கும்" என்று இடிப்பாள். ஓரிரு நிமிஷ வேலையா இது. கதவைத் தாழ்ப்பாள் போட? பதினைந்து நிமிஷமாவது இந்த வேலையைச் செய்தால் தான் மறுபடி போய் ஆபீஸில் வேலை பார்க்க முடியும். இன்னும் எத்தனைக் காலம் இந்த அவஸ்தைபட வேண்டுமோ...

வீடாவது பஸ் ஸ்டாப்புக்குப் பக்கமாய் இருக்கக்கூடாதா? பத்து நிமிஷம் நடக்க வேண்டும். இந்தப் பத்து நிமிஷ நடையில் இதுவரை மரத்துப் போயிருந்த வலிகள் எல்லாம் பூதாகாரமாய்த் தலையெடுக்க ஆரம்பித்தாயிற்று. இதோ இதோ என்று வேகத்தை அதிகரிக்க முனைந்தாலும் கையின் கனமும் சோர்ந்த உடம்பும் வேகத்தைக் குறைக்கவே செய்தன. சந்து முனை திரும்புமுன்பே வழக்கம் போல பையைத் துழாவி சாவியை எடுத்தேன். அட, இதென்ன கதவில் பூட்டைக் காணோம்? அதற்குள்ளா அவர் வந்துவிட்டார்? எட்டு மணிக்கு முன் வர முடியாதே? என்ன இன்றைக்கு ஒரே அதிர்ஷ்டம்? காப்பிகூட கிடைக்குமோ என்று கொஞ்சம் உற்சாகம் கூட எட்டிப் பார்த்தது.

கதவைத் தட்டிவிட்டு நின்ற ஒரு நிமிஷம்

• அமரந்தா

யுகமாய் இருந்தது. "தூங்கிட்டீங்களா?" என்று கேட்டுக் கொண்டே உள்ளே நுழைந்து தொப்பென்று பைகளை எறிந்துவிட்டு, வராந்தாவிலேயே உள்பக்கம் நகர்ந்து உட்கார்ந்துவிட்டேன். சட்டையை விலக்கிக் குழந்தையை மார்பில் அணைத்து வைத்துக் கொண்டேன்.

"என்ன இது, இங்கயே உக்காந்துட்ட உள்ள போயேன்."

"போறேன். மொதல்ல கொஞ்சம் ஆசுவாசமாகணும்."

"மொதல்ல எழுந்து உள்ள போ"

"என்னால எழுந்திருக்கவே முடியாது இப்போ. காப்பி போட்டுக் குடுத்தா நல்லாயிருக்கும். குடுங்களேன்."

"எல்லா எழவையும் போட்டுத் தரேன். மொதல்ல உள்ள எழுந்து போடி."

என்ன வார்த்தை எந்த நேரத்தில்? ஓவென்று கத்த வேண்டும் போலிருந்தது. பல்லைக் கடித்து அடக்கிக் கொண்டேன். கண் கலங்கிவிட்டது. குனிந்து குழந்தையைப் பார்த்தேன். காம்பை விட்டுவிட்டு தூங்கிவிட்டது. எடுத்து பக்கம் மாற்றி வைத்துக் கொண்டதும் தன்னிச்சையாய் மறுபடி சுவைக்கத் தொடங்கிது.

"என்னடீ சொல்ல சொல்ல நீ பாட்டுக்குச் சாவகாசமா உக்காந்திருக்க?" என்று ஆக்ரோஷமாய்ப் பல்லைக் கடித்துக் கொண்டு கையை ஓங்கிக் கொண்டு என் முகத்தருகே குனிந்த விகாரமான முகத்தைப் பார்த்ததும் பயத்தில் உடம்பைத் தூக்கிப் போட்டது. சடாரென்று எழுந்து அறைக்குள் நுழைந்து தூளியைக் கீழிறக்கி குழந்தையைப் படுக்கப் போட்டேன். நிமிர்ந்தபோது தலைசுற்றுகிற மாதிரி இருந்தது.

69

களவாணி மழை

தமிழச்சி தங்கபாண்டியன்

தமிழச்சி தங்கபாண்டியன்
(25/04/1962)

சுமதி என்ற இயற்பெயர் கொண்ட தமிழச்சி தங்கபாண்டியன் கவிஞர், எழுத்தாளர், கல்வியாளர், ஆய்வாளர், நடன நாடக கலைஞர், நாடாளுமன்ற உறுப்பினர் என்ற பன்முகப் பரிமாணங்களைக் கொண்டவர். இவர், ஆங்கிலப் பேராசிரியராகப் பணியாற்றி விருப்ப ஓய்வு பெற்றவர். இவர், தன் தந்தை தங்கபாண்டியன் இறந்த பொழுது, கையறுநிலைப் பாடல் ஒன்றை எழுதியுள்ளார். அது குங்குமம் இதழில் வெளிவந்தது. அந்த முதல் கவிதையே இவரை இலக்கிய உலகுக்கு அறிமுகப்படுத்தியது. பின்னர் தொடர்ந்து பல கவிதை நூல்களை, கட்டுரை நூல்களை எழுதியுள்ளார். இவர் புலம்பெயர்ந்த ஈழத் தமிழர்கள் சிறுகதைகள் சிலவற்றை ஆங்கிலத்தில் மொழிபெயர்த்துள்ளார். இவரது சிறுகதைகள் ஆனந்த விகடன் மற்றும் அவள் விகடனில் வெளியாகி உள்ளன ஐந்து கவிதைத் தொகுப்புகள், 8 கட்டுரைத் தொகுப்புகள், இரண்டு விமர்சன நூல்கள்,' முட்டு வீடு' என்ற ஒரு சிறுகதைத் தொகுப்பு வெளியிட்டுள்ளார். இந்தச் சிறுகதை தொகுப்பு ஆங்கிலத்தில் மொழி பெயர்க்கப்பட்டு வெளிவந்துள்ளது. தமிழக அரசின் பாவேந்தர் பாரதிதாசன் விருது உட்பட்ட பல விருதுகளைப் பெற்றுள்ளார்.

முன்நெத்திச் சுருக்கங்களில் வழிந்தோடும் வியர்வையைக் கூடத் துடைக்காமல் வேகு வேகென்று வந்து நின்றவனைப் பார்த்து, “ந்தா… சோத்தண்ணி குடிக்கிறியா?” என்ற பாண்டியம்மாளின் குரலைச் சட்டை செய்யாமல் தொழுவத்துக்குள் நுழைந்தான் பெரியாம்பிளை. மாடு, கன்னுகளுக்குத் தண்ணி ரொப்பும் சிமென்டுத் தொட்டி கால்வாசிக்குத்தான் இருந்தது. “சவக்கழுதை, சப்பணங்கொட்டி ஒக்காந்துகிட்டுக் கிடக்கா, தண்ணி ரொப்பாம” என்று முனகிக்கொண்டே தண்ணியை அள்ளி எடுத்து முகம், கை, காலில் சோமாறிக்கொண்டான். மூக்கு விடைக்கத் திரும்பிய நெற மாசச் சிங்கி, அவனது அருகாமையை உணர்ந்தாற்போல் அசைந்துகொடுத்தது.

“அட, பொறுத்தா… அழகுப்புள்ள. ஒரு மூணு நாத்தேன். எச்சுமி வந்துருவாள்ல” என்றபடி அதன் அருகில் வந்தான்.

மனுசனுக்கிருக்கும் அத்தனை ஆயாசமும் களைப்பும் தெரியும் சிங்கியின் முகத்தை, வயித்தோடு சேர்த்து அணைத்துக்கொண்டான். நிறைமாசக் கர்ப்பத்தின் சுமையை ஒரு பெருமூச்சில் வெளியேற்றிய சிங்கியின் வாலைத் தூக்கிப் பின்மடியைப் பார்த்தான். இசைவாக அசைந்து கொடுத்த சிங்கி, இன்னொரு நீண்ட மூச்சுவிட்டது.

"சரித்தா, சரித்தா... செத்த பொறுத்துக்கோ" என்றபடி இடுப்பில் கட்டி எடுத்துவந்த நான்கைந்து நாட்டுப்பழங்களை எடுத்து அதுக்குக் கொடுத்தான்.

"கிறுக்கு மனுசா, ஒன் கும்பி காயுதேனு கட்டினவ பதர்றதப் பார்க்காம இங்கன வந்து செல்லங் கொஞ்சுற சீரப் பாரு"னு வந்த பாண்டியம்மா தந்த ஒரு சொம்பு நீச்சத்தண்ணியையும் ஒரே மொடாவில் குடித்தான்.

மேவாயைத் துடைக்கும் புருஷனின் ஒட்டிய வயிற்றைப் பார்த்த பாண்டியம்மா, "ந்தா... இன்னும் சோம்பித்தான் கிடக்கு வவுறு. சொஞ்சம் உண்டன இன்னிக்குச் சோத்த சாப்பிடு. உப்புக்கண்டம் ரெண்டு துண்டு பொரிக் கட்டா... சோறு கூட இறங்கும்ல?" என்றபடி தொழுவை ஒட்டியபடி இருந்த அறைக்குள் போனாள். ஓர் ஓரத்தில், அடுப்படி நடுவுல கட்டில். மறு ஓரத்தில் துணிமணி தொங்கும் கொடி என எல்லாமுமாயிருந்த அந்த அறை, இன்னமும் ஈரப் பிசுபிசுப்போடு நசநசத்துக் கிடந்தது.

"சம்சாரி வேலைக்குன்னு இந்த ஊருக்கு வந்து பத்து, பாஞ்சு வருஷமிருக்கும்ல. வருஷம் மாறாம இந்தப் படப்பு போடற வேலையைக் கெடுக்கன்னே பிசுபிசுன்னு வந்துடுதுதுத்தா இந்த மேனாமினுக்கி மழை" என்ற பெரியாம்பிளையின் ஆவலாதியைக் கேட்காத மாதிரி, துணி மூட்டையாச் சுருண்டிருந்தாள் வள்ளிமயில்.

"எந்திரித்தா, கவுந்து படுத்திட்டே யிருந்தா கருந்தரையும் கம்பளிதான். எந்திரி, எந்திரி" - பாண்டியம்மாளின் குரலுக்குச் சிறு முனகலுடன் திரும்பிப்படுத்த வள்ளிமயிலின் தலைமாட்டில் வந்து உட்கார்ந்த பெரியாம்பளைக்குச் சட்டென்று அவளது முகம், சிங்கியின் களைத்துச் சோர்ந்து கனிந்த முகம் போலிருக்க, "சீச்சீ... என்ன பொசகெட்ட நெனப்பு" என்று தலையை உதறிக் கொண்டான்.

'தன் ஆத்தாதான் வள்ளிமயிலாக வந்து பொறந்திருக்கிறதாக நினைப்பு பெரியாம்பிளைக்கு.

அம்புட்டுச் செல்லமும் அவ மேலதான். பாண்டிமுனி கோயிலுக்குக் கெடா நேந்து பொம்பளப்பிள்ள பொறந்த அன்னிக்கு, வயல் வேலைக்கு வந்த கொமருகளுக்கு பிரியாணியும் சினிமாக் காசும், பெருசுகளுக்கு சாராயக் காசும் கொடுத்துக் கூத்தாடிட்டாப்ல. சிங்கிகூட வள்ளிமயிலுக்கு அடுத்தாப்புலதான்."

"மவ மொவம் சுணங்கிடக் கூடாது அப்பனுக்கு. வேட்டி மடிப்புல, சட்டை மடிப்புல, டவுசரு பாக்கெட்டுலன்னு இருக்கிறத எல்லாம் எடுத்துக் கையில கொடுத்துட்டு, வெத்து ஆம்பளயா அம்புட்டுச் சிரிச்சுட்டு நிப்பாரு" - பாண்டியம்மாளின் அலுப்பிலும் சின்னப் பவிசிருக்கும். தன் பொழப்பப் போல காடு, கழனி, மாடுன்னு இல்லாம மகளை டீச்சரோ, நர்ஸோ ஆக்கிடணும்கிறதுதான் ரெண்டு பேரின் ஆசையும். வள்ளிமயிலையும் சிங்கியையும் சுத்தித்தான் பெரியாம்பளையின் கண்ணும் மனசும்.

"அவள இப்ப எழுப்பாட்ட என்ன... செத்தப் படுத்திருக் கட்டும்" என்ற பெரியாம்பளையின் குரலை அமுக்கியபடி, "ஏ வள்ளி... மசமசன்னு கெடக்காத. எந்திரி, சுலுவாக் கௌம்பணும்ல" என்றபடி பாண்டியம்மா உள்ளே வந்தாள்.

வள்ளிமயிலுக்கு அந்த அழுக்குத் துணிச்சுருளும், அப்போதுதான் பொரித்த உப்புக்கண்டத்தின் சுறுசுறு கார மணமும் கிறக்கத்தில் ஆழ்த்தின. பூனை கவுந்து சுகம் காண்பதுபோல மேலும் குறுக்கிப் படுக்க யத்தனித்தவள், தலைமாட்டில் உட்கார்ந்திருந்த அப்பனைப் பார்த்து "அப்பே, யாரவையிற?" என்றபடி வாகாகத் திரும்பிப் படுத்துக்கொண்டாள்.

சுடுசோறின் ஆவி மணமும், நாட்டுத் தக்காளி ரசமும், உப்புக்கண்டத்தின் மசாலா ருசியும் மூக்குத் துளைக்க, புருஷனுக்குப் பொசுக்கப் பொசுக்க ஈயத் தட்டில் எடுத்து வந்த பாண்டியம்மா கால் பெருவிரலால் வள்ளிமயிலின் தலையை லேசாகத் தெத்திவிட்டு, "ந்தா... செல்லம் பொழிஞ்சது போதும் எந்திரி" என்றாள். சிங்கி ஒருவித அவஸ்தையாக "ம்மா" என்றது.

குரலைக் கேட்டதும் கண்களில் தெரிந்த பசி அடங்கிப் போனது பெரியாம்பளைக்கு. 'பாவம், பாரம் இறங்குறவரை பாடுதான் பொம்பளப் பொறப்புக்கு' என்று நினைத்துக்கொண்டான்.

பக்கத்தில் உட்கார்ந்து "ரோசனை இருக்கட்டும். வயிறு குளிந்தாத்தான மேலு வேர்வை சுகிக்கும். அள்ளித் தின்னு" என்ற பாண்டியம்மாவுக்கு வள்ளிமயில் இன்னமும் புரண்டுகொண்டிருப்பது எரிச்சலூட்ட, "சிறுக்கி மவளுக்குச் சோத்த முக்கிட்டு, முச்சூடும் மொடங்கத்தேன் தெரியும். எந்திரி, எந்திரி" என்று எட்டி நிமிண்டினாள்.

கண்ணுப் பீளையை எடுத்து பாண்டியம்மாவின் சேலை முந்தியில் துடைத்துவிட்ட வள்ளிமயில், பாவாடையைச் சரிசெய்தபடி உள்முற்றத்துக்குப் போனாள். மில்லு வேலைக்குப் போகும் ராசுவின் சைக்கிள் மணிச் சத்தம் கேட்க, 'இந்த நேரத்துக்கு எப்படி?'ங்கிற அர்த்தத்தில் புருஷனும் பொஞ்சாதியும் பார்த்துக்கொண்டார்கள்.

ராசு மகன், ஒரு பய ஊதாரியாச் சுத்துறதும், தன் வேலையைக் கெடுத்துக்கிட்டுக் குடிச்சுட்டு எங்கேயாச்சும் கவுந்துகிடக்கும் மகனை ராசு தூக்கியாறதும் தெரிஞ்ச சேதிதான். 'எந்தப் புள்ள பொறந்தாலும் இப்பல்லாம் எடக்கு மடக்காச்சுன்னா நொம்பலந்தேன்' என்ற அர்த்தம் அந்தப் பார்வைக்கு.

"ராசு ஒரு வாயில்லாப் பூச்சி. 'அய்யோ'னு ஆராச்சும் ஒக்காந்தா, ஓடிப்போய் கைகொடுத்து எழுப்பி, கஞ்சித்தண்ணியும் கொடுத்து, வழிச்செலவுக்குப் பணமும் கொடுப்பாப்ல. அவன் ஒருத்தனுக்குக்காகத்தேன் மழைத் தூத்தல் தவறாமப் பொசபொசன்னாவது எட்டிப்பாக்குது" - வெயிலாத் தேவர் நேத்து சந்தையில பாக்குறப்ப சொன்னது நினைப்புக்கு வர, "அப்பனுக்குப் புள்ள அனத்தமால்ல பொறந்திருக்கான். ஒன் பிரசவ சமயத்துல திக்குமுக்காடிக்கெடந்த எனக்கு, ராசு பொஞ்சாதி குருவம்மாதேன் அட்டியல அடவு வச்சுக் கடன் கொடுத்தாப்ல. இன்னிவரை ஒரு ஏப்பம் விடல அதப்பத்தி" என்றவாறே சொம்புத் தண்ணியை எடுத்தான் பெரியாம்பிளை.

"நம்ம வள்ளிமயிலு சைக்கிள்ல மாட்டக் கூடை கேட்டா. குருவம்மா நல்லாப் பின்னுவாப்லனு நாந்தேன் அங்கன போய்க் கத்துக்கிடச் சொன்னேன். ஒங்காதுல போட்டு வைக்கேன்" என்றபடி சொம்பை வாங்கிய பாண்டியம்மாளின் காலில் நறுக்கென்றது.

"ஸ்... அப்பே... கருவேலக் கழுதை எங்கன பாத்தாலும்ல உசிரக் குடிக்கி" என்று முகம் கடுக்க, முள்முனையைப் பிடுங்கிப்போட்டபடி, கழனிப்பானையைக் கழுவத் தொடங்கினாள்.

வாயைக் கொப்பளித்து வட்டிலக் கழுவுன கையோடு வானத்தை வெறித்துப் பார்த்த பெரியாம்பளை, "கழுத... இன்னிக்கும் படப்பைக் கட்டவிடாதுபோல" என்கவும், மழை மறுபடியும் தூற ஆரம்பித்தது.

தை மாச அறுப்பு முடிந்ததும், மாசித் தொடக்கத்தில் கதிரடிச்சுக் காய்ந்ததைப் பெரிய படப்பாகச் சேர்த்துக் கட்டிவைப்பது வழக்கம்தான். ஆனாக்க, அப்படிக் கட்டவிடாமல் பிசுபிசுன்னு தூறல் மழை மாசி பிறந்தவுடனே ஆரம்பிச்சு, படப்பு கட்ற வேலையக்

கெடுக்கும். அதுக்குக் 'களவாணி மழை'ங்கிற பேர் வந்த கதையைப் பாட்டையா சொல்லக் கேள்வி பெரியாம்பளைக்கு.

பாட்டையா பாத்தி கட்டிப் பாய்ச்சுவதில் ரொம்பக் கெட்டியானவர். அம்பது அறுபது பாத்திகளை மூன்று மணி நேரத்துக்குள் ஒத்தை ஆளாகப் பாய்ச்சிவிடுவார். பதினோரு மணிக்குக் கம்பங்கூழ் குடிக்க, பேரன் பேச்சுத்துணைக்கு வேண்டும். அஞ்சாப்புக்கு மேல் படிப்பு ஏறலைன்னு சம்சாரி வேலைக்கு, பேரன் வந்ததில் அவருக்கு வருத்தம்தான். பெரிய மீசையை ஒதுக்கிவிட்டு பாட்டையா கூழ் குடிக்க, மிதுக்கு வத்தல், பச்சைமிளகாய் எடுத்துக்கொடுப்பது பெரியாம்பளைதான். மொத வத்தலக் கடிச்சவுடனே கதை ஆரம்பிக்கும். ஆகாசத் தண்டி நெல்லுக் கதிரு, மலைத்தண்டி படப்பு எல்லாம் கலந்து நடமாடும் கதைகளை, வாய் பொளந்து கேட்பான்.

ஒருக்கா அப்படித்தான் இந்த 'களவாணி மழை' கதை மிதந்து வந்தது. மப்பும் மந்தாரமுமாகத் தூறிக்கொண்டு இருக்கிற வானத்தைப் பார்த்து, "'களவாணி'னு ஏன் சொல்ற பாட்டையா?'' என்ற பெரியாம்பளையின் கேள்விக்கு வத்தல்கடி காரம் மூக்கேறக் காத்திருந்து செருமிவிட்டுச் சொன்னார்...

"லேய்... களவாணித்தனம் என்னிக்கும் ஆகாதுங்குறதில்ல. அதுலயும் ஒரு நேர்கோடு இருக்கணுமப்பு. இந்த மழை, படப்பு போடறவன் பொழப்பக் கெடுக்கிற களவாணி. சும்மா மொறச்சுக்கிட்டே இருக்கிறவன்கிட்ட வீரம் இருக்காதுங்கிற மாறி, நாம நல்லா மாசி வெயில் தொடங்கிடுச்சின்னு இருப்போம். அம்புட்டுக் காஞ்ச வைக்கலையும் அம்பாரியாச் சேத்து வெச்சுட்டுக் கஞ்சி குடிச்சிட்டு இறுக்கப் பிரி மேல கட்டுவோம்னு வீட்டுப் பக்கம் ஒதுங்கியிருப்போம். நடு மதியம் மூணு மணிக்குத் திடீர்னு பொசபொசன்னு தூத்தல் போடும். 'அட, ஓலையில ஒண்ணுக்குப்போன மாதிரி ஒரு சத்தம் கேக்குதே?'னு ஓடிவந்தா பிலுபிலுன்னு பிடிச்சுக்கும். 'அய்யோ அப்பே'னு கித்தானைப் போட்டு மூடி, மூலை மூலைக்குச் செங்கல்லு வெச்சு நிமிருறப்பச் சுள்ளுன்னு வெயிலடிக்கும். நல்லா வாயில வரும் பார்த்துக்க அப்போ"னு தொடரும் பாட்டையாவை மறித்து, "அதுக்கு எதுக்குக் களவாணிங்கணும் அத?"னு பெரியாம்பளை கேட்பான். "நம்ம பொழப்பக் கெடுக்கிறதால, அதுலயும் களவாணிப் பயலுகளுக்குச் சகாயம் செய்யறதால படப்புக் களவாணி மழைல்லா அது. நாம கித்தானப் போட்டு வெச்சுட்டு மறுநா வந்து பாத்தா, மொந்தை கலையாத மாதிரி தெரியும். ஆனாக்க சல்லுசா ஊடாவுல ஒரு சாக்கு அள்ளிட்டுப் போயிருப்பானுக. இப்படிச் சேர்த்துவெச்சுச் சின்ன படப்பைப் போட்டவுகலாம் ஊர்ல உண்டுல்ல. அவனுக பவுசப் பார்க்குறப்ப பாவம் இந்தக் களவாணி மழைதான் திட்டுவாங்கும் அவனுகளுக்குப் பதிலா" என்று முடிக்கையில் ஒருவாய் கூழ்கூட மீதமிருக்காது. வரப்புல குனிஞ்சு ஒரு கை நீரள்ளி, வாயத் தொடச்சுட்டு, மறுக்கா அள்ளி உள்நாக்குல விட்டுக்கொள்வார் பாட்டையா. அப்படியேகதைகளினூடாகப் படப்பு கட்டும் நுணுக்கத்தையும் சொல்லிக் கொடுப்பார். அகல ஆரம்பித்து, நெருக்கம், நெருக்கமாகக் கோத்துச் சிதறச் சிதறச் சேர்த்து மேற்கூரை மாதிரி உச்சி முடியும் வரை ஒரு கவனத்தோடு பாட்டையா படப்புக் கட்டுவதை அலுக்காமப் பார்த்திருக்கிறான் பெரியாம்பளை. மூணாப்புல டிராயிங் மாஸ்டர் வரையச் சொன்ன வீடு, சூரியன், மலை, ஒரு மரம் படத்தவிட பாட்டையாவின் படப்பு அழகா அம்சமா வந்திருக்குன்னு அவனுக்குத் தோணும். இந்த நினைப்பு தெரிஞ்சாலே டிராயிங் மாஸ்டர் முட்டி

போடட வெச்சுடுவார்னு சிலுத்துக்குவான்.

முழு சம்சாரியா வாலிப வயசில இறங்கினப்பலருந்து இந்தப் படப்புக் கட்டுறதுல இவனை அடிச்சுக்க ஆளில்லைங்கிற தெனாவட்டு பெரியாம்பிளைக்கு உண்டு. கட்டறதோட இல்லாம காவலுக்கும் நிப்பான். 'களவாணி மழை' போக்குக்கு ஏத்தாப்ல ஈடுகொடுத்து, படப்பைக் கட்டி முடியுமட்டும், அங்கன இங்கன உருவிட்டுப் போகாம காவக் காக்குறதுலயும் துடியானவங்கிறதால அவனுக்கு டிமாண்டு சாஸ்திதான்.

'இன்னைக்கும் வளவு வீட்டுக்காரவுகளுக்குப் படப்புக் கட்டிட்டுப் பாதியில கித்தானைப் போட்டுட்டு வந்துருக்கோம்'னு நினைப்பு சுருக்குங்... தலையை உதறி, பாட்டையாவில் இருந்து பொழப்புக்கு வந்தான்.

"மழை செத்த அசந்தாப்புல இருக்கு. போய் சோலியத் தொடங்கலாம்ல" என்ற பாண்டியம்மாவின் குரலைத் தொடர்ந்து வள்ளிமயில் "அப்பே" என்று வந்து நின்றாள். நிகுநிகுவென்று ஒரு மினுமினுப்பு காதோரம் அவளுக்குக் கூடிவந்ததுபோல் இருந்தது. தன் கண்ணுக்குத்தான் அப்படித் தெரியுதோன்னு கொஞ்சம் உத்துப் பார்த்தான்.

"என்னப்பே"னு மகள் குறுக்கக் கை காட்டியதும் "எங்கன கிளம்பிட்ட?"னு பேச்சுக் கொடுத்தான்.

"சுலோச்சனாக்கா வீட்டுக்கு மெகந்தி போடக் கத்துக்க அப்பே... மருதாணீ."

"வெரசா வீட்டுக்கு வந்துடுவல்ல?"

"எட்டு வெக்கிறப்பவே வெரசான்னா வெலுக்வெலுக்குன்னு ஓடவா முடியும்?"

"ஏய், திமிரப் பாரு, மயிலு... வாயடக்கு" - பாண்டியம்மா சத்தம் போட, ரோஸ் நிற துப்பட்டாவைக் கழுத்தில் சுத்திக்கொண்டே, வலிப்புக் காட்டிவிட்டு, சைக்கிளை எடுக்கும் மகளைப் பாத்துச் "சூதானம் த்தே" என்றபடி தானும் கிளம்பினான்.

"ராத்திரிக்கு வளவுவீட்டுப் படப்புக் காவல்"னு சத்தம் கொடுத்துவிட்டுச் செருப்பை மாட்டினான். ஒட மரம் முள்ளுதிர்த்துக் குத்தும் ஒத்தையடிப் பாதை கடந்து மெயின் ரோட்டுக்கு வந்தான். வெயில் முன்கோபக்காரப் பொண்டாட்டிபோல 'புர்'ரென்று இருந்தது.

'இருக்கட்டும், இருக்கட்டும். படப்பு வேலை முடியத்தண்டி'னு நினைச்சுக்கிட்டே நடையை எட்டிப் போட்டான்.

எதிரே ராசு மகன் சைக்கிளில் கோக்குமாக்காக வருவது தெரிய, வேகத்தைக் கூட்டி நடந்தான்.

"சனியன், மூஞ்சில முழிக்க வேண்டாம்னாலும் முட்டிட்டு வருது" என்று முணுமுணுத்துக்கொண்டான். அவனும் இவனை உரசுவதுபோல வந்துவிட்டு, சட்டென்று திரும்பி, மணியடித்துக்கொண்டே போக,"வெத்து ரோட்டுல பவுசப் பாருன்னு" ஒத்த வீட்டுக்காரி சத்தத்துக்குத் தலையாட்டி ஆமோதித்தான்.

ராசு மகன் பேரக் கேட்டாலே பாண்டியம்மாவுக்கும் பச்சநாவி. 'அம்புட்டுப் பொறுக்கித்தனமும் குத்தகைக்கு எடுத்தாப்ல குடிவந்துருக்கு அப்பன் பேரக் கெடுக்கன்னு...' என வைய்யாம அவனைக் கடந்து பாண்டியம்மா போனது இல்லை.

போன வருஷத் திருவிழாவுல ராசு மகன் பண்ணுன ரவுசு கொஞ்சநஞ்சம் இல்ல. கூத்துக்கட்டுற பொம்பிளப் பிள்ளைக உடுப்பு மாத்துற அறைக்குள்ள தண்ணியப் போட்டுட்டுத் தடாலடியா நொழஞ்சு வம்புக்கிழுத்த அவனை, பெரசிடன்டு ஐயா இல்லைன்னா சனம் வகுந்திருக்கும். கோயில் பந்தக்கால்

பிடிச்சுவரும் சுந்தரேசன் என்கிற சுண்டுவை வலையன்குளம் கூட்டிப்போய் சாராயம் ஊத்திக்கொடுத்துக் கூட்டிவந்து, அக்கிரகாரமே ராசு மகனைத் திட்டித்தீர்த்தது. வேம்பு ஐயர் மகள் மீனாவையும் டிராயிங் மாஸ்டரையும் சேர்த்து, கோயில் சுவரில் எழுதியதற்குக் கட்டிவைத்துத் தோலுரிக்காத கொறைதான். மில்லில் வேலைபார்க்கிற தவக்களையண்ணன் வாயக் கட்டி வயித்தக் கட்டிச் சேத்த பணத்தை 'இடம் வாங்கித் தாரேன்'னு ஏப்பம்போட்டதற்கு அருப்புக்கோட்டை போலீஸ் ஸ்டேஷனில் அத்தனை அடி, ஒதை வாங்கினான். ஒவ்வொரு அவமானத்துக்கும் கூனிக்குறுகி முன் நிற்கிற ராசுவின் மொகத்துக்காகத்தான் இந்த ஊர் இவனை விட்டு வைத்திருக்கிறது.

"இவன் எதுத்தாப்ல வந்தா வெளங்கின மாரிதேன்"னு சனம் மொத்தமும் கரிக்கும். ராசு மகனின் சைக்கிள் மணிச் சத்தம் இன்னமும் கிர்ரென பெரியாம்பிளையின் மண்டைக்குள் காந்தியது.

இந்தப் பய இன்னிக்கு ஏன் குறுக்க வந்தாங்கிற குறுகுறுப்புலயே வளவு வீட்டுக்கு வந்து வேலையைத் தொடங்கி, பத்து நிமிசம் போயிருக்கும். பொசபொசன்னு மழை பிடிக்க, கித்தானை இழுத்துக் கட்டும்போது, படப்புக் கட்டுமானம் கொஞ்சம் விட்டாப்ல இருக்கேன்னு பக்குன்னு போச்சு அவனுக்கு.

"அம்புட்டுத் தாட்டியமா நாம காவலுக்கு இருக்கிற படப்புலயே உருவுறானுங்களா, நாறப்பய மவனுங்க"னு வஞ்சுக்கிட்டே, கித்தானக் கீழே வெச்சுட்டு, வளைவு வீட்டுக்குக் கிழக்குப் பக்கம் இருந்த புல்லுக்காட்டுக்கு வந்தான். அடைஅடையாச் செந்தட்டிச் செடி அப்பிக் கெடந்தது.

"இருக்குடா மவனுங்களா இன்னிக்கு" என்றபடி பிளாஸ்டிக் பைகளுக்குள் கைகளை நுழைத்துக்கொண்டு அத்தனை செந்தட்டிச் செடிகளையும் பிடுங்கி ஒரு சாக்கு எடுத்துக்கொண்டான்.

"எடுபட்ட பயலுகளா, இப்பத்தான் பொடச்சு எந்திரிக்கிற படப்புல கையை வைக்கிறானுங்க. எழவு இந்தப் படப்புக் களவாணி மழையுமில்லா அவனுகளுக்குச் சேக்காளி. கைய வைக்கட்டும் இன்னிக்கு... காந்தலும் அரிப்புமா புரளட்டும்"னு வாய்க்கு வந்தபடி ஏசிக்கொண்டே அடிமட்டத்துல இருந்து இடுப்பு வரை, லேசாக எழும்பியிருக்கும் படப்பைச் சுத்தி செந்தட்டிச் செடிகளை அப்பினாற்போல அடுக்கிவைத்தான்.

"பிரிக்கிறப்ப இதுகள வேற பாகுபாடு பார்க்கணும்.

நாய்ப் பொழப்பு"னு அலுத்துக் கொண்டே மேமட்டம், கீமட்டம் எனப் பார்த்துப் பார்த்து செந்தட்டி வெச்சு, கித்தானை இறுக்கிப்போட்டு, செங்கல் வெச்சு நிமிர்கையில் பொழுது சாய்ந்துவிட்டது.

கார வேலைக் கொத்தனாரம்மாவிடம் ராத்திரிக்கு வரகரிசிச் சோறும் கருவாடும் கொடுத்துவிட்டிருந்தாள் பாண்டியம்மா. மேலாக்க அரிப்பெடுத்த கைகளைச் சொரிந்துகொண்டே சாப்பாட்டுச் சோலியை முடித்தபோது, மில்லுக்காரன் மொத ஷிஃப்ட்டு சங்கு ஊதிவிட்டான்.

அசந்த நேரம் எப்போது என்று தெரியாமல் கண் செருகுகையில் சிங்கியின் முகத்தோடு வள்ளிமயில் சைக்கிள் மிதிக்க, சிங்கி ரோஸ் நிறத் துப்பட்டாவைக் கழுத்தில் சுத்தியபடி படுத்திருக்கின்ற கனவு... சுண்ணாம்புச் சுவரில் ஓடு கிழிப்பதுபோல சட்டென்று பல் கூசிவிட முழிப்பு வந்துவிட்டது பெரியாம்பிளைக்கு. மெதுவாக சைக்கிளை உருட்டும் சத்தம் கேட்க, கண்களை மூடிக்கொண்டு, சத்தம் வரும் திசையைக் கேட்டான். படப்புக்கு வடக்குப் பக்கம், வளவுவீட்டுப் பின்புறம் இருந்துதான் எனக் கணித்தான்.

"மவனே, சோலிய முடிச்சுடுறேன்" எனக் கருவிக்கொண்டே பம்மி, பம்மி வடக்குப் பக்கமாக நகர்ந்தான். சைக்கிள் கேரியரில் களவாண்ட படப்புச் சாக்கோடு மெள்ள உருட்டிச் சென்ற ஆளைப் பார்த்துவிட்டான்.

"இது எத்தனையாவது சாக்குன்னு பிடிக்கணும்னா அவன் கொண்டுபோற இடத்த மோப்பம் பிடிக்கணும்ல"னு முணுமுணுப்புடன், "செந்தட்டித் தீயால்ல புடுங்கும். அசராம, ஒரு கத்தல் இல்லாம, சுத்தமான களவாணித்தனம் பண்றவன, பார்த்துப் பொடனில அறுக்கணும்"னு கருவிக்கொண்டே நடையைச் சுளுவாப் போட்டான்.

வளைவு வீட்டின் பின்புற மரக் கதவை நெம்பித் திறந்தபடி சைக்கிளை உருட்டி வந்த உருவம் படிகளில் மெதுவாக இறங்குவது மங்கலாகத் தெரிய, "பஞ்சாயத்து போர்டு லைட்டுக என்னிக்கு ஒழுங்கா எரிஞ்சிருக்கு. பீடைக"னு சலித்துக்கொண்டே நடக்க, வேதக் கோயில் பக்கம் இருக்கும் சந்துக்குள் சைக்கிள் நுழைந்தது. 'ராசு வீடு இருக்கும் தெரு அது' என்று உறைத்தது பெரியாம்பளைக்கு. தன் காவப் படப்பில் களவாடிச் செல்வது குடிகார ராசு மகனாக இருக்கலாம் எனும் நினைப்பே வெறியேற்றியது.

"பொடனி அறுக்காம விட மாட்டேண்டா. கொலைக் கேஸானாக்கூடப் பார்த்துறலாம்" - கண்களின் வன்மம் கைகளுக்கும் கால்களுக்கும் கொதித்துப் பரவ, விறுவிறுவென்று சந்துக்குள் நுழைந்தான். அவன் நினைத்த மாதிரியே ராசு வீட்டுக்குள்தான் சைக்கிள் போனது. ஒரு மின்னல்வெட்டுப் போல வரும்போது பார்த்த ராசு மகனது ஊதா கலர் கைலி பளிச்சென்று மின்னி மறைய, "இதோ, அதே கைலிதான்.'' கைகளை அரக்கப்பரக்கத் தேய்த்தபடி சைக்கிள் ஸ்டாண்டைக்கூடப் போடாமல், சாய்த்து வைத்துவிட்டுப் பின்பக்கக் கிணற்றுப் பக்கம் போகிறது உருவம்.

பெரியாம்பளைக்கு ஒரு கணம் அவனைப் பின் பக்கம் பொடனியில் வகிற வேண்டுமென வெறி உச்சி மண்டைக்கு ஏறியது. "சே, வெளிச்சத்துல மூஞ்சியப் பார்த்து, காறித் துப்பி, காவு கொடுக்கணும். 'செந்தட்டி எரிச்சலுக்குப் பொறுத்த மாதிரி என் குத்து பொறுப்பியா?'னு சொல்லி அடிக்கணும்"னு அடக்கிக்கொண்டான். 'அஞ்சு, பத்து, இருபது' என்று மனசு நொடிகளை எண்ணிக்கொண்டிருக்க, "வரட்டும் அவன்"னு பஞ்சாரக் கூடையைக் கவுத்திப்போட்டு உட்கார்ந்து காத்திருந்தான். அவனேதான்... ராசு மவனேதான்.

யாரும் பின்தொடரவில்லை எனச் சுற்றும் முற்றும் பார்த்துவிட்டுப் படியேறிச் சென்று வராந்தா லைட்டைப் போட்ட ராசு மகனைப் பெரியாம்பிளையால் தெளிவாகப் பார்க்க முடிந்தது. பஞ்சாரத்தை எடுத்துவிட்டு எழுந்திருக்கலாம் என்கையில், பளிச்சென்று ராசு மகனின் கழுத்தில் கிடக்கும் ரோஸ் நிற துப்பட்டா கண்ணில்பட்டது. அதே துணிதான். சுலோச்சனாக்கா வீட்டுக்குப் போகும்போது, துள்ளலுடன் வள்ளிமயில் போட்டிருந்த நீளவாக்கு ரோஸ் மிட்டாய் நிற துணிதான். கண் இருட்டிக் கொண்டு வந்தது பெரியாம்பளைக்கு. நெஞ்சாங்கூட்டில் பெரிய பாறாங்கல் ஏறி உட்கார்ந்தது. ராசு மகன் படிக்கட்டுக்கு அருகில் வந்து அந்தத் துணியை மூஞ்சி முழுக்கச் சுத்திக்கொள்வதைப் பஞ்சாரத்தின் இடுக்குவழி பார்ப்பது தான்தானா எனப் புரியவில்லை பெரியாம்பளைக்கு. அடைத்துக்கொண்ட மூச்சை, உறுவிவிடச் சிரமப்பட்டான். சிங்கியின் முகமும் வள்ளிமயிலின் உடம்புமான ஓர் உருவம் இதோ இந்தப்

பஞ்சாரத்தின் முன் தன்னை உற்றுப் பார்ப்பதுபோல இருந்தது. அசமங்கலான பஞ்சாரம் கவிந்து அவனை விழுங்கிவிட்டதுபோல மூச்சு திணறியது.

ராசு மகன் எப்போது லைட்டை அணைத்து விட்டு வீட்டுக்குள் போனான் எனத் தெரியவில்லை. சாமக்கோழி ஒன்று ‘கெதக்’கென்று போட்ட சத்தத்தில் பெரியாம்பிளை மெள்ள உசும்பி, பஞ்சாரத்தைவிட்டு வெளியே வந்தான். சாய்ந்துகிடந்த ராசு மகனது சைக்கிளைச் சத்தம் வராது ஸ்டாண்ட் போட்டு நிறுத்தினான்.

படிக்கட்டுக்கு அருகில் ரோஸ் நிறத் துணியை மோகித்து ஆசையுடன் மூஞ்சியிலே போட்டுக் கொண்ட ராசு மகன் இன்னும் நிற்பதுபோலவே இருந்தது. பஞ்சாரத்தைச் சரியாகக் கவுத்திவைக்கவில்லையோ எனும் சந்தேகத்துக்குத் திரும்பிப்பார்த்து உறுதிப்படுத்திக் கொண்டான். பொன்னம்போல் சத்தம் காட்டாமல் வளைவு வீட்டுப் பின்புறம் பார்த்து நடந்தான்.

‘அந்த ரோஸ் நிற நீளவாக்குத் துணியிலும் செந்தட்டி ஒட்டியிருக்குமானு தெரியலியே’ என்று நினைத்தபடி வளைவு வீட்டு மரக் கதவைத் திறந்தான்.

கால் மொத்தமும் மரத்துப்போய், இத்துப் போனாற்போல் இருந்தது அவனுக்கு. சொத சொதவென ஒடம்பு தொப்பலாக ஊத்திக் கொண்டிருந்தது. முழங்கால்கள் இரண்டிலும் எலும்பு மஜ்ஜைக்குள் ஊசி குத்துவதுபோல் ஒரு வலி தொடங்கி, நெஞ்சுக்குப் பரவுவதுபோல் இருந்தது. பாண்டிமுனி கோயிலுக்கு மொட்டை போட்டு, முடி எறக்கிய வள்ளிமயிலின் பால்வாடை வாயும் சந்தன மொட்டை மணமும் நாசிக்குள் மீண்டும் வந்தது.

“கூடை பின்னக் கத்துக்கப்போன சிறுக்கி பண்ணக் காரியத்தப் பாரு” என்று வாய் வார்த்தையாச் சொல்லாமல், பெருமூச்சுவிட்டு, “ஆத்தா வள்ளி மயிலு” என்று மட்டும் நிறுத்திக் கொண்டான்.

“நவ்வாப் பழம்னா அவளுக்குப் புடிக்கும்த்தா, கொஞ்சம் பறிச்சுக்கிறேன்” என்று பெரிய வீட்டு ஆச்சியிடம் கேட்டுப் பறிக்கிற அந்த மரம் விர்ரென சீறினாற்போல் இருந்தது. நல்ல கழுதையோனு நினைச்சதோட சரி. தொரட்டிக் கம்பெடுக்கத் தோணல.

மறந்திருந்த செந்தட்டிச் செடித் தீயாக அரிக்கத் தொடங்கிற்று. கைகளை இரண்டு கல்லெடுத்து ஒரசிக்கொண்டான். ஊதா மைப் பேனாவில் வள்ளிமயில் அவன் பெயரை முந்தாநாள் எழுதியதில் அழியாமல் அந்த ‘பெரிய’ மட்டும் மீதம் இருந்தது. சத்தமாகக் குமுறித் தீத்தா பாரம் குறையும்தான். ஆனாக்க, அப்படி வெடிக்கிற அழுகை வரவில்லை. இரையெடுத்து அசையாம தன் உடம்பை, தான் பாரமாக உணரும் பெரிய சீவன்போல மொத்த உடம்பும் கரடாய்க் கனத்தது.

உசிருக்குள் சடசடவென செந்தட்டிக் காந்தல் ஏறியது. கை மடக்கி நெஞ்சை நீவிவிட்டுக் கொண்டான். பொடச்சு எந்திரிக்கையில் சேதாரப்பட்டு நிக்கும் படப்பும் இவனும் மட்டுமே இருக்கும். இந்த ராத்திரியில் பாண்டியம்மா, வள்ளிமயில், சிங்கி, ராசு, ராசுமகன் யாருமே இல்லை.

“படப்புக் காவலைப் பறிகொடுத்திராத அப்பு. படப்புக்குச் சேதாரம் வந்த அன்னிக்குத் தொழிலை விட்டுறணும். களவாணி மழைக்குக் கண்ணையும் காதையும் பிச்சுக்கொடுத்துட்டுக் காவலிருக்கணும் அப்பு” என்ற பாட்டையா மட்டுமே இருந்தார். பாட்டையாவுக்குப் பொம்பள மக்க இல்லை.

சித்ரா ரமேஷ்
(03/09/1962)

சித்ரா ரமேஷ், சிங்கப்பூரை சேர்ந்த தமிழ் எழுத்தாளர்; தமிழ்நாட்டில் நெய்வேலியைப் பிறப்பிடமாகக் கொண்டவர் ; முதுகலை கல்வியியல் பட்டம் பெற்றுள்ளார்; தற்போது சிங்கப்பூரில் ஆசிரியராகப் பணியாற்றி வருகிறார்.;இவர் 1994 இல், தம் முதல் சிறுகதையைத் தமிழ் முரசு இதழில் எழுதியுள்ளார். சிங்கப்பூர் வரலாற்றை 'நகரத்தின் கதை, என்ற பெயரில் நூலாக வெளியிட்டுள்ளார். திண்ணை இணைய தளத்தில் 'ஆட்டோகிராப்' என்ற பெயரில்,25 வாரங்கள் தொடர் கட்டுரை எழுதியுள்ளார். இது வாசகர்களிடையே மிக வரவேற்பு பெற்ற தொடராகும். பிதாமகன், கடல் கடந்த கனவு,கடவுளின் குழந்தைகள், பறவை பூங்கா, கழிவுகள் போன்ற சிறுகதைகள் இவரது படைப்பில் குறிப்பிடத்தக்கவைகள் ஆகும் 'பறவைகள் பூங்கா' இவரின் முதல் சிறுகதைத் தொகுதியாகும்.

70
அம்மா

சித்ரா ரமேஷ்

கங்கையில் போட்ட பிண்டங்களை மீன்கள் பாய்ந்து கவ்விச் சென்றதை வெறுமையாகப் பார்த்தபடி உட்கார்ந்திருந்தேன். நான் என்பது வெறும் அடையாளம் அற்ற வார்த்தை. நான் என்பது நானாகிய உஷா ராமச்சந்திரன். "அங்க பாரேன், அம்மா மாதிரியே பெரிய கண்ணொட ஒரு மீன் சாப்பிடறத்! அம்மா மாதிரியே தான் இருக்கு!" கண்ணன் சொன்னான். கண்ணன் இன்னும் குழந்தையாகவே இருக்கிறான்.. வீட்டில் இருக்கும் கடைசிக் குழந்தைகளுக்கு மூத்தவர்கள் எல்லாம் அம்மா, அப்பா மாதிரி நடந்து கொள்வது போலவே நான் அவனுக்கு ஒரு அம்மா. அண்ணா ஒரு அப்பா.

ரொம்ப நாட்களுக்குப் பிறகு நாங்கள் நாலு பேர் மட்டும் சேர்ந்து வெளியில் வந்திருக்கிறோம். கங்கைக் கரையில் அம்மாவின் அஸ்தி கரைப்பதற்குச் சேர்ந்து வந்தோம். கல்யாணம், குழந்தைகள் என்று பொறுப்புகள் அதிகமாக நாங்கள் நால்வரும் ஒன்றாகச் சந்திப்பதே அபூர்வமாக ஆகிவிட்டபோது, அம்மா ஒருத்தி தான் எங்களைப் பிணைத்துக் கட்டும் கயிறாக இருந்தாள். அம்மாவுக்காகக் கங்கைக் கரையில் பிண்டம் போட்டுக் கொண்டிருந்தோம்.

அன்று அப்பாவையும் அம்மாவையும் பார்க்கப் போயிருந்தேன். அப்பா முகம் சிடு சிடுவென்று இருந்தது. அப்பா முகம்

பாதிநேரம் கோபத்தில்தான் இருக்கும். அம்மாவும் நாலு குழந்தைகளும் இருக்குமிடத்தில் அவர் ஒரு கோபக்காரக் கண்டிப்பு நிறைந்த கணவன் அல்லது அப்பாவாக மட்டும் தன்னைக் காட்டிக் கொண்டார். அவர் சிரித்து ஜோக் அடித்து மகிழ்ச்சியுடன் இருந்தது அவர் வீட்டு மனிதர்களிடம் மட்டும் தான்! பாவம் அம்மாவைப் பெற்ற பாட்டி தாத்தா!

"இப்படி துர்க்குணம் இருக்கும்ன்னு தெரியாம கல்யாணம் பண்ணிக் கொடுத்துட்டோம். தங்கம் தங்கமா குழந்தைகள்! கிளியாட்டம் மீனா! இவாளைப் பாத்து சிரிச்சுப் பேசாம எப்படி மத்தவாக்கிட்ட மட்டும் வேஷம் போடறான் உங்கப்பன்?" என்று பாட்டி வாய்விட்டுப் புலம்பித் தீர்த்துவிடுவாள். தாத்தா ஜெண்டில் மேன்! வாயே திறக்கமாட்டார். "உன் வாய் சும்மாவே இருக்காதா? அவன் காதில விழுந்ததுன்னா என்ன ஆகும்?" என்று பாட்டியை அடக்குவார்.

அப்பா ஏன் அப்படியிருந்தார் என்று நாங்கள் வருத்தப்படாமல், அம்மா அதை எப்படி சமாளித்தாள் என்பது தான் யதார்த்தம்! இதைப் புரிந்து கொண்டு நாங்களும் அம்மாவிடம் அதிகமாக நெருக்கத்துடன் இருந்தோம். பெண்ணாகிய எனக்கு வயது அதிகம் ஆக ஆக அம்மா மட்டுமே நெருங்கிய தோழி ஆனாள்.

அன்று அப்பாவுடன் பேசுவதைத் தவிர்க்க விரும்பினாலும், வயதானவர், முகம் ஏதோ வேதனையில் இருந்தது. உடம்பு சரியில்லை என்றால் டாக்டரிடம் காட்டி விடலாமே என்று,

"என்னப்பா! ஒரு மாதிரி இருக்கீங்க? டாக்டர் கிட்ட போலாமா?" என்று கேட்டேன்.

"ஹூம்! எனக்கு எதுக்கு டாக்டர்? உங்கம்மாவ பாக்க வந்தியான்னா அத மட்டும் செஞ்சுட்டுப் போ" என்றார் அப்பா! மாறவில்லை.

"படுக்கையோட மூத்ரம் போய்ண்டு கிடக்காளேன்னு அப்பப்ப எட்டிப் பாப்பேன். உங்கம்மாவ நான் கவனிச்சுக்கலேன்னா பெரியவன் வந்து என்ன அடிக்கற மாதிரி மிரட்டிட்டுப் போறான். அந்த நர்ஸ் பாத்ரூம்ல இருந்தாப்புல இருந்தது. என்னவோ இவ முனகறாளேன்னு எட்டிப் பாத்தேன். என்னமோ பேயைப் பாத்தாப்புல, என்ன போ போன்னு விரட்டறா. அந்த நர்ஸ், 'என்னாப்பா! பெரியம்மா தான் நீ கிட்டக்க வந்தாலே ஆகாதுன்னு விரட்டறாங்க! அத என்னாத்துக்குத் தொந்தரவு கொடுக்கற'ன்னு மிரட்டறா. இந்த வீட்ல நா சும்மா உட்காந்திருக்கணும். யாராவது வந்தா போனாக் கதவத் தொறந்துவிடணும். வீட்டப் பாத்துக்கணும். அப்படி நீங்க எல்லாரும் சேந்து என்னை வெச்சிருக்கீங்க" என்று உரத்தக் குரலில் பேசினார்.

அம்மாவிடம் போய் தணிந்த குரலில் "ஏம்மா அப்பாவை விரட்டினே? நா உள்ள நுழையும் போதே எங்கிட்டச் சண்டைக்கு நிக்கறார்" என்று கேட்டேன்.

"நீங்க கொஞ்ச நேரம் இருப்பீங்கன்னாச் சொல்லுங்க. பெரிவரு போஸ்ட் ஆபிஸ் போகணுன்னு சொல்லிக்கிட்டு இருக்காரு. நானும் அவர் கூட போய்ட்டு வந்திடறேன்" என்று நர்ஸ் பார்வதி கேட்டாள். அவளை நாங்கள் வெறும் நர்ஸாக நடத்தியதில்லை. அவளும் உரிமையுடன் அப்பாவின் குணம் புரிந்து கொண்டு அவருடன் ஒத்துப்போய் விடுவாள்.

அம்மாவும் நானும் மட்டும் தனிமையில்! அம்மா மெதுவாகக் கேட்டாள்.

"அப்போ தெவசம் நடக்கும் ஞாபகம் இருக்கா?"

அப்பா திவசம் செய்வதை மறக்க முடியுமா? அவருடைய அம்மா, அப்பா இருவருடைய திவசமும் இரண்டு வார இடைவெளியில் வரும். தீபாவளி வருகிறது.

குழந்தைகளுக்கு என்ன துணி வாங்கித் தரலாம் என்று அப்பா கேட்டுப் பார்த்ததில்லை. பொங்கலுக்கு நாலு நாள் லீவ் விடறாங்களே. குழந்தைகளுடன் வெளியில் போகலாம் என்று திட்டமிட்டுப் பார்த்ததில்லை. திவசத்திற்கு ஜூன் மாதத்திலிருந்து பணம் சேர்த்து வைப்பார். மளிகைக் கடையில் லிஸ்ட் கொடுத்துச் சாமான்களையெல்லாம் வாங்கி அதை யாரும் தொடாமல் பார்த்துக் கொள்வார். சாஸ்திரிகள் மனைவி ஒரு முறை,

"என்ன எப்பப் பாத்தாலும் பச்சையும் நீலமுமாக் கரை போட்ட வேஷ்டியே எடுத்துத் தரேளே! ஜரிகைக் கரை போட்டுத் தரக்கூடாதா" என்று கேட்டாள் என்று அந்த முறை ஜரிகைக் கரை வேஷ்டி எடுத்தார். சாஸ்திரிகள் பெண்டாட்டி மனதறிந்து நடந்து கொள்வார்.

பரண் மேலே இருக்கிற பித்தளைப் பாத்திரம் எல்லாவற்றையும் பாத்திரம் தேய்க்கிற இடத்தில் எடுத்து அள்ளிப் போடுவார். வேலைக்காரி அந்தப் பக்கத்தில் வரக் கூடாது. எல்லாவற்றையும் அம்மா தேய்க்க வேண்டும். பாட்டி தாத்தா எங்கள் வீட்டுக்குப் பின் தெருவில் இருந்ததால் பாட்டி வந்து விடுவாள்.

"நீ நகருடி! ஸ்கூலுக்குப் போய்ட்டு வந்துட்டு எவ்வளவுப் பாத்திரம் தேய்ப்ப? நா வேணா சாரதாவ வரச் சொல்றேன். நானும் அவளும் தேய்ச்சு வெக்கறோம். நீ மத்த வேலைகளைப் பாரு "

என்று தூரத்து உறவு சாரதா சித்தியைக் கூட்டிக் கொண்டு வந்துவிடுவாள். இருவரும் களிம்பேறிய பித்தளைச் சம்படம், கங்காளம், வாளி என்று எல்லாவற்றையும் பளப்பள வென்று தேய்த்து வைப்பார்கள். நானும் அவர்களுடன் சேர்ந்து பாத்திரத்தை அலம்பித் துடைத்து வைப்பேன். அப்பாவும் அவர்கள் அம்மாவுக்கு உதவி செய்ய வருகிறார்கள் என்று பெருந்தன்மையுடன் விட்டுவிடுவார். அதற்குப் பிறகு திரும்பவும் திவசம் முடிந்து திரும்பவும் பாத்திரம் தேய்த்து வைக்கும்போது தான் அவர்கள் வீட்டுக்குள் வர முடியும்.

திவசச் சமையல் சமைப்பதற்கு ஒரு நார்மடிப் பாட்டி வருவாள். பொதுவாக மொட்டைப் பாட்டிகளைப் பற்றிய நம் எண்ணங்களுக்கு மாறுதலாக அருமையான மனுஷியாக இருப்பாள். அப்பா எப்படி அராஜகமாகப் பேசினாலும் பொறுத்துக் கொண்டிருப்பாள்.

"இதோ பாருங்க மாமி! எதோ திவசச் சமையலுக்கு உங்கள மாதிரி ஒருத்தர் கிடைக்கறதே அபூர்வமன்னு அக்கா சொன்னா. அதனால உங்களைக் கூப்பிடறேன். பட்சணமெல்லாம் நெறைய செய்யணும். திவசம் முடிஞ்ச கையோட நான் மெட்றாஸுக்கு பிதுர்சேஷ பட்சணத்தைஎடுத்துண்டுகௌம்பிடுவேன். இங்க அக்கா தங்கையெல்லாம் வர மாட்டேங்கறா! அவாளுக்குக் கொடுக்கணுங்கறத்துக்காகத்தான் நிறைய வேணும்" என்று கல்யாணச் சீர் பட்சணம் மாதிரி ஐம்பது அதிரசம், ஐம்பது எள்ளுருண்டை, பயத்தம் உருண்டை, அல்வா, வடை, பழங்கள் என்று எல்லாவற்றையும் மூட்டைக் கட்டிக் கொண்டு கிளம்பி விடுவார்.

இதற்கு முன்னால் அப்பாவின் சகோதரிகள் ஏதோ விடுமுறைக்கு வருகிறவர்கள் போல் திவசத்துக்கு இரண்டு நாள் முன்னதாக தங்கள் குழந்தை குட்டியுடன் வந்து விடுவார்கள். பிறகு குழந்தைகள், ஸ்கூல் என்று அவர்கள் வருவது நின்று விட்டது.

அவர்கள் வந்து விட்டால் வாசலில் பந்தல் போட்டு வேளா வேளைக்குச் சாப்பாடும் சமையலுமாக அமர்க்களப்படும். அம்மா சமையறையே கதியாக வேலை செய்து கொண்டே இருப்பாள். அம்மா வேலை செய்யும் பள்ளியிலிருந்து ஒரு மாணவன் அம்மாவுக்குப் பள்ளியில் ஏதோ கொடுத்திருக்கிறார்கள் என்று எடுத்துக்

கொண்டுவந்தான். அம்மாவுக்கு வருடா வருடம் ஒரு தாயில்லாப் பிள்ளை மாணவனாக வருவான். என் அம்மா அவனுக்கு அம்மா ஆகிவிடுவாள். அவன் வீட்டுக்கு வந்தால் குகனோடு ஐவரானோம் என்று எங்களுடன் சேர்ந்து சாப்பிடுவான். வீட்டில் எங்களுடன் விளையாடிக் கொட்டமடிப்பான். அப்படி அம்மா இல்லாத பிள்ளையாய் எங்கள் அம்மாவைத் தன் அம்மாவாக நினைத்து வந்த ராஜேந்திரனை அதைச் செய், இதைச் செய் என்று நன்றாக வேலை வாங்கிக்கொண்டு பிறகு, "என்னடா! உங்க மீனா டீச்சருக்கு ஸ்கூல்ல எல்லாம் நீ தானா?" என்று கேட்டு அவர் தங்கைகளுடன் சிரித்த காட்சியை நானும், ராமுவும் மறக்கவில்லை. அந்த ராஜேந்திரன் தலையைத் தொங்கப் போட்டுக் கொண்டு வெளியே போனான்.

பிறகு ஒரு நாள் அவன் என் அண்ணாவிடம், "என்ன ராமு! பெரிய உசந்த ஜாதிங்கறீங்க? ஆனா உங்கப்பா அந்த மாதிரிப் பேசலையே? எங்க வீட்ல ஒரு பொம்பளைய இப்படி யாராவது பேசினாங்கன்னா அவங்க தலைய சீவிடுவோம். நீ அப்படியெல்லாம் செய்ய வேண்டாம். ஆனா உங்கம்மாவ நல்லாப் பாத்துக்க! முக்கியமா உங்கப்பா கிட்டேந்து காப்பாத்து!" என்று சொன்னதிலிருந்து அண்ணா மாறிப்போனான். அப்பாவிடம் மிகக் குறைவாகப் பேசினான். அம்மாவை அருமையாகப் பார்த்துக் கொண்டான். அதுவும் அம்மாவுக்கு உடம்பு முடியாமல் போனதிலிருந்து நர்ஸ் வைத்துப் பார்த்துக் கொண்டதிலிருந்து, ரவி, கண்ணன் எல்லோரும் அம்மாவைத் தாங்கினார்கள். அப்பாவுக்கு அம்மாவின் கணவர் என்று எந்த மரியாதை தர வேண்டுமோ அந்தக் குறைந்த அளவு மட்டுமே கொடுத்தார்கள்.

திவசம் அன்று சமைப்பது எதையும் என் தாத்தா,பாட்டி, சாரதா சித்தி யாரும் தொடமாட்டார்கள். அன்று காலையில் பாட்டி ஜீரக ரசமும், அரிசி அப்பளமும் சுட்டு ஒரு அவசர சமையல் செய்வாள். நாங்கள் அங்கே சாப்பிட்டுவிட்டு ஸ்கூலுக்குப் போய் விடுவோம். சாயங்காலம் வீடு திரும்பும்போது வீடு அமைதியாக இருக்கும். புகை நாற்றத்துடன் முற்றம் நிறைய பிசுக்குப் பாத்திரங்களுடன் அம்மா போராடிக் கொண்டிருப்பாள்.

"போ! குழந்தைகளுக்கு ஏதாவது உன் ஆம்படையான் மிச்சம் வெச்சிருந்தா கொடு! நான் தேய்ச்சுத் தரேன்" என்று பாட்டி சொல்வாள். எங்களுக்கு ரசம், கூட்டு, கொஞ்சம் சாதம் மிச்சமிருக்கும்.

"அவ்வளோ பட்சணம் பண்ணியாறது. ஆனா பாட்டி, தெவசப் பிதுர் சேஷம் குழந்தைகளுக்கு இல்லை" என்று சமையல் பாட்டி சொல்லிச் சிரிப்பாள். மனது கேட்காமல் மிச்சமிருக்கும் சாமான்களில் பயத்தம் உருண்டை, பொட்டுக்கடலை உருண்டை என்று அந்தப் பாட்டியே ஏதாவது செய்து கொடுப்பாள்.

பந்தல் போட்டு பெரிய கல்யாணக் காரியம் செய்வது போல், என் அப்பா செய்த திவசத்தை மறக்க முடியுமா?

திடீர்னு ஒரு வருஷம் எல்லாம் நின்னுப் போச்சு தெரியுமா?" என்று மீண்டும் அம்மா பேசினாள்.

ஆமாம். நின்றதினால் அம்மாவுக்கு வேலை மிச்சம் என்று நாங்களும் பெரிதாக அதைப் பற்றி நினைக்கவில்லை. அப்பா சங்கரமடத்தில் செய்து கொள்கிறார் என தெரிந்தது.

அந்த வருடம் அதிசயமா ஜூலை மாசம் மழை கொட்டு கொட்டுன்னு கொட்டித்து. அப்பா தெவசம் பண்ணினா ஏற்கனவே வீடு களேபரம் ஆய்டும். அன்னிக்கு கேக்கவே வேண்டாம். இதுல மழைன்னு நம்ம வீட்டு வேலைக்காரி தெய்வானை ஞாபகமிருக்கா? அவளப் பாக்கறதுக்கு அவ ஃபிரெண்ட் ஒருத்தி வருவாளே! கொளுஞ்சி அவளும்

வந்துட்டா”

தெய்வானை எங்கள் வீட்டுக்குப் பின்னால் ஒரு சின்ன மறைப்பு மாதிரி கட்டிக் கொண்டு இருந்தாள். அக்கம் பக்கத்து வீடுகளில் வேலை செய்துகொண்டு இரவானால் அங்கேவந்து படுத்துக்கொண்டு விடுவாள். பெரிய மழை, ரொம்ப குளிர் என்றால் எங்கள் வீட்டு வராந்தாவில் வந்து படுப்பாள்.

அப்பா கொட்ற மழையில எப்படியாவது மெட்றாஸ் கிளம்பிப் போய்டணும்ன்னு ஹால்ல உட்கார்ந்திருக்கார். மழை நிக்கவே இல்ல. இருட்டிப் போச்சு, கொளுஞ்சியும் தெய்வானையும் தயங்கித் தயங்கி வர்றா. தெவசம் பண்ணின அன்னிக்கி அவாள்ளாம் கண்ணலகூட படக்கூடாதே! இருட்டுல கண்ல படாம உக்காந்திருக்கா! நா வேலையெல்லாம் முடிச்சுட்டு போய் படுத்துண்டேன். திடீர்ன்னு குசுகுசுன்னு யாரோ பேசற மாதிரி சத்தம் கேட்டது. எழுந்து போனேன். அங்க அப்பா கொளுஞ்சிக்கிட்ட நிக்கறார்! என்னம்மா ஐயா இப்படி நடந்துக்கலாமான்னு ஒரு வார்த்தை கேட்டுட்டு அந்த ராத்திரி கொட்ற மழைல விடு விடுன்னு போய்ட்டா. எதுக்கு இப்படி வீட்டுக்கு வர சின்னப்பொண்ணுக்கிட்ட நடந்துக்கிறேள்ன்னு கேட்கறேன். ஆமா பொம்மனாட்டிகள் வீட்டத் தாண்டி வந்துட்டா நாலு பேர் இப்படித்தான் இருப்பா! என்னவோ அவதான் பெரிய இவளாட்டம் பேசிட்டுப் போறான்னா நீயும் நியாயம் பேசிண்டு நிக்கறியே. போய்ப்படுன்னு என்ன அதட்டினார். நா அன்னிக்கி முடிவு செஞ்சேன். அவருக்கு அவ அம்மா மேலயும் மதிப்பு இல்லை. கட்டின பொண்டாட்டி மேலயும் மதிப்பு இல்லை. இனிமே நானும் சாஸ்திரம் சம்பிரதாயம்ன்னு மதிச்சு இந்த வீட்ல எதையும் செய்ய மாட்டேன்னு! அன்னிலேந்து நானும் உங்கப்பாவும் சேந்து வாழல” என்று அம்மா சொன்னதும் அந்தக் காட்சியை என்னால் கற்பனை செய்து பார்க்க முடிந்தது.

கொளுஞ்சி என்று பெயர் மட்டும் சொன்னேனே தவிர அவளைப் பற்றிச் சொல்லவில்லையே! அவள் மார்பழகு இருக்கிறதே, பெண்களாகிய நாமே வைத்த கண் வாங்காமல் பார்க்கும் அளவிற்கு இருக்கும். அவள் வரும் போதெல்லாம் அப்பா அவள் இருக்கும் இடத்தையே முறைத்துப் பார்த்துக் கொண்டிருப்பார். அவளுக்கு அதனால் ஏற்படும் பிரச்சனைகளைப் பற்றி இரண்டு மூன்று முறை அம்மாவிடம் சொன்னதை நானும் கேட்டிருக்கிறேன். எனக்கும் விவரம் புரிகிற வயதுதான். திவசம் செய்த அன்று கூட அப்பாவிடம் அப்படி ஒரு மிருகத்தனம் வெளிப்பட்டிருக்கிறது.

ஊரில் இருக்கும் சாதாரண அம்மா அப்பா போல் எங்கள் அம்மா அப்பா இல்லை என்பதில் எங்களுக்கு எந்த வித வருத்தமும் இல்லை. மீனா என்று பெயர் வைத்த தாத்தாவுக்கு என்ன ரசனையோ? மதுரையில் இருக்கும் மீனாட்சி மாதிரியே கிளி கொஞ்ச இருப்பாள். அப்பாவுக்கு அம்மாவிடம் கிடைக்காதது என்ன மற்றவர்களிடம் கிடைக்கப்போகிறது என்பது எனக்கு இன்று வரை புரியவில்லை. நாங்களும் நல்ல குழந்தைகளாய்ப் படித்து வேலைக்குப் போய் வாழ்க்கையில் வெற்றி பெற்றோம். ஆனாலும் அப்பாவுக்கு அவருடைய மூர்க்கத்தனம் மாறவேயில்லை.

அம்மாவுக்குப் பிறகு அப்பாவை என்ன செய்வது என்ற கேள்வி வந்தபோது அப்பாவை நல்ல ஓல்ட் ஏஜ் ஹோம்ல விட்டு விடலாம் என்று ரவியும் ராமகிருஷ்ணனும்பேசிக்கொண்டிருந்தனர். மீனாவின் பிள்ளைகளாகிய நாங்கள். சும்மா அப்படிப் பேசுவோமே தவிர அப்பாவை எல்லோரும் நன்றாகப் பார்த்துக் கொண்டுவிடுவோம்.

அம்மா மீன் வடிவில் வந்து நாங்கள் கொடுக்கும் பிண்டங்களைச் சாப்பிடத்

• சித்ரா ரமேஷ்

தொடங்கினாள். தன் கருணை நிறைந்த கண்களால் எங்களைப் பார்ப்பது போல் இருந்தது. நீங்க வளர்த்த பசு, கிளி, நாய், பூனை இதையெல்லாம் நினைச்சுண்டு இன்னும் ரெண்டு பிண்டம் போடுங்கோ" என்று சாஸ்திரிகள் சொன்னதும், எங்கள் கண்களின் நீரிலும் கங்கையின் நீரிலும் அம்மா தெரிந்தாள்.

71

மரத்தைக் கர்ப்பம் சுமந்தவள்

ஆண்டாள் பிரியதர்ஷினி

ஆண்டாள் பிரியதர்ஷினி
(05/10/1962)

ஆண்டாள் பிரியதர்ஷினி திருநெல்வேலி மாவட்டம் பாளையங்கோட்டையைப் பிறப்பிடமாகக் கொண்டவர்; கவிஞர், எழுத்தாளர், திரைப்படப் பாடலாசிரியர், வலைப்பதிவர், அரசியல் விமர்சகர் என்று பல தளங்களில் இயங்கி வருகிறார். இவர் ஆங்கில இலக்கியத்தில் ஆய்வியல் நிறைஞர் பட்டம் பெற்றவர். தொலைக்காட்சி நிலையத்தில் நிகழ்ச்சி நிர்வாக அதிகாரியாகப் பணியாற்றி ஓய்வு பெற்றவர். இவர், தம் இருபதாவது வயதிலேயே 'சுருதி பிசகாத வீணை' என்ற சிறுகதைத் தொகுப்பை வெளியிட்டுள்ளார்; ரிஷியும் மனுஷியும், வானவில் வாழ்க்கை, தோஷம், பெருமூச்சின் நீளம், தலைமுறை தாகம் என்ற சிறுகதை தொகுதிகளையும், கவிதைத் தொகுப்புகளையும், நாவல்களையும், கட்டுரை நூல்களையும் வெளியிட்டுள்ளார். இவர் எழுத்துலக சிற்பி விருது, கவிச் செம்மல் விருது, பாவலர் முத்துசாமி விருது, இலக்கியச் சிந்தனை பரிசு, ஆனந்த விகடன் வைர விழா பரிசு, இந்திய அரசின் பரிசு என்று பல விருதுகளும் பரிசுகளும் பெற்றுச் சிறந்துள்ளார்.

"வெட்டாதேயேன் அம்மா என்னைக் காப்பாத்து.. தீனமான கதறல் கேட்டது. பெரிசு பெரிசாய்க் கையும் காலும் முளைத்து விஸ்வரூபமெடுத்துக் கைகூப்பிக் கெஞ்சுவது மாதிரி இருந்தது. இலைகள் - அப்படி இப்படியுமாய் அசைய, கிளைகள் வெறியாட்டம் போட்டது மாதிரி இருந்தது. மரத்தின் இலைகள் ஒவ்வொன்றுக்கும் வாய் முளைத்துக் கெஞ்சிக்கேட்டன. கிளைகளைக் கைகளாக்கிக் கும்பிட்டுக் கேட்பது மாதிரியும் பட்டது. சலசல சப்தம் கூட 'சரசுவதிம்மா. காப்பாத்துங்க." என்பதான இறைஞ்சுதலின் எதிரொலியானது.

மொத்தத்தில் முப்பதடி உயரமான வேப்பமரம் அரையடி உயரமாய்க் குறைந்து உயிர்பிச்சைக் கேட்பதாய்ப்பட்டது சரஸ்வதிக்கு. காதைத் துளைத்த குரலின் சோகம் - மனசை அறுத்துக் கூறுபோட - விலுக்கென்று உதறிப்போட்டு எழுந்தாள். காதை இறுக்கிப் பொத்தினாலும் கூடக் குரல் விடாமல் கேட்டது. ஹ்ருதயம் இயங்காமல் அப்படியே ஸ்தம்பித்த மாதிரி இருந்தது. மூச்சடைத்தது. அக்கடா என்று நீட்டிப் படுக்க முடியவில்லை. மனசு வலித்துக் கையும் காலுமாய் உதறிப்போட்டது.

ஜன்னல் வழியாகக் குளுகுளுவென்று வீசிய வேப்பமரக் காற்றிலும் வியர்த்துக் கொட்டியது. பொதுவாக அந்த ராத்திரிக்கு வேப்பங்காற்று சுகந்தமாய்த்தான் இருக்கும். அன்றைக்கு அப்படி இல்லை. இனி என்றைக்குமே இருக்காதோ என்பதான வேதனையும் மனசை அறுத்தது.

என்ன சொன்னார்கள் அவர்கள்? சாயங்கால வார்த்தைகள் அவளைக் கடித்துக் குதறிக் கூறுபோட்டன.

மரத்தை வெட்டவா? வேப்ப மரத்தையா? உயிரோடு நிற்கிற மரத்தையா? இரும்புத் தூணாய்ப் பாறையின் உறுதியாய், தாயின் பாசமாய்க் குழைந்து நிற்கிற மரத்தையா? இந்தக் குழந்தையையா? இந்தத் தாயையா? ஓங்கு தாங்காய்ப் புசுபுசுவெனக் காயும், பூவும், இலையும், கொத்துப் பழமுமாய் உற்சாகமாய்க் காய்த்துத் தொங்கும் மரத்தையா? இது வெறும் மரம் மட்டுமா? இலை, மொட்டு, பூ என்று சர்வமாய் வியாபித்திருக்கும் இவளின் ஸ்நேகிதிகூடத் தானே? காதில் ஒலித்த குரலின் சோகம் மனசை அறுத்துக் கூறுபோட, விலுக்கென எழுந்து உட்கார்ந்தாள். எழுந்து சில்லென்றிருந்த ஜன்னல் கம்பியில் முகம் வைத்துப் பார்த்தாள். மரம் அவளையே பரிதாபமாய்ப் பார்ப்பதாய்த் தோன்றியது. ரெண்டு கண்ணோடும், புலம்பும் வாயும், பிச்சைக் கேட்கும் கைகளும், ஹீனமான குரலுமாய்த் தெரிந்தது.

வயிறு பிசைந்தது சரஸ்வதிக்கு. பிரசவ வலியின் சமானமான நோவு உடம்பில் வியாபித்தது. முப்பது வருஷத்துக்கு முன்னால் வேர் மண்ணோடு எடுத்து வந்த வேப்பங்கன்றை நட்டுப் பராமரித்துப் போஷித்து - ரெண்டு பெண் குழந்தையோடு மூணாவதாய் வளர்த்த நாட்கள் நினைவில் புரண்டன. விச்ராந்தியான ராத்திரி நிசப்தத்தில் இருபதடி தள்ளி நின்ற மரம் - 'கேட்டியாம்மா?' வருத்தமாய்க் கிசுகிசுத்த மாதிரி பட்டது.

வானத்திலிருந்த நிலவும், ஒற்றை நட்சத்திரமும் கூட, இந்த வருத்தத்திலேயே பிரகாசமாய் இல்லாமல் மங்கலாய் ஒளிர்வதாயும் மனக்கிலேசம். மரத்தடியில் ரெண்டு மூணு நாய்கள் - இதுதான் பெரிசாய் ஊளையிட்டுச் சுற்றிச் சுற்றி வந்தன. பிச்சைக்காரர்கள், வழிப்போக்கர்கள் என்று ஒரு கும்பல் நிச்சலனமாய்த் தூங்கியது. நாளைய தூக்கத்துக்கு இவர்கள் எந்த மரத்தடித் தேடுவார்கள்? கவலை சரஸ்வதியைப் பூதாகரமாய் அமுக்கியது. அவர்களின் தூக்கம் குரித்தான கவலையில் அவளது இமைகளின் தூக்கம் தொலைந்தது. மரத்தில் கவலையில்லாமல் தூங்கும் குருவி, காக்கா, அணில் இதெல்லாம் கூடு தொலைத்து - நாளை எங்கே போகும்? விஸ்வரூபக் கவலைகள்.

"நடு ராத்திரில அல்லாடற.. தூங்கலியா?"

"காலைல ஆரம்பிச்சிருவாங்களே என்னங்க பண்ணலாம்?"

அத்துவானக் காடு. நகரத்துக்கு மூக்கு முளைத்தது போலிருந்த பிரதேசத்தில் குடியேறின போது துணையாயிருக்கட்டுமென்று அந்த வேப்பங்கன்றை நட்டு வைத்திருந்தாள். தனித்தனியாய், தூரமாய், வீடுகள். கோபித்துக் கொண்ட மாதிரி பொட்டை வெளியில் ஒற்றை மரம். அம்மன் கோயிலும் அப்படித்தான்.

'நம்ம தெரு, ஊரு சகலமும் தழைக்கணும். நாமளே கோயில் கட்டலாமா?"

முதல் காசு சரஸ்வதி போட்டாள். ஒவ்வொருத்தரும் முடிந்ததைத் தந்து ஒவ்வொரு கல்லாய்ப் பார்த்து எழுப்பின கோயில். சரஸ்வதி சொன்ன மாதிரியே ஊர் தழைத்தது. நாள்கிழமைகளில் பொங்கலும், படையலுமாய் ஆர்ப்பாட்டமா இருக்கும். இன்றைய தேதி வரைக்கும் முதல் மரியாதை சரஸ்வதிக்குத்தான். இத்தனை ஏன்? அவள் - குழந்தைகளைப் பிரசவித்ததுக் கூடக்

கோயில் வாசல் மரத்தடியில்தான். ஆட்டோ, வாடகைக் கார் என்று வாகனம் கிடைக்காத அந்தக் காலத்தில் ஓடிப்போய் வண்டி பிடித்து வருவதற்குள் - ரெட்டைப் பெண்களைப் பெற்றுவிட்டாள். அம்பாளுக்கென அபிஷேக நீரில்தான் - அம்மை வார்த்த குழந்தைகளுக்கு முதல் குளியல் செய்தாள். மகள்களின் கல்யாணம், வளைகாப்பு, பிரசவம் சகலத்துக்கும் மரமும், அம்பாளும்தான் துணை, சாட்சி சகலமும்.

இப்போது ஊர் முகமே மாறிவிட்டது. நிறைய வீடுகள். வாகனங்கள். மனிதர்கள். போக்குவரத்துக்கள். இத்தனை வருஷத்தில் முப்பதடி உயரமும், பதினைந்தடி அகலமுமாய் விரிந்துவிட்டது மரம். எல்லா நேரமும் காக்கா, குருவி, நாய்கள், மனிதர்கள், பூக்காரிகள், பழக்காரர்கள்- இப்படிச் சகலருக்கும் நிழல் வீடு மரம்தான். கோயிலும் அப்படியே. மரமும், மரம் சார்ந்த வாழ்வும், கோயிலும் கோயில் சார்ந்த வாழ்வும்தான் சரஸ்வதிக்கு. உணர்வு பூர்வமான பந்தம். கோயிலைப் பிரசவித்தவள் என்பதான மரியாதையில்- நல்லது கெட்டது சகலமும் சரஸ்வதியின் ஒப்புதலோடுதான்.

“என்னங்க பண்ணலாம்?”

“மரம்தானே? விட்டுரு, கோயிலு முக்கியமாச்சே...”

நிஜம்தானா? மரத்தைவிடக் கோயில் அத்தியாவசியமாயிற்றே. ஊருக்கே காவல் தெய்வம் வேம்புலி அம்மன் தானே? மரம் தெய்வமாகாதே...

“மரம் மட்டும் தான் உசத்தியா? நான் உன் அம்மா இல்லையா?” மரத்தடியிலிருந்த அம்மன் அசரீரியாய்க் கேட்பது மாதிரி இருந்தது.

அம்மா வீட்டுக்குப் போவதுமாதிரி காலை, மாலை ரெண்டு வேளையும் கோயிலுக்குப் போயாக வேண்டும் சரஸ்வதிக்கு. அபிஷேக நீரும், பிரசாதமும், குங்குமமும், பூவும் வாங்கினால் தான் அன்றைய விடியலுக்கு அர்த்தமிருப்பதாய்ப்படும். இத்தனை வருஷமும் எத்தனை ஆயிரம் தரம் தரிசித்திருப்பாள் என்ற கணக்கு சரஸ்வதிக்கும் தெரியாது. அம்மனுக்கும் தெரியாது.

‘என்க்கு நாலு பொண்ணுங்க’ என்பாள். கேட்பவர் குழம்பினால் - “பெத்தது ரெண்டு. நட்டு வச்சது கோயில் வாசல்ல. கும்பிட்டு வச்சது கோயில் கருவறைல...” என்பாள்.

“கொஞ்சம் வாங்களேன் மரத்தடிக்குப் போயிட்டு வரலாம்..!

“இந்த ராத்திரிலயா?”

“ம். மகமாதிரி மரம். எந்நேரமானா என்ன?”

“ஏன் இப்படிக் குழைஞ்சுபோற? இந்த மரம் இல்லேன்னா இன்னொண்ணு. கோயில் இது ஒண்ணுதான..?”

பதில் சொல்லாமல் - மரத்தடிக்குப் பறந்தாள் சரசுவதி. அங்கு இருந்த பெஞ்ச் கூட- இவளாகவே கைக்காசு போட்டுக் கட்டினதுதான். சில்லென்று கையை ஊடுருவியது பெஞ்ச் குளிர்ச்சி. உட்கார்ந்ததும் என்னவென்று புரியாமல் மனசு பொங்கிப்பொங்கி நொய்ந்தது.

காலையிலிருந்து பொங்கல் படைத்திருந்ததால்- அந்தக் கல் அடுப்பு வாசனை, பொங்கல் வாசனை, நம்பிக்கை வாசனை என்று கதம்ப மணமாய்க் கம்மென்றிருந்தது காற்றும், சூழலும்.

மரத்தை நீளவாக்கில் மடியில் படுக்கவைத்துத் தலை கோதிவிடுவது மாதிரி, இலைகோதி விட வேண்டும் போலிருந்தது. மடி பரபரத்தது. மார்பு குறுகுறுத்தது. முப்பதடி உயர மரத்தைப் போன்சாய் ஆக்கி, மடிக்குள் புதைத்துக் கொள்ள முடிந்தால் நன்றாயிருக்கும் போலிருந்தது. வேலியாய் மூங்கில் போட்டு,

தலையெடுக்கும் வரை தினமும் தண்ணீர் ஊற்றி, ஆசையை உரமாய்ப் போட்டாள். ஒவ்வொரு அடியாய் மரம் வளர வளர இவளின் சந்தோஷம் வளர்ந்தது நினைவு வந்தது. அதில் மொட்டு விட்ட முதல் வேப்பம்பூ, வேப்பங்காய் எல்லாமே ஞாபகம் இருக்கிறது. கசந்தாலும் கூட முதல் கொத்து வேப்பங்காயைக் கடித்துச் சுவைத்து முழுங்கிய கசப்பு - இந்த நிமிஷமும் நாக்கில் தங்கியிருக்கிறது.

'அம்மாடி...அம்மாடி.. உன்னையா வெட்டிச் சாய்க்க? உன்னையா நிர்மூலமாக்க? எந்தாயி... எஞ்செல்லம்... நீதானே அம்மனுக்கே குடை. உன் காற்றைச் சுவாசித்துத்தானே அவளோட முகத்தில் கூட ஜொலிஜொலிப்பு, விடிந்தால் உனக்கு அஸ்தமனமா? நிஜமா? நிஜமாவா?

நாள்கிழமையில் - படையல் போடக் கூட்டம் வருமுன்பே சுத்தமாய்ப் பெருக்கித் தண்ணீர் தெளித்துக் கோலம் போட்டு, மரத்தின் அடிப்பட்டையில் குங்குமமும், மஞ்சளும், அப்பி வைப்பாளே... இனி - இது கனவில் மட்டும் தானோ?

அழிக்கம்பி வழியாக சரஸ்வதியின் பரிதவிப்பை வேடிக்கை பார்த்தாள் அம்மன்.

'அம்பாளுக்கு ஒண்ணுன்னா - நீங்கதான முதல்ல நிப்பீங்க. இதுக்கும் நீங்கதாம்மா... முதல்ல தொடங்கி வைக்கணும். வேப்பமரம் வேரோடி, கோயிலோட சுவரு பொளந்துக்கிச்சு. விட்டுவச்சா- கோயிலே ஆட்டம் கண்டுக்கும். அதான் - மரத்தை வேரோட பொளந்தெடுக்கப் போறோம். அம்மனைக் காப்பாத்தறதுதானே முக்கியம்..?!

கேட்ட நாழியிலிருந்து - மனசுக்குள் இன்னமும் கூட அணு குண்டு வெடித்ததன் அதிர்வு. புகை மூட்டம், அதிர்ச்சி, பிளவு, இறுக்கம். மயான அமைதி, தகிப்பு, தவிப்பு, அம்மா தாயே... உன்னையா வெட்டப் போகிறார்கள்? உன் கையையா? உன் தலையையா? உன் முலையையா? உன் வேரையா? உன்னையா? உன்னையேவா? மரத்தைக் கண்ணுக்குள் ஸ்வீகரித்துப் பெஞ்ச்சிலேயே சுருண்டாள் சரஸ்வதி.

"ஏலேய் முத்து. ரம்பம் நல்லா சாணை புடிச்சிருக்கேல்ல? தாம்புக் கயிறு வாங்கிட்டியா? முளை அடிச்சு நாலு பக்கமும் இழுத்துக்கட்டு. பக்கத்துக் கடை, வீடுங்க எதுவுமே சேதமாக்கப்படாது. சரியா? சோலி கச்சிதமா முடியணும்லே... ஒவ்வொரு துண்டும், நல்ல விலைக்குப் போவும். வயிரம் பாய்ஞ்ச மரம். வித்து வர்றதைக் கும்பாபிஷேகத்துக்கு வச்சுக்கலாம்..."

மரத்தின் மரணத்தைக் கணக்குப் பண்ணினார்கள். இறப்பை வைத்துக் கும்பாபிஷேகத்துக்குப் பிள்ளையார் சுழி போடக் கனவு பண்ணினார்கள். கூலியாட்கள் - சகல உபகரணங்களோடு வந்திறங்கினார்கள் சூரியனுக்கு முன்பாகவே.

"உதவிக்கெல்லாம் ஆளுங்க வந்தாச்சா?"

"ஆமாய்யா..."

அதிகாலை நாலரைக்கே- கோயில் அதிகாரி, குருக்கள், கூலியாட்கள் என்று சூழ்நிலை பரபரப்பைச் கூட்டிக் கொண்டிருந்தது

"பூஜை ஒண்ணு பண்ணிட்டு, சோலிய ஆரம்பிச்சிடலாம்..."

முஸ்தீபுகள் மும்முரமாயின. இருளும் ஒளியுமாய்ப் புணர்ந்திருந்த அதிகாலை. குளுகுளுவென்றிருந்த காலை வேளைக்கு நேர்மாறாய்ச் சூடான அக்கினி வார்த்தைகள். சரஸ்வதியை எரிப்பது மாதிரி அவளை எதிர்கொண்டன. நீண்ட கோடாலி, அரிவாள். கடப்பாறை, தடிமனான தாம்பு கயிறு இன்ன பிற தன்னையே குறிவைத்துத் தாக்கத் தயாராக இருப்பதாய்த் தோன்றியது அவளுக்கு."

."சரஸ்வதிம்மா வந்துட்டாங்க. கற்பூரம் காட்டுங்க. அவங்க ஆரம்பிக்கட்டும்.."

உபகரணங்களுக்குப் பூஜை. மரத்தின் அடித்தண்டுக்குக் குங்குமம் அப்பினார்கள். ஊதுபத்தி ஏற்றி வைத்தார்கள்.

"ம்...ம்.. இன்னியோட கடைசி. இந்த மரத்துக்கு ஆயுசு முடிஞ்சு போச்சு. இன்னொரு மரம் வளர்த்துடலாம். நீங்களே நட்டு வைங்கம்மா. நமக்கப்புறம் வாரவக வளர்க்கட்டும்..."

சொல்லியபடியே நொறுக்கப்பட்ட சிதறு தேங்காய், தனது மண்டையில் நொறுக்கப்பட்டதாயிருந்தது சரஸ்வதிக்கு. தெறித்த இளநீருக்குப் பதிலாகக் குருதியே சிதறியதாகவும் பட்டது.

நாலுபக்கமும் முளையடித்துத் தாம்புக் கயிறு இழுத்துக் கட்டப்பட்டது. கூர்மையான கோடாலிக்குக் குங்குமம், அரிவாளுக்கு மாலை, மரத்துக்கு மஞ்சள் நீர்த்தெளிப்பு என்று முஸ்தீபுகள் பிரமாதமாயின.

வேம்புலி அம்மன் முன்னால் கும்பிட்ட கையும், பொங்கிய மனசுமாய் நின்ற சரசுவதிக்குள் ஆயிரம் பிரளயம். எரிமலை. வெடிப்பு.

என் நிழல்- எல்லோர் வெயிலையும் தாங்குகிறதே... மண்ணுக்கும் குடை நான்தானே? மரம் கெஞ்சியது.

என் வீடு முக்கியம் தானே? என் இருப்புத் தானே உங்கள் நிம்மதி? எல்லோரின் கண்ணீரும் கவலையும் என் தோளில் தானே? -அம்மன் வியாக்கியானம் பேசினாள்.

தீர்த்தமாக மரத்தின் ரத்தமும், பிரசாதமாகக் குறுக நறுக்கிய இலையும், அட்சதையாகச் சின்னத் துணுக்குகளாய் வெட்டப்பட்ட கிளையும் விநியோகிக்கப்படுவதாய்த் தோன்றியது.

அதுவரைக்கும் சாந்த சொரூபியாய் உட்கார்ந்திருந்த வேம்புலி அம்மனின் கடைவாயில் - ரெண்டு சிங்கப்பல் வெளியே நீண்டு, வேப்ப மரத்தைத் தூக்கிப் பிடித்து உக்கிரமாய்த் தாண்டவம் ஆடுவதாயும் பட்டது. இது என் வீடு என்பதான பிடிவாதம்.

வேப்பமரம் ரெண்டாய் மடிந்து முழங்காலிட்டு உட்கார்ந்து உயிர்ப் பிச்சை கொடு தாயே எனக் கையேந்திக் கதறுவது மாதிரியும் பட்டது. இந்த மண் என்னுடையது என்று அக்கினித் திராவகம் வீசினாள் அம்மன்.

"வாங்கோம்மா... நீங்கதான் முதல்ல..."

சரஸ்வதியின் கையில் கூர்மையான கோடாலி தரப்பட்டது.

"வேற மரம் வளர்த்துக்கலாம்மா. தயங்காதீங்க. ஆகி வந்த அம்மன் தழைக்கணும். நாமளும் செழிக்கணும். ஊரும் அமோகமா இருக்கணும்..."

"ம். ஆரம்பிங்கம்மா..."

அத்தனை வாய்களும் உச்சரித்தன ஏக காலத்தில். கோடாலியைத் தூக்கிய சரஸ்வதியின் கைகள் குழைந்தன. நரம்புகள் சுண்டி இழுத்தன. வியர்வைச் சுரப்பிகள் கடலாய்ப் பொங்கின. ஹ்ருதயம்- லப்டப் என்று துடிக்காமல் - சடாரென்று ஸ்திரமானது. நின்று போனதாய் உணர்ந்தாள்.

'நிஜமா? என் குழந்தையை வெட்டும் நேரம் வந்துவிட்டதா? என் மகளைக் குருதிக் காடாக்கவா? என் மூத்தவளை நிர்மூலமாக்கவா?"

ம்.ஆமாம்.மரத்தைச்சாகடிக்காவிட்டால் அம்மாவின் கூரை நிர்மூலமாகும். அவளின் வசிப்பிடமும் கீறலாய்க் கிழியும்.

"தயங்காதீங்கம்மா. நாழியாகுது. ஐயா... உங்க வீட்டம்மாவுக்குச் சொல்லுங்கய்யா. கையைப் புடிச்சிஆரம்பிங்கய்யா..."

"சரசு. தயங்காதே ஊரு நல்லதுக்குத்

தானே பண்ற?" அவளின் கையை இறுக்கிப் பிடித்துக் கோடாலியை உயர்த்தினார்.

"ம், போடு..."

இல்... இல்லங்க. விட்ருங்க. முடியல, என்னால எம் மகளைக் கொல்ல முடியாது..."

அடிமரத்தை ஆதுரமாய்த் தடவிக் கொடுத்தாள். மேடு பள்ளமான மரப்பட்டையில் முகத்தை உராய்ந்து கொண்டாள். அந்த உராய்வு சுகமாயிருந்தது. இதமாயிருந்தது. அம்மனின் காலடி தராத சௌகரியத்தைத் தந்தது. சுகம். பரமசுகம். சௌஜன்யத்தின் உச்சம்.

"கோயில் நிலைக்கணும்னு தானே பண்றோம்?"

"அதுக்காக ஆடு, கோழி மாதிரி... பூவா-நிக்கற மரத்தைப் பலி குடுக்கணுமா?"

"ப்ச், என்ன சரசு நீ? தேவையில்லாத சமாச்சாரம்லாம் பேசிட்டு? கோயில் முக்கியமாச்சே. மரத்தை வேற இடத்துல கூட வளர்த்துக்க முடியுமே..."

"ம்ஹூம். வேற எடத்துல அம்மனைப் பிரதிஷ்டை பண்ணலாமே"

"என்ன உளர்றே? புத்தி கலங்கிடுச்சா என்ன?"

"அம்மா... இதுதான் பொறுமையோட எல்லை. வருஷக் கணக்கா கோயிலுக்கு உபகாரம் பண்றவங்கன்னு உங்களுக்கு மரியாதை குடுத்தோம். இனிமே அவ்வளவுதான் ஏலேய். ஆரம்பிங்கலே... நேரமாகுது. வெத்து மரத்துக்காக அம்மனை அவமானப் படுத்தணுமா? ம்? வெட்டுங்கல்லே..."

ஆக்ரோஷக் கத்தலில் அதிர்ந்தது அதிகாலை. "ம். வெட்டுங்க... நல்லா வெட்டுங்க. ஆனா அரிவாள் முதல்ல என் உடம்புல்ல இறங்கிட்டுத்தான் மரத்துக்குள்ள இறங்கும். நா இந்த மரத்தை விட்டு விலக மாட்டேன்..."

கைக்கெட்டிய தூரம் வரைக்கும் கையைக் கோத்து மரத்தின் அடிப்பகுதியை இறுக்கிக் கட்டிப்பிடித்தாள் சரஸ்வதி...

அம்மனைவிடச் சிவுசிவு வென்று சிவந்து ஆக்ரோஷமாயிருந்தது அவளின் முகம்.

"என்னம்மா அழிச்சாட்டியம் இது? இத்தனை வருஷமா ஆகி வந்த அம்மனைக் கேவலப்படுத்தரீங்களே... என்ன பெரிய மரம்? எங்க நட்டு வச்சாலும் தான் வளருமே..."

"ஒரே வருஷத்துல வேற கோயில் கட்டலாம். ஒரே வருஷத்துல மரம் வளர்ந்துடுமா? நட்டு வச்சது தழைக்கறதுக்குப் பத்து வருஷமாகும். பதினைஞ்சு வருஷமாகும். அதுவரைக்கும் ஊரு வெயில்ல வாடணுமா? அம்மனை நம்பறவங்க உண்டு. தேவையே இல்லேன்னு சொல்றவங்களும் உண்டு. ஆனா... ஆனா மரம் நிஜம். கண்ணு முன்னாடி உயிரோட இருக்கற நிஜம். அம்மன் இல்லாம ஊரு வாழ்ந்துரும். மரம் இல்லாம? சாமி கும்பிடாம இருந்துடலாம். சுவாசிக்காம இருக்க முடியுமா?"

நேற்றிலிருந்து அவளின் மனசைப் பிசைந்த வருத்தமெல்லாம் வார்த்தையாய் இறங்கின.

"மனுஷசாதியும் தெய்வசாதியும்தான் உசத்தின்னு நினைக்கணுமா? மரசாதி தான் எல்லாத்தையும் விட உசத்தி. சாமி நமக்கு நல்லது பண்ணும்னு எதிர்பார்ப்புல கோயிலுக்கு வர்றோம். நம்ம குடும்பத்துக்காக, புள்ளைங்களுக்காகச் சம்பாதிக்கறோம். சேர்த்து வைக்கறோம். ஆனா மரம் சுயநலமே இல்லாம இருக்கு. நிழல், பழம், பூ, இலை சகலமும் சாதிசமயம் பார்க்காம தருது. தனக்குன்னு சேத்துவச்சிக்கல்லே. சந்ததிக்குன்னு சேத்துவச்சிக்கல்லே. அம்மனை வெறும் கல்லாவும் பார்க்கலாம். ஆனா மரத்துக்கு உசிர் இருக்கு. வளர்ச்சி இருக்கு. உணர்வு

இருக்கு. அம்மன் உசத்திதான். மரம் அதை விட உசத்தி. மரத்தோட இடத்தை ஆக்கிரமிக்க யாருக்குமே உரிமை இல்லை,. அம்மன் உட்பட... அப்புறப்படுத்த வேண்டியது அம்மனைத்தான். வேற இடத்துல பிரதிஷ்டை பண்ண வேண்டியது அம்மனைத்தான். மரத்தை வெட்டினால் ஊரு மூளியாகும். ஊரு வறண்டு போகும். அம்மன் இல்லாமலும் ஊரு இயங்கும். மரம் இல்லாம ஜீவிக்குமா..?"

மரத்தைக் கட்டியணைத்து மரத்தோடு மரமாய்ச் சரிந்தாள் சரஸ்வதி. அவளைக் குறுக்கு வெட்டாய்க் கடந்து மரத்தைத் தீண்ட கோடாலிகளுக்குத் தைரியமில்லை. அப்போது வீசின காற்றில் உதிர்ந்த வேப்பம் பூக்களின் நாவுகள் - சரஸ்வதியை அம்மா அம்மா என்று ஆயிரம் தரம் அழைப்பதாய்ப்பட்டது...

72

சேவை

ஜெயந்தி சங்கர்

ஜெயந்தி சங்கர்
(28/04/1964)

ஜெயந்தி சங்கர் மதுரையைப் பூர்வீகமாகக் கொண்டவர். 1990இல் இருந்து சிங்கப்பூரில் வசித்து வருகிறார். இவர் தமிழ் எழுத்தாளர், ஆங்கில எழுத்தாளர், மொழிபெயர்ப்பாளர், பத்திரிகையாளர், ஓவியர் என்று பல பரிமாணங்களைக் கொண்டவர். இவர் தமிழகம் மற்றும் சிங்கப்பூரைச் சேர்ந்த பல அச்சு இதழ்களிலும் இணைய இதழ்களிலும் தொடர்ந்து எழுதி வருகிறார்.. தமிழில், எட்டு சிறுகதை தொகுதிகள், ஐந்து நாவல்கள், ஒரு குறுநாவல், ஆறு கட்டுரை நூல்கள், நான்கு மொழியாக்கங்கள்,ஒரு வாழ்க்கை வரலாறு, 9 சிறுவர் இலக்கிய நூல்கள் என்று எழுதி, தன் மூச்சே எழுத்தாகச் செயல்பட்டு வருகிறார். இவருடைய சிறுகதைகள் ஜெயந்தி சங்கர் சிறுகதைகள் என்றும், இவரது நாவல்கள் ஜெயந்தி சங்கர் நாவல்கள் என்றும் முழுமையாகத் தொகுக்கப்பட்டுள்ளன. தற்போது ஆங்கிலத்தில் எழுதி வரும் இவர், இரண்டு ஆங்கில நாவல்களையும், ஒரு ஆங்கில சிறுகதை நூலினையும் வெளியிட்டுள்ளார். சீனக் கலாச்சாரம் குறித்தும் இலக்கியங்கள் குறித்தும் நூல்கள் எழுதியுள்ளார். பத்து நாடுகளில் வாழும் தமிழ் எழுத்தாளர்கள் படைத்திட்ட சிறுகதைகளைத் தொகுத்து, ஆங்கிலத்தில் மொழிபெயர்த்துத் தந்துள்ளார். இவர் பெற்ற விருதுகள் எண்ணற்றவை. சிங்கப்பூர், தமிழகம் மற்றும் உலக அளவில் இவர் விருதுகள் பெற்றுள்ளார்.

எம்ஆர்டீயில் ஏறியதுமே போன் சிணுங்கியது. ராஜனின் போன். நான் சரியான நேரத்திற்கு சாங்கி விமான நிலையத்தை அடைந்துவிடுவேனா என்ற சந்தேகம் ஒரே மணிநேரத்தில் அவருக்கு இரண்டாவது முறையாக வந்திருந்தது. என்னை செல்பேசி மூலமே மேற்பார்வையிட்டார். “ஹலோ, பெடோக் தாண்டிட்டேன் சார், அரை மணிநேரம் முன்னாடியே போயிடுவேன். கவலையே வேண்டாம். ம், ஆமா, ‘திருமதி லீலா’ னு கொட்டகொட்டயா அட்டையில எழுதி எடுத்துகிட்டேன். நோ ப்ராப்ளம்,பை,” என்றதுமே துண்டித்துவிட்டார். ராஜனின் செயல் எனக்குச் சற்று விநோதமாகத்தான் இருந்தது.

மூச்சுவிடவும் நேரமில்லாமல் ஓடிக்கொண்டேயிருக்கும் மக்களுக்குக் குழந்தை, குடும்பம் ஆகியவற்றைவிடவும் அந்த ஓட்டமே பிரதானமாகியிருந்தது. பணத்தை விட்டெறிந்து நேரத்தை வாங்கத் தலைப்பட்டுவிட்டனர். அதனால்தான் ‘எனி சர்விஸ்’ ஒரே வருடத்தில் பதினோரு ஊழியர்களுக்கும் கணிசமான போனஸ் கொடுக்கும் அளவிற்கு வளர்ந்திருந்தது. ஒருநாள் மளமளவென்று ஆபீஸிற்குள் நுழைந்தார் ஓர் ஆண். தன் மனைவி மிகவும் ‘பிஸி’, ஆகவே ஒரு வாடகைத்தாய் தேவையென்றார். தன் தொலைபேசி எண்ணைக் கொடுத்துவிட்டுப் போய் விட்டார். பாஸ் ஒரு மாதமாய்

அந்தத்தம்பதியருக்குப் பிள்ளை பெற்றுக் கொடுக்கவென்று வாடகைத் தாயைத் தேடிக்கொண்டிருக்கிறார்.

நாயை 'வாக்கிங்' அழைத்துச்செல்லக் கூட பலருக்குக் காலைநேரத்தில் ஆள் தேவையாக இருந்தது. கையில் பழைய ந்யூஸ் பேப்பரை எடுத்துக்கொண்டு உடன் நடந்துகொண்டே போகவேண்டும். அதன் காலைக்கடனையெல்லாம் பேப்பரில் எடுத்து குப்பைத்தொட்டியில் போடவேண்டும். இல்லையென்றால் அபராதமுண்டு. நாயைக் குளிப்பாட்டி பிரஷ் செய்துவிட, வீட்டு மளிகை வாங்க, வீட்டிலுள்ள திரைச் சீலைகளையெல்லாம் அகற்றித் துவைத்து மறுபடியும் மாட்டிவிட என்று எதற்கும் எல்லாவற்றிற்கும் மக்களுக்கு நேரப் பற்றாக் குறையிருந்தது. பணம் அள்ள அள்ளக் குறைவேயில்லாமல் இருக்கும் இவர்கள், இவ்வேலைகளுக்காக எங்களிடம் வந்தனர். சொல்லியழத் தோள்கொடு, காதுகொடு என்றெல்லாம் கூட தொலைபேசியிலழைத்து நேரம் சொல்லிக் கூப்பிடுவார்கள். வேலையைப் பொருத்தும் சேவையைப் பொருத்தும் கட்டணங்களைப் பாஸ் தீர்மானிப்பார்.

போன வாரம் ஒரு தொலைபேசியழைப்பு வந்தது. பாஸ் தான் எடுத்தார். அழைத்தது ஒரு தந்தை. அவருக்கும் அவரது துணைவியாருக்கும் தங்களின் வர்த்தகத்தைக் கவனிக்கவே நேரமில்லை. ஆகவே, அவர்களது பதின்மவயதுப் பெண்ணின் பிரச்சனைகளையெல்லாம் காதுகொடுத்துக் கேட்கவேண்டும். ஒரு ஜோடிக் காது கிடைக்குமாவென்று கேட்டார். ரவியின் இருகாதுகளையும் அனுப்பிவைக்கிறேன் என்று கூறிவிட்டு பாஸ் போனை வைத்தார்.

மஞ்சள் முகத்தில் ஒரு மகிழ்ச்சியின்மை. கேட்க ஆள் கிடைத்ததும் அந்தப்பெண் ஒரேஒரு நிமிஷம் தயங்கிவிட்டுப் பிறகுக் கொட்டித்தீர்த்துவிட்டாள். பதினைந்து வயதில் ஒரு பெண்ணுக்கு இவ்வளவு கவலைகளா? என்று வியக்கும்படியிருந்தது எனக்கு. குறைந்தது இரண்டு வருடங்களாகப் பெற்றோரிடம் பேச நினைத்துப் பேசாமலேயே மனதிற்குள் உறங்கிக்கொண்டிருந்த அத்தனையும் வெளியேறின. முதலில் பெற்றோரிடம் பேச நினைத்தவையும், பிறகு ஒரு நண்பனிடம் பகிர்ந்துகொள்ளும் சில்லறை விஷயங்களும், கொஞ்சம் கொஞ்சமாக வந்து விழுந்தது. விவரமாகக் கேட்டுவிட்டுச் சுருக்கமாக எழுதியனுப்ப எனக்கு இரண்டு மணிநேரச் சம்பளமாக நாற்பது டாலர்கள். இறுதியில் அப்பெண்ணின் முகம் பிரகாசமாகியிருந்தது.

'பெடோக்' ரயில் நிலையத்தைக் கடந்ததுமே, மறுபடியும் போன். டாரதி! படித்துக்கொண்டே 'பிராண்டட்' உடைகள் மற்றும் காலணிகள் போன்ற தன் ஆடம்பரச்செலவுகளைச் சமாளிக்க, உபரிவருமானம் ஈட்டவென்று சிலமாதங்களுக்கு முன் வேலைக்குச் சேர்ந்த ஓர் இரண்டுங்கெட்டான். "ஹலோ", என்றதுமே," ரவி, நீ எங்க இருக்க? பெரியவரு வீட்டு நாய்க்கு இன்னிக்கு 'செக்கப்', மறந்திட்டியா? நீ போறியா, இல்ல நான் போகட்டா?"டாரதி, தாத்தாவும் நாயும் வேற ஆளப்பாத்தாலே டென்ஷனாயிடுவாங்க. ஆனா, வேற வழியுமில்ல, இன்னிக்கு நான் போகமுடியாது. நான் வேற 'அசைன்மெண்ட்'ல இருக்கேன். நீயே சமாளி."

சனிக்கிழமை என்பதால் ரயிலில் காலைநேர நெருக்கடி அதிகமில்லை. சில பள்ளி மாணவர்கள் அவர்களின் தனியுலகத்தில் சஞ்சரித்தபடி பயணித்தனர். இரண்டு முதியவர்கள் காலைநேர ஓட்டத்தை முடித்துவிட்டு வியர்வை பளபளக்க நாளிதழில் ஆழ்ந்திருந்தனர். ஜன்னல் வழியே வெளியே நோட்டமிட்டேன். நேற்றைய மழையின் நினைவை மறந்த வானம் ஒன்பது

மணிக்கே வெயிலால் வெளிறிக் கிடந்தது.

ஒருவாரம் முன்பே ராஜன் ‘எனி சர்விஸ்’ கதவைத்தட்டித் தன் விசித்திரமான கோரிக்கையை வைத்திருந்தார். மெர்ஸிடிஸ் பென்ஸ் காரில் வந்திறங்கினார். உடையும் மிடுக்குமே ‘பெரிய’ பணக்காரர் என்று பறைசாற்றியன. நேர்த்தியான ஆங்கிலம் நாவில் விளையாடியது. எல்லா விரல்களிலும் வைரம் மிளிரியது.” நானும் என் வொய்பும் ரொம்ப பிஸி. ஒருத்தர் இந்தியாவிலிருந்து ‘டிரான்சிட்’ல வராங்க. அவங்கள ‘ரிஸீவ்’ பண்ணி, ஐஞ்சு மணிநேரம் அவங்க கூட இருக்கணும். மறுபடியும் ‘ஏர் இந்தியா’ விமானத்துல கலிபோர்னியாவுக்கு அவங்க கிளம்பறவரைக்கும் கூட இருந்தாபோதும்.” சரி, இவங்க யாரு? என்ன பேரு? என்ன வயசு? எந்த ப்ளைட்ல வராங்க? எத்தனை மணி வரைக்கும் கம்பெனி குடுக்கணும். எந்தமாதிரி உதவியெல்லாம் தேவையாயிருக்கும்? இந்தமாதிரி விவரங்கள்ளாம் தேவை, இந்த பார்ம்ல பில் பண்ணுங்க”, என்று சொல்லி என்னைப் பார்த்துக் கொள்ளச்சொல்லிவிட்டு, பாஸ் அடுத்து வந்த தொலைபேசியழைப்பைக் கவனிக்கச் சென்றுவிட்டார்.

மூதாட்டிக்கு ஆங்கிலம் தெரியுமென்றாலும் கூட ஓர் இந்திய ஊழியரையே அனுப்ப விண்ணப்பித்திருந்தார். ராஜனின் முக்கிய எச்சரிக்கை விமான நிலையத்தில் திருமதி லீலாவைத் தவறவிடக் கூடாது. அப்படி நான் அவரைக் காணத்தவறினால், கையிலிருக்கும் ராஜனின் முகவரியை டாக்ஸி ஓட்டுனரிடம் காட்டி நேராகச்சென்று அவர் வீட்டுக்கதவைத் தட்டிவிடுவார். அவர் தங்களின் வீட்டுக்கதவைத் தட்டிவிடாமல் இருக்கத்தான் ‘எனி சர்விஸ்’ஸின் உதவியையே நாடியிருந்தார். அடுத்துவந்த மூன்று நாட்களுமே அதைப்பற்றியேதான் பேச்சாயிருந்தது ஆபீஸில்.

‘சாங்கி’ ரயில் நிலையத்திலிருந்து வெளியேறி நடந்தேன். மெள்ள விமான எண்ணைச் சரிபார்த்து உரிய இடத்தையடைந்தேன். அதிசயமாக இந்திய விமானம் சரியான நேரத்திற்குத் தரையிறங்கியிருந்தது. அடுத்த அரை மணிநேரத்தில் பயணிகள் நான்கு மணிநேரப் பயணக் களைப்பையெல்லாம் முகத்திலேந்திக் கொண்டும் தள்ளுவண்டிகளைத் தள்ளிக்கொண்டும் கூட்டம் கூட்டமாக வெளியேறினர். ஒரு சிலரைத் தவிர, மற்ற அனைவருக்கும் சொந்தபந்தங்கள் எதிர்கொண்டழைக்க வந்திருந்தனர். நான்கு அட்டைகளில் மூன்று நிறுவனங்கள் தங்கள் தொழிலாளர்களுக்காகப் பிடித்துக்கொண்டிருந்தவை. நான் பிடித்துக்கொண்டிருந்தது தான் தனிநபருக்கானது. வெளியேறிய பயணிகளில் நடுத்தர வயதைக் கடந்த இந்தியப் பெண்மணியைத் தேடினேன். ராஜன் எடுத்துப் பல வருடங்களாகியிருந்த ஒரு நிழற்படத்தைக் காட்டியிருந்தார். அதில் இருப்பதைப்போல இப்போது இருக்கமாட்டார் என்றும் எச்சரித்திருந்தார்.

வெளிர் நீலச் சேலையணிந்து, தளர்ந்த கொண்டையுடன், தோளில் ஒரு பயணப்பையும் மறுகையில் ஒரு பணப்பையுமாக தூரத்தில் வந்துகொண்டிருந்தவர் தான் திருமதி லீலாவாக இருக்கமுடியுமென்று தோன்றியது. அவர் கண்களில் நன்றாகப்படும்படி அட்டையைக் கொஞ்சம் பலமாக ஆட்டிவிட்டு, அவரது உயரத்திற்குப் பிடித்தேன். கவனிக்காது என்னைக்கடந்து சென்றுவிடாமல் அவரையே உற்றுப்பார்த்தேன். அவர் அட்டையைப் பார்த்து என்னை நோக்கி வருவது தெரிந்ததும்தான் இயல்பு நிலைக்குத் திரும்பினேன். நல்ல சிவந்த நிறத்தில் இருந்த அவர் பளீரென்று

புன்னகைத்தார்.

“நீங்க திருமதி லீலாவா?”, என்றதும் ஆமென்று தலையசைத்தார். என் பெயர் ரவி. நான் ராஜன் கீழ வேலை செய்யறேன். அவர் எனக்கு நல்ல நண்பர்”, நானும் சிரித்துக்கொண்டே ராஜன் சொல்லச் சொன்ன முதல் பொய்யைச் சொன்னேன். அவ்வாறு சொல்வது என் வேலை என்று என் மனசாட்சிக்குச் சமாதானம் சொல்லிக்கொண்டேன். அந்தப் பொய்யால் குறைந்தபட்சம் அந்த வயதான மூதாட்டிக்கு அதிர்ச்சியோ மனவேதனையோ இல்லாதிருக்குமென்றும் ஒரு கூடுதல் சமாதானம் உள்ளுக்குள் பிறந்தது. ஆனால், ராஜன் தவிர்க்க நினைக்கும் அளவிற்குப் பெரிய தொந்தரவாகத் தெரியவில்லையே இவரைப்பார்த்தால்.

ராஜன் சொல்லச்சொன்ன பொய்கள் ஒவ்வொன்றாக என் வாயிலிருந்து உதிர்ந்ததை உணர்ந்து எனக்கே என் மேல் ஆச்சரியம் பிறந்தது. “ரெண்டுபேருமே கொழந்தைங்களக் கூட்டிகிட்டு பினாங்குக்குப் போயிருக்காங்க. இந்த ‘ட்ரிப்’ முன்னாடியே ப்ளான் பண்ணினது. அதனால கேன்சல் பண்ண முடியல்ல. அதான் பாவம், வேற வழியில்லாம என்னை உங்களுக்குக் கம்பெனி குடுக்க அனுப்பியிருக்காங்க. உங்க கிட்ட விளக்கிச் சொல்லிப் புரிய வைக்கச் சொன்னாங்க. “என்றதுமே,” ராஜன் வருவான்னு நெனச்சேன். போன்லயாவது அவனோட பேசலாமா?”, என்று குழந்தையின் ஆர்வத்தோடு கேட்டார்.

இணைப்பு கொடுக்கக்கூடாது, பேசவிருப்பமில்லை என்ற ராஜனின் எச்சரிக்கை நினைவு வந்தது. “இல்ல, அவங்க போன் எடுத்துகிட்டுப் போகல்ல. இதையும்கூடச் சொல்லச் சொன்னாங்க. கவலைப்படாதீங்க. நான் அவர்கிட்ட சொல்றேன். வரீங்களா... ஒரு கப் காபி சாப்பிடலாம்,” என்று பேச்சை மாற்றினேன்.

“நானே ஒங்கிட்டக்கேக்கணும்னு நெனச்சேன் ஒரு காபி சாப்பிடணும்னு. அதுக்குமுன்னால குளிக்கணும் ரவி. ஒரே கசகசன்னு இருக்கு. இங்கே குளிக்க வசதியிருக்கா?” ஓ... இருக்கே!” என்றபடி குளியலறைகள் இருக்கும் இடத்திற்கு அழைத்துச் சென்றேன். “பரவாயில்லையே! இவ்வளவு வசதிகள் இங்கயே இருக்கும்பொழுது யார் வீட்டுக்கும் போய் தொந்தரவு பண்ண வேண்டாம் இல்ல’ என்றாள். எனக்கு லேசாக திடுக்கென்றது. ராஜனின் குட்டு வெளிப்பட்டுவிடுமோ? “என்னோட பைய நீ பார்த்துக்கோ. நா சீக்கிரமே வந்துடறேன். வா, போன்னு நா ஒன்னக் கூப்பிடலாமில்ல. எப்படியும் நீ என்னோட கடைசி மகளவிடச் சின்னவனாத்தான் இருப்ப, அவளோட பிரசவத்துக்குத்தான் யூஎஸ் போறேன். முதல் பிரசவம்.,” என்றபடி உட்கார்ந்திருந்த இருக்கையிலிருந்து எழுந்துகொண்டார். பையிலிருந்து தனக்கு வேண்டிய சோப்பு, துண்டு, மாற்று உடை எல்லாவற்றையும் எடுத்துக்கொண்டு அங்கு வரிசையாக இருந்த குளியலறைக்குள் சென்று மறைந்தார்.

கையில் இருந்த பையில் அவரது பாஸ்போர்ட் போன்ற முக்கிய ஆவணங்கள் இருந்ததால், கீழே வைக்காமல் மடியில் வைத்துக்கொண்டு உட்கார்ந்தேன். தீவிரவாதம், சார்ஸ், பறவைக்காய்ச்சல் எதுவுமே, சுருங்கிவிட்ட உலகில் பயணத்துக்குத் தடையாகவே தெரியவில்லை. மக்கள் அலுக்காமல் மணிக்கணக்காகப் பறக்கத் தயாராகவேயிருக்கின்றனர். அங்கு வருவோர் போவோரை வேடிக்கை பார்த்துக்கொண்டிருந்ததில் இருபது நிமிடம் ஓடிவிட்டிருந்தது. மனதின் மூலையில் சிறு சந்தேகம் துளிர்த்தது. அது பயமாக வளருமுன் திருமதி லீலா குளியலறையிலிருந்து வெளிப்பட்டார். அழுக்குடன் களைப்பையும் சோப்புப்போட்டு கழுவியிருந்தார். நிறம்

இரட்டிப்பாகியிருந்தது. இருக்கைக்கு வந்தவர், "அடடா, சோப் பாக்ஸை உள்ளேயே விட்டுட்டேன்.,..", என்று மறுபடியும் திரும்பிச் சென்றவரை, அவர் ஒருமையில் என்னைக் கூப்பிட்ட தைரியத்தில்," இருங்க ஆண்டி, நா போய் எடுத்துகிட்டு வரேன். நீங்க உக்காருங்க,. இதோ வந்துடறேன்," என்று அவரது பையை அவர் கையில் கொடுத்துவிட்டு, குளியலறைக்குள் நுழையவிருந்த ஓர் இளம்பெண்ணிடம் சோப்புப்பெட்டியை எடுத்துக் கொடுக்கச் சொல்லி வாங்கிக்கொண்டு, திருமதி லீலாவிடம் கொடுத்தேன். "ரொம்ப தேங்க்ஸ்பா. வரவர ஞாபக மறதி ஜாஸ்தியாயிடுச்சு,..", என்றார் சிரித்தபடி. 'காபெடேரியா' வை நோக்கி நடக்க ஆரம்பித்தோம்.

மறுபடியும் ராஜன். எண்களைப் பார்த்ததும் என் குரலைக் குறைத்துக்கொண்டேன். "ம்... ஆமா சார். வந்துட்டாங்க. அவங்க இப்பத்தான் குளிக்கப் போயிருந்தாங்க. இப்ப காபி சாப்பிட அழைச்சிகிட்டுப் போறேன். தெரியும் சார். ம்,.. ஓகே சார். நோ ப்ராப்ளம், பை", என்றபடியே என்பின்னே நடந்த திருமதி லீலா வருகிறாரா? என்று பின்னாடிப் பார்த்துக்கொண்டே அவருக்கு இசைவாய் மெதுவாக நடந்தேன். "ஆண்டி, உங்களுக்கு வேற ஏதும் சாப்பிட வேணாமா? மேல ஒரு இட்டாலியன் ரெண்ட்ராண்ட் இருக்கு. ரொம்ப நல்லா இருக்கும். வேணாப் போவோமே." "இல்ல எனக்குப் பசிக்கல்ல. தாகமாத்தான் இருக்கு, காபியே போதும்", என்றதும் நடையைத் தொடர்ந்தேன். "ரவி, பார்க்கத்தான் நான் கிண்ணுனு இருக்காப்போல இருக்கும். ஆனா, எனக்கு ஆர்த்ரைடிஸ் ப்ராப்ளமுண்டு", என்றவரிடம் குற்றுவுணர்ச்சியுடன், "ஓ, ஐ'ம் சாரி ஆண்டி. நான் ரொம்ப வேகமா நடந்துட்டேன் இல்ல. மெதுவாவே நடப்போம். ஒண்ணும் அவசரமில்ல", என்றேன் நடையின் வேகத்தைக் குறைத்தபடி.

தொந்தரவாக இருந்த மொபைலை 'ஆப்' பண்ணிவிடுவோமா என்று கை துருதுருத்தது. செய்தால் மறுநாளே வேலை போய்விடும். பாஸ் சரியான துர்வாசர். ஏன் என்னவென்றெல்லாம் விசாரிக்காமல் சீட்டைக் கிழிப்பதற்குப் பெயர் போனவர். நான் என் வேலையை இழக்க விரும்பவில்லை. ஆகவே 'சைலண்ட் மோட்'இல் வைத்துக்கொண்டு தொடர்ந்து நடக்க ஆரம்பித்தேன். பேசிக்கொண்டே வந்தார். திருமதி லீலா, தன் மூத்தமகளுடன் சென்னையில் வசிக்கிறார்.

காபிக்குக் காசுகொடுக்கும்போது அவரிடம் சிங்கப்பூர் பணம் நூறு வெள்ளித்தாள்தான் இருந்தது. கடைக்காரர் சில்லறையாகக் கேட்டதும் நானே என்னிடமிருந்து இரண்டு காபிகளுக்கும் பணம் கொடுத்தேன். காபிக் கோப்பையைக் கையில் எடுத்துக்கொண்டே, "அங்கெயெல்லாம் டிசம்பர் ரொம்ப குளிராமே. என்னோட மூட்டுவலிதான் ஜாஸ்த்தியாயிடும். அதுக்குத்தான் சொல்லவந்தேன். இதோ இந்த ஏர்கண்டிஷனேகூட ஒத்துக்கல்ல. மூட்டு குடைய ஆரம்பிச்சாச்சு", என்றார்.

காபிக்குச் சர்க்கரை போட்டுக்கொள்ளாமல் கொஞ்சம் கொஞ்சமாகப் பாதிக்கோப்பை வரை பேசாமல் குடித்தார். பிறகு எதோ நினைவு வந்தவராகத் தன் தோள் பையைத் திறந்தார். அதில் வெவ்வேறு அளவுகளில் பொட்டலங்கள். அவற்றை வேறு ஒரு ப்ளாஸ்டிக் பையில் போட்டு என்னிடம் நீட்டி," எல வடாம், கடுகு மாங்கா, வெங்காய வத்தல், இதெல்லாம் நானே செஞ்சது. ஒரு பாட்டில் மாகாளி கூட இருக்கு. ராஜனுக்குப் பிடிக்கும். இதயெல்லாம் அவங்ககிட்ட நானே என் கையால கொடுப்பேன்னு தான் நெனச்சேன். பரவால்ல, நீயே கொடுத்துடு. பேரப்பிள்ளைக ரெண்டுபேரையும் பார்க்க

முடியாதது வருத்தம்தான். பார்த்துக் கிட்டத்தட்ட ஒண்ணரை வருஷமிருக்கும். ராஜனையும் ரேஷ்மியையும்கூட பாக்கணும்னு ஆசையாயிருந்தேன். ரெண்டு வாரம் முன்னாடி போன்லகூட ஊருக்குப் போகற விவரம் சொல்லல்ல. அதான் வெளிய வரும்போதே அவனோட முகத்தையே தேடிகிட்டு வந்தேன். ராஜன் எனக்கு ஒரே சன்."

"என்ன ராஜன் உங்க மகனா?" என்று நாக்கு நுனி வரை வந்த கேள்வியை நல்லவேளை தக்க தருணத்தில் அடக்கிக்கொண்டேன். "ரொம்ப பாசம் எம்மேல அவனுக்கு. ரேஷ்மி இந்த நாட்டு பெண்ணா இருந்தாலும், எங்கூட சிநேகிதி மாதிரிப் பழகுவா தெரியுமா? நான் போன தடவை வந்து ஒரு மாசமிருந்தேன். நாந்தான் தெனம் சமைப்பேன் விதவிதமா. ரேஷ்மிக்கு நம்ம சமையல் அவ்வளவா தெரியாது. கத்துக் கொடுத்தாத்தானே தெரியும். இந்த ஊர் கிச்சன் அவ்வளவா பழக்கமில்லையா. முதல்லே கொஞ்சம் தகராறா இருந்தது",என்று தொடர்ந்தபடியே யோசனையிலாழ்ந்தார் ஆண்டி.

அடப்பாவி, சொந்தத் தாயா? யாரோ தூரத்துச் சொந்தமென்றல்லவா சொன்னான் அந்த ராஜன். அன்று! 'அம்மா' வென்று சொல்லியிருந்தாலும் கூட, பாஸ் இதற்கு இசைந்திருப்பார். அவருக்குத் தன் நிறுவனத்தின் சேவையின் தரம் மற்றும் வாடிக்கையாளர்களின் திருப்தி மிகமிக முக்கியம். உணர்ச்சிகளுக்கு இடமில்லையென்றிருப்பார். பாஸ் போகச்சொன்னால், நானும் மாட்டேனென்றா சொல்லியிருப்பேன்?! ஆனால், வேறு யாரையாவது அனுப்ப முயன்றிருக்கலாம். "வேற யாராவது செய்தாலும் பரவாயில்லையாக்கும், நீ மட்டும் செய்யக்கூடாதோ. டேய் ரவி, இதுவும் ஒருவிதத்தில் சுயநலம் தாண்டா", என்ற அதட்டியது மனசாட்சி. கண்களில் லேசாகக் கண்ணீர் தளும்பியது.

"படிக்க ஏதானும் 'மேகஸின்ஸ்' கிடைச்சா வாங்கிட்டு வரமுடியுமா, ஆனா எங்கிட்ட 'சேஞ்ச்' தான் இல்ல," என்று தயங்கித்தயங்கிக் கேட்டார். அதோடு ஒரு பனடால் மாத்திரையும் கேட்டார். உடனே எழுந்து "நானே வாங்கிக்கிட்டு வரேன் ஆண்டி. ரொம்ப ஒண்ணும் ஆகாது," என்று சொல்லிவிட்டு பேருந்து நிறுத்தத்திற்கு அருகில் இருக்கும் 'பேர் ப்ரைஸ்' கடையில் நுழைந்து, அவர் கேட்டவற்றை வாங்கி கொண்டு வந்து கொடுத்தேன். புன்னகையாலேயே நன்றி கூறினார்.

சுமார் மூன்று மணிக்கு 'ஏர் இந்தியா' பயணிகளுக்கு முதல் அழைப்பு விடுக்கப்பட்டது. திருமதி லீலா என் முகத்தைப் பார்த்தார். "பரவாயில்ல. இன்னும் நேரமிருக்கு. என்னோட போன் நம்பர் எழுதிக் கொடுக்கறேன். எப்போ இந்தியா திரும்பரீங்களோ அப்போ நா வரேன். நேரமிருந்தா உங்கள எங்க அக்கா வீட்டுக்குக் கூட்டிட்டுப் போறேன்", என்று ஒரு காகிதத்தில் என் முகவரி மற்றும் போன் நம்பர்களை எழுதிக் கொடுத்தேன்.

"உனக்கெதுக்கு வீண் சிரமம். வரும்போது ராஜன் இருப்பான். அவன் வந்து கூட்டிட்டுப் போவான். முடிஞ்சா உனக்குப் போன் பண்றேன். பார்ப்போமா,.,. ஆமா, ராஜனை உனக்கு எத்தனை நாளா தெரியும்?," விடை எதிர் பாராத கேள்வியை உதிர்த்துவிட்டுக் கையசைத்துச் சென்றார். அவரது நம்பிக்கையும் பாசமும் அப்படியே இருக்கட்டுமே! ராஜனின் குட்டையுடைத்து, அதன் மூலம், அந்தத் தாயின் இதயத்தையும் உடைக்க ஏனோ எனக்கு மனமே வரவில்லை. கஷ்டப்பட்டு என் வாயைக் கட்டுப்படுத்திக் கொண்டேன். குற்றவுணர்வு ஒருபுறமும் மனநிம்மதி மறுபுறமுமாக என்னைக் குழப்பின. விநோதமான 'அசைன்மெண்ட்' என்று காலையில் அதிசயித்தவன், என் வாழ்வில் மறக்க முடியாத நாளாக அமையுமென்று

• ஜெயந்தி சங்கர்

நினைத்திருப்பேனா! நெடுநாட்கள் பழகியவரைப் பிரியும் மனக்கனத்துடன் வெளியேறினேன்.

மொபைல் கவனத்தை ஈர்த்தது. ராஜனின் அழைப்பு மறுபடியும்! இத்தனை முறை போனில் என்னோடு பேசமுடிகிற இவனால், பெற்றவளுக்காக நேரத்தை ஒதுக்கவும் வீட்டிற்கு அழைத்துப்போகவும் முடியவில்லை. ஹார்ட்லெஸ் பூல்!" ஹலோ, ரவி, அவங்களுக்காக நீங்க ஏதும் செலவு செஞ்சா அதுக்கெல்லாம் நான் பொறுப்பில்ல. முன்னாடியே சொல்லியிருக்கேன் ஞாபகமிருக்கில்ல? இதுதான் என்னோட கடைசிக் 'கால்'. உங்களுடைய சேவைக்கான கட்டணத்துக்கு என்னோட ஆபீஸுக்குப் பில்ல அனுப்பினா, ஒரே நாள்ள செக் அனுப்பிடறேன், சரியா" என்றதும், "செலவென்ன சார், பெரியசெலவு? பணத்த நீங்களே வச்சிக்கோங்க சார். பாஸ்கிட்டவும் சொல்லிடறேன். இதுக்கு நான் 'சார்ஜ்' பண்ணப் போறதில்ல. குட்பை", என்று பட்டென்று சொல்லிவிட்டு இணைப்பைத் துண்டித்தேன். எனக்குத்தான் அம்மா இல்லை. நிழலில் இருக்கும் ராஜன், வெயிலில் இருக்கும் என் அளவிற்கு நிழலின் அருமையை உணர்ந்திருப்பாரா என்ன?!

73

ஒருத்தீ

அகிலா

அகிலா
(13/08/1964)

அகிலா- எழுத்தாளர், கவிஞர், ஓவியர், மொழிபெயர்ப்பாளர், பேச்சாளர், மனநல ஆலோசகர் என்ற பன்முக ஆளுமை உடையவர். திருநெல்வேலி மாவட்டத்தைப் பிறப்பிடமாகக் கொண்ட இவர், தற்போது கோவையில் வசித்து வருகிறார். மிளகாய் மெட்டி, மண்சட்டி, சீமாட்டி என்ற சிறுகதைத் தொகுதிகளை வெளியிட்டுள்ளார். இவரது கதைகள், கணையாழி, கல்கி, கனவு போன்ற இதழ்களிலும் இணைய இதழ்களிலும் வெளிவந்துள்ளன.

ஆளற்று கிடந்தது அந்த நீளமான காரிடர். ஒருபோதும் இம்மாதிரியான காட்சியை அங்கு வேலை செய்யும்நேரத்தில் பார்க்கமுடியாது. காலையில் தூப்பதற்காக வருபவள் மட்டும் இந்தச் சத்தமின்மைக்கு அறிமுகமாகி இருக்கலாம். அவளும் கூட தரையில் விழுந்துகிடக்கும் இலைகளைப் பெருக்கி வைத்ததை வாருபவனின் சின்ன டிரான்ஸ்சிஸ்டர் பாடும் காலை பாடல்களுடன் ஐக்கியமாகி இருப்பாள்.

அந்த ஊரின் ஆட்சியர் அலுவலக கட்டிடம் அது. பழைய காலத்தில் பிரிட்டிஷ்காரன் விட்டுவிட்டுப் போனதன் மிச்சங்களில் ஒன்று. உள்ளே பத்துப் பன்னிரண்டு பிரிவுகளாகக் கட்டிடங்கள் இருந்தன. முன்புறம் இருக்கும் முக்கியஸ்தர்கள் அலுவலக அறைகளிருக்கும் கட்டிடம் மட்டும் சிவப்பில் ஜொலித்தது. மற்றவையெல்லாம் ஆங்காங்கே காரைப் பெயர்ந்து, சில சுவர்கள் குறைந்த சிவப்புடனும், சில பழுப்பு ஏறிய வெள்ளையாகவும் நிற்கின்றன. சுற்றிலும் புதர்கள் செழித்திருந்தன. சில புதர்களில் மூத்திர நாற்றம், சிலதில் வெத்திலை குதப்பல்கள், கசங்கிய தேயிலை கப்புகள், துடைத்து போடப்பட்ட பழைய துணிகளில் புடவை டிசைன்கள் என செழித்திருந்தன. கண்களில் பட்ட மற்றவையெல்லாம் மனிதனின் பெண் வேட்டையைப் பறைசாற்றின.

காட்டன் புடவையின் கொசுவ மடிப்புகளின் கீழ்ப்பகுதி தரையில் பட்டுவிடாமல் நடந்து கொண்டிருந்தேன். காரிடரின் ஆங்காங்கே உடைந்துபோய் இருக்கும் சிமெண்ட் தரையைப் பார்க்கும்போது பழைய நினைவுகள் வந்துபோயின. அப்போதும் சிமெண்ட் தரையின் விளிம்புகள் எல்லாம் உடைந்திருக்கும்; பிளந்திருக்கும். இப்போதும் பெரிய மாற்றம் ஏதுமில்லை. இடையில் ஏதோ ஒரு காலத்தில் பிளவுகளின் மீது பூசியிருந்த காய்ந்த சிமெண்டு, பால் உடைந்து சில்லுகளாக ஒட்டிக்கொண்டு இருந்தன.

இந்தக் காரிடரின் தூண்களைச் சுற்றி ஆட்கள் அமர்ந்திருப்பார்கள். சிலர் கார்டரின் ஓரங்களில் குத்திட்டு உட்கார்ந்திருப்பார்கள். அதில் சிலர் கையில் கட்டுப் பேப்பர்களுடன் அதையே திருப்பித் திருப்பி பார்த்துக்கொண்டிருப்பார்கள். சிலர் வெளிப்பக்கமாக கால்களைப் போட்டுக்கொண்டு, பிக்னிக் வந்தது போல காலாற ஆட்டிக்கொண்டு இருப்பார்கள். தரைக்கு இறங்கும் நீண்ட பெரிய படிக்கட்டுகளில் சிலர் குடும்பமாய்க் காகித கட்டுகளை மஞ்சள் பைகளில் திணித்தபடி, காண்டீனில் வாங்கி வந்த கடித்து வைத்த சமோசாவுடன் உட்கார்ந்திருப்பார்கள்.

இந்தப் பழைய கட்டிடத்தில்தான், பல வருடங்களுக்கு முன் வேலை செய்தேன். அப்போதெல்லாம் பிரச்சனைகளுடன் வரும் மனிதர்கள், பெட்ரோல் கேனுடன் வந்து மிரட்டமாட்டார்கள். நான்கு நாட்களுக்கு முந்தைய சம்பவம்தான், இன்று நான் இந்தப் பின்பக்க கட்டிடத்திற்கு, அலுவலக நேரத்திற்கு முன்பாகவே வரக்காரணமாய் அமைந்துவிட்டது. பி எஃப் செக்க்ஷனுக்கு முன்பாக ஒருவன் தீக்குளிக்க முயல, அடித்துப்பிடித்துக் காப்பாற்ற போன போலீஸ்காரர் ஒருவர் அருகிலிருந்த புதர்களுக்குள் தவறி விழ, பாம்பு கொத்தி சிகிச்சையில் இருக்கிறார். அதையெல்லாம் கிளியர் செய்ய இன்று ஆட்களை வரச்சொல்லிவிட்டாகிவிட்டது. காரிடர் முடியும் இடத்தில் வந்து நின்று கீழே கவனித்தேன். இடிந்த படிகளின் ஓரம், காரிடர் செங்குத்தாகக் கீழே இறங்கும் இடம் எல்லாம் மண்ணே தெரியாத அளவுக்குச் செடிகள். எல்லா ஜீவராசிகளும் வாழ வழிசெய்யும் ஒரே இடமாக இருந்தது அது.

நான் வேலைக்குச் சேர்ந்த புதிதில், செந்தில்நாதன்தான் ஹெட்டாக இருந்தார். மனிதர் இந்த இடத்தைப் படுசுத்தமாக வைத்திருப்பார். படிகளில் இருந்து சுமார் பத்து அடி வரைக்குமாவது செடிகள் இல்லாமல் பார்த்துக்கொள்வார். இப்போது அதிகாரியாக நான் மாற்றலாகி வந்ததில் இருந்து முன்புறம் உள்ள கட்டிடத்திற்குள் அடங்கிப்போகிறேன். பின்பக்கத்துக் கட்டிடங்களுக்கு வருவதேயில்லை. எல்லாவற்றிற்கும் நேரமும் வாய்க்க வேண்டும் போல.

இறங்கிப்போய் புதர்களின் அருகில் நின்றிருந்தேன். இங்குத் தாஸ்தாவேஜுக்கள் வைத்திருக்கும் அறையொன்று உண்டே என்று சுற்றி வருகையில், அது ஆமணக்கு செடிகளின் அசுர வளர்ச்சிக்குள் புதைந்திருந்தது. தாஸ்தாவேஜுக்கள் எல்லாம் மெயின் கட்டிடத்திற்கும் கம்ப்யூட்டருக்குள்ளும் போய் சேர்ந்த பிறகு, இது புறக்கணிக்க பட்டுவிட்டது. அதன் படிக்கட்டில் கூட்டிப்பெருக்கும் பெண் ஒருவர் அமர்ந்திருந்தார். என்னை கண்டதும் ஆபீசராக இருக்குமென்ற அனுமானத்தில் சட்டென எழுந்தார். படிக்கட்டுத் தாண்டி உள்ளே எட்டிப்பார்த்தேன். குவிந்திருந்த புதர்களின் நடுவே ஒற்றையாய் ஒரு பாதை சென்றது. முன்பிருந்த தட்டிக் கதவு மற்றும் லாக் டோரையும் காணோம். காலங்கள் உருண்டோடியதில் கதவுகளும்

நகர்ந்திருக்கலாம்.

அந்தத் தடத்தைப் பிடித்து நடந்து உள்ளறைக்குள் நுழைய முற்பட, “அம்மா.. அங்கனப் போவாதீங்க. பாம்பு இருக்கலாம்மா” என்றார். அவளைத் திரும்பி பார்த்துவிட்டு உள்ளே சென்றேன்.

இந்த உள்ளறைக்குள் தான், ஒருகாலத்தில் அத்தனைப் பைல்களும் அடுக்கி வைக்கப்பட்டிருக்கும். இப்போது உள்ளறையில் சுற்றுச்சுவர்கள் இடிந்து, கதவின் நிலை மட்டும் மீதமிருந்தது. உள்ளே அப்பிக் கிடந்த புதரைத் தாண்டி, மற்றுமொரு பகுதிக்குள் எட்டிப் பார்த்தேன். இங்கு மட்டும் சுவரின் ஒரு மூலையை ஒட்டி, சுத்தமாய் தரை பெருக்கப்பட்டு இருந்தது. இடிந்த ஜன்னலின் கீழ் ஓரத்தில், காண்டம்கள் அங்குமிங்குமாய்ச் சிதறிக்கிடந்தன. வெளியே வந்தபோது, அந்தப் பெண் ஒன்றும் சொல்லாமல் தலை குனிந்தபடி நின்றிருந்தார். பேசாமல் கட்டிடத்தை நோக்கி நடந்தேன்.

“மேடம்” என்றபடி வந்த சதிஷின் குரலுக்குத் திரும்பி, “ஏன் இன்னும் ஆட்கள் வரல?” என்றேன்.

“இப்பதான் வராங்க... நீங்க சீக்கிரம்...” என்று இழுத்தான்.

சூப்பர்வைசர் வந்ததும் எல்லா வேலைகளையும் சொல்லிவிட்டு நகர தொடங்கினேன்.

பார்வை மீண்டும் அந்த அறையின் பக்கம் போனது. வருடங்களுக்கு முன் அங்குதான் அவள்... பெரிய மார்புகளுடன் குழந்தைக்குப் பால் கொடுத்துக் கொண்டிருந்தது நினைவுக்கு வந்தது. ‘எல்லாம் வாங்கியாச்சு.’ என்றாள் ஒருநாள். கண்களை இறுக மூடிக்கொண்டேன். இறங்க மனமில்லாமல் நின்ற படியிலேயே நின்றேன்.

II

நீண்டிருந்த படிகளின் வழியே இறங்கி, ஒற்றையடியாய் இருந்த பாதையில் நடந்து தாஸ்தாவேஜுக்கள் அறையில் இருந்த வெளி தட்டிக்கதவைத் தள்ளிக்கொண்டு செல்ல முற்படும்போது, அந்தப் பெண் சட்டென என் காலில் விழுந்தாள். குழந்தையொன்றைப் படியில் கிடத்தியிருந்தாள்.

“மேடம், எப்படியாவது எனக்கு வாங்கிக் கொடுத்திருங்க. பெட்டிக்கடை கூட வச்சு பொழச்சுக்கிறேன்.” அவள் சேலை விலகியிருந்ததில், கூக்குகள் பிய்ந்த ஜாக்கெட் தெரிந்தது.

“நீயும் என் கிட்டக்கவே வரே. எனக்கு மேல ஒரு ஆபீசர் இருக்காருன்னு கை காட்டியாச்சு. அவர்தா மனசு வெக்கணும்” என்றேன்.

“அவர்கிட்ட கேட்டுட்டேன். அவரு... அவரு...” இழுக்கவும், “என்ன காசு கேக்குறாரா..” என்றபடி அறைக்குள் நுழைந்தேன். அங்கிருந்த தாஸ்தாவெஜுக்களின் மணம் நாசியை அடைத்தது. அவளும் பின்னாடியே நுழைய வந்தாள்.

“ஏம்மா.. நீ இங்கேயே இரு.. உள்ளாற வரக்கூடாது.” என் பதட்டமான குரலுக்குப் பயந்து தட்டியை ஒட்டி நின்றுகொண்டாள்.

கொண்டு போன சாவியைக் கொண்டு உள்ளறையைத் திறந்து, அறை முழுவதும் நிறைந்திருந்த தாள் கோப்புகளில் இரண்டைத் தேடி எடுத்து வெளியே வந்தபோது, வேர்த்து விட்டிருந்தது. இடுப்பில் சொருக்கியிருந்த கர்சீப்பை உருவி கழுத்து முகமெல்லாம் துடைத்தபடி வெளியே வர, அந்தப் பெண் இப்போது படிகளில் உட்கார்ந்து பாலூட்டிக் கொண்டிருந்தாள். உள்ளிருந்த பெரிய மார்புகள் வெளியே இன்னும் பெரிதாய்த் தெரிய, எனக்குச் சின்னசாமியின் குரல், ‘ரொம்ப சின்னதா இருக்குடி உனக்குக்’ காதில் கேட்டது. எரிச்சல் பிய்த்துக்

கொண்டு வந்தது. அங்கிருந்த டேபிளில் வைத்துக் கோப்புக்களைப் பிரித்துச் சரிபார்த்துக் கொண்டு இருந்தபோது, பிள்ளை அழுவதும் அவள் மார்பு மாற்றிக் கொடுப்பதும் கடைக்கண்ணில் தெரிந்தது.

'புள்ளைகள் பொறந்தா தானே வளரும் பாத்துக்கோ. வாரத்துக்கு ஒரு நா தான் எனக்கு இங்கன வரமுடியுது. அப்போவும் நீ என்னைய கவனிக்காம பொழுதுக்கும் புள்ளையப் பாத்துக்கிட்டு இருந்தேன்னா, நா எதுக்கு வாரேன்? ஞாயித்து கிழமயும் உங்க அம்மா கிட்ட இருக்கட்டுமே புள்ள. அவங்களுக்கு தா காசு கொடுக்கிறோமில்ல.' மறுபடியும் சின்னசாமியின் குரல் மனதுக்குள் ஒலித்து எரிச்சல் உண்டு செய்தது.

இந்த நான்கு மாதங்களாக ஊருக்கு வந்துசெல்லும் அவனுடைய வரத்தும் குறைந்து போனது கூட, எனக்கு ஒருவகையில் சௌகரியமாகதான் இருந்தது. அவன் அங்கேயே ஒரு பெண்ணைச் செட் செய்திருப்பதாக போன மாசம் டிரான்ஸ்பரில் வந்த குமரேசன் சொல்ல, டைவர்ஸுக்கு மட்டும் போகாதேன்னு அம்மா இன்னைக்குக் காலையில வரைக்கும் புலம்பிக்கிட்டு இருக்கிறாள். மதிய சாப்பாடே எடுக்காம அவகிட்டே கோவிச்சுக்கிட்டு வந்தாச்சு. நேரமும் ஒன்னு ஆகுது. காண்டீன் கிளம்பனும் என்ற எரிச்சல் கலந்த முகத்துடன், சாவியை உள்ளே விட்டு, சின்னசாமியின் கழுத்தை நெரிப்பதாய் நினைத்து அதை முறுக்கிப் பூட்டினேன்.

வெளியே வந்து தட்டியைச் சாத்தும்போது, அந்தப் பெண் குழந்தையுடன் எழுந்தாள். மார்பு சேலை இழுத்துவிடப்படாமல் நனைந்த ஜாக்கெட்டைக் காட்டியது.

"முதல்ல சேலையை ஒழுங்கா இழுத்துவிடு." என்றதும் சட்டென, வெட்கப்பட்டு, "நீங்க வந்ததும் எந்திச்சேனா.." என்று இழுத்து விட்டுக்கொண்டாள். புருஷன் செத்து, அவன் காசுக்காக இவளும் ஒன்பது மாசமா நடக்கிறாள்.

"மேடம், அந்த ஆபீசரு வேற மாதிரி பேசுறாருமா. 'எனக்குச் சரின்னு இருந்தா', 'புள்ளைக்கு மட்டும்தா..' அப்படி இப்படின்னு.. வந்து..," தலையைத் தாழ்த்திக் கொண்டதில், அவளுடைய கண்கள் அங்குமிங்குமாகக் கோபமாய் தரையில் மோதின. கண்ணீருடன் நிமிர்ந்து, "சொல்ல முடியல மேடம். நீங்க கொஞ்சம் அவரு கிட்ட பேசி சொன்னா ஓங்களுக்குக் கோவில் கட்டுறென்ம்மா.." என்றாள். ஜாக்கெட்டின் கைகளில் கண்களை ஈசிக்கொண்டாள்.

"சரி.. நா பேசுறேன்.. மதியத்துக்கு மேல அவர போயி பாரு என்ன." என்றபடி நகர்ந்தேன். அவன் என்னையே சில நேரம் உத்துப் பார்க்கிறவன், இத்தனை வளமையான பெண் கிடைத்தால் விடுவானா. இவனுங்களை எல்லாம் சுண்ணாம்புக் காவாய்க்குள்ளார போட்டுத் திணிக்கணும்.

மதியத்துக்கு மேல் அந்த ஆளின் டேபிளுக்கு முன் போய் நின்றேன். செந்தில்நாதன் சாருக்கு அப்புறம் இப்படி ஒருத்தன். பேசாமல் நின்றிருந்தேன். நான் நிற்பது தெரியாத மாதிரி அவன் எதையோ பைலுக்குள் வைத்துப் படித்துக்கொண்டிருந்தான். அவன் இங்கு மாறி வந்ததில் இருந்தே, எரிச்சல் படுத்திவருகிறான். என்னுடைய கதையைக் கேள்விப்பட்டிருப்பதால், அதை சலுகையாக வைத்து விளையாடுகிறான். கருவாச்சி பய.. இருட்டுன்னு ஒன்னு இல்லேன்னா, இவன் பொண்டாட்டிக் கூட இவங்கிட்ட படுக்கமாட்டா.

"..க்கும்." என்று தொண்டையைக் கனைத்ததும் நிமிர்ந்தான்.

"என்ன சாயந்திரம் சீக்கிரம் வீட்டுக்குப்

போனுமா... இதுக்குத் தான சாப்பிட்டதும் வந்து நிப்பீங்க. இந்தப் பொம்பளைங்கள வேலைக்கு வைக்கிறதும் ஒண்ணுதான்.. வைக்காததும் ஒண்ணுதான். என்ன கண்ணுக்கு அழகா இருந்தா கொஞ்சம் பொழுது போவும்." என்னைப் பார்க்காமலே பைலுக்குள் இருந்த புத்தகத்தைப் புரட்டிக்கொண்டே பேசினான். சட்டென புத்தகத்தில் ஒரு பக்கத்தை மடித்து என் பக்கமாய் திருப்பி மேசை மீது தள்ளிவிட்டான்.

"இத சத்தமா வாசி பாப்போம். நா லீவு தாரேன்.." சற்றுக் குனிந்து பார்த்தேன். உறவு கொள்வதைக் குறித்து வகுப்பு எடுப்பது போல வரிகள் அந்தப் பக்கத்தில் இருந்தன. அவன் நான் என்ன செய்கிறாள் என்று பார்ப்பது தெரிந்தது. மெதுவாய்ப் புத்தகத்தை அவன் பக்கமாய்த் திருப்பி, அவனை நோக்கி தள்ளினேன்.

"சார்.. நா வந்தது லீவுக்காக இல்ல. செக்ஷன் எஃப் 2 விலிருந்து ஒங்க டேபிளுக்கு வந்திருக்கே அந்த... செத்துப்போன செல்வராஜ்... அந்தப் பைல பத்திப் பேச... சீக்கிரம் கிளியர்ப் பண்ணிக்கொடுத்தா நா அக்கவுண்ட் டெஸ்க்குக்கு அனுப்பிருவேன் சார். சாரங்கன் சார் கூட கேட்டார்."

"ஓ.." என்று பெரிதாய் இழுத்து, "அந்தப் பொண்ணு அங்கன வரைக்கும் போயிட்டாளா.." என்று டேபிளின் மீது பேனாவின் பின்பக்கத்தை வைத்துத் தட்டினான், "சரி..நா பாத்துக்கிறேன். அவள வரசொல்லு."

திரும்பி நடந்தவள், ஒரு கண யோசனையில் நின்று, முகம் மட்டும் திருப்பி, "பாவம் சார் அந்தப் பொண்ணு... அஞ்சு மாச குழந்தையோட தெனமும் வந்து போறத பாக்குறேன்..," முழுவதும் திரும்பி, சொல்லலாமா வேண்டாமா என்ற தயக்கத்துடன் தொடர்ந்தேன், "நா கூட அவ கிட்ட சொல்லிருக்கேன் சார்... நீங்க நல்லவங்கன்னு. அவளுக்கு உதவுவீங்கன்னு. கொஞ்சம் மனசு வைங்க சார்.." சொல்லிவிட்டு திரும்பி நடந்தேன்.

"தட்சணா.." குரல் கோபமாகவும் கடுமையாகவும் இருந்ததாகத் தெரிந்தது. பயம் நெஞ்சு முழுக்க நிரப்ப தொடங்க, "சார்.." என்றபடி, திரும்பி அவனைப் பார்த்தேன். முகம் சாந்தமாகத் தான் தெரிந்தது.

"ஓ.. நீ நல்லவன்னு சொல்லலைன்னா நா நல்லவன் இல்ல போல.. இல்லேன்னா என்னைய மிரட்டுற மாதிரியும் இத எடுத்துக்கலாமே. அந்தப் பொண்ணு கிட்டக்க நல்லவனா நடந்துக்கோன்னு, அப்படிதான?"

பேசாமல் நின்றிருந்தேன். கர்ஜிக்கத் தொடங்கிட்டான். அவன் ஈகோவைத் தொட்டிருக்கும் போல, தெரியாமல் சொல்லிட்டோமோ.

"நா என்ன செய்யனும்னு. நா தா முடிவு பண்ணனும். அவளுக்கு என்ன வேணும்னு நா பாத்துக்கிறேன்.. நீ போ.." அலட்சியமான வார்த்தைகள். பேசாமல் என் அறைக்கு வந்துவிட்டேன். அதன்பிறகு அந்தப் பெண்ணை இரண்டு வாரங்களாகக் காணவில்லை. பின்னொரு நாள் பிள்ளைக்கு உடம்புக்கு முடியவில்லை என்று ஆஸ்பத்திரிக்குச் சென்றுவிட்டு, காலை விடுப்பு முடிந்து மதியம் அலுவலகத்துக்குள் நுழையும்போது, அவன் தாஸ்தாவேஜுக்கள் வைத்திருக்கும் அறையிலிருந்து வெளியே வருவதைப் பார்த்தேன். நேற்று அவன், என் விடுப்பைக் காரணம் காட்டி அறையின் சாவியை வாங்கியிருந்தது நினைவுக்கு வந்தது.

சீட்டில் அமர்ந்த சிறிது நேரத்தில் அந்த அறையிலிருந்து அந்தப் பெண் மட்டும் வருவதைக் கண்டேன். குழந்தை எங்கே? என்று ஒரு நொடி தேடலில், மனது கூட்டல் கழித்தல் போட்டு விடை கண்டது. அவள் என் சன்னலைக் கடக்கும்போது, நான் தலையைத்

தாழ்த்திக்கொண்டேன். யார் மேலென்று புரியமுடியாத கோபம் என்னுள்ளே உருண்டது. அதன் பிறகான ஒரு மாசமாக எனக்கும் வேலை சரியாக இருந்தது. வக்கீலுக்கும் வீட்டுக்குமாக வாழ்க்கை எரிச்சலூட்டியது. டிரான்ஸ்பருக்கும் கேட்டிருந்தேன். அம்மாவுக்கும் அண்ணன் வீட்டில் ஒத்துப்போகாததால் என்னுடன் வந்துவிடுவதாகச் சொல்லியிருந்தாள்.

ஒரு மதிய நேரத்தில் காண்டீனில், கூட வேலை செய்யும் லதாவுடன் டீ குடித்துக் கொண்டிருக்கும் போதுதான் கவனித்தேன், அவளைப் பிள்ளையுடன். அவளை அழைத்து பேசலாம் என்று கையை அசைக்கும் போதுதான் லதா என் கையைப் பிடித்து இழுத்தாள்.

"என்னப்பா.. அவளை எனக்குத் தெரியும்.." என்றேன்.

"இன்னைக்குத் தா எங்க செக்க்ஷனில் இருந்து செக் வாங்கிட்டுக் கையெழுத்துப் போட்டா. கூட யார் வந்து உதவி செய்து கொடுத்தான்னு ஒனக்குத் தெரியுமா.. ஒன் செக்க்ஷன் ஹெட்தான், அருணகிரி.. அவளுக்கு இத செய்து உடனே முடிச்சு குடுங்க, அத குடுங்கன்னு, இத குடுங்கன்னு.. அலையிறான். இவளும் சிரிச்சுக்கிட்டு, சந்தோஷமா வாங்கிட்டுக் கிளம்பிட்டா.." என்று சொல்லி முடிக்கவும், அவள் எங்களை நோக்கி வருவதற்கும் சரியாய் இருந்தது.

"மேடம்.. நல்லாயிருக்கீங்களா.." என்றபோது, நான் அந்தப் பெண்ணிடம் புதிதாய் என்ன பேச என்று தெரியாமல் இருந்தேன்.

"செக் கெடைச்சிருச்சு. சார் இருக்காரில்ல. அவர்தா...," என் பார்வையின் புரிதலை உணர்ந்து அன்று போலவே தலையைத் தாழ்த்திக்கொண்டாள். இந்த முறையும் அவள் கண்கள் தரையில்தான் அலைமோதின, வெறுமையுடன்.

அதன்பிறகு நானும் வேலூர் போய்ப் பணியில் சேர்ந்துவிட்டு, ஒருமுறை ஊருக்கு விஷேசத்துக்காக வந்திருந்தபோது, லதாவை மறுபடியும் பார்க்க நேர்ந்தது.

"அருணகிரி வேற ஊருக்கு டிரான்ஸ்பரில் போயிட்டான் தெரியுமா?" என்றாள், "நீ சென்ற ஒரே மாதத்தில், இது நடந்தது. அந்தப் பெண் இங்கே ஒரு நாள் வந்து, இவனை வசை பாடி, இவன் மானத்தையே வாங்கிவிட்டாள். அவளையும் பயன்படுத்தி விட்டு, அவளிடமிருந்து பணத்தையும் பிடுங்கிக்கொண்டு நடுத்தெருவில் நிறுத்திவிட்டான் என்றுதான். அதன்பிறகு ஒரு வாரத்தில், அவள் தீக்குளித்து இறந்து போனதாக நம்ம பீல்டிங் செக்க்ஷனில் வேலை பார்க்கும் பிரதாபன் சொன்னார். அவரும் அந்தப் பெண்ணின் ஊர்தானாம். குழந்தையும் அதில் இறந்து போனதாகச் சொன்னார். ரொம்ப பரிதாபமாக இருந்தது கேட்கவே."

அப்போது அந்தக் குழந்தை மட்டும் என் கண்ணுக்குள் வந்து சென்றது.

"மேடம்.." சதீஷின் குரலில் கலைந்து, படிகளில் இறங்கினேன். காரிடர்களில், மற்ற கட்டிடங்களின் வாசல்களில், போகும் வரும் பாதைகளில், ஆண்களும் பெண்களும் குழந்தைகளும் வரவும் போகவுமாக இருந்தார்கள். எல்லோரும் ஏதோ ஒரு இழப்பைச் சுமந்துகொண்டு, அதற்கான நிவர்த்திகளைத் தேடி வருபவர்கள். இந்தக் கட்டிடங்களில் இருப்பவர்கள் நமக்குப் பதில் சொல்லுவார்கள் என்று காத்திருப்பவர்கள்.

பின்னால் வந்த சதீஷிடம் திரும்பி, "தாஸ்தாவேஜுக்கள் இருந்த அந்தப் பழைய கட்டிடத்தைச் சுத்தப்படுத்திருங்க. கிரீன் ஹவுஸ் ஒன்னு இந்த வளாகத்துக்குள் வைக்க அன்று கேட்டிருந்தாரே, மன்னன் பெரியசாமி அவரை என்னை வந்து பார்க்கச் சொல்லுங்க" என்றவாறே நடந்தேன்.

74

புலிவால் ஆட்டம்

மதுமிதா

மதுமிதா
(05/09/1964)

மஞ்சுளா தேவி என்ற இயற்பெயர் கொண்ட மதுமிதா, கவிஞர், எழுத்தாளர், கட்டுரையாளர், மொழிபெயர்ப்பாளர், சொற்பொழிவாளர், சமூகச் செயற்பாட்டாளர் என்று பன்முக பரிமாணங்களைக் கொண்டவர். இவர் ஆங்கில இலக்கியத்தில் முதுகலை படித்தவர்; தமிழ், ஆங்கிலம் அல்லாது, மலையாளம், தெலுங்கு, கன்னடம், இந்தி, ஜெர்மன், சம்ஸ்கிருதம் என்ற பன்மொழிகளையும் அறிந்தவர்; 'துளி' என்ற அமைப்பின் மூலம், சமூகப் பணிகளைச் செய்து வருகிறார். 2003இல், மதுமிதா, 'மௌனமாய் உன் முன்னே' என்ற கவிதைத் தொகுப்பினை வெளியிட்டார். இதன் மூலம் இலக்கிய உலகில் நுழைந்த இவர், சிறுகதைகள், கட்டுரைகள் எழுதி வருவதுடன், நேர்காணல்கள் நிகழ்த்துவதிலும் வல்லவராக விளங்குகின்றார். இவரது சிறுகதைகள் தனி நூலாக வெளிவரவில்லை என்றாலும், பரவலாக அச்சு ஊடகங்களில் இவரது சிறுகதைகளைக் காண இயலுகின்றது.

"**நாம** ரெண்டு பேரு மட்டும் போதுங்க. இருக்குறதை வெச்சு சந்தோஷமா இருப்போம்."

கமலாவின் குரல் அருகில் கேட்பதுபோல இருந்தது. தனக்காகவே வாழ வந்தவள்.

பொழுது விடிவதை அன்றுதான் ஆற அமரப் பார்த்தான் ஆதவன். பறவைகளின் ஒலிகள் கேட்டன. மொட்டை மாடியில், சில்லென்று வீசிய காற்றில் குளிர்ந்த தன் உடலை இருகரங்களால் தேய்த்தபடி, உயரப் பறந்த பெயர் தெரியாத பறவைக்கூட்டத்தைத் தலை உயர்த்திப் பார்த்தான். ஆங்கில 'வி' வடிவில் பறந்து செல்லும் அழகில் லயித்தான்.

கண்களை மூடி மெல்ல மூச்சை உள் வாங்கி, உள் நிறுத்தி, மீண்டும் வெளிவிட்டான். தியானநிலைக்குப் போவது போலத் தோன்றியது. எந்தக் கவலையையும் மறந்து விடலாம் என்று தோன்றியது. மனிதர்கள் எவருமே இல்லாமல், மனிதக் குரலே கேட்காமல் இருப்பது எவ்வளவு அமைதியைத் தருகிறது.

தினமும் இப்படி இயற்கையை ரசிக்கச் சொல்லும் கமலா இப்போதெல்லாம் இயந்திரமாகவே மாறி விட்டாள். அவளுடைய முகத்தில் எப்போதும் மலரும் சிரிப்புகூட தன்னைப் பார்த்ததும் இறுக்கமாக மாறுவதை எப்படி சரி செய்வது என்றும் அவனுக்குத்

• மதுமிதா

தெரியவில்லை.

எல்லாம் நம் கோபத்தால்தான் என்று உணர்ந்தாலும், ஆதவனால் தன் கோபத்தைக் கட்டுப்படுத்த முடியவில்லை. ஒரு வேளை பங்குச் சந்தையில் ஈடுபடாமல் இருந்திருந்தால் இவ்வளவு கோபம் வராமல் இருந்திருக்குமா? இந்தத் தேசிய பங்குச் சந்தையில் முதலீடு செய்ய ஆரம்பித்ததில் இருந்தே இப்படி ஆகிவிட்டதை உணர்ந்தே இருந்தான். குடும்பத் தொழிலான பாரம்பரிய நகைக்கடை நன்றாகத்தானே போய்க்கொண்டிருந்தது. ஏன் பங்குச் சந்தையில் பங்குகளை வாங்கி விற்க இறங்கினோம். முதலில் ஆயிரங்களில் பார்த்த லாபம், லட்சங்களில் கோட்டை விடும் அளவில் வளர்ந்துவிட்டது.

இந்தப் பத்து வருடங்களில் கமலாவிடம் எப்போது அனுசரணையாகப் பேசினோம் என்று நினைவில் இல்லை. அவள் தான் கோபத்தைப் பொறுத்துக்கொண்டு தன்னையும் அமைதிப்படுத்துகிறாள்.

நம் நிம்மதியை நாமே தான் கெடுத்துக்கொள்கிறோம் என்பது போல, இந்தப் பங்குச்சந்தை என் மனதையும் வாழ்வையும் மாற்றிவிட்டது. கமலாவின் அப்பா அன்றைக்குச் சொன்னதைக் கேட்டிருக்க வேண்டும். "அவசரம் வேண்டாம் ஆதவ். பதட்டப்படாதே. சூதாட்டம்போல பங்குச்சந்தையில் விளையாடாதே," என்று சொன்னார். தன் பணத்தை மட்டுமல்ல, தன் தங்கை கணவன் அனுப்பிய பணத்தையும் பங்குச் சந்தையில் பங்குகளாக வாங்கி வைத்திருந்தான். அந்தப் பணத்தை எப்போது எப்படித் திருப்பித் தருவது? அவர்களுக்குப் பதில் சொல்ல வேண்டுமே? அதற்குப் பதிலாக நகைகளிலேயே முதலீடு செய்திருக்கலாம். பங்குச் சந்தையோ முழுமையான வீழ்ச்சியில் இருந்தது. எப்படி விடுபடலாம் என்னும் மூச்சுத் திணறல் தினமும். கமலாவுக்கு இந்த விஷயம் எதுவும் தெரியாது என்றாலும், பணத்தை அவனுக்காக எங்கிருந்தாவது எப்படியாவது ஏற்பாடு செய்து கொண்டுவந்து கொடுத்துக் கொண்டிருந்தாள்.

முழுமையாக இதிலிருந்து வெளி வந்துவிடுவோமா, மூழ்கி விடுவோமா என்னும் சிந்தனையில் ஆழ்ந்தான்.

தேசியப் பங்குச் சந்தை டெர்மினலை அந்த ஊரில், ஜியோஜித் கம்பெனிக்குப் பிராஞ்சைஸ் ஆக எடுத்து நடத்தும், அசோக்கும், "அண்ணா ட்ரேட் செய்யறதைக் கொஞ்ச நாள் நிறுத்துங்க. கொஞ்சம் எச்சரிக்கையாக இருங்க. பத்து நாள் இங்க வரவே வராதீங்க. இல்லைன்னா அண்ணிக்குப் போன் செஞ்சு சொல்லிடுவேன்," என்று எச்சரித்திருந்தான்.

ஷேர் மார்க்கெட்டில் யாரும் இப்படி எடுத்துச் சொல்ல மாட்டார்கள். பங்கு வாங்க விற்க வருபவர்கள் எக்கேடுபக் கெட்டாலும் பரவாயில்லை, வியாபாரம் நடந்தால் போதும் என்று இருப்பார்கள். ஆனால் இந்த ஊரில் இப்படி ஒரு பிரகஸ்பதி இருப்பது உலக ஆச்சர்யம். ஆனால் யார் சொல்வதை யார் கேட்கும் மன நிலையில் இருக்கிறார்கள். விதியின் விளையாட்டுதானே வெல்லும்.

• • •

கமலா வீட்டைப் பூட்டி விட்டு வெளியில் வந்தாள்.

அடுத்த தெருவில் இருக்கும் தோழி ராதாவின் வீட்டுக்குப்போக இன்று ஏன் இத்தனைத் தயக்கம். வீட்டின் படியில் இறங்கி வலது பக்கம் திரும்பி, தெருவின் கடைசியில் இணையும் நேர் சாலையில், இடது புறம் திரும்பி இருபது அடி நடந்து கடந்து, வலது புறம் நேராக எதிர் தெருவுக்குள் சென்றால் ஆறாவது வீடு ராதாவின் வீடு. அற்புதமாகக் கோலம், ரங்கோலி போடும் ராதா எம்ப்ராய்டரி, சேலைக்கு பால்ஸ் தைப்பது என்னும்

கைவேலையில் சிறந்தவள் மட்டுமில்லை; சின்ன வயதிலேயே ஆன்மிக புத்தகங்கள் படித்துச் சாத்வீகமாக வாழ்பவள். தெருவில் இருக்கும் சிலருடன் சேர்ந்து பகவத்கீதை வாசிப்பது, பஜன் பாடல் பாடுவது என்று குழுவாகக் கோவில் பணிகள் செய்வது வரையிலும் எந்த வேலையிலும் ஒரு கச்சிதம் சுத்தம் இருக்கும்.

எப்படி அவளிடம் போய் அவசரம் என்று பணம் கேட்பது. கேட்கலாமா? வேண்டாமா? அவள் வீட்டில் இப்போது இருபதாயிரம் ரூபாய் வைத்திருப்பாளா என்ன?

இத்தனைக் கஷ்டத்திலும் அவள் நம்மிடம் எப்போதும் கடன் என்று கேட்டதே இல்லை. நாம் இப்போது கேட்டால் சரியாக வருமா? என்ன நினைப்பாள்? அப்படி என்ன கஷ்டம்? நம்ம கிட்ட வந்து கேட்கிறாளே என்று நினைத்து விட மாட்டாளா?

கணவன் இரண்டு நாட்களுக்குள் எண்பதாயிரம் வேண்டும் என்று கடுமையாகச் சொன்னது நினைவுக்கு வந்தது.

கடன் அன்பை முறிக்கும்னு சொல்வாங்களே. இத்தனை வருட நட்பை இழக்க வேண்டியதாகி விடுமா?

இல்லை அவளிடம் இன்றைக்குக் கேட்டே ஆகணும். ஆனால் அவளிடம் பணம் இருக்குமா? வேறு வழியில்லை. அவளிடம் இருந்தால் கேட்டால் கண்டிப்பாகத் தருவாள்தான்.

இரண்டு மாதங்களுக்கு முன்புதான் மிகவும் மகிழ்ச்சியாக, “புதுசா சீட்டு பிடிக்கிறேன் கமலா. நீயும் சேரேன்,” என்று கேட்டிருந்தாள். “மாதா மாதம் கொஞ்சம் கொஞ்சமாகக் கட்டு,” என்று கேட்டதும், சட்டென்று வேண்டாம் என்று சொல்லி இருந்தாள்.

சரி என்று சொல்லி கணவனுக்குத் தெரிந்தால், அதற்கு வேறு திட்டு வாங்க வேண்டும். அதற்குச் சும்மா இருந்துவிடலாம் என்றுதான் வேண்டாம் என்றாள்.

”இல்லை ராதா வேண்டாம். ராமலட்சுமியிடம் சீட்டுப் போடறது முடியப் போகுது. முடிஞ்ச உடனே உன்னிடம் சீட்டுப் போடறேன்,” என்று சொல்லிச் சமாளித்து விட்டாள்.

ராதா வீட்டுக்குப் போகாமல் நேராகக் கூட்டுறவு வங்கிக்குப் போனாள் கமலா. கூட்டம் இல்லை. நல்லவேளையாக ஆசாரியும் இருந்தார். கையில் எடுத்து வந்திருந்த இரண்டு பட்டை வளையல்கள், இரண்டு ஒற்றை வட சங்கிலிகளை எடுத்துக் கொடுத்தாள். எடை போட்டுப் பார்த்து விட்டுப் பணம் நாற்பதாயிரம் என்றதும் அப்பாடா என்றிருந்தது. வாங்கிக் கொண்டாள்.

மீதி பணத்துக்கு என்ன ஏற்பாடு செய்வது? எப்படி சரி செய்வது என்ற யோசனையுடன் நடந்தாள்.

போன் அடித்தது. ராமலட்சுமிதான் பேசினாள். ”அக்கா கூப்பிட்டீங்களா? வெளியே போயிருந்தேன். இப்பதான் மிஸ்ட் கால் பார்த்தேன்,” என்றாள். ”ராமலட்சுமி இந்த மாசம் ஒரு இருபதாயிரம் தர முடியுமா?” என்று கேட்டாள்.

“என்னக்கா மூணு மாசத்துக்குப் பிறகுதானே சீட்டு எடுப்பேன்னு சொன்னீங்க. அவசரமா? சரி சரி. ரேணுகாட்ட மூணு மாசத்துக்குப் பெறகு வாங்கிக்கோன்னு சொல்லிட்டு, இந்த மாசம் அந்தப் பணத்தைத் தரேன்க்கா. சாயந்தரம் வீட்டுக்கு நானே கொண்டுவந்து தரேன்,” என்று போனை வைத்ததும் கொஞ்சம் ஆசுவாசமாக இருந்தது.

நகைகள் நாற்பதாயிரம் ஆச்சு, இப்போ இது இருபதாயிரம். இன்னும் இருபதாயிரம் வேணுமே என்று யோசனையுடன், மொபைலைக் கைப்பையில் பணத்துடன்

• மதுமிதா

சேர்த்து வைத்து விட்டு நடந்தாள்.

பங்குச் சந்தையில் எருதும், கரடியும் விளையாடும் விளையாட்டு, தன் வாழ்க்கையில் விளையாடுகிறது. பங்குச் சந்தையின் உயர்வும், தாழ்வும் ஷேரில் பணம் முதலீடு செய்யும் ஆதவனின் உணர்வுகளில் மாற்றத்தை ஏற்படுத்துகிறது. அதையொட்டி மகிழ்வதும் கோபப்படுவதும் அவனுக்கு இயல்பாக ஆகி விட இவளுக்கு வாழ்க்கை ரணமாகியது. இப்போது இவளை பணத்துக்காக அலைய வைத்தும்விட்டது.

வங்கியில் இருந்து ஒரே நேர் சாலையில் நடந்து வந்தவள், சரியாக ராதாவின் வீட்டுக்குச் செல்லும் தெருவில் நேராகத் திரும்பினாள்.

ராதா வாசலில் இருந்த திண்ணையில் அமர்ந்திருந்தாள். அருகில் இருந்த தொட்டியில் இருந்து அந்தச் சிவப்பு ரோஜாப்பூக்கள் அவளைப் பார்த்து, 'வா... வா...' என்று சிரித்தன. அணில் ஒன்று வால் தரையில் படாமல் சற்றே உயர்த்தியபடி வேகமாக ஓடியது.

"வா வா கமலா. உனக்கு நூறு ஆயுசு. இப்பதான் நினைச்சேன். வந்துட்டே," என்றாள்.

"சொல்லு ராதா. என்ன விஷயம்?"

"இப்பதான் சீதா பாட்டி அவங்க வீட்டுக்குப் போறாங்க. உன்னைப் பார்க்கணும்னு தேடினாங்க. நீ கதை சொன்னால் அவங்களுக்கு ரொம்ப பிடிக்குது. உனக்குப் போன் பண்ணலாம்னு நினைச்சேன்," என்றாள்.

"ராதா இந்த வாரம் கண்டிப்பா அவங்களைப் பார்க்க வருவேன்னு சொல்லு. இப்ப ஒரு முக்கியமான விஷயம் பேசணும்."

"சொல்லு கமலா."

"இல்ல சீட்டுப்பணம் பத்திச் சொல்லி இருந்தியே. நானும் பிறகு கட்டறேன்னு சொல்லி இருந்தேனே," மெல்ல தயங்கித் தயங்கி பேசுவதைக் கேட்கும்போதே அவளுடைய முகத்தில் மாற்றம் தெரிந்தது.

ராதாவுக்கு மிகவும் சூட்சுமமான மனம்.

"என்ன கமலா. எதுனா அவசரமா? கொஞ்சம் முன்னாடி சொல்லக்கூடாதா? இப்பதான் திலகம் வாங்கிட்டுப்போறா," என்றாள்.

உடனே, "நாளைக்குத் தந்தா பரவால்லியா?" என்றும் கேட்டாள்.

தலையை மட்டும் ஆட்டினாள் கமலா. வேறு எதுவும் பேசவில்லை. விடைபெற்றுக்கொண்டு நிதானமாக வீட்டுக்கு நடக்க ஆரம்பித்தாள்.

தெருவில் நுழைந்தபோது நிம்மதியாக இருப்பதற்குப் பதிலாக, தலைவலி அதிகமாக இருந்தது.

நாளை மீதி இருபதாயிரம் பணம் கிடைக்குமா? கணவன் ஆதவனிடம் மொத்த பணமும் கொடுத்து விட்டால் பிரச்சினை இல்லாமல் கொஞ்சம் நிம்மதியாக இருக்குமே. கோபத்திலிருந்து விடுபடலாம். இல்லையென்றால் ஆபீசில் இந்தப் பணத்தைக் கேட்க வருபவருக்குக் கொடுக்க முடியாத கோபம், வீட்டில் நம்மேல் தானே விடியும். குழந்தைகளிடம் கோபப்பட்டு விடக்கூடாது.

அடக்கடவுளே...! இந்தப் பணம் படுத்தும் பாடுதான் என்ன? இந்தப் பிரச்சினை இல்லாமல் இருக்க முடியாதா? அதெப்படிப் பிரச்சினை இல்லாமல் இருக்க முடியும்?

வயிறு இருக்கும்வரை பிரச்சினை இருக்கும்தானே?

இல்லை... இல்லை... எந்தப் பிரச்சினைக்கும் ஒரு தீர்வு இருக்கும்.

கைப்பையை வைத்துவிட்டுக் கை கால் அலம்பிவிட்டுத் தண்ணீர் எடுத்துக்

குடித்தாள்.

ஆமாம்... ராதா எப்படி நாளைக்கு நமக்குப் பணம் தருவாள் என்று யோசனை ஓடிக்கொண்டிருந்தது. கண்கள் இருட்டிக்கொண்டு வந்தது. அப்படியே படுத்து விட்டாள்.

ஒரு முக்கியமான விஷயம் அவளுக்குத் தெரியவில்லை. அன்றைக்கு மாலையில் நடக்க இருப்பதும், இரவில் அவள் நிம்மதியாக உறங்கப் போக இருப்பதையும் அவள் அறியவில்லை.

கமலா வெளியே வந்ததும், ராதா தன் நகையை எடுத்துக்கொண்டு வங்கிக்குப்போய் பணம் எடுத்துவந்து விட்டாள். மாலையில் ராமலட்சுமி, ராதா இருவருமே அவளுக்குத் தேவையான பணத்தை, வீட்டுக்கே வந்து கொடுத்து விட்டுப் போனார்கள். இப்படியான நட்புகள் அபூர்வம்; வரம். நமக்கு அந்தக் கொடுப்பினை இருக்கிறது என்று நிம்மதிப் பெருமூச்சு விட்டாள். விதியின் விளையாட்டு அற்புதமானதுதான். வாழ்க்கையில் குப்பறடிக்க அடித்து வீசுவதும் விதிதான். எழுப்பி வானில் பறக்க விடுவதும் விதிதான்.

ஒரு கதவு மூடினால் ஒரு கதவு திறக்கும் என்பது போல தோழிகள் உதவி செய்தனர். திறக்கும் கதவு மறுபடியும் மூடும் என்பதும் விதியின் விளையாட்டுதான் அல்லவா...

•••

இன்றைக்கு வேலையில் இருந்து வரும்போதே களைப்பாக இருந்தது கமலாவுக்கு. சாப்பிடாமலே படுத்துக் கொள்ளலாம் என்று நினைத்தவள், அவன் சாப்பிட வேண்டுமே என்று சமையல் அறையில் வேலையாக இருந்தாள்.

வீட்டுக்கு உள்ளே வரும்போதே, 'சீக்கிரம் கிளம்பு கமலா. வெளியே போகலாம்,' என்றவனை நிதானமாகப் பார்த்தாள்... உள்ளே போய் முகம் கை கால் கழுவி வரப்போனான் ஆதவன்.

மணி ஏழரை. பசி தாங்க மாட்டான். வெளியே போய்விட்டுத் திரும்புவதற்குள் பசி எடுத்தால், வெளியே போன சந்தோஷத்தை மறக்கடிப்பது போல், இல்லையென்றால், இனிமேல் அவனோடு சேர்ந்து வெளியே எங்கேயும் போகவே வேண்டாம் என்று வெறுத்துவிடும் அளவுக்குக் கோபம் வரும். அவனுடைய கோபத்துக்கு, வீடு, பொது இடம் என்று எந்த வித்தியாசமும் தெரியாது.

ஒருமுறை இப்படிதான் ஊரில் இருக்கும்போது ஒரு நாள், மதுரைக்குப் போகணும் என்றவுடன் ஆசையாக அவனுடன் கிளம்பினாள். பஸ்சில் ஏறிய உடனேயே என்ன காரணத்துக்காக அவனுக்குக் கோபம் என்று அவளுக்குத் தெரியவே இல்லை. அவனுடைய இறுகிய முகமும் கோபமும் அவளுக்குச் சோர்வை அளித்தது. வீட்டில் மாமா, அத்தை, குழந்தைகளுக்கு இரவு உணவு வரைக்கும் சமைத்து வைத்துவிட்டு, குழந்தைகளுக்கு மதிய உணவு கட்டி வைத்துவிட்டு வந்திருந்தாள். கோபமாக முறைத்துப் பேசியதும் பதைபதைப்பு அதிகமாகி, இந்தப் பக்கம் திரும்பாமல் ஜன்னல் வழியாகப் பார்த்துக்கொண்டிருந்தாள். மதுரைக்குப் போகும்போது, இருவர் அமரும் இருக்கையில் அவனுடன் சேர்ந்து உட்கார விரும்பினாள். அவன் ஏனோ வேண்டாம் என்றதும், மூன்று இருக்கைகள் இருக்கும் இந்தப் பக்கமாக அமர்ந்தால், காலை வெயில் மேலே படும்; அதனால் இரண்டு இருக்கைகள் இருக்கும் அந்தப் பக்கம் உட்காரலாம் என்று சொன்ன போதே கோபப்பட்டான். டிக்கட் எடுத்த பிறகும் கோபம் தணியாமல் இருக்கும் அவனருகில் இருக்கும்போது இனந்தெரியாத பயம் எழுந்தது. முகத்தை இன்னும் இறுக்கமாக வைத்துக்கொண்டு அடிக்குரலில் கோபமாகப் பேசியதும், மெல்ல எழுந்து ஓடும் பஸ்சிலிருந்து

ஜன்னல் வழியாக வெளியே குதித்து விடலாமா என்று தோன்றியது. அமைதியாக இருந்தாள். ஒவ்வொரு முறை வெளியே போகும்போதும் இதுபோல ஏதோ ஒன்று நடக்கும். அதை அப்படியே மறந்துவிட போராடுவாள்.

ஊரிலிருந்து இங்கே சென்னைக்கு வந்த பிறகாவது, அவன் திருந்தினால் சரிதான் என்று அவன் சொல்வதற்கெல்லாம் சரி சொல்லியிருந்தாள். பகலில் அருகில் இருப்பவர்களுக்குச் சட்டைத் துணிகள் தைத்துக்கொடுத்தாள். மாலையில் பக்கத்து வீட்டுக் குழந்தைகளுக்கு டியூசன் எடுத்தாள். இப்போது பள்ளிக்கூடத்தில் வேலைக்குச் சேர்ந்திருக்கிறாள்.

இன்று என்ன விஷயமாக எங்கே அழைக்கிறான் என்று தெரியவில்லை.

அறையிலிருந்து வெளியில் வந்தவன், “இன்னும் கிளம்பலையா?” என்றான்.

”நீங்க சாப்பிடலியா. இப்போ சாப்பிட வேணாமா?”

“சமைச்சிட்டியா என்ன? இன்னிக்கு வெளியே போய் சாப்பிடலாம்னு நினைச்சேன்.”

”சப்பாத்திக்கு மாவு பிசைஞ்சு வெச்சிருக்கிறேன். உருளைக்கிழங்குக் குருமா செஞ்சிருக்கிறேன். ”

”சரி அப்போ சப்பாத்தி செஞ்சு பார்சலா இல்லைன்னா டிபன்பாக்ஸில் எடுத்துக்கோ. அங்கே போய் சாப்பிட்டுக்கலாம்”

எங்கே போகிறோம் என்று கேட்க முடியவில்லை.

அவன் முகத்தையே பார்த்தாள்.

என்ன நினைத்தானோ, ”வேண்டாம். இப்ப எல்லாத்தையும் பிரிட்ஜில் வெச்சுடு. நாம வெளியில் சாப்பிட்டுக்கலாம்,” என்றான்.

இன்னும் பயமானது அவளுக்கு. நாளைக்கு, ‘ப்ரெஷ்ஷா சமைக்கல. பிரிட்ஜிலிருந்து எடுத்துச் சாப்பிட குடுத்தா,’ன்னு சொல்லிடுவாரே... இப்போ என்ன செய்வது? என்ற தவிப்பு அவளுடைய முகத்தில் அப்பட்டமாகத் தெரிந்தது.

”நாம காலையில் அதைச் சாப்பிட்டுக்கலாம். இப்போ நீ கிளம்பு,” என்றான்.

அவள் குருமாவையும், பிசைந்த சப்பாத்தி மாவையும் பிரிட்ஜில் வைத்துவிட்டு வந்தாள்.

இருவரும் கீழே வந்தனர். பேசாமல் அவனுடையவண்டியில்ஏறிக்கொண்டாள்.

பீச்சுக்கு அழைத்து வந்தான். அந்தக் காற்று அவளை ஆசுவாசப் படுத்தியது. அவனுடன் இணைந்து நடப்பதென்றால் அவளுக்கு மிகவும் பிடிக்கும். மணலில் கால்கள் புதையப் புதைய நடந்துபோய் அலைகளுக்கு அருகில் சென்றனர். ”நீ போய் தண்ணில கால் வைக்கணும்னா வெச்சுட்டு வா. இங்கே செருப்பைப் போட்டுட்டுப் போ. நான் இங்கே உட்கார்ந்திருக்கிறேன்,” என்றான்.

அவள் செருப்பை அங்கே கழற்றி வைத்துவிட்டு மகிழ்வுடன் அலைகளுடன் ஒட்டி உறவாடினாள்.

திருமணமான புதிதில் சென்னை மெரினாவுக்கு, தோழி விஜியை அழைத்து வந்த நினைவு வந்தது. அப்போது அவள் மெட்ராஸ் மெடிகல் காலேஜில் டாக்டருக்குப் படித்துக்கொண்டிருந்தாள். அவளை அழைத்துக்கொண்டு ‘ஜாஸ்’ படம் பார்த்துவிட்டு இங்கே வரும்போது, எட்டு மணியாகி விட்டது. இருளில் அலையில் கால் வைத்துவிட்டு, உடனே, ‘ஜாஸ் வருது’ என்று ஓடி வெளியே வந்தார்கள். இப்படியே ஒரு கால் மணி நேரம் கடந்த பிறகு வீட்டுக்கு வந்தார்கள். அந்தக் காலமும் அந்த மகிழ்ச்சியும் இனி

வரவே வராதா...

மெல்ல கால்களை நனைத்துக் கொஞ்சம் ஓய்ந்ததும், அவனுக்கு அருகில் வந்து அமர்ந்தாள்.

"மத்தவங்க பேச்சைக் கேட்டு இப்பிடி நடந்துகிட்டேன். அம்மா சொல்லும்போது இப்படி ஆகிடறேன். அவ தான் அப்படி பேசறான்னு தெரியுது. தங்கச்சியும் ஒத்து ஊதுன ஒடனே எனக்குக் கோபம் அதிகமாகுது. அவங்க பேச்சைக் கேட்டு நான் எதுவும் சொல்லாம இருந்திருக்கணும். சரி நீ எப்பவும் சரியாதான் இருக்கிறே. எனக்குக் கோபம் வந்தா கண்ட்ரோல் செய்ய முடியல. அதான் இங்கே வந்தா உனக்குப் பிடிக்குமே. கொஞ்ச நேரம் பேசிட்டுப் போலாம்னு கூட்டிட்டு வந்தேன்."

"சரிங்க நான் எதுவும் நினைக்கல. வந்த இடத்துல சந்தோஷமா இருக்கலாம். ஏன் பிரச்சினைகளைப் பத்தி யோசிச்சுக்கிட்டுப் பேசிக்கிட்டு... அது என்னைக்கோ நடந்தது. அதை விடுங்க..."

"இல்ல நான் கொஞ்சம் யோசிச்சிருக்கணும்..."

"பரவால்ல விடுங்க..."

பணத்தைச் சேகரித்து வை. உன் பெண்டாட்டி பணத்தை அனாவசியமா செலவு செய்யாம பார்த்துக்கோ என்று, மாமியார் சொன்னால், இவருக்குப் புத்தி எங்கே போச்சுது. இவருக்காக இவருடைய வியாபாரத்துக்காகத் தானே, வெளியில் தோழிகளிடம் பணம் கடனாக வாங்கித் தருகிறாள். தான் வேலை செய்து வரும் பணத்தையும் அவனிடம் தான் தருகிறாள். இதைக்கூட கணவனால் புரிந்துகொள்ள முடியாதா என்னும் ஆதங்கம் மொத்தமாக இப்போது போய்விட்டது. கடனிலிருந்தும் தப்பித்து விட்டோம். நல்லவேளை ஊரில் இல்லாமல் சென்னைக்கு வந்துவிட்டோம் என்று மகிழ்வாகவும் இருந்தது. குழந்தைகளுக்கும் இப்போது நிம்மதி.

அருகில் இருக்கும் பள்ளிக்கூடத்தில் ஆசிரியர் வேலைக்குச் சேர்ந்ததும், குழந்தைகளுடன் விளையாடுவதிலும், பாடம் சொல்லிக் கொடுப்பதிலும் தன்னை மறந்து விடுவாள். கமலா டீச்சர் தான் பிடிக்கும் என்று குழந்தைகள் சொல்லும்போது எல்லாவற்றையும் மறந்து விடுவாள். வேலைக்குப் போய்த் தன் காலில் சுயமாக நின்று உழைப்பதுத் திருப்தியை அளித்தது. இப்போதோ ஆதவன் இன்னும் தன்னைச் சரியாகப் புரிந்துகொண்டான். இனி எதற்கும் கவலைப்பட வேண்டாம் என்னும் மன அமைதியில் லயித்திருந்தாள்.

"கமலா," என்று ஆதவன் அழைத்ததும், மகிழ்வுடன் அவனைப் பார்த்துச் சிரித்தாள். அவளுடைய கைகளை அவன் இறுகப் பிடித்தான். இருவரும் அமைதியாக இருந்தனர்.

பிறகு, "இந்த ருசியாகச் சமைக்கும் கைக்கு வளையல் செய்யணும்னு சொன்னேன். நம்ம கடை இருந்திருந்தால் இப்போ..." என்ற ஆதவனின் வாயை, கைகளை விடுவித்துக்கொண்டு மெல்ல பொத்தினாள்.

"இதெல்லாம் முடிஞ்ச கதை இனி நம்ம குழந்தைகளுக்காக எல்லாம் புதுசா ஆரம்பிக்கலாம்," என்றவளின் கைகளில் முத்தமிட்டான்.

இனிமையாகப் பேசிக்கொண்டிருந்துவிட்டு வீட்டுக்குத் திரும்பினார்கள். கடற்கரையில் இருவரும் கைகோர்த்துக்கொண்டு நடந்ததில் அவளுக்கு அவ்வளவு மகிழ்ச்சி.

இப்படிதான் ஊரில் இருக்கும்போது ஒரு நாள் திடீரென்று சாந்தி தியேட்டருக்கு அழைத்துப்போனார். கிளம்பு என்றதும் எதுவும் பேசாமல் கிளம்பினாள். பல வருடங்களாக இருவரும் சினிமாவுக்குப் போனதே இல்லை. அதனால் அவன் அன்றைக்குச் சினிமாவுக்குப் போகலாம்

என்று அழைத்தது அவளுக்கு ஆச்சரியமாக இருந்தது. இடைவேளையில் மெதுவாக, “அப்பா சரியாதான் சொன்னார். நான் தான் மறந்து அன்னிக்குக் கோபமாகப் பேசிட்டேன்,” என்றான். அன்றைக்கு அப்பா, “கொஞ்சம் பொறுமையா இரு ஆதவ். சூதாட்டம் போல பங்குச் சந்தையில விளையாடாதே. குடும்பம் முக்கியம்,” என்று சமாதானம் பேச எடுத்துச் சொன்னாலும், அடங்காத கோபம் அவர் மனசுக்குள் இருந்திருக்கும். குணவான் இன்று விழித்துக்கொண்டார் போலும் என்று அமைதியாக இருந்துவிட்டாள்.

ஆக, திருமணமாகி இந்த இருமுறைதான், தான்கோபப்பட்டதற்காக, 'சாரி' என்று சொல்லாவிட்டாலும், வருத்தத்தை, வெளியே அழைத்துப்போய் ஏதோ ஒரு வகையில் அவளுடன் பகிர்ந்து, அவளுக்கு புரியச் செய்ததில் மகிழ்ந்து போயிருந்தாள். இனி எந்தக் கவலையும் இல்லை. மனதுக்குள், “இன்றைக்கு ஏனிந்த ஆனந்தமே” என்று உற்சாகக்குரல் ஒலித்தது.

திரும்பும்போது வெளியில் சாப்பிட்டு விட்டு வீட்டுக்கு வந்தனர். இரவும் இனிதானது. அவ்வளவு திருப்தியான கூடலாக அமைந்தது. அவனை விட்டுப்பிரியாமல் அப்படியே கட்டிக்கொண்டு உறங்கி விட்டாள்.

இவ்வளவு திருப்தியான இல்லற வாழ்வில் இந்தக் கணக்கங்கள் வருவதற்கான காரணங்களை அவளால் அறிந்துகொள்ளவே முடியவில்லை.

தன் வாழ்வில் இப்படி நிகழ்வதற்குக் காரணம் நான் தானா, எல்லோர் வாழ்க்கையிலும் இப்படிதான் இருக்குமா, இல்லை தனக்கு அவனைச் சரியாகக் கையாளத் தெரியவில்லையா என்று அடிக்கடி ஒரு கேள்வி அவளுக்குள் எழுந்துகொண்டே இருக்கும்.

சரி இந்த மகிழ்ச்சி நீடித்தால் போதும், பிரச்சினைகளை விட்டுவிடலாம் என்று இயங்கிக்கொண்டிருந்தாள்.

அவன் மனதில் இருவரும் மகிழ்வாக இருக்க வேண்டும் என்று நினைத்ததால்தானே அவளை வெளியில் அழைத்துப்போனான். அதனால் அவனும் இதை விரும்புகிறான். நாம் எதற்கும் அனாவசியமாகக் கவலைப்பட வேண்டாம் என்னும் முடிவுக்கு வந்திருந்தாள்.

பங்குச்சந்தையில் ஏற்ற இறக்கங்கள் இருக்கும். அதனால் தான் அந்த உணர்வுகளைக் கட்டுப்படுத்த முடியாமல் அவனுக்குக் கோபம் வருகிறது என்று சமாதானம் சொல்லிக்கொண்டாள்.

இனி பங்குச்சந்தையில் யோசித்து முதலீடு செய்யுங்கள் என்று சொல்லலாமா வேண்டாமா என்று மீண்டும் யோசித்து, இன்றைக்கு எதுவும் பேச வேண்டாம் என்று முடிவெடுத்திருந்தாள்.

அவளுடைய அன்புக்கும் அனுசரணைக்கும் புரிதலுணர்வுக்கும் விட்டுக் கொடுக்கும் பண்புக்கும் ஏதேனும் பலன் இருந்ததா? விதியின் விளையாட்டில் நேற்றும் இன்றும் நாளையும் அவள் யார்?

காலையில் கமலா எழுந்தபோது, அருகில் படுத்திருந்த ஆதவனைக் காணவில்லை.

தங்கையின் கணவனுக்குத் தர வேண்டிய பணத்தை நேர் செய்ய, ஒரு வலையிலிருந்து தப்பித்தவன், ஆன்லைனில் ஆடிய ரம்மி சூதாட்ட வலையில் சிக்கி இருந்தான். இழந்த லட்சங்களை மீட்டெடுக்கும் வழி தெரியாமல், முன்னிரவில், குற்ற உணர்வின் அழுத்தம் தாங்க முடியாமல், மன உளைச்சலுக்கு ஆளாகியிருந்தான்.

எங்கே போயிருப்பான்? எழுந்து அடுத்த அறையை நோக்கி நடந்தாள். அங்கே உத்தரத்தில் தொங்கிக் கொண்டிருந்தான்.

கே சுமதி
(15/11/1965)

கே சுமதி, சென்னையைச் சேர்ந்த பிரபல வழக்குரைஞர் ஆவார். 30ஆண்டுகளுக்கும் மேலாக நீதித்துறையில் இருந்து வரும் இவர், மேடைத் தமிழ்ப் பேச்சாளராகவும், எழுத்தாளராகவும் விளங்குபவர். இவர், 'கல்மண்டபம்' என்ற நாவலின் மூலமாக எழுத்துலகிற்கு வந்தார். வித்தியாசமான கதைகளத்தைத் தேர்ந்தெடுத்து இக்கதை எழுதப்பட்டு இருப்பதினால், இது பரவலாக அனைவராலும் விமர்சிக்கப்பட்டது; அதன்பின், 'காலதானம்' என்ற சிறுகதைத் தொகுப்பினையும், 'கண்டதைச் சொல்கிறேன்' என்ற கட்டுரை நூலையும் எழுதியுள்ளார்.

75
அம்மா
கே சுமதி

எனக்குக் கல்யாணம். மாப்பிள்ளை பிடித்திருக்கிறது. அப்பா எனக்காக ரொம்பப் பிரயத்தனப்பட்டு இந்த மாப்பிள்ளையைத் தேடிக் கண்டுபிடித்தார். நல்ல படிப்பு - பெரிய வேலை, பெரிய படிப்பு - நல்ல வேலை என்ற வழக்கமான தேடல் தளங்களுக்குப் போகாமல், நான், என் ரசனை, என் எதிர்பார்ப்பு; அதுபோலவே மாப்பிள்ளை, அவர் ஆசைகள், கற்பனைகள் எல்லாவற்றையும் அலசித் தேடிப்பார்த்து எங்கள் இருவரையும் அறிமுகப்படுத்தினார். நாங்கள் தீவிரமாக நம்பும் விஷயங்கள், எந்தக் காரணத்தைக் கொண்டும் விட்டுக்கொடுக்க முடியாத எங்கள் விருப்பங்கள் மற்றும் எங்கள் லட்சியங்களை ஒளிவு மறைவு இல்லாமல் பேசச் சொன்னார். நாங்கள் இருவரும் தேவைகளுக்கும் சந்தர்ப்பங்களுக்கும் ஏற்ப, வளைந்து கொடுக்கும் ஒரே அலைவரிசையில் இருந்தோம் என்பதை உணர்ந்து, அப்பாவிடம் சொன்னபோது கல்யாணத்துக்கு ஏற்பாடு செய்தார்.

அப்பா, எதைச் செய்தாலும் திருத்தமாக இருக்கும். அவரை நினைக்கும்போது எனக்கு அவர் செய்த ஒவ்வொரு விஷயமும் ஞாபகம் வரும். எனக்கு ஐந்து அல்லது ஆறு வயது இருக்கும். தினமும் என்னை அவர் பக்கத்தில் ஒரு குட்டி நாற்காலியில் அமரவைத்து நியூஸ் பேப்பரைப் படித்துவிட்டு, அதை எனக்குக் கதை

மாதிரி சொல்லிச் சொல்லிப் புரியவைப்பார். கடினமான தமிழ் - ஆங்கில வார்த்தைகளுக்கு அர்த்தம் சொல்லிக்கொடுத்து அதை ஒரு நோட்டுப் புத்தகத்தில் எழுதவைப்பார்.

எம்.பி.ஏ., படித்துவிட்டு பெரிய நிறுவனம் ஒன்றில் பொது மேலாளராக அவர் இருந்ததால், மிக நாகரிகமாக உடை அணிவார். தலை வாரிக்கொள்வதில் இருந்து, ஷூ போடுவது வரை ரசனை, ரசனை. எல்லாமே அப்பாவுக்கு ரசித்துச் செய்ய வேண்டும். எப்போது ஹோட்டலுக்குப் போனாலும் நாகரிகம் மாறாது. அப்பா நடப்பது, உணவு ஆர்டர் கொடுப்பது, அதைச் சாப்பிடும்போது ஃபோர்க், கத்தி, ஸ்பூன் என்று அவர் லாகவமாக அதைப் பயன்படுத்துவது எல்லாமே கவிதையாக இருக்கும்.

எனக்கு அப்பா மேல் அப்படி ஒரு பிரமிப்பு. அவரால் மேல்நாட்டு சங்கீதத்தையும் பேச முடியும்; கர்னாடக சங்கீதத்தையும் ரசிக்க முடியும். இந்துஸ்தானிக் கலைஞர்களைப் பற்றியும் துல்லியமாகத் தெரிந்துவைத்திருந்தார். கதைகள் என்று வந்துவிட்டால் லா.ச.ரா., ஜெயகாந்தன், கல்கி, தி.ஜானகிராமன் என்று நிறுத்திக்கொள்ளாமல், சமகால எழுத்தாளர்களையும் வாசிப்பார். அதே மாதிரி ஆங்கிலத்தில் சகலரையும் வாசிப்பார். அப்பா... தமிழ், ஆங்கிலம், இந்தி, சம்ஸ்கிருதம், மலையாளம், கன்னடம் என்று எல்லா மொழிகளிலும் எழுத, படிக்க, பேசக் கற்றுவைத்திருந்தார். இப்படிப்பட்ட அப்பாவைப் பார்த்தால் எப்படி பிரமிப்பு இல்லாமல் இருக்கும்? அந்தப் பிரமிப்பினால்தான் நான் எப்போதும் அப்பா பின்னாடியே சுற்றி அலைந்தேன். அப்பாவின் கம்பீரமே தனி.

அம்மா ஒரு கேரக்டர். உழைப்பாளி. எல்லா வேலைகளையும் இழுத்துப் போட்டுக்கொண்டு செய்வாள். ஆனால், அவளுக்கும் அப்பாவுக்கும் கொஞ்சம்கூட பொருந்தாது. அம்மா, நன்றாகச் சமைப்பாள். ஆனால், அப்பாவுக்குப் பிடித்தாற்போல் அதை அழகுபட எடுத்துவைத்துப் பரிமாறவெல்லாம் அவளுக்குத் தெரியாது. வாரத்துக்கு ஒருமுறை மார்க்கெட்டுக்குப் போய், இரண்டு பெரிய பை நிறையக் காய்கறிகளை வாங்கிக்கொண்டு மூச்சிரைக்கத் தூக்கியபடி வீட்டுக்குள் நுழைவாள். நடுக்கூடத்தில் அந்த மூட்டையைக் கொட்டி காய்கறிகளைப் பிரிப்பாள். அப்போது அவள் கண்களில் அப்படி ஒரு சந்தோஷம் மின்னும்.

என்னைப் பார்த்து, “குடிக்கத் தண்ணீர் கொடேன்...” என்று குழந்தை மாதிரி கட்டை விரலை உயர்த்திக் கேட்பாள். தண்ணீரைச் சொம்பு நிறைய எடுத்து அதை மடக் மடக்கென்று குடித்துவிட்டு, நடுக்கூடத்தில்ஃபேனை போட்டுக்கொண்டு அசதியில் படுப்பாள். பாதித் தண்ணீர், புடவை மேல் கொட்டியிருக்கும்.

அப்பாவுக்கு, அம்மாவின் இதுமாதிரியான நடவடிக்கைகள் சுத்தமாகப் பிடிக்காது. “ஏன் இந்தத் தண்ணீரை நாசூக்காகக் குடிக்கத் தெரியவில்லை. காபி குடித்தாலும் இப்படித்தான். புத்தகம் - சொல்லவே வேண்டாம். சுத்தமாகப் படிப்பது கிடையாது. கோணல்மாணலாக நியூஸ் பேப்பரைப் பிரித்துப் படிப்பதோடு சரி. பாட்டுக்கும் அவளுக்கும் தொடர்பே இல்லை. ஐயோ! சினிமா பாட்டைக்கூட ரசிக்காத என்ன பிறவியோ?” என்று அப்பா சலித்துக் கொள்வார்.

அம்மா, என்னிடம் ஆசையாகத்தான் இருப்பாள். ஆனால், சாப்பிடச் சொல்லிக் கட்டாயப்படுத்துவாள். பள்ளி நாட்களில் தலையில் பேன் விழுந்துவிட்டால், தலை வலிக்கவாருவாள்.நான்முரண்டுபிடிப்பேன். எனக்கும் அவளுக்கும் சண்டை வந்துவிடும். நான் அழுதுகொண்டே அப்பாவிடம் போவேன். “இல்ல... நிறைய பேன் இருக்கு

- அதான்” என்று அம்மா பயந்தபடியே சொல்வாள். அப்பா, அவளை முறைத்துவிட்டு எனக்கு ஏதோ சமாதானம் சொல்வார். ‘அப்பாவுக்குத்தான் என் மேல் எத்தனை ஆசை’ என்று நான் நினைத்துக் கொள்வேன்.

நான், நான்காவது படிக்கும் வரை இதுபோல் நிறைய சம்பவங்கள். எல்லாவற்றிலும் அம்மாவும் அப்பாவும் தனித்தனித் தீவுகளாகவே இருந்தார்கள். ஆனால், அம்மா அப்பாவிடம் அளவுக்கு அதிகமான பயம்கொண்டிருந்தாள். அப்பா, அம்மாவை அடியோடு வெறுத்தார். அவர்களுக்குள் என்ன பிரச்னை என்று எனக்குத் தெரியவில்லை. திடீரென்று, என்னுடைய நான்காம் கிளாஸ் லீவில் அப்பா என்னை அழைத்துக்கொண்டு தனியாக ஒரு வீட்டுக்கு வந்துவிட்டார். இதற்கு எல்லாம் என்ன காரணம் என்று எனக்குப் புரியவே இல்லை. அப்பாவிடம் கேட்க வேண்டும் என்ற துணிவு எனக்கு இப்போது வரை வந்ததே இல்லை. அப்பாவிடம் அதைப் பற்றிக் கேட்டால்கூட அப்பா வருத்தப்படுவாரோ என்று எனக்குள் ஓர் அச்சம் இருந்தது.

என்னைப் பொறுத்தவரை அப்பா சொக்கத்தங்கம். எல்லாம் பார்த்துப் பார்த்துச் செய்தார். படிப்பு, சாப்பாடு, பொழுதுபோக்கு எல்லாவற்றையும் பார்த்துக்கொண்டார். ஆனால், அம்மாவைப் பிரிந்து வந்தவுடன் எனக்குக் கடுமையான காய்ச்சல் ஏற்பட்டது. அப்போது அவர் அலுவலகத்துக்குப் போகாமல் என்கூடவே ஒரு வாரம் இருந்து பார்த்துக்கொண்டார். அப்பாவின் அன்பில் நான் கரைந்து போனேன். அம்மாவை நினைத்து ஏங்குவதும் எப்படியோ என்னிடம் மறைந்துபோனது.

கல்யாணம் முடிவாகி பத்திரிகை அச்சடிக்கும் சூழல் வந்தபோதுதான் நான் அம்மாவை நினைத்தேன். அப்படி நினைத்த நொடி, எனக்கே என் மேல் ஒரு வெறுப்பு வந்தது. ‘ச்சே... இப்போதும் என்னை முன்னிறுத்தித்தானே அம்மாவை நினைக்கிறேன். நான் ஏன் இப்படி இருக்கிறேன்? உள்ளூரில் இருந்துகொண்டு நான் ஏன் அம்மாவைப் பார்க்க வேண்டும் என்று நினைக்கவே இல்லை? அம்மாவுக்கு அழகியல் உணர்ச்சியும் ரசனையும் இல்லாமல்போனது அவ்வளவு பெரிய குற்றமா?’

பள்ளிக்கூடத்துக்குப் புறப்படும்போது அம்மா எனக்கு முத்தம் கொடுப்பாள். அப்பா அதைப் பார்த்துக் கோபப்படுவார். “குளிச்சியா? எதுக்கு அழுக்கா ஒரு முத்தம்? போற நேரத்துக்கு” என்று அம்மாவை அழுத்தமாக, சன்னமான குரலில் கேட்பார். அம்மாவின் கண்கள் கலங்கிவிடும். எல்லாத்துக்கும் ஓர் அழுகை... ச்சே!” என்று சொல்லிக்கொண்டே, தன் பேன்ட் பாக்கெட்டில் வைத்திருக்கும் கர்ச்சீப்பால் அம்மாவின் முத்தத்தைத் துடைப்பார். பிறகு, என்னை அழைத்துக்கொண்டு பள்ளிக்கூட வாசலில் விட்டுவிட்டு ஒரு முத்தத்தைத் தன் கைகளில் வைத்து என்னைப் பார்த்து அதை ஊதுவார். அவர் அப்படி ஸ்டைலாக ஊத, நான் காற்றில் மிதக்கும் அந்த முத்தத்தைப் பெற்றுக்கொண்டு என் யூனிஃபார்ம் ஜோபிக்குள் போட்டுக்கொள்வேன். அந்தச் சம்பவம் ஏனோ இப்போது நினைவுக்கு வந்தது. அம்மாவை இத்தனை நேரம் ஏன் நினைத்துக் கொண்டேன் என்று தெரியவில்லை.

அன்று மாலை அப்பா கல்யாணப் பத்திரிகையைக் கொண்டுவந்தபோது எனக்கு மனசெல்லாம் கனத்துவிட்டது. அம்மா, அந்தப் பத்திரிகையில் இல்லை. நானும் அம்மாவும் பிரிந்து எத்தனையோ வருடங்கள் ஆகிவிட்டாலும், அம்மாவை இந்த நேரத்தில் மறக்கமுடியாமல் வலித்தது. அப்பாவிடம் சொல்ல வேண்டும் என்று வாயெடுத்தும் துணிவு இல்லாமல்

ஓரிருமுறை துடித்துப்போனேன்.

அன்று இரவு அப்பா தூங்கப்போன பின், என் சிறு வயதுப் புகைப்படங்களை எடுத்து வைத்துப் பார்த்துக்கொண்டிருந்தேன். அம்மா, ஒரு போட்டோவில்கூட இல்லை. பழைய நினைவுகள் என்னை என்னமோ செய்தன. அப்பா, உள்ளூரில் இருந்தால் நான் அவரோடுதான் தூங்குவேன். அவர் வேலை நிமித்தமாக வெளியூர் போனால், அம்மாவோடுதான் படுக்கை. அம்மா தூங்கும்போது கதை சொல்வாள். கட்டையாக இருக்கும் அவள் குரலில் கிசுகிசுப்பாகச் 'சித்திரக்குள்ளன்' என்ற ஒருவனை சிருஷ்டித்து, பலப்பல கதைகள் சொல்வாள். அவன் வரும்போது எல்லாம் ஒரு பின்னணி இசை கொடுப்பாள். அவள் கதைகள் சொல்லித் தூங்கும்போது, சுகமாக இருக்கும். அப்பா, திரும்பி வந்தவுடன் சித்திரக்குள்ளன் கதை நின்றுவிடும். அம்மாவோடு தூங்க வேண்டும் என்று ஆசை இருந்தாலும், சொல்லமுடியாமல் இருந்துவிடுவேன். அப்பா வந்துவிட்டால், அம்மாவும் இறுகிப்போய் விடுவாள். பயம்... பயம்! அப்படி ஒரு பயம் அப்பாவிடத்தில். அம்மாவை அன்று இரவு முழுக்க நினைத்து அழுதேன்.

காலையில் என் முகத்தைப் பார்த்த அப்பா,"ஏம்மா... உடம்பு சரியில்லையோ?" என்றார். அவரிடம் தப்பித்துக்கொள்ள "ஆமாம்பா. ரொம்ப வாந்தி எடுத்திட்டேன்" என்றேன்.

அப்பா பதறிப்போய் "ஃபுட் பாய்சன் ஆகியிருக்கும்; ஆனா, வேண்டாதது வெளிய வந்ததே நல்லது. வா... ஒரு நடை டாக்டரிடம் போகலாம்" என்றார்.

"இல்லப்பா, இப்ப உள்ள ஒண்ணும் இல்லை. எனக்கு வேண்டியது மட்டும்தான் இருக்கு" என்று சொல்லிவிட்டு நகர்ந்துவிட்டேன்.

அப்பா, எல்லோருக்கும் பத்திரிகை கொடுக்கத் தொடங்கினார். ஒரு வாரம் ஆகியிருக்கும். அன்று மதியம், வீட்டுக்கு ஒரு கூரியர் தபால் என் பெயருக்கு வந்தது. பெரிய பார்சல். விலாசம் கோணல்மாணலான எழுத்தில் தமிழில் எழுதப்பட்டிருந்தது. அந்தப் பார்சலைப் பிரித்தபோது, ஒரு கவர் அதே எழுத்தில் அதற்குள் இருந்தது. உள்ளே சின்னச் சின்னதாகப் பல கலர் பேப்பர்களில் சுற்றியிருந்த பெட்டிகள் இருந்தன. கவரைப் பிரித்து உள்ளே இருந்த கடிதத்தைப் படிக்கத் தொடங்கினேன்.

'அன்புள்ள சும்மி குட்டிக்கு,

அம்மா ஆசீர்வாதத்துடன் எழுதுவது. உனக்குக் கல்யாணம் என்று கேள்விப்பட்டேன். பக்கத்து வீட்டு புஷ்பாதான் சொன்னாள். பத்திரிகையையும் காட்டினாள். 'மாமி உங்க பொண்ணு சுமித்ராவுக்குக் கல்யாணம் போலயிருக்கு. பத்திரிகை வந்திருக்கு. என்ன அநியாயம் பாருங்க; உங்க பேரே இல்லாம அந்த மனுஷன் இப்படி ஒரு பத்திரிகையைப் போட்டுருக்கார்' என்று சொல்லிக்கொண்டே வந்து பத்திரிகையைக் காட்டினாள். அவ சொன்னத விடு. பத்திரிகை ரொம்ப அழகா இருக்கு. பையனும் நல்லா இருப்பான்னு நினைக்கிறேன். உனக்குப் புடிச்ச மாதிரியே பையனுக்கும் உன்னைப் புடிச்சிருக்கானு தெரிஞ்சுக்கோடா கண்ணு. உன் கல்யாணத்தைப் பார்க்கணும்னு ஆசை. நான் அங்கே வந்தா, உங்கப்பாவுக்கு ரொம்ப அவமானமாப்போயிடும். உனக்கும் சங்கடம். நான் வர மாட்டேன். என்னமோ உங்கிட்ட ஒரு வார்த்தை பேசணும், உனக்கு ஏதாவது குடுக்கணும்னு தோணித்து... அதான்.

அப்பா, என்னைப் பொண்ணு பார்க்க வந்தபோது நானும் ரொம்பக் குஷியாயிட்டேன். உங்க அப்பா மாதிரி படிச்ச, பதிவிசா இருக்கிறவரை எந்தப்

பொண்ணுக்குத்தான் பிடிக்காது. உங்கப்பா, அவர் அம்மா சொல்லை மீறாதவர். அவர் அம்மா என்கிட்ட, ‘அது தெரியுமா... இது தெரியுமா’னு எதுவுமே கேட்கலை. அவளுக்கு என்னவோ என்னை ரொம்பப் பிடிச்சுப்போச்சு. கல்யாணம் பண்ணப் பிறகுதான், அப்பா, அவர் அம்மா சொல்லை மீற முடியாம என்னைக் கல்யாணம் பண்ணியிருக்கார்னு புரிஞ்சது. ஆனா, நான் கல்யாணத்துக்கு முன்னாடியே யோசிச்சிருக்கணும். என்னை மாதிரி பார்க்க ரொம்ப சுமாரா இருக்கிற ஒரு பொண்ணு, பெரிய வெளியுலக அறிவெல்லாம் இல்லாதவளை எப்படி உங்கப்பாவுக்குப் பிடிக்கும்னு. பொண்ணு பார்த்தபோது நான் சந்தோஷப்பட்ட மாதிரியே உங்க அப்பாவும் சந்தோஷப்பட என்கிட்ட ஒரு விஷயமும் இல்லைனு நான் யோசிக்கலையோ? அதனாலதான் எல்லாம் தப்பாயிடுச்சு.

அப்பாவுக்கு என்னோட இருக்கிறது ஓர் ஆயுள் தண்டனை மாதிரி ஆகிடுச்சு. அவர் அம்மா இருந்த வரைக்கும் என்னைப் பொறுத்துப் போனார். அப்போ உனக்கு இரண்டு வயசுகூட இருக்காது. பாட்டி செத்துப்போனாங்க. அதற்குப் பிறகு எனக்கும் அப்பாவுக்கும் நடுவுல பெரிய பள்ளம். நான் சாதாரணப் பொண்ணு. வேலை பண்ணுவேன். சத்தியமா இருப்பேன். மத்தபடி நீக்குப்போக்கெல்லாம் தெரியாது. ஆனால், அப்பாவுக்கு என்கூட இருக்கிறது நரகமா இருந்ததுபோல. அவருக்கு இருந்த ரசனை, ஞானம், அழகியல் உணர்ச்சி எல்லாம் எனக்கு இல்லையேனு உடைஞ்சுபோயிட்டார். உன்னை எடுத்துக் கட்டிண்டு ஆசைல காட்டுத்தனமா நான் கொஞ்சினாக்கூட, அவருக்குக் கோபம் வரும். உனக்கு நான் முத்தா குடுத்தாக்கூட, அவருக்குப் பிடிக்காது. ஏதோ இன்ஃபெக்ஷன் ஜெர்ம்ஸ்னு கத்துவார்.

கடைசியா ஒருநாள் உன்னைக் கூட்டிண்டு போயே போயிட்டார். இதோ இப்ப வரைக்கும் மாசாமாசம் என் சாப்பாட்டுக்குப் பணம் அனுப்புறார். எனக்கும் வேற கதி இல்லே. வக்கத்துப்போய் நானும் வாங்கிக்கிறேன். ஏனோ அதை நினைச்சா, துக்கமா இருக்கு. உங்கப்பா வேற ஒரு கல்யாணம் பண்ணியிருந்தாக்கூட எனக்குச் சமாதானம் ஆகியிருக்கும். இப்படி இருந்ததுதான் எனக்குப் பெரிய தண்டனை. இதோ இப்பவரைக்கும் அவருக்குப் பிடிச்ச மாதிரி வாழறேனானு தெரியாது. இப்ப கொஞ்சம் புஸ்தகம் படிக்கிறேன்; பாட்டுக் கேட்கிறேன். அவர் நினைக்கிறது எனக்கு வரலை. ஆனால், எந்தவிதத்திலும் நான் அவர் வழிக்குப் போகாம ஒதுங்கியிருக்கேன். மனசுல இருந்ததை உன்கிட்ட சொல்லத் தோணித்து. இந்தப் பார்சலை உனக்கு அனுப்பணும்னு தோணித்து.

நான் சொல்ற மாதிரி ஒண்ணொண்ணாப் பிரியேன் - மொதல்ல அந்த நீலக் கலர் பேப்பர் சுத்தின டப்பாவைப் பத்திரமாப் பிரி. அதுக்குள்ளே இருக்கிறது என்ன தெரியுமா? உன் குட்டிக் குட்டிப் பல்லு. உன்னைப் பார்க்கணும்னு தோணும்போதெல்லாம் இந்தப் பல்லைத்தான் பார்த்துப்பேன். உன் நடுப்பல்லு விழுந்தவுடனே நீ ரொம்ப அழுத. நான் உன்னை அடிக்கடி ‘ப்ரிட்ஜ் ப்ரிட்ஜ்’னு உன் ஓட்டைப்பல்லைப் பார்த்துக் கேலி பண்ணா, கோவிச்சுண்டு ரூம் ஓரத்துல போய் மொறைச்சுண்டு மூலையில நிந்துப்பே. உன் ரெட்டைப் பின்னலும், ஃப்ரில் வெச்ச சொக்காவும், ரிப்பனும் இப்பவும் அப்படியே மனசுல இருக்கு. ரொம்ப நேரம் நின்னுட்டு அப்படியே உட்கார்ந்து தலையச் சாய்ச்சுத் தூங்கிடுவ. உன்னைத் தூக்கிண்டு போய்ப் படுக்கவெச்சா, எழுந்ததும் ‘ஏன் தூங்கவெச்சே?’னு கேட்டு மறுபடியும் அழுவ. அப்பா வருவதற்குள் உன்னைச் சமாதானம் செய்யப் போதும் போதும்னு ஆயிடும்.

அப்படியே அந்த ரோஸ் கலர் டப்பாவைப் பிரிச்சுப் பாரு. அதுதான் இப்ப நான் சொன்ன விஷயம் நடந்தபோது, நீ போட்டிருந்த ஃப்ரில் வெச்ச சட்டை, ரிப்பன் எல்லாம். அப்புறம், அந்த மஞ்சள் கலர் பாக்கெட் ஒண்ணும் இருக்கும் பார்... அது தொடும்போதே மெத்துன்னு இருக்குல்ல; உள்ள பாரேன். நீ மொதமொதல்ல ஒரு பக்கமாத் திரும்பிப் படுத்தபோது உனக்கு வெச்ச குட்டித் தலைகாணி அது. உனக்கு அப்போ சுருட்டைச் சுருட்டையாத் தலைமுடி இருக்கும். கன்னமெல்லாம் உப்பி அந்தக் கூளித் தலைமுடியோட பக்கவாட்டுல திரும்பி கையை வாய்ல போட்டு சொத்து சொத்துன்னு சத்தம் போட்டுண்டுருப்பே. அழகா இருப்பே. சில சமயம் ஆசை தாங்காம உன் கன்னத்தைக் கொஞ்சமாக் கடிச்சிடுவேன். காட்டுக் கொஞ்சல்தான். ஆசை தாங்காமத்தான். லேசாத்தான் கடிப்பேன். ஆனா, நீ ஓன்னு அழுதுடுவே. அப்பா முறைப்பார். திட்டு விழும். அப்புறம் இரண்டு நாளுக்கு உன்கிட்ட வரவே விட மாட்டார். காவல்காரன் மாதிரி சுத்திச் சுத்தி வருவார்.

சரி, அதுல ஒரு பச்சைக் கவர் இருக்கே... அது ரொம்ப விசேஷம். அதைப் பிரியேன். அதுக்குள்ள ஒரு வெள்ளை வேட்டி இருக்கா. உம்! அது வேட்டி இல்லை. அப்பாவோட அங்கவஸ்திரம். அதுலதான் உனக்குக் குட்டிக் கிருஷ்ணர் வேஷம் போட்டு வேட்டி கட்டிவிட்டேன். அந்த வேட்டியில் உன் வாசனை, அப்பா வாசனை ரெண்டும் இப்பவும் இருக்கும். அதுகூட ஒரு முத்துமாலையும் ஒரு பவழ மாலையும் இருக்கா. அதுதான்டா எங்கிட்ட இருந்த ரெண்டே விலையுள்ள பொருள்கள். உனக்கு அழகா சிவப்பு, வெள்ளைனு மாறி மாறிப் புருவத்துல பொட்டுவெச்சு, நாமம் போட்டு அதுக்கு ஏத்தமாதிரி இந்த ரெண்டு மாலையும் போட்டுவிடுவேன்.

ஒரு குட்டிக் கொண்டையும் மயில் தோகையும் இருக்கா? அதுகூட நான் உனக்கு அப்ப வெச்சுவிட்டதுதான். அதுல இருக்க சின்னப் பவுடர் டப்பாவும் பஃப்பும் நீ பொறந்த உடனே வாங்கினது. அதுல உனக்குப் போட்டு மிச்சம் உள்ள பவுடர் கொஞ்சம் சேத்துவெச்சிருந்தேன். அதுல பவுடர் வாசனையோட உன் வாசனைதான்டா அதிகமா இருக்கும்.

குட்டிக் கண்ணு... வெள்ளைக் கலர் கவர் ஒண்ணு இருக்கா? அதுக்குள்ள ஒரு போட்டோ இருக்கும் பார்'. ஆர்வமாக எடுத்தேன். 'நீயும் நானும் இருக்கும் ஒரே போட்டோ இதுதான். இத உனக்கு அனுப்பலாமா... நானே வெச்சிக்கலாமானு ரொம்ப யோசிச்சேன். ஏன்னா, இதைத் தவிர வேறே எதுவுமே உன் உருவம்னு எங்கிட்ட இல்லை. அப்புறம் இதை உன்கிட்டேயே குடுத்துடணும்னு தோணித்து. என் போட்டோவே உன்கிட்ட கிடையாதுல்ல? அதான் உன்னை நினைச்சிண்டாலே, எனக்குப் போதும்; போதும். இந்தப் போட்டோவைக்கூட அப்பாகிட்ட ரொம்ப கெஞ்சிக் கேட்டு எடுத்துண்டேன். உன் அழகான முகத்துக்குப் பக்கத்துல என்னைச் சேத்து வெச்சுப் பார்க்கவே அப்பாவுக்குப் பொறுக்கலே. எனக்கு அதைப் புரிஞ்சிக்க முடியுது. ஆனா, அன்னிக்கு யார்கிட்டயும் காட்ட மாட்டேன்னு சத்தியம் பண்ணி அடம்புடிச்சு நான் எடுத்துண்ட போட்டோதான் அது. இதுவரைக்கும் யாருக்கும் காட்டினது இல்ல. நீதான் ஃபர்ஸ்ட். யார்கிட்டயும் காட்டிடாதே. ப்ளீஸ்.

என்கிட்ட இருந்த எல்லாத்தையும் கொடுத்திட்டேன். ஆனா, என்னைக் கொடுத்து உங்க அப்பாவைக் கஷ்டப்படுத்திட்டேன். அதை நினைச்சாத்தான் மனசுக்குப் பாரமா இருக்கு. அதற்குப் பலனை இப்பவே அனுபவிச்சிட்டேன்னு நெனைக்கும்போது,

நிம்மதியாகவும் இருக்கு. சரி, இதெல்லாம் இப்போ எதுக்கு? பத்திரமா இரு. சந்தோஷமா இரு. சௌக்கியமா இருடா சும்மி குட்டி.'

அன்புடன்

அம்மா

அந்தப் பார்சலை நான் இறுக்கிக்கொண்டேன். சுயநலம் இல்லாத மனதைவிட எது பெரிய அழகியல், ரசனை, நாகரிகம் என்று உடைந்துபோய் அம்மாவின் அந்தப் படத்தின் மீது விழுந்து அழுது அரற்றினேன்.

"அம்மா அம்மா காட்டுத்தனமாக் கட்டிக்கோமா - காட்டுத்தனமா என் கன்னத்தைக் கடிம்மா" என்று கெஞ்சினேன்.

அம்மா என்றோ கொடுத்த முத்தம் கன்னத்தில்... ஈரமாக!

76

நித்திலாவின் புத்தகங்கள்

தமிழ்நதி

தமிழ்நதி
(15/08/1966)

தமிழ் நதியின் இயற்பெயர் கலைவாணி ராஜகுமாரன். இவர் ஈழத்தில் திரிகோணமலையில் பிறந்தவர். யாழ்ப்பாணம் பல்கலைக்கழகத்தில் பட்டம் பெற்ற இவர், 1992ஆம் ஆண்டு முதல் கனடாவிலும் அவ்வப்போது சென்னையிலும் வசித்து வருகிறார். இவர் 1996இல் இருந்து சிறுகதைகள், கவிதைகள், கட்டுரைகள் எழுதி வருகிறார். 'நந்தகுமாரனுக்கு மாதங்கி எழுதியது' என்ற சிறுகதைத் தொகுதியையும், 'கானல்வரி' என்ற குறுநாவலையும், ' பார்த்தினியம்' என்ற நாவலையும்,' ஈழம்- தேவதைகளும் கைவிட்ட தேசம்' என்ற கட்டுரைத் தொகுதியையும், இரண்டு கவிதைத் தொகுதிகளையும் வெளியிட்டுள்ளார்.

நடப்பது இன்னதென்று அவளது மூளை கிரகித்துக்கொள்வதற்கிடையில் மீண்டும் சில பறந்துவந்தன. அவள் வாசித்துக்கொண்டிருந்த ஒரு புத்தகத்தில் அதற்கு முந்தைய நொடிதான் கொலை நடந்துமுடிந்து இரத்தம் கூழாகத் தரையில் பரவிக்கொண்டிருந்தது. கொலை செய்த காத்யா சாவதானமாக அந்த நொடிதான் வெளியேறிச் சென்று கொண்டிருந்தாள்.

குழப்பத்தோடு நிமிர்ந்துபார்த்தபோது, கண்களில் அனல் தெறிக்க அம்மா நின்றுகொண்டிருந்தாள். இந்தச் சனியன்களை விட்டொழிச்சாத்தான் நீ உருப்படுவாய்" என்று கத்தி அழுதபடியே அம்மாவால் வீசியெறியப்பட்ட புத்தகங்கள், நித்திலாவின் காலடியை அண்மித்தும் அவளுக்குப் பின்புறமாகவும் தாறுமாறாகச் சென்று விழுந்திருந்தன. நித்திலா அமைதியாக எழுந்து புத்தகங்களை எடுத்துக்கொண்டுபோய் அவை இருந்த இடத்தில் மறுபடியும் அடுக்கி வைத்தாள். பிறகு, அறைக்கதவைச் சாத்திக்கொண்டு படுத்துவிட்டாள். சாத்தப்பட்ட கதவுக்குப் பின்னால் அம்மா நின்றுகொண்டிருப்பதை அவளால் உணரமுடிந்தது.

அப்பா இறந்துபோனபோதுகூட அம்மா அப்படிக் கத்தியழுது அவள் பார்த்ததில்லை. அதற்கு அவர் எந்நேரமும்

குடித்துக்கொண்டிருந்தது காரணமாக இருக்கலாம். அண்ணா தனக்குப் பிடித்த பெண்ணைத் திருமணம் செய்துகொண்டு வந்து நின்றபோதும், அவன் சில மாதங்களிலேயே தனிக்குடித்தனம் போனபோதும்கூட அம்மா தன் உணர்ச்சிகளை வெளிக்காட்டிக் கொண்டதில்லை. இன்று கண்களில் நீர் பெருக்கெடுக்க உடலெல்லாம் பதறித் துடிக்க கத்துகிறாளென்றால், அந்தளவிற்கு உள்ளுக்குள் உடைந்து நொறுங்கிப் போயிருக்கவேண்டும் என்று நினைத்தாள்.

அம்மா புத்தகங்களைத் தூக்கியெறிந்ததைப் பார்த்த கணத்தில் கோபம் பொங்கியது. வேறு யாராவது அப்படிச் செய்திருந்தால் சன்னதம் ஆடித் தீர்த்திருப்பாள். ஆனால், அம்மாவை ஒன்றும் சொல்லமுடியவில்லை. தவறு இழைத்துவிட்டதான மனநிலை நித்திலாவை மௌனமாயிருக்கச் செய்தது. படுத்திருந்தபடி அறையைச் சுற்றி விழிகளை ஓட்டினாள். அன்றாட உபயோகத்தில் இல்லாத பொருட்களை வைப்பதற்கென உயரத்தில் கட்டப்பட்டிருந்த தட்டுக்களில், அலமாரிகளில், எழுதும் மேசையில், கணனி மேசையில், முகம் பார்க்கும் கண்ணாடி முன், கட்டிலில், நாற்காலியில், அதனருகில் தரையில் இவையெல்லாம் போதாதென்று கட்டிலுக்குக் கீழும் புத்தகங்கள் கிடந்தன. கழிப்பறையின் தண்ணீர்க்குழாயினுள் சிறிய புத்தகங்கள் செருகப்பட்டிருந்தன. அவை பெரும்பாலும் எளிமையான வாசிப்பிற்குரிய ஜனரஞ்சக சஞ்சிகைகள் விடயத்திலும் பருமனிலும் கனத்த புத்தகங்கள் மலச்சிக்கலுக்கு இட்டுச்சென்றன.

அந்தச் சிறிய அறைக்குள் அவளோடு கடதாசியின் மட்கிய மணமும் தூசியும் இருட்டும் குடியிருந்தன. புதிதாக வாங்கி வரும் புத்தகங்கள் தமக்கான இடத்தை அடைவதற்கு முன்னம் சில காலம் முன்னறையில் அமர்ந்திருக்கும். அடிக்கடி அவற்றை எடுத்து மணந்துபார்ப்பாள். பெற்றோல் மணம், சிகரெட், விபூதி மற்றும் மழை கிளர்த்தும் வாசனை, மெழுகுவர்த்தி எரியும்போது எழும் வாசனை போலவே அதுவும் அவளுக்கு மிகப் பிடித்தமானதாயிருந்தது. ஆரம்பத்தில் அப்படி அவள் செய்யும்போது, 'நீ திருந்தமாட்டாய்' என்ற பாவனையில் அம்மா தலையசைத்துச் சிரிப்பாள். பிறகு, வினோதமாகப் பார்த்துவிட்டு முகத்தைத் திருப்பிக்கொள்ளத் தொடங்கினாள். அண்மைக்காலத்தில், நித்திலா புத்தகங்களை மணந்து பார்ப்பதைப் பார்க்க நேரும் அம்மாவின் கண்களில் வேதனை குடிகொண்டிருப்பதை அவள் அவதானித்திருந்தாள்.

அவள் சிறுமியாயிருந்தபோது, விபரீதமெனச் சொல்லத்தக்க எதையும் அவளிடத்தில் கண்டார்களில்லை. அந்நாட்களில் அப்பா எப்போதாவதுதான் குடித்தார். அப்பாவும் அம்மாவும் பணத்தை முன்னிட்டு, சண்டையிட்டுக் கொள்ளத் தொடங்கியிருக்கவில்லை. வாசிக்கும் பழக்கம் ஆரோக்கியமானதென்ற எண்ணமே அப்போது அவர்களுக்கிருந்தது. 'புத்திசாலி! இத்தனை சிறிய வயதில் இவ்வளவு பெரிய புத்தகம் படிக்கிறதே' என்று மற்றவர்கள் சொல்வதைக் கேட்பதில் பெருமை கலந்த ஆனந்தமிருந்தது. வீட்டிற்குப் புதியவர்கள் வரக்கண்டால் நித்திலா ஓடிப்போய் அறைக்குள் ஒளிந்துகொள்வாள். வீட்டிற்கு வருபவர்களுக்குரித்தான சம்பிரதாயம் வழுவாமலிருக்க, அவர்களும் இவளை இழுத்துப் பிடித்து வைத்து சில கேள்விகளைக் கேட்பார்கள். அந்நேரங்களில், ஒரு முயல்குட்டியைப் போல ஓடுவதற்கு ஆயத்தமாகக் கால்களைப் பெயர்த்துக்கொண்டு உள்ளறை நோக்கிக் கண்களைத் திருப்பியிருப்பாள்.

அவள் அறையைவிட்டு வெளியே வருவது மிகக் குறைவு என்பதையும், தவிர்க்கவியலாமல் போனாலொழிய எவருடனும் பேசுவதில்லை என்பதையும், அவர்கள் தாமதமாகவே உணரத்தொடங்கினார்கள். எப்போதாவது சடுதியாக அறைக்குள் நுழையும்போது வாசித்தபடியோ, கையில் புத்தகத்தோடு வேறொரு உலகத்தினுள் மூழ்கிவிட்டிருப்பதையோ, புத்தகம் கையிலிருக்க உறங்கிவிட்டிருப்பதையோ கண்டார்கள். விளக்குகள் ஒளிர்ந்தபடியிருக்க உறக்கத்தில் ஆழ்ந்துபோயிருக்கும் தமது சின்ன மகளைக் குறித்து அவர்கள் கவலைகொள்ளத் தொடங்கினார்கள்.

அவளுடைய பதினாறாவது வயதிலிருந்து அம்மா அந்தக் கேள்வியை அவளிடம் கேட்கத் தொடங்கினாள். முதலில் வருத்தத்தோடும் பிறகு எரிச்சலோடும் நாளாக நாளாக கோபத்தோடும் அதே கேள்வியைக் கேட்டாள்.

"நீ ஏன் இப்பிடி இருக்கிறாய்?"

"எப்பிடி இருக்கிறேன்?"

"மற்றப் பொம்பிளைப் பிள்ளையளைப் போலை நீ ஏன் இருக்க மாட்டேனெண்டிறாய்?"

அம்மா அந்தக் கேள்வியைக் கேட்கும்போது பக்கத்துவீட்டு சுமதியை மனதில் வைத்துக்கொண்டுதான் கேட்கிறாள் என்பதை நித்திலா அறிவாள். சுமதி, அம்மாவின் நீரிழிவு நோய் பற்றி அக்கறையோடு விசாரிப்பாள். அவளுக்குச் சமைக்கத் தெரிந்திருந்தது. குறிப்பாக, அவள் ஊற்றும் தோசை வட்டாரியால் வரைந்ததைப் போல வட்டமாக இருந்தது. மேலும் அது தோசையைப் போலவே ருசித்தது. வீட்டைத் தூசி தும்பு இல்லாமல் சுத்தமாக வைத்துக்கொள்ளப் பழகியிருந்தாள். சுமதியின் வீட்டுக்கு யாராவது போனால் விழுந்து விழுந்து உபசரிப்பாள். அவர்கள் 'செத்துப் போ' என்று சொன்னால், 'எத்தனை மணிக்கு?' என்று கேட்டுவிட்டுச் செத்துப்போகிறவளைப் போல அத்தனை அனுசரணையோடு நடந்துகொள்வாள். எல்லாவற்றிலும் முக்கியமாக, புத்தகங்களைக் கட்டிக்கொண்டு விழுந்து புரள்வதில்லை. அவளைப் பார்த்துப் பார்த்து மனம் வெதும்புவாள் அம்மா.

"பிள்ளை என்று இருந்தால் சுமதியைப் போல இருக்கவேணும்"என்பாள்.

நித்திலாவும் அம்மாவைச் சமாதானப்படுத்துவதற்காக, 'ஏதாவது உதவி செய்யவா?' என்று கேட்டபடி சிலசமயம் சமையலறைக்குள் வருவாள். வேலை எதுவும் சொல்லிவிடக்கூடாதே என்ற எச்சரிக்கையுடன் வெண்ணெயில் இறங்கும் கத்திபோல வழுக்கிச் செல்லும் அந்தக் கேள்வி. அம்மா வேலைகளை முடித்துக்கொண்டு சோபாவில் படுத்திருக்கும்போது ஏதாவது ஆறுதலாகக் கதைக்கவேண்டுமென்று நினைப்பாள். ஆனால், சொற்களைத் திரட்டிக்கொண்டு கதைப்பதென்பது சிரமமானதும் சோம்பல் மிகுந்ததுமான காரியமாயிருந்தது அவளுக்கு.

எப்போதாவது முன்னறைக்குள் வந்து அமர்ந்திருக்கும்போது, தலைக்குமேல் மயிரிழையில் கட்டப்பட்ட கத்தியொன்று தொங்கிக்கொண்டிருப்பதேயான மனஅந்தரத்தோடு அப்படியும் இப்படியுமாக அசைந்தபடி அமர்ந்திருப்பாள். அந்தக் கண்ராவியைக் காணச் சகிக்காமல் அப்பாதான் சொல்வார்.

"நீ போறதெண்டாப் போ"

நித்திலா கதைக்காமலிருப்பதை விடவும் அப்படி நிர்ப்பந்தத்திற்குக் கட்டுப்பட்டு அமர்ந்திருப்பதைப் பார்ப்பது இன்னும் மோசமாயிருந்தது.

வெளியாட்களோடு எப்படி நடந்துகொள்வது என்பதையும் அவள் அறியாதிருந்தாள். அப்படித் தவிர்க்கமுடியாமல் ஏதாவது கதைக்க நேர்ந்த சமயங்களில், அவர்கள் திடுக்கிடும்படியாக, அசந்தர்ப்பமாக ஏதாவது சொல்லிவைத்தாள்.

"உனக்கு உன்ரை புத்தகங்களைத் தவிர்த்து வேறை ஒரு சிந்தனையுமில்லை" என்று அண்ணா கூடச் சொல்லியிருக்கிறான். 'என்னைச் சொல்கிறாய்... நீயும் சுயநலவாதிதான்' என்று இடித்துரைப்பதன் மூலமாக தனது தவறுகளின் கனத்தைக் குறைக்க அவன் சந்தர்ப்பம் கிட்டியபோதெல்லாம் முயற்சித்திருக்கிறான்.

அவளுக்குப் புத்தகங்களில் ஈடுபாடு ஏற்பட்டது எந்த வயதிலிருந்து என்று அவளுக்கு உறுதியாகத் தெரியவில்லை. மதில்களில் எழுதப்பட்டிருந்த விளம்பரங்களை, அஞ்சலிக் கவிதைகளை, அரசியல் அறைகூவல்களை எதையும் அவள் விட்டுவைத்ததில்லை. மளிகைப் பொருட்களைச் சுற்றிவரும் காகிதங்களைச் சுருக்கம் நீக்கி எடுத்து வாசிப்பதற்கெனச் சேகரித்துவைப்பாள். சிகரெட் பெட்டியில் எழுதப்பட்டிருக்கும் 'புகைத்தல் கொல்லும்' என்ற பயமுறுத்தலுக்குக் கீழேயுள்ள வாசகத்தைத் தவறாமல் அப்பாவுக்கு வாசித்துக் காட்டுவாள். பெரும்பாலும், அவளால் வாசிக்கப்பட்ட ஒரு சிகரெட் பெட்டியில் இருந்ததைப்போல மறு பெட்டியில் மரணம் எழுதப்பட்டிருப்பதில்லை.

குறைந்த மழைக்காலம், கூடிய வெயில்காலம் ஆகிய இரண்டு காலங்களில் மட்டும் வாழ்வதென்பது அவளுக்கு சலிப்பூட்டுவதாக இருந்தது. வெவ்வேறான நிலவெளிகளில் மானசீகமாகவேனும் வாழவிரும்பினாள். சுவாரசியமோ, மர்மமோ, திருப்பங்களோ அற்ற யதார்த்தத்தை விட்டு வெளியேறி அதியற்புதமான உலகமெனத் தன்னால் நம்பப்பட்ட ஒன்றினுள் நுழைந்துகொண்டாள்.

ஈரலிப்பான மழைக்காடுகளுள் நனைந்த குரல்களால் பறவைகள் ஒலியெழுப்புவதையும், இரவானதும் பெயர் தெரியாத பூச்சிகளும் வண்டுகளும் ரீங்கரிப்பதையும் கேட்டுக்கொண்டிருந்தாள். கண்ணுக்கெட்டிய தூரம்வரை பரந்து விரிந்திருந்த புல்வெளிகளில் அலையும் தும்பிகளின் பின்னே, உடலெல்லாம் உற்சாகக் காற்று நிரம்பியிருக்க கைகளை விரித்தபடி ஓடினாள். மஞ்சள் முகங்களில் சிறிய உள்ளடங்கிய கண்களால் சிரிப்பவர்களோடு சிநேகம் கொண்டாள். பனிபொழியும் வீதிகளில் காதல் பித்துப் பிடித்து தனக்குத்தானே அரற்றிக்கொண்டு போனவனின் குளிராடையைத் தொட்டுப் பார்த்தாள். புகையைக் கக்கிக்கொண்டு விரைந்த புகையிரதத்தில் தொற்றி நின்றபடி தாயை நோக்கிக் கைகளை ஆட்டியவளின் கண்ணீரில் உருகினாள். இருந்தவர்களுள் நல்லவனாகத் தோன்றியவனும் அதிகாரமற்றவனுமான வெள்ளைக்காரத் துரையொருவனில் காதல் கொண்டாள். கால இயந்திரத்தின் முட்களைத் தான் விரும்பியபடி முன்பின்னாக நகர்த்தி நூற்றாண்டுகளில் அங்கிங்கென உலவித் திரிந்தாள்.

வகுப்பிலும் பாடத்தைக் கவனிக்காமல் பாடப்புத்தகங்களுக்குள் மறைத்துவைத்துக்கொண்டு வேறு எதையாவது படித்துக்கொண்டிருந்தாள். அவளைச் சுற்றி எப்போதும் தோழிகள் குழுமியிருந்தார்கள். சாமியாடிகளுள் கடவுளர்கள் புகுந்துகொள்வதுபோல, கதை சொல்லும்போது அவள் வேறொருத்தியாக மாறிவிடுவாள். தனக்குள் ஒடுங்கும் சுபாவமுடைய அந்தச் சிறுமியா இவள்?' என்று பார்ப்பவர்கள் ஐயுறும்படியான மாற்றமாயிருக்கும் அது.

• தமிழ்நதி

அந்நேரம், அவள் வாசித்த புத்தகங்களிலிருந்த மனிதர்கள் தரையிறங்கி அழுவார்கள். சிரிப்பார்கள். பித்தேறிப் பிதற்றுவார்கள். அவசரப்பட்டுக் கொலை செய்துவிட்டு ஆசுவாசமாகக் 'கவலைப்படுவார்கள். கண்களை அகலவிரித்தும் சுருக்கியும் கதையின் போக்கிற்கேற்ப காற்றில் கைகளை அலையவிட்டும் குரலில் ஏற்ற இறக்கங்களைக் காண்பித்தும் தனி நடிப்பு நாடகமே நிகழ்த்திக் காண்பிப்பாள். சிலசமயங்களில், வாசித்த கதைகளிலிருந்து புதிய கதைகளை இட்டுக் கட்டிச் சொல்வதுமுண்டு. அப்போது அவளது முகத்தில் இரகசியமான புன்னகை மலர்ந்திருக்கும். தனக்கு மட்டுமே தெரிந்த ஒரு இரகசியத்தின் பாலான குறுகுறுப்பில் திளைப்பாள்.

பள்ளிக்கூடம் விட்டதும் ஓட்டமாய் ஓடிப்போய், தன் புத்தகங்களிடம் புகுந்துகொள்வாள்.

"சாப்பிடு" அம்மா வெளியிலிருந்து குரல் கொடுப்பாள்.

"அஞ்சு நிமிசம்"

"சாப்பிட வா"

"ரெண்டு நிமிசம்"

"எவ்வளவு நேரம் கூப்பிடுறது?"

இவ்விதமாக நிமிடங்கள் மணித்தியாலங்களாகக் கரைந்துபோவது வழக்கமாயிருந்தது. கடைசியில் பொறுக்கமாட்டாமல் கடுகடுத்த முகத்தோடு அம்மா வந்து நிற்கும்போது, வேறு வழியில்லாமல் எழுந்து செல்வாள். ஒரு கையில் புத்தகம் மறுகையால் சாப்பாடு என்னும்போது பல நாட்கள் என்ன சாப்பிட்டோம் என்பதே அவளுக்குத் தெரியாமலிருக்கும்.

ஒரு தடவை, நூலகத்திலிருந்து இரவல் எடுத்துவர இயலாத அரிதான புத்தகமொன்றின் பக்கங்களைக் கிழித்து எடுத்துவந்தாள் அன்றெல்லாம் 'அப்படிச் செய்திருக்க வேண்டாமே...' என்று வருத்தப்பட்டுக் கொண்டேயிருந்தாள். இரவில் எழுந்திருந்து அந்தப் பக்கங்களை எடுத்துப் பார்த்துக்கொண்டிருந்தாள். மென்சிறகுகளாலான பறவைக் குஞ்சொன்றின் இறந்த உடலைக் கையில் வைத்திருப்பதைப் போல உணர்ந்தாள். அதன்பிறகு கிழிப்பதை விட்டுவிட்டு முழுப் புத்தகங்களாகத் திருடவாரம்பித்தாள், கணிசமான அளவு புத்தகங்கள் சேர்ந்துவிட்டன. ஒருநாள் நூலகரிடம் கையுங்களவுமாகப் பிடிபட்டபோது பெரிய சத்தம்போட்டு அழ ஆரம்பித்துவிட்டாள். அவருக்கு அப்பாவைத் தெரிந்திருந்தது. "இனிமேல் அந்தப் பக்கம் வந்தால் பொலிசிடம் பிடித்துக் கொடுத்துவிடுவேன்" என்று எச்சரித்து அனுப்பிவிட்டார். பிறகு அந்த நூலகம் பக்கம் மறந்தும் போவதில்லை.

ஒருவழியாக பல்கலைக்கழகம் வரை படிப்பை ஒப்பேற்றினாள், அவளுடைய தோழிகளெல்லாம் வேலை தேடத் தொடங்கிய காலத்தில், அவள் நூலகம் நூலகமாகப் போய்க்கொண்டிருந்தாள். நூலகத்திலிருந்த புத்தகங்களில் இரவல் வாங்கக்கூடியவை எல்லாம் வாசித்துத் தீர்ந்தன. பக்கத்து ஊர்களிலும் அதற்குப் பக்கத்து ஊர்களிலும் உள்ள நூலகங்களிலும்கூட. தீபாவளிக்குப் புத்தாடை வாங்குவதற்காகக் கொடுத்த பணத்தில் புத்தகம் வாங்கிக்கொண்டு வந்திறங்கியவளைப் பார்த்தபோதுதான் அவளில் ஏதோ கோளாறு இருப்பதாக அம்மாவுக்குத் தோன்றவாரம்பித்தது. அன்றைக்குக் கன்னத்தில் ஓங்கி அறைந்துவிட்டாள். நித்திலா விசும்பியபடியே சாப்பிடாமல் படுத்துவிட்டாள். ஏதாவது செய்துகொண்டுவிடுவாளோ என்ற பயத்தில் அம்மா நள்ளிரவில் எழுந்திருந்து பார்த்தபோது மெழுகுவர்த்தி வெளிச்சத்தில் அவள்

வாசித்துக்கொண்டிருப்பதைப் பார்த்தாள்.

கிடைக்கும் புத்தகங்களையெல்லாம் படித்துவிடுவாள் என்றில்லை. அவ்வளவு புத்தகங்கள் தன்னிடம் இருப்பதே அவளுக்குப் போதுமானதாக இருந்தது. ஒரு பெரிய உலகமே தன் அலமாரிக்குள் அடைபட்டிருப்பதாக அவள் நம்பத்தொடங்கினாள் அந்த மனிதர்களோடு இரகசியமாகப் பேசுவதை வழக்கமாகக் கொண்டாள். இரவுகளில் அவளது அறைக்குள்ளிருந்து குரல்கள் கேட்கத் தொடங்கின.

கையில் ஒரு சதம்கூட இல்லாதபோதிலும் புத்தகக் கடைகளுக்குப் போவாள். புத்தகங்களின் முதுகைப் பார்த்துக்கொண்டு நிற்பதே அவளுக்குப் போதுமானதாக இருந்தது. அங்கு நிற்கும்போது காலம் புரவியின் கால்கள்கொண்டு பாய்ந்தோடியது. சுற்றவர இருக்கும். பொருட்கள், மனிதர்கள், ஓசைகள் எல்லாம் அந்நேரங்களில் மறந்து மறைந்துபோயின.

திடீரென்று ஒருநாள் அவளது திருமணத்திற்கென்று சேர்த்து வைத்திருந்த நகைகளில் ஒரு சங்கிலியைக் காணவில்லை. முற்றத்து மணலை அரித்துக்கூடத் தேடியாயிற்று. கிடைக்கவேயில்லை. நித்திலாவின் கட்டிலுக்கு அடியில் ஒளித்துவைக்கப்பட்டிருந்த மைமணம் மாறாத புத்தகங்களைப் பார்த்த அன்றைக்குத்தான் ஏதோ விபரீதமாகப் போய்க்கொண்டிருக்கிறது என்பது அம்மாவுக்கு உறைத்தது.

அழுது அடம்பிடித்து திருமணத்திற்குச் சம்மதிக்க வைத்தாள் அம்மா. நித்திலா அப்படிச் சம்மதித்ததுகூட ஏதோவொரு குற்றவுணர்வினாலும், அடிக்கடி அவளது கனவுகளில் தோன்றும் இராஜகுமாரன் இவனாயிருக்கக்கூடும் என்ற எதிர்பார்ப்பினாலுந்தான்.

புகார் கவிந்து மூடிய மழைமாலைப்பொழுதுகளில் அந்த இராஜகுமாரனோடு ஒரே குடையினுள் முன்னொருபோதும் அறிந்திராத தெருக்களில் அவள் நடந்து போயிருக்கிறாள். ஒரு தடவை அவர்கள் பீட்டர்ஸ்பேர்க்கில் புகையிரதத்துக்காகக் காத்திருந்தார்கள். அவளது தலையில் தூவப்பட்டிருந்த பனித்துகள்களை அவன் விரல்களால் தட்டிவிட்டான். அன்றைக்கு அவன் சாம்பல் நிறத்தில் கனத்த குளிராடையொன்றை அணிந்திருந்தான். நித்திலாவை அவன் 'நாஸ்தென்கா"வென்று அழைத்தான். முகமெல்லாம் களிப்பேருவகை பொங்கத் திரும்பிய கணத்தில் அவள்தான் எத்தனை அழகாயிருந்தாள்!

முதலிரவில், 'உனக்கு என்னவெல்லாம் பிடிக்கும்?' என்று கணவனானவன் கேட்டபோது, ஒரு நொடியும் தாமதிக்காமல் 'புத்தகங்கள்' என்றாள். அரையிருளில் அவனது முகம் புலப்படவில்லை. எனினும், அந்தப் பதிலால் அவன் திருப்தியடையவில்லை என்பதைத் தொடுதலில் உணர்ந்தாள். அவனோடு, நிறையக் கதைக்க விரும்பினாள். அவனோ வார்த்தைகளைக் காட்டிலும் செயலையே விரும்பினான். அனிச்சைச் செயலாகத் தன்னைத் தின்னக் கொடுத்து முகட்டைப் பார்த்துக்கொண்டு அவள் படுத்திருந்தாள். முகட்டைப் பிரித்துக்கொண்டு தன் குதிரை சகிதம் இராஜகுமாரன் வெளியேறிப் போனான். வருத்தமாக இருந்தது.

மாமியார் அவளது புத்தகங்களை எடுத்துவரக்கூடாதென்று சொன்னபோது திரும்பி கணவனின் கண்களைப் பார்த்தாள். அவனோ அதைக் கவனிக்காததுபோல மறுபுறம் திரும்பிக்கொண்டான். அப்போதிருந்தே அவனைப் பிடிக்காமலாயிற்று.

புகுந்த வீட்டில் மாடுகளும் மனிதர்களும் நிறைந்திருந்தார்கள். அவளுக்கு ஒரு நிமிடந்தானும் ஓய்வில்லை. இரவுகளில்

கணவன் படுக்கைக்கு அழைத்தால் சுவரில் நகரும் பல்லியையோ இருளையும் ஒளியையும் மாறி மாறிப் படர்த்தும் வாகனங்களின் நிழல்களையோ பார்த்துக்கொண்டு படுத்திருந்தாள். அவன் அவளை 'மரக்கட்டை' என்று திட்டும்போது மரத்த விழிகளால் அவனைப் பார்த்துவிட்டுத் திரும்பிப் படுத்துக்கொள்வாள். அவனும் நாளடைவில் சலித்துப்போனவனாக பக்கத்து ஊரிலுள்ள ஒரு பெண் வீட்டிற்குப் போய் தங்கத் தொடங்கினான். முதலில் தயங்கித் தயங்கிப் பகலிலும் பிறகு தயங்காமல் இரவிலும் போகத் தொடங்கினான். இவளோ வீட்டுக்குப் போகவேண்டும் என்று நச்சரித்துக் கொண்டேயிருந்தாள். மாமியாரும் "இந்தச் சனியனைக் கொண்டுபோய் விட்டுத்தொலை" என்று சொல்லத் தொடங்கினாள். அவன் ஆற்றமாட்டாமல் கொண்டுபோய் விட்டுவிட்டு வந்தான். அவள் வீட்டுக்குத் திரும்பிச் சென்ற அன்று, அவளிடமிருந்து மாட்டுச் சாணி வாடையடிப்பதாக அம்மா சொன்னாள். நீண்ட காலத்திற்குப் பிறகு அவள் புத்தகங்களோடு படுத்துறங்கினாள். நடுஇரவில் கண்விழித்துப் பார்த்தபோது ஆழ்கடலின் பேரமைதி தன்னுள் இறங்கியிருக்கக் கண்டாள்.

முதலில், அவள் தற்காலிகமாகத்தான் அங்கு வந்திருப்பதாக அம்மா நினைத்தாள். பிறகு உண்மையறிந்து முகத்தைத் திருப்பிக்கொண்டு திரிந்தாள். இவளோ, திருமணம் என்ற ஒன்று தனக்கு நடக்கவேயில்லை என்பதாக நடந்துகொண்டாள். போதாக் குறைக்கு, ஒரு சோடிக் காப்பை விற்று புத்தகங்கள் வேறு வாங்கினாள். அம்மா எடுத்ததற்கெல்லாம் கோபப்படத் தொடங்கியது அப்போதிருந்துதான். என்றாலும் புத்தகங்களைத் தூக்கியெறியுமளவிற்கு மனதில் கோபம் அடர்ந்திருக்கும் என்பதை நித்திலா அறிந்திருக்கவில்லை, அம்மா சலிக்காது கேட்டுக்கொண்டிருந்தாள்.

வயோதிகத்தில் சுருங்கியிருந்த அம்மாவின் முகம் இந்தக் கேள்வியைக் கேட்கும்போது துயரத்தால் மேலும் சிறுத்துவிடும். கண்கள் உள்ளாழத்தில் புதைந்துகொண்டன போலிருக்கும். அவளுக்கோ பதிலற்ற கேள்விகளைக் கேட்கும் அம்மா அவ்விடத்திலிருந்து அகன்றால் போதுமென்றிருக்கும்.

"மருமகன் எவ்வளவு நல்லவர். அவரோடை நீ ஏன் ஒத்துப் போயிருக்கக்கூடாது?"

இவளோ, கடைசியாக வாசித்த வரியில் அகலாது நின்றுகொண்டிருப்பாள். அடுத்த வரியானது எதிர்பாராத திசையில் அவளை அழைத்துச் செல்வதற்குக் காத்திருப்பதன் பதட்டம் உள்ளோடும்.

"உன்ரை வாழ்நாளிலை இதையெல்லாம் நீ வாசிச்சு முடிக்கப்போறேல்லை" அம்மாவின் குரல் சாபமிடுவதைப் போல ஒலித்தது.

அது நித்திலாவுக்கும் தெரிந்திருந்தது. ஆனாலு அவள் மழைக்காலத்திற்கென எறும்புகள் தானியங்களைச் சேமிப்பதைப்போல, விவசாயி விதைநெல்லைச் சேமிப்பதைப்போல, குழந்தைகள் பிரியமான தின்பண்டங்களைப் பொதிந்து வைத்திருப்பதைப்போல புத்தகங்களைச் சேகரித்தாள். வீட்டிற்கு வரும் யாராவது அவளது புத்தகங்களுக்கருகில் செல்கிறார்களென்று உணரும் தருணம் தற்காப்புக்குத் தயாராகும் விலங்கு போலாகிவிடுவாள். இரவல் கொடுப்பதென்பது இழப்பதே என்பதை அனுபவம் அவளுக்குக் கற்பித்திருந்தது. அவள் சந்தித்த சொற்பமான மனிதர்களில் விதிவிலக்கானவர்கள் மிகக்குறைவு. இரவல் கொடுக்கப்பட்டுத் திரும்பிவராத புத்தகங்களை மீண்டும் வாங்கி, இலக்கம் ஒட்டிப் பத்திரப்படுத்துவாள்.

கடைசியில், அம்மா சலித்த கண்களோடு கதவைச் சாத்திவிட்டுப் போவாள். அந்த மூடலில் கோபமும் வருத்தமும் கலந்திருக்கும்.

சேமிப்பு கரைந்துகொண்டே போய் இறுதியில் வீட்டை விற்கவேண்டிய நிலை வந்தபோது, அவள் அந்த பல்கனியை, அதையொட்டி வளர்ந்திருந்த இலையடர்ந்த மரத்தை, அதில் மாலையானதும் வந்தமரும் பறவைகளை, துல்லியமான வானத்தை, வெளிச்சத்தை இழந்தாள்.

புதிதாகக் குடிபோன வாடகை வீடு பகலிலும் இருண்டிருந்தது. பெயருக்குச் சன்னல்கள் இருந்தனதாம். ஆனால், அவற்றைத் திறக்கவொட்டாமல் பக்கத்து வீட்டுச் சுவர் தடுத்து நிறுத்தியிருந்தது வீடு மாறுவதற்கு முன்பாக புத்தகங்களில் சிலவற்றைப் பக்கத்திலிருந்த நூலகத்திற்கு மனமில்லாமல் கொடுக்கவேண்டியிருந்தது. அப்படியிருந்தும் இடம் போதவில்லை. அம்மா சின்னஞ்சிறிய கூடத்தில் உடலைக் குறுக்கியப்படி படுத்துக் கொண்டாள். கோடைகாலத்தில் வெப்பம் தகித்தது. குகையொன்றில் இருப்பதான மனநிலையில் மூச்சுத் திணறியது. மேலும், இரவு பத்துமணிக்கு மேல் விளக்குகளை எரிய விட அனுமதியில்லை. ஆறு மாதத்திற்கு மேல் அந்த அனலைத் தாங்கவியலாமற்போக மறுபடியும் வீடு மாறவேண்டியதாயிற்று.

வீடு மாறிச் செல்ல வேண்டியேற்பட்ட ஒவ்வொரு தடவையும் அம்மா புத்தகங்களில் கோபங்காட்டினாள். தனக்குப் பிரியமற்ற மனிதர்களைப் பார்க்கும் கண்களால் அவற்றைப் பார்த்தாள்.

“இதையெல்லாம் என்ன செய்யப்போறாய்?”

நித்திலா மௌனமாக அமர்ந்து, சின்னச் சின்ன அட்டைப் பெட்டிகளில் புத்தகங்களை அடுக்கிக்கொண்டிருப்பாள்.

வீடு மாற்றித் தர வந்திருந்த வேலையாட்களில் ஒருவன் அந்தக் கனமான அட்டைப் பெட்டிகளில் ஒன்றைத் தூக்கிச் செல்லும்போது கீழே போட்டுவிட்டான்.

“இதுக்குள்ளை என்ன பிணமா இருக்குது?” என்று கேட்டான் உடனடி விளைவான எரிச்சலோடு.

“ஓமோம்... உங்கடை பிணம்!” என்று சொன்ன பிறகுதான், அப்படிச் சொல்லியிருக்க வேண்டாமே என்று தோன்றியது. அவன் முகம் இருண்டவனாகப் படியிறங்கிச் சென்றுவிட்டான்.

இது கொஞ்சம் விசாலமான வீடு. ‘ஓ’வென்றிரைந்தபடியிருக்கும் வீதிக்கருகில் இருந்தது. கண்கள் கூசும்படியான வெளிச்சம். வெட்டவெளியில் நிற்பதுபோலிருந்தது. அவள் சன்னல்களை அடைத்து இருண்ட நிறத்திலான திரைச்சீலைகளைத் தொங்கவிட்டாள். பிறகு பிரிக்கப்படாத பெட்டிகளுக்கு நடுவில் அமர்ந்து வாசிக்கத்தொடங்கினாள். அம்மாவுக்கு அவளை என்ன செய்வதென்றே புரியவில்லை. குனிந்து வாசித்துக்கொண்டிருந்த அந்த மெல்லிய உருவத்தைச் சில விநாடிகள் உறுத்துப்பார்த்தாள். அவளது துயரம் ஒரு விம்மலெனப் புறப்பட்டது.

“என்ரை காலத்துக்குப் பிறகு நீ தனிச்சுத்தான் போகப்போகிறாய்”

அந்தத் தாய் விழிகளில் துளிர்த்த நீரைச் சுண்டியெறிந்துவிட்டு அங்கிருந்து நகர்ந்துபோனாள். எப்படியாவது யதார்த்த உலகினுள் நித்திலாவை இழுத்துப் போட்டுவிடவேண்டும். அதைச் செய்வதற்கு அப்போதைக்கு அவளுக்குத் தோன்றிய ஒரே வழி, நித்திலாவை வேலைக்கு அனுப்புவதுதான். அப்படியாவது அவளை வெளியாட்களோடு

பழகச் செய்யலாமென்று அம்மா நம்பினாள். ஆதங்கத்தோடு அந்தக் கேள்வியைக் கேட்கத் தொடங்கினாள்.

"நீ ஏன் வேலைக்குப் போகக்கூடாது?"

நித்திலா திகைத்துப் போனாள். வேலைக்குப் போவதென்பது அவளளவில் செத்துப் போவதுதான்! அதற்குச் சற்றும் குறைந்ததில்லை அது! அம்மாவால் இதுநாள்வரையில் கேட்கப்பட்ட கேள்விகளில் இதுதான் அதிகமும் அச்சுறுத்துவதாக இருந்தது. அலாரம் உச்சிமண்டையில் ஓங்கி அடிக்க, அதிகாலையில் பதறித் துடித்து எழுந்து வேலைக்கு ஓடிய அண்ணா நினைவில் வந்தான். ஒரு கோப்பிடமோ, கணினியிடமோ, இயந்திரத்திடமோ, கையில் மறைமுகச் சாட்டையேந்திய எந்த மனிதனிடமோ, தனது நாட்களைக் கையளித்துவிட்டு உயிருள்ள பிணமாக உலவுவதென்பது அவளளவில் அசாத்தியமே. ஆனாலும், அம்மா வேலைக்குப் போகச்சொல்கிறாள். நாளாக நாளாக, தள்ளவும் கொள்ளவும் முடியாத ஆளாக அம்மா மாறிவருவதாக அவளுக்குத் தோன்றியது. ஆனாலும், நோய்க்கிருமியென கவலை அவளை அரித்துக்கொண்டிருப்பதை நித்திலாவால் உணரமுடிந்தது. எல்லோராலும் வெறுக்கத்தக்க ஒரு ஆளாகத் தான் மாறிவிட்டேனோ என்று முதற்றடவையாக அவள் யோசிக்கத் தொடங்கினாள். அம்மாவாலும் வெறுக்கப்பட்டுவிடுவேன் என்ற நினைவு தாங்கவியலாத துன்பத்தைத் தந்தது. ஆனாலும் தயங்கியபடியே கேட்டாள்.

"ஏதாவது புத்தகக் கடையிலோ, லைப்ரரியிலோ எனக்கு வேலை கிடைக்குமா?"

அம்மா ஆயாசம் நிறைந்த கண்களால் அவளைப் பார்த்தாள். அங்கேயே விழுந்து செத்துப்போகலாம் போன்ற களைப்பு அவளை மூடியது.

"ஊருலகத்திலை உன்னைப் போல ஒரு பொம்பிளைப் பிள்ளை இருக்காது" என்றாள் கசப்போடு.

இதைச் சொல்லும்போது அவளது குரல் இற்றுப்போயிருந்தது. அதன்பிறகு நித்திலா, அம்மாவின் கண்களுக்கு அஞ்சத் தொடங்கினாள். அம்மா உறங்கிய பிறகு மெழுகுவர்த்தியின் ஒளியில் வாசிக்கப் பழகினாள். கிடைக்கக்கூடாதென்ற பிரார்த்தனையுடன் வேலைகளுக்கு விண்ணப்பம் அனுப்பவாரம்பித்தாள். நேர்முகப் பரீட்சைக்குத் தோற்றும்படியாக வந்த கடிதங்களைக் கிழித்துப் போடவும் புத்தகங்களுக்கு அடியில் மறைக்கவும் செய்தாள். எவ்வளவோ கவனமாக இருந்தும் அந்தக் கடிதங்களில் ஒன்று அம்மாவின் கைகளில் சிக்கிவிட்டது.

"இந்தப் புத்தகங்களை விட்டெறிஞ்சுபோட்டு வேலைக்குப்போ" என்றாள்.

"சாப்பிடவும் வாடகைக்கும் காசிருந்தால் போதாதா அம்மா?"

வீடு விற்ற பணத்தை வங்கியில் வைப்பிலிட்டு அந்த வட்டியில் சீவனம் போய்க்கொண்டிருந்ததை நித்திலா அறிந்திருந்தாள்.

அம்மாவின் முகம் கடுகடுத்தது. அவள் பல ஆண்டுகளை ஒரு நொடியில் கடந்துவந்திருக்க வேண்டும். பிறகு அறையை நோக்கிப் பாய்ந்தோடினாள். திரும்பி வரும்போது அவளது கையில் புத்தகங்கள் இருந்தன. அவற்றை நித்திலாவின் காலடியில் விசிறியெறிந்தாள்.

"இந்தச் சனியன்களை விட்டொழிச்சாத்தான் நீ உருப்படுவாய்" என்று கத்தியழுதாள். பிறகு கதவைத் தடாலென்று அடித்துச் சாத்திவிட்டு வெளியில் போய்விட்டாள்.

நித்திலா காத்திருந்தாள். மாலையாகிற்று. இருண்டது. கடிகாரத்தின் ஓசை

அப்படியொரு நாளும் பூதாகரமாகக் கேட்டதில்லை. அம்மா, அண்ணா வீட்டுக்குப் போயிருப்பாள் என்று தற்சமாதானம் செய்துகொண்டாள். தனிமை கொடிய நகங்களோடும் பற்களோடும் அருகிருந்தது. இரவு பத்துமணியளவில் அம்மா வீட்டினுள் நுழையும் காலடியோசை கேட்டது.

"நான் வேலைக்குப் போறன் அம்மா" என்று எழுந்திருந்து சொல்ல நினைத்தாள். பிறகு அந்த நாளின் கலவரத்தில் அயர்ந்து கண்ணுறங்கிப்போனாள்.

எழுந்து பார்த்தபோது விடிந்திருந்தது. வாகனங்களின் இரைச்சல் அமுங்கலாகக் கேட்டது. அருகிலிருந்த பெருமரத்திலிருந்து பறவையொன்று இடைவிடாமல் கூவியது. சமையலறையில் பாத்திரங்களின் ஓசை கேட்கவில்லை. எட்டு மணி வரை காத்திருந்தாள். வழக்கமாகத் தேநீர் கொண்டுவரும் அம்மா வரவேயில்லை. மெதுவாக எழுந்து வெளியில் வந்தாள். அம்மா கூடத்தில் பழஞ்சேலையை விரித்துப் போட்டுப் படுத்திருந்தாள். தலையணைகூட வைத்துக்கொள்ளவில்லை.

"அம்மா..." அழைத்துப் பார்த்தாள்.

இப்படியொரு கோபத்தை அம்மா அவளிடம் காண்பித்ததேயில்லை.

"உங்களுக்கு நான் வேலைக்குப் போகோணும்... அவ்வளவுதானே..?"

அம்மா சலனமற்றுக் கிடந்தாள்.

வயிற்றில் கலவரத்தின் கனத்தை உணர்ந்தாள். அருகமர்ந்து உலுப்பினாள். அம்மா அசைவற்றுக் கிடந்தாள். மெதுவாக விசும்பியழத் தொடங்கினாள். விசும்பல் கதறலாக மாறியது. யாரோ படியேறி வரும் காலடியோசை கேட்டது. சற்றைக்கெல்லாம் கூடம் ஆட்களால் நிறைந்துவிட்டது.

நித்திலா யாருடையவோ தோளில் சாய்ந்து அழுதுகொண்டிருந்தாள். அவ்வளவு துயரத்திற்கிடையிலும், வேலைக்குப் போக வேண்டியதில்லை என்று நினைக்க உள்ளுக்குள் சந்தோசமாகத்தான் இருந்தது.

77

இழப்பு

சல்மா

சல்மா
(19/12/1967)

ராஜாத்தி ரொக்கையா பேகம் என்ற இயற்பெயர் கொண்ட சல்மா கவிஞர், எழுத்தாளர், அரசியல்வாதி, சமூகச் செயற்பாட்டாளர் என்று பன்முகப் பரிமாணங்களைக் கொண்டவர். இவர் திருச்சி மாவட்டம் துவரங்குறிச்சியில் பிறந்தவர். 90களின் இறுதியில் எழுதத் தொடங்கிய இவர், மூன்று கவிதை தொகுப்புகளையும் மூன்று நாவல்களையும், இரண்டு சிறுகதை தொகுப்புகளையும் எழுதியுள்ளார். சாபம், பால்யம் என்பன இவரது சிறுகதைத் தொகுப்புகளாகும். சல்மா என்ற ஆவணப்படம் இவருடைய தன் வரலாற்றையும் இவர் சந்தித்த ஒடுக்கு முறைகளின் சமூக, சமய, பண்பாட்டு, அரசியல் சிக்கல்களையும் பற்றி எடுத்துரைக்கின்றது. இவருடைய 'இரண்டாம் ஜாமங்களின் கதை' என்ற நூல் மராத்தியில் மொழிபெயர்க்கப்பட்டு, சாகித்ய அகாதமி பரிசினைப் பெற்றுள்ளது.

மழையினால் நசநசத்துக் கிடக்கிறது வீடு. மொஸைக் தரையில் கால் வைக்க முடியாதபடி நெறுநெறுக்கிற மணல், பற்களைக் கூச வைப்பதாயிருக்கிறது. கூட்டத்தின் அடர்த்தியைச் சிரமத்துடன் விலக்கியபடி வெளியில் வந்து தெருவில் இறங்கி நடக்க ஆரம்பிக்கிறேன். இழப்பின் துயரத்தாலும் மனித நெரிசலின் இறுக்கத்தினாலும் புழுங்கிக்கிடந்த உடலும் மனமும் தெருக்காற்றின் குளிர்ச்சியில் சிலிர்த்துக்கொள்கின்றன என்றாலும், ஓர் அடிகூட எடுத்துவைக்க இயலாதபடிக்குக் கனத்து நடுக்கமுறுகிறது பாதம். ஒரு நிமிடமேனும் அங்கேயே நின்று ஆசுவாசம் கொள்ள விரும்பினாலும் அதற்குச் சாத்தியமில்லாதபடி அவ்விடத்தினூடாக நடமாடித் திரியும் கூட்டத்தினருடைய இருப்பு சங்கடமுண்டாக்குவதாயிருக்க, வலுக்கட்டாயமாக வீட்டை நோக்கிக் கால்களை எடுத்துவைத்து நடக்கிறேன். பத்தடி தூரத்தில் இருக்கும் வீட்டை அடையக் கடும் பிரயத்தனம் கொள்ள வேண்டியிருக்கிறது.

வீடு தன்னை நெருங்கவிடாதபடிக்குத் தள்ளித் தள்ளிப் போவதான கற்பனை மனத்தில் ஓட, இன்னும் தீவிரமாக எட்டி நடந்து நெருங்கிவிட முயற்சி செய்கிறேன். நீண்ட முயற்சிக்குப் பிறகே வீட்டை அடைவது சாத்தியமாகிறது. இந்த இரவின் முழுமையான இருளையும் தன்மீது

போர்த்திச் சாந்தமாக அமர்ந்திருக்கிறது வீடு. தளர்ந்த நடையோடு கதவின் மீது சாய்ந்து ஒரு நொடி தாமதித்தவள், புடவையை விலக்கி இடுப்பின் பக்கவாட்டில் சொருகியிருந்த சாவியை உருவி எடுத்துப் பூட்டைத் திறக்க முயல்கிறேன். பூட்டின் துளை தட்டுப்படாது தடுமாறுகிறேன். "ப்ச்" என அலுத்துக் கொண்டபடி மறுபடியும் அதனைத் திறக்க முயற்சிக்கிறேன். சிறிது நேரப் போராட்டத்திற்குப் பிறகே பூட்டைத் திறக்க முடிகிறது என்றாலும், கனமான பித்தளைத் தாழ்ப்பாளை இழுத்துத் திறப்பது பெரும்பாடாக இருக்கிறது. தினமும் திறக்கும் தாழ்ப்பாளைத் திறக்க இன்று முழுபலத்தையும் திரட்ட வேண்டியிருக்கிறது.

கதவு திறந்து உள்ளே நுழைகிற என்னை, எதிர்கொள்கிறது இன்னும் அதிக அடர்த்தியான இருள். "அக்கா நாளைக் காலையில வந்திடுவேன்" - அவனது குரல் இன்னும் செவியிலிருந்து நீங்காமலிருக்க, சுவற்றின் மீது சரிந்து நழுவித் தரையில் அமர்ந்துகொள்கிறேன். சில்லிட்டுக் கிடக்கும் தரையின் குளிர்ச்சி தாங்கமுடியாமல் நடுக்கமுறுகிறது பலவீனமான உடல். சற்று நேர ஓய்விற்குப் பிறகே அவ்விடத்திலிருந்து எழுந்துகொள்ள முடியும் எனத் தோன்றுகிறது. சற்று நேர ஆசுவாசத்திறகுப் பிறகும்கூட அவ்விடத்திலிருந்து எழுந்துகொள்ளக் கடும் பிரயத்தனம் தேவையாகவேயிருக்கிறது. கைகளிரண்டையும் தரையில் ஊன்றிச் சிரமத்துடன் எழுந்து, அடுத்து என்ன செய்வது என்கிற தடுமாற்றம் உண்டாக, இலக்கில்லாதபடி இருளில் ஊடுருவி, ஹாலின் குறுக்காக நடந்து சென்று அங்கிருக்கும் ஜன்னலை அடைகிறேன். கண்களுக்குப் பழகிவிட்ட இருள் பெரிதாகத் துன்புறுத்தாதது நிம்மதியைத் தருகிறது. திறந்திருக்கிற ஜன்னல் கதவிலிருந்து உள் நுழைகிற காற்றில் படபடக்கும் திரையைத் தொட்டு நிறுத்தி ஜன்னலின் ஓர் ஓரமாக அதனை நகர்த்தி ஒதுக்குகிறேன். விரல்கள் பற்றும் ஜன்னல் கம்பியின் குளிர்ச்சியை உணர்ந்தபடி, தெருவையும் அதனைத் தாண்டி எதிர்த் திசையில் இருக்கும் கபர்ஸ்தானையும் நோக்கிப் பார்வையைச் செலுத்துகிறேன்.

அவன் புதைக்கப்பட்ட இடம் எதுவாக இருக்கும் என்பதைப் பதற்றத்துடன் அவசரமாகத் தேடுகிற என் கண்களுக்கு மல்லிகைப் பூக்களால் அலங்கரிக்கப்பட்ட புதைகுழி பளிச்செனப் பார்வையில் தட்டுப்படுகிறது. தெருவை ஒட்டிய சுற்றுச்சுவருக்கு அருகில் என் வீட்டு ஜன்னலுக்கு எதிராகவே அவன் புதைக்கப்பட்டிருப்பது தாங்க முடியாத அதிர்ச்சியாய் உருவெடுக்க, இனி எக்காலத்திலும் என்னால் இத்துக்கத்திலிருந்து விடுபடவே முடியாதோ என்கிற பீதி பெரும் துயரமாய் எழுகிறது.

"நீ எத்தனை அடி உயரம்?" அவனது கட்டைக் குட்டையான உருவத்தைப் பார்த்துக் கேட்ட இவளிடம், "அஞ்சு அடிக்கா" கூச்சத்துடன் சொல்லித் தலைகுனிந்து கொண்ட அவனது முகம் நினைவில் மேலெழுகிறது. மழையினால் சொதசொதத்துக் கிடக்கும் ஆறடிக் குழிக்குள் அவ்வுடல் இன்று புதையுண்டு கிடக்கிறது. நேற்றிரவு வீட்டில் தனது படுக்கையில் சகல சௌகர்யங்களுடன் படுத்து உறங்கியவனை, இன்று பாம்புகள் ஊர்ந்து திரிகிற பாதுகாப்பற்ற இருளில் மூழ்கியிருக்கிற குழிக்குள் கிடத்தியிருப்பதன் யதார்த்தத்தை ஏற்கத் தயங்கும் மனத்தைச் சரிசெய்ய மிகுந்த பிரயாசை வேண்டியிருக்கிறது.

மரணம் எங்கே ஒளிந்துகொண்டிருந்து? எங்கிருந்து வருகிறது? ஒரே பாய்ச்சலில் கொத்தித் தூக்கிக்கொண்டு எங்கே போகிறது? பதிலில்லாத கேள்விகளால் தலை வெடித்துவிடும் போலிருக்கிறது.

அக்கேள்விகளிலிருந்து விடுபடத் தலையை இடவலமாக ஆட்டித் தன் நிலைக்கு வருகிறவளின் பார்வை, அவனது கபர்ஸ்தானிலிருந்து மீண்டு, உள்புறமாகச் சென்று அலைந்து மெர்க்குரி விளக்கின் ஒளி வரிசையாய் அணி வகுத்து நிற்கும் தென்னை மரங்களின்மீது விழுகிறது. அதன் கிளைகள் தீட்டப்பட்ட ஓவியங்களைப் போலத் துளிக்கூட அசையாமல் மௌனித்திருக்கின்றன. ஏதோ ஒரு மரத்திலிருந்து ஒலிக்கும் பறவையொன்றின் ஒலி காதில் விழுகிறது. வழக்கமாக அவ்வொலி திகிலை உண்டுபண்ணுவதாயிருக்கும் என்றாலும், இன்று வெற்று ஒலியாய் மனத்தில் நிரம்புகிறது. வீடு இன்னும் இருளில் மூழ்கியிருக்கிறது. சுவிட்சைத் தட்டி விளக்கை எரியவிட வேண்டும் என்கிற எண்ணமே தோன்றாததால், தொடர்ந்து அங்கேயே நின்றுகொண்டு எதெதையோ யோசிக்க முற்படுகிறேன்.

“செத்துப்போறதுன்னா என்ன?” பகலில் குழந்தை என்னிடம் கேட்ட கேள்வி நினைவுக்கு வருகிறது. எனக்கு எத்தனை வயதிருக்கும்போது இதே கேள்வியை அம்மாவிடம் கேட்டேனெனக் கணிக்க முயல்கிறேன். ஐந்து அல்லது ஆறு? குழப்பமாக இருக்கிறது.

தாழ்வாரத்தில் கிடந்த கட்டிலில் அம்மாவின் மடிமீது தலைவைத்துப் படுத்துக்கொண்டு, ஓட்டுச் சரிவிலிருந்து வழிந்து முற்றத்தில் கொட்டிக்கொண்டிருக்கிற மழை நீரிலிருந்து எழும் முட்டைகளைச் சத்தமாக எண்ணத் தொடங்குகிறேன். பதினாறோடு தடைப்படுகிற எண்ணிக்கை அம்மாவுக்குச் சிரிப்புண்டாக்குவதாயிருக்கிறது.

“என்னாச்சு அவ்வளவுதானா?” என்கிறாள். வெட்கம் பிடுங்கித் தின்ன அம்மாவின் மடியில் இறுக்கமாய்ப் புதைகிறது முகம்.

“பக்கத்து வீட்டுப் பானுவுக்கு அம்பது வரைக்கும் எண்ணத் தெரியும். நான் உனக்குச் சொல்லித் தரட்டுமா?”

வேகமாக முகம் உயர்த்தித் தலையாட்டி அதனை ஆமோதித்தபடி, “அவளுக்கு அவங்க ராதி சொல்லித் தந்தாங்க. ஆனா எனக்கு ராதி ஏன் இல்லை?” ஆர்வமாகக் கேட்கிறேன்.

சற்று நேர அமைதிக்குப் பிறகு அம்மா சொல்கிறாள். “அவங்க நீ பொறக்கு முன்னே மௌத்தாப் போய்ட்டாங்க.” முதன் முதலாகக் கேள்விப்படுகிற வார்த்தையின் அர்த்தம் புரியாத குழப்பத்துடன், “அப்டின்னா?” என்று விழித்தவளிடம், “அப்டின்னா செத்துப் போறது... அதாவது இறந்து போறது... அல்லாட்டப் போறது...” இவளுக்குப் புரியும் விதமாகச் சொல்லவியலாத வருத்தம் தொனிக்கும் அம்மாவின் குரலில், இனி எதுவும் கேட்கக்கூடாது என்கிற கண்டிப்பும் கலந்தே இருப்பது புரிய, மௌனமாக அது குறித்த யோசனைக்குள் ஆழ்ந்துபோகிறேன்.

அன்றில்லாமல் எல்லாக் காலத்திற்குமாகத் தன்னுள்ளாகப் பொதிந்துள்ள புதிரினைத் தக்கவைத்துக் கொண்டிருப்பதிலேயே, அதன் வசீகரம் தேங்கியிருப்பதாக நினைத்தபடி, நெடிய பெருமூச்சொன்றினை விடுவிக்கிறேன்.

“அம்மா” எனக் கத்தியபடி ஓடி வந்து இறுக்கிக் கட்டிக்கொள்ளும் யாஸர் என்னைத் தன் உணர்வுக்குக்கொண்டு வருகிறான். வீடே இருளில் மூழ்கியிருப்பதைக் கண்டு பதறியவள் அவனை இறுக அணைத்துப் பிடித்தபடி, சுவிட்ச் இருக்கும் இடம் நோக்கி நகர்கிறேன். பயத்தில் உறைந்திருந்த குழந்தையின் முகம் வெளிச்சத்தில் இறுக்கம் தளர்ந்து பிரகாசம்கொள்கிறது என்றாலும், தாயின் முகத்தில் வெளிப்படும் கலக்கம் புரியாத தடுமாற்றத்துடன் ஓடிப்போய் சோபாவில் அமர்ந்து என் முகத்தையே உற்றுக் கவனிக்கிறான்.

அவனது பயத்தைப் போக்கும் விதத்தில் அவன் முகத்தைக் கூர்ந்து கவனித்து இதமாகச் சிரிக்கிறேன். அச்சிரிப்பு துளிக்கூட என்னோடு ஒட்டவில்லை என்பது அவனுக்குத் தெளிவாகவே புரிகிறது என்பதை அறிந்தவளாக, அவனருகே சென்று அமர்ந்து, அவனை இறுக அணைத்துக்கொள்கிறேன். என் மடியின்மீது தனது பாதுகாப்பை உறுதி செய்தவனாகத் தூங்க ஆரம்பிக்கிற அவனது தலைமுடியை வருடிக்கொடுத்தவாறே, அண்ணாந்து சுவர்க் கடிகாரத்தில் மணி பார்க்கிறேன். நேரம் பத்தைத் தொட்டிருக்கிறது. "பாவம் குழந்தை" என முணுமுணுத்தபடியே அவனைக் கொண்டுபோய்ப் படுக்கையில் விடுகிறேன். ஜரினாவின் வீட்டில் சாப்பிட்டிருப்பான் என்கிற நிம்மதியோடு அவனுக்கு அருகிலேயே படுத்துக்கொள்கிறேன்.

தூங்க முடியும் என்கிற நம்பிக்கை சுத்தமாக இல்லை என்றாலும், சும்மாவேனும் படுத்துக்கொண்டிருக்க விருப்பமுண்டாகிறது. மரணத்தை நெருக்கமாகப் பார்த்த பிறகு வாழ்க்கை எப்படி இத்தனை அர்த்தமற்றதாகவும் அபத்தமானதாகவும் மாறிவிடுகிறது என்கிற கேள்வி பீறிட்டு எழ, மரண வீட்டிலிருந்து வந்த பிறகு, கை கால் முகம் கூடக் கழுவாதது நினைவுக்கு வருகிறது. இதைக் கூடச் செய்யாமல் அப்படி என்ன அலுப்பு எனத் தனக்குள்ளாக முனகிக் கொண்டவளுக்கு, அதற்குக் காரணம் அலுப்பு மட்டும்தானா என்கிற யோசனை எழுகிறது. உடுத்தியிருக்கும் புடவையெங்கும் யார் யாருடைய கண்ணீர்த் துளிகளோ தேங்கிக் கனப்பதாகத் தோன்றினாலும், கொஞ்சம்கூட அசூயைக் கொள்ளாமல் உடையைக் களையும் எண்ணத்தைப் புறக்கணிக்கிறேன். படுக்கையின் மீதான எனது இருப்புத்துளியும் அசைவற்றிருக்கிறது.

இப்படியே தூங்கிவிட முடிந்தால் எத்தனை நன்றாயிருக்கும் என நினைத்தவளுக்கு, உடனேயே அதிலுள்ள சாத்தியமின்மையையும் யோசிக்க முடிகிறது. இந்தத் துக்கத்திலிருந்து விடுபட எத்தனிப்பதில் உள்ள சுயநலத்தை எண்ணிக் கூச்சம் உண்டாகிறது.

தூங்கிக் கடக்கும் அளவுக்கு அற்பமானதா இந்த இழப்பு எனக் கேட்டுக் கொள்கிறவளுக்கு, ரொம்பவும்தான் அலட்டிக்கொள்கிறோமோ என அவமானமாக இருக்கிறது. எதையுமே நினைக்காமல் இருக்க முயற்சிக்கிறேன். அது மட்டும் சாத்தியமாகக் கூடியதா என்ன என நினைத்தபடி, படுக்கையில் புரண்டு படுத்தவாறு கடிகாரத்தில் மணி பார்க்க முயல்கிறேன். இருளில் ஒன்றும் தெரியவில்லை என்றாலும், பரவாயில்லை தெரிந்து என்ன செய்யப் போகிறேன் எனச் சமாதானம் செய்துகொள்கிறேன்.

வயிறு பசிப்பதான உணர்வு மேலிடக் காலையிலிருந்தே ஒன்றுமே சாப்பிடவில்லை என்பது நினைவுக்கு வருகிறது. சாப்பாடு மட்டுமா, தண்ணீர்கூடக் குடிக்கவில்லை என நினைத்தவளுக்கு வியப்பு உண்டாகிறது. என்றைக்காவது ஒரு நாள் இதுபோல முழுப் பட்டினி இருந்திருக்கிறோமா என யோசிக்கிறேன். அப்படி ஒரு நாள்கூட இருந்ததில்லை, ரம்ஜான் மாதத்தில்கூட என்பது நினைவுக்கு வர, பின்னர் அதுவே தீராத வியப்பாக மாறுகிறது. இது எப்படி சாத்தியமாயிற்று என்கிற கேள்வியோடு பெரிய சாதனையொன்றினைச் செய்தது போன்றதொரு பெருமித உணர்வுக்கு ஆட்பட்டவள், உடனே உடலைக் குலுக்கி அவ்வுணர்விலிருந்து விடுபடுகிறேன்.

பகலில் குழந்தையைச் சாப்பிட வைத்த பொழுது ஜரினா "இந்தா பார், நீயும் கொஞ்சம் சாப்பிட்டு வயித்தை நனைச்சு வை. நல்ல பையன்தான், பக்கத்து வீட்டுக்காரன்தான், பாசமாத் தான் இருப்பான் எல்லார்கிட்டேயும்.

வருத்தமாகத் தான் இருக்கு, என்ன செய்ய? அவன் அம்மா, பொண்டாட்டியே ஒரு முறைக்கு நாலுமுறை காப்பி குடிச்சுக்கிட்டாக. ஒனக்கென்ன?" சலிப்போடு கெஞ்சினாள். இவள்தான் பிடிவாதமாக மறுத்துவிட்டாள். ஓர் உயிர் அநியாயமாகப் போய்விட்ட நிலையில் பசியை உணர்வதும், சாப்பிடுவதும், பெரிய குற்றவுணர்ச்சியை உண்டு பண்ணுவதாயிருக்கிறது. கடுமையான பசியை உணர்கிற இந்த நேரத்தில் கூட அவ்வெண்ணம் வலுப்பெறவே செய்கிறது.

பசியும் தூக்கமும் மனித இயல்பு தானே? இதில் குற்றம் சொல்ல என்ன இருக்கிறது என்கிற கேள்வி எழ, எனக்கே அந்த அசட்டுத்தனமான வாதத்தை நினைத்து சிரிக்கத் தோன்றுகிறது என்றாலும், அவனது உடலை அடக்கம் செய்த கையோடு, கறியும் சோறும் சாப்பிட உட்கார்ந்த கூட்டத்தைப் பார்த்து, தான் பயந்து நடுங்கியதும் ஞாபகம் வருகிறது. ஜன்னலுக்கு வெளியே கொட்டும் மழையின் ஓசை கேட்கிறது. குளிர்ந்திருக்கிற இரவில் படுக்கையின் மெத்தென்ற இதமும் குழந்தையின் அருகாமையும் உறக்கம் தன்னை நெருங்குவதற்கான சாத்தியங்களை உறுதி செய்வதை நம்பியவளுக்கு, இந்த மழையில் நனையும் குழிக்குள் அவனது உடல் கிடத்தப்பட்டிருப்பதும், நான் சொகுசாகப் படுக்கையில் படுத்திருப்பதும் தாங்கவியலாத துயரமாக உருவெடுக்கின்றன. இரவின் அனைத்துப் பக்கங்களின் மீதும் மரணத்தைப் பற்றிய அச்சுறுத்தல் நீக்கமற நிறைந்திருப்பதனை மறக்க முயன்றவளாக உறங்கிப் போகிறேன்.

• • •

பாதித் தூக்கத்தில் திடுக்கிட்டு விழித்தவளுக்குத் தொலைபேசியின் ஒலிதான் தன்னை எழுப்பியதோ என்கிற சந்தேகம் தோன்ற, பயத்துடன் உற்றுக் கவனிக்க, தொலைபேசி ஒலிக்கவில்லை என்பதை ஊர்ஜிதம் செய்துகொள்கிறேன். வழக்கமாக நடு இரவில் வரக்கூடிய தொலைபேசி அழைப்பு, ஏன் இன்னும் வரவில்லை என்கிற கேள்வி விஸ்வரூபம் கொள்ள, இனிமேல் வரக்கூடும் என்கிற உறுதியோடு கவலையும் சூழ்கிறது.

"இதை நினைச்சு எதுக்காகக் கவலைப்படுற? நீ தனியா இருக்கிற இல்லெ, பொறுக்கி நாய் ஏதாவது வம்பு பண்ணும். பேசாம ரிஸீவரை எடுத்துக் கீழே போட்டுட்டுத் தூங்கு" என்று சொல்லும் ஜரினா, "ஆமாம் அதுவும் முடியாது இல்லெ. ஒம் புருஷன் சவுதியிலிருந்து ராத்திரி நேரந்தான ஒனக்குப் போன்ல பேசுவாரு" என்று அதன் சாத்தியமின்மைகளையும் சொல்லி அலுத்துக்கொள்வாள்.

பிறகு அவளே "ஆமாம், ஒரு வார்த்தையும் பேசித் தொலைக்க மாட்டேங்கிறான். அப்புறம் எதுக்குப் போன் பண்ணுறான்..." கெட்ட வார்த்தை சொல்லி நக்கலாகச் சிரித்துக்கொள்வாள்.

மறுபடியும் தூக்கம் வருமென்று தோன்றவில்லை. எனக்கென்னவோ இந்தத் தருணத்தில், இன்னும் வராத அந்தத் தொலைபேசி அழைப்புக்காகக் காத்திருப்பது போலிருந்தது சங்கடமுண்டாக்குவதாயிருக்கிறது. படுக்கையிலிருந்து எழுந்துகொள்ள வேண்டுமென்கிற நிலை கொள்ளாத தவிப்பு மேலிடுகிறது. மெத்தையின் இதம் தரும் குற்றவுணர்வோடேயே என்னை அதனுள்ளாகப் புதைத்து அத்தவிப்பிலிருந்து விடுபட முயல்கிறேன்.

"ரொம்ப நாளா ஆசை. இதே மாதிரி விலையுயர்ந்த கட்டில் மெத்தை வாங்கணும்னு, வாங்கிட்டேன்க்கா" -பெருமையோடு ஒலித்த அவனது குரல் திடீரென நினைவில் தட்டுப்பட, உடனேயே பழையபடி, குற்றவுணர்வுக்குள் தள்ளப்படுகிறேன்.

கடந்துகொண்டிருக்கிற ஒவ்வொரு

நொடியிலும் என் விழிப்பு தொலைபேசி அழைப்பிற்கான காத்திருத்தலாக மாறுகிறதோ என்கிற ஐயம் பெருகிக்கொண்டிருக்கிறது. இதுநாள்வரை நான் அவ்வழைப்பினை விரும்பியே எதிர்கொண்டு வந்திருக்கிறேனோ என்கிற கேள்வி உருவாகிவிடாமல் துரத்த, பதற்றமுறுகிறது மனம். என்ன நடந்துகொண்டிருக்கிறது என்கிற கவலையூடே, நான் யாரென அறிந்துகொண்டுவிடக்கூடாதென்கிற பயமும் ஒன்றிணைய, குழப்பத்தில் ஆழ்கிறேன்.

ஒரு வார்த்தை பேசாவிட்டால் என்ன? அந்த அழைப்பில் மிகுந்திருப்பது எனக்கான வேட்கையும் விருப்பமும் தானே? தினமும் கலையும் தூக்கத்தினூடே, மனத்தின் அமைதி அழிவதற்குப் பதிலாக, ஓர் ஓரத்தில் தனக்குள்ளாகப் பெருமித உணர்வு துளிர்த்ததா இல்லையா? என்னை நோக்கியே என்னால் எழுப்பப்படுகிற கேள்வியினால் சிதைவுறும் என் பிம்பத்தை, நேர் செய்யும் விதமாகத் தலையணையின் மீதாகத் தலையை இடவலமாகப் பலமாக ஆட்டிக் கொள்கிறேன்.

ஒவ்வொருநாளுமே என்னை அழைப்பது யாராக இருக்கும் என்கிற கேள்வியும், அதனை அறிவதற்கான ஆர்வமும் என்னை எத்தனை துன்புறுத்தியிருக்கிறது? இன்றோ யார் என்கிற கேள்வியோடு, இன்னும் வரவில்லை என்கிற வருத்தமும் தானே சேர்ந்திருக்கிறது. நினைக்க நினைக்கக் குழப்பம் மட்டும் மிச்சமாகப் படுக்கையிலிருந்து எழுந்து அமர்கிறேன். வெற்று வயிறோடு இருப்பதுதான் இப்படித் தூக்கம் வராமல் சித்ரவதை செய்கிறது என யோசித்தவள், கட்டிலைவிட்டு எழுந்து தண்ணீர் இருக்கும் இடத்தை நோக்கிச் சென்று, சொம்பிலிருந்த தண்ணீரை எடுத்து வேகவேகமாகக் குடிக்கிறேன்.

பசியினாலும் தாகத்தினாலும் ஒடுங்கிக் கிடந்த வயிற்றில் தண்ணீர் விழுந்த மறு நிமிடமே வலியுண்டாக, அடிவயிற்றைப் பிடித்தபடியே மறுபடியும் வந்து படுக்கையில் சரிகிறவளுக்கு, வழக்கமாக வரும் தொலை பேசி அழைப்பில் ஒரே ஒருமுறை தான் கேட்க நேர்ந்த பெண்ணின் குரல் நினைவிலாட, அன்று நிகழ்ந்த விஷயத்தை நினைவூட்டிக் கொள்வதன் வழியே, இந்த நாளின் இறுக்கத்தைச் சற்றேனும் தளர்த்திக்கொள்ள முடியும் என்கிற எண்ணம் உண்டாகிறது. அவள் தான் அன்று எத்தனை அற்புதமாகப் பாடினாள்! ரிஸீவரை எடுத்ததுமே என் காதில் விழுந்த பாடலின் வரிகள், அரை குறை விழிப்பில் புரியாத தடுமாற்றத்தை உண்டாக்குவதாயிருக்கிறது. ஒரு சில நொடியில் நிதானத்திற்கு வந்த பிறகே, அது ஒரு மலையாளப் பாடல் என்பதும், கொஞ்சிக் குழையும் அக்குரலிலிருந்தே அது ஒரு காதல் பாடல் என்பதையும், என்னால் கணிக்க முடிகிறது. பாடலுக்கு இடையிடையே அவள் யாரையோ முத்தமிடுவதும், பிறகு பாடலைத் தொடர்வதுமாக சுவாரஸ்யம் கொள்கிறது அத்தருணம். அவளது குரலின் வசீகரம் மயக்க மூட்டுவதாய் இருக்க, அதனை ரசித்தபடியே தொடர்ந்து கவனமாகக் கேட்டுக்கொண்டிருக்கிறேன், என் வாழ்க்கையில் ஏதேனும் ஒரு சந்தர்ப்பத்தில் அக்குரலைக் கேட்டிருக்கிறோமா என்கிற தீவிர யோசனையோடு.

முழுப்பாடலையும் பாடி முடித்தவள், “உஸ். கிள்ளாதீங்க வலிக்குது” எனச் சிணுங்குகிறாள். என்ன நடந்துகொண்டிருக்கிறது என்பது புரிய, குழப்பத்திலும், பயத்திலும் நா வறண்டு போகிறது என்றாலும், அக்குரலின் வழியே எனக்குள்ளாக உருக்கொள்ளும் கூடலின் சித்திரம் அந்நேரத்தை, சுவாரஸ்யம் மிக்கதாய் மாற்றுகிறது. அவள் மறுபடி “ச்சீ போங்க” எனச் செல்லமாய்க் கொஞ்சுகிறாள்; பிறகு மலையாளத்தில் ஒரு வார்த்தை சொல்கிறாள்;

முத்தமிடுகிறாள்; மறுபடியும் பாடத் துவங்குகிறாள்; இம்முறை தமிழ் சினிமாவின் காதல் பாடல். நான் எத்தனையோ முறை அப்பாடலை ரேடியோவில் கேட்டிருந்தாலும், இன்று அவளது குரலில் அப்பாடல் அற்புதம் கொள்கிறது. காதலில் இன்புற்றிருக்கும் அக்குரலில் நனைந்திருக்கும் காதல் உணர்வு கூச்சத்தை உண்டுபண்ணக் கூடியதாயிருந்தாலும் ரசிக்கக் கூடியதாய் இருக்கிறது.

ஒரு சில நிமிடங்களிலேயே என்ன நடக்கிறது, இங்கே நான் என்ன செய்துகொண்டிருக்கிறேன் என்கிற கேள்வி திடுமென எழ, அவமானத்தினால் குலுங்குகிறது உடல். யாருடைய படுக்கை அறைக்குள்ளோ தான் ஒளிந்துகொண்டுவிட்டதான அருவெறுப்பும், என்ன நிகழ்ந்து கொண்டிருக்கிறது என்பதும், இப்படி நடப்பதற்கான காரணமும் சட்டென உறைக்க, ஆத்திரமாக ரிஸீவரை வைக்கிறேன். என் நம்பரைக் கூப்பிட்டு, படுக்கையினருகாக வைத்திருப்பவனது எண்ணத்தை, இத்தனை நேரமாகக் கேட்டுக்கொண்டிருந்ததன் வழியாக நான் பூர்த்தி செய்திருக்கிறேன் என்பது புரிய, ஆத்திரத்தில் பொங்கிப் பொங்கி எழுகிறது உடல்.

அவன்தான் அப்பெண்ணுக்கு எத்தனை பெரிய நம்பிக்கை துரோகத்தினைச் செய்திருக்கிறான். அவளை நினைத்துப் பரிதாபம் கொண்டாலும், ஒரு குற்றவுணர்வுமின்றி இத்தனை நேரமாக அவளது அந்தரங்க உணர்வுகளைக் கேட்டுக்கொண்டிருந்தது மட்டும் எவ்வகையில் நியாயமாயிருக்க முடியும்? அவன் அவளுக்குச் செய்ததற்கு எந்த விதத்திலும் குறைவானதில்லையே நான் செய்தது.

அதன் பிறகு எஞ்சிய இரவு நெடுக, அப்பெண்ணின் குரல் என்னைச் சுற்றியே ஓடிக்கொண்டிருக்க, தூக்கம் எங்கோ ஓடி மறைந்தே விடுகிறது.

நினைவுகளின் சுமையிலிருந்து விடுபட்டவளாகப் படுக்கையில் அமர்ந்திருக்கிறேன். மனமும் உடலும் ஒருசேர அயர்ச்சிக்குள்ளாக, இருளையே வெறிக்கிறேன். உடனேயே தூங்க முடியாவிட்டால் பைத்தியமே பிடித்துவிடக் கூடுமென்கிற அச்சம் உண்டாக, ஒன்று இரண்டு மூன்று என மனதிற்குள்ளாக எண்ண ஆரம்பிக்கிறேன். இதுவரை எங்கோ ஒளிந்திருந்து போக்குக் காட்டியபடியிருந்த தூக்கம் ஒரு பறவையின் சிறகென என் மீதாகப் படர்ந்து, என்னை அரவணைத்துக் கொள்கிற அற்புதம் நிகழாதா என்கிற ஆதங்கத்துடனே தொடர்கிறது எனது எண்ணிக்கை.

ஒரு பொழுது இத்தனை வெறுமையோடு விடியுமா என்பது போலத் தொடங்குகிறது இந்த அதிகாலை. அடி வயிற்றில் தசைகள் இறுக்கிப் பிடித்து வலிப்பதை உணர்கிறேன். வறட்டுப் பிடிவாதத்தினாலும் குற்ற உணர்வினாலும் பட்டினி கிடந்ததன் விளைவைப் பற்களை இறுகக் கடித்து எதிர்கொள்கிறேன். சக்கையைப் போலப் படுக்கையின் ஓரத்தில் ஒதுங்கிக் கிடக்கிற உடல், எத்தனையோ ஆண்டுகளாக நோயுற்றுக் கிடப்பது போன்ற பலவீனத்தை அடைந்திருக்கிறது. என்னால் படுக்கையிலிருந்து எழுந்துகொள்ள முடியுமா என்கிற பயம் பிடித்தாட்ட, நான் இத்தனை தூரம் தன்னைத்தானே தண்டித்துக்கொள்வதன் முட்டாள்தனம் புரிய, வெகுவான சிரமத்துடனேயே எழுந்துகொள்ள முடிகிறது.

அவ்வீட்டின் முன்பாகப் போடப்பட்டிருக்கிற பிரமாண்டமான பந்தல், அவனது மரணத்தை உறுதி செய்வதாய் இருக்க, எனக்குள்ளாக உருக்கொள்கிற பீதியையும் நடுக்கத்தையும் மறைக்க முயன்றவளாக, வீட்டினுள்ளே நுழைபவளைப் பல்வேறு விதமான

குரல்களுடனேயே அரவணைக்கிறது வீடு. வீடு முழுக்க நிரம்பியிருக்கிற மனிதக் கூட்டத்தினால் அது தன் சவக்களையை முற்றிலுமாக இழந்துவிட்டிருக்கிறது. மண வீட்டிற்கும் மரண வீட்டிற்குமிடையிலான இடை வெளியைக் காற்றில் மிதந்து வருகிற சுவையான உணவின் மணம் இட்டு நிரப்ப, சிறிது நேரக் குழப்பத்திற்கு ஆட்படுகிறேன்.

ஹாலின் ஒரு மூலையில் அமர்ந்திருக்கும் அவனுடைய தாய், தன்னைச் சுற்றி அமர்ந்திருக்கும் மற்ற பெண்களிடம் தன் மகனைப் பற்றிய நினைவுகளைக் கதைகளாகச் சொல்லிக்கொண்டிருக்கிறாள். இடையிடையே தனக்கு அருகாக இருக்கும் எச்சில் பணிக்கத்தை எடுத்து, தான் கொண்டிருக்கும் வெற்றிலை எச்சிலைச் சாவகாசமாகத் துப்பியபடி இருக்கிறாள். நான் யாராலும் கவனிக்கப்படாதது எனக்குப் பெரிய நிம்மதியைத் தருவதாக இருக்க, ஹாலின் வடக்குப்புறமாக எனக்கெதிராக இருக்கும் அறையை நோக்கி அவசரமாகவே நடக்கிறேன். அறையை மறைத்தபடி தொங்கும் பச்சை நிறத் திரைத்துணியை விலக்கி உள்நுழையும் தருணத்தில், அவனுடைய மனைவிக்கு ஆறுதல் சொல்லக்கூடிய நிலைக்கு என்னைத் தயார்படுத்திக்கொண்டேனா என்கிற கேள்வி எழுந்து அடங்க, திரைத் துணியை விலக்கி அறைக் குள்ளாக நுழைகிறேன்.

பாதத்தில் சற்று முன் கழுவிவிடப்பட்ட தரையின் ஈரமும் குளிர்ச்சியும் தட்டுப்படுகின்றன. வெளி வெளிச்சம் வராமல் அடைக்கப்பட்ட அறை விடிவிளக்கின் ஒளியினால் ஒளியூட்டப்பட்டதாயிருக்கிறது. அறை ரொம்பவும் சிறியதாக இருப்பது மூச்சு முட்டுவது போலிருக்கிறது. சமீபத்தில் கட்டிய வீடு என்றாலும் இத்தனை பெரிய வீட்டில் இவ்வளவு சிறியதாகவா அறையிருக்கும் என யோசித்தபடி, அப்பெண்ணை நோக்கிச் செல்கிறேன். தரையின்மீது விரிக்கப்பட்டிருக்கிற பிளாஸ்டிக் பாயின் மீது தலைகுனிந்தபடி அமர்ந்திருக்கிறாள் அவள். அவள் அமர்ந்திருக்கும் தோரணை யாரையோ எதிர்பார்த்திருப்பதைப் போலிருக்கிறது. அறை நடுவே இருக்கும் தொட்டிலில் கிடக்கிறது குழந்தை. அவளருகே அமரும் முன்பாக, அக்குழந்தையை ஒருமுறை பார்க்கலாமா என ஓர் அடி தொட்டிலை நோக்கி எடுத்துவைத்தவள், மனம் சகிக்காமல் நின்றுகொள்கிறேன். குழந்தையின் முகத்தைப் பார்த்ததும் துக்கத்தின் அழுத்தம் தாளாமல் கதறி விடுவோமோ என்கிற பயம் பிடித்துக்கொள்ள, அவ்வெண்ணத்தைக் கைவிட்டு அவளை நோக்கி நடந்து அவளருகே அமர்கிறேன்.

வந்திருப்பது யார் என அறியும் பொருட்டுத் தலைநிமிர்ந்து ஒரு நொடி என்னைப் பார்த்தவள், மறுபடியும் தலையைக் குனிந்துகொள்கிறாள். அந்த ஒரு நொடியிலேயே நான் வந்திருப்பது குறித்த திருப்தியை அவள் முகம் காட்டிவிடுவதைக் கவனிக்க முடிகிறது. இருவருக்குமிடையே நீடிக்கிற மௌனத்தைக் கலைக்கும் வழியறியாது, அவள் முகத்தை உற்றுக் கவனிக்கிறேன். இருபது வயதிருக்குமா? நிச்சயமாக அதற்கும் குறைவாகத்தானிருக்கும் என்கிற முடிவுக்கு வருகிறேன்.

ரத்தமேயில்லாததுபோல வெளுத்துக் கிடக்கிறது அவளது முகம். நகைகளில்லாமல் மொட்டையாகக் கிடக்கும் கைகளும் காதும் மூக்கும் கழுத்தும் எனது அதிகபட்ச மனத்தைரியத்தை உறுதி செய்வதாயிருக்கின்றன. தலைமுடியை வெளித்தெரியாதபடிக்கு முக்காடிட்டு மறைத்துப் புடவையைக் காதுகளுக்குப் பின்புறமாக ஒதுக்கியிருக்கிறாள். அது மேலும் அவளை விகாரப்படுத்துவதாகயிருக்கிறது. கைக்கு அடக்கமான சின்னஞ்சிறிய வட்டமான

முகத்தின்மீது படுகிற என் பார்வை நழுவி நழுவிச் சரிய, அதனை மறுபடியும் நகர்த்தி அம்முகத்தின் மீதே பதிய வைக்கத் தீவிரமாகவே முயன்று தோற்கிறேன். அவளது கழுத்துக்குக் கீழே நிலைக்கும் என் பார்வையில்படுகின்றன தாய்மையினால் ததும்பும் கனத்த மார்பகங்களும், அதனை மறைக்க முயன்று தோற்கும் புடவையும். நிறமில்லாத புடவையின் மீது மார்பிலிருந்து கசிந்த பாலின் கறை திட்டுத் திட்டாய்த் தேங்கியிருக்க அந்தப் பகுதியே விறைப்புத் தன்மையோடிருக்கிறது. இத்தனை நேரமில்லாமல் திடீரென எனது நாசியில் வந்து மோதுகிற பால் கவிச்சி, காற்றில்லாத அறையின் உள்ளே அடைந்திருக்கும் மக்கிய வாடையோடு சேர்ந்து குடலைப் புரட்டுகிறது. அவள் இருக்கிற நிலையில் நான் அருவெறுப்புணர்வினை அடைவதன் நியாயமின்மையை மனத்தில் இருத்தி, குமட்டலின் வேகத்தை உள்ளுக்குள்ளேயே அடக்குகிறேன்.

என்னைப் போலவே அவளும் என்னையே கவனித்துக்கொண்டிருக்கிறாள். பேசவியலாதபடி மௌனித்திருக்கும் எனது நிலைக்கு இரங்குவது போலிருக்கிறது அவளது பார்வை. மேலும் சற்று நேர அமைதிக்குப் பிறகு மெலிதாக உதடு பிரியாமல் சிரித்து, "இப்பதான் வர்றீங்களா" என்கிறாள்.

அவளது இயல்பான சிரிப்பு, எனது பதிலைத் தாமதப்படுத்துவதாயிருக்க, "உம் இப்பதான், நேர உள்ளேயே வந்திட்டேன்" என்கிறேன்.

"பாருங்க எங்க கதிய. எப்புடி நிர்க்கதியா நிக்கிறோம்னு" கலக்கமின்றிக் கணீரென ஒலிக்கிறது குரல். "போதாக் குறைக்கு இந்தக் கிழடுக கிட்ட வேற மாரடிக்கணும், நான் பாட்டுக்கு நிம்மதியா இருந்தேன், நஸீபு இங்கெ இழுத்துப் போட்டிருச்சு."

சிறிது நேர இடைவெளிக்குப் பிறகு மறுபடியும் அவளே, "பாத்திங்களா அந்தப் பொம்பளை வெத்திலை போடுற அழகையும் பேச்சழகையும். வெனைகாரி, துளியாச்சும் கலங்கியிருக்காளா பாருங்க. அவ சதையில மண்ணு விழுக." கைவிரல்களை ஒன்று சேர்த்து நெட்டி முறித்தவள், "எம் புருஷனுக்கே இந்தப் பொம்பளைன்னா ஆகாது. நான் என் புருஷன்கூடப் போய்க் குடித்தனம் பண்றது சகிக்காம, எதுக்குடா அவளை டவுண்ல கொண்டுபோய்க் குடித்தனம் வைக்கிற, தண்டமா வீட்டு வாடகை குடுத்து. இங்கெ இவ்ளோ பெரிய வீடு சும்மா கிடக்குது. விட்டுட்டுப் போ, எனக்கும் துணையா இருக்கும். வாரத்துல ஒரு நாளக்கி வந்துட்டுப் போவேயில்ல. ஊரு ஓலகத்துலப் பொண்டாட்டி புள்ளைய விட்டுட்டு, சவுதியில போயி இருக்கறது இல்லன்னு எப்பொப்பாரு பொருமல். இப்ப ஒரேயடியா இங்கெயே வந்துட்டேன் இல்ல, இனிமேயாவது சந்தோஷமா இருக்கட்டும்" மிகமிக அழுத்தமாக ஒலிக்கிறது அவளது குரல்.

இத்தனை நேரமாக மிகுந்த பரிதாபத்துடன் கேட்டுக்கொண்டிருந்த என்னைத் திடுமென ஒருவிதமான பயம் பிடித்துக்கொள்ள, வேறு எவரேனும் அறைக்குள் வந்துவிடுவார்களோ என்கிற பதற்றத்துடன், தலையைத் திருப்பி எனக்குப் பின்புறமாகப் பார்வையை அலையவிடுகிறேன். என் பார்வையில் தெரியும் ஜாக்கிரதை உணர்வையோ, எனது தர்ம சங்கடமான நிலையையோ, அவள் சிறிதேனும் கணக்கிலெடுத்துக்கொள்ள வேண்டும் என்கிற பாவனையை முகத்தில் இறுத்தியவளாக, அவளை மறுபடியும் நிமிர்ந்து பார்க்கிறேன்.

அவளுக்கு எனது நிலை குறித்த கவனம் கொஞ்சமும் வாய்த்ததாகவே தெரியவில்லை என்பதைத் தொடர்கிற அவளது பேச்சு ஊர்ஜிதம் செய்வதாகவே

இருக்கிறது.

"இப்ப நீங்களே இருக்கீங்க, யாரோ ஒரு மூணாவது ஆளு, உங்களுக்கு அவரு மேல எம்புட்டுப் பிரியம், அதுகூட இந்தப் பொம்பளக்கி அவரு மேல கிடையாது தெரியுமா? பணத்துக்காக எம்புள்ள எம்புள்ளன்னு ஒறவு கொண்டாடுனாச் சரியாப் போச்சா? ஓங்கள மாதிரித் தான் எம் புருஷனும். நீங்கன்னா ஒரு பிரியம். ஓங்களுக்கு ஞாபகமிருக்கா, எனக்குக் குழந்தை பிறந்ததும் எங்க வீட்டுக்கு வர்றதா சொல்லியிருந்தீங்களே."

எனது ஆமோதிப்புக்கெனப் பேச்சை நிறுத்துபவளிடம் ஒன்றும் புரியாத குழப்பத்துடன், "ஆமாமாம் சொல்லியிருந்தேன்" என்கிறேன்.

"அவருக்கு எவ்வளவு சந்தோஷம் தெரியுமா, சொன்னா நீங்க நம்பக்கூட மாட்டீங்க. அக்கா வரப்போறாங்கன்னு ஒரே சந்தோஷம். அக்காவுக்குத் தங்குறதுக்கு இந்தச் சின்ன வீடு வசதிப்படாது. பெரிய வீடா பார்த்துக் குடி போகணும்னு உடனே வீடு மாத்தினார். ஒரு நாள் வந்து தங்கறதுக்கு, எதுக்குங்க இந்த ஆடம்பரம், ஏற்கனவே உங்க அம்மாகிட்ட பேச்சு வாங்கிக்கிட்டு இருக்கறப்போன்னு, நானும் எவ்வளவோ தடுத்தேன். கேட்டாதானே? அதோட மறுநாளே காரை வாங்கி நிறுத்திட்டாரே மனுஷன்! பக்கத்து ஊர்ல இருக்கற தர்காவுக்கெல்லாம் உங்களக் கூட்டிப்போயிக் காட்டறதுக்காம். என்னுடைய நம்பிக்கையைப் பெறுகிற உத்வேகத்துடன் ஆர்வமாகச் சொல்லி நிறுத்தியவள், கடைசியில, "சாகிறதுக்குன்னுன்னு அந்தக் காரை வாங்கினாப்புல ஆயிருச்சு" என வருத்தத்துடன் முடிக்கிறவளின் முகம் விரக்தியினால் சுண்டிப்போய்க் கிடக்கிறது.

எனக்குள் இன்னும்கூட என்ன செய்வதென்கிறக் குழப்பம் நீடிக்கிறது. ஏதோ ஒருவிதத்தில் எனது பேரில் தனக்கும் தன் கணவனுக்கும் உள்ள அதீதப் பிரியத்தைச் சொல்லிவிட முடிந்ததில் உண்டான நிம்மதியோடு, சுவற்றில் சாய்ந்து அமர்ந்துகொள்கிற அவளிடம், தனக்கு ஆதரவான ஒரு நிலையை என்னிடத்தில் கோரும் தன்மையிருப்பதைப் புரிந்துகொள்ள முடிகிறது. எனக்கென்னவோ, இது வரைக்குமில்லாதபடியான கருணை அவன் பேரில் ஊற்றெடுக்க, என்ன அற்பமான மனிதர்கள் என சலிப்புண்டாகிறது. இங்கு வருவதற்கு முன்பிருந்த மனநிலைக்கும் இப்போதைய மன நிலைக்குமிடையேயான மாற்றத்தினை யோசிக்கிற எனக்கு, அங்கிருந்து சென்றுவிட வேண்டுமென்கிற ஆவல் மிகுந்துகொண்டிருக்கிறது. எனது இருப்புக்கொள்ளவியலாத மனநிலையை அவள் அறிந்துகொண்டு விடக்கூடாதென்கிற கவனமுடனும் மூன்றாவது நபரான என்னிடம் அவள் வேண்டி நிற்கும் ஆதரவு எப்படிப்பட்டதாக இருக்க முடியும் என்கிற யோசனையுடனும் அமர்ந்திருக்கிறேன். எத்தனை நிராதரவான ஒரு நிலையிலிருந்து இந்த வேண்டுகோள் வரக்கூடும் என்கிற அதிர்ச்சி மட்டுமே எஞ்சியிருக்கிறது.

அவளைத் தைரியப்படுத்த வேண்டும் என்கிற எண்ணத்தோடும், அவளது தொடர்ச்சியான பேச்சின்மீது குறுக்கீடொன்றை நிகழ்த்திவிட்டு, அவ்விடத்திலிருந்து தப்பிச் சென்றுவிட வேண்டுமென்கிற நிர்ப்பந்தத்துடனும், "சரி நடந்தது நடந்து போச்சு. உன் குழந்தைக்காகவாவது நீ தைரியமாயிருக்கணும். நாங்கல்லாம் உனக்கு இல்லெ" அவளது மெலிந்த கையைப் பற்றியபடி ஆறுதல் சொல்கிற எனக்கே, அவ்வார்த்தைகள் ஒப்புக்குச் சொல்லப்படுவதாகவே இருக்கின்றன.

நான் சொல்கிற ஆறுதல் வார்த்தைகளில் உணரும் பாதுகாப்பை அனுபவித்தவளாகத் தனது கையை எனது கைக்குள்ளாக,

மேலும் அழுத்தமாகவே பிணைத்துக் கொள்கிறாள்.

"எனக்குத் தாய் தகப்பன் இல்லாத குறையை நீங்கதான் போக்கணும்." தனக்குள்ளாகச் சத்தமின்றி அழுகிறாள். "ப்ச், சும்மாயிருங்கறேன் இல்லெ" அவளது உள்ளங்கையை அழுத்திச் சமாதானம் செய்கிறேன்.

"அந்தக் காருதான் வெனையா இருந்துச்சு அந்த மனுஷனுக்கு. மலையாளி முண்டை தேவுடியா என்னா மருந்து போட்டாளோ அவ வீடே கெதியா கிடந்து, கடைசியில ஒரேயடியா போய்ச் சேர்ந்துட்டாரு. அவ வீட்டுக்குப் போறப்போதான ஆக்ஸிடெண்ட் ஆச்சு" அழுகையினூடே ஆத்திரம் கொப்பளித்து வெடிக்க, சுர்ரென மூக்கை உறிஞ்சி எச்சிலைக் கூட்டிப் புளிச்செனப் பக்க வாட்டுச் சுவற்றின் மீது துப்புகிறாள்.

"மலையாளி!" எனக்குப் பொட்டில் அடித்தாற் போலிருக்கிறது. அதற்கு மேல் எனக்குத் தெரிய வேண்டியது எதுவுமேயில்லாமல் போக, அதிர்ச்சியில் துடிக்கும் இதயத்தைக் கட்டுப்படுத்தும் வழியறியாது மார்பின் மீது கைவைத்து அழுத்திக்கொள்கிறேன். இந்த நிமிடத்தில் எனக்கு ஏதேனும் ஆகிவிடுமோ என்கிற பயம் பிடித்துக்கொள்ள அப்படியே அசையாமல் அமர்ந்திருக்கிறேன்.

அதன் பிறகு எப்படி அவளது கையிலிருந்து என்னுடைய கையை விடுவித்துக்கொண்டேன் என்பதோ, வீடெங்கும் நிறைகிற பாத்திஹாவின் சப்தங்களோ சாம்பிராணி மணமோ எதுவுமே நினைவில் பதியாமல் கடந்துகொண்டிருக்க முதல் நாளைப் போன்றே நடுக்கமுறும் பாதங்களை வீட்டை நோக்கி நகர்த்திச் செல்கிறேன்.

எனக்குத் தெரியவில்லை அவனைப் பற்றிய நினைவுகளை இனி வெறுப்புடன் என்னால் ஸ்பரிசிக்க முடியுமா என. அவன் மீதான எனது பிரியத்தின் அளவு இனி வற்றிப்போகுமா என அவனது மரணம் குறித்த துக்கம் எனக்குள் இனி உலர்ந்தேவிடுமா என...

வீட்டில் நேற்றுப் பாதி இரவில் ஒலிக்காத தொலைபேசி அமைதியாக என்னை எதிர்கொள்ள, இனி ஒரு நாளும் குரலில்லாத அந்த அழைப்பு வரப்போவதில்லை என்பது உறுதியாக ஏனோ எனக்குள்ளாகப் பெருகுகிறது அழுவதற்கான வேட்கை.

78

புதிய பாடம்

ஜி.மீனாட்சி

ஜி மீனாட்சி
(10/12/1968)

ஜி மீனாட்சி – எழுத்தாளர், பத்திரிகையாளர் என்ற இரண்டு தளங்களில் இயங்கிக் கொண்டிருப்பவர். இவரது சொந்த ஊர் பொள்ளாச்சி. இவரது முதல் சிறுகதை ‘அன்புள்ள மலரே’ என்பதாகும். இக்கதை கோவை வானொலியில் முதன்முதலாக ஒலிபரப்பானது. அப்போது இவருக்கு வயது 19. தொடர்ந்து சிறுகதைகள் எழுதுவதிலும் சிறுவர்களுக்காக எழுதுவதிலும் ஆர்வம் காட்டினார். ‘கிராமத்து ராட்டினம்,’ ‘பூ மலரும் காலம்,’ ‘நினைவுகள் நிறைந்த வெற்றிடம்’ என்ற சிறுகதைத் தொகுப்புகளையும் ‘பரிசலில் ஒரு பயணம்,’ ‘பேசும் ஓவியம்’ என்ற குழந்தைகளுக்கான கதைத் தொகுப்புகளையும் வெளியிட்டுள்ளார். இவர் புதிய தலைமுறை கல்வி இதழிலும், தினமணி நாளிதழிலும் மங்கையர் மலர் இதழிலும் உதவி ஆசிரியராகப் பணியாற்றி விட்டு, தற்போது ராணி வார இதழின் ஆசிரியராகப் பணியாற்றி வருகிறார்; எழுத்துகளின் மூலம் நம்பிக்கை விதைகளைத் தூவி வரும் மிகச்சிறந்த இன்றைய இளைய தலைமுறை எழுத்தாளர் ஆவார். இவருக்கு, 2022இல், ‘மல்லிகாவின் வீடு’ என்ற சிறுகதைத் தொகுப்பிற்காகச் சாகித்ய அகாதெமியின் ‘பால பிரஸ்கார் விருது’ கிடைத்துள்ளது.

சரஸ்வதி அம்மாளுக்குச் சென்னை வாழ்க்கை புதிது. காலையில் 9:00 மணிக்கு எல்லாம் மகனும் மருமகளும் பேரப்பிள்ளைகளும் வீட்டை விட்டுக் கிளம்பிய பின், வேலை ஒன்றும் இல்லாமல் பேச்சுத் துணைக்கு ஆளில்லாமல் தனித்து இருப்பது என்னவோ போல் இருந்தது.

வீட்டுக் கதவை திறந்தால் எதிரிலிருக்கும் பிளாட்டின் மூடிய கதவு தான் தெரிந்தது. மனிதர்களின் முகங்களைப் பார்ப்பதே அபூர்வமாக இருந்தது.

ஒன்பதுக்குள் டிபனை முடித்துவிட்டுச் சிங்கில் கிடந்த ஒன்றிரண்டு பாத்திரங்களைக் கழுவி வைத்தாள். சோப்புத் தூளில் ஊற போட்டு இருந்த தன்னுடைய புடவை, உள்பாவாடை, ரவிக்கை, துண்டை துவைத்துப் பால்கனியில் காயப்போட்டால் முடிந்தது காலை வேலை.

இனி மாலையில் பள்ளியில் இருந்து பேரக்குழந்தைகள் திரும்பும் வரைக்கும் ஓய்வு தான்.

”போர் அடிச்சா, டி.வி. பாருங்க அத்தே. படுக்கையறை அலமாரியின் புத்தகங்கள் இருக்கு. உங்களுக்குப் பிடிச்சா எடுத்துப் படிக்கலாம்...” அலுவலகத்துக்குப் போகும்போது சொல்லிவிட்டுப் போயிருந்தாள் பத்மினி.

டி.வி. பார்க்க பிடிக்கவில்லை. சிறிது

• ஜி.மீனாட்சி

நேரம் பார்ப்பதற்குள் தலையை வலிப்பது போல் இருந்தது. சீரியல்களில் ஏதாவது ஒரு பெண் எதற்காகவோ அழுது கொண்டிருப்பதைப் பார்க்கையில் பரிதாபமாக இருந்தது, புத்தகங்களைப் படிப்பது பிடித்திருந்தது. ஒன்பதாவது வரை படித்த படிப்பு கிராமத்து வாழ்க்கையில் முற்றிலும் மறைந்து போகாமல் கொஞ்சம் நஞ்சம் மிச்சம் இருந்தது. ஆனாலும் எப்போதுமே படித்துக் கொண்டிருக்க பிடிக்கவில்லை.

கிராமத்திலிருந்து சென்னைக்கு வந்து இரண்டு வாரங்களாகிவிட்டன. இனி கிராமத்துக்கும் தனக்கும் சொந்தமில்லை என்றாகிவிட்டது. கணவன் இருந்த வரைக்கும் எதைப் பற்றியும் சிந்தனை இருந்ததில்லை. நேர நேரத்திற்குப் பொங்கி போடவும், சாணமிட்டுத் தரையை மெழுகவும், மாடு கன்றுகளுக்குப் புல் எடுத்துப் போடவும் நேரம் சரியாக இருந்தது. தோட்டத்துக்குள் வீடு. நெல் விளையும் பூமி. இருபத்தைந்து தென்னை மரங்கள் அதைச் சுற்றி சுழன்று கொண்டிருந்தது வாழ்க்கை.

விவசாய வருமானத்தில் ஒரே மகன் பிரபுவைப் படிக்க வைத்து, சென்னையில் மேல்படிப்புக்காக அனுப்பி வைத்தனர். படித்து முடித்தவுடன் சொந்த முயற்சியில் நல்ல வேலையையும் தேடிக்கொண்டான். திருமணத்திற்குப் பெண் பார்க்கலாம் என்றிருப்பதற்குள் பிரபுவே முந்திக்கொண்டு தன்னுடன் படித்த பத்மினியை விரும்புவதாகக் கூறவும், மறுபேச்சின்றி மணமுடித்து வைத்தனர். சரஸ்வதி அம்மாளுடைய கலாச்சாரத்திற்கும் வடநாட்டில் பிறந்து வளர்ந்த பத்மினி கலாச்சாரத்திற்கும் மலைக்கும் மடுவுக்கும் உள்ள வித்தியாசம். கேப்பை களியும் மோரும் சோறும் சாப்பிட்ட வாய்க்குச் சப்பாத்தியும் சப்ஜியும் ருசிக்கவில்லை

மருமகள் கிராமத்துக்கு வரும்போது அந்தச் சூழ்நிலைக்கேற்றபடி மாறிக்கொண்டாள். கிராமத்தை விட்டு வெளியே போக விரும்பாததால், சப்பாத்தி சாப்பிட வேண்டிய அவசியம் இதுவரைக்கும் சரஸ்வதிக்கு ஏற்படவில்லை. விவேக்கையும் ரோஷனையும் பிறந்தபோது சென்னைக்குப் போய் பார்த்துவிட்டு வந்ததோடு சரி.

பிரபு தன் குடும்பத்துடன் ஆண்டிற்கு இரண்டு முறை கிராமத்துக்கு வந்து கொண்டிருந்ததால், சென்னை பக்கமே தலைவைத்துப் படுக்க வேண்டிய அவசியம் ஏற்படவில்லை

சரஸ்வதியின் கணவன் திடீரென்று மாரடைப்பால் இறந்து போகவும் தாயைத் தனியே விட மனமில்லாமல், பிரபு சென்னைக்கு அவளை அழைத்துக்கொண்டான். கிராமத்துத் தோட்டத்தைச் சரஸ்வதியின் தம்பி பார்த்துக் கொள்வது என்று முடிவாயிற்று.

இந்த இரண்டு வாரங்களில் மகனின் குடும்ப வாழ்க்கையை நன்கு புரிந்து கொண்டிருந்தாள் சரஸ்வதி. ஞாயிற்றுக்கிழமை தவிர மற்ற நாட்களெல்லாம் ஒவ்வொருவரும் தனித்தனித் தீவாக இருந்தனர். அவரவர்க்கு அவரவர் வேலை. குழந்தைகளும் படிப்பு, டியூஷன், டான்ஸ் கிளாஸ், கராத்தே வகுப்பு என்று கால்களில் சக்கரம் கட்டிக்கொண்டு பறந்தனர்.

அவளுக்கெனத் தனி அறை, தனியாக அலமாரி என்று வசதி செய்து கொடுத்திருந்தாள் பத்மினி. அசைவ உணவு சாப்பிடாதவள் என்பதால், இறைச்சி சமைக்கும் போது, தனி பாத்திரத்தைப் பயன்படுத்தினாள். அவளை முதலில் சாப்பிட சொல்லிவிட்டுப் பிறகு குழந்தைகளுக்கு எனத் தனியே பரிமாறினாள்.

"அம்மா இந்த வாழ்க்கை புரிபட உனக்குக் கொஞ்ச நாள் ஆகலாம்.

கிராமத்துல எப்பவுமே மனுஷங்களையே பார்த்துப் பழகின உனக்கு, சிட்டி லைப் கொஞ்சம் போர் அடிக்கும். இங்க எல்லோரும் ஓடிட்டே இருப்பாங்க. ஒவ்வொருத்தரும் ஒவ்வொரு வேலை. ஒருத்தரைப் பற்றி ஒருத்தர் விசாரிக்கவோ, பேசவோ கூட முடியாதபடிக்கு நேரமில்லாத நிலை. நீ கொஞ்சம் அட்ஜஸ்ட் செய்து இரும்மா. மத்தபடி ஓய்வு நேரத்தில் உனக்குப் பிடிச்ச விஷயங்கள்ல ஈடுபடு. உனக்கு என்ன தேவைனாலும், என்கிட்ட தயங்காம சொல்லுமா…"

ஒரு தோழியிடம் பேசுவது போல பிரபு சொல்லிவிட்டுப் போயிருந்தான்

"எப்படா சண்டே வரும்னு இருக்குது அத்தே. ஞாயிற்றுக்கிழமை ஆச்சுன்னா ஒரே ஜாலிதான். குழந்தைகளுக்கும் அவருக்கும் பிடிச்சதைச் சமைத்துக் கொடுப்பேன். சாயங்காலம் கோயிலுக்கோ, மாலுக்கோ குடும்பத்தோட போயிட்டு வருவோம்… இந்த வாழ்க்கை பழக்கப்பட உங்களுக்குக் கொஞ்ச நாள் ஆகலாம். நீங்க உங்களுக்கு விருப்பப்பட்டதைச் செய்யலாம்" என்று பத்மினி பேச்சு வாக்கில் அவளிடம் சொல்லியிருந்தாள்

மாலையில் அலுவலகத்தில் இருந்து திரும்பி, சமையலறைக்குள் புகுந்த பின்பும் பத்மினிக்குச் செல்போனில் அழைப்பு வரும். ஒரு கையில் செல்போனில் பேசியபடியே மறுகையால் பாத்திரத்தில் இருக்கும் குழம்பைக் கிளறிக் கொண்டிருப்பாள்.

சில சமயங்களில் அலுவலகத்திலிருந்து பாதி ராத்திரியில் வீடு திரும்பும் பிரபுவுக்காக, டிபன் செய்து ஹார்ட் பேக்கில் வைத்து விடுவாள். இரவு 10 மணி ஆனதும் முன்பக்க கதவை உள்ளே பூட்டிக்கொண்டு, படுக்கைக்குச் சென்று விடுவாள். இரவில் நேரம் கழித்து வீடு வரும் பிரபு, தன் கையில் இருக்கும் சாவியால் பூட்டைத் திறந்து, கை கால் முகம் அலம்பிவிட்டு, தட்டை எடுத்து தானே போட்டுக்கொண்டு சாப்பிடுவான். அதைப் பார்க்கையில் சரஸ்வதியின் மனதில் துக்கம் பொங்கும்.

தோட்டத்தில் வேலை செய்துவிட்டுக் களைத்துப் போய்வரும் கணவனுக்காக, வாசல் திண்ணையிலேயே பல்லில் தண்ணீர் படாமல் காத்திருந்தது நினைவுக்கு வரும்.

ஒருமுறை மனசு கேட்காமல் படுக்கையில் இருந்து எழுந்து வந்து மகனுக்குப் பரிமாற முற்பட்டாள்.

"நானே போட்டுச் சாப்பிட்டுக்கிறேன். நீங்க போய்ப்படுங்கம்மா… சில நேரங்கள்ல இப்படி லேட் ஆயிடுது…" என்று தடுத்து விட்டான்

ஏதோ சொல்ல வாய் எடுப்பதற்குள், "பத்மினி காலையிலே அஞ்சு மணிக்கெல்லாம் எழுந்துடுவா… வீட்டு வேலைகளை முடிச்சிட்டு, ஆபீசுக்கு ஓடி, அங்கேயும் பொறுப்புகள்… நேரம் கெட்ட நேரத்துல நான் வந்து அவளைத் தொந்தரவு செஞ்சா, அவளோட தூக்கம் கெடும். பாவம் அவ தூங்கட்டும்…" என்றான்.

மனைவிக்காகப் பரிந்து பேசுபவனிடம் எதுவும் சொல்லத் தோன்றாமல், தன் அறைக்குள் போய் படுத்துக் கொண்டாள் சரஸ்வதி.

கிராமத்தைவிட்டு அவள் சென்னைக்கே குடியேறப் போவதை அறிந்தவுடன், பக்கத்துத் தோட்டத்து அன்னம்மாவுக்குத் தாங்கவில்லை. சரஸ்வதியின் வயது தான் அன்னம்மாவுக்கும்.

சரசு, பட்டணத்து வாழ்க்கை உனக்கு ஒத்துக்குமாடி? பேசாம இங்கேயே இருந்துடு. நாங்கள்லாம் இல்லையா உனக்கு…? என்று அவள் கையைப் பிடித்துக் கொண்டு அரற்றினாள்.

"வடக்கத்தி மருமக கூட எப்படிடீ ஒரே வீட்ல இருக்க போற… உனக்குச் சரிப்பட்டு வருமா?" மேலப்பாவு ராசாத்தி அக்காவின்

குரலில் விசனம் தோணித்தது.

சரஸ்வதி வாயே திறக்கவில்லை. புருஷனுக்குப் பிறகு மகன் தான் என்று முடிவு செய்துவிட்டாள். சென்னைக்கு ரயில் ஏறினாள்.

“டிடிடிங்... டிடிடிங்...”

அழைப்பு மணி ஒலித்தது. பேரப்பிள்ளைகள் வந்து விட்டார்கள். சரஸ்வதி அவர்களுக்குக் காம்ப்ளான் கலக்கிக் கொடுத்தாள்.

”தேங்க்ஸ் பாட்டி...” என்றபடியே காலி டம்ளரை சிங்க்கில் போட்டுவிட்டு ஓடினான் விவேக்.

குழந்தைகளும் அவள் மீது பிரியமாகவே இருந்தனர். கட்டிப் பிடித்து முத்தம் கொடுத்து ஒரே அடியாக ஈஷிக் கொள்ளவில்லை. அதற்காகக் கிராமத்துப் பாட்டிதானே என்ற வெறுப்பும் இல்லை. கொடுக்க வேண்டிய மரியாதையைக் கொடுத்தனர்.

மாலையில் கலைத்துப்போய் வந்தாள் பத்மினி. ஹேண்ட் பேக்கை அலமாரியில் வைத்துவிட்டு, முகம் கழுவி விட்டு வந்தவளுக்குக் காபி போட்டுக் கொடுத்தாள்.

”உங்களுக்கு எதுக்குச் சிரமம் அத்தை. இனிமேல் நானே காபி போட்டுக்கிறேன். கொஞ்ச நேரம் கழிச்சு, வெங்காயம் உறிச்சுத் தாங்க... அது போதும்...” என்ற படியே சமையலறைக்குள் நுழைந்தாள்.

சரஸ்வதி அம்மாளுக்குத் தன் எல்லை எது என்பது புரிந்தது.

“நம்ம அப்பார்ட்மெண்டுக்குக் கீழே இருக்கிற பிள்ளையார் கோயில்ல அடிக்கடி அபிஷேகம், பூஜை, கதாகாலட்சேபம் நடக்கும். உங்களுக்குப் பிடிக்கும்னா போயிட்டு வாங்க. உங்களுக்கும் பொழுது போகணும் இல்லையா...” என்றாள். சமையல் வேலைகளுக்கிடையே ஒரு நாள். 'சரி' என்பது போல தலையாட்டினாள் இவள்.

”கீழே இருக்கிற கம்யூனிட்டி ஹால்ல ஒவ்வொரு செவ்வாய்க்கிழமையும் ஈவினிங் ஏழு மணிக்கு பிரெஞ்ச் கிளாஸ் நடக்கும். நானும் சேர்ந்திருக்கிறேன். போயிட்டு வந்து சப்பாத்தி செய்துக்கிறேன். ரொம்ப நாளா பிரெஞ்சு கத்துக்கணும்னு எனக்கு ஆசை... பிள்ளைகளுக்குச் சொல்லிக் கொடுக்க உதவுமே...”

புன்சிரிப்பு மாறாமல் ஹேண்ட் பேக்கை தோளில் மாட்டிக் கொண்டு புறப்பட்டவர்களிடம் எதையும் கேட்கத் தோன்றவில்லை. மாமியாரிடம் உத்தரவு வாங்கவில்லை. பிரெஞ்சு வகுப்புக்குப் போவதை ஒரு தகவலாகச் சொல்லிவிட்டுப் போகிறாளே என்ற நினைப்பை சரஸ்வதி நெஞ்சுக்குள்ளேயே போட்டு அழுத்தினாள்.

இந்த வீட்டில் அவரவருக்குப் பிடித்ததைச் செய்து கொள்ள முழு சுதந்திரம் இருந்தது. அவள் விருப்பப்பட்டால் இங்கு நடக்கும் பஜன்ஸ் வகுப்பில் கூட சேர்ந்து கற்றுக் கொள்ளலாம். மகனோ, மருமகளோ தடுக்கப் போவதில்லை. காலத்திற்கேற்றபடி உறவுகளின் இலைகளிலும் சில மாற்றங்கள் தவிர்க்க முடியாமல் போகின்றன. யாருடைய விருப்பத்திலும் யாரும் குறிக்கிடாமல் நேரத்தைப் பகிர்ந்து கொண்டு வாழும் இந்த வாழ்க்கை அவளுக்குப் பல புதிய பாடங்களைக் கற்றுக் கொடுத்தது.

நெருக்கமும், விலகலும் இல்லாத இந்த உறவு மூச்சு முட்டாமலிருந்தது. கிராமத்து வாழ்க்கையிலிருந்து மனசு முற்றிலும் இந்தச் சூழலுக்குப் பழக்கப்பட்டுவிட்டது. அன்னமும், ராசாத்தி அக்காவும் பயந்ததுபோல எதுவும் நடந்து விடாது என்ற நிம்மதி ஏற்பட்டது.

லதா
(1968)

கனக லதா என்ற இயற்பெயர் கொண்ட இவர், இலங்கை நீர் கொழும்பைப் பிறப்பிடமாகக் கொண்டவர்; சிங்கப்பூரில் குடியேறியவர். இவர் கவிஞராகவும் எழுத்தாளராகவும் இதழாளராகவும் அறியப்படுபவர். லதா சிங்கப்பூர் தமிழ் முரசு நாளிதழில் இணை ஆசிரியராகப் பணியாற்றி வருகிறார். இவர் மூன்று கவிதை நூல்களை வெளியிட்டுள்ளார். 'நான் கொலை செய்யும் பெண்கள்' என்பது இவரது சிறுகதைத் தொகுப்பாகும். இந்நூல் 2008ஆம் ஆண்டுக்கான சிங்கப்பூர் இலக்கிய விருதைப் பெற்றுள்ளது. இவரின் சிறுகதைகள் ஆங்கிலத்தில் மொழியாக்கம் செய்யப்பட்டு, 2014இல் வெளிவந்தது. 'சீனலட்சுமி' என்பது இவரது மற்றொரு சிறுகதைத் தொகுப்பாகும். லதாவின் கவிதைகளும் சிறுகதைகளும் சிங்கப்பூரின் பன்மொழித் தொகுப்புகளிலும், இந்தியா, மலேசியா, இலங்கை, பிரான்ஸ் நாடுகளின் முக்கிய இலக்கிய இதழ்களில் வெளிவந்துள்ளன. இவரது படைப்புகள் ஆங்கிலம், சீனம், மலாய், ஜெர்மன், பிரஞ்சு மொழிகளில் மொழிபெயர்க்கப்பட்டுள்ளன.

79

அடையாளம்

லதா

“யூ இண்டியா?”

“நோ... நோ...”

“ஸ்ரீ லங்கா?”

“நோலா ஐ யெம் சிங்கப்பூரியன்.”

கோபத்தோடு டாக்ஸிகாரனுக்குப் பதில் சொல்லி விட்டு மவுனமானாள்.

அவன் உடனே மலாயில் பேசத் தொடங்கி விட்டான். அவளுக்கு ஒன்றும் புரியவில்லை. மவுனமாக இருந்தாள்.

“யூ தத்தாவ் மெலாயு?”

“தத்தாவ்லா.”

“நீ சிங்கப்பூரியன் என்கிறாயே, மலாய் தெரியாதா?” அவன் கேள்வியில் தொனித்த ஏளனத்தை அவளால் பொறுக்க முடியவில்லை.

“ஐ டோன்ட் நோ மலே, ஐ இண்டியன்!” என்று வெடுக்கென்று சொன்னாள்.

“யூ கம் ஃபாரம் இண்டியா? கம் டு டூ ஹவுஸ் வேர்க்?”

“இந்தியாவில இருந்து வர்றவங்க எல்லாம் மெயிடா...” இதற்கு மேல் எதுவும் கேட்காதே என்ற எச்சரிக்கை அவள் குரலில் ஒலிக்கவும் அவன் அமைதியானான்.

இறங்க வேண்டிய இடம் வந்ததும் கட்டணத்தை வீசாத குறையாக அவனது இருக்கைக்கு அருகில் போட்டுவிட்டு,

வெளியில் குதித்தாள். பைகளை அள்ளிக்கொண்டு கதவை அடித்து மூடினாள். நடக்கும்போதுதான் தள்ளுவண்டியை எடுத்துவராமல் போனது உறைத்தது. தன்னையே நொந்துகொண்டு கைகள் கணக்க வீட்டுக்குள் நுழைந்தாள். நடு ஹாலில் விட்டேற்றியாகப் பேப்பரில் மூழ்கியிருந்தான் கணவன். நடிகைகளை ரசித்துக் கொண்டிருக்கும் அவனைப் பார்த்ததும் கடுப்பாக இருந்தது.

“ஒருநாளாவது நீங்க பசாருக்குப் போகக்கூடாதா... எப்பவும் எல்லா வேலையையும் நானேதான் செய்யனுமா... வெட்டியா சினிமாதானே படிச்சிட்டு இருக்கீங்க...”

“எதுக்கு காலங்காத்தால உசிர வாங்கறே. சே... லீவு நாள்லயாவது நிம்மதியா இருக்க முடியுதா இந்த வீட்டில...”

அவனது கத்தலைக் காதில் போட்டுக்கொள்ளாமலேயே சமையலறைக்குள் சென்றாள். 15ஆண்டு கால வாழ்க்கையில் அவனது கத்தல்கள் பழகிப் போயிருந்தன.

வெயிலில் வந்தது களைப்பாக இருந்தது. கொஞ்ச நேரம் உட்கார்ந்து இருக்கலாம்போல் இருந்தது. ஆனால் முடியாது. மணி ஒன்பதாகி விட்டது. தலைக்குமேல் வேலை இருக்கிறது. இன்னும் சிறிது நேரத்தில் இரவு வேலை முடிந்து மாமனார் வந்து விடுவார். அவருக்கு எப்போதும் காலையில் பசியாற இட்லி, தோசை என்று பலகாரம் செய்ய வேண்டும். அதுவும் வீட்டில் செய்ய வேண்டும். கடையில் வாங்குவதென்றாலும் அவள்தான் வாங்கிவர வேண்டும். அதுவும் அவள் காசில். ஆளுக்கு ஒன்று சொல்வார்கள். எப்படியும் 10, 15 வெள்ளி செலவாகும். பசியாற வாங்க இவ்வளவு செலவு செய்வதா. ஒரு அரை மணி நேர வேலை என்று எண்ணிக் கொள்வாள்.

பசார் சாமான்களைப் பிரித்து ஒவ்வொன்றாக அவள் எடுத்து வைப்பதற்குள் மாமியார் எழுந்து வந்து விட்டார். அவள் ஃபிரிஜ்ஜில் திணித்த பொருட்களை மீண்டும் வெளியே எடுத்து “என்ன வாங்கியாந்திருக்கே” என்றபடி வெளியே பரப்பத் தொடங்கினார். மீண்டும் உள்ளே வைக்க மாட்டார். போட்டதுப் போட்டபடிப் போய்விடுவார்.

அவர் மீது எவ்வளவு கோபம் வந்தாலும் ஏனோ அவளால் அதை வெளிப்படுத்த முடிந்ததில்லை. அப்படியும் தன்னை மீறி அவள் ஏதாவது சொல்ல நினைக்கும் சமயங்களில்... “எத்தனை கோபமாயிருந்தாலும் பொறுமையாப் போம்மா... அதாம்மா நமக்கு நல்லது... ‘என்ன பொண்ணு வளர்த்திருக்கிறா பாரு’ன்னு நாலு பேர் என்னைச் சொல்ற மாதிரி வைச்சிடாதம்மா,” என்ற அம்மாவின் கெஞ்சல் காதுக்குள் ஒலிக்கும். அதோடு அவள் கோபம் அடங்கிவிடும்.

எல்லாவற்றுக்கும் ஒவ்வொரு குறை சொல்லிவிட்டு, தனக்குப் பிடித்த கோழியையும் கத்தரிக்காயையும் எடுத்து மேசைமேல் வைத்தார் மாமியார். அவள் அன்றைக்கு மீன் குழம்பு வைக்கலாம் என்று நினைத்திருந்தாள். செய்து கொண்டிருந்த வேலையைப் போட்டுவிட்டு, தனியாக வைத்திருந்த மீனை எடுத்து பிரீசரில் திணித்தாள்.

“தோசை சுட்டாச்சா, சீக்கிரம் எடுத்தா, கிறுகிறுன்னு வருது. பிரஷர் அதிகமாயிடுச்சுப் போலயிருக்கு.” மாமியார் சாமான்கள் நடுவில் காலை நீட்டி உட்கார்ந்து விட்டார். இனி அவருக்கு உபசாரம் செய்ய வேண்டும்.

தமக்குப் பல நோய்கள் இருப்பதாகத் தாமே கற்பனை செய்துகொள்வார். “உங்களுக்கு எந்தப் பிரச்சினையும் இல்லை. உடம்பைக் கொஞ்சம் குறைத்தால் கால் வலி சரியாகிவிடும்” என்று டாக்டர்கள் பலரும் சொல்லிவிட்டார்கள். ஆனாலும் தமக்கு ஏதோ நோய் இருக்கிறது என்ற

எண்ணம் அவரை விட்டுப் போவதாக இல்லை. எப்படியும் வாரத்தில் ஒரு அரை நாளை, அவரோடு கிளினிக்கில் அவள் செலவழித்தாக வேண்டும்.

நேற்றும் அப்படித்தான். சனிக்கிழமை அரைநாள் வீணாய்ப் போனது. சனிக்கிழமையே பாதி வேலைகளை முடித்துவிட வேண்டும் எனத் திட்டமிட்டிருந்தாள். ஒரு வேலையும் முடியவில்லை. மாமியாருடன் கிளினிக் போய், பிறகு அவரோடு பக்கத்தில் இருந்த கடைகளைச் சுற்றிவிட்டு வரவே நேரம் சரியாக இருந்தது. அவரோடு சுற்ற வேறு யாருக்கும் பொறுமை இல்லை. அவர் தனியாகவும் வெளியில் போகமாட்டார். நேற்றும் அவளைப் பிடித்துக்கொண்டார். மெத்தை உறை பார்க்கப் போகிறேன் என்று இரண்டு மணி நேரம் ஷாப்பிங் சென்டர் முழுக்க சுற்றி விட்டார். வீட்டுக்கு வர இரவாகி விட்டது.

என்னோடுதானே வந்தாள், வீட்டு வேலையில் கூடமாட உதவி செய்வோம் என்றும் நினைக்க மாட்டார். வீட்டுக்கு வந்ததும் கால் வலி என்று படுத்துவிட்டார். அவருக்குக் காலுக்கு மருந்து தேய்த்து, ஒத்தடம் கொடுத்துவிடும் வேலை வேறு அவளுக்கு. களைத்துப் போய்விட்டது. போட்டதுப் போட்டபடிப் படுத்துவிட்டாள். இன்றைக்குள் எல்லா வேலையையும் முடித்துவிட வேண்டும். இந்த வாரம் வேலையிடத்திலும் அதிக வேலை இருக்கிறது. நிச்சயம் நேரம் கிடைக்காது. வீட்டைச் சுத்தம் செய்ய வேண்டும், பிள்ளைகளின் சப்பாத்துக்களைக் கழுவ வேண்டும், துணி அயன் போட வேண்டும், அதற்கும் மேல் பாதியில் நிற்கும் அலுவலக வேலையையும் முடிக்க வேண்டும்...

குடிக்க எடுத்த தவ்வுத் தண்ணியை வாஷ்பேஷனில் கொட்டிவிட்டு, தோசைக் கல்லை அடுப்பில் போட்டாள்.

"என்னா, இன்னிக்கும் தோசை இப்படிக் காய்ஞ்சு இருக்கு... இத்தனை வருஷமா குடும்பம் நடத்தற. இன்னும் தோசைகூடச் சரியாச் சுடத் தெரியல. கிரைண்டர் தானே அரைக்குது. அத நல்லா அரைக்கவிட உனக்கு நேரமில்ல. அந்தக் காலத்தில நான் ஆட்டுக் கல்லில் அரைச்சுப் பூப்போல தோசையும் இட்லியும் சுடுவேன் தெரியுமா. அதுக்கே என் மாமியார் அவ்வளவு குறை சொல்வாங்க. உங்க மாமா தட்ட தூக்கி எம் மூஞ்சியிலேயே வீசுவாரு. இப்ப யாரு சொல்றது. யாரு கேக்கிறது. ம்... காலம் மாறிப் போச்சு....'

"ஏய் எனக்கு தோச கீச எல்லாம் வேண்டாம். முட்ட ரொட்டி சுட்டுக் கொடு." ஹாலில் இருந்தே குரல் கொடுத்தான் கணவன்.

"எல்லா நாளும்தான் இந்த வரட்டு ரொட்டியத் தின்கிற. எதுக்குடா இன்னிக்கும் அதே வேணுங்கிற..."

"ஆமா எப்ப பாரு தோச, இட்லி, சாம்பார்ன்னு... எவன் தின்பான். ஒருநாளாவது அப்பஞ்சாலாவும் இறைச்சிக் கறியும் செய்யிறீங்களா.."

"அப்பஞ்சாலா செய்யிற மாதிரியாடா என் உடம்பு இருக்கு... உன் பொண்டாட்டிகிட்ட சொல்ல வேண்டியதுதானே..." மருமகள் பக்கம் திரும்பிக் குரல் கொடுத்தார். "அவன் ஆசையாக் கேக்கிறானில்ல. இன்னிக்கு லீவுநாள்தானே அப்பஞ்சாலா செய்யலாமே..."

இவர்களுக்கு வகையாக ஆக்கிப் போடத்தான் நான் இருக்கிறேனா... எனக்கு என்ன பிடிக்கும் என்று ஒருநாளாவது இந்த வீட்டில் நினைத்தாவது பார்த்திருக்கிறார்களா... அவளுக்குத் தொண்டையை அடைத்தது.

கணவனுக்கு ரொட்டி சுட்டுக் கொடுத்துவிட்டு, மாமனாருக்குத் தோசையும் கோப்பியும் மேசையில் எடுத்து வைத்தாள். மாமனாருக்கு எல்லாமே

மிதமான சூட்டில் வேண்டும். கோப்பிகூட அப்படித்தான் இருக்க வேண்டும். இப்போது எடுத்து வைத்தால்தான் அவர் குளித்து முடித்து வரும் போது சூடு சரியாக இருக்கும். ஞாயிற்றுக்கிழமை என்றால் அவர் ஒரு மெனு வைத்திருப்பார். அவர் என்ன சமையல் சொல்லப் போகிறாரோ என்று யோசித்துக்கொண்டே கோழியைச் சுத்தம் செய்யத் தொடங்கினாள்.

"அம்மா... சுபாவைப் பாருங்க... என்னை டிஸ்டர்ப் பண்றாள்..." குழந்தைகள் குரல் கொடுத்தாயிற்று. இனி அவளுக்குச் சுயபச்சாதாபம் படக்கூட நேரமில்லை.

சும்மாவே அடம்பிடிக்கும் குழந்தைகள். லீவு நாள் என்றால் கேட்கவே வேண்டாம். பல் தேய்ப்பதில் இருந்து ராத்திரி தூங்குவது வரை எல்லாவற்றுக்கும் அவள் கெஞ்ச வேண்டும். அவள் போக்குக்கு அவர்களை வழிக்குக்கொண்டு வரவும் முடியாது. குழந்தை வளர்ப்பில் அவள் கணவனும் மாமியாரும் மாமனாரும் ஆளுக்கொரு சித்தாந்தத்தை வைத்திருந்திருந்தார்கள். அவள் பேச்சு எடுபடாது. அவள் ஊரில் இருந்து வந்தவள்.

ஒவ்வொருத்தருக்கும் ஒவ்வொன்றாகச் செய்து முடித்து அவள் சாப்பிட உட்காரும்போது மணி மூன்றாகி விட்டது. காலையில் இருந்து அடுப்பிலேயே கிடந்ததால் அவளால் சாப்பிட முடியவில்லை.சோற்றில் தண்ணியைவிட்டு, ஊறுகாயை எடுத்து வைத்துக்கொண்டாள்.

சில்லென்று தண்ணி சோறுதான் என்ன இதமாக இருக்கிறது... அவள் அடுத்த வாய் வைப்பதற்குள் அவன் வந்து விட்டான்.

"என்ன நீ எப்பவும் இப்படியே சாப்பிடுறே, பிச்சைக்காரங்க மாதிரி..."

தட்டில் போட்ட சோற்றை அப்படியே குப்பைத் தொட்டியில் கொட்டினாள். அவள் அப்படிச் செய்பவள் இல்லை. பதிலுக்கு ஏதாவது சொல்வாள். ஆனால் அன்றைக்கு அவள் எதுவும் சொல்லாமல் சோற்றைக் கொட்டியதை அவனால் தாங்கிக்கொள்ள முடியவில்லை. அவள் தோளைப் பிடித்து உலுக்கினான். "என்னா... என்ன சொல்லிட்டேன்னு இப்படிக் கோபப்படுற... எதுக்குச் சோத்தக் கொட்டுற..."

"விடுங்க..."

"முதல்ல பதில் சொல்லு, உனக்கு இப்ப யார் மேல கோவம்?"

"கையை விடுங்க. எனக்கு நிறைய வேல கிடக்கு."

அவனோடு பேச முடியாது. பேசினால் சண்டைதான் வளரும். வருஷக்கணக்காக நடப்பதுதான். சண்டை போட்டு கோபித்துக் கொண்டு போக, அம்மா வீடு பக்கத்திலா இருக்கிறது... அவள் தன் வேலையைத் தொடர்ந்தாள்.

"உன்னைத்தான் மெய்டு வச்சுக்கோன்னு சொல்றேன்ல." அவனும் விடாமல் பின்னாலேயே வந்தான்.

"மெய்டு வச்சா, யார் காசு கட்டுறது!?"

"நான் வீட்டுக்குக் கட்டணும், காருக்குக் கட்டணும், இன்சூரன்ஸ் கட்டணும், என் சம்பளத்தில முடியாதுன்னு உனக்குப் பல தடவ சொல்லிட்டேன். உன் உதவிக்குத் தானே வைக்கிற. உன் சம்பளத்தில கட்ட வேண்டியதுதான்." தன் கடமை முடிந்து விட்டதாக அவன் போய் விட்டான்.

அவன் எப்போதும் இப்படித்தான். எதிலும் பட்டுக்கொள்ளமாட்டான். இந்த ஊரில் பிறந்து வளர்ந்தவர்களே இப்படித்தான் இருப்பார்கள் என அவள் தன்னைச் சமாதானப்படுத்திக் கொள்வாள். அவள் மாசம் இரண்டாயிரம் வெள்ளி சம்பாதிக்கிறாள். அதில் பணிப்பெண்ணுக்குச் செலவு செய்தால் மிச்சம் பிடிக்க முடியாது. தமிழ்நாட்டில் அவள் படித்த எம்எஸ்சியைச் சிங்கப்பூரில்

படித்திருந்தால் இன்னும் இரண்டு - மூன்று மடங்கு அதிகம் சம்பாதிக்கலாம்.

அவள் செலவுகளை அவளேதான் பார்த்துக்கொள்ள வேண்டியிருக்கிறது. வீட்டுச் செலவுக்கும் அவள் பணம்போட வேண்டும். பிறகு எங்கே மிச்சம் பிடிப்பது... லீவுக்கு லீவு ஊருக்குப் போக பணத்துக்கு எங்கே போவது... அவள் இரண்டு வருஷமாகச் சேர்த்த பத்தாயிரம் வெள்ளி போன லீவில் ஊருக்குப் போனதில் செலவாகிவிட்டது. டிக்கெட் காசு மட்டும் என்றால் பரவாயில்லை. அங்கே போய் உறவுகளுக்கும் கொடுக்க வேண்டும்.

வேலைக்காரிக்கு மாசம் அறுநூறு வெள்ளி கொடுப்பதா... அடேயப்பா... அறுநூறு வெள்ளியென்றால் ஊர் காசுக்கு... பார்ட்டைமாகக் கூப்பிட்டாலும் ஒரு மணி நேரத்துக்கு 10 வெள்ளியாவது கொடுக்க வேண்டும்... கணக்குப் போடும்போதே இரவு தோழி கல்யாணம் இருப்பது நினைவுக்கு வந்தது. ஐம்பது வெள்ளியாவது மொய் வைக்க வேண்டுமே... அந்த ஐம்பது வெள்ளியை வேறு எதில் மிச்சப்படுத்துவது என்று யோசித்தபடிக் குளியலறைக்குள் புகுந்தாள்.

குளியலறையைக் கழுவும்போது கண்ணாடியில் முகம் தெரிந்தது. மெலிந்த கறுத்த உருவம். குட்டையான முடி. கழுத்தில் மஞ்சள் கயிற்றோடு ஒரு செயின், சாதாரண ஐந்து கல் தோடு, ஒற்றைக் கல் மூக்குத்தி.

என்னைப் பார்த்தால் வீட்டு வேலைக்கு வந்தவள் போலவா இருக்கிறது... காலையில் டாக்ஸிக்காரன் கேட்டது உறுத்தியது.

மீண்டும் முகத்தைக் கண்ணாடியில் நன்றாகப் பார்த்தாள். பிசிறாகத் தொங்கிய முடியும், வியர்த்திருந்த கோலமும்... வேலைக்காரி போலத்தான் இருக்கிறேனோ... உடனே கல்யாணத்துக்குப் போகிறோமே என்ற நினைப்பு வந்தது. சலூனுக்குப் போய் முடி வெட்ட முடிவு செய்தாள். பேஷியலும் செய்துகொள்ள வேண்டும் என நினைத்தாள்.

பிள்ளைகளின் கூச்சல் சிந்தனையைக் கலைத்தது. நாளை மகனுக்குக் கணக்குத் தேர்வு. குளியலறையை வேகமாகக் கழுவி, காக்காய் குளியல் குளித்துவிட்டு வந்தாள்.

இரண்டு பேரும் சண்டை போட்டுக் கொண்டிருந்தார்கள். சண்டையைத் தீர்த்து வைத்து, மகளை அவளது அறைக்கு அனுப்பி விட்டு மகனிடம் திரும்பினாள்.

"நாளைக்கு உனக்கு மாத்ஸ் டெஸ்ட் இருக்குல்ல, புக்க எடுத்து வா... சொல்லித் தரேன்."

"போங்க உங்களுக்குத் தெரியாது. நா அப்பாட்டதான் கேப்பேன்." அழுதுகொண்டே மகன் வீம்பாகப் பேசினான்.

"டேய் நான் எம்எஸ்ஸி மாத்ஸ் படிச்சிருக்கேன். உங்கப்பா வெறும் ஏ லெவல்தான்."

"நீங்க இந்தியாவில படிச்சீங்க. உங்களுக்குச் சிங்கப்பூர் கணக்குத் தெரியாது... நான் அப்பாட்டயே கேக்கிறேன்..."

கைகளை நீட்டி நீட்டி அழுதுகொண்டே கோபத்தோடு பேசும் அவனைப் பார்க்கும்போது அவளுக்குச் சிரிப்பு வந்தாலும் அவன் வார்த்தைகள் சுட்டன. எத்தனையோ முறை கேட்டுக் கேட்டுப் பழக்கமாகிவிட்ட வார்த்தைகள்தான். ஆனால் ஒவ்வொரு முறை கேட்கும்போதும் வலிக்கவே செய்கிறது.

"எக்கேடாவது கெட்டுத் தொலை!" அவனைத் திட்டி விட்டு,

"சுபா உள்ள என்ன செய்யிறே?" என்று மகளை விரட்டிக்கொண்டு அவள் அறைக்குள் சென்றாள்.

உதடுகளுக்குச் சாயம் பூசிக்கொண்டிருந்த

13 வயது மகளைப் பார்த்தபோது, வேலைக்குச் செல்லத் தொடங்கும் வரை தான் லிப்ஸ்டிக்கே பார்த்ததில்லை எனத் தோன்றியது.

"எங்க கிளம்பற?"

"பிரண்ட்ஸோட படத்துக்குப் போறேன்."

"என்ன டிரஸ் இது... இந்தக் குட்டப் பாவாடையைப் போடுறதுக்கு வெறும் ஜட்டியைப் போட்டுட்டுப் போகலாம்..."

தலை சீவிக் கொண்டிருந்த சீப்பைத் தரையில் எறிந்துவிட்டுத் தாயை முறைத்தாள் மகள்.

"மாம் யூ ஆர் ரியலி ஏ நேரோ மைன்டட்!" கத்தினாள்.

"எதுக்கு இப்படிக் கத்தறே, பொம்பளப் பிள்ளைங்கன்னா அடக்க ஒடுக்கமா இருக்கணும். இந்த மாதிரி நான் பேசியிருந்தா இந்நேரம் எங்கம்மா என்ன அறைஞ்சே கொன்னுருப்பாங்க. வரவர நீ ரொம்ப வாய் பேசறே..."

"ஆமா உங்கள மாதிரி இருந்தா என்னையும் ஊர்க்குடுமின்னு கேலி பண்ணுவாங்க. இப்ப இதுதான் பேஷன்."

"பேஷனாவது ஒன்னாவது, முதல்ல இத கழட்டிப் போடு, இத போட்டுக்கிட்டு நீ வெளியில போகக்கூடாது.'

"எதுக்குச் சும்மா சத்தம் போடறீங்க..." தூக்கம் கலைந்த கணவன் தன் அறையில் இருந்தபடியே கத்தினான்.

"இங்க பாருங்க, இந்தக் குட்ட பாவாடையைப் போட்டுக் கிட்டு வெளியில போறாளாம்..."

"அவளையும் உன்ன மாதிரி எல்லா இடத்துக்கும் சேலையச் சுத்திக்கிட்டு அலையச் சொல்றியா... எந்தெந்த இடத்துக்கு என்னென்ன டிரெஸ் போடணும்னு இருக்கு. உனக்கு என்ன தெரியும்... அவள் இஷ்டத்துக்கு அவள விடு..."

அப்பாவின் அனுமதிக்காகவே காத்திருந்ததுபோல் கிளம்பி விட்டாள்.

இதே அவள் கல்யாணமாகி வந்த புதிதில் அவள் ஜீன்ஸ் போட்ட போது, அவள் கணவன், "நீ புடவை கட்டி நீளக் கூந்தலைப் பின்னிப் போட்டு இருக்கிறதுதான் எனக்குப் பிடிச்சிருக்கு. அடக்க ஒடுக்கமான மனைவி வேணும்னுதானே ஊர்ல வந்து உன்னைக் கட்டிக்கிட்டேன்." என்றது நினைவுக்கு வந்தது.

"இங்கப் பாரு, இந்தக் காலப் பிள்ளைங்களப் பத்தி உனக்குத் தெரியாது. கண்டிப்போட வளர்க்கிறது நல்லதுதான். அதுக்காக நீ ரொம்ப கண்டிச்சா அதுங்க அடங்காமலே போயிடுங்க. இன்னிக்குப் பிள்ளைங்க வளர்ற சூழ்நிலையே வேற. அதான் நீ பேப்பர்ல படிக்கிறியே."

கணவனின் இந்த அறிவுரையைப் பலமுறை கேட்டுப் புளித்துப் போயிருந்ததால் அவனுக்குப் பதில் சொல்லாமல் சுவர்க் கடிகாரத்தைப் பார்த்தாள். மணி நான்கைத் தாண்டி விட்டது. சலூனுக்குப் போக வேண்டுமே என்று அவசரமாக மணிபர்சை எடுக்கும்போதே, போகத்தான் வேண்டுமா என அலுப்பு ஏற்பட்டது.

நேரத்தையும் பணத்தையும் செலவழித்து அலங்காரம் செய்து கொண்டு போவதில் என்ன இருக்கிறது... கொஞ்ச நேரம் உட்கார்ந்திருக்கப் போகிறோம். தாலி கட்டியதுமே விருந்துச் சாப்பாடு சாப்பிட்டுவிட்டுக் கிளம்பி விடுவோம். ஒரு மணி நேர ஷோவுக்கு, அலங்காரம் செய்ய நாலு மணி நேரத்தைச் செலவிடுவதா... ஊரில் திருமணம் என்றால் எவ்வளவு கலகலப்பாக... ஜாலியாக இருக்கும்...

எண்ணமே இனித்தது. கொட்டமடிக்கும்

நட்புகள் நினைவுக்கு வந்தன. குமரனும் நினைவுக்கு வந்தான். என்னவோ கல்யாணம் என்றாலே அவளுக்குக் குமரன் நினைவு வந்து விடுகிறது. போன மாதம்கூட கணவனின் நண்பர் வீட்டுக் கல்யாணத்துக்குப் போயிருந்த போது, அவனைப் பற்றி நினைத்தாள். அவளது கல்யாணத்தின் போதும் அவளுக்குக் குமரன் நினைப்பாகத்தான் இருந்தது.

இங்கே ஏன் யாருமே தனக்கு நெருக்கமாயில்லை... ஒருவேளை தன்னால்தான் இந்த ஊர் மக்களை, அவர்கள் வாழ்க்கையை நெருங்க முடியவில்லையோ... இந்த மண்ணோடு ஒட்ட முடியவில்லையோ... என்று யோசித்துக்கொண்டே மணிபர்சைத் திறந்தாள்.

சிவப்பு நிறத்தில் சிங்கப்பூர் குடியுரிமை அட்டை. அதில் வாய் நிறைய புன்னகையோடு அவள் படம்.

"ஐ யெம் சிங்கப்பூரியன்."

அவளால் அழுகையைக் கட்டுப்படுத்த முடியவில்லை.

80

வானம் வசமானபோது...

சாந்தா தத்

சாந்தா தத்
(15/09/....)

சாந்தா தத் எழுத்தாளர், கவிஞர், இதழாளர், மொழிபெயர்ப்பாளர் என்று பல தளங்களில் இயங்கி வருகிறார். சாந்தா என்னும் இயற்பெயர் கொண்ட இவர், காஞ்சிபுரத்தைப் பிறப்பிடமாகக் கொண்டவர். இவர் திருமணத்திற்குப் பின்பு, ஹைதராபாத்தில் வசித்து வருகிறார். இவருடைய முதல் படைப்பு ஆனந்த விகடனில் வெளியானது. பின்னர், தொடர்ந்து வெகுஜன இதழ்களிலும் சிற்றிதழ்களிலும் எழுதி வருகிறார். சாந்தா தத் தெலுங்கு மொழியிலிருந்து தமிழுக்குப் பல படைப்புகளை மொழிபெயர்த்துள்ளார். குறிப்பாக, சாகித்ய அகாதமி விருது பெற்ற தெலுங்கு இலக்கியங்களைத் தமிழில் மொழிபெயர்த்துள்ளார். இவர் மொழிபெயர்ப்புக்காக நல்லி திசையெட்டும் விருதினைப் பெற்றுள்ளார். இவர் 'நிறை' என்ற மாத இதழின் ஆசிரியரும் ஆவார். இவரது இரண்டு கவிதைத் தொகுப்பு, நான்கு சிறுகதைத் தொகுப்பு, இரண்டு கட்டுரைத் தொகுப்பு, மூன்று மொழியாக்கங்கள் உள்ளிட்ட இருபதுக்கும் மேற்பட்ட நூல்கள் வெளிவந்துள்ளன. உயிர்ப்பு, எல்லைகள், இவர்கள், வாழ்க்கைக் காடு என்பன இவரது சிறுகதைத் தொகுதிகளாகும்.

கை நீட்டித் தொடும் அருகாமையில் மேகத் திவலைகள்? ஆச்சரியமாக இருந்தது. ஆனந்தமாகவும் கரம் கொட்டிக் குதூகலிக்கும் குழந்தைபோல் ஆர்ப்பரித்தது மனம். பள்ளி மற்றும் கல்லூரிக் காலங்களில் ஊட்டி, மூணாறு எனச் சுற்றுப்பயணம் செய்த போதெல்லாம் தலையைத் தடவிச்செல்லும் முகில்கூட்டங்கள் விண்ணளவு வியப்பில் ஆழ்த்தியதுண்டு, இக்கணம் அதைவிட வியப்பாய்... மேகங்களை ஊடுருவிக்கொண்டு முன்செல்வதுபோல்...

விமானப்பயணம் குறித்து நிறையக் கேள்விப்பட்டிருக்கிறாள் நித்யா. கேட்டதை வைத்து இப்படி இருக்கும் அப்படி இருக்கும் என ஊகித்துமிருக்கிறாள். ஆனால் அவ்வனுபவம் தனக்கு வாய்க்கும் என எந்நாளும் நினைத்தவளல்ல. அப்படிபொரு நினைவே பேராசைதான் என்றளவில் ஆசைப்படக்கூடத் துணியவியலாத குடும்பநிலைமை.

அப்பா அரசாங்க வேலையிலும், அம்மா ஆசிரியராகவும், வருமானம் ஓரளவுக்குப் பரவாயில்லை ரகம் என்றாலும், வருமான வரம்பை மீறி விலைவாசி பந்தயக்குதிரை போல் முந்திக்கொள்வதால்... மூன்று பெண்களுக்குக் கல்வியும் கல்யாணமும் என மூச்சு முட்டும் கடமை

பெற்றவர்களுக்கிருந்தபடியால் மூத்தவளான நித்யா கடல் கடக்கும் கனவெல்லாம் கொண்டிருக்கவில்லை. டிகிரி முடித்து... கணினி டிப்ளமோ முடித்து... அதற்கேற்ற வேலையில் இருந்தபோதுதான், துபாயில் பணிபுரியும் கணேசனுடன் திருமணம் நடந்தது. ஒரு மாத லீவில் வந்திருந்த தூரத்து உறவான கணேசன், அவளைப் பெண் பார்க்க வந்து... இரு தரப்பிலும் சம்மதமாகி... உடன் கல்யாணம்... அடுத்து அவன் மட்டும் துபாய் பயணம்... இப்படி அனைத்தும் மளமளவென நடந்தேறிய அதிவேகத் திருப்புமுனை. அதன்பிறகுதான் நித்யாவிற்குக் கனவுகள் முளைவிடத் தொடங்கின. பாஸ்போர்ட், விசா சம்பிரதாயங்கள் முடிந்து நித்யா இதோ நிஜமாகவே வானில் பறந்து கொண்டிருக்கிறாள்.

விமானத்தில், பக்கத்து முன் இருக்கைகளில் சக பயணிகள்- வானுக்கு வந்தும் டி.வி.யை விடவில்லை. நித்யா மட்டும் பார்வைக்குப் புலனாகும் ஒரே காட்சியான முடிவேயில்லாத மேகக்கடலை அலுப்பு சலப்பின்றி ரசித்துக் கொண்டிருந்தாள்.

மேகங்கள் மீதான கவனம் மெல்ல மெல்லக் குறைந்து அரபு மண்ணில் அவளுக்காகக் காத்திருக்கும் புத்தம்புது வாழ்க்கை குறித்து அவளாய்க் கற்பனை செய்துகொண்டிருந்த காட்சிகள் மனவானில் உணர்வுகளை உரசிக்கொண்டு மிதக்கலாயின.

நான்கு மணிநேரம் கடந்ததே தெரியவில்லை. இவ்வளவு அருகிலா இருக்கிறது இந்நாடு எனும்படி வந்துவிட்டது துபாய். பிரம்மாண்டமாகப் பிரமிப்பாக விமானநிலையமே ஒரு சொர்க்க பூமியாய்... செல்வச் செழிப்பின் அழகான அணிந்துரையாய்த் திகழ்ந்தது. தரையில் இறங்கியும் மிதப்பநிலைதான். இதே நிலை தரத்தித் தரத்தித் தொடர்ந்தது... வாடகைக்காரில் கணேசனுடன் துபாய் வீதிகளில்... வீடு நோக்கிய பயணத்திலும்... வீதிகளல்ல... ராஜபாட்டைகள்! அகல அகலமான சாலைகளில் ஆறுவழிப் பாதைகளில், கணங்களில் புள்ளியாய் மறையும் அதிவேகத்தில் சாரிசாரியாய் கார் வரிசைகள். இருமருங்கும் இடைவெளியின்றி அணிவகுப்பு போல் ஆகாயம் தொடும் அடுக்குமாடிக் கட்டடங்கள். நவீனமயமான சூப்பர் மார்க்கெட்டுகள்... மால்கள். அவள் அறிந்துணர்ந்த/ பார்த்திருந்த நீரின்றி சோலைகளும் பாலைகளாய்க் கிடக்கும் காட்சிகளுக்குப் புறம்பாய்ப் பாலையும் சோலையாய்க் காட்சியளிக்கும் விதத்தில் பசேலென வண்ணமயமாய்ப் பூத்துக் குலுங்கும் செடி, கொடி, மரவரிசைகள். எங்கும் எதிலும் சுத்தம், சுகாதாரம், தூய்மை, வளமை, நவீனம், நாகரிகம், மில்லிமீட்டர் மில்லிமீட்டராய் பளிச்சிடும் பணக்காரச் செழுமை.

இமை கொட்டாது வேடிக்கை பார்த்தபடி வந்தவளை 'ரோஜா' பட அரவிந்த்சாமி போல் விழியோர இதழோரப் புன்னகையுடன் இரசித்துக் கொண்டிருந்தான் கணேசன். பத்துமாடிக் குடியிருப்பு ஒன்றின்முன் கார் நின்றது. இறங்கிக்கொண்டு கழுத்து வலிக்க அண்ணாந்து பார்த்தபடி நின்ற நித்யா, சட்டென சுதாரித்தபடிப் பெட்டிகளை இறக்கிக் கொண்டிருந்த கணேசனுக்கு உதவ விரைந்தாள்.

ஆறாவது மாடியிலிருந்த அவர்கள் வீட்டை அடைந்தபோது கதவில் பூட்டில்லை.'சரியான அசடு நான். பூட்டுச் சாவி சமாச்சாரமெல்லாம் இங்கிருக்காது. எல்லாம் தானியங்கிதான்.

அழைப்பு மணியை அழுத்தினான் கணேசன்.

"உள்ள ஆள் இருக்காங்களா?" ஆச்சரிய உணர்வு, 'விடாது கருப்பு' போல் தொடர்ந்தது அவளை. அவன் பதில்

சொல்லுமுன் கதவு திறக்கப்பட்டது. “வெல்கம் டு துபாய். வாங்க வாங்க...” அன்பாய் சிநேகமாய் முகமெல்லாம் புன்னகையாய் வாய்நிறைய அழைத்த இளைஞனுக்குக் கணேசனைவிட இரண்டு மூன்று வயது அதிகமிருக்கலாம். பின்னாலேயே ஒரு பெண்... அவள் தலைப்பைப் பிடித்தபடி, அப்போதுதான் நடைபயிலும் குழந்தை.

இவர்களெல்லாம் யார் என்பதுபோல் குழப்பத்துடன் கணேசனைப் பார்த்தாள் நித்யா. பதிலேதும் கூறாமல் அவள் கையைப் பிடித்துக் கூடத்துக்கு அழைத்துச் சென்று உட்காரவைத்தான் அவன். அவர்களைப் பார்த்தால் விருந்தாளிகள் போல் தெரியவில்லை. அவ்வளவு இயல்பாய்ப் புழங்கினார்கள்... பழகினார்கள்... பேசினார்கள். காப்பி கொண்டு வருவதாகச் சொல்லி சமையலறைக்குச் சென்றாள் அப்பெண். அங்கிருந்தே தெரிந்த சமையலறையில் சாமான்கள் சீராய் அடுக்கப்பட்டிருந்தன. காப்பி தயாரித்துக் கொண்டிருந்த அவளிடம், அங்கு நெடுநாள் பழக்கம்போல் இயல்பான உணர்வோடு சிணுங்கிய குழந்தையைக் குளியலறைப் பக்கம் அழைத்துச் சென்றான் அந்த இளைஞன்.

நித்யாவின் முகத்தில் ஏகமாய்த் தெரிந்த மருட்சி பரிதாபம் தருவதாய் இருக்க, அவள் கையை மெல்ல அழுத்தினான் கணேசன். “கொஞ்சம் பொறுமையா இரும்மா. எல்லாம் விவரமா... சொல்றேன்...”

தங்கள் அறை என்று அவன் அழைத்துச் சென்றபின், அவன் சொன்ன விஷயம்... அந்நிமிடம் வரை அவள் மனதில் பொங்கிப் பீறிட்ட, பரவச ஊற்று கணங்களில் கரைந்து கானலானது. துபாயில் எல்லாமே எளிதில் கிடைக்குமாம். வாடகைக்கு வீடு தவிர. ஏழுகடல் தாண்டி ஏழுமலை ஏறி என்றெல்லாம் விவரிக்கப்படும் புராணக்கதைகள் போல் தப்பித்தவறி கிடைத்துவிட்டாலும், வாடகை அங்குள்ள ‘விண்ணைத் தொடும்’ கட்டடங்களாய் உச்சாணிக்கொம்பில் இருக்கும். அதுகூட ஒரு வருட வாடகை மொத்தத் தொகையும் முதலிலேயே கொடுத்துவிட வேண்டுமாம். கணேசனைப் போல் சாதாரண சம்பளத்தில் இருப்பவர்களுக்கு இதெல்லாம் பகல்கனவுதான் என்பதால், இரு குடும்பங்கள் ஒரு வீட்டில் வசிப்பது மிகவும் இயல்பாம். அங்க ‘ஷேரிங் ஃபாமிலி’ என்பார்கள். நாளடைவில் பதவிஉயர்வு பெற்று, வருமானம் பெருகினால் இந்தப் பகிர்வுமுறை விடுத்துத் தனிவீடு பார்த்துக் கொள்வார்கள். இது மட்டும் பகல்கனவு அல்ல... நிச்சயம் நடக்கக்கூடிய விசயம்தான் என்று கணேசன் திடமாய்த் தெரிவித்தான். அவளைச் சமாதானப்படுத்தும் முகமாய்.

அந்த அதிர்சியினின்று மீளுவதென்பது மிகவும் கடினமாய்த்தான் இருந்தது நித்யாவிற்கு.

“ஊரிலேயே ஏன் சொல்லல இதெல்லாம்?”

“இங்க வரதுக்கு முன்னாடியே ஏமாற்றம் தரணுமா, உன்னால ஏத்துக்க முடியுமானெல்லாம் யோசித்து...”

“இப்பமட்டும் என்னவாம்... முதல்லயே தெரிஞ்சிருந்தா என்னைத் தயார்ப் படுத்திட்டிருப்பேன்...” எந்நேரமும் அழுதுவிடுவாள் போல் தொய்வு அவள் குரலில்

“இப்படிச் சொல்றது உனக்கு இப்ப சுலபமாத்தான் இருக்கும். ஆனால் புதுசா கல்யாணமாகிப் பிரிஞ்சிருக்கறவங்க சேரும்போது, காற்று நுழையற இடைவெளி கூட இல்லாத அளவுக்குத் தனிமை வேணும்னுதான் விரும்புவாங்க. அப்படி இருக்கறப்ப... இதெல்லாம் சொல்லி உன்னை அப்செட் ஆக்கியிருக்கணுங்கறயா... சொல்லு நித்யா..?

“என்ன நீங்க புரியாம பேசிட்டு, இப்பவும் அதே நிலைமை தானே..? என்ன மாற்றம் வந்துட்டதாம்...”

‘இல்லம்மா. நீ பயப்படறாப்பல எதுவுமில்லை. அவங்க ரொம்ப நல்லவங்க. இங்கிதம் தெரிஞ்சவங்க. அவங்களும் இப்படி வந்தவங்கதான் தெரியுமா. எவ்வளவு நல்லா ஒத்துப் போயிட்டாங்க பாரு. எதுவுமே ஆரம்பத்தில்தான் பயமா தயக்கமா இருக்கும். போகப்போகச் சரியாயிடும். ஒரு விஷயத்தில் நாம் கொடுத்து வச்சவங்கதான்னு சொல்லணும், இவங்களாவது தமிழ்க்காரங்க. என்னோட நண்பன் ஒவ்வொருத்தனும் தெலுங்கு, பெங்காலி, மராட்டி, ஒரியான்னு சுத்தமா மொழி புரியாதவங்களோட சேரிங்ஃபேமிலியா இருக்காங்க நித்யா...”

அப்போதுதான் அவளுக்கு உறைத்தது அவர்கள் தமிழில் பேசினார்கள் என்பது. இங்கு எப்படி தமிழ் என்று ஒரு யோசனை வந்தாலும், அதை வெளிக்காட்டிக் கொள்ளவில்லை. அவர்கள் மட்டுமல்ல. அங்கு ஏராளமாய்த் தமிழர்கள் இருக்கிறார்கள்.

கணேசனின் நண்பர்களிலும் நிறையப்பேர் தமிழர்கள். கோயில், ஹோட்டல், ஷாப்பிங் மால், தமிழ்ச்சங்கவிழா... எனச் சந்தர்ப்பம் கிடைத்த தருணங்களில் அவர்களை அவளுக்கு அறிமுகப்படுத்தியபோது, சொல்லி வைத்தாற்போல் அத்தனை பேரும் ஒரே குரலில் அவனுக்குச் சார்பாய்ப் பேசினார்கள். அங்கு நிலவும் யதார்த்த நிலைமையை எடுத்துச்சொல்லி, அந்த ‘கூட்டுக் குடும்பமுறை’ நாள் செல்லச்செல்லப் பழகிவிடும் எனத் தைரியம் சொன்னார்கள்.

நாட்கள்தாம் நகர்ந்தனவேயன்றி பழக்கம் மட்டும் ஆனபாடில்லை அவளுக்கு. அந்த இன்னொரு குடும்பம் அன்பாய், நட்பாய்ப் பழகினாலும் அவளால் ஒட்ட முடியவில்லை. அனுசரித்துப் போகமுடியவில்லை. புதுக்குடித்தனம் என்று கூட்டுக் குடித்தனமாகிவிட்டதே எனும் எரிச்சல், எந்நேரமும் முணுமுணுப்பாய் வெளிப்பட்டுக் கொண்டேயிருந்தது. சமையலறை, கூடம், குளியலறை, முன்வராந்தா இதெல்லாம் பொதுவானது, சமையலறையில் அவரவருடைய பாத்திரங்கள்... சாமான்கள் ஸ்டவ் மட்டும் தனி. ஒருவர் சமையல் முடிந்ததும் மற்றவர் சமையல், நேரக்கணக்கு அவரவர்களுக்குத் தகுந்தாற்போல் உடன்பாடு அமையும். எவர் தரப்பில் விருந்தினர் வந்தாலும் கூடத்தில்தான். ‘நம்ம ஊர் ஒண்டிக்குடித்தனம் போல்ன்னு வச்சுக்கயேன்...” ஒருமுறை அவன் சொன்னபோது...

“அதெப்படி வச்சுக்கறது. ஒண்டிக்குடித்தனம்னா கூட தனி சமையலறை இருக்குமே. உம்... என்ன ஊரோ, என்ன முறையோ போங்க.. நல்ல வேளை... படுக்கையறை மட்டும் தனித்தனியா வச்சிருக்காங்க புண்ணியவான்க.” அவள் சிரிக்காமல் கூறியதை அவன் சீரியஸாக எடுத்துக் கொள்ளாமலிருக்க மிகவும் சிரமப்பட வேண்டியிருந்தது.

“கொஞ்சம் பொறுத்துக்க நித்யா. வேற வழியில்லன்னு ஆயிட்டபோது என்ன செய்யறது. ஊருக்கு வேற பணம் அனுப்பணும், வீட்ல உனக்கப்புறம் ரெண்டு பொண்ணுங்க இருந்தாலும், அதனால உனக்கு ஒண்ணுமில்ல. என்னோட ரெண்டு தங்கைங்களுக்கும் கல்யாணம் பண்ணி வைக்கிற பொறுப்பு எனக்கு இருக்கே. அதனால...

“ஒண்ணும் சொல்லவேணாம். ஆம்பிளை... உங்களுக்கு எல்லாமே சுலபமாய்த்தான் இருக்கும். நானில்ல நாளெல்லாம் அவதிப்பட வேண்டியிருக்கு. பயந்து பயந்து குளிச்சி... ஈரத்தரையிலேயே துணிமாத்தி... போனவாரம் அந்த மூணு

நாளும் எவ்வளவு கஷ்டப்பட்டுட்டேன் தெரியுமா. பெருக்கறது, துணி துவைக்கிறது, பாத்திரம் தேய்க்கிறதுன்னு பொழுது முழுக்க ஒத்துப்போறதுலேயே கரைஞ்சறது. அதெல்லாம் உங்களுக்கு எங்கப் புரியப்போறது. உங்களுக்குப் புரியறாப்பல சொல்லணும்னா நாம படுக்கையில இருக்கறப்ப யாரோ எட்டிப் பார்க்கறாப்பல... பாவம், அவங்க ரொம்ப நல்லவங்க. அவங்களைத் தப்பாப் பேசினா என் நாக்கு அழுகிடும். எனக்குத்தான் எந்நேரமும் பயமா, கலவரமா, உறுத்தலா இருக்கு. இது இப்படியே நீடித்தால் மனநோய் வந்துடுமோன்னு பயமா இருக்குங்க." அவன் தோளில் முகம் புதைத்து அழுதாள். அப்போதுகூட கதவு தாளிடப்பட்டிருக்கிறதா என்று பார்க்கத் தவறவில்லை அவள்.

"தயவுசெய் நித்யா. இந்தத் துன்பமெல்லாம் இன்னும் கொஞ்சநாள்தான்..."

"ஆமா... அலை ஓய்ந்து சமுத்திரஸ்நானம் செய்யற கதைதான்" அவனிடமிருந்து சரேலென விலகினாள்.

முதன்முறையாக பொறுமை பறிபோயிற்று அவனுக்கு.

"பின்ன எதுக்கு இங்க வந்தே. ஊரில் விசாலமான உங்க வீட்ல மகாராணிபோல் இருந்திருக்கலாமெல்ல"

"இங்க இப்படில்லாம்கூட இருக்கும்னு யாருகண்டாங்க. நீங்கதான் மறைச்சிட்டீங்களே." கவலைப்படாமல் சொன்னாள்.

"என்ன நீ திரும்பத் திரும்ப மறைச்சிட்டேன் மறைச்சிட்டேன்னு. நான் ஒத்துப்போவேன்னு நம்பினேன். நீ என்னடான்னா..."

"நீங்கதான் திரும்பத்திரும்ப ஒத்துப்போ, ஒத்துப்போ, ஒத்துப்போயிக்கணு கிளிப்பிள்ளை போல் அனத்திட்டிருக்கிங்க. எதுல ஒத்துப்போறதுன்னு கிடையாதா.?

"சரி... இப்ப என்னதான் செய்யனும்கறே. உங்கப்பா எனக்குப் பதிலா ஒரு இன்ஜினியர் அல்லது டாக்டருக்குக் கட்டி வச்சிருக்கணும். உன்னை இந்தத் தேசத்துக்கு வரப்பவே சொகுசு அபர்ட்மெண்ட், சொந்தக்கார்னு வாழ்க்கை அமோகமா அமைஞ்சுருக்கும். உனக்கு என்ன செய்யறது. வெத்து எம். காம். படிச்சிட்டு ஆடிட்டர்கிட்டே வேலை செய்யறவனாயிட்டேன் நான். இந்த வேலைகூட அந்த ஆடிட்டர் மகராசன் நம்ம ஊர்க்காரரா இருந்ததால கிடைச்சுருக்கு..."

"நீங்க ஏன் நொந்துக்கறீங்க. எனக்குதான் ஏக்கமா இருக்கு. எங்கப்பா என்னை இன்ஜினியருக்குப் படிக்க வைக்கலயேன்னு. அப்படிப் படிச்சிருந்தா எனக்கும் இந்த ஊர்ல சுலபமா வேலை கிடைச்சிருக்கும். தனி வீட்ல இருந்திருக்கலாமில்ல..."

காரசாரமான விவாதம்... அதன் விளைவான மனத்தாங்கல்... இத்தனைக் கிடையிலும் சிரித்துவிட்டான் கணேசன்.

"அடி அசடே... நீ இன்ஜினியர் படிப்பு படிச்சிருந்தா என்னை ஏண்டி கட்டிருக்கப்போறே..?

அவள் சிரிக்கவில்லை. அவனைப் பார்க்க பாவமாக இருந்தது. அதே சமயம், தன்மீதும் கோபம் வரவில்லை. தன் ஆதங்கம் நியாயமானதுதான் எனும் திடமான நம்பிக்கை அந்நிமிடம் அவளுள் ஒரு தீர்மானமான எண்ணம்... எப்படியாவது வேலை தேடிக்கொள்ள வேண்டும். பெரிதாகவேண்டாம். தங்கள் பங்காய் இப்போது கொடுத்துவரும் வாடகையுடன் மேலே கொஞ்சம் சேர்த்துத் தனிவீடு பார்த்துக் கொள்ளுமளவு சம்பளம் கிடைத்தால் போதும்.

செய்தித்தாள்... நண்பர்கள் என முயற்சியிலிறங்கினாள். அவள் தவிப்பு. தகிப்பு அதன் தீவிரம் என அனைத்தும்

வெகுநன்றாய்ப் புரிந்திருந்த கணேசனும் அவள் தேடலில் துணையாக... விரைவிலேயே பயன்கிட்டியது. தமிழர் ஒருவர் வைத்திருந்த பத்திரிகைகள் மற்றும் காஸெட் ஏஜென்சியில் கணக்கு வழக்குகள் கவனித்துக்கொள்ளும் பணி ஐந்நூறு திராம்ஸ். ஏறக்குறைய ஆறாயிரத்தைந்தாறு சம்பளத்தில்...

சிவன், பெருமாள், சீக்கியக்கடவுள் என ஒரே இடத்தில் அமைந்துள்ள இந்திய மணம் கமழும் கோயில், சரவணா பவன் ஹோட்டல் என அன்றைய மாலைப்பொழுது முதன்முதலாய் முழுமையான மகிழ்ச்சியில் கழிந்து கொண்டிருக்கும்போது கணேசன் கூறினான்.

“இப்போதுகூட அப்படியொன்றும் பெரிய வீடாய்க் கிடைச்சுடாது...”

“புறாக்கூண்டானாலும் பரவாயில்ல. நமக்கே நமக்கான தனிவீடு, நம் வீடு... நம் உரிமை... நினைத்தபோது குளிக்கலாம். நினைத்தபோது...”

“தனித்தனியா சொல்லி சிரமப்படணுமா. எல்லாமே எல்லா நேரத்திலும். சரிதானே... “

“அப்படியே வச்சுக்கங்களேன். எல்லாமே நம்ம விருப்பம்...”

சின்னதாய் தனியாய் வீடு கிடைத்துவிட்டது. படுக்கையறை மட்டுமே அவர்களுக்கெனத் தனியாய். அதுவரை இருந்த அந்தவீட்டை, அடுத்த ஷேரிங் ஃபேமிலி பார்க்க வந்தபோது அந்த இளம்பெண் விழிகளிலும் மிரட்சி பளிச்செனத் தெரிந்தது. அவளைத் தனியே அழைத்துச்சென்று அவள் கையை ஆதரவாய்ப் பற்றிக் கொண்டாள் நித்யா. “உங்க பெயர் தெரியல. பயப்படாதீங்க. தேசம் விட்டு தேசம் வந்திருக்கிங்க. உங்க இன்ப, துன்பத்தில் துணையாக நம்ம மனுஷங்க வீட்டுக்குள்ளயே இருக்காங்கறது நல்ல விஷயம்தானே! அதனால் எதையும் நினைச்சு மனசை வருத்திக்காம மகிழ்ச்சியா இருங்க. என்ன...!

குழப்பமாய்த் தலையாட்டினாள் அந்தப் பெண்.

81

தனிமையின் வாசனை

தமயந்தி

தமயந்தி

எழுத்தாளர் தமயந்தி கவிஞர், கட்டுரையாளர், ஊடகவியலாளர், திரைப்படப் பாடலாசிரியர், இயக்குனர் எனப் பன்முகப் பரிமாணங்களைக் கொண்டவர். இவர் திருநெல்வேலி மாவட்டத்தைப் பூர்வீகமாகக் கொண்டவர். தம் 17ஆவது வயது முதல் சிறுகதைகள் எழுதி வரும் இவர், தம் முதல் இரு சிறுகதைகளுக்காக ஆனந்தவிகடனின் பரிசுகளைப் பெற்றுள்ளார். தமயந்தியின் சிறுகதைகள், அக்கக்கா குருவிகள், முற்பகல் ராஜ்ஜியம், சாம்பல் கிண்ணம், வாக்குமூலம், ஒரு வண்ணத்துப்பூச்சியும் சில மார்புகளும், கொன்றோம் அரசியை என்பன இவரது சிறுகதைத் தொகுப்புகளாகும்.

நீளமான தலைப்புகளை வாசித்து மூச்சு இரைத்தது போல்தான் உனக்கும் அவனுக்குமான இடைவெளி நீண்டு கிடக்கிறது. உன் வீட்டு வரவேற்பறையில் சினைகொண்டதுபோல் ஒரு பல்லி ஓர் எறும்பின் பின்னால் போய்க்கொண்டு இருக்கிறது. அலமாரியின் நிழலில் எறும்பைக் காணாமல் திகைத்து நிற்கிறது. எறும்பின் புண்ணியமோ என்னமோ, அதைக் காணவே இல்லை.

பார்க்காத ஒரு நொடியில் அந்த எறும்பைப் பல்லி விழுங்கிவிட்டதோ என்றுகூட உனக்குத் தோன்றலாம். சுற்றி உள்ள சந்தோஷங்களில் இருந்து சிலர் சந்தோஷங்களை எடுத்துக்கொள்வார்கள். இருக்குமிடம் எல்லாம் சந்தோஷமாக்கிக் கொள்வார்கள் இன்னும் சிலர். நீ சிரிக்கிறாய்... ஆனால், அதில் சிரிப்பு இல்லை.

அலை அடித்துப் போகிற துரும்புகூட சில நேரம் மீள் அலையின் போக்கில் கரையில் ஒதுங்குவது உண்டு. நீ நதியலை மாதிரி. நீர் அடித்துச் செல்லும் திசைகளில் மிதந்து செல்கிறாய். வெளியே பார். ஒரு பூ மலர்ந்து இருக்கிறது. ஆனால், உன் கவலை மேஜையில் வைத்த உருண்டை இட்லிகளை ஏன் அவன் சாப்பிடவில்லை என்பது தான்.

'இத்தத் தூக்கி எறிஞ்சா, என்னாகும்? இந்தியாவில் குண்டுவீச்சுனு தலைப்புச் செய்தியா வரும்' என்று அவன் கிண்டல் செய்தபடி சாப்பிட்ட நாட்கள் உன் கண்ணுக்குள் நிழலாடி, நிழல்கள் கரைந்து கண்ணீர் ஆகின. என்ன பெண் நீ? உணர்வுகளுக்காக அழவா நீ பிறந்திருக்கிறாய்? காரணங்கள் அற்ற உணர்வுகளின் சங்கடம் உன் கண்களில் தேங்கி நிற்கிறது.

தனிமையின் கூர்நொடிகளில் மின்விசிறியின் ஓசைகூட பிரமாண்டமாக எதிரொலிக்கிறது உனக்கு. உன் தனிமையின் வலிகளை உணர்ந்திருப்பானா அவன்? அல்லது பெண்மையை முற்றிலும் நிராகரிக்கும் ஆண் வர்க்கத்தின் ஒட்டுமொத்த உணர்வு அவனிடமும் இருக்கக்கூடுமோ?

இங்கே பார். நீயும் அவனும் எடுத்துக்கொண்ட புகைப்படம். நீ கூட லேசாகப் புன்னகைக்கிறாய். அவன் முகத்தில் ஓர் இறுக்கம் இருக்கவே செய்கிறது. ஒருவேளை, ஏதாவது நிர்பந்தத்தில்தான் உன்னைத் திருமணம் செய்துகொண்டானோ? முறைக்காதே. பயமாக இருக்கிறது. ஒரு பேச்சுக்குச் சந்தேகங்களைக் கேட்கக் கூடாதா?

இப்போதும் அவனை விட்டுக்கொடுக்கப் பிடிக்காத உன் மனநிலையை அவன் புரிந்துகொண்டால் சரி. ஆனால், புரிந்து கொள்வானா? அவனுக்கான பல பிரச்னைகளில் நீ ஒரு துரும்பாகக்கூட இருக்கலாம். மையப் புள்ளியாகவும் இருக்கலாம்.

ஒவ்வொரு ஞாயிற்றுக்கிழமையும் உன் அம்மா, நடுக்கூடத்தில் உட்கார்ந்து புட்டுக்கு மாவு பிசைவாள். உப்புத் தண்ணீரை ஒரு சின்னக் குவளையில் வைத்துக்கொண்டு மாவில் தெளித்துப் பிசறுவாள். பாசிப்பயிறை - கடுகு, வத்தல் போட்டுத் தாளித்துத் தேங்காய்ப் பூ துருவிப் போட்டு, சீனி தூவுவாள். எல்லாவற்றுக்கும் அததற்கான வாசனை உண்டு. உன் தனிமைக்கான வாசனை?

வெறும் காற்று அலையும் அறை. ஒரு ராஜகுமாரியின் உயிர் இருக்கும் வசியப்பெட்டி போல உன் வானொலி. அதில் இழையும் இசை உன் மேல் படர்ந்து ஜன்னல் வழியே தப்பிக்கிறது. எதுவும் தங்குவதில்லை உன்னுடன். உன்னைத் தவிர.

நீ இழந்த உன் குழந்தையின் குரலை நீ மறுபடியும் கேட்க முயல்கிறாய் என்று கடவுள் சொன்னார். பிறக்காத ஒரு குழந்தையின் குரலுக்காக யாசகம் கேட்கிற ஒரே மனுஷி நீயாக மட்டுமே இருக்க முடியும். அலமாரியைப் பார்த்தால் இட்லியாகத் தெரிகிறது. ஆரஞ்சு வண்ணத்தில் உடுப்பு. வசம்புக் கயிறு. தலைமுடியில் குத்த சிவப்பு க்ளிப். கடவுளுக்கு உன் அலமாரியைக் காட்ட வேண்டும்.

தங்கம் அக்கா தெரியுமில்லையா உனக்கு? புருஷனைக் கைக்குள் போட்டுக்கொண்டு மாமியாக்காரியை அடிக்கிற பிடாரி. ஆனால், அவளை மாதிரி உன்னால் தத்துவம் பேச முடியுமா? ஒன்று செய், உன் புத்தகங்களுக்கு உயிர் கொடுக்க கடவுளிடம் வரம் கேள். அதில் பிடித்த புருஷனைக் கட்டிக்கொள். ஹா... ஹா..!

சிரிப்பதைப் பார்த்துப் புருவம் சுருக்குகிறாய். நீ ரொம்பவும் அழகாக இருக்கும் சமயங்கள், நீ புருவம் சுருக்குகிற நேரங்கள். நீ அழகு என்று சொல்லும்போது ஏற்படும் சந்தோஷம், அவன் சொன்னால் எப்படி இருக்கும் என்று மறுகேள்வி கேட்கும்போது நதியின் அலையில் சுருளாக மறையும் நிலவாக மறைகிறது.

எங்கு வந்தது, எப்படி வந்தது இந்த இடைவெளி? ஒரு துண்டுக் காகிதம் தரையில் விழுந்த சப்தம் பிரமாண்டமான பரிணாமங்களை அடைவது போல்,

‘சாப்பிடுறீங்களா?’ என்று நீ கேட்கிறாய். ‘ம்’ என்கிறான். அவன் தட்டுச் சாப்பாட்டை எடுத்து வைக்கிறாய். ‘குழம்பு விடவா?’ என்றதும், ‘ம்’ என்கிறவன் ‘கொஞ்சமா’ என்று நீளமான வாக்கியம் ஒன்று பேசியதுபோல எச்சில் மிடறு விழுங்குகிறான்.

எங்கோ தொமீல் என்று சத்தம் கேட்கிறது. நீ சடார் என எழுந்து எட்டிப் பார்க்கிறாய். பக்கத்து வீட்டு ஜன்னல், காற்றில் மூடின சத்தம். கீழே உட்கார்கிறாய். அவன் நிமிர்ந்தே பார்க்காமல் சாப்பிட்டபடி இருக்கிறான். நீ விரலைத் தட்டுக்கு நேரே நீட்டி, ‘கூட்டு’ என்கிறாய்.

‘வேணாம்.’

‘ஏன், ஒண்ணுமே பேச மாட்டேங்கிறீங்க?’

‘ம்?’ என்கிறான்.

‘அதான்...’

‘ரசம்’ என்கிறான்.

கண்களில் நீர் நிறைகிறது உனக்கு. அவன் போனதும் வீட்டைப் பூட்டிவிட்டு விறுவிறு என்று எங்காவது போய்விட வேண்டும். ‘ரசம்’, ‘ம்?’ என்று அவன் தனியாகப் பேசட்டும் என்று உனக்குத் தோன்றுகிறது.

பாதிச் சாப்பாட்டை மீதி வைத்துவிட்டு எழுந்தான். ஒரு நாயாவது வளர்த்திருக்கலாம் நீ. அல்லது உனக்காவது ஒரு வால் இருந்திருக்கலாம். மறுபடியும் முறைக்கிறாய். ஏன் உனக்கு அவன் மேல் மட்டும் கோபம் வந்தாலும் உடனே மறைந்துவிடுகிறது?

அந்தப் பல்லி, எறும்பைப் பிடித்துவிடக்கூடும். நாளைய பொழுது விடிந்துவிடக்கூடும். ஆனால், உங்களுக்கான இடைவெளி நீண்டுகிடக்கும், இரை உண்ட மலைப்பாம்பின் விஸ்தாரத்தோடு. மீதி சாப்பாட்டை என்ன செய்ய என்று யோசித்து, ஷெல்ஃபில் இருந்து ஒரு தட்டை எடுத்து மூடிவைக்கிறாய். ஆம்பூர் பிரியாணி பற்றி உன் அப்பா பேசும் வார்த்தைகளின் வாசம் இப்போது உன்னைச் சுற்றிக் கொள்கிறது.

ஒரு பல்லியாக, ஒரு எறும்பாக, ஒரு நாயாக, ஒரு வானொலிப் பெட்டியாக நீ பிறந்திருக்கலாம் என்று தோன்றுகிறதா உனக்கு? நல்லவர்கள் எல்லோருமே தோற்றுப் போகிறவர்கள்தான் என்று உச்சி மலையில் நின்று கண்ணீர் வழிய வழியச் சொல்லத் தோன்றுகிறதா?

நீ சாய்ந்து கொள்ளத் தோளும் உன்னைப் பாதுகாக்கும் ஸ்பரிசமும் அவனிடம் இருக்கிறது. ஆனால், அவனிடம் மட்டுமே இருக்கிறது. பல்லியிடமிருந்து தப்பிய எறும்பு இப்போது நீ மூடிவைத்த தட்டின் வெளிப்புறமாக ஒட்டியிருக்கும் சோற்றுப் பருக்கையைச் சாப்பிடலாம். அலமாரியில் வைக்கப்பட்ட வசம்புக் காப்பு, பிறக்காத குழந்தைக்காகக் காத்திருக்கலாம்!

மெள்ள எழுந்து ஜன்னல்களை நீ சாத்தும் வேகத்தைப் பார்த்தால், நீ இந்த இடைவெளியைத் தக்கவைத்துக் கொள்ள விரும்பவில்லை. வெளியே இடைவெளியைக் கிழித்துக்கொண்டு கிளம்பப் போகிறாற்போல் தோன்றுகிறது.

கடைசி ஜன்னலைப் பூட்டும்போது அவன் கடந்து போன சாலையைப் பார்க்கிறாய். பார்வைகள் அநாதையாகுமா? உன் கண்களில் உலவுகிறது ஓர் அநாதையின் முற்றுப்பெறாத பயணம். தூக்க மாத்திரைகள் சாப்பிட்டோ, தூக்குப்போட்டோ, நீ முடிவு மேற்கொள்ளப் போகிறாயோ என்று பயம் வருகிறது முதன்முதலாக.

நிதானமாக நடந்து கழிப்பறைக்குள் போகிறாய். நாலுக்கு எட்டடி அறை. சுவரில் இருக்கும் ஷெல்ஃபில் பழைய தமிழ் வார சஞ்சிகைகள் கிடக்கின்றன. உன் உதடுகள் ‘நெஞ்சுக்குள் பெய்திடும்

மாமழை' என முணுமுணுக்கிறது. 'வாரணம் ஆயிரம்' படத்துச் சூர்யா மாதிரி, முதுகில் கிடார் சுமந்து அவன் வந்து கதவைத் தட்டுவான் என்று நினைக்கிற வேளையில், எதிர்பாராமல் இரண்டு குழாய்களையும் திறந்துவிடுகிறாய்.

மூடின கதவு, ஜன்னல் வழியாகச் சப்தங்கள் வெளியேற முடியாத தருணத்தில் இரைச்சலாக வழியும் அருவியாக நிசப்தம் கிழித்து உன் காலடியில் வந்து விழுகின்றன நீர்த் திவலைகள்!

82

காளீ

அனுராதா

அனுராதா

அனுராதா மேட்டூரைச் சேர்ந்தவர். 'காளீ' என்பது இவரது சிறுகதைத் தொகுப்பாகும்.

இருளைக் கடைந்து வடித்த சிற்பம், செதுக்கி சீரான நுதல், கர்வமும் வசீகரமும் படர்ந்து சிலிர்த்த குறு இதழ்கள், இதழோரங்களில் தீட்டினாற் போல் சின்னக் கீற்று, கருமை பளபளப்பில் கன்னங்கள், நீண்டு கீழிறங்கும் அலை மடிப்பாய் தேகம் சிலை வடிவாய் அமர்ந்திருக்கும் காளி.

அந்த ஆதி கோயிலின் வெளியும் உள்ளும் இருள் கவிழ்ந்து கிடக்கிறது. மௌனம் தன்நீண்ட படுதாக்களை இறக்கி விட்டிருந்தது. உக்கிராண அறையில் கொழுந்தாய் எரியும் சுடர் மினுக்... மினுக்... கென்கிற அதன் மெல்லிய நடுக்கம் சிதிலடைந்த கோபுர உச்சியில் குளிரும் பனியுமாய் உறைந்த சிலிர்ப்பு.

நாலரைதான் ஆகிறது என்றாலும் அதற்குள் இத்தனைக் கருக்கலா என்று யோசனையாயிருந்தது. இரண்டு மூன்று நாட்களாக இப்படித்தான். மழை பெய்வதும்... ஓய்வதும்... இரண்டுங்கெட்டான் நேரத்தில் கருக்கடிப்பதும்...

"காளி தாயே..." முனகிக் கொண்டே துரைராசு குடத்தை எடுத்து காளி சிலையின்மீது கவிழ்த்தான். நீர் சலசலத்து இறங்கி இருளில் மின்னி மறைந்தது. பட்டுத் தெறித்த நீர் துளிகள் பட்டதும், வெற்று மாரில் மயிர்கூச்செறிந்தது. காலுக்கடியில் ஈரம் ஜில்லிட்டது.

தனிமை அவசியமாயிருக்கிறது. இதென்ன… எப்பவும் துணையா கூட வர்ற பசுபதியைக் கூட இன்னைக்கு இன்னமுங்காணோம்… மழை எல்லாரையும் வீட்டுக்குள்ள முடக்கிப் போட்டிருதா? பின்ன… எந்நேரத்துக்கும் பத்து பேராவது சலிக்காம சுத்தி வர்ற இந்தக் காளி நிசப்தமாய்ப் படுத்திருப்பது விளக்கொளியில் தெரிகிறது.

நிதானப்பட்டவனாய் எண்ணெயை அள்ளி சிலையின் முகத்தில் அப்பினான். சில்லென்று குளிர்கிற கற்சிலை நெற்றி… புருவம்… விழிகள்… கன்னம்… இடமும் வலமும் ஓடி அழுந்தித் தேய்கிற விரல்கள்.

கருமை, அழகு, செழிப்பு, எண்ணெய்ப் பளபளப்பு. சுடரில் இன்னும் பிரகாசமாய்…

துரைராசு திரும்பவும் வாசலை உற்றுக் கவனித்தான் மழையும் பனியும் இருளும்… ராப்பூச்சிகளின் ரீங்காரம் கூட கேட்கத் துவங்கியிருந்தது. தவளைகளின் சத்தம்… கழுத்தறுபடுகிற ஆடுகளைப் போல அவ்வப்போதைக்கு விட்டுவிட்டு… சட்டென்று தேய்த்துக் கொண்டிருந்த விரல்களை நிறுத்தினான். கண்கள் விரிய… சிலையை உற்று நோக்கினான். இதென்ன இத்தனை கதகதப்பு விரல்களில் இன்னும் கூட அந்தத் தொட்டுணர்வின் இதம்… எங்கிருந்து? கண்கள் இன்னும் விரிந்தன… இதழ்கள்… காளியின் இதழ்கள்…

வெடுக்கென்று விரல்களை இழுத்துக்கொண்டு மீண்டும் சிலையை உற்று நோக்க… காளி மந்தகாசமாய் சிரித்தபடி… இதழ் சுழிப்பில் கீற்றாய்த் தெறிக்கும் ஒரு எள்ளல், ‘கடவுளே… இதென்ன மனசு… இப்படிக் கட்டுக்குச் சிக்காத கன்றைப் போல எகிறிப் பாய்ந்து… கொண்டு…

வரவர இத்தகைய அவஸ்தைகள் தாள முடியாததாயிருக்கிறது. அடிவயிற்றிலிருந்து கிளம்பும் நீண்ட மூச்சுக் காற்று மனசைச் சுருட்டி வெளித்தள்ளிவிட்டு ஓடப் பார்த்தது. மூளைக்குள் ஊழிக்காற்றின் ஊர்தாண்டவம் ஆரம்பமாயிற்று. கொஞ்சம் தனிமையிலிருந்தாலும். இந்தச் சர்ப்பம் சட்டென்று முழுவதுமாய் அவனைச் சுற்றி இறுக்கிக் கழுத்துக்குத் தோதாய்ப் பல் பதிக்க பதம் பார்க்கிறது. கொதிநிலையின் மேல்பரப்பு போல மனசு நிலை கொள்ளாமல் தவிக்கிறது.

அவனுக்குள் அது மெல்ல தீர்மானமாகிக் கொண்டிருக்கிறது.

இந்தப் பிரச்சனையிலிருந்து தப்பித்தாக ஒரே வழி அவளை மலடியென்று சொல்லித் தள்ளி வைப்பதுதான். இதில் ஏதும் குளறுபடிகள் வருமா என்பதில் தான் அவனுக்குச் சந்தேகமாகவும் உதறலாகவும் இருந்தது. வளர்மதி தன்னை எவ்வகையிலும் காட்டிக் கொடுக்க மாட்டாள் என்கிற ஒரு நம்பிக்கையும் மனசில் ஒரு மூலையில் கள்ளமாய்ப் பதுங்கிக் கிடந்தது.

அவளை நெருங்க முயலுகிற போதெல்லாம் தனக்குள் தொற்றிக் கொள்கிற ஒரு பதட்டம்… குழப்பம்… பதட்டமும் குழப்பமும் ஒரு சேர அவசரத்தோடும் பயத்தோடும் அவளைப் பரவிப் பிணைகிற இவன் கைகள்… அவளது உணர்வுக்கால்களில் சூடேற்றி… பின் செயலற்றுச் சோர்ந்து போகிற இவன்…

தணப்பும் தாகமும் அடங்கிவிட்ட ஏமாற்றத்தோடு தன்னை இழுத்துக் கொள்கிற வளர்மதி…

சுடர், காற்றுக்கசைந்து அணையப் போகிற பயத்தைத் தருகிறது. திரியைத் தூண்டிச் சுடரை இன்னும் பிரகாசமாக்குகிறான். எண்ணெயைச் சிலையின் கழுத்தில் அப்பித் தேய்த்தான். கழுத்திலிருந்து விரல்கள் கீழிறங்கி மார்பில் தவழ என்றுமில்லாத ஒரு அதிர்வு மனசுக்குள் படுகிறது.

விரல்கள் மீண்டும் அழுந்தித் தேய்க்க…

• அனுராதா

மூளைக்குள் சிலீரிட்டது. இதென்ன... இந்த ஸ்பரிசம், விரல்களுக்குப் பழக்கப்பட்ட இந்த ஸ்பரிசம், இந்த வெதவெதப்பு... முலைக் காம்புகளின் விரைப்பு. ஐயோ... மூளை வழுக்கிக் கொண்டு போகிறதே. கண்களை உறுத்தி உற்று நோக்கினான். கண்களுக்குள் மின்னல் பூச்சிகளின் தெறிப்பு. இது சிலையா... பெண்ணா... காளியா... இல்லை வளர்மதியா... வளர்மதி... பவுடரும் மஞ்சளுமாய் அவள் வாசனை...

பதட்டத்தில் கைகள் இன்னும் எண்ணெயைச் சேர்த்து இடுப்பில் தேய்த்து... குனிந்தான்.

கழுத்தில் சீறிப் பாய்ந்த ஒரு சூடான மூச்சுக் காற்று... வெப்பம்... தணியாத... தணிக்க முடியாத வெப்பமாய் தன்னை வலிய எச்சில் படுத்திக் கொண்டு தனக்கு அழைப்பு விடுகிற வளர்மதியின் நீண்ட மூச்சுக்காற்று...

சுவருக்குச் சுவர் முட்டி மோதி அந்தக் கருவறையில் இருளுக்குள் அவனோடு போராடுகிற நீண்ட கணங்களாய்... சரசரக்கிற சர்ப்பங்களாய்... அவனைச் சூழ்ந்து இருக்கும் சுழலாய்...

விஸ்... ஸென்று வீசிக்கிளம்பும் காற்றில், சுடர் ஆடித்தவித்த நிழல்கள். கோரமாய் சுவருக்குள் சுவர் பாய்ந்து பதுங்கின சர்ப்பத்தின் சிறு முட்டைக் கண்களைப் போல இருளில் அங்கங்கு மினுக்குற நீர்த்துளிகள். அவன் அவசரமாய்க் கடைசி கை எண்ணெயை அள்ளி சிலையின் தொடைகளில் இட்டு அழுந்தித் தேய்க்க. சிலைக்குள் மின்னல் வெட்டாய் ஓடிய ஓர் நெடிய சிலிப்பின் உணர்வுக் காம்புகள் அவன் விரல் நுனிகளை உரசினதுபோல்...

காதுக்குக் கேட்கும் இந்த ரகசிய... குரல்... பெண்மையின் அத்தனைத் தவிப்பும் தாகமும் பதிந்திருக்கும் இந்தக் குரல்... உக்கிராண மூலையிலிருந்து பதுங்கி வருகிற இந்த அழைப்பு... இந்த உச்சரிப்பும்

மலர்ச்சியும் அவளுடையது. இந்தத் தாகமும் தவிப்பும் அவளுடையது.

மூளைக்குள் தீச்சிதறலாய். கனவுக்கும் நினைவுக்குமான அடுக்கு நிலைகள் அதிர்ந்து குலைய... நிறங்கள் குழம்பி கவிழ்ந்த கோப்பைகள் உருண்டன.

துரைராசு கிண்ணத்தை எறிந்து விட்டுச் சிலையின் முகத்தை வெறித்தான். சுடரொளியின் பளபளப்பில்... கருஞ்சிலையின் அந்த மந்தகாசமான சிரிப்பு.

ஒட்டிக்கொண்டிருந்த நினைவுத்துகள்கள் அங்கொன்றும் இங்கொன்றுமாய் எதையோ அடையாளப்படுத்த முயல... நீண்டு தன்னைச் சுருட்ட வரும் சர்ப்பத்தின் வால் நுனியிலிருந்து விலகி ஓடுபவனாய்... இனியும் தன்னை ஒளித்துக் கொள்ள இடம் தெரியாமல் இருளில் ஓடத் துவங்கினான் அவன்.

கோபுரத்தின் உச்சத்தில் சிதிலடைந்த பருத்த சிலையொன்றில் முட்டை விழிகள் விடாமல் அந்தத் திசையை வெறித்துக் கொண்டு...

83

வடு

சுமதி ரூபன்

சுமதி ரூபன்

சுமதி ரூபன் இலங்கையில் யாழ்ப்பாணத்தில் பிறந்தவர். 1983இல் ஐரோப்பிய நாடுகளுக்குப் புலம்பெயர்ந்த இவர், 1989 முதல் கனடாவில் வசித்து வருகிறார். தொடக்க காலகட்டத்தில் 'கருப்பி' என்ற புனை பெயரில் எழுதிய இவர், எழுத்தாளர், கவிஞர், நாடக நெறியாளர், நடிகை, குறும்பட இயக்குனர் என்ற பன்முகப் பரிமாணங்களைக் கொண்டவர். இவர் சிறுகதைகள் படைப்பதில் மிகுந்த ஆர்வம் உடையவர். 'யாதுமாகி', 'உறையும் பனிப்பெண்கள்' என்பன இவரது சிறுகதைத் தொகுப்புகளாகும். பெண்கள் வெளிப்படையாகப் பேச தயங்கும் பாலிய பிரச்சினைகளை, உணர்வுகளைத் தம் கதைகளில் பரவலாக எடுத்தாண்டுள்ளார். 2015 ஆம் ஆண்டில், 'நியோகா' என்ற முழுநீள திரைப்படத்தை இயக்கி, அதற்காக விருதினையும் பெற்றுள்ளார்.

அந்த எண்ணம் எனைவிட்டகல, நீ தான் அருள் புரியவேண்டும் பராபரமே" நொய்ம்பைப் பிண்டம் மெல்ல, மெல்ல மேலே எழுந்து சில நிமிடங்கள் இயங்க மறந்து, பின் தொப்பென்று கட்டிலில் விழுந்தது. அசைத்துப் பார்க்க அச்சம் வந்தது. பெருவிரல்கள் ஒன்று சேர்ந்து பிணம்போல் உருவம் அமைத்து அசையாது கிடந்தாள் மல்லிகா. கைவிரல்கள் குளிர்ந்து சொடுக்கிக்கொண்டன. தலைமுடியின் ரப்பர் கழன்று தரையில் கிடந்தது. வியர்த்திருக்கவேண்டும், ஆனால் இல்லை. சீதளமும், உஷ்ணமும் இல்லாத நிலையில் உடல் ஊசலாடியது. மெல்லிய மேல்ச் சொண்டும், நீர் வற்றி அடித்த பருத்த கீழச் சொண்டும் நீர்வற்றி வெடிப்புக் கண்டிருந்தது. நெற்றிப்பொட்டில் மீண்டும் அதே வலி தொடங்கி காதோரம் பரவத் தொடங்கியது. பிணைப்பு விடுத்துக் கால்கள் அகற்ற, தொடைகள் இரண்டும் விண், விண் என்றது. அலைகளுக்கு நடுவில் அகப்பட்டதுபோல் அந்த முகம் தெளிவற்று அவளைப் பார்த்துச் சிரித்தது. வலித்த இடம் தடவ ஈரம் தெரிந்தது. மெல்லிய பரிச்சயப்பட்ட நாற்றம் நாசியைத் தாக்கியது. குமட்டல் பித்தமாய் வழிந்தது. அசைவுகள் அகன்று மெல்ல, மெல்ல முகம் தெளிவுறத் திடுக்கிட்டாள் மல்லிகா - லண்டன் மாமா.

பெருஞ்சாலை கடக்கையில், வேகமாக வந்த குப்பை வண்டிச் சில்லுக்குள், சில

நிமிடங்கள் அகப்பட்டுச் சிதைந்து, கால்களில் கண்களும், காதும் பொருத்தியது போல் இரத்த வெள்ளத்தில் நெடுந்தூரம் தூக்கி எறியப் பட்ட உடல், கண்டெடுக்கப்பட்டு எரித்துச் சாம்பலாக்கி எத்தனை வருடங்கள் ஆகிவிட்டன. மீண்டும் இங்கு எப்படி? விசா எடுத்துப் பிண்டம் கனடா வந்துவிட்டது போலொரு அதிர்வு அவளுக்குள். விடியற்காலைச் சொப்பனத்தின் விசேஷம் அறிந்ததால் பயம் கௌவ, ஒரு மூக்கின் துவாரம் அழுத்தி, மூச்சிழுந்து மறு முக்கால் சுவாசம்விட்டாள். சவர்க்காரம் போட்டு உடல் கழுவி, உடை மாற்றித் தன்னைத் தீவிரம் செய்தாள். ஆனாலும் பாழாய்ப்போன மனதில் மீண்டும் அதே கேள்வி. அஞ்சலி ஏன் கட்டில் நனைத்தாள்?

பத்து வயது. வயதுக்கு மீறிய வளர்ச்சி, குளிக்க வார்க்கும் போது கை பட, சட்டென்று தட்டிவிட்டு மிரள மிரள முழித்துக்கொண்டு தலைகுனிந்து நின்ற விதம். சிக்கெடுக்க முடியாமல் முடிச்சுக்கள் நீண்டுகொண்டு போனது. “உன்னுடைய அந்தரங்க உறுப்பில், உன் சம்மதம் இன்றி யாராவது தொடும் பட்சத்தில், உனக்கு நம்பிக்கை உள்ள வயது வந்த ஒருவரிடம் நீ முறையிடவேண்டும்” பாட சாலையில் புகட்டப்பட்டது. “உன் சம்மதம் இன்றி” இந்த வரிகள் வைத்தியத்திற்காகக் கொடுக்கப்பட்டவை. நான் சம்மதம் கொடுத்தேனா? தெரியவில்லை. ஆனால் தடுக்கவில்லை. இது எதில் சேர்த்தி? மல்லிகா குழம்பினாள். நேசனை வேறு இடம் பார்க்கச் சொல்லவேண்டும். காரணம் கேட்டால் என்ன சொல்வது? என் காலைக் கனவும், அஞ்சலியின் கட்டில் நனைப்பும் போதுமானதா? சின்னத் தம்பி பாவம். அப்பா, அம்மாவைப் பலி கொடுத்துவிட்டு அண்ணாதான் கதியென்று பல இலட்சங்கள் கொடுத்துக் கப்பலேறி, பல மைல்கள் தாண்டித் தஞ்சம் புகுந்திருக்கிறான். அவனை என் சொப்பனம் சொல்லி விரட்டி அடிப்பதா? சாடை மாடையாக என்று தொடங்கிக் கொஞ்சம் பச்சையாகவே கேட்டும் பார்த்தாகி விட்டது. அஞ்சலி அசங்கவில்லை.

மாடு, மாடு என்ன நாத்தமடி உன்ர மூத்திரம். சின்னஞ்சிறுசெண்டால் கழுவிக் காயப்போட்டுப் பாவிக்கலாம். ரெண்டு கழுதை வயசாகுது. உந்த வயசில காத்தால எழும்பி, குசினி மெழுகி, தேத்தண்ணி வைச்சு, அப்பனைக் கமத்துக்கு அனுப்பி இருக்கிறேன் நான். இது இப்பத்தான் பாய் நனைக்குது.” விடாத புறுபுறுப்போடு தண்ணி மோந்து கவிழ்த்துப் பாய் அலம்பும் பாட்டி நினைவிற்கு வந்தாள். ‘மல்லிக் குட்டி இரவு ஒண்டுக்குப் போக வேணுமெண்டால் என்னை எழுப்பு” அம்மா ஆதரவு தருவதாக எண்ணிக் கூறினாள். ஒரு வரும் கேட்கவில்லை அவள் பாய் நனைத்த காரணத்தை. ஆனால் மல்லிகா அஞ்சலியிடம் துருவித் துருவிக் கேட்கிறாளே. “தெரியா… தம்மா… ஸொரிம்மா… இனிமேல் நனைக்க மாட்டன்.” இவளுக்கும் பிடித்திருக்கோ? தனக்கு வேண்டிய பதில் வராததால் மல்லிகாவிற்குக் கோபம் வந்தது.

நான் சொல்லவில்லை. நான் அப்பா அம்மாவிடம் சொல்லவில்லை… பயமா? இல்லை எனக்கும் பிடித்திருந்ததா! பிடித்திருந்தால் இரவில் நடுநடுங்க ஏன் நான் பாய் நனைக்க வேண்டும்? தவறு என்று மட்டும் புரிந்தது. ஆனால் சொல்லும் துணிவு வரவில்லை. பக்கத்து வீட்டு வாசி, முதுகில் குத்த அழுவதிலும் முந்திக்கொண்டு அம்மாவிடம் ஓடிச்சென்று கோள் சொல்ல முடிந்த எனக்கு, லண்டன் மாமா தன்னை என்னுடன் நோக நோகப் பிணைத்துக்கொள்வதை மட்டும் சொல்ல முடியவில்லை… “உன் அந்தரங்க உறுப்பில் யாராவது உன் சம்மதம் இன்றி” இந்தப் பாடம் எனக்குச் சொல்லித் தரப்படவில்லை… அம்மா கேட்டிருந்தால். ஒரே ஒருமுறை அம்மா கேட்டிருந்தால்…

ஓவென்று அழுது கொட்டித் தீர்த்திருக்கலாம்... அம்மாவிற்குக் கால் வைக்கும் இடமெல்லாம் குழந்தைகள். நேரம் கிடைக்காமல் போயிருக்கலாம்... சரி கடைசி நானாவது, லண்டன் மாமா வீடு ஓடியோடிச் செல்வதைத் தவிர்த்திருக்கலாம்.

லண்டன் மாமா வீட்டிற்கு மல்லிக்குட்டி ஓடியோடிச் செல்ல பல காரணங்கள் இருந்தன. அந்த ஊரிலேயே ஹோலிங் பெல் கொண்ட ஒரே வீடு அவர்களுடையது. கதவு பரப்பித் திறந்தாலும் தொங்கித் தொங்கி பெல் அடிப்பதில் சுவாரசியம் நிறையவே இருந்தது. மாமி வந்து "என்னடி மல்லிக்குட்டி" என்று கேட்ட பின்பும் அவள் தொங்குவதை விடமாட்டாள். பகல் நித்திரை கலைந்து லண்டன் மாமா எழுந்து வந்தாலும் சிரிப்பாரே தவிரத் திட்ட மாட்டார். வீட்டிற்குள் குஷன் போட்ட இருக்கை. மல்லிக்குட்டி வீட்டில் ஒரேயொரு மரஇருக்கை அப்பா இருப்பதற்கு, இல்லாவிட்டால் யாராவது வந்தால் இருப்பதற்கு. குஷன் போட்ட பஞ்சுக் கதிரையில் ஏறி நிண்டு துள்ளுவாள். மாமிக்குக் கோபம் வந்தாலும் "பாவம் சின்னப் பிள்ளை விடு" என்பார் லண்டன் மாமா சிரித்தபடியே. கை நிறைய நீளம், அகலம், வட்டம், சதுரம் என்று லண்டன் சொக்லேட்டை அவர்கள் வீட்டிற்குப் போகும் போதெல்லாம் கொடுப்பார்.

ரூபவாஹினியில் தமிழ்ப் படம் போடுகிறார்களாம். லண்டன் மாமா வீட்டில் கூட்டம் கூடிவிடும். வறுத்த கச்சான் பொரித்து, உப்பு மிளகாய்த்தூள் தூவிய பருப்பு சகிதம், ரீ.வி முன்னால் பெண்களும் சிறுவர்களும் இருந்துவிட, லண்டன் மாமா மட்டும் பின்னால் கதிரையில் நிமிர்ந்து இருந்து ராஜா போல ஆஜானுபாகுவாய்க் காட்சி அளிப்பார். லண்டன் மாமாவிடம் தனக்கு நெருங்கிய தொடர்பென்பதைச் சிறுமிகளிற்குத் தெரியப்படுத்த மல்லிக்குட்டி துடிப்பாள். மல்லிக்குட்டி மாமாவிற்குத் தண்ணிகொண்டு வா' என்ற குரல் கேட்டால் போதும். எப்போது கேட்பார் என்று காத்திருந்தவளாய், பெருமை பொங்கும் முகத்துடன் ப்ரிஜ்ஜைக் திறந்து தண்ணீர் எடுத்து வருவாள். வேண்டுமென்றே தானும் கொஞ்சம் குடித்தும் வைப்பாள். கண்கள் அகல அவளையே வைத்த கண் வாங்காமல் ஏக்கத்துடன் பார்க்கும் சிறுமிகளை மல்லிக்குட்டி கண்டுகொள்ள மாட்டாள். லைட் அணையும். படம் தொடங்கும். லண்டன் மாமா மல்லிக்குட்டியின் கை பிடித்திழுத்துத் தன் மடியில் இருத்திக்கொள்வார். மெல்ல மெல்ல அவர் கைகள் அவள் உட அளையும. பின்னர் அவள் பிஞ்சுக் கைபிடித்துத் தன்னுடல் துளாவுவார். மல்லிக்குட்டி நெளிவாள். கவலையால் நெஞ்சடைக்கும். ஆனால் பொறுத்துக் கொள்வாள்.

"ச்சீ. நாசமாப்போக என் தலையில் இடி விழ... அப்பவே அம்மாவிடம் சொல்லி லண்டன் மாமாவை உண்டு இல்லை எண்டு பண்ணியிருக்க வேணும்" மல்லிகா வெம்மினாள். தான் சொல்லியிருந்தாலும் அம்மா நம்பியிருப்பாளா? கைச் செலவுக்கும் கறி உப்புக்கும் அவள் அடிக்கடி அவர்கள் வீட்டை நம்பி இருப்பவள். அம்மாவுக்கு எப்போதுமே லண்டன் மாமா மேல் ஒரு வெட்கம். முகம் பார்த்துக் கதைக்கமாட்டாள் அவள். ஒருவேளை அம்மாவுக்கும் அவருக்கும்...ச்சீ... இருக்காது.

எனக்கும் பிடித்திருந்ததா? இல்லை, பயத்தால் எழுந்த சம்மதமா? எட்டு வயதில் உணர்ச்சிகளுக்கு உடல் ஏங்குமா? பல வருடங்களாகப் பலவிதமாகச் சிந்தித்தாகிவிட்டது.பதில்கிடைக்கவில்லை. கூச்சம்விட்டுப் பிறருடன் அலசவும் பிடிக்கவில்லை. எனக்கு மட்டுமா இந்த நிலை; இல்லாவிட்டால் பல பெண்களுக்கும்

• சுமதி ரூபன்

இருக்குமா இப்படிப்பட்ட அனுபவங்கள். பார்க்கும் இடங்களெல்லாம் பிண்டங்கள் பிணைப்பதற்கு அலைவதாக அவளுக்குப்பட்டது. தன் சாபம், வேதனைதான் லண்டன் மாமா ரோட்டில் சிதைந்து போகக் காரணமோ?

அஞ்சலி கொஞ்சநாளா விந்தி விந்தி நடப்பது போலப்பட்டது மல்லிகாவிற்கு. தொடைகள் வலிக்கிறதோ? மல்லிகாவிற்கு நேசன்மேல் வெறுப்பு வந்தது. இவனை எப்படியும் கெதியாக வீட்டைவிட்டு அகற்றவேணும். தீர்மானமானாள்.

ஆனால் எப்படி? முடிந்த காரியமா? "அண்ணி, அஞ்சலி ரெடியா? கேட்டபடியே நேசன் வந்தான். இவனுக்கென்ன அஞ்சலி மேல் இவ்வளவு அக்கறை. கார் வைத்திருப்பதால் மகளை அலுங்காமல் குலுங்காமல் பாடசாலையில் விட்டு வரும் பொறுப்பை நேசனிடம்ஒப்படைத்திருந்தார் அவன் அண்ணா. அலுங்காமல் குலுங்காமல் விட்டு வருகிறானா? இல்லை, குலுக்கி எடுக்கிறானா என் செல்லத்தை. மல்லிகா பல்லு நெருமினாள். இரண்டு பேர் உழைப்பை நம்பி வீடு வாங்கியாகி விட்டது. காருக்கும் மாசம் மாசம் கட்டுக்காசு. இனி வேலையை விட்டு விட்டு வீட்டில் நிற்பது என்பது நடக்காத காரியம். "நேசன் நல்லவன். அவன் லண்டன் மாமாவின் மறு உருவமல்ல" மந்திரமாய் மீண்டும், மீண்டும் உச்சரித்தாள் மல்லிகா.

அவனை நம்பியே ஆக வேண்டும். அஞ்சலியைப் பாடசாலைக்குக் கூட்டிச்செல்வது, வருவது, சாப்பாடு கொடுப்பது என்று பல பொறுப்புகள் நேசனிற்கு. முகம் தூக்காமல் ஓடி யோடிச் செய்கிறான். அண்ணாவிற்கு நன்றிக் கடனா. இல்லாவிட்டால்..? மீண்டும் வேதாளம் முருங்க மரத்தின் மேல் ஏறிக்கொண்டது.

அப்பா நோய்வாய்ப்பட்டு ஆஸ்பத்திரியில் படுத்துவிட, சாப்பாட்டுப் பார்சலுடன் லண்டன் மாமா அலைந்தது ஞாபகத்திற்கு வந்தது. துணைக்கென்று அவர் மல்லிக்குட்டியையும் அழைத்துச் செல்ல மறந்ததில்லை. ஆஸ்பத்திரி சென்று இறங்கு முன்பே சைக்கிளின் முன் சுட்டில் இருக்கும் மல்லிக்குட்டியின் முதுகுப் புறச்சட்டை தேய்ந்து தேய்ந்து ஈரம்பட்டிருக்கும். பிள்ளை பெற்றுக்கொள்ள என்று மாமி போய்விட, லண்டன் மாமாவிற்கென்று விதம், விதமாகச் சமைத்து மல்லிக்குட்டியிடம் கொடுத்துவிடுவாள் அவள் அம்மா. வெறும் வீடு. கேட்பதற்கு நாதியில்லை. விதம் விதமாய்ச் சொக்லேட்டுக்களைக் கைகளில் திணிப்பார் லண்டன் மாமா. ஒன்று, இரண்டை அவள் சாப்பிட்டு முடிக்கு முன்பே வினோதமான நிறத்தில் ஜூஸ் கொண்டு வந்து அவள் அருகில் வைப்பார். பொறுமையாக அவள் முடிக்குமட்டும் காத்திருந்து விட்டு அலாக்காக மல்லிக்குட்டியைத் தூக்கி உயரப் போட்டு விளையாட்டுக் காட்டுவார். அவள் வாய் விட்டுச் சிரிப்பாள். மெதுவாக அறைப்பக்கம் நகர்ந்து கட்டிலில் தொப்பெனப் போடுவார். வலிக்குப்பயந்து கண்களை இறுக மூடிக்கொள்வாள் மல்லிக்குட்டி. லண்டன் மாமாவை எதிர்க்க ஏனோ அவளிற்கு அன்று மனம் வரவில்லை. இருதயம் படபட என அடித்துக்கொள்ள அழுவதற்கும் பயம் வரும். லண்டன் மாமாவின் கனம் உடலில் சரியும். மூச்சுத் திணறும். வியர்வை மணக்கும். தொடைகள் வலிக்கும். பின்னர் ஈரமாகும். மாமா ஓய்ந்து போவார். மல்லிக்குட்டியின் முதுகு தடவி, தீபாவளிக்கு அவளிற்குத் தர இருக்கும் லண்டன் சட்டை பற்றிக் கூறுவார். ஈரத் துவாய் கொண்டு அவள் உடலைத் துடைப்பார். மணம் அகன்று உடல் சுத்தமாகும் அவளை ஊஞ்சலில் இருத்தி ஆட்டுவார். குழாய்கொண்டு ரோஜாவிற்குத் தண்ணீர் பாய்ச்ச வைப்பார். மல்லிக்குட்டியின் முகத்தில்

நோயின் சாயல்போய் சிரிப்பு வரும்வரையில் அவளை அங்கேயே வைத்திருப்பார். போனவளை. என்ன இன்னும் காணோமே வீட்டில் தேடியது கிடையாது.

தன் கண் முன்னாலேயே அஞ்சலியை நேசன் அழைத்துக்கொண்டு போக, பிரமை பிடித்தவள் போல் அமர்ந்திருந்தாள் மல்லிகா. தொலைபேசி அழைத்தது. லண்டனில் இருந்து மாமி. மாமாவின் நினைவு நாளாம். விக்கி விக்கி அழுதாள். "எவ்வளவு நல்ல மனுஷன். ஒருத்தருக்கும் ஒரு தீங்கும் செய்ததில்லை. இப்படிப்பட்ட சாவு வந்திட்டுதே "ஒவ்வொரு வருடமும் இதே புலம்பல்தான். மல்லிகா கண்கலங்கினாள். வெளியே சோவென்று மழை. ரோட்டுக் கரையோரம் நெளிந்தபடியே அலையலையாய் நீரோட்டம் இரும்புக் குழாய்க்குள் விழுந்துகொண்டிருந்தது மல்லிக்குட்டி என்னைக் காப்பாத்து" கத்தியபடியே கைகளை நீட்டிய லண்டன் மாமா அலையோடு அள்ளப்பட்டு இரும்புக் குழாய்க்குள் முகம் சிக்கிச் சிதைந்து காணாமல் போனார். மல்லிகா அசையாது இருந்தாள்.

ஈழவாணி

ஈழவாணி இலங்கை வவுனியாவில் பிறந்தவர். இலங்கையில் பள்ளி கல்வியையும் கல்லூரிக் கல்வியையும் முடித்த இவர், கொழும்பு பல்கலைக்கழகத்திலும் அழகப்பா பல்கலைக்கழகத்திலும் உயர் கல்வி பயின்றவர். இவர் கவிஞர், எழுத்தாளர், பேச்சாளர், ஆய்வாளர், பத்திரிகையாளர், வெளியீட்டாளர், சமூகச் செயற்பாட்டாளர் எனப் பன்முக ஆளுமை திறன் வாய்ந்தவர். பூவரசி அறக்கட்டளை என்ற அமைப்பின் மூலம் சமூகச் சேவை செய்து வருகிறார். இவர் ஐந்து கவிதை நூல்களையும், மூன்று சிறுகதை நூல்களையும், மூன்று ஆய்வு நூல்களையும், இரண்டு கட்டுரை நூல்களையும் எழுதியுள்ளார். இவர் ஐந்து ஆவண படங்களைத் தயாரித்து இயக்கியுள்ளார். யாழ் தேவி, நிர்வாண முக்தி, நிறங்கள் என்பன இவருடைய சிறுகதைத் தொகுதிகளாகும்.

84

நிர்வாண முக்தி

ஈழவாணி

சீலன் இரண்டாவது தடவையும் அடக்க முடியாமல் தவித்துக் கொண்டிருந்தான். ஏற்கனவே கால் சட்டையிலிருந்து கிளம்பிய நாற்றம் ஓங்காழித்து வெளியேற, இம்முறை பெரும் சிரமப்பட்டுக் கொண்டிருந்தான். நாற்றம் உடம்போடு ஒட்டியிருந்து நாசியை அடைக்க, அந்த ஒரு அறையிலும் விறாந்தையிலும் மாறிமாறி நடந்தான். ஐந்தாறு எட்டு வைத்து முட்டித் திரும்பினான். இரண்டாயிரம் ரூபா வாடகை வீட்டினுள் எப்படி சாவகாசமாக நடக்க முடியும்? நடப்பதால் வீட்டினுள்ளேயே வெளி வந்து விட்டால்? இதை நினைத்து அச்சம் ஏற்பட்டதால், அங்கே ஒரு மூலையில் தனிமை பேணிய ஸ்ரூலில் அமர்ந்து இயன்றவரை தம்பிடித்துக் கொண்டிருக்க. நிமிசங்கள் சினத்தோடு கரைந்தது. 5... 10... 20... 25... அவசரமாய் போய் கொல்லையோடு நின்றான். “அப்ப்பா...” அடிவயிற்றிலிருந்து வெளியேற “சர்ர்ர்...” என இருகால்களின் பக்கங்களினூடாகவும் சிறுநீர் நிலத்தைத் தொட்டது.

மலசலகூடம் சமயலறைக்கு எதிர்ப்புறமாய் இருந்தமையால் ஏனோ மனசு அதற்குள்ளேயே இரண்டாவது தடவையும் போக உந்தவில்லை. கால்களின் பெரும் பகுதி உவர்த்தன்மையினாலேயோ என்னமோ அரிப்பும் எரிச்சலுமாயிருக்க, நாத்தம், புரட்டியெடுத்தது “எவன்

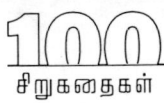

சொன்னானோ... ஆத்திரத்தை அடக்கினாலும் மூத்திரத்தை அடக்கேலாதெண்டு, அவன் வாயில நெருப்பைக் கொழுத்த வேணும்."

ஸ்ரூலில் அமர்ந்தவனுக்கு இருக்க முடியவில்லை. மனசு சின்னதாய்க் கோபித்தது அம்மாவின் மீது. அறுபது வயதிலும் தன்னுடைய சீரழிவுகளோடு மாரடித்துக் கொண்டிருக்கும் அவரை எப்பவும் மனசால் கூட நொந்தது கிடையாது. ஆனால் இண்டைக்கு ஏன் இவ்வளவு நேரம்? திருச்சி K.K. நகரில் ஒரு கோடியில் கிடந்த அந்த வீட்டினுள் எப்போதும் பேசிக் கொண்டிருக்கும் அமைதியை, விரட்டிக் கொண்டிருந்தது மூத்திர நாற்றம்.

"ஏனப்பா..." தொய்ந்து போன குரலையடுத்து விம்மல் வெடிப்புகள் அச்சிறிய வீட்டினுள் எதிரொலித்தது. காதலும் தேடலும் இருக்கக்கூடியதான இருபத்தேழு வயது வாலிபன் ஒருவனின் கண்களில் பொல பொலத்து கொட்டியது கண்ணீர். அவன் அம்மாவிற்குக் கூட கண்ணீரை அடக்க முடியவில்லை. தன் கண்ணீர் அவன் வேதனையை இன்னும் அதிகமாக்கும் எனத் தன் துன்பத்தை மறைத்துக் கொண்டாள்.

சாரம் ஒன்றை எடுத்து அவன் இடுப்பில் கட்டி ஜீன்சைக் கழற்றிப் போட்டு வெளியே கொல்லைப்புறத்தில் விட்டு, அவசரமாய்த் தண்ணியை நிரப்பி அவன் மேல் ஊற்றினாள்.

இப்பொழுது வீடெங்கும் சாம்புராணிப் புகையைப் பரவ விட்டிருந்தாள். இது வீட்டிற்குள்ளிருந்த நாற்றத்தை விரட்டித் தூய்மையை நிரப்பியிருந்தது. அவனுக்காகக் கொணந்திருந்த சிலோன் றோல்சைத் கொடுத்துத் தேத்தண்ணியும் ஆத்திக் கொடுத்தாள். அதைக் குடித்து விட்டு நிமிர்ந்தவன் தாயின் நொற்றியில் உரசுப்பட்டுக் கிடந்த காயத்தைப் பார்த்து பதறிப்போய், "அம்மா என்ன காயம்? எங்கயாவது விழுந்திற்றிங்களா?" எனக் கேட்டான்.

காயத்தைத் தடவிவிடுவதற்காகத் தன்னிச்சையாக கைகள் உயர, முழங்கைக்கு மேலாய் அறுபட்டுக் கிடந்த சதைத் துண்டங்கள் ஆடிச் சோர்ந்தன. இயலாமை உணர்வு நெஞ்சடைத்துப் பெருவலியாய் உருவெடுக்க, தாயின் முகத்தோடு தன் தலையையும் சேர்த்து மௌனம் இடையோட வேதனையைப் பகிர்ந்து கொண்டான்.

நாத்தம் எல்லாம் போய் இப்பதான் வீடுமாதிரி உணரக் கூடியதாகக் கிடக்கு என்று நினைத்துக்கொண்டே, எழுந்து பாயில் சாய்ந்தபடி உட்க்காந்து, தாயைப் பார்த்த சீலனுடைய கண்களில் நீர் கசிந்தது. அவன் தன் நிலையை எண்ணி எத்தனையோ தடவை தனக்குள்ளேயே தற்கொலை புரிந்து, மீழவும் தேற்றி. தனக்கான ஆறுதலைத் தானே சொல்லித்தான், இன்றுவரை இருந்து கொண்டிருந்தான். மனசும் மூளையும் விவாதித்துச் சில சமயம் மூளை வெல்ல. மனசு தோற்றுவிடும். இப்பொழுதும் சம்பவங்கள் நிகழ்வுகளுடன் பேசத் தொடங்கியிருந்தான். கொதித்துக் கொதித்து அணைந்து கொண்டிருந்தது மனசு.

அம்மா பாவம், அவவுக்கு மூட்டு வருத்தம், நிறைய வயசு போயிற்று. பாயில இருந்து நான் பாத்துக் கொண்டு இருக்கிறன். எந்த உதவியும் செய்ய ஏலாமக் கிடக்கே, மூச்சை இழுத்துக் கொண்டு சமைக்க ஆயத்தப்படுத்துறா. ரண்டு முருக்கங்காய் வேண்டி வந்திருக்கிறா, எனக்குச் சரியான விருப்பம் எண்டுதான். ஒரு காய் ஒன்பது ரூபா.'

ஊரில எங்கட வீட்டுக் கொல்லைக்க ரண்டு முருக்க மரம் நிண்டது. நல்ல களி.

நினைக்கவே வாய்க்க எச்சில் ஊறுது.

சில நேரம் நினைச்சா ஏன் வாழோணும்

எண்டு கூடக் கிடக்குது. இந்தச் சீரழிவுகளோட... இவ்வளவு என்னில வன்மம். இல்லாட்டி அம்மாவையும் கூட வயசு போனவ எண்டு பாக்காம இப்பிடிச் சீரழிக்குமா?

"என்ன மாமி முருங்கக்கா கறியோ ம்... ம்..."

இவ்வாறு துளாவிய சிலோன் சுந்தரியின் கண்கள் என்னில் நின்றன.

இவள் கவிதா, எந்நேரமும் சிங்காரிச்சுக் கொண்டே இருப்பாள். இதால, பக்கத்தில உள்ளவே எல்லாரும் 'சிலோன் சுந்தரி" எண்டு வினம். அகதியா வந்து இருபது வருசத்துக்கு மேல. இப்ப இருபத்தஞ்சு வயசு.

அவளுக்கு என்மேல ஒரு இது. அத எப்பிடிச் சொல்லுறதெண்டு தெரியேல்ல. இருபத்தேழு, வாலிபத்தின் இயலாமக் கிடக்கிற உணர்ச்சிகளின் மீதான கருணையா? இல்லாட்டி, இச்சை தீர்க்கும் தூண்டலா..? அல்லது உண்மையாகவே அன்பு இருக்கக் கூடுமோ? மூன்றையுமே பிரித்தறிய முடியா நிலையினையே தருகிறது. அவள் வந்து போகும் தருணம் எப்பிடி இருந்தாலும், அவளுக்கு அன்பைத் தான் பகிர வேணும். காரணம் மூன்றின் தேவைகளும் எனக்கிருக்கு. யதார்த்தமான வாழ்க்கையில சாதாரண மனுசனுக்கு இருக்கக் கூடிய இச்சைகள் தான் எனக்குமிருக்கு. என்ர தனிமைகள் உணர்ந்து பல நேரங்கள இனிமையாக்கியிருக்கிறாள். விளித்து விளித்துத் தொல்லை தரும் உணர்ச்சிகளின் வெளிப்பாடாக அணைக்கத்தேடி உயர்ந்து துடித்துச் சோரும் கைகள். இயலாமையிலும் என்ன இது நுனிச் சதைத் துண்டம் கூட துடித்து ஓயும் நேரங்களை வெறும் வார்த்தைகளைக் கொண்டு அளந்து போட முடியாது, ஆண்மை செத்துப் போக நினைக்கும் நொடிகள். உணர்ச்சிகளை உணர்ந்து கைகளை நீட்டி அணைத்து, பல தடவைகள் ஆன்மத் தீயை அணைத்திருக்கிறாள், இச்சைகளைக் கழித்து ஆறுதலாய் இருந்திருக்கிறாள்.

என் ஊனத்தில் அருவருப்பில்லாமல் உணர்ச்சிகளைப் புரிந்து உறவாடித் தந்திருக்கிறாள். இதெல்லாத்தையும் அவளின்ர வயசுப் பிழை எண்டோ, உடல் இச்சை எண்டோ சொல்லினால் நான் ஒரு கேவலமான பிறப்பாயிடுவன். நான் நிறையத் தடவ நினைச்சுப் பாத்திருக்கிறன், அவளோட வாழ்க்கையக் கடந்த தொலைதூர அன்பு என்ரமேல இருக்கோணும். இல்லாட்டி இப்பிடி "நிர்வாணமாய் அலங்கோலமாய்" என்ன நேசிக்கவோ சகிக்கவோ முடியாது.

என்ன செய்ய ஏலும் என்னால..? எல்லாம் தெரியிற தூரத்தில இருந்தும் கூட எந்தப் பசியையும் தீர்க்க ஏலாதே... ஐயோ... மனசும் உயிரும் ஓலமிடும் சத்தம் எந்த மனிதரை உண்மையாய்த் தொடமுடியும்.

அவளால் மட்டும் தான் முடிந்திருந்தது எனக்கான நிர்வாண முக்தியைத் தர. முகச் சுழிப்புகளோ அருவருப்போ இல்லாம அத்தனை உணர்ச்சிகளையும் தழுவியிருக்கிறாள். சிறுநீர் கழிக்கவோ, மலங்கழித்து சுத்தப்படுத்தவோ முடியாமல் தவித்த நேரங்களில், தன்னைத் தியாகித்து என்னைச் சுத்தப்படுத்தியிருக்கிறாள். உடலின் அங்கங்களை அளைந்து கழுவி என் பிறப்பின் வாலிப ரகஸ்சிய நாளங்களையும் உருவி மளித்து இசைத்திருக்கிறாள். எனைப் பொறுத்தவரை உடல், மனம், ஆவி எல்லாத்துக்கும் அவளே ஆர்த்மார்த்தமான குரு. நிர்வாண முக்தியளித்த தீட்சகி.

கவிதா கலகல பேச்சுக்காரி. அவள் வந்து போறது அம்மாவுக்குக் கூட நிறைய ஆறுதல். பேச்சுத் துணை, மன இறுக்கம் கொஞ்சம் குறையும் தானே? என்ன முறையில அவள் அம்மாவ மாமியாக்கினாளே தெரியாது ஆனா மாமி மாமி யெண்டு முன்னுக்கும்

பின்னுக்குமாய் வந்து போறது ஒரு மனச் சந்தோசம்.

நீண்ட பெருமூச்சொன்று வெளியேற முகட்டைப் பார்த்து, அண்ணாந்து படுத்துக் கொள்ளுறன். அவளின்ர குரல இன்னும் தெளிவா கேக்கோணும் எண்ட ஆசை.

"மாமி ஊரில இருந்து கனபேர் வந்திருக்கினம், என்ன விசேஷம்?"

"எனக்கென்ன பிள்ள தெரியும்? நீதான் உதுக்குள்ளால பூந்தோடித் திரியிறாய், உனக்குத் தெரியாததே?"

"வவுனியால இருந்து அம்மாட தம்பியும், மச்சானும் வந்தவே? சித்தி வீட்டில நிக்கின."

"என்னவாம், பொம்பிள பாக்கினமாமோ"

"கேட்டவே தான்; எனக்கு விருப்பமில்ல."

"ஏன் பெட்ட."

"கலியாணம் எண்டிட்டு நான் கொண்டு போறத வைச்சு கொஞ்ச நாளைக்குச் சிலவழிப்பினம். பிறகு சண்டை, பிச்சல் பிடுங்கல், பிள்ளயும் வயிறுமா நான் அங்கையும் இஞ்சையுமா இழுபடோணும். அதவிட இப்பிடியே இருந்திரலாம் மாமி. கஷ்ரமோ நஷ்ரமோ தனியவே போயிரும். ஆனா நிம்மதி இருக்கும் தானே?"

சொல்லிக் கொண்டே என்னப் பாக்கிறாள். கடைசி வார்த்தைகளில் கவனம் பெற அரைக் கண்ணால் அவளையும் பார்க்கிறள். அவளும் என்னப் பாத்தாள். எனக்கு எதே செய்து உடம்பெல்லாம் ஆடிப்போச்சு. அந்தர வெளியில் பறந்து தத்தளித்தளிக்குது.

"இப்பிடியே இருந்து என்ன செய்யப்போறா? வயசெல்லே ஏறிக் கொண்டிருக்கு,"

"சொல்லு மருமவளே!"

"மச்சான் அந்த ஜெயத்த கண்டவராம்."

"ஜெயம், ஜெயம்" இந்தப் பெயரக் கேட்ட நிமிடம் சந்தோஷம் நொறுங்கி, அந்தர வெளியிலிருந்து தொப்படீரெண்டு விழுந்து கொதிச்சு எழும்பிற்று அவன்ர நினைவு.

மேலும் அவள் கூறிக் கொண்டிருந்தாள்.

"வவுனியால தான் இருக்கானாம். ஏதோ சஞ்சிகை நடத்துறானாம். மாமி"

"ம்... "

"கிளிநொச்சியில வீடு கட்டிக் கொண்டிருக்கிறானாம்.'

"ஓ..."

"இப்ப வசதியாத்தான் இருக்கிறான். இப்பிடி ஊரில பேசியினமாம்."

குப்புறப்படுத்துக் கொண்டேன். இரத்தம் வேகமாப் பாயுது. உடம்புக்க சூடு அதிகரிக்குது; கண்ண மூடிக் கொண்டன். கண்ணீர் கூட சூடாகத்தான் சில துளிகள் வழியுது.

'ஓ அப்பிடி இருக்கிறானோ ராஸ்கல், துரோகி துரோகி.'

எனக்கு இந்த வினாடிகளை எதிர்நோக்கவே முடியேல்ல. நிர்வாணப்படுத்தப்பட்ட அந்த நாளின் நிமிடங்களை இப்ப சரியா வெறுக்கிறன். பலரக் கூப்பிட்டு என்ன நிர்வாணமாக்கி, என்ர அங்கங்களுக்கு விலை கேட்டத பரம கேவலமா... எண்ணமெல்லாம் புரட்டுது. ஒவ்வொரு மயிர்க் காம்புகளும் மசுக்குட்டி மயிர்களாய் புடைத்துக் கொள்ளுது. உடம்ப பிணமாக உணர்றன். எண்ணை ஊற்றி என்னைக் கொழுத்தும் சுவாலை, அது கூட முடியாம கட்டுண்டு போய்க் கிடக்கிறன்.

சத்தியமா இப்ப என்ர ஊனத்தையும் அத ஏற்படுத்திய சூழ்நிலைகளையும், சூழ்நிலைகளை உண்டு பண்ணிய

சூத்திரதாரிகளையும் சபிக்கோணும் போல இருக்கு. உண்மையில இத்தின வருசத்தில எத்தின கஷ்டங்கள தாங்கிருப்பன். ஆனா ஒரு நாள் கூட ஒரு நிமிசம் கூட நினைக்கேல்ல.

ஐயோ.. தாயே இண்டைக்கு எனக்கு அப்பிடி ஏலாமக் கிடக்கு, அவ்வளவு கேவலமாகக் கிடக்கு. அங்கம் அங்கமா ஒவ்வொருத்தரும் என்ன எள்ளி நகையாடுறதப போல கிடக்கு. செத்துப்போகோணும்... செத்துப்போகோணும்... நான் செத்துப்போகோணும் எப்பிடி நானே என்னச் சாகடிக்கிறது?

முடியுமா...?

ஜெயசுதா அண்ண சென்னை தாம்பரம் தாண்டி இருக்கிற SRM யுனிவெர்சிற்றியில படிச்சுக் கொண்டிருந்தவர். அங்க இருக்கேக்க ரேடியோ ஒண்டிலயும் வேல செய்தவர். அதவிட மனுசன் நல்ல அரசியல் வேலையளிலயும் ஈடுபாடு.

சமாதான காலங்களில ரண்டாயிரத்தி ஒண்டு. ரண்டு, மூண்டு ஆண்டுகள்ள கலை இலக்கியபண்பாட்டுக் குழுக்களோட சேர்ந்து பொங்கு தமிழ் நிகழ்ச்சிகள் நிறைய இடங்களில செய்தவை. நல்ல ஆளுமையான குரல்வளம். புலிகளின் குரலுக்காகக் கூட அப்பபோ நிகழ்ச்சிகள் செய்தவர். இஞ்ச வந்த பிறகு தான் எனக்கு அவர நேரில் தெரியும். SRM மில மீடியா படிக்க வந்தவராம். அதில நிறைய வெளிநாட்டுத் தொடர்புகள். வெளிநாட்டு சில FM களிலயும், இணைய இதழ்களிலயும் வேலை செய்துகொண்டிருந்தவர். ஆனா கஸ்ரப்பட்ட மனுசன். இஞ்ச படிக்கிறதுக்குக் கூட நோர்வேயில இருந்த ஏதோ ஒரு ஊடகத்துறை நிறுவனம் தான் உதவிக்கொண்டிருந்தது. அது நாட்டில ஊடகவியலாளர்களுக்குப் பாதுகாப்பில்லை, பிரச்சனை என்று உறுதிப்படுத்தும் பட்சத்தில் இப்படியான உதவிகளையும் செய்யும், அந்த நிறுவனம். சில பேர நோர்வேக்குக் கூட எடுத்திருக்கு.

அவர் இஞ்ச வந்த கத பெரிய கத. ரண்டு போத்தில உள்ள அனுப்பினா நாளுக்கு ஒன்று வீதக்கணக்கில அந்தக் கதையச் சொல்லுவார். ஆனாலும் அத கேக்கேக்க இருதயம் வலிக்கும். நிறைய வலியளை அனுபவிச்சிருக்கிறார்.

அவர் போன வருஷம் படிப்பு முடிஞ்சு இலங்கைக்குத் திரும்பிப் போனவர். அந்த ராத்திரி கூட அத சொல்லிக் கொண்டிருந்தவர்.

அஞ்சு நிமிசத்துக்கு முதல்தான் கதைச்சுக் கொண்டிருந்திட்டு வந்த நாங்கள் சுதாகர் வீட்டில இருந்து. சரியா அஞ்சே அஞ்சு நிமிஷத்தில அவனப் போட்டுட்டாங்கள். எப்பிடி இருக்கும் எனக்கு? எங்களையும்தான் தேடி அங்க வந்தவங்கள். வீட்ட ரண்டு பேர் வரக் கடையில நிண்ட தம்பி போன் பண்ணிச் சொல்ல, பின் கதவால விழுந்தடிச்சு வாழத்தோட்டத்துக்கால ஓடிப்போய், வேலி பாஞ்சு பக்கத்து வீட்டுக் கக்குசுக்க ஒரு இரவு முழுக்க இருந்தனான். ஒண்டு தெரியுமா பயத்தில ஓடேக்க காச்சட்டையோட மூத்திரம் போயிற்று. அந்த வலிய எனக்கே வந்தது போல சரியா அனுபவிச்சிருக்கிறன்.

இஞ்ச திருச்சியில தான், லண்டனில இயக்கும் FM இணைய இதழ்களுக்கு அலுவலகம். அதால நெடுக வருவார். வந்தா என்னையும் அடிக்கடி கூப்பிடுவார். அந்தக்கால கட்டத்தில மாற்றம் தேவப்பட்டதால போவன். அவரோட இருக்கேக்க நாலைஞ்சு தரம் வேணாம் வேணாம் எண்டும் வில்லங்கத்துக்குப் பருக்கிவிட்டிருக்கிறார். சிக்னேச்சர் போத்தில் ஒண்டாவது இருக்கும். பிறகு எனக்கும் அந்தப் பருக்குதல் தேவையாயிருந்ததால நானே தேடிப் போகத் துவங்கினன். என்ர நிலமையப் பார்த்து அவரும் மனவருத்தப்பட்டார். ஏதாவது உனக்கு நான் செய்யிறன்,

ஆப்ரேசன் செய்து ஓரளவு சரிப்படுத்தலாம் கவலப்படாத என்ற ஆறுதல் வார்த்தைகள் சில இரவுகள் என்னை நிம்மதியா தூங்க வைச்சிருக்கு.

ஆனா கடைசியில எல்லாம் இப்பிடி முடிஞ்சு போகும் எண்டு தாயறிய நான் நினைக்கவே இல்ல. சிலபோர் சொன்னவை தான் ஜெயம் உன்னப் பேக்காட்டிப் போட்டான், ஏமாத்திட்டான் எண்டெல்லாம். ஆனா இதுகள வைச்சு ஒரு தீர்மானத்திற்கு என்னால வர ஏலாமக் கிடந்தது. ஏனெண்டா அவர் அவ்வளவு நம்பிக்கை ஊட்டுற மாதிரிக் கதைப்பார்.

உண்மையிலயே மனுசத் தன்மையோட வாழ்றது அபூர்வம். அதுவும் என்ன மாதிரி இருக்கிற வேட்ட கொஞ்சமாவது இரக்கம் காட்டி வாழ வேண்டாம்? இவ்வளவு கேவலமா நடக்கோணுமா?

அண்டைய நாள் இன்னும் நினைவிருக்கு. உடம்பில ஒடிக் கொண்டிருக்கிற கடைசிச் சொட்டு உசிர் சாகிற வரைக்கும் மறக்க ஏலாத நிமிஷங்கள்.

பல தடவை என்னை அதையே திரும்பத் திரும்பச் சொல்லி தயார்ப்படுத்தியிருந்தார். கட்டாயமா இதன் மூலம் ஆப்ரேசனுக்குக் காசு கிடைக்கும். இந்த நிகழ்ச்சியப் பாக்கிற வெளிநாட்டில வாழக் கூடிய சில இலங்கையராவது உதவி செய்வினம். அதவச்சு வைத்தியம் செய்வம் எண்டார்.

அதேபோல ஐந்து லச்சம் வரை கிடைச்சதா அறிஞ்சன். அப்ப அது உண்மதான். புலம்பெயர்ந்து வாழ்ந்து கொண்டிருக்கிற எங்கட சனம் எனக்கு உண்மையா உதவோணும் எண்டு நினைச்சு ஒவ்வொரு லச்சத்தையும் எவ்வளவு கஷ்ரப்பட்டு அனுப்பிருக்குங்கள். எல்லாத்தையும் ஏமாத்திக்கொண்டு போயிற்றானே.

அப்ப எல்லாம் நடிப்பா, பேசினது, பழகினது, நல்ல மனுசனா காட்டிக் கொண்டது..?

நிழலாடி நிழலாடிப் போனது அன்றைய நாள்... அந்த நிமிசங்கள்...

கச்சைத் துண்டையும் கழற்றி வீசி,

அந்தரங்கத்திற்காய் பிச்சை போடக் கேட்டேனா...

நானா... நானா...

குப்புறக்கிடந்த தலையை நிலத்தோடு முட்டி வலிக்கச் செய்கிறேன். வலி தெரியேல்ல.

அண்டைக்குப் பத்து மணி. ஸ்ரூடியோக்குள்ள. அது நேரடி நிகழ்ச்சி. வெளிநாடுகளில் இணையத்தில் நேரடியாப் பார்க்கலாம்.

“என்ரபேர் சீலன், நான் கடைசிச் சண்டையில என்ர சில உறுப்புகள் இழந்திற்றன். இஞ்சே என்ரகையள பாருங்க” எண்டு முழங்கையோடு கட்டாகிக் கிடந்த கைகளை, சதைத்துண்டங்கள தூக்கி ஆட்டிக் காட்டினன். அந்த நிமிஷம் இதயம் தீயாய் எரிஞ்சு, அழுதுவிட்டேன். கையள மட்டுமில்ல ஒரு காலைக் கூட இழந்திருக்கிருக்கிறன் பாருங்க... என்ர கால, கையப் பாருங்க, எனக் குனிந்து கைச்சதைத் துண்டத்தால தொடையோடு கிடந்த காலை தூக்க முயன்று, தடுமாறிக் கீழ விழுந்திட்டன். அருகில் கணணியில் வேலை செய்த பெடியன் ஓடி வந்து தூக்கிவிட்டான். ஒற்றைக் காலால் கெந்திக் கெந்தி அதே இடத்திற்கு வந்து நிண்டன்.

மீண்டு பேச ஆரம்பிச்சன். “சண்டையில நிறையச் சனங்கள் எல்லாத்தையும் இழந்து, உயிர்களையும் இழந்து தான் இருக்கினம். நான் என்ர சகோதரங்கள், அப்பா எல்லாரையும் இழந்திட்டன். எழுபது வயசில அம்மா மட்டும் தான் இருக்கிறா. ஆரும் எங்களுக்கு இதுவரை உதவ முன்வரேல்ல. ஒரு கால், ரண்டு கையும் இல்லாம என்னால ஒண்டுமே சுயமாச் செய்ய முடியேல்ல. நான் அப்பவே

செத்துப்போயிருக்கோணும். துரதிஷ்டவசமா தப்பிற்றன். ஆரும் பக்கத்தில உதவி செய்ய இல்லை. பொய்க்கால் போட பணமும் இல்ல, விரக்தியில சாகலாம் எண்டா அதுகூட என்னால செய்ய முடியேல்ல. இஞ்ச பாருங்க. (கையை ஆட்டியபடி).

சிறுநீர் கழிக்கக் கூட எனக்கு ஆரும் உதவி செய்தால் தான் முடியும், இந்த நிலம ஆருக்குமே வரக்கூடாது. தயவுகூர்ந்து (அந்த சதைத்துண்டங்களால் வணங்கியபடி). எனக்கு உதவுங்கள். கை கால்கள பொருத்த நீங்கள் செய்யும் சின்ன உதவிகூட எனக்கு மிகப்பெரிய மாற்றத்தை கொண்டு வரலாம். தயவு செய்து எனக்குக் கைகால்களைப் பெற்றுத்தாருங்கள்.

அழுதுவிட்டேன்.

உருக்கமான அந்த உரையை அவர் சொன்னதுபோலே செய்தேன். ஆனா...

ஐயோ... ஐயோ...,இந்த வலியை எதைச் செய்து மாற்றுவன். கைகளின் மீதச் சதைத்துண்டங்களை இரண்டு பக்கங்களிலும் அடிக்கிறன். இன்னும்... இன்னும்... பலமா அடிக்கிறேன். நல்லா வலிக்கட்டும்!

நிறைய வலிக்குது. நுணியில் எரிவுகூட.

சடலமாய் கிடந்த உடல் குலுங்கிக் குலுங்கித் தணிகிறது.

இன்னும் ஓங்கி அடிக்கிறன்.

வலக்கைத் துண்டத்தை ஒரு முழுக்கை பற்றும் உணர்வு. மெல்லத் திரும்பிப் பார்க்கிறன்.

சிவந்த கண்ணில் துளி நீருடன் தலைமுடியை மற்றகையால் வாரிவிட்டபடி அருகில் சிலோன் சுந்தரி.

"அம்மா குளிக்கிறா..."

முகத்தைத் திரும்ப குப்புற வைத்துக் கொண்டேன்.

"நான் இருப்பன்" என்கிறாள்.

என் உடல்மீது சாய்ந்தபடி.

85

பந்தம்

கிரிஜா ஜின்னா

கிரிஜா ஜின்னா

கிரிஜா ஜின்னா 1995 ஆம் ஆண்டு முதல் கதைகள் எழுதத் தொடங்கினார். ஆங்கிலத்தில் முதுகலைப் பட்டமும், ஆய்வியல் நிறைஞர் பட்டமும் பெற்றவர்; சென்னைக் கல்லூரி ஒன்றில் ஆங்கிலத்துறைப் பேராசிரியராகப் பணியாற்றியவர்; இவர் ஒரு எழுத்தாளர் மட்டுமல்ல. பத்திரிக்கையாளர் மற்றும் மொழிப்பெயர்ப்பாளரும் ஆவார். மும்பையிலிருந்து வெளியாகும் சினிமா இதழான 'ஸ்கிரீனில்' தொடர்ந்து பலருடைய பேட்டிகளையும், கட்டுரைகளையும் எழுதியுள்ளார். புதினம், குறுநாவல், சிறுகதை, கட்டுரைகள் என பல தளங்களில் இயங்கும் இவர், 10 சிறுகதைத் தொகுப்புகளும், 50 க்கும் மேற்பட்ட புதினங்களையும் எழுதியுள்ளார். மனோதத்துவம், அறிவியல், உலக நடப்பு என்று பல்வேறு துறைகளைப் பற்றி கட்டுரைகளும் நூல்களும் எழுதியுள்ளார். இவரது முதல் சிறுகதைத் தொகுப்பு 'எது சொந்தம்?' என்ற தலைப்பில் வெளியானது. இந்நூல் கோவை லில்லி தேவசிகாமணி அறக்கட்டளையின் இரண்டாவது பரிசினைப் பெற்றுள்ளது. இவரது பிற நூல்கள் காதல் பரிசு, மன்னிப்பாயா கண்ணே, வசந்தம், இளைய பாரதம், இதுவும் வியாபாரம் தான், வரம், பந்தம், பாதைகள் மாறும் போது, ஸ்வேதா, மீண்டும் மீண்டும் என்பனவாகும். இவர் இந்தியிலும் எழுத வல்லவர்.

"சொல் யாரையாவது காதலிக்கிறாயா..? அப்பா அதைத் தடுக்கிறாரா.. நான் பெண் பிடிக்கவில்லை என்று சொல்ல வேண்டுமா"- என்று எரிச்சல் வெளிப்படையாகத் தெரிந்த குரலில் வினவினான், அரவிந்தன்.

"எதிரில் அமர்ந்து காபி கப்பை இரண்டு கைகளாலும் பிடித்து ருசித்துக் குடித்துக் கொண்டிருந்த வினோதா அவனைப் பார்த்துப் புன்னகைத்தாள்" "கொஞ்சம் பொறுங்கள்" என்ற தினுசில்.

எல்லோரும் சுடிதாரில் உலவும்போது 23 வயது மங்கையான வினோதா மட்டும் காட்டன் சேலையும், அனாவசிய வேலைப்பாடுகள் எல்லாமில்லாத முக்கால் நீளம் கைவைத்த சோளியும் அணிந்திருந்தாள். கிளிப்பிற்குள் 'யூ கட்' செய்யப்பட்ட கூந்தல் அடங்கியிருந்தது. 'மோபெட்டில் போகும்போது முன் பக்கக் கூந்தல் பறக்காமலிருக்க 'ஒரு ஹேர் பேண்ட்'. கயிற்றில் கட்டப்பட்ட கூலிங் கிளாஸ் கழுத்தில் தொங்கியது. வினோதா அபாரமான அழகியில்லையென்றாலும் "மனைவி" என்று கூச்சமில்லாமல் நண்பர்களிடம் அறிமுகம் செய்யக்கூடிய அளவிற்குப் பார்வைக்கு உகந்தவள்தான்.

பதினைந்து நாட்களுக்கு முன் சம்பிரதாயமாகப் பெண் பார்க்க அவள் வீட்டிற்குச் சென்றபோது வழக்கமான பட்டுப்புடவை வகையராக்கள் இல்லாமல்

• கிரிஜா ஜின்னா

அழகான 'பிரிண்ட் ஸில்க் புடவையும்'. விமானப் பணிப் பெண்கள் அணிவது போன்ற ரவிக்கையும், அவள் புன்னகை தவழ அமர்ந்திருந்த விதமும் அரவிந்தனைக் கவரவேதான், தயங்காமல் தன் சம்மதத்தைத் தெரிவித்தான்.

சம்மதித்த இரண்டாம்நாளே ஆபீஸ் விஷயமாக வெளியூர் போனவன் திரும்பியபோது, அவன் இல்லாத அந்த நேரத்தில் அவனுக்கு வந்திருந்த... போன் கால்களில் மிஸ் வினோதா என்ற பெயரைப் பார்த்து யோசித்துக் கொண்டிருந்த போதே, அவளிடமிருந்து மீண்டும் போன். "உங்களிடம் கொஞ்சம் பேச வேண்டும், சம்பிரதாயமான நிச்சயதார்த்தத்திற்கு முன்னால், நேரம் ஒதுக்கித் தர முடியுமா" என்றாள் நிதானமாக.

அரவிந்தன் கொஞ்சம் அசந்துதான் போனான். என்னவாயிருக்கும் என்ற ஆவலில், இன்று மாலை வருவதாகச் சொன்னான். வினோதாவே 'அப்படியானால். மாலை ஐந்து மணியளவில் காந்தி சிலையருகே வந்து நில்லுங்கள். நான் ஐந்தேகாலுக்கு வருவேன். ஒரு பெண் தனியாக நிற்பதில் நிறைய சங்கடங்கள். அதனால்தான் பதினைந்து நிமிடம் கழித்து வருவதாகச் சொன்னேன். அருகிலிருக்கும் 'ஓபன் ஏர் ரெஸ்டாரண்டில்' அமர்ந்து பேசலாம்" என்றவள் 'பை. தேங்க் யூ. ஸீ யு திஸ் இவ்னிங்' என்று துண்டித்துவிட்டாள்.

யோசித்துப் பார்த்ததில் அரவிந்தன் முடிவு செய்து விட்டான். அவளுடைய காதல் கதையைச் சொல்லி அழுது என் உதவியை நாடப் போகிறாள். பேசாமல் போகாமலே 'இந்தப் பெண்ணைப் பிடிக்கவில்லை" என்று அம்மாவிடம் சொல்லிவிட்டால் என்ன என்று நினைத்தவன், மறு நிமிடமே அந்த எண்ணத்தை உதறினான். என்னதான் சொல்கிறாளென்று பார்ப்போமே... காதல் கத்திரிக்காய் என்றாளேயானால் 'பிய்த்து

உதறிவிடலாம். அப்பனிடம் பேச தைரியமில்லாமல் மூன்றாவது மனிதனான என் உதவியை நாடுகிறாயே உனக்கு வெட்கமாயில்லை? இப்படி எத்தனை 'பெண் பார்க்கும் படலங்களில்' பங்கு கொள்ளப் போகிறாய்? என்று கேட்டு விட வேண்டியது தான் என்ற முடிவோடு தான் காந்தி சிலையருகே நின்றான் அரவிந்தன்.

ரெஸ்டாரெண்டில் அமர்ந்தவுடன் இவனைக் கேட்காமலே தானே ஆர்டர் செய்துவிட்டு, இவனைப் பார்த்துப் புன்னகைத்து 'உங்க டிரிப் நன்றாக இருந்ததா' என்றெல்லாம் சர்வ சாதாரணமாகக் குசலம் விசாரித்தபோது, அரவிந்தனுக்கு அவளைக் கன்னத்தில் அறையலாம் போலிருந்தது. பொறுமையாக அமர்ந்திருந்தான்.

'பில்'லைப் பெற்றுக்கொண்டவள் பேரரிடம் இந்த இரண்டு நாற்காலிகளை அகற்றி விடுங்கள் ப்ளீஸ்... நாங்கள் கொஞ்சம் பர்சனலாகப் பேச வேண்டும். இன்னும் ஒரு மணிநேரமாவது இருப்போம். இடையில் காபி குடிக்கலாம். எனவே சேர்ந்து 'பில்' கொடுங்கள் என்று இவனிடம் கேட்காமலேயே புன்னகைத் தவழும் முகத்தோடு, பேரருக்கு ஆர்டர் கொடுத்துக் கொண்டிருந்த வினோதாவைப் பார்க்க ஆச்சரியமாக இருந்தது அரவிந்தனுக்கு. ஒரு மணிநேரம் பேச என்னயிருக்கிறது? என்ற ஆவல் அவனை ஆட்கொண்டது."

"இப்போது வினோதா நிமிர்ந்து உட்கார்ந்தாள். நீங்கள் சொன்னது சரிதான். நான் காதலைப் பற்றித்தான் பேசப் போகிறேன். ஆனால் என்னுடைய காதலைப் பற்றியல்ல. என் அப்பாவுடைய காதல் பற்றி."

வினோதா சொன்னதைக் கேட்ட அரவிந்தன் துணுக்குற்றான். இதென்ன புதுக்கதை. வினோதாவிற்குத் தாயார் கிடையாது என்று தெரியும். வயதான தகப்பனாருக்குக் காதலா. இதென்ன

விபரீதம்?

"என்ன ஆச்சரியமாக இருக்கிறதா?" என்று சிரித்தபடி வினோதா தட்டிலிருந்த சோம்பை வாயில் போட்டு மெல்லத் தொடங்கினாள்.

"உங்களுக்குச் சம்மதம் என்றும் நிச்சயதார்த்தை மறுவாரமே வைத்துக் கொள்ளலாம் என்றும் உங்கள் தரப்பிலிருந்து ஒருவர் வந்து சொன்னவுடன் நான் தான் பதினைந்து நாட்கள் 'டைம்' கேட்டேன். உங்களிடம் என் குடும்பத்தைப் பற்றிப் பேச வேண்டும் என்பதற்காக. நாளைக்கு நிச்சயதார்த்தத்திற்குப் பிறகோ, இல்லை திருமணத்திற்குப் பிறகோ, என் தந்தையைப் பற்றிய விஷயங்கள் உங்கள் குடும்பத்தினரின் காதுகளுக்கு எட்டி, பிரச்சினை எழுவதைக் காட்டிலும் நானே உங்களிடம் பேச விரும்பித்தான்... உங்களை அழைத்தேன். என் அப்பாவுக்குக் கூட தெரியாமல்" என்ற வினோதாவை அவன் ஆச்சரியத்துடன் பார்த்தான். விஷயம் தான் எதிர்பார்த்ததைவிட வேறு திக்கில் போவது அரவிந்தனுக்கு ஒரு பக்கம் சுவாரஸ்யமாகவும் இன்னொரு பக்கம் ஆச்சரியமாகவும் இருந்தது.

"உன் அப்பாவின் காதல் கதையா என்ன அது" என்றான். அரவிந்தன் சற்றே நக்கலான குரலில்,

"நீங்கள் கிண்டல் கலந்த தொனியுடன் இதே கேள்வியை நம் திருமணத்திற்குப் பிறகு கேட்டிருந்தால் எனக்கு ரோஷம் வந்து பிரச்சினை பெரிசாயிருக்கும். இப்போது உங்கள் மீது எந்த உரிமையும் இல்லாததால் தான், நான் சிரித்துக்கொண்டே உங்கள் சிண்டலைப் பொறுத்துக் கொள்கிறேன். திருமணத்திற்குப் பின் இது குறித்து ரகளை வரக்கூடாது என்பதால்" என்று வினோதாவின் குரலிலிருந்த தீர்க்கம் அரவிந்தனைச் சற்று யோசிக்க வைத்தது.

"இன்னொரு விஷயம்"... என்று தொடர்ந்தாள் வினோதா. "எனக்கு உங்களைப் பற்றி எதுவும் தெரியாது. நான் சொல்லப் போகும் விஷயம் இந்த நாட்டின் கலாச்சாரம் என்ற போர்வையிலுள் அடங்காத ஒன்று. உங்களுக்கு உடன்பாடில்லாமல் போகலாம். பின்னால் பலர் மூலமாக விஷயம் தெரிந்து விபரீதம் ஆகி, என் அப்பாவின் நிம்மதி பறிபோவதை விட, என் வாயிலாகவே விஷயத்தை முழுமையாக உங்களிடம் சொல்ல விரும்புகிறேன். முடிவு உங்கள் கையில்."

"எங்கம்மா இறந்தபோது எனக்கு ஒரு வயதுகூட நிரம்பவில்லை. புகைப்படங்களைக் காண்பித்து உன் அம்மா என்று அப்பா காண்பித்துதான், என் அம்மாவின் முகத்தையே நான் தெரிந்து கொண்டேன். என் அம்மா இறக்கும் போது என் அப்பாவிற்கு முப்பது வயதுதான்" என்று கூறி, கடலலையை நோக்கி சற்று மௌனமாக இருந்தாள் வினோதா. இப்போது குறுக்கிட்டு ஏதேனும் சொல்வதா வேண்டாமா? என்றோ இறந்துபோன அவள் தாயாரின் மறைவுக்கு அனுதாபம் தெரிவிப்பதா என்ற குழப்பத்தில் இருந்தான் அரவிந்தன்.

"எனக்குப் பத்து வயதாகும் வரை என்னை வளர்த்தது அப்பாவைப் பெற்ற பாட்டிதான். பாட்டிக்கு உடல் தள்ளாமை ஏற்படும் போது, வீட்டிலேயே அவருக்கு வைத்தியம் பார்ப்பதற்காகத் தான், முதன்முதலில் டாக்டர் கமலா 'ஆண்டி' வந்தார்கள். அந்த நாட்கள் எனக்கு இன்னும் பசுமையாக நினைவில் இருக்கின்றன."

கிட்டத்தட்ட பதின்மூன்று வருடங்களுக்கு முன் தன் பாட்டிக்கு மருத்துவம் பார்த்த டாக்டரை வினோதா, 'ஆண்டி' என்ற விளித்ததிலிருந்து அந்தக் காதல் கதையின் கதாநாயகியை அவள் அறிமுகப்படுத்துகிறாள்... என்று புரிந்து கொண்டான் அரவிந்தன். மேலும் கதையை எப்படிச் சொல்வது என்று

லேசாகத் தயங்குவது போலிருந்தது அவள் முகம். தைரியம் வெளிப்பூச்சு தான் போலிருக்கிறது. ஆணித்தரமாகப் பேச ஆரம்பித்தாலும் தயக்கம் முழுமையாக அவளை விட்டு விலகவில்லை. அரவிந்தனும் மௌனமாக இருந்தான். அவளாகப் பேசட்டும் என்றெண்ணி.

“மூன்று மாதங்கள் படுத்த படுக்கையாக இருந்த பாட்டி இறந்து போனாள். பத்து வயதுப் பெண்ணான நான் சந்தித்த முதல் சாவு. பாட்டியின் பிரிவு என்னை உலுக்கியது. பாட்டி இறந்த அன்று மற்றவர்களைப் போல கமலா ஆண்டியும் துக்கம் விசாரிக்க வந்தாள். அப்புறம் தொடர்ந்து மாலை வேளைகளில் ‘க்ளினிக்’ போவதற்கு முன்போ அல்லது பின்போ வரத் தொடங்கினாள். தனிமையிலிருந்த எனக்கு கமலா ஆண்டியின் வரவு இதமாக இருந்தது. பின் மெல்ல பாட்டி நினைவிலிருந்து மறைந்தாள். ஆனால்... கமலா ஆண்டியின், வரவு தொடர்ந்தது. பள்ளியிலிருந்து நேரே நான் இந்தி கிளாஸ் போய்விட்டு, ஏழு மணி வாக்கில் வீட்டிற்கு வரும்போது, அநேகமாக எல்லா நாட்களிலும் அப்பாவும் ஆண்டியும் வீட்டு பால்கணியிலோ அல்லது தோட்டத்திலோ அமர்ந்து பேசிக்கொண்டிருப்பார்கள். நானும் சில நிமிடங்கள் அவர்களுடன் பேசிவிட்டு உள்ளே போய் விடுவேன். இரவு ஒன்பது மணி வாக்கில் ‘ஆண்டி’ காரை ஸ்டார்ட் செய்யும் சப்தம் கேட்டுக் கீழே வருவேன். என்னிடம் ஒரு தலையசைப்பின் மூலம் விடை பெற்றுச் செல்வாள். ‘ஆண்டி’யின் கார் மறைந்த பிறகு அப்பா ‘கேட்’டை மூடிவிட்டு வீட்டிற்குள் வருவார்.

‘கிட்டத்தட்ட மூன்று வருடங்கள் இது தொடர்ந்தது. என் தோழிகளிடம் பேசுகையில் சகஜமாக நான் ‘ஆண்டி’யைப் பற்றிக் குறிப்பிட்டாலே, அவர்கள் ஒருவர் முகத்தை ஒருவர் பார்த்துக் கொண்டபோது, என்னுள் லேசான ஆச்சரியம் ஏற்பட்டது. அவர்களின் பொருள் பொதிந்த பார்வை, ஒன்றை எனக்குக் கற்றுக் கொடுத்தது. அதுதான் ‘ஆண்டி’யின் வரவு சமுதாயத்தின் அங்கீகாரத்தைப் பெறவில்லை என்பது.

‘மறுபடியும் மௌனம் அரவிந்தனுக்கு இப்போது உண்மையிலேயே ஆர்வும் அதிகமாகிவிட்டது. என்ன தான் ஆயிற்று அந்தக் காதல் கதைக்கு, அப்போதுதான் ‘சட்’டென்று வினோதா, இதுவரையில் ‘காதல்’ என்ற சொல்லையே பிரேயாசிக்கவில்லை என்பது புரிந்தது. வினோதா அந்தப் பக்கமாக வந்த பேரரிடம் இரண்டு கப் காபிக்கு ஆர்டர் செய்தாள். அடிக்கடி காபி குடிக்கும் பழக்கம் அரவிந்தனுக்கு இல்லையென்றாலும், அந்த நேரம் ஏனோ வினோதாவை மறுக்க அவனுக்கு மனம் வரவில்லை.

காபி வந்தவுடன் தானே சர்க்கரை ஸ்பூனைக் கையிலெடுத்து “எவ்வளவு” என்றாள். ‘மூன்று’ என்றதும் அரவிந்தனுடைய காபியில் கரைத்து “நான் சர்க்கரையே போட்டுக் கொள்வதில்லை” என்றாள். அரவிந்தன் புதிலாக ஒரு புன்னகையை உதிர்த்தான்.

நான் பத்தாவது படிக்கும்போது வீட்டில் ஒரு சின்ன கலாட்டா. அப்பாவின் சகோதரிகளும், அவர்கள் கணவன்மார்களும் வீட்டிற்கு வந்து அப்பாவை மறுமணம் செய்யச் சொன்னார்கள், ஆண்டியையே. அரவிந்தனின் முகத்தைச் சலனமில்லாமல் நோக்கினாள் வினோதா. அப்போதும் அரவிந்தன் பதிலுரைக்கவில்லை.

“அப்பா ஒரே வார்த்தையில் கல்யாணம் செய்துக்க மறுத்து விட்டார். அப்போது எனக்கு ஒன்றும் புரியவில்லை. ஆனால் ‘ஆண்டி’ வருவது மட்டும் தொடர்ந்தது.”

அரவிந்தனுக்கு ஏதோ தமிழ் சினிமா பார்ப்பது போலிருந்தது. ‘ஆண்டி விதவை, அதனால் மறுமணம் வேண்டாமென்று

சொல்லி விட்டார்' என்று ஏதோ ஒரு 'திருப்பத்தை எதிர்பார்த்திருந்தவன் போல, ஒரு சின்னப் புன்னகையை உதிர்த்தான். வினோதா அதைக் கவனித்ததும் அவன் எண்ண ஓட்டத்தைப் புரிந்துகொண்டவளாக "ஆண்டி விதவையில்லை" என்றவுடன், 'சரே'லென்று அவனுக்கு அசடு தட்டியது.

அப்பா மறுத்தவுடன் அவரைத் தாறுமாறாகப் பேசிவிட்டு போன உறவினர்கள் இந்தப் பக்கம் வரவேயில்லை. நான், அப்பா, ஆண்டி மிகச் சிறிய உலகம் எங்களுடையது. நான் பள்ளிப் படிப்பு முடித்து கல்லூரி செல்ல ஆரம்பித்தபோது, எங்களின் வீட்டிலிருந்து இரண்டு தெருக்கள் தள்ளியிருந்த எங்களுக்குச் சொந்தமான பிளாட்டில் ஆண்டி குடியேறினாள். நான் தான் அடிக்கடி அங்குப் போவேன். எனக்குத் தெரிந்து அப்பா அங்கு போனதேயில்லை. ஆண்டியின் வீட்டு வரி ரசீது, டெலிபோன் பில் எல்லாம் எங்கள் வீட்டு முகவரிக்குத்தான் வரும். அப்பாதான் எங்களுடையது கட்டும்போது அதையும் சேர்த்துக் கட்டுவார்.

நான் எம்.ஏ. இலக்கியம் சேர்ந்தபோது தான் ஆண்டியுடன் நெருங்கிப் பழகும் வாய்ப்புக் கிட்டியது. முன்பெல்லாம் அப்பாவும் ஆண்டியும் பேசும்போது சில நிமிடங்களே பேசிய நான், இந்தக் காலகட்டத்தில் அவர்களுடன் சரிசமமாக அமர்ந்து பேசும் அளவிற்கு எங்கள் நெருக்கம் வளர்ந்துவிட்டது.

ஆண்டி ஞாயிற்றுக்கிழமைகளில் கன்ஸல்டேஷன் முடிந்ததும் தவறாமல் காலை எங்கள் வீட்டிற்கு வந்து விடுவாள். சமையல் 'மெனு' எல்லாம் சமையல்காரிக்குக் கொடுப்பது அவள்தான். மதியச் சாப்பாடு வரை நாங்கள் மூவரும் ஒன்றாக அமர்ந்து பேசிக் கொண்டிருப்போம். மதியச் சாப்பாட்டிற்குப் பிறகு நான் எழுந்து மாடியிலிருக்கும் என்னறைக்குப் போய்விடுவேன். மாலை ஐந்து மணிக்குக் கீழே வரும்போது, 'ஹாலில்' யாரும் இருக்க மாட்டார்கள். நான் டி.வி. பார்த்துக் கொண்டிருக்கும்போது, முதலில் ஆண்டி தான் அப்பா அறையிலிருந்து வெளியே வருவாள். முதலில் நாங்களிருவரும் 'டீ' சாப்பிட்டு பின் அப்பா எழுந்த பிறகு, வெளியே எங்காவது போவது வழக்கம்.

இந்தக் கட்டத்தில் அரவிந்தன் முகத்தில் லேசான தர்மசங்கடம். அவள் மிகச் சாதாரணமாகச் சொன்ன விஷயத்தின் உள்ளர்த்தமும் புரிய, அரவிந்தனின் புருவங்கள் லேசாகச் சுருங்கின.

இரண்டு கைகளாலும் தண்ணீர் கிளாஸை உருட்டி வினோதா இப்போது அரவிந்தனை நேராகப் பார்த்தாள். தான் சொல்ல வந்ததை அவன் புரிந்து கொண்டானா என்ற தோரணையில். அரவிந்தன் முதன் முறையாக வாயைத் திறந்தான்.

'உன் அப்பா ஆண்டியை ஏன் கல்யாணம் செய்துக்கலை.'

"நியாயமான கேள்வி. காதல் என்ற உணர்வில் நிச்சயமான முடிவு திருமணம் என்பது, நம்ம சமூகத்திலே ஊறிப்போய்விட்ட நிலையில், ஆண்டிக்கும் எங்கப்பாவுக்கும் உள்ள உறவு மற்றவர்களால் மிகவும் கொச்சையாக விமர்சிக்கப்பட்டதை நானே கேட்டிருக்கேன். கல்யாணம் அதுவும் ஒரு குழந்தை இருக்கும் போது என்பது இலேசான விஷயமா? எனக்குத் தோணலை. அப்பாவைப் பொறுத்த வரையில் என் மீதும் என்னுடைய உணர்வுகள் மீதும், அவருக்கு நிறைய அக்கறை இருந்தது. இப்போது என்னிடம் ஒரு தோழியைப் போல் அன்பாக இருக்கும் ஆண்டி, நிச்சயமாக அப்பாவின் மனைவிங்கற அந்தஸ்தை அடைஞ்சிருந்தா மாறித்தான் போயிருப்பாள். அப்பா ஒரு வேளை இதை நன்கு உணர்ந்துதான் திருமணங்கற பந்தத்தில் தன்னை ஈடுபடுத்திக்க

விரும்பலைன்னு இப்போ, இந்த இருபத்து மூன்று வயசில நான் நினைக்கிறேன். கல்யாணம் என்ற சொல்லின் முழுப் பொருள், என்னைப் பொறுத்த வரையில் 'உரிமை'தான். அந்த முழு உரிமையை 'ஆண்டி'க்குக் கொடுத்து, அதன் மூலம் எழக்கூடிய புதுப் பிரச்சினைகளைச் சமாளிக்க அப்பா தயாராக இல்லைன்னு நான் நினைக்கிறேன். அதனால தான் இந்த உரிமையில்லாத உறவில் தன்னை ஈடுபடுத்திக்கிட்டிருக்கார்ன்னு நான் நினைக்கிறேன். 'ஆண்டி' இதுக்கு எப்படி சம்மதிச்சாங்கன்னு சில நேரங்களில் நான் யோசிச்சுது உண்டு. ஆனால் நான் இதைப் பற்றி அவங்கக்கிட்ட மறைமுகமாகக் கூடப் பேசினதில்லை. ஏன்னா அது எனக்குத் துளியும் சம்மந்தமில்லாத விஷயம்ங்கறதனால்.

"இந்த மாதிரி 'எக்ஸ்ட்ரா மாரிடல் ரிலேஷன்ஷிப்' உங்கப்பா வச்சிக்கிறது மட்டும், உன்னை உணர்வு ரீதியா பாதிக்கலையா? சமுதாயத்தில் உனக்கு அதனால பிரச்சினைகள் எழவில்லையா?"

"முதலில் உங்களுடைய சொல் பிரயோகத்தை நான் ஆட்சேபிக்கிறேன். இதை நான் ஒரு 'நான் கமிட்டல் ரிலேஷன்ஷிப்' என்று தான் வர்ணிப்பேன். மிகச் சிறிய வயதிலேயே ஆண்டி எங்க வீட்டுக்குள்ள நுழைஞ்சுட்டதாலேயோ, இல்லை அவர்களிருவருமே எங்கிட்ட ரொம்ப நாகரிகமா நடந்துகிட்டகாலேயோ, இல்லை என்னுடைய இயல்பான சுபாவத்தினாலேயோ, நான் ஆண்டியின் வரவைச் சுலபமாக எடுத்துக்கிட்டேன். ஆண்டியின் வரவால எனக்கும் அப்பாவுக்கும் இடையே இருந்த உறவு எந்த விதத்திலும் பாதிக்கவில்லை. 'ஆண்டி' என்னுடைய அம்மாவின் இடத்தை நிரப்பிட்டாங்கன்னு சினிமா வசனமெல்லாம் நான் நிச்சயமாகப் பேசமாட்டேன். தாயில்லாத பெண் என்ற முறையில் அப்பாவின் பிரத்யேகக் கவனமும் பாசமும் என் மீது எப்பவுமே இருந்தது. சொல்லப் போனா, அந்தக் கவனம் சிதைந்து விடக் கூடாதேன்னுதான், அப்பா 'மனைவி'ங்கற அந்தஸ்தை 'ஆண்டி 'க்குக் கொடுக்க மறுத்துட்டார்னு கடந்த ஒரு வருஷத்திலேதான் எனக்கு மெள்ள புரிய ஆரம்பிச்சது.

மனைவியின் மறைவுக்குப் பிறகு குழந்தைகளுக்காகத் 'தியாகம்' செய்யும் அப்பாக்களின் கதைகளை நானும் கேள்விப்பட்டிருக்கிறேன். அவர்களை நான் குறை சொல்லவில்லையென்றாலும், இந்த மாதிரி 'தியாகத்திலே எல்லாம் எனக்கு நம்பிக்கை இல்லை. அப்பாவுக்கு நிச்சயமாக ஒரு பெண்ணின் அணுக்கம் தேவைப்பட்டது. அவருடைய மகள் எந்த விதத்திலும் பாதிக்கப்படாதவகையில் 'ஆண்டி'க்கு ஏதோ சில காரணங்களினால் அப்பா தேவைப்பட்டார். அவர்களுடைய எல்லைக்கோடு எதுவென்று எனக்குத் தெரியாது. தெரிந்துகொள்ளும் விருப்பமும் எனக்கில்லை. அவர்களிருவரையும் எந்தக் காலக்கட்டத்திலும் தகாத சூழ்நிலையில் நான் பார்த்ததேயில்லை. ஆனால் எங்கப்பாவின் அறையில் இரண்டு ஒன்றைக் கட்டில்கள் உண்டு. எப்போது உள்ளே நுழைந்தாலும் கதவைத் தட்டித்தான் உள்ளே நுழைவது என் வழக்கம். அங்குள்ள அலமாரியில் எங்கம்மாவின் படம் ஒன்று கூட கிடையாது. ஆனால் நாங்கள் மூவரும் இணைந்து எடுத்துக்கொண்ட படம் பெரிய அளவில் இருக்கும். அதே சமயம் 'ஆண்டி' வீட்டில் அப்பாவின் படம் மட்டும்தான் இருக்கும்."

சற்றுப் படபடப்பாகப் பேசியதில் வினோதாவிற்கு மூச்சு வாங்கியது. இந்த முறை அரவிந்தனே பேரரைக் கூப்பிட்டுக் காபி வரவழைத்துத் தனக்கும் மட்டும் சர்க்கரையைப் போட்டுக் கொண்டு, அவளிடம் சர்க்கரையில்லாத காபியை நீட்டினாள்.

வினோதா எங்கோ பார்த்தபடிக் காபியைப் பருகினாள். பின் மெல்ல ஆள்காட்டி விரலைத் தண்ணீரில் நினைத்து உதட்டில் வைத்து கர்ச்சீப்பால் ஒற்றி எடுத்தாள். ஒருவேளை என் திருமணத்திற்குப் பிறகு அவர்கள் திருமணம் செய்து கொள்ளலாம். கொள்ளாமலும் இப்படியே தொடரலாம். இல்லை ஆண்டி வீட்டோடு வந்துவிடலாம். இந்த உறவை என்ன பெயர் சொல்கி அழைக்க? சமுதாயம் கொச்சைப்படுத்துவது போலா? நான் ஒளிவு மறைவில்லாமல் சொன்னதற்குக் காரணம் உங்கள் அங்கீகாரத்தையும் சம்மதத்தையும் பெறுவதற்காக அல்ல. என் எண்ணத்தை உங்கள் மீது திணிப்பதும் என் நோக்கமில்லை. நான் 'அப்பா' என்ற அவருடைய ஒரே முகத்தைப் பார்ப்பது போல, அவருடைய 'மாமனார்' என்ற ஒரே முகத்தை மட்டும் நீங்கள் பார்க்க வேண்டும் என்று சொல்லத்தான். நமக்குள் பிரச்சினை ஏற்படும்போது, என் அப்பாவின் 'வாழ்க்கை முறை' உங்கள் கையில் ஒரு பலமான ஆயுதமாக மாறிவிடக்கூடாதே என்ற தற்காப்பு உணர்ச்சியில் தான், உங்களிடம் சொல்கிறேன். நீங்கள் நன்றாக யோசித்து உங்கள் முடிவைச் சொல்லுங்கள்."

"அம்மா அந்தக் கல்யாணியையே பேசி முடித்துவிடு" என்ற அரவிந்தனை ஆச்சரியத்தோடு பார்த்தாள் ஜானகி அம்மாள். "எம்.ஏ., படித்து விளம்பர நிறுவனத்தில் கை நிறைய சம்பாதிக்கும் வசதியான பெண்ணை விட்டு விட்டுப் பத்தாவது படித்த வேலையில்லாத பெண்ணை ஏன் தேர்ந்தெடுக்கிறான் என்று அவளுக்குப் புதிராக இருந்தது.

"ஒரு முற்போக்குச் சிந்தனையுள்ள புத்திசாலியான பெண், நல்ல தோழியாக இருக்கலாம். நிச்சயம் நல்ல மனைவியாக முடியாது என்று அவளுக்குப் புரியத்தான் இல்லை. உங்களுக்கு?"

86

புரு

மாதங்கி

மாதங்கி

மாதங்கி திருநெல்வேலி மாவட்டத்தில் பிறந்து, திருச்சியில் கல்வி முடித்து, பெங்களூரில் வங்கி பணிபுரிந்தவர். சுமார் 20 ஆண்டுகளுக்கு மேலாகச் சிங்கப்பூரில் வசித்து வருகிறார். மெல்பகுலாசா, ஒரு கோடி டாலர்கள் என்பன இவருடைய சிறுகதைத் தொகுப்புகளாகும். இவர், புதிய பாணியில் கதைகளை எழுதிவருகிறார். பெரும்பாலும் சிங்கப்பூர் பின்னணியைக் கொண்டு, இவரது கதைகள் எழுதப்பட்டிருக்கும்.

வக்கீல் மாமாவிடமிருந்து அவசர பச்சைச் செய்தி கிடைத்தவுடன் மூத்தவன் சல்யன் மனைவி ரேஷ்மாவுடன் ராக்கெட்டில் வந்தான். அடுத்தவன் கேசரி, மனைவி லதா, மகள் நீதுவுடன் ஏர் டாக்ஸியில் வந்தான். அடுத்தவள் அனா என்ற அன்னம், மகனைக் கணவனுடன் ஊரில் விட்டுவிட்டு வந்திருந்தாள். மூவரும் படுக்கையில் நினைவிழந்து இருந்த கிழவரைச் சுற்றி அமர்ந்திருந்தனர்.

பெரியவர் உண்மையில் ரொம்ப நைந்து போயிருந்தார். அவரது முகம் மட்டும் திறந்திருக்க, உடல் வெள்ளைப் போர்வையால் போர்த்தப்பட்டிருந்தது. அவ்வப்போது நினைவிழப்பதாக வக்கீல் வேறு கூறியிருந்தார். தாங்கள் கொண்டு வந்திருந்த உயர்ரக வாழைப்பழங்களை அவர்கள் பக்கத்தில் இருந்த ஒரு மேசை மேல் வைத்தார்கள்.

“போன முறை நான் பார்த்தப்போ கூட நல்லாத்தானே இருந்தார்.” இது சல்யனின் தற்காப்பு அஸ்திரம்.

“ஆமாம் பார்த்தே; நீ இங்க வந்து அஞ்சு வருஷமாச்சு- அப்புறம் நானாக்கும் எல்லாம் பாத்துக்கிட்டேன், பிள்ளைக்குப் பதிலா” -இது அனா.

கேசரி வாயைத் திறக்கவில்லை, அவன் வந்தது கிழவரைப் பார்க்க இல்லை.

வக்கீலின் பதிவு ஒளிச் செய்தியைப்

பல முறை சட்டை செய்யாமல் இப்போது வந்திருப்பது பிரதான சாலை அருகே உள்ள கிழவரின் அந்தக்கால வீட்டை அரசாங்கம் எடுத்துக்கொள்ளப் போகிறது என்ற செய்தி ஒரு முக்கிய காரணம்.

அதற்குப் பிரதி உபகாரமாகப் பல மில்லியன் பொன் மதிப்புள்ள சொத்துக்கள் கிழவருக்குப் பரிசாகக் கிடைக்கப் போவதைச் செய்தியில் அறிந்து ஓடி வந்திருந்தான்.

"அப்பாவுக்கு நான் மூன்று முறை விலோக்கா வந்து போக ராக்கெட் பாஸ் வாங்கினேனாக்கும். ஒரு விடுமுறைக்குப் பத்து நாட்கள் அண்டார்டிகாவிற்கு அழைத்துச் சென்றேன். - சல்யன் ஒத்திகை பார்த்துக்கொண்டிருந்தான், அப்பா கண் விழிக்கையில், வக்கீல் மாமா வருகையில் சொல்லவேண்டிய மந்திரம்.

"உனக்கு அவர் உதவி தேவையாக இருந்தது, அதனால் அப்பாவைக் கூட்டிப்போனாய்"- அனா முணுமுணுத்தவாறு,

"பிள்ளைகள் இரண்டு பேர் இருந்தும் நான் தான் பிள்ளைக்குப் பிள்ளையாய்ப் பார்த்துக்கொண்டிருந்தேன்" அவள் பெருமிதப்பட்டாள்.

கேசரியின் மனைவி லதா தன் மடியில் தூங்கிக்கொண்டிருக்கும் குழந்தை நீதுவை உள்ளே படுக்கையில் விடுவதற்கு எழுந்தாள். அவசரமாக யாருக்கும் தெரியாமல் கண் ஜாடை காட்டி, அவளைத் தன் மடியில் இருத்திக்கொண்டான் கேசரி. அப்பா கண்விழிக்கும்போது சட்டென்று தூக்கிக்காட்ட தோதாக இருக்கவேண்டும். நீது அவன் அம்மாவை அச்சு அசலாக உரித்து வைத்திருந்தாள். மனைவியின் அசட்டுத்தனத்தைப் பார்த்து எரிச்சல் வந்தாலும் காட்டிக்கொள்ளாமல் இருந்தான்.

கடைக்கண்ணால் எல்லாவற்றையும் கவனித்த ரேஷ்மா மனதுக்குள் பொறுமிக்கொண்டாள். கிழவரையே உரித்துவைத்திருக்கும் பிள்ளையை விலோக்காவில் விட்டுவிட்டு வந்திருக்க வேண்டாமோ என்று தோன்றியது.

அப்போது தான் அந்தப் பெண் ஒரு வானவில்லைப்போல் வந்தாள். அவளைப் பார்த்தால், இருபதிலிருந்து அறுபது வரை எந்த வயது வேண்டுமானாலும் இருக்கலாம் என்பது போல இருந்தாள். கூடவே வக்கீல் மாமா.

"இவள் பெயர் புரு. மருத்துவர். சமீபகாலமாய் இவள்தான் அப்பாவைப் பார்த்துக்கொண்டிருக்கிறாள். அரசாங்க மருத்துவசாலையில் இவளை அனுப்பியுள்ளார்கள்."

எல்லோரும் அவள் முகத்தைப் பார்க்காமலேயே, நன்றி என்றார்கள் இறுக்கத்துடன்.

அவள் சில நொடிகள் அவர்களையே கூர்ந்து பார்த்தாள் பின், கிழவரின் நாடி, நரம்புகளைச் சோதித்து விட்டு "இன்னும் சில நொடிகளில் சிகிச்சையை ஆரம்பித்துவிடுகிறேன் மாமா; அவர் சொன்ன பொருட்கள்,..." என்றாள்.

"அதெல்லாம் தயார் அம்மா," இது வக்கீல் மாமா.

சல்யன்தான் அவள் அழகின் தாக்கத்தைக் கொஞ்சம் சுதாரித்துக்கொண்டு, "மாமா யார் இவள். அப்பாவை ரொம்பத் தெரிந்தவள் போல் பேசுகிறாள்," கதை முடியப்போகிறது; இவள் ஏதோ சிகிச்சை அது இது என்று கிளப்புகிறாளே, குழப்பம் எல்லோர் மனதில் தோன்றியது. அவள் முகம் வேறு ஒரு சமயம் மிகவும் பரிச்சயமானது போலவும், வேறொரு சமயம் பரிச்சயம் இல்லாததுபோல் இருந்தது.

"அது வந்து,.. என்றவர் சற்று திக்கித் திணறியவாறு, இந்த மருத்துவர்தான்

அப்பாவைக் கொஞ்ச நாட்களாகப் பார்த்துக்கொண்டிருக்கிறார்"- என்று சமாளித்தார் வக்கீல்.

"எதுக்கு மருத்துவர் எல்லாம், இப்போதுதான் எல்லா வியாதியும் ஒழித்தாயிற்றே. எயிட்ஸ், ஸார்ஸ், விலங்கு வைரஸ், பறவைக்காய்ச்சல், புற்றுநோய் என்று போன தலைமுறை வியாதி எதுவுமின்றி உலகைச் சுத்தப்படுத்தியாச்சே. மருத்துவர்கள் எல்லோருமே ஆராய்ச்சிச் சாலையில்தானே இருக்கிறார்கள்" அப்பாவித்தனம் தொனிக்கக் கேட்டார்கள்.

"சரிதான், இன்னும் வயோதிக மரணத்திற்கு ஒண்ணும் கண்டுபிடிக்கலையே, தவிர அரசாங்கம் கடைசி காலத்தில் முதுமை மரணத்திற்கு மருத்துவர் யாராவது பக்கத்தில் இருக்க அனுமதிக்கிறதே"

"அப்படி ரொம்ப கஷ்டப்பட்டால் யூதி முறையைப் பயன்படுத்தலாமா? "

"அதெல்லாம் இப்போது ரொம்ப தப்பு, தவிர கிழவர் தூக்கத்தில் தானே இருக்கிறார், அவ்வவ்போது எழுந்து கொள்கிறார், அவரது மருத்துவ குறிப்பேடு இன்று இரவு வரை தாக்குப்பிடிப்பார் என்று நேரம் கொடுத்திருக்கிறது; அதற்கு பிறகு பாவர்தனா (பாவர்தனா அவர்களது கடவுள். அவர் பிம்பத்தை எங்கு வேண்டுமானாலும் தரிசிக்கலாம். ஒரு பொத்தானைத் தொட்டால் போதும்.) கையில்தான் எல்லாம்"- வக்கீல் மாமா கண்களை ஒரு வினாடி மூடித்திறந்தார்.

"மாமா பெரியவர் இங்கேயே இருக்கட்டும், இவர்கள் மட்டும் சில நிமிடங்களுக்கு அடுத்த அறைக்குப் போனால்... நான் இன்றைய பரிசோதனையைச் செய்துவிடுவேன்; அவர் விழித்துக்கொண்டால் அவர்கள் பேசலாம்." அந்தப் பெண் மருத்துவர் வேண்டுகோள் விடுக்க...

"சரி; நான் வெளியே போய்விட்டு அரை மணியில் வந்துவிடுகிறேன்," வக்கீல் மாமா விடைபெற்றார்.

"அப்பாவிடம் உயிலைப் பற்றி ஒரு வார்த்தை கேட்க வேண்டும். அதன் பின் மூச்சு நின்றாலும் பரவாயில்லை". அடுத்த அறையில் குரல்கள் தேய்ந்து ஓய்ந்தன.

அவர்கள் கூட்டமாக எழுந்து அடுத்த அறையில் உட்கார்ந்தார்கள்.

"லதா, வா தொடுதிரையில் பொருட்கள் வாங்கச் செல்வோம்" என்று லதாவோடு அடுத்த அறையில் இருந்த டர்மினலுக்கு ரேஷ்மா போக, லதா குழந்தையைப் படுக்கையில் கிடத்திவிட்டு, இயந்திர பணிப்பெண்ணை இயக்கி ஆணை கொடுத்துவிட்டு, "எனக்குத் தலைவலி. நான் வரவில்லை. மாமனார் இருக்கும் நிலையில் இதெல்லாம் செய்வதற்குப் பதில், பாவர்தனாவைப் பிரார்த்தித்துக் கொள்கிறேன்" என்றாள்.

பணத்தைத் துரத்துவதிலேயே மூழ்கியவர்கள் பாவர்தனவாவைப் பார்த்து நேரத்தை வீணாக்குவதில்லை, லதா மாதிரி சில மரபணு கோளாறுள்ள சிலர் (அப்படித்தான் கேசரி சொல்லுவது வழக்கம்) பாவர்தனா... பாவர்தனா... என்று புலம்புவார்கள். அவள் தன்னைத் தனிமைப்படுத்திக்கொண்டாள்.

அனா கிடைத்த நேரத்தை வீணாக்காமல், தன் தனிப்பட்ட மோதிரத்தின் திரையில், கிழவரின் சொத்துக்களை ஐம்பதாவது முறையாகத் தனிமையில் கணக்கிட்டுக் கொண்டிருந்தாள்.

சல்யன் மெதுவாகத் தம்பியை வேறு அறைக்குத் தள்ளிக்கொண்டுவந்து, "கேஸ், உன்னிடம் தனியா ஒண்ணு பேசணுமே. சின்ன வயதில் அம்மாவின் தங்கச்சங்கலியைத் திருடிக்கொண்டு போனானே, நம்ம கடைசித் தம்பி, ..."

"தம்பின்னு சொல்லாதே"

"சரி அந்தப் புருஷோத்தமன்"

"அவன் தான் எங்கயாவது வந்துருவானோன்னு நெனச்சேன்; கிழம் மண்டையப் போடும் நேரத்தில் வந்து தொலைக்கப்போகிறது. மரணப்படுக்கையில் இருப்பவர் விவரம்தான் செய்தியாக மருத்துவ அறிவிப்பில் உலகமெங்கும் வருதே"

"சின்ன வயசிலே நம்ப கூட சேராம, அப்பாவோட சதா கதை பேசி எத்தனைத் திட்டு நமக்கு வாங்கிக் கொடுத்திருக்கு. ஓடிப்போறதுக்கு முன்னகூட யாரோடயுமே ஒட்டாம என்ன ஒரு பிறவி".

"வக்கீல் மாமாவிடம் கேட்டுக்கணும், இந்த அனாவின் பேராசையைப் பாரு; சொல்லறதை எல்லாம் சொல்லிவிட்டு ஹாரிதான் கேட்கிறான் என்கிறாள். (ஹாரி அனாவின் கணவன்.) வக்கீல் மாமா வேறு, அப்பா இரண்டு உயில் செய்திருக்கிறார் என்று பயமுறுத்துகிறார். ஹாரி நல்லவன்; அப்பா போனவுடன் அவர்களுக்கு நல்ல சன்த்நரானில் துணி எடுத்துக் கொடுத்து விடலாம். வேண்டுமானால் டாலி லாண்டுக்கு அவர்களுக்கு ஒரு குடும்ப டிக்கெட் வாங்கிக்கொடுத்துவிடலாம். அனாவிடம் இப்போது சும்மா தலையாட்டிவிட்டு, ஹாரியிடம் பேசிக்கொள்ளலாம்."

அவள் இப்போது கிழவருடன் தனிமையில் இருந்தாள். தாமதிக்காதுப் பரப்பரப்பாகச் செயல்பட்டாள். இந்தத் தினத்திற்குத் தான் இரண்டு வாரங்களாகக் காத்துக்கொண்டிருந்தாள். அவள் செய்து வரும் ஆராய்ச்சியின்படி இறுதி நாளில்தான் இந்த மருந்தைப் பயன் படுத்த வேண்டும், இல்லாவிடில் விபரீத விளைவுகள் நேரிடலாம். அவள் ஆராய்ச்சி இன்னும் பூர்த்தியாகவில்லை; அதன் பிறகுதான் அவள் அரசாங்கத்தின் அனுமதி பெற்று சோதனை முயற்சி மேற்கொள்ளலாம். ஆனாலும் அப்பாவின் இறுதி நேரம் அவர் உடல் அணுக்கள் மூலம் கணக்கிட்டுக் கூறப்பட்டதால், தான் கண்டுபிடித்த மருந்தை அளித்துப் பார்க்கலாம், ஒரு வேளை அப்பா அதன் மூலம் காப்பாற்றப்பட்டுவிட்டால், அவள் மகிழ்விற்கு எதுவும் ஈடு இல்லை. ஒரு வேளை அது செயல்படாவிட்டால், அனுமதி பெறாமல் பயன்படுத்தியதற்கு அரசாங்கம் கொடுக்கும் எந்தத் தீர்ப்பையும் ஏற்றுக்கொள்ள தயாராக இருந்தாள்.

மருத்துவத் துறையைத் தேர்ந்தெடுத்ததால்தானே அவள் எங்கோ இருந்தாலும் அப்பாவின் நிலை பற்றிய அறிவிப்பைப் பார்க்க முடிந்தது.

கிழவருக்கு வேண்டிய மருத்துவப் பணிவிடைகளைச் செய்யும் இயந்திரத் தாதியை ஸ்லீப் மோடிற்கு (உறங்கும் நிலை) அனுப்பினாள்.

பின் தானே அவரைச் சுத்தமாகத் துடைத்து, பவுடர் போட்டாள். தான் கொண்டு வந்திருந்த மருந்து புட்டியிலிருந்த திரவத்திலிருந்து ஒரு ஸ்பூன் மருந்தை அளந்து எடுத்துக்கொண்டு ஒரு சிறு குப்பியிலிட்டு மூடி, அதன் ஒரு முனையை ஒரு மாஸ்க்குடன் (மூச்சு விடும் துளையுடன் கூடிய மூக்குக்கவசம்) இணைத்துக் கிழவரின் மூக்கருகில் வைத்தாள்; மறுமுனை தான் கொண்டு வந்திருந்த விரலடக்க நெபுலைசர்ருடன் இணைத்து விசையைத் தொட்டாள். போர்வையை விலக்கி விட்டாள்.

மருந்து மெல்ல ஆவியாகி அவர் மூச்சில் மிக நிதானமாகக் கலந்து கொண்டிருந்தது. அவளை அறியாமல் கண்ணில் நீர் வழிந்தது. அவள் அவரோடு இரண்டு நாள் முன் நிகழ்த்திய உரையாடலை நினைத்துக் கொண்டாள்.

"உங்க கடைக்குட்டி மகன் உங்களை மறக்கலை அப்பா, உங்களுடைய அப்பா அதான் அவன் தாத்தா விட்டுச் சென்ற பொக்கிஷங்களைப் புத்தகங்களைக் கரைத்து குடித்தவன், உங்களையே தெய்வமா நெனக்கறவன், அவனைத்

தவறான பாதையில் போகத் தூண்டுமா, அவன் பதின்மவயதைத் தொடும்போது அவனுக்குச் சில அதிர்ச்சிகள் ஏற்பட்டன.

ஆம். அவன் தன்னுடலில் சில அதிர்ச்சியான மாற்றங்களைக் கண்டான். வீட்டைவிட்டுப் போக முடிவு செய்தான். அம்மாவின் ஞாபகமான கையடக்கப் பொருள் கிடைத்தது. அந்தத் தங்கச் சங்கிலிதான். பசி பட்டினியில் துடித்த போதுகூட, அதை அவன் விற்கவில்லை. பல சீண்டல்கள், ஆபத்துகளில் மாட்டிக்கொண்டு உயிரைவிடப் போன நேரத்தில் ஒரு வெளிநாட்டுச் சுற்றுலாப் பயணி அவனைக் காப்பாற்றி, அவனைத் தத்துப் பிள்ளையாக்கி, படிக்க வைத்தார்.

அழகிய பெண்ணாக அறுவைச் சிகிச்சை செய்யவைத்தார்; ஆம் அவனுக்கு எல்லா ஆண்களைப் போல் *xy* க்ரோமோஸோம் இல்லை, அவள் வெறியுடன் படித்தாள்; மருத்துவ ஆராய்ச்சி செய்தாள். தானும் ஒரு சாதனையாளர் என்று காட்டிக்கொள்ள அல்ல. தன்னைப் போல் மரபுமுறை மீறிப் பிறந்த எந்தச் சிறுவரும் உயிரை விடக்கூடாது என்பதற்காக, அந்த ஆராய்ச்சியில் இடையில் தற்செயலாக வேறு ஒரு மருந்தைக் கண்டுபிடித்தாள் ;

சரியான நேரத்தில் தன் தந்தை மரணப்படுக்கையில் இருக்கும் செய்தி, உலக மருத்துவமனை அறிவிப்புக்களில் கேட்டவுடன் இதோ ஓடோடி உங்கள் முன்னால் வந்திருக்கிறாள்; நான்தான் அப்பா உங்கள் கடைக்குட்டி புருஷோத்தமன், இப்போது புரு. அவள் குமுறிக்குமுறி அழுதாள்.

அப்போது, அப்பா படுக்கையில் இருந்தவாறே, அவள் தலையைத் தடவினார், கைகளை லேசாக ஆட்டி ஏதோ சொல்ல முயன்றார். முடியவில்லை; அவர் கண்களிலும் கண்ணீர். அவர் கண்கள் காட்டிய உணர்ச்சிகள் இன்னும் அப்படியே மனதிலிருக்க சத்தமின்றி அழுதாள்.

அப்பா, அப்பா நான் இப்போது உங்கள் மகள் புரு என்றாள்.

திடீரென்று கதவுச் சத்தமும், தொடர்ந்து கைத்தட்டல் ஒலியும் கேட்டது.

“வெரி குட், இத... இத... நான் எதிர்பார்த்தேன், ஆனா பொம்பள வந்து சொத்தை எடுத்துக்கலாம்னு நினைச்சா அது நடக்காது. கைகளைத் தட்டியபடி சல்யன் வர, கூடவே திகைத்தபடி கேசரியும், அனாவும்.

“எங்கே அப்படியே வந்தவழி ஓடிப்போயிடு பார்க்கலாம், இல்லாவிட்டால் இப்போதே கழுத்தை நெரித்துவிடுவேன். ஓடு... ஓ... மருத்துவரா வந்திருக்க இல்லே, அப்பா மூச்சு நின்னதும் மருத்துவசாலைக்குத் தகவல் கொடுத்தோமா, செய்தி நிலையத்திற்குச் சொன்னோமா என்று ஓடிப் போயிடணும், சொத்துக் கித்துன்னு அலைஞ்ச...

“அய்யோ அண்ணா வேண்டாம், எனக்கு அப்பாவின் சொத்து எதுவும் வேண்டாம், அப்பா எனக்குத் தருவதாகச் சொன்னது புத்தகங்கள், நிஜ புத்தகங்கள், அப்பாவின் அறையில் ஒமையாபூதத்தில் (பழைய பெரிய பெட்டி) இருக்கிறது”. வக்கீல் மாமாவிடம் அப்பா சொல்லியிருக்கிறார், என்றாவது நான் வந்தால்...

“என்ன நேரத்தை கடத்த உளறுகிறாயா- உன்னை உள்ள விட்டதே தப்பு; இப்போது எல்லாம் மின்னணு புத்தகம்தான்”

“இல்லை சத்தியமா, அண்ணா நீ வேண்ணா எடுத்துப் பாரு, அப்பா என்னை எடுத்துக்கச் சொன்னார்”.

அனா, அண்ணனுடன் பழைய ட்ரங்க் பெட்டியை இழுத்து வந்தாள். அதில் ஜூல்ஸ் வேர்ன், இவி லூகாஸ், கீட்ஸ், கல்கி, பாரதியார், பாபி பிஷர் - தலைப்புகள்

தெரிந்தன; அம்மாவின் போட்டோ அந்தப் பெட்டியின் உள்மூடியில் ஒட்டப்பட்டிருந்தது.

"அடியில் அம்மாவின் நகைகள் எதாவது கிழம் ஒளித்து வைத்திருக்கிறதா பார்," கேசரி படபடத்தான்,

சல்லியன் பொறுமையின்றி பெட்டியைத் தலைகீழாக்க, பைரன், ஷா, டாக்டர் கால்ட்வெல், அருணாசலகவிராயர் எல்லோரும் கீழே விழ, ஆரோக்ய வைத்திய போதினி, சதுரகராதி, சித்தர் நூல் பற்றிய குறிப்புக்கள், ஆனந்தியின் தங்க மாம்பழம், கம்பராமாயணம் இன்னும் பல புத்தகங்கள் எல்லாம் சிதறின.

"எல்லாத்தையும் பொறுக்கிக்கொண்டு போ" என்று அண்ணன்மார் கத்த, அவள் அழுதவாறு பெட்டியில் அள்ளிப் போட்டுவிட்டு, அப்பா கட்டிலில் இருந்த சுத்தமாக்கியில் கைகளைக் ஒரு வினாடியில் சுத்தப்படுத்திக் கொண்டபோது தான் எல்லோரும் அப்பாவைப் பார்த்தார்கள். அதிர்ச்சியடைந்தார்கள்.

நாற்பது வயது மதிக்கத்தக்க கட்டுடலுடன் படுக்கையில் கண்முடி இருந்தார். முகத்தில் இளமை கொஞ்சியது.

"இது என்ன அப்பா சாகவில்லையா" மூவரும் அவளைச் சுற்றி நின்று ஒரே குரலில் கத்த, "அண்ணா, அதுதான் நான் வேறு ஒரு ஆராய்ச்சி செய்கையில் தற்செயலாக அமைந்துவிட்ட கண்டுபிடிப்பு;"

இந்த ஒரு சிறு குப்பிமருந்து மட்டும்தான் என்னால் தயார் செய்ய முடிந்தது. அப்பா இன்னும் பத்து நிமிடங்களில் எழுந்து விடுவார், இந்த மருந்து ஒரு ஸ்பூன் குடித்தால் போதும், கிட்டத்தட்ட ஐம்பது ஆண்டுகளாவது வயது குறைந்து இளமையாகலாம். அப்பா சாகக் கிடப்பதால் இன்னும் ஆராய்ச்சி பூர்த்தி ஆகாவிட்டாலும் முயற்சியாவது செய்து பார்ப்பதில் தவறில்லையே,.. அப்பா இருந்த நிலைமையில் அவரால் இந்த மருந்தைக் குடிக்க முடியாது அதனால் மூச்சில் கலக்க வைத்தேன்... ஆனால், இதில் ஓர் அபாயம் உள்ளது,..... அவள் பேசும்போதே கிழவர் உடல் லேசாகத் தூக்கிவாறிப் போட்டது போல் இருக்க..., புரு பேச்சை நிறுத்திவிட்டு, அப்பாவின் உடலில் ஏற்படும் சில அசைவுகளைப் பார்த்துவிட்டு, அவள் அவரது கை கால்களை லேசாக வருடியவாறு, அவரையே கவனித்துக் கொண்டிருக்க, அவர்கள் மூவரும் அவ்வளவு அவசரமாகச் சத்தமின்றி மேசையில் இருந்த குப்பியையும் ஸ்பூனையும் எடுத்து ஆளுக்குக் கொஞ்சம் குடித்துவிட்டு ஒன்றும் தெரியாதமாதிரி உட்கார்ந்திருந்தார்கள்.

பெரியவருக்கு அவசரமாக மசாஜ் செய்து கொண்டிருந்த புரு, அவர் கண்களை இனி எப்போது வேண்டுமானாலும் திறக்கலாம் என்பதை அவர்களுக்குச் சொல்ல திரும்புகையில் மேசை மீதிருந்த காலி மருந்து புட்டியைப் பார்த்து திடுக்கிட்டுபோய்,

"பாவர்தனா,(கடவுளே) இதை மருத்துவ சாதகத்தின் கடைசி தினத்தில்தான் குடிக்கணும் என்று பதைபதைக்க, "நீங்கள் கொட்டி விட்டீர்களா, என்ன செய்தீர்கள் சொல்லுங்கள்," பதறிபோக, எல்லாவற்றுக்குமே நேரம் கடந்துவிட்டது. வக்கீல் மாமா கண்ணாடி கதவுக்குபின் வருவது தெரிந்தது.

தான் சொன்னபடி, சரியாக வக்கீல் மாமா, இரு உதவியாளர்களுடன் உள்ளே, கிழவர் அறைக்கு வந்தபோது, மூன்று சிம்பன்சிக் குரங்குகள் வாழைப்பழம் தின்று கொண்டிருப்பதைப் பார்த்துத் திகைத்தார்.

87

வதம்

சு தமிழ்ச்செல்வி

தமிழ்ச்செல்வி சு
(04/05/1971)

தமிழ்ச்செல்வி திருவாரூர் மாவட்டம் கற்பகநாதர் குளத்தில் பிறந்தவர். எம்.ஏ, பி.எட். பட்டம் பெற்ற இவர், அரசு பள்ளியில் ஆசிரியராகப் பணியாற்றி, தற்போது தொடக்கப்பள்ளி ஒன்றின் தலைமை ஆசிரியராகப் பணியாற்றி வருகிறார். இவரது கணவர் எழுத்தாளர் கரிகாலன். எளிய கிராமத்துப் பிறப்பும், வாழ்க்கையும் தன்னை எழுதத் தூண்டின என்று கூறும் தமிழ்ச்செல்வி, 'மாணிக்கம்' என்ற நாவலின் மூலம் எழுத்துலகிற்கு அறிமுகமானார். மிகக் குறுகிய காலத்திற்குள் ஏழு நாவல்களை எழுதியுள்ளார். இவரது கதைகள் அனைத்தும் உழைக்கும் வர்க்கப் பெண்கள் வாழ்வியலை மையப்படுத்தி எழுதப்பட்டிருக்கும். இவர் 'சாமுண்டி', 'தமிழ்ச்செல்வி சிறுகதைகள்' என்ற இரண்டு சிறுகதைத் தொகுப்புகளை வெளியிட்டுள்ளார். இவர் தமிழ் வளர்ச்சித் துறையின் சிறந்த நாவலுக்கான பரிசினையும், முற்போக்கு எழுத்தாளர் சங்க பரிசினையும், கலைஞர் பொற்கிழி விருதும் ஸ்பாரோ விருதும் பெற்றுள்ளார்.

வரம்பு உடைந்து ஒடுக்கு விழுந்த தட்டொன்றை கையில் பிடித்தபடி தெரு வழியே நடந்து கொண்டிருக்கிறாள் அவள். வெளுத்துப்போன சரிகை பார்டர் வைத்த பாவாடையும் கருப்பும் சிவப்பமாய் கட்டம் போட்ட முழுக்கை சட்டையும் போட்டிருந்தாள். இதைப் போல இன்னும் இரண்டு மூன்று உடுப்புகள் கூட அவளிடம் உண்டு. எல்லாம் ஊர் சனங்கள் கொடுப்பது. கைகள் இரண்டிலும் நிறைய வளையல்களை மாட்டி இருந்தாள். சிறிசும் பெருசுமாய் பல அளவுகளில் பலவிதமாக இருந்தன. அவை அனைத்தும் தாங்கள் போட்டுக்கொள்ள முடியாததாலும் வெளுத்துப் போனதாலும் ஊர் பெண்கள் கொடுத்தவை. இரண்டு வாரங்களுக்கு முன் அடித்த மொட்டை புதியதாய் வளர்ந்திருந்த சின்னஞ்சிறு முடிகள் முட்கள் என குத்திட்டு நின்றன. அவளுக்கு வயது இருபத்து இரண்டு தான் இருக்கும். உருண்டையான முகம். அளவான மூக்கு, கச்சிதமான உதடுகள். நல்லவிதமாக வளர்க்கப்பட்டிருந்தால் அழகான பெண்ணாக மிளிர்ந்து இருப்பாள். பூச்சி அரித்தப் பற்கள் சொத்தையும் சொள்ளையுமாக இருந்தன. அவளுக்கு வாய் பேசவும் வராது. ஐந்து வயதில் ஏற்பட்ட காய்ச்சலால் வலது கைகோனி விளங்காமல் போனதோடு நாக்கு நரம்புகள் சுருண்டு வாய் பேசவும் முடியாமல் போய்விட்டது. அவளை ஊமை என்றுதான் எல்லோரும் அழைத்தார்கள்.

பள்ளிக்கூடத்தில் இரண்டாவது மணி அடித்தது. முதல் மணி அடித்த சத்தம் குறிஞ்சி வீட்டு மோட்டார் கொட்டகை சுவரில் எதிரொளித்தது. அதைக் கேட்டு தான் கிளம்பி இருந்தாள். ஊமையின் வசிப்பிடம் அந்த மோட்டார் கொட்டகைதான். பள்ளி நாட்களில் பள்ளிக்கூட சாப்பாட்டை வாங்கி சாப்பிடுவாள். மற்ற நாட்களில் சோறென்று கேட்டு யார் வீட்டு வாசலிலும் போய் நிற்க மாட்டாள்.

வழக்கம்போல தட்டோடு தெரு வழியே போய்விட்டு திரும்பி வருவாள். மீந்த உணவு இருந்தால் யாராவது கூப்பிட்டுப் போடுவார்கள். சோறு கிடைத்தாலும் கிடைக்காவிட்டாலும் தட்டைக் கொண்டுபோய் மோட்டார் கொட்டகையில் போடுவாள். அதற்கு மேல் நிமிட நேரம் கூட அங்குத் தாமதிக்க மாட்டாள். வயல் காட்டின் நடுவில் இருக்கும் காளியம்மன் கோவிலுக்கு ஓடி விடுவாள். கூரை கொட்டகைக்குள் இருக்கும் காளியம்மன் தான் அவளுக்கு அம்மா, அப்பா, கூட்டாளி எல்லாம்.

காலடியில் அரக்கன் ஒருவனைப் போட்டு மிதித்துக்கொண்டும் இன்னொரு அரக்கனைக் கைகளில் ஏந்தியும் நின்று இருப்பாள் காளி. தன் கோரைப் பற்களால் அவனைக் கடித்து ரத்தம் உறிஞ்சியபடி நிற்கும். அவள் முகம் ரௌத்திரத்தால் சிவந்திருக்கும். கழுத்தில் மண்டையொட்டு மாலை, மற்றப் பத்து கைகளிலும் ஆயுதங்கள் என ஆக்ரோஷமாய் நிற்பாள் காளி. அவளை ஊமைக்கு ரொம்ப பிடிக்கும். காளியை அவள் கையெடுத்துக் கும்பிட்டாள். துணிச்சலாய் கிட்டே போய் தொட்டுப் பார்ப்பாள். காளியின் முகத்தையும் கோரை பற்களையும் கைகளையும் கழுத்தையும் மண்டை ஒட்டு மாலையையும் ஆசையாய்த் தடவிப் பார்ப்பாள். கால்களில் மிதிபட்டுக் கிடக்கும் அரக்கனைப் பார்த்தால் மட்டும் அவளுக்குக் கோபம் வந்துவிடும். தானும் அவனை மிதி மிதி என்று மிதிப்பாள். ஆத்திரம் தீர மிதித்த பிறகு காளியம்மனைக் கட்டிப்பிடித்துக் கொண்டு அழுவாள்.

சப்பரத்தின் மீதேறி நின்று கொண்டு தானும் காளியாக மாறுவாள். அண்ட சராசரங்களும் அதிர்ந்திட சூரசம்ஹாரத்திற்குக் கிளம்புவாள். காற்றைக் கிழித்து மின்னலென நீளும் அவள் பாதை ஆத்துக்குறிச்சி கருப்பங்கொள்ளையில் முடியும். பன்னிரண்டு கைகளாலும் தட்டாமாலை சுற்றி, தன் காலுக்கு அடியில் போடுவாள். ஒருவனைக் காலில் இன்னொருவனைக் கைகளில் ஏந்தி சம்ஹார தாண்டவம் ஆடுவாள்.

கீழே விழுந்து சப்பரத்தின் சக்கரத்தில் நெற்றியடிப்பட்டு ரத்தம் கசிய வெட்டி வெட்டி இழுக்கும் ஊமையின் கைகளும் கால்களும், தலைசொடுக்கலில் நுரைத்த எச்சிலோடு, இரத்தம் கலந்து வரும். மறுபடியும் தெளிந்து எழுப்பவள் காளியைப் பார்ப்பாள். அரக்கர்களை வதம் செய்த பெருமிதம் தெரியும் காளியின் முகத்தில். ஊமையின் முகம் சோர்ந்து போகும். காளி இடம் கோபித்துக் கொண்டு திரும்பி விடுவாள்.

ஊமையின் சொந்த ஊர் ஆலடி பாலக்கொல்லை. அவளுக்கு ஒண்ணேமுக்கால் வயதாகும்போது அம்மா செத்துப் போனாள். கணவனுடன் சண்டை போட்டுக்கொண்டு முந்திரி காட்டுக்குள் தொங்கியவளை நான்கு நாட்கள் கழித்துத் தான் கண்டுபிடிக்க முடிந்தது. ஊமைக்கு அம்மாவின் முகம் நினைவில் இல்லை. ஆத்துக்குறிச்சி பெரியம்மா ராசாமணிதான் வளர்த்து ஆளாக்கியதெல்லாம்.

ஊமையின் அப்பா பெரியசாமி பெண்டாட்டி செத்த பின், ஊர் ஊராய் அலைந்து திரிந்தான். கடைசியில் கார்குடல் குறிஞ்சி வீட்டில்

பண்ணையாளாய் வேலைக்குச் சேர்ந்தான். வயல் காட்டில் உள்ள மோட்டார் கொட்டகையிலேயே தங்கிக் கொண்டான். நினைத்தால் எப்போதாவது ஆத்துக்குக் குறிச்சிக்குப் போய் மகளைப் பார்த்துவிட்டு வந்தான். மகளுக்கு வாய் பேச முடியாமல் போய்விட்டதை நினைத்து வருத்தப்பட்டுக் கொண்டிருந்தான்.

பத்து வருடங்களாகத் தன்னிடம் வேலை செய்து கொண்டிருக்கும் பெரியசாமி மீது குறிஞ்சிக்குப் பரிவு ஏற்பட்டது. உள்ளூரிலேயே நீண்ட நாட்களாய்க் கல்யாணம் ஆகாமல் இருந்த ஏழைப் பெண் வாசுகியைப் பெரியசாமிக்குக் கட்டி வைத்தார். பெண்ணுக்கு அம்மா மட்டும்தான் அதனால் வீட்டோடு மாப்பிள்ளை ஆகி விட்டான்.

பன்றிக் குட்டியையும் அழகாக்கிக் காட்டும் பருவத்தில் இருந்தாள் ஊமை. தானொரு பருவம் எழுதிய பெண் என்ற அறிவு அவளிடம் குறைவாகவே இருந்தது. எல்லோரிடமும் ஆசையாய்ப் பழகுவாள். யாரை எங்கே பார்த்தாலும் ஓடிப்போய் சைகையாலேயே விசாரிப்பாள். கை விளங்காவிட்டாலும் வாய் பேச முடியாவிட்டாலும் ராசாமணியின் கவனிப்பால் பார்க்க அழகாயிருந்தாள் ஊமை.

ஆத்துக்குறிச்சியில் ராசாமணியின் சொந்தக்கார விடலைப் பயல்கள் இரண்டு பேர். இருவருக்கும் நீண்ட நாட்களாகவே ஊமையின் மீது ஒரு கண். அவ்வப்போது இருவரும் மிட்டாய் வாங்கித் தருவது, உப்புக்கடலையும் பட்டாணியும் வாங்கிக் கொடுப்பது என்று ஊமையிடும் நல்ல பழக்கத்தை ஏற்படுத்திக் கொண்டார்கள்.

அன்று ராசாமணி வெளியூர் போயிருந்தாள். அதைக் கவனித்த இருவரும் தின்பண்டங்களை வாங்கிக் கொடுத்துக் கருப்பம் கொல்லைக்கு அழைத்துப் போனார்கள் ஊமையை. அவர்களின் திட்டத்தை உணராத அப்பாவியாய்க் கருப்பங்கொல்லைக்குப் போனாள். வாலிபம் அவர்கள் இருவரையும் வேட்டைநாய்களாக்கியிருந்தது. அவர்களின் வெறிச்செயலைப் பார்த்து அதிர்ச்சி அடைந்தவளாய் ஊளையிட்டுக் கத்தினாள். அவள் கத்துவதை ஆபத்தாகக் கருதிய இருவரும் அவளது வாய்க்குள் துணியை வைத்து அமுத்தி நாசப்படுத்தினர்.

வாய்க்குள் துணியை வைத்து அமுத்தியதில் திக்குமுக்காடிய ஊமை மயங்கி விழுந்து இருட்டும் வரை அங்கேயே கிடந்தாள். பின் மயக்கம் தெளிந்து எழுந்து அழுது கொண்டே வீட்டிற்கு வந்தாள். வெளியூர் போய்விட்டு அப்போதுதான் வந்து சேர்ந்திருந்தாள் ராசாமணி. தன் வளர்ப்பு மகளின் அலங்கோலத்தைப் பார்த்துவிட்டு, ‘அய்யோ தெய்வமே’ என்று தலையில் அடித்துக் கொண்டு அழுதாள். கூப்பாடுப் போட்டு ஊரைக் கூட்டிவிட்டாள். பஞ்சாயத்துப் பேசி முடித்து ஊர்காலில் விழ வைத்தனர் இருவரையும். அபராத தொகை வசூலித்து ஊர் பொது நிதியோடு சேர்த்துக் கொண்டனர். ஊமை சித்தம் கலங்கியவளைப் போல திரிய ஆரம்பித்தாள்.

நடந்த கொடுமையினைப் பெற்றவனிடமும் சொல்லி விட வேண்டும் என்று நினைத்தாள் ராசாமணி. பெரியசாமிக்கு ஆள் அனுப்பினாள். செய்தி கேள்விப்பட்டுப் பெரியசாமியும் அவனுடைய பெண்டாட்டி வாசுகியுமாக வந்து சேர்ந்தார்கள் ஆத்துக்குறிச்சிக்கு. அதற்கு மேலும் ஊமையை அங்கு வைத்திருக்க பயந்தாள் ராசாமணி. கார்குடலுக்கு அழைத்துப் போவதாய்ச் சொன்னான் பெரியசாமி. ஒண்ணே முக்கால் வயதில் இருந்து பதினான்கு வருடங்களாய் வளர்த்த மகளை அழுது கொண்டே அனுப்பி வைத்தாள் ராசாமணி.

கார்குடல் வந்த பிறகு ஊமையிடம்

நிறைய மாற்றங்கள் ஏற்பட்டிருந்தது. மூளை கலங்கி பேதலித்தவளைப் போல நடந்து கொண்டாள். தினமும் குளிப்பதில்லை. துணிமணிகளை அலசியேனும் கட்டிக் கொள்வதில்லை. அழுக்கு நாற்றமடித்தது அவள்மீது. ஊமையை உட்கார வைத்து தலை கட்டிவிட குமட்டினால் வாசுகி. முடி பரட்டையாய்ப் பறந்து முடிச்சிட்டுச் சடை விழுந்தது. வீட்டுக்குத் தூரமென்றால் துணிகட்டிக் கொள்வது கிடையாது. கைகாலோடு இழுப்பிக்கொண்டு, பாவாடையில் கறைபடிந்து ஈ மொய்த்து நாறிப்போய்க் கிடந்தாள்.

வாசுகிக்கு ஊமையைப் பார்க்கவே பிடிக்கவில்லை. இதனால் பெரியசாமியிடம் அடிக்கடி சண்டை போட்டுக் கொண்டிருந்தாள். மறுபடியும் அவளை ஆத்துக்குறிச்சியிலேயே கொண்டு போய் விட்டு விடும்படிக் கூறினாள். பெரியசாமிக்கு அவ்வாறு செய்ய பிடிக்கவில்லை. அவளை அழைத்துக் கொண்டுபோய் தான் முன்பு தங்கியிருந்த மோட்டார் கொட்டையில் தங்க வைத்தான். மோட்டார் கொட்டகைக்குள் எண்ணெய் பசையோடு அழுக்குப் படிந்து கிடந்த தட்டை எடுத்து விளக்கிச் சுத்தமாக்கிக் கொடுத்தான்.

தட்டில் பெயர் வெட்டி இருந்தது. மூன்றாம் வருட மணிமுத்தாற்று வெள்ளத்தில் அடித்துக் கொண்டு வந்து ஒதுக்கி கிடந்த தட்டு அது. எதற்காவது ஆகுமென்று மோட்டார் சாமான்களோடு எடுத்துப் போட்டு இருந்தான். இப்போது அது அவன் மகளுக்கே பயன்பட்டது. தினமும் இரண்டு வேலை சோறாவது குறிஞ்சி வீட்டில் இருந்து வாங்கி வந்து கொடுத்துக் கொண்டிருந்தான் பெரியசாமி.

மோட்டார் இறைக்கும்போதெல்லாம் மல்லிகாவைக் கூப்பிட்டுக் குளிக்கச் சொன்னான். மோட்டார் திடலில் நின்ற மாமரங்களுக்கிடையே கொடிகட்டிக் கொடுத்தான். துணிமணிகளைத் துவைத்து அதில் காய போட பழக்கினான். கொஞ்சம் கொஞ்சமாக ஊமை தெளிந்தாள். பெரியசாமி சொல்லாமலே குளிக்கவும் துணி துவைக்கவும் ஆரம்பித்தாள்.

ஒரு நாள் பள்ளிக்கூடத்தில் சோறாக்கிப் போடும் ஆயா, ஊமையைப் பார்த்துவிட்டுப் பரிதாபப்பட்டாள். தட்டை எடுத்துக்கொண்டு வா என்று தன்னோடு அழைத்துப் போனாள். பள்ளிக்கூடத்தில் உட்கார வைத்துத் தட்டு நிறைய சோறு போட்டாள். தினமும் சோறு போடும் நேரத்திற்கு வந்தால் நிறைய போடுவதாய்ச் சொல்லியனுப்பினாள். அன்றிலிருந்து பள்ளிக்கூடம் போக ஆரம்பித்தாள் அவள். மகளுக்குச் சோறு வாங்கி வந்து கொடுக்கும் வேலையில்லாமல் போனது பெரியசாமிக்கு.

உந்தி உந்தி வேகமாய் நடந்து கொண்டிருந்தாள். அவள் தெருவோரம் இருந்த ஒரு ஓட்டு வீட்டிற்குள்ளே இருந்து எட்டிப் பார்த்த பெண்ணொருத்தி வெளியே வந்து கூப்பிட்டாள்.

“ஊமை இங்க வா” அவள் கூப்பிட்டது காதில் விழாதது போல நடந்தாள்.

“ஏ ஊமை கூப்பிடுறது காதுல விழல?” மறுபடியும் சற்று அதட்டலாய் கூப்பிட்டாள்.

நின்று கூப்பிட்ட அவளைத் திரும்பிப் பார்த்தவள் தன் போக்கில் மறுபடியும் நடக்க ஆரம்பித்தாள். ஊமை என்று கூப்பிட்டால் ஏன் என்று கேட்பது போல எதிரே போய் நிற்பாள். ஆனால் இப்போதெல்லாம் அப்படி யார் கூப்பிட்டாலும் அவளுக்குப் பிடிப்பதில்லை. காதில் வாங்காமல் போய்விடுகிறாள்.

பள்ளிக்கூடத்திற்கு நெய்வேலியில் இருந்து புதிதாய் வந்திருக்கும் டீச்சர், தட்டில் இருந்த பெயரைப் பார்த்துவிட்டு “ஒம் பேரு மல்லிகாவா?” என்று கேட்க

ஏதோ ஒரு ஆசையில் ஆமாம் என்று தலையாட்டி விட்டாள். அன்றிலிருந்து அவளை மல்லிகா என்றே அழைத்தால் டீச்சர். டீச்சரைப் பார்த்துப் பள்ளிக்கூட பிள்ளைகளும் மல்லிகா என்று கூப்பிட, அந்தப் பெயர் ஊருக்குள்ளும் மெல்ல பரவியது.

"கூப்பிடக் கூப்பிடத் திரும்பிப் பார்க்காமல் போறத பாரேன் இந்த ஊமை." பக்கத்து வீட்டுப் பெண்ணிடம் முறையிட்டாள் மல்லிகாவைக் கூப்பிட்டவள்.

"அது பெருமேச்சக்கார மாடு. அவுத்துவுட்டா ஐயனார் கோயிலு காடுபோயிதான் நிக்கும்." நொடித்தாள் பக்கத்து வீட்டுக்காரி.

"நாலு பழையது கெடக்கு. ராத்திரி பேஞ்ச மழக்கி இரக்கமில்லாம போயிட்டது. வீணாத்தான் போவும். போடலாம்னு பார்த்தா இந்தத் திருவு திருவிக்கிட்டு போவுதே."

"பள்ளிக்கொடம் இருக்கிற அன்னைக்கு ஊரு சோறு பிடிக்காது அதுக்கு. பால்வாடி சோறு பன்னன்டு மணிக்குத் தட்டு நிறைய வாங்கி திங்கும். அது முடிஞ்சு ஒரு மணிக்கெல்லாம் பள்ளிக்கொடத்து சோறு. அந்தச் சோத்த வாங்கி வந்து ரா சாப்பாட்டுக்கு வச்சிடுதாம். அப்புறம் எதுக்காக நம்ம கூப்பிட்டா அன்னாந்து பார்க்க போவுது."

"அப்படியா சேதி?"

"அதோட இல்லாம பள்ளிக்கொடத்துக்கு இப்ப புதுசா வந்திருக்கிற டீச்சர், தாம் வீட்டில செய்யிற திம்பண்டம் நல்லது கெட்டதுன்னு எல்லாம் கொண்டாந்து குடுக்குதாம். தினமும் சுத்தமா பல்லு வெளக்கி, குளிச்சி, துணி துவைத்துக் கட்டிக்கிட்டு வரணும்னு பல்பொடி, சோப்பு எல்லாம் வாங்கி குடுத்துருக்காம்."

"சோப்புப் போட்டுக் குளிக்கிற அளவுக்கு ஒசந்து போச்சா ஊமை? அடக்கடவுளே. அதான் அப்படிப் போவுதா?"

"டீச்சர் பாடம் சொல்லிக் கொடுக்கிறப்போ இதுவும் புள்ளய்வொள போய் உட்கார்ந்துகிடுதாம்."

"அட ஆண்டவனே கடவுளே இந்த ஊமைக்கு இப்புடி ஒரு வாழ்வு வரும்னு இருந்துருக்கே."

மல்லிகா தெருவைக் கடந்து பள்ளிக்கூட வளாகத்தை அடையும்போது பிள்ளைகள் எல்லாம் இறைவணக்கக் கூட்டத்திற்காக வரிசையில் நின்று கொண்டிருந்தார்கள். பள்ளிக்கூடச் சீருடையில் பையன்கள் தனியாகவும் பெண் பிள்ளைகள் தனியாகவும் வரிசைகளில் நின்று கொண்டிருந்தார்கள்.

அந்த வரிசையில் தானும் போய் நின்று கொள்ள ஆசையாய் இருந்தது மல்லிகாவிற்கு. குனிந்து தன் சட்டையையும் பாவாடையையும் ஒரு முறை மோந்து பார்த்துக் கொண்டாள். வாடை எதுவும் வரவில்லை. சோப்பு வாசனைதான் அடித்தது. அந்த வாசனை அவளுக்குப் பிடித்திருந்தது. இதெல்லாம் புது டீச்சர்தான் காரணம் என்று நினைத்தவள், புது டீச்சர் நிற்கும் இடத்தைப் பார்த்தாள். மாணவர்கள் வரிசையைக் கவனித்தபடி நின்று கொண்டிருந்தாள் அவள். ஓடிச் சென்று தான் சுத்தமாய்ப் பளிச்சென்று வந்திருப்பதைக் காட்டிவிட்டு, வணக்கம் சொல்லிவிட்டு வரலாமா என்று நினைத்தாள். மற்ற ஆசிரியர்கள் அடித்து விடுவார்கள் என்ற பயத்தில் கூட்டம் முடியட்டும் என்று ஓரமாய் நின்று கவனித்துக் கொண்டிருந்தாள்.

மாணவர்கள் வரிசைகளுக்கு எதிராக அங்கும் இங்குமாய் ஆசிரியர்கள் நின்று கொண்டிருந்தார்கள். ஏழாம் வகுப்புக்குப் புதியதாய் வந்திருந்த வாத்தியார் இளம் வயதுக்காரர். கட்டையாய், கருப்பாய்,

சற்று உடல் பருமனாய் இருந்தார். ஒரு கணம் அவரையே பார்த்துக் கொண்டிருந்த மல்லிகாவிற்கு மின்னல் வெட்டியது போன்று ஒரு வலி. ஆத்துக்குறிச்சிக் கருப்பங்கொல்லையில் நடந்தவை அனைத்தும் கண் முன் விரிந்தது.

அவள் மார்பையும் தொடையையும் கவ்வுகின்ற வேட்டை நாய்கள். காளியின் விழிகள் சிவந்தன. முகத்தில் ரௌத்திரம் பொங்கியது. ஊ... ஊ... என்று பெரும் கூச்சலிட்டபடித் தன் வலது காலைத் தூக்கித் தரையில் உருண்டவனை மிதித்தாள். கையிலிருந்த சூலத்தை வேகமாய் உயர்த்தி இன்னொருவனுடைய நெஞ்சில் பாய்ச்சினாள். மிதித்துக் கொண்டிருந்த வலது காலும் வீசிக்குத்திய இடது கையும் உயர்த்திய நிலையில் அப்படியே இருக்க வேரறுந்த மரம்போல் தொபீரென்று தரையில் சாய்ந்தாள். அரக்கனின் நெஞ்சில் பிளந்த ரத்தம் அவளுடைய வாய்க்கடையில் நுரைத்து வழிந்தது. காலில் மிதிபட்டவன் வாய் பிளந்து பீய்ச்சிய ரத்தம் மல்லிகாவின் தொடை இடுக்குகளின் வழியாக வழிந்தது. மாணவர்கள் கூட்டம் மொத்தமும் திரும்பிப் பார்த்தது. கீழே விழுந்து கிடந்த மல்லிகாவின் கைகளும் கால்களும் வெட்டி வெட்டி இழுத்தன. தலை சொடுக்கியது இடுப்பில் கட்டியிருந்த பாவாடை தொடை தெரியுமளவுக்கு விலகிப் போனது.

'என்ன செய்றது இப்ப?' என்பது போல மல்லிகாவைப் பார்த்தார் பெரிய வாத்தியார்.

"அதுக்கு அடிக்கடி இப்படித்தான் சார் இழுப்பு வரும். ரெத்த ரெத்தமாக் கக்கும். கொஞ்ச நேரத்துல தானா சரியாயிருஞ்சார்" என்றனர் மாணவர்கள்.

"அப்படியா" என்றவர் தொடர்ந்து கூட்டத்தை நடத்தி முடிப்பதில் தன் கவனத்தைச் செலுத்தினார்.

புது டீச்சருக்கு மட்டும் என்னவோ போலிருந்தது. ஒரு பெண்ணை அனுப்பி விலகிக் கிடந்த மல்லிகாவின் பாவாடையை இழுத்து சரி செய்து விட்டு வரச் சொன்னாள். மல்லிகாவிற்கு இப்படி அடிக்கடி இலுப்பு வருவதற்கான காரணத்தை ஓரளவு தெரிந்து வைத்திருந்தாள் அவள்.

கூட்டம் கலைந்து எல்லோரும் வகுப்பறைகளுக்குப் போய்விட்டார்கள். மயக்கம் தெளிந்து மெதுவாக எழுந்து உட்கார்ந்தாள் மல்லிகா. சுற்றிலும் ஒரு முறை பார்த்துவிட்டு எழுந்தாள். உடம்பு தடதடவென்று ஆடுவது போல பலவீனமாக இருந்தது. தொடை காலெங்கும் ரத்தம், வாயிலிருந்து வடிந்த ரத்தம், காதுவரை வடிந்து மொட்டை அடித்த தலையிலும் இழும்பியிருந்தது. தலைமாட்டில் கிடந்த தட்டை எடுத்துக்கொண்டு புது டீச்சர் இருக்கும் வகுப்பறையை நோக்கி தள்ளாடியபடி நடந்தாள். அவளை எதிர்பார்த்துக் காத்திருந்த டீச்சர் மல்லிகாவின் கோலத்தைப் பார்த்துப் பரிதாபப்பட்டாள்.

"இங்க பாரு மல்லிகா. ஒம் உடம்புக்கு முழுக்க ரெத்தம் வடிஞ்சி போய் இருக்கு. இதோட நீ இங்க இருக்கக்கூடாது. தட்ட குடுத்துட்டு நீ போய்க் குளிச்சிட்டு வா. நீ வரதுக்குள்ள சோறு போட்டா நான் வாங்கி வைக்கிறேன்" என்றாள். தயக்கமாய்த் திரும்பினாள் மல்லிகா. மறுபடியும் அவளைக் கூப்பிட்டு, "துணி மணிய தொவச்சி, உடம்புக்கு எல்லாம் சோப்புப் போட்டு நல்லா குளிச்சிட்டு வரணும் சரியா?" என்றாள். தலையாட்டிக்கொண்டே திரும்பி நடந்தாள். தெரு வழிய போகும் போது, மல்லிகாவைப் பார்த்த பெண்கள் சிலர் மூக்கைப் பொத்தி வாயில் சுரந்த எச்சிலைத் துப்பி அருவெறுத்து ஒதுங்கி நின்றார்கள்.

"இந்தக் கருமாந்திரம் வேற, இதுக்கு மாசா மாசம் வந்துடுது போலருக்கு."

என்றாள் ஒருத்தி.

“துணிமணி கட்டத் தெரியுதா, சுத்தபத்தமா இருக்க தெரியிதா, இதெல்லாம் என்னத்துக்கு இந்த உசுர வச்சிக்கிட்டுக் கெடக்கணும்” என்றாள் இன்னொருத்தி.

“நாட்டுல ஆளானப்பட்ட ஆளுங்களுக்கெல்லாம் தடுக்கி வுழுந்தான் பொடுக்குன்னு போச்சிங்கிற மாதிரி செத்துப் போகிறாய்ங்க. பாவம் இதுக்கு வந்து தொலைக்க மாட்டேங்குது பாரு ஒரு சாக்காடு” என்றாள் இன்னொருத்தி.

“அதோட மட்டுமல்ல இந்தக் கருமாந்திரம் புடிச்ச எழவோட காளியம்மன் கோயிலுக்குள்ள வேற போயி பூந்துக்குது. சாமி குத்தமாயிடாது?” என்றாள். அவ்வழியே வந்து கொண்டிருந்தவள்.

“ஆமா அது என்ன சொயபுத்தியோடயா செய்யிது, குத்தமாவுறதுக்கு.”

“அப்புடிச் சொல்லாத. யாரு செஞ்சாலும் குத்தம் குத்தம்தான். காளியாத்தா கோபம் கொண்டா தண்டிக்காம வுடமாட்டா.”

யாரோ எதையோ பேசுகிறார்கள் என்று தன் போக்கில் போய்க் கொண்டிருந்தாள் மல்லிகா.

அது மழைக்காலம் என்பதால் இரண்டு நாட்களுக்கு ஒரு முறை தொடர்ந்து மழை பெய்து கொண்டிருந்தது. ஊரில் எந்த மோட்டாரும் இறைக்கவில்லை. ஊருக்குத் தெற்காலிருந்த மணிமுத்தாற்றில் கரையைத் தொடுவது போல் தண்ணீர் நிறைய ஓடிக்கொண்டிருந்தது. ஊர்சனங்கள் எல்லோரும் ஆற்றில் தான் குளித்தார்கள். மல்லிகா தன் மாற்றுத் துணிகளையும் சோப்பையும் எடுத்துக்கொண்டு ஆற்றுக்குப் போனாள். வலதுகை விளங்காததால் அவளால் மாராப்பு கட்டிக்கொள்ள முடியாது. போட்டிருக்கும் பாவாடைச் சட்டையுடன் அப்படியே தண்ணீருக்குள் இறங்கி நனைத்துக் கொள்வாள். பின்பு கரையேறித் துணியை விலக்கிச் சோப்புப் போடுவாள்.

மேற்கே பச்சை மலை பக்கம் நல்ல மழை பெய்திருக்க வேண்டும். கோமுகி அணை நிறைந்து தண்ணீர் திறந்து விடப்பட்டிருந்தது. மணிமுத்தாற்றுத் தண்ணீரின் வேகம் சற்று அதிகமாக இருந்தது.

மாற்றுத் துணைகளைக் கரையில் போட்டு விட்டுக் கட்டியிருந்த பாவாடையுடன் ஆற்றுக்குள் இறங்கினாள் மல்லிகா. தண்ணீரின் வேகம் அதிகம் இல்லாத கரை ஓரத்திலேயே நின்று விட்டாள். கால்களிலும் பாவாடையிலும் வடிந்து இருந்த ரத்தம் தண்ணீரோடு போனது தெரியாமல் கரைந்து போனது. இடுப்பளவு தண்ணீரில் நின்ற மல்லிகா அப்படியே தண்ணீருக்குள் மூழ்கி எழுந்தாள். காதோரத்திலும் தலையின் சிறு முடிக்குள்ளும் காய்ந்து படிந்து போயிருந்த ரத்தத்தை ஒரு கையால் தேய்த்துக்கொண்டு மறுபடியும் மூழ்கினாள். நான்கைந்து முறை மூழ்கி எழுந்தாள்.

ஆற்றுத் தண்ணீருக்குள் யாரோ கரிய நாயொன்றை அடித்துத் தூக்கிப்போட்டிருந்தார்கள். வேகமாய் ஓடும் தண்ணீரின் சுழிப்பில் நாயைப் புரட்டிப் புரட்டிப் போட்டபடி இழுத்துச் சென்றது ஆறு. அதையே வேடிக்கை பார்த்துக் கொண்டு நின்றாள் மல்லிகா. சிறிது நேரத்தில் நாய் கண்ணிலிருந்து மறைந்தது. கரையேறி சோப்புப் போட்டுக் கொண்டு வரலாமென்று நினைத்தவள் திரும்பி கரையை நோக்கி ஓரடி எடுத்து வைத்தாள். அவள் பின்னாலிருந்து யாரோ இரண்டு பேர் சிரிப்பது போல் இருந்தது. சடாரென்று திரும்பினாள். கருப்பங்கொல்லைக்குள்ளிருந்து ஆத்துக்குறிச்சி விடலைப் பயல்கள் இருவரும் அவளை நோக்கி வந்தனர். “இன்று உங்களை விடமாட்டேண்டா” என்று கறுவினாள்.

ஊழித் தீ கிளர்ந்தெழுந்து ஊ... ஊ... என்று சப்தமிட்டு, சூலத்தை ஓங்கியபடி புலியைப் போல பாய்ந்தாள். அவளின் ஆவேசத்தைக் கண்டு அதிர்ந்த இருவரும் திரும்பி ஓட தொடங்கினர். விடுவதாயில்லை அவள். தண்ணீரின் அடியாழம் வரை நீந்தி நீந்திச் சென்றனர் இருவரும். அதற்கு மேலும் ஓட வழியற்று திகைத்தனர். மூச்சுத் திணறியது. ரௌத்திரம் கொண்டு ஆடுகிறாள் காளி. விண்ணும் மண்ணும் தடதடவென நடுங்க ஓங்காரமாய் ஆடுகிறாள். செவ்வரி ஓடிய விழிகள் தெறித்து விழுவதுபோல் உருட்டிப் பார்க்கிறாள். மின்னலும் இடியுமாய் பிரளயம் பெருகுகிறது. திசைகளெட்டும் நடுங்க, பன்னிரண்டு கைகளிலும் காளிக்கு ஆயுதங்கள். சம்ஹாரம் நிகழ்ந்து முடிய ஆற்றின் போக்குச் சீராகியது.

ஆற்றோர வயல்களில் வேலை செய்து கொண்டிருந்தவர்கள் மல்லிகாவை வெல்லம் அடித்துப் போவதைப் பார்த்து விட்டனர். ஒருவரையொருவர் கூப்பாடுப் போட்டபடிக் கரையோடு ஓடி வந்தனர். இரண்டு பேர் காற்று வேகத்தில் ஆற்றுக்குள் குதித்து இழுத்துக் கொண்டு வந்து கரை சேர்த்தனர். மல்லிகாவின் கை, கால்கள் துவண்டு போயிருந்தன. கண்கள் அசையவில்லை. உடலில் உயிரும் இல்லை.

“ஊமப்பொண்ணு இப்படி அநியாயமாக ஆறு கொண்டுகிட்டு போயிட்டுதே” என்றனர் சிலர்.

“வயசுக்கு வந்த பொண்ணு அடக்க ஒடுக்கமாக இருந்தாத்தான?”

“தெய்வக்குத்தம் சும்மா உடுமா. காளியம்மா கோவங்கொண்டுதான் இப்புடி கூலி கொடுத்துட்டா.” பலரும் பலவாறாகப் பேசிக் கொண்டார்கள்.

“நல்ல ஆத்மா. அதான் தண்ணில சாவு வந்துருக்கு.”

“போய்ச் சேர்ந்த வரைக்கும் புண்ணியந்தான். இருந்து என்ன செய்யப் போவுது” என்று ஆறுதல் பட்டுக் கொண்டார்கள் சிலர்.

ஆறேழு வருடங்களாக அவள் வசித்து வந்த மோட்டார் கொட்டகையின் முன் மல்லிகாவின் உடலைக் கொண்டு வந்து போட்டு இருந்தார்கள்.

தட்டில் சோறு வாங்கி வைத்துக்கொண்டு காத்திருந்த புது டீச்சருக்கு, மல்லிகா செத்து போய்விட்டாள் என்ற செய்தி தான் கிடைத்தது. அதிர்ச்சியாய் இருந்தது அவளுக்கு. மத்தியான சாப்பாட்டை ஒதுக்கி வைத்தாள். பள்ளிக்கூடத்தில் இருப்புக் கொள்ளவில்லை. கடைசியாக ஒருமுறை மல்லிகாவின் முகத்தைப் பார்க்க விரும்பினாள்.

வாசுகியும் அவளுக்கு வேண்டப்பட்ட இன்னும் நான்கைந்து ஊர்ப்பெண்களும் மல்லிகாவின் உடலைச் சுற்றி உட்கார்ந்து அழுது கொண்டிருந்தார்கள். தலைமாட்டில் நிறைமறக்கால் விளக்கு, இளநீர், ஊதுவத்தி புகைந்து கொண்டிருந்தது.

அழும் பெண்களின் ஓரமாய்ப் போய் நின்றாள் புது டீச்சர். ஆற்றுநீரைக் குடிக்காததாலும், உடனே கண்டுபிடித்துத் தூக்கிவிட்டதாலும் உடலும் உருக்குலையாமல் இருந்தது. முகம் பால் வடிவது போல புன்னகைத்தபடி இருந்தது. வதம் செய்து முடித்த பெருமிதம் தெரிந்தது அம்முகத்தில்.

88

வீடு

சுகந்தி சுப்ரமணியன்

சுகந்தி சுப்ரமணியன்

சுகந்தி சுப்பிரமணியன் கவிஞர், எழுத்தாளர் என்ற இரண்டு பரிமாணங்களைக் கொண்டவர். இன்று அவர் நம்முடன் இல்லை என்றாலும் அவர் விட்டுச்சென்ற இலக்கியங்கள் என்றும் நம்மிடையே வாழ்ந்து கொண்டுதான் இருக்கும். அவரின், 'புதையுண்ட வாழ்க்கை', 'மீண்டெழுதலின் ரகசியம்' என்ற இரு கவிதைத் தொகுதிகள் வெளிவந்துள்ளன. சுகந்தியின் மறைவுக்குப் பின் அவரது கணவர் சுப்ரபாரதிமணியன் அவருடைய படைப்புகளை எல்லாம் தொகுத்துச் செம்மைப்படுத்தி, 'சுகந்தி சுப்பிரமணியன் படைப்புகள்' என்ற பெயரில் வெளியிட்டுள்ளார். அதில் அவருடைய கவிதைகளுடன் சில சிறுகதைகளும் டைரி குறிப்புகளும் இடம் பெற்றுள்ளன.

எப்படி இது நேர்ந்தது? எல்லோருடனும் அன்புடன் பழகியபின் என் இந்த விரிசல்? நினைக்க நினைக்க எனக்குள் வேதனை பொங்கியது. நேற்றுவரை பேசிவந்த மணியக்கா கூட இன்று மௌனமாய் முகத்தைத் திருப்பியபடி போகிறாள். எனக்குள் குழப்பமாக இருந்தது. நான் எதுவும் தவறு செய்யவில்லையே. எல்லோரைப் போலவும்தான் நான் இருக்கிறேன். நினைத்து நினைத்து முடிவே கிடைக்கவில்லை.

ராணி வந்தாள். அவசரமாக வந்து "இன்னிக்கு உங்க வீட்ல கொஞ்ச நேரம் என் பிரண்டோட பேசணும். அனுமதி தர டியுமா?" என்று கேட்டாள். நானும் சரி என்றேன். அவரும் ஊரில் இல்லை. அதனால் எதுவும் குழப்பங்கள் நேர்ந்துவிடக் கூடாது என்பதில் அக்கறையாய் இருந்தேன் நான்.

ராணியும், கலாவும் அவர்களது தோழர்களுடன் பேச எனது வீடு வசதியாய் இருந்தது. "என்ன நீங்க பாட்டுக்கு யார் யாரையோ வீட்டுக்குள்ளவிடறீங்க. இதெல்லாம் நல்லா இல்ல. நீங்க வீட்டைக் காலி பண்ணுங்க" என்று சேச்சி சொல்லிவிட்டாள். எனக்குள் வருத்தமாக இருந்தது. பேசுவதற்குக் கூடவா உதவக்கூடாது என்று யோசனையாய் இருந்தது. "சரி சேச்சி, இனிமேல் யாரும் வரமாட்டாங்க. நீங்க இப்போ காலி பண்ணச் சொன்னா, நான் எங்கே போவேன்" என்றேன்.

பொங்கலன்று ஊருக்குப் போய்ச் சேர்ந்தேன். பாட்டியின் வீடு சுத்தமாய் அழகாய் இருந்தது. இந்த அழகுணர்ச்சி எனக்குள் இல்லாமல் போய்விட்டதே என்று எனக்குள் வருத்தம்.

எப்போதும் கூடையில் சேலைகள் விற்கும் மணிக்கு எப்படித்தான் எங்கிருந்துதான் சேலைகள் கிடைக்கிறதோ. அவனும் நேற்று வந்து பத்திரிக்கை வைத்துவிட்டுப் போனான். அவன் கட்டிய வீடு எனக்குள் பிரமிப்பாய் இருக்கிறது. ஊருக்கு போகும்போதெல்லாம் வீடு பற்றிய கனவுகளோடு நான் செல்கிறேன்.

என்றாவது ஒருநாள் நாமும் வீடு கட்டத்தான் போகிறோம் என்று என்னை நானே திருப்திப்படுத்திக் கொள்வேன். அனாதையாய் என்னை நான் உணரும் நேரங்களில் வீடு பற்றிய கனவு எனக்கு மிக சந்தோஷமாயிருக்கும்.
போதாக்குறைக்கு அத்தை வேறு, வீடு எப்பக் கட்டப் போறே எனக் கேட்டுச் சென்றாள். என் வாழ்க்கை கழிந்து போக எனக்கான சமையலறை ஒன்றும் அவருக்கான புத்தக அறையும் குழந்தைகளுக்கான சிறுவிளையாட்டு மைதானமும் என வீடு எனக்குள் உருவாகி வளர்கின்றது. ஆனால் செயல்படுத்த இன்னும் காலமாகலாம். ஒவ்வொரு முறையும் வாடகை வீட்டில் அவமானப்பட நேர்ந்தபோதும் எனக்குள் நான் கதறியிருக்கிறேன்.

புத்தகங்கள் எனக்கு ஆறுதலான தோழமையுள்ள நண்பர்கள். என்னிடம் அவை எதையும் எதிர்பார்ப்பதில்லை. அவை எனக்குள் நான் உருவாகக் காரணமாய். இன்றும் எனது சுகதுக்கங்களில் பங்கேற்கின்றன. இன்றளவும் நான் விரும்பியபடி எல்லாம் என் மனசை ஒன்றுபடுத்திய புத்தகங்களுக்கு என் வீட்டில் கண்டிப்பாய் இடம் தர வேண்டும். ஒவ்வொரு மணிநேரமும் நான் அவமானப்படுத்தப்படுகிறேன். பண்பாடு எனக்குள் மறைந்து போனது. மிச்சம் இருப்பவற்றைக் காலம் தள்ள உபயோகிக்கையில் எனக்கான இடம் எங்குமில்லாது போயிற்று. புத்தகங்கள் என்னோடு ஆதரவாய் இருக்கின்றதை உணர்கையில் நிம்மதியாய் உணர்கிறேன் நான்.

இன்னும் புதிதாய்ச் சொல்ல இருக்கிறது. பாட்டிக்குப் பிறகு நான்கு தலைமுறைகள் ஒரே வீட்டில் வளர்ந்தோம். நான்கு தலைமுறைகளுக்கும் ஒரே சமையலறையில் சமைத்து ஓய்ந்து போன பாட்டியின் உடல் சுருக்கங்கள் என்னை அதிர வைக்கும். இருந்தாலும் பாட்டியைச் சமைக்கச் சொல்லிச் சாப்பிடுவேன் நான். இந்த முரண்பாடு எனக்கு எல்லா விஷயங்களிலும் குழப்பமாய். தனிமையில் இருக்கையில் எனது தென்னங்கன்றுகள் எத்தனை உயிரோடு இருக்கின்றது என யோசித்திருக்கும் போதெல்லாம் எனக்கானவை என்னை விட்டு நீங்கிப் போனதை உணர முடியாமல் நானிருக்கிறேன்.

“வருஷத்துல ஒரு தடவை பொங்கல் வருது. அன்னக்கி பூசி வழிச்சு வீட்டைச் சுத்தம் பண்ணாமே மயிரே போச்சுன்லு பூட்டிட்டுக் கெளம்பி ஊருக்குப் போயிட்டீங்க. இப்படிப் போட்டு வெக்கறதுக்குதா நானு வீடு கட்டி வெச்சிருக்கேன், என்று ஏகவசனத்தில் திட்டினார் வீட்டின் சொந்தக்காரர். எனக்கு மனசு சுத்தம். அதனால் கவலைப்படாதீங்க என்று கத்த வேண்டும் போல் தோன்றியது.

எப்போதும் எழுதும் கடிதங்களுக்கு எனது என ஏதாவது முகவரி தேவைப்படுகிறது. இனி முகவரியில் மாற்றம் இருக்காது என அனைவருக்கும் கடிதம் எழுத ஆசை. எனது வீடு குறித்த கனவுகளோடு நீண்ட நேரத்துக்குப்பின் உறங்கிப் போனேன்.

கனவில் முகவரி இல்லாத வீடொன்று வந்தது.

89
பட்டுப்பூச்சிகளைத் தொலைத்த ஒரு பொழுதில்...

அ. வெண்ணிலா

அ வெண்ணிலா
(10/08/1971)

வெண்ணிலா - கவிஞர், சிறுகதை, நாவல் ஆசிரியர், கட்டுரையாளர், திரைப்பட வசனகர்த்தா, துணை இயக்குனர், பாடலாசிரியர் எனப் பன்முகத் தளங்களில் இயங்குபவர். அரசு பள்ளி ஆசிரியராக இருந்து, பின்னர் அரசு ஆவணக் காப்பக துணை இயக்குனராகப் பணியாற்றி வருகிறார் இவர் தம், 27ஆவது வயதில் எழுதத் தொடங்கினார். இவரது கணவர் முருகேஷ். அவரும் ஒரு கவிஞரே.

வெண்ணிலா - ஏழு கவிதை நூல்கள், ஒரு கடித இலக்கிய நூல், ஏழு கட்டுரைத் தொகுப்புகள், மூன்று சிறுகதைத் தொகுப்புகள், இரண்டு நாவல்கள், இரண்டு ஆய்வு நூல்கள், ஐந்து தொகுப்பு நூல்கள் ஆகியவற்றை வெளியிட்டுள்ளார்; சாகித்ய அகாதமிக்காக உலகத் தமிழ்க் கவிஞர்களின் கவிதைகளைத் தொகுத்துள்ளார்; 'பட்டுப் பூச்சிகளைத் தொலைத்த ஒரு பொழுதில்', 'பிருந்தாவும் இளம் பருவத்து ஆண்களும்', 'இந்திரநீலம்' ஆகிய சிறுகதைத் தொகுதிகளை வெளியிட்டுள்ளார்; 15க்கும் மேற்பட்ட விருதுகளைப் பெற்றுள்ளார்.

இமை முழுக்க ஒட்டிக் கிடந்தன பலப்பல வண்ணங்கள். பார்வைக்குள்ளும் மெல்ல இறங்கிய வண்ணங்கள்... காட்சிகளில் வண்ணம் பூசின. பனை மரங்கள் "ஹோலி"யில் குளித்த கறுத்த ஆட்களாக வளைந்தாடின. பாதையெங்கும் வண்ண வண்ண கற்கள். மண் எல்லா நிறங்களிலும் குதியா, நடையா என்று சொல்ல முடியாமல் வண்ணங்களில் தன்னைத் தொலைத்து விரைந்தன கால்கள்.

உதடு, மூக்கு, காது, கண், விரல்கள் எல்லாம் ஒவ்வொரு வண்ணத்துப் பூச்சியாய் மலர்ந்திருந்தன.

வண்ணத்துப் பூச்சிதானா... வியப்பிலும், மகிழ்விலும் தொட்டுத் தொட்டுப் பார்த்தேன்.

அய்யோ... இதுதான் குட்டி தேவதையின் ஆசிர்வாதமா? போதும்... போதும்... இப்படியே சிறகடிப்பேன்.

அட...... இதென்ன... ஒரு விரலில் முழு வெள்ளையாய் ஒரு பட்டாம்பூச்சி. வெள்ளை என்பதும் ஒரு நிறமா. நிறங்களின் மூலமா?

எடுப்பாகத் தான் இருக்கு.

பிடிக்க நீண்ட கைகள்... கட்டிலில் இடித்ததில் தூக்கிப் போட்டாற்போல் விழிப்பு வந்தது.

வண்ணங்கள் கலைந்து போகுமோ என்ற பயத்தோடு மெல்ல இமைகளைப் பிரித்து, சிரமப்பட்டு, மேலே பார்த்ததில் ஒரு "மரவட்டை" விட்டத்தில் ஊர்ந்து கொண்டிருந்தது. அருவெறுப்பாய் இறுகப்பொத்தின கைகள்.

போர்த்தியிருக்கும் போர்வை முழுவதும் பட்டாம்பூச்சிகளாய் மாறிப் போய்விடக் கூடாதா என்ற நப்பாசையோடு சுருண்டு படுத்தேன்.

வண்ணத்துப் பூச்சிகளும். மரவட்டைகளும் மாறி மாறி மனதை அலைக்கழித்தன.

விழிகளைக் கசக்கி, இருட்டை ஊடுருவிப் பார்த்ததில் தான் புரிந்தது, பக்கத்தில் யாருமே இல்லாதது. காலடியில் ஒரு தொடப்பம் மட்டும் கிடந்தது. ஒரே உதை உதைக்கத் தோன்றியது அதை. அம்மாவுக்குத் தெரிந்தால் அதே உதை எனக்கு விழும்.

இந்தத் தொடப்பம் பேய் பிசாசு அண்ட விடாம பாத்துக்கும் என்னை. இந்த அம்மாவால முடியாதா-? தீண்டக் கூடாது என்று அடுத்த அறையில் படுத்திருக்கிறாளே.

இது மட்டும் இல்லை. காலையில் எழுந்ததும் குளிக்கிற வரை, என்னை தூரத்தில் பார்க்கையிலேயே "அங்கேயே "நின்று கொள்கிறாள். வீட்டின் எல்லாக் கண்களும் என்னையே சுற்றிச் சுற்றி வரும். இந்த நாய் முண்டம் அக்கா கூட அப்படித்தான் பார்க்கிறாள்.

எல்லாவற்றையும் விட அவஸ்தை... அந்தத் துணியை அலசிக் காயப் போடுவதுதான். பாத்ரூம் தண்ணீ பூமிக்குள்ள போகக்கூடாதா? அதுபாட்டுக்குனு வெளிய ஓடி வருது.

அப்படித்தான் ஒரு நாள் உள்ள "துணி" அலசிக்கினு இருக்கும் போது "இந்தக் கெழவி" அந்தப் பக்கம் வந்துச்சு பேல. "இதென்னடி ஆட்ட அறுத்தாப்பல ரத்தம் போதுன்னு' சத்தமாக் கத்துது.

எத்தனையோ ஆட்ட அறுத்தது மாதிரி அதுக்கும்தானே போயிருக்கும். ஆனா எப்படி மறந்து தொலைக்குதுங்க!

அருவெறுப்பில்... பாத்ரூம் கதவைத் திறக்கவே முடியவில்லை. அலசிவிட்டால் மட்டும் போதாது... காயப்போடறது இருக்கே.. முகம் சுளித்துப் போவது மட்டுமல்ல, எல்லாம் கழுகுங்க. துணியை வைத்தே யாருன்னு மோப்பம் பிடிச்சுடுங்க.

இப்பல்லாம் பரவாயில்லை. எப்படியோ மிச்சம் பிடித்தாவது... "நாப்கின்" வாங்கிட முடிகிறது. "தல ஊறுதுன்னு கொள்ளிக் கட்டைய' எடுத்து சொறிஞ்சிக்கறாப்போல ஆயிப் போச்சு நெலமை.

கடைக்காரன் சாதாரணமாக இருப்பதாகக் காட்டிக் கொண்டால் கூட, குனிந்து பேப்பர் எடுக்கும் சாக்கில் கண்ணை உயர்த்திப் பார்த்துக் கொண்டிருப்பான். என்ன கற்பனையோ! ஒழிஞ்சு போகட்டும்.

அடுத்த கூத்து அதை வாங்கியாந்த பிறகு எப்படி பயன் படுத்துறதுனு தெரியாம முழிச்சது தான். இப்ப மாதிரி முன்பெல்லாம் படம் போட மாட்டான். கன்னா - பின்னான்னு வச்சிகிட்டு அய்யய்யோ... எல்லாம் நாஸ்தி.

அம்மாவிடம் இருந்து தப்பிக்க வழி கிடைச்சுதே தவிர, இந்தக் கருமத்தை எங்குப் போட்டுத் தொலைப்பது என்று தெரியல. "நிரோத்" மாதிரி எங்காவது போட்டுயாரிடமாவதுகேவலப்படுவோமோ என்று பயமாக இருந்தது. எடுத்தெடுத்து உறையில் போட்டு பைக்குள் வைத்துக் கொண்டாயிற்று.

பைக்குள் வைத்து வைத்து, புத்தகங்களின்

வாசமெல்லாம் மாறிப்போயிற்று. நாற்றம் என்பது மறந்து போய், ஏதோ இயல்பான வாசம் போன்று என்னுள் புழுங்கத் தொடங்கி விட்டது.

பக்கத்தில் உட்காரும் பசங்கதான், சந்தேகத்தில் சுற்றிச் சுற்றிப் பார்த்தார்கள்.

கண்டுபிடித்து விடுவார்களோ என்று பயந்து போய் வீட்டில் ஒளித்து வைக்க இடம் தேடினேன்.

அப்போது தான் புரிந்தது வீட்டின் ஒவ்வொரு அடியும் ஒவ்வொருவரால் ஆக்கிரமிக்கப்பட்டிருப்பது. என் மனசு மட்டுமே எனக்கான இடமாகத் தோன்றியது. இவ்வளவு யோசிக்குது, இருந்தாலும், ஒரு நாப்கினை மறைத்து வைக்க உதவாத மனசு என்ன மனசு? நாய் தூக்கிப் போகட்டும்.

கொஞ்ச நாள் கழித்துத் தான் கண்டுபிடிக்க முடிந்ததென்று இருந்தது! உள்ள போட்டுத் தண்ணீர் ஊற்றியவுடன், எங்காவது போய் அடைத்துக் கொண்டால்? கனத்து போனது தலை.

சாலைகளில், வீடுகளில் என எங்கும் இறைந்து போயிருக்கும். பிளாஸ்டிக் குப்பைகள் போல இதைப் போட்டுகிட்டுப் போக முடியவில்லை. இது மட்டும் பயன்படுத்திய உடன் எப்படியாவது மறைந்து போய்விடக்கூடாதா? எந்தக் கம்பெனியாவது யோசிக்குமா? ஆலோசனைக் கடிதம் எழுதி போடுவோமா?

காலையில் மேலே வந்துவிட்டிருந்தால் இராவெல்லாம் விழித்திருந்து முதல் ஆளாய் “டாய்லெட்டிற்குள் பார்த்த பிறகு தான் மூச்சே வந்தது.

அன்று இரவு பட்டாம் பூச்சிகளைப் போர்த்திக் கொண்டேன்.

பள்ளிவிட்டு, படிப்பதற்கென்று பின் பக்கம் விரைகையில், தடுத்து நிறுத்தினாள் அம்மா, “செப்டிக் டேங்க்” சுத்தம் பண்றாங்க.

மூளைக் குழாய்கள் வெடித்தாற் போல் இருந்தது. அத்தனையும் என்னவாயிருக்கும்? அந்த ஆட்கள் என்ன நினைப்பார்கள்? அருவெறுத்து, திட்டிக் கொண்டு தூக்கிப் போடுவார்களா?

“கடவுளே, யார் கண்ணிலும் படாம அந்த சனியனை மறைச்சிடுப்பா! எனக்கு யாரிருக்கா?” கண்களில் நீர் பூத்தது.

பெனாயில் வாசத்தோடு கதவு திறக்கப்பட்டது. திடுதிடுவென்று ஓடினேன்.

எங்கம்மா ஊத்துனாங்க?

“ஏன், அந்தக் குப்பை பள்ளத்தாண்ட தான!” மனசுக்குள் வேண்டிக்கொண்டே விடுவிடுவென்று ஓடிப்போய்ப் பார்த்தேன்.

வெள்ளை வெள்ளையாய் குட்டிப் பூதங்கள் போல் இறைந்து கிடந்தன குப்பை முழுக்க.

இனி பட்டாம் பூச்சிகளைத் தொலைத்தது, தானே என் உறக்கம்?

90

அம்ருதா

உமாமகேஸ்வரி

உமா மகேஸ்வரி
(1971)

உமா மகேஸ்வரி - கவிஞர், எழுத்தாளர் என்ற இரு பரிமாணங்களைக் கொண்டவர். இவர் போடிநாயக்கனருக்கு அருகில் உள்ள திருமலாபுரத்தில் பிறந்தவர்; எம் ஏ ஆங்கில இலக்கியம் பயின்றவர்; 1985 முதல் கவிதைகள் எழுதி வரும் இவர், கவிதைகளை 'மஹி' என்ற புனைப்பெயரில் எழுதி வருகிறார். ஐந்து கவிதைத் தொகுப்புகளையும், இரண்டு நாவல்களையும் எழுதி உள்ள இவர், மரப்பாச்சி, தொலைகடல், அரளி வனம், வயலட் ஜன்னல் என்ற நான்கு சிறுகதைத் தொகுப்புகளை வெளியிட்டுள்ளார். அத்துடன் 'உமா மகேஸ்வரி கதைகள்; என்ற பெயரிலும் இவருடைய சிறுகதைகள் தொகுக்கப்பட்டுள்ளன. 'மரப்பாச்சி' என்ற சிறுகதை, இவரைத் தேர்ந்த எழுத்தாளராக இலக்கிய உலகிற்கு அடையாளம் காட்டியுள்ளது. இவருடைய மொழி ஆளுமை தனித்துவம் வாய்ந்ததாக உள்ளது.

குழந்தை மெத்தை விரிப்பைக் கைகளால்இறுகப்பற்றிச்சுருட்டிக்கொண்டு ஆங்காரமாக அலறினான். முகம் கன்றிச் சிவந்துவிட்டது. சுகந்திக்கோ என்ன செய்வதென்று தெரியவில்லை. திமிறும் அவனை மடியில் அழுத்திப் பாலூட்ட முயன்றாள். அவன் உதடுகள் மார்புக் காம்பைப் பற்ற மறுத்தன. எப்போதும் உணர்ந்து பழகிய அவளுடலின் கதகதப்பையும், ஆதரவையும் அவன் இன்று ஏற்பதாயில்லை. நிறுத்தாமல் அழும் அவனை, செய்வதறியாமல் பார்த்தாள் சுகந்தி.

"செல்லம், வேணாண்டா செல்லம், அழாதே ராஜா" அவன் தலையைக் கோதி, இடது தொடையை ஆட்டிக் கொண்டே, பால் பாட்டிலின் ரப்பரை வாயிலிட்டாள். அவன் வேப்பங்காயைப்போல் அதைத் துப்பித் தள்ளினான். கிலுகிலுப்பையின் அசைவையோ, சிறிய பொம்மைகளின் நிறப் பளிச்சிடலையோ அவன் கவனிக்கவேயில்லை. எதனால் நிற்கும் என்பது புரியவே புரியாத அலறல். நீண்ட வீறிடல்கள், இல்லை அவனுக்குப் பசிக்கிறது. சுகந்தி சுரப்புக் குன்றிய தன் மார்பு நுனியைப் பிதுக்கிப் பார்த்தாள். அவளுக்கும் அழுகை வந்தது.

குழந்தையைத் தரையில் கிடத்திவிட்டு, ஸெரிலாக் டப்பாவை உடல் நடுங்க அவசர அவசரமாகத் தேடியெடுத்தாள். கைகள் பதறி நடுங்கின. டப்பா மூடியைத்

திறக்கவே முடியவில்லை. அது இறுகிக் கொண்டு அடம்பிடித்தது. வழக்கம் போல் தாலிக்கொடியின் நடுவில் தொங்கும் மாங்கல்யம்தான் உதவியது. கெட்டியான சதுர டாலர் அதன் முனையால் ஹெரிலாக் டப்பா மூடியை நெம்பித் திறந்தாள். கிண்ணத்தில் இரண்டு ஸ்பூன் அள்ளிப் போட்டு, வெந்நீர் விட்டுக் கட்டியில்லாமல் குழைத்து எடுப்பதற்குள், குழந்தை கதறித் துடித்துவிட்டான். அவன் அழ, வயிற்றில் உள்ளங்கையை வைத்துப் பார்த்துச் சுடுகிறதோ என்று யோசித்தாள்.

"அழாதே... அழாதே... அழாதே..." என்று மந்திரம்போல் திரும்பத் திரும்பச் சொல்லிக்கொண்டே, அவனைத் தூக்கி நெஞ்சோடு அணைத்து, சிறுஸ்பூனால் ஒரு துளி ஊட்டினாள். அழுது சிவந்த குட்டிக் கண்கள், புதிய சுவையில் சந்தேகமாய் நிமிர்ந்தன. பிறகு போனால் போகிறதென்று ஒத்துக் கொண்டாற்போல் உதடுகள் ஸ்பூனைக் கவ்வின, இரண்டோ, மூன்றோ ஸ்பூன் சாப்பிட்டிருப்பான். அதற்குள் களைப்பில் கண்கள் கிறங்கின. உறங்கிவிட்டான். தேய்ந்த சங்கீதமாக விசும்பல் மட்டும் நிற்காமல் ஒலித்துக் கொண்டிருந்தது.

சுகந்தி அந்தியின் மங்கல் ஒளியில் பொன் தீற்றிய குழந்தையின் முகத்தையே பார்த்துக் கொண்டிருந்தாள். தூங்கிவிட்டானென்றாலும், அவள் உள்ளங்கை அவன் நெஞ்சை ஒற்றி ஒற்றித் தட்டிக்கொண்டேயிருந்தது. வைத்த கண் வாங்காமல் அவன் முகத்தையே பார்க்கிறாள். அப்போதுதான். முதன் முதலாக பிறந்த நிமிடத்தில் பார்ப்பதுபோல். மெல்லிய சுருக்கங்களோடு, ரோஜா நிற இமைகள் மூடியிருந்தன. உதடுகள் என்னவோ கோபத்தில் குவிந்திருந்தன. கன்னத்தில் இன்னும் கண்ணீரின் ஈரம். அவள் விரல்நுனியால் அதைத் தொட்டுப் பார்த்தாள். கண்ணீர். அழுகை எதற்கும் எல்லாவற்றிற்கும்; பசி, தூக்கம், வலி அத்தனையையும் அவன் சொல்வது கண்ணீரின் வழிதான். அதுவே அவன் மொழி போல.

என் உடலுக்குள் இருந்தவன், என்னிலிருந்து வந்தவன். என் குழந்தையை நினைத்ததுமே மனம் நெகிழ்ந்தது. அவனை இறுக்கமாக அணைத்துக்கொண்டாள். சிறு சிணுங்கலைக் கேட்டதும் பதறி, "தூங்கு. தூங்கு" என முனகிக் கெஞ்சியவாறே, அவளும் உறங்கினாள்.

திடுக்கிட்டு விழிப்பு வந்தபோது, வீடு இருண்டு கிடந்தது. அலமாரியிலும் கதவு, ஜன்னல்களிலும், சுவரிலும் இருள் அப்பியிருக்க, திரைகள் மட்டும் கருமையை மறுத்துப் பிடிவாதமாக மெல்லிய ஒளியோடு அசைந்தன. அவள் விரல்கள் அனிச்சையாகப் பக்கவாட்டில் தடவிக் குழந்தையின் மிருதுவான ஸ்பரிசத்தைத் தேடின. படுக்கை வெறுமையாக இருந்தது? அவள் பதறி எழுந்தாள். குழந்தை அங்கு இல்லை.

கட்டிலை விட்டெழுந்து, நழுவும் முந்தானையைப் பொருட்படுத்தாமல். "குட்ட" என்று சத்தமாகக் கூப்பிட்டவாறே, அறையை விட்டு வெளியே வந்தாள். அடுப்படியில் மங்களாக விளக்கு எரிந்தது. அதன் ஒளி, மேடையில் கழுவிக் கவிழ்த்திய பாத்திரங்கள் மீது ஆடியது.

அம்ருதா அடுப்படிச் சுவரில் சாய்ந்து உட்கார்ந்திருந்தாள். இடது காலைக் குத்த வைத்து வலது காலை நீட்டி அவள் மடியில் குழந்தை இருந்தான். திறந்திருந்த அவள் இடது மார்பில் குழந்தையின் பின்னந்தலை அழுந்தி இருந்தது. அவன் உறிஞ்சும் சத்தம், தாகமுற்ற பறவைகள் ஆற்றில் நீரருந்துவது போல. அம்ருதாவின் கண்களிலிருந்து நீர் வழிந்து, கழுத்தில் கோடாக மின்னியது. அவள் கைகள் குழந்தையை அணைத்திருந்தன. அவள் வலது மார்பின் காம்பிலும் பால் துளிர்த்து நின்றதைப் பார்த்ததும், சுகந்தியின் மயிர்க்கால்கள் சிலிர்த்தன. கண் கொட்டாமல்

அவர்களைப் பார்த்தபடியே நின்றிருந்தாள், அம்ருதா மூடிய கண்களைத் திறவாமலேயே, குழந்தையை வலப்பக்கம் மாற்றிக் கொண்டாள்.

சுகந்தி தான் அங்கே நிற்பதில் ஏதோ ஓர் இங்கிதமின்மையை உணர்ந்தவளாகத் திரும்பி நடக்கையில், அவள் கண்கள் 'குபுக்'கென்று பொங்கின. அவன் என் குழந்தை 'என மனம் பிதற்ற, சிறிய கோபம் ஒன்று தோன்றி, உடனேயே மறைந்தது.

ஐந்து நிமிடம், பத்து நிமிடம், எவ்வளவு நேரமோ. யுகக் கணக்கில் இருளில் உட்கார்த்திருப்பதாக உணர்ந்தாள். மனம் வெறிச்சிட்டுக் கிடந்தது. விடிவிளக்கின் மெல்லிய ஒளி பரவியது. அம்ருதா, தூங்கிய பிள்ளையை அவள் மடியில் கிடத்தினாள். அவள் ரவிக்கை இன்னும் திறந்தே தானிருந்தது. என்னவோ சொல்ல விரும்புபவள்போல், குனிந்த தலையோடு நின்றிருந்தாள். அவள் முகத்திலிருந்த குற்ற பாவனையைத் தாங்க முடியாத சுகந்தி, அதைக் கலைக்கும் பொருட்டு, "மறுபடி அழுதானா?" என்று கேட்கவும், அவள் ஆமோதிப்பதாகத் தலையை ஆட்டினாள். அவளுக்கு வாய் பேச வராது.

"குழந்தை அழுததுகூடத் தெரியாமல் தூங்கியிருக்கிறேன்" சுகந்தி தன்னை ஏசிக்கொண்டாள்.

அவனைக் கட்டிலில் படுக்கவிட்டு, இரு பக்கமும் தலையணைகளை வைத்து நிமிர்ந்தாள்.

அலமாரியின் இழுப்பறையைத் திறந்ததும், சில்லறைகள் சலசலத்தன. ரூபாய் நோட்டுகள் ஊடே அவள் விரல்கள் அளைந்தன. ஒரு நொடி உறைந்து நின்றாள். வீடு பெருக்க, பாத்திரம் துலக்க, தோட்டத்துக்கு நீரூற்ற, துணி துவைக்க... சம்பளம் கொடுத்துவிடலாம் அம்ருதாவிற்கு. இன்று அவளுக்கு என்ன கூலி தர முடியும்? அசையாமல் நின்றிருந்தாள். யோசித்து யோசித்து, கைக்கு வந்த பணத்தை எடுத்துத் திரும்பியபோது, அவள் வாசலைக் கடந்து போய்க்கொண்டிருந்தாள். கால் தண்டைகள் இருளில் மினுங்கின, கலைந்த கூந்தல் காற்றிலசைந்தது. பால் வாசனை அவள் பின்புறமிருந்து இதமாகப் பரவியது. அவளுக்கு முதுகிலும் முலைகள் உண்டோ என்று பிரமையுற்றாள் சுகந்தி. அழகானவை அவள் மார்புகள். முதல் நாள் வீட்டு வாசலில் அவள் வந்து நின்றபோதே, சுகந்தி அவற்றை வியந்து பார்த்தாள். கருணை பெருகிக் குவிந்த முலைகள். பாலூட்டிக் கனிந்தவை என்று தெரிந்தது, பார்த்ததுமே.

"யாரும்மா என்ன வேணும்?"

ஒரு பதிலும் சொல்லாமல் நின்றிருந்தவளை ஏற, இறங்கப் பார்த்தாள் சுகந்தி. சற்றுக் குள்ளமான உருவம். சிவந்து புழுதி படித்தாற்போலொரு நிறம். செம்பட்டையோடிய சுருண்ட கூந்தல். யார் இவள்? குழம்பினாள்.

அவள் வாயைத் திறந்து காட்டி, கைவிரல்களை இல்லையென விரித்துச் சைகை செய்தாள்.

"சாப்பிட ஏதாவது வேணுமா?"

'இல்லை இல்லை'யென்று அவசரமாகத் தலையாட்டி மறுத்து, மறுபடி உதட்டைப் பிதுக்கினாள். 'வாய் பேச முடியாதவளோ?' சுகத்தி யோசிக்கும்போதே. அவள் பப்பாளி மரத்தடியில் கிடந்த பெருக்குமாற்றை எடுத்து, தோட்டத்தை விரவால் சுட்டிக்காட்டினாள்.

வேலை கேட்கிறாள் போல. சுகத்திக்கும் உதவிக்கு ஆள் வேண்டியிருந்தது. ஐந்து மாதமே ஆகியிருந்த கைக்குழத்தையை வைத்துக்கொண்டு. அவள் 'சரி' என்றதும் பாபரவென்று தோட்டம் பெருக்கப்பட்டுத் துப்புரவானது. கையில் கனம் கனமான உலோக வளையல்கள். மூக்கில் நீர்த்துளி போல் தொங்கும் புல்லாக்கு. அந்தக் கனிந்த மார்புகளுக்கு நடுவே இறங்கும்

நிறம் நிறமான மணிச்சரங்கள். இவள் யார்? குறத்தியா? வன தேவதையா? மலையின் மகளா?

சுகந்தி கையில் குழந்தையோடு அவளையே பார்த்துக்கொண்டிருந்தாள். அவள் சகஜமாக வீட்டுக்குள் நுழைந்தாள். தரையைப் பெருக்கினாள். வாளித் தண்ணீரால் துடைத்துப் பளிச்சிட வைத்தாள். நிமிடத்தில் பாத்திரங்களைக் கழுவித் துலக்கிவிட்டு, 'இன்னும் ஏதாவது செய்யவா? என்று நின்றாள்.

சுகந்தி தரும் பணத்தை வாங்கிக்கொண்டு, சாப்பிடச் சொல்லிக் கொடுக்கும் தோசையையோ, இட்லியையோ தூக்குவாளியில் எடுத்துப் போவாள் கணவனுக்கோ, குழந்தைக்கோ.

"அம்ருதா..." என்று தெருமுனையில் நின்று அவளை அழைத்தவன் தான் அவள் கணவனென்று யூகித்தாள் சுகத்தி. ஹிந்தியில் படபடவென்று என்னவோ சொன்னான் அவன். அவள் தலை ஆட்டிக் கண்களை விரித்தபடியே அவனோடு நடந்தாள்.

வீட்டின் எதிர்ப்பக்க பொட்டலை ஒட்டி, ரோட்டுக்குத் திரும்பும் மண்பரப்பில் எழும்பியிருந்தன அவர்களுடைய கூடாரங்கள். அழகழகான பொம்மைகள் சுற்றிலும் இருந்தன. குழலூதும் கண்ணன், ஆலிலை கிருஷ்ணன், பிள்ளையார்கள், சிரிக்கும் புத்தர்கள். பாதி செய்தவை, வர்ணம் பூசாதவை, பூசிக் காய்ந்து கொண்டிருப்பவை, கூடாரங்களை ஒட்டி, அடுப்புகள் எரியும் பூவரச மரக்கிளைகளில் தொட்டில்கள் ஆடும்.

அம்ருதா இங்கே வேலை முடித்துவிட்டு, அவளுடைய கூடார வாசலில், அடுப்பருகே குத்துக்காலிட்டு உட்கார்ந்துகொண்டு, ஈயச் சட்டியில் குழம்பைக் கிண்டிக்கொண்டிருப்பதைப் பார்க்க முடியும். பிறகு அவளுடைய குழந்தையை மாராப்பால் மூடிக்கொண்டு உட்கார்ந்திருப்பாள். அதன் அழகிய சிவந்த சிறு பாதங்கள் மட்டும் வெளித் தெரியும். பிறகு என்ன வேலையில் உட்கார்ந்திருந்தாலும், அவள் இடது கை மட்டும் தொட்டிலை இழுத்து விட்டபடியே இருக்கும். குழந்தை தூங்கியதும், கணவன் மண்ணைப் பிசைந்து வனைந்து வைத்திருக்கும் பொம்மைகளுக்கு வர்ணம் தீட்டுவாள். கண்ணும், உதடும் நிறம் பெற்று, அவை உயிரோடு விழிக்கும். பெரிய பெரிய ஜாடிகள் பளபளப்பாக மின்னும்.

சில சமயம் மண்ணும், செந்நிறச் சாயமும் படிந்த கைகளோடு வீட்டுக்குள் நுழைபவளைப் பார்த்தால், பிரசவ அறையிலிருந்து வெளிவரும் தாதி போல் இருக்கும். அந்தக் கைகளைச் சுத்தமாகக் கழுவிக் கொள்ளும்போது, சிறிது வருத்தம் கூடத் தோன்றும். குருதியின் ரேகைகளையும், உயிரின் வாசனையையும் அவள் ஏன் கழுவி விட வேண்டும் என்று நினைப்பாள் சுகந்தி.

மறுநாள் வந்த அம்ருதாவின் முகத்தில் குற்ற உணர்வும், சங்கடமும் அலையடிப்பதைக் கண்டாள். அடுப்படி மேடையைத் துடைக்கும்போதும் தரை பெருக்குகையிலும் அவள் கண்கள் குழந்தையைத் தொட்டபடியே இருந்தன. குழந்தையும் அவள் உள்ளே நுழைந்ததிலிருந்தே அழுதுகொண்டும், சிணுங்கியபடியும், அம்மா திணிக்கும் பாட்டிலைத் தள்ளியவாறும் இருந்தான். பொறுக்க முடியாமல் போனபோது, சுகந்தி சோர்ந்த மனதோடும், வேண்டா வெறுப்பாயும் வேறு வழியின்றியும், பிள்ளையை அவளிடம் தூக்கித் தருவாள். உடனே அவள் முகம் நன்றியில் பூத்துவிடும். அடுக்களையில் அமர்ந்து அவனுக்குப் பாலூட்டத் துவங்குவாள்.

ததும்பும் விழிகளோடு படுத்திருப்பாள் சுகந்தி. மாலை வீடு திரும்பும் கணவனிடம் சொல்லிப் புலம்புவாள்.

"அந்த அழுக்குப் பொம்பளை கிட்டயா?"

அவன் முகம் அருவருப்பில் சுருங்கும்.

"ரொம்ப அழறான் குட்டி?"

"ஆமா, கொஞ்சம் கொஞ்சமாத்தான் இட்லி சாதம்னு தந்து அவனை மறக்கடிக்கணும்."

அவன் ஆழ்ந்த பெருமூச்சு விடுவான்.

"என்னவோ செய் போ" என்று சொல்லிவிட்டு, "ஏண்டா கண்ணா. இப்படிப் படுத்தறே?" என்று குழந்தையைக் கொஞ்சுவான் அவன்.

அம்ருதா தினமும் வரும்போது கறந்த பால் மணத்தைக் கொண்டு வருகிறாள் வீட்டுக்கு. அவள் வேலை முடித்துப் பாலூட்டி விட்டு வீட்டை விட்டுப் போன பிறகும், அறைகள் பால் வாசனையால் நிறையும். வீடே ஒரு அமுதக்கடலில் மிதக்கிறதென்று தோன்றும்.

அடுக்களைக்குள் நுழையும் போதும் கொல்லைப்புற கதவைச் சாத்துகையிலும் பால் பொங்கி வருகிற ஓசையை கேட்பாள் சுகந்தி.

தவழ ஆரம்பித்து விட்ட குழந்தை. அம்ருதா வந்ததும் அவள் பாவாடையைப் பற்றி இழுத்து அழத் தொடங்கி விடுகிறான். பால், பழரசம், புதிய ரப்பர் எதனாலும் நிறுத்தவே முடியாத அலறல்கள். அவன் மேல் அம்ருதாவின் கை பட்டதுமே அழுகை சட்டென்று அடங்கி, செல்லமான சிணுங்கல்களாக மாறிவிடும். அவள் மேலாடையோடு விளையாடும் குழந்தையைப் பார்த்தபடியே, வாசலுக்கோ, அறைக்கோ நகர்ந்து விடுவாள் சுகந்தி. கண்களை மூடினால் நுரைத்துப் போகும் ஒரு பாற்கடல் இல்லை. நுண் புள்ளிகளை உடைய ஒரு வெண்வலை. அதன் கிளைகள் பெருகி நீண்டு ஆழ்ந்து தனக்கும் குழந்தைக்கும் இடையே பேராழியாக நிலைத்துவிட்டன. இனிப்பும் சுவையும் வாசனையும் நிரம்பிய அந்தத் திரவச்சுழிகள் இறங்கி அவிழ்ந்து மூழ்கப் போகிறான் குழந்தை. அவள் திடுக்கிட்டு மீளும்போதும், சீரான மூச்சோடு அருகில் அவன் தூங்குவான். குழந்தையின் உதட்டோரம் படிந்த பால் கரையை வெறுப்போடு அழுந்த துடைப்பாள் சுகந்தி.

குழந்தைக்கும் எட்டு மாதங்கள் ஆகிவிட்டன. இனி அவனைத் திட உணவிற்கும் பசும்பாலுக்கும் மாற்றிடலாம். அவன் பால் குடியும் அம்ருதாவையும் மறக்க வேண்டும். ஆனால் எப்படி? குழம்பித் தவிப்பாள் அவள்.

'எப்படியும் அவன் வேறு உணவின் சுவைகளைப் பழகி விடுவான். புதுப்புது ருசிகளில் பால் ருசியை விட்டு விடுவான். அல்லது அம்ருதாவை இங்கே வராதே என்று சொல்லி விடலாமா?' என்று நினைப்பாள். எப்படியும் ஓரிரு மாதங்களில் இந்தக் கூடாரங்கள் வேறு ஊருக்கு நகர்ந்துவிடக் கூடியவை தானே, என்றெண்ணி மனச்சமாதானம் அடைவாள்.

அன்று சாயங்காலம் குழந்தையோடு வெளியில் கிளம்பினார்கள் கணவனும் மனைவியும். ஸ்கூட்டரை இயக்கும் சத்தத்தில் துள்ளினான் குழந்தை. பின் சீட்டில் அம்மாவின் மடியில் உட்கார்ந்து கொண்டு கைகளை அசைத்தபடி வந்தான். கூடாரங்களை ஸ்கூட்டர் கடந்த போது தொட்டிலை ஆட்டிக் கொண்டிருந்த அம்ருதா உற்சாகமாகக் கையை அசைத்தாள்.

துணிக்கடையில் நிறம் நிறமான புடவைகளைப் புரட்டிக் கொண்டிருந்தாள் சுகந்தி. சிவப்பில் மல்லிகைகள் கொட்டியது, நீளமும் பச்சையும் நெளி நெளியாய் ஓடுவது, ஆரஞ்சில் மெல்லிய ஜரிகை வரிகளிட்டது. அவளுக்கு அம்ருதாவின் நினைவு வந்தது. கணுக்கால் வரை வரும், சுருக்கங்கள் நிறைந்த கண்ணாடிகள் பதிந்த பாவாடை, பல நிறங்கள் கலந்த ரவிக்கை. முக்காடாகவும், மேலாடையாயும் சுற்றி இருக்கும் ஒரு தாவணி. அவளுக்கும் ஒரு

புடவை வாங்க வேண்டும் என்று தோன்றியது. நீள்கொடிகளும் மஞ்சள் பூக்களும் நிறைந்த பச்சை புடவை ஒன்றைத் தேர்ந்தெடுத்தாள். ஆணா, பெண்ணா என்று தெரியாது அவளுடைய குழந்தை. மனம் குன்றியது. அந்த நினைப்பில். அதற்குச் சிறிய சட்டைகள் சிலவற்றை வாங்கிக் கொண்டாள்.

பைகள் நிரம்ப வாங்கிய பொருள்கள். தோளில் தூங்கி வழியும் குழந்தையோடு வீடு திரும்பினார்கள்.

சுகந்தி மறுநாள் கருவேலம் புதர்களைக் கடந்து கூடாரத்தை நோக்கி நடந்தாள். அம்ருதாவின் கூடார முன்னிலையில் நனைந்த போர்வை ஒன்று தொங்கியது. அதன் இடைவெளியில் அவளுடைய தண்டைக் கால்கள் நடமாடுவது தெரிந்தது. பாத்திரங்களை அடுக்கும் சத்தம்.

பூவரச மரக்கிளையில் தொட்டில் அசைவின்றி தொங்கியது. சுகந்தி ஆர்வத்தோடும் குழந்தை விழித்து விடுமோ என்ற தயக்கத்தோடும் அதை மெதுவாக விரித்துப் பார்த்தாள். அது திறந்த விழிகளோடு தான் கிடந்தது. மிக மிக அழகான ஒரு சின்ன கண்ணன் பொம்மை. கொழுகொழு வென்ற உடல். இடுப்பில் பட்டாடையின் மடிப்புகள் நேர்த்தியாக செதுக்கப்பட்டிருந்தன. ஒரு கையில் புல்லாங்குழல் என்னைத் தூக்கிக் கொள்ளேன் என்று உயிர்த்ததும்பக் கொஞ்சம் பார்வை. அவள் தொட்டிலை மூடினாள். குனிந்த தலையோடு திரும்பி மிக வேகமாக வீட்டை நோக்கி நடந்தாள்.

91

செந்நிற வெள்ளம்

கலைச்செல்வி

கலைச்செல்வி
(1972)

நவீன இலக்கியப் படைப்பாளிகளுள் கலைச்செல்வி தனித்து அடையாளம் காணத்தக்கவர். இவர் நெய்வேலியில் பிறந்தவர்; வணிகவியலில் இளங்கலை பட்டம் பெற்ற இவர், திருச்சியில் பொதுப் பணித்துறையில் பணியாற்றி வருகிறார்; 2012இல் இருந்து எழுதி வருகிறார்; இவரின் முதல் சிறுகதையான 'வைதேகி காத்திருந்தாள்' தினமணி-நெய்வேலி புத்தகக் கண்காட்சியில் இரண்டாம் பரிசினைப் பெற்றது. வலி, இரவு, சித்ராவுக்கு ஆங்கிலம் தெரியாது, மாயநதி, கூடு என்று சிறுகதைத் தொகுதிகளை வெளியிட்டுள்ளார். இலக்கியச் சிந்தனை பரிசு, கணையாழி சிறுகதைப் போட்டியில் பரிசு, ஸ்பரோ இலக்கிய விருது என்று பல பரிசுகளையும் விருதுகளையும் பெற்றுள்ளார். இவரது 'வலி' என்ற சிறுகதைத் தொகுதி, கவிதை உறவு பரிசினைப் பெற்றுள்ளது.

அந்தப் படகு வீடு ஏரியின் கரையைவிட்டு மெள்ள அசைந்து அசைந்து விலகியது. இனி கரையையொட்டி அமைந்திருக்கும் வீடுகள் உள் நகர்ந்துக் கொள்ளும். சுற்றுலா வருபவர்களை நம்பியே அமைந்திருக்கும் வீடுகள் அவை என்றாலும், அவ்விடம் சுற்றுலா தளம் போன்றிருக்கவில்லை. கரையில் சுற்றுலா படகுகள் ஓரிரண்டு மட்டுமே இருந்தன. படித்துறை என்ற பெயரில் நொறுங்கியும் நீர் அரித்ததும் உபயோகித்ததும் போக மீதமிருந்த அரைக்குறை படிகள் சகதியும் சேறுமாகக் கிடந்தன. வீடுகள் எந்த ஒழுங்கமைவுக்குள்ளும் இல்லாதவைகளாகப் படிக்கட்டுகள் வரை நெருக்கியடித்துக் கொண்டு ஈரம் சொட்டிக் கிடந்தன. மரக்கூரையிடப்பட்ட அவற்றின் வாசல்களில் தொங்கும் சாக்குப் படுதாக்கள் அவற்றுக்குத் திரைசீலைகளைப் போன்றும் கதவுகள் போன்றுமிருந்தன. கரையோர நதி அழுக்கை கொப்பளித்துக்கொண்டு கரிய நிறமென தேங்கிக்கிடந்தது.

அவளுக்கு எல்லாமே புதிதுபோல தோன்றியது. இது அங்கீகரிக்கப்பட்ட படித்துறையா என்றெல்லாம் கூட தெரியவில்லை. அவள் பாசிப்படிந்தக் கல்லில் இங்கொன்றும் அங்கொன்றுமாகக் கால் வைத்து வந்தபோது, நால்வர் அடங்கிய குடும்பம் ஒன்று படகு வீடு சவாரிக்காகக் காத்திருந்தது. படகுப்பயணம் காலை பத்து மணிக்குத் தொடங்கி மாலை

ஆறு மணியோடு முடிவடையும். மதிய உணவு படகிலேயே. அவள் கால் மணி நேரத்துக்கு முன்னதாகவே படகுத்துறைக்கு வந்திருந்தாள்.

"வேற யாரும் வர்லீங்களா...?" என்றார் படகோட்டி. ஐம்பது வயதிருக்கலாம். சோம்பிக் கிடப்பது போன்ற முக அமைப்பு அவருக்கு.

இல்லை என்பது போல தலையசைத்தாள். படகிலேறுவதற்காக, அதன் நீளமான கரிய மூக்கின் வெளியே தொங்கிக் கொண்டிருந்த முறுக்குக் கயிற்றால் திரட்டி உருவாக்கப்பட்ட நுனியைப் பற்றிக் கொண்டபோது, நிலமின்மையின் காரணமாகப் படகு நிலையின்றி அசைந்தது. வெளியிலிருக்கும் அசுத்தத்துக்கும் தனக்கும் சம்மந்தம் இல்லாதது போலிருந்தது படகின் உள்தோற்றம். நீர்ச்சொட்டி கிடந்த அகலமான முன்தளத்தின் மையத்தில் மூங்கில் மேசை போடப்பட்டு அன்றைய செய்தித்தாளும் நீர்பாட்டிலும் வைக்கப்பட்டிருந்தது. படகின் உள் வட்ட விளிம்பில் பொருத்தப்பட்டிருந்த தொடர் இருக்கையில் உட்காரும் பகுதி மெத்தையாக்கப்பட்டிருந்தது. மர அலமாரியில் சிறியதான தொலைக்காட்சிப் பெட்டி இருந்தது.

"உட்காருங்கம்மா..."

அவள் தனது கைப்பையை மூங்கில் மேசையில் கிடத்தி விட்டு, தொடர் இருக்கையின் ஓரத்தில் அமர்ந்துக் கொண்டாள். படகுத்துறை கசகசத்துக் கிடந்தது. ஏதோ ஒரு வீட்டிலிருந்து குழந்தையொன்று வீறிட்டு அழுதது. வணிகப்படகொன்று தனது மூக்கைத் தேய்த்துக் கொண்டு கரையின் நீர் ததும்பலில் நிற்க, அதில் ஏறுவதற்காக ஆப்பிள், செர்ரிப் பழங்கள் மூங்கில் கூடைகளில் காத்திருந்தன. யாரோ ஒரு இளைஞன் அந்த படகில் ஏறியபோது, படகோட்டி "சமையல்காரப் பையன்" என்றார். அவள் லேசாகத் தலையசைத்துக் கொண்டாள். அவர் கயிற்றை உருவி நங்கூரத்தை விடுவித்தபோது படகு லேசாக ஆடியது. மேசையின் ஓரமாக வைத்திருந்த தண்ணீர் பாட்டில் நழுவி விளிம்புக்கு வர, அந்த இளைஞன் அதை உள்ளே நகர்த்தி விட்டு, அவளைப் பார்த்துப் புன்னகைத்தான்.

படகு புறப்பட்டபோது குழந்தையின் அழுகையொலி நின்றிருந்தது. கரையோரங்களில் பாத்திரங்களைத் துலக்கிக் கொண்டும் துணி துவைத்துக் கொண்டுமிருக்கும் வளரிளம் பெண்களில் ஏதோ ஒருத்தி அதன் தாயாக இருக்க வேண்டும். அவள் சேற்றில் கசகசத்த காலடிகளோடு உள்ளே சென்று, தன் குழந்தையை அணைத்துக் கொண்டிருக்கலாம். அல்லது நழுவிய முக்காட்டை இழுத்து விட்டுக் கொண்டு அலசிய மீன்களை எடுத்து வைத்து விட்டு, முலைப்பாலைப் பருக அளித்திருக்கலாம். படகு புறப்படும்போது சமையற்கார இளைஞனிடம் நெகிழிப்பையில் மதிய சமையலுக்கான காய்கறிகளைக் கொண்டு வந்த கொடுத்த இளைஞன், அக்குழந்தையின் தந்தையாகவும் இருக்கலாம். அல்லது இவை எதுவுமே இல்லாமலும் இருக்கலாம். அவள் சல்வாரின் துப்பாட்டாவை உடலைக் கவ்வியிருந்த குளிராடையின் மீது இழுத்துவிட்டுக் கொண்டாள். ஒருவேளை அந்தக் குழந்தையும் குளிருக்கு அழுதிருக்குமோ...? இங்கேயே பிறந்து வளரும் குழந்தை இந்நாள்வரை குளிருக்குப் பழகாமலா இருந்திருக்கும்? ஆனால் எல்லாத் துயரங்களும் பழக்கத்தில் சரியாகி விடுமா என்ன?

படகோட்டி சக்கரத்தைச் சுழற்றி முற்றிலுமாக வளைத்துப் படகைத் திசைமாற்றினார். லேசான வெயிலுக்கே முகத்தைச் சுளித்துக் கொண்டார். அவரது தலைக்கு மேலிருந்த படகின் அலங்கார முகப்பு வெற்று அலங்காரத்திற்கானது

போலும். நிழலே இல்லாதது போன்றிருந்தது. நிழல் இல்லாதிருப்பது அவளுக்குமே பிடித்தமானதுதான். அவை நாம் செய்வதையே திருப்பிச் செய்யும். அதனுடைய இருப்பு யாரோ கண்காணிப்பது போன்றோ, நக்கல் செய்வது போன்றோ இருக்கும். அந்தி நேரத்து நிழல் அவளின் ஒடிசலான தேகத்தை மேலும் ஒல்லியாக்கிக் காட்டுவதோடு, கை கால் அசைவுகளைத் துல்லியமாகப் பிரதியெடுத்து விடும். மதிய நேரத்து நிழலோ அவளை அடர்த்தியாக்கிக் குறுக்கி விடும். குளிருக்கேற்ப உடல் குறுக்கிக் கொண்டதை உணர்ந்தவளாக நிமிர்ந்து அமர்ந்துக் கொண்டாள்.

சூரியனின் கதிர்கள் விரல்களிலிருந்து வழிந்தோடும் வெப்பத்துளிகளென பூமியில் பரவியிருந்தது. இமயம் அடுக்குகளாகப் பரவியிருக்க யானையின் காலடியில் கிடக்கும் எறும்புகளைப் போல மலையடிவாரங்களில் சின்னஞ்சிறு ஊர்கள் தொங்கிக் கொண்டிருந்தன. மலைகள் சரேலென இறங்கும் நேர்க்கோடுகளை அடுக்கியது போலிருக்க, அதன் உச்சிகளில் ஈட்டிமுனைகள் போல பனிமுடிகள் மின்னிக் கொண்டிருந்தன. உருகிய பனிநீர் மலைகளுக்கு இடையிலிருந்த பள்ளத்தாக்கில் வழிந்துக் கொண்டிருந்தது. வழிக் கண்ட பக்கமெல்லாம் நெளிந்து வளைந்தோடும் இலக்கில்லாத பயணம் அதற்கு. அவளுடையதுமே இலக்கில்லாத பயணம்தான். இருக்கவும் இயலாது விடுக்கவும் இயலாத அவஸ்தை அது.

"மேம்சாப்... டீ போடட்டுமா...?" சமையற்கார இளைஞன்தான். இருபத்திரண்டு வயதிருக்கலாம். குரலில் காட்டிய பணிவு அவளுக்கு ஏனோ போலியாகத் தோன்றியது. ஒரு குடும்பமோ இரண்டு குடும்பங்களோ, எட்டு நபர்கள், நாள் வாடகைக்கு எடுத்துச் செல்லும் படகை, அவள் ஒருத்தியே மொத்த வாடகைக்கு எடுத்திருந்தில், அவனுக்கு வேலை மிச்சம் என்றாலும், பெண்கள் பணவிஷயத்தில் தாராளமாக இருக்க மாட்டார்கள் என்பது நெருடலாக இருந்திருக்கலாம். சம்பளத்தைவிட பயணிகள் கொடுத்து விட்டுப் போகும் காசும் அவர்களுக்கு ஒரு பொருட்டுதான்.

அவள் வேண்டாம் என்பது போல தலையசைத்து விட்டு கண்களை வெளியே பதித்துக் கொண்டாள்.

கரை பின் வாங்க தொடங்கியதில், நதியோர வீடுகளும் அழுக்கும் குப்பையும் பார்வைக்கு ஒன்று போல் தெரிந்தன. மலைச்சரிவுக்குப் பின்னிருந்து, கதிர்களால் மலைகளை நிறம் மாற்றிக் கொண்டிருந்த சூரியன் வெளியே தலைக்காட்ட துவங்கியிருந்தது. இரவுகளில் மலைமுடியோடு கட்டித் தழுவிக் கொண்டிருந்த பனி பகல்களில் சூரியனிடம் காதலாகிக் கசந்துருகிக் கொண்டிருந்தது. வெள்ளிச் சரிகையை விரித்துத் தொங்க விட்டது போன்று வழியும் நீர், மலையிடுக்குகளில் கிடக்கும் பாறைகளையும் கற்களையும் தழுவி உரசிக் கரைத்துத் தம்மோடு அழைத்து வந்து சிற்றோடைகளாக்கி நதியோடு கலக்க வைத்து விடுகிறது. காட்டாறுகள் நில அமைப்பைத் தீர்மானிக்கும் சக்திப்படைத்தவை. மனிதர்களின் வாழ்க்கை கூட யார் யாராலோ தீர்மானிக்கப்பட்டு விடுகிறது. புறக்காட்சிகள் மனதில் பதிந்துக் கொண்டே வந்தாலும் அகம் முற்றிலும் விழித்துக் கொள்வதை உணர்ந்தவளாக அங்கிருந்து எழுந்துக் கொண்டாள் அவள்.

வெளிப்பார்வைக்குக் கம்பீரமாகத் தெரிந்த படகு உள்ளுக்குள் கச்சிதமாக இருந்தது. உள்தளத்தில் இரண்டு படுக்கையறைகளும் அதையடுத்துச் சமையலறை ஒன்றும் இருந்தன. மரத்தாலான தரையில் விரிப்பு விரிக்கப்படாத இடங்களில் காலடி ஓசை

டொக்... டொக்.. என்றது. சமையலறையில் விரிக்கப்பட்டிருந்த சணலால் ஆன தரைவிரிப்பில் நீர் கசிந்து வந்தது. சமையலறையின் மறு ஓரத்தில் படகுக்கான மோட்டார் பொருத்தப்பட்டிருந்தது. சமையல் மேடையில் பச்சை நிற ஆப்பிளின் தோலை சீவிக் கொண்டிருந்த அந்த இளைஞன், அவளைக் கண்டதும் மெலிதாகப் புன்னகைத்து ஏதோ சொன்னான். அவளுக்கு அது விளங்காதபோது மோட்டார் அதிகமாகச் சத்தமிடுகிறது என்றான். அவளுக்குக் கூட சிறிது நாட்களாகக் காதுகளில் ஏதோ சத்தம் கேட்டுக் கொண்டேயிருக்கிறது. இந்தக் குறைப்பாட்டுக்காகக் காது மூக்கு தொண்டை மருத்துவரிடம் சென்றிருந்தாள். ஆனால் அவருக்கும் அவளைப் போலவே செவித்திறன் குறைபாடிருக்க வேண்டும். இவள் சொல்வதை அவர் காது கொடுத்துக் கேட்கவில்லை. காதுக்குள் ஒளியை நிரப்பி உள்ளந்தரங்கத்தைத் திரை வழியாகப் பார்த்துக் கொண்டிருந்து விட்டு, பிரச்சனை இருக்கறமாதிரி தெரியில... என்றார். இவள் எங்கோ பார்த்துக் கொண்டிருக்கும்போதே காதுக்குள் எதையோ நுழைத்துத் திரளாக அழுக்கு போன்றோ, மெழுகு போன்றோ, எதையோ எடுத்துப் போட்டுவிட்டு இனிமேல் பிரச்சனை இருக்காது என்றார். அவளும் அப்படிதான் நினைத்தாள்.

அலுவலகம் செல்லும்வழியில் அவளுடன் தொடர்ந்து பயணிக்கும் மலையிடமும் அதையேதான் சொன்னாள். பூர்வீகத்தை விட்டு எங்கெங்கோ சென்று விட்டாலும் அவளுக்கு எப்படியாவது ஒரு மலை கிடைத்து விடுகிறது. மலை தன் மீது வளர்ந்திருக்கும் செடிகளைக் காற்றைக் கொண்டு வாஞ்சையாய் வருடிக் கொண்டே அவள் கூறியதைக் கேட்டுக் கொண்டது. அந்த மருத்துவரைப் போல மலையும் அவளை ஏமாற்றி விடுமோ..? மீண்டும் முன்தளத்திற்கு வந்து அமர்ந்துக் கொண்டாள்.

“மேம்சாப்...”

அவள் கலைந்து நிமிர்ந்தபோது அந்த இளைஞன் “தூங்கீட்டீங்களா..?” என்றான்.

அவள் இல்லை என்பது போல தலையசைத்தாள். ஆனால் அன்று மலை அவளை அழைத்தபோது லேசான உறக்கம் இமைகளைக் கனக்கச் செய்தது. ராத்திரியெல்லாம் விழிச்சிட்டு என்னத்தைதான் கனவு காண்றியோ... என்ற குடும்பத்தினர் குரல்களுக்காகக் கண்களை இறுக மூடிக் கொண்டாலும், வராத தூக்கம் பேருந்தில் எப்படியோ வந்து விடுகிறது. யாரோ யாரையோ அழைப்பதாக எண்ணி அவள் திரும்பியபோது, பேருந்தின் சன்னல் வழியே எட்டிப் பார்த்தது மலை. இதே வழியில் தொடர்ந்து பயணப்பட்டுக் கொண்டிருந்தாலும் மலை அன்றுதான் அவளிடம் பேசத் தொடங்கியிருந்தது. தொலைவில் தொடராக வந்துக் கொண்டிருக்கும் மலை, அருகில் வந்தபோது பிரம்மாண்டமாக இருந்தது. இமயமலையைப் போன்ற பிரம்மாண்டம். சிறுவயதுகளில் உலகம் முழுவதுமே மலையால் சூழப்பட்டிருக்கும் என்று நினைத்திருந்தாள். அது மலைகளின் இமயம் என்பதைப் பின்னாளில்தான் அறிந்துக் கொண்டாள்.

அவளுடைய வீடு அதன் அடிவாரத்தில் இருந்தது. நேரங்களைக் கூட, மலைகளில் சூரியன் எழுப்பும் ஜாலங்களின் வழியே அவர்களால் அறிந்துக் கொள்ள முடியும். ஒரு பக்கத்து சூரியன் மறுபக்கத்து மலைச்சிகரத்தைச் செவ்வொளியால் நிறைக்கும்போது, கோதுமை வயல்கள் விவசாய ஆட்களால் நிரம்பி விடும். மலைச்சரிவுகளின் விளிம்புகளைக் கதிரவன் தன்னொளிக் கொண்டு கூர்த் தீட்டும்போது, குதிரைகள் உற்சாகமாய் கனைக்கத் தொடங்கும். ஆனால் பின்னாட்களில் அவைக் கனைப்பதை விட பயந்து தெறித்து வால்களைத் தூக்கி

ஓட்டம் பிடிப்பதுதான் அதிகமாக இருந்தது.காட்டாறுகள் வேகமிழக்கும்போது அவை அள்ளிக் கொண்டு வரும் வண்டல் படிவதால் உருவான சமவெளியில், இயற்கையாக முளைத்த புற்களின் ஆரோக்கியம் தங்கிய மினுமினுப்பான அவற்றினுடல் மிரட்சியில் துள்ளின. கம்பளி ஆடுகள் வழிவகை தெரியாது அலறின. அவர்களின் வரவைத் தெரிவிக்கும் கட்டியங்கள் என அப்போது அவர்களால் அறிய முடியவில்லை. அரசியல் நிலைப்பாடு கொள்ளுமளவுக்கோ, பிரிவினைவாத வெறுப்பரசியலுக்குச் செல்லுமளவுக்கோ உணரவில்லை அவர்கள்.

அந்த இளைஞன் அவளுக்காக ஆப்பிள் பழச்சாறைக் கண்ணாடி டம்ளரில் நிறைத்து வைத்து நீட்டிக் கொண்டிருந்தான்.

“என் பெயர் மஞ்சோன்...” என்றான் அவள் கேட்காமலேயே.

“ஓ...”

“அதிகம் பேச மாட்டீங்களா..?”

படகோட்டி அவர்களைத் திரும்பிப் பார்த்துப் புன்னகைத்தார். அவள் அதிக தொலைவுக்கு நதிக்குள் பயணிக்க வேண்டாமே என்று கூறியிருந்தாள்.

“அப்படியெல்லாம் இல்லை... சும்மா வேடிக்கை பார்த்துட்டு வர்றேன்” அவள் மென்மையாகச் சிரித்தாள்.

“உள்ளே வாங்க... இன்னும் சௌகர்யமாக உட்கார்ந்துக்கிட்டுப் பார்க்கலாம்”

“பரவால்ல... இருக்கட்டும்” என்றாலும் அவனுடன் எழுந்து உள்ளே சென்றாள். முன்னதாக இருந்த அறையின் தொங்குத்திரையை விலக்கி விட்டு, அவளுக்கு வழி விட்டு நின்றான் அவன்.

“தாங்க்ஸ்...”

“நான் உங்களைத் தீதீன்னு கூப்பிடலாமா..?”

“ம்ம்... கூப்டு.. நானும் மீஞ்சோன்னு கூப்டுறேன்”

அறைக்குள் போடப்பட்டிருந்த மூங்கிலாலான இருக்கையில் அமர்ந்து கொண்டாள். நதி செந்நிற குழம்பு போல புரண்டுக் கொண்டிருந்தது. மலைக்குவியல்களுக்கிடைய நீராக வழிந்து மலையிடுக்குகளை உருவாக்கி இறங்குவதற்குப் பாதையமைத்து பீறிக் கொண்டு வரும் காட்டாறுகளின் நிறம் அது. சாளரத்தின் வழியே கைகளுக்கு அருகே இருப்பது போலிருந்த நதியைக் காண விரும்பாதவளாக அறைக்குள் திரும்பிக் கொண்டாள்.

அந்தச் சிறிய அறையின் நடுவில் கட்டிலும், அதன் நேர் உச்சியில் கனத்த மூங்கிலில் தொங்க விடப்பட்ட மின்விசிறியும் இருந்தன. அறையோரமாகக் கிடந்த கண்ணாடி பதித்த தாழ்வு மேசையில் இரண்டு நீர்க்குடுவைகள் வைக்கப்பட்டிருந்தன. அருகே காகித டம்ளர்கள் தலைக்கவிழ்த்திருந்தன. சிறிய மர அலமாரியொன்று பொருட்கள் வைப்பதற்காகக் காத்திருந்தது. ஒருநாளோ அரைநாளோ வாடகைக்கு இருந்து விட்டுப் போகிறவர்களுக்கு, இங்குப் பொருட்கள் வைக்க என்ன தேவையிருக்கப் போகிறது? கட்டிலில் போடப்பட்டிருந்த மெத்தையின் பழந்தன்மையை மேலே விரிக்கப்பட்டிருந்த விரிப்பால் ஓரளவுக்கு மேல் மறைக்க இயலவில்லை. தூசியேறிய நாடக உடைகள் போன்று வெளிப்புற ஜிகினாக்கள் உள்ளே வந்ததும் பல்லிளித்தன. பழையத் தலையணைகள் புது உறைக்குள் புகுந்திருந்தன. ரஜாய்கள் சுற்றப்பட்ட மெத்தையின் மீது கம்பளி விரிப்புகள் இரண்டிருந்தன.

“சோனு...”

தெரிந்தவர், அறிந்தவர்களை விலக்கி விட்டோ அல்லது விலகிக் கொண்டோ

வந்த இடத்திலும் அவளைத் தெரிந்தவர்கள் இருக்கிறார்கள்.

"சோனாலி..."

அவள் வெளியே கிளம்பி வந்த நாட்களாக அழைக்கப்படாத பெயர். வீட்டிலும் நண்பர்களுக்கும் சோனு, அலுவலகத்திலும் சோனு, சோனாலி, மிஸஸ் சோனாலி பபிந்த்ரே... இப்போது பெயரில்லாதவள். ஆனால் யாருக்கோ தெரிந்திருக்கிறது.

சோள மாவு போல வெள்ள வெளுத்த நிறம் அவளுக்கு. அவளுக்கு மட்டுமல்ல... அங்குப் பிறந்த வளர்ந்தவர்களுக்கே உரித்தான ஆப்பிள் நிறம் அது.

"சோனு..." உதடுகள் துடித்தன. கோதுமை வயல்களிலிருந்து முளைத்தவர் போலிருந்தார். உள்ள வயதுக்கு மேல் வயதானவராக இருந்தார். கண்களை இடுக்கிக் கொண்டு காலம் வரைந்தவற்றை விலக்கி விட்டுப் பார்த்தபோது, அறிவு அவரை வாசியா என்று நினைவுப்படுத்தியது. அப்பாவின் நண்பர் அவர்.

"நல்லாருக்கியா சோனு..?"

வாழ்ந்தாக வேண்டிய வெறி அவளை நன்றாகவே வைத்திருந்தது. ஆனால் அவரை அப்படி சொல்லி விட முடியாது. அவர்கள் அங்கிருந்த உருளைக்கல் ஒன்றில் அமர்ந்து கொண்டனர். அவர் கோதுமை வயலில் வேலை செய்வதாகச் சொன்னார். அவர்களுக்குப் பொதுவான கதைகளிருந்தன. அவளுக்கு அது இளம்பிராயத்துக் கதை. அவருக்கு நடுத்தர வயதின் கதை. இப்போது அவளும் அந்த வயதை எட்டியிருந்தாள். அவர்கள் பேசி பேசி ஓய்ந்தபோது கண்களைக் கூசச்செய்யாத வெயிலில், அறுவடை செய்த கோதுமைகளைக் கற்றைகளாக்கிக் காய விட்டிருந்தனர். சல்வார் கமீஸ் அணிந்த விவசாயப் பெண்கள் ஆப்பிள் மரநிழல்களில் அமர்ந்து மதிய உணவு உண்டுக் கொண்டிருந்தனர்.

அவர்கள் உடலை ஒற்றிக் கொண்டு நகர்ந்தபோது இருவர் கண்களிலும் நீர் மினுமினுத்தது. அவளால் அவரது மூச்சொலியைக் கேட்க முடிந்தது. மலைகள் கூட மூச்சு விட கூடியவைதான். இரவு நேரங்களில் அவள் அதைக் காற்றின் வழியே கேட்டிருக்கிறாள். பகல்களில் கூட இரைச்சலற்ற நேரங்களில் அதன் மூச்சுக்காற்றை உணர்ந்திருக்கிறாள். அப்போது அவள் தன் வயதையொத்த சிறுமிகளுடன் பள்ளத்தாக்கின் கசிவுகளில் வழியும் நீரைப் பிடிக்க, கூம்பு வடிவ பானைகளுடன், ஏரியின் குறுக்கே நடைப்பயணம் செய்து வந்திருப்பாள். ஏரியில் எப்போதாவது நீரிருக்கும். எப்போதாவதுதான் அது உறையாமலும் இருக்கும். சீராக மூச்சு விட்டுக்கொண்டிருக்கும் மலை, சிறுமிகளுக்காகச் சற்றே விலகி வழிக் காட்டும். ஆனால் அதனைத் தீவிரவாதம் தன் நிழல் நடவடிக்கைகளுக்குப் பயன்படுத்திக் கொண்டபோது, அவர்கள் அடைப்பட்ட வழிக்குள் திசையறியாது மூச்சடைத்திருந்தனர்.

சிறுமிகளின் உற்சாகக் குரலில் அவளது நினைவுகள் அறுப்பட்டன. அந்தக் குடும்பத்தைக் கரையில் நின்றபோது பார்த்திருந்தாள். சிறுமிகளின் முகம் முழுக்க கும்மாளம். அவளைக் கடந்தபோது இரு கைகளையும் உயர்த்தி அசைத்து ஹோ... வெனக் கத்தியப்படியே நகர்ந்து போயினர். வணிகப்படகுகள் குறுக்கும் நெடுக்குமாக அலைந்துக் கொண்டிருந்தன.

"தீதீ... இங்கே உட்காரட்டுமா..?" என்றான் மீஞ்சோன்.

அவள் நகர்ந்து அவனுக்கு இடம் விட்டபோது அவன் அவளுக்கு எதிரே கம்பளம் விரிக்கப்பட்ட தரையில் சிறு பலகையொன்றை நகர்த்தி அமர்ந்துக் கொண்டான்.

"நீங்க எங்கேர்ந்து வர்றீங்க..."

அப்போது அவர்களின் வீடு லடாக்கை ஸ்ரீநகருடன் இணைக்கக் கூடிய பாதையில் இருந்தது. ஓடையில் புரண்டு வரும் உருளைக்கற்களை அடுக்கி சுவரெழுப்பி, அதன் மேல் மரக்கழிகளையும் சுள்ளிகளையும் பரப்பி, களிமண் குழைத்துப் பூசிக் கூரையிடப்பட்ட வீடுகளில், அவளது வீடும் ஒன்று. சோனாலியின் பாட்டி அந்த உருளைக்கற்களைத் தொட்டு ஒவ்வொன்றும் மாமலை... என்பாள். மாமலை என்றால் இமயமலை. அவள் கூட கல்லில் காதை வைத்து அதன் மூச்சை கேட்டிருக்கிறாள். ஆனால் அது இயல்பை விட சற்று மாறியது போலிருக்கும். பிறந்த இடத்தை விட்டுப் பிரிந்து விட்ட சுணக்கம் போலும்.

"தீதீக்கு மனுஷங்களை விட மலைகளை ரொம்ப பிடிக்கும் போல.." அவன் அவளைக் கிண்டல் செய்தான்.

"இமயமலை உனக்கும் பிடிக்கும்தானே?"

"தீதீ.. அது மலை... நாம மனுஷங்க.. இதுல பிடிக்கறதுக்கும் பிடிக்காததுக்கும் என்ன இருக்கு? அதுங்க உழைக்காம ஒரே இடமா நின்னுக்கிட்டே இருந்தா போதும். ஆனா நாம ஓடி ஓடி உழைச்சாதான் சாப்பாடு"

அவள் லேசாக விழிகளை மூடிக் கொண்டாள். எங்கோ குதிரை கனைக்குமொலி போல ஏதோ கேட்டது. பிறகு ஏதேதோ குரல்கள். அசட்டை செய்ய முடியாத குரல்கள். இயல்பையே மாற்றி விடக் கூடியவை அவை. தீவிரவாதம் கூட அரசின் இயல்பை மாற்றியமைத்து விடும். சுதந்திரமான ஜனநாயக நாடு என்றாலும், அதன் குடிமைப்பணிகளை அங்கிருக்கும் மக்களால் அனுபவிக்க முடியாது. அதன் பிறகு அவர்களுக்குத் தெரிவதெல்லாம் கட்டுப்பாடுகளும் அடக்குமுறைகளும் நிறைந்த ராணுவம் மட்டுமே. நாளடைவில் ராணுவ நடவடிக்கைகள் மக்களை வெறுப்படைய வைத்து விடும். தீவிரவாதம் அவ்வெறுப்பை அடைகாத்து விஷக்குஞ்சுகளைப் பொறித்தெடுக்கும். அதன் உணவுக்கான தானியங்களில் அவளது கிராமமும் ஒன்றாகிப் போனதை நல்லவேளையாக அவர்களால் உணர முடிந்தது. அந்தப் புனிதப்போரில் தங்களின் தரப்பில் கொடுக்கப்பட்ட மனிதப்பலிகளைத் தெய்வங்களாக்கிக் கொண்டு அவர்கள் வாழ்க்கையைத் தொடர்ந்தனர்.

"நீங்க ஒரே பொண்ணா..?"

சோனாலியின் குடும்பம் சற்று பெரியது. அவள் தாயாரின் சல்வார்கமீஸை பிடித்துக் கொண்டு அலைந்தபோதே அவளுக்கு மூன்று உடன்பிறப்புகள் பிறந்திருந்தனர். சோனாலியின் பெரியப்பாவுக்கு ஏற்கனவே நான்கு பிள்ளைகள் இருந்தனர். சோனாலியின் தாத்தா பெரிய கம்பளத்தை எந்நேரமும் கோட்டு போல அணிந்திருப்பார். பாட்டி எருமையின் காம்புகள் அளவுக்கு கூட இல்லாத தன் விரல்களால், படிப்படியாகப் பால் கறந்து கட்டியான தயிராக்கி மூங்கில் கூடைக்குள் பத்திரப்படுத்தியிருப்பார்.

தனக்கு வட இந்திய, ஐரோப்பிய, சீன சமையல் கூட செய்ய தெரியும். தென்னிந்திய உணவு வேண்டுமானால் கூட செய்து தர முடியும் என்றான் மீஞ்சோன்.

"எனக்கு எதுவும் வேண்டாமே..."

முன்கூடத்திற்கு வந்து மெல்லிருக்கையில் அமர்ந்துக் கொண்டாள்.

"பழம் வெட்டி வைக்கட்டுமா..." என்றான் விடாப்பிடியாகப் பின்னாலேயே வந்து.

"வேணும்னா சொல்றேன். நீங்க உங்களுக்கு வேணுங்கிறதை சமைச்சுக்கோங்க..."

"எப்படி வந்தே சோனு?" வாசியா தாத்தா அவளிடம் கேட்டபோது அவர்

முகம் ஆச்சர்யத்தால் விரிந்திருந்தது. எப்படியோ தப்பிப்பிழைத்தவர்கள், எங்கோ பிழைத்துக் கொண்டிருப்பதை விட, அது ஆச்சர்யமானதொன்றுமில்லை என்றாலும் அவர் கேட்டதில் அர்த்தமில்லாமலும் இல்லை. பழையப் பாதைகள் இப்போது இல்லாமலாகியிருந்தது. இருக்கும் பாதைகளையும் ராணுவம் அடைத்துக் கொண்டிருந்தது. அவள் பயணித்த வந்த பாதை மலையடுக்குகள் வழியாக ஊடுருவி பத்தடி அகலத்தில் போடப்பட்டிருந்தது. உயிரைப் பணயம் வைக்கும் பயணம். கீழே அதள பாதாளம். எந்நேரமும் மண்சரிவு ஏற்படலாம். பாறைகள் உருண்டு வரலாம். சிறுமியாக அவள் பெரியப்பாவின் மகள்களுடன் சுற்றியலையும்போது, மரகதப் பச்சைப்பாறைகளைப் பார்த்திருக்கிறாள். செந்நிறத்திலும் கருங்கல் நிறத்திலும் கூட பார்த்திருக்கிறாள். இங்கு உருண்டு வரும் பாறைகள் உள்ளீடற்றவை. சாலையில் விழுந்த வேகத்தில் நொறுங்கிப் போய் விடுகின்றன. மேலிருந்து வழியும் அருவியின் ஒழுகல் நீர்ச்சாலையைச் சலசலப்பாகக் கடந்து கீழே கிடுகிடு பள்ளத்தை நோக்கிப் பயணித்துச் செல்வது அவளுக்கு அச்சமூட்டுவதாக இருந்தது. கடந்து விட்ட பிறகும் கடந்த பாதையைப் பார்ப்பதுக் குலைநடுங்க வைக்கும் விஷயமாக இருந்தது.

அமைதி நழுவிப்போகும் நிலைக்கு முந்தைய அவளது கிராமத்தில் பனிக்கட்டிகளை நொறுக்கி வீசியெறிந்து விளையாடியிருக்கிறாள். தாயாருடன் ஆப்பிள் பழத்தோட்டங்களுக்குச் சென்றிருக்கிறாள். புல் படர்ந்த மலைச்சரிவில் சிறுமிகளுடன் ஒளிந்து விளையாடும் இடங்கள், பிறகு தீவிரவாதிகளின் நிழற்கூடாரங்களாகிப் போயின. அவளது வீடு ஒளிப்படராத கூண்டு போலிருக்கும் என்றாலும், தடதடத்த மரத்தளங்களில் புழுங்குவதும் அடுப்பின் வெம்மைக்குள் பதுங்கிக் கொள்வதும் அவளுக்குப் பிடித்தமானது. கூரையின் மீது அடுக்குவதற்காகக் காட்டுப்புற்களைச் சீவி எடுத்துவர பாட்டி மலைச்சரிவுகளுக்குச் செல்லும்போது, அவளும் இணைந்துக் கொள்வாள். மலையை அண்ணாந்து பார்த்து, ஒசந்து போன பூமி... என்பாள். சேற்றுமண்ணும் கூழாங்கல்லுமாகக் கிடக்கும் மேட்டுநிலம் பனி மூடிக் கிடக்கு என்பாள். பின்னாளில் அவள். இம்மலைகள் பூமிக்கடியிலிருக்கும் கண்டத்தட்டுகளின் மோதலால் மேலெழும்பிய நிலப்பரப்பே என்று படித்தபோது, பாட்டியை நினைத்து ஆச்சர்யமாக இருந்தது. அவர்கள் வீடு திரும்பும்போது மாலை வெளிச்சத்தில் பொன்னிறமாகச் சிவந்து நிற்கும் மலைகள் தொழுவத்தில் மாடுகளை அடைத்து விட்டு மேலேறும் போது சிவந்து கருகி இருண்டு மறைந்துக் கொண்டிருக்கும்.

இப்போது கூட அவளுக்குப் புல்லின் வாசம் வீசுவதாகத் தோன்றியது. ஆனால் இதை யாரிடமாவது பகிர்ந்துக் கொண்டால் நம்ப மாட்டார்கள். அவள் மூக்கை இழுத்து வாசத்தை அனுபவித்தாள். அதே வாசம். மேல் கூரையாகப் போட்டுக் கொள்ளும் புல்லின் வாசம். வீட்டின் அடித்தளத்திலிருக்கும் தொழுவத்திலும் இதே புற்கள்தான்.. தொழுவத்தின் மேல் அமைந்த பலகை கூரைக்கு மேல் அவர்களுக்கான குடியிருப்பு. சரிவுகளில் இருள் வழிந்திறங்கி மலையின் மடிப்புகளுக்குள் தேங்கிக் கொள்ளும்போது மேய்ச்சல் மாடுகள் வீடுகளுக்கு வந்து சேர்ந்து விடும். சிறுநீர் கழிப்பதும் சாணமிடுவதும் குரலெழுப்புவதுமாகத் தொழுவத்துக்குள் அவற்றின் நடமாட்டத்தை மேலிருந்தே கண்காணித்துக் கொள்ள முடியும். காட்டெருமைகளின் குரல்கள் இருளுக்குள்ளிருந்து முளைத்துக் கிளம்பும். அவளின் புலம் பெயர்ந்த வீட்டின் படுக்கையறையில் மாடுகளின் சத்தம்

கேட்பதில்லை. குளிரூட்டியின் சத்தம் உறக்கத்தைக் கலைத்து விடுகிறது.

இதைச் சொன்னபோது மருத்துவர் சிரித்ததுபோல பேருந்துக்குள் எட்டிப் பார்த்த மலை சிரிக்கவில்லை. அது குதிரைகள் மேய்ச்சலை முடித்து விட்டு வந்ததும் எழுப்பும் சந்தோஷ கனைப்பைக் கூட தன்னால் கேட்க முடிகிறது என்று சொன்ன போது அவளுக்கு மிகவும் நெருக்கமாகிப் போனது. கீர்போரா என்று பெயர் கூட வைத்திருந்தாள். கீர்போரா..? கர்... கர் என்று சிரித்தது மலை. ஆனால் அவளின் கறாரான முகப்பாவத்தைக் கண்டதும், அவளது கிராமத்தின் பெயராக இருக்கப் போகிறதோ என்னவோ என்ற அச்சத்தில் சிரிப்பை நிறுத்திக் கொண்டது.

"அந்திநேரத்து மலைச்சிகரத்தின் உச்சியில் பனி பொற்கவசத்தைச் சூடி விடும்"அவள் எதிலோ ஆழ்ந்து விட்டவள் போலிருந்தாள்.

"ஆனால் இது நெரிசல்கள் மிகுந்த நகரம். இங்கு இத்தனை பனி சாத்தியமில்லை" என்றது மொட்டை மலை. அவள் அப்படிதான் குறிப்பிடுவாள்.

"என் மேல எத்தனை தாவரங்கள் மொளச்சிருக்கு.. என்னைப் போய் மொட்டை மலைன்னு சொல்றியே சோனு..."

"ஆனால் உன் மீது பனி உட்காரவில்லையே...?" அவள் வம்புக்கிழுத்தபோது அது பேருந்தின் சன்னலுக்குள் தன்னை திணித்துக் கொண்டு அவளருகே வந்து அமர்ந்தது.

"அய்யோ... கீர்போரா... இத்தனை பெரிய உடலை எனக்காகக் குறுக்கிக் கொண்டு உள்ளே நுழைந்தாயோ?" அதனையள்ளி அணைத்துக் கொண்டபோதுதான் அதன் உடலிலிருக்கும் குறைபாடுகளைப் பார்க்க முடிந்தது அவளால். எங்கெங்கோ எதுயெதுவோ குறைந்திருந்தது அதற்கு. வெடி வைத்து தகர்த்து விடுகிறார்களாம்.

"பனி மூடியிருந்தால் எங்களுக்கு இந்த ஆபத்து வந்திருக்காதோ?" மலை தன்னையே கேள்விக்குறியாக வளைத்துக் கொண்டது.

எலும்பும் நரம்புமற்ற உடல்... எப்படி வேண்டுமானாலும் வளைந்துக் கொள்ளலாம். ஆனால் அவளால் ஓரிடமாக அமர முடியவில்லை. சமையலறையில் காராமணிப் பயிறு கூட்டு வேகும் வாசம் வந்தது. மீஞ்சோன் சமையல் மேடையில் சாய்ந்து நின்றிருந்தான். சிரிக்கும்போது கண்களும் மூக்கும் சேர்ந்துக் கொண்டது போன்ற இனிய முக அமைப்பு அவனுக்கு. பதிலுக்கு அவள் மெலிதாகப் புன்னகைத்தாள்.

படகு மெல்ல நகர்ந்துக் கொண்டிருக்க, திடீரென்று பெரிய பெரிய சங்கிலிகளின் அசைவொலியும் மோட்டாரின் ஒலியும் காதடைக்கத் தொடங்கியது.

"தீதீ... சங்கிலிப்பாசி எடுக்குறாங்க"

அவள் எட்டிப்பார்த்தபோது இயந்திரத்தின் உதவியோடு சங்கிலிப்பாசிகளை அள்ளியெடுத்து நிறுத்தி வைக்கப்பட்ட படகில் ஏற்றிக் கொண்டிருந்தனர்.

அவள் படபடவென்று முன் தளத்துக்கு வந்தாள். அந்நேரம் படகோட்டி, படகை வளைத்துத் திருப்ப முயன்றுக் கொண்டிருந்தார்.

"அப்படியே மிதக்க விடுங்க அண்ணா... நகர்த்த வேணாம்" அவசரமாகத் தடுத்தாள்.

"ஒரே சத்தமா கெடக்கே... நாம அந்தப் பக்கமா போயிடுவோம்"

"இல்ல.. இருக்கட்டும்..."

"அதோ... அந்த கரை தெரியுது பாருங்க... ரொம்ப பக்கத்திலதான். அங்கே படகை நிறுத்திப் போட்டு மதிய சாப்பாட்டை முடிச்சுக்கலாம். யாரும்

இங்கே நிறுத்த மாட்டாங்கம்மா…”

அவள் கெஞ்சலாக அவரைப் பார்த்தாள்.

“தீதீ… நாம இன்னும் நதியோட மையத்துக்கெல்லாம் போகல “

“ம்ம்… தெரியும்”

ஆனால் அன்று அவர்களுக்கு எதுவுமே தெரியவில்லை. அப்போது மழை மேகங்கள் கவிழ்ந்து பகலை அந்தியாக்கியிருந்தது. மலைச்சரிவுகள் சாம்பல் வண்ணம் பூத்துக் கிடந்தன. எங்கோ கனமழை பெய்துக் கொண்டிருந்தது.

படகோட்டி படகிலிருந்த சங்கிலியைச் சரசரவென்று கீழிறக்கி நங்கூரத்தை நீரில் பாய்ச்சிப் படகை நிறுத்தி விட்டு மேலேறி வந்தார். அவள் சாப்பிட உட்கார்ந்ததும் சோளரொட்டியைச் சூடாகக் கல்லில் போட்டுத் தருவதாக மீஞ்சோன் சொல்லியிருந்தான்.

இப்போதும் மேகம் கவிழ்ந்துதானிருந்தது. மழை தொடங்கியிருந்தது.

“தீதீ… ரொம்ப குளிருது”

“இல்லல்ல… அன்னைக்கு நல்ல வெப்பம். மாடுகளெல்லாம் மேய்ச்சலுக்குப் போயிருந்துது. நாங்க தண்ணீ எடுக்க கௌம்பீட்டோம். மெல்லிசா ஒழுகிற கசிவு நீர் அன்னைக்கு வேகமா வந்துச்சு. வைக்க வைக்க எல்லா பாத்திரமும் ரொம்பிக்கிட்டே இருந்துச்சு”

அவள் பேசட்டும் என்று காத்திருந்தனர்.

“எல்லாமே முடிஞ்சாச்சு மீஞ்சோன்…”

அவன் புரியாமல் பார்த்தான்.

ஏதோ புரிந்தவர்போல படகோட்டி சுருட்டை ஆழமாக இழுத்துப் புகை விட்டார்.

“எங்களை விட காட்டாறுக்கு வேகம் அதிகம்”

ஓடிப் போய் அடுப்பை அணைத்து விட்டு வந்தான் மீஞ்சோன்.

“வெள்ளம் வடிஞ்சிடுச்சா…”

“இல்லை..”

“இல்லேன்னா..,”

“இதோ இந்த இடத்தில்… இதே இடத்திலதான்… எங்களோட வீடு… மாடு… வாழ்க்கை.. உசிறு.. எல்லாமே… எல்லாமே..” அவள் சொற்களால் அள்ள முயன்று, பின் சொல்லிழந்து வெறுமே இருந்தாள்.

ஆறு மழையில் பேருரு கொள்ளத் தொடங்கியிருந்தது.

ஸ்ரீஜா வெங்கடேஷ் •

ஸ்ரீஜா வெங்கடேஷ்
(1972)

ஸ்ரீஜா நெல்லை மாவட்டத்தில் ஆழ்வார்குறிச்சியில் பிறந்து வளர்ந்தவர். இவர் ஆங்கில இலக்கியத்தில் முதுகலைப் பட்டம் பெற்றுள்ளார். நாவல், சிறுகதை, நாடகம் என்ற வகைமைப்பாடுகளில் எழுதியுள்ளார். நாடகங்களை இயக்கிய அனுபவங்களும் இவருக்கு உண்டு. ஒரிசாவில் சில காலம் வாழ்ந்த காரணத்தினால் இவர் ஒரிய மொழியை கற்றறிந்தவர். ஸ்ரீஜா சிறந்த மொழிபெயர்ப்பாளரும் ஆவார். ஐந்து ஒரிய எழுத்தாளர்களின் சிறுகதைகளைத் தமிழ் மற்றும் ஆங்கிலத்தில் மொழிபெயர்த்துள்ளார். திருப்பூர் 'சக்தி விருது' பெற்றவர். இவரது 'பாட்டியின் பெட்டி' என்ற இச்சிறுகதை 2011ஆம் ஆண்டுக்கான இலக்கியச் சிந்தனைப் பரிசினைப் பெற்றுள்ளது.

92

பாட்டியின் பெட்டி

ஸ்ரீஜா வெங்கடேஷ்

இந்த அறுபதாவது வயதில் தனியே நின்று ஒரு வீட்டை ஒழித்துக் காலி செய்து கொடுப்பது என்பது கடினமான காரியம் தான். நான் பிறந்து வளர்ந்த கிராமத்து வீட்டைத்தான் இப்போது காலி செய்து கொண்டிருக்கிறேன். அதை விற்பதா? இல்லை வாடகைக்கு விடுவதா? என்பன போன்ற விஷயங்கள் இன்னும் தீர்மானிக்கப்படாத நிலையிலிருந்தன. போன மாசம் தன்னுடைய தொண்ணூறாவது வயது வரை அப்பா இந்த வீட்டில் தான் இருந்தார் அம்மாவோடு. இப்போது அம்மா தனியாகி விட்டாள். மேலும் அவளுக்கும் வயதாகிவிட்டதல்லாவா? அதனால் எங்களோடு சென்னை வர சம்மதித்து விட்டாள்.

எல்லாப் பாத்திரங்களையும் விற்க ஏற்பாடு செய்தாயிற்று(செம்பு, பித்தளை). எனக்கு ஒன்றிரண்டையாவது வைத்துக் கொள்ள ஆசைதான். என்ன செய்ய? நகரத்துக் கூடுகளில் இவைகளுக்கு இடமிருப்பதில்லையே. கடையம் கிராமத்துக்கும் எனக்குமான தொடர்பு நான் கல்லூரி படிக்க சென்னை வந்ததோடு முடிந்து போனது. அதற்குப் பிறகு நான் லீவுக்குக் கடையம் செல்லும்போதெல்லாம் ஒரு விருந்தாளியாகத் தான் உணர்ந்திருக்கிறேன். ஆனால் இந்த

அக்கிரகாரத்து வீடு எனக்கு எப்போதும் ஏதோ ஒரு புதையலையோ ரகசியத்தையோ தனக்குள் அடக்கி வைத்திருப்பதுப் போலவே தோன்றும். அதிலும் அந்தப் பாவுள், அது எனக்கு ஒரு புதையல் களஞ்சியமாகவே தோன்றியிருக்கிறது அந்த வயதில். இப்போது ஸ்டோர் ரூம் என்று அழைக்கப்படுகிற அறையைத்தான் எங்கள் ஊரில் பாவுள் என்பார்கள்.

அதில்தான், வருஷத்துக்குத் தேவையான புளி, எண்ணெய், பருப்பு வகைகள் முதலியன பத்திரமாக வைக்கப்பட்டிருக்கும். அந்தந்த சீசனில் கிடைப்பவற்றை வாங்கி பக்குவப்படுத்தி, பத்திரப்படுத்தி வைத்துக்கொள்வது வாழ்க்கை முறையாக இருந்தது அப்போது. இப்போது பொருட்கள் மலிந்து விட்டன. எந்த சீசனிலும் எதுவும் கிடைக்கும். எல்லாம் பணம். உங்களிடம் நிறையப் பணமிருந்தால் செப்டம்பர் மாதத்தில் மார்க்கெட்டில் மாங்காய் வாங்கலாம். யதா சௌஹர்யம் ததாஸ்து.

சிறுவயதில் எனக்கு அந்தப் பாவுளுக்குள் நுழைவது என்பது கிட்டத்தட்ட ஒரு அதிசய சுரங்கத்தில் நுழைவது மாதிரி. ஏனென்றால் நினைத்த போதெல்லாம் உள்ளே போக முடியாதபடி கதவு பூட்டி, சாவி அம்மாவிடம் இருக்கும். அவளுக்கு ஏதாவது எடுத்துத் தர வேண்டுமானால் தான் இடுப்பிலிருந்த சாவியை எடுத்து, போய் எடுத்து வா என்ற கட்டளை பிறக்கும். அந்த நொடிக்காகவே நான் காத்திருப்பேன். கதவைத் திறந்து உள்ளே நுழையும் போதே மஞ்சள், கருப்பட்டி, மண்ணெண்ணெய் என்று எல்லாம் கலந்து ஒரு வாசனை வீசும். எதிர்பார்க்காத ஏதோ ஒன்று நடக்கும் போது மனது அடித்துக் கொள்ளுமே அது மாதிரி திக்... திக்... என்று அடித்துக் கொள்ளும். அம்மா சொன்ன சாமானை உடனே எடுக்காமல் , எல்லாவற்றையும் துழாவிப் பார்ப்பேன். என்னென்னவோ கிடைக்கும். பழைய பட்டன்கள், காலர் மட்டும் தனியாக, உடைந்த மண் பொம்மை, பளபளவென்று ஜிகினா, பழைய பத்திரிகை என்று கதம்பமாக இருக்கும். ஏதாவது ஒரு பொருளை டிராயர் பாக்கெட்டில் போட்டுக் கொண்ட பிறகே, சாமானை எடுத்து வருவேன்.

பாவுளைத் திறந்தேன். சிறு வயதில் நான் அனுபவித்த அதே வாசனை இன்னும் இருந்தது. எண்ணெய், புளி வைக்கும் சாடிகள் காலியாக இருந்தன. இத்தனை சாமனையும் எப்படி ஏறக்கட்டப் போகிறோம் என்று மலைப்பாக இருந்தது. மடித்து வைத்த ஜமக்காளங்களுக்குக் கீழே ஒரு டிரங்குப் பெட்டி இருந்தது. இதுவரை நான் அதைப் பார்த்ததாக ஞாபகமில்லை. அதை இழுத்தேன். மூடியில் சரஸ்வதி அம்மாள் என்று பெயர் பொறித்திருந்தது. அதைப் படித்ததும் இத்தனை வருடங்களில் ஒரு முறை கூட ஞாபகம் வராத என் அத்தைப் பாட்டியான சரஸ்வதியின் நினைவு வந்தது.

“பாட்டியோட பெட்டியா இது? என்ன வெச்சிருப்பா? பகவத் கீதையும், சில புடவைகளும் இருக்கும் என்று அலட்சியமாகத் திறந்தவனுக்கு அதிர்ச்சி. நீட்டாக பைண்டு செய்யப்பட்ட மஞ்சரி. பொன்னியின் செல்வன் (5 பாகங்களும்), சிவகாமியின் சபதம் போன்ற புத்தகங்கள். பாட்டி இவ்வளவு இலக்கிய ஆர்வம் உள்ளவளா? என்று என்னுள் எழுந்த ஆச்சரியத்துடன் மேலும் வேறு என்ன இருக்கிறது என்று பார்த்தேன். ஒரு ஸ்படிக மாலை, ஒரு படிக்கும் கண்ணாடி, இவை எல்லாவற்றிற்கும் கீழே வீணாய்ப் போனவளின் டயரி என்று பெரிதாக எழுதப்பட்ட ஒரு நோட்டு. எனக்கு வியப்புக்கு மேல் வியப்பு. அத்தைப் பாட்டி டைரி வேறு எழுதினாளா? அது என்ன வீணாய்ப் போனவள்? ஆர்வம் தாங்காமல் அதை மட்டும் எடுத்துக் கொண்டு ஹாலுக்கு வந்தேன்.

அத்தைப் பாட்டி. அதாவது என் தாத்தாவின் சகோதரி, என் தகப்பனாரின் அத்தை. அதனால் எங்களுக்கெல்லாம் அத்தைப் பாட்டி. சரஸ்வதிப் பாட்டிக்கு 5 வயதில் கல்யாணம் , 7 வயதில் விதவைப் பட்டம். கணவனின் முகமே தெரியாத அந்தப் பெண்ணிற்கு என்னென்ன கொடுமைகள் நேர்ந்திருக்கும் என்பது தான் உங்களுக்கே தெரிந்திருக்குமே? தலை மழித்தல், வெள்ளைப் புடவை, அபசகுனம் என்ற பெயர் இத்யாதி இத்யாதி. ஆனால் என் தாத்தாவுக்கு வாழ்க்கையில் எந்த சுகத்தையுமே அனுபவிக்காத தன் சகோதரி மீது அலாதியான பாசம். அதனால் எங்களுடனே தான் இருந்தாள்.

சின்ன வயதில் எப்படி இருந்திருப்பாளோ நான் பார்க்கும் போது வயதாகி விட்டது. நல்ல சிவப்பாக உயரமாக , ஒல்லிக்குச்சியாக இருப்பாள். உணவு விஷயங்களில் ரொம்ப கறார். இரண்டு வேளை தான் சாப்பாடு. கூடுமானவரை உடல்நலக் குறைவு வராமல் பார்த்துக் கொள்ளுவாள். உடல் நலத்துக்கு மிகுந்த முக்கியத்துவம் கொடுப்பாள். அதற்காக மற்றவர்கள் அவளைக் கேலி செய்வார்கள். "எதுக்கு நீ உடம்பை பேணறே? " என்று. அப்போது அதன் அர்த்தம் புரியவில்லை. இப்போது அந்த வார்த்தைகள் நஞ்சில் தோய்ந்தவையாகப்படுகிறது. ஆனால் பாட்டி அதிகம் பேசவேமாட்டாள். தான் எதிரே வந்தால் அபசகுனம் என்ற பேச்சைக் கேட்க வேண்டி வருமோவெனப் பயந்ததாலோ என்னவோ எங்கள் வீட்டுத் திண்ணையைத் தாண்டி வெளியில் எங்கும் போனதில்லை. பேப்பர் படிப்பதென்றால் அலாதி ஆவல். காலை பதினோரு மணி வாக்கில் எங்கள் வீட்டுத் திண்ணையில் பாட்டிகள் மாநாடு கூடும்போது, அத்தைப் பாட்டி தமிழ் தினசரியை வைத்து வாசித்துக் கொண்டிருப்பாள். அரசியல் நிலவரங்களையெல்லாம் அலசுவாள்.

அதற்காக அவள் மிக அதிகமாக கேவலமாக விமர்சிக்கப் பட்டிருக்கிறாள். "வீணாப் போனவளுக்கு என்ன பேப்பர் வேண்டியிருக்கு? படிச்சு என்னத்தை செய்யப்போறா? ராமா, கிருஷ்ணான்னு சொன்னாலும் அடுத்த ஜென்மத்துலயாவது நல்லபடியா வாழ்க்கை அமையும்" போன்ற நெஞ்சைக் கீறும் சொற்களைக் கேட்டும் கேட்காதது போல் இருந்து விடுவாள். அவற்றையெல்லாம் தான் எழுதிருப்பாளோ? அப்படி என்னதான் எழுதியிருப்பாள் டயரியில்? வீட்டில் நடந்த சண்டைகள், அவளைப் புண்படுத்திய தருணங்கள் இவைகளைப் பதிவு செய்திருப்பாள் வேறென்ன?

சாமான்களை எடுத்துப் போக ஆட்கள் வருவதற்கு இன்னும் நேரமிருந்தது. கூடத்தில் சுவரில் சாய்ந்து கொண்டு படிக்க ஆரம்பித்தேன். தேதி வாரியாகப் பிரித்து எழுதாமல் ஒரு கதை போல் பக்கம் பக்கமாக எழுதியிருந்தாள். பல இடங்களில் தண்ணீர் பட்டு எழுத்துக்கள் அழிந்திருந்தன. அது கண்ணீராகவும் இருக்கலாம். முதல் நாற்பது பக்கங்களில் முக்கால்வாசி, வீட்டு வரவு செலவுக் கணக்கு. அவளுடைய வயலிலிருந்து வரும் வருமானத்தை எல்லாம் யாருக்கு? எதற்கு? செலவு செய்தாள் என்று விவரமாக எழுதியிருந்தாள்.

அவளுடைய அந்த லிஸ்டில் டெலிஃபொன் நிறுவனத்தின் G.M ஆக இருந்து ஓய்வு பெற்ற எங்கள் வயல் சம்சாரியின் மகன் முருகேசன் பெயரும் இருந்தது. முருகன் படிக்க பாட்டியா உதவினாள்? யாருக்குமே தெரியாதே? ஏன் முருகனுக்கே தெரியுமோ என்னவோ? என் ஆச்சரியம் தொடர்ந்தது, அப்போது எங்கள் வீட்டில் வேலை செய்து கொண்டிருந்த இசக்கியின் மகள் டீச்சர் டிரைனிங் படிக்கவும் உதவியிருக்கிறாள். என்னுடைய கல்லூரிச் செலவு, என் அக்காவின் திருமணம் இவற்றுக்காக தன் நகைகளை விற்றும், கணிசமான பணத்தைச்

செலவழித்திருக்கிறாள்.

கல்வியின் மீது எவ்வளவு ஆர்வம் இருந்தால் இத்தகைய மனம் வரும்? அந்தக் காலத்திலேயே எல்லா சாதியினரையும் ஒன்றாகப் பார்த்திருக்கிறாளே? "உன்னை முழுக்கத் தெரிஞ்சிக்காமப் போயிட்டேனே பாட்டி?" என்று வாய் விட்டுப் புலம்பினேன். நான் பாட்டியுடன் இருந்த சந்தர்ப்பங்களில் எப்போதாவது யாராவது பாட்டியிடம் இனிமையாகப் பேசிக் கேட்டதாக எனக்கு ஞாபகமில்லை. ஏன் என் அம்மாவே கூட அந்த "வீணாப் போனவள்" என்றே தான் குறிப்பிட்டதாக நினைவு.

டயரியை மேலும் படித்தேன். தன்னைப் பற்றி மற்றவர்கள் கடுமையாகப் பேசியதையும், பெண்கள் இவள் அழகைக் கண்டு பொறாமை கொண்டு, அவளைத் தெருவில் எங்காவது பார்த்தாலே மற்ற ஆண்களைக் கவர்வதற்காகவே அவள் வெளியே வருவதாகப் பேசியதைக் கண்ணீரில் தொய்த்து எழுதியிருந்தாள். "ஓஹோ! அதனாலதான் நீ வெளியில வரதையே நிப்பாட்டினியோ?" என்று அவளிடம் நேரில் பேசுவது போல் கேட்டேன். மேலும் அவளுடைய உணர்வுகள், ஆசைகள், ரசனைகள் ஆகியவற்றைப் பற்றியும் நிறைய எழுதியிருந்தாள். கண்டிப்பாக நிறைவாறாத, நிறைவேற முடியாத கனவு என்று தன்னை ஒரு ஃபோட்டோ எடுத்துக் கொள்ள ஆசைப்பட்டதை எழுதியிருந்தாள். அந்த மனதில் தான் எத்தனை ஆசைகள், எத்தனை கவித்துவமான ரசனைகள்? எனக்குக் கண்களில் இருந்து நீர் வந்து கொண்டே இருந்தது. அவளை அப்படி ஆக்கிய கடவுளின்மீதும் சமூகத்தின்மீதும் எனக்குக் கோபமாக வந்தது.

பக்கங்கள் செல்லச்செல்ல அவள் மனது பக்குவப்பட்டதாகத் தெரிந்தது. யாரையும் திட்டவில்லை, யார் மீதும் வெறுப்பை உமிழவில்லை. வாழ்க்கையை அப்படியே ஏற்றுக் கொண்ட விதம் அதில் தெரிந்தாலும் சில இடங்களில் அவளையும் மீறி, தன் மனக் காயங்களை அதில் கொட்டியிருந்தாள். பாட்டி மிகவும் வருந்தி எழுதியிருந்தது தன்னை மேற்கொண்டு படிக்க அநுமதிக்காததைக் குறித்துத்தான். டாக்டர் தொழிலின்மீது அவளுக்கு அப்படி ஒரு ஆசை... மரியாதை. "பாட்டி உன்னைப் படிக்க வெச்சிருந்தா நீ எவ்ளோ பெரிய டாக்டராயிருப்பே?" என்று மீண்டும் அவளோடு பேசினேன் மனத்தளவில்.

அவளைப் பாதித்த எல்லாச் சம்பவங்களையும் அப்படியே நேரில் பார்ப்பது போல் எழுதியிருந்தாள். எல்லாவற்றையும் சொல்ல முடியாது ஆகையால் மாதிரிக்கு ஒன்று. கொடுக்கிறேன்" எப்பவும் போல இன்னிக்கு லட்சுமி, கல்யாணி, ஆனந்தம் எல்லாரும் திண்ணையில ஒக்காந்து பேசிண்டிருந்தா. ஸ்ரீஜெயந்தி வரப்போறதோல்லியோ அதுக்கு யார்யார் ஆத்திலே என்னென்ன பட்சணம் பண்ணப் போறான்னு பேசிண்டிருந்தா. தினம் தான் இருக்கவே இருக்கே சமைக்கறதும் சாப்படறதும். அதைப் பத்தியே என்ன பேச்சு வேண்டியிருக்குன்னு நான் வேற பேசலாமேன்னு நேருவைப் பத்திப் பேச்செடுத்தேன். நான் என்னவோ சொல்லக் கூடாததைச் சொல்லிட்ட மாதிரி எல்லாரும் அலறினா. பொம்மனாட்டிகளுக்கு எதுக்கு இதெல்லாம்? அதுவும் வீணாப் போன ஒனக்கு இதெல்லாம் அனாவசியம்"னுட்டா. எனக்குப் பதிலுக்கு ஏதாவது பேசணும்னு தோணித்து. ஆனா என்ன பேச? அப்படியே பேசிட்டாலும் நாளைப்பின்ன இவா மொகத்தைப் பாக்க வேண்டாமோ? அதான் பேசாமே இருந்துட்டேன். அப்றமா சாவகாசமா யோசிச்சுப் பாத்தேன். அவாள்ளாம் புருஷன் கொழந்தை குட்டின்னு இருக்கப்பட்டவா. அவாளுக்கு அதுதான் மனசப் பூரா ஆக்ரமிச்சுண்டு இருக்கும். அதான் அவா

அப்படிப் பேசறா. எனக்கென்ன? நான் வீணாப் போனவள், மத்த விஷயங்களைப் பத்தி யோசிச்சிண்டு இருக்கேன். ஆனா வீணாப் போனவள்ங்கற அந்த வார்த்தை தான் என்னைக் குத்தறது. புருஷனோட வாழாட்டா பொம்மனாட்டி வீணாப் போனவளா? அவ பிறவிக்கு வேற அர்த்தமோ உபயோகமோ இருக்கக் கூடாதா? எப்படியாவது என் வாழ்க்கை வீண் இல்லை, நானும் வீணாப் போனவள் இல்லைன்னு நிரூபிச்சாப் போறும் எனக்கு. வேற ஒண்ணும் வேண்டாம்".

டயரி அந்த இடத்தில் நின்று போயிருந்தது. அதற்குப் பிறகு அவள் எதுவுமே எழுதவில்லை. கடைசிப் பக்கத்தில் மட்டும் "நான் காலமான பிறகு என் உடம்பை யாரும் வீணாய்ப் போனதுன்னு சொல்ல மாட்டா" என்று கொட்டை எழுத்தில் எழுதியிருந்தாள். அதைப் பார்த்ததும் தான் பாட்டியின் மரணதினம் எனக்கு மடை திறந்த வெள்ளம் போல் நினைவுக்கு வந்தது. நான் அப்போது சென்னையில் வேலை பார்த்துக் கொண்டிருந்தேன். தந்தி வந்ததும் உடனே புறப்பட்டுக் கடையம் போனேன். அங்கே உடலை எடுக்காமல் என் அப்பா யார் யாரிடமோ சமாதானம் சொல்லிக் கொண்டிருந்தார். திருநெல்வேலியிலிருந்து மருத்துவக் கல்லூரி வாகனம் ஒன்று நின்று கொண்டிருந்தது. சில டாக்டர்களும், நர்ஸுகளும் இங்குமங்கும் ஓடிக் கொண்டிருந்தனர்.

ஒன்றும் புரியாமல் நின்றவனிடம் அப்பாதான் விஷயத்தைச் சொன்னார். தன் உடல் உறுப்புக்கள் அத்தனையும் கண்கள் உட்பட திருநெல்வேலி மருத்துவக் கல்லூரிக்குத் தானமாகக் கொடுத்து விட்டாளாம் அத்தை. அதை உயிலிலேயே எழுதியிருக்கிறாள். அவர்கள் எடுத்துக் கொண்டது போக மிச்ச உடலை மட்டுமே தகனம் செய்யவேண்டும் என்று எழுதி ரெஜிஸ்டர் செய்துமிருக்கிறாள். அவற்றை எடுத்துப் போக தான் அவர்கள் காத்துக் கொண்டிருந்தார்கள். அக்கிரஹாரத்துப் பிற்போக்குவாதிகள் இதை இந்து தர்மத்துக்கு எதிரானது என்றும், ஒரு விதவையின் ஆசைக்கு முக்கியத்துவம் கொடுக்க வேண்டியதில்லையென்றும், அவளை ஒழுங்காக எரித்தால் தான் அவள் கைலாசத்துக்குப் போவாள் என்று பிதற்றிக் கொண்டிருந்தனர்.

பெண்கள் பாட்டியின் துணிச்சலை ஒரு குரூர வியப்போடு பேசினர். யாருக்குமே பாட்டியின் நற்செயலும், நல்ல மனமும் புரியவில்லை. ஆனால் தெய்வாதீனமாக என் அப்பா உறுதியாக இருந்துவிட்டார். "எங்க அத்தை எதுக்கும் ஆசைப்பட்டு நான் பாத்ததுமில்லை, கேட்டதுமில்லை. இது ஒண்ணு தான் அவ ஆசைப்பட்டது. செத்த பிறகு கூட அவ ஆசைய நிறவேத்தலைன்னா நான் மனுஷனே இல்லை. தயவுசெய்து என்னை யாரும் தடுக்காதீங்கோ!" என்று சொல்லிவிட்டு ஆக வேண்டியதைக் கவனித்தார். அந்த நேரத்தில் எனக்கு அப்பா ஏன் ஊர்க்காரர்களைப் பகைத்துக் கொள்கிறார் என்று தான் தோன்றியது.

இப்போது அது நினைவுக்கு வந்து கண் நிறைந்தது. அப்பா நல்லவேளை நீங்க உங்க முடிவுல உறுதியா இருந்தேள். இல்லேன்னா பாட்டியோட ஆத்மா உங்களை மன்னிச்சிருக்கவே மன்னிச்சிருக்காது என்று என் மனம் அப்பாவைப் பாராட்டியது. "நீ வீணாப் போனவ இல்லை பாட்டி. உன் மனசு, ஒன் ஒடம்பு எல்லாமே, மனுஷாளோட நல்லதுக்குத் தான் பயன்பட்டுருக்கு பாட்டி. உன் ஆசை நிறைவேறிடுத்து" என்று என்னையறியாமல் புலம்பினேன். டயரியை நெஞ்சோடு அணைத்துக் கொண்டேன். கண்களிலிருந்து கண்ணீர் வழிந்தபடி இருந்தது. கொல்லையில் பாட்டி வைத்த மாமரம் மட்டும் சில பூக்களை உதிர்த்துக் கொண்டிருந்தது.

93
உயிர்ப்பு

ச.விசயலட்சுமி

ச விஜயலட்சுமி
(1972)

ச விஜயலட்சுமி கவிஞர், எழுத்தாளர், ஆய்வாளர், கல்வியாளர் மொழிபெயர்ப்பாளர் என்ற பன்முகப் பரிமாணங்களைக் கொண்டவர். 2002இல், தமிழில் முனைவர் பட்டம் பெற்றுள்ளார். சென்னையில் அரசு பள்ளி ஒன்றில் முதுகலை ஆசிரியராகப் பணியாற்றி வருகிறார். 'பெருவழி பெண்', 'எல்லா மாலைகளிலும் எரியுமொரு குடிசை', 'என் வன தேவதை', 'பேரன்பின் கனதி' என்று நான்கு கவிதைத் தொகுதிகளையும், 'பெண்ணெழுத்து களமும் அரசியலும்' என்ற கட்டுரை நூலும், 'லண்டாய்' என்ற மொழிபெயர்ப்பு நூலும் படைத்துள்ளார்; 'காளி' என்பது இவரது சிறுகதைத் தொகுப்பாகும்; இவருடைய சிறுகதைகள் சுய சிந்தனை கொண்ட பெண்களின் வாழ்வினையும் சமூகம் குறித்த விமர்சன பார்வையையும் முன் வைக்கின்றன.

நிசப்தத்தைக் கொண்டிருக்கிறது இரவு. இரவின் அமைதியைக் கிழித்துக் கொண்டு ஓடுகிற இரயில் வண்டியின்மீது கோபம் கொப்பளிக்கிறது. அரக்கத்தனமாய் இருளைக் கிழித்துக் கொண்டு ஓடுகிற இரயிலுக்கு ஏனிந்த கொலைவெறி. நகரத்தின் பகல், இரைச்சலைக் கொட்டி நிரப்புகிறது. காதுக்குள் அடங்கிவிட முடியாத ஒலிக்கற்றைகள் அமைதியற்ற இருப்பைத் தருகிறது. சத்தமற்ற பொழுது இனிமையானது. ஆத்மார்த்தமாகச் சிந்தனையோடும், உடலோடும், உபாதைகளோடும் ஒன்ற முடிகிறது.

நிராசைகளைக் குவிக்கிற தனிமையை உணர்கிற வாழ்க்கையின்மீது, நம்பிக்கையின்மையை உணர்கிற நொடிகளின்போது, தாய் மடியில் படுக்கத் தோன்றும். யாரேனும் தலைகோதினால் வராத தூக்கத்தையும் வரவைத்துவிடலாம். வராத தூக்கத்திற்கும் வரும் துக்கத்திற்கும் இடையில் திணறிக் கொண்டிருக்கும் சமயங்களில், இரவையே தாயின் கருவறையாய் உணர்ந்து கொள்கிறேன். எனது இயலாமைகளை, தன்னிரக்கத்தைச் சுருட்டி, இரவின் கருவறைக்குள் வைத்துக் கொண்டு அயர்ந்து உறங்குகிறேன். விடியலில் புதிய பனித்துளிகளின் குளிர்ச்சியை நுகர்ந்தவாறு கண்விழிக்கையில் புதிதாய்ப் பிறந்துவிடுகிறேன். என்னைச் சுமந்த இரவுத் தாய், இருளைத் தனக்காக வைத்துக்

கொண்டு உள்ளொளியை எனக்குள் ஏற்றிவிடுகிறாள்.

மேடிட்ட என் வயிறு வரியோடிக் கிடக்கிறது. அவ்வப்போது நமைச்சல் காணுகிறது. கொஞ்சம் எண்ணெயை எடுத்து தேய்த்து ஆசுவாசப்படுத்திக் கொள்கிறேன். அம்மா பக்கத்தில் இருந்தால் நன்றாக இருக்கும். என்னைத்தவிர எல்லோரும் உறங்கிக்கொண்டிருக்கின்றனர். வயிற்றில் துள்ளிக் குதித்துக் கொண்டிருக்கிற குழந்தையை ஆறுதலாய் வருடிவிட, அமைதியாய் பூனைக்குட்டியைப்போல் அடங்கிவிட்டது.

வயிற்றின் எடை கூடக்கூட உடம்பில் பெருத்த மாற்றம். ஆங்காங்கே சதை கூடிவிட்டது. நடந்தால் பெருமூச்சு விடுகிறேன். இரத்த அழுத்தம் சமீபமாய்க் குறைந்திருக்கிறது. அடிக்கடிப் பசிக்கிறது என்பதை மீறி, இரவு எனக்கும் என் குழந்தைக்குமான இணக்கத்தை ஏற்படுத்திக் கொண்டிருந்தது.

மழை அவ்வப்போது பெய்து கொண்டிருந்தது. மழை காற்றின் ஈரப்பதம் தூக்கத்தை மிக இலகுவாக்கியது. இன்னும் கொஞ்சம் வேண்டும் வேண்டும் என கண்கள் இறைஞ்சிக் கேட்கும்படியான தூக்கத்தைத் துறந்து நாட்களாகிவிட்டன.

வயிற்றில் பிசைந்தெடுத்தது. சொல்லமுடியாத உணர்வுகளையும் வலிகளையும் இரவில் உணர ஆரம்பித்து விட்ட நாட்கள் இவை. இதற்குமுன் கண்ணை மூடினால் விடியலில் கண்விழித்தால் தான் உண்டு. இடையிடையே திடுக்கிடும் சப்தத்திற்கு மட்டுமே அதிர்ந்து எழுவேன். தூக்கம் வரவில்லை என்று இருளோடு உறவாடிக் கொண்டிருந்தது கிடையாது. படுத்ததும் தூக்கம். நினைக்கவே ஆனந்தமாக இருக்கிறது.

இரவு,உறக்கம்எனும்மகுடியைக்கொண்டு மயக்கிவிட்டதே என்ற பிரம்மையை ஏற்படுத்தும். தூக்கத்திற்குக் கட்டுப்படாதவர்கள் யாரேனும் உண்டா..? என்ற கேள்வி இதற்குமுன் எழவில்லை. இப்பொழுது அடிக்கடித் தோன்றுகிறது... எங்காவது கேட்டும் இருமல் ஒலி... இரவு கூர்க்காவின் கைத்தடி சத்தம்... சுவர்ப்பல்லியின் ஒலி என ஒவ்வொன்றும் காதுக்குப் புலனாகும். கண்முன் காட்சி விரியத் தொடங்கும் நினைவிற்குத் திரும்புகையில் பலமணி நேரங்கள் கடந்திருக்கும்.

இரவை அழகெனக் கருதாது, வண்ண மின்னொளிகளைப்பரப்பிஇரசிக்கின்றனர். சரம்சரமாய்த் தொங்கும் விளக்குகள் குடும்பத்தின், குறிப்பிட்ட நிகழ்வுகளின் ஆளுமையை வெளிப்படுத்துவதாய் நினைத்துக் கொள்கின்றனர். தொங்கும் விளக்குகள் எதற்காகவோ ஊசலாடிக் கொண்டிருப்பதாக எனக்குத் தோன்றுகின்றது.

அடர்ந்த இருளின் அழகை இரசிக்கப் பழகாதவர்களாக மாறிவிட்டதன் காரணம் உயிர் பயமா? இருக்கலாம்... இரவச்சம், உயிரைப்பிடித்துக் கொண்டு தற்காத்துக்கொள்ள ஓடிய காலத்திலேயே இருந்திருக்கும். கற்களின் உராய்வில் மின்னிய ஒளி அற்புதமான கண்டுபிடிப்பு. மனிதன் அச்சத்திலிருந்து மீட்டுக்கொள்ள ஒளி பயன்படுகிறது. ஜோதியில் இலயித்தவர்களுக்கு இருளை அழித்துவிடும் நாட்டம் இருந்து கொண்டேயிருக்கிறது. தீபத்தை முன்னிட்டு விழாக்கள் உருவாக்கப்பட்டிருக்கின்றன.

விளக்கேற்றினால், மின்மினிப்பூச்சிகளும் அதுபோன்ற பிறவும் இறந்துவிடுமென்றஞ்சி, உயிர்வதை வேண்டாமென பொழுதோடு உணவருந்திவிட்டு துயிலப் போனவர்கள் குறித்துக் கேட்டிருக்கிறேன். ஒரே ஒளி ஓரிடத்தில் கொண்டாட்டத்தையும், மற்றொரு இடத்தில் தானல்லாத பிற உயிர்கள் மாயும் என்ற உயிரச்சத்தையும் ஏற்படுத்தி விடுகிறது.

நீர்நிலைகளை ஒட்டி தங்க நேர்ந்த சிறுவயதின் இரவுகள் தவளைச் சத்தத்தையும் இனம்புரியா வண்டுகளின் ஒலியையும் கேட்கையில் தூக்கத்தைத் துறந்துவிடும். இரவுகளின் நிசப்தத்தை எடுத்துப் பதுக்கி வைத்துக்கொள்ள பெருங்கடத்தல்காரியைப் போல முயன்று, முழுவதும் தூங்காமல் விழித்திருந்து இரவோடு தோற்றுப் போகிற தருணங்கள் உண்டு.

எனது இயலாமையை என்மீது செலுத்தும் வஞ்சகத்தை நினைவூட்டும் இரவுகள் வெறுப்பின் விளிம்புக்கே இட்டுச் சென்றுவிடும். தன்னைத் தானே வெறுக்கும் அவலத்தின் கடைசி விளிம்பு அது... மீட்டுக் கொள்ளப் போராடிப் போராடி தன்னிடம் தானே தோற்கும் இரவது. இந்த இரவுகளை மறந்து விடவேண்டும். நினைப்பவையெல்லாம் மனதுக்கு இதமானதாக இருந்தால் உறங்கிவிடுவேன். மீண்டும் வயிற்றில் அசைவு... அடங்காம இப்படித்தான் துள்ளிகிட்டே இரு... உன்ன என்ன செய்யறதுன்னு தெரியல... பளுதாங்காமல் கால் நரம்புகள் புடைத்து இழுத்தன.

மனிதன் இயந்திரமாகிப் போய்விட்டான். பகல் இரவுகளைக் கடந்து வாழத் துவங்கிவிட்டான். பருவநிலை மாற்றங்களைக் கருத்தில் கொள்ளாத தீவிரவாதத்திற்குப் பலியாகிக் கொண்டிருக்கிறோம். மனித உயிர்ச்சங்கிலியும் மரபணுக்களும் விபரிதங்களைச் சந்தித்து வருகிறது... இதற்கிடையில் நீ பிறந்து வளர்ந்து கலந்து விடுவாய்... என குதூகளிக்கும் பிள்ளையிடம்சொல்லிக்கொண்டிருந்தேன். வீயூகங்களுக்குள் நுழையக் கற்று விடுகிறோம்... வெளிவருவதற்கான வழிகளைத் தேடிக் கண்டுபிடிப்பதற்குள் ஓய்ந்து விலகிவிடுகிறோம்.

மனதை, உடலை, அனுபவங்களை அசை போடத்தக்க தனிமையைப் படரவிட்டிருக்கிற இருள், எனக்குள் என்னை உணர்த்திக் கொண்டிருக்கிறது. மதகுகள் உடைபட்டுப் பேராறு உருவாகிக் கொண்டிருப்பதுபோல உணர்ந்தேன். கால்இடுக்கில் தட்டுப்பட்ட ஈரப்பிசுக்கு, அருவருப்பாக இருந்தாலும், வேறேதும் செய்துவிட முடியாதே எனத் தேற்றிக்கொண்டேன். வலியின் முனகலைக் கட்டுப்படுத்திக் கொள்ள, உதடுகளை அழுந்தக் கடிப்பதும், கைக்கு அகப்பட்டவற்றைப்பலங்கொண்டமட்டும் அழுத்திப் பிடிப்பதுமாக ஓடிக் கொண்டிருந்த வலியைப் பார்ப்பவர் மனங்களுக்குக் கடத்திக் கொண்டிருந்தேன்.

இடுப்பில் சுடச்சுட நீரை ஊற்றிக் கொண்டு கஷாயத்தைக் குடித்து முடித்ததும் கொஞ்சம் இதமாக இருந்தது. தொலைபேசியில் அழைத்தவுடன் வந்து சேர்ந்தது வாகனம். மருத்துவமனை வசதியாகத்தான் இருக்கிறது. இரவு பன்னிரண்டை நெருங்கிக் கொண்டிருந்தது. பொய்வலியா? மெய்வலியா? எனச் சொல்லத் தோன்றாமல், விட்டுவிட்டு வலித்துக் கொண்டிருந்தது. மருத்துவர் பரிசோதித்துவிட்டு “கொஞ்சம் வலி கூடணும்” எனச் சொல்லி விட்டுச் சென்றார்.

அருகிலிருந்த பாட்டியின் அனுபவங்களைக் கேட்டுக் கொண்டிருக்கலாமென நினைந்தேன். அவளது உடலெங்கும் சுருங்கியிருந்தது. அத்தனை சுருக்கங்களும் அவளது அனுபவங்களைப் பாதுகாத்துக் கொண்டிருக்கிற சுருக்குப்பைகளாகத் தோன்றியது. நான் சொன்னதும் அந்நள்ளிரவிலும் உற்சாகமான பாட்டியைப்பார்த்துத் திகைத்தேன். “வீட்டிலேயே மருத்துவச்சியைக் கொண்டு பிரசவம் பார்த்துப்போம்” எனக் கூறத் தொடங்கிவிட்டாள் பாட்டி.

‘பாட்டி..., உங்க கடைசி மகன் பிறந்தப்போ என்ன செஞ்சீங்க!’ என்ற

எனது கேள்வி, அவளது பொது அனுபவத்தைக் குறிப்பிட்ட அனுபவமாகச் சுருக்கியது. பகலெல்லாம் சமையற்கட்டிலும் மாடுகன்றுகளோடும் மூன்று மாமியார்களோடும் உழைப்பெடுத்துவிட்டு, குத்திவைத்த நெல்லை அடுத்த நாள் உணவுக்காகப் புடைத்துக் கொண்டிருக்கையில்,இரவு அனைவரையும், தூங்க வைத்துவிட்டிருந்தது. இரவெல்லாம் தூங்காமலும், நடந்தும் உட்கார்ந்தும் என்ன செய்வதெனப் புரியாமலும், அவளின் முந்தைய பிரசவங்களை நினைத்துக்கொண்டும், பிறரைத் தொந்தரவு செய்யத் தயங்கிய அந்த இரவை விவரித்தாள் பாட்டி. எனக்கு வலி தோன்றும்போது நிறுத்திவிடுவதும் குறைந்ததும் கூறத் தொடங்குவதுமாக இருந்தாள்.

பகலில் கூப்பிட்ட குரலுக்குப் பெண்கள் ஓடிவந்து சூழ்ந்து கொள்வார்கள். இரவில் எந்த மாமியாரை எழுப்புவது. ஒருத்தியை எழுப்பினால் அடுத்தவள் கோபித்துக் கொள்வாள். சத்தமாகக் குரலெழுப்பி விடலாமெனில் அவமானமாக இருக்கிறது. “திண்ணையில் படுத்திருக்கும் கணவனை எழுப்பலாமென்றாலும் மூன்று மாமியாரிடமும் பேச்சு வாங்கிக் கொள்ள வேண்டிவரும். அவனை எழுப்பத் தெரிந்தவளுக்கு எங்களை எழுப்பத் தெரியலையா” என்பாள் ஒருத்தி. “பொய்வலிக்கெல்லாம் குரல் கொடுக்காதே” என்பாள் மற்றொருத்தி. காதைக் கிழிக்கும்படிக் கத்தினாலும் எழுந்துக் கொள்ள முடியாத அளவுக்குத் தூங்குவாள் ஒருத்தி. இரவு கடந்து விடிந்து விடாதா... நடமாட்டம் ஏற்பட்டு விடாதா... என ஏங்கிக்கொண்டிருந்த அந்த இரவை வலியோடு கூடிய தன்மையைப் பாட்டி சொல்லி முடிக்கவும், எனக்கு வலி கூடவும் சரியாயிருந்தது.

சுகப்பிரசவம் என்று முன்பே கூறியிருந்தார்கள். நர்ஸ் வந்து எனிமா குடுக்கனும் என்றாள். மணி இரண்டைத் தொட்டுவிட்டது. வலியில் உடனே பிறந்து விட்டால் நன்றாக இருக்கும். நேரமாக நேரமாக தாங்கிக் கொள்ள வேண்டிய வலி ஆயாசத்தைத் தந்தது.

பிரசவத்தின் போதான அழுகை உடலை அந்நியப்படுத்தி விடுகிறது. பிரசவ அறையிலிருந்து வெளிப்படும் அலறல், தன்னிலிருந்து உடலைப் பிரித்தெடுத்து வைத்து விட்டதைக் காட்டுகிறது. அதனால் அழுதுவிடக்கூடாதெனக் கட்டுப்படுத்திக் கொண்டேன்

இது என் உடல். பெரும் அதிசயங்களை மாயாஜாலத்தோடு ஒப்பிட முடியாத, ஆற்றலைக் கொண்டிருக்கிற உடல். இன்று பெருக்கெடுத்து நீர்மமாய் வழிந்து கொண்டிருக்கிறது.

இன்னும்... இன்னும்... இன்னும்... எனும் மருத்துவரின் குரலை இடையீடு செய்து வீலென அலறிய சப்தத்தோடு... குழந்தையைத் தூக்கிக் காட்டினர். ஆதங்கத்தோடு பார்த்தேன்... அந்த இரவிலும் விடியலின் வெளிச்சம் குருதி வாசனையோடு மெல்லப் பரவியது.

94

முழுமதி

குட்டி ரேவதி

குட்டி ரேவதி
(15/06/1974)

ரேவதி சுயம்புலிங்கம் என்ற இயற்பெயர் கொண்ட குட்டி ரேவதி கவிஞர், எழுத்தாளர், இதழாசிரியர், ஆய்வாளர், திரைககதையாசிரியர், திரைப்பட இயக்குனர், சித்த மருத்துவர், புத்தக வெளியிட்டாளர் என்று பன்முகப் பரிமாணங்களை உடையவர். இவர் 12 கவிதை தொகுதிகளை வெளியிட்டுள்ளார்; இவருடைய ஒட்டுமொத்த கவிதைகளின் தொகுப்பினை எழுத்துப் பிரசுரம் வெளியிட்டுள்ளது; நிறைய அறைகள் உள்ள வீடு, விரல்கள், மீமொழி, இயக்கம் ஆகிய நான்கு சிறுகதைத் தொகுப்புகளை வெளியிட்டுள்ளார்; அழியாச் சொல் என்பது இவரது நாவல் ஆகும்; இவரது படைப்புகள் பெரும்பாலும் பெண்ணியத்தை மையமாகக் கொண்டுள்ளன. இந்தியா டுடே பத்திரிக்கை இவருக்கு 'எதிர்கால இலக்கியத்தின் முகங்கள்' என்ற விருதினை வழங்கியுள்ளது.

முழுமதி, தனக்கு இரண்டு தலைகள் இருப்பதை அன்றுதான் உணர்ந்தாள். எல்லோருக்கும் அதுபோலத்தான் இருக்கும் என்று அவள் நினைத்துக் கொண்டிருந்தாள். பகலில் ஒரு தலையுடனும் இரவில் வேறு தலையுடனும்தான் மனிதர்கள் வாழ்கிறார்கள் என்று அவள் நம்பிக்கொண்டிருந்தாள். இரவிற்குள், இருளில் கலந்துபோகையில் அவள் தலையும் அது சிந்திக்கும் விதமும் மாறிப்போயிருப்பதை உணர்ந்தபோது, விசித்திரமான கிளர்ச்சி தோன்றியது. ஓடிச்சென்று கண்ணாடியின் முன்னின்று பார்த்தாள். கண்ணாடியில் உருவம் தெரியவில்லை, விளக்கைப் போட்டாள். விளக்கின் வெளிச்சம் பரவியதும் பகலின் உணர்வு ஏற்பட்டு, பகலுக்கான தலை அவள் உடல்மீது ஏறியிருந்தது. பதினைந்து ஆண்டுகளாய் இரண்டு தலைகளுடன் வாழ்ந்த அதிசயத்தை மனதில் ஓட்டிப்பார்த்தாள்.

இரவில் தலை அப்பொழுதுதான் மலர்ந்திருந்த மலரைப்போல லகுவாகவும் கற்பனைகளுக்கு இடமாயும் இருந்தது. மதிக்கு எதுவுமே உண்மையாக நிகழ வேண்டாம். நிகழ்ந்தது போன்ற கற்பனையை மனதில் நிகழ்த்திப் பார்த்து உணர்ந்து இன்புற அல்லது துக்கிக்க முடியும். ஒருவகையில் எல்லா மனிதர்களும் அப்படித்தான் என்று நினைத்திருந்தாள். இரவின் தலைக்குக் கற்பனை செய்யும்

சக்தியும் திறனும் இயல்பாகவே இருக்கிறது என்று எண்ணியிருந்தாள். மதியின் தலைக்கு மட்டும்தான் அப்படி. ஏன் இப்படித் தனக்கு மட்டும் இரண்டு தலைகள்? பிரசவப் பிழையா? உடலுறுப்புக் குறையா? குறை இல்லை, மிகை.

அம்மாவும் அப்பாவும் அவள் கருவுற்றிருக்கும்போதே சண்டை ஏற்பட்டுப் பிரிந்துவிட்டார்கள். கணவரைப் பிரிந்து வந்து ஒரு பெரிய பங்களாவில் தனியாக வாழ்ந்து வந்த முதிய பெண்ணான எஸ்தர் வில்லியம்சுக்குச் செயலாளராகப் பணியாற்றினாள் அம்மா அருண்மொழி. பங்களாவை ஒட்டியிருந்த குடியிருப்பிலேயே அருண்மொழி குழந்தையுடன் தங்கியிருந்தாள். குடியிருப்பு என்றாலும் பங்களாவின் அத்தனை வசதிகளுடன் இருந்தது. நாற்காலிகள், கண்ணாடிகள், படுக்கைகள், மெத்தைகள், பாத்திரங்கள் எல்லாம் முறையாகப் பராமரிக்கப்பட வேண்டும் என்பதால், அருண்மொழி தங்கியிருந்த குடியிருப்புகளிலும் போடப்பட்டிருந்தன. வசதியான சூழல், பங்களாவை ஒட்டிய ஒரு பெரிய மலையும் அதன் அடிவாரப் புனைவுகளும் அருண்மொழிக்கும் முழுமதிக்கும் வந்து சேர்ந்துகொண்டே இருந்தன.

முழுமதிக்குக் கொண்டாட்டமான உணர்வாக இருந்தது. தன் அம்மாவிடம் சொன்னால், உடல்குறைபாடு என்று மருத்துவத் துறைக்குள் இழுத்துச்சென்றோ அல்லது மருத்துவ ஆலோசகரிடம் இது ஓர் உளவியல் சிக்கல் என்றோ ஆரம்பித்துவிடுவாள். தன் தாயுடன் அந்தப் பங்களாவில் குடியிருக்க வந்திருந்த தொடக்கக் காலத்தில், குளிக்கவோ ஓய்வாக இருக்கையில் சுற்றிப் பார்க்கவென்றோ அருகில் இருக்கும் மலையடிவார ஓடைக்கு முழுமதியை அழைத்துச் செல்வாள் அவளின் அம்மா. முழுமதியை நீரில் குளிப்பாட்ட, அவள் மூக்கைப் பிடித்துத் தலையை நீருக்குள் அழுத்தும்போது, தலைக்குள் தோன்றும் உணர்வும் சத்தமும் இப்பொழுது அவள் நினைவிற்கு வந்து சென்றன, தலையை உலுக்கிக்கொண்டாள். விளக்கை அணைத்ததும், தூய இருளில் எவரும் ஒருவரையொருவர் உணராத இருப்பில், அந்நியப்பட்டு இருக்கும் வேளையில், அந்தரங்கமான உணர்வுடன் இன்னொரு தலையும் அதன் சிந்தனை வெளிகளும். இன்னொரு தலை சுழன்றுவந்து தன் தலைக்குமேல் நின்றதுபோல் இருந்தது. முந்தைய தலையுடன் உணர்ந்த அதே மகிழ்ச்சியும் கொண்டாட்ட உணர்வும் பொங்கத் தன் படுக்கையில் போய்ப்படுத்தாள்.

காலையில் எழுந்ததும், பரபரப்பாகச் சமைத்துக் கொண்டிருக்கும் அருண்மொழியைப் பார்த்ததும் முழுமதி புன்னகைத்தாள். 'காலையிலேயே சிடுசிடுன்னு வந்து கிச்சன்ல காபி கேக்குற என் மதியா இது!' அருண்மொழியைப் பின்னால் சென்று இடுப்பின் வழியாக அணைத்துக்கொண்டாள், முழுமதி.

"இன்னைக்கு மேடத்த பேங்குக்குக் கூட்டிட்டுப் போகணும். ஈவினிங்தான் வருவேன். ஸ்கூல் போயிட்டுவந்து ஸ்னாக்ஸ் சாப்பிட்டுப் பசியாத்திக்கோ, எக்ஸாம்ல நல்ல மார்க் வாங்குனா மியூஸிக் காலேஜ்ல ரெக்கமண்ட் பண்ணி சீட் வாங்கித் தரேன்னு சொன்னாங்க..." முழுமதி அலட்சியக் குரலில், "செஞ்சிடப்போறாங்க!" என்று சொன்னதும், அருண்மொழியின் முகத்தில் பொய்யான கோபம் தோன்றி மறைந்தது. "எனக்காகன்னாலும் செய்வாங்க. சொந்தப் பிள்ளைங்க எல்லாம் தன்னை ஏமாத்திருச்சேங்குற வெறுப்புலதான் அந்த அம்மா யார்க்கிட்டயும் ஒட்டமாட்டேங்குறாங்க, நம்பு. படிச்சி நல்ல மார்க் வாங்கு மதி!"

"சரி, சரி" என்று அவசரமாக இந்த

உரையாடலை முடித்துக்கொள்ளும் தொனியை உருவாக்கினாள்.

பள்ளிக்குக் கிளம்பினாலும் செல்ல மனமில்லாமல் அடிக்கடி கண்ணாடி முன் நின்று பார்த்தாள். எஸ்தர் பேச்சுவாக்கில் சொன்னது நினைவுக்கு வந்தது. 'எனக்கு நிறைய தலை இருந்துச்சி. அவ்வளவு தலைக்கனம். வாழ்க்கை போற போக்குல ஒவ்வொன்னா கழண்டுபோய், இன்னைக்கு ஒண்ணுதான் தங்குச்சு'. பல நேரங்களில் எஸ்தர் முன்னுக்குப் பின் முரணாய்த்தான் பேசுவாள். தோட்டத்தில் தடியை ஊன்றி நடைபோகையில் துணைக்கு முழுமதியை அழைப்பார். முழுமதி, விருப்பமில்லாமல் அருண்மொழி சைகையால் காட்டும் கட்டாயத்திற்காக உடன்செல்வாள். இன்றுகூட அவரிடம் இந்தப் பல தலை விடயத்தைக் கேட்கலாம். இணையத்தைக் கிளறினாள். இரட்டைத்தலை உயிரினங்கள் எல்லாம் அற்புதம், அதிசயம் என்று வியக்கப்பட்டிருந்தன. முழுமதியின் விடயத்தில் அப்படி இல்லை. கண்களுக்கு அவளின் இரட்டைத்தலை தெரிவதில்லை. அவசரமாக, பீரோவுக்கு மேலிருந்த பழைய புகைப்படத் தொகுப்பைத் தூசிதட்டி, அதிலிருந்த புகைப்படங்களில் எல்லாம் தன் தலையை உற்றுப் பார்த்தாள். ஒன்றுபோல்தான் தென்பட்டன. தலை சுழன்று இன்னொரு தலையாவது தன் மனப்பிரமையோ என்று எண்ணினாள். இருள் சூழ்கையில், அந்தரம் கவிகையில், தன் தலைக்குள் ஒருவிதப் புலனின்ப உணர்வும் காட்சியழகும் கூடிய எண்ணங்கள் ஓடத்துவங்கி, மென்னடை வேகத்தில் ஒருவித சுகத்தையும் தருகின்றன என்பதை உணர்ந்தாள். இது வேறுஏதோ... மயக்கும் ஆச்சரியம். பேசாமல் ஒரு எக்ஸ்ரே எடுத்துப் பார்த்துவிடலாமா என்றுகூட எண்ணினாள்.

மாலையில் வந்ததும் அருண்மொழி கோபித்துக் கொண்டாள். 'முன்பே சொன்னால் என்னவாம் என்று கடிந்துகொண்டாள்' என்று முழுமதி பள்ளிக்குச் செல்லாததற்குக் கண்டித்தாள். முழுமதிக்கு அருண்மொழியின் கோபம் உரைக்கவில்லை. மாலை ஒளி மெல்லியதாக மலையின் பின்னாலிருந்து வந்து, அவர்கள் குடியிருப்பெங்கும் விழுந்தது. மெள்ள இருள் ஒரு திரையைப்போல வீழ்ந்தது. விளக்கையெல்லாம் ஏற்றிப் படிக்கத் தொடங்கினாள். படிப்பு ஓடவில்லை, கவிதை நூல்களைக் கிளறி சில கவிதைகளின் சில வரிகளை மனக்கண்களில் ஓட்டிவிட்டு நேரத்தைக் கழித்தாள். இரவு உணவு முடிந்ததும், தன் படுக்கையில் அமர்ந்து விளக்கை அணைத்து, மெள்ளத் தன் தலையின்மீது கவனம் செலுத்தினாள். தலை சுழன்று மறைய, தானே இன்னொரு தலை சுழன்று வந்து அந்த இடத்தில் நின்றது. முழுமதி தனக்குத்தானே சிரித்துக்கொண்டாள். இளமை, மகிழ்ச்சி, அழுகை, துக்கம், இழப்பு எல்லாம் துல்லியமான உணர்வுகளாக, காட்சிகளாக அவளுக்கு நினைவில் வந்துகொண்டே இருந்தன. அப்படியே தயா என்கிற தன் வகுப்பு மாணவனின் புன்னகை நிறைந்த முகமும் நினைவுக்கு வந்தது. காட்சி அப்படியே அவன் முகத்தின்மீது நீண்ட நேரத்திற்கு நின்றிருந்தது. மாலை, வீட்டிற்குப் போன் செய்தான், "ஏன் பள்ளிக்கு வரவில்லை?" என்று கேட்டான். "வகுப்பு சுற்றுலா அடுத்த வாரம் சனிக்கிழமையும் ஞாயிற்றுக்கிழமையும் உறுதியாகிவிட்டது" என்று சொன்னான். "நீ வர்றதான?" என்று கேட்டான்.

முழுமதி போனில் பூரிக்கும் புன்னகையுடன் தலையசைத்தாள்.

"என்ன சொல்ற, வர்றியா, இல்லையா?",

"ஆமா, வர்றேன்..." என்று சொல்லிவிட்டு வைத்தாள்.

சுற்றுலாவின்போது, தயாவின்மீது இருந்த வழக்கமான ஈர்ப்பு சுத்தமாய் இல்லாமல் போயிருந்தது. ஏதேதோ

தன்னைப் பற்றிச் சொல்லவந்தபோதெல்லாம் அவன் நிறைய பேசிக்கொண்டேயிருந்தான். இன்னொருவர் பேச்சைக் கேட்கும், இன்னொருவர் இருப்பைக் கேட்கும் மனோநிலையே இல்லாமல் தற்பெருமையிலேயே ஆழ்ந்திருந்தான். தான் அவனிடம் பேச நினைத்திருந்ததெல்லாம் மேலே பொங்கிவந்தும் பகிர வழியில்லாமல் அவனுடைய பேச்சைக் குறுக்கிடவும் முடியாமல் அவனிடமிருந்து விலகி விலகி வேடிக்கைப் பார்க்கத் தொடங்கியிருந்தாள்.

தன் இரண்டு தலை ரகசியத்தின் அற்புதங்களுக்கிடையே திளைத்திருந்த முழுமதி, ஒரு நாள் தன் அம்மாவிடம் சொல்லிப் பார்த்தாள். “சத்தியமா, அம்மா! ஆனா, அத உனக்கு விளக்க முடியாது!”, என்று சொல்லியபோது, அருண்மொழி, “உளறாத... போய்ப் படு!” என்று அவளுடைய இரண்டாவது தலையின் அனுபவத்தைத் தொடர்வதற்கு முற்றுப்புள்ளி வைத்தாள். இதனாலெல்லாம், முழுமதியின் உற்சாகம் தேங்கிப்போகவில்லை.

எஸ்தர் வில்லியம்ஸ், தனக்கு இரட்டைப் பெண் குழந்தைகள் பிறந்த அனுபவத்தை இன்றும் பெருமையாகப் பேசிக்கொள்வாள். அதில் ஒருத்தி எப்பொழுதும் அழுதபடி இருப்பாள் என்றும் இரவு என்றால் வீட்டில் உறக்கமே அற்ற நிலைதான். இரண்டு ஆண்டுகளுக்குமேல் நீடித்தது என்றும் அது ஒரு கற்பனையான வாழ்க்கைபோல இருந்தது என்றும் சொல்வாள். முழுமதி அடிக்கடி கண்ணாடி முன்னால் நிற்பதைப் பார்த்து, அருண்மொழிக்கு இனம்புரியாத கோபம் எழுந்தது. “வயசு வந்த பொண்ணு என்னத்துக்கு இப்படிக் கண்ணாடி முன்னால எப்பப் பாத்தாலும் நின்னுக்கிட்டுருக்க. உன் உடம்பவிட்டு ஒண்ணும் எதுவும் ஓடிப்போயிடாது. நகரு” என்ற குழப்பமான கோபத்தால் முழுமதியை விரட்டினாள்.

மதி, இரவில் சுழன்று நிற்கும் தலைமீது கவனத்தைக் கூட்டினாள். அப்பொழுது என்னென்ன உணர்வு நிலைகள் எல்லாம் எழுகின்றன என்று ஒன்றுவிடாமல் டைரியில் எழுதினாள். அவைக் கவிதைகளைப்போலச் சொற்களை மேலெழுப்பிக்கொண்டே இருந்தன. பல நேரங்களில் அழகழகான உருவங்கள் தோன்றின. மரங்களும் பறவைகளும் கூடிய சோலைபோன்ற இனிய அனுபவ உணர்வு பெருகியது. காட்டுக்குள் நிற்பதுபோல் இருந்தது. ஆற்றின் குளிர்ந்த நீரில் மூழ்குவதுபோல் இருந்தது. இனிய குரல்கள் நிறைந்த சோலையின் வழியே மேலேழுந்து பறப்பதுபோல் இருந்தது. மலையின் உச்சியில் எல்லாத் திசைகளிலும் பொன்னொளியும் வண்ணங்களும் படர்ந்த வானம் தெரிய, தான் தனியே நிற்பதுபோல் இருந்தது. உடலெங்கும் இனிய உணர்வுகள் அலைகளைப்போல் எழும்பி அடங்கின. இதைத்தான் எல்லோரும் காமம் என்று சொல்கிறார்களா என்ற சந்தேகமும் முழுமதிக்கு வராமல் இல்லை.

பள்ளிப் படிப்பிற்குப் பின், கல்லூரிப் படிப்பிற்காக வேறு ஊருக்கு நகர்ந்திருந்தாள். அது ஓர் ஆற்றை ஒட்டிய இசைக்கல்லூரி. அம்மா என்ன சொல்லியும் கேட்காமல், இசைதான் படிப்பேன் என்று முழுமதி அடம்பிடித்துச் சேர்ந்தாள். இதற்குக் காரணம், தன்னிடம் இசைத் திறமையும் அதன்மீதான ஆர்வமும் இருந்ததை முழுமதி கண்டறிந்தது மட்டுமில்லை, மற்ற துறைகள்போல இதன் தேர்வுகள் தண்டனைகளாக இருக்காது என்று நம்பினாள். அதே கல்லூரியில் மனோ படிக்கவந்து சேர்ந்திருந்தான். உயரமும் ஒல்லியுமாக, அடர்ந்த தாடியுடன் மலர்ந்த கண்களும், கண்ணோரங்களில் மின்னும் குறும்புடனும் சத்தமாய்ப் பேசிச்

சிரித்திருக்கும் ஆண்களுக்கு இடையில், மிகவும் அமைதியாக எல்லோரையும் கவனமாய் ஆராய்ந்தபடி இருந்தான். முழுமதி அவனை நெருங்கினாள். இருவரும் அந்த ஆற்றின் கரையில் நீண்ட நேரம் அமர்ந்து உரையாடலைத் தொடங்கினர். விடுதிக்குச் செல்லும் வரை அந்த ஆற்றைப் பார்த்திருப்பதும் அன்றாடங்களை அசைபோடுவதும் வழக்கமாக இருந்தது.

இரட்டைத்தலையின் குதியாட்டங்கள் இந்தப் பருவத்தில் மாறியிருந்தன. அடர்ந்த கானகத்தில் இருளில் நடமாடுவதைப்போலவே இருந்தது. விநோதமான அசைவுகளையும் குரலொலிகளையும் நடமாட்டங்களையும் உணர்ந்தாள். கழுத்தை இறுக்குவதைப் போன்ற கனவுகள் தோன்றின. தலையும் தானும் தனித்தனியாகக் கிடப்பதை உணர்ந்து தூக்கத்திலிருந்து எழுந்து அலறினாள். அருண்மொழி இன்னொரு அறையில் இந்தச் சத்தத்தில் விழிக்காமல் ஆழ்ந்து உறங்கிக்கொண்டிருந்தாள். பதறி ஓடிச்சென்று விளக்கைப்போட்டால், முகம் கண்ணாடியில் பகலுக்கான பாவனைகளுடனும் மேட்டிமைக் குறிகளுடனும் தனக்குச் சம்பந்தமில்லாத ஒருவருடையதைப் போலவும் ஒரு மாடலின் வரையறுக்கப்பட்ட முகபாவனைகளுடனும் தெரிந்தது. தன் உடல்மீது இருந்த தலையும், கனவில் தனியாகக் கிடந்த தலையில்லை என்பதை உணர்ந்ததும் ஏதோ ஒருவிதமான ஆறுதல் உணர்வுக்குத் தள்ளப்பட்டு, விளக்கை அணைக்காமலேயே படுக்கையில் படுத்து உறங்கினாள்.

அன்று வகுப்பிற்கு மனோ வரவில்லை. முழுமதிக்கு இருப்புகொள்ளவில்லை; வகுப்பில் பாடங்கள் ஓடவில்லை. எழுந்து வெளியே சென்றுவிடலாம் என்றால், தனக்கு மிகவும் பிடித்தமான ஆசிரியையின் வகுப்பு. தான் இவ்வளவு காலம் ஈட்டியிருந்த நன்மதிப்பைக் குறைப்பதுபோல் நடந்துகொள்ளக் கூடாது என்று தன்னைத் தானே கட்டாயப்படுத்திக் கொண்டாள். அவ்வப்பொழுது வகுப்பு சன்னலின் வழியே மனோ வருகின்றானா என்று தேடினாள். வகுப்பு முடிந்து அவனுடைய நண்பன் முரளி, முழுமதியை நெருங்கி மனோவின் அம்மாவிற்கு உடல்நலமில்லை என்றும் அதனால் சொந்த ஊருக்குச் சென்றிருப்பதாகவும் சொன்னான். போனில் அழைத்தபோது, மனோ பதில் அளிக்கவில்லை. உண்மையில், மனோவைத் தேடவில்லை. அவனிடம் எதையோ சொல்லாமல்விட்டது போன்ற உணர்வு துன்புறுத்திக்கொண்டே இருந்தது. அன்றைய இரவு, தன் தலை என்னென்னவாக எல்லாம் மாறும் என்ற பதற்றம் அச்சுறுத்தியது. வழக்கத்திற்கு மாறான சங்கடங்களைக் கொடுத்தது. சீக்கிரமே உறங்கிவிட முடிவெடுத்துப் படுத்துக்கொண்டாள்.

சில நாள்கள் கழித்து மனோ வந்தான். அவன் வந்ததும், வகுப்பு தொடங்கக் காத்திருக்கும் மாணவர்களுக்கு இடையே, முழுமதியை வெளியே அழைத்தான். இப்படி அழைப்பது வழக்கம் இல்லை என்பதால், எல்லோரின் முகத்திலும் ரகசியமான புன்னகை படர்ந்து வகுப்பறையைக் கூசச் செய்வதாக்கியது. முழுமதி, அவனுடைய காந்த அலைகளால் மனோ என்ற கடலுக்குள் இழுக்கப்பட்டதுபோல் அவன் பின் சென்றாள்.

வழக்கமாக அமரும் மரத்தின் அடியில் வந்தமர்ந்து, கொஞ்ச நேரம் இருவருமே அமைதியாக இருந்தனர். அந்த அமைதிதான் இருவருக்குமே தேவைப்பட்டது என்பதுபோல மனோவைக் காணாதபோது இருந்த பதற்றங்கள் எல்லாம் தணிந்து, ஆற்றில் இழுக்கப்படும் நீரைக் கவனித்தபடி மனதில் எந்த எண்ண ஓட்டமும்

கொந்தளிப்பும் இல்லாததுபோல இருந்தாள். மனோவிடம் தன் இரட்டைத்தலை அனுபவங்களைப் பகிர்ந்துகொள்ள விரும்பினாலும் ஏனோ தயக்கமாக இருந்தது. அந்த அளவிற்கான நெருக்கத்தை இன்னும் நெருங்கவில்லை என்று தனக்குத் தானே கூறிக்கொண்டாள். மனோ ஏதோ திடீரென்று நினைத்தவன் போல, "வரும் சனிக்கிழமை இருவருமாகச் சதுரகிரிக்குப் போகலாமா?" என்று கேட்டான். முழுமதியும் உற்சாகமாகத் தலையை அசைத்தாள்.

அன்று பௌர்ணமி என்பதால், மலையேறும் பகுதியில் ஆங்காங்கே கூட்டங்கள் மேல்நோக்கி நகர்ந்தபடியிருந்தன. காலைப்பனியின் இறுக்கமும் எங்கெங்கும் பொழிந்த பனியும் முழுமதியையும் மனோவையும் ஒருவருடன் ஒருவரைப் பிணைக்கச் செய்திருந்தன. மலை ஏற்றத்தில் மூச்சிறைக்க நடக்க வேண்டியிருந்தது. அடர்ந்த மரங்களின் ஊடே கீழே வந்து வீழ்ந்த சூரியஒளி மர்மமான மேல்தேசத்திலிருந்து இனம் பிரித்து அறிய முடியாத கிளர்ச்சிகளை இருவருக்கும் கொடுத்துக் கொண்டிருந்தது. கண்களும் தசைகளும் பற்றியெரிந்தன. கடவுளை வழிபடும் எண்ணமோ அதற்கான மனவோட்டங்களோ தேவைகளோ அவர்களுக்கு இருக்கவில்லை. எங்கெங்கும் பரவிய தமிழிசையின் ஒலிக்கு இடையே இருவரும் மௌனித்துக் கிடந்தனர். மாலை வந்தது. எல்லோரும் மலையைவிட்டு இறங்கத் தொடங்கினர். வந்த கடமை முடிந்த வேகத்திலும் இருட்டிற்குள் தரை உலகத்தை எட்டிவிட வேண்டும் என்ற எண்ணமும் மேலோங்கி இருந்தது.

முழுமதியும் மனோவும் அங்கே தங்கிவிட்டுக் காலையில் இறங்கிக் கொள்ளலாம் என்று முடிவெடுத்தனர். ஒரு பாழடைந்த மண்டபமும் அதை ஒட்டி ஏறிய சில பாறைகளும் அதைப் பின்னொட்டி இருந்த மலையும் பாதுகாப்பு உணர்வைத் தந்தன. மலையேறிய களைப்பில் சிலர் மண்டபத்திலேயே உறங்கிப் போயிருந்தனர். சட்டென்று, முழுமதி எதிர்பாராத ஒரு கணத்தில், மனோ அவளின் கையைப் பிடித்துக்கொண்டு பாறைகளின் மறைவிற்கு அழைத்துச் சென்றான். முழுமதியும் அவன் பின்னால் ஒரு குழந்தையைப்போல் ஓடிச்சென்றாள். இரவின் குளிரும் களைப்பும் தீவிர இதயத்துடிப்பும் இருவரையும் அலைக்கழித்த மனவேகமும் இந்தத் தருணம் வரை வேறாக இருந்தன. மனோ, அவளைத் தன் உடலுடன் இணைத்துக் கொண்டான். மூர்க்கமாக அணைத்தான், அவள் உடைகளை அவிழ்த்தான். சில்லிட்ட பாறைத் தரையில் கிடத்தினான். மனக்கிறக்கத்தில் அவன் செயல்களுக்கெல்லாம் இணங்கிக் கொண்டிருந்தாள். என்ன நிகழ்கிறது என்ற உணர்வும், அறியும் மனவோட்டமும் முழுமதியிடம் சுத்தமாக இல்லை. அன்றைய இரவின் உறவில் முழுமதி மனோவைத் தனக்குள் அனுமதித்திருந்தாள். தலையின் அனுமதியின்றி இது நடந்ததைப்போல் தன் உடலில் ஒட்டியிருந்த தலை சுழன்று விலகியது.

அதிகாலையே முழுமதி விழித்துவிட்டாள். இன்னும் சூரியன் எழவில்லை. மனோவும் அயர்ந்து உறங்கிக்கொண்டிருந்தான். சுற்றிலும் சூழ்ந்த பனியும் குளிரும் இன்னொருவரின் அணைப்பை இப்பொழுது கேட்கவில்லை. தனியாக உலவிவந்தால் மனதிற்குத் தெம்பாய் இருக்கும் என்று உணர்ந்து, மலையிறக்கத்தில் நடக்கத் தொடங்கினாள். உடலிருந்து பெரிய எடை குறைந்ததுபோல இருந்தது. கொஞ்ச நேரத்தில், சற்று தூரத்தில் மனோ தன்னைத் தொடர்ந்து வருவதை மலைப் பாதையின் திருப்பத்தில் பார்த்தாள். இருவரும் ஒருவரை ஒருவர் நோக்கிப் புன்னகைத்துக் கொண்டனர்.

மனோ, மதியின் தோளில் கைகளை இணக்கமாய் வைத்துத் தன்னுடன் இழுத்து அணைத்துக் கொண்டான். தங்கள் இருப்பிடங்களை நோக்கிப் பயணித்தனர்.

வீட்டிற்கு வந்த முழுமதி, தன்னுடைய இரண்டாவது தலை கழன்று காணாமல், இல்லாமல் போயிருந்ததை உணர்ந்தாள். விடிய விடிய அழுதாள். தலை காணாமல் போனதற்குத் தான் அழுதது மகிழ்ச்சியின் விளைவா, துயரின் விளைவா என்று அவளால் எப்பொழுதுமே உணர முடியவில்லை. வழக்கம்போல் எல்லோருக்கும் இருக்கும் ஒரு தலை அவளுக்கும் இருந்ததால், இந்தப் பிரச்னை உலகத்தில் எவருக்குமே தெரியாமல் போயிருந்தது.

95

நர்மதாவின் கடிதங்கள்

தாட்சாயணி

தாட்சாயணி
(07/05/1975)

பிரேமினி சபாரத்தினம் என்ற இயற்பெயர் கொண்ட தாட்சாயணி, இலங்கையில் சாவகச்சேரியைச் சேர்ந்தவர். இவர் யாழ்ப்பாணம் பல்கலைக்கழகத்தில் விஞ்ஞானம் பயின்றவர். ஈழப் போர் காலச் சுழலில் எழுதத் தொடங்கியவர். யுத்த காலத்தில் வாழ்ந்து, அதன் நெருக்கடிகளை அனுபவித்தவர். அதனால் இவர் அவற்றை இலக்கியமாகியுள்ளார். இவரது முதல் கவிதை 1993இல் சுபமங்களா இதழில் வெளியானது. இவர், 'ஒரு மரணமும் சில மனிதர்களும்,' 'இளவேனில் மீண்டும் வரும்', 'தூரப் போகும் நாரைகள்', 'அங்கயர்கண்ணியும் அவள் அழகிய உலகமும்' என்ற சிறுகதைத் தொகுப்புகள் உள்ளிட்ட, ஏழு சிறுகதைத் தொகுப்புகளை வெளியிட்டுள்ளார். 'தீ நிழல்' என்ற இவரது குறு நாவல் பரிசு பெற்ற ஒன்றாகும். 'யாருக்கோ பெய்யும் மழை' இவருடைய கவிதைத் தொகுப்பாகும். இவருடைய சில சிறுகதைகளும் கவிதைகளும் சிங்கள மொழியில் மொழிபெயர்க்கப்பட்டுள்ளன.

நர்மதாவிற்கு யார் கடிதம் எழுதச் சொல்லிக் கொடுத்தார்கள் என்பது இன்றுவரை எனக்குத் தெரியாது. ஆனால்,அவளைப் போல ரசனையோடு கடிதம் எழுதும் வேறு எவரையும் இன்று மட்டும் நான் காணவில்லை. அவளிடமிருந்து கடிதம் வருவது நின்று பத்து வருடங்களுக்கு மேலாய் ஆகியிருக்கும். அவள் எங்கேயிருக்கிறாள்...? எப்படியிருக்கிறாள்...? என்பதொன்றும் எனக்குத் தெரியாது. இருந்தாலும் அவளைப் பற்றி அறியும் ஆவலும், ஆர்வமும் என்னுள் நாளுக்கு நாள் பெருகிக் கொண்டேதானிருக்கிறது.

நான் தேவமஞ்சரி. ரொறண்டோவில் குடியேறிப் பன்னிரண்டு வருடங்கள். அதற்கு முன் நான்கு வருடங்கள் கொழும்புவாசி. அதற்கும் முன்னால் இருபது வருடங்கள் பிறந்ததிலிருந்து யாழ்ப்பாணத்தின் கல்வயல் மண்வாசத்தில் திளைத்துக் கிடந்தவள். எதிர்பார்க்காத ஒரு தருணத்தில் எந்த ஒரு எதிர்வு கூறலுமின்றி கொழும்புக்கு இடமாற்றப்பட்டு, அதேபோல எந்தவித அபிப்பிராயங்களுக்கும் இடமில்லாமல் கனடாவிற்குப் பொதி செய்யப்பட்டவள். இப்போது கணவனதும், குழந்தையினதும் அன்பில் தோய்ந்து உலகை மறந்து

• தாட்சாயணி

கொண்டிருக்கும் புலம்பெயர்ந்த சாதாரண ஒரு யாழ்ப்பாணத்துப் பெண். அப்படிச் சொல்வது இனி எவ்வளவிற்குச் சாத்தியமாகுமோ தெரியவில்லை. யாழ்ப்பாணத்தில் வசித்திருந்த இருபது வருடங்களை மேவிக் காலம் பறக்கின்றபோது, கனடாவின் சூழ்நிலை எனக்கு அதிகம் பரிச்சயமானதாகக் கூட மாறிவிடலாம். பனிப் பாளங்களை வழிக்கும் குளிர்காலங்களில் ஏற்படும் மூச்சடைப்பு ஒன்றுதான் இந்த மண் எனக்கு அந்நியம் என்பதை அடிக்கடி நினைவூட்டிக் கொண்டிருக்கிறது.

நிற்க, நர்மதாவைப் பற்றிச் சொன்னேன். நர்மதாவைப் பற்றிச் சொல்வதைவிட அவள் கடிதங்களைப் பற்றிச் சொன்னால் அதிகம் புரிந்து கொள்வீர்கள். அவள் கடிதங்களுக்கான கால எல்லை நான்கு வருடத்திலிருந்து, ஐந்து வருடங்களுக்குள் இருக்கலாம். ஊரிலிருந்தபோது அப்படிக் கடிதம் எழுதுவதற்கான தேவை எமக்குள் ஏற்பட்டதில்லை. அதனால் அவளது எழுத்தாற்றலும் எனக்குத் தெரிந்திருக்கவில்லை. தெரிந்திருந்தால் அவளை அப்போதே எழுத்துத் துறையில் ஊக்குவித்திருப்பேன்.

திடுமென்று கொழும்புக்கு இடம்பெயர்க்கப்பட்ட காலத்திலிருந்து, பிறகு கனடாவிற்கு வந்து இரண்டொரு வருடங்கள் வரை அவளது கடிதங்கள் தொடர்ந்தன.

எங்களுக்கிடையிலான கடிதங்கள் எவ்வளவு இடைவெளிக்குள் இருக்கும் என்று மட்டும் கேட்காதீர்கள். ஒரு கடிதத்தை அவள் தொடங்கியிருந்தாள் என்றால், அதற்கு நான் கொஞ்சம் விடயம் சேர்த்து, சோம்பல் தெளிந்து பதில் எழுதி, அது அவளுக்குக் கிடைத்தவுடனேயே அவளது அடுத்த கடிதம் ஆரம்பித்துவிடும். எப்படிச் சொல்கிறேன் என்றால், அவளது கடிதத்தில் ஒவ்வொரு தடவையும் அவள் எழுதும் வரிகள் 'உனது கடிதம் இன்று கிடைத்தது' என்பதாகத்தான் இருந்தது. அதில் தான் கடைசிவரை அவளுக்குச் சலிப்புத் தட்டவில்லை. அப்படி இருந்தும் சிலவேளைகளில் 'இன்று கடிதம் மதியத்திற்கு மேல்தான் கிடைத்தது. இரவின் நிலவொளிக்குள் பதில் எழுதிக் கொண்டிருக்கிறேன்...' என மாற்றுவாள்.

எனது கடிதம் கிடைத்தவுடன் அவள் எழுதி, அவளுடையது கிடைத்து, நான் கொஞ்சம் யோசித்துப் பதில் எழுதி... அது அவள் கையைச் சேர்ந்த உடனேயே அவள் மீண்டும் பதில் எழுதி... இந்தச் சங்கிலி வட்டம் எப்போது நின்றது...?

நல்லவேளையாக அன்றைய காலகட்டத்தில் ஒரு கடிதம் கொழும்பிலிருந்து யாழ்ப்பாணம் போய்ச்சேர, ஒரு மாதத்திலிருந்து மூன்று மாதம்வரை கூட சிலவேளைகளில் எடுத்தது. இல்லாவிட்டால் என்ன எழுதுவதென்று எனக்குத் திண்டாட்டம் ஆகியிருக்கும். சமயங்களில் அதிர்ஷ்டவசமாக ஒரு கிழமையில் கடிதம் வந்து சேர்ந்ததும் உண்டு. (கவனியுங்கள், ஒரு கிழமையில் கடிதம் போய்ச் சேர்வதே அந்தக் காலத்தில் அதிர்ஷ்டம் தான்.)

அதிகமில்லை... எங்கள் கடிதங்களில் அனேகமாக இரண்டு விடயங்கள் மேலோங்கியிருக்கும்.

ஒன்று வயல்கரைப் பிள்ளையார்... இரண்டாவது அவளது குட்டித்தம்பிகள்.

பிள்ளையார் மீதில் எனக்கு மிகுந்த ஈடுபாடு. அவளானால் முருகனின் பக்தை.

நான் முதலிலேயே சொன்ன மாதிரி கடித ஆரம்பத்தில் நலம் கோரும் பகுதிகளில் பின்வருமாறு எழுதுவாள்.

'நான் நலம்...நீ நலமா...' என எழுதிச் சலித்தவள்,

'நீ நலமென்று நம்புகிறேன்...'

'நீ நலமாக என் முருகனை

வேண்டுகிறேன்...'

'நீ நலமாக உன் வயல்கரை பிள்ளையார் துணையிருப்பாராக..'

'இங்கே நானும் முருகனும் நலம். உன்னை உன் பிள்ளையார் நலமாக வைத்திருக்கிறாரா...?'

எனப் படிப்படியாக அவளது கடிதங்கள் வளர்ச்சியுறும்.

எழுத்தென்றாலும், கட்டுரை என்றாலும் பெரும் அலேர்ஜிக்குள்ளாகின்ற நான், அவளது கேள்விகளுக்கூடாக பதில் எழுதும் ஆற்றல் தூண்டப்பட்டவளானேன். அவளது கேள்விக்கான பதில்களாய் எனது கடிதங்களும் நீளும்.

வயல்கரைப் பிள்ளையார் என்னில் செலுத்திய செல்வாக்கு ஆழமானது. அதை மிகச் சரியாகப் புரிந்து கொண்டவள் அவள். பிள்ளையாரைச் சுற்றியிருந்த சணல்வயல் மஞ்சளாய்ப் பூத்துக் கொட்டும் காலத்தில் இருவருமாய் மஞ்சள் துளிர்க்கும் வரப்புகளில் ஓடியாடியிருக்கிறோம். நான் இங்கு வந்த பிறகு எத்தனை பனி மூடிய அழகு மரங்களைப் பார்த்திருந்தாலும் அந்த மஞ்சள் வயலின் மயக்கும் அழகு இன்று வரை என மனத்திலிருந்து விலகவேயில்லை.

கடிதங்களில் நான் கேட்டிருக்கிறேன்.

'எங்கள் வீட்டுப்பக்கம் போனாயா நர்மதா...?'

'இன்னமும் அங்கே சணல் பூத்திருக்கிறதா...?'

'இன்னமும் வயல்கரைப் பிள்ளையார் தனித்துத்தான் இருக்கிறாரா...?'

நர்மதாவிடமிருந்தான பதில்கள் கேலியும், கிண்டலுமாய் இருந்தாலும் அவள் பதில்கள் எனக்கு ஆறுதல் ஊட்டும்.

'உன்னுடைய பிள்ளையாரை நான் ஒன்றும் பிடித்துக் கொள்ளவில்லை.'

'நீ போன பிறகு இங்கு யாரும் சணல் விதைக்கவேயில்லை...' என்பன போன்றெல்லாம் தொடரும் அவள் கடிதத்தின் இறுதிப் பகுதியில் எனக்கான ஆறுதல் மொழி ஏதேனும் இருக்கும்.

'கவலைப்படாதே...நீ மறுபடி இங்கே வருவாய்...'

'அந்தச் சணல்காட்டில் மறுபடியும் நாம் திரியும் காலம் வரும்...'

'வயல்கரைப் பிள்ளையாரும் என்னைப்போல் தான் உனக்காகக் காத்திருக்கிறார்...' என்றெல்லாம் ஆறுதல் தொக்கும் வரிகளைத் தீர்த்தமாய்த் தருவாள்.

பிள்ளையாருக்கு அடுத்து அவள் என்னிடம் பரிமாறிக் கொண்ட விடயம் அவளது குட்டித்தம்பிகள். நான் அவளை விட்டுப் பிரிந்தபோது, அவர்களுக்கு வயது ஒன்பதே ஒன்பதுதான். இரட்டைத் தம்பிகள். அவளுக்கு அடுத்து இன்னொரு தங்கை இருந்தாள். நர்மதாவிற்கும், தம்பிகளுக்கும் இடையில் பதினோரு வயசு வித்தியாசம். அதனால் எங்கள் வகுப்பில் எல்லோருக்கும் அவள் தம்பிகள் மீதில் அதிகச் செல்லம் இருந்தது.

நான் கொழும்பு போகிற காலம் வரை அவள் அவர்களில் ஒருவனைத் தூக்கி வைத்துக் கொண்டுதான் இருப்பாள். மாறி, மாறி நானும் அவர்களில் ஒருவனைத் தூக்குவேன். தூக்கி வைத்துக் கொண்டு பக்கத்து வளவுகளுக்குள் அலைவோம். ஷெல்லடி, விமானத் தாக்குதல் நடக்கின்ற காலம் அப்போது. அடுப்படிப் புகைக்கூடு, மரத்தடி பங்கர் என அவர்களைத் தூக்கிக் கொண்டு ஓடுவோம்.

'ஆரூர் எங்கை...?'

'ஆர்த்தியை நீ தூக்கு...' என அந்த நேரங்களில் அவளும், தங்கையுமாய் அல்லோலகல்லோலப்படுவார்கள்.

ஏதாவது வானத்தில் இரைந்தால்

அவளது குரல் முதலில் அந்தக் குட்டித் தம்பிகளைக் கூப்பிடுவதாய்த்தானிருக்கும்.

ஒருதரம் பங்கருக்குள்ளிருந்த ஆரூரிற்கு ஏதோ விஷ ஜந்து கடித்துவிட்டது. வலி பொறுக்க முடியாமல் அவன் அழுத அழுகை தாங்கமுடியவில்லை. அவளது அம்மா அவனைத் தூக்கிக் கொண்டு கந்தப்பு அண்ணரிடம் 'பார்வை' பார்க்கப் போய்விட்டாள். ஆனாலும் நர்மதாவால் பொறுக்க முடியவில்லை. ஏதாவது செய்தாக வேண்டும் என்ற தீவிரமான வேகத்தில் அன்று மாலை முழுதும் சாணிக் கரைத்துப் பங்கரை மெழுகினோம். தங்கை ஆர்த்திகனைத் தூக்கிவைத்துக் கொள்ள, 'இனிமேல் எந்த விஷ ஜந்தையும் உள்ளே வரவிடமாட்டோம்' என அவனுக்குச் சத்தியம் செய்து கொடுத்தோம். பொழுது கறுக்கக் கறுக்க பங்கர் மெழுகியிருந்தோம்.

எங்களைக் காணாமல் அவள் அம்மா பங்கருக்குள் வந்து தேடி என்னை வீட்டுக்குப் போகச் சொல்லி வற்புறுத்தும் வரைக்கும் நான் அங்கேயே நின்றது எனக்கு நல்ல ஞாபகம் இருக்கிறது.

ஆரூரும், ஆர்த்தியும் பிறந்தது இந்திய இராணுவத்தின் காலம். அவர்கள் பிறந்ததிலிருந்து எப்போதும் யுத்தத்தின் நெருக்கடிகளுக்குள்ளேயே வாழ்ந்திருப்பார்கள். அதனாலேயோ என்னவோ, மிகவும் அமைதியான சொல் கேட்கும் பிள்ளைகளாய் அவர்கள் இருந்தார்கள். அது சிலவேளை நர்மதாவின் கைகளுக்குள் வளர்ந்ததனால் வந்ததாகக் கூட இருக்கலாம்.

ஆரூரிற்கு புலமைப் பரிசிலில் பாடசாலையிலேயே முதலிடம் கிடைத்தது... ஆர்த்திகன் சித்திரப் போட்டியில் முதல் பரிசு பெற்றது... என அவள் அவர்களது முன்னேற்றங்களை எழுதிக் கொண்டே போவாள். எனக்கு அவர்களோடு கடைசியாய்ப் போன பிள்ளையார் கோவில் தீர்த்தத் திருவிழா நினைவில் வந்துகொண்டேயிருந்தது. வேட்டியைச் சின்னதாய் மடித்துத் தார்பாய்ச்சி இருவருக்கும் கட்டிவிட்டபோது இருவரும் குட்டிக் கிருஷ்ணர்களைப் போலவேயிருந்தார்கள். அன்று முழுக்க அவர்கள் எங்களைத் தூக்கவிடவில்லை. பெரிய மனிதர்கள் போல் எங்கள் கைகளைப் பிடித்துக் கொண்டு நடந்து வந்தார்கள். நாங்களும் அன்று சேலை உடுத்தியிருந்தோம். அவர்களைத் தூக்கி ரிஸ்க் எடுக்க விரும்பவில்லை. தீர்த்தக்கேணியில் தாமரைப் பூக்கள் மிதப்பதையும், சுவாமி தீர்த்தம் ஆடுவதையும் ஆவலாகப் பார்த்தோம். கோவிலுக்கு வந்த காவடிகளுக்குப் பின்னே ஆரூரும், ஆர்த்தியும் இழுபட்டார்கள். இருந்தாலும் எங்கள் கைகளை விடவில்லை. காவடியிலிருந்து விழுந்த மயிலிறகுகளைப் பொறுக்கி அவர்களுக்குச் சேர்த்துக் கொடுத்தோம். அன்று முழுக்க அவர்களின் குதூகலம்விடாமல் எங்களைச் சுற்றிக் கொண்டேயிருந்தது. ம்ம்...எங்கள் குட்டித்தம்பியரின் காலம் அது. திடுமென்று தான் அவளுடனான அந்தப் பிரிவு வந்தது.

யாழ்ப்பாணத்து மக்கள் இடம்பெயர்ந்து தென்மராட்சி முழுக்கவும், வன்னியுமாய்ப் பரிதவித்தபோது, எங்களுக்கு இடம்பெயர வேண்டி ஏற்படவில்லை. கல்வயலுக்குள்ளேயே எங்கள் காலம் கழிந்தது. ஆறுமாதம் கழித்து, மீண்டும் தென்மராட்சியையும் கைவிட்டுப் போகும் நிலை தோன்றியவுடன் நாங்கள் வவுனியா போய் அப்பால் கொழும்பு போனோம். ஏற்கனவே அங்கு அண்ணா வேலை செய்துகொண்டிருந்தது எமக்கு மிகவும் வசதியாய்ப் போயிற்று. எங்கள் குடும்பத்தைக் கொழும்பில் நிலைநிறுத்துவதற்குரிய ஏற்பாட்டை அவன் செய்து கொண்டான். நர்மதாவும் அவள் குடும்பமும் ஊரைவிட்டு வெளியேறவில்லை. உள்ளூரிலேயே இரண்டு, மூன்று தினங்கள், அயலுக்குள் இடம் மாறிவிட்டுப் பின் தங்கள் வீட்டுக்குப்

போய்ச் சேர்ந்ததாகப் பிறகு எழுதியிருந்தாள். அவளை நான் கடைசியாகப் பார்க்கப் போனது ஒரு அவசரமான காலமாகவிருந்தது.

வீட்டில் எல்லோரும் கொழும்பு போவதற்கான ஏற்பாட்டைச் செய்து கொண்டிருந்தபோது, நான் அவள் வீட்டிற்குப் போயிருந்தேன். எல்லார் முகங்களிலும் கலக்கமே மேலோங்கியிருந்தது. எதிர்காலம் குறித்து யாராலுமேஎதுவும்எண்ணமுடியாதிருந்தது.

“இஞ்சை இனி இருக்கிறது அவ்வளவு பாதுகாப்பில்லை. அங்காலை எப்பிடியாவது வரப் பாருங்கோ...” என்னால் ஊரில் இருக்க முடியாமல் போன ஆதங்கம் அவர்களுக்கு உபரியாக ஒரு அழைப்பை விடுத்தது.

ஆரூரனும், ஆர்த்திகனும் என்னை வளைத்துக் கொண்டார்கள்.

“எங்கையக்கா போகப் போறீங்கள்...?”

“இனி வரமாட்டீங்களோ...?”

“எப்பக்கா வருவீங்கள்...?”

என்னை மொய்த்த கேள்விகளுக்கு எனக்குப் பதில் தெரியவில்லை. நர்மதா மட்டும் என்னிடம் எதுவும் கேட்கவில்லை.

“இனி எப்ப காணுறமோ தெரியாது... எங்கையிருந்தாலும் நல்லாயிரு...”

அவள் சொன்னமாதிரி அவளை இன்றுவரை காணவும் முடியவில்லை. அவள் வார்த்தை பலித்த மாதிரி இன்றுவரை குறையில்லாமல்தான் இருக்கிறேன்.

தொடர்ந்து அவள் எமது ஊர் நிலவரங்களைக் கடிதங்களில் எழுதுவாள். தனது குட்டித் தம்பிகளின் காலம் போருக்குள்ளேயே கழிந்துவிட வேண்டும் என்பதுதான் விதியா...? என்பாள்.

நானும் எங்களோடு படித்தவர்களைக் கிளாலியில், ஓமந்தையில் கண்டது பற்றி எழுதுவேன். நான் கொழும்புக்குப் போக முதல் எங்கள் வகுப்பில் இரண்டு பேர் இயக்கத்திற்குப் போயிருந்தனர். அவர்களைப் பற்றியெல்லாம் அவள் உருக்கமாக எழுதுவாள். ‘என் தம்பிகளுக்கு வயசு குறைய என்பதற்காக இப்போது சந்தோஷப்படுகின்றேனடி...’ என எழுதுவாள்.

‘ஆனால் அவர்களுக்கும் ஒருநாள் கடகடவென்று வயது வளரும் ...அப்போது என்ன செய்வது...?’ என மனம் கலங்கி எழுதுவாள்.

கடைசியாய்த் ‘தம்பிகளின் வளர்த்தியைப் பார்க்கப் பயமாய் இருக்கிறதடி...’ என எழுதினாள்.

அந்தக் கடிதங்களுக்கூடேயே அவளும் ஆசிரியர் பயிற்சிக் கலாசாலைக்குத் தெரிவாகி, ஆசிரியர் பயிற்சியைத் தொடர்ந்து கொண்டிருந்தாள். நான்கு வருடங்களாக நாங்கள் கடிதத்தில் பேசியிருப்போம். அப்படி என்னதான் எழுதுகிறீர்கள் மாறி,மாறி...? என அண்ணா என்னை வம்புக்கிழுப்பான். சிலவேளை ஊரில் எனக்கேதும் காதல் இருந்திருக்குமென்றும் நர்மதா தூதாகச் செயற்படுவதாயும்கூட அவன் சந்தேகப்பட்டிருக்கலாம். இல்லாவிட்டால் எதற்கு இருபத்திநாலு வயசு முடிய முதல் என்னைக் கனடாவுக்கு அனுப்ப அண்ணா பிரயத்தனப்பட்டிருக்க வேண்டும்...? எனது கல்யாணமும் கூடத் திடீர் என்று ஏற்பட்டதுதான். அதையும் அவளுக்குக் கடிதத்தில் தான் தெரியப்படுத்தினேன். திருமணம் கொழும்பில் நடந்தது. அழைப்பிதழை அவளுக்கும் அனுப்பியிருந்தேன். வழமை போலவே என் திருமணம் முடிந்தபிறகு தான் இந்த அழைப்பிதழ் அவள் கையைச் சேர்ந்திருந்தது. அதற்குப் பிறகு அங்கே சண்டை வலுத்திருந்தது. அவளும், அவள் குடும்பமும் எப்படியோ...என நான்

தவித்துக் கொண்டிருந்தேன். அப்போது நான் கனடாவிற்குப் போகக் காத்துக் கொண்டிருந்த நேரம். ஆறேழு மாதம் நான் கனடா போகவும் முடியவில்லை. அவளது தொடர்பும் அற்றிருந்தேன். கனடாவிற்கு விசாக் கிடைத்து விமானத்திற்கு டிக்கெட் 'புக்' பண்ணிப் புறப்படும் தறுவாயில் அவள் கடிதம் வந்தது.

தும்பளையில் இருக்கிறாளாம்...

ஊரிலே ஒருவரும் எஞ்சவில்லையாம்...

ஒட்டுமொத்தமாய் ஊர் முழுக்க இடம்பெயர்ந்து வன்னிக்கும், வடமராட்சிக்கும், வலிகாமத்திற்குமெனப் போய்விட்டார்களாம். தீராத துயரங்களோடு வந்து சேர்ந்திருந்தது அந்தக் கடிதம். அதற்கான பதிலை நான் கனடாவிற்குப் போய்த்தான் அவளுக்கு எழுதவேண்டியிருந்தது. புதுவாழ்க்கை தந்த பிரமிப்பிலிருந்து நீங்கி நான் அவளுக்குப் பதில் போட இன்னும் ஆறேழு மாதங்கள் ஆகின. அதற்குப் பிறகு அவள் கடிதம் கொஞ்சம் கோபத்தோடு, மனத்தாங்கலோடு வந்திருந்தது.

'உனக்குப் புது வாழ்க்கை கிடைத்துவிட்டது...'

'உனக்கு இனி நான் யாரோ தானே...'

'பரவாயில்லை நன்றாயிரு...'

'என் கடிதங்களுக்குப் பதில் போட்டு நீ உன் நேரத்தை வீணாக்காதேடி...' என்ற சாரப்பட அந்தக் கடிதம் வந்திருந்தது.

அதிலும் 'வயல்கரைப் பிள்ளையாரையும், சணல் வயலையும்... நானும் இப்போது பிரிந்து விட்டேன்... உன் சார்ந்த எல்லா நினைவுகளும் என்னை வெறுமையாக்கிவிட்டது...' என்ற பின்குறிப்பு வேறு. என்னால் தாங்க முடியாமல் போனது.

'எத்தனை உறவுகள் வந்தாலும் உனக்குப் பதில் போடுவதை மறப்பேனா...? எண்பது வயதுக் கிழவி ஆனாலும், கண்ணாடி போட்டுக் கொண்டு உனக்குப் பதில் எழுதுவேன்...' என என் பதிலை அனுப்பியிருந்தேன். அதற்குப் பிறகு சமாதான காலங்கள் வந்து அவள் ஊருக்குப் போனதைச் சொன்ன கடிதங்கள் வந்தன. விசுவமடுவில் ஆசிரியர் நியமனம் கிடைத்ததைச் சொல்லி எழுதியிருந்தாள். சந்தோஷப்பட்டேன். அத்தோடு எனக்கும் குழந்தை பிறந்து, அந்தச் சந்தோஷத்தையும் அவளிடம் கடிதத்தில் பகிர்ந்து கொண்டேன். என் குழந்தையின் உடல் நலம் விசாரித்து வயல்கரைப் பிள்ளையார் கோவில் திருநீறு வைத்து ஒரு கடிதம் அனுப்பிய ஞாபகம் இருக்கிறது. எனது மகள் கூட 'அன்ரீ...தின்நீறு...' என மழலை சொல்லப் பழகியிருந்தாள். ஆதலால் அதற்குப் பிறகான ஒரு காலத்தில், தான் அவளது கடிதம் நின்றிருக்க வேண்டும். அதற்குப் பிறகு என்னால் அவளது அன்பான கடிதங்களைக் காணமுடியவில்லை. முகநூல்களில் எங்காவது அவளோ... அவளது தம்பிகளோ தென்படுகிறார்களா என நான் தேடித் பார்த்துக் களைத்துவிட்டேன். அவளை விட ஊரில் என்னோடு படித்தவர்கள் எல்லாம் இப்போது முகநூலுக்கு வந்துவிட்டார்கள். அவளை மட்டும் எங்கும் காணக் கிடைக்கவில்லை

•••

என்னாலும் ஊருக்கு வந்து போக முடியும் என்பதை முதலில் என்னால் நம்பவே முடியவில்லை. என் மாமியார் ஊரில் சுகவீனமாய்க் கிடப்பதைச் சாட்டாக வைத்துக் கொண்டு தான், அவரால் வேலைக்கு விடுப்பு எடுக்க முடிந்தது. இரண்டு கிழமை யாழ்ப்பாணத்தில் தங்க முடியும் என்பதே மகிழ்ச்சி அளித்தது. இரண்டு நாட்கள் அவரது வீட்டில் தங்கியிருந்தோம். மூன்றாம் நாள் கல்வயலில் எங்கள் வீட்டுக்கு வந்தோம். அங்கே எங்கள் சித்தி

குடும்பம் இப்போது குடியிருந்தது. எனக்கு நினைவு முழுக்க நர்மதா பற்றியே இருந்தது. மாலை ஆறுதலாக மகளைக் கூட்டிக்கொண்டு நர்மதா வீட்டுக்கு வெளிக்கிட்டேன். போகிற வழியில் வயல்கரைப் பிள்ளையார் கோவில் இடிபாடுகளோடு தென்பட்டது. கதவு இன்னும் திறக்கப்படவில்லை. எனினும் பூசை நடப்பதற்கு ஏதுவாய் வாசலில் உலர்ந்த பூக்களும், மாலைகளும் சிந்திக் கிடந்தன. வாசலில் நின்று குட்டிக் கும்பிட்டுவிட்டுப் பிறகு வரலாம் என மகளிடம் சொல்லியவாறு புறப்பட்டேன். சணல் வயல் காய்ந்து போய்க் கிடந்தது.

அவள்சொன்னது உண்மைதான். பிள்ளையாரையும், சணல்வயலையும் காண நான் ஊருக்கு வருவேன் என்றாள். வந்துவிட்டேன். முக்கியமாக அவளைப் பார்ப்பதற்கு. இதை அவளுக்குச் சொல்லவேண்டும் என நினைத்தபடி, கைவிரலில் மகளது விரல்களைக் கோர்த்தபடி நடந்தேன். நான் அவளைப் பிரிந்தபோது அவளது தம்பிகளுக்கும் இதே வயது இருக்குமோ...? அவர்கள் இப்போது வளர்ந்திருப்பார்கள். அவள் எதிர்பார்த்தது போல் ஆரூரன் மருத்துவ பீடத்திலும், ஆர்த்திகன் நுண்கலைப் பீடத்திலும் படித்துக் கொண்டிருப்பார்களா...? அவளுக்குக் கல்யாணம் ஆகியிருக்குமா...? அவளுக்கும் குழநதைகள் இருககுமா...? வழி வழியாய் மகள் கேட்ட கேள்விகளுக்குப் பதில் சொல்லிக் கொண்டு வந்த போதும், மனம் முழுக்க நர்மதா பற்றிய கேள்விகளே வியாபித்துக்கிடந்தன.

நர்மதா வீட்டுக்கு வந்த போது அவளது வீட்டு வேலி சிதைந்து போய்க் கிடந்தது. வெறும் கிளுவந்தடிகளை நெருக்கமாக நட்டிருந்தார்கள். கிளுவங் குருத்துக்கள் காற்றில் ஆடியபோது, இந்தப் பத்து வருடங்களாக அவள் எழுதாத கடிதத்திலிருந்த விடயங்கள் தம்மைக் கேள் கேள் எனப் படபடப்பதுபோல் உணர்ந்தேன். உள்ளே போய் அழைத்த போது சிறு பையன் ஒருவன் எட்டிப் பார்த்தான். எட்டு, ஒன்பது வயது இருக்கும். கடைசியாய் அந்த வீட்டிற்கு அவளிடம் விடைபெற வந்த போது ஆரூரும், ஆர்த்திகனும் என்ன கோலத்தில் இருந்தார்களோ அதே தோற்றத்தில் இருந்தான் அவன். காலம் பின் நோக்கிச் சுழல ஆரம்பித்துவிட்டதா என்ன...?

"ஆர் பிள்ளை" என்றபடி நர்மதாவின் அம்மா. நரைத்துக் கொட்டிய தலைமுடி, உயிருக்குப் பதிலாக உடலைத் தின்று விட்ட காலம்... எச்சிலை விழுங்கியபடியே "நான் மஞ்சரி நர்மதாவோடை படிச்சனான்"என்றேன்.

"ஆர் மஞ்சரியோ..." என்ற அம்மாவின் குரலில் ஆச்சரியம் அதிகமாய் இல்லை.

"இரும் பிள்ளை கூப்பிடுறன்..." என்றவள் உள்ளே போனாள்.

உள்ளிருந்து ஈரக்கையைத் துடைத்தபடி எட்டிப் பார்த்த நர்மதா, என்னைக் கண்டவுடன் பரபரப்பாய் வெளியே வந்தாள்.

"மஞ்சரி..." என ஆச்சரியமாய் மலர்ந்தாள்.

"இதாரிது குட்டி மஞ்சரியே..." என மகளை அணைத்துக் கொஞ்சினாள்.

வேடிக்கை பார்த்தபடி இருந்த மகனைக் கூப்பிட்டாள்l. "என்ரை மகன், நவீன் ..."

அவன் இன்னமும் ஒதுங்கிக் கொண்டேயிருந்தான். அதே சுபாவம் ... ஆரூரா...ஆர்த்தியா...யாரது சுபாவம் ஒட்டி இருக்கிறது அவனில்... "கடைசி வரைக்கும் கடிதம் போடோணும் எண்டிட்டு கடைசிலை நீ கடிதம் போடாமலே விட்டிட்டியே" என்றேன்.

"ஒவ்வொரு பிரச்சினை... பிரச்சினையாய் வரத் தொடங்க கடிதம் எழுத வேணும்

எண்ட எண்ணமே செத்துப் போச்சு...” அவள் எங்கோ பார்த்துக் கொண்டு சொன்னாள்.

“எங்கே உன்ரை அவர்... எப்ப கல்யாணம் நடந்தது..?.”

“விசுவமடுவிலை தான் அவரும் படிப்பிச்சவர்... விரும்பித்தான் கட்டினான். இப்ப அங்கை தான் வீடு பாக்கப் போட்டார்...”

“எங்கை உன்ரை குட்டித் தம்பிகள் ஆர்த்திகன், ஆரூரன்...”

“ஆர்த்தி...” அவள் சத்தமாய்க் கூப்பிட்டாள்.

நெடு நெடுவென்று நல்ல வளர்த்தியாக அவன் வெளியே வந்தான். முகம் குழந்தைத்தனத்தோடு இருந்தாலும் அதில் சிந்தனை தேங்கியிருந்தது.

“ஆர் தெரியுதோடா...மஞ்சரியக்கா”

அவன் லேசாய் சிரித்தான். நர்மதாவின் மகனை வாரியெடுத்து மடியில் இருத்திக் கொண்டான். இது ஆர்த்தியா ஆரூரா... எனும் தயக்கம், அவள் ஆர்த்தி என அழைத்ததில் விலகியிருந்தது. இவன் தான் சித்திரப் போட்டியில் பரிசு பெற்றவன். அவள் நுண்கலைப் பீடத்திற்குப் போக வேண்டுமென்று எதிர்பார்த்தது இவனைத்தான்.

“தம்பி கம்பஸ்ஸா...” என்றேன்.

“இல்லை...” எனத் தலையாட்டினான்.

“அப்ப என்ன செய்யிறீர்...”

“ஏதும் வேலை கிடைக்குமோ எண்டு பார்க்கிறன்...”

“ஆரூர் எங்கை...?” அவனாவது மருத்துவ பீடத்துக்குத் தெரிவான செய்தியைக் கேட்க மாட்டேனோ எனும் நப்பாசையில் தான் கேட்டேன்... ஒருவரும் ஒன்றும் பேசவில்லை. கொஞ்ச நேர அமைதி... அதைக் குலைத்தபடி “இப்பதான் ஏ.எல் எழுதினான் அக்கா...” என்றான் ஆர்த்தி.

“ஏன் இத்தனை வருசமா ஏன் எழுதேல்லை...”

“இப்ப தானை தடுப்பாலை வந்தனான்...” என்றான்.

நான் அதிர்ச்சியோடு அவனைப் பார்த்தேன்.

“அப்ப ஆரூர்...?”

“அவன் முள்ளிவாய்க்காலிலை எங்களை விட்டிட்டுப் போட்டான்...”

நான் நர்மதாவிடம் திரும்பினேன்.

“என்ன நடந்தது...?”

“லீவு நாளிலை வந்து நில்லுங்கோடா எண்டு நான் தான் இவங்களைக் கூப்பிட்டன்... இவங்கள் வந்த நேரம் பாதை பூட்டி... அவங்கள் என்னோட இழுபறிப்பட்டுக் கடைசிலை ஆர்த்தி இயக்கத்துக்குப் போய், ஆரூர் முள்ளிவாய்க்காலிலை ஷெல் பட்டுச் செத்து... இவன் இப்பதான் தடுப்பாலை வெளிக்கிட்டவன்...” நர்மதாவின் எழுதாத கடிதங்களில் இருந்திருக்க வேண்டிய சொற்கள் என் முன்னால் ரத்தம் சொட்ட விழுந்து கொண்டிருந்தன.

நான் ஆர்த்தியைப் பார்த்தபோது அவன் எங்கோ பார்த்துக்கொண்டிருந்தான், குழந்தைத்தனம் மாறாத அவனதும் ஆரூரினதும் முகங்கள்... என் உடம்பை யாரோ வெட்டி உப்புக் கண்டம் போட்டாற் போல நான் அந்தக் கணத்தில் உணர்ந்தேன்...

96

சவிதா– வயது பதினொன்று

தாமரை

தாமரை
(10/11/1975)

தாமரை கோயம்புத்தூரில் பிறந்தவர். பொறியியல் பட்டதாரியான இவர், கவிஞர், பாடலாசிரியர், எழுத்தாளர், ஊடகவியலாளர் என்று பன்முகப் பரிமாணங்களைக் கொண்டவர். 'ஒரு கதவும் கொஞ்சம் கள்ளிப்பாலும்' என்பது இவருடைய முதல் கவிதைத் தொகுப்பாகும். 'சந்திர கற்கள்', 'என் நாட்குறிப்பின் நடுவில் இருந்து சில பக்கங்கள்' என்ற சிறுகதைத் தொகுப்புகளைப் படைத்துள்ளார். இவர் தம் இலக்கிய ஆக்கங்களுக்காகத் திருப்பூர் தமிழ்ச் சங்க விருது, சிற்பி விருது மற்றும் பல்வேறு பரிசுகளையும் பெற்றுள்ளார்.

படுக்கையிலிருந்து எழுந்து உட்கார்ந்தாள். அருகிலேயே வைத்திருந்த கடிகாரத்தில் மணி பார்த்தாள். நான்கரைக்கு இன்னும் மூன்று நிமிடம் தான் இருந்தது. தினம் எழுந்து கொள்ளும் நேரம். அதனால் சரியாக இந்த நேரத்துக்கு விழிப்பு வந்துவிடுகிறது. அலாரமே தேவையில்லை இப்போதெல்லாம். இருந்தாலும் எங்கே தூங்கிப் போய் விட்டால் என்ன செய்வது என்ற பயத்தில் தினம் தவறாமல் இரவு ப்ரேயர் முடிந்ததும் ஞாபகமாக அலாரத்தில் சாவி கொடுத்து விடுவாள்.

எதிர்ப்படுக்கையைப் பார்த்தாள். இவளுக்குப் படுக்கை இடது ஓரம். வலப்பக்கப் படுக்கையில் மெர்ஸி. நல்ல தூக்கம். அலாரம் எத்தனை அடித்தாலும் எழுந்திருக்க மாட்டாள். எப்போதாவது விழிப்பு வந்தாலும் "சவி, ப்ளீஸ் தூங்கேன்..." என்று முணுமுணுத்தபடியே திரும்பிப் படுத்துக் கொள்வாள். சாதாரண நாளில் மட்டுமில்லை, பரீட்சை நாட்களிலும் அப்படித்தான். எல்லா மாணவிகளும் கட்டாயம் எழுந்தாக வேண்டிய ஆறு மணிக்குத்தான் எழுந்திருப்பாள். சவிதா அறையிலிருந்தால், சோம்பல் முறித்தபடியே, தப்பாமல் "இன்னிக்கு என்ன கிழமை?" என்பாள்.

அவளுக்குக் கவலை எதுவும் கிடையாது. ஆறு மணிக்கு எழுந்து, ஏழு மணிக்குள் தயாராகி, வார்டன் மிஸ் ரவுண்டு வருகிற சமயம் கையில் பாடப் புத்தகத்தை எடுத்துக் கொள்வாள். ஏழரை வரையிலான "ஸ்டடி டைமி"ல் அரக்கப்பரக்க, சவிதா எழுதி வைத்திருக்கிற "ஹோம் வொர்க்"கை அப்படியே தன் நோட்டுப் புத்தகத்தில் காப்பிடியப்பாள். ஏழரை மணி அடித்தவுடன் டைனிங் ரூமில் முதல் ஆஜர் அவள் தான். ஹார்லிக்சும் இரண்டு ஸ்லைஸ் ஜாம் பிரெட்டும் தின்று விட்டு, ஏழே முக்கால் மணி ப்ரேயருக்காகச் சேப்பலுக்கு ஓடி விடுவாள். இவையெல்லாம் விடுதியின் கட்டாயங்கள். அநேகமாக எல்லா மாணவிகளுக்கும் இதே கடமைகள்தான். சவிதாவைப் போல் யாருக்கும் நாலரை மணிக்கு எழுந்தாக வேண்டிய அவசியம் இல்லை. ஆறாம் வகுப்பு என்றாலும் மூட்டை மூட்டையாகக் கொடுக்கிற "ஹோம் வொர்க்கை" முந்தின இரவே முடித்து வைக்க வேண்டிய கட்டாயம் சவிதாவைத் தவிர வேறு யாருக்கும் கிடையாது.

ஜன்னல் வழியாக வெளியே பார்த்தாள். பனிமூட்டத்தில் ஒன்றுமே தெரியவில்லை. இப்போது வெளியே காலை வைத்தால் குளிரில் உறைந்து சாக வேண்டியதுதான். அதற்காக? போகாதிருக்க முடியுமா? எல்லோரும் கண் விழிக்கும் நேரத்தில் இவள் குளித்துத் தயாராகி, யூனிபார்ம் போட்டு, அதற்கு மேல் ஸ்வெட்டர், தலைக்குக் குல்லாய், கைகளுக்கு உறை, காலுக்கு ஷூ எல்லாம் அணிந்து விடுதியை விட்டு முதல் ஆளாய் இறங்கி ஓடுவாள்.

எட்டு நிமிடத் தொலைவில் இருந்தது விஷ்ணுவின் விடுதி. இன்னும் தூங்கிக் கொண்டுதான் இருப்பான். அங்கு விதிமுறைகள் இத்தனைக் கண்டிப்பாக இல்லை. குழந்தைகள் என்பதால் தூங்குவதற்கு ஆறரை வரைக்கும் அனுமதி உண்டு. அப்படியும் ஆயாக்கள் ஆறு மணிக்கே வந்து எழுப்ப ஆரம்பித்து விடுவார்கள். ஒவ்வொன்றும் தூங்கி விழுந்து, எழுந்து, மீண்டும் விழுந்து தூங்கும். இவள் போய் எழுப்பினவுடனே விஷ்ணு, "அக்கா..." என்று முனகியபடியே கண் விழித்து, அவள் கழுத்தைக் கட்டிக் கொண்டு, அப்படியே மீண்டும் தூங்க ஆரம்பித்து விடுவான்.

"விஷ்ணு கண்ணா... எழுந்திரிடா, நேரமாச்சில்லை? அக்கா ஸ்கூலுக்குப் போகணுமில்லை" என்று கொஞ்சி அவனை எழுப்பி, அப்படியே தோளில் தூக்கிக் கொண்டு போய் பாத்ரூமில் விட்டு, பல் துலக்கி, குளிக்க வைத்துக் கொண்டு வருவாள். மற்ற குழந்தைகளெல்லாம் ஆயாக்களின் இயந்திரத்தனமான மேற்பார்வையில் தயாராகிக் கொண்டிருக்கும்போது, விஷ்ணு மட்டும் சவிதாவிடம். விஷ்ணுவின் ஹாஸ்டல் வார்டன் மிஸ் இதற்காகச் சிறப்பு அனுமதி கொடுத்திருந்தாள். சவிதா திரும்ப வரும் போது அநேகமாக டைனிங் ஹால் காலியாக இருக்கும். சில நாட்களில் ஹார்லிக்ஸ் குடிக்க நேரமில்லாமல் அப்படியே சர்ச்சுக்கு ஓடுவாள். இந்தக் கான்வென்ட்டில் சவிதாவுக்கு ஒரு சௌகர்யம் இருந்தது. விஷ்ணுவின் விடுதியும் இவளுடையதும் கான்வென்ட்டும் ஒரே மதிலுக்குள் அமைந்திருந்ததால் இடைவேளையில் கூட சில சமயம் விஷ்ணுவைப் போய்ப் பார்க்க முடிகிறது. ஐந்து வயசுக் குழந்தைகளுக்கான விளையாட்டுச் சாமான்கள் நிறைந்து கிடக்கும் வகுப்பறையில், விஷ்ணு தன்னை மறந்து விளையாடிக் கொண்டிருந்தால், சத்தமில்லாது திரும்பி வந்து விடுவாள்.

எப்போதாவது அம்மா ஞாபகம் வந்து குழந்தை அழுதால், மாலை ப்ரேயர் முடிந்ததும் விடுதி அலுவலகம் போய் எஸ்.டி.டி. போட்டுப் பேசுவாள். அந்தப் பக்கம் அம்மா எடுத்ததும், "அம்மா, விஷ்ணு பேசறான்" என்று அவன் கையில்

கொடுத்துப் பேசச் சொல்வாள்.

குழந்தைக்கு ஒன்றும் பேசத் தெரியாது. அம்மா அந்தப் பக்கமிருந்து கேள்விகளாய்க் கேட்டுப் பேச வைக்க வேண்டும். “அம்மா, நான் சாக்லேட் சாப்பிட்டேன்” என்பான். சவிதா ரிசீவரைக் கையில் வாங்கினால், “சவிக்கண்ணு, எப்ப வர்றே?” என்பாள். இவள் வருகிற நாளைச் சொன்னால் பள்ளி முடிந்து இவள் விடுதிக்குத் திரும்பும் நேரம் கார் தயாராக இருக்கும்.

ஊட்டியிலிருந்து கோயமுத்தூரில் இவர்கள் வீட்டிற்குக் கார் பிரயாணம் மூன்று மணி நேரம். டிரைவர் முத்துசாமி அதிகம் பேசமாட்டார். மேட்டுப்பாளையம் வந்ததும் “கண்ணுங்களா, பிஸ்கட் எதுனா சாப்பிடறீங்களா?” என்று கேட்பார். வீட்டுக்கு இவர்கள் போய்ச் சேருகிற நேரம் ஒன்பது ஒன்பதரையாக இருக்கும். அம்மா சில சமயம் அந்த நேரத்திலும் வீட்டில் இருக்க மாட்டாள்.

நகரத்தின் முன்னணி கைனகாலஜிஸ்ட். திடீர் திடீரென்று அழைப்பு வரும். பல சமயங்களில் கார்டியாலஜிஸ்ட் டாக்டர் மாதவனுடன் இரவு உணவு அருந்திவிட்டு, அவருடைய காரிலேயே வந்து இறங்குவாள். சவிதா தூங்காதிருந்தால் “வந்தாச்சா? அப்பாவுக்கு ஃபோன் பண்ணினயா?” என்பாள்.

அப்பா இருப்பது இதே கோயமுத்தூரில் வேறு வீட்டில். தாவர இயல் விஞ்ஞானி. சதா செடிகளோடு ஏதாவது பேசிக்கொண்டிருப்பார். சின்னதாய் வட்டக் கண்ணாடி அணிந்து வாக்கிங் ஸ்டிக் வைத்திருப்பார். சவிதா அங்கே தங்குகிற ஒரு நாளில் வாக்கிங் ஸ்டிக்கால் தோட்டத்தில் அடர்ந்திருக்கிற செடிகளைத் தட்டி “இது என்ன சொல்லு” என்பார். இவள் முழித்தால் “போன தரமே சொன்னேனே... ஹைபிஸ்கஸ் ரோசாசைனென்சிஸ்... ஓடு ஓடு... நோட்டுப் புத்தகத்தை எடுத்துக்கிட்டு வா... எழுதி வைச்சுக்கோ... அடுத்த தரம் சரியா சொல்லணும்” என்பார். சவிதா அடுத்த தரமும் சரியாகச் சொல்லமாட்டாள்.

அப்பாவும் அம்மாவும் பிரிந்து வாழ்கிறார்கள். அதனால் குழந்தைகள் இருவரும் ஊட்டியில், பணக்காரக் கிறிஸ்துவக் கான்வென்ட்டில். இந்த ஒரு வருடமாகத்தான். அதற்கு முன்பு வீட்டில் இருந்த வரையிலும் கூட, ஆயாக்கள் கவனிப்பில்தான் வளர்ந்தார்கள். அப்பாவுக்கும் அம்மாவுக்கும் ஏதோ தகராறு. என்னவென்று சரியாகத் தெரியவில்லை. வாய்த்தகராறு எல்லாம் பெரிதாகக் கிடையாது. ஒருவருக்கொருவர் பேசிக் கொள்ள மாட்டார்கள். நீ பாட்டுக்கு நீ, நான் பாட்டுக்கு நான் என்று ஆளுக்கொரு பக்கமாய் இருப்பார்கள். விஷ்ணு வளர்ந்தது பூரா சவிதாவிடம். இந்த வருடம் அம்மாவும் அப்பாவும் தனித்தனியாக வாழ முடிவு செய்த போது, குழந்தைகளைப் பராமரிக்க முடியாது என்று இருவரையும் கொள்ளை நன்கொடை கொடுத்து, ஊட்டியில் இந்தக் கான்வென்ட்டில் சேர்த்து விட்டார்கள்.

விடுதியிலிருந்து இரண்டாவது சனி, ஞாயிறு வீடு போக அனுமதி உண்டு. அப்படி வருகிற சமயம் ஒரு நாள் அம்மாவோடும், ஒரு நாள் அப்பாவோடும் கழியும். சில சமயங்களில் அப்பா அந்த நாளில் தில்லிக்குப் போகவேண்டியிருந்தால், சவிதா போன் செய்கிற போது, “அடுத்த வாட்டி, ரெண்டு நாளும் இங்க வந்துடுங்க” என்பார்.

விடுதி வாழ்க்கைக்குச் சவிதா அட்ஜஸ்ட் செய்து கொண்டாள். அவளுக்குப் பெரிய மாற்றம் எதுவுமில்லை. வீட்டிற்குப் பதில் விடுதி. ஆனால் குழந்தை விஷ்ணு விடுதியைக் கண்டு மிரண்டான். ஒரு வருடமாகியும் பழகவில்லை. அடிக்கடி காய்ச்சல் வந்து படுத்துக் கொள்கிறான். அவன் அதிகமாக உணராதபடிச் சவிதாவின் அண்மை தேவையாக இருந்தது. அதனால்தான் இப்படி காலை

தப்பாமல் நாலரைக்கு அலாரம்.

பனி மூட்டத்துக்கிடையில் வேகமாய்ச் சரிவில் இறங்கிய போது ஜனவரி மாதத்துக் குளிர் தோலைத் தாண்டி எலும்பை முட்டியது. ஸ்வெட்டரும் கையுறையும் போதவில்லை. இரண்டு கைகளையும் முன்புறமாய்ச் சேர்த்துக் கட்டிக் கொண்டு நடந்தாள். சேப்பலைத் தாண்டிய போது ஜூலியா மிஸ் நின்றிருப்பது தெரிந்தது. சர்ச்சில் காலை சர்வீசுக்கு ஆயத்தம் செய்வது எப்போதும் ஜூலியா மிஸ் தான்.

ஜூலியா மிஸ்சை சர்ச்சுக்குள் இருக்கும்போது சிஸ்டர் என்று கூப்பிட வேண்டும். வகுப்புக்கு வந்தால்தான் மிஸ். வேறு எந்த சிஸ்டருக்கும் பொருந்தாத அளவு இந்த மிஸ்சுக்கு மட்டும் இந்தச் சாம்பல் நிற அங்கியும் வெள்ளைத் தலைஉறையும் பொருந்துகிறது. மிஸ் ஒரு பெரிய ரோஸ் நிற டேலியா பூப்போல் இருப்பார். பார்க்கிற யாருக்கும் தொட்டுப் பார்க்க வேண்டும் என்கிற ஆசை வரும். வகுப்பில் மிஸ் பாடம் முடிந்து போன பிறகு, கீழே உடைந்து கிடக்கும் சாக்குக் கட்டிகளைப் பொறுக்குவதில் போட்டி. சவிதாவின் பென்சில் பெட்டியில்கூட நான்கைந்து கலர் சாக்குக் கட்டிகள் கிடக்கின்றன.

முன்பெல்லாம் ஜூலியா மிஸ்தான் இவர்கள் விடுதிக்கு வார்டன். இப்போது மாற்றி விட்டார்கள். மிஸ் இப்போதெல்லாம் புனித அருளானந்தர் இல்லத்திற்கு வார்டன். அருளானந்தர் இல்லமும் இவர்கள் மிஷன் நடத்துவதுதான். ஆனால் அங்கே எல்லோரும் அனாதைக் குழந்தைகள். குழந்தைகள் படிப்புக்கும் விடுதி வசதிக்குமான செலவை ஆஸ்திரேலியாவிலிருந்து இவர்களுக்கு நிதி தரும் நிறுவனத்தின் தலைமையகம் ஏற்றுக் கொள்கிறது. பெண்கள் விடுதியில் இவர்கள் அடிக்கிற கொட்டம் தாங்க முடியாமல்தான் அருளானந்தர் விடுதிக்கு மிஸ் போய் விட்டார் என்று சொன்னார்கள்.

ஆனால் காரணம் அதுவல்ல என்று மெர்சி சொன்னாள். ஜூலியா மிஸ்சும் அனாதைதானாம். ஆர்ச் பிஷப் தெருவோரத்தில் கண்டெடுத்தாராம். ஜூலியா என்று பெயர் வைத்து கிறிஸ்தவராக்கினாராம். அதனால்தான் மிஸ்சுக்கு அனாதைப் பிள்ளைகளின் விடுதி பிடித்திருக்கிறதாம். சவிதாவுக்கு அடுத்த ஜென்மம் என்று ஒன்றிருந்தால் ஜூலியா மிஸ்சாகப் பிறக்க வேண்டும் என்று தோன்றும். உலகத்திலேயே அழகான பெயர் “ஜூலியா மிஸ்” என்று நினைப்பாள்.

மிஸ்சைப் பார்க்கும் போதெல்லாம் இந்த விடுதியை விட்டு விட்டு அருளானந்தர் விடுதிக்கு ஓடிப் போய் விடலாமா என்று தோன்றும். ஆனால் இவர்கள் அங்கே போக முடியாது. அனாதைக் குழந்தைகளானாலும் கிறிஸ்தவர்களாக இருக்க வேண்டும். விஷ்ணுவைக் குளிக்க வைத்துத் தயார்படுத்தும் போதெல்லாம், ஜூலியா மிஸ் சாம்பல் நிற அங்கியைக் களைந்து விட்டு, ரோஸ் நிறப் புடவையில் விஷ்ணுவைத் தோளில் போட்டுக் கொண்டு தூங்க வைப்பது போல நினைத்துக் கொள்வாள். ஆனால் அதுபோன்ற ஒன்று ஒருபோதும் நடவாத காரியம். ஜூலியா மிஸ் கன்னியாஸ்திரியாம். கல்யாணமே செய்து கொள்ள முடியாதாம்.

இவள் விடுதியை அடைந்த போது விஷ்ணு கண் விழித்திருந்தான். இவளைக் காணாமல் அழுவதற்குத் தயாராக இருந்தான். சில்வியா ஆயா அவனைச் சமாதானப்படுத்தி, “இதோ உங்கக்கா வந்தாச்சு பாரு” என்று சவிதாவிடம் ஒப்படைத்தாள். அப்படியே அவனைத் தூக்கி நெஞ்சோடு அணைத்துக் கொண்டாள் சவிதா. “விஷ்ணு குட்டி, இன்னிக்குச் சாயந்தரம் வீட்டுக்குப் போகலாம். அக்கா வந்து உன்னை அப்படியே மூட்டை மாதிரி தூக்கிக்

கார்ல போடுவேனாம்... ம்... என்ன?" என்றதற்கு "ஓ..." என்றான் உற்சாகமாய்.

அனால் இந்த முறை அம்மா அதிர்ச்சி தரப் போகிறாள் என்று சவிதாவுக்குத் தெரியாது. மாலை ஃபாதர் டேனியலிடம் அவுட்பாஸில் கையெழுத்து வாங்கப் போன போது, "என்ன சவிதா, இந்தத் தரம் ஒரு வாரம் வீட்டிலயா? என்ஜாய்" என்று சொல்லி அனுப்பினார். இப்படியொரு செய்தி கேட்டால் எப்படி என்ஜாய் செய்ய முடியும்?

இவர்கள் போன போது அம்மா வந்திருக்கவில்லை. கார்ட்டூன் படம் பார்த்தபடியே சவிதாவும் விஷ்ணுவும் ஹாலில் சோபாவிலேயே படுத்துத் தூங்கி விட்டார்கள். அம்மா வந்து இவளை எழுப்பி, படிப்பைப் பற்றி விசாரித்து விட்டு, திடீரென்று "சவி உன்னோட கொஞ்சம் பேசணும்" என்றாள்.

பதினொரு வயதுப் பெண்ணை மதித்து "உன்னோட பேசணும்" என்று அம்மா சொன்னது இதுவே முதல் முறை. என்ன பேசப் போகிறாய்? அம்மாவின் பேச்சும் நடையும் இன்றைக்கு மௌனமாய்ப் பார்த்துக் கொண்டே நின்றாள்.

அம்மாவுக்குக் கலிபோர்னியாவில் மேல்படிப்புக்கு இடம் கிடைத்திருக்கிறது. இரண்டு வருடம். மருத்துவமனையே ஸ்பான்சர் செய்கிறதாம். அப்பாவும் வருடா வருடம் இந்திய அரசாங்கம் கொடுக்க முன்வந்த தாவரவியல் ஆராய்ச்சி மையத்தின் இணை இயக்குநர் பதவியை இந்த வருடம் ஏற்றுக் கொள்ள முடிவு செய்து விட்டாராம். வேலை தில்லியில். விவாகரத்து அநேகமாக ஏப்ரலில் கிடைத்து விடுமாம். குழந்தைகளில் சவிதா அப்பாவிடமும், விஷ்ணு அம்மாவிடமும் இருக்கட்டும் என்று முடிவு செய்திருக்கிறார்களாம்.

யாரைக் கேட்டு முடிவு செய்தார்கள்? இது வரையில் என்றாவது ஒரு நாள் இவர்கள் இருவரும் எங்களோடு சிரித்துப் பேசி விளையாடியதுண்டா? அம்மாவுக்கு அப்பா தேவையில்லாமல் இருக்கலாம், அப்பாவுக்கு அம்மா தேவையில்லாமலிருக்கலாம், இருவருக்கும் சேர்ந்து நாங்கள் தேவையில்லாதிருக்கலாம். ஆனால் எனக்கு என் தம்பி வேண்டும். பெற்றது இவர்களாயிருக்கலாம். ஆனால் அவன் வளர்ந்தது பூரா என்னோடுதானே! என்னை விட்டு ஒரு கணம் பிரிந்திருக்க மாட்டானே... அவனை வெளிநாடு அனுப்பி விட்டு நான் மட்டும் எப்படி இங்கிருக்க முடியும்?

உதடு துடிக்க, கண்ணீர் பொங்கி வர, வேகமாக ஹாலுக்கு வந்து, சோபாவில் குப்புறப்படுத்துத் தூங்கிக் கொண்டிருந்த தம்பியைத் தூக்கித் தோளில் போட்டுக் கொண்டு, மாடியில் தன்னறைக்கு ஓடினாள். பின்னாலேயே மாடியேறி வந்த அம்மா, "சவி... ஒண்ணும் அவசரம் இல்லை. நிறைய டைம் இருக்கு. உன்னைத் தயார்படுத்தத்தான் இப்பவே சொன்னேன்" என்று சமாதானப்படுத்தி விட்டுப் போனாள்.

அடுத்த நாள் அம்மா மருத்துவமனைக்குப் போன பிறகும் சவிதா கீழே இறங்கவில்லை. அழுது அழுது முகம் வீங்கிக் கிடந்தது. இவள் எதையோ நினைத்து நினைத்து அழுவதைப் பார்த்து விஷ்ணுவும் அழுதான். இந்தச் சின்னப் பையனை எப்படிப் பிரிய முடியும்?

கலிபோர்னியா எங்கே என்று சவிதாவுக்குத் தெரியவில்லை. ரொம்பத் தொலைவு என்று மட்டும் தெரிந்தது. கண்டிப்பாகப் பஸ்சிலோ, ரயிலிலோ போக முடியாது என்று தெரிந்தது. அங்கே போய் மட்டும் அம்மாவா இவனை கவனிக்கப் போகிறாள்? அங்கேயும் ஆயாவிடம் தான் விடப் போகிறாள். ஆங்கில ஆயா. இவனுக்குப் பழக்கமில்லாத மொழியில் பேசி, பழக்கமில்லாத உணவுகளைக் கொடுத்து, பழக்கமில்லாத

நடைமுறைகளைக் கற்றுத் தரப் போகிறாள். அம்மாதான் வீட்டில் இருக்க மாட்டாளே, அடித்தாலும் அடிப்பாள். குழந்தை "அக்கா..." என்று அழுதால் தில்லிக்குக் கேட்குமா? முடியாது. இவனை இந்த ராட்சஸர்களிடம் விடவே மாட்டேன்... எனக்கு அம்மாவோ, அப்பாவோ வேண்டாம். என் தம்பிதான் வேண்டும்.

அவசரமாய்க் குளித்து, தம்பியையும் தயாராக்கிக் கீழே வந்தாள். அம்மாவுடைய முன்பக்க கன்சல்டிங் அறை மேசையைக் குடைந்ததில் முன்னூறு ரூபாய் பணம் கிடைத்தது. சமையற்கார அம்மாவிடம், கடைசி வீட்டு லில்லி ஆன்ட்டியைப் பார்த்துட்டு வர்றேன் என்று சொல்லி விட்டு நடந்து வெளியே வந்தாள். மத்திய பஸ் நிலையம் செல்ல சவிதாவுக்கு வழி தெரியும். ஏழாம் நம்பர் பஸ். அங்கே போனால் நிறைய வெளியூர் பஸ் வரும் என்பதும் தெரியும். பாதி தூரத்துக்கு மேல் நடக்க மாட்டேன் என்று அடம்பிடித்த தம்பியைத் தூக்கிக் கொண்டு நடக்க முடியாமல் நடந்தாள்.

ஒரு வாரம் விடுமுறைக்காகப் போன ஆறாம் வகுப்பு சவிதா, தம்பியோடு தன் அறையில் அடுத்த நாள் மாலை வந்து நிற்பதைக் கண்டு திகைத்தார் ஃபாதர் டேனியல். அந்தச் சிறு பெண்ணின் உருண்டை விழிகள் அழுது சிவந்து, இரட்டைச் சடையில் ஒன்றில் மட்டும் ரிப்பன், காலில் ஷூ இல்லை, ரப்பர் செருப்பு... விஷ்ணுவின் சட்டையெல்லாம் புழுதி, கலைந்த தலைமுடி... அதுவும் புரியாமல் அழுது கொண்டிருந்தது.

"என்னம்மா சவிதா, என்னாச்சு? ஊர்லயிருந்தா வர்றே?" என்று படபடப்பாகக் கேட்டார்.

"ஆமாம் ஃபாதர், எனக்கும் என் தம்பிக்கும் பெயரை மாத்துங்க..."

"பெயரை மாத்தணுமா? எதுக்கு? என்னண்ணு?"

"எனக்கு - ஜூலியா, தம்பிக்கு பீட்டரோ, ஸ்டீவனோ... ஏதாவது..."

"எதுக்கு இப்ப திடீர்னு பேர் மாத்தணும்...?" பாதிரியார் புரியாமல் கேட்டார்.

"அப்பதான் எங்களுக்கு அங்க இடம் கிடைக்கும்?" - சவிதா ஜன்னல் வழியாக கை சுட்டிய திசையில் இருந்தது "புனித அருளானந்தர் இல்லம்."

97
அறைக்குள் புகுந்த தனிமை

சந்திரா தங்கராஜ்

சந்திரா தங்கராஜ்
(11/07/1977)

சந்திரா தங்கராஜ் கவிஞர், எழுத்தாளர், இதழாளர், திரைப்பட இயக்குனர் என்ற பரிமாணங்களைக் கொண்டவர். இவர் தேனி மாவட்டம் கூடலூரில் பிறந்து வளர்ந்தவர்; இவர் ஆறாம் திணை இணைய இதழிலும், அவள் விகடன், குமுதம் என்ற இதழ்களிலும் பணியாற்றியுள்ளார்; 2000ஆண்டு தொடங்கி, சிறுகதைகள் எழுதி வருகிறார்; மூன்று சிறுகதைத் தொகுப்புகளை வெளியிட்டுள்ள இவர், நவீன எழுத்தாளர்களுள் குறிப்பிடத்தக்கவராக விளங்குகின்றார்.

இன்று பிற்பகல் சுவற்றோடு கரைந்த வெறுமையில் உப்பைப்போல் அவளுடல் வெக்கை கொண்டிருந்தது. தன்னிலை கொள்ள முடியாமல் கண்கள் அலைந்தோய்ந்து கொண்டிருந்தன. அலைபேசியில். நீண்ட யோசனைக்குப் பின்பாகவே, அவள் தன் தோழிக்குப் போன் செய்தாள். பேசத் துவங்கிய சில நொடிகளிலேயே அவர்கள் இருவரும் ஒரே மனநிலையில் இருப்பது தெரிந்தது. பொதுவான விசாரிப்புகளுக்குப் பிறகு மௌனமாகவே இருந்தார்கள். இருவரின் மனதிலும் வெறுமையின் மிக நீண்டதொரு வரைபடம். எங்கேயாவது வெளியில் செல்லலாமா என்று கேட்டாள் அவள். 'வேலை விசயமா இன்னைக்கு ஒருத்தரைப் பார்க்கிறேன்னு சொல்லியிருக்கேன். அஞ்சு மணிக்குப் பஸ் ஸ்டாப்ல நிற்கிறேன் வந்து கூட்டிட்டுப் போ. உன்னைப் பார்த்துட்டு அப்படியே அவரைப் பார்க்கப்போறேன்' என்றாள் தோழி.

பஸ் ஸாடப்பில் நின்று கொண்டிருந்த தோழியை, தன் ஸ்கூட்டியில் ஏற்றிக்கொண்டுபுறப்பட்டாள்.'க்ளைமேட் அழகா இருக்குல்ல'. ஆமாம் என்று அவளுக்குப் பதில் சொல்கையில் இருவரின் மனமும் லேசாக மகிழ்ந்தது. பாலத்தில் ஏறும் போது ஏதோ காற்றில் பறப்பதாக

நினைத்துக் கைகளை விரித்துக் கொள்ள நினைத்தாள். டீசலப்பிய காற்று வேகமாய்த் தீண்டிச்செல்லவும், சில நொடி முகத்தை இடது பக்கமாகத் திருப்பி மீண்டும் சாலையைப் பார்த்தாள். தோழி மெதுவாக அவள் தோளைத் தொட்டு 'இந்தப் பாலத்தில் இப்படி உன்னோடு வர்றது என்னமோ மனதிற்கு மிகப்பெரிய சுதந்திர உணர்வையும் நம்பிக்கையும் கொடுக்குது' என்றாள். தோழியுடைய வார்த்தைகள் அவளை உற்சாகப்படுத்தியது. அருகருகே அவளை நெருங்கிச் சென்று கொண்டிருந்த வாகனங்கள் அவளுக்கு எரிச்சலை ஏற்படுத்தவில்லை. அப்படி வாகனங்களுக்கிடையே செல்வது அவளுக்கு ஆனந்தமாகவே இருந்தது. இப்படியொரு பயணம் எப்பபொழுது வேண்டுமானாலும் அவளுக்குச் சாத்தியமாகலாம். ஆனால் ஏனோ அப்படிச் செய்யாமல் அறைக்குள் உறைந்து கிடக்கவே விரும்புகிறாள். மனம் நெருக்கடியில் தவிப்பதை விரும்புகிறாள் போல. மரண அவஸ்யையைவிட கொடுமையான தனிமையின் கணங்களை அதே வாதையோடு அனுப்பவிக்கிறாள். முரண்டு ஓடும் மனம் நிர்கதியற்று ஒரு புள்ளியில் வந்து நிற்கும் போது கண்கள் பஞ்சடைத்து மனம் சக்கையைப்போல் அறையில் மூலையில் கிடக்கும். யாருடனும் பகிர்ந்து கொள்ளப்படாத நெருக்கத்தை அன்பை வாஞ்சையோடு தடவி, மீண்டும் அறையின் மூலையில் எரிந்துவிடுகிறாள். திருப்திபடுத்த முடியாத வாழ்வை விட்டகழ்வதும் முடியாதென உணரும் பொழுதில் யாரிடமாவது பேசத் துணிவாள். அப்படித்தான் அன்று தோழியை அழைத்தாள். பின்புதான் தெரிந்தது அவளும் இதே மனநிலையில் இருப்பது.

எங்குச் செல்வது என்று தோழியிடம் கேட்டாள். அவள் பதில் சொல்லாது காற்றை நுகர்ந்து கொண்டிருந்தாள். தோழி தன்னோடு பயணப்பட விருப்பம் இல்லாமல் இருக்கிறாளோ என்று சந்தேகம் வர 'நீ யாரையோ பார்க்கனும்னு சொன்னியே எங்கன்னு சொல்லு. அங்க உன்னை எறக்கிவிட்டுறேன்' என்றாள். 'நீ எங்க போற' என்று கேட்டாள் தோழி. பதில் சொல்லாது கொஞ்ச நேரம் யோசித்தவள் 'உன்னை எறக்கிவிட்டுட்டு அப்படியே பீச்சுக்குப் போறேன்' என்றாள். தோழி உடனே, 'நானும் வர்றேன். அந்தாளை கொஞ்ச லேட்டா பார்த்துக்கிறேன்' என்றாள். இருவரும் கடற்கரை ரோட்டை அடைந்தார்கள். 'இந்தப்பக்கம் வந்து ரொம்ப வருசமாச்சு' என்ற தோழி, 'நான் இப்போ சந்தோசமா இருக்கேன்' என்றாள். அவள் எந்தக் கேள்வியும் கேட்காமல் சிரிக்க, 'இந்தச் சூழல் நல்லாருக்கு. இந்த ரோடு இவ்வளவு அழகா இரும்னு நெனைக்கல' என்றாள். வண்டியை நிறுத்திவிட்டுக் காந்திச்சிலைக்கு அருகே போய் உட்கார்ந்துகொண்டார்கள். ஏதோ வேறு தேசத்தில் இருப்பதைப்போன்று இருவருக்கும் ஒருவித உணர்வு. புறவெளியின் இயக்கத்திலிருந்த யாரும் அவர்கள் மனதில் பதியவில்லை. அவர்களைத் தவிர மற்றவர்கள் பேசியது எல்லாம் காற்றில் கரைந்து கொண்டிருந்தது.

தோழி அவளைப் புகைப்படம் எடுக்க விரும்பினாள். அவள் விருப்பத்துடன் இயைந்து கொடுத்தாள். தான் அழகாக இருக்கும்படியான போஸ்களை மிக கவனத்துடன் செய்தாள். அவளின் அந்தக் கவனமும் ஒத்துழைப்பும் தோழியை உற்சாகப்படுத்தியது. பத்துக்கு மேற்பட்ட புகைப்படங்களை எடுத்தாள். போதும் என்று சொல்லி அந்த இடத்தைவிட்டு எழுந்து, தோழியைக் காந்திச்சிலைக்குக் கீழே திண்டில் உட்காரச் சொன்னாள். அவள் நீண்டகாலமாய்ப் பாதுகாக்கப்படும் ஓவியத்தைப்போல் கண்ணில் மட்டும் உயிர்ப்பைத்தேக்கி அசையாது அமர்ந்தாள். அவளை மேலும், நான்கு புகைப்படங்கள் எடுத்துவிட்டு வெளிச்சம் போதவில்லை என்றாள். இருவரும் பேசியபடியே

அங்கிருக்கும் கடைக்குச் சென்றனர். தோழியின் இடது கையைப் பற்றியபொழுது அவளின் கை குளிர்ந்து போயிருந்தது, 'சுத்தி இருந்தவங்க எல்லாம் போட்டோ எடுக்கிறதையே பார்த்துகிட்டிருந்தாங்க. அதான் போதும்னு சொல்லிட்டேன். அதுவும் இல்லாம லைட் வேற இல்ல' என்றாள். தோழி எடுத்த புகைப்படங்களைப் பார்த்தாள். அவள் விரும்பிய அழகில் இருந்தது. திருப்திபட்டுக்கொண்டாள். ஏதோ நிம்மதி இருந்தது அதில். 'வாழ்க்கையோட போதாமையே திருப்தி இல்லாம இருக்கிறதுதான். நாம எதையாவது செஞ்சு அதைப் போக்கிடனும். இல்லன்னா நாம எப்பவும் துன்பபட்டுகிட்டுதான் இருக்கனும்' புகைப்படங்களைப் பார்த்துக்கொண்டு வந்த அவள் தோழியின் பேச்சைக் கேட்கும் பொருட்டு அதை மூடி வைத்தாள். ஏனோ அவள் அதற்கு மேல் அந்தப் பேச்சைத் தொடர விரும்பாமல், அந்தக் கடைக்குச் செல்வதை மட்டும் கவனமாகச் செய்தாள்.

இருவரும் மிக முக்கியமான ஒன்றை அடைவதைப் போன்று அந்தக் கடையைச் சென்றடைந்தார்கள். கடல் பற்றியோ கடலுக்கு அருகே செல்வது பற்றியோ இருவரும் பேசிக்கொள்ளவில்லை. கடலைச் சுற்றிய காட்சிகள் வெறும் காட்சிகளாகவே இருந்தது. அதைப் பற்றிய எந்த அவதானிப்பும் அவர்கள் மனதில் இல்லை. வெறும் மனிதர்கள், கடைகள், கடல் அடங்கிய இடமாக மட்டுமே அந்த இடத்தை உணர்ந்தார்கள்.

இருவரும் அந்தக் கடைக்கு முன்னால் போடப்பட்டிருந்த சேரில் அமர்ந்தார்கள். அவள் சென்னாவும், தோழி சீஸ் பிரட்டும் ஆர்டர் செய்தார்கள். அவர்கள் மனதிற்குள் கிடந்த கசப்புகள் அந்த நேரத்தில் எழவே இல்லை. வேலை, வாழ்வின் இருப்பு, சினிமா, இலக்கியம், நண்பர்கள் எதை எதையோ பேசினார்கள். எந்தப் பேச்சிலும் ஆழ்ந்த பொருள் இல்லை. அப்படி இல்லாமல் இருக்குமாறு இருவரும் கவனமாகப் பார்த்துக்கொண்டார்கள். ஒரு விசயத்தின் ஆழமே அவர்கள் இருவரையும் பாதிப்பதாக இருந்தது. அதை உணர்ந்து மேலோட்டமாகவே பேசினார்கள். அங்கே இருப்பதற்கான தேவை தீர்ந்ததும் ஒரே நேரத்தில் இருவரும் கிளம்பலாமா என்றார்கள். அவள் தான் பார்க்க வேண்டிய நபரைக் காந்திச்சிலைக்கு வரச்சொல்லி, அங்கே வந்ததும் போன் செய்யச் சொன்னாள். அவர் அலுவலகம் கடற்கரைக்குப் பக்கத்திலேயே இருந்ததால் பத்து நிமிடத்தில் வருவதாகச் சொன்னார். அவர் வரும் வரையில் வாகனம் நிறுத்தும் இடத்தில்நின்றுபேசிக்கொண்டிருந்தார்கள். விடைபெறும் தருணத்திலும் முக்கியமான எதையும் அவர்கள் பேசிவிடவில்லை. அடுத்த பத்து நிமிடத்தில் அந்த நபர் போன் செய்ய தோழி 'இதோ பக்கத்திலிருக்கிறேன் வந்துவிட்டேன்' என்றாள். 'அவரை பார்த்துட்டுப் போறியா' என்றாள் அவளிடம். அவள் 'இல்ல நான் பார்க்கல' என்று சொல்லிவிட்டுத் தோழியை அனுப்பி வைத்தாள். தோழி அந்த இடத்திலிருது செல்வதைப் பார்க்கத் தோன்றவில்லை.

கைப்பையிலிருந்த போனை எடுத்து, அதில் வயரைப் பொருத்திப் பாடலை ஓடவிட்டுக் காதில் வைத்து வாகனங்கள் இருக்கும் இடத்தைப் பார்த்தாள். இருபத்திமூன்று வயது மதிக்கதக்க ஒரு இளைஞன் அவளையே பார்த்துக் கொண்டிருந்தான். இப்பெருநகரத்தில் இப்படியான பார்வைகளை எதிர்நோக்குதல் ஒன்றும் புதியதான விசயமில்லை. அதிலும் இவன் முகத்தில் தீர்க்கமுடியாதவொரு வெக்கையப்பிக் கிடந்தது. தயக்கமின்றி இவளுடலில் பார்வையை அலையவிட்டவன், இவள் நெருங்கி வருகையில் வண்டியிலிருந்து இறங்கிக் கொண்டான். அவளுக்கு உண்மையாகவே சிரிப்பு வந்தது. எப்படியும் அவன் அவளைவிட நான்கைந்து

வயதாவது குறைந்தவனாக இருப்பான். அவள் அவனைக் கவனித்தபடியே அவள் வண்டி இருக்கும் இடத்திற்குச் சென்றாள். அவன் வண்டி இருந்த இடத்திலிருந்து ஒரு இருபது முப்பது வண்டி தாண்டியே அவள் வண்டி இருந்தது. இப்போது அவன் ஸ்டாண்ட் எடுத்து வண்டியில் உட்கார்ந்தான். அவளால் சிரிப்பை அடக்க முடியவில்லை. ஒரே சமயத்தில் தன்னுடல் முழுக்கவிருக்கும் வெறுமையும் அவனுடலில் தெரியும் பதட்டமும் ஏதோவொரு வகையில் ஒரே புள்ளியில் மோதிச் செல்வதாயிருந்தது. அவன் தன்னைப் பின்தொடரப் போகிறான் என்பதை உடனே யூகித்துக்கொண்டாள். அவளுக்கு லேசான உற்சாகம் எழுந்தது. அவனால் அவள் வயதைக் கண்டுபிடிக்கத் தெரியவில்லையா. இல்லை... அவள் அணிந்திருக்கும் ஆடை அவனை அப்படி நினைத்திருக்கச் செய்திருக்கலாம். அல்லது அவனுக்கு வயது ஒரு தடையாக இல்லாமல் இருந்திருக்கலாம்.

அவள் சிக்னலுக்காகக் காத்திருந்தாள், அவன் இவள் வண்டியை எடுப்பதற்காகக் காத்திருந்தான். அவனைக் கண்டுகொள்ளாமல் சிக்னல் விழுந்ததும் வண்டியை வேகமாக ஓட்டிப்போனாள். அவன் அவளுக்கு இணையாகவே வண்டியை ஓட்டிக்கொண்டு வந்தான். ஹெட்போன் வழியாகக் கேட்டுக்கொண்டிருந்த பாடல், அவளை உற்சாகமூட்டியது. விரைந்து வண்டியை ஓட்டினான். அவனுக்குத் தெரியாமல் அவனைக் கவனித்தபடி வந்தாள். அவன் இவளைத் தொடர்வதை, நிச்சயமாக அவளைத் தவிர்த்து இன்னும் சிலரும் கவனித்திருக்கக்கூடும். தனது யவனத்தின் மீது பெருமிதம் கொள்ளமுடிந்தது அவளால். நிச்சயமாக அவனுக்குச் சில வார்த்தைகளைப் பரிசளிக்க வேண்டுமென சிரித்துக் கொண்டாள்.

அவள் திரும்பிப் பார்க்காமல் எந்தச் சைகையும் செய்யாதபோதும் அவன் விடுவதாக இல்லை. பின்னால் வந்துகொண்டே இருந்தான். ஞாயிற்றுகிழமை ஆதலால், நகரத்தின் சாலை வெறிச்சோடிக் கிடந்தது. கடற்கரை சாலையைக் கடக்கும்போது வெளிச்சமாகவே இருந்தது. அதைத்தாண்டி மேம்பாலத்தில் அவர்கள் சென்றபோது இருட்டத் தொடங்கியது. அவன் அவள் பக்கத்தில் வண்டியை ஓட்டியபடி, சிரித்துக்கொண்டு வந்தான். மேம்பாலத்தில் வண்டியைச் செலுத்திப் போகும்போதெல்லாம் அந்தரத்தில் பறப்பதைப்போலவே தோன்றும். ராட்டினத்தில் ஏறிய குழந்தை போலவே சிரித்துக்கொண்டாள். அவளுடைய சிரிப்பைத் தனக்கான சைகையாகப் பின்தொடர்ந்தவன் நினைத்துக் கொண்டான். அவளும் அதைக் கலைக்க விரும்பவில்லை. வண்டியைத் தி.நகரை நோக்கி ஓட்டினாள். ஒரு டீக்கடையைப் பார்த்து வண்டியை நிறுத்தினாள். ஜி. என்.ஜெட்டி சாலையில், மரத்துக்குக் கீழே பிளாட்பாரத்தில், அந்த டீக்கடை இருந்தது. அங்கே போடப்பட்டிருக்கும் பிளாஸ்டிக் சேரில் தனியாக அமர்ந்து, கண்ணாடி டம்ளரில் டீ குடிக்க அவளுக்குப் பிடிக்கும்.

தெருவோர டீக்கடைக்கு அவள் போவதை நினைத்து ஆச்சர்யமாகி, அவனும் வண்டியை நிறுத்தி, அவள் பக்கத்தில் வந்து “நீங்க கவிதா ஃபிரண்ட்தானே கல்யாணத்தில் பார்த்தோமே. ஞாபகம் இல்லையா” என்றான். அவளால் இப்போது சிரிக்க முடியவில்லை. அவன் கண்களை ஊடுருவிப் பார்த்தாள்.விழிநரம்புகளெங்கும் காமத்தின் மெல்லிய சுவடுகள் வரியோடிக் கொண்டிருந்தன. அவன் சொற்கள் அவளுக்கு அபத்தமாகப்பட்டது. அவன் உடல் கொதித்து வெடித்துவிடத் தயாராயிருப்பதை முகத்தின் வெக்கை உணர்த்தியது. 'நீங்க நேரடியாவே நான் யாருன்னு கேட்கலாம்'. 'இல்ல தப்பா

நெனைச்சுகாதீங்க. எனக்கு அப்படித்தான் தோணுச்சு' என்றான், அசடு வழிந்தபடி. 'டீ சாப்பிடுறீங்களா' என்றாள்.

அவள் திட்டப்போகிறாள் என்றிருந்தவனுக்கு அவள் அப்படிக் கேட்டதும் வியப்பாக இருந்தது. 'ஓகே' என்று சொல்லிவிட்டு அவனே ஆர்டர் செய்தான். டீயை வாங்கிவந்து அவள் கையில் கொடுத்துவிட்டு 'சாரி நீங்க கவிதா ஃபிரண்டுன்னு நெனைச்சுதான் உங்க பின்னாடி வந்தேன்' என்றான் மறுபடியும். அதற்கு மேல் அவள் எரிச்சல் அடைந்தவளாக, 'ஆமாம். நான் கவிதா ஃப்ரண்டுதான்' என்றாள். திரும்பவும் ஒரு அபத்தமான சாரியைச் சொல்லி 'இல்ல நீங்க கோபமாகிட்டீங்க போல. அதான் கவிதா ஃபிரண்டுன்னு சொல்றீங்க' என்றான். 'உங்க பிரச்னை என்ன. நான் கவிதா ஃபிரண்டா இருக்கனுமா? இல்ல இல்லாமல் இருக்கனுமா? எது உங்களுக்கு வசதி' என்றாள். அவன் முகம் சுருங்கிவிட்டது. அன்றைய பொழுதை அவள் நேசிக்க விரும்பினாள். யாரென்று தெரியாத ஒருவனிடம் பேசுவதும் கோபித்துக்கொள்வதும் இனம் புரியாத மகிழ்ச்சியைக் கொடுத்தது. இன்னும் கொஞ்சம் கடுமையாகப் பேசினால் அவள் இங்கேயே கழன்று கொள்ள நேரிடும். அதை அவள் விரும்பவில்லை.

அவனை சகஜமாக்க 'எங்க வேலை செய்றீங்க' என்றாள். அவன் பெயரை அவள் கேட்கவில்லை. அவனும் சொல்லவில்லை. அவள் பெயரையும் அவன் கேட்கவில்லை. அவன் எம்.பி.ஏ படித்திருப்பதாகவும் ஏதோ ஒரு கம்பெனியில் நிர்வாக பிரிவில் மேலாளராக இருப்பதாகச் சொன்னான். அவன் கழுத்தில் குறுக்காக ஒரு பையைப் போட்டிருந்தான். அதற்குள் லேப்டாப் இருக்கலாம். அவனுடைய அதிகாரித்தனமான ஆடை, பையைக் குறுக்காகப் போட்டிருந்த விதம் எதுவும் ரசனைக்குரியதாக இல்லை. எந்தவித ஈர்ப்பும் அவளுக்கு அவனிடம் இல்லை. அவன் பின்தொடர்ந்து வருவதும், அவள் அத்தகைய சூழலில் இருப்பது மட்டுமே முக்கியமானதாக இருந்தது. டீக்கான காசை அவள் கொடுக்க, அதை மறுத்து அவனே கொடுத்துவிட்டு வந்தான். அவர்கள் இருவரும் காதலர்கள் அல்லது தெரிந்தவர்கள் என்று கடைக்காரன் நினைத்திருப்பான், அவன் எந்தவித ஆச்சர்ய பார்வையும்மின்றி காசை வாங்கிக் கொண்டான்.

அடுத்து என்ன செய்யலாம் என்ற யோசனை அவளிடம் இல்லை. வண்டியில் ஏறி அமர்ந்தாள். அவள் கை சாவிக்குப் போகும்போது 'வாங்களேன் ரெஸ்டாரெண்ட் போய் சாப்பிட்டுட்டுப் போகலாம்'. மீண்டும் அவளுக்குச் சிரிப்புதான் வந்தது. செய்வது சரியா தவறா என்ற யோசனையெல்லாம் இல்லை. ஏதோ ஒரு நெம்புசக்தி உந்தித்தள்ள 'சரி' என்றாள். அந்தச் சூழ்நிலையில் உணர்ச்சிபிளம்பாக இருந்தாள். இத்தகைய செயல்கள் தனிமையைக் காலுக்கடியில் போட்டு மிதிப்பதாக நினைத்த அவள்மனதில் அதேசமயத்தில் தனிமையின் கூட்டை இன்னும் அகலப்படுத்திக்கொண்டிருப் பதாகவும் தோன்றியது. அவள் ஒரே நேரத்தில் இரண்டு எதிர் எதிர் உணர்ச்சி நிலைக்குள் இருந்தாள். எல்லா நினைவுகளையும் ஆயுதமின்றிக் கொலைசெய்ய தனிமையால் மட்டும்தான் எப்பொழுதும் இயல்கிறது.

தன்னைத் தொடர்ந்துவரும் அந்த இளைஞன் யாராக இருப்பான்? எல்லா ஞாயிறுகளிலும் இதுமாதிரி புதுப்புது கவிதாவின் தோழிகளையோ அல்லது கவிதாக்களையோ பின்தொடர்பவனாக, அவர்களோடு சல்லாபித்து அந்த்த தினங்களின் இரவுகளுக்கு மட்டும் அவர்களின் உடல் மீதான உரிமை

கொண்டாடுகிறவனாய் இருக்கலாம். இன்னும் திருமணம் ஆகியிருக்க வாய்ப்பில்லையென கொஞ்சமாய் முளைக்கத் துவங்கியிருந்த மீசையும் தாடியும் சொல்லிக் கொண்டிருந்தன.

முதலில் ரெஸ்டாரெண்ட் போகலாமா என்று கேட்டவன் பின்னர் பீட்ஸா கார்னர் போகலாமா என்றான். எந்த யோசனையின்றியும் சரி என்றாள். அவன் வண்டியை ஓட்டிக்கொண்டு முன்னால் போக இவள் அவன் பின்னாலயே வண்டியை ஓட்டிக்கொண்டு போனான். பீட்ஸா கார்னரில் ஒரு மூலையில் போய் அமர்ந்துகொண்டார்கள். அவளுக்கு என்ன வேண்டும் என்று கேட்டான். குளிர்பானம் மட்டும் போதும் என்றாள். அவனுக்கு ஒரு பீட்ஸா சொல்லிக்கொண்டான்.

'அப்புறம் என்ன படிக்கிறீங்க'? என்று கேட்டான். அவள் அமைதியாக 'எம்.ஏ ஹிஸ்ட்ரி' என்றாள். பனிரெண்டாவதுக்கு மேல் படிக்கவில்லை என்று சொன்னால்கூட அவன் இத்தகைய அதிர்ச்சியை வெளிப்படுத்தியிருக்கமாட்டான்போல. ஒரு எரிச்சலும் அகங்காரமும் கலந்த தோரணையில் 'ஹிஸ்ட்ரியா? இந்தக் காலத்திலும் எம்.ஏ ஹிஸ்ட்ரி படிப்பாங்களா?' என்றான்.

அவனை முழுவதுமாக அளக்கும் பாவனையில் உற்றுக் கவனித்தாள். 'எம்.ஏ ஹிஸ்ட்ரி படிச்சிட்டு என்ன வேலை பார்க்க போறீங்க?' எளக்காரமாகப் பேசிக்கொண்டே போனான்.

'உங்கள பாத்தா வழக்கமான பெண் மாதிரி தெரியலையே..?'

'வழக்கமான பெண்ணுனா..?'

'இல்ல சம்திங் டிஃபரெண்ட்... வழக்கமா தெரியாத பெண்கிட்ட நீங்க கவிதா ஃபிரண்டானு கேட்டிருந்தா இல்லைனு பதில் சொல்லிட்டுக் கட் பண்ணிட்டுப் போயிடுவாங்க.,யூ ஆர் டிஃபரெண்ட்... ஐ மீன் யூ ஆர் ஃப்ரெண்ட்லி'

'ஓ அப்படியா... ஃப்ரெண்ட்லியா இருந்தா டிஃபரெண்ட்னு அர்த்தமா'

ஹா..ஹா..எனப் போலியாகச் சிரித்தவாறு... 'யு காட் மீ ராங்... நான் அப்படிச் சொல்ல வரல... சரி விடுங்க..., அப்புறம் உங்கள பத்திச் சொல்லுங்க'

தெரியாத ஆண் தன்னைப் பற்றி என்ன நினைக்கிறான் என அறிந்து கொள்வதில் அவளுக்கு ஆர்வம் ஏற்பட்டது. 'நீங்களே கெஸ் பண்ணி சொல்லுங்களேன் என்னைப் பற்றி, டிஃபெரெண்டான பெண்ணுனு நீங்க கண்டுபிடிச்ச மாதிரியே.,'

'ஓ நைஸ்., இது நல்லா இருக்கே... சரி உங்கள் வயது 24-25 இருக்கும்'

"ம்ம்ம்"

"சரிதானே.."

"கிட்டதட்ட..."

'நீங்க இவ்வளவு ஈசியா பிராட் மைண்ட்ட்டா இருக்கிறத பார்த்தா நீங்க நிறைய புக்ஸ் படிப்பீங்க சரியா'

சிரித்துக்கொண்டு 'ஆமா..கரெக்ட்'

'என்ன மாதிரி புக்ஸ் படிப்பீங்க..'

'ஆனந்தவிகடன், குமுதம்..'

ஹா..ஹா..பெரிய ஜோக் சொன்னது போல் மறுபடியும் போலியாகச் சிரித்தான்

'இல்ல... நான் கேட்டது நாவல், போயம் மாதிரி'

'இல்ல... நான் அதெல்லாம் படிக்கறதில்ல... ஆர்வமில்ல...'

'ஓ... அதெல்லாம் இல்லாமலயே யூ ஹேவ் பிராட் நாலெட்ஜ்' என்னைப் புகழ்ந்தே எப்படியும் மடக்கிவிட வேண்டுமென ஆயத்தமாகியிருப்பான் போல...

அவன் பெயரைச் சொன்னான்

'ம்ம்ம்., நல்ல பெயர்.,'

'நன்றி., ஒருத்தவங்க பேரச் சொன்னா பதிலுக்கு நாமளும் பேரச் சொல்லனும்.,'சிரித்தவாரே கேட்டான்

'பெயர் தெரியலன்னா பேச முடியாதா., இவ்வளவு நேரம் பெயர் இல்லாமல்தானே பேசினோம்' நக்கலாகச் சொன்னாள்..

'உங்களுக்குத் தெரிந்த கவிதாவின் ஃப்ரண்டுக்கு என்ன பேரோ அதுவே என்னோட பேரா இருக்கட்டும்...' சிரித்தாள்.

அவன் சில நொடிகள் அந்த இல்லாத கவிதாவையும் அவளின் தோழியையும் நினைத்துக் கொண்டு சிரித்தான்.

'யூ ஆர் ரைட்...ஆமா பேசுவதற்கு எதற்கு பெயர்.. எதற்குமே எதுக்கு பெயர்... ஹா..ஹா...' மறுபடியும் ஜோக் அடித்தது போல் அவனே சிரித்துக்கொண்டான். அவள் என்ன சொன்னாலும் அதை ஆமோதித்து நெருங்கி வருவதற்கான எல்லா முயற்சிகளையும் செய்து கொண்டிருந்தான்.

'நீங்க இப்படித்தான் பொண்ணுகள பின்தொடர்ந்து பிக்-அப் பண்ணுவீங்களா..? இதுக்கு முன்ன எவ்ளோ பேர இப்படிப் பிக் அப் பண்ணியிருப்பீங்க?... ஒரு இருபது?'

சிரித்தவாறே கேட்டாள்.

கோபம் அடைந்தவனாக 'ஏன் இப்படி கேக்குறீங்க... நான் நீங்க நினைக்கிற மாதிரி தப்பானவன் இல்ல... நிஜமா கவிதா ஃப்ரெண்ட்னு நினச்சுதான் வந்து பேசுனேன்....' முகம் சுருங்கிச் சொன்னான். அப்பாவியாய் நல்லவனைப்போல் காட்டிக்கொள்ள முனைப்புக்காட்டினான்.

'அந்த மாதிரி பசங்கள்லாம் தப்பானவங்கன்னு நான் சொல்லலையே..." அவன் போலித்தனத்தில் கல்லெறிந்ததை நினைத்துச் சிரித்தாள். அவன் இன்னும் சமாதானமாகவில்லை. முகத்தைத் திருப்பிக் கொண்டிருந்தான்.

'அய்யோ கோவிச்சுகாதீங்க சும்மா கிண்டலுக்குதான் சொன்னேன்... அப்படியே இருந்தாலும் ஒரு பெண்ணை ஆண் தொடர்வது இயல்புதான... இதுக்கு எதுக்கு டென்ஷன் ஆகுறீங்க'

ரிலாக்ஸ் ஆனவனாய்ப் புன்னகைத்து கொண்டான். 'ரொம்ப ஃப்ராங்க்கா பேசுறீங்க. ஐ லைக் யூ'

உள்ளுக்குள் நகைத்துக் கொண்டு, 'இதுக்கு நான் என்ன பதில் சொல்லனும் "மீ டூ லைக் யூ"..?னா..சிரித்தவாறு கேட்டாள்

மிகப்பெரிய ஜோக்குக்கான அதே சிரிப்புடன் "பிடிச்சிருந்தா சொல்லுங்க"

"இதுக்கு முன்ன உங்ககிட்ட யாராவது லைக்யூன்னு சொல்லியிருக்காங்களா?"

அவன் 'அப்டில்லாம் இல்லையே... என்று இழுத்து விட்டுச் சில சமயம், கூட வொர்க் பன்ற பொன்னுங்க கலாய்க்கிறதுக்காக... அப்பிடிச் சொல்றதுண்டு... ஏன்?...

அவன் முகத்தில் சலனமில்லை. தன்னைப் பற்றி அதிகமாக அவளிடம் சொல்கிறோமோ என அவன் நினைத்திருக்கலாம்.

"இல்ல நீங்க சொன்னவிதத்துல இருந்து நிறைய சொல்லிப் பழக்கப்பட்ட மாதிரி இருந்துச்சு..." அவள் சிரித்துக்கொண்டாள்.

அவன் அமைதியாக இருந்தான். அவனோடு பேசுவது அந்த நொடியிலேயே போரடித்துவிட்டது அவளுக்கு. அங்கிருப்பது ஒருவித அசூயை உணர்வை அவளுக்கு ஏற்படுத்தியது. உடனே அங்கிருந்து கிளம்ப விரும்பினாள். தொடர்பை அறுத்துக்கொள்ளும் விதமாக

"நீங்க மட்டும் இல்லீங்க எனக்கு எல்லா ஆண்களையும் பிடிக்கும்" இதைச்

சொல்லும்போது அவன் கண்கள் இவளையே பார்த்துக் கொண்டிருந்தன.

'புரியல எல்லா ஆண்களையும்னா.. அப்பா, அண்ணன், தம்பி' அவன் அப்படிக் கேட்டது அவளுக்கு மிக அசிங்கமாகப்பட்டது.

'இல்ல... இது வேற நான் என்ன வேல செய்யுறேன்னு தெரியுமா?'

'சொன்னாதான தெரியும்' புதிரை அறியும் ஆர்வத்துடன் கேட்டான் குழப்பத்துடன். அவனைப் பேச்சற்றுப் போகும்விதமாக 'நான் உண்மையைச் சொல்லட்டுமா' என்றாள். அவன் வியப்போடு பார்க்க. 'நான் படிக்கல. பிராஸ்டியூசன் பண்றேன்' என்றாள். தெரியாத பெண்ணோடு டேட்டிங்கை அனுபவித்துக் கொண்டிருந்த அவனுடைய சந்தோசத்தில் மண் விழுந்தது. இதுவரையில் அவளைப் பின் தொடர்ந்து வந்தவிதம் அவள் திட்டிவிடுவாளோ என்று பயந்து பயந்து பேசியதை நினைத்து அவனுக்கு வெட்கமாக இருந்தது. அவன் கண்கள் சிவந்து கோபம் கொப்பளித்தது. 'நானும் ஒரு பிராஸ்டியூட்டைத் தேடிக்கிட்டுத்தான் இருந்தேன்' என்று அகங்காரமாகப் பேச்சைத் தொடர்ந்தவன், முன்னாடியே சொல்லியிருக்கலாம்ல 'இவ்வளவு அலைச்சல் உன்னைப் போய்த் தப்பா நினைச்சு சே...' அவன் தன்னுடைய செய்கைகளை நினைத்து வருதப்பட்டான். இப்போது அவன் அவளை ஒருமையில் பேசிக்கொண்டிருந்தான்.

அதற்குமேல் அவளிடம் பேச எதுவும் இல்லை என்று முடிவு செய்து 'சரி எவ்வளவு' என்றான் எடுத்த எடுப்பில். அவள் இரண்டாயிரம் என்றாள். உண்மையில் அவளுக்குத் தான் எவ்வளவு விலைபோவோம் என்று தெரியவில்லை. இரண்டாயிரமா என்று அவன் இழுக்க, அவள் அதிகமாகச் சொல்லிவிட்டோமோ என்று யோசித்துக்கொண்டிருக்கும் போதே 'சரி போகலாம்' என்றான். உள்ளுக்குள் உலர்ந்து வயிற்றைப் புரட்டிக்கொண்டு வந்தது அவளுக்கு. வாயில் கசப்பை உணர்ந்தாள். கொஞ்ச நேரம் முன்பு வரை வெறுமையை உணர்ந்த அவள், இப்போது பெரும் ஆபத்தான சூழலுக்குள் இருப்பதைப் போன்ற பயவுணர்வும் அதே சமயத்தில் தன் உடல் மீதான அருவருப்பையும் உணர்ந்தாள். விழுங்கக் காத்திருக்கும் காண்டாமிருகத்தைப்போல எதிரில் இருந்தவன் தோன்றினான். அவன் முகத்தில் முன்பிருந்த லேசான பயவுணர்வு நீங்கி அதிகாரமும் இனம்புரியாத வன்மமும் தெரிந்தது அவளுக்கு. அந்த நொடியில் அவனைக் கொலை செய்யத் தோன்றியது. 'வா கிளம்பலாமா' என்று கேவலமான தொனியில் கேட்டவன் அந்த நொடியிலிருந்து அவளை முழுவதும் தீர்மானிக்கும் அதிகாரத்தை எடுத்துக்கொண்டான். 'எங்க உன் இடத்துக்கா என் இடத்துக்கா' என்றான். அவள் அவனைப் பேசாமல் பார்த்துக்கொண்டிருக்க, 'என்ன முழிக்கிறே. இரண்டாயிரம் ஓகே குடித்திடுறேன்' என்று எழுந்து 'முடிஞ்சதும் பணத்தைக் குடுக்கிறேன் வா' என்றான். விட்டால் அவளைத் தரதரவென்று பிடித்து இழுத்துச் சென்று விடுவான்போல. 'எங்க வச்சுக்கலாம்' என்றான் மறுபடியும்.

அவள் முகத்தில் எந்த உணர்ச்சியும் காட்டாமல் 'என் இடத்துக்கே போகலாம்' என்றாள். 'உன் இடம் ஃசேபா இருக்குமா' என்று கேட்டான். 'வீட்ல யாருமே இல்லை. பேமிலி எல்லாம் ஊருக்குப் போய்ட்டாங்க'. 'பேமிலியா? சும்மா பணம் அதிகமா வாங்கிறதுக்காக ஃபேமிலினு சொல்லக்கூடாது. இரண்டாயிரத்துக்கு மேல தரமாட்டேன்' என்றான். பாலியல் தொழிலாளியின் தொழில் சூட்சமத்தைக் கண்டுணர்ந்தவன்போல பேசினான். அவள் கண்களில் காட்டிய வெறுப்பை உதாசீனம் செய்தான். ஏளனத்தோடு அவன் உடலை அறுத்துக்கொண்டிருக்கும் அவள் பார்வையை ஒரு பொருட்டாகக்கூட

அவன் மதிக்கவில்லை. அடிமையை இழுத்துச் செல்லும் வீரனைப்போல, உடல் நிமிர்த்தி கிளம்பலாம் என்று கண்ஜாடை செய்தான். அவள் சரியென்று ஆமோதித்துவிட்டாள். ஆனால் தலை கிர்ரென்று சுற்றியது. ஒரு நொடி உலகம் முழு இருளாகி தெளிந்தது. கசப்பில் ஊரும் நச்சுபாம்பினைப்போல் அவள் நெளிந்துகொண்டிருந்தான். தீண்டும் கரங்களை விழுங்கக் காத்திருக்கும் கொடிய விலங்கினை அவன் அதிகாரத்தின் சாட்டையைக்காட்டி அழைத்தான்.'என் பின்னாடியே வாங்க' என்று வண்டியை எடுக்கக் கிளம்பினாள்.'ஏரியா எங்க' அவன் கேட்க, கோடம்பாக்கம் என்றாள். அவன் பின்னாடியே போனான்.

அந்த ஞாயிற்றுக்கிழமையிலும் தி.நகர் சாலை பரபரப்பாக நெரிசலோடு இருந்தது. அவன் அவள் பின்னாடியே வந்துகொண்டிருந்தான். முன்பு அவனிடம் இருந்த குறுகுறுப்பு மறைந்து வேட்கை வெளிப்படையாகத் தெரிந்தது. எல்லாவற்றையும்விட அவன் அதிகாரத் தோரணைதான் அவளைத் தொந்தரவு செய்தது. கோடம்பாக்கத்தில் ஒரு அடுக்குமாடிக் குடியிருப்புக்குள் அவள் செல்ல அவனும் வந்தான். அவள் வண்டிக்குப் பக்கத்திலேயே அவனும் வண்டியை நிறுத்தினான். இரண்டாவது தளத்தில் ஒரு வீட்டைத் திறந்தாள். அவள் வீட்டுக்கு எதிரே இருந்த வீடும் பூட்டிக் கிடந்தது. இரண்டு படுக்கை அறையைக் கொண்டிருந்தது. ஏதோ சினிமா படத்தில் காண்பிப்பதைப் போல, அந்த வீட்டில் இன்னும் வேறு பெண்கள் இருப்பார்கள் என்று நினைத்தான். யாரும் இல்லாததைக் கண்டு 'உன்கூட வேற பெண்கள் இல்லையா?' என்றான். அவள் அதைக் காதில் வாங்காமல் 'என்ன சாப்டிறீங்க' என்றாள். 'இல்ல அதெல்லாம் வேணாம் நான் பாத்ரூம் போயிட்டு வாறேன்' என்றான். அறைக்குள் இருந்த அட்டாச்டு பாத்ரூமைக் காட்டினாள். அவன் தன்னுடைய பேக், ஃபோன் எல்லாவற்றையும் ஹாலில் வைத்துவிட்டு பாத்ரூம் போனான். அவன் திரும்பிவந்து பார்க்கும்போது அறைக்கதவு சாத்தியிருந்தது. அவன் கதவைத் திறக்க அது வெளிப்பக்கமாகச் சாத்தியிருப்பதை உணர்ந்து பயம்கொள்ளத் தொடங்கினான். கதவை லேசாகத் தட்டினான். கதவு திறப்பதாக இல்லை. கொஞ்சம் கொஞ்சமாக அவன் பயம் அதிகரிக்க மிரண்டுபோய்ப் பலமாகக் கதவைத் தட்டினான். அவள் ஹாலில் அமர்ந்து காபி குடித்துக் கொண்டிருந்தாள். கதவு தட்டப்படுவதை அவள் பொருட்படுத்தவில்லை. டீவியின் சத்தத்தை அதிகரித்தாள். அவன் கதவுக்குக் கீழே உட்கார்ந்தான். அந்த அறையை நோட்டமிட்டான். வெறும் புத்தகங்களாக நிரம்பிக் கிடந்தது. அதில் ஒன்றைக்கூட அவன் அறிந்திருக்கவில்லை. அந்தப் புத்தகங்களைப் பார்க்கும்போது அவனின் பயம் இன்னும் அதிகரித்தது. கிறுக்கப்பட்ட பல காகிதங்கள் மெத்தையின் மேல் கிடந்தன. அவள் பைத்தியமாக இருப்பாள் என்று உடனே முடிவுக்கு வந்தான். அவளைச் சமாதானப்படுத்தி அங்கிருந்து கிளம்புவது பற்றி யோசிக்க ஆரம்பித்தான். கதவைத்தட்டிச் 'சாரிங்க நான் உங்கள தப்பா நெனைச்சுட்டேன் என்னைத் திறந்துவிடுங்க நான் போயிடுறேன்' என்றான். அவள் பதில் எதுவும் சொல்லாமல் இருந்ததால் மறுபடியும் கதவைத்தட்டி 'நானாங்கே உங்களைக் கேட்டேன் நீங்களாத்தானங்க பிராஸ்டியுசன் பண்றேனு சொன்னீங்க'. பெண்களை ஒரே மாதிரியாகப் பார்க்கும் அவன் பார்வையை நொந்துகொண்டான். நேரம் ஆக ஆக கதறத் தொடங்கினான். அவள் எதற்கும் வளைந்து கொடுப்பதாக இல்லை. டாம் அண்ட் செரி பார்த்துக் கொண்டிருந்தாள். அவன் கதவைத் தட்டித் தட்டிச் சோர்ந்துபோய்ப் பயத்தில் நடுங்கிக் கொண்டிருந்தான். சிறிது நேரத்தில்

கோபம் வந்தவனாக கதவை உடைக்கும் விதமாகப் பலமாகத் தட்டினாள். அவள் டீவியின் சத்தத்தைக் குறைத்துவிட்டு அவனிடம் பேசினாள். நீ அமைதியா இல்லனா 'திருட வந்த உன்னைப் பூட்டிவச்சிருக்கேனு சொல்லி போலீஸைக் கூப்பிடுவேன்' என்றதும் அவன் அழவே ஆரம்பித்துவிட்டான். மறுபடியும் அவள் டீவியின் சத்தத்தை அதிகமாக வைத்துவிட்டு ஹாலிலேயே படுத்து உறங்கிவிட்டாள். அவன் அவளைக் கதவைத் திறக்க வைப்பதற்காக ஏதோதோ பேசியும் கெஞ்சியும் கதவைத் தட்டியும் கடைசியில் சோர்ந்து போனான். பயத்தில் நடுங்கிக் குமைந்து கொண்டிருந்தவனுக்குப் பித்துபிடித்ததைப் போலிருந்தது. நன்றாக தூங்கிக்கொண்டிருந்த அவள் விடிந்ததும் பல்லை விளக்கிக் காப்பிபோட்டு சாப்பிட்டுவிட்டு அவன் அறைக்கு அருகே வந்தாள். அவன் காய்ச்சலில் முனகிக் கொண்டிருந்தவனைப்போல பேசிக்கொண்டிருந்தான். பேச்சுக்கு நடுவே கதவைத் தட்டியபடியே இருந்தான். அவள் மனம் லேசாக இருந்தது. வெளிக்கதவைத் திறந்துவிட்டு அவன் அறைக்கதவைத் திறந்தாள். கிட்டத்தட்ட பைத்தியம் பிடித்தவனைப்போல சுருங்கிப்போய் கண்கள் பள்ளமாகிக் காட்சியளித்தான். நேற்று அவனிடம் இருந்த போலித்தனம் அதிகாரம், ஏமாற்று எல்லாம் மறைந்து, பயம் மட்டுமே இருந்தது. அவள் ஹாலில் இருந்த ஷோஃபாவுக்குக் கீழே அமர்ந்தாள். அவன் பயத்தோடு வெளியே வந்தான் அவள் முகத்தைக் கூடப் பார்க்காமல் அங்கே டிபாயில் இருந்த தன்னுடைய பை, ஃபோனை நடுக்கத்தோடு எடுத்தான். அவனுடைய நரம்புகள் வலுவிழந்து கை, கால் உதறத்தொடங்கியது. அங்கே ஒருத்தன் இருக்கிறான் என்பதை அவள் கண்டுகொண்டதாகத் தெரியவில்லை. அன்றைய நாளிதழை சுவாரஸ்யத்தோடு படித்துக்கொண்டிருந்தாள். அவன் அறையில் அடைக்கப்பட்ட நாய்க்குட்டிபோல் ஒரு நொடிகூட தாமதிக்காமல் வெளியே ஓடத்தொடங்கினான்.

பிருந்தா சேது
(02/11/1976)

சே பிருந்தா என்ற பிருந்தா சேது கவிஞர், எழுத்தாளர், திரைக்கதை ஆசிரியர் என்ற பரிமாணங்களை உடையவர். இவர் ஒரு நர்சரி பள்ளியில் ஆசிரியராகப் பணியைத் தொடங்கி, பின்பு டெலிபோன் ஆப்ரேட்டராக, கணினி அச்சுக் கலை வல்லுநராக, ஆவணப்பட இணை தயாரிப்பாளராக எனப் பல்வேறு பணிகளில் தன்னை இணைத்துக் கொண்டவர். 1995இல், தன் எழுத்துப் பயணத்தைத் தொடங்கிய இவர், நான்கு கவிதைத் தொகுப்புகள், மூன்று கட்டுரைத் தொகுப்புக்கள், ஒரு சினிமா விமர்சன கட்டுரை நூல் மற்றும் கயல் என்ற குறுநாவலையும் எழுதியுள்ளார். சிறுகதைத் தொகுப்பு ஒன்றும் வெளியிட்டுள்ளார். குழந்தைகளின் கனவு உலகத்தைப் படைப்பதில் பெரும் விருப்பம் உடையவர் பிருந்தா சேது.

98

ஒரு காதலின் கதை

பிருந்தா சேது

இந்தக் கதை நடக்கிற காலம் டெலிபோன்கள் மட்டுமே இருந்த காலம். பேஜர் அறிமுகமாயிருந்த காலம். அவளுடைய சில கவிதைகள் பத்திரிகைகளில் வெளியாகி இருந்தன. அவளுக்கு நிறைய கடிதங்கள் வரும். பெரும்பாலான கடிதங்கள், ஒரு பெண் பெயரைப் பார்த்தாலே, பெண் பெயருடன் ஒரு முகவரியைப் பார்த்தாலே வருகிறவை. சில, 'உங்கள் கவிதை இப்படியிருந்தது அப்படியிருந்தது' ரகம். சில மிரட்டும் 'நீ என்ன பெரிய இவளா..? ரதியா? நல்லா எழுத மாட்டியாடி நீ...' இப்படி. இவை எதிலும் சேராமல், எங்கிருந்து என்று புரியாமல், திடீரென்று அவளுக்கு ஒரு கடிதம் வந்தது. இதயம் தொடுவதாக இருந்தது. அவளை நன்றாக, மிக நன்றாகத் தெரியும் என்று தெரிந்தது. அவள் கூடவே பயணிக்கிற ஒருவர் எழுதியதைப் போல இருந்தது. முதல் மூன்று கடிதங்கள், எந்தப் பதில் கடித எதிர்பார்ப்புகளும் அற்று வந்தன.

அவ்வளவு அழகியல் அந்தக் கடிதங்களில். ஒரு மடிப்பில் கூட அவ்வளவு கவனம். நாம் மிகவும் நேசிக்கிற, மிக மிக நேசிக்கிற ஒருவருக்கு எப்படிப் பார்த்துப் பார்த்து எழுதுவோம்... ஓர் அடித்தல் இல்லாமல் திருத்தம் இல்லாமல், சிறு சிறு ஓவியங்களைக் குவியலாக்கி எழுதினது போல, தனிக் கவனத்துடன், இவள் மேல் பிரத்யேக அன்பு கொண்டு அவை

எழுதப்பட்டிருந்தன.

சிலசமயம்சிற்சிலகோட்டோவியங்களும் வரும். சில சமயம் புகைப்படங்கள். மிக அழகாக ஒளியும் இருளும் கைகோர்த்த புகைப்படங்கள். ஒரு முறை ஒரு சிலையைப் படமெடுத்து வந்திருந்தது. ஓவியம் போல இருந்தது. அவளுக்கு வர வர தெருவில் நடப்பதே யாரோ தன்னை மெல்ல தோளணைத்துக் கூட்டிப் போவது போல இருந்தது. யாரோ தன்னோடு சதா 24 மணி நேரமும் உடனிருப்பதாக. அந்த யாரோ தனக்கே தனக்கெனச் சிந்திப்பதாக. தன்னை மட்டுமே சிந்திப்பதாக. இந்தக் கற்பனை அவளுள் ஒரு குளுமையான சந்தோஷத்தைக் கொடுத்தது.

பிறகு ஒருநாள் கடிதம், அவனது முகவரியுடன் வந்தது. அவன் பெயரைக் கையெழுத்திட்டிருந்தான். இனியும் தாங்கமுடியாது என்கிற ஒரு கணத்தில் பதில் எழுதத் தீர்மானித்தாள். இதற்குள் அவன் இன்னும் நாலைந்து கடிதங்கள் எழுதியிருந்தான். அவ்வளவு ப்ரியத்தைக் கொட்டியிருந்தான். ஒரு தகப்பனைப் போல. நண்பனைப் போல. காதலனைப் போல. கண்ணாமூச்சி விளையாட்டின் புதிர் புரியாமல் அவளும் விளையாடத் தொடங்கினாள். அவள் ரொம்ப சம்பிரதாயமாக, எப்படி முகவரி கிடைத்தது என்று கேட்டு எழுதியிருந்தாள்.

அவன் சொன்னான் 'வானத்திலிருந்து...' என்று. சிரிப்பாயிருந்தது. கவிதை எழுதுகிற தன்னிடமேவா என்று நினைத்துக் கொண்டாள். 'மேகங்கள் நலமா?' என்று கேட்டெழுதினாள். அவளின் சிறிய சுணங்கலுக்கும் பெரிதாக வருந்தினான். ஒரு தாய்க்கோழி தன் சிறகுகளுள் தன் குஞ்சுகளைப் பொதிந்துகொள்வதை ஒத்திருந்தது அது. அவன் யாராக இருந்தாலும் அற்புதக் கலா ரசிகன். அவன் எழுத்து, ஓவியம் போல. புள்ளி எழுத்துகளில் புள்ளியை வட்டமாக வரைய அவனிடம் கற்றாள். அவனெடுத்த புகைப்படங்கள் ஒளி ஓவியமாய் ஒளிர்ந்தன. தனது கவிதைகள் புத்தகமாய் வந்தால், அவனுடைய புகைப்படம்தான் அட்டைப் படமாக வேண்டும் என்றாள். 'உனக்காக வானத்தையே பரிசளிப்பேன்; இது என்ன ஃப்பூ...' என்றான்.

'வானம் வேண்டாம்; அது ஏற்கனவே எனக்கிருக்கிறது; எங்கள் ஊரில் இல்லாத கடல் வேண்டும்...' என்றாள். துளி மணலைக் கடலாக்கி, கடிதத்தில் அனுப்பினான். அவளது கவிதைகள் தொகுப்பாகின. தொகுப்பு அட்டை, அவன் ஒளிப்படம் அனுப்பாததால் வெற்று நீலமாய் வெளிவந்தது. அதுபற்றி அவளுக்கொன்றும் புகார்கள் இல்லை. கவிதைத் தொகுப்பு வெளியிடப்பட்டது. அவன் வருவதாக வாக்களித்தான். தன்னை வெளிப்படுத்திக் கொள்வதாகவும் சொன்னான். பெருநகரத்தில் வெளியீட்டு விழா. அவனை அழைத்திருந்தாள். ஆனால், அவன் வரவில்லை. ஏன் என்றதற்கு, அன்று அவள் அணிந்திருந்த சுடிதாரின் நிறத்தைச் சரியாகச் சொன்னான்.

பேசிய நாலே வரி நன்றியுரையை அவள் செருமிக்கொண்டுபேச ஆரம்பித்ததிலிருந்து சொன்னான். அவள் நடையைக் கிண்டலடித்தான். ஏன், வந்திருந்தும் தன்னை வெளிப்படுத்திக் கொள்ளவில்லை என்று கோவித்துக் கொண்டாள். செல்லச் சண்டைகள். முறியும் மவுனங்கள். பிறகொரு நீண்ட கடிதம் எல்லாவற்றையும் சமன் செய்தது. அவளுக்குக் கதவு திறந்ததும் கடல்; ஜன்னல் திறந்து உள்வரப் பார்க்கும் கடல்; சில சமயம் அலைகளின் வீச்சில் மீனாய் இருப்பாள். அவனுக்குப் பெருநகரத்தில், கனவுப் பட்டறையில் வேலை. அவனது மேசையில் டம்ளரிலிருந்த கடல் கொட்டி, வாழ்க்கை சிதறியது. மீன்கள் பறந்தன.

அவளுக்கு அவனை, அவன் வார்த்தைகளை அவ்வளவு புரிந்தது. மின்

விசிறி சுழலும் வானம் அவனது என்றால், இவளுடையது விரல்கள் டைப்படித்தே முனை மழுங்கிய, வண்ணத்துப் பூச்சிகளைப் பிடிக்க முடியாத வாழ்க்கை. இருவரும் கனவுகளில் வாழ்க்கையைத் துரத்தினார்கள். கடிதங்களில் கண்டடைந்தார்கள். வார்த்தைகளிடம் சரணடைந்தார்கள். எங்கும் பொழிந்த அன்பின் மழை இவர்களையும் நனைத்தது; ரகசியமாய் நனைந்தார்கள்; தன்னுள் கனன்று குளிர் காய்ந்தார்கள். ஒருநாள் வார்த்தைகள் தீப்பற்றி எரிய, 'நீ வேண்டும்' என்றான். 'இந்தா, நீ பிடித்துக் கொள்ள என்சுண்டுவிரல்' என்றுவரைந்தனுப்பினாள். சுடராய் இருந்தது, காடெனப் பற்றி எரிந்தது. காதலிப்பதாகச் சொன்னான்; தானும் என்றாள்.

நிஜத்திலும், தான் பற்றி எரிவதைக் கண்டாள். அவன் தனக்கே வேண்டும் என்றாள். திருமணம் செய்ய விரும்புவதைச் சொன்னாள். முதல் காதல். முதல் விருப்பம். நீண்ட மவுனம். வெகு நீண்ட மவுனங்கள். சில வரிகளில் காரணங்கள் வந்தன. அவன் அவளை விட மிக மூத்தவன் என்றொரு காரணம்; அவன் வாழ்க்கைக்கே போராடுகிறான் என்றொரு காரணம்; பார்க்காமல் காதலிக்க முடியும் - திருமணத்திற்குச் சந்திப்புகள் நிகழ்ந்திருக்க வேண்டும் என்றேழு காரணங்கள்; மிகக் கடைசியாக, அவனுக்கு ஏற்கனவே திருமணம் நிச்சயிக்கப்பட்டிருப்பதாகவும், அது அவனது பால்ய காதலி என்றும், மிகச் சில நாட்களில் திருமணம் என்றும் சொல்லியிருந்தான்.

அது அவனுடைய பிறந்த தினம். அவனுக்கென ஓர் ஓவியம் வரைந்தாள். அவள், அவனது பேஜர் நம்பர் தவிர எதுவும் அறியாள். சந்திக்க வேண்டும் எனத் தகவல் தந்துவிட்டு, பெருநகரை நோக்கிப் பயணித்தாள். அந்த நகரில் ரயிலடியைத் தவிர வேறு எதையும், யாரையும் அவளுக்குத் தெரியாது. சென்றாள். காத்திருந்தாள்.

காலையிலிருந்து, இரவு வரை. இரவு முழுக்க. அவன் வரவில்லை. வந்திருந்தாலும் அவனை, அவளுக்குத் தெரிந்திருக்காது. அவளை நோக்கி வருவதும், விட்டுச் செல்வதுமாக ரயில்கள். அவள் அன்று இறந்திருந்தால் ஒரு கதை; இருந்திருந்தால் இன்னொரு கதை.

99

இரவில் கரையும் நிழல்கள்

கவின் மலர்

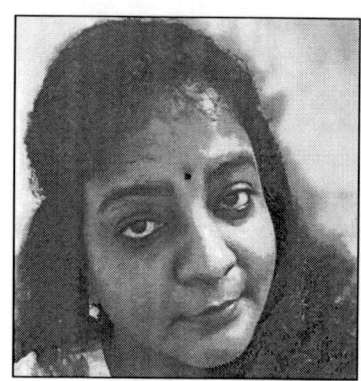

கவின்மலர்
(03/031978)

கவின்மலர் தஞ்சாவூர் மாவட்டம் ஒரத்தநாட்டில் பிறந்தவர். இவர் கவிஞர், எழுத்தாளர், பத்திரிகையாளர், மேடைப் பேச்சாளர், மொழிபெயர்ப்பாளர், அரங்கக் கலைஞர், சமூகச் செயற்பாட்டாளர் என்ற பரிமாணங்களில் இயங்கி வருபவர்; கணினி துறையில் முதுகலை பட்டம் பெற்றவர்; மென்பொருள் நிறுவனங்களில் பணியாற்றிய இவர், ஊடகத்துறை மீது இருந்த ஆர்வத்தின் காரணமாக அதனைத் துறந்து விட்டுப் பத்திரிகைத் துறையில் ஈடுபடலானார். ஒடுக்கப்பட்டவர்களுக்காகத் தொடர்ந்துப் பேசி வரும் இவர், சிறந்த களப்போராளியாகவும் விளங்குகிறார். இவரின் முதல் சிறுகதை 'இரவில் கரையும் நிழல்கள்' 2010இல் வெளிவந்தது. 2014 இல் 'நீளும் கனவு' என்ற இவரது சிறுகதைத் தொகுப்பு வெளியாகி, பலரின் கவனத்தைப் பெற்றது.

இப்போதெல்லாம் கயல்விழி நினைவு ஓயாமல் வருகிறது. பள்ளிக்கு ஒன்றாகப் போகும் சிறுமிகளைப் பார்க்கும்போதும் சைக்கிளில் செல்லும் மாணவிகளைப் பார்க்கும்போதும் அவள் நினைவு தவறாமல் வந்து போகிறது. அப்போதுகூட அவள் இப்போதிருக்கும் உருவத்தில் எனக்கு நினைவுக்கு வர மறுக்கிறாள். கருநீல பாவாடை தாவணியுடனும் வெள்ளை ஜாக்கெட்டுடனும் மட்டுமே நினைவுக்கு வருகிறாள். அந்தப் பள்ளிச் சீருடையில் நாங்கள் ஊரை சைக்கிளிலேயே வலம் வந்த நாட்கள் நெஞ்சில் இன்னும் பசுமையாய் நினைவிருக்கின்றன

அவள் வீட்டிலிருந்து என் வீடுவரை வந்து என்னை அழைத்துக்கொண்டு இருவரும் ஒன்றாகத்தான் பள்ளிக்குப் புறப்படுவோம். அவள் கொஞ்சம் சிவப்பாகவும் நான் கருப்பாகவும் இருப்பதால் பையன்கள் எங்களுக்குப் பிளாக் அண்ட் வொய்ட் என்று பெயர் வைத்து அழைத்தார்கள். ரெட்டைப்புறா, நீலக்குயில்கள், அதிசயப் பிறவிகள், ஏசியன் புரொடக்ஷன்ஸ் - இப்படி எத்தனையோ பெயர்கள் எங்களுக்கு. இதில் இந்த 'ஏசியன் புரொடக்ஷன்ஸ்' என்ற பட்டப்பெயருக்கு மட்டும் இந்த நொடிவரை எனக்குக் காரணம் விளங்கவில்லை. நாங்கள்

போகும்போது பின்னால் வரும் பையன்கள் இந்தப் பெயரிட்டு சத்தமாக அழைத்து கலாட்டா செய்வதும் நாங்கள் சாலையில் செல்லும்போதே சிரித்துக்கொண்டு சைக்கிளோட்டிச் செல்வதும் நேற்று நடந்தது போலிருக்கிறது.

கயல் எப்போதிருந்து எனக்குத் தோழியானாள், என்று யோசித்துப் பார்க்கிறேன். சரியாய் நினைவு வரவில்லை. ஆறாவது படிக்க பள்ளியில் சேர்ந்தபோது இரட்டை சடை மடித்துக்கட்டி ஸ்கர்ட் சட்டையில் கயலைப் பார்த்த நினைவு. ஒன்பதாம் வகுப்பில்தான் நெருங்கிப் பேசி தோழிகளானோம் என்று நினைக்கிறேன். அதன் பின் வேறு யாரையும் நாங்கள் சட்டை செய்யவில்லை. வகுப்பில் நாங்கள் சிரித்துத் திட்டு வாங்காத நாளே இல்லை என்றானது.

எழுந்ததிலிருந்து இரவு தூங்கச் செல்லும்வரை நடந்தது அத்தனையும் என்னிடம் ஒப்பிப்பாள். நானோ தூங்கிய பிறகானவற்றையும் அவளிடம் சொல்லுவேன்.

“3 மணிலேர்ந்து 4 மணிவரை படிச்சேண்டி, ஒரு உப்பு பெறாத விஷயத்துக்கு 4 மணிக்கு அம்மா வந்து என்னைத் திட்டினாங்க, 4 டூ 5 அழுதேன். அப்புறம் 5 மணிக்கு அப்பா வந்திட்டாங்க. அவங்ககிட்ட பேசிட்டுத் திரும்பவும் படிக்க 6 மணிக்கு உட்கார்ந்தேன். 10 மணிவரை சயின்ஸ் படிச்சேன். தூக்கம் சொக்குச்சு. அப்படியே தூங்கிட்டேன்.”

இப்படி அவள் எல்லாவற்றையும் என்னிடம் ஒப்பிப்பாள். பள்ளியிலும் வெளியிலும் எங்களைப் பற்றிப் பேசாதவர்களே கிடையாது.

ஒரு பையனால் எனக்கு ரொம்பத் தொல்லை. வகுப்பறையின் டெஸ்கில் வந்து என்னிடத்திற்கு நேரே “ஐ லவ் யூ” என்று எழுதி வைப்பான். யாராவது பார்த்துவிட்டால் என்னாவது என்று நான் பயந்து நடுங்குவேன். எரிச்சலாய் இருக்கும். என்னை எங்காவது சாலையில் பார்த்தால்கூட, அவனுடைய நண்பர்கள் அவன் பெயரைச் சொல்லி அவனுடைய ஆள் என்பார்கள். ஒரு குரங்குக் கூட்டம்போல பின்னாலேயே சைக்கிளில் வந்து தொல்லை கொடுப்பார்கள். அதேபோல அவளுக்கும் ஒருத்தன் வாய்த்தான். எங்கள் பின்னால் இரு கூட்டங்கள் வரத் தொடங்கின. முதலில் பயந்த நாங்கள், அதற்குப் பின் அவர்களைப் பற்றி எங்களுக்குள் கிண்டலடித்துச் சிரிக்கத் தொடங்கினோம். எங்கள் ஊரின் சாலைகளின் பள்ளங்களை எங்கள் சைக்கிள்கள் கடக்கும்போதெல்லாம் எங்கள் சிரிப்பால் அவற்றை நிரப்பினோம்.

எங்கள் சிரிப்பு மிகவும் பிரசித்தி பெற்றதாயிற்று. வீட்டில், வெளியில், சாலையில், டியூஷனில், வகுப்பில், கடைத்தெருவில், சைக்கிள் கடையில் என்று நாங்கள் சிரிக்காத இடமேயில்லை. “போங்கடி! சிரிப்பா சிரிக்கப்போறீங்க” என்று வேறு ஸ்கூல் பையன்கள் சாபம் விடுவார்கள். “அங்கே சிரிப்பவர்கள் சிரிக்கட்டும் அது ஆணவ சிரிப்பு” என்று எங்களைக் கைகாட்டி, பையன்கள் பாடுவார்கள். எங்கள் சிரிப்பு எல்லோரையும் உறுத்தியது என்பது மிகத் தாமதமாகத்தான் உணர்ந்துகொண்டோம்.

நாங்கள் சாலையில் ஒருவர் பின் ஒருவராக ஒருபோதும் சென்றதில்லை. இருவரின் சைக்கிள் சக்கரங்களும் ஒரே நேர்க்கோட்டில் இருக்கும்படிப் போவோம். போகிறவர்கள் வருகிறவர்களெல்லாம் பல நேரங்களில் திட்டிவிட்டுப் போவார்கள். ஆனாலும் அதிலொரு சந்தோஷம். அப்போதுதானே பேச முடியும். வகுப்பறையில் நடந்தது, முருகன் சார் சொன்ன ஜோக், வீட்டில் நடந்தது, வெளியில் நடந்தது என்று எதையாவது பேசி ஓயாமல் சிரித்துக் கொண்டேயிருந்தோம். நாங்கள்

எங்களுக்குள் பேசி சிரித்துக்கொண்டாலும் சாலையைப் பார்த்துச் சைக்கிள் ஓட்ட வேண்டிய கட்டாயமிருந்ததால், நேரே பார்த்துக்கொண்டே வாய் மட்டும் பேசிக்கொண்டும் ஜோக் அடித்துக் கொண்டும் சிரித்துக்கொண்டுமிருக்கும். அப்போது எதிர்ப்படும் வேறு ஸ்கூல் பையன்களெல்லாம் நாங்கள் ஏதோ அவர்களைப் பார்த்துச் சிரிக்கிறோம் என்று தப்பாக நினைத்துக்கொண்டு பின்னால் வரத் தொடங்கினார்கள். எங்களுக்குக் குழப்பமாக இருக்கும். "இவன் யாருக்காக வர்றான்" என்று புரியாமல் விழிப்போம் முதலில். அப்புறம் அவன் பார்வை யார் மேல் இருக்கிறதென்பதை வைத்துக் கண்டுபிடிப்போம். எங்களுக்குள் ஒரு ஒப்பந்தம். அவளுக்காக எவனாவது வந்தால் அவனைத் திட்டும் வேலையை நானெடுத்துக்கொள்வேன். எனக்காக எவனாவது வந்தால் அவள் திட்டுவாள். ஆனால் மறந்தும் வாயெடுத்து மற்றவர் ஏதும் பேசிவிட மாட்டோம். இதை நாங்கள் சொல்லியெல்லாம் வைத்துக்கொள்ளவில்லை. ஆனாலும் எப்படியோ கடைபிடித்தோம்.

ஒருமுறை ஆளா, பையனா என்று தெளிவாகச் சொல்ல முடியாத வயதுடைய ஒருவன் வந்தான். வழக்கமான முதல் குழப்பத்திற்குப் பின் அவன் கயலுக்காக வருகிறான் என்பதைக் கண்டுபிடித்தோம். வழக்கம்போல நான் திட்டத் தொடங்கினேன். "அறிவேயில்லையா? ஏனிப்படித் தொல்லை செய்றீங்க" என்று. "நான் உங்க பிரண்டை லவ் பண்றேன்" என்றான்.

ஒரு வாரம் இப்படியே போனபின் கயல் அவனைத் திட்டத் தொடங்கினாள். நான் மவுனமாகி விட்டேன். அவன் திடீரென்று என்னைப் பார்க்க ஆரம்பித்தான். எனக்காக வருவதுபோல் தெரிந்தது. எது அவனை அப்படி மாற்றியது என்று தெரியவில்லை. இரண்டாவது வாரமே எப்படி ஒருவன் இப்படி மாறுவான் என்று எனக்கு விளங்கவில்லை.

"இவன் என்ன லூஸாடி?" என்றேன்.

"நீ திட்டிய அழகு அவனுக்குப் பிடிச்சிருக்குபோல" என்றாள்.

மறுநாள் ஒரு கடிதத்தை எடுத்து வந்து என்னிடம் நீட்டினான். நான் அதைத் தொடக்கூட இல்லை. நாங்கள் இருவருமே சுயமரியாதை பாதிக்கப்பட்டது போல் உணர்ந்தோம். "திருட்டுப்பய! என்கிட்டயே வந்து உன்னை லவ் பண்றேன்னு சொல்லிட்டு, இன்னைக்கு வந்து என்னை லவ் பண்றேன்னு சொன்னா என்ன திமிர்; ஆணவம். ஆம்பிளைங்கிற கொழுப்பு"- நான் அவனைத் திட்டிக்கொண்டேயிருந்தேன் கயலிடம். இப்போதும் ஊருக்குப் போகும்போது அவனைப் பார்ப்பேன். தன் மனைவியோடு குழந்தையோடு கடைவீதிகளில் பார்ப்பதுண்டு. ஏனோ அவனைப் பார்த்தால் பாவமாயிருக்கிறது இப்போதெல்லாம்.

கயலுடைய அப்பாவும் என்னுடைய அப்பாவும் தமிழாசிரியர்கள் என்பதால் எங்களுக்குத் தமிழ்ப் பெயர் வாய்த்தது. "சுடர்மொழி - கயல்விழி" என்று நாங்கள் இரட்டைப் பிறவிகள் போலவேதான் அறியப்பட்டோம். நாங்கள் இருவருமே நன்றாகப் பாடுவோம். அதனால் பள்ளி அசெம்பிளியில் பாடுவோம். அந்த இரண்டொரு நிமிடங்களிலும் கூட்டத்தில் யாரோ ஒரு பையன் அல்லது பெண் முகத்தில் ஏதாவதொரு ஜோக்கைத் தேடி சிரித்து வைப்போம். ஒருமுறை இருவருமே சிரிப்பை அடக்க முடியாமல் பாடமுடியாமல் தவித்து நிறுத்தி விட, கூடப் பாடிய மாணவி ஒற்றை ஆளாய்ப் பாடி முடித்தாள். அன்று ராபர்ட் சாரிடம் திட்டு வாங்கினோம். அப்போதும் சிரித்தோம். சிரிப்புத்தான். எப்போதும் சிரிப்புத்தான்.

எங்கள் படிப்பும், சிரிப்புமாக நாங்கள் விளையாட்டுத்தனமாக இருக்கையிலேயே பிளஸ் டூ பரிட்சை வந்தது. ரிசல்ட் வந்தபோது நான் மட்டும் பாஸாகியிருந்தேன். இடிந்து போனேன். அவளுக்குக் கணக்குப் பாடத்தில் போய்விட்டது. அழுதாள். அழுதாள். அழுது கொண்டேயிருந்தாள். எனக்கு அவள் பெயிலான சோகத்தைவிட அவள் என்னுடன் இனி படிக்க முடியாது என்பதே உறுத்தியது. நான் கல்லூரியில் கணிதம் சேர்ந்தேன். அவள் அக்டோபர் தேர்விற்குப் படிக்கலானாள். தனியாக டியூஷன் சென்று படித்தாள்.

அப்போதுதான் எங்கள் இருவர் வீடுகளிலும் தொலைபேசி வந்த புதிது. தினமும் பார்த்துக்கொள்ள இயலாத சூழலில் மணிக்கணக்கில் தொலைபேசியில் பேசுவோம். நான் பேசும் விதத்தை வைத்தே அப்பா "கயலா?" என்பார். போனைக் கையிலெடுத்ததும் ஆரம்பிக்கும் சிரிப்பு ஒரு மணிநேரத்திற்குக் குறையாது. "என்னதான் பேசுவீங்களோ? இப்படி சிரிக்க" என்று அம்மா அலுத்துக்கொள்வது பெரிதாக அவளுக்குக் கேட்கும். "என்னடிச் சொல்றாங்க?" என்பாள். "நீ பேசு! கண்டுக்காதே!" என்று சொல்லி மீண்டும் தொடங்குவோம். எங்களுக்குச் சிரிக்க நிறைய விஷயங்கள் இருந்தன. நான் கல்லூரியில் நடப்பவற்றையெல்லாம் சொல்ல, அவள் டியூஷனில் நடப்பவற்றையெல்லாம் சொல்ல சிரிப்போம்.

அக்டோபர் தேர்வெழுதி பாஸ் செய்தாள் கயல். அடுத்த ஆண்டு எனக்கு ஜூனியராக வந்து எங்கள் கல்லூரியில் சேர்ந்தாள். எனக்குக் காலை எட்டரையிலிருந்து ஒன்றரை வரை. அவளுக்கு ஒன்றரையிலிருந்து மாலை ஐந்தரை வரை. அதனால் பார்த்துக்கொள்ளும் நேரம் குறைந்தாலும் தினமும் மாலையில் வீட்டுக்கு வந்து என்னைப் பார்க்காமல் போக மாட்டாள். அப்போதும் நாங்கள் சிரித்தோம். சிரிப்பதற்கு எங்களுக்கு விஷயங்களிருந்தன.

எனக்குக் கல்லூரியில் புதிதாகச் சில தோழிகள் கிடைத்தார்கள். என் தோழிகளெல்லோரும் வெவ்வேறு வகுப்புகளில் இருந்தோம். பாட்டு, பேச்சு, கட்டுரை என்று போட்டிகளில் கலந்துகொண்டு பரிசுகள் நிறைய வாங்குவேன். என் பாட்டுக்குக் கல்லூரியில் மாணவர்கள் முதல் பிரின்சிபால் வரை ரசிகர்கள். கூட்டம் அடங்காமல் கத்திக்கொண்டிருந்தால் என்னைக் கொண்டுபோய் ஒலிவாங்கி முன்னால் நிறுத்திவிடுவார்கள். நான் பாட ஆரம்பித்தவுடன் அமைதியாகிவிடும் கூட்டம். கல்சுரல்ஸில் நான் பாட, என்னோடு வந்த மற்றவர்கள் நடனம் அது இது என்று பரிசுகளை அள்ளிக்கொண்டு வருவோம். இப்படி கல்சுரல்ஸுக்குப் போய்ப் போயே ஒரு தோழிகள் வட்டம் சேர்ந்தது எனக்கு. நாங்கள் 7 பேர் அதிலுண்டு. 7 ஸ்டார் குரூப் என்று கல்லூரியில் எங்களைச் செல்லமாய் அழைத்தார்கள். ஓரளவிற்கு எனக்கு அவர்களோடு பழக்கமாகி நட்பாகி விட்டேன். கயல் கொஞ்சம் என்னை அவர்களோடு பார்த்தால் எரிச்சலாவாள். அதுபோலவே அவளுடைய வகுப்பில் உள்ளவர்களோடு அவளைப் பார்த்தால் நான் எரிச்சலாவேன். சின்னச் சின்னதாய்ச் சண்டைகள் எங்களுக்குள் வந்தன. ஆனாலும் நாங்கள் எங்கள் சிரிப்பைத் தொடர்ந்தபடி நட்பு மேலும் இறுகிப்போயிருந்தது.

இப்படியே இறுதியாண்டு வந்துவிட்டது எனக்கு. கல்லூரியில் இறுதியாண்டு மாணவர்களுக்கு விடை கொடுக்கும் ஃபேர்வெல்டே வந்தது. அதற்குப் பச்சை நிறத்தில் ஒரே போல 7 ஸ்டார் குரூப்பில் புடவை எடுத்துக் கட்டினோம். அதற்குப் பிரண்ட்ஸ் ஸாரி என்று பெயர். எங்களைக் கும்பலாய் பச்சை நிறச் பிரண்ட்ஸ்

ஸாரியில் பார்த்த கயல், பொங்கி வரும் கண்ணீரை அடக்கிக்கொண்டு, மறைவிடம் நோக்கி ஓடினாள். நான் விக்கித்துப் போனேன். பின்னாலேயே ஓடி அவளைச் சமாதானப்படுத்தினேன்.

"இது ஒரு நாளைக்குத் தானே.. எல்லோரும் ஆசைப்பட்டாங்க. அதான்"

"எதுக்கு எல்லோரும் ஒரே கலர்ல ஸாரி எடுத்துருக்கீங்க?"

"இது பிரண்ட்ஸ் ஸாரி கயல்"

அவ்வளவுதான். பெருங்குரலெடுத்து அழ ஆரம்பித்தாள். நான் விழித்தேன். இந்த அன்பிற்கு நான் என்ன செய்யப் போகிறேன்? கல்லூரியை விட்டு வெளியேறும் நாளில் எல்லோரிடத்திலும் ஆட்டோகிராப் வாங்கினேன். அவளிடமும் போய் நீட்ட முறைத்தாள்.

"நானும் போடணுமா?"

"ஆமாம்! போடு" - எனக்குள் ஒரு ஆவல் இருந்தது என்னதான் எழுதுகிறது இந்தப் பிசாசு. பார்ப்போம் என்று. நெடுநேரம் எழுதிக்கொடுத்து "வீட்டுக்குப்போய் வாசி" என்றாள். வரும் வழியிலேயே வாசித்துக்கொண்டே வந்தேன். "நாம் ஒருவருக்குள் ஒருவர் வாழ்கிறோம். இந்த ஆட்டோகிராப் கூடத் தேவையில்லை" என்று தொடங்கி பக்கம் பக்கமாய் எழுதியிருந்தாள். "பிரண்ட்ஸ் ஸாரி" என்கிற வார்த்தை அவளை எப்படி துடிதுடிக்கவைத்தது என்றெழுதியிருந்தாள். வாசிக்கையில் கண்ணில் எனக்கு நீர் முட்டியது.

வீட்டுக்குள் நுழைந்தேன் தொலைபேசி மணி அடிக்க..மறுமுனையில் கயல். "என்ன? படிச்சிட்டியா? நீ எவ கூட வேணும்னாலும் பிரண்ட்ஸ் ஸாரி எடுத்துக்கோ. கட்டிக்கோ. நான்தான் உனக்குப் பிரண்ட். தெரியுதா?" என்றாள். நான் சிரித்தேன். சிரித்தோம். சிரித்துக்கொண்டேயிருந்தோம். அப்பா வழக்கம்போல வந்து "கயலா?" என்று கேட்டு விட்டுப் போனார்.

• • •

சுடரு! சாப்பிடவா! - அழைத்தாள் கயல்.

டைனிங் டேபிளில் அமர்ந்தேன். சூடான இட்லி வைத்தாள். காலடியில் அவள் மகன் வந்து என் காலைச் சுரண்டினான். "சாப்பிடும்போது இப்படியெல்லாம் டிஸ்டர்ப் பண்ணாதே! ஓடு! போய் டிவி பாரு போ!" - துரத்தினாள் மகனை.

இப்போது நான் அவள் வீட்டில்தானிருக்கிறேன்.

"டெல்லியில் இருந்தப்போ நீ நடிச்ச நாடகம் பத்தி உன் பேட்டி ஏதோ ஒரு சேனல்ல பார்த்தேன். பயங்கர மெச்சூரிட்டியா பேசுற. ரொம்ப பெருமையா இருந்துச்சு. அவர்கிட்ட சொல்லிக்கிட்டேயிருந்தேன்" என்றாள்.

வளசரவாக்கத்தில் சொந்த வீடு. கணவர் வெளிநாட்டில் இருந்தார். அவளுக்குத் துணைக்கு அவளுடைய மாமியார் இருந்தார். இடையில் மணமான புதிதில் டெல்லி சென்று விட, அவளோடு பேசாமலிருக்கப் பழகிக்கொண்டேன். அவள் வாரமொரு முறையாவது என்னை அழைத்து பேசுவாள். அதன்பின் அவள் கணவர் திடீரென்று வெளிநாட்டுக்குச் செல்ல நேர்ந்தபோது அவளையும் கூட்டிக்கொண்டு போய்விட, அதன்பின் என்றைக்காவது பேசுவது, ஈமெயில், சாட்டிங் என்றானது. நாடு திரும்பி அவளும் குழந்தையும் இங்கிருக்க, அவள் கணவர் மட்டும் வெளிநாட்டிலிருந்தார். நானோ பல வேலைகள் செய்து மாறி மாறி இறுதியில் எனக்குப் பிடித்த ஒரு வேலையில் சேர்ந்து விட்டேன்.

அவ்வப்போது கைபேசியில் அழைப்பாள். எனக்கும் வேலைப்பளு

அதிகமாக இருந்ததால் அடிக்கடி பேசிக்கொள்ள இயலாமல் போனது. ஆனால் தினமும் அவளை நினைத்துக்கொள்வேன். வீட்டு உரிமையாளர் திடீரென்று இரண்டு மடங்காக வாடகை கேட்க, உடனே காலி செய்ய வேண்டிய நிலையில் அவளிடம் பேச, "இங்கே வர வேண்டியதுதானே? என்ன யோசனை உனக்கு" என்று கடிந்துகொள்ள, பெட்டிப் படுக்கையோடு அவள் வீட்டுக்குச் வந்துவிட்டேன்.. உடனே ஒரு வீடோ, ஹாஸ்டலோ பார்க்கவேண்டும். பார்க்கும்வரை இங்கிருக்கலாம்.

வீடு தேடும் படலம் ஆரம்பமானது. என் ஏழாயிரம் ரூபாய் சம்பளத்தில் வீட்டுக்கு இரண்டாயிரத்து ஐநூறு ரூபாய்தான் ஒதுக்க முடியும். ஒரு லோன் வேறு கட்ட வேண்டி இருந்ததால் விழி பிதுங்கியது எனக்கு. தினமும் வீடு பார்க்கையில் அட்வான்ஸ் ஒத்துவராது அல்லது வாடகை இடிக்கும் அல்லது வீடு பிடிக்காமல் போகும். இப்படியே பதினைந்து நாட்கள் போனது.

அலுவலகத்தில் வேலை முடிய இரவு பத்துக்கு மேலானது அன்று. அவசரமாக ஒரு ஆட்டோ பிடித்து வீடு வந்து சேர்ந்தேன். மணி 11. அழைப்பு மணியை அழுத்தினேன். உள்ளே குழந்தை வீறிட்டுக் கத்தும் சப்தம் கேட்டது.

"இன்னைக்கு வேல முடிய நேரமாயிடுச்சு கயல்"

"சரி வா! சாப்பிடு!" – அவள் அன்பைக் கரைத்துத் தோசை வார்த்துத் தந்தாள். சாப்பிடும்போது தூக்கக்கலக்கத்துடன் கயலின் அத்தை படுக்கையறையின் வாசலில் நின்று கேட்டார்

"வீடு பாத்தியாம்மா?"

"பார்த்துக்கிட்டுத்தானிருக்கேன். ஒண்ணும் செட்டாகலைம்மா"

"மெட்ராஸில் ரெண்டாயிரம் மூவாயிரத்துக்கு வீடு கிடைக்கிறது கஷ்டமாச்சே. கொஞ்சம் பட்ஜெட்டை கூட்டி வீடு தேடு. அப்பத்தான் சட்னு கிடைக்கும்"

"இல்லம்மா.. இதுக்கு மேலே வச்சா லோன் கட்ட முடியாம போயிடும்"

"அப்படியா? சரி."

அன்றைக்கு எனக்கு உறக்கம் வரவில்லை. அத்தை ஏன் அப்படி கேட்கவேணும்? நினைவை உதறி மாடியறையில் புரண்டு படுத்தேன். கீழே குழந்தை அழும் சத்தம். சின்னச் சின்ன சத்தத்திற்குக்கூட விழித்துக்கொள்கிறது குழந்தை. இரவெல்லாம் தூங்காமல் கஷ்டப்படுகிறாள் கயல்.

மறு நாள் ஒரு கூட்டத்திற்காக மறைமலைநகர் வரை போக வேண்டி இருந்தது. போய்விட்டேன். கூட்டம் முடிய அங்கேயே ஒன்பதேமுக்காலானது. அதற்கு மேல் கிளம்பி வளசரவாக்கம் வந்தால் கண்டிப்பாக 11 மணிக்கும் மேலாகிவிடும். குழந்தை அழும் சத்தம் எனக்கு இப்போதே கேட்பது போலிருந்தது. என்ன செய்யலாம்? மறைமலை நகரில் கூடப் படித்த விஜி இருப்பது நினைவுக்கு வர, கைபேசியை எடுத்து அவள் எண்களை அழுத்த, அவள் "நான் ஊரில் இருக்கேன்" என்றாள். இப்போதென்ன செய்ய? கைகளைப் பிசைந்தேன். நடு ராத்திரியில் போய் தொந்தரவு செய்ய வேண்டுமா? பசி வேறு வயிற்றைக் கிள்ளியது. ஒரு சாலையோரக் கடையில் 4 இட்லிகளைத் தின்றவாறே யோசித்தேன். எப்.எம்.ரேடியோவில் பாட்டு பாடிக்கொண்டிருந்தது. "உனக்கென இருப்பேன்... உயிரையும் கொடுப்பேன்.." காதல் படப்பாட்டு. பளீரென மின்னல் அடித்தது. திருவண்ணாமலை பேருந்தைக் கைகாட்டி ஏறினேன். குளிரான அந்த மழை இரவில் பயணம் ஒரு நிராதரவான மனநிலையை எனக்கு அடையாளம் காட்டியது. திருவண்ணாமலைக்கு ஒரு

டிக்கெட் எடுத்துவிட்டு ஆயாசமாய் அமர்ந்தேன். பேருந்து முடிவற்றுப் போய்க்கொண்டே இருந்தது. கண்களை மூடி தூங்க முயற்சித்தேன். முடியவில்லை. பையில் இருந்த புத்தகத்தைப் படிப்பதற்காக எடுத்தேன். பிரித்த அடுத்த இரண்டாவது நிமிடம் விளக்குகள் அணைக்கப்பட்டன. விழித்தபடியே இருளுக்குள் வெறித்துப் பார்த்து அமர்ந்திருந்தேன். முடிவற்ற அந்தப் பயணம் என்னைப் பயமுறுத்தியது. எங்குப் போகிறேன்? எதற்குப் போகிறேன்? இலக்கில்லாத பாதையில் அந்தப் பேருந்து என்னை இட்டுச் சென்றது.

சுற்றிலும் கவனித்தேன். ஒரு பெண் தன் கணவனின் தோளில் சாய்ந்து தூங்கிக்கொண்டு வந்தாள். அவள் கயல் சாயலில் இருப்பது போலிருந்தது. இடையில் கயல் குண்டாகி இருக்கிறாள். இரண்டு குழந்தைகளானவுடன் நன்றாய்த்தான் பெருத்திருக்கிறாள். எப்படி இவ்வளவு சதை வைத்தது அவளுக்கு? எத்தனை ஒல்லியாய் இருப்பாள் முன்பு! ஒட்டடைக்குச்சி என்று எங்கள் பள்ளித்தோழனொருவன் அவளுக்குப் பட்டப்பெயர் வைத்திருந்தது நினைவுக்கு வந்தது.

கயலுக்கு அழகான குரல். பாடினால் நன்றாக இருக்கும். பிள்ளைகளுக்குத் தாலாட்டு கூட சினிமா பாட்டுதான் பாடுகிறாள். தூங்க வைக்க பாடுவது எனக்கு மாடிக்குச் சன்னமாய்க் கேட்கும். ரசித்துக்கொண்டே நானும் தூங்கிப் போவதுண்டு. அப்படி ஒரு நாள் தூங்கிப்போய்விட, திடீரென வந்து எழுப்பினாள்.

“உன்கிட்ட கொஞ்சம் பேசணும். நீ ஏன் இப்படி இருக்கே?”

“எப்படி இருக்கேன்?”

“ஏன் இன்னும் கல்யாணம் பண்ணிக்கலை?”

”ஏன் பண்ணனும்?”

என்னை மவுனமாய்ப் பார்த்தாள். “சரிதான் நீ சொல்றது. நான்கூட ஏன் கல்யாணம் பண்ணிக்கிட்டோம்னு நினைச்சுருக்கேன்”

“நீ படிச்ச படிப்பென்ன? உன் திறமை என்ன. நீ ஏன் இப்படி வீட்டில் அடைஞ்சு கிடக்கணும்?”

“இருந்தாலும் அப்பா அம்மாவுக்குப் பிறகு யார் உன்னைப் பார்த்துப்பாங்க. அதுக்காவது புருஷன் புள்ளை வேணுமில்லையா?”

“இப்போதைக்கு எனக்கு அது தேவையில்லைன்னு தோணுது. விட்டுடு ப்ளீஸ்!”

அவள் என்னையே பார்த்தாள். கண்கள் கலங்கி கொட்டத் தயாராய் நின்றன.

“உன்னை நினைச்சா பயமா இருக்கு!” - பொல பொலவென உதிர்ந்தது கண்ணீர்.

“ஒண்ணும் ஆகாது. செத்தா போயிடுவேன்? தனியா வாழ்ந்துடுவேன். பின்னாடி கல்யாணம் பண்ணிக்கணும்னு தோணினாப் பண்ணிக்குவேன். சரியா? போய்த் தூங்கு கயல்”

எனக்காகக் கண்ணீர் விட்ட ஜீவன் அவள். கயல்! என் பிரியமான சிநேகிதியே! மனம் குழைந்து அவளுக்காய்ப் பொங்கி விழிகளில் வழிந்தது.

“திருவண்ணாமலை இறங்கு” - நடத்துனரின் குரல் கலைத்தது என்னை. இறங்கிக்கொண்டேன். ஒரு தேநீர் குடித்தால் நன்றாயிருக்குமென்று தோன்றியது. தேநீர்க்கடையில் தேநீர் வாங்கி பருகினேன். “மெட்ராஸ்.. மெட்ராஸ்..” கூவி அழைத்தார் நடத்துனர். ஓடிப்போய் ஏறிக்கொண்டேன். இந்தப் பேருந்தில் மூட்டைப் பூச்சி உயிரை எடுத்தது. உடலெல்லாம் அரிக்க எரிச்சல் மண்டியது. வண்டி என் மனத்தைப் போலவே எதையோ அசை போட்டுக்கொண்டு மெதுவாகப்

பயணித்துக் கொண்டிருந்தது. மீளா இரவா இது? விடியாதா? இத்தனை நீண்ட நெடியதா இரவு? எத்தனையோ நாள் புத்தகம் வாசிக்க விடிய விடிய விழித்திருக்கிறேன். அப்போதெல்லாம் நீளாத இரவு, மலைப்பாம்பைப் போல நீண்டு நெளிந்து என்னை விழுங்கி ஏப்பம் விட்டது. கிண்டி நெருங்கியபோது விடிந்திருந்தது. வீட்டு வாசலில் அழைப்பு மணியை அழுத்தினேன். கயல் வந்து கதவைத் திறந்தாள். "என்னாச்சு?" என்றாள்.

"ஆபீஸிலேயே தங்கிட்டேன்"

என்னைப் பார்த்தாள். "ஆபீசிலா? பயமாயில்லையா உனக்கு?"

"என்ன பயம்? எல்லாரும் மனுசங்கதானே?" - கூறியவாறு மாடிப்படியேறினேன்.

அன்று அலுவலகம் கிளம்புகையில் அத்தை என்னைப் பார்த்த பார்வை ஏனோ தொந்தரவு செய்தது.

அலுவலகத்தில் அமர்ந்திருந்தபோது திடீரென பொறி தட்டியது. நேற்றிரவு கயல் எனக்குப் போன் பண்ணவில்லை என்பது உறைத்தது. இரவு முழுதும் வரவில்லை. நான் என்ன ஆனேனென்று அவள் ஏன் என்னை அழைத்துக் கேட்கவில்லை? மனது தவித்தது. கேள்விக்கு விடை தெரியாத வரை வேலை செய்ய முடியாது போலிருந்தது. பர்மிஷன் போட்டுவிட்டு மெரினாவிற்குச் சென்றேன். கடல் அலைகள் படாத தூரத்தில் அமர்ந்துகொண்டு கடலை வெறித்துப் பார்த்தேன். திடீரென சுனாமி நினைவு வந்தது. விருட்டென எழுந்தேன். விடுவிடுவென சாலைக்கு வந்து கிடைத்த பேருந்தில் ஏறினேன். ராணிமேரிகல்லூரிக்கு அருகே பேருந்து வந்தபோது செல்வத்தின் அறைக்குச் சென்று அவரைப் பார்த்தாலென்ன என்று தோன்றியது. செல்வம் நல்ல நண்பர். அவருடைய அறைக்கு வந்தேன். தூங்க வேண்டும் போலிருந்தது. படுத்துவிட்டு எழுந்தவுடன் மணி பார்த்தேன். எட்டாகி இருந்தது. சீக்கிரம் போகவேண்டும். கிளம்பினேன். வீட்டிற்குப் போனபோது பத்து மணியாகியிருக்கவில்லை. அப்பாடா என்றிருந்தது. கயல் தூங்கிப் போயிருந்தாள். நானாகச் சென்று சாப்பாடு எடுத்துச் சாப்பிட ஏனோ தயக்கமாக இருந்தது. அத்தை டிவி பார்த்தவாறிருக்க, நான் படியேறி வந்து படுக்கையில் விழுந்தேன்.

எழுகையில் வெயில் சுள்ளென அடித்தது. இரண்டு மணிக்குப் போனால் போதும் அலுவலகத்திற்கு. ஆனாலும் சீக்கிரம் கிளம்பினேன். கயல் சமையலறையில் ஏதோ செய்து கொண்டிருந்தாள்.

"இன்னிக்குச் சீக்கிரம் போகணும் கயல். வர்றேன்."

"சாப்பாடு சுடர்!"

"பசியில்லை. வேணாம். மொத்தமா சேத்து மதியம் சாப்பிட்டுக்குறேன்"

சாலையில் இறங்கி நடந்தேன். கொலை பசி. ஆனால் எதுவும் சாப்பிடப்பிடிக்கவில்லை. அலுவலகத்தை அடைந்தேன். அலுவலகத்திலேயே தங்கியிருக்கும் மோகன் அப்போதுதான் விழித்து உட்கார்ந்திருக்க... "என்னங்க அதுக்குள்ள வந்துட்டீங்க. இத்தனை சீக்கிரமா?" - ஆச்சரியப்பட்டான்.

"சும்மாத்தான்.."

கைபேசியில் கயல் குரல் ஒலித்தது.

"சொல்லு"

"அடுத்த வாரம் நாத்தனார் வீட்லேர்ந்து வர்றாங்க"

"ஓ! எப்படி இருக்காங்க அவங்க எல்லாம்?"

"அவங்களுக்கென்ன? நல்லாத்தானிருக்காங்க. அவங்க கொஞ்சம்

பழைய ஆளுங்க சுடரு. அதனால தேவையில்லாத கேள்வியெல்லாம் கேட்பாங்க. நீ ஏன் இங்கே இருக்கேன்னு கேட்பாங்க. ஹாஸ்டலோ வீடோ ஒரு வாரத்துக்குள்ள பாத்துற முடியுமா?”

கையில் காசில்லாமல் எங்கே போவதென்ற இயலாமை ஒரு புறமும், அவளிடமிருந்து நான் எதிர்பார்க்காத வார்த்தைகள் ஒருபுறமும் வந்து தாக்க, நெஞ்சு படபடவென அடித்துக்கொண்டது. மயக்கம் வருவது போலிருந்தது.

“பார்த்துடலாம் கயல்”

கைபேசியை அணைத்துவிட்டு நாற்காலியில் அமர்ந்தேன். உடல் பலகீனமாய் உணர்ந்தேன்.

“மோகன் கொஞ்சம் தண்ணி..”

தண்ணிரைக் குடித்துவிட்டு கவிழ்ந்து மேஜையில் படுத்தேன். காகிதங்களைக் கண்ணீர் நனைக்க மோகன் என்னை விநோதமாய்ப் பார்த்தான்.

“என்னாச்சு? யார் போன்ல?”

“ஒண்ணுமில்லை”

“இல்லை. சொல்லுங்க.” அருகில் வந்து கைகளைப் பற்றிக்கொண்டு கேட்டான்.

பற்றிய அவன் கைகள் நனைந்தன. இன்றிரவிலிருந்து கயல் வீட்டுக்குப் போக முடியாது. என்ன செய்யலாம்? செல்வத்திடம் கேட்கலாமா “செல்வம்! இன்றிரவு உங்கள் அறைக்கு வருகிறேன். கயல் அவசரமாய் ஒரு சாவுக்காக ஊருக்குப் போயிருக்கிறாள். அவசரத்தில் சாவி வைக்க மறந்துவிட்டாள்” என்று ஒரு குறுஞ்செய்தி அனுப்பிப் பதிலுக்காகக் காத்திருந்தேன்.

“தாராளமா வாருங்கள்” என்று பதில் வந்தது.

இரவு பத்தரை மணிக்கு செல்வத்தின் அறையிலிருந்தபோது கைபேசி ஒலித்தது.

“எங்கே இருக்கே? இன்னும் காணலை?” - கயலின் குரலில் மெலிதான தடுமாற்றமும் நடுக்கமும்.

“இங்கே ஆபிஸிலேயே தங்கிக்கிறேன். இன்னும் வேலை முடியலை.” செல்வம் என்னை விநோதமாய்ப் பார்த்தார்.

“சுடர், காலையில நான் சொன்னதுக்கு வருத்தப்படுறியோன்னு எனக்கு பயமாயிருக்கு. அதனால் நீ வரலையோன்னு கஷ்டமாயிடுச்சு எனக்கு”

“இல்லை கயல். நிஜமாவே எனக்கு வேலையிருக்கு. அதான்”

பேசிமுடித்த அடுத்த நிமிடத்தில் கயலிடமிருந்து குறுஞ்செய்தி வந்தது

“என் நிலைமை ரொம்ப மோசமா இருக்கு. நான் உன்னை கஷ்டப்படுத்திட்டேன். ஆனால், எனக்கு வேற வழியில்லாமல்தான் அப்படிச் சொல்ல நேர்ந்தது. எனக்கு ஏனோ மனசஞ்சலமாய் இருக்கிறது. என்னைப் புரிந்துகொள். ப்ளீஸ். நான் ஒரு சூழ்நிலைக் கைதி. நாத்தனார் வீட்டில் ஒரு வாரம் கழித்துதான் வருகிறார்கள். நீ நாளைக்கு வீட்டுக்கு வா. நான் காத்திருப்பேன்”

எனக்குத் தெரியும் நான் இனி அங்கு போகப் போவதில்லையென.

நான் அவளுக்குப் பதில் குறுஞ்செய்தி அனுப்பினேன்.

“எனக்கு உன்னைத் தெரியும். உன்னைப் புரியும்.”

திடீரென உறைத்தது. அவள் வீட்டில் இருந்த இத்தனை நாட்களிலும் ஒருமுறைகூட நாங்கள் இருவரும் சிரிக்கவேயில்லை என்பது.

லறீனா ஏ. ஹக் •

லறீனா அப்துல் ஹக்
(22/08/1978)

லறீனா ஹக் கல்வியாளர், எழுத்தாளர், மொழிபெயர்ப்பாளர், இதழாளர் என்று பன்முகப் பரிமாணங்களைக் கொண்டவர். இவர் பிறந்தது இலங்கையில் உள்ள மாத்தளை. லறீனா தம் 12ஆவது வயதில் எழுதிய 'ஓ! பஸ்ஸே' என்ற கவிதை வீரகேசரியில் வெளியானது. 'ஒரு தீப்பிழம்பும் சில அரும்புகளும்' என்ற நாவலையும், 'எருமை மாடும் துளசிச் செடியும்' என்ற சிறுகதைத் தொகுதியையும், 'மௌனத்தின் ஓசைகள்', 'அழுகைக்குக் குரலில்லை' என்ற மொழிபெயர்ப்புக் கவிதைத் தொகுதிகளையும் வெளியிட்டுள்ளார்.

100

எனக்கான வெளி

லறீனா ஏ. ஹக்

என் வளாகத் தோழி வந்துவிட்டுப் போனாள். நீண்ட நாளைக்குப் பின் பழைய நினைவுகளை மீட்டி மகிழ்ந்தோம். நேரம் போனதே தெரியவில்லை. எவ்வளவோ வற்புறுத்தியும் பகலுணவுக்காகத் தாமதித்துச் செல்ல அவள் உடன்படவில்லை. போகும்போது மன்றாட்டமாய் அவள் குரல், 'கட்டாயம் வீட்டுக்கு வா. ஓரிரு நாட்கள் தங்கிப்போகவே வா, காலில் சுடுதண்ணி கொட்டிக்கொண்டது போல அரக்கப்பரக்க வராதே.' 'அண்ணா, உங்களுக்கு நேரமில்லாட்டில் அவளை மட்டுமாவது அனுப்பி வைங்களேன்' - இது என் கணவரிடம். அவர் புன்னகையோடு தலையசைக்கிறார்.

அன்றிரவு ஜன்னலோரம் நின்றபடி அகன்று விரிந்திருந்த வான்வெளியைப் பார்க்கின்றேன். என்வசம் சிறகுகள் இருக்கின்றன. கூடவே முழுமையான சுதந்திரமும். ஆனாலும் பறப்பதற்கான எனது 'வெளி' வரையறுக்கப்பட்டிருப்பதாக உணர்தலை என்னால் தவிர்க்க முடியவில்லை. எனக்கான 'வெளி'யை வரையறுத்தது யார்?

விழிகளைத் திருப்பிப் பார்க்கின்றேன். முன்னறையில் மடிக்கணினித் திரையில் கண்களைப் பதித்தபடி ஆழ்ந்த சிந்தனையில் என் கணவர். கிட்டத்தட்ட ஒருவகைத் தவநிலையில் அவர். மிக மெலிந்த தோற்றம். அந்தக் கண்களில்

• லறீனா ஏ. ஹக்

தூக்கக் கலக்கத்தை மீறிய கூர்மை. 'கண்மணி, உனக்குப் போகணும் போல இருந்தா போய் ரெண்டுநாள் தங்கிட்டு வாடா. பிள்ளைகளை நான் சமாளிக்கிறேன்' இரவுணவின்போது பரிவோடு ஒலித்த அவர் குரல் மீண்டும் ஒருமுறை என் காதுக்குள் ஒலிப்பதாய் உணர்கிறேன். எனக்குள் மெல்ல ஏதோ புரிவது போல்... எனக்கான வெளியை நானேதான் வரையறுத்துக் கொண்டிருக்கிறேனா? இது... இது... எப்படி சாத்தியமானது? மனசு என்னைக் குடைந்துகொண்டே இருந்தது.

அவருக்குப் புத்தளத்தில் வேலை. இங்கிருந்து மூன்று பஸ் மாறிப் போகவேண்டும். அதிகாலை நாலரை மணிக்கு வீட்டிலிருந்து கிளம்பினாரென்றால், வீடு திரும்ப எப்படியும் இரவு பத்து மணியாகிவிடும். அங்கே அவருக்குத் தங்குமிட வசதி உண்டுதான். எனினும், அவரால் என்னையும் பிள்ளைகளையும் பிரிந்திருக்க முடியவில்லை. எங்களுக்கும்தான். மாலையில் நான் அலுவலகத்திலிருந்து வீடு வரும்வரை வழிபார்த்திருந்து ஓடிவந்து காலைக் கட்டிக்கொள்ளும் பிள்ளைகளின் குதூகலம்... இரவில் அலுத்துக் களைத்து வீடு வந்துசேரும் என்னவர் முகத்தில் எங்களைக் கண்டதும் தோன்றும் மலர்ச்சி...

இரவுணவின்போது எல்லோருமாய் அமர்ந்து சிரித்துப் பேசியபடி உணவருந்துகையில் ஏற்படும் கலகலப்பு... பிள்ளைகள் உறங்கியபின், என்னதான் களைப்பாக இருப்பினும் நான் கண்ணயரும் வரை என் கூந்தல் கோதிவிடும் என் இனியவரின் கைவிரல்கள் தரும் இதம்... என் மனசின் மெல்லிய பயங்கள், சின்னச் சின்ன கலக்கங்களைத் தட்டுத் தடுமாறி வார்த்தைகளால் வெளிப்படுத்தும் போதெல்லாம் வேலைப் பளுவுக்கு மத்தியிலும் செவிதாழ்த்திக் கேட்டு,

என்னைத் தேற்றி 'நிமிர' வைக்கும் அந்தக் கனிவும் காதலும்... சின்னதாய் ஒரு தலைவலி வந்தாலும் துடித்துப் பதறும் அந்த ஆழ்ந்த நேசமும் பரிவும்... இவைதாம் நான் சிறகடித்துப் பறக்க விழையும் எனக்கான வான்வெளியை நிர்ணயித்தனவா? எனக்கு அப்படித்தான் தோன்றுகின்றது.

'கண்மணி, என்னம்மா கடும் யோசனை?' என்னவரின் பரிவான குரல் மிக மிக அருகில் ஒலிக்கவே, விழிகள் பனிக்க அவரை ஏறிட்டேன். 'உங்களையெல்லாம் விட்டுட்டு எனக்கு மட்டும் அங்கே போகேலாது' -என் குரல் ஏன் இப்படித் தளுதளுக்கிறது?

'சரி, அதுக்கேண்டா இப்படிக் கலங்குறாய்? எனக்கு விளங்குது. என் கண்மணிக்கு அங்கே போகவும் வேணும். போகவும் மனசில்லை, அப்படித்தானே?' என் தலை மட்டும் அசைந்தது. அவர் அப்படியே தன் மார்போடு என்னை அணைத்துக் கொள்கிறார். எவ்வளவு இதமாக இருக்கிறது! இப்படியே... இந்தக் கணமே செத்துப்போய்விட்டாலும் பரவாயில்லை என்று தோன்றுகிறது, எனக்கு. எவ்வளவு காதலும் கனிவும் இவருக்கு என்மீது! அப்படியே வானத்தில் பறப்பதான பெருமித உணர்வு. அடுத்த கணத்தில்... 'யார் இது? ஏன் இப்படி என் தோளைப் பற்றி இவ்வளவு முரட்டுத்தனமாக உலுக்குகிறார்கள்? ஏன், என்ன நடந்துவிட்டது?' நான் அலங்க மலங்க விழிக்கிறேன்.

'ஏய், எழும்பு சீக்கிரம்! சின்னவனுக்கு லூஸ் மோஷனோ என்னவோ! கையோட காலோட பண்ணிக்கிட்டு நிற்கிறான், சீக்கிரமா அவனைக் கழுவி, அந்த இடத்தைக் க்ளீன் பண்ணிடு. ஆ! சொல்ல மறந்துட்டேன், என்னோட அக்காவும் மச்சானும் இன்னைக்கி நம்ம வீட்டுக்கு விருந்துக்கு வர்றாங்களாம். ஸ்பெஷலா ஏதாவது பண்ணிவை' அவர்

அடுக்கிக்கொண்டே முன்னறைப் பக்கம் நகர்ந்தார். படுக்கையிலிருந்து மெல்ல எழுந்திருக்க முனைந்த போதுதான் மீண்டும் அது! ‘சுரீர்’ என்று அடிவயிற்றுக்குள்ளிருந்து அந்தப் பாழாய்ப் போன வயிற்று வலி தன் இருப்பை எனக்கு உணர்த்திற்று. ‘ஓ!’ என்று கத்தி அழவேண்டும் போல ஒரு வேதனை. நேரே நிமிர்ந்து நிற்கவும் முடியவில்லை. மீண்டும் தலையணையை வயிற்றில் இறுக்கிக்கொண்டு கைகால்களைக் குறுக்கிக்கொண்டு கட்டிலில் குப்புறக் கிடந்தேன். பற்கள் உதட்டை இறுகக் கடித்துக்கொள்ள... கண்களில் தாரை தாரையாக நீர் வழிந்தது. இந்தப் பாழும் வயிற்று வலிக்கு இதுவரை பார்க்காத வைத்தியமில்லை. ‘கல்யாணம் கட்டி ரெண்டு பிள்ளைகளைப் பெற்றால் எல்லாம் தானாகச் சரிவந்துடும்’ என்றுதான் வைத்தியர்கள் சொன்னார்கள். இதோ கல்யாணம் முடிந்து இரண்டு பிள்ளைகளைப் பெற்ற பின்னரும் மாதமொருமுறை விடாது வதைக்கும் இந்தக் கொடிய வயிற்றுவலி. மீண்டும் ‘சுரீர்!’. விலா என்புகளைக் குடைந்துகொண்டு அடிவயிற்றில் சம்மட்டி அடியாய் அந்த வலி... ‘செத்துப் போய்விட்டால் எவ்வளவு நல்லது!’.

‘ஏய், என்ன நீ? இன்னும் எழும்பாமல் கட்டிலில் புரண்டுகொண்டு என்ன பண்ணுறாய்? எல்லாம் சம்பாதிக்கிற திமிர்! வேறென்ன? நான் பாட்டுக்குக் கத்திக்கிட்டிருக்கேன், நீபாட்டுக்கு மகாராணி மாதிரி படுத்திட்டிருந்தா என்ன அர்த்தம், ஆ?’ அவர் காட்டுக்கத்தல் கத்தினார்.

‘என்னங்க, கொஞ்சம் கூட புரிஞ்சிக்க மாட்டீங்களா? எனக்கு உடம்புக்கு முடியல்லைன்னு தெரியும்தானே? வயித்துவலி...அம்மோவ்!’

‘ஆமாமா, இன்னைக்கு எங்கக்கா வர்றான்னதும் உனக்கு எல்லா வலியும் வரும் என்று எனக்கும் தெரியும்! சும்மா மாய்மாலம் காட்டாமல், எழும்பி சின்னவனைக் கழுவி விட்டுட்டு, சமையலை ஆரம்பி. ஏதோ உலகத்துலயே இவள் ஒருத்திதான் பொம்பிளையாப் பொறந்துட்டாவாம்! மற்றப் பொம்பிளையெல்லாம் இப்படி வயித்துவலின்னு இவளை மாதிரி கூப்பாடு போட்டுட்டா இருக்காங்க? என்னவோ இவளுக்கு மட்டும்தான்...’ அவர் தயைதாட்சண்ணியமின்றிச் சொல்லிவிட்டுப் போனார்.

இதற்கு மேலும் எழுந்திருக்காவிட்டால் நிலைமை ரசாபாசமாகிவிடும் என்ற அச்சத்தில் ஒருவாறு பலத்தையெல்லாம் திரட்டி மெல்ல மெல்ல சுவரைப் பிடித்துக்கொண்டு எழுந்து நிற்கின்றேன். தலைசுற்றுவது போல் இருந்தது. பக்கத்து மேசை மேலிருந்த தம்ளரில் நீரை வார்த்துக் குடித்தேன். குளிர்ந்த நீர் தொண்டையை நனைத்துக்கொண்டு மெல்ல உள்ளிறங்கியதில் சற்று ஆசுவாசமாய் இருந்தது.

பெண்ணாகப் பிறந்துவிட்டதன் பலனை மாதந்தோறும் நான் அனுபவிக்கின்றேன். கூடவே இருந்து இத்தனை வருடம் வாழ்ந்தவனுக்கு மனைவியுடைய வலியும் கண்ணீரும் கொஞ்சம்கூட உறுத்துவதே இல்லையா? ‘ஆண்’ என்பதாலேயே இதயம் இப்படி இறுகித்தான் போயிருக்குமா? குடித்துவிட்டு வந்து அம்மாவை அடித்தும் உதைத்தும் கொடுமைப்படுத்திய அப்பாவோடு ஒப்பிடுகையில் இவர் ஆயிரம் மடங்கு மேலானவர்தான். ஆனால், அவருக்கு ஒன்றென்றால் துடித்துப்போய் பணிவிடை செய்பவளுக்கு மாதந்தோறும் ஏற்படும் இந்தத் தாளமுடியாத வேதனை நிமிஷங்களின்போது குறைந்தபட்சம் இதமாக நாலு வார்த்தைகள்... ஆறுதலாகவேனும்... ச்சே!

அவன் மெல்ல அவளருகே நெருங்கி

வருகின்றான். கண்களில் அவள் இதற்கு முன்பு பார்த்திராத பரிவு. முதுகை மெல்லத் தடவி விடுகின்றான்.

'கண்மணி, என்னம்மா? ரொம்ப வலிக்குதா? மாத்திரை ஏதாவது போட்டுப் பாரேன்...'

அவளுக்கு வலி சற்றே குறைந்தது போலிருந்தது. மெல்லப் புன்னகைக்க முடிகின்றது. ஓ! இந்தக் கனிவும் காதலும்... இன்னும் என்ன சந்தேகம்? எல்லாம் வெறும் கனவு! மனசு முழுக்க நிறைந்துள்ள ஏக்கமும் தவிப்பும் தன்னையறியாமலேயே கனவின் வடிவில்... 'ச்சே! நின்றுகொண்டே கனவு காணத் தொடங்கிவிட்டேனா?' என்னைச் சுதாகரித்துக்கொண்டு குளியலறையை நோக்கித் தள்ளாடியபடி நடக்கின்றேன்.

'மங்கையராய்ப் பிறப்பதற்கே மாதவம் செய்திருக்க வேண்டும்' என்று பாடினானாமே ஒரு கவிஞன்! அவன் தன் மனைவிக்கு மாதவிடாய் வந்துள்ள நேரத்தில் அவள்படும் பாட்டைக் கண்டிருந்தால் இப்படிப் பாடியிருப்பானா? எனக்கு வலியையும் மீறிக்கொண்டு சிரிப்பு வந்தது. என்னதான் படித்திருந்தாலும் நல்லதொரு தொழில் பார்த்துக் கைநிறையச் சம்பாதித்தாலும் இந்த மாதிரியான சமயங்களில்... உயிரைப் பிழிவதான வேதனையில் தவிக்கும் தருணங்களில் இதமான நாலு வார்த்தைக்காய்... கனிவான ஒரு வருடலுக்காய்... கருணையான ஒரு பார்வைக்காய் ஏங்கித் தவிக்கும் ஒரு மனசும், அதில் மெல்லிய உணர்வுகளும் உள்ளனவே! அதை ஏன் என் கணவரால் புரிந்துகொள்ளவே முடியவில்லை? இன்பத்திலும் துன்பத்திலும் இணைந்திருப்போம் என்ற பரஸ்பர வாக்குறுதியில்... நம்பிக்கையில் காதலித்து மணந்த நமக்கிடையில் ஏன் இந்தக் கண்ணுக்குத் தெரியாத இடைவெளி? வலிகளும் வேதனையும் பெண்ணுக்கு வரவே கூடாதா? வந்தாலும் அவள் அவற்றை உணர்ந்து, உணர்த்துவது தப்புத்தானா? அல்லது... என்னதான் வேதனையில் துடித்துத் துவண்டாலும் அவள் அவற்றை வெளிக்காட்டாது தனித்துச் சகித்தபடி, தன் அன்றாடப் பணிகளைச் செய்துதான் ஆகவேண்டுமா? கொஞ்சம் கால் வலி வந்துவிட்டால் 'ஆய்...ஊய்...! அந்தத் தைலத்தை எடுத்து என் காலில் தேய்ச்சுவிடு...இதமாய்ப் பிடிச்சுவிடு' என்றெல்லாம் கூப்பாடு போட்டு அவளிடம் பணிவிடையைக் கேட்டுப்பெறும் அவள் கணவனுக்கு, 'வலி' என்பது பெண்ணுக்கும் பொதுவானதுதான் என்பதோ, அதனை அவள் வெளிக்காட்டுவது இயல்பு என்பதோ ஏன் புரியவில்லை? மனைவி என்பதற்காக மேலதிகக் கரிசனையெல்லாம் தேவையில்லை. கூடவே உள்ள ஓர் 'உயிரி' என்றாவது... குறைந்தபட்ச மனிதாபிமானத்தோடு அன்பாக ஒரு வார்த்தை கூறித் தேற்றவேண்டும் என்று கூடத் தோன்றாத அவனது மனசு... இவ்வளவுக்கும் அவன் நாய்க்குட்டிக்குக் காலில் சற்று அடிபட்டபோது துடித்துப் போனவன்... ஒருநாள் முழுக்க சாப்பிடாமல் 'உம்' என்று முகத்தைத் தூக்கிவைத்துக் கொண்டிருந்தவன்... அவனைப் பொறுத்தவரை 'அவளின் வலி' அந்த நாய்க்குட்டியின் காயத்தின் அளவுக்குக்கூட பெறுமானமற்றுப் போய்விட்டதா என்ன?

'பெண்ணென்றால் பேயும் இரங்குமென்பார்- கண்மணியே! பேய்கள் இரங்கிடினும் மண்ணுலகில் பெண்மணந்த புருஷன் இரங்குவனோ? நீ வலியில் துடித்திருக்க பரிவுடன் தேற்றுவனோ? இன்சொல்லால் ஆற்றுவனோ?...'

எப்போதோ வளாகத்தில் இடம்பெற்ற வில்லுப்பாட்டில் கேட்ட வரிகள் காதோரம் ஒலிப்பதான பிரமை. தலையைச் சிலுப்பித் தறிகெட்ட குதிரை போல் தாறுமாறாய் ஓடிக்கொண்டிருக்கும்

நினைவுகளை உதறியெறிய முயற்சிக்கின்றேன். சின்ன மகனைக் கழுவி, அந்த இடத்தைச் சுத்தப்படுத்தினேன். சமையலறைக்கு விரைந்து குளிர்சாதனப் பெட்டியிலிருந்த கோழிப் பார்சலை எடுத்து வெந்நீரில் ஊறப்போட்டேன். மீண்டும் அடிவயிற்றில் 'சுரீர்!' என்று அதே வலி 'நான் இன்னும் உனக்குள் தான் இருக்கிறேன்' என்பதை எனக்கு நினைவூட்டியது. பழைய சுடிதாரின் துப்பட்டா ஒன்றை எடுத்து வயிற்றைச் சுற்றி இறுக்கிக் கட்டிக்கொண்டேன். கைகள் பரபரவென்று இயங்கத் தொடங்கின. பிரியாணி செய்தாயிற்று. வந்தவர்கள் ஒருகை பார்த்தனர்.

'ஆனாலும் மதினியின் கைப் பக்குவமே தனிதான்டா!' அவனின் அக்கா ஐஸ் வைத்தாள்.

'ஐயோ, மதினி உங்களுக்குப் 'பீரியட்' வருத்தமா? தெரிந்திருந்தால் நானே உங்களுக்கும் சேர்த்து சமைச்சு எடுத்துட்டு வந்திருப்பேனே!'

'அதெல்லாம் என்ன பெரிய விஷயம்! நீ சும்மா கவலைப்படாதேக்கா. கண்மணிக்கு அதெல்லாம் ஒரு பொருட்டே இல்லை. எவ்வளவு காலத்துக்குப் பிறகு நீ நம்ம வீட்டுக்கு வந்திருக்கே? உனக்கும் மச்சானுக்கும் ஒரு நல்ல சாப்பாடு தராம நான் அனுப்பிடுவேனா, என்ன?' என்றவாறு கோழிக்காலைச் சுவைக்கிறான்.

எனது தொண்டைக்குள் ஏதோ ஒன்று வந்து அடைப்பதான உணர்வு. மனசின் மூலைக்குள் எழுந்த வலி உயிரின் வேர்வரை பரவுவதுபோல்... கண்களின் அணைகள் எந்தக் கணத்திலும் உடைந்து விடலாம். பிறகு இன்னும் அசிங்கமாய்ப் போய்விடும்.

'என்ன மதினி, எழும்பிப் போறீங்க? நீங்க சாப்பிடல்லையா? வாங்களேன்!'

'இல்லை... அவளுக்கு வாந்திக் குணமாயிருக்கும். இங்கே உட்கார்ந்து சாப்பிட்டு வாந்தி எடுத்துவச்சிட்டா, நாங்க ஒருத்தரும் நிம்மதியா சாப்பிடேலாமப் போயிடும். அதுதான் அவ போறா. அதெல்லாம் அவ பின்னாடி மெல்ல சாப்பிட்டுக்குவா. மச்சான் இன்னும் கொஞ்சம்...' அவன் வந்தவர்களை உற்சாகமாக உபசரிக்கலானான்.

நான் எழுந்துபோய் ஜன்னலருகில் நின்றபடி வெளியே வெறித்துப் பார்த்துக் கொண்டிருந்தேன். வானம் அகன்று பரந்திருந்தது எப்போதும் போல! அந்த மேகக்கூட்டத்தின் இடையே என்னுடைய குழந்தைகளின் கள்ளங்கபடமற்ற முகங்கள் பளிச்சிடுகின்றன. போதையிலேயே ஈரல் கருகி அற்ப ஆயுளில் போய்ச் சேர்ந்துவிட்ட அப்பா. அவரது கொடுமைகளால் நைந்து நொடிந்து போனாலும் மகளை நிம்மதியாகக் 'கரைசேர்த்து' விட்ட ஆசுவாசத்துடன் அம்மா. இன்னும்... மேகக்கூட்டம் கலைந்து நகர்ந்துசென்றுவிட்டது. நிர்மலமான வான்வெளி கம்பீரமாய் விரிந்து வியாபித்து... சிறகுகளை நான் இன்னும் இழந்து விடவில்லைதான். ஆனால்... எனக்கான 'வெளி' மட்டும் கண்ணுக்குத் தெரியாத நூல்வேலிகளால் வரையறுக்கப்பட்டு... யாரால்? விடை எனக்குத் தெரியவில்லை. ஒரே குழப்பமாக இருந்தது.

'அம்மா, தம்பி என் கையைக் கடிச்சிவச்சிட்டான்... அம்...ம்...மா... ஆ...' அழுதுகொண்டுவந்த மகளை இழுத்து அணைத்துக் கொள்கின்றேன். நாளை பருவம் மலர்ந்தபின் இவளுக்கும் எனக்குப் போலவே அந்த வலி...? அவளுடைய வான் வெளியும் வரையறைகளுடன்...?

'அம்மா நீங்க ஏன் அழுறீங்க?' மகள் என் கண்ணீரைத் தன் பிஞ்சுக் கரங்களால் துடைக்க முயல்கிறாள். ஆனால்... என் கண்ணீர் மட்டும் கட்டுடைத்த வெள்ளமாய்... கரைபுரண்டு...

• லஷ்மி பாலகிருஷ்ணன்

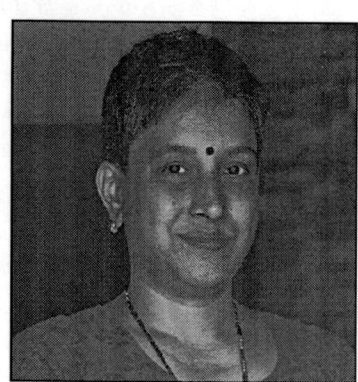

லக்ஷ்மி பாலகிருஷ்ணன்
(25/08/1978)

தற்போது எழுதி வரும் எழுத்தாளர்களில் குறிப்பிட்டத்தக்கவர் லட்சுமி பாலகிருஷ்ணன். சென்னையில் பிறந்த இவர், தஞ்சை மாவட்டம் பாபநாசத்தில் வளர்ந்தவர். மென்பொருள் துறையில் பணியாற்றிய இவர், தற்போது சிறப்புக்கல்வி ஆசிரியராகவும், மனநல ஆலோசகராகவும், சுதந்திர பத்திரிகையாளராகவும் இயங்கி வருகிறார். 'ஆனந்தவல்லி' என்பது இவரது முதல் நாவலாகும். இந்நாவலின் மூலம் இவர் இலக்கிய உலகில் பரவலாக அறியப்பட்டார். 'மானசா', இவரது இரண்டாவது நாவலாகும். இவர், சிறார் நூல்களும் எழுதி வருகிறார். இவரது சிறுகதைகளும் குறிப்பிடத்தக்க விதத்தில், வித்தியாசமானவைகளாக அமைந்துள்ளன.

101

பிறப்பொக்கும்

லஷ்மி பாலகிருஷ்ணன்

முதல் டிகாஷனின் கசப்பும், வீட்டுப்பசுவின் பாலின் சுவையுமாக அம்மா தந்த அந்தக் காலை காபி அமர்க்களமாக இருந்தது.

“ஏ ஒன் காபிம்மா. அதெப்பெடிம்மா உன் கைக்கு மட்டும் இப்படி ஒரு ருசியும், மணமும் வாய்க்குது?” சப்புக் கொட்டிக் கொண்டே அம்மாவிடம் கேட்டேன்.

“சரிதான் போடா... எதையாவது உளறாதே...” என்று செல்லமாய்ச் சொல்லிவிட்டுக் காலி டம்ப்ளரை வாங்கிக் கொண்டு சமையற்கட்டிற்குத் திரும்பினாள் அம்மா.

ஒரு பதினைந்து ஆண்டுகளாவது ஆகியிருக்கும் - நான் இப்படி நிதானமாக ஆற அமர எங்கள் கிராமத்து வீட்டில் தங்கி. பள்ளியிறுதி வரை உள்ளூர் அரசுப் பள்ளியில்தான் படித்தேன். பக்கத்து நகரிலிருக்கும் கல்லூரிக்குக் கூட இங்கிருந்துதான் பஸ்ஸில் தினசரி போய் வந்து கொண்டிருந்தேன். வேலை கிடைத்துச் சென்னை போன போது மாதக் கணக்கில் ஊரையும், அம்மா அப்பாவையும் பிரிந்து இருக்க முடியாமல் ஆரம்பத்தில் பட்ட அவஸ்தைகள் எல்லாம் மெல்ல மெல்ல வேலை தந்த சுவாரசியங்களில் புதைந்து போனது. திருமணமான பின் குடும்பத்தின் கிளையலுவலகமாய்ச் சென்னையிலேயே தனிக்குடித்தனமும் போட்டாயிற்று. ஆரபி

பிறந்த பின்னரும் கூட வருடம் ஒன்றிரண்டு முறை வந்து போய்க் கொண்டு இருந்த பயணங்களின் தொடர்ச்சி எப்போது நின்றது என்று யோசித்துக் கொண்டே குளியலை முடித்துக் கொண்டு வந்தேன்.

சூடான தோசை இளம் குருத்தான வாழையிலையில் விழும் போது லேசாய் இலை வெந்து போகும் மணம் நாசியை நிறைத்தது. இளம் பச்சை நிறத்தில் மினுக்கும், ஸ்பிரிங் போல ஓரம் சுருண்டு கொள்ளும் குருத்து வாழையிலையைக் கண்ணால் பார்த்தே எத்தனை வருடமாயிற்று. அப்பா ஒரு போதும் தட்டில் சாப்பிட மாட்டார். எப்போதும் வாழையிலைதான். மழை நாளில் வாழைத் தோப்புகள் இருக்கும் ஆற்றின் அக்கரைப் படுகைக்குப் போய் வர முடியாது என்பதால் வாழையிலையை வெய்யிலில் காயவைத்து சருகாகப் பத்திரப்படுத்தி வைத்திருப்போம் வீட்டில். தேவையான போது கட்டிலிருந்து ஒரு சருகை உருவி தண்ணீரில் நனைத்தால் இலை தயார். மழை நாட்களில் பெரும்பாலும் அந்தச் சருகிலையில் வற்றல் குழம்பு சாதமும், காய்கறிகள் இல்லாததால் தொட்டுக் கொள்ள அப்பளமுமாக வாரக் கணக்கில் சாப்பிட்டாலும் கூட அலுக்கவே அலுக்காத சுகம்.

வேலையில் மேலும் மேலும் என்று எட்டிய உயரங்கள் கொடுத்த சலுகைகளாய்ச் சென்னையில் பெரிய பங்களாவும், காரும் இன்ன பிற சவுகரியங்களும் நிறைந்திருந்தாலும், பிறந்து புழுதியளைந்து விளையாடிய இந்த மண்ணில் நிற்கையில்தான் என்னை நான் முழுமையானவனாக உணர முடிவது புரிந்தது.

மொறுகல் தோசையும் வெங்காயச் சட்னியுமாகக் காலைச் சிற்றுண்டியை முடித்தேன்.

“அம்மா இன்னொரு கப் காபி கிடைக்குமா?” சத்தமாய் அடுக்களை நோக்கி குரல் கொடுத்தேன். ரெண்டே நிமிடத்தில் காபி டம்பளருடன் அம்மா வந்தாள்

“ஏண்டா அம்பதைத் தொடறதுக்குள்ள பிபி, சுகர்னு சகலத்தையும் உடம்புல சம்பாதிச்சு வச்சிருக்கே. உன் பொண்டாட்டிக்கு இப்படி நான் ரெண்டாவது காபியும், மூனாவது காபியும் தர விஷயம் தெரிஞ்சால், இப்படி என்னிக்கோ ஒரு நாள் நீ இங்க வரதையும் நிப்பாடிரப் போறா” சிரித்துக் கொண்டே சொன்னாலும் அடிக்கடி வருவதில்லையே என்ற ஏக்கம் அதில் நிழலாடுவதை உணர முடிந்தது.

“நீ வேறம்மா. வேலை என்னை இருபத்திநாலு மணி நேரமும் பிச்சுத் தின்னுகிட்டிருக்கு. நீ இங்க வரலைன்னு குறைப்படறே. அங்க மெட்ராஸிலேயே தாரிணி நான் வீட்டுக்கே நேரத்துக்கு வரதில்லைன்னு புலம்பிகிட்டிருக்கா. லீவு நாள், பண்டிகைன்னு எதுக்கும் வீடு தங்க முடியறதில்லை. முதல் நாலஞ்சு வருஷத்துக்கப்புறம் எங்க கல்யாண நாள், ஆரபி பிறந்த நாளெல்லாம் கூட எனக்குச் சரியா நினைப்பு வரதே இல்ல. என்னிக்காவது ஒரு நாள் அரை நாள் நிம்மதியா வீட்டுல உக்காந்தா போதும் உன் மருமக பொறிச்சுக் கொட்ட ஆரம்பிச்சுருவா… என்ன செய்யம்மா?”

“சரி, சரி. ஒன் பொண்டாட்டியும் பொண்ணும் வர நேரம்தான். நீ பாட்டுக்கு இப்படி எதுனாப் பேசிகிட்டிருந்தா அவ காதுல விழுந்து பிரச்சனையாயிறப் போகுது.” அம்மாவுக்கு எத்தனையோ வருடம் கழித்து நான்கு நாட்கள் சேர்ந்தாற்போல தங்க, நான் குடும்பத்தோடு வந்திருப்பதில் ஏக சந்தோஷம். அது எந்த விதத்திலும் கெடுவது போல் பிரச்சனைகள் வந்துவிடக் கூடாது என ரொம்பவே கவனமாக இருந்தாள்.

தாரிணியின் அம்மா வழி உறவுக்காரர்கள் எங்கள் ஊரில் நான்கைந்து பேர் இருந்தனர்.

எங்கள் திருமணம் நிச்சயமானதே அவர்கள் மூலம்தான். எனவே நேற்று வந்து இறங்கியதிலிருந்தே காலையும் மாலையும் ஒரு மணிநேர திக்விஜயம் செய்வது என்று முடிவு செய்திருந்தாள். இன்றைய காலைச் சுற்றுலாவுக்கு மகளையும் கூட்டிக் கொண்டு போனவள்தான் - மதிய உணவு தயாராவதற்குள் வந்துவிடுவாள்.

அம்மாவின் பதட்டம் புரிந்து புன்னகைத்தேன்.

"சரிம்மா, மதியம் என்ன மெனு?"

"எல்லாம் உனக்குப் பிடிச்ச ஐட்டங்கள்தான்." உண்மையில் இந்திய உணவு வகைகளில் எனக்குப் பிடித்த ஐட்டங்கள் என்னவென்று எனக்கே மறந்து போகத் துவங்கியிருந்தது. நினைத்த நேரத்தில் வெளிநாட்டுப் பயணம், உள்ளூரிலும் ஸ்டார் ஹோட்டல்களில் மட்டுமே புழக்கம். எப்போதும் உணவு நேரத்தில் யாரேனும் ஒரு க்ளையன்ட்டோ, இல்லை மேலதிகாரியோ பக்கத்தில். எனவே கவனமெல்லாம் உணவின் மீது துளியும் படிவதில்லை. உள்ளூர் வாசம் செய்யும் நாட்களிலும் கூட தாரிணி குறைபட்டுக் கொள்வது போல் திருடன் நுழையும் நேரத்தில் வீட்டில் நுழைந்து பேய் சாப்பிடும் வேளையில்தான் சாப்பிட வாய்க்கிறது. என்னதான் ஹாட்பேக்கில் பதுக்கி வைத்தாலும் நான் வரும் நேரத்தில் அது ஆறி அவலாகத்தான் இருக்கும். இதோ நேற்றிலிருந்து அம்மாவும் அசராமல் விதம் விதமாய்ச் சமைத்துப் போட்டுக் கொண்டிருக்கிறாள்.

"மதியத்துக்குள்ள பரசு மாமா வந்துருவாரில்லம்மா?"

"ஆமாடா, விடிகாலைல கிளம்பிப் போனவன். நாளைக்குப் பூஜைக்குத் தேவையான எல்லாச் சாமானும் வாங்கி முடிச்சுட்டுத்தானே வரணும். ம்ம்... நல்ல வேளையா உள்ளூர்லயே எந்தம்பியும் இருக்கப் போய், நான் உங்கப்பா மாதிரி ஒரு பொறுப்பத்த மனுஷனுக்கு வாழ்கபட்டும் கூட, பொழப்ப ஓட்ட முடியுது. எது ஒன்னுக்கும் அவனத்தான் தொந்தரவு பண்ண வேண்டியிருக்கு. "

சமையற்கட்டை நோக்கி நடந்து கொண்டே அம்மா சொல்லிக் கொன்டு போனது மெல்ல மெல்ல தேய்ந்து போனது.

நாளை நடக்கவிருக்கும் எங்கள் குலதெய்வ வழிபாட்டுக்காத்தான் இந்தப் பயணமே. தாரிணியின் உடல் நலம், என் தொழில் சிக்கல்கள், அடுத்து ஆரம்பிக்க வேண்டிய ஆரபியின் திருமண முயற்சிகள் எல்லாம் நல்லபடி நடக்க வெகுநாட்களாய்ச் செய்யாதிருந்த குலதெய்வ பூஜையை நடத்தியே ஆக வேண்டும் என அம்மா தொடர்ச்சியாய் ஒவ்வொரு முறை ஊருக்குத் தொலைபேசும் போதும் சொல்லிக் கொண்டிருந்தாள்.

கிறிஸ்மஸ்ஸையும், புதுவருடப் பிறப்பையும் உள்ளிட்ட நீண்ட விடுமுறைக் காலம் எங்கள் வாடிக்கையாளர்கள் எல்லோருக்கும் கொண்டாட்ட நேரம். எனவே எங்களுக்கு அவர்களிடமிருந்து ஏதும் வேலை வராது. ஆனால் அந்த நாட்களில் மிச்சமிருக்கும் எல்லாச் சில்லறை வேலைகளையும் முடித்துக் கொண்டு நிமிர்ந்தால் அந்தப்புறம் வெள்ளைத் தோல் எஜமானர்கள் ஏகத்துக்கும் புத்துணர்ச்சியோடு திரும்பி வந்து கசக்கிப் பிழிய தயாராகிவிடுவார்கள். ஆனால் இந்த முறை அந்த நேரத்தில் எப்படியும் போராடி விடுமுறை எடுத்துக் கொண்டு குடும்பத்தோடு செலவழிக்க வேண்டும் என்று ஏற்கனவே முடிவு செய்திருந்தேன். எனவே அந்நேரத்தில் இந்தப் பூஜைக்கு ஏற்பாடு செய்யுமாறு, அம்மாவிடம் சொல்லியிருந்தேன். இதோ கிளம்பி வந்து சாவகாசமாய்ச் சொந்த ஊரின் சொகுசுகளையும், அம்மா கைச் சமையலையும் அனுபவித்துக் கொண்டிருக்கிறேன்.

பரசு மாமாவின் புல்லட் சத்தம் கேட்டது. தொடர்ந்து வியர்த்து வழியும் உடலுடன் தன் எட்டுமுழ வேட்டியை மடித்துக் கட்டிக்கொண்டு, இரண்டு கைகளிலும் பிதுங்கி வழியும் பைகளைச் சுமந்தபடி வேகுவேகென்று மாமா உள்ளே வந்தார்.

எழுந்து போய் அவரது கைச்சுமைகளில் ஒன்றை வாங்கிக்கொண்டேன். மாமாவின் குரல் கேட்டதுமே அவருக்கான காபியைக் கலந்து எடுத்துக் கொண்டு அம்மாவும் கூடத்துக்குள் வந்தாள்.

"என்னடா, எல்லாச் சாமானும் வாங்கியாச்சா?"

"ஆச்சுக்கா. மாலை, அர்ச்சனைக்கு உதிரிப்பூ எல்லாத்துக்கும் நம்ம ஆவுடைகிட்ட நேத்தே சொல்லிட்டேன். நேரா காலைல கோவிலுக்கே கொண்டு போய் கொடுத்திருவா. பூசாரி வீட்டுலதான் ஏற்கனவே சொல்லியாச்சே, இருந்தாலும் வரப்ப ஒரு குரல் கொடுத்துட்டு வந்துட்டேன். அவரு பையன இன்னிக்குச் சாயந்தரமே அனுப்பிருவார். நீ அவங்கிட்ட அரிசி, பருப்பு சாமானெல்லாம் கொடுத்து விட்டுரு. சேவலையும், ஆட்டுக் குட்டியையும் மட்டும் நாம் போறப்ப கொண்டு போலாம்."

நீளப் பேசிக் கொண்டே அம்மாவிடமிருந்து காபியை வாங்கி ஆற்ற ஆரம்பித்தார். அம்மா அவர் கொண்டு வந்த பைகளைப் பிரித்து எதற்கும் ஒரு முறை சரி பார்த்து அடுக்க உட்கார்ந்தாள்.

"முக்கியமான சாமான்கள் சிலது மட்டும் நாளைக்குக் கோவிலுக்குப் போற வழில அப்படியே வாங்கிட்டுப் போயிரணும்" என்னைப் பார்த்துக் கண்ணடித்துக் கொண்டே சொன்னார்.

ஆம், எங்கள் குலதெய்வமான பாவாடைராயன் நல்ல அசைவப் பிரியர் மட்டுமல்ல. சுருட்டு, பொடிமட்டை, சாராயம், கள்ளு எனச் சகல லாகிரி வஸ்துக்களும் அவருக்குப் படைக்கப்பட வேண்டும். அப்பாவோ அவ்வஸ்துக்களை வீட்டுக்குள்ளேயே சேர்க்காத ஆசாமி. எனவே கோவிலுக்குப் போகும் வழியில் அவைகளையெல்லாம் வாங்கிக் கொண்டு போவோம். அல்லது பண்ணையாள் யாரையேனும் வாங்கிக் கொண்டு நேராகக் கோவிலுக்கு வரச் சொல்லிவிடுவோம்.

மறுநாள் விடிகாலை எழுந்து எல்லோரும் குளித்து முடித்து காரில் ஏறினோம். முன்னால் சென்ற பரசு மாமாவின் புல்லட்டைத் தொடர்ந்து வண்டியைச் செலுத்திக் கொண்டிருந்தேன். எங்கள் ஊரிலிருந்து குலதெய்வக் கோவில் இருந்த மாத்தூருக்குக் காவிரியின் கிளை நதிகள் மூன்றையும், பின்னர் காவிரியையும் தாண்டிக் கொஞ்சம் சுற்றிக் கொண்டு போக வேண்டும். போகும் வழியெல்லாம் அப்பா டூரிஸ்ட் கைடாகத் தன்னைப் பாவித்துக் கொண்டு என் மகளுக்கு ஒவ்வொன்றாய் விளக்கிக் கொண்டிருந்தார். என் மகளும் விவரம் தெரிந்த நாள் முதலாய்ச் சென்னையிலேயே வாழ்பவள் என்பதால், நெல் எந்த மரத்தில் காய்க்கும் என்கிற அளவில் அப்பாவியாய்க் கேள்வி கேட்க, என் அப்பா தன்னை ஒரு அப்துல் கலாமாக நினைத்துக் கொண்டு, அவள் அறிவுக்கண்ணைவிரியவைத்துக்கொண்டே இருந்தார்.

நான்காவது பாலமான காவிரிப் பாலத்தையும் தாண்டி, கும்பகோணம் செல்லும் சாலையில் ஏறும் போது நேர் எதிரில் ஒரு பெரிய பொட்டல் மைதானம் ஒன்று உண்டு. மைதானத்தை அடுத்து வருவது மெய்யப்பச் செட்டியின் எண்ணெய்ச் செக்கு. சிறு வயதில் அப்பாவோடு செக்கிற்கு வரும்போது, இந்த மைதானத்தில் ஆங்காங்கே கட்டிப் போடப்பட்டிருக்கும் மாடுகள் வினோதமான குரலில் கத்திக் கொண்டிருப்பது வேடிக்கையாக இருக்கும். ஏனென்று கேட்டாலும் அப்பா அதைத்

தவிர்க்கும் விதமாக வேறு ஏதாவது பேச்சை மாற்றிவிடுவார். சில சமயங்களில் வீட்டிலிருக்கும் பசுமாடுகளும் அதே போல் வினோத ஒலி எழுப்புவதும் மறுநாளே பண்ணையாட்கள் யாரையாவது விட்டு இங்கே ஓட்டி வரச் சொல்வதையும் கவனித்திருக்கிறேன். எனவே எதோ வியாதி போல, இங்கே மருத்துவத்திற்கு அழைத்து வருகிறார்கள் என்று புரிந்து வைத்திருந்தேன். விவரம் புரியத் துவங்கியதும்தான் அந்தக் கத்தல் இனப்பெருக்க விழைவுக்கானது என்பதையும், இங்கே மைதானத்தின் கோடியில் இருக்கும் ராமுக் கோனார் வீட்டில் இருக்கும் பொலி காளைகளிடம் விடுவதற்காகவே இந்தப் பசுக்கள் இங்கே ஓட்டி வரப்படுகின்றன என்பதையும் ஊகித்துப் புரிந்து கொண்டேன். பாலத்தில் வரும்போதே இதையெல்லாம் யோசித்துக் கொண்டு லேசான புன்னகையுடன் காரைக் கும்பகோணம் பாதையில் திருப்பியவாறே மைதானத்தின் பக்கம் பார்த்தேன்.

மைதானம் என்னவோ அப்படியேதான் இருந்தது. ஆனால் மாடுகள் எதுவுமேயில்லாமல் வெறுமையாக இருந்தது. பக்கத்திலிருந்த செக்கும் அதை ஒட்டிய செட்டியாரின் எண்ணெய், புண்ணாக்கு விற்கும் கடையும் காணாமல் போய், அங்கே சற்று நவீனமான ஒரு மளிகைக் கடை புதிதாய் முளைத்திருந்தது.

என்னப்பா பொட்டல் காலியாக் கிடக்கு? ராமுக் கோனார் மாடு எதுவும் இப்ப வச்சுக்கலையா?

உங்க பட்டணம் அளவுக்கு எல்லாத்துலயும் நவீனமா மாறிடலைன்னாலும், ஊரெல்லாம் மட்டும் அப்படியே உறைஞ்சு போயிருக்கும்னா நினைச்சுகிட்டிருக்க? இப்பல்லாம் யாருப்பா மாட்டை பொலிகாளை கிட்ட விட்டு சினைப் பிடிக்க வச்சுகிட்டிருக்காங்க? மாட்டாஸ்பத்திரிக்கு ஓட்டிகிட்டுப் போனா ஒரு ஊசில மாடு சினைப்பட்டுருது. அதுலயும் நல்ல சீம மாட்டு வித்தா பாத்துல்ல சேத்து வச்சிருக்காங்க, அதுனால கன்னுகுட்டிகளும் நல்லா இருக்குதுங்க. நீ காலேஜ் போறப்பல்லாமே நாம மாடுங்கள இங்க ஓட்டி வருவதை நிறுத்தி, உள்ளூர் மாட்டாஸ்பத்திரிக்குக் கொண்டு போக ஆரம்பிச்சுட்டோமே, உனக்குக் கவனமில்ல போல?

ஆமாப்பா, ஆனா அப்பவும் கூட அதெல்லாம் நல்லதில்லன்னு நம்ம சுப்பு மாமா மாதிரி கொஞ்சம் பேர் இங்கதானே வந்துகிட்டிருந்தாங்க?

எவ்ளோ நாளைக்குப் பிடிவாதமா முரண்ட முடியும்? அத்தோட ஊருக்கு ரெண்டு பேர் பசு ஓட்டிகிட்டு வரதை நம்பி ராமுக் கோனார் காள வளக்க முடியாதில்ல?

அதுவும் சரிதான் என்று ஆமோதித்தாலும் கூட உள்ளுக்குள் கொஞ்சம் குறுகுறுப்பாய் இருந்தது. பொதுவாய்ப் பிரசவத்திலோ அதைத் தொடர்ந்தோ கன்றுக்குட்டி இறந்துவிட்டாலும், பசுவிடமிருந்து தொடர்ந்து பால் கறக்க, தோல் கன்றுகுட்டி செய்து, அதனுள் வைக்கோல் அடைத்து, அதை மாட்டிடம் காண்பித்துப் பால் சுறக்க வைப்பது எல்லா இடத்திலும் வழக்கம்தான். ஆனால் அதையே அப்பா கூடாது என நினைப்பவர் - வாயில்லா ஜீவன் என்பதற்காக அதன் தாய்ப்பாசத்தைக் கேவலப்படுத்தக் கூடாது என்று சொல்பவர். அவருமே கூட அதன் இயற்கையான இணைவிழைவைத் தடுப்பதுத் தவறில்லை என்று நினைப்பது ஆச்சரியம்தான். அவரவர்க்கு அவரவர் நியாயங்கள். மெல்லிய பெருமூச்சுடன் பாதையில் கண்ணைப் பதித்தேன்.

கோவிலுக்குப் போகும் பாதையின் முனையிலேயே காரைப் பார்க் செய்துவிடச் சொன்னார் அப்பா.

அங்கிருந்து ஓரிரு நிமிட நடையில் கோவிலுக்குப் போய்ச் சேர்ந்தோம். வெகு நாட்கள் கழித்துக் கோவிலின் உள் நுழைந்த பரவசம் அம்மாவின் முகத்தில். நாங்கள் போய் இறங்கியதும் விறுவிறுவென பூசாரி சுப்பையா வேலைகளை ஆரம்பித்தார். முதலில் ஆட்டையும், கோழியையும் பாவாடைராயன் சன்னிதிக்கு நேர் எதிரில் சற்றுத் தொலைவில் நடப்பட்டிருக்கும் வேலின் அடியில் பலியிட்டு ரத்தத்தை ஓரிரு சொட்டுக்கள் வேலின் மேல் தடவினார். பின்னர் அவற்றைச் சமையலுக்காகத் தன் மருமகளிடம் கொடுத்துவிட்டு, கிணற்றடிக்குப் போய்க் குளித்துவிட்டு வந்து ஈர வேட்டியுடன் அபிஷேகத்தைத் துவங்கினார்.

அபிஷேகம் முடித்து, அர்ச்சனையை முடிக்கவும், அவர் வீட்டினர் சமையலை முடித்து பதார்த்தங்களைக் கொண்டு வந்து, சன்னிதியில் இலை போட்டு அடுக்கவும் சரியாக இருந்தது. அடுத்துத் தீபாராதனையும் காட்டி, இலையைச் சாமிக்குப் படைத்தார். பின் எல்லோருக்கும் திருநீறு பூசினார். பிறகு பிரசாத உணவைச் சிறு இலைக் கிழிசல்களில் தர, அங்கேயே சன்னிதியில் உட்கார்ந்து சாப்பிட்டுப் பின் வீட்டுக்குக் கிளம்பினோம்.

பக்திப் பரவசமும், இனி எல்லாம் நல்லதே நடக்கும் என்ற நிம்மதியுமாக, அம்மாவின் முகம் விகசித்திருந்தது. தாரிணியும் கூட வழக்கமான தனது உடல்நலப் புலம்பல்களை நிறுத்திவிட்டு, வேறு வேறு விஷயங்களைப் பற்றிப் பேசியபடிக் கலகலவென வந்தாள். திடீரென நினைத்துக் கொண்டவராய் அப்பா, அபிஷேகத்தின் பின் அலங்காரத்திற்காகக் காத்திருந்த நேரத்தில், பரசு மாமா பேசிய விஷயத்தைப் பகிர்ந்து கொள்ள ஆரம்பித்தார்.

"நம்ம வங்காரம்பேட்ட திருநாவு இல்ல, அவன் பரசுவ முந்தாநாள் தேங்காவெட்டு விஷயமாப் பாக்கவந்தானாம். அப்ப உங்க அக்கா மகன் குடும்பத்தோட வந்திருக்கானாமே, அவன் பொண்ணையும், சம்சாரத்தையும் மாரியம்மன் கோவில்ல வச்சுப் பாத்தோம். என் கடசீப்புள்ள குமரேசனுக்கு அந்தப் பொண்ணு பொருத்தமாயிருக்கும்னு தோணிச்சு. அவனும் நல்ல கம்ப்யூட்டர் படிப்புப் படிச்சுட்டு, வெளிநாட்டுல வேலபாத்துக் கை நிறைய சம்பாதிக்கறான். எங்க அந்தஸ்து, சொத்துச் சொகம்னு எல்லா விவரமும் உனக்கும் உங்கத்தானுக்கும் நல்லாவே தெரியும். அதுனால யோசிச்சுப் பாத்துச் சரின்னா சொல்லுங்க, ஜாதகம் கொடுத்துவிடறேன்னுச் சொன்னானாம்."

அந்த்த திருநாவுக்கரசு தாரிணிக்கும் ஒரு விதத்தில் உறவுதான். நல்ல பரம்பரை பணக்காரர்கள்.

"பாத்தீங்களா, குலதெய்வ தரிசனம் பண்ணின ஒடனே நல்ல விஷயமாப் பேச்சு வருது பாருங்க" என்று குதூகலமாய்த் தாரிணி என் பக்கம் குரலை அனுப்பியதிலேயே தெரிந்தது. அவளுக்கு இந்தச் சம்பந்தத்தில் ஆர்வமிருக்கிறது என்று.

ஆரபி இப்பேச்சைக் கேட்டதும் முகத்தைத் தொங்கப் போட்டுக் கொண்டாள். அவளுக்கு மேற்படிப்புக்குப் பூலோக வைகுண்டமான அமெரிக்கா செல்ல ஆசை. அதற்கான தேர்வுகளுக்குத் தீவிரமாகத் தயார் செய்து கொண்டிருந்தாள். ஜிஆர் ஈ ஸ்கோர் என்றும், எந்தெந்த பல்கலைக்கழகங்களில் எவ்வளவு தூரத்துக்கு ஸ்காலர்ஷிப் கிடைக்கும் என்றும், தோழிகளுடன் பரபரத்துக் கொண்டிருப்பவள் அவள். இந்தக் கல்யாணப் பேச்சைக் கேட்டதும் கன்னம் சிவந்து, கால்விரலால் தரையில் கோலமிடுவாள் என்று எதிர்பார்க்க முடியாதுதான்.

தாரிணிக்குத் தன் பக்கத்துச் சொந்தத்திலிருந்து வரும் மாப்பிள்ளை என்கிற ஆர்வம். ஆனால் என் மனநிலை

என்னவென்று எனக்கே சரியாகத் தெரியவில்லை. பெண் அடிவயிற்று நெருப்பு, காற்றிலும் கூட கிழிந்துவிடும் வாழையிலை என்றெல்லாம் காலகாலமாய்க் கேட்டுக் கேட்டு வளர்ந்ததினால், அவளது கல்யாணம் என்பது ஏதோ என்னுடைய தலை மேல் உட்கார்ந்திருக்கும் பாறை போலவும், விரைவில் ஒரு சுமைதாங்கியைக் கண்டுபிடித்து அதை இறக்கி வைத்துவிட வேண்டும் என்றும் சில சமயங்களில் தோன்றுகிறதுதான்.

ஆனால் ஆரபியை, அவள் புத்திசாலித்தனத்தை, படிப்பு, இசை, இலக்கியரசனை என்று அஷ்டாவதானியாக அவள் பரிணமிப்பதைப் பார்த்துப் பிரமிக்கும் நேரங்களில் ஒரு குழந்தையை வளர்ப்பதும், நல்ல கல்வி தருவதும் மட்டுமே நம் கடமை. அதற்கு மேல் இந்தக் கல்யாணம் பண்ணி வைப்பது மாதிரியான அதிகப்பிரசங்கித் தனமெல்லாம் தேவையற்றது என்பதை உணர்கிறேன்.

நான் கோடிக்கணக்கில் பணம் சம்பாதித்து வைத்திருக்கும் போது கூட, நான் செலவழித்து அவளை வெளிநாடு அனுப்ப வேண்டும் என்று துளியும் எதிர்பார்ப்பதில்லை. அப்படியிருக்க அவள் திருமணம் என்பது அவளாய்க் காதல் ஒருவனைக் கண்டு கொண்ட பின்பல்லவா நடக்க வேண்டும்? இன்னமும் அம்மாவோடு சேர்ந்து கொண்டு தாரிணியும் “பெண்ணை ஒருத்தன் கையில் பிடித்துக் கொடுக்க” தவிப்பதுக் கொஞ்சம் பரிதாபமாகத் தோன்றியது.

அப்பா தகவல் தெரிவிப்பதோடு தன் கடமை முடிந்து விட்டது போலவும், முடிவெடுக்க வேண்டியது நானும் தாரிணியும் மாத்திரமே என்பது போலவும் மௌனமானார். அம்மாவின் முகத்திலும் தீவிரமான சிந்தனைக் கோடுகள். தன் குதூகலக் குரலுக்கு யாரிடமிருந்தும் எதிரொலி இல்லை என்பது கண்ட தாரிணியின் முகத்திலும் லேசான சிடுசிடுப்பு. மெல்ல இறுக்கத்தைக் குறைக்கும் விதமாகப் பேச்சை ஆரம்பித்தேன்

என்னம்மா... ஒன்னுமே பேசாம வர்ர? நீ சொன்னா மாதிரியே குலதெய்வ பூஜை முடிச்சவொடனே கல்யாண பேச்சு வருது. பாத்தியாடா, பாவடராயனோட மகிமையன்னு சந்தோஷத்துல பொங்குவன்னு பாத்தா அமைதியா இருக்க? ஆச்சரியமா இருக்கேம்மா?

மெல்ல குரலைக் கனைத்துக் கொண்டு அம்மா பேச ஆரம்பித்தாள் “நல்ல விஷயம் பேசுறப்ப நான் அஸ்து போடறதா நினைக்காதேப்பா. அம்மாடி தாரிணி, அவங்க ஒரு வகைல உனக்குச் சொந்தமும் கூட. அதுனால உனக்கு இந்த வரன் பிடிச்சிருக்கலாம். நான் முட்டுக்கட்டை போடறேன்னு நினைக்காதே. ஆனா, என் மனசுல படறத சொல்லிடறேன். அப்புறம் பொண்ண பெத்த நீங்கதான் முடிவு செய்யணும்.”

“எதுக்கு அத்தை நீங்க இவ்ளவு பீடிகையெல்லாம் போடறீங்க. நம்ம குடும்பத்துக்குள்ளதானே பேசுறோம், பெரியவங்க நீங்க எதுக்கு இவ்ளோ ஜாக்கிரதயா பேசறீங்க. மனசுல படறத சொல்லுங்க. நீங்க சொல்றத மீறியா உங்க பேத்திக்குக்கல்யாணம்செய்யப்போறோம்?” தாரிணி பவ்யமாகச் சொன்னாலும் அம்மா மீண்டும் கொஞ்ச நேரம் மவுனமாக இருந்தார்.

“அந்த திருநாவுக்கரசும் சரி, அவரு சம்சாரமும் சரி பணம் பணம்னு அது ஒன்னே குறியா இருக்கறவங்க. அது ஒன்னும் தப்பில்லைதான். ஆனா அவரோட மூத்த மகனுக்குக் கல்யாணம் ஆகிப் பன்னென்டு வருஷம் ஆகுது. அந்தப் புள்ளயும் ஏதோ வெளிநாட்டுலதான் வேல பாக்குது. பொண்டாட்டிப் புள்ளங்களக் கூட்டிகிட்டுப் போய் வச்சுக்கறதுக்கு வசதி இருக்கா மாதிரி

பெரிய வேலைதான். குடும்பத்தக் கூட்டி வர பர்மிஷனெல்லாம் இருக்காம். ஆனாலும் அந்த மருமக இங்க வங்காரம்பேட்டைல இவங்க வீட்டுலதான் இன்னமும் இருக்கு. ரெண்டு பிள்ளங்களையும் இதோ இங்க மணி மெட்ரிகுலேஷன்லதான் சேத்திருக்காங்க. அந்தப் பொண்ண பெத்தவங்க இந்த அதிசயத்த பாத்து மாஞ்சு போறாங்க - வெளிநாட்டுல குடும்பம் பண்ணினாக் காசு மீக்க முடியுமா, அவன் சம்பாதிச்சுட்டு வரட்டும். உங்கப் பொண்ணைச் சவுகரியமாத்தான் வச்சிருக்கோம்னு நியாயம் பேசறாங்களாம் பையன பெத்தவங்க."

பேச்சை சற்றே நிறுத்திச் சில வினாடிகளுக்கு வெளியில் வேடிக்கை பார்த்தாள்.

"பணம் காசெல்லாம் நீயே நிறைய சம்பாதிச்சு வச்சிருக்க. பொண்ணைக் கல்யாணம் பண்ணிக் கொடுக்கறது வெறுமன காசும் பணமும் சேக்க மட்டுமில்லை. அவ புருஷனோட சேர்ந்து சந்தோஷமா வாழ வேணாமா? இந்தப் புள்ளையும் வெளிநாட்டுலதான் இருக்கான்னா, நம்ம பொண்ணும் லெட்டர்லதான் குடித்தனம் பண்ண வேண்டியிருக்கும். நம்ம புள்ளைக்கு அப்படி ஒரு நிலம வேணாம்பா... உள்ளூரோ வெளியூரோ ராமனிருக்கும் இடம் சீதைக்கு அயோத்தின்னு நம்ம பெரியவங்க சும்மா சொல்லலை."

மேற்கொண்டு முடிவை நானும், தாரிணியும்தான் எடுக்க வேண்டும் என்பது போல் பேச்சை நிறுத்திவிட்டு வேடிக்கை பார்க்கத் துவங்கினாள்.

"நீங்க சொல்ல வரது எனக்கு நல்லாவே புரியுதும்மா. ஆரபியும் மேல படிக்கற ஆர்வத்துலதான் இருக்கு. அதுனால இப்போதைக்கு அவ கல்யாணத்துக்கு நானும் அவசரப் படலை. இதையே காரணமா அவங்ககிட்ட சொல்லிருங்க"

ஆரபியும் அப்பாவும் இறுக்கம் குறைந்து புன்னகைக்கத் தொடங்கினர். கார் வெறுமையான பொட்டல் மைதானத்தைத் தாண்டி காவிரிப் பாலத்தில் நுழைந்தது. கழுத்தைத் திருப்பி அந்தக் காலிப் பொட்டலை இன்னொரு முறை பார்ப்பதை மட்டும் என்னால் தவிர்க்க முடியவில்லை.

102

நான் அவன் அது...

கவிதா சொர்ணவல்லி

கவிதா சொர்ணவல்லி

கவிதா சொர்ணவல்லி - கவிதை, சிறுகதை, ஊடகம் என்று பல தளங்களில் இயங்குபவர். இவர் ஒரு தலித் செயற்பாட்டாளரும் பெரியாரியலாளரும் ஆவார். அம்பாசமுத்திரத்தைப் பிறப்பிடமாகக் கொண்ட இவர், ஹலோ எஃப்எம் ரேடியோவில் பணியாற்றி வருகிறார். இவரது துணைவர் மறைந்த கவிஞர் குமரகுருபரன் ஆவார். 'நான் அவள் அது', 'பொசல்' என்ற சிறுகதைத் தொகுதிகளை வெளியிட்டுள்ளார்.

'மார்கழி மாசக் குளிரு மச்சத் துளைக்கும்; தை மாசக் குளிரு தரையத் துளைக்கும்' என்ற அம்மாச்சியின் சொலவடை ஞாபகத்துக்கு வந்தது. தை மாசப் பனி, தரையைத் துளைத்துக்கொண்டு இருந்தது. வீட்டின் சாவித் துவாரத்தைக்கூட மூடியாகிவிட்டது. மெத்தை, போர்வை, எதுக்கும் கட்டுக்குள் வராதுபோல், பனி தன் முழு ஆவேசத்துடன் ஆடிக்கொண்டு இருந்தது. அதிகப் பனி, தற்காலிகத் தலைவலியை ஏற்படுத்திவிட்டது. கிச்சன் பக்கம் போய் ஒரு இஞ்சி டீ போட்டுஎடுத்துக் கொண்டு டி.வி. இருந்த ஹாலுக்கு வந்து சோபாவுக்குள் என்னைப் புதைத்துக்கொண்டேன். என் மேலாக நான்கு தலையணைகள் ஒரு போர்வை என்று பதுங்குக்குழியில் இருப்பதுபோல் ஆக்கிக்கொண்டேன். மெதுமெதுவாக சோபா சூடும், டீயின் சூடும் உடம்புக்குள் இறங்க ஆரம்பித்தன. சத்தம் இல்லாமல் டி.வி-யை இயக்கி, வழக்கம்போல ரிமோட் விளையாட்டை ஆரம்பித்தேன். ஒவ்வொன்றாகத் தாண்டித் தாண்டி வந்துகொண்டே இருந்தது. தானாக என்னை அறியாமல் உள்ளிருந்து ஏதோ ஒன்று என்னை நிறுத்தியதுபோல், ரிமோட் இயக்கத்தை நிறுத்தினேன். 'பகல் நிலவு' படத்தில் இருந்து 'பூ மாலையே தோள் சேரவா?' என்று தரை உதிர் பூக்களுக்கு நடுவே, ஸ்லீவ்லெஸ் சாரி, காட்டன் சுடிதார், மிடி டாப்ஸ் என்று சகலவிதமான ஆடைகளிலும் ரேவதி பாடிக்கொண்டு

இருந்தார். சட்டென்று ரவி அண்ணன் ஞாபகம் வந்தது.

அண்ணன்தான் அடிக்கடி சொல்வான் என்னிடம், 'உன் ஞாபகம் வந்தா நான் இந்தப் பாட்ட பாத்துப்பேன் மீனா. அச்சு அசப்புல ரேவதி உன்ன மாதிரியே இருப்பா!' என்று. "ஆமால... ஒரு கேசட் முழுக்க இந்தப் பாட்டதான் இவன் பதிஞ்சுவெச்சுருக்கான். அடிக்கடி வீடியோல போட்டுப் பாத்துக்குவான்!" என்று பெரியம்மாவும் சேர்ந்து சொல்லும்போது, ஒரு மாதிரி வெட்கம் முகம் முழுவதும் பரவி ஓடும்.

ரவி அண்ணன் நான் வயதுக்கு வந்த பிறகு என் ஆளுகைக்குள் பல்வேறு சட்டத் திட்டங்களுடன் என் குடும்பத்தினரால் நுழையவிடப்பட்ட ஒரே ஒரு ஆண்மகன். என் அம்மாவின் தூரத்துச் சொந்தம், பெரியம்மாவும் பெரியப்பாவும். சுத்திமுத்திச் சொந்தத்தில் எனக்கென்று இருந்த ஒரே அண்ணனும் அவன் மட்டும்தான். சிறு வயதில் அவனைப் பற்றிய பெரிய அறிமுகம் இருந்ததாக ஞாபகம் இல்லை.

வயதுக்கு வந்து, அதற்கான சடங்குகள் முடிந்து, அப்பாச்சியின் வீட்டில் இருந்து அம்மாச்சியின் வீட்டுக்கு வந்து தங்கி இருந்த அந்தப் பத்து நாட்களில்தான், ரவி அண்ணன் அறிமுகமானான். அவனுடைய முதல் நாள் இன்னமும் பளிச்சென்று மின்னல்போல் மனதுக்குள் வெட்டுகிறது. அப்போது என்னைப் பார்க்க வள்ளி, குமார், ஆனந்தராஜ் மாமா என எந்தப் 'பையன்'களுக்கும் அனுமதி இல்லை. பானு, சுப்பு அக்கா, கலா அக்கா, மான் சித்தி இவர்கள் மட்டும்தான் என்னோடு இருக்க அனுமதிக்கப்பட்டு இருந்தார்கள் அம்மாச்சியால்.

பெண் என்றாலும், மான் சித்தியுடன் மட்டும் நான் அதிகம் பேசிவிடக்கூடாது என்பதில் ஆச்சி கண்ணும் கருத்துமாக இருந்தாள். சித்தி அப்போதே கொஞ்சம் ஃபெமினிஸ்ட். போராட்டக் குணம் உடையவள். கல்லூரிக்கு ஜீன்ஸ் அணிந்து செல்லும் அவளைக் கொஞ்சம் அதிர்ச்சியாகப் பார்க்கும் சொந்தங்களுக்கு மத்தியில், கல்லூரியில் உடன் படிக்கும் ஆண் தோழர்களை வீட்டுக்கு அழைத்துவந்து, வீட்டுத் தொழுவத்தில் கட்டிப் போடப்பட்டு இருக்கும் மாட்டில் இருந்து அவளே பால் கறந்து டீ போட்டுக் கொடுத்து, பார்ப்பவர்களுக்கு மாரடைப்பை வரவழைப்பாள். ஆனாலும் அம்மாவின் பிரியத்துக்கு உரியவள் அவள். அதனால், வேறு வழி இல்லாமல், என்னுடன் இருக்க சித்திக்குச் சம்மதம் சொல்லி இருந்தாள் ஆச்சி. அந்தப் பத்து நாட்களும் என்னைப் பார்த்துப் பார்த்துக் கவனித்துக்கொண்டவள் சித்தி. உளுந்து சோறு, பூண்டு கஞ்சி என்று சைவமாக ஆரம்பித்துப் பச்சை முட்டையை நான் அழ அழ என் வாயில் ஊற்றிக் கொடுமைப்படுத்துவது வரை எல்லாமே செய்தாள்.

பத்து நாட்களும் அம்மாவின் சொந்தக்காரர்கள் யாராவது என்னைப் பார்க்க வந்துகொண்டே இருந்ததால், ஒவ்வொரு நாள் மாலையும் ஒவ்வொரு வகைப் பூவிலும் என்னை அலங்காரம் செய்து உட்காரவைப்பாள். எனக்குத் தாழம்பூ வைத்து அலங்காரம் செய்ய வேண்டும் என்று அம்மா ஆசைப்பட்டாள். ஆனாலும் அவளுக்கு அது கைகூடி வரவில்லை. தாழம்பூ ஒன்றும் கிடைக்காதது அல்ல. ஆற்றுக்குச் செல்லும் வழியில் தாழம்பூக் காடே இருந்தது. ஆனாலும் கொத்துக் கொத்தாக அதில் சுருண்டு இருக்கும் பாம்புகள், தாழம்பூ பற்றிய நினைப்பையே தூரத்தூக்கி வீசி இருந்தன. தாழம்பூக் காடு பக்கத்தில்தான் ஆவுடையாச்சி கோயில் இருந்தது. அங்கு உள்ள ஆழ்வார் ஒருத்தர்தான் ஆவுடையாச்சிக்காக, தாழம்பூக்களைப் பறித்துச் செல்வார். தாழை பறிப்பதற்கு என்றே பெரிய தொரட்டி ஒன்றை

வைத்திருப்பார்கள். 10 அடி நீளம் இருக்கும். அதனை வைத்து தூரத்தில் இருந்து முதலில் மெதுவாகச் செடியை அசைத்துவிடுவார்கள். ஓர் அசைவுக்கு அதில் இருந்து பாம்புகள் சரசரவென்று குமியல் குமியலாகக் கொட்டும். அவை ஓடிய பின் தொரட்டி வைத்து தாழம்பூவைப் பறித்து தன்னுடைய குடலைக்குள் போட்டுக்கொள்வார் ஆழ்வார்.

வயதுக்கு வந்த வீட்டுக்கு ஆழ்வார் வர மாட்டார். தீட்டு என்று ஒரு காரணம் வேறு இருந்தது. இதனால் தாழம்பூ என்பது அம்மாவுக்கு நிறைவேறாத கனவாக இருந்தபோதுதான், ரவி அண்ணன் வந்து சேர்ந்தான். என் அம்மாவின் முறை மாமனின் மகன். மான் சித்திக்கும் முறை மாமன்தான் ரவி அண்ணனின் அப்பா. சித்தியைப் பார்ப்பதற்காக வீட்டுக்கு வந்தான் ரவி அண்ணன். அம்மாச்சி அவனைத் தார்சாவிலேயே நிறுத்திவிட்டாள்.

"நம்ம வேலு மச்சான் மகன் ரவி!"என்று அம்மாவிடம் அவனை அறிமுகம் செய்துவைத்தாள் சித்தி. அதற்கு அடுத்த சில நிமிடங்கள், 'அட... வேலு மச்சானின் மவனா இது... இத்தன வளந்துட்டானா?' என்பது போன்ற ஆச்சர்ய கேள்விகளும் நெகிழ்வும் கட்டித் தழுவுதலுமாகச் சென்றன. பிறகு தான் அம்மா அவனை உள்ளே கூப்பிட்டாள்.

ஒரு பட்டுச்சட்டை பாவாடையும், வாயில் அப்பா வாங்கித் தந்துபோன வெள்ளை கேக்குமாக உட்கார்ந்திருந்தேன். அம்மா சொன்னாள் 'இது ரவி அண்ணா... நம்ம சொந்தத்துல உனக்கு இருக்கிற ஒரே அண்ணன்!' என்றாள்.

வளர்த்தியாக, லேசாக அழகான பெண்மையுடன், சிரித்தால் தெரியும் தெத்துப் பல்லுடன்... முதல் பார்வையிலேயே ரவி அண்ணன் மீது நிறையப் பிரியம் வந்தது; சிரித்தேன். அவன் 10-ம் வகுப்புப் படிப்பதாகச் சொன்னான். நான் '8-ம் வகுப்பு!' என்றேன். அப்புறம் வழக்கமாக 'எப்படிப் படிக்கிற, எனக்கு இங்கிலீஷ் வராது... கொஞ்சம் சொல்லித் தர்றியா!' என்பது போன்ற அனைத்துக் கிராமச் சொந்தக்காரர்களும் கேட்கும் கேள்விகளைக் கேட்டுக்கொண்டு இருந்தான்.

சித்திதான் கேட்டாள்... 'எலேய்... அவளுக்குக் கொஞ்சம் தாழம்பூ பறிச்சுட்டு வர்றியா?' என்று. அவன் ஏதும் சொல்லவில்லை. ஆனால், அன்று மாலை கூடை நிறையத் தாழம்பூவோடு வந்து நின்றான். அந்தப் பூவை எப்படிப் பறிக்க வேண்டும் என்பது எனக்குத் தெரியும் என்பதால், அந்த நிமிடம் அவனை நிறையவே பிடித்து இருந்தது. அதைப் பத்திரமாக வைத்து மறுநாள் என் தலையில்வைத்து அம்மா தன் ஆசை தீர பின்னிவிட்டாள். அப்படியே ஊரில் இருந்த ஸ்டுடியோக்காரரை வீட்டுக்கு வரவழைத்து, என்னை ஒரு போட்டோவும் பிடித்துக்கொண்டாள். ஸ்டுடியோக்காரரை ரவி அண்ணன்தான் வீட்டுக்கு அழைத்து வந்தான். அந்த நாட்களில்கூட ரவி அண்ணனுடன் எனக்குப் பெரிதாகப் பேச்சுவார்த்தை எதுவும் இல்லை. பத்துப் பதினைந்து நாட்கள் அம்மாச்சியின் வீட்டில் கழிந்த பின், எங்கள் ஊருக்கு வந்துவிட்டோம். அதன் பின் வந்த நாட்களில் ரவி அண்ணாவிடம் இருந்து வாராவாரம் இன்லேண்ட் லெட்டரில் கடிதம் வரும். அப்பா, அம்மாவைக் கேட்டு இருப்பான். ஊரில் என்ன நடக்கிறது என்று எழுதி இருப்பான். அவனுடைய படிப்பு எப்படிப் போய்க்கொண்டு இருக்கிறது என்று எல்லாவற்றையும் எழுதி, கடைசியாக 'மீனாவைக் கேட்டதாகச் சொல்லு சித்தி!' என்று முடிப்பான். பதில் கடிதம் எதுவும் போட்டதாக நினைவில் இல்லை. அவனுடைய கடைசி வரிக்காக மட்டுமே நான் கடிதங்களுக்காகக் காத்திருப்பேன். அவன் மேல், இதுதான் என்று சொல்ல முடியாத பிரியம் நாளுக்கு

நாள் அதிகரித்துக் கொண்டே இருந்தது. 8-ம் வகுப்புப் பிரியத்துக்கு எல்லாம் காதல் என்றோ, அன்பு என்றோ, அண்ணன் தங்கை பாசம் என்றோ பேர்வைக்க இப்போதும் விரும்பவில்லை நான். அது ஒரு பிரியம். பெயரில்லா, பெயரற்ற பிரியம்.

அந்த வருட முழு ஆண்டுத் தேர்வு விடுமுறைகள் அம்மாச்சியின் சேரன்மகாதேவியில்தான் கழிந்தன. அப்பா ஊருக்கு வர முடியாது என்று அம்மாவிடம் அடம்பிடித்துச் சொல்லிவிட்டேன். ரவி அண்ணாவுடன்தான் ஒவ்வொரு மணித்துளியும். அவன் வீட்டு தார்சாவில் உட்கார்ந்து இருப்பான், நான் பட்டாசாலையில். ஏதாவது பேசிக்கொண்டு இருப்போம். என்ன பேசினோம் என்று சுத்தமாக ஞாபகம் இல்லை. அதை நினைக்கையில் என்னைச் சுற்றி சில புன்னகைகள் சிதறுவதைப் பார்க்க முடிகிறது. வெளியில் போவது என்றாலும், அவனுடன் மட்டும் தான். வீட்டில் இருந்து கொஞ்சம் அரிசி, பருப்பு திருடி, தேங்காய் சிரட்டையில் வைத்துக் கூட்டாஞ்சோறு செய்யச்சொல்லிக் கொடுத்தான். பூவரசம் இலைவைத்து பீப்பீ ஊதக் கற்றுக்கொடுத்தான். போட்டியில் ஜெயித்த அத்தனை, கலர் கலர் கோலிக்காய்களை ஒரு டப்பாவில் போட்டு அடைத்துக் கொடுத்தான். அந்தக் கோலிக் காய்களில் இருந்த வண்ணத்தை இன்னும் நான் வேறு எங்கும் பார்க்கவில்லை.

ஒரு நாள் என்னை அவசர அவசரமாக, அவன் குடும்பத்துக்குச் சொந்தமாகத் தெக்குத் தெருவில் இருந்த ஒரு வீட்டுக்குக் கூட்டிச் சென்றான். யாருக்கும் தெரியாமல் நாங்கள் இரண்டு பேர் மட்டும் சென்றோம். பெரிய வீடான அதில், அதன் அத்தனை அறைகளையும் தாண்டி பின்கட்டுத் தோட்டத்துக்குக் கூட்டிச் சென்றான். அமைதியாக இருக்கும்படி, வாயில் விரல்வைத்து சைகை செய்துவிட்டு, தோட்டத்துச் சுவரின் மூலையில் இருந்த ஒரு ஓட்டையைக் காண்பித்து மெதுவாகச் சொன்னான்.

'இங்கதான் ஆயிரம் வருஷமா ஒரு பாம்பு வாழுது. வெள்ளையா இருக்கும். அதுக்கு றெக்கைகூட இருக்கும். அப்படியே உடம்பெல்லாம் முடி முடியா முளைச்சு இருக்கும். பறந்துவந்து கொத்தும்!' என்று அந்த ஆயிரம் வருட பாம்பைப் பற்றிக் கதை சொல்லிக்கொண்டே போனான். நான் பயத்தில் சத்தம் இல்லாமல் அழ ஆரம்பித்துவிட்டேன். நான் அழுவதைப் பார்த்தும் கொஞ்சம்கூட எந்த உணர்ச்சியும் இல்லாமல் சொன்னான்... 'நாம அந்தப் பாம்ப பாக்கத்தான் இங்க வந்திருக்கோம்' என்று. வீட்டைவிட்டு வெளியே போக வழியே தெரியாத நிலையில், அவனுடன் அன்று நாள் முழுக்கக் காத்துக்கிடந்தேன். 'வெள்ளை பாம்'பைப் பார்ப்பதற்காக. எதுவும் வரவில்லை. ஆனால், வீடு போனவுடன் எனக்கு விழுந்தது முதுகில் நாலு சாத்து அம்மாவிடம் இருந்து. அதன் பின் வெளியே செல்ல எனக்கான அனுமதி கட்டுப்படுத்தப்பட்டது.

ரவி அண்ணனுடன் வெளியில் செல்லாத நாட்களில் அந்த வயதில் என்னவென்று சொல்லத் தெரியாத வலியை, வெறுமையை உணர்ந்து இருக்கிறேன். வீட்டுக்கு வருவான். எனக்கும் அவனுக்கும் நடுவில் வெளியில் போக முடியாத, கூட்டாஞ்சோறு சமைக்க முடியாத, பீப்பீ ஊத முடியாத, வெள்ளை பாம்பு பார்க்க முடியாத எங்களின் வருத்தம் அமர்ந்து இருக்கும். என்ன பேசுவது என்று தெரியாமல் அமைதியாக இருப்போம். அதன் பின் ரவி அண்ணன் வீட்டுக்கு வருவதையும் குறைத்துக்கொண்டான்.

அந்த வருட விடுமுறை முடிந்து ஊருக்குப் போகும்போதுதான் ரவி அண்ணனை விட்டுப்போகிறோம் என்று

மனதில் உரைக்க, அவனைப் பார்த்ததும் அழ ஆரம்பித்தேன். முதல்முதலாக என் தலையைத் தடவிச் சொன்னான். 'அழாதல... நேரம் கிடைக்கும்போது வீட்டுக்கு வர்றேன்' என்று. அந்த ஒரு வாக்கியத்தை நம்பிக்கையாக வைத்து மட்டும்தான் நான் சேரன்மகாதேவியில் இருந்து அன்று புறப்பட்டு வந்ததே! அண்ணன் வரவில்லை. ஆனால், அவனிடம் இருந்து மறக்காமல் கடிதம் வந்துகொண்டு இருக்கும். அதே கடைசி வரிகளுடன். வழக்கம்போல் இங்கு இருந்து பதில் கடிதம் எதுவும் போகாது.

9-ம் வகுப்பு ஆண்டு விடுமுறையில் மறுபடியும் அம்மாச்சி ஊர். ரவி அண்ணன். ஆனால், இந்த முறை எங்கள் இருவருக்கும் நடுவே அண்ணனுக்கும் எனக்கும் முறைப் பெண்ணான சுபிதாவின் வரவு இருந்தது. அவள் மும்பை வேறு. அண்ணனின் வீட்டுப் பக்கம்தான், சுபிதாவின் பாட்டி வீடும் இருந்தது. நான் அடுத்தத் தெருவில் இருந்தேன். ரவி அண்ணனுக்கு இயல்பாகவே சுபிதாவின்மீது இருந்த காதல் காரணமாக என்னைப் பார்க்க வருவதைக் குறைத்துக்கொண்டான். முதல் முதலாக அண்ணன் இல்லாத சேரன்மகாதேவி நாட்கள் எனக்கு வாய்த்தன. ரவி அண்ணன்மீது அளவற்ற கோபம் வந்தது. எழுதவும் தெரியாத 'பொசசிவ்னெஸ்'ஸும் அவன் மீது வர ஆரம்பித்தது. சுபிதாவின்மீது பொறாமை என்று ஒரு டீன் ஏஜின் அத்தனை குழப்பங்களும் என்னை ஆட்டிப்படைத்தன.

ஆற்றுக்கு நான், அம்மா, சித்தி, அக்கா, பெரியம்மா என்று போகும் பெண்கள் கும்பலுக்கு ரவி அண்ணன்தான் துணை வருவான். தற்போது அண்ணனின் சிபாரிசில் அந்தக் கும்பலில் சேர்ந்திருந்தாள் சுபிதாவும்.

'சுபியை ரவிக்குக் கட்டிவெச்சா நல்லாத்தான் இருக்கும். ரெண்டும் பொருத்தமாத்தான இருக்கு!' என்று அம்மா, ரவி அண்ணனின் அம்மாவிடம் சொல்லிய ஒருநாள், அம்மாவைத் தலையில் 'நங்'கென்று கொட்ட வேண்டும் என்று தோன்றியது.

போதாக்குறைக்கு சுபிதா வேறு என் எரிச்சலை அதிகரித்தாள். ஆற்றில் உள்ள பாறைகளில் துணி துவைக்கும்போது, யாருக்கும் தெரியாமல் அண்ணனின் உடைகளை மட்டும் அவள் துவைத்துக்கொண்டு இருந்தாள். எனக்கு என்ன செய்வது என்று தெரியாத மனக் குழப்பத்தில் நிறைய வலியுடனும், பொறாமையுடனும், ஆத்திரத்துடனும் அண்ணனிடம் இருந்து விலகத் தொடங்கினேன்.

அதன் பின் ஒரு வருடம்! அண்ணன் நினைப்பு மனதுள் இருந்தாலும், அந்த வலி ஆறவில்லை. ரவி அண்ணன் என்னை ஏமாற்றிவிட்டான் என்று நம்பினேன். 'என்ன ஏமாற்றினான்? எதற்காக ஏமாற்றினான்? எப்படி அப்படி ஓர் எண்ணம் வந்தது எனக்கு?' என்று இப்போது யாராவது கேட்டாலும் சொல்லத் தெரியாது எனக்கு!

அது அப்படித்தான். சொல்ல முடியாதத் துயரம். பெயரற்றத் துயரம். பெயரில்லாத் துயரம்!

பத்தாம் வகுப்பு ஆண்டு விடுமுறை. பதினொன்றாம் வகுப்பு செல்வதற்கான சிறப்பு வகுப்புகள் இருந்ததால் சில நாட்கள் மட்டுமே ஊருக்குச் செல்லும் வாய்ப்புக் கிடைத்தது. வழக்கம்போல் சேரன்மகாதேவிதான். உடன் யாரும் இல்லாமல் தனியாக என்னைப் பார்க்க வந்த ரவி அண்ணனைப் பார்த்த முதல் நிமிடம், அவன் மீது இருந்த அத்தனை கோவமும் வடிந்து ஓடியது. நான் ஒரு வளர்ந்த பெண் என்பதை எல்லாம் மறந்து, அவனுடன் கோலிக் காய் ஆடிய அந்தச் சிறு பெண்ணாகவே ஓடிப் போய்க் கட்டிக்கொண்டேன். அண்ணன்

திகைத்துவிட்டான். அவனுக்குத் தெரியாது அது ஒரு வருட வலி என்று!

நாங்கள் இரண்டு பேரும் சேர்ந்து வெளியில் போவது இல்லை என்றாலும், ஒருநாளுக்கு ஒருமுறையாவது வீட்டுக்கு வருவான் அண்ணன். ஏதாவது பேசுவான். அவன் எழுதிய கவிதைகளைக் காண்பிப்பான். அண்ணன் அப்போது ப்ளஸ் டூ முடித்துவிட்டு, இன்ஜினீயரிங் நுழைவுத் தேர்வுக்காகப் படித்துக்கொண்டு இருந்தான். அதனால் நிறைய நேரம் அவனால் என்னுடன் இருக்க முடியவில்லை. இன்ஜினீயரிங் கிடைத்ததும் அவன் மெட்ராஸ் செல்லப் போவதாக வேறு சொல்லிக் கொண்டு இருந்தான்.

விடுமுறை முடிந்து ஊருக்குக் கிளம்புவதற்கு ஒரு நாள் மட்டுமே இருந்தது எனக்கு. அதன் பின் எனக்கு இங்கு வரும் சந்தர்ப்பம் கிடைக்காது. என் மணித் துளிகளுக்குக் கூட அட்டவணை போட்டுவைக்கப்பட்டு இருந்தது ஏற்கெனவே. அண்ணனும் மெட்ராஸ் போய்விடுவான். அவனைப் பார்க்கவே முடியாது என்று தோன்றியது. அதீதமான ஒரு பதற்றத்தில் அண்ணனிடம் கேட்டேன் 'அண்ணா... என்னைக் கல்யாணம் பண்ணிக்கிறியா? உன்னோடவே வெச்சுக்கிறியா என்னைய?' என்று. அண்ணன் சட்டென்று அதிர்ந்து நின்றது இப்போதும் மனதுக்குள் நிழலாடுகிறது. எதுவும் சொல்லவில்லை. அமைதியாகக் கிளம்பிப் போய்விட்டான். அதன் பின் அண்ணனுடனான தொடர்பு முற்றிலும்... முற்றிலும்... முற்றிலுமாக நின்றுபோனது.

அவ்வப்போது அவனைப் பற்றிய கதைகளை அம்மா சொல்வாள். மெட்ராஸ் போய்விட்டான். இன்ஜினீயரிங் படிக்கிறான். வேலையில் சேர்ந்துவிட்டான். நிறைய சம்பளம் என்று கேட்டுக்கொள்வதோடு சரி. அதன் பின் எனக்கும் வாழ்க்கை வேறானது. படிப்பு, வேலை, சம்பளம், காதல், நட்பு என்று முழுவதும் வேறானது. அண்ணன் இருக்கும் அதே சென்னையில்தான் நானும் வேலை பார்த்துக்கொண்டு இருக்கிறேன். ஆனால், அவனைப் பார்க்கவேண்டும் என்று தோன்றியது இல்லை.

அண்ணனிடம் அன்று கேட்ட கேள்வியை இப்போது நினைத்துப் பார்த்தாலும் சிரிப்பு வரும் எனக்கு. எதற்காக அப்படி ஒரு முட்டாள்தனத்தைச் செய்தேன் என்று. ஒருத்தன் மீது அப்படி என்ன பிரியம் வேண்டிக்கிடக்கிறது? விடை தெரியாது!

இந்த மாதிரியான ஒரு தருணத்தில்தான் அண்ணனை மறுபடியும் பார்க்க வேண்டி இருந்தது. பொங்கலை ஒட்டி ஊருக்குச் செல்வதற்காக எக்மோர் ரயில்வே ஸ்டேஷனில் காத்து நின்றேன். ஊர்ப்பட்ட கூட்டம். மூச்சு முட்டியது. என்னுடைய ரயில் எங்கு நிற்கிறது என்று கூடத் தெரியவில்லை. லக்கேஜையும் தூக்கிக்கொண்டு கன்னாபின்னாவென்று அலைந்துகொண்டு இருந்த என்னை, சட்டென்று வழிமறித்து நின்றான் அண்ணன்.

அவனைப் பார்த்ததும்... என்ன தோன்றியது என்பதை எழுதுவதற்கு வார்த்தைகளோ, மொழியோ இங்கு கிடையாது. பரவசம், பயம், அழுகை, சந்தோஷம், வார்த்தைகள் கிடைக்காமல் தடுமாறி... ஒரு குட்டி நவரசத்தையே அரங்கேற்றிக்கொண்டு இருந்தேன். என் தலை தட்டி, லக்கேஜ் வாங்கி, 'இப்பவும் அதே மாதிரி திரு திருன்னுதானா... இன்னும் திருந்தலையா நீ?' என்றபடியே ரயிலுக்கு அழைத்துச் சென்றான். அவனும் ஊருக்குச் செல்வதாகக் கூறினான். அதே ரயிலில் வேறு ஒரு கம்பார்ட்மென்ட் அவனுக்கு. அவ்வப்போது வந்து 'சாப்ட்டியா, தலையணை வாங்கிக்கோ, பத்திரமாப் படுத்துக்கோ' என்று அட்வைஸ் செய்துவிட்டுப் போனான். இரவு முழுக்கத் தூக்கமே வரவில்லை.

• கவிதா சொர்ணவல்லி

திருநெல்வேலி வந்திருந்தது. அண்ணன்தான் வந்து எழுப்பிவிட்டான். லக்கேஜ் தூக்கிவந்தான். நிறையப் பேசிக்கொண்டே வந்தான். கடைசியாகக் கேட்டான், "எப்பலே கல்யாணம்?" என்று. "கொஞ்ச நாள்ல. லவ் மேரேஜ்தான். அப்பா, அம்மா ஓ.கே. சொல்லிட்டாங்க!" என்றேன்.

"நீ இன்னும் கல்யாணம் பண்ணிக்கலையா?' என்று கேட்டேன் அவனிடம். "உன்னை மாதிரியே ஒரு பொண்ணைத் தேடிட்டு இருக்கேன்!" என்றான். எதுவும் பேசிக்கொள்ளவில்லை இருவரும் அதற்குப் பிறகு!

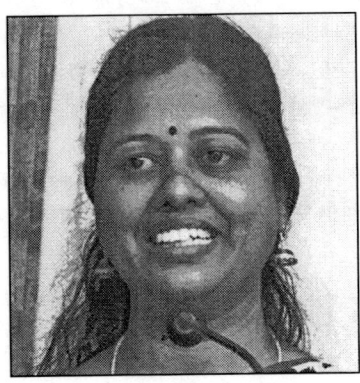

நாச்சியாள் சுகந்தி
(25/03/....)

நாச்சியாள் சுகந்தி கவிஞர், எழுத்தாளர் பத்திரிக்கையாளர் ஆவணப்பட இயக்குனர் அரசியல்வாதி என்று பல்வேறு திறன் வாய்ந்தவர். 'நான்சென்ஸ்' என்ற கவிதைத் தொகுதியையும் 'கற்பனைக் கடவுள்' என்ற சிறுகதைத் தொகுப்பினையும் வெளியிட்டுள்ளார் இவர், தன்னைச் சுற்றிலும் நடப்பவற்றைக் கதைகளாக்கி இருக்கிறார்.

103
புரியாது பூசணிக்கா!

நாச்சியாள் சுகந்தி

அந்த ஆல்பத்தைப் புரட்டியதும் சந்தோஷம் என்னைத் தொட்டிலில் இட்டு ஆட்டியது போல் தோன்றியது. சில நினைவுகள் தரும் சந்தோஷத்தை எந்தப் பணத்தாலும் விலைக்கு வாங்கவே முடிவதில்லை. ஆல்பத்தை மூடியதும் ஏனோ எனக்கு இன்றைக்கு இந்திராகாந்தி ஞாபகமாகவே இருந்தது.

நான் வால்பாறையில் ஏழாம் வகுப்புப் படிக்கும் போது ஸ்கூல் வானொலி பெட்டியில் இந்திராகாந்தியைச் சுட்டுவிட்டதாகச் சொன்னதும் பள்ளிக்கு விடுமுறை விட்டார்கள். தெருவெங்கும் அவரை எப்படிச் சுட்டார்கள், யார் சுட்டார்கள் என்பதைக் கையில் ரேடியோ பெட்டியை வைத்துக்கொண்டு அதிர்ச்சியுடன் கேட்டுக் கொண்டிருந்த காட்சி இன்னும் கூட மனதில் அழியாமல் பதிந்திருக்கிறது.

பள்ளி மாறுவேஷப் போட்டியில் இரண்டுமுறை இந்திராகாந்தி மாதிரி வேஷம் போட்டு பரிசு வாங்கியிருக்கிறேன். அப்போதெல்லாம் ஏதோ நானே இந்திராகாந்தி ஆனது போல் அலட்டிக் கொண்டதும் உண்டு.

என் பள்ளி நாட்களில் காரணமே தெரியாமல் இந்திராகாந்தி மேல் ஒரு பெரும் ஆசை இருந்தது. அந்த ஆசையின் காரணமாய் இந்திராகாந்தி பற்றி வரும் செய்திகளை எல்லாம் 'கட்' செய்து

சேகரித்து, ஒரு பொக்கிஷம் போல் பாதுகாத்து வைத்திருந்தேன். அந்தப் பொக்கிஷத்தில் குழந்தை பிரியதர்ஷினி, பள்ளிக்குப் போகும் பிரியதர்ஷினி, அம்மா கமலாவுடன், தாத்தா மோதிலால் உடன்... வளர்ந்த இந்திராகாந்தி, காதல் கணவர் ஃபெரோஸ் காந்தியுடன், பிரைம் மினிஸ்டர் இந்திராகாந்தியாக, மாமியார் இந்திராவாக, அழகுப் பாட்டி இந்திராவாக என பல விதமான பேப்பர் கட்டிங்குகள் இருந்தன. நான் ஐந்தாம் வகுப்புப் படிக்கும் போது சேர்க்க ஆரம்பித்த பழக்கம் பனிரெண்டாம் வகுப்பு படிக்கும் வரை இருந்தது. கல்லூரிக்காக அண்ணாமலைப் பல்கலைகழகத்துக்குச் சென்ற போது எனக்கே தெரியாமல் அந்தப் பழக்கம் என்னை விட்டுப் போய்விட்டது.

ஆனால் நான் இதற்காக மெனெக்கெட்டு அலையும் போதெல்லாம் என்னை ரொம்ப கிண்டலடிப்பான் சண்முக சுந்தரம்.. என் தோழன், வழிகாட்டி, சில சமயங்களில் பகைவன்... ஆக மொத்தத்தில் யாதும் ஆனவன்! வால்பாறை மாதிரியான மலைபிரதேசத்தில் பள்ளிக்குச் செல்வது என்பது கடுமையான விஷயம். நாங்கள் குடியிருந்த வீட்டிலிருந்து பள்ளி மூன்று கிலோ மீட்டர். போக வர ஆறு கிலோ மீட்டர் தூரத்தைப் பேசிப் பேசியே கடப்போம் நாங்கள் இருவரும். மலை மேட்டிலும் சரிவிலும் ஏறி இறங்குவது தினம் தினம் யாத்திரை செல்வதற்குச் சமம். ஒண்ணாம் வகுப்பிலிருந்து பனிரெண்டாம் வகுப்பு வரை நாங்கள் இருவரும் சேர்ந்து நடக்க நடக்க, எங்கள் நட்பு 'வானாகி, மண்ணாகி, வளியாகி, ஒளியாகி வளர்ந்தது.

அவன்தான் எனக்கு இந்திராகாந்தி பற்றி நிறையச் சொல்வான். காரணம் பலவிதமான புத்தகங்களை வாசிப்பான். அவனுடைய முதல் நேசமும் பாசமும் புத்தகங்கள்தான். நான் ஏழாவது படிக்கும் போது அம்பேத்கர் பற்றிய புத்தகம் கொடுத்தான். சண்முகம் கொடுத்தானே என்கிற ஒரே காரணத்துக்காக வாசிக்க முயற்சி செய்தேன். ஆனால் முடியவில்லை. திரும்ப அவனிடம் கொடுத்துவிட்டேன். புத்தகத்தை வாங்கியவன் என்னை 'அடி முட்டாள்.. உருப்படாத முண்டம்' என்றெல்லாம் திட்ட, என் அழுகை ஆறாகியது. அதற்குப் பிறகு அவன் புத்தகம் கொடுப்பதை நிறுத்திவிட்டான்.

திரும்ப எட்டாவது கால் பரீட்சை விடுமுறையின் போது ஒரு கனமான புத்தகத்தைக் கொடுத்தான், அட்டையில் 'வால்காவிருந்து கங்கை வரை' என்று எழுதியிருந்தது. எனக்குப் பக்கத்தைத் திருப்பவே பயமாய் இருந்தது. 'படிக்க முடியாது' என்று சொன்னால் திட்டுவான். என்ன செய்வது என்று புரியாமல் வாங்கிக் கொண்டேன். ஒருவாரம் கழித்து 'என்ன பூசணிக்கா படிச்சியா?' என்று கேட்டபோது 'இல்லடா' என்று சொல்ல வாய் எடுத்துப் படிச்சிட்டு இருக்கேன்டா" என்று பொய் சொன்னேன். அவனுக்குத் தெரியும் அந்த மாதிரி புத்தகங்களை எல்லாம் என்னால் படிக்க முடியாது, படிக்க வராது என்று.

ஒன்பதாவது படிக்கும் போது, இரு குடும்பத்தாரும் கோயமுத்தூருக்குப் போயிருந்தோம். அவன் அவனுடைய அப்பாவிடம் அடம்பிடித்து என்னையும் சினிமாவுக்குக் கூட்டிப் போனான். எனக்கு 'ஏண்டா போனோம்' என்றாகியது. ஆனால், அவனும் அவன் அப்பாவும் ஒரு தவம் போல் அந்தப் படத்தை ஆடாமல் அசையாமல் உட்கார்ந்து பார்த்தார்கள். 'உமர் முக்தார்' தான் அந்தப் படம்!

விடாது கருப்பாக மீண்டும் ஒரு புத்தகத்தைத் தந்தான். 'ராகுல் சாங்கிருத்யாயன்' எழுதிய 'காரணமும் காரியமும்' என்ற அந்தப் புத்தகத்தை வாசிக்க ஆரம்பித்தேன், வேறு வழி.

நான் அவன் அளவுக்கு வாசிப்பில் வளர்ந்துவிட்டேன் என்று அவனாகவே

கற்பனை செய்துகொண்டு, மாதம் குறைந்தபட்சம் இரண்டு புத்தகங்களாவது தர ஆரம்பித்தான். அவன் கொடுத்த புத்தகங்களில் எனக்கு ஏனோ பிரமிள் கவிதைகள், ந.பிச்சமூர்த்தியின் சிறுகதைகள், சில சமயங்களில் ஜெயகாந்தனின் கதைகள் போன்ற ஒன்றிரண்டு எழுத்தாளர்களின் புத்தகங்கள் தான் வாசிப்பதற்குப் பிடிந்திருந்தது. ந.பிச்சமூர்த்தியின் 'மோகினி' சிறுகதையைப் படித்துவிட்டு, அந்தக் கதையில் வரும் கதை நாயகன் போல் நானும் 'மோகினி என்னுடன் பேசுகிறாள்' என்று சொல்லிக் கலவரப்படுத்தி, வீட்டில் இருப்பவர்களின் தூக்கத்தைக் கெடுத்த கதைகளும் உண்டு.

புத்தகங்களின் மீது இருந்த பயம் விலகி, வாசிப்பை நேசிக்கக் கற்றுக் கொண்ட கணத்திலிருந்து, சண்முக சுந்தரம் எனக்கு நண்பன் என்ற எல்லைக்கோட்டை விட்டு வெளியேறி, அறிவுஜீவி வட்டத்துக்குள் வந்ததாகத் தோன்றியது. பதினொன்றாம் வகுப்பிலிருந்து நானே சண்முகத்திடம் எனக்கு அந்த புத்தகம் கொடு, இந்தப் புத்தகம் கொடு என்று கேட்டு வாங்கிப் படிக்க ஆரம்பித்தேன்.

அப்படி அம்பேத்கர் பற்றிய புத்தகங்களையும் அவருடைய எழுத்துக்களையும் பேச்சுக்களையும் படிக்கும்போது, 'நாமும் அம்பேத்கர் மாதிரி தீண்டாமைக்கு எதிராகப் போராட வேண்டும்' என்று மனதுக்குள் சபதம் செய்தேன். ஆனால் கால ஓட்டத்தில் அதற்கு எதிராக ஒரு சிறு கல்லைக் கூட எறிய முடியாத சமூகக் கட்டமைப்பில் சிக்குண்டு இருக்கிறேன் என்று நினைத்த போது அவமானமாய் இருந்தது. அவமானத்தைத் துடைக்க என்ன செய்ய முடியும்...? சில நிமிடங்கள் கனத்த மௌனத்தின் ஊடே சிறு சொட்டுக் கண்ணீர் துளிகளைச் சிந்துவதை விட!

பள்ளிப் படிப்பை முடித்து, இருவரும் அண்ணாமலை பல்கலைக்கழகத்துக்குள் நுழைந்தோம். அவனுக்கு அவனைப் போலவே நல்ல நண்பர்கள் கிடைத்தார்கள். அதனால் அவன் வாசிப்பின் உலகம் பரந்து விரிந்தது. 'பின் நவீனத்துவம்', 'மேஜிகல் ரியலிஷம்', 'சர்ரியலிசம்' என்று எனக்கு ஆரம்பத்தில் புரியாத வார்த்தைகளை எல்லாம் பேசினான். என் கையிலும் காஃப்கா, ஆல்பர் காம்யு, இட்டாலோ கால்வினோ, ஃபோர்ஹே, கேப்ரியல் கார்சியா மார்க்வெஸ், பாப்லோ நெருடா என்று பலர் புரள ஆரம்பித்தார்கள். இவர்களை வாசிக்க வாசிக்க அவர்களின் மீது எனக்குப் பேரன்பும் பெரும் காதலும் உண்டானது. சில இரவுகளை இவர்களுடன் கழித்ததும் உண்டு... நடுநிசி ரகசியக் கனவில்தான்!

புத்தகங்களின் காதலனாய் இருந்த சண்முகத்துக்கு அண்ணாமலைப் பல்கலைக்கழகம், அநீதிக்கும் அராஜகத்துக்கும் எதிராகப் போராடும் பேராண்மையைக் கற்றுக் கொடுத்தது. நான் ஐந்து வருடங்கள் அந்தப் பல்கலைக்கழகத்தில் படித்து ஒரு முதுகலைப் பட்டத்துடன் வீட்டுக்குப் போனேன். அவன் அந்த ஐந்து ஆண்டுகளில் பல போரட்டங்களின் பெரும் போராளியாகிப் போனான். அதன் எதிரொலியாய்ச் சிறைக்குச் சென்றான். தத்துவங்கள் பேசினான். அதற்குப் பிறகு அவன் என்னோடு வால்பாறைக்கு வரவேவில்லை. நானும் அவனும் சேர்ந்து நடந்த பொழுதுகளும், பேசிய வார்த்தைகளும் வெறும் நிழற்படங்களாய் என் நெஞ்சுக்குள் ஆணியடித்து மாட்டி வைக்கப்பட்டு விட்டது.

என் திருமணத்துக்கு அவனை ஆசையுடன் கூப்பிடச் சென்ற இடம் கடலூர் சிறை. எலும்பும் தோலுமாய் இருந்தான். அப்போதும் பையில் சில புத்தகங்களை வைத்திருந்தான். "என்னடா புத்தகம் அது" என்று கேட்டதற்கு, "உனக்கு

அதெல்லாம் புரியாது பூசணிக்கா" என்ற அவனது வார்த்தையில் ஏனோ ஒரு வெறுமை இருந்தது. அந்த வெறுமை என்னைக் கனமாய்க் குத்தியது அந்த நிமிடம். ஆனால், அது ஆறாத ரணமாய் என்னைப் பல காலம் துரத்தியது. "ஏன் சண்முகம் அப்படி வெறுப்பாய்ப் பேசினாய்?" என்று கேட்பதற்கு வாய்ப்பே வரவில்லை.

இப்போது அவன் சார்ந்த இயக்கத்தில் டெல்லியில் இருப்பதாக அவன் அம்மா சொன்னார். ஆனாலும், அவன் ஏன் எனக்கு இது புரியாது என்று சொன்னான் என்ற கேள்வியை மட்டும் அவனிடம் கேட்காமல் விட்டு விடக்கூடாது என்று மனதுக்குள் ஒரு சபதம் போட்டேன்.

என் மூத்த பையனுக்கு அவன் பெயரை வைத்தேன். இப்போதும் புத்தகங்களை வாங்கும்போது, 'அவனுக்கு இந்தப் புத்தகம் பிடிக்குமா? இந்தப் புத்தகங்களையெல்லாம் நான் வாசிப்பதைப் பார்த்தால் சந்தோஷப்படுவானா..? நீ உருப்படுற முண்டம்தான் பூசணிக்கா' என்று சொல்வானா என்றெல்லாம் எனக்கு நானே கேட்டுக் கொள்வேன். அதே சமயத்தில், ஏன் சண்முகம் அப்படி சொன்ன? என்ற கேள்வியையும் கேட்க வேண்டும் என்று மீண்டும் உறுதி பூணுவேன்.

இரண்டாவது டெலிவரிக்கு அம்மா வீட்டுக்கு வந்திருந்த போது... ஒருநாள் அவன் வீட்டிலிருந்து அவன் அம்மாவும் அப்பாவும் உயிரைக் கொடுத்து அலறும் சத்தம். ஓடிப்போய் பார்த்தால், டிவியில் அவனைச் சுட்டுக் கொல்லப்பட்ட புகைப்படத்தைத் திரும்பத் திரும்பக் காட்டிக் கொண்டிருந்தார்கள். அந்த நிமிடம் அவனைப் பார்க்க வேண்டும் என்ற வெறியில் யார் சொல்வதையும் பொருட்படுத்தாமல் டெல்லிக்கு ஃபிளைட் பிடித்தேன்.

அவன் தங்கியிருந்த அறை முழுக்க புத்தகங்கள்... புத்தகங்கள்....புத்தகங்கள்...! 'இந்தப் பாவி மகன் எதுக்கு இப்படிப் படிச்சான்... இதுக்குத்தானா... இதுக்குத்தானா?' என்று அவன் அம்மா நெஞ்சில் அடித்துக் கொண்டு அழுது அரற்றிய போது, எனக்கு ஆறுதலாய்ச் சொல்வதற்கு வார்த்தைகள் கிடைக்கவில்லை. ஒரு தாயைத் தேற்றும் வார்த்தைகள் எந்த மொழியில் முழுமையாக இருக்கிறது?

அவன் அம்மா நெஞ்சில் அடித்து அடித்து அழுததில் அவள் சாய்ந்திருந்த மேஜையில் வைக்கப்படிருந்த புத்தகங்கள் கீழே விழுந்தன. எடுத்து மேலே வைக்கலாம் என்று குனிந்து பொறுக்கியபோது ஒரு புத்தகத்தில் நாங்கள் இருவரும் சேர்ந்து அலைந்து திரிந்து வாங்கிய இந்திராகாந்தியின் அரிய புகைப்படம். பார்த்ததும் அதிர்ந்தேன்.. அதிர்ந்தேன்... இந்திராகாந்தியின் தலையை கட் செய்து அதில் என்னுடைய புகைப்படத்தில் இருந்து வெட்டிய தலை ஒட்டப்பட்டிருந்தது.

புத்தகங்கள் பலரை அறிவாளி ஆக்குகிறது. வெகுசிலரைப் போராளியாக்குகிறது. ஒரு சிலரிடம் எந்தச் சலனத்தையுமேற்படுத்தாமல் கடந்து போய்விடுகிறது.... நானும் அந்த ஒரு சிலரோ என்று எண்ணிய கணம் உடைந்து அழுதேன்; அரற்றினேன்; கதறினேன்.

"அதெல்லாம் உனக்குப் புரியாது பூசணிக்கா!"

104
குருபீடம்
ஜா. தீபா

ஜா. தீபா
(14/11/1982)

ஜா.தீபா திருநெல்வேலி மாவட்டம் வாசுதேவ நல்லூரில் பிறந்தவர்; முதுகலை தொடர்பியல் படித்தவர். இவர், எழுத்தாளர், கட்டுரையாளர், ஆவணப்பட இயக்குநர், திரைப்பட உதவி இயக்குநர், திரைப்பட விமர்சகர், மேடைப் பேச்சாளர் என்ற பன்முகத் திறன் பெற்றவர். இவர் தம் கல்லூரிக் காலகட்டத்திலேயே பத்திரிகைகளில் எழுதியுள்ளார். 'நீலம் பூக்கும் திருமடம், 'மறைமுகம்' என்பன இவரின் சிறுகதைத் தொகுப்புகளாகும். இவர் மிகநுட்பமான கதை சொல்லும் திறன் பெற்றவராவார்.

பேருந்து கிளம்பிவிட்டது. சென்னை எல்லையைத் தாண்டியதும் நடத்துநர் தொலைக்காட்சிப் பெட்டியின் முன்பாக வந்து நின்றார். பேருந்தின் உட்புறம் அமைதியானது. சிவகாமியின் இருக்கை, தொலைக்காட்சிப் பெட்டிக்குக் கீழே முதல் வரிசையில் அமைந்திருந்தது. பெண்களுக்கென ஒதுக்கப்பட்ட இருக்கை அது. திரையில் நீலம், பச்சை என வண்ணங்கள் மாறி மாறித் தெரியத் தொடங்கின. பிறகு, தெளிவான சித்திரங்களோடு திரைப்படம் ஆரம்பமானது. அது திரையரங்கில் அப்போது ஓடிக்கொண்டிருந்த பரபரப்பான ஒரு திரைப்படம். சிவகாமிக்கு நீளமான கொட்டாவி வந்தது.

தலைக்கு மேல் அலறப்போகும் வசனங்களை மீறித் தூங்குவதற்கு, அவசியம் பயிற்சி இருக்க வேண்டும். அது சிவகாமிக்குக் கொஞ்சமும் வசப்பட்டிருக்கவில்லை. காற்று இன்னும் கொஞ்சம் உள்ளே வரவேண்டி ஜன்னலை முழுதாகத் திறந்துவைத்தாள் சிவகாமி.

'ஆயிரம்தான் இருந்தாலும் நான் ஆம்பள. போலீஸாவே இருந்தாலும் நீங்க பொம்பள. முதல்ல பொம்பளயா நடந்துக்கங்க...' என்று கதாநாயகன், நாயகி முன்பாகக் கையை வீசி வீராவேசமாகப் பேசிக்கொண்டிருக்கும்போது, பக்கத்து ஸீட்டில் அமர்ந்திருந்த பெண் சிவகாமி மீது சரிந்தாள். அவளுக்கு நாற்பது வயது

இருக்கும். இந்த அலறலிலும் அவளால் தூங்க முடிவது சிவகாமிக்கு ஆச்சர்யத்தை ஏற்படுத்தியது. 'ஆழத் தூங்குவது, நடுக்கடலின் அடிமட்டத்தில் கிடப்பதுபோன்றதான நிலை' என்று ஏதோ ஒரு புத்தகத்தில் சிவகாமி படித்திருந்தாள். அது அநேகமாக ஒரு மனோவியல் புத்தகமாக இருக்கக்கூடும் என்றே, அவளால் தீர்மானத்துக்கு வர முடிந்தது. சமீபகாலமாக மனோவியல் சார்ந்த புத்தகங்களே அவளை வசீகரிக்கின்றன. 'ஒரு மனம், ஆயிரம் புத்தகங்களுக்குச் சமானம். ஒரு புத்தகம் எப்படி ஆயிரம் பேர் மனங்கள் பற்றி ஆராய முடியும்?' எனச் சிவகாமி நினைத்துப்பார்த்திருக்கிறாள். ஆனாலும், அந்தப் புத்தகங்கள் அவளுக்குப் போதை அளித்தன. தூக்கம் அறவே வராத இரவுகளில் அவற்றைப் படிக்கிறபோது, அவள் தன்னுடைய மனதோடு மட்டுமே உரையாடினாள் எனச் சொல்லிவிட முடியாது. அவை பல மனங்களைத் தன்னோடு சேர்த்துக்கொண்ட இரவுகளாக அமைந்திருந்தன. இப்போது, இந்தப் பேருந்தில் எத்தனை பேர் கடலுக்கு அடியில் கிடக்கிறார்கள் என எண்ணிப்பார்க்க வேண்டும் என்று சிவகாமிக்குத் தோன்றியது.

பக்கத்து இருக்கைப் பெண்ணின் கைப்பையில் இருந்த அலைபேசி ஒலித்தது.

சிவகாமி சன்னல் பக்கமாகத் திரும்பிக்கொண்டாள். நிலா கூடவே ஓடி வந்துகொண்டிருந்தது. தலைக்கு மேலே ஆர்ப்பாட்டமான வசனக் கூச்சல்கள், அதற்கும் மேலே அமைதியான நிலா எனச் சிவகாமிக்குத் தோன்றியது. இதுபோன்று தொடர்பில்லாத எண்ண ஓட்டம் அமைவதுதான், பயணத்தின் தனித்துவம் என நினைத்துக்கொண்டாள்.

பக்கத்தில் உள்ள பெண்ணின் அலைபேசி மறுபடியும் அழைத்தது. அகால வேளையில் ஒருவர் மீண்டும் மீண்டும் அழைப்பதற்கு ஏதேனும் முக்கியக் காரணம் இருக்க வேண்டும் என்ற புத்தியின் அறிவுறுத்தலால், சிவகாமி அந்தப் பெண்ணைத் தொட்டு எழுப்பினாள். தூக்கத்திலிருந்து முயற்சித்துப் பிறகு சட்டென அவளின் கண்கள் விழித்துக்கொண்டன. பதற்றத்துடன் சிவகாமியைப் பார்த்தாள்.

"போன் அடிக்குதுங்க."

"என்னது?" என்றபடி வாயின் ஒருபக்க ஓரத்தைத் தன்னிச்சையாகப் புறங்கை விரல்களால் துடைத்துக் கொண்டாள்.

"உங்க போன்தான். ரொம்ப நேரமா அடிச்சிட்டேயிருக்கு."

"ஓ... தேங்க்ஸ்" என்றாள் அவள். தூக்கம் முற்றிலுமாகக் கலைந்துபோயிருந்தது.

அலைபேசியை எடுக்க பைக்குள் துழாவினாள். அதற்குள் அது திரும்பவும் அழைப்புப் பாடலைப் பாடத் தொடங்கியிருந்தது.

அலைபேசியின் திரையைப் பார்த்துவிட்டு, "என் வீட்டுக்காரர்" என்று சிவகாமியிடம் சொல்லிவிட்டு, வாயை அலைபேசியோடு அணைத்து, மறு கையினால் காதைப் பொத்திக்கொண்டு பேசத் தொடங்கினாள். இதற்குள் படத்தில் கதாநாயகிக்குக் காதல் வந்திருந்தது. அவள் ஆடிப் பாட ஆரம்பித்திருந்தாள்.

எப்படியாவது தூக்கத்தை வரவழைத்தாக வேண்டிய முயற்சியைச் சிவகாமி தொடங்கியிருந்தாள். கால்களை இருக்கைக்கு மேலாக மடித்துவைத்து, இருக்கையோடு சாய்ந்துகொண்டாள்; சரிந்துபார்த்தாள்.

"சரி... சரி..." என்பதை மட்டும் திரும்பத் திரும்ப அந்தப் பெண் அலைபேசியில் சொல்லிக்கொண்டே இருப்பது கேட்டது.

அவள் பேசி முடித்துவிட்டு இவள் பக்கம் திரும்பினாள். "என் வீட்டுக்காரர்.

ரொம்ப நேரமா கூப்பிட்டிருக்கார். நான் போன் எடுக்கலைன்னதும் பயந்துட்டார். நல்லவேளை நீங்க எழுப்பினீங்க."

"எப்படி இந்தச் சத்தத்துல தூங்குறீங்க?" என்று வார்த்தையாகவும், மீதியைச் சைகையாலும் கேட்டாள்.

"பழகிருச்சுங்க. என் வீட்டுக்காரர் நடுராத்திரி வரைக்கும் டிவி பார்ப்பார். 'சத்தமா வெச்சுக் கேட்டாத்தான் கேட்ட மாதிரி இருக்கும் பார். நாங்களும் சத்தத்துக்குத் தூங்கப் பழகிட்டோம்" என்று சிரித்தாள்.

சிவகாமியும் சிரித்தாள்.

"கல்யாணமாகிடுச்சா?" என்று சிவகாமியிடம் கேட்டாள்.

"அடுத்த மாசம் கல்யாணம். பத்திரிகை குடுக்கிறதுக்குத்தான் ஊருக்குப் போயிட்டிருக்கேன்."

"இப்பல்லாம் யாரும் நேர்ல போய் பத்திரிகை குடுக்கிறதில்லையே. வாட்ஸ்அப்ல அனுப்பிடுறாங்க. நீங்க நேர்ல போறீங்களே!"

"என்னோட ஸ்கூல் வாத்தியார் ஒருத்தருக்குப் பத்திரிகை குடுக்கிறதுக்காகப் போறேன்."

அவள் வியந்துபோவாள் என்பதைச் சிவகாமி யூகித்திருந்தாள். அதைப் பொய்யாக்காத அந்தப் பெண், தன்னுடைய அடுத்த கேள்விக்குள் வரும் முன்பு மீண்டும் அவளுடைய அலைபேசி அழைத்தது.

"திரும்பவும் அவர்தான். பேசிட்டு வர்றேன்" என்றாள்.

ஐந்தாம் வகுப்பு எடுத்த ஆசிரியருக்குத் திருமணப் பத்திரிகை கொடுக்க இவ்வளவு தூரம் பயணம் செய்யப்போகிறேன் என்று சொன்னபோது, எல்லோருமே விசித்திரமாகத்தான் சிவகாமியைப் பார்த்தார்கள். வேலைபார்க்கும் நிறுவனத்திலும் விடுப்பு அனுமதி கேட்கும்போது, இந்தக் காரணத்தைத்தான் எழுதியிருந்தாள்.

வேறு ஏதாவது காரணம் சொல்லி விடுப்பு கேட்டிருக்கலாம்தான். ஆனால், எதற்காக மறைக்க வேண்டும்? திருமணத்துக்கு ஆசிரியரை அழைப்பது என்பது ஒன்றும் அசாதாரண செயலில்லையே! 'அதுக்காக, கல்யாணத்தை வெச்சுட்டு இவ்வளவு தூரம் பயணம் போகணுமா?' என மாப்பிள்ளை வீட்டில் அழுத்தம்கொடுத்தே கேட்டார்கள். சிவகாமி வீட்டிலும் எதிர்ப்புக் கிளம்பியது. ஒவ்வொருவருக்கும் வெவ்வேறு விதமான சமாதானங்களைச் சொல்லிவிட்டே கிளம்பியிருந்தாள்.

சிவகாமி ஐந்தாம் வகுப்புப் படித்தபோது, அவளுடைய அப்பாவுக்குச் சென்னைக்குப் பணிமாறுதல் வந்தது. அந்த ஆண்டோடு ஊரைவிட்டு வந்ததுதான். மீண்டும் இருபது வருடங்கள் கழித்து, இப்போதுதான் சிவகாமி அங்குப் போகிறாள். இடங்கள் மாறிப்போயிருக்கும். ஒருவேளை மாறன் வாத்தியார்கூட மாற்றலாகி வேறு ஊருக்குப் போயிருக்கலாம்; விசாரிக்கலாம் என்றால், அந்த ஊரில் யாருடைய தொடர்பும் கிடைக்கவில்லை.

இப்போதும் மாறன் வாத்தியாரின் முகம் நன்றாக நினைவிருக்கிறது. ஐந்து அடிதான் இருந்திருப்பார் என யூகிக்க முடிகிறது. யாரையும் சீக்கிரத்தில் கோபித்துக்கொள்ள மாட்டார். அப்படியே கோபம் வந்தால்கூட காது நுனியில் ஒரு கிள்ளு கிள்ளுவார். மாணவிகள் என்றால், மண்டையில் வலிக்காமல் ஒரு குட்டு. அவரிடம் அடிவாங்கியிருக்கிறோமா என்று சிவகாமி பலமுறை நினைத்துப் பார்த்தாள். இல்லை என்றுதான் உறுதியானது.

மாறன் வாத்தியார் ஆங்கில வகுப்பு எடுப்பது மிக அருமையாக இருக்கும். தினமும் ஒரு வார்த்தையைக் கரும்பலகையில் எழுதி, அதை எந்தவிதத்தில்

பேச்சில் பயன்படுத்த வேண்டும் என்பதைப் புரியும்படிச் சொல்லிக் கொடுப்பார். கூண்டில் அடைபட்ட பறவைகள் பேசிக்கொள்வதுபோல, அன்றைய தினம் வகுப்புமுழுவதும் அந்தவார்த்தையைத்தான் திரும்பத் திரும்பச் சொல்லிக்கொண்டிருக்கும்.

பிரிந்தே கிடப்பது கிராமத்துப் பள்ளியும் ஆங்கிலமும் என்பது தெளிவான ஒரு கல்வெட்டாகப் பதிந்திருந்த காலம் அது. இதை மாற்றவே அவர் முயற்சி எடுத்துக்கொண்டிருந்தார். ஆங்கிலப் பாடப்புத்தகத்தை ஒவ்வொருவராக எழுந்து சத்தமாக வாசிக்க வேண்டும். வாசிப்பதுத் தவறாக இருந்தால் பொறுமையாகத் திருத்துவார். எல்லோருக்குள்ளும் அப்போது இதுவே தன்னம்பிக்கையாக வளர்ந்திருந்ததை, சிவகாமி பின்னாட்களில் பலமுறை நினைத்துப் பார்த்திருக்கிறாள்.

நகரத்தில் ஒரு பள்ளியில் ஆறாம் வகுப்பு ஆங்கிலவழிக் கல்வியில் சேர்ந்தபோது, ஆங்கிலத்தைக் கண்டு மிரளாமல் இருந்ததற்கு மாறன் வாத்தியாரின் ஆங்கிலப் பயிற்சியும் ஒரு காரணமாக இருந்திருக்கிறது. இன்று வேலைபார்க்கும் பன்னாட்டு நிறுவனத்தில், சிவகாமி முங்குநீச்சல் போட்டு எழுந்துவர இந்த ஆங்கிலம்தான் உதவுகிறது.

மாறன் வாத்தியாருக்கு எப்படியும் அறுபது வயது கடந்திருக்கும். ஓய்வு பெற்றிருப்பார். மகன் அல்லது மகள்களோடு வெளிநாடு எங்கேயாவது சென்றிருந்தால், ஒருவேளை இறந்தே போயிருந்தால்? அவரைப் பார்ப்பதற்கான கடைசிக்கட்ட முயற்சி எடுத்தோம் என்ற எண்ணமே போதுமானதாக இருக்குமா எனச் சிவகாமி நினைத்துக் கொண்டாள். கீறல் வலிபோல கண்களில் வழிந்த நீர், காற்றின் வேகம் பட்டுத் தெறித்தது.

பக்கத்து ஸீட் பெண்மணி சிவகாமியிடம் ‘குட்நைட்’ சொல்லிவிட்டுத் தூங்கத் தொடங்கினாள். சிவகாமி மீண்டும் நிலாவைப் பின் தொடர்ந்தாள்.

அதிகாலை நகரத்துக்குள் நுழைந்தது பேருந்து. சிவகாமி, ஏற்கெனவே ஆன்லைன் மூலம் அங்குள்ள ஒரு விடுதியில் அறையைப் பதிவுசெய்திருந்தாள். விடுதியில், அந்தக் காலையிலேயே சாம்பிராணி வாசனை வந்தது. விடுதி மேலாளர், சபரிமலைக்கு மாலை போட்டிருந்தார். அடையாள அட்டையைக் கேட்டார். “இது பாதுகாப்பான விடுதி. எந்தக் கவலையும் இல்லாமல் தங்கலாம்” என்று, எந்தக் கேள்வியும் கேட்காமலேயே சிவகாமியிடம் கூறினார். சிவகாமி, தான் போகவேண்டிய கிராமத்தின் பெயரைச் சொல்லி, அங்குப் போக கார் ஏற்பாடு செய்துதரும்படிக் கேட்டாள்.

“தனியாத்தான் போறீங்களா?” என்றார் மேலாளர்.

சிவகாமி ‘ஆமாம்’ எனத் தலையசைத்தாள்.

“கவலைப்படாதீங்க. டீசன்ட்டான டிரைவரை அனுப்புறேன். ஒரு பிரச்னையும் இருக்காது” என்றார்.

சிவகாமி சிரிக்க நினைத்துத் தவிர்த்துவிட்டாள்.

“எட்டு மணிக்கு டிபன் சாப்பிட்டுரலாம். எட்டரைக்கு வண்டி சொல்லிடுறேன். அது வேணுமா, இது வேணுமான்னு கேட்டு யாரும் உங்க ரூம் பக்கம் வர மாட்டாங்க. எதுவும் வேணும்னா இந்த நம்பருக்கு போன் செஞ்சா போதும். கவலைப்படாம ரெஸ்ட் எடுங்க” என்றார்.

லிஃப்ட்டில் நுழையும் முன்பு, ‘லிஃப்ட் நல்லா வேலைசெய்யும் கவலைப்படாதீங்க’ என்று சொல்லிவிடுவாரோ என நினைத்து, அவர் பக்கம் சிவகாமி திரும்பிப் பார்த்தாள். அவர் குனிந்து ஏதோ எழுதிக்கொண்டிருந்தார்.

தன் முகம் அந்த அளவுக்குக் கவலைக்கிடமாக இருக்கிறதா என்று, லிஃப்ட்டில் இருந்த கண்ணாடியில் சிவகாமி ஒருமுறை நன்றாகப் பார்த்தாள். இல்லை என்று நினைக்க இயலவில்லை.

சொன்னபடி எட்டரை மணிக்குக் கார் வந்துவிட்டது.

ஏறி உட்கார்ந்ததும் ஓட்டுநர் பாடலை ஓடவிட்டார். ஓட்டுநருக்கு நாற்பது வயது இருக்கும். எண்பதுகளில் வந்த காதல் பாடல்களின் தொகுப்பாக இருந்தது அவரது பாடல் ரசனை.

முதல் பாடலே சிவகாமி மிகவும் விரும்பும் ஒரு பாட்டு. தன்னையும் அறியாமல் சிவகாமி மெள்ள முணுமுணுக்கத் தொடங்கி நிறுத்திக்கொண்டாள்.

சட்டென, “பாட்டெல்லாம் வேண்டாங்க” என்றாள்.

“வேறதானும் புதுப் பாட்டு போடட்டுமா?”

“வேண்டாம்” என்றாள் உறுதியாக.

ஓட்டுநர் முன்பக்கக் கண்ணாடி வழியே சிவகாமியின் முகத்தைப் படிக்க முயன்றார்.

சிவகாமி கண்களை மூடிக்கொண்டாள். ஊர் வந்துவிட்டது.

சென்னையின் புறநகர்ப் பகுதி ஒன்றினுள் நுழைந்ததுபோல இருந்தது. சிவகாமி, தான் படித்த பள்ளியின் பெயரைச் சொல்லி விசாரிக்குமாறு ஓட்டுநரிடம் சொன்னாள். அவர் இறங்கிப்போய் விசாரித்துவிட்டு வந்தார்.

கார் செல்லும்போதே ஒவ்வோர் இடமாகச் சிவகாமிக்கு நினைவு வந்தது. இதற்குப் பிறகு வலதுபக்கம் திரும்ப வேண்டும் என நினைத்தாள். காரும் அதேபோல் திரும்பியது.

பள்ளிக்கூட வாசல் வந்தது. வண்ணங்களை இழந்து நின்றது இன்னும் பழசாய்ப்போன அவளின் பள்ளிக்கூடம்.

சிவகாமி படிக்கும்போதே தலைமை ஆசியருக்கு எனத் தனி அறை கிடையாது. கால மாற்றத்தால் இப்போது ஓர் ஓலைக்குடிசையின் வாசலில் ‘தலைமை ஆசிரியர்’ என்று ஒரு கரும்பலகையில் எழுதிவைத்திருந்தார்கள்.

இப்போது அந்தப் பள்ளிக்குப் பெண் ஒருவர், தலைமை ஆசிரியையாக இருந்தார். தான் அந்தப் பள்ளியின் பழைய மாணவி என்று சிவகாமி சொல்ல, அவர் மகிழ்ந்து பேசினார். அவள் படித்த வகுப்பறைகளைக் காட்டுவதற்காகத் தலைமை ஆசிரியை எழுந்தார். ‘வேண்டாம்’ என அவசரமாக மறுத்துவிட்டு, மாறன் வாத்தியார் பற்றி விசாரித்தாள் சிவகாமி.

தலைமை ஆசிரியை சொன்ன தகவல்கள் சிவகாமிக்குத் திருப்தியாக இருந்தன.

மாறன் வாத்தியாரின் வீட்டைக் காண்பிக்கச் சொல்லி, ஒரு மாணவனைச் சிவகாமியுடன் அனுப்பினார். அந்த மாணவன் காரில் ஏறும் முன் மற்ற மாணவர்கள் தான் செல்வதைக் கவனிக்கிறார்களா என்பதைப் பார்த்துவிட்டே ஏறினான்.

இரண்டு தெரு தள்ளி கிழக்குத் தெருவில் மாறன் வாத்தியார் வீடு இருந்தது. உடன் வந்த மாணவன் இறங்கி வீட்டைக் காட்டிவிட்டு, “தேங்க்ஸ்க்கா” என்றான்.

“நான்தான்டா உனக்குத் தேங்க்ஸ் சொல்லணும்” என்றாள் சிவகாமி. பையன் வெட்கப்பட்டுச் சிரித்தபடிப் பள்ளியை நோக்கி ஓடினான்.

வாத்தியாரின் வீட்டு வாசலில், அவர் பெயரையும் செய்த தொழிலையும் சொல்லும் பலகை ஒன்று காணப்பட்டது. முகப்புக் கூரையில் ‘அன்னை பவனம் 1980’ எனக் கிளிப்பச்சை நிறத்தில்

எழுதப்பட்டிருந்தது. செருப்பை எங்கே கழற்றுவது எனச் சிவகாமி யோசிக்கும் நேரத்துக்குள்ளாகவே ஒரு பெண்மணி உள்ளே இருந்து எட்டிப்பார்த்தாள். அவரின் மனைவியாக இருக்கும்.

“மாறன் சார்..?”

“இருக்காங்க. உள்ள வாங்க. நீங்க யாருன்னு பிடிபடலையே?” என்று கேட்கும்போதே சிவகாமியை எடை போட்டாள்.

சிவகாமி உள்நுழையும்போதே சொன்னாள், “நான் சார்கிட்ட படிச்சேன்.”

“ஓ! அப்படிச் சொல்லு. இங்கே இரு” என்று தங்க நிறத்தில் பூப்போட்ட சிவப்பு நிற குஷன் நாற்காலி ஒன்றைத் தன் பக்கமாக இழுத்துப் போட்டாள். மற்றொரு பிளாஸ்டிக் நாற்காலி ஒன்றைச் சிவகாமியின் பக்கம் தள்ளிவைத்தாள்.

உள்ளே இருந்து மாறன் வாத்தியார் வந்தார். நினைத்தது சரிதான் ஐந்து அடிதான் இருந்தார். தோளில் குற்றாலத்துண்டு தொங்கியது. அதை எடுத்துச் சிவப்பு நிற குஷன் நாற்காலியின் முதுகில் போட்டார். உட்கார்ந்ததும் சிவகாமியை அவர் பார்த்த பார்வையில் யோசனையும் கூர்மையும் தெரிந்தன.

“வணக்கம் சார். நான் உங்கக்கிட்ட படிச்சேன். என் பேர் சிவகாமி.”

வாத்தியார் சிவகாமியின் தேர்ந்த தோற்றத்தை அளந்தபடி இருந்தார்.

கத்தரிக்கப்பட்டுத் தோளில் தொங்கிய முடி, திருத்தப்பட்ட புருவம், மெல்லிய ஒப்பனை, சென்ட் வாசம், வெள்ளை நிறச் சுடிதார் உடையில் நகரச் சாயலோடு இருந்தாள் சிவகாமி. நடுநடுவே கொஞ்சம் பெருமையோடு தன் மனைவியையும் பார்த்துக்கொண்டார்.

“நீங்களும் உட்காருங்களேன்” என்றாள் சிவகாமி, வாத்தியாரின் மனைவியைப் பார்த்து.

“இருக்கட்டும்” - இழுத்தபடி அவள் தயக்கமாக அவரைப் பார்த்தாள்.

“எனக்கு அடுத்த மாசம் கல்யாணம். பத்திரிகை கொடுக்கணும்” என்றதும் வாத்தியாரும் அவரது மனைவியும் ஆச்சர்யப்பட்டனர்.

“சந்தோஷம்... சந்தோஷம். என்னம்மா இதுக்கு இவ்வளவு தூரம் வரணுமா?” என்றார் பத்திரிகையைப் பிரித்துப் படித்தபடி. அவர் முகத்தில் அளவில்லா பெருமை பரந்து விரிந்தது.

“உங்களுக்குக் கொடுத்தே ஆகவேண்டிய கடமை இருக்கு சார்” என்றாள் அவள்.

உள்ளே இருந்து ‘ஆச்சி’ என்று குரல் கேட்டது.

“இங்கே வாம்மா” என்று அங்குப் பார்த்துக் குரல்கொடுத்துவிட்டு, “என் பேத்தி... மூணு வயசாகுது. பக்கத்துத் தெருவுலதான் என் மகன் வீடு. ஆனா, இங்கேதான் எப்பவும் இருப்பா” என்றார் வாத்தியாரின் மனைவி. சொல்லும்போது அவரின் முகத்தில் அப்படி ஓர் ஆனந்தப் பெருமை.

சிவகாமி அப்பாவின் பெயர், வீடு இருந்த இடம், படித்த வருடம் எல்லாவற்றையும் வாத்தியார் விசாரித்தார். சிவகாமி நிதானமாக இந்தக் கேள்விகளுக்குப் பதில் சொன்னாள்.

அவர் யோசனையோடு தரையையே கொஞ்ச நேரம் பார்த்துக்கொண்டிருந்தார். அவர் பார்த்த இடத்தில் சங்கு ஒன்று பதிக்கப்பட்டிருந்தது கீறலாகத் தெரிந்தது.

“ஒனக்கு, வயசு ஒரு இருபத்தஞ்சு இருக்குமா?” என்று கேட்டாள் வாத்தியாரின் மனைவி.

“முப்பது ஆயிருச்சு.”

“இவ்வளவு நாள் கல்யாணம்

பண்ணிக்காம இருந்திருக்கியே? பார்க்க லட்சணமா இருக்க. எங்க மகளுக்கு இருபது வயசுலேயே கல்யாணத்தை முடிச்சுட்டோம்" என்றாள்.

"கல்யாணம்னாலே பயமா இருந்தது அதான்." என்றாள் சிவகாமி.

"அது என்ன அப்படி?"

"நீ போய், குடிக்க கலர் எடுத்துட்டு வா" என்றார் வாத்தியார் வேகமாக.

சுவாரஸ்யப் பேச்சை அறுபடவிட மனமில்லாமல், உள்ளே போகாமலும், நிற்க முடியாமலும் சில நொடிகள் தவித்துப்போனாள் அவரின் மனைவி.

"எனக்கு எதுவும் வேண்டாம். நீங்க இங்கேயே இருங்க" என்றாள் சிவகாமி. 'அதான் சரி' என்பதுபோல் நின்றுவிட்டாள் வாத்தியாரின் மனைவி.

"என்னத்துக்குக் கல்யாணம் மேல பயம்?" என்று தொடர்ந்தாள்.

"பயம்னு சொல்ல முடியாது. வெறுப்பு."

"இப்ப சரியாகிருச்சா?" என்றாள் குசும்பான சிரிப்போடு.

"சரியாகிடும்னு நினைக்கிறேன். டாக்டரும் அப்படித்தான் சொன்னாங்க.

அவர்கள் புரியாமல் பார்க்க,

"கல்யாணத்துல ஈடுபாடே இல்லாம இருக்கிறேன்னு எங்க வீட்டுல உள்ளவங்க மனநல டாக்டர் ஒருத்தரைப் பார்க்கக் கூட்டிட்டுப் போனாங்க. அவர்தான் சாரை நேர்ல போய்ப் பார்க்கக் சொன்னார்."

வாத்தியாரின் மனைவி புருவம் உயர்த்தினாள்.

"சார், நல்லா இங்கிலீஷ் எடுப்பார். அதை நான் மறக்கவே இல்லை. அதோடு வேற ஒரு விஷயமும் செய்துட்டார். அதையும் மறக்க முடியலை" - சிவகாமிக்குக் குரல் அடைத்தது.

தரையில் நீட்டியிருந்த தன் காலை இழுத்துக்கொண்டார் வாத்தியார். முதுகு முன் வளைந்தது. லேசாக வாயைத் திறந்தே வைத்திருந்தார் மூச்சுக்காகவேண்டி.

"உங்களுக்கு மறந்திருக்காது. மறந்திருச்சுன்னும் சொல்லிராதீங்க சார். ஒருநாள் சாயங்காலம் எல்லாப் பிள்ளைங்களும் போன பின்னாடி, என்னை மட்டும் இருக்கச் சொன்னீங்க. அன்னிக்கு நீங்க எங்கிட்ட நடந்துக்கிட்டதுத் தப்புன்னு அப்பவே தெரியும். ஆனா, 'யார்கிட்டயும் சொல்லக்கூடாது'ன்னு சொன்னீங்க. இதுவரைக்கும் நான் யார்கிட்டயும் சொல்லலை. டாக்டர்கிட்டதான் முதல்ல சொன்னேன். அவர்தான் உங்களைப் பார்த்துட்டு வரச் சொன்னார்."

அவள் வந்தபோது இருந்ததுபோல் இல்லை. இப்போது வேறு மாதிரி தெரிந்தாள்.

"சார், அன்னிக்கு என்ன நடக்கப்போகுதுன்னு எனக்குத் தெரியாது. ஆனா, ஏற்கெனவே திட்டமிட்டிருந்த உங்களுக்குத் தெரிஞ்சிருக்கும். இல்லையா?

இப்ப உங்களுக்கு என் முகம் நினைவுக்கு வருதா சார்?

நல்லாப் படிச்சிருக்கேன். நல்ல வேலையில இருக்கேன். ஆனாலும் அழிக்க முடியாத காயமா அது பதிஞ்சுபோச்சு. கல்யாணப் பேச்சு வந்தாலே, பயம், வெறுப்பு, எரிச்சல்னு அது அலைக்கழிச்சது எனக்குத்தான் தெரியும்.

"கல்யாணம் செஞ்சுக்கச் சொல்லி எங்க வீட்டுல எல்லாரும் சொல்லிட்டே இருந்தாங்க. 'முடியாது'ன்னு எவ்வளவோ சொல்லிப்பார்த்தேன். அவங்க கேட்கவே இல்லை. ஒருநாள் எனக்கும் எங்க அப்பாவுக்கும் பெரிய சண்டையே வந்தது. சாதாரணச் சண்டை இல்லை.

• ஜா. தீபா

ஆம்பளைங்கிறதால அவரை அடிக்கவே போயிட்டேன். அன்னிக்குப் பஸ்ல போகும்போது, திரும்பத் திரும்ப உங்க முகம் கண் முன்னாடி வந்துட்டே இருந்தது. சட்டுன்னு பஸ்ஸிலிருந்து குதிச்சுட்டேன். நல்ல அடி. நான் யாருன்னு கண்டுபிடிச்சு எங்க வீட்டுக்குத் தகவல் தெரியவரும் போது ரெண்டு நாள் போயிருந்தது. அந்த ரெண்டு நாளும் சுயநினைவே இல்லாம யாரோட துணையும் இல்லாம ஆஸ்பத்திரியில் இருந்திருக்கேன். அதுக்கு அப்புறமும் ஒரு மாசம் ஆஸ்பத்திரியிலதான் இருந்தேன். இதோ இப்ப வரைக்கும் என்னால வேகமா நடக்க முடியாது.

"தூக்கமே வராம கஷ்டப்பட்டு உடம்பு உருக்குலைஞ்சுப்போய், அதுக்கு நீங்க மருந்து மாத்திரை எடுத்த அனுபவம் இருக்கா சார்"?

"இருட்டைப் பார்த்தாலே பயம் வந்து, அப்புறம் வெளிச்சம் இருந்தாத்தான் சுவாசிக்கவே முடியும்கிற நிலைமை வந்தா, மருந்து கொடுத்துச் சரிபண்ணுவாங்க. ஆனா, அந்த மருந்தைச் சாப்பிட்டா உடம்புக்குள்ள என்ன நடக்கும்னு உங்களுக்கு ஏதாவது தெரியுமா?"

"உங்களைப் பற்றி எப்ப நினைச்சாலும் தானாவே கண்ணீர் வரும். அதை அடக்க முடியாம போற அவமானம் எப்படிப்பட்டது தெரியுமா?"

தப்பே செய்யாத நான் இப்ப வரைக்கும் தொடர்ந்து தண்டனையில் இருக்கேனே சார்.

"நீங்க நல்லாயிருக்கீங்களா?" என்று கேட்டுவிட்டு சிவகாமி, வாத்தியாரையே பார்த்தாள். அவர் நாற்காலியின் ஒரு மூலைக்குள் பொதிந்துபோனதுபோல இருந்தார்.

வீட்டின் உள்ளே இருந்து கொலுசுச்சத்தம் மெலிதாகக் கேட்டது.

வாத்தியாரின் மனைவி எப்போது தரையில் உட்கார்ந்தாள் என்பதைச் சிவகாமி யோசித்துப் பார்த்தாள்.

உள்ளேயிருந்து குழந்தை கையில் சிறிய தட்டுடன் வந்து பாட்டியின் மடியில் உட்கார்ந்தது. சிவகாமியையே பார்த்தது. ஒரு கையால் கண்களை மூடிக்கொண்டு விரல்களின் இடைவெளி வழியே சிவகாமியைப் பார்த்து வெட்கத்தோடு புன்னகைத்தது.

"இவங்கதான் உங்க பேத்தியா? பள்ளிக்கூடத்துல சேர்த்தாச்சா?" என்று கேட்டாள் சிவகாமி.

இருவருமே பதில் சொல்லவில்லை!

பிரமிளா பிரதீபன்
(26/03/1984)

பிரமிளா இலங்கையைச் சேர்ந்த தமிழ் எழுத்தாளர் ஆவார். இலங்கையிலும் தமிழகத்திலும் கல்வி கற்றுள்ள இவர், கொழும்பில் ஆங்கில ஆசிரியராகப் பணியாற்றி வருகிறார். 2005ஆம் ஆண்டு 'சலனம்' என்ற இவரின் கவிதை தினமுரசு இதழில் வெளிவந்தது. பின்பு ஞானம் இதழில் இவர் எழுதிய 'பீலிக்கரை' என்ற சிறுகதை வெளியாகி, இவரை இலக்கிய உலகிற்கு அடையாளம் காட்டியது. 2007இல், பீலிக்கரை சிறுகதைத் தொகுப்பும், 2010இல், பாக்குப் பட்டை என்ற சிறுகதை தொகுப்பும், 2012இல், 'விரும்பித் தொலைத்ததொரு காடு' என்ற சிறுகதைத் தொகுப்பும் வெளிவந்துள்ளன. 'பாக்குப் பட்டை' சிறுகதைத் தொகுப்பு சிங்கள மொழியில் மொழிபெயர்க்கப்பட்டு வெளிவந்துள்ளது. இவரது 'கட்டுபொல்' நாவல் மலையகப் பெண்களின் வாழ்விடப் பிரச்சினைகள் பற்றிப் பேசுகின்றன. இது சிறந்த நாவலுக்கான விருதினைப் பெற்றுள்ளது.

105

குளம்பொலி

பிரமிளா பிரதீபன்

பிரார்த்தனைக்கிடையில் வேறேதோவெல்லாம் தோன்றி மறைந்தது. தான் கன்னியஸ்த்திரியாகிய கடந்த பதினொரு வருட காலப்பகுதியில் இதுவரை செய்யத் துணியாத ஒன்றை செய்யப் போகிறோம் என்பது கூட ஒருவித பதட்டத்தை ஏற்படுத்துவதாகவே இருந்தது.

'அருள் நிறைந்த மரியே வாழ்க. கர்த்தர் உம்முடனே. பெண்களுக்குள் ஆசிர்வதிக்கப்பட்டவள் நீயே... பெண்களுக்குள் ஆசிர்வதிக்கப்பட்டவள் நீயே ...... பெண்களுக்குள் ஆசிர்வதிக்கப்பட்டவள் நீயே...'

அடுத்த வரியை மறந்துவிட்டவள் போல, ஆன்யா ஒரே வரியை மீட்டிக் கொண்டிருந்தாள். திடீரென பாதியில் எழுந்து வெளியேறினாள்.

மெல்லிய சாம்பல் வண்ண பூசலுக்குள் உள்நுழைவதாய்ப் பொழுது மாறத் தொடங்கியிருந்தது.

திரும்பும் திசையெங்கிலும் திட்டமிடப்பட்டு, ஒழுங்கமைக்கப்பட்டிருந்த அளவிற்கு மிஞ்சிய தூய்மையும். பெருத்த நிஷப்தமும், புனிதமான அந்த மடத்தை முழுவதுமாய் நிறைத்துக் கொண்டிருந்தன. வேகமாகக் கடந்து சமயலறைப் பக்கத்தை அண்மித்தாள்.

நீண்ட சாப்பாட்டு மேசையைத்

தாண்டும் போது, காயவிடப்பட்ட கன்னியாஸ்த்திரிகள் சிலரின் ஆடைகள் கொடியில் தொங்கின. அவ்வாடைகளின் இடைக்கிடையே உள்ளாடைகளும் பாதி தெரிந்த நிலையில் மறைக்கப்பட்டிருந்தன.

பதட்டத்துடன் நடையைத் தொடர்ந்த ஆன்யா, சிறுநொடி நிதானித்துத் திரும்பிப் பார்த்தாள். இளநீல வண்ணத்திலான மார்பக அங்கியினூடாக காற்றின் மெல்லிய அசைவை அனுமானிக்க முடிந்தது.

தன் வலது கையின் பெருவிரல் தவிர்த்த ஏனைய விரல்கள் நான்கையும் உள்ளங்கைப் பொட்டிற்கிடையே அழுத்திப்பிடித்தவாறே, வேகமாக எட்டி தன்னறைக்குள் நுழைந்தாள். பட்டென கதவைத் தாழிட்டுக் கொண்டாள்.

இரு கைகளாலும் முகத்தை அழுந்தத் துடைத்துப் பார்த்தாள். போதாதென்று தோன்றியது. மேசையிலிருந்த ஈரடிசுவொன்றால் கண்களையும் கன்னங்களையும் மீண்டுமொருமுறை ஒற்றியெடுத்து, அவசரமான முறையில் கைகளுக்குள் சுருட்டிக் கசக்கி அந்தக் கடிதாசியைக் குப்பைத்தொட்டிக்குள் வீசியெறிந்தாள்.

ஏற்கனவே வீசப்பட்டிருந்த இரத்தம் தோய்ந்த பஞ்சுக்குவியலும் ப்ளாஸ்டர்களும் நிறைந்திருக்கும் குப்பைகூடையைப் பார்க்கச் சகிக்காமல், தள்ளி அதனை மேசைக்கடியில் ஒளித்தாள்.

நிமிடநேரத்தையும் தாமதிக்க அவள் விரும்பவில்லை. பாதியளவு தன்னுருவம் காட்டும் கண்ணாடிக்கு முன்னே நின்றுக்கொண்டாள். முகத்தில் வழமைக்கு மாறான கருமையும் சோர்வும் மிகுந்து வழிந்திருப்பதாய்ப்பட்டது. எப்போதுமாய்ச் சிவந்து தென்படும் அழகான அந்த இதழ்களில் ஆங்காங்கே வறட்சியான வெடிப்புகள் தோன்றியிருந்தன.

பரபரவென ஆடையைக் களையத் தொடங்கி இடுப்பளவில் அதனை நிறுத்திப்பிடித்தபடி வெட்டியகற்றப்பட்ட தன் ஒற்றை மார்பைத் தேடினாள். ஒட்டி மூடிய ப்ளாஸ்டரை அகற்றிப் பார்க்குமளவிற்கான தைரியம் நிச்சயமாய் அவளிடத்தில் இருக்கவில்லை.

திடீரென்றேதான் இப்படி ஒரு ஆசையும் கூடத் தோன்றியது. பார்க்க விரும்பாத பாதியளவு உடலை கண்ணாடி பிம்பத்திலிருந்து மறைத்தபடி, அடுத்தபாதியின் வனப்பை தானே இரசிக்க விரும்பினாள்.

ஐவிரல்களுக்குள் மூடினாற்போல் கனத்த மார்பைப் பொத்திப்பிடித்தாள். மெதுவாக மேடேறியிருக்கும் தசைப்பகுதியை வருடிக்கொடுத்தாள். உடற்தசையை மிஞ்சிய பிரிதொரு மென்மை மார்பகத் தசைக்குள் நிரம்பியிருப்பதாயிருந்தது. பிம்பத்தினின்றும் பார்வையை அகற்றி குனிந்தொருமுறை தடவிக்கொண்டாள்.

'பிதாவே நான் என்ன செய்கிறேன். ஏன் என் மனவலிமையைக் குறைத்துக்கொண்டிருக்கிறாய்? எந்த உபயோகமுமேயற்ற ஒரு தசைதுண்டத்திற்காக ஏங்கித்தவிப்பது நான்தானா? எதை நோக்கி சிந்திக்கிக்கிறேன்? நானா என் பிம்பத்தை இரசிக்கத் தவிக்கிறேன். இல்லாமல் போன என் அடையாளத்தைத் தேடிக் கொண்டிருக்கிறேன்?'

இரு கைகளாலும் முகத்தைப் பொத்தி விசும்பியழத் தொடங்கினாள். அதே நிலையில் முழந்தாளிட்டமர்ந்து விசும்பலை நிறுத்தாமல் வேகமாக ஜெபித்தாள்.

'யேசுவே உம்முடைய பரிசுத்த இரத்தத்தால் என்னைக் கழுவும்...

யேசுவே உம்முடைய பரிசுத்த இரத்தத்தால் என்னைக் கழுவும்...

யேசுவே உம்முடைய பரிசுத்த இரத்தத்தால் என்னைக் கழுவும்...'

ஒரேயொரு தடவை கதவு தட்டப்பட்ட சப்தத்தால் வேகமான அந்த ஜபம் நிறுத்தப்பபட்டது. அநேகமாக ரோஜினாவின் செய்திகொண்டுவரும் செய்கையது.

சிஸ்டர் ஆன்யா ஆடைகளைச் சீர்படுத்திக்கொண்டு, கதவைத் திறந்தாள்.

'சிஸ்டர் உங்களுக்கு ஒரு பார்சல் வந்திருக்கு'

அனுமதி கேட்காமலேயே அறைக்குள் நுழைந்து, அச்சிறிய பொதியை மேசைமீது வைத்தபடி, ஆன்யாவைப் பார்த்தாள் ரோஜினா. அப்பார்வையில் தேவைக்கு மிஞ்சிய பரிதாபம் கசிந்திருந்தது. வேறெதையும் கேட்டு விடாமல் உடனடியாகவே அறையிலிருந்தும் வெளியேறினாள்.

'என்னவாயிருக்கும்? யார் அனுப்பியிருப்பார்கள்?'

ஊகிக்கும் மனநிலையா இது. வழமை போல பாதர் பரெட்ரிக்கிடம் இருந்து புத்தகங்கள்...? சிஸ்டர் சாயனாவிடமிருந்து பழங்கள்...? அக்காவிடமிருந்து ஏதேனுமா? பிரித்துப் பார்க்கத் தோன்றாமல் அப்பொதியினை உற்று அவதானித்தவாறு அமர்ந்திருந்தாள்.

கண்களால் துளைத்தப் பொதியினைத் திறக்க முனைந்தாள். பொதியின் மேற்பகுதி அசைந்து கொடுத்தது.

மடிக்கப்பட்ட அதே நேர்த்தியுடன் பொதிக்கடிதாசிகள் ஒவ்வொன்றாகத் தம்மை விடுவிக்கத் தொடங்கிய மறுகணமே அடைபட்ட சுவாசத்தை வெளியேற்றத் தவிக்கும் சில பட்டாம்பூச்சிகள் பெட்டியைத் துளைத்துக்கொண்டு வேகமாக வெளியேறின. எதிர்பாரா அந்த திடீர் வெளியேறலால் விசிறப்பட்ட துளி வர்ணங்கள் அவ்வறையின் வெண்சுவற்றில் ஆங்காங்கே படிந்து கொண்டன.

அதுவொரு அதிசயப் பொதியென்பதில் சந்தேகமில்லைதான். ஆன்யா குனிந்து ஒவ்வொன்றாய் வெளியில் எடுத்தாள்.

மடித்து ஒளித்து வைக்கப்பட்டிருந்த மஞ்சள் நிறப்புடவையொன்று. அதற்கு ஒத்துப்போகுமாப் போல் கற்கள் பதித்த ஒரு சோடி வளையல். சிறிய அட்டிகை. இன்னும் இரு காதணிகள். கூடவே கூர் வடிவ அடியுடைய பாதணிகள்.

கூரடியுடைய பாதணிகள் எழுப்பும் புதுவிதமான நடையோசையில் எப்போதுமாய் ஒரு மயக்கம் இருப்பதுண்டு. குதிரைக் குளம்பின் தாளம் தரும் கம்பீரத்தையொத்த நடையைத் தனக்குரியதாக்கும். எந்தப் பெண்ணுமே, மிகுந்த திமிரையும் மிதப்பான பார்வை விசிறலையும் வலிந்துப் பெற்று, தனக்குத்தானே அதனைப் பொத்தி மறைத்துக்கொள்கிறாள்.

ஆன்யா சிரித்துக் கொண்டாள். இன்னும் துழாவிப்பார்த்தாள்.

ராட்சத மௌனத்தெறிப்புடன் அழகான பெண்பொம்மையொன்று வெளிவந்தது.

நடுங்கும் விரல்களால் அதனைத் தொட்டுப்பார்த்தாள். விவரிக்கவியலா வைராக்கிய ரேகைகளை முகமெங்குமாய் அது படர விட்டிருந்தது. மிக இறுக்கமான உணர்வுடைய பெண்ணாக அது தன்னை வெளிப்படுத்த விரும்புவதாய்த் தோன்றியது.

ஆன்யா அப்பொம்மையின் வனப்பை அதிகரிக்க விரும்பினாள். அதன் உதடுகளை அசைத்திழுத்து சிரிக்கப் பண்ணினாள். கண்களுக்குள் ஊதி உயிர் கொடுக்க எத்தனித்தாள்.

'புற்றுநோய்காரியா நீ? அநியாயத்திற்கு முறைத்துக் கொண்டிருக்கிறாயே'?' கன்னங்களை இலேசாகக் கிள்ளி

வைத்தாள்.

அதுவொன்றும் அத்தனைச் சிரமாக இருக்கவில்லை. அந்தக் குட்டி பெண்பொம்மையை இயல்பான அழகுடன் மாற்றி வைக்க ஆன்யாவால் முடிந்தது. பொம்மையின் மொத்த உருவத்தையும் பார்வைக்குள் ஏற்றி இரசித்தாள்.

இயல்பை மாற்றிக் கொள்ளுதலை யாரால்தான் ஏற்க முடியும்!

எதிர்பாராச் சீற்றத்துடன் யன்னல்வழி நுழைந்த திடீர் காற்று, அப்பொம்மையை அவளுடைய கைகளிலிருந்து தட்டி, கீழே வீழ்த்தியது. மேலும் கோரமாக அறையை ஆட்கொண்டு ஆடவும் தொடங்கியது.

ஆன்யா யன்னல் திரைச்சீலைகளை வெறித்துப் பார்த்தாள். பொம்மையை எடுத்து இறுக்கமாகப் பிடித்துக் கொண்டாள். அதன் பொன்நிற முடியைக் கோதி விட்டாள். பொம்மையின் கைகளை அழுத்திப்பிடித்து 'பயப்படாதே.... பயப்படாதே....' என்றாள்.

காரணமின்றி மனது அச்சப்பட்டது.

சட்டென ஏதோ தோன்றிட யன்னலை அகலத்திறந்து எட்டிப் பார்த்தாள். மொத்த கருமையும் உள்ளே வரும் ஆவேசத்துடன் மிதந்து கொண்டிருந்தது. இயலுமளவிற்காய் எக்கிப்பார்த்து யாருமில்லையென உறுதி செய்துக்கொண்டாள். கைகளை மேலே உயர்த்தி பெரும் விசையுடன் உந்தி, மதிலுக்கு அப்பால் போய் விழும்படிக் கட்டளையிட்டு, அப்பொம்மையைத் தூரமாய் வீசியெறிந்தாள்.

அத்தனை ஆசுவாசம் அவளுக்கு.

இனியெதுவும் இருக்க போவதில்லையென்றுஎண்ணிக்கொண்டே பெட்டியைத் தலைகீழாய்த் திருப்பித் தட்டினாள். பெட்டியின் இடுக்கில் மறைந்திருந்த மின்மினிப் பூச்சொன்று விரைந்தோடி வெளிவந்தது. அது ஒளிர்வித்த மென்பிரகாசத்தைக் கைகளுக்குள் ஏந்திக்கொள்ள வேண்டி, அதன் பின்னாலேயே ஆன்யா ஓடத்தொடங்கினாள்.

மீண்டும் ஒரேயொரு தடவை தட்டப்படும் கதவின் சப்தம்.

கதவு திறந்தேயிருந்ததால். ரோஜினா உள்ளே வந்திருந்தாள்.

'இன்னுமே தெறந்து பாக்கலயா சிஸ்டர்?'

'பாக்கலயா...? இன்னுமா...?'

ஆன்யா மேசையைப் பார்த்தாள். வைத்த அதே இடத்தில் அதே நிலையில் அப்பொதியிருந்தது.

சுற்றிலும் ஒருமுறை அறையையும் ரோஜினாவையும் பார்த்துக்கொண்டாள். சுவற்றில் ஒட்டிக்கொண்ட வர்ணத்துளிகளைத் தேடினாள். மெதுவாகத் தன் நெற்றியில் துளிர்த்திருந்த வியர்வையை உள்ளங்கைக்குள் அப்பிக்கொண்டாள்.

வெளியேற்றப்படா ஏதோ ஒரு இரகசியம் உடைந்து அறையெங்கும் வியாபித்திருப்பதாக மனது நம்பியது.

'பாதர் ப்ரெட்ரிக் வந்திருக்கிறார். உங்களுக்குத் தொந்தரவில்லன்னா சந்திக்கலாம்னு சொல்ல சொன்னார்'

'இதோ ரெண்டு நிமிஷத்துல வாறேன்னு சொல்லு' ஆன்யா பரபரப்புடன் ஆயத்தமானாள்.

தேவையேயில்லாமல் மனது வெறுமையடைந்திருப்பதை மாற்றிட, புன்னகையை வலிந்தேற்றிக் கொண்டவளாய் மெல்ல நடந்து வரவேற்பறையை அடைந்தாள்.

முன்வாசல் வழி பூந்தோட்ட கதிரையொன்றில் பாதர் ப்ரெட்ரிக் அமர்ந்திருந்தார். வராண்டாவின் மஞ்சள்

நிற மின்குமிழின் பிரகாசத்தை ஏந்தி குரோட்டன் செடிகள் தத்தளித்துக் கொண்டிருந்தன.

'குட் ஈவினிங் பாதர்'

பாதர் ப்ரெட்ரிக் முக மலர்ச்சியுடன் ஆன்யாவை நோக்கி 'சுகமா இருக்கியா ஆன்யா?' என்றார்.

அவள் தலையாட்டிக்கொண்டாள். வார்த்தைகள் வர மறுத்தன. தன்னில் ஏற்பட்டிருக்கும் ஏதோவெல்லாமான மாற்றங்களைத் தன் தந்தையைப் போன்றிருக்கும் பாதர் ப்ரெட்ரிக்கிடம் ஒப்பிக்க வேண்டுமென்பதை மட்டுமே ஆன்யா யோசித்தாள்.

'ஆன்யா, வலிமை பெறு. துணிவு கொள். அஞ்சாதே. ஏனெனில் உன் கடவுளாகிய ஆண்டவரே உனக்கு முன் செல்பவர். அவர் உன்னை விட்டு விலக மாட்டார். உன்னைக் கைவிடவும் மாட்டார்.'

பாதர் பிரார்த்தனையைப் போதனையாகச் சொல்லத் தொடங்கியிருந்தார்.

'பாதர்... நான் எங்கேயாவது போகணும் பாதர்'

அவரது பதில்பார்வையின் ஆச்சரியம் ஆன்யாவிற்குப் புரிந்தது.

'நீங்கதான் உதவி செய்யணும் பாதர்.'

'எங்கையாவதுன்னா?'

'எந்த அடையாளமும் இல்லாம.... யாரையுமே தெரியாத... நான் நானா இருக்குற ஒரு இடத்துக்கு'

ஆன்யா...! என்ன பேசுற?'

'என் மனநிலைய புரிஞ்சிக்க உங்களால மட்டுமே இப்போதைக்கு முடியும்னு தோணுது பாதர்'

'ஆண்டவர் தன் வார்த்தைகளை அனுப்பி உன்னைக் குணப்படுத்துவார். நீ பதட்டமாகாமல் அமைதி கொள்'

'ஒரே ஒரு இழப்பு பல விஷயத்த அடையணும்னு நினைக்க வைக்குது பாதர்'

'ஆன்யா'

பாதர் அதட்டலாகச் சத்தமிட்டார்.

'ட்ரை டு அண்டஸ்டேண்ட் மீ பாதர்'

ஆன்யா சிறு குழந்தையாய்த் தேம்பியழுவதைக் கண்டதும் பாதர், கண்கள் மூடி அடுத்த பிரார்த்தனையை ஆரம்பித்திருந்தார்.

'Help me not to fear the future but to boldly trust that you are in control when my emotions plunge me down, and when I am in despair ....'

ஆன்யா தானும் அப்பிரார்த்தனையில் சேர்ந்துக் கொண்டவளாய்த் தொடர்ந்தாள்.

"And times when I can't talk and don't know what to say, help me to "Be still, and know that you are God" Be my comforter, my healer and bring me peace. In Jesus' name, Amen..'

பாதர் ப்ரெட்ரிக் ஆன்யாவின் நெற்றியில் சிலுவை இட்டார். இரண்டு தினங்களுக்குப்பின் வருவதாய்க் கூறி, குழப்பமான மனநிலையுடன் அங்கிருந்து வெளியேறினார்.

தான் எதனை யோசிக்கவிழைகிறோமென ஆன்யாவாலேயே கண்டுபிடிக்க முடியவில்லை. தன்னை மீறிய எண்ணங்களாகவும். பல நாட்கள் தேங்கி மேலெழுந்த ஏதோ ஒரு உந்தலாகவும்....

முதலாம் வாக்குத்தத்தத்தின் போதான அந்த உறுதி எங்கே போனது? அல்லது நித்திய வாக்குறுதியின் பின் இறுகப்பற்றியிருந்த ஆண்டவரின் பாதங்களை நான் தளர விட்டு விட்டேனா? வெறுமனே ஒரு நோய் தந்த மாற்றம்

தான் இதுவென நம்பிட முடியவில்லை. ஏதோவொன்று… அதையும் தாண்டிய வேறேதோவொன்று… புறவுலகை நோக்கிப் பயணிக்க எத்தனிக்கும் அளவிற்கு அத்தனை முதிர்ச்சியற்று போய்விட்டேனா என்ன?

இல்லையெனில் ஏன் இங்கிருந்து வெளியேற விரும்புகிறேன்? எங்கே பயணிக்க திட்டமிடுகிறேன்?

ஆன்யா தலையைப் பிய்த்துக் கொண்டாள். அவளது மூச்சின் சீரான சப்தம் வெளியே கேட்பதாய் இருந்தது. இரவு பிரார்த்தனைக்கான மணியோசையும் ஒலிக்கத் தொடங்கியது.

புதிதாய் எடுக்கும் மாத்திரைகளின் வீரியம், தோற்றத்தைப் புரட்டிப் போட ஆரம்பித்திருந்தது. உலர்ந்த தோலின் வெடிப்பும், செதிலாய் உரியும் வெண்நிறமான கணமற்ற ஏதோ ஒன்றுமாய், அதைப்பற்றி யோசிக்க மாட்டாதவளாய், நாட்களை வேகமாக கடத்த பிரயத்தனித்தாள் ஆன்யா.

முடி உதிர்வின் பங்கு இரட்டிப்பின் அளவைத் தாண்டியிருந்தது. ஞாபக மறதியின் எல்லையும் விஸ்தாரமாகியிருந்தது. முதல்நாள் சம்பவங்களைத் தானும் துல்லியமாக மீட்ட முடியா மயக்க நிலையை அவள் வரவேற்கவே செய்தாள். எப்போதுமாய்ப் படுத்தேயிருக்க விரும்பினாள். விழிப்பு நிலையிலும் கண்கள் மூடி வெறுமனே கிடந்தாள்.

இரத்தம், சலம், மாத்திரைகள், தைலம் என்ற பக்கத்தை மறுத்து, மறுபக்கம் பார்க்கையில் உதிர்ந்த கேசம் நெளிந்து பறப்பதாய் இருக்கும்.

அவ்வப்போதான பிரார்த்தனைகள் மட்டுமே ஆறுதலைத் தந்தன.

பார்வையாளர்களை அனுமதிக்காதிருக்க வேண்டினாள். ரோஜினாவிடம் சொல்லி அறையின் முகம்பார்க்கும் கண்ணாடியை அப்புறப் படுத்தினாள்.

ஆன்யாவிற்குத் தெரியும். எல்லாமே மாறக் கூடியதென்று… நான்கோ எட்டோ எண்ணிக்கை முக்கியமில்லை. சில வாரப்பகுதிக்குள் இழந்ததெல்லாம் மீண்டும் பெறப்படுமென்பது வைத்தியரின் கணிப்பு. வெட்டியகற்றப்பட்ட ஒற்றை மார்பகத்தை தவிர… ஆமாம் மார்பகத்தைத் தவிரதான்.

பார்க்க பிடிக்காத அருவருப்பைக் கண்கள் மூடி தவிர்த்தாள். புதிய உலகொன்றைச் சிருஷ்டிக்கவே ஆன்யா விரும்பினாள்.

கற்பனையில் சில பிராணிகளை வளர்த்தாள். அவற்றின் பாஷைகளைக் கற்றுக்கொண்டாள். மீன்களைக் கடலுக்கடியில் மட்டுமே தேடினாள். பறவைகளைக் காட்டுக்குள்ளும் பாம்புகளைப் புற்றுக்குள்ளுமாய் அதனதன் வாழ்விடத்திலேயே அவை இயல்பு மாறாமல் தம்மை வெளிப்படுத்துவதைக் கண்டு இரகசியமாய்க் களிப்புற்றாள்.

‘பிதாவே’ எனப் பெருங்குரலெடுத்து அவ்வப்போது விளித்தாள். சமயங்களில் மரணத்தை விட கொடுமையான இழப்பு மனநிலையைத் தாங்கமாட்டாமல் பிதற்றுவாள். தனிமையை மட்டுமே விரும்புவதாய்க் காட்டிக்கொண்டாள். தொடர்ச்சியாக ஒளிந்து மறைந்து கிடந்திடும் நாட்களை வெறுத்து பிரார்த்தனைகளை மிகக்கெட்டியாகப் பிடித்தபடித் தன்னைத் திடப்படுத்துவாள்.

இமைகளைத் திறவாமல் நீண்ட நேர இடைவெளியெடுத்துச் சிந்திப்பதில், நிறைந்த ஆசுவாசம் கிடைப்பதாயிருந்தது. இருளும் ஒளியும் மாறிமாறி வந்து போனதையும், இரவுகள் மட்டும் நீண்டு கிடந்து அவஸ்த்திப்பதையும் அவள் யாரிடமும் சொல்லாதிருந்தாள். திடீரென

எப்போதாவது ‘ஆன்யா எங்கே?’ என்று தேடுவாள்.

பிறந்து தொலைத்தலால் மட்டும் என்னவாகிவிடப் போகிறது?

பெண்ணாய்த் தன்னை உணர்தலில் உள்ள திருப்திக்கு ஈடேயில்லையென்பதை நினைக்கும் போதில் மட்டுமே அவளது புலன்களணைத்தும் புத்துணர்வால் நிரம்புவதாய் இருக்கும். அடிவயிற்றில் சில்லுணர்வைப் படரவிட்ட இதமும் சிலிர்ப்பும் தோன்றி மறையும். கண்கள் திறவாமலேயே சிரித்துக் கொள்வாள். தன்னைப் புறத்தோற்றத்தில் பெண்ணென அடையாளப்படுத்தும் மிஞ்சிய மார்பகத்தை வாஞ்சையுடன் பற்றுவாள். பிரக்ஞையற்ற வெற்றுப் பொழுதுகளாய்ப் பிணியின் மீதேறி நடந்த நாட்களை அருவருப்பான கனவென ஒதுக்கியிருந்தாள் ஆன்யா.

கொஞ்சமாக விருந்தினர்களை அனுமதிக்கவும், சிரித்துப் பேசவும், அவ்வப்போது உலாவித் திரியவுமாய்த் தொடங்கியிருந்த ஒரு மாலை பொழுதில், கபில நிற பூனையொன்று தானே தன்னுடலை ஸ்பரிசித்து நெளிப்பதைக் கண்டதும், பிரிக்கப்படாத தனது பரிசுப் பொதி நினைவிற்கு வந்திருந்தது.

பூனைக்கும் அப்பொதிக்குமான தொடர்பு எதுவுமே இல்லையென்று தெரிந்தாலும் ஏன் அப்படி நினைக்கத் தோன்றியதென யோசித்தவாறே அறைக்குள் சென்று அப்பொதியைத் தேடியெடுத்தாள்.

சிஸ்டர் சாயனாவிடமிருந்து வந்திருந்தது.

உள்ளிருக்கும் பொருள் பற்றிய எதுவித எதிர்பார்ப்புமற்றுப் பரபரவென மேற்கடிதாசியைக் கிழித்துப் பிரித்தாள். பொலித்தீனால் உறையிடப்பட்டதாய், வெண்ணிறத்தில் ஒரு மார்பக அங்கி.

‘இதெல்லாம் இனியெதற்கு ...?;’

வெகு சாதாரணமாய்ப் பொலித்தீனை அகற்றி விரித்துப் பார்த்தவள் சிலையாகச் சிறுபொழுது ஸ்தம்பித்தாள். ஒற்றை மார்பகம் செயற்கையாக வைத்து நம்ப முடியாத நேர்த்தியுடன் தைக்கப்பட்டிருந்தது. அடுத்தகணமே தனக்கதனைப் பொறுத்திப் பார்க்கத் தொடங்கினாள்.

கச்சிதமான அளவு.

அதற்கு மேலால் சட்டையைச் சரிசெய்தாள். துளியளவிலும் வித்தியாசமில்லாமல் அத்தனை பொருத்தமாயும், மாசற்ற நிஜத்தன்மையை ஒப்புவிப்பதாயும் இருந்தது. சத்தமில்லாமல் சிரித்தாள். மீண்டும் மீண்டுமாய் தன் பிம்பத்தை பார்த்து உறுதி செய்து பூரித்துப் போனாள். யன்னலை திறந்து காற்றுக்கு உள்ளே வர அனுமதி கொடுத்தாள். அப்படியே வான்வெளி பார்த்து கையசைத்துக் குதூகலித்தாள்.

மிதப்பது போல் தோன்றியது.

இழப்பின் வலியை மீள்நிரப்பும் சிறு துணிக் கையை வேண்டாமென மறுக்குமா மனது? சூழற் பூக்களெல்லாம் ஒரே சமயத்தில் பூத்தாற் போல் நறுமணக் கலவை உள்நுழைந்து வெளியேறியது.

ஒருசில நாட்களுக்கேனும் போதுமே!

உடல் ஊனமுற்ற உணர்ச்சியுடன் மறைந்து குறுகி இனி நடக்க வேண்டாம். எப்போதுமான நிமிர்ந்த நடையினை இயல்பாக்கிக் கொள்ளலாம். கண்கள் பார்த்துத் தயக்கமின்றி பேசலாம்.

ஆன்யா தன்னை சரிபார்த்துக் கொண்டு அறையிலிருந்து வெளியேற ஆயத்தமாகிய அதே நொடி, தன்னறிவின்றி கால்கள் பின்னோக்கிச் சென்றன. மனம் தடுமாறியது. இயல்பிற்கு மாறான நடுக்கம் மேனியெங்குமாய்ப் பரவியது. இராட்சத பறவையொன்றின் மிகக் கொடூரமான ஒலம் அறையைச் சூழ்ந்தொலிப்பதான

• பிரமிளா பிரதீபன்

பதைபதைப்பு உருவாகியது.

மீண்டும் ஒரு பிரமைக்குள்ளான உள்நுழைவா?

'இத்தனைப் பதட்டத்துடன் முடிவெடுப்பவளா நான்?'

மாயத்தினூடாக எட்ட எண்ணிடும் ஒரு பொய் மகிழ்வு எப்படிச் சரியானதாகும்?

கேட்டுக்கொண்டிருந்த இராட்சத ஓலங்களின் எதிரொலியை வெளியேற்றுவதாய் எண்ணிக்கொண்டு யன்னல்களை முழுதுமாய் திறந்து வைத்தாள். கண்களை விரக்தியோடு மூடி சில நொடிகள் நிதானமாக யோசித்தாள்.

அற்புதமான அந்த சில நொடிகள் பல மணித்தியாலங்களை விழுங்கி, பெருத்த நீள்பாம்பாகி அவளை அப்படியே தன்வசப்படுத்த தொடங்கியது.

சில மணித்தியாலங்கள் தேவைக்கேற்ப நீள்வதால் என்னவாகிவிடப் போகிறது?

சமயங்களில் எதுவென்றாலும்...!

ஆன்யாவின் முகம் பிரகாசித்தது. சுற்றிலும் புதிதாய்ச் சில நிறங்கள் உயிர்கொண்டெழுந்திருப்பதை அவள் அவதானித்தாள். பலநாட்களாக அவளை சோர்வடைய செய்திருந்த இலக்கற்ற தவிப்பு, இல்லாமல் போயிருப்பதான உணர்வு உடலெங்கும் பரவுவதை உணர்ந்தாள்.

எந்த அவசரமுமின்றி தொடர்ச்சியாகச் செயற்பட அவளால் முடிந்தது.

ஆடையை அகற்றி, அந்தப் பொய் மார்பகம் தாங்கிய உள்ளங்கியைப் பிய்த்தெடுத்தாள். அதனை அலட்சியமான பார்வையுடன் உள்ளங்கைக்குள் சுருட்டி குப்பைக்குள் எறிந்தாள்.

நிரந்தரமான சிரிப்பொன்றை முகத்தில் தக்க வைத்தபடி ஆடையைச் சரிசெய்துக்கொண்டாள். இப்போது தன் பிம்பத்தைப் பார்க்க வேண்டுமென அவள் நினைக்கவில்லை. ஆனால் தன் புருவமத்தியில் கர்வம் திமிர்த்திருப்பதாய்த் தோன்றிக் கொண்டேயிருந்தது.

சிறு தயக்கமுமின்றி ஒற்றை மார்பகத்துடனான உடலை நிமிர்த்தி நடந்து அறையிலிருந்து வெளியேறினாள்.

குதிரையின் குளம்பொலி அவளுக்குள் மாத்திரமாய் ஒலிக்கத் தொடங்கியிருந்தது.

106

சினேகிதியே...

ஹேமா

ஹேமா

ஹேமா சிங்கப்பூரைச் சேர்ந்த எழுத்தாளர். கடந்த 12 வருடங்களுக்கும் மேலாக எழுதி வரும் இவர், சிறுகதைகள் மற்றும் குறுநாவல்கள் எழுதியுள்ளார். சிங்கப்பூர் மாத இதழான 'சிறாங்கூர் டைம்ஸில் ஜப்பானிய ஆதிக்கத்தின் போது, சிங்கப்பூரில் நடந்த நிகழ்வுகளைக் குறித்து 17 மாதங்கள் கட்டுரை தொடர் ஒன்று எழுதியுள்ளார். இக்கட்டுரைகளின் தொகுப்பு 'வாழைமர நோட்டு' என்ற பெயரில் நூலாக வெளிவந்துள்ளது. இந்த நூலுக்காகச் சிங்கப்பூர் இலக்கியப் பரிசினைப் பெற்றுள்ளார் மேலும் 'தகவு' என்ற பெயரில் தமிழ்நாட்டிலிருந்து வெளிவரும் இலக்கிய மின்னிதழிலும் அயல்நாட்டுப் படைப்புகளுக்கான பரிசினை பெற்றுள்ளது. இதே நூலுக்காக இவருக்கு திருப்பூர் சக்தி விருதும் கிடைத்துள்ளது. இவருடைய சிறுகதைகள் சிங்கப்பூர் மற்றும் அனைத்து உலகப் போட்டிகளில் வெற்றி பெற்றுள்ளன. 'பெயர்ச்சி' என்ற சிறுகதை தங்கமுனைப் பேனா விருதினைப் பெற்றுள்ளது.

சாம்பல் நிறத்தில் கறுப்புக் கரை வைத்த பட்டுப் பாவாடையைக் கட்டிக் கொண்டு சுற்றினால் குடையாய் விரியுமே, அது போல பென்சிலின் சீவல் ஷார்ப்னரிலிருந்து வெளி வந்துக்கொண்டிருந்தது. சிறுமியாய் இருந்த போது இதைச் சாதம் வடித்த கஞ்சியில் ஊறவைத்து, காய வைத்தால் ரப்பர் கிடைக்கும் என்று செய்து பார்த்தது நினைவுக்கு வந்தது. குண்டூசியில் வண்ண மணியைச் செருகி, ரப்பர்த் துண்டைத் திருகாணியாய்ப் பொருத்தி, ஒரு ஜோடி பத்து காசுக்கு விற்ற பத்மா தான் அதைச் சொன்னாள். அப்போது மூன்றாவது படித்துக் கொண்டிருந்ததாய் நினைவு. அந்தக் கம்மலைக் காசு கொடுத்து வாங்கி, பெருமையாய்ப் போட்டுக் கொண்டிருந்தது நினைவிருந்தது சித்ராவுக்கு. அம்மா கூட 'இதென்னடிப் பைத்தியக்காரி மாதிரி' என்றாள்.

பத்மாவிற்கு இருந்த கற்பனைத்திறனுக்கு இன்று வடிவமைப்புத் துறையில் கலக்கிக் கொண்டிருக்க வேண்டும். அவள் இது போல ஏகப்பட்ட முயற்சிகளைச் செய்திருக்கிறாள். ஒருமுறை மாறுவேடப் போட்டியில் இருவரும் வளையல் விற்பவர்களாய் வேடம் போட்டனர். மேடையேறிக் கூட்டத்தைப் பார்த்ததும் இவளுக்குக் கால்கள் 'வெலவெல'வென்று நடுங்க, கைகளை மட்டும் அசைத்தாள். பத்மா தைரியமாய்ப் பாடினாலும்

இவர்களுக்குப் பரிசு எதுவும் கிடைக்கவில்லை. அதுவே இவளுக்கு மேடையேறிய கடைசி அனுபவமாகவும் ஆனது.

பள்ளியில் புத்தகத்தை மறந்தோ, வீட்டுப் பாடம் செய்யாமலோ, மதிப்பெண் குறைவாக எடுத்தோ ஆசிரியாரின் கோபத்திற்கு அடிக்கடி ஆளாகும் ஒருத்தியாகவே இருந்திருக்கிறாள், சித்ரா. ஒருமுறை, யு. கே. ஜி என்று நினைவு, விவேகானந்தன் என்ற மாணவன் பாக்சைத் திறந்து, உள்ளே இருந்த பிஸ்கட் வேண்டுமா என்று கேட்டான். உள்ளேயிருந்த சாக்லேட் வைத்த மஞ்சள் பிஸ்கட்டிற்கு ஆசைப்பட்டு, தலையசைத்தபடி எடுத்துக் கொண்டாள். சிறிது நேரத்தில், டாய்லெட் சென்று திரும்பிய மாதவன் வகுப்பு ஆசிரியையிடம் திருட்டுப் போன தன் பிஸ்கட்டைப் பற்றிப் புகார் கொடுத்தபோது தான், அந்தப் பிஸ்கட் மாதவனுடையது என்று தெரிந்தது. விவேகானந்தன் இவளைக் காட்டிக் கொடுக்க, பிஸ்கட் துணுக்குகள் ஒட்டிய வாயுடன் மாட்டிக் கொண்டாள். காதில் பெரிய வளையம் அணிந்திருந்த அந்த ஆசிரியை இவளின் இரட்டைப் பின்னலில் ஒன்றைப் பிடித்து இழுத்து, அனைவரின் முன்னும் உதாரணமாய் நிற்க வைத்து 'திருடுவது தவறு' என்று உபதேசம் செய்த போது, இவளுக்கு அவமானமாய் இருந்தது.

அப்போதெல்லாம் எவ்வளவு முயன்றும் ஆசிரியரிடம் நல்ல பெயர் எடுக்க முடிந்ததே இல்லை. கனத்த மழையில் இவள் பள்ளித்திடல் முழுக்க நீரால் நிரம்பிவிட்டதாகவும், அதில் ஆசிரியையின் குழந்தை மூழ்கி விடுவதாகவும், இவள் நீரில் குதித்து, நீந்தி அதன் குடுமியைப் பிடித்து இழுத்துக் காப்பாற்றுவதாகவும், ஆசிரியை அவளைக் கட்டி அணைத்து, அவளுக்குப் பட்டுப் பாவாடையெல்லாம் அணிவித்து, சாக்லெட் வாங்கிக் கொடுப்பதாகவும் கற்பனை செய்துகொள்வாள். சந்தோஷமாய் இருக்கும். பத்மா, வகுப்பில் முதல் மாணவி இல்லையென்றாலும், இவளைவிட கெட்டிக்காரி என்று நினைப்பதற்கு, அவள் ஆசிரியரிடம் திட்டு வாங்கியதில்லை என்ற நிலையே போதுமானதாய் இருந்தது. பத்மா இவளைத் தோழியாய் வரித்ததற்கான காரணம் அவளுக்கு இன்று வரைப் புரியவில்லை.

பாப்கட்டிங்கோடு பினோஃபார்ம் போட்ட பத்மா நினைவில் நின்றாள். ஏனோ இவளுக்கு இப்போதே பத்மாவைப் பார்க்க வேண்டும் என்று தோன்றியது. அவளைத் தேடிப் பார்க்க வேண்டும் என்று நினைத்துக் கொண்டாள். அவளுடைய விலாசம் சித்ராவிடம் இல்லை. விலாசத்தை வாங்கி வைக்க வேண்டிய அவசியம் இருந்ததாய் அப்போதைய சித்ராவுக்குத் தோன்றவில்லை.

கூகிளில் தேட முயற்சித்தாள். அது பத்மா சுப்ரமணியத்தைப் பற்றி நிறைய காட்டியது. பெண் ஃபேஸ்புக்கில் தேட உதவி செய்தாள். நிறைய பெயர்கள், புகைப்படங்கள்....... இதில் தோழியை எப்படி சலித்தெடுப்பது!

இவளுக்குக் கணவனை நினைத்துப் பொறாமையாய் இருந்தது. அவனுக்கு நிறைய நண்பர்கள். அவன் பிறந்ததிலிருந்து அதே வீட்டில் இருப்பதால் பள்ளி காலத்து நண்பர்கள் கூட அவனோடு தொடர்பிலிருந்தார்கள். அவளுக்கோ திருமணத்தோடு அனைத்துத் தொடர்புகளும் விட்டுப் போயிருந்தன. அம்மா வீடு போகும்போது தோழிகளைப் பார்க்கச் சென்றால், அவர்கள் திருமணமாகி வேறு இடத்திற்குச் சென்றிருந்தார்கள். ஆண்களின் வாழ்க்கை தெளிந்த நீரோடையாய், அதிகச் சலனமற்றுச் செல்ல, பெண்களுடையது திருமணத்திற்குப் பின் காட்டாறு போல

பாதை திரும்புவதாய் அவளுக்குத் தோன்றியது.

பெண்ணின் உதவியால் சில தோழிகளைக் கண்டுபிடிக்க முடிந்தது. முதுகிற்குப் பின்னாலிருந்து கணவன் எட்டிப் பார்ப்பது போன்ற ஒரு பிரம்மை இருந்தால், தன்னுடன் படித்த ஆண்களை நண்பர்களாக்கிக் கொள்வதில் அவளுக்குத் தயக்கமிருந்தது. ரேகா சந்திரசேகர், ரம்யா வேணுகோபால், ப்ரியா பாலன், புனிதா கேசவன் என்று கணவரின் பெயரோடு கிடைத்த சில முதிர்ந்த தோழிகளைப் பார்க்கும் போது சந்தோஷமாய் இருந்தது. பத்மா மட்டும் கிடைக்கவில்லை. ரம்யா சென்னையிலேயே இருந்தது மகிழ்ச்சியளித்தது. ரம்யாவை அந்த வார இறுதியில் பார்ப்பதாக அவளுடன் பேசி முடிவு செய்து கொண்டாள், சித்ரா. வெள்ளிக்கிழமை இரவு முழுவதும் தூக்கமின்றிப் புரண்டு, காலை சீக்கிரம் எழுந்து, உணவு சமைத்தாள்.

பெண்ணுடன் வண்டியில் பயணித்த போது எதிர்பார்ப்போடு ஆவலும் கலந்திருந்தது. ரம்யா இவளோடு ஆறாவது முதல் ப்ளஸ் டூ வரை படித்தவள். பேச்சுக்குப் பேச்சு நகைச்சுவையாய் வெட்டிப் பேசுவாள். ஒருமுறை இவள் ரம்யாவின் வீட்டிற்குப் போயிருந்த போது, அவளின் அம்மா மிக நன்றாய்க் கவனித்துக் கொண்டார். போதும் போதும் என்று மறுத்தும் தட்டில் சாதம் பரிமாறியது மட்டும் கஷ்டமாய் இருந்தது. அன்று சாப்பிட்டதில் கிட்டதட்ட மூச்சுமுட்டிப் போயிற்று.

ரம்யாவிற்கென்று தனி அறையெல்லாம் இருந்தது. அன்று கார்த்திக்கைப் பற்றியும் கமலஹாசனைப் பற்றியும் நிறைய பேசினார்கள். ரம்யாவின் குரல் ஸ்வர்ணலதாவின் குரலோடு இணைந்து போகக்கூடியதாய் இருந்தது. 'போவோமா ஊர்கோலம்' என்ற பாடலை உருக்கமாய்ப் பாடுவாள். இவள் அவளுக்கு மிக நெருங்கிய தோழியாய் இல்லாவிட்டாலும், நிறைய நாள் கழித்துப் பார்க்கப் போவது மகிழ்ச்சியாய் இருந்தது. அவள் வீட்டின் முன் இறங்கியபோது நடுவில் முப்பது வருடங்களை நழுவ விட்டிருந்தாள் சித்ரா. மகள் பிறகு வருவதாகச் சொல்லிவிட்டுச் சென்றாள்.

வீடு பெரிதாக இருந்தது. வராண்டாவில் கூடை ஊஞ்சல் தொங்கிக் கொண்டிருந்தது. சற்றே முதிர்ந்த தோற்றமும் சில நரைமுடிகளையும் தவிர ரம்யாவிடம் பெரிய மாற்றம் எதுவும் இல்லை. ரம்யா மிகவும் உரிமையோடு கையைப் பிடித்து உள்ளே அழைத்துச் சென்றாள். பிரம்மாண்ட கூடத்தில் உட்கார்ந்தபடி, துபாயில் இருக்கும் கணவனைப் பற்றியும், பன்னிரெண்டு ஆண்டுகள் கழித்துப் பிறந்த மகனைப் பற்றியும் சொன்னாள். மகன் கூப்பிட்டதற்கு எட்டிப் பார்த்து ஹலோ சொல்லிச் சென்றான்.

சித்ராவுக்கு ரம்யாவுடன் பேச நிறைய இருந்தது.

"நம்மோட படிச்ச கவிதா ஞாபகம் இருக்கா உனக்கு?" என்றாள் சித்ரா. "டி. கவிதா தானே! அவளை ஒரு அஞ்சு வருஷத்திற்கு முன்ன டி.நகர்ல பார்த்தேன். அவ விருதுநகர்ல இருக்காளாம். அவளுக்கு அப்போ ஒரு பையன் இருந்தான். 'துரு துரு'ன்னு ஒரு இடத்தில நிக்கல!"

"கிருஷ்ணா கூட அப்படி தான்! ஒரு நிமிஷம் ஓயமாட்டான்... குழந்தையா இருந்தப்ப இவன் பின்னாடி ஓடி ஓடியே இளைச்சுட்டேன்! ஒன்றைப் பிடிச்சாப் பிடிச்சது தான்! நினைச்சத சாதிச்சிடுவான்! ட்ரம்ஸ், கீ போர்ட் இதுக்கெல்லாம் க்ளாஸ் போட்டிருக்கேன்... "

சாலையில் ஆம்புலன்ஸ் ஒன்று கூக்குரலிட்டபடிச் சென்றது. தொலைகாட்சி நாடகத்தில் ஒரு நடிகை எதற்காகவோ மாய்ந்து மாய்ந்து அழுது கொண்டிருந்தாள். கணவன் சாப்பிட்ட

பிறகு சாம்பாரை ஃப்ரிட்ஜில் வைப்பானா என்று சித்ராவுக்குச் சந்தேகமாய் இருந்தது.

"நாமெல்லாம் சங்கீதாவோட கல்யாணத்திற்குப் போனோமே ஞாபகம் இருக்கா? அப்போதான் நாம கடைசியா பார்த்தோம்ல்ல!" என்றாள் சித்ரா.

"ஆமாம்! என்ன செய்யறது? கிருஷ்ணாவைப் பார்க்கவே நேரம் சரியா இருக்கு!"

"காலையில சிக்ஸ் தர்ட்டிக்குப் பூஸ்ட் குடிச்சுட்டு ட்யூஷன் கிளம்பினா, நைட் ஏழரைக்குத் தான் வரான். நடுவில ப்ரேக் ஃபாஸ்ட் கொடுத்து ஸ்கூல்ல விட்டுட்டு... லஞ்ச் ரெடி பண்ணி அங்க கொண்டு கொடுத்து, சாயந்திரம் டிபன் போர்ன்விட்டா கொடுத்து மறுபடி மேத்ஸ் ட்யூஷன்ல விட்டு... ஒரு நாள் சாப்பிட்ட சாப்பாட்டை, இவன் அடுத்த ஒரு வாரத்துக்குச் சாப்பிட மாட்டான். அதுக்கேத்தா மாதிரி மெனு வேற ரெடி பண்ணனும்!"

சித்ராவுக்குக் கொட்டாவி வந்தது. மதிய உணவின் போதும் கிருஷ்ண புராணம் தொடர்ந்தது. அதன் பின் அவன் புகைப்படங்களும், வீடியோக்களும். பார்த்து முடித்தபோது பெண் வந்தாள்.

வண்டியில் செல்லும் போது

"அம்மா! டிட் யூ எஞ்சாய் யுவர் செல்ஃப்?" என்று கேட்டாள்.

"ம்..." என்றாள் ஹீனமாய். எதிலோ ஏமாந்தது போல் தோன்றியபடியே இருந்தது இவளுக்கு. "கவலைப்படாதே அம்மா! பத்மா ஆண்டியைக் கூட சீக்கிரம் கண்டுபிடித்து விடலாம்!"

"சீக்கிரம் போடி! அப்பா வீட்ல தனியா இருப்பார்!" "அவர் என்னிக்கும்மா தனியா இருந்திருக்கார்? இன்னேரத்திற்குச் சுந்தரம் அங்கிள் வீட்டிற்கோ, பூபதி அங்கிள் வீட்டிற்கோ போயிருப்பார்!"

சொன்னது போல கணவன் வீட்டில் இல்லை! இவளுக்கு மொத்த ஆண்வர்கத்தின் மீதும் பொறாமை ஏற்பட்டது.

பாத்திரம் தேய்த்துக் கொண்டிருந்த போது "வாம்மா! பத்மா ஆண்டியைத் தேடலாம்" என்றாள் பெண்.

பத்மா கிடைத்தாலும் பதினோரு வயதில் தொலைந்த பத்மா கிடைக்க மாட்டாள் என்று தோன்றியது இவளுக்கு.

"இல்லடி! நான் ராத்திரிக்குச் சமைக்கணும்! நிறைய வேலை இருக்கு! அப்புறமா பார்க்கலாம்!" என்றாள் சித்ரா.

107
அப்பா மகள்

பிரியா தம்பி

பிரியா தம்பி
(1984)

பிரியா தம்பி எழுத்தாளர், கவிஞர், பத்திரிக்கையாளர், திரைக்கதை ஆசிரியர், வசனகர்த்தா என்ற பன்முக பரிமாணங்களைக் கொண்டவர். இவர் குமரி மாவட்டம் திருவட்டாரைச் சேர்ந்தவர். தற்போது சென்னையில் வசித்து வருகிறார். தகவல் தொடர்பியல் படித்துள்ள இவர், தமிழ் மற்றும் மலையாள பத்திரிகைகளிலும், தொலைக்காட்சிகளிலும் பணியாற்றியுள்ளார். இவரது, 'பேசாத பேச்செல்லாம்' என்ற கவிதை நூல் மிகவும் புகழ்பெற்றதாகும். இவர் தன் முகநூல் பதிவுகளை எல்லாம் ஒன்றிணைத்து 'மின்னும் அம்மாவும்' என்ற நூலினை வெளியிட்டுள்ளார். அதில் பிறர் எழுதத் தயங்கும் பல விடயங்களை தைரியமாக எழுதியுள்ளார்.

ஏதோ ஒரு நடுக்காட்டில் ரயில் சிக்னலுக்காகக் காத்திருந்தது. பயணங்களில் தூங்கும் பழக்கம் தேவாவுக்கு இல்லை. ஜன்னல் கண்ணாடி வழியே, வெளியே தெரியும் வெளிச்சப் புள்ளிகளைப் பார்த்துக்கொண்டு இருந்தாள். எதிர் இருக்கையில் அம்மாவின் அருகே படுத்து இருந்த குழந்தை ஒன்று, ஏ.சி-யின் குளிர் தாங்காமல் நெளிந்துகொண்டு இருந்தது. அப்பர் பெர்த்தில் இருந்து அதைப் பார்த்த அப்பா, எழுந்து வந்து குழந்தைக்குப் போர்வை போர்த்தினார். மனைவியின் அருகில் அமர்ந்து பாதி வெளிச்சத்தில் மனைவியையும் குழந்தையையும் பார்த்துக்கொண்டு இருந்தார்.

அந்த அப்பாவைத் தேவாவுக்கு மிகவும் பிடித்துப்போனது. ரயில் ஏறியதில் இருந்தே அவரைக் கவனித்துக்கொண்டு இருக்கிறாள் மிகவும் அன்பான, அக்கறையான மனிதராக இருந்தார். இரவு குழந்தைக்கு உணவு ஊட்டும்போது, இடையிடையே மனைவிக்கும் ஊட்டிக்கொண்டு இருந்தார். அந்தப் பெண் சுற்றி இருப்போரைக் கூச்சத்துடன் பார்த்தது. அவரின் அன்பு அதை எல்லாம் கண்டுகொண்டதாகவே தெரியவில்லை. குழந்தையைக் கழிவறைக்கு அழைத்துச் சென்றது, படுக்கையை விரித்தது, கதை சொல்லித் தூங்கவைத்தது என எல்லாம் அவர்தான். இடையிடையே சக பயணிகளிடம் சுவாரஸ்யமாகப்

பேசிக்கொண்டும் இருந்தார்.

ரயிலில் எல்லோரும் சாப்பிட்டுக்கொண்டு இருக்க, தேவா ஒரு புத்தகத்தைப் படித்துக்கொண்டு இருந்தாள். “என்னம்மா, நீ சாப்பிடாம இருக்கே, வந்து சாப்பிடு.”

“இல்லைங்க, இருக்கட்டும். என்கிட்ட பழம், பிஸ்கட் இருக்கு.'

“பழமும் பிஸ்கட்டும் ஒரு சாப்பாடா, இட்லி சாப்பிடு' என்றார். முன்பின் தெரியாத யாரோ ஒருவர், ஒருநாள் பயணத்தில் காட்டும் அன்பும் அக்கறையும் தேவாவை நெகிழ வைத்தது.

சாப்பிட்டுக்கொண்டு இருக்கும்போதே, “யார் குடுத்தாலும் வாங்கிச் சாப்பிடறதா, மயக்க மருந்து எதாவது கலந்திருந்தா என்ன செய்வ?' என்று கிண்டலடித்தார். “குழந்தைகளை நேசிக்கிற ஒரு அப்பா, அதெல்லாம் செய்வார்னு நான் நம்பலை” என்று தேவா பதில் சொன்னபோது, அந்தப் பெண்ணின் முகம் ஒரு நொடி பிரகாசித்து அடங்கியது. அவள் தேவாவை ஸ்நேகத்தோடு பார்த்தாள். படுத்திருந்த மனைவியின் அருகில் அமர்ந்து அவர் குழந்தைக்குக் கதை சொன்னபோது, அவரின் மனைவியும் ‘உம்' சொல்லிக்கொண்டு இருந்தாள். தேவாவும் மனசுக்குள் ‘உம்' சொல்லிக்கொண்டாள்.

“என்னம்மா மணி ரெண்டாகுது, நீ இன்னமும் தூங்கலையா?”

“இல்லங்க, தூக்கம் வரலை.”

“உனக்கும் வேணும்னா ஒரு கதை சொல்லவா?” - அவர் இயல்பாகத்தான் கேட்டார்.

“ஒரு கதையில் எல்லாம் தூங்க மாட்டேன் நான், பரவாயில்லையா?” அவர் சிரித்தபடியே எதிரே அமர்ந்தார். அதிகாலை நான்கு மணி வரை பேசிக்கொண்டு இருந்தார். அவருக்கு அந்தப் பெண்ணோடு மூன்று மாதங்களுக்கு முன்புதான் திருமணம் ஆகியிருந்தது என்பதும், அந்தக் குழந்தை அந்தப் பெண்ணின் முதல் கணவனின் குழந்தை என்பதும் தேவாவுக்கு ஆச்சர்யமாக இருந்தது.

அப்பா என்கிற ஒரு வார்த்தைக்கு ஒரே அர்த்தம் இருக்க முடியாது. உலகில் ஒவ்வோர் அப்பாவும் ஒவ்வொரு ரகம். தேவாவைப் பொறுத்தவரை அப்பா என்றால் கம்பீரம். அவளது அப்பா அப்படி இல்லாததுகூடக் காரணமாக இருக்கலாம். அப்பாவின் தோள் சாய்ந்து ஆறுதல் தேடுபவர்கள் உண்மையில் பாக்கியம் செய்தவர்கள்.

சிறு வயதில், அப்பாவைவிட வேகமாக நடப்பதும், அவரைவிட உயரமாக வளர்வதும்தான் அவளது லட்சியமாக இருந்தது. வளர வளர, அவளது அப்பா பற்றிய எண்ணங்களும் கற்பனைகளும் வேறாக இருந்தன. அவளது எண்ணங்கள் வளர்ந்த அளவுக்கு அப்பா வளரவில்லை. அவர் அப்படியே இருந்தார். ஆறாவது படிக்கும்போது, அப்பாவைவிட வேகமாக அவளால் நடக்க முடிந்தது. இன்னும் சில வருடங்களில் அவர் உயரத்தையும் கடந்துவிட முடியும் என உணர்ந்தபோது, அப்பா அவளை வெகுவாக ஏமாற்றி இருந்தார்.

குட்டிச்சாத்தானும் பனைமரத்தில் சுண்ணாம்பு கேட்ட இசக்கியின் கதையும் தேவாவுக்கு நிறைய முறை சொன்ன அப்பா, சிறு வயதில் அந்தக் கதைகள் அவளைத் திகிலடையவைத்தது உண்டு. தலை இல்லாத குட்டிச்சாத்தான் வீட்டின் பின்புறம் வழியாக ஒருநாள் வரும் என்று பால்யத்தில் அவள் உறுதியாக நம்பியவள். அப்படி வர வாய்ப்பு இல்லை என்று தெரிந்த ஒரு நாளில், அப்பாவின் கதைகள் மீதும் ஈர்ப்பு இல்லாமல் போனது. ஆனால், அப்பா அப்போதும் குட்டிச் சாத்தானை நம்பிக்கொண்டு இருந்தார்.

தேவாவின் விருப்பங்களும் அப்பாவின்

விருப்பங்களும் முரண்பட ஆரம்பித்தன. அவருக்கு வீடே உலகம். வீட்டைத் தாண்டிய உலகத்தை தேவா பார்க்க விரும்பியபோது, அவர் அனுமதிக்க மறுத்தார். பள்ளி தாண்டிக் கல்லூரிக்குச் சென்றபோது, அவர் இன்னமும் கடுமையானார். வீட்டில் இருந்து கல்லூரிக்கு இரண்டரை மணி நேரப் பயணம். விடுதியில் சேர்க்கப் பயந்து, தினமும் வீட்டுக்கும் கல்லூரிக்குமாக ஐந்து மணி நேரம் அலையவைத்தபோது, தேவாவுக்கு அப்பாவைப் பிடிக்காமல்போனது.

நாலு மணிக்கு கல்லூரியில் இருந்து கிளம்பினால், ஏழு மணிக்கு வீட்டில் இருக்க வேண்டும். ஐந்து நிமிடங்கள் தாமதமானால், பேருந்து நிலையத்தில் குறுக்கும் நெடுக்கும் அலைந்துகொண்டு இருப்பார். டயர் பழுதாகி பேருந்து நடுவழியில் நின்றபோது, நெடு நேரமாகப் பேருந்து வராத ஒரு நாளில், மழையால் பேருந்து தாமதமானபோது என, தான் சம்பந்தப்படாத எல்லாத் தாமதங்களுக்கும் அப்பா கோபம்கொண்டபோது, அந்த அப்பாவைவிட்டுத் தொலைந்து போனால் போதும் என்று இருந்தது தேவாவுக்கு.

தூங்கும் நேரம் தவிர, எல்லா நேரத்திலும் வாழ்க்கை பற்றிய பயம் அப்பாவை ஆக்கிரமித்து இருந்தது. வாழ்க்கையை அதன் போக்கில் எதிர்கொள்ளும் துணிவு அவரிடம் இல்லை. தன் எல்லா பயங்களையும் குழந்தைகள் மேல் திணித்த அப்பா. தேவாவுக்கு நினைவு தெரிந்து, அவள் வீடு மகிழ்ச்சியாக இருந்ததே இல்லை. தான் வேலை செய்யும் இடத்தில் ஒரு பிரச்சனை என்றால், அதை அங்கேயே சமாளிக்க அப்பாவுக்குத் தெரியாது. வீட்டில் மணிக்கணக்காக அந்தப் பிரச்சனை குறித்துப் பேச்சு நடக்கும். அந்தப் பேச்சும் ஒருநாளும் தீர்வை நோக்கிச் சென்றது இல்லை. பிரச்சனையைச் சுற்றியே, எதிர்மாறாகப் பேசிக்கொண்டு இருப்பார். இறுதியில், சாப்பிடாமல் மொட்டை மாடியில் போய் அமர்ந்திருப்பார். தேவா போய் அவரைச் சாப்பிட வரச் சொல்லிக் கெஞ்சுவாள். அவரது பதில் அவளை மூர்க்கத்தனமாகத் தாக்கும். இழவு நடந்த வீடுபோல் அனைவரும் சாப்பிடாமல் தூங்குவார்கள். தேவா, தன் சிறு வயதை நினைத்தால், பெரும் பாலும் இதுபோன்ற எண்ணங்களே கசப்பாக மூளை முழுவதும் நிறைந்து இருக்கின்றன.

இதுபோன்ற சூழ்நிலையில் ஆறுதலாக, தேவாவுக்கு ஒரு நண்பன் கிடைத்தான். திருநெல்வேலி பொறியியல் கல்லூரி மாணவன். இருவரும் பேருந்து நிலையத்தில் சந்திப்பார்கள். ஒரு மணி நேரத்தில் அவன் இறங்க வேண்டிய இடம் வரும். அவன் இறங்கிய பிறகும், அவளது பயணம் ஒரு மணி நேரம் தொடரும். வீட்டுக்கும் கல்லூரிக்கும் பயணத்திலேயே நேரம் சென்றுகொண்டு இருந்ததில், நூலகத்தில் இருந்து அவன்தான் புத்தகங்கள் எடுத்துத் தருவான். அவன்தான் வண்ணதாசனை அவளுக்கு அறிமுகப்படுத்தினான்.

அப்பாவின் மேல் இருந்த கோபம், வண்ணதாசனின் மீது அதிக ஈர்ப்பை ஏற்படுத்தியது. வண்ணதாசன் தனக்கு அப்பாவாக இல்லாமல் போனதைத் தேவாவால் தாங்கிக்கொள்ளவே முடியவில்லை. மழை பெய்யும் ஒரு நாளில், ஆற்றங்கரையில் குடை இல்லாமல் வண்ணதாசனோடு நடந்து போக வேண்டும், குளக்கரையில் துள்ளும் தவளையைக் காண்பித்து, அவர் அவளுக்குக் கதை சொல்வார். இந்த நினைப்பே தேவாவுக்குக் கண்ணீரை வரவழைத்தது.

அந்த நண்பனை வீட்டுக்கு அழைத்திருந்தாள். இதுவரை அவளது நண்பர்கள் என்று யாரும் வீட்டுக்கு வந்தது கிடையாது. அவளுக்கு நண்பர்கள் இருப்பார்கள் என்றும் வீட்டில் யாருக்கும்

தெரியாது. பேருந்து நிலையத்தில் இருந்து வீட்டுக்குப் பதினைந்து நிமிட நடை தூரம்தான். ஒருநாள் வரும் வழியில், “என்னம்மா, இப்பதான் காலேஜ்ல இருந்து வர்றியா?” எனக் கேட்ட பக்கத்து வீட்டு அண்ணாவுக்கு, “ஆமாண்ணா” என்று பதில் சொல்லிவிட்டு நிமிர்ந்தபோது, அப்பா பின்னால் நின்றிருந்தார். அந்த ஒற்றை வார்த்தை பதிலுக்கு வீட்டில் ஒரு மணி நேரம் அழுது அவள் தன்னை நிரூபிக்க வேண்டியதாக இருந்தது. பேருந்தில் இருந்து இறங்கியதுமே, தெரிந்த ஆண்கள் யாரும் எதிரில் வந்துவிடக் கூடாதே என்று ஒவ்வொரு நாளும் தேவாவுக்குப் படபடப்பாக இருக்கும்.

‘நான் உங்க வீட்டுக்கு வரலாமா?’ என்று நண்பன் கேட்டதும், மறுக்க முடியவில்லை. ஒரு ஞாயிற்றுக் கிழமை அவனை வீட்டுக்கு வரச் சொன்னாள். முந்தின நாள் இரவு தேவாவுக்குத் தூக்கமே வரவில்லை. அவன் காலை பத்து மணிக்கு வருவதாகச் சொல்லியிருந்தான். அவன் வரப்போவதை வீட்டில் சொல்லும் தைரியம்கூட இல்லை. முதல்முறையாக ஒரு நண்பன் வருவதால் அவனை வீட்டில் எப்படி எதிர்கொள்ளப் போகிறார்களோ எனப் பயம். அவனது உறவினர்கள் யாராவது இறந்துபோய், அவன் வராமல் இருந்தால், எவ்வளவு நன்றாக இருக்கும் என்றெல்லாம் தேவாவுக்குத் தோன்றியது.

அவளது துரதிருஷ்டம் சரியாகப் பத்தே கால் மணிக்கு அவன் வீட்டின் முன் வந்து நின்றான். “உள்ள வா...” அவளது வரவேற்பு அவளுக்கே கேட்கவில்லை. பயத்தில் உடலில் சகலமும் நடுங்கியது.

“அம்மா, இது என் ஃப்ரெண்ட், திருநெல்வேலி இன்ஜினீயரிங் காலேஜ்ல படிக்கிறான். வள்ளியூர்லதான் வீடு.”

“ம். வாப்பா...” இவ்வளவு கடுமையான ஒரு வரவேற்பை அவன் வாழ்க்கையில் அதற்குப் பின்னும் கேட்கக் கூடாது. “எங்க தேவா, உன்னோட அக்காவும் தங்கச்சியும்?”

அவர்கள் அவன் குரலைக் கேட்டவுடனே அறைக்குள் ஒளிந்துகொண்டார்கள். எத்தனை அழைத்தும் வெளியே வரவே இல்லை. தேவாவுக்கு அவமானமாக இருந்தது.” அவங்க உன்னைப் பார்க்கக் கூச்சப்படுறாங்க” எனச் சொல்லும்போதே அவளுக்கு அழுகை வரும்போல் இருந்தது. “பரவாயில்ல, நான் அவங்களை உள்ளே வந்து பார்க்கிறேன்”– அவன் எழுந்ததும், அம்மா சமையலறைக்குள் இருந்து தேவாவைக் கடுமையாக முறைத்தாள்.

“ஐயோ, வேணாம். அவங்க ரொம்பக் கூச்சம். நீ போறதுக்குள்ள அவங்க வெளியே வருவாங்க.” அவனுக்கு வீட்டில் அசாதாரண சூழ்நிலை எதையோ புரியவைத்திருக்கும். அமைதியாக அமர்ந்தான். அவனுக்கான டீயை எடுக்க சமையலறைக்குள் நுழைந்த நேரத்தில், அம்மா நறுக்கென்று தேவாவைக் கிள்ளினாள்.

“என்ன இது புதுப் பழக்கம், அப்பா வந்தா என்ன நடக்கும் தெரியுமா?”

அவள் வலியையும் கண்ணீரையும் மறைத்து டீயை அவன் முன் வைத்து, எதிரில் அமர்ந்தாள். அவனை நேருக்கு நேராகப் பார்க்க அவமானமாக இருந்தது. அவன் ஏதோ சொல்ல வாயெடுத்த நேரம், அப்பா வீட்டுக்குள் நுழைந்தார்.

தேவா அவனை அறிமுகப்படுத்தியதும், அவன் அருகில் அமர்ந்து சகஜமாகப் பேச ஆரம்பித்தார். அவரின் எல்லாக் கேள்விகளும், தேவாவுக்கும் அவனுக்குமான பழக்கத்தை அறிந்துகொள்வதன் பொருட்டே கேட்கப்பட்டது. அவன் கிளம்ப எத்தனித்தபோது, “சாப்பிட்டுட்டுத்தான் போகணும்” என உட்கார வைத்தார்.

அப்பாவே அவன் அருகில் அமர்ந்து பரிமாறினார். மூன்றாவது கவளம் சோறு அவன் வாயில் இருக்கும்போது, “எனக்கு மூணு பெண் குழந்தைங்க. அக்கம்

பக்கத்தில் என் பிள்ளைங்களைப்பத்திக் கேட்டா, தங்கம்னு சொல்வாங்க. இந்தத் தேவா மட்டும்தான் அப்பப்ப எனக்கு நெஞ்சு வலி வர வைக்குறா. இனி, இந்த மாதிரி வீட்டுக்குள்எல்லாம் வராதப்பா. பஸ்ஸில் பார்த்துப் பேசற பழக்கமும் வேண்டாம். வேற ஊர்ல படிச்சாலும், பொம்பளைப் பிள்ளைங்க படிக்கிற காலேஜ்னு சொல்லித்தான் அவளை அங்கே சேர்த்தேன். நீ வேற எங்கியோ ஒரு காலேஜ்ல படிக்கிற. உனக்கு அவகிட்ட பாடம் பத்திக்கூடப் பேச வேண்டியிருக்காது"- அவர் சொல்லிக் கொண்டே போனார்.

தேவாவுக்கு அவள் பொருட்டு, அவள் நண்பன் அவமானப்படுவதைப் பார்க்கச் சகிக்கவில்லை. அடுத்த நான்காவது நிமிடம் அவன் விடைபெற்றுக் கிளம்பினான். அவனை வாசல் வரை வழியனுப்ப முயன்ற தேவாவை அம்மாவின் உறுமல் ஒலி அடக்கியது. அவன் கிளம்பிய சில நிமிடங்களில், அடுத்த தெருவில் வசிக்கும் அம்மாவின் தோழி, கடைக்குச் செல்வதற்காகத் தேவா வீட்டைக் கடந்தவள், ஒரு நிமிடம் நின்று 'தேவாவைத் தேடி ஒரு பையன் வந்தானே, சரியா வீட்டைக் கண்டுபிடிச்சு வந்தானா?' எனக் கேட்டுச் சென்றாள்.

அந்த விநாடியில் அப்பாவுக்கு நெஞ்சு வலி வந்தது. "எனக்கு ஏதோ பண்ணுது..." எனக் கட்டிலில் படுத்தார். "ஐயோ, என் பொண்ணைத் தேடி ஒரு பையன் வந்ததை அவ ஊர் முழுக்கச் சொல்லியிருப்பா, நாளைக்குநான் மூணு பொண்ணுங்களுக்கும் எப்படிக் கல்யாணம் பண்ணிவைப்பேன்" என அரற்றத் துவங்கினார். மொத்தமாக எல்லோரும் பயந்து போய் அழுததில், எதிர் வீட்டில் ஒருவர் வேடிக்கை பார்க்க வெளியே வந்தார். தேவாவை ஓங்கி அறைந்த அம்மா, மொத்தமாக எல்லோரையும் அடக்கினாள். அப்பாவின் நெஞ்சு வலி அடங்க அரை மணி நேரம் ஆனது.

அதன் பின்னான வீட்டின் அறிவுரைகளும், வசவுகளும், ஓங்கி விழுந்த அறையும் அவளை எதுவும் செய்யவில்லை. இருந்த ஒரே நண்பனை இழந்த துக்கம். அடுத்த இரண்டு நாட்கள் கல்லூரிக்குச் செல்ல வீட்டில் அனுமதி கிடைக்கவில்லை. கெஞ்சல்கள், மன்னிப்புக் கோரல் எனப் போராட்டத்துக்குப் பிறகு, மூன்றாவது நாள்தான் தேவா கல்லூரிக்குச் சென்றாள்.

மாலையில், திரும்பும் வழியில் வழக்கம்போல் நண்பன் காத்துக்கொண்டு இருந்தான். இனி, பேசவே மாட்டான் என நினைத்தபோது, சிரித்தபடி அருகில் வந்தான். "உனக்காகத்தான் வாங்கினேன்" என நான்கைந்து புத்தகங்களைக் கொடுத்து வழக்கம்போல் பேசிக்கொண்டே வந்தான். இறங்குவதற்கு முன், "தேவா... உன் வீட்டைவிட்டு எவ்வளவு சீக்கிரம் வெளியேற முடியுமோ, அவ்வளவு சீக்கிரம் வெளியேறிடு" என்று சொல்லிப் போனான். அவன் சொன்னது போலவே, தேவாவின் ஒரே லட்சியமும் அவளது ஊரைவிட்டு வெளியேறுவதாகத்தான் இருந்தது.

முதுகலை படிக்கும்போது, ஒரு நேர்காணலுக்காகச் சென்னை செல்ல வேண்டியிருந்தது. தேவாவோடு அப்பாவும் வந்திருந்தார். ஹோட்டல் ஒன்றின் ஏழாவது மாடியில் எழுத்துத் தேர்வு நடைபெற்றது. அப்பா ஒரு சேரில் அமர்ந்து நிறுவனத்தைச் சேர்ந்தவர்களிடம் அவர் பங்குக்கு நேர்காணல் நடத்திக்கொண்டு இருந்தார். அது புதிதாகத் தொடங்கவுள்ள ஆங்கிலத் தொலைக்காட்சி நிறுவனத்தின் செய்திப் பிரிவுக்கான நேர்காணல். "இங்கே வந்திருக்கிறமத்தபொண்ணுங்களைப்போல நான் என் பொண்ணை வளர்க்கலை, சாயங்காலம் ஆறு மணியானா வேலையில இருந்து வீட்டுக்கு அனுப்பிடணும். எனக்கு இந்த மாதிரி வேலையே பிடிக்கிறதில்லை. இந்த வேலை கிடைக்கலைன்னா, ரொம்ப சந்தோஷப்படுவேன்" இப்படியாக

நீண்டது அப்பாவின் நேர்காணல்.

அதன் பிறகு, அவர்கள் தேவாவைப் பார்த்த பார்வையில் ஏளனம் இருந்தது. ஆனாலும், அந்த வேலை கிடைத்துவிட்டது. இவ்வளவு தூரத்தில், இப்படி அலையுற ஒரு வேலைக்குப் போகணுமா, ஒண்ணும் வேண்டாம் என வீட்டில் எதிர்ப்பு கிளம்பியது. ஆனால், இந்த முறை தேவா கேட்பதாக இல்லை. கிளம்பியே ஆக வேண்டும் என்கிற முடிவில் இருந்தாள்.

அழுகை, கெஞ்சல், பட்டினி என அஹிம்சைப் போராட்டங்கள் எதுவும் பயன் தராத நிலையில், அவள் கடைசியாய்க் கெரசின் கேனைக் கையில் எடுத்தாள். "என்னை வேலைக்கு அனுப்பலைன்னா, நான் செத்துப் போறேன்..." என்கிற மிரட்டல் பலன் தந்தது.

சென்னை விடுதி அறையில் தூங்கிய முதல் நாள் தேவாவுக்கு மிதப்பதுபோல் இருந்தது. சுதந்திரத்தின் அவசியம் அடைபட்டவர்களுக்கே புரியும். தினமும் வீட்டுக்கு போன் பேசும்போது, அவர்கள் சொல்லும் அறிவுரைகள் அவளுக்குச் சிரிப்பை வரவழைத்தன. வந்த இரண்டே மாதங்களில் நிறைய நண்பர்கள் வேறு. தன்னை யாரும் கண்காணித்துக்கொண்டு இருக்கவில்லை என்கிற நினைப்பே அவளுக்குப் பெரும் ஆசுவாசமாக இருந்தது.

அதிலும் அலுவலகத்தில் பணிபுரியும் சதீஷ், ரொம்பவே நெருக்கமாகப் பழகினார். சென்னை புதிது என்பதால், அவளுக்கு எல்லா உதவிகளையும் செய்தார். நிறையப் படிப்பவர், நிறைய விஷயங்கள் தெரிந்தவர் என்பது தேவாவுக்கு அவர் மீதான மரியாதையை அதிகப்படுத்தியது. அவளுக்குப் பிடித்த எழுத்தாளரின் சென்னை முகவரியையும் சதீஷ்தான் தேவாவுக்குக் கொடுத்தார்.

மனித உறவுகள் குறித்து அக்குவேறு, ஆணி வேறாக அலசுபவர் அந்த எழுத்தாளர். இவ்வளவு நுட்பமாகவும், உளவியலோடும் மனித மனங்களை அலச முடியுமா என்று தேவாவுக்கு ஆச்சர்யமாக இருக்கும். அவரைப் பார்க்க வேண்டும் என்பது ஊரில் இருக்கும்போதே அவளது ஆசைகளில் ஒன்று.

சென்னை வந்து இரண்டு மாதங்களுக்குப் பிறகு, இப்போதுதான் நேரம் கிடைத்தது. போன் செய்து கேட்டபோது, உடனே வரச் சொன்னார் எழுத்தாளர். தேவா குறித்து நிறையக் கேட்டுத் தெரிந்துகொண்டார். அவர் பேச்சு பெரும்பாலும் ஆன்மிகம் சார்ந்ததாகவே இருந்தது. தேவாவுக்கு ஆன்மிகத்தில் எல்லாம் அவ்வளவு ஈடுபாடு இல்லை. ஆனால், மனதுக்குப் பிடித்த எழுத்தாளர் பேசும்போது பிடிக்காத விஷயம்கூட கேட்கும்படியாகத்தான் இருந்தது. ஆனாலும் பதில் சொல்ல விரும்பாமல், வெறுமனே 'உம்' கொட்டிக்கொண்டு இருந்தாள்.

மதிய உணவுக்குப் பின் அவர் பேச்சு உடல் சார்ந்து திரும்பியது. உடல் என்பது ஒன்றுமே இல்லை என்றார். அந்த ஒன்றுமே இல்லாத விஷயத்தைப்பற்றி ஒன்றரை மணி நேரம் பேச வேறு செய்தார். தேவாவுக்குக் கொஞ்சம் குழப்பம் தோன்ற ஆரம்பித்தது. அவள் இடையிடையே புகுந்து, பேச்சை அவர் கதைகளையும், கதாபாத்திரங்களையும் நோக்கித் திருப்பினாள். அவர் வெகு சாமர்த்தியமாக அந்தக் கதாபாத்திரங்களின் உடல் இச்சைகள் குறித்து பேச்சைத் திசை மாற்றினார்.

தேவா அசௌகரியமாக உணர்ந்ததை அவர் கவனித்திருக்கக் கூடும். அவளை உள் அறைக்கு அழைத்துச் சென்றார். கதவைத் தாளிடாமல் வெறுமனே சாத்தினார். அவளுக்கு எதிராக நின்றுகொண்டார். தேவாவுக்குப் படபடப்பு இன்னமும் அதிகமானது. ஆனாலும், அப்பாவைவிட ஐந்து வயது

அதிகமான ஒருவரிடம் இவ்வளவு தூரம் பயப்படுவது தேவையற்றதோ எனவும் தோன்றியது.

"ஏன் கண்ணம்மா, இவ்வளவு படபடப்பாவும், அலைபாயுற மனசோடவும் இருக்க... அமைதியா இருக்கணும். கண்ணை மூடு... நான் உனக்கு ஒரு சிம்பிளான யோகா சொல்லித் தரேன்."

"நான் இன்னொரு நாள் வரேன் சார், எனக்கு ஹாஸ்டல் போகணும். வேலை இருக்கு."

"எனக்கும் எவ்வளவு வேலை இருக்கு தெரியுமா, உன்னைப் பார்த்தப்ப நீ நல்லா இருக்கணும்னு தோணிச்சு. என் குழந்தை இப்பிடி அமைதி இல்லாம இருக்கறதை வேடிக்கை பார்த்துட்டு இருக்க முடியுமா சொல்லு..." அவர் கைகள் அவள் முகத்தை வருடி, மார்பை நோக்கி இறங்கியது.

"படபடப்பில் உடம்பு எப்படி ஆடுது பாரு... இதை ஈஸியா சரிபண்ணிடலாம்."

"ச்சீ...' தேவா அவர் கைகளைத் தள்ளிவிட்டுக் கதவைத் திறந்து வெளியேறினாள். விடுதிக்குச் செல்லப் பிடிக்கவில்லை. நேராகக் கடற்கரைக்குச் சென்று உச்சி வெயிலில் சுடும் மணலில் பேசாமல் அமர்ந்து இருந்தாள். மனம் முழுக்கக் கசப்பாகவும், ஏமாற்றமாகவும் இருந்தது. தான் நம்பிய ஒருவரின் இயல்பு இப்படி இருக்கும் என்று அவள் நினைக்கவே இல்லை. அவர் அவளை வெகுவாக ஏமாற்றி இருந்தார். பார்க்க நேரம் இல்லை என்று சொல்லி சந்திப்பை மறுத்திருந்தாலோ... நான் பெரியவன் ஒரு சின்னப் பெண்ணிடம் என்ன பேச்சு என்று அவர் அலட்டி இருந்தாலோகூடப் பரவாயில்லை எனத் தோன்றியது. இவ்வளவு நாள் வராத குழப்பமும், அவநம்பிக்கையும் முதன்முதலாக மனதில் தோன்றியது. வீட்டின் நினைவு வந்தது. அப்பாவின் பயத்துக்கான காரணம் கொஞ்சம் புரிவதுபோல் இருந்தது.

அந்தக் குழப்பம் வீட்டை நோக்கித் தள்ளிவிடுமோ என்று யோசித்தபோது, கொஞ்சம் தெளிவு வந்ததுபோல் இருந்தது. அமைதியாகக் கடலை வேடிக்கை பார்க்க ஆரம்பித்தாள். தேவா பிறந்த ஊரில், வளர்ந்த ஊரில் என எல்லா இடங்களிலும் அவளுக்கு வெகு அருகில் கடல் இருந்தது. சென்னையிலும் நினைத்த நேரத்தில் கடல் பார்க்கலாம் என்கிற நினைப்பே அவள் தனிமையை வெகுவாகப் போக்கியது. எல்லா துன்பங்களையும் 'ஹா'வெனக் கை நீட்டி வாங்கிக் கரைத்து விடும் தன்மை கடலுக்கு மட்டுமே உண்டு. அந்த வகையில் அவளின் துன்பங்களை இந்த வங்கக் கடலும், பிறந்த ஊரின் அரபிக் கடலும் நிறையவே தெரிந்துவைத்து இருந்தது.

அவள் அங்கே வந்து வெகுநேரம் ஆகியிருந்தது. திரும்பிப் பார்த்தபோது, லுங்கி கட்டிய ஒருவன் அவளையே பார்த்துக்கொண்டு பின்னால் நின்றிருந்தான். எவ்வளவு நேரமாக நிற்கிறானோ என யோசித்த விநாடியில், அங்கே இருந்து எழுந்து, ஆட்டோ பிடித்து விடுதிக்குச் சென்றாள். அவரின் சில புத்தகங்கள் சூட்கேஸில் இருந்தன. அதை எடுத்து ஜன்னல் வழியாக எலெக்ட்ரிக் டிரெயினை வேடிக்கை பார்த்தவாறே கிழித்து எறிந்தாள்.

இரண்டு வாரங்கள் கழித்துச் சதீஷோடு பேசுகையில், அவர் எதேச்சையாக எழுத்தாளரைப்பற்றிக் கேட்க, நடந்ததை அப்படியே கூறினாள் தேவா. "ஏன் இப்படி இருக்காங்க சதீஷ்?"

"எப்படி இருக்காங்க? நீ கொஞ்சம் ரொம்பவே எமோஷனல் ஆகிற தேவா. உனக்கு உடம்பு பொத்திவைக்கிற விஷயமா இருக்கு. நீ நிறைய மாறணும். எல்லா மாற்றத்துக்கும் தயார் ஆகணும்..."

"எல்லாத்துக்கும்னா?"

"என்னோட பைக்குல வர்ற, இதோ

என்னோட ஃப்ரெண்டைப் பார்க்க வர்ற, என்னோட நிறையப் பேசற, என்னை உனக்குப் பிடிக்கும்னு நினைக்கிறேன். நான் உனக்கு யாரு தேவா?"

"இதென்ன கேள்வி, நீங்க என்னோட ஃப்ரெண்ட்."

"அந்த ரைட்டருக்கு உன் மேல ஏதாவது ஈர்ப்பு தோணியிருக்கலாம். யு நோ தேவா, எனக்குக் கூட உன் மேல் அப்படி ஒரு ஈர்ப்பு இருக்கு. ஆனா சொன்னா, இந்தப் பட்டிக்காடு கோச்சுக்குமேன்னு அமைதியா இருக்கேன்"- சதீஷ் சிரித்தார்.

"சதீஷ் உங்களுக்குக் கல்யாணம் ஆயிடுச்சி" - தேவா குழப்பமாகவும் பலவீனமாகவும் பதில் சொன்னாள்.

"ஸோ, வாட்... அதுக்கும் நாம பேசிட்டிருக்கிற விஷயத்துக்கும் என்ன சம்பந்தம் தேவா? நான் உன்னைக் கல்யாணம் பண்ணிக்கலாமான்னு கேக்கவே இல்லையே. நீ நிறைய விஷயத்தில் ரொம்ப விசாலமா சிந்திக்கிற... சில நேரங்களில் ரெண்டு நூற்றாண்டு பின்னாடி போய் நிக்கிற. உன்கிட்ட ஓப்பனாவே சொல்றேன்... தேவா ஐ வான்ட் யூ."

தேவாவுக்குத் தலை சுற்றியது. "நான் உங்களை எவ்வளவு நம்பினேன் தெரியுமா? நல்லவர்னு நினைச்சேன்."

"ஹே தேவா... இப்பவும் நான் நல்லவன்தான் தேவா!"

தேவா எழுந்தாள். அவளுக்கு உடனடியாக அப்பாவைப் பார்க்க வேண்டும்போல் இருந்தது. அப்பாவை நினைத்த விநாடி கண்ணீர் பெருக்கெடுத்து வழிந்தது.

மறுநாள் மாலை ஊருக்கு ஒரு டிரெயின் டிக்கெட் எடுத்தாள். கிளம்பும் வழியில்தான் இப்படி ஓர் அழகான கதை சொல்லும் அப்பாவைச் சந்திக்க நேரிட்டது.

இப்போது குழந்தை பக்கத்தில் அப்பா படுத்திருக்க, அந்தப் பெண் முகம் கழுவிவிட்டு, அவள் அருகில் வந்து அமர்ந்தாள். டிரெயின் திருநெல்வேலியைத் தாண்டி கன்னியாகுமரி நோக்கிச் சென்றுகொண்டு இருந்தது.

நாகர்கோவிலில் ஒரு திருமணத்துக்குப் போவதாக அந்தப் பெண் சொன்னாள். பேச்சின் தொடர்ச்சியாக, "எனக்குக் குழந்தை பிறந்ததும் கர்ப்பப் பையில் கேன்சர் வந்து அதை எடுத்துட்டாங்க. என் மாமியார் என்னை வீட்டோடு சேர்க்காம புருஷன்கிட்ட இருந்து பிரிச்சுட்டாங்க. அப்புறம் ரெண்டரை வருஷம் அம்மா வீட்டில்தான் இருந்தேன். என் அண்ணனோட ஃப்ரெண்ட் இவரு... என்னைப்பத்தி நல்லாத் தெரிஞ்சு, அவரே வந்து கல்யாணம் பண்ணினார். இந்த மூணு மாசத்தில் உடம்பு ரீதியா எங்களுக்குள் ஒண்ணும் நடக்கலை. எங்களுக்குக் குழந்தையும் பிறக்காது. அதைப்பத்தி கவலையேபடாம இது எனக்காகவும் பிள்ளைக்காகவும் உயிரைக் கொடுக்குது"- அவள் மெள்ள அழுதாள்.

"நீங்க ரொம்ப லக்கி" என்று சொன்ன தேவா, அந்தப் பெண்ணை அணைத்துக்கொண்டாள். கடந்த இரண்டு நாட்களாக இருந்த மனக்கசப்பு சட்டென விலகியதுபோல் இருந்தது. தூக்கத்தில் இருந்து எழுந்த அவர், "எல்லாரும் எழுந்தாச்சா... என்னை எழுப்பி இருக்கலாமே, காபி எதுவும் குடிச்சியாப்பா? இந்தப் பிள்ளை ராத்திரி முழுக்கத் தூங்காம முழிச்சிட்டு இருந்தது. நான்கூட உன்னைப்பத்திக் கதை சொல்லிட்டு இருந்தேன்" என உரையாடலைத் தொடர்ந்தார்.

தேவாவுக்கும் அந்தப் பெண்ணுக்கும் காபி வாங்கிக் கொடுத்தார். காபி ஒரே கசப்பு என அந்தப் பெண் சொன்னதும், "வாழ்க்கை மாதிரிதான் காபியும். கசப்பு இல்லாட்டி எப்படித்தான் இனிப்பைத் தெரிஞ்சிக்கிறது?" என்று சிரித்தார்.

தேவாவுக்கு அந்தப் பதம் மிகப் பிடித்திருந்தது. "கசப்பு இல்லாவிடில் எப்படித்தான் இனிப்பைத் தெரிந்துகொள்வது?" இரண்டு நாட்களுக்கு பிறகு அவள் முகத்தில் ஒரு சிரிப்பு வந்தது.

நாகர்கோவில் ரயில் நிலையத்தில் தேவா அந்தக் குடும்பத்திடம் முகவரியையும், தொலைபேசி எண்ணையும் பரிமாறி விடைபெற்றாள். தேவாவை அழைத்துப் போக அப்பா ரயில் நிலையத்துக்கு வந்திருந்தார். அப்பாவிடம் அந்த மனிதர், "நல்ல தங்கமான பொண்ணுங்க" என்று சொல்லி சிரித்தார். அப்பா பெருமிதத்தோடு தேவாவைப் பார்த்தார்.

ஆட்டோ ஏறியதும், தேவா அப்பாவின் கரம் பிடித்துத் தோளில் சாய்ந்தாள். வளர்ந்த பெண் அப்படிச் செய்வது அவருக்குக் கூச்சத்தைக் கொடுத்திருக்க வேண்டும் என்பது அவர் நெளிந்ததில் தெரிந்தது. "நீ இல்லாம வீடு நல்லாவே இல்லடா, எப்பவும் பேசிட்டே இருப்பியா, இப்ப பேச ஆளே இல்லாம, வீடு ஏதோ போல இருக்கு. உனக்கு எங்கயும் தனியாப் போகக்கூடத் தெரியாதே, இது தனியா என்ன பண்ணும் அங்கன்னு பதறுது எனக்கு..." அப்பா கண் கலங்கினார்.

உலகின் மிகப் பாதுகாப்பான இடத்தில் இருப்பதுபோல் உணர்ந்தாள் தேவா. "லவ் யூ அப்பா..."

முதல் முறையாக தேவாவுக்கு அப்பாவை ரொம்பப் பிடித்திருந்தது!

108

தனிமை என்னும் பெருவெளி

கவிதா (நார்வே)

கவிதா

கவிதா லட்சுமி என்ற இயற்பெயர் கொண்ட கவிதா இலங்கையில் யாழ்பாணம் மாவட்டத்திலுள்ள குரும்பசிட்டி என்ற இடத்தில் பிறந்தவர்; தற்போது நார்வேயில் ஆஸ்லோ நகரில் வசிக்கிறார்; பரத நாட்டியத்தில் டிப்ளமோ பெற்றுள்ளார்; 'கருவறைக்கு வெளியே' என்ற சிறுகதைத் தொகுப்பினையும், பனிபடலத்தாமரை, என் ஏதேன் தோட்டம், தொட்டிப்பூ, கறுத்த பெண் என்ற கவிதைத் தொகுப்புகளையும் வெளியிட்டுள்ளார். இரு கலாச்சாரச் சூழலில் பெண்பிள்ளைகள் எதிர்கொள்கிற சிக்கல்கள், வளர்ப்பு முறையில் பெண் பிள்ளைகள் மீது காட்டப்படும் பெற்றோர்களின் அணுகுமுறை, அதன் பாதிப்பு, பெண்கள் மீது பண்பாடு, சடங்குகள், விழுமியங்கள் என்ற பெயரில் திணிக்கப்படும் அடக்குமுறைகளை மையப்பொருளாகக் கொண்டு தம் கதைகளை எழுதியுள்ளார்.

வெளிநிறைய மழை கொட்டிக்கொண்டிருக்கின்றது. இருக்கையறையின் ஒரு மூலையில் தனியேதான் இருக்கின்றேன். நேரம் சாமம் பன்னிரண்டு மணியைத் தாண்டியிருக்கும். வீட்டில் உள்ள அங்கத்தவர்களுக்கு இப்போது அரைச்சாமம் தாண்டியிருக்கும். அவர்கள் என்னருகில் இருந்து பேசிக்கொண்டிருக்காவிட்டாலும் அவர்கள் இந்த வீட்டின் இன்னொரு மூலையில் உறங்கிக் கொண்டிருக்கிறார்கள் என்பதே எனக்குத் தனிமையுணர்வை ஏற்படுத்தாமல் இருந்தது. தனிமை என்றதும் சில காலமாக கருவறைக்கு வெளியே

எனக்கு இரண்டு காட்சிகள் வந்து போகின்றன. அவை இரண்டுமே எனது ஊரில் இருக்கும் இரண்டு வீடுகள். அழகிய பழங்காலத்து ஓவியம் போல அசைவின்றி ஒரு வீடும், யாருமற்ற மற்றொரு வீட்டில் எண்பது வயதைத் தாண்டிய ஒரு துடிப்பான அம்மம்மாவின் அசைவுகளும் ஓவியத்திற்காக எழுதப்பட்ட கவிதை போல இப்போதும் வந்து போகிறது.

ஒன்பது வருடங்களுக்கு முன் (2003) யாழ்ப்பாணத்திற்கு நான் சென்றபோது அங்கேபோர்நிறுத்தம் அறிவிக்கப்பட்டிருந்த காலம். நல்லூர் கோவிலுக்குப் பின்புறம் இருந்த தெரு ஒன்றில் அந்த நாட்களில்

இருந்தேன். மிக ரம்யமான இடம். அற்புதமான மனிதர்கள். யாழ்ப்பாணத்து வீடுகளின் முற்றத்தில் வருபவர்கள் அமர்ந்து பேசுவதற்கென்று குந்துகள் கட்டப்பட்டிருக்கும். தினமும் நான் தங்கியிருந்த வீட்டிலும், நாலு பேர் மடித்துக்கட்டிய வேட்டியுடனும் கட்டம் போட்ட சட்டையுடனும் வருவார்கள்.

அவர்களுடைய பேச்சு பெரும்பாலும் அரசியல், போராட்டம் சம்பந்தமாகவே இருக்கும். அவர்களுக்குள் முரண்பாடுகள் வந்து போகும். குரலை உயர்த்துவார்கள். பின் தாமாகவே ஏதோ சமாதானம் அடைந்து போவார்கள். அனேகமாக எல்லா வீடுகளிலும் சாயங்காலங்களில் தேனீர் குவளையுடன் இந்தப் பேச்சுவார்த்தைகள் நடப்பதைக் காணலாம். கேட்டுக் கொண்டிருக்க மிக சுவாரசியமாக இருக்கும்.

வெயில் இறங்கிய நேரங்களில் நான் இந்த வீதிகளில் நடந்துபோயிருக்கின்றேன். முற்றம் கூட்டிக் கொண்டிருப்பவர்கள், வெளியே விளையாடிக்கொண்டு சத்தம் போடும் குழந்தைகள், கால்நீட்டி அமர்ந்து புறுபுறுத்துக்கொண்டிருக்கும் பாட்டிமார், கொஞ்சம் தள்ளி இருந்த வீட்டில் பரதநாட்டியம் பழகும் குழந்தைகளின் பாத ஒலியும் தட்டுக்கழியின் சத்தமும் கேட்கும். இருகரையும் இருந்த வீடுகளின் இடையிடையே பச்சைச்சட்டை, இரும்புத்தொப்பி, கையில் துவக்கென ஆமிக்காரர் முறைத்தவண்ணம் ஒரே இடத்தில் நிற்பார்கள். வேலிக்கு அந்தப்பக்கமாக அவர்களுடைய தொப்பித்தலைதான் தெரியும். அந்தத் தெருவில் கடைசிவீட்டில் எப்போதும் கதவு மட்டும் திறந்தே கிடக்கும். ஆட்களின் அரவம் எதும் இருப்பதாகத் தெரியவில்லை. நானும் இங்கு வந்த காலத்திலிருந்து கவனித்துக்கொண்டுதான் இருக்கிறேன்.

அன்றும் அப்படி நான் நடக்கப் போயிருந்த போதுதான், அந்த வீட்டில் இருந்து ஒரு குரல் கேட்டது. கொஞ்சநேரம் நின்று அவதானித்த போது, அது ஒரு வயதான மூதாட்டி, கந்தசஷ்டிக் கவசத்தை உரத்துப் பாடிக்கொண்டிருந்தார். அவர் குரல் தழுதழுத்துக் கொண்டிருந்தது. உள்ளே செல்ல பயமாகவும் இருந்ததால், வேலியருகிலேயே சற்றுநேரம் நின்று அவர் பாடும் கந்தசஷ்டிக் கவசத்தைக் கேட்டுக்கொண்டிருந்தேன். சரி என்ன தான் நடக்கப்போகிறது என்று அந்த வீட்டின் வளவுக்குள் போனேன். பூவரசம் மரங்களாலான வேலி ஒழுங்கின்றி வளர்ந்து இருந்தது. பலாமரத்தின் இலைகள் தரைமுழுவதும் கொட்டி பலநாற் சருகுகள் கிடந்தன. வெளிச்சுவரின் மங்கிய பச்சை நிறமும் இடையிடையே கொட்டிப்போன பூச்சும் பலகாலமாகப் பராமரிக்கப்படாத வீடு என்று சொல்லிக் கொண்டிருந்தது. எப்போதும் திறந்தே இருக்கும் வீடு என்று நினைத்துக்கொண்டிருந்த எனக்கு அப்போதுதான் அந்த வீட்டிற்குக் கதவே இல்லை என்பது புரிந்தது. இத்துப் போன நிலைகளும் துருப்பிடித்த ஜன்னல் கம்பிகளுமாயிருந்தது வீடு.

இருக்கையறையின் ஒரு மூலையில் ஒரு பாட்டி ஒருக்களித்துச் சுவரைப்பார்த்த வண்ணம் படுத்திருந்தார். சுவரில் பழைய சுவாமிப்படம் ஒட்டிய இரண்டு நாட்காட்டிகள் தொங்கிக் கொண்டிருந்தன. இரண்டுமே பலநாள் கிழிக்கப்படாதவை மட்டுமல்ல, பல வருடங்கள் பழையன. அதைவிட ஒரு வெள்ளி செம்பு மட்டும் பாட்டியின் அருகில் இருந்தது. பாட்டி என்னைக் கவனிக்கும் நிலையில் இல்லை. அவர் தனது தனிமையில் கந்தசஷ்டிக் கவசத்துடன் தன்னை மறந்து இருந்தார். இதைத் தவிர அந்த அறையில் எதும் இல்லை. அம்மா என்று மெல்லக் கூப்பிட்டேன். தனது பாடலை நிறுத்திவிட்டு, மெதுவாகத் திரும்பிப் பார்த்தார். இவரைப் போலவே எனது அப்பம்மாவும் முந்தைய நாட்களில் தினமும் சமைக்கும் போது கந்தசஷ்டிக்

கவசம் பாடக் கேட்டிருக்கிறேன். அழுதுகொண்டே பாடும் அந்தக் கவசம் இன்னும் என் மனதைத் தைத்துக்கொண்டிருக்கிறது. அந்தக் கவசம் தான் என்னை இந்த வீட்டினுள் அழைத்து வந்திருக்கிறது.

"யாரு பிள்ளை? வா"

"நான் இங்க பக்கத்து வீட்டில இருக்கிறேன். சும்மா உங்களைப் பார்த்திட்டுப் போகலாம் என்று வந்தனான். என்னம்மா செய்யுறீங்க?"

"என்ன பிள்ளை செய்யுறது... இந்தக் கிழவியை நீ பார்த்து என்ன செய்யப் போறாய்? அதான் எல்லாரும் போயிட்டாங்களே என்னை விட்டு."

மனதில் கிடந்த அடைப்பு எல்லாம் திறகக்கப்பட்டதுபோல வீறிட்டு அழத்தொடங்கினார். ஒருவித புழுக்கமும், விரக்தியும் வீடு முழுதும் நிரம்பியது. ஒரு மனிதனுக்குத் தனிமை என்பது எப்படி பெரிய எதிரியாகிவிடுகிறது என்பதை நான் உணர்ந்து கொண்டேன். வாழ்க்கைக்குத் தேவையான பாதுகாப்பு உணர்வை ஒரு போதும் பெறாதவர் போல என் கைகளை இறுகப் பற்றிக் கொண்டார். சின்னக் குழந்தைபோல பொக்கைவாய்த் திறந்து அழுது கொண்டிருந்தார். சுவற்றோடு கரைந்த வெறுமை போல் அவளுடைய கண்கள் அலைந்தோய்ந்தது.

எனக்கும் அந்தப் பாட்டியுடன் பேசும் ஆர்வம் வரவே, சம்மணம் கட்டி நன்றாக அமர்ந்து கொண்டேன். சாப்பிட்டியே பிள்ளை. முந்தி பெற்ற பிள்ளையளுக்கு எப்படி எல்லாம் சமைச்சுப் போட்டனான். இப்ப நான் யாருக்குச் சமைக்கிறது பிள்ளை? யாரேன் கொண்டு வந்து தந்தா சாப்பிடுவேன். நல்லாப் பசிச்சாதான் சமைக்கிறனான். எங்கே இருந்து வந்தனி பிள்ளை. அம்மாவ பாக்கவே வந்தனீங்கள்."

"இல்லை அம்மா. நான் நோர்வேயில இருந்து வந்தனான். அம்மா அங்க என்னோடதான் இருக்கிறா. நான் வேற அலுவலா வந்தனான்."

மரணத்தைவிடக் கொடுமையான தனிமையான நாட்களில் அந்த மூதாட்டி வதைபட்டுக் கொண்டிருக்கின்றாள் யாரோடும் பகிர்ந்து கொள்ளமுடியாத தனது நாட்களை இந்த வீட்டின் ஒவ்வொரு மூலையிலும் விட்டெறிந்து கொண்டிருக்கும் வாழ்வின் ரணத்தில் உழன்று களைத்துப் போயிருப்பதை அவளது கண்கள் உதிர்த்துக் கொண்டிருந்தன. நான் எதையும் கேட்டு அதில் அவள் மேலும் துன்பப்பட்டுவிடவேண்டாமே... அவளே பேசட்டும் என வெறுமனே குத்திக் கொண்டிருந்தேன்.

"எனக்கு மூண்டு பெடியன்கள். ஒருத்தன் எட்டு வயசிலேயே வருத்தம் வந்து என்னை விட்டுப் போயிட்டான். அப்ப மூத்தவன் நல்லா படிச்சு வேலையில் இருந்தவன் திடீர் என்று தான் வெளிநாட்டுக்குப் போறன் என்று சொல்ல, இவரும் காணியெல்லாம் அடகு வைச்சு அனுப்பி வைச்சவர்தான். அதுக்குப் பிறகு என்ட பிள்ளையை நான் பார்க்கவே இல்லை பிள்ளை." மீண்டும் உடல் வலுவில்லாது அழத்தொடங்கினார்.

"என்ன சாப்பிட்டீங்க அம்மா. ஏதாவது வாங்கி வரவே?"

"வேண்டாம் பிள்ளை. இந்தப் பிள்ளைகளை நினைச்சா எனக்கு நெஞ்செல்லாம் நோகுது. இடைக்கிட காசனுப்புவான். சாப்பாடு சமைக்க ஆள் வைக்க சொன்னவன், நான் தான் வேண்டாம் என்று விட்டிட்டேன். மாசத்துக்கொருக்கா கதைப்பான். அதுவும் தூரபோய்தான் கதைக்க வேணும். என்னால இப்ப எல்லாம் அவ்வளவு தூரம் நடக்க ஏலாது. ரெண்டு பிள்ளைகள் அவனுக்கு. நான் என்ட பேரப்பிள்ளையன பார்க்காமலே சாகப்போறன் என்று பயமாக இருக்கம்மா. இப்படி வந்த ஆட்களிட்ட எல்லாம் சொல்லி அழுது

அழுது யாரும் இப்ப இங்க வாறதில்லை பிள்ளை. நீ வந்தது சந்தோசமா இருக்குப் பிள்ளை, அடிக்கடி வந்து போ, என்ன?"

"அப்படியெல்லாம் சும்மா நினைக்கப்படாது." என்று ஆறுதல் சொன்னாலும் இத்தனை வருடங்களாகப் பார்க்க வராத மகன், இனி வருவார் என்ற நம்பிக்கை எனக்கு வரவில்லை. அந்த மூதாட்டியின் பக்கத்தில் சில புகைப்படங்களும் இருந்தன. அதை எடுத்துப் பார்த்தேன்.

"இவன்தான் பிள்ளை மூத்தவன். அவன் சீமைக்குப் போன கையோட என்ற கடைசி மகன், அவனுக்கு அப்ப பதின்மூன்று வயசுதான் இருக்கும். விளையாடப்போறன் என்று போனவன்தான் திரும்பி வரவேயில்லை. பிறகுதான் அறிஞ்சனான். அவன் இயக்கத்துக்குப் போய்ட்டான் என்று. யாரோ பார்த்தவைதான் வந்து சொன்னவை. இயக்க உடுப்போட துவக்கெல்லாம் கொண்டு திரியுறான் என்று. அவன் மட்டுமல்ல பிள்ளை. அவனோட மூன்று பேர் போயிட்டாங்கள். இப்படியே என்ட எல்லா செல்வங்களையும் பறிகொடுத்திட்டு, இப்படி அனாதையா கிடக்கிறன்."

பக்கத்தில் இருந்த புகைப்படங்களில் பழைய படம் ஒன்றைக்காட்டி மீண்டும் தனது சோகத்துக்குள் மூழ்கிப் போனாள். எமக்கிடையில் பெரும் நிசப்தம் அமர்ந்து கொண்டது. உயிரை வலிந்து கொல்லும் இத்தனிமையிலும் தன் உறவுகளைக் கண்டுவிடவேண்டும் என்ற ஏக்கம்தான் இன்னும் இந்த மூதாட்டியை உயிரோடு வாழச்செய்கிறது. இன்னும் எத்தனை காலங்களுக்கு இந்தத் தனிமையை நகர்த்திச் செல்லப்போகிறாள் இந்த மூதாட்டி?

"அவன் சரியான துடிப்பான பிள்ளை. சண்டை நடக்கும்போதெல்லாம் அவன எப்பவும் முன்னுக்குத்தான் அனுப்புவாங்களாம். தைரியசாலி. பிள்ளைகள் எல்லாம் இப்படி ஆளுக்கொரு திசையாய் போனத பார்த்து அவரும் பித்துப்பிடிச்ச மாதிரி வாழ்க்கை வெறுத்து கொஞ்சக்காலத்தில போய்ச்சேர்ந்திட்டார். அவன்தான் வீட்டிலயே நல்ல பாசமான பிள்ளை. இன்டைக்கு இருந்திருந்தா இப்ப கல்யாணம் கட்டி பிள்ளைகளும் இருந்திருக்கும். ஏன்தான் கடவுள் என்னை இப்படி தனியவிட்டவரோ தெரியாது. எப்படியும் என்ட பிள்ளையள் நான் போய்ச்சேரத்துக்குள்ள வருவாங்கள். அவன் கண்ணன்ட படம் ஒண்டு இதுக்குள்ள இருக்குப் பிள்ளை, பாரேன். அது அப்ப சின்னான இருக்கேக்க எடுத்தது. இப்ப அவனுக்கு இப்பத்தைஞ்சு வயசு. பெரிசா வளர்ந்திருப்பான் என்ட பிள்ளை. அவனுக்கும் ஒரு கல்யாணத்தைச் செய்து வைச்சிட்டா நான் நிம்மதியா போய்ச்சேர்ந்திடுவேன். எனக்குத் தண்ணி கொஞ்சம் கொண்டு வாறன். அவங்கள் வருமட்டும் உசிரோட இருக்க வேணும் பிள்ளை"

தனது லுங்கியை இழுத்துப்பிடித்த வண்ணம் நெளிந்து, நிறம் மாதிக்கிடத்த பித்தளைச் செம்பையும் எடுத்துக்கொண்டு சமையற்கட்டை நோக்கி நகர்ந்தார். முதுமையில் தனிமை என்பது யதார்த்தம் என்றான பூமிக்கு நான் வந்திருப்பதாக உணரத் தொடங்கினேன்.

நான் அவருடைய புகைப்படக் கோர்வையைப் பார்க்கலானேன். கெரில்லா உடையோடும் ஒரு துவக்கோடும் பதின்மூன்று வயதே நிரம்பிய அவரது கடைசி மகனின் ஒரு புகைப்படம் பாதி கிழிந்து அதற்குஒட்டுப்போடப்பட்டிருந்தது. துடுக்குத்தனமான தோற்றம். மெலிந்த உடல். சலனமில்லாத கண்கள். அவனது பெயரும் அதன் மேலே வீரமரணம் என்றும் போடப்பட்டிருந்தது. அவன் இறந்து ஒன்பது ஆண்டுகள் கடந்திருந்தன.

• ஜெயராணி

109
ஆதியிலொரு அன்பிருந்தது...

ஜெயராணி

ஜெயராணி

ஜெயராணி எழுத்தாளர், கவிஞர், பத்திரிக்கையாளர், அரசியல் விமர்சகர், ஊடகவியலாளர், மனித உரிமை செயற்பாட்டாளர் என்று பல்வேறு தளங்களில் இயங்கி வருகிறார்; இளம் வயதில் தன் பெற்றோர்களை இழந்து, தன் பாட்டி பிரபல அரசியல்வாதி ஏ எஸ் பொன்னம்மாளின் பராமரிப்பில் வளர்ந்தவர்; பெண்ணியம், தலித்தியம் என்ற சித்தாந்தங்களைப் பற்றிப் பேசியும் எழுதியும் வருபவர்; 'ஜாதியற்றவளின் குரல்' என்ற கட்டுரைத் தொகுப்பு இவரைப் பரவலாக இலக்கிய உலகிற்கு அடையாளம் காட்டியது; தன் தீவிரச் செயல்பாடுகளுக்கு இடையே அவ்வப்பொழுது இவர் சிறுகதைகளும் படைத்து வருகிறார்.

"நீ நீயாக இரு!"

"இல்லை... நான் நீயாக இருக்க விரும்புகிறேன்."

"அது சாத்தியமற்றது. போலியானது."

"ஏன்?"

"நீ நீயாக இருக்கும்போது, என்னை அதிகம் நேசிப்பவளாகிறாய். எனக்காக மாறும்போது, நீ உள்ளிருந்து எங்கேயோ என்னை வெறுக்கத் தொடங்குவாய்."

"உனக்காகச் சில விஷயங்களை இழக்கும்போதும், விட்டுக்கொடுக்கும்போதும், வாழும்போதும், அது எனக்கு அதீத சுகத்தை அளிக்கிறது."

"அதைத்தான் போலியானது என்கிறேன்."

"ஏன்?"

"ஏனென்றால், உலகத்திலேயே மிக உன்னதமான விஷயம், சுயமாக இருப்பதும், சுதந்திரமாக வாழ்வதும். ஒவ்வொரு மனிதரின் அதிகபட்சத் தேடல் அதுதான்."

"நானும் அப்படியே வாழ்கிறேன். உன்னை நேசிப்பதும் உனக்காக என்னை மாற்றிக்கொள்வதும் எனது சுதந்திரம் இல்லையா?"

"இல்லை. அது உனக்கு நீயே விதித்துக்கொள்ளும் கட்டாயம். இந்தக் கட்டாயத்தை ஒரு கட்டளையாக நான் உனக்கு இட்டால், உனக்கு எதிரியாகிவிடுவேன். உனக்கு நீயே விதித்துக்கொள்வதால், அது உனக்குச் சுகமாகிறது."

ஓர் ஆணிடம் இருந்து இப்படிப்பட்ட வார்த்தைகளைக் கேட்பது விநோதமாக இருக்கிறது அல்லவா? ஆனால், அவன் அப்படித்தான் இருக்கிறான். நீ நீயாக இரு எனச் சொல்லும் அளவுக்கு நான் எதையும் இழந்துவிடவில்லை. திடீர் என அதிகக் காதல் வயப்பட்டதைப்போல பிதற்றத் தோன்றியது. அதனாலேயே, அவனுக்காகச் சில விஷயங்களைச் செய்யத் தொடங்கினேன். ஆண்டாண்டு காலமாக, எல்லாப் பெண்களும் எல்லா வீடுகளிலும் செய்துகொண்டு இருப்பதுதான். அவனுக்காகச் சமைப்பது. அவனுக்குப் பிடித்ததை உடுத்திக்கொள்வது. அவனுக்குப் பிடிக்குமே என அலங்கரித்துக்கொள்வது... காத்திருப்பது... ஓடி வருவது... அவனுக்கு உறக்கம் வரும் வரை விழித்து இருப்பது. சும்மா செய்து பார்ப்போமே என்று செய்ததன் விளைவுதான் இந்த உரையாடல்.

"ஏன், என்னை உனக்கு அதிகாரியாக இருக்கப் பழக்குகிறாய்?"

"இப்படிச் செய்தால், நான் உனக்குக் கீழாகிவிடுவேனா என்ன?"

"உடனடியாக இல்லை என்றாலும், என்றேனும் ஆகிவிடுவாய்."

"எப்படி?"

"இன்று நீயாக விரும்பிச் செய்வதை, நாளை நீ விரும்பாதபோது நான் எதிர்பார்த்தால், அப்போது நான் ஓர் அதிகாரியைப்போல உனக்குக் கட்டளை இடுவேன். நீ அடிமையைப்போலச் செயல்படுவாய்."

"என் அம்மாவும் பாட்டியும் அவர்களைப் போன்ற எல்லோருமே இப்படித்தானே இருந்தார்கள்... இருக்கிறார்கள். உனக்காக என் வாழ்வை வடிவமைத்துக்கொள்ளும்போது, அதில் ஒரு அதீத சந்தோஷம் கிடைக்கத்தானே செய்கிறது."

ஜன்னல் ஓரமாக சுவரில் சாய்ந்தபடி பேசிக்கொண்டு இருந்த என் அருகில் வந்து, கழுத்தைக் கட்டிக்கொண்டான். என் கண்களை நெருக்கத்தில் பார்த்து அவன் கேட்டான், "நிஜமாகவே இப்படி இருப்பது உனக்குச் சந்தோஷத்தைத் தருகிறதா? அப்படி எனில், அது நிரந்தமானது அல்ல. உன் அம்மாவுக்கும் பாட்டிக்கும் அது நிலையானதாக இருந்திருக்காது. அன்பு என்பது தியாகம் அல்ல. இட்டு நிரப்பும் செயலும் அல்ல. அது உணர்தலும் பகிர்தலுமான அற்புதம். என் ஷூ லேஸைக் கட்டிவிட நீ உன் கைகளை வற்புறுத்தினால், அது ஒருபோதும் ஓவியங்களைத் தீட்டும், கவிதைகளை எழுதும், சிலைகளைச் செதுக்கும் சுகத்தை உணராது. வாழ்க்கை முழுவதும் உன்னைச் சிறைப்படுத்திக்கொண்டு, யாரையும் நேசிக்க வேண்டியது இல்லை. உண்மையில் அன்புக்கு இன்னொரு பெயர் சுதந்திரம். நீ சுதந்திரமாக இருந்தால், சிந்தித்தால்... உன்னிடம் நிறைய அன்பு இருக்கும்."

நான் சிரித்துக்கொண்டேன். அவன் என்னை முத்தமிட்டான். அந்த உன்னதச் சுவையில் கரைந்து, காணாமல் போய், மீண்டு வரச் சில நிமிடங்கள் ஆனது.

அவன் தர்க்கம் உண்மையானது. ஆனால், ஓர் ஆணாக இருந்தும், அவன் ஏன் என் காலணியில் நின்றுகொண்டு இருக்கிறான் என நான் யோசித்தேன். உலக இயங்கியல் விதிக்கு எதிராக எப்படிப் பிறந்தான்? அவன் என்றேனும் தன் பாலினப் பெருமையை அறிந்து இருந்தானா என எனக்கு வியப்பு எழுந்தது.

"ஆண்மையை விரும்புவது இல்லையா

நீ?"

"எது ஆண்மை?" என அவன் கேட்டதும், அந்தக் கேள்விக்குப் பதில் சொல்ல அதைச் சுமந்துகொண்டு இருக்கும் பலரையும் நான் நினைத்துக்கொள்ள வேண்டி இருந்தது.

அந்த யோசனையிலேயே நான் வார்த்தைகளை உதிர்த்தேன். "செருக்கு, வீரம், கர்வம், திமிர், ஆதிக்கம்... எல்லாமே தனக்குக் கீழ் என நினைத்துக்கொள்ளும் மன நிலை. இவை எல்லாம் உனக்குப் பயிற்றுவிக்கப்படவில்லையா?"

"ஏன், ஆண்மை என்பதற்கு அன்பு, கனிவு, அடக்கம், பொறுமை என அர்த்தம்கொள்ள முடியாதா?"

"நீ தவறான அர்த்தங்களைக் கூறுகிறாய். அன்பில் நெகிழ்ந்து உருகுதல் ஆண்மைக்கு இல்லை. எனக்கு என்னவோ அது எப்போதும் சூழ்ச்சிகளைச் சிந்திப்பதாகத் தோன்றுகிறது!" - அவன் கைகளில் இருந்து என்னை நான் விடுவித்து நகர்ந்தேன்.

"சரி, எது பெண்மை?" என்றபடி மறுபடியும் என்னைத் தன் பக்கம் இழுத்தான்.

இந்த முறை அவனது கழுத்தை எனது கைகள் சுற்றி வளைத்துக்கொண்டன. கனத்த நெஞ்சில் நெற்றிப் பதித்து, சுவாசத்தை உள்ளே இழுத்துச் சொன்னேன்...

"நான் அதை அறிந்து இருக்கவில்லை. என் உறுப்புகளை வைத்து அதற்கு ஏற்றபடிக் குணத்தை நான் வளர்த்துக்கொள்ளவில்லை."

என் பதிலில் என்ன உணர்ந்தானோ, இன்னும் அழுத்தமாக அணைத்துக் கொண்டான். என் காது அருகே அவன் குரல் கசிந்தது.

"நாம் முதன்முதலில் சந்தித்தபோது, கடற்கரையில் இருந்தோம்."

"ஆம். யாருமற்ற கடற்கரையில்..."

"உப்புத்துகள் நிறைந்து தத்தளித்தது கடல்."

"தாழ்வாகப் பறந்து அலையைத் தொட்டபடி விளையாடின பறவைகள்."

"நண்டுகளைப் பின் தொடர்ந்தோம்". அப்போதுதான் நான் என் காதலைச் சொன்னேன். நீ என்ன செய்தாய்?"

"உன் கைகளை இழுத்துக்கொண்டு ஓடினேன். மணலில் கால் புதைய வெகு நேரம், வெகு தூரம். மூச்சு இரைத்து, வியர்த்து மணலில் குப்புற விழுந்து அப்படியே கிடந்தோம். நிலா நம் தலைக்கு மேல் வரும் வரை பேச்சற்று அப்படியே கிடந்தோம். மணலுக்குக் கை கால்கள் முளைத்ததைப்போல புதைந்துகிடந்தோம்."

"அப்போது நீ பெண் எனவோ... நான் ஆண் எனவோ நான் உணர்ந்து இருக்கவில்லை. என் கைகளை இழுத்துக்கொண்டு ஓடும் உன் துடிப்பில் இந்த உலகைக் கடந்துவிடும் வேகத்தை நான் பார்த்தேன். தன் இளஞ்சிறகுகளால் வானத்தை அளக்கும் பறவையாக நீ தென்பட்டாய். இத்தனை சுதந்திரமானதொரு கால்களுக்கு என் பார்வைகூடத் தடையாக இருக்கக் கூடாது. பெண்மை பயிற்றுவிக்கப்படாத உன் சுயம் எத்தனை தீர்க்கமானது எனில், ஆண்மை பயிற்றுவிக்கப்படாத என் சுயத்தைப்போல. குழந்தைக்கு ஏது பாலினம்? நாமும் அதுபோலவே, வெறும் இரு மனிதர்கள். அவ்வளவே! எனக்கான எந்தக் குணத்தையும் நீ கொண்டு இருப்பாய். உனக்கான எந்தக் குணத்தையும் நானும்கொண்டு இருப்பேன்."

அரவணைத்த நிலையிலேயே என்னை நகர்த்திக்கொண்டு வெளியே வந்தான். புல்வெளியில் பாதங்கள் பதிந்தன. பனித்துளியின் ஈரம் விரல்களுக்கு இடையில் சில்லிட்டுக் கசிந்தது. இத்தனை லகுவாக வருடும் கலையைக் காற்று

எங்கேதான் கற்றுக்கொண்டதோ... காற்றைவிடவும் இதமாக அவனது நெருக்கம்!

“நாம் பறவைகள். விரும்பிய திசையில் பயணித்துவிட்டு அன்புக்காகக் கூடு அடைகிறோம். உன்னை நான் நினைவுகளாலேயே ஏந்திச் செல்கிறேன். வெறும் உடலாக என்னோடு உன்னை இழுத்துச் செல்வேன் எனில், அது சுமை. அந்தச் சுமை எனக்கு அன்பையும் நெருக்கத்தையும் சிதைத்துவிடும்.”

அவன் இப்படியேதான் இருக்கிறான், சிறகுகளின் அவசியத்தைச் சுட்டிக்காட்டியபடி. திசைகளையும் பறத்தலின் சுகத்தையும் பேசியபடி.

எங்கள் தனிமை மிக அழகானது. நான் இல்லாத அவனும், அவன் இல்லாத நானுமாகத் திரியும் தருணங்களைவிடவும், நானும் அவனும் இணைந்து இருக்கும்போது நாங்கள் அனுபவிக்கும் தனிமை அத்தனை சுகமானது. இன்னும் இறுக்கமாக உள் இழுத்துக்கொள்ளும்போது, அவன் நீரில் கரையும் திடப் பொருளைப்போல என்னுள் கரைகிறான்.

ஓரிரவு...

எங்கள் அறையில் நாங்கள் படுத்துக்கிடந்தபோது, ஜன்னல் சட்டத்தில் நிலவு வந்து அமர்ந்தது. ச்ச்சூவென விரட்டினால், ஒரு பறவையைப்போல இந்த நிலா பறந்துவிடும் என்று அவன் சொல்ல, வெகு நேரம் நாங்கள் அதை விரட்டிக்கொண்டு இருந்தோம். பின் இரவு வரை நீண்ட இந்த விளையாட்டு முடிந்தபோது, எங்கெங்கும் சிதறிக்கிடந்த முத்தங்கள் வானத்தில் ஏறி நட்சத்திரங்கள் ஆகின. அப்போது நான் அவனிடம் இப்படிச் சொன்னேன். “உண்மையில் முத்தத்துக்கு வடிவம் என்று ஏதேனும் இருக்க முடியும் என்றால், அது நட்சத்திரத்தைப்போலவே இருக்கும்.”

“ஏன் அப்படி?”

“கற்பனை செய்து பார்.”

“உதடு குவிந்து மலரும்போது முத்தமும் மலர்கிறது. அது பூக்களின் வடிவமாகவும் இருக்கலாம்.”

இதழ்களைக் குவித்துப்பார்த்து, “இருக்கலாம்” என்றேன்.

அந்த இரவு முழுவதும் நட்சத்திரங்களாலும் பூக்களாலும் நிறைந்து ததும்பியது.

பின் ஒருநாள், நாங்கள் நதிக்கரை ஓரமாக வெகு தொலைவு நடந்துகொண்டு இருந்தோம். அந்தி சாயும்போது கீழ் இறங்கும் சூரியனின் ஒளியில் நதியின் மெல்லலைகள் தத்தளித்தன. நீரின் இருப்பு அந்தப் பகுதியையே குளிர்வித்தபடி இருந்தது. நேசிக்கிறவனோடு நடந்தபடி நதி மூலத்துக்கே போய்விட மாட்டோமா என்று எண்ணினேன். அதே கணத்தில், “உன்னோடு நடக்கும்போது, என் கால்கள் சிறகுகளைக் கட்டிக்கொள்கிறது. அப்படியே உலகைச் சுற்றி வரலாம்போல...” என்றான்.

நதியின் மீது, அதன் அலைகள் மீது, அங்கு இருந்த மரங்கள்மீது, அதுவரை நீலம் பூசிக்கிடந்த வானத்தின் மீது, அதிலே பறந்த பறவைகள் மீது... மெள்ளப் படர்ந்த இருள் எங்கள் விழிகளை நிறைத்து, பின்னர் இதயம் வரை இறங்கி இருந்தது. என் விரல்களை அவன் பற்றிக்கொண்டு இருந்தான். சில நேரங்களில் அனிச்சையாக அழுந்தப் பிடிப்பதும் பின்னர் விடுவிப்பதுமாக இருந்தது அவனது செய்கை. இருளில் தத்தளித்தபடிக் கூடு திரும்பும் இரு பறவைகளைப்போல நாங்கள் இருந்தோம்.” திரும்பி நடக்கலாமா?” என்றான். “இல்லை. இன்னும் கொஞ்சம் தூரம் நடக்கலாம்” என்றேன். கரையில் நடந்துகொண்டு இருந்த எங்களையும் சேர்த்து இழுத்தபடி நகர்ந்து கொண்டு இருந்தது நதி. இருட்டு வெளியில் வெளிர் மணலுக்கு இடையில்

பெரிய பாம்பைப் போல அது ஊர்ந்து போனது.

“அன்பு பெரியதா, சுதந்திரம் பெரியதா?” என நான் கேட்டபோது, அவன் புன்னகைத்தபடி தன் கால் பெருவிரலால் நதி நீரை மெள்ளத் தொட்டு விளையாடிக்கொண்டு இருந்தான். அவனுக்குத் தெரியும் என் எல்லாக் கேள்விகளுக்குமான பதில் என்னுள்ளேயே புதைந்துகிடக்கும் ரகசியம். எனினும் அதன் தடயமே காட்டாமல், என் கேள்விகளை உள்வாங்குகையில் அவனிடம் ஒரு மிளிர்வை நான் காண்கிறேன்.

நீரில் இருந்து தன் கால்களை விடுவித்துக்கொண்டு என் அருகில் வந்தான். “நாம் எல்லோரும் அன்புக்குக் கட்டுப்படுகிறவர்கள்தான். உலகின் எந்த உயிரையும்போல, எல்லாவற்றையும் அதற்காக இழக்கத் துணிகிறவர்கள்தான். ஆனால், சுதந்திரமற்று அன்பை நீட்டிக்கச் செய்ய முடியாது. அன்பா... சுதந்திரமா என்று வரும்போது, நாம் தாராளமாக அன்பை இழக்கலாம்.”

“அப்படி எனில், எந்த அன்புக்கும் எல்லை இருக்கிறது. நீ என் மீது கொண்டு இருப்பதாக நான் நம்பும் அளவற்ற அன்புக்கும்.”

“எல்லையற்றது என இங்கு எதுவுமே இல்லை பெண்ணே. நாம் நின்று இருக்கிற திசையில் அது புலப்படாமல் போகலாமே தவிர, உண்மையில் எல்லாமே எல்லைக்கு உட்பட்டது.”

“சுதந்திரத்துக்கும்தானே?”

“ம். உன்னைப் பாதிக்காத வரைதான் என் சுதந்திரம் அழகு. ஆக, அது எல்லைதானே! நாம் ஒவ்வொருவரும் அடுத்தவரின் சுதந்திரத்தைக் கொண்டாடத் தொடங்கும்போது, நம்முடையது பாதுகாப்படைகிறது!”

திரும்பி நடக்கத் தொடங்கி இருந்தோம். நதியும், எங்களின் நிழல்களும், அமைதி தழும்பும் எங்கள் மனநிலையும் அப்பொழுதை ஒரு புகைப்படத் தருணமாக என்னுள் உறையச் செய்தன.

இப்பூமியின் முதல் மனிதர்கள் நாங்களோ எனத் தோன்றியது எனக்கு. நாங்கள் ஒருவர் மீது ஒருவர் செலுத்திக்கொள்ளாத கட்டுப்பாடுகளும், ஒருவர் மீது ஒருவர் நிகழ்த்திக்கொண்டு இருக்கும் அன்பும், வனாந்திரங்களுக்குள் சுற்றி, தொலைக்கவோ சேமிக்கவோ எதுவும் அற்றுத் திரியும் நிலையும், ஒவ்வொரு நாளும் இந்த எண்ணத்தை உயிர்ப்பித்துக்கொண்டு இருந்தன.

கட்டுப்பாடுகள் அறிந்திராத ஆதி மனிதன், நிச்சயம் இவனைப்போலவே இருந்திருப்பான். அன்பு எனும் சிறையால் அவன் யாரையும் அடக்கி இருக்க மாட்டான். உயிரைப் பொருளாகப் பார்க்கும் தவறு அவனுள் நிகழ்ந்து இருக்கவே செய்யாது. விதையில் இருந்து துளிர்விடும் ஒரு செடியைப்போல, ஓட்டை உடைத்துக்கொண்டு வரும் ஒரு குஞ்சைப்போல, உதிரம் கொட்டப் பிரசவிக்கும் ஒரு விலங்கைப்போல அவன் பார்த்ததும் உணர்ந்ததும் உயிராகவே இருந்திருக்கும். அசைவும் அதில் தேக்கப்பட்ட உணர்வுகளுமாக அவன் பார்த்தது, அறிந்தது அத்தனைக்கும் வாழ்வு இருந்தது. காகிதங்களும் உலோகமும் அந்த உயிர்களின் காலடிகளில் எங்கோ ஆழத்தில் கிடந்தன. தான் உணர்ந்த வலி எல்லாவற்றுக்கும் பொது என நம்பி இருப்பான்.

இன்று இவனும் அப்படித்தான் இருக்கிறான். உலகின் முதல் பெண்ணைப் போல என்னைக் கொண்டாடுகிறான். என்னோடு அலைகிறான். முன்பு ஒரு முறை, ஆச்சர்யம் ஒன்றைப் பரிசளிப்பதாகக் கூறி, எங்கேயெனச் சொல்லாமலேயே நெடும் பயணமாக வனாந்திரம் ஒன்றுக்கு

அழைத்து வந்தான்.

சூரியன் ஒளிரும் பகலையும் இரவாக்கிவிடும் வல்லமையோடு, அடர்ந்து திரண்டு இருந்தது வனம். அது வரையிலும் அப்படி ஒரு கானகத்தை நான் பார்த்தது இல்லை. பல ஆயிரம் ஆண்டுகள் பழமையான மரங்களின் மூர்க்கமான இலைகளைக் கிழித்தால், அந்த முதிர்ச்சியில் அவை கிறீச் எனச் சத்தமிட்டன.

அவன் அத்தனை மெதுவாகவும் கவனமாகவும் நடக்க, அவ்வெளியின் புதுமையில் நான் துள்ளிக்கொண்டு இருந்தேன். என் துள்ளலின் வேகத்தில் சரசரவெனச் சத்தம் போட்டன சருகுகள்.

இலை இடுக்குகளின் வழியாக உயர இருந்து கசியும் ஒளிக்கீற்றைத் தன் கைகளில் ஏந்தினான். பின்னர், இரு கைகளையும் பரப்பி, அண்ணாந்து, கண்கள் மூடி காட்டின் பச்சை வாசத்தை உள்ளிழுத்தான். மரக்கிளையில் அமர்ந்து இருந்த என்னை நோக்கி அவனது கைகள் நகர்ந்தன. தலை அசைத்து "வா" என்றான். பாயும் அம்பு என அவனிடம் வந்தடைந்தேன்.

"நாம் ஆடைகளைக் களைந்துவிடலாம்."

"ஏன்?"

"நாம் இப்போது ஆதி மனிதர்கள். இங்கு இருக்கப்போகும் ஒவ்வொரு நொடியையும் நாம் அப்படித்தான் கழிக்கப்போகிறோம்.'

"உனக்கு விருப்பம் இல்லை என்றால், நாம் இலைகளால் ஆன ஆடையைத் தயார் செய்துகொள்ளலாம்."

"எனக்குச் சிரிப்புதான் வந்தது. என்ன சொல்கிறாய்? எப்படி முடியும்?"

"முடியும்" என்றபடி, பெருத்த இலைகளையும், குறுகிய கொடிகளையும் சேகரிக்கத் தொடங்கினான். நானும் அவனோடு இணைந்தேன்.

சருகுகளின் மேல் அமர்ந்து இலைகளை இணைத்து முடிச்சிடத் தொடங்கினோம்.

ஒன்று... இரண்டு... மூன்று... தோரணம்போல அடுக்கடுக்காகத் தொங்கிய இலைகளை இடுப்பைச் சுற்றிக் கட்டிக்கொண்டபோது, அது ஆடையாகிக் கனத்தது. சிவந்து கூம்புபோல நீண்டு இருந்த பூக்களைக் கொய்து தலையில் சூடிக்கொண்டோம்.

பசி எடுத்தபோது மரங்களில் ஏறி பழங்களைப் பறித்தோம். அவன் கிழங்குகளைத் தேடி அலைந்தான். காட்டாற்றில் மூழ்கி எழுந்தோம். உயர்ந்த மரத்தின் உச்சத்தில் இருந்து தொங்கிய கொடியைப்பற்றி மேலே ஏற முயன்றோம். அது முடியாமல் போகவே, விழுதுகளைப் போன்ற அவற்றைப் பற்றி இழுத்து ஊஞ்சலாடினோம்.

"ஒரு சிறிய விதையில் இருந்துதான் இத்தனை கனமான மரம் தோன்றியது என்றால் நம்ப முடியவில்லை"- மரத்தைச் சுற்றி வந்தபடியே நான் சொன்னேன்.

"காட்டு மரங்கள் விதைத்து வளர்வது இல்லை. சுயமாக வளர்வதாலேயே இத்தனை தீர்க்கமாக இருக்கின்றன, நம்மைப்போலவே" என்றான்.

கைகளைக் கோத்தபடி நின்றோம், நடந்தோம், கிடந்தோம். நாங்கள் எங்கு எல்லாம் இருந்தோமோ, அங்கு எல்லாம் முத்தங்கள் சிதறி வனத்தை நிறைத்தன.

"எதற்காக இத்தனையும்?" என்றேன்

"இப்போது நீ எப்படி உணர்கிறாய்?"

"பூமியின் முதல் மனித உயிராக..."

மேலே வானம் கருத்த மரங்களுக்கு இடையில் மஞ்சள் திட்டுக்களாகத் தெரிந்தது. ஏற்கெனவே வனம் இருண்டு கிடந்ததால், என்ன பொழுது என்பதை உணர முடியவில்லை.

"இப்போது என்னோடு வா... உனக்கான பரிசை நான் தரப்போகிறேன்."

• ஜெயராணி

நடந்து செல்லும் இரு மரங்களைப்போல நாங்கள் நகர்ந்தோம். வனத்தின் அடர்த்தி குறைவான இடத்துக்கு வந்ததும், வெளிச்சம் உடலில் பாய்ந்தது. இளவெயிலின் அழகும் அமைதியும் பரவியிருக்க, தன் கைப்பையில் இருந்து துணியால் ஆன பெரிய முடிப்பை எடுத்து என் கையில் கொடுத்தான்.

"திறந்து பார்."

அதனுள் ஏராளமான விதைகள். கறுத்து, வெளிறி, பழுப்பு நிறத்தில் சிறியதும் பெரியதுமாக!

அவற்றைக் கைகளால் அளந்தபோது விரல்களுக்கு இடையில் நழுவிச் சரிந்தன.

"இவை என் பயணத்தில் நான் சேகரித்த விதைகள்! இந்த மண்ணுக்கும் சூழலுக்கும் ஏற்றவையா எனப் பல முறை பரிசோதிக்கப்பட்டவை. பூமியின் முதல் மனித உயிரான நீ, உன் கைகளால் இதை இந்த வனம் முழுவதும் தூவிவிட்டு வா. இப்பூமி உள்ள வரை உன் கைகள் வழியாக விழுந்த உயிர் கம்பீரமாக நிலைத்து இருக்கட்டும்!"

110

ஆண்மை

பானுமதி ந

பானுமதி ந

பானுமதி, மின்னிதழான பதாகை, வாசகசாலை மற்றும் சொல்வனத்தில் நூற்றுக்கும் மேற்பட்ட கதைகள், கவிதைகள், கட்டுரைகள் எழுதியுள்ளார். நவீன விருட்சம் மற்றும் புதுகைத் தென்றல் இதழ்களில் இவரது கதைகளும் கவிதைகளும் இடம் பெற்றுள்ளன. கிழக்குப் பதிப்பகம் வெளியிட்ட சிறுகதைப் போட்டியில், இவரது 'அஸ்வத்தாமா' என்ற கதை பரிசு பெற்றுள்ளது. இவர் கவிதாமணி என்ற விருதும், குவிகம் பெண் எழுத்தாளர் போட்டியில் பரிசும் பெற்றுள்ளார். மேலும் இவர் அறிவியல் சிறுகதைகள் படைப்பதிலும், அறிவியல் கட்டுரைகள் எழுதுவதிலும் ஆர்வம் காட்டி வருகிறார்.

தன் மாளிகையின் உப்பரிகையில் குறுக்கும் நெடுக்குமாக உலாவிக் கொண்டிருந்தார் பீஷ்மர். நதியின் அலைகள் காற்றில் அலைபாய்ந்து கரைகளைத் தொட்டுச் சென்றன. அலைகளின் மேல் ஆதவனின் பொன்னிறக் கிரணங்கள் ஆசையுடன் படிந்தன. இவைகளெல்லாம் தன் இயல்பில் இருக்கையில் ஏன் மனிதன் மட்டும் இயல்புகளைக் கட்டுப்படுத்தும் நெறிமுறைகளை வகுத்தான்? வாய் பேச முடியாதவர்கள், சபதம் செய்வார்களா? தங்களுக்குள்ளேயே பொதிந்து வைத்து நிறைவேற்றுவார்களா? எதுதான் உண்மை என நிலை கொள்கிறது? புகழா, பொருளா, அறிவா? இதிலெல்லாம் ஆன்ம நிறைவு என்று ஒன்று கிடைக்குமா? கரைகளுக்குள் அடங்கிச் செல்லும் நதிதான் செழிப்பைக் கொண்டு வருகிறது. அத்தகைய நதிதீரங்களில் தான் நாகரீகம் வளர்கிறது. வேதங்கள் முழங்குகின்றன. யாக சாலைகளில் தீ வளர்த்து அவிஸ் அளிக்கப்படுகிறது. சந்தஸ் என்ற லயத்தில் தான் வேதம் ஓதப்படுகிறது; அந்தச் சப்த ஒலிகள் தாள கதியில் நல்ல அதிர்வுகளை உண்டாக்குகின்றன. அந்த லயம் என்பதும் ஒரு நெறிமுறைதானே? அப்போதுதானே அதன் இனிமையும், பொருளும் உணரப்படுகின்றன? யாக குண்டங்கள் கணிதத்தின்படிதானே கட்டப்படுகின்றன? அப்படியென்றால், நெறிமுறை என்பது தேவையான ஒன்றுதானோ? அதைப்

பின்பற்றி நடப்பவர்களை விண்ணோரும் வியக்கிறார்களே?

தேவவிரதனாக இருந்தவன், பீஷ்மராக வாழ்த்துப் பெற்றது அப்படித்தானே?

“தந்தையே,நான் உங்கள் மனவாட்டத்தை அறிந்து கொண்டேன். ஒரு மகனாக நான் உங்கள் மகிழ்ச்சிக்குத் தடையாக மாட்டேன். மச்சகந்தியின் தந்தை அப்படி என்ன கேட்டு விட்டார், தன் மகள் அரசி என்ற அந்தஸ்து பெறுவதும், அவருக்குப் பிறக்கப் போகும் மைந்தனுக்கு அரியாசனமும் தானே? இதனாலெல்லாம் நான் உங்கள் மகன் என்பது மாறப் போகிறதா? காலமெல்லாம், நதியுடனும், படகுடனும், மீனுடனும், தன் வயிற்றுப்பாட்டைப் பார்த்துக் கொண்டிருந்த ஒரு இனம், அரசில் இடம் கேட்பதில் பிழை ஒன்றும் இல்லை, அப்பா. நான் அரியணையை எந்தக் காலத்திலும் பாதுகாப்பேன்; நம் அரசினை விரிவடையச் செய்வேன். என் பௌருஷமே என் பதவி, அதுவே என் கவசம். அதுதான் அரசின் நலனும் கூட. நீங்கள் வருத்தத்தில் பல அரசாங்கச் செயல்களைச் செய்யாதிருக்கிறீர்கள். கங்கையின் இடத்தில் மற்றொருத்தியா என்று குற்ற உணர்வு கொள்கிறீர்கள். காதலும், காமமும் வாழ்வின் அச்சாணியப்பா.”

சாந்தனு மகாராஜா தயங்கித் தயங்கித்தான் சம்மதித்தார். ஆனால், சிற்றன்னை, செம்படவ அரசனான தன் தந்தையையும் மிஞ்சி விட்டாள். மகாராஜாவின் விருப்பத்தைத் தெரிவித்து, அவளைப் பார்த்து வாழ்த்து சொல்லி, தான் ஒரு நாளும் அவளுக்குப் பிறக்கப் போகும் மைந்தர்களுக்கான அரியணையில் பங்கு கேட்க மாட்டேன் என்ற போது, அவள் சிரித்தது இன்னமும் பசுமையாக நினைவில் இருக்கிறது.

“தேவவ்ரதா, நான் உன்னை இளவரசே என அழைக்கப் போவதில்லை. நீ எனக்கும் மகன் தான். உன் அன்னையான எனக்கு உன்னிடம் ஒரு வரம் வேண்டும். கேட்கலாமா?”

‘மகனுக்குக் கட்டளை தான் இடுவார்கள், அவனிடம் வரம் கேட்பார்களா, அன்னையே?’

‘நல்லது, தேவவ்ரதா. நான் உன்னை நம்புகிறேன். நீ ஆட்சி செய்ய விரும்பவில்லை. ஆனால், பின்னாளில் பிறக்கப் போகும் உன் மைந்தர்கள் அதைக் கோராமல் இருப்பார்களா? க்ஷத்ரியக் குருதிதானே அவர்கள் உடம்பிலும் ஓடும்? என் பிள்ளைகள் எவ்விதத்தில் துன்பப்படுவார்களோ?’

தேவவிரதன் மனதிற்குள் சிரித்துக் கொண்டான். தன்னை மகன் என்று அழைத்த அதே நா தான், இன்னமும் பிறக்காத தன் மைந்தர்கள் என்ன நிலைமையில் இருப்பார்களோ என்று இன்றே பேசுகிறது. அப்பாவிடம் வாக்குக் கொடுத்து வந்துள்ள தேவவிரதனை சாமர்த்தியமாக மடக்குகிறாள், சிற்றன்னையாக வரப் போகிறவள். பெண் என்றும், அரசி என்றும், தாய் என்றும் அனைத்துக் கோணங்களிலும் சிந்தித்து, ஒரு அருமையான வியூகம் அமைத்துள்ள அவளை, அவரால் வியக்காமல் இருக்க முடியவில்லை.

தன் வாயிலிருந்து வந்துள்ள சொல்லை வெற்றுச் சொல்லாக்க விடலாமா? தனக்கு இனி எப்போதோ பிறக்கப் போகும் மகன் இருக்கட்டும், இவளைப் போலவே, அரசியாக என்னுடன் அரியணையில் அமர நான் மணக்கப் போகும் பெண்ணிற்கும் ஆவல் இருக்குமல்லவா? நேரடியாக நீ மணம் செய்து கொள்ளாதே என்று சொல்லாமல் சொல்கிறாள் இவள். இந்தப் பெண்ணும், கங்கையைப் போல, என் அன்னையைப் போல், என் தந்தைக்கு நிம்மதி தரப் போவதில்லை. சிறந்த மதியூகிதான் இவள். ஆனால், அப்பா தேடும் நிம்மதியை இவளால் தர முடியுமா? அதைத் தந்தையிடம் நான் எடுத்துச்

சொல்ல முடியுமா? இவளை மணந்து கொள்ளுங்கள் என்று சொன்ன வாயால், மறந்து விடுங்கள் என்று சொல்லலாகுமா? விதி வழி வாழ்க்கை.

"அன்னையே, நான் என் மூலமாக வம்சத்தினை வளர்க்க மாட்டேன் என்று சத்தியம் செய்கிறேன். மகாராஜாவும், நீங்களும் மகிழ்ந்து குலாவி வாழ்வது ஒன்றே நான் வேண்டுவது."

தேவர்கள் வானிலிருந்து பூமாரி பொழிந்தார்கள். 'பீஷ்ம, பீஷ்ம' என்று அசரீரி ஒலித்தது.

இன்று ஏன் இந்த வேண்டாத நினைவெல்லாம்? என்றோ முடிந்து போன கதை. அந்தப் பெண், அவள் பெயரென்ன, அம்பை ஆ..ம் அம்பை அவள் சால்யனுடன் இந்நேரம் மணமுடித்திருப்பாள். நன்றாக வாழட்டும்.

ஆ.. இதென்ன அந்தப் படகின் மேல் தளத்தில் நின்று கொண்டிருப்பது யார்? கரை நோக்கி வந்து கொண்டிருப்பது யார்? அம்பையைப் போலவே இருக்கிறதே? ஊகம் சரிதான்; கடும் புயலைப் போல நம் மாளிகையை நோக்கி வருகிறாள். என்ன நடந்திருக்கும்?

பீஷ்மர் கீழே இறங்கி வந்து அவளை வரவேற்றார். அணிந்திருந்த அதே ஆடையுடன், கலங்கிய கண்களுடன், களையிழந்த முகத்துடன், விரிந்த கூந்தலுடன் அவள் மூச்சிரைக்க நின்றாள்.

"வாருங்கள், தேவி. அமருங்கள். உணவு ஏதேனும், அல்லது பழச்சாறு?"

அம்பை அவரை நிதானமாக ஏறிட்டுப் பார்த்தாள். 'உங்கள் கைப்பட பழச்சாறு தாருங்கள்' என்றாள். அதைப் பருகிவிட்டு அமைதியாக அமர்ந்திருந்தாள்.

இவளாகச் சொல்லப்போவதில்லை என்று உணர்ந்த பீஷ்மர், "சால்யன் நலமா? உங்கள் சகோதரிகளைப் பார்க்க வந்திருக்கிறீர்களா?" என்றார்.

'அம்பிகா, அம்பாலிகா... அவர்கள் பெயரை மட்டும் நினைவில் வைத்துள்ளேன்; அன்னை, தந்தையே இல்லையாம், இதில் உடன் பிறப்புகளைப் பற்றி எனக்கென்ன கவலை?'

"அப்படியெல்லாம் பேசாதீர்கள் அம்மா. காசி அரசர் பீமதேவனுக்கும், அரசி புராவதிக்கும் என்ன ஆயிற்று?"

'இருவரும் என்னை மகளென்று ஏற்க மறுத்து விட்டார்கள். உங்கள் வலிமையில் அத்தனை பயம்; எங்கே எனக்கு அடைக்கலம் கொடுத்து அதனால் சினமுற்று நீங்கள் அவர்களையும் சிறையெடுத்துவிட்டால்... என்ற கோழைத்தனம்' என்று இகழ்ச்சியாகச் சிரித்தாள் அம்பை.

"வீண் பயம். நீங்கள் ஏன் அங்கு போனீர்கள்? சௌப நாட்டு அரசன் சால்யனிடம் தானே உங்களை அனுப்பி வைத்தேன்?"

'சால்யன் ஹூம் அவனும் ஒரு ஆண்மகன்! என்னைப் பொருளாகப் பார்த்து விட்டான். நீங்கள் பறித்துச் சென்ற பெண்ணல்லவா நான்? களவாடப்பட்ட பொருள், அவனது உடைமையாக ஆகாத ஒன்று, அதனால் அவனுக்கு வேண்டாமாம். நாங்கள் எப்படிக் காதலித்தோம், அதெல்லாம் நினைவிலில்லை அவனுக்கு. எத்தனை திரைச்சீலை ஓவியங்கள், எத்தனை ஓலைப் பாடல்கள், எத்தனை கனவுகள், கட்டிய மனக்கோட்டைகள்' என்று சொல்லிக்கொண்டே போன அம்பை ஆவேசத்துடன் எழுந்து நின்று கத்தினாள். 'அவனை அங்கேயே வெட்டிப் போட்டிருப்பேன். ச்சீ, ஒரு கோழையைக் கொல்வதா என்று விட்டுவிட்டேன்.'

"சால்யனின் பயமும், பதட்டமும் எனக்குப் புரிகிறது." என்றார் பீஷ்மர்.

'என்ன புரிகிறது உங்களுக்கு? என்ன புரிகிறது என்று கேட்கிறேன். மனசாட்சி

உறுத்தவில்லை உங்களுக்கு? இந்த என் நிலைக்கு நீங்கள், நீங்கள் மட்டுமே காரணமென்று புரியவில்லையா?'

"நான் என்னம்மா தவறு செய்தேன்? உங்கள் காதலனுடன் நீங்கள் சேரத்தானே அனுப்பி வைத்தேன்?"

'என்ன தவறு செய்தீர்களா? மாற்றாந்தாய் மகன்களுக்காகப் பெண்களைக் கவர்ந்து வரும் அதிகாரம் உங்களுக்கு யார் கொடுத்தது?'

"ராக்ஷச விவாகம் சாத்திரத்தில் இருக்கிறது. அதுவும் நாடாளும் மன்னர்களுக்கு அனுமதிக்கப்பட்ட ஒன்று."

'அப்படியா, எனக்கும் விதிமுறைகள் தெரியும். உங்களுக்காகப் பெண்ணைக் கவர்ந்து செல்ல அனுமதி உண்டு, ஆனால், பிறருக்காக, அதுவும் நோயுற்ற இருவருக்காக... எங்கே இருக்கிறது அந்த விதி? அப்படிப்பட்டவர்களின் வம்சம் ஏன் வளர வேண்டும்? தனக்கானதைக் கூட செய்ய முடியாதவர்களுக்கு திருமணம் ஒரு கேடா? பெண்ணென்ன, உணர்ச்சியற்ற ஜடமா? பிள்ளை பெறும் இயந்திரமா? அயோக்கியர்களுக்கும், நோயுற்றவர்களுக்கும் பிள்ளை பெற்றுத் தரக் கூடாது என்று நீங்கள் சொன்ன அதே சாத்திரம் சொல்கிறதே அது தெரியாதா உங்களுக்கு?'

"அரச தர்மம் ஒன்றிருக்கிறது அம்மா. நான் அரியணையைக் காப்பதாகச் செய்த சபதமும் வீணாகக் கூடாதல்லவா? நான் படை வீரன். கட்டளைகளுக்கும், கடமைகளுக்கும் கீழ்ப்படிபவன். நானாக இந்தச் செயலைச் செய்திருக்க மாட்டேன்; வியாசரும், என் சிற்றன்னையும் சொல்லாமல் நான் உங்கள் சுயம்வரத்திற்கு வந்து, அதைக் கெடுத்து, உங்கள் மூவரையும் கவர்ந்து வந்திருப்பேனா என்று சிந்தியுங்கள்."

'சுயம்வரம். இந்தச் சொல்லிற்கு அர்த்தம் தெரியுமா உங்களுக்கு? பெண் தானாகத் தேர்வு செய்து மணாளனைத் தேர்ந்தெடுப்பது என்று பொருள். யாருக்காகவோ அல்லது யார் சொல்லியோ நீங்கள் எங்கள் சுயம்வரத்தைத் தடுத்தது, எங்களைப் பிடித்து வந்தது எந்த தர்மத்தில் அடங்கும்.'

"அம்மா, உங்கள் காதல் எனக்குத் தெரியாதே. தெரிந்திருந்தால் நான் உங்களை அஸ்தினாபுரிக்கு அழைத்து வந்திருக்க மாட்டேன். நீங்கள் சொன்னவுடன் உங்களைச் சால்யனிடம் அனுப்பிவைக்கவில்லையா? எங்கேனும், யாரையேனும் மரியாதைக் குறைவாக நடத்தினேனா? இங்கே உங்களுக்குத் தனி மாளிகை, பணியாட்கள் அமைத்துத் தருகிறேன். நீங்கள் விரும்புவதைச் செய்யலாம். கலைகள், பயணங்கள், எதற்கும் தடையில்லை; சிறந்த பாதுகாப்பு வீரர்கள் உங்கள் மாளிகையைக் காத்து நிற்பார்கள். யாரும் உங்களைக் கேள்வி கேட்க மாட்டார்கள். உங்கள் மனம் தெளிந்தவுடன் உங்களுக்குத் திருமணம் செய்து வைக்கிறேன்."

'எனக்குத் திருமணம், அதுவும் நீங்கள் செய்து வைக்கப் போகிறீர்கள்! நல்ல கூத்து இது. என்னை நீங்கள் தான் மணம் புரிய வேண்டும். அதற்காகத்தான் மீள வந்திருக்கிறேன்.'

"அம்மா, நான் உங்களை ஏற்க இயலாது. நான் ஒரு நைஷ்டிக ப்ரம்மச்சாரி. என் சபதமும் உலகம் அறிந்த ஒன்று."

'என்ன பெரிய சபதம்? அதை மீறும் காலம் இது. எனக்கென ஒரு வாழ்க்கை, அதுவும் மதிப்பு மிகுந்த, தன்னிறைவான ஒன்று. அதை என் வரலாற்றை அறிந்துள்ள உங்களைத் தவிர வேறு யாரால் தர முடியும்? அப்படி ஒருவர் முன் வந்தாலும், அவரை நான் நிராகரிப்பேன். என்னை உங்கள் இல்லத்தரசியாக்குங்கள்.'

பீஷ்மர் அவளை ஏற இறங்கப் பார்த்தார்.

இயல்பிலேயே அழகி, சினத்தின் எரி தழலில் பேரழகியாக, ஆணைக் கவரும் அச்ச அம்சத்துடன் ஆவேசமாக நிற்கிறாள். காட்டின் வனப்புமிகு வேங்கை இவள். இவளை வழிபடலாம், இவள் என்றென்றும் அந்த நிலையைத்தான் அடைவாள். இந்தக் கொடிக்குக் கொம்பெதற்கு? காற்றைப் பற்றிக்கொள்ளும் அனல்கொடி. என் சபதம், என் ஆண்மை, என் வீரம் அனைத்தும் இவளுக்குக் கிடைத்தாலும் நிறைவுறா கருவறை கொண்ட கொற்றவை. மயானத்தில் சிவனுடன் நடனமாடும் பைரவி. தன் உடலின் கீழ் சிவத்தைப் படுக்க வைத்த மனோகரி. பீஷ்மர் தலையை உதறிக் கொண்டார்.

"அம்மா, நான் ப்ரும்மச்சாரிதான்; ஆனால், திருமணமானவன்." என்றார்.

அவள் சோழிகள் உருள்வதைப் போலச் சிரித்தாள். 'கள்ளத்தனம் செய்து கன்னியரைக் கொண்டு வருவீர்கள் எனத் தெரியும்; பொய்யும் சொல்வீர்களா?'

"கொஞ்சம் பொறுமையாகக் கேளுங்கள். என் பிறப்பின் இரகசியத்தை நான் உங்களிடம் சொல்லும் நேரம் வந்துவிட்டது. தேவருலகில் நாங்கள் எட்டு பேர் வசுக்களாக இருந்தோம். வசிஷ்டரின் விருந்தை அவர் இல்லத்தில் சுவைத்த நாங்கள் கிளம்பும் போது என் மனைவி, அவரது நந்தினி என்ற பசுங்கன்றைக் காமதேனுவிடமிருந்து பிரித்து தனக்குத் தருமாறு வேண்டினாள். இளம் மனைவியின் மோகத்தில் அந்தத் தவறைச் செய்தேன். பலனாகப் பூமியில் பிறந்தேன். என் மனைவி, ஒரு வறுமையான அந்தணருக்கு மூத்த மகளாக, வாய் பேச முடியாதவளாக, ஏழு தங்கைகளுக்கு மூத்தவளாகப் பிறந்தாள். அவள் பூக்க முடியாதவளும் கூட. அவளுக்கு மணமாகாமல், மற்ற எழுவருக்கும் வழியில்லை. அவளது தந்தை அவளைக் கருணைக் கொலை செய்யக் கோரிய வழக்கில் என் சிற்றன்னையின் தீர்ப்பு என்ன தெரியுமா? 'தேவவ்ரதா, நீயோ உன் மூலம் வம்சம் வளராது எனச் சபதம் செய்தவன். ஆனால், நித்திய அக்னி ஹோமத்திற்கு மனைவி தான் அக்னி கடைந்து தர வேண்டும். அவளை மணந்து கொள்; நீயும் ஹோமம் செய்யலாம். கருவூலத்திலிருந்து மற்ற ஏழுபேரின் திருமணச் செலவுகளுக்கான நிதி வழங்கப்படும். உன் விரதமும், சபதமும் பங்கப்படாது.' நான் தயங்கினேன், தடுமாறினேன், வழமை போல பெண் வென்றாள். சிற்றன்னையின் தீர்ப்பு, அந்தப் பெண்ணின் கண்ணீர், நான் கல்யாணம் செய்தேன்; கலவியில்லாத கல்யாணம். ஆனால், அவள் தானே வசுவாக இருந்த போது எனது பத்தினி. தகாத ஆசையினால்தானே அவள் பூக்காத, பேசாதப் பெண்ணாகப் பிறந்திருக்கிறாள்? அவளைத் துர்மரணத்திலிருந்து காப்பதும் என் கடமையல்லவா?"

அம்பை அதிர்ந்து போனாள். ஆனால், தன் நிலையிலிருந்து வீழ அவள் விரும்பவில்லை. 'அரசர்கள் பல தாரம் கொள்பவர்கள்; என்னை ஏற்றுக் கொள்ள இதெல்லாம் ஒரு தடையல்ல.'

"அப்படியில்லை தேவி. என்னை மணப்பதால் உங்களுக்கு ஆகக்கூடியது ஒன்றுமில்லை. மேலும், நான் அரசனில்லை. பல தாரங்கள் எனக்குப் பொருந்தாது. நான் சொல்வதைக் கேளுங்கள். நல்ல மாளிகை, நல்ல கணவன், இனிய இல்லறம்..."

'நிறுத்துங்கள், நான் அன்பை யாசிக்கிறேன். என் தன்மானத்தை விட்டு உங்களிடம் இறைஞ்சுகிறேன். என்னைப் புறக்கணிக்காதீர்கள்'

"அம்மா, என்னால் இயலாத ஒன்றை செய்யச் சொல்லி நீங்கள் வற்புறுத்த முடியாது. நான் கள்வன் என்றால், நீங்கள் ஒரு வேடதாரி."

'என்னது?'

"ஆம். நேர்மையுள்ளவரென்றால்,

சுயம்வரப் போர்வையில் நீங்கள் செய்தது என்ன? உங்கள் காதலை அன்னை, தந்தையிடம் சொல்லி மணம் முடித்திருக்க வேண்டும். அத்தனை அரசர்களின் முன்பாக கைகளில் வரமாலை ஏந்தி, அன்ன நடை நடந்து, ஆவலைத் தூண்டி, ஏதோ அப்போதுதான் சால்யனைத் தேர்ந்தெடுத்த மாதிரி நடித்து இதெல்லாம் வேடமில்லாமல் என்ன?”

‘நான் சந்தர்ப்பத்தைப் பயன்படுத்திக் கொண்டேன். ஒரு பெண் அப்படித்தான் செய்வாள். அவளின் கட்டுக்கள் உங்களுக்குப் புரியாது.’

“சரியம்மா! இன்று இவ்வளவு பேசுகிறீர்கள், அன்று பெற்றோரிடம் சொல்லியிருக்கலாம் என்பது என் கருத்து. இத்தனைக்கும் பிறகு நான் உங்களின் காதலை மதித்தேனா இல்லையா? உங்களைச் சௌப நாட்டிற்கு அனுப்பி வைத்தேன் அல்லவா?”

அம்பை கலீரென்று சிரித்தாள். ‘எனக்குப் புரிந்து விட்டது; இன்னொரு ஆணை நினைத்த பெண்ணை எப்படி ஏற்றுக் கொள்வது என்று தயங்குகிறீர்கள். நான் உங்களை உங்கள் குருவின் மூலம் போருக்கு அழைக்கிறேன். அவரோடு சண்டையிடுவீர்களா, இல்லை அதற்கும் ஏதாவது காரணம் சொல்லி வீரமில்லாமல் ஒதுங்குவீர்களா?’

பீஷ்மருக்கு இரத்தமெல்லாம் கொதித்தது. ஆனால், இவள் பெண், உணர்ச்சியால் பீடிக்கப்பட்டுப் பேசுகிறாள். இப்போதே கூட இவளைச் சிறையில் அடைக்கலாம், ஆனால், அவள் சினம் தார்மீகமானது, அவள் கண்ணீர் சுட்டெரிக்கும் நெருப்பு. தன் குருவுடன் போரிடுவதில் அவருக்கு ஒன்றும் கலக்கமில்லை. தானே விரும்பாதவரைத் தனக்கொரு சாவில்லை. அப்படியே இறந்தாலும் என்ன குறை? இறுதிவரை, வரைமுறையுடன் வாழ்ந்தோம் என்ற பேறு கிடைக்கும். ஆண்மை நின்று நிலைத்தது, பெண் எனும் பேரெழிலின் முன்பு. அதுவே வீழ்ந்தும் படலாம் அதே பேராற்றலின் முன்பு.

அம்பை கழற்றி வீசிய காற் சதங்கைகள் மரத் தரையில் ஓசையற்று விழுந்தன.

111
தேய் பிறை உறவுகள்!

சரசா சூரி

சரசா சூரி

சரசா சூரியின் இயற்பெயர் சரஸ்வதி சூரிய நாராயணன்; மதுரையில் பிறந்து வளர்ந்த இவர், தற்போது கோயம்புத்தூரில் வசித்து வருகிறார்; இவர் தாய், தன் குழந்தைகளுக்கு அடிக்கடி கதை சொல்லி வளர்த்துள்ளார். அதனால் கதை கேட்பதும் சொல்வதும் சரசா சூரியின் ரத்தத்தில் ஊறிய ஒன்றாக அமைந்துவிட்டது. இவர், 'ஆட்டிசம்' குழந்தைகளுக்காகப் பணி செய்து வருகிறார். அக்குழந்தைகளுடைய பெற்றோர்களுக்கு அறிவுரையும் ஆலோசனையும் வழங்கி வருகிறார். இணையத்தில் தற்போது சிறுகதைகள் எழுதி வருகிறார். இவரது ஆறு சிறுகதைத் தொகுதிகள் கிண்டில் பதிப்பாக வெளி வந்துள்ளன.

கால்கள் புதையப் புதைய ஆசை தீரும் வரை தனக்குப் பிடித்த 'ஹாஃப் மூன்பே' கடற்கரை மணலில் நடந்தாள் கற்பகம்... இந்தச் சொர்க்கபுரியை விட்டு நிரந்தரமாகப் பிரியப் போகும் நாள் நெருங்கிவிட்டது...

சொர்க்கபுரியா..? உலகமே அப்படித்தானே நினைக்கிறது..? பின் அதைவிட்டு ஏன் போக தீர்மானித்து விட்டாள்..? இது அவளாக விரும்பி எடுத்த முடிவு தானே! யார் இருக்கிறார்கள் அவளைக் கட்டாயப்படுத்த?

எத்தனை நாட்கள் மார்க்கின் கைகளைக் கோர்த்தபடி, பாதுகாப்பான, மிருதுவான கைகளைக் கோர்த்துக் கொண்டு நடந்திருப்பாள்... ஆறடி உயரத்தில் பொன்னிற தலைமுடியை அடிக்கடிக் கோதிவிட்டபடி, இடையிடையே அவளை அணைத்து ஒரு முத்தப் பரிசு தரவிழையும் போதெல்லாம் தடுத்து விட்டிருக்கிறாள்...!

அமெரிக்க கலாச்சாரம் இன்னும் அவளுக்குள் நுழைந்து விடாமல் கவனமாய் இருந்தாலும், அவனுடன் கைகோர்த்து நடப்பதற்கு ஒரு தடையும் சொன்னதில்லை.

'மார்க்கின் கைகள் இத்தனை மிருதுவாக இருக்கும் என்று அவள் எதிர்பார்க்கவே இல்லை... அவனுடைய மனது மாதிரி..!

தாய்நாட்டிற்குத் திரும்புமுன் அவனை மட்டும் பார்த்துவிட்டுப் போக வேண்டும் என்று அவள் உள்ளுணர்வு நச்சரித்துக்கொண்டே இருந்தது...

தாய்நாடா..? இந்தியாவா...? அமெரிக்க குடியுரிமை பெற்று இருபது வருடங்களாகிவிட்டது மறந்து விட்டதா...? இல்லை..!! எத்தனை வருடங்கள் ஆனால் என்ன...? அவள் தாய்நாடு இந்தியா என்று இல்லாமல் போகுமா..? அப்படியானால் இது தந்தை நாடாக இருந்துவிட்டுப் போகட்டும்...!

இருபத்தைந்து வயது இளநங்கையாய் அவள் கலிபோர்னியாவில் காலடி எடுத்து வைத்தபோது இருந்த பிரமிப்பு, இப்போது எங்கே போய்விட்டது..? கழுத்து வலிக்க அண்ணாந்து பார்த்த வானுயர கட்டிடங்கள் இப்போது வாழ்க்கையின் ஒரு அங்கமாய், மாறிப்போன மாயமென்ன? எல்லாமே கையில் கிடைக்கும் வரைதான்..!

ஆனால் மார்க் மட்டும் இதற்கு விதிவிலக்கானான்.. கையிலிருந்த ஒரு புதையலை நழுவ விட்டுவிட்டாளே..! இல்லை.. அவள் கையிலிருந்து பிடுங்கி எறிந்து விட்டார்கள்...

ஆனால் இப்போதோ அவர்களைப் பார்க்க, நிரந்தரமாய் அவர்களுடன் சேர்ந்திருக்கப் புறப்பட்டுக் கொண்டிருக்கிறாள்...

"அம்மா..! கல்பா குட்டி! கல்பா குட்டின்னு தூக்கி தலைல வச்சிட்டு ஆடுவியே...பாரு.. இப்போ உன்ன விட்டு ரொம்ப தூரம் போகப்போற..!

"அவ மேல படிக்கத் தானே போறா...! படிச்சு முடிச்சு திரும்பி வராமலா இருப்பா..."

"அம்மா...நீ எந்தக் காலத்துல இருக்க...? அமெரிக்கா போனவா யாராவது நிரந்தரமாகத் திரும்பி வந்ததா கேள்விப்பட்டதுண்டா...? அஞ்சு வருஷத்துல க்ரீன் கார்ட்..பத்து வருஷத்துல சிட்டிசன் ஷிப்... அப்புறம் இந்தியாவுக்கே டாடா..பை..பை..."

அம்மா அழ ஆரம்பித்தாள்...

"கல்பா.. நீ இவங்க சொல்றமாதிரி அங்கேயே இருந்துடுவியாடா...? இந்த அம்மாவ மறந்திடுவியா...? அப்போ நீ போகவே வேண்டாம்..."

"அம்மா..அம்மா..! அவுங்க சொல்றதப் போய் நம்பறியே.. உன்ன விட்டுட்டு என்னால இருக்க முடியுமா...? நீ வேண்டான்னு சொன்னா நான் போகல..."

கடைசியில் அவர்கள் சொன்னது அச்சு பிசகாமல் நடந்துவிட்டதே...!

அமெரிக்காவின் கலிபோர்னியா மாகாணத்தில் மிகவும் புகழ்பெற்ற ஸ்டான்போர்ட் பல்கலைக்கழகத்தில் முழு உதவித்தொகை பெற்று நுண்ணுயிர் ஆராய்ச்சி படிப்பை ஏற்றுக் கொள்ளும்போது, கற்பகத்துக்கு இருபத்தைந்து வயது...

தங்குவதற்கு வாடகை வீடு தேடிக்கொண்டிருக்கும் போதுதான் கண்ணில் பட்டது அந்த விளம்பரம்...

கொலராடோ அவென்யூ, பாலோ ஆல்டோ நகரில் இரண்டு படுக்கையறை கொண்ட அபார்ட்மெண்ட்டைப் பகிர்ந்து கொள்ள அழைப்பு... நான்சி என்ற பெண்ணுடன்...

அவளை நேரில் பார்த்தவளுக்கு ஒரு இன்ப அதிர்ச்சி...

நான்சி அவளுடைய இளங்கலை வகுப்புத் தோழி.. தஞ்சாவூர் செவிலியர்கள் கல்லூரியில் நர்சிங் படித்து மேற்படிப்புக்காக ஸ்டான்போர்ட் மருத்துவமனையில் சேர்ந்தவள் இப்போது புற்றுநோய் சிகிச்சை வார்டில் ஒரு பகுதிக்குச் சீஃப் நர்சாக இருப்பதை அறிந்ததும் உலகமே சுருங்கி விட்டது

போல ஒரு உணர்வு...

வாரக் கடைசி எப்படிப் பறந்து போனதென்றே தெரியவில்லை... இருவரும் சுற்றாத இடமில்லை...

ஹாஃப் மூன் பே கடற்கரை... சந்திரப்பிறை போன்ற தோற்றம் கொண்ட கடற்கரை...இருவரும் மனம் விட்டுப் பேசிய நாட்களை எண்ணிப் பார்க்கிறாள்..

அங்குத் தான் மார்க் அவளுக்கு அறிமுகமானான்.. அவனும் ஸ்டான்போர்ட் மருத்துவமனையில் ஃபிசியோதெரப்பிஸ்ட்டாக வேலை பார்க்கிறான் என்று அறிந்தபோது அவர்களது மகிழ்ச்சி இரட்டிப்பானது.

அவனுக்கு இந்தியாவைப் பற்றித் தெரிந்து கொள்வதில் அதிக ஆர்வம்... அவள் சொல்வதைக் கேட்கும் போது கோலிக்குண்டு நீலக் கண்கள் விரியும் அழகில் கற்பகம் மனதைப் பறிகொடுத்தாள்...

“அடுத்த முறை இந்தியா போகும்போது நானும் உன்னுடன் வரலாமா...? உன் குடும்பத்தைச் சந்திக்க ஆவலாயிருக்கிறேன்...

கற்பகம்...! நான் உங்கள் நாட்டின் மேல் அதிக மோகம் கொண்டுவிட்டேன்... ஒரு இந்தியப் பெண்ணைத் துணைவியாக்கிக் கொள்ள விரும்புகிறேன்.. அது நீயாக இருந்தால் ...?”

அப்போதுதான் கற்பகம் விழித்துக் கொண்டாள்... இருவரும் மனதால் நெருங்கிவிட்டோமோ..! உண்மை அவளை ஊமையாக்கியது..!

“கற்பகம்.. மார்க் மாதிரி ஒரு பையன் கிடைக்க கொடுத்து வச்சிருக்கணும்... ஆனா உன் குடும்ப சூழ்நிலைய யோசிச்சு பாரு... அப்பா இருந்தவரைக்கும் எத்தனை கண்டிப்பு...உங்க அம்மாவுக்கு உலகமே உங்க நாலுபேரச் சுத்திதான்..!

உங்க அண்ணனே கல்யாணம் ஆனதும் மாறிட்டான்னு சொல்ற... அடுத்த அக்காவும் அம்மாவுக்கு உதவி செய்யுற நிலைமைல இல்ல.. மூணாவது அக்காதான் ஏதோ சம்பாதிச்சு குடும்பம் ஒரு மாதிரி தட்டுத்தடுமாறி ஓடிட்டிருக்கு... நீ அனுப்புற பணத்துக்குத்தான் அங்கே காக்கா கூட்டம் மாதிரி எல்லோருமே சுத்திவராங்க..!

இந்த நேரத்துல மார்க்க கல்யாணம் பண்ணிக்க அவுங்க யாரும் நிச்சயமாகச் சம்மதிக்க மாட்டாங்க.. அதுவும் உங்க அம்மா உயிரையே விட்டிடுவாங்க... நீ இங்கேயே நிரந்தரமா தங்கிடுவன்னு பயப்படுவாங்க..

யூ ஹாவ் டு ஹாண்டில் வித் கேர்...

அதே சமயம் சொல்லாம இருந்தா, அப்புறம் வாழ்நாள் முழுசும் ஃபீல் பண்ணுவ... யோசிச்சு முடிவெடு...”

நான்சி அவளை எப்படிப் புரிந்து கொண்டிருக்கிறாள்... அவளை அப்படியே இறுகத் தழுவிக் கொண்டாள்...

“மார்க்...! இந்தமுறை நீ என்னோட இந்தியா வரவேண்டாம்... வீட்ல எல்லார் கிட்டேயும் பேசிட்டு அடுத்த முறை நீ என்னோடு வந்தால் உன்னை எல்லோரும் புரிஞ்சுப்பாங்கன்னு நம்பிக்கை இருக்கு... விஷ் மீ குட் லக்...”

ஆனால் அந்த அடுத்த முறை வரவேயில்லை...

கற்பத்தின் தேவைகள் மிகக் குறைவு...

அவள் ஒவ்வொரு முறையும் ஊருக்குக் கிளம்பும் போதும் (ஆண்டுக்கு ஒரு முறை நிச்சயம்) அவளுடைய பெட்டியை அடைத்துக்கொண்டு நிற்பவை பரிசுப் பொருட்களே...!

ஒரு மாதம் முன்பே லிஸ்ட் போட்டு வாங்க ஆரம்பித்து விடுவாள்..

ஒவ்வொருவருக்கும் பெயர் எழுதி, பேக்

பண்ணும் காகிதங்களையும் தேர்ந்தெடுத்து வாங்குவதில் அவளுக்கு அவர்கள் மேல் இருக்கும் அக்கறையைக் கண்டு நான்சி வியந்து வியந்து பாராட்டுவாள்...

"தாங்யூ அத்த...! இதோட இருபது டீ ஷர்ட் ஆச்சு... என் ஃப்ரெண்ட்ஸ் எல்லாம் புலம்பறாங்க.. 'எங்களுக்கு இப்படி ஒரு அத்த இல்லியே' ன்னு..."

அண்ணா மூர்த்தியின் பையன் அபினவ் அவளைத் தனது ரோல்மாடலாகவே வைத்திருந்தான்...

"சித்தி... போனவாரம் தான் நீங்க வாங்கிக் குடுத்த பெர்ஃப்யூம் தீந்து போச்சுன்னு நெனச்சேன்.. ஸோ தாட்ஃபுல் ஆஃப் யூ...! எப்படி மறக்காம வாங்கிட்டு வரீங்க..."

அக்கா பெண் அமுதா அப்படியே அவளைக் கட்டிக் கொண்டாள்...

"அம்மா..இது உனக்கு..."

குளிர் காலத்துக்கு இதமான போர்வை...!

அப்புறம் அண்ணாவுக்கு ஐ பாட், அக்காவுக்கு டின்னர் செட், இன்னும் ஷாம்பூ, சோப், வாசனை மெழுகுவர்த்திகள்..!

"கல்பா...சவிதா இன்னும் இரண்டு வருஷத்துல ஒரு டாக்டரா நம்ம கண்முன்னால நிக்கப்போறான்னா அது உன்னாலதான்...!! என் குடும்பமே அவளாலதான் தலைநிமிர்ந்து நிக்கப்போறது..."

அக்கா சாவித்திரி உண்மையிலேயே கண்கலங்கினாள்...

இரண்டு நாட்கள் எல்லோரும் கற்பகம் புராணம் தான்...

எப்போது மார்க்கைப்பற்றிச் சொல்லப்போகிறோம் என்ற கேள்வியே அவள் தலைக்குள் பொறியில் அகப்பட்ட எலியைப் போல் பிராண்டிக் கொண்டிருந்தது...

'எல்லோர் முன்னாலும் பட்டென்று விடலை தேங்காய்போல போட்டு உடைக்கலாமா...? இல்ல அம்மாவிடம் மட்டும் முதலில் ரகசியமாகச் சொல்லலாமா..?

எப்படியும் அம்மா ஊரைக் கூட்டப்போகிறாள்...

நிச்சயம் ஒரு புயல் வீசும் என்று எண்ணியவள் இடி, மின்னல், சுனாமி, பூகம்பம், ஏன் ஒரு பிரளயமே, சேர்ந்து தன்னை மூச்சு முட்ட மூழ்கடிக்கும் என்று எதிர்பார்க்கவில்லை...!

அவளை நோக்கி பாய்ந்த கேள்விக் கணைகள் ஒவ்வொன்றும் விஷம் தோய்ந்த அம்புகளால் அவள் இதயத்தை அணுஅணுவாய் சித்திரவதை செய்தது...

அம்மா அடுத்த நிமிடமே உயிரை விடப்போவதாய் மிரட்டிய இமோஷனல் பிளாக்மெயிலுக்கு முன்னால், அவள் காதல் கருகி சாம்பலாகிப் போனது. அவர்களது சுயநலத்துக்கு முன்னால் கற்பகத்தின் வாழ்க்கையே திசைமாறிப் போனது...

அவர்களுடைய கவலையெல்லாம் அவள் அமெரிக்காவிலேயே நிரந்தரமாய்த் தங்கிவிட்டால்...? தங்கள் உறவு நிரந்தரமாய் அறுந்துவிட்டால்...?

மார்க்குக்கு என்ன பதில் கூறுவது என்ற தீர்மானம் செய்துவிட்டாள் கற்பகம்...

அவளுக்கு மார்க்கிடம் விடைபெறாமல் இந்தியா திரும்ப மனம் ஒப்பவில்லை..

நான்சி சில வருடங்களுக்கு முன்பே இந்தியா திரும்பி விட்டாள். அவனிடமிருந்த தொடர்பு நின்று போய் பத்து வருடங்களுக்கு மேல் ஆகிவிட்டது.. இப்போது எங்கிருக்கிறான்..?

புதிய விலாசம் கண்டுபிடிப்பது அமெரிக்காவில் அத்தனை கடினமில்லை.. சரியான தகவல்கள் தந்தால் இதற்கென

நிறையவே ஏஜென்சிகள் செயல்படுவதால், ஒருவழியாகக் கண்டுபிடித்து விட்டாள்.

அவனுக்காக மிச்சிகனின் டெட்ராய்ட் நகரத்துக்குப் பயணம் செய்யும்போது மனம் உற்சாகத்தில் துள்ளியது..

நீலநிற கோலிகுண்டு கண்களில் அதே ஆர்வம்... அவள் கைகளை மென்மையாகப் பற்றியபடிச் சூசனுக்கு அறிமுகப்படுத்தி வைத்தான்.

"நான் உன்னிடம் அடிக்கடி கூறும் 'லாஸ்ட் இண்டியன் டைமண்ட் ' இவள்தான்...! கற்பகம்..!

வீடு முழுவதும் குழந்தைகள்... அவனுடையதும், அவளுடையதும், அவர்களுடையதும்!

மார்க்கின் இதயம் பெரிது... அதில் எத்தனை பேருக்கு வேண்டுமானாலும் இடமுண்டு... கற்பகத்துக்கு இல்லாமல் இருக்குமா...?

"மார்க்.. நீ கண்டிப்பாக இந்தியா வரவேண்டும்.. சூசனின் கணவனாக உனக்குக் கிடைக்கும் வரவேற்பு உன்னைத் திக்குமுக்காட வைத்துவிடும்...

அவள் அவனுக்காகத் தீட்டிய ' ஹாப் மூன்பே'யின் வண்ண ஓவியம்...

"இது நமது நட்பை என்றும் உனக்கு நினவூட்டிக்கொண்டேயிருக்கும்!

இந்தியாவில் அவளுக்கு ஏற்பட்ட கசப்பான சம்பவத்துக்குப் பின் அவளுக்குத் தாய்நாட்டுக்குச் செல்லும் ஆர்வம் குறைந்து போனது.. வருடத்துக்கு இரண்டு முறையானது... பின் மூன்று...

இதோ வருடங்கள் பறந்து போனது... ஆனாலும் அவளுடைய கடமையிலிருந்து தவறியதே இல்லை...

அவர்களுக்கும் அவளிடமிருந்த எதிர்பார்ப்பும் தேவைகளும் குறைந்து வருவது அவளுக்குப் புரியாமலில்லை..

பின் எதற்காகத் தன்னை வாழவைத்த சொர்க்கபுரியைவிட்டு நிரந்தரமாகக் கிளம்புகிறாள்...?

ஆறு வருடங்கள் அவள் இந்தியா போவதைத் தவிர்த்துவிட்டாள்..

பொருளாதார தேவைக்காக அவள் கையை எதிர்பார்த்த நிலை மாறிவிட்டது. குழந்தைகள் நல்ல வேலையில் செட்டிலாகி இருந்தனர்.

சவிதா இப்போது குழந்தை நல மருத்துவர். அபினவ் ஒரு எம்.என்.சி. கம்பெனியில் வைஸ் பிரசிண்ட் என்று கேள்விப்பட்டாள்.

ஆனால் இப்போது ஒரேயடியாக இந்தியாவில் குடியேற தீர்மானிக்கக் காரணம்... அவளது சேவை அவர்களுக்குத் தேவை என்ற எண்ணமே..

கற்பகத்துக்கு யாருக்காவது உதவி செய்து கொண்டிருக்க வேண்டுமென்ற பிடிவாதம்.

அண்ணா இப்போது தனியாகத்தான் இருக்கிறான்... மனைவியைப் பறிகொடுத்த துக்கத்தில். மன அழுத்தம், சுகர்..பி.பி..!

அம்மா கீழேவிழுந்து எலும்பு முறிவு. படுத்த படுக்கை.. அக்காவால் தனியாகப் பார்த்துக் கொள்வது சிரமம்...

தன் உடலில் வலு இருக்கும்வரை அவர்களுக்கு நிச்சயம் உதவி செய்ய வேண்டும்...

ஏர்போர்ட்டுக்கு யாரும் வரவில்லை..

"கல்பா..இங்க யாரும் உன்ன வந்து கூட்டிட்டுப் போற நெலைல இல்ல... நீ அம்மா வீட்டுக்கு வந்திடு... நான் அங்கதான் இருக்கேன்... சின்னக்கா சாவித்திரி பேசியவிதத்தில் ஒரு சகோதரி பாசம் மிஸ்ஸிங்..

அம்மா படுத்துக் கற்பகம் பார்த்ததேயில்லை.. எப்போதும்

சுறுசுறுப்பாக ஏதாவது வேலை செய்தாகவேண்டும்..

“அம்மா..! கற்பகம் வந்திருக்கா பாரு..!

“கற்பகமா...இங்க வந்து பக்கத்துல உக்காரு... ஏம்மா இத்தன நாள் அம்மாவ பாக்க வரல?”

“அம்மா...இனிமே உன்னோடதான் இருக்கப் போறேன்...”

“நிஜம்மாவா சொல்ற...?”

“யெஸ்.. உங்க பக்கத்திலேயே...”

சாவித்திரி.. நீ இத்தன நாள் தனியா கஷ்ட்டப்பட்ட...இப்போ நான் கூடவே இருப்பேன்...கவலப்படாத...”

“கற்பகம்... நானும் சவிதாவும் சேர்ந்து முடிவு பண்ணிட்டோம்... அம்மாவ ஒரு அஸிஸ்டட் கேர்ல சேர்க்க முடிவு பண்ணிட்டோம்.. அட்வான்ஸ் கூட கட்டியாச்சு.. நான் சவிதாவோட போய் இருக்கப்போறேன்...”

‘உனக்கு இங்கே வேலையில்ல’ என்று சொல்லாமல் சொல்வது போலிருந்தது.

குடும்பத்திலிருந்து விலக்கி வைக்கப்பட்டது போல மனம் விட்டுப்போனது...

அம்மா சுய முடிவு எடுக்கும் நிலையிலிருந்தால் இதற்குச் சம்மதிப்பாளா...?

அண்ணா மூர்த்தி இளைத்திருந்தான்... அவளைக் கண்டதும் கண்ணீர் கோர்த்து நின்றது...

“கற்பகம் வாம்மா..! இங்கேயே இருக்க முடிவு பண்ணிட்டியாமே... அபினவ் உன்னப்பத்திப் பேசாத நாள் கிடையாது...!“

“அபினவ்..? அவன் கிட்டேயிருந்து ஒரு கம்யூனிகேஷனும் இல்ல... எங்க இருக்கான்...?”

“நீயூசிலாண்டல செட்டில் ஆகி ஆறு வருஷம் ஆச்சும்மா...!”

“அண்ணா...நீ தனியாவா இருக்க? நான் உங்கூட இருந்து உன்னப் பாத்துக்கறேன்..!”

“டோன்ட் ஒர்ரி கல்பா... அபினவ் ஒரு முழு நேர நர்ச ஏற்பாடு பண்ணிட்டுதான் போயிருக்கான்... ஐ வில் மேனேஜ்... பை த பை... இதுதான் அவனோட மனைவி எம்மா... குழந்தைகள் கெவின்... ஜூலி...

கற்பகத்துக்குள் ஆயிரமாயிரம் கேள்விகள் வெளியே வந்து விழக்காத்திருந்தது... ஆனால் அவள் உணர்ச்சிகள் கொஞ்சம் கொஞ்சமாக மரத்துப் போன நிலையில் எந்தக் கேள்வியும் அர்த்தமற்றதாகத் தோன்றியது. பதிலும் அது போலத்தான் இருக்கப்போகிறது..!

எம்மாவை அணைத்து ஏற்றுக் கொள்ள முடிந்த உறவுகள் மார்க்கை உதறித் தள்ளியது ஏன்...?

‘அபினவ்..! எங்கேயிருந்தாலும் ‘மை பெஸ்ட் விஷஸ்’

மனம் வாழ்த்தியது...

சின்னக்கா அமுதாவுடன் கல்கத்தாவில் இருக்கிறாளாம்... பேச்சு வார்த்தையே இல்லையாம்...

தேவைகள் பூர்த்தியான பின் உறவுகளுக்கு மதிப்பேது...?

கற்பகம் இடிந்து போய்விடவில்லை..! அவளது உலகம் பெரியது..!

“ஹலோ... நான் நான்சி பேசறேன்.. கற்பகம்?”

“ஹேய்...! வாட் எ ப்ளஸன்ட் சர்ப்ரைஸ்...! உன்ன எப்படி கண்டுபிடிக்கிறதுன்னு தலைய பிச்சிட்டிருக்கேன்..! உன்னப்பாக்கணுமே..!

“நாளைக்கு எலியட்ஸ் பீச்சில ஆறுமணிக்கு மீட் பண்றோம்... ஓக்கே..!”

"வானத்தப்பாரு... வளர்பிறை.."

இருவருக்கும் ஹாப் மூன் பேயில் நிற்பது போன்று ஒரு உணர்வு..! நிறைய, நிறைய பேசினார்கள்...

"கற்பகம்! நான் ஓரளவுக்கு இத எதிர்பார்த்தேன்.. நீ மார்க்க போய்ப் பாத்ததுப் பெஸ்ட் டெசிஷன்... கற்பகம் ஆர் யூ ஓக்கே...?"

"கொஞ்சம் ஏமாத்தமாதான் இருக்கு..! இது நான் கொஞ்சங்கூட எதிர்பார்க்கல..!"

"எதிர்பார்ப்பு இருக்கிற இடத்தில்தான் ஏமாத்தமும் இருக்கும்... நாளைக்கு நீ என்னோட ஒரு இடத்துக்கு வர... நான் உன்ன வந்து கூட்டிட்டு போறேன்..."

அடையாறு கேன்சர் இன்ஸ்ட்டிட்யூட்..!

"இங்க யாரு இருக்கா...?"

"கமான்.. நான் இங்கதான் குழந்தைகள் புற்றுநோய் வார்டுக்கு சீஃப் நர்ஸ்...

இவங்களப்பாரு..! நாளைக்கு உயிரோட இருப்போமான்னு தெரியாது.. இன்றைக்கு இருக்கும் மகிழ்ச்சிதான் அவர்களுக்கு வாழ்க்கைல நிரந்தரம்.!

நிச்சியமாக உன்னோட சேவை இவங்களுக்குள்ள பல மாற்றத்தை ஏற்படுத்தும்...

கற்பகம் இவங்களுக்கு நீ தரப்பபோறத விட இரண்டு பங்கு மனநிம்மதிய வீட்டுக்கு எடுத்துட்டு போவ...நம்பு..!

இது ஒன் வே ட்ராஃபிக் இல்ல... வின்-சிச்சுவேஷன்..!"

குழந்தைகள் கற்பகத்தை ஓடி வந்து கட்டிக்கொண்டனர். எந்தவொரு எதிர்பார்ப்பும் இன்றி!

• சரசா சூரி